Grades 9-12
Multilingual
Science Glossary

Printed in the U.S.A.

ISBN 978-1-328-57399-5

3 4 5 6 7 8 9 10 0928   27 26 25 24 23 22 21 20 19

4500788465 A B C D E F G

Grades 9-12

Multilingual Science Glossary

Contents

Multilingual Science Glossary

HMH Science

© Houghton Mifflin Harcourt Publishing Company

Multilingual Science Glossary

This glossary is an alphabetical listing of key terms along with their meanings, as used in HMH Science programs. The glossary is available in the following languages: English, Spanish, Vietnamese, Filipino/Tagalog, Simplified Chinese (for speakers of Mandarin and Cantonese), Arabic, Hmong, Korean, Punjabi, Russian, Brazilian Portuguese, and Haitian Creole.

A

abiotic factor nonliving factor in an ecosystem, such as moisture, temperature, wind, sunlight, soil, and minerals

absolute zero the temperature at which all molecular motion stops (0 K on the Kelvin scale or –273.16°C on the Celsius scale)

absorption spectrum a diagram or graph that indicates the wavelengths of radiant energy that a substance absorbs

abrasion the grinding and wearing away of rock surfaces through the mechanical action of other rock or sand particles

absolute age the numeric age of an object or event, often stated in years before the present, as established by an absolute-dating process such as radiometric dating

acceleration the rate at which velocity changes over time; an object accelerates if its speed, direction, or both change

accretion the process of growth or increase in size that occurs by gradual external addition, fusion, or inclusion

accuracy a description of how close a measurement is to the true value of the quantity measured

acid any compound that increases the number of hydronium ions when dissolved in water

acid-base indicator a substance that changes in color depending on the pH of the solution that the substance is in

acid ionization constant an equilibrium constant for the dissociation of an acid at a specific temperature; denoted by the term K_a

acid precipitation rain, sleet, or snow that contains a high concentration of acids

actinide any of the elements of the actinide series, which have atomic numbers from 89 (actinium, Ac) through 103 (lawrencium, Lr)

activated complex a molecule in an unstable state intermediate to the reactants and the products in the chemical reaction

activation energy the minimum amount of energy required to start a chemical reaction

active margin a continental margin at which an oceanic plate is subducting under a continental plate; characterized by the presence of a narrow continental shelf and a deep-sea trench

activity series a series of elements that have similar properties and that are arranged in descending order of chemical activity; examples of activity series include metals and halogens

actual yield the measured amount of a product of a reaction

adaptation inherited trait that is selected for over time because it allows organisms to better survive in their environment

addition reaction a reaction in which an atom or molecule is added to an unsaturated molecule

adenosine diphosphate (ADP) an organic molecule that is involved in energy metabolism; composed of a nitrogenous base, a sugar, and two phosphate groups

adenosine triphosphate (ATP) an organic molecule that acts as the main energy source for cell processes; composed of a nitrogenous base, a sugar, and three phosphate groups

adiabatic process a thermodynamic process in which no energy is transferred to or from the system as heat

aerobic process that requires oxygen to occur

air mass a large body of air throughout which temperature and moisture content are similar

albedo the fraction of radiation that is reflected off the surface of an object

alcohol an organic compound that contains one or more hydroxyl groups attached to carbon atoms

aldehyde an organic compound that contains the carbonyl group, —CHO

alkali metal one of the elements of Group 1 of the periodic table (lithium, sodium, potassium, rubidium, cesium, and francium)

alkaline-earth metal one of the elements of Group 2 of the periodic table (beryllium, magnesium, calcium, strontium, barium, and radium)

alkane a hydrocarbon characterized by a straight or branched carbon chain that contains only single bonds

alkene a hydrocarbon that contains one or more double bonds

alkyl group a group of atoms that forms when one hydrogen atom is removed from an alkane molecule

alkyl halide a compound formed from an alkyl group and a halogen (fluorine, chlorine, bromine, or iodine)

alkyne a hydrocarbon that contains one or more triple bonds

allele any of the alternative forms of a gene that occurs at a specific place on a chromosome

allele frequency proportion in the gene pool of one allele compared to all the alleles for that trait

alloy a solid or liquid mixture of two or more metals, of a metal and nonmetal, or of a metal and metalloid; has properties that are enhanced compared to the individual components or properties that are not present in the original components

alluvial fan a fan-shaped mass of rock material deposited by a stream when the slope of the land decreases sharply; for example, alluvial fans form when streams flow from mountains to flat land

alpha particle a positively charged atom that is released in the disintegration of radioactive elements and that consists of two protons and two neutrons

alternating current an electric current that changes direction at regular intervals (abbreviation, AC)

altruism behavior in which an animal reduces its own fitness to help the other members of its social group

amine an organic compound that can be considered to be a derivative of ammonia

amino acid molecule that makes up proteins; composed of carbon, hydrogen, oxygen, nitrogen, and sometimes sulfur

amorphous solid a solid in which the particles are not arranged with periodicity or order

amphoteric describes a substance, such as water, that has the properties of an acid and the properties of a base

amplitude the maximum distance that the particles of a wave's medium vibrate from their rest position

anabolism the metabolic synthesis of proteins, fats, and other large biomolecules from smaller molecules; requires energy in the form of ATP

anaerobic process a process that does not require oxygen

analogous structure body part that is similar in function to but structurally different from a body part of another organism

angiosperm a plant that produces seeds within a fruit; a flowering plan

angle of incidence the angle between a ray that strikes a surface and the line perpendicular to that surface at the point of contact

angle of reflection the angle formed by the line perpendicular to a surface and the direction in which a reflected ray moves

angular acceleration the time rate of change of angular velocity, usually expressed in radians per second per second

angular displacement the angle through which a point, line, or body is rotated in a specified direction and about a specified axis

angular momentum for a rotating object, the product of the object's moment of inertia and angular velocity about the same axis

angular velocity the rate at which a body rotates about an axis, usually expressed in radians per second

anion an ion that has a negative charge

anode the electrode on whose surface oxidation takes place; anions migrate toward the anode, and electrons leave the system from the anode

anthroposphere the part of Earth that has been constructed or modified by humans; sometimes considered one of the spheres of the Earth system

antinode a point in a standing wave, halfway between two nodes, at which the largest displacement occurs

apoptosis programmed cell death

aquifer a body of rock or sediment that stores groundwater and allows the flow of groundwater

aromatic hydrocarbon a member of the class of hydrocarbons (of which benzene is the first member) that consists of assemblages of cyclic conjugated carbon atoms and that is characterized by large resonance energies

array an arrangement of items or values in rows and columns, a matrix

Arrhenius acid a substance that increases the concentration of hydronium ions in aqueous solution

Arrhenius base a substance that increases the concentration of hydroxide ions in aqueous solution

artificial selection process by which humans modify a species by breeding it for certain traits

artificial transmutation the transformation of atoms of one element into atoms of another element as a result of a nuclear reaction, such as bombardment with neutrons

asthenosphere the solid, plastic layer of the mantle beneath the lithosphere; made of mantle rock that flows very slowly, which allows tectonic plates to move on top of it

atmosphere a mixture of gases and particles that surrounds a planet, moon, or other celestial body; one of the four major spheres of the Earth system

atmosphere of pressure the pressure of Earth's atmosphere at sea level; exactly equivalent to 760 mm Hg

atom smallest unit of an element that maintains the chemical properties of that element; smallest basic unit of matter

atomic number the number of protons in the nucleus of an atom; the atomic number is the same for all atoms of an element

atomic radius one-half of the distance between the center of identical atoms that are bonded together

ATP; adenosine triphosphate high-energy molecule that contains within its bonds energy that cells can use

attractive force force that tends to draw objects together

Aufbau principle the principle that states that the structure of each successive element is obtained by adding one proton to the nucleus of the atom and one electron to the lowest-energy orbital that is available

autosome chromosome that is not a sex chromosome; in humans, the chromosomes numbered 1 through 22

autotroph an organism that produces its own nutrients from inorganic substances or from the environment instead of consuming other organisms

average atomic mass the weighted average of the masses of all naturally occurring isotopes of an element

average velocity the total displacement divided by the time interval during which the displacement occurred

Multilingual Science Glossary

Avogadro's law the law that states that equal volumes of gases at the same temperature and pressure contain equal numbers of molecules

Avogadro's number 6.02×10^{23}, the number of atoms or molecules in 1 mol

axis an imaginary straight line to which parts of a structure or body may be referred

B

back emf the emf induced in a motor's coil that tends to reduce the current in the coil of the motor

barometer an instrument that measures atmospheric pressure

base any compound that increases the number of hydroxide ions when dissolved in water

beat the periodic variation in the amplitude of a wave that is the superposition of two waves of slightly different frequencies

benzene the simplest aromatic hydrocarbon

beta particle a charged electron emitted during certain types of radioactive decay, such as beta decay

big bang theory the theory that all matter and energy in the universe was compressed into an extremely dense volume that 13.8 billion years ago suddenly expanded in all directions

binary acid an acid that contains only two different elements: hydrogen and one of the more-electronegative elements

binary compound a compound composed of two different elements

binary fission asexual reproduction in which a cell divides into two equal parts

binding energy the energy released when unbound nucleons come together to form a stable nucleus, which is equivalent to the energy required to break the nucleus into individual nucleons

biodiversity the variety of organisms in a given area, the genetic variation within a population, the variety of species in a community, or the variety of communities in an ecosystem

bioengineering the application of engineering concepts to living things

biogeochemical cycle movement of a chemical through the biological and geological, or living and nonliving, parts of an ecosystem

bioinformatics use of computer databases to organize and analyze biological data

biomagnification condition in which toxic substances become more concentrated in tissues of organisms higher on the food chain than in tissues of organisms lower on the food chain

biomass total dry mass of all organisms in a given area

biomass pyramid a diagram that compares the biomass of different trophic levels within an ecosystem

biome regional or global community of organisms characterized by the climate conditions and plant communities that thrive there

biosphere the part of Earth where life exists; includes all of the living organisms on Earth; one of the four major spheres of the Earth system

biotechnology use and application of living things and biological processes

biotic factor a living thing, such as a plant, an animal, a fungus, or a bacterium

blackbody a perfect absorber that emits radiation based only on its temperature

blackbody radiation the radiation emitted by a blackbody, which is a perfect radiator and absorber and emits radiation based only on its temperature

boiling the conversion of a liquid to a vapor within the liquid as well as at the surface of the liquid at a specific temperature and pressure; occurs when the vapor pressure of the liquid equals the atmospheric pressure

boiling point the temperature and pressure at which a liquid and a gas are in equilibrium

boiling-point elevation the difference between the boiling point of a liquid in pure state and the boiling point of the liquid in solution; the increase depends on the number of solute particles present

bond energy the energy required to break a chemical bond and form neutral isolated atoms

bottleneck effect genetic drift that results from an event that drastically reduces the size of a population

Boyle's law the law that states that for a fixed amount of gas at a constant temperature, the volume of the gas increases as the pressure of the gas decreases and the volume of the gas decreases as the pressure of the gas increases

Brønsted-Lowry acid a substance that donates a proton to another substance

Brønsted-Lowry acid-base reaction the transfer of protons from one reactant (the acid) to another (the base)

Brønsted-Lowry base a substance that accepts a proton

buffer a solution that can resist changes in pH when an acid or a base is added to it

buoyant force the upward force exerted by a liquid on an object immersed in or floating on the liquid

C

calorie the amount of energy needed to raise the temperature of 1 g of water 1 °C; the Calorie used to indicate the energy content of food is a kilocalorie

calorimeter a device used to measure the energy as heat absorbed or released in a chemical or physical change

calorimetry an experimental procedure used to measure the energy transferred from one substance to another as heat

capacitance the ability of a conductor to store energy in the form of separate electric charges

capillary action the attraction of the surface of a liquid to the surface of a solid, which causes the liquid to rise or fall

carbohydrate any organic compound that is made of carbon, hydrogen, and oxygen and that provides nutrients to the cells of living things

carbon cycle the movement of carbon from the nonliving environment into living things and back

carboxylic acid an organic acid that contains the carboxyl functional group

carrying capacity the largest population that an environment can support at any given time

catabolism the chemical decomposition of complex biological substances, such as carbohydrates, proteins, and glycogen, accompanied by the release of energy

catalysis the acceleration of a chemical reaction by a catalyst

catalyst a substance that changes the rate of a chemical reaction without being consumed or changed significantly

catenation the binding of an element to itself to form chains or rings

cathode the electrode on whose surface reduction takes place

cathode ray electrons emitted from the cathode of an electric discharge tube

cation an ion that has a positive charge

cell in biology, the smallest unit that can perform all life processes; cells are covered by a membrane and contain DNA and cytoplasm

cell cycle pattern of growth, DNA replication, and cell division that occurs in a cell

cell differentiation processes by which unspecialized cells develop into their mature form and function

cell membrane double-layer of phospholipids that forms a boundary between a cell and the surrounding environment and controls the passage of materials into and out of a cell

cell theory theory that states that all organisms are made of cells, all cells are produced by other living cells, and the cell is the most basic unit of life **cellular respiration** process of producing ATP by breaking down carbon-based molecules when oxygen is present

Cenozoic Era the current geologic era, which began 65.5 million years ago; also called the *Age of Mammals*

center of mass the point in a body at which all the mass of the body can be considered to be concentrated when analyzing translational motion

centripetal acceleration the acceleration directed toward the center of a circular path

chain reaction a continuous series of nuclear fission reactions

change of state the change of a substance from one physical state to another

Charles's law the law that states that for a fixed amount of gas at a constant pressure, the volume of the gas increases as the temperature of the gas increases and the volume of the gas decreases as the temperature of the gas decreases

chemical any substance that has a defined composition

chemical bond the attractive force that holds atoms or ions together

chemical change a change that occurs when one or more substances change into entirely new substances with different properties

chemical equation a representation of a chemical reaction that uses symbols to show the relationship between the reactants and the products

chemical equilibrium a state of balance in which the rate of a forward reaction equals the rate of the reverse reaction and the concentrations of products and reactants remain unchanged

chemical formula a combination of chemical symbols and numbers to represent a substance

chemical kinetics the area of chemistry that is the study of reaction rates and reaction mechanisms

chemical property a property of matter that describes a substance's ability to participate in chemical reactions

chemical reaction the process by which one or more substances change to produce one or more different substances

chemical sedimentary rock sedimentary rock that forms when minerals precipitate from a solution or settle from a suspension

chemistry the scientific study of the composition, structure, and properties of matter and the changes that matter undergoes

chloroplast organelle composed of numerous membranes that are used to convert solar energy into chemical energy; contains chlorophyll

chromatic aberration the focusing of different colors of light at different distances behind a lens

chromatid one half of a duplicated chromosome

chromosomal mutation a kind of mutation in which a chromosomal segment is transferred to a new position on the same or another chromosome

chromosome long, continuous thread of DNA that consists of numerous genes and regulatory information

clastic sedimentary rock sedimentary rock that forms when fragments of preexisting rock are compacted or cemented together

cleavage in geology, the tendency of a mineral to split along specific planes of weakness to form smooth, flat surfaces

climate the characteristic weather patterns in an area over a long period of time

climate change changes in regional climates or global climate, especially the change in the 20th and 21st centuries; previously called global warming

clone genetically identical copy of a single gene or an entire organism

cloning the process of producing a genetically identical copy of an organism

codominance heterozygous genotype that equally expresses the traits from both alleles

codon sequence of three nucleotides that codes for one amino acid

coefficient a small whole number that appears as a factor in front of a formula in a chemical equation

coefficient of friction the ratio of the magnitude of the force of friction between two objects in contact to the magnitude of the normal force with which the objects press against each other

coevolution process in which two or more species evolve in response to changes in each other

coherence the correlation between the phases of two or more waves

colligative property a property that is determined by the number of particles present in a system but that is independent of the properties of the particles themselves

collision theory the theory that states that the number of new compounds formed in a chemical reaction is equal to the number of molecules that collide, multiplied by a factor that corrects for low-energy collisions

colloid a mixture consisting of tiny particles that are intermediate in size between those in solutions and those in suspensions and that are suspended in a liquid, solid, or gas

combined gas law the relationship between the pressure, volume, and temperature of a fixed amount of gas

combustion reaction the oxidation reaction of an element or compound, in which energy as heat is released

common-ion effect the phenomenon in which the addition of an ion common to two solutes brings about precipitation or reduces ionization

community collection of all of the different populations that live in one area

competition ecological relationship in which two organisms attempt to obtain the same resource

components of a vector the projections of a vector along the axes of a coordinate system

composite a designed material made from combining two other materials with complementary properties

composition stoichiometry calculations involving the mass relationships of elements in compounds

compound a substance made up of atoms of two or more different elements joined by chemical bonds

compression the region of a longitudinal wave in which the density and pressure are at a maximum

Compton shift an increase in the wavelength of the photon scattered by an electron relative to the wavelength of the incident photon

concave spherical mirror a mirror whose reflecting surface is an inward-curved segment of a sphere

concentration the amount of a particular substance in a given quantity of a mixture, solution, or ore

condensation the change of state from a gas to a liquid

condensation reaction a chemical reaction in which two or more molecules combine to produce water or another simple molecule

conduction the transfer of heat or another form of energy from one particle of a substance directly to another

conjugate acid an acid that forms when a base gains a proton

conjugate base a base that forms when an acid loses a proton

constraint a restriction or limitation; in engineering design, a limitation that a design or solution must stay within, often determined when defining a problem

constructive interference a superposition of two or more waves in which individual displacements on the same side of the equilibrium position are added together to form the resultant wave

consumer organism that obtains its energy and nutrients by eating other organisms

Multilingual Science Glossary

contact force a push or pull on one object by another object that is touching it

continental margin the sea floor that is located between dry land and the deep oceanic crust, consisting of the continental shelf, slope, and rise

continuous spectrum an unbroken sequence of frequencies or wavelengths of electromagnetic radiation, often emitted by an incandescent source

control rod a neutron-absorbing rod that helps control a nuclear reaction by limiting the number of free neutrons

controlled experiment an experiment that tests only one factor at a time by comparing a control group with an experimental group

convection the movement of matter due to differences in density; can result in the transfer of energy as heat

convergent boundary the boundary between tectonic plates that are moving toward each other

conversion factor a ratio that is derived from the equality of two different units and that can be used to convert from one unit to the other

convex spherical mirror a mirror whose reflecting surface is an outward-curved segment of a sphere

copolymer a polymer made from two different monomers

core the central part of Earth below the mantle; *also* the center of the sun

Coriolis effect the curving of the path of a moving object from an otherwise straight path due to Earth's or another celestial object's rotation

cosmic microwave background (CMB) radiation detected from every direction in space almost uniformly; considered a remnant of the big bang

covalent bond a bond formed when atoms share one or more pairs of electrons

crest the highest point above the equilibrium position

criterion (plural *criteria*) the specific requirements and standards a design must meet; in engineering design, a specific requirement that a design or solution should meet, often determined when defining a problem

critical angle the minimum angle of incidence for which total internal reflection occurs

critical mass the minimum mass of a fissionable isotope that provides the number of neutrons needed to sustain a chain reaction

critical point the temperature and pressure at which the gas and liquid states of a substance become identical and form one phase

critical pressure the lowest pressure at which a substance can exist as a liquid at the critical temperature

critical temperature the temperature above which a substance cannot exist in the liquid state

crossing over exchange of chromosome segments between homologous chromosomes during meiosis I

crust the thin and solid outermost layer of Earth above the mantle; continental and oceanic crust form the upper part of the lithosphere

cryosphere the part of the hydrosphere that is frozen water, often excluding ice in the atmosphere; sometimes considered one of the spheres of the Earth system

crystal a solid whose atoms, ions, or molecules are arranged in a regular, repeating pattern

crystal structure the arrangement of atoms, ions, or molecules in a regular way to form a crystal

crystalline solid a solid that consists of crystals

cultural behavior behavior that is passed between members of the same population by learning and not by natural selection

cyanobacteria (singular *cyanobacterium*) bacteria that can carry out photosynthesis; sometimes called blue-green algae

cyclic process a thermodynamic process in which a system returns to the same conditions under which it started

cycloalkane a saturated carbon chain that forms a loop or a ring

cytokinesis process by which the cell cytoplasm divides

D

Dalton's law of partial pressures the law that states that the total pressure of a mixture of gases is equal to the sum of the partial pressures of the component gases

daughter nuclide a nuclide produced by the radioactive decay of another nuclide

decay series a series of radioactive nuclides produced by successive radioactive decay until a stable nuclide is reached

decibel a dimensionless unit that describes the ratio of two intensities of sound; the threshold of hearing is commonly used as the reference intensity

decision matrix a decision-making tool for evaluating several options at the same time

decomposition reaction a reaction in which a single compound breaks down to form two or more simpler substances

deforestation the process of clearing forests

delta a fan-shaped mass of sediment deposited at the mouth of a stream; for example, deltas form where streams flow into the ocean at the edge of a continent

denature to change irreversibly the structure or shape—and thus the solubility and other properties—of a protein by heating, shaking, or treating the protein with acid, alkali, or other species

density the ratio of the mass of a substance to the volume of the substance; commonly expressed as grams per cubic centimeter for solids and liquids and as grams per liter for gases

density-dependent factor environmental resistance that affects a population that has become overly crowded

density-independent factor environmental resistance that affects a population regardless of population density

deposition the process by which materials are dropped, such as sand or silt by a stream; also, the process by which frost forms when water vapor condenses as a solid; the change of state from a gas directly to a solid

derived unit a unit of measure that is a combination of other measurements

desertification the process by which human activities or climatic changes make arid or semiarid areas more desert like

destructive interference a superposition of two or more waves in which individual displacements on opposite sides of the equilibrium position are added together to form the resultant wave

diffraction a change in the direction of a wave when the wave encounters an obstacle, an opening, or an edge

diffusion the movement of particles from regions of higher density to regions of lower density

dihybrid cross cross, or mating, between organisms involving two pairs of contrasting traits

dimensional analysis a mathematical technique that allows one to use units to solve problems involving measurements

dipole a molecule or a part of a molecule that contains both positively and negatively charged regions

diprotic acid an acid that has two ionizable hydrogen atoms in each molecule, such as sulfuric acid

direct current an electric current that flows in one direction

direct proportion the relationship between two variables whose ratio is a constant value

directional selection pathway of natural selection in which one uncommon phenotype is selected over a more common phenotype

disaccharide a sugar formed from two monosaccharides

discharge the volume of water that flows out within a given time

9

dispersion the process of separating polychromatic light into its component wavelengths

displacement the change in position of an object

disproportionation the process by which a substance is transformed into two or more dissimilar substances, usually by simultaneous oxidation and reduction

disruptive selection pathway of natural selection in which two opposite, but equally uncommon, phenotypes are selected over the most common phenotype

dissociation the separating of a molecule into simpler molecules, atoms, radicals, or ions

divergent boundary the boundary between two tectonic plates that are moving away from each other

DNA; deoxyribonucleic acid molecule that stores genetic information in all organisms

DNA polymerase enzyme that makes bonds between nucleotides, forming an identical strand of DNA during replication

DNA replication the process of making a copy of DNA

dominant allele that is expressed when two different alleles are present in an organism's genotype

doping the addition of an impurity element to a semiconductor

Doppler effect an observed change in the frequency of a wave when the source or observer is moving

double-displacement reaction a reaction in which the ions of two compounds exchange places in an aqueous solution to form two new compounds

drainage basin the entire region draining into a river, river system, or other body of water; a watershed

drift velocity the net velocity of a charge carrier moving in an electric field

ductility the ability of a substance to be hammered thin or drawn out into a wire

E

earthquake a movement or trembling of the ground that is caused by a sudden release of energy when rocks along a fault move

eccentricity the degree of elongation of an elliptical orbit (symbol, *e*)

ecological niche all of the physical, chemical, and biological factors that a species needs to survive, stay healthy, and reproduce in an ecosystem

ecological succession sequence of biotic changes that regenerate a damaged community or start a community in a previously uninhabited area

ecosystem collection of organisms and of nonliving things and factors such as soil, water, rocks, and climate in an area

ecosystem services an ecological function or process of a region that helps sustain life or contributes an important resource

effervescence a bubbling of a liquid caused by the rapid escape of a gas rather than by boiling

efficiency a quantity, usually expressed as a percentage, that measures the ratio of work output to work input

effusion the passage of a gas under pressure through a tiny opening

elastic collision a collision in which the total momentum and total kinetic energy remain constant

elastic potential energy the energy stored in any deformed elastic object

electrical conductor a material in which charges can move freely

electrical energy the energy that is associated with charged particles because of their positions

electrical insulator a material in which charges cannot move freely

electrical potential energy potential energy associated with a charge due to its position in an electric field

electric circuit a set of electrical components connected such that they provide one or more complete paths for the movement of charges

electric current the rate at which electric charges pass a given point

electric field the space around a charged object in which another charged object experiences an electric force

electric potential the work that must be performed against electric forces to move a charge from a reference point to the point in question, divided by the charge

electrochemical cell a system that contains two electrodes separated by an electrolyte phase

electrochemistry the branch of chemistry that is the study of the relationship between electric forces and chemical reactions

electrode a conductor used to establish electrical contact with a nonmetallic part of a circuit, such as an electrolyte

electrode potential the difference in potential between an electrode and its solution

electrolysis the process in which an electric current is used to produce a chemical reaction, such as the decomposition of water

electrolyte a substance that dissolves in water to give a solution that conducts an electric current

electrolytic cell an electrochemical device in which electrolysis takes place when an electric current is in the device

electromagnet a magnet, which can consist of a coil of wire wrapped around an iron core, that is only magnetized when electric current flows through the wire

electromagnetic induction the process of creating a current in a circuit by changing a magnetic field

electromagnetic radiation the radiation associated with an electric and magnetic field; it varies periodically and travels at the speed of light

electromagnetic spectrum all of the frequencies or wavelengths of electromagnetic radiation, which is the radiation associated with an electric and magnetic field, including visible light

electromagnetic wave a wave that consists of oscillating electric and magnetic fields, which radiate outward from the source at the speed of light

electron a subatomic particle that has a negative charge

electron affinity the energy change that occurs when an electron is acquired by a neutral atom

electron capture the process in which an inner-orbital electron is captured by the nucleus of the atom that contains the electron

electron configuration the arrangement of electrons in an atom

electron-dot notation an electron configuration notation in which only the valence electrons of an atom of a particular element are shown, indicated by dots placed around the element's symbol

electronegativity a measure of the ability of an atom in a chemical compound to attract electrons

electroplating the electrolytic process of plating or coating an object with a metal

element a substance that cannot be separated or broken down into simpler substances by chemical means; all atoms of an element have the same atomic number

elimination reaction a reaction in which a simple molecule, such as water or ammonia, is removed and a new compound is produced

ellipse an oval shape defined by points for which the sum of the distances to two fixed points (foci) is a constant; a circle is an ellipse of zero eccentricity

emergent spectrum a diagram or graph that indicates the wavelengths of radiant energy that a substance emits

11

emission-line spectrum a series of specific wavelengths of electromagnetic radiation emitted by electrons as they move from higher to lower energy states

empirical formula a chemical formula that shows the composition of a compound in terms of the relative numbers and kinds of atoms in the simplest ratio

endothermic reaction a chemical reaction that requires energy input

end point the point in a titration at which a marked color change takes place

energy budget the balance between the flow of energy into a system and the flow of energy out of a system

energy pyramid diagram that compares energy used by producers, primary consumers, and other trophic levels

engineering design process a series of steps that engineers follow to come up with a solution to a problem

enthalpy the internal energy of a system plus the product of the system's volume and the pressure the system exerts on its surroundings

enthalpy change the amount of energy released or absorbed as heat by a system during a process at constant pressure

enthalpy of combustion the energy released as heat by the complete combustion of a specific amount of a substance at constant pressure or constant volume

enthalpy of reaction the amount of energy released or absorbed as heat during a chemical reaction

enthalpy of solution the amount of energy released or absorbed as heat when a specific amount of solute dissolves in a solvent

entropy a measure of the randomness or disorder of a system

environment the combination of conditions and influences outside a system that affect the behavior of the system

enzyme a type of protein that acts as a catalyst and speeds up metabolic reactions in plants and animals without being permanently changed or destroyed

epicenter the point on Earth's surface directly above an earthquake's starting point or focus

epigenetics the study of changes in gene expression that do not involve changes in the DNA sequence

epistasis the interaction of genes that are not alleles, in particular the suppression of the effect of one such gene by another

equilibrium in chemistry, the state in which a chemical reaction and the reverse chemical reaction occur at the same rate such that the concentrations of reactants and products do not change; in physics, the state in which the net force on an object is zero

equilibrium constant a number that relates the concentrations of starting materials and products of a reversible chemical reaction to one another at a given temperature

equilibrium vapor pressure the vapor pressure of a system at equilibrium

equivalence point the point at which the two solutions used in a titration are present in chemically equivalent amounts

erosion the removal and transport of materials by natural agents such as wind and running water; sometimes used in a broader sense that includes weathering

ester an organic compound formed by combining an organic acid with an alcohol such that water is eliminated

ether an organic compound in which two carbon atoms bond to the same oxygen atom

eusocial organism population in which the role of each organism is specialized and not all of the organisms will reproduce

evaporation the change of a substance from a liquid to a gas

evolution change in a species over time; process of biological change by which descendants come to differ from their ancestors

excess reactant the substance that is not used up completely in a reaction

excited state a state in which an atom has more energy than it does at its ground state

exon sequence of DNA that codes information for protein synthesis

exothermic reaction a chemical reaction in which energy is released to the surroundings as heat

exponential growth dramatic increase in population over a short period of time

extensive property a property that depends on the extent or size of a system

extinction elimination of a species from Earth

F

facilitated adaptation a process in which humans guide adaptations in threatened populations by changing the genome of the species

family a vertical column of the periodic table

fatty acid an organic acid that is contained in lipids, such as fats or oils

fault a break in a body of rock along which one block slides relative to another; a form of brittle strain

feedback the return of information about a system or process that may effect a change in the system or process; the information that is returned

feedback loop information that is compared with a set of ideal values and aids in maintaining homeostasis

felsic describes magma or igneous rock that is rich in feldspars and silica and that is generally light in color

field force a force exerted at a distance rather than through direct contact

film badge a device that measures the approximate amount of radiation received in a given period of time by people who work with radiation

fission the process by which a nucleus splits into two or more fragments and releases neutrons and energy

fitness measure of an organism's ability to survive and produce offspring relative to other members of a population

fluid a nonsolid state of matter in which the atoms or molecules are free to move past each other, as in a gas or liquid

focus the location within Earth along a fault at which the first motion of an earthquake occurs; one of the two central defining points of an ellipse

foliation the metamorphic rock texture in which mineral grains are arranged in planes or bands

food chain model that links organisms by their feeding relationships

food web model that shows the complex network of feeding relationships within an ecosystem

force an action exerted on a body that tends to change the body's state of rest or motion; force has magnitude and direction

formula equation a representation of the reactants and products of a chemical reaction by their symbols or formulas

formula mass the sum of the average atomic masses of all atoms represented in the formula of any molecule, formula unit, or ion

formula unit the simplest collection of atoms from which an ionic compound's formula can be written

fossil the trace or remains of an organism that lived long ago, most commonly preserved in sedimentary rock

fossil fuel a nonrenewable energy resource formed from the remains of organisms that lived long ago; examples include oil, coal, and natural gas

founder effect genetic drift that occurs after a small number of individuals colonize a new area

fracture in geology, a break in a rock, with or without displacement, that results from stress, including cracks, joints, and faults; *also* the manner in which a mineral breaks along either curved or irregular surfaces

13

frame of reference a system for specifying the precise location of objects in space and time

free energy the energy in a system that is available for work; a system's capacity to do useful work

free-energy change the difference between the change in enthalpy, ΔH, and the product of the Kelvin temperature and the entropy change, which is defined as TΔS, at a constant pressure and temperature

free fall the motion of a body when only the force due to gravity is acting on the body

freezing the change of state in which a liquid becomes a solid as energy as heat is removed

freezing point the temperature at which a solid and liquid are in equilibrium at 1 atm pressure; the temperature at which a liquid substance freezes

freezing-point depression the difference between the freezing points of a pure solvent and a solution, which is directly proportional to the amount of solute present

frequency the number of cycles or vibrations per unit of time; *also* the number of waves produced in a given amount of time

friction a force that opposes motion between two surfaces that are in contact

front the boundary between air masses of different densities and usually different temperatures

functional group the portion of a molecule that is active in a chemical reaction and that determines the properties of many organic compounds

fundamental frequency the lowest frequency of vibration of a standing wave

fusion the process by which nuclei of small atoms combine to form a new, more massive nucleus; the process releases energy

G

gamete sex cell; an egg or a sperm cell

gamma ray the high-energy photon emitted by a nucleus during fission and radioactive decay

gas a form of matter that does not have a definite volume or shape

Gay-Lussac's law the law that states that the volume occupied by a gas at a constant pressure is directly proportional to the absolute temperature

Gay-Lussac's law of combining volumes of gases the law that states that the volumes of gases involved in a chemical change can be represented by a ratio of small whole numbers

Geiger-Müller counter an instrument that detects and measures the intensity of radiation by counting the number of electric pulses that pass between the anode and the cathode in a tube filled with gas

gene a segment of DNA that is located on a chromosome and that codes for one or more inherited traits; the basic unit of heredity

gene expression the manifestation of the genetic material of an organism in the form of a specific trait

gene flow physical movement of alleles from one population to another

gene mutation change in the DNA sequence

gene pool collection of all alleles found in a population

generator a machine that converts mechanical energy into electrical energy

gene therapy procedure to treat a disease in which a defective or missing gene is replaced or a new gene is inserted into a patient's genome

genetic cross mating of two organisms

genetic drift change in allele frequencies due to chance alone, occurring most commonly in small populations

genetic engineering process of changing an organism's DNA to give the organism new traits

genetic testing process of testing DNA to determine the chance a person has, or might pass on, a genetic disorder

genetic variation differences in physical traits of an individual from the group to which it belongs

genetics study of the heredity patterns and variation of organisms

genotype collection of all of an organism's genetic information that codes for traits

geologic timescale time scale representing the history of Earth

geometric isomer a compound that exists in two or more geometrically different configurations

geosphere the mostly solid, rocky part of Earth; extends from the center of the core to the surface of the crust; one of the four major spheres of the Earth system

geothermal energy the energy produced by heat within Earth

germ cell in a multicellular organism, any reproductive cell (as opposed to a somatic cell)

Graham's law of effusion the law that states that the rate of effusion of a gas is inversely proportional to the square root of the gas's density

glacial a time within an ice age that is dominated by the existence of glaciers

glacier a large mass of moving ice

gravitational force the mutual force of attraction between particles of matter

gravitational potential energy the potential energy associated with an object's position relative to a gravitational source

gravity a force of attraction between objects that is due to their masses and that decreases as the distance between the objects increases

greenhouse effect the warming of the surface and lower atmosphere of Earth that occurs when carbon dioxide, water vapor, and other gases in the air absorb and reradiate infrared radiation

greenhouse gas a gas composed of molecules that absorb and radiate infrared radiation from the sun

ground state the lowest energy state of a quantized system

groundwater the water that is beneath Earth's surface

group a vertical column of elements in the periodic table; elements in a group share chemical properties

gymnosperm a woody, vascular seed plant whose seeds are not enclosed by an ovary or fruit

H

habitat combined biotic and abiotic factors found in the area where an organism lives

habitat fragmentation process by which part of an organism's preferred habitat range becomes inaccessible

half-cell a single electrode immersed in a solution of its ions

half-life the time required for half of the original nuclei of a sample of a radioactive substance to undergo radioactive decay

half-reaction the part of a reaction that involves only oxidation or reduction

halogen one of the elements of Group 17 (fluorine, chlorine, bromine, iodine, and astatine); halogens combine with most metals to form salts

harmonic series a series of frequencies that includes the fundamental frequency and integral multiples of the fundamental frequency

heat the energy transferred between objects because of a difference in their temperatures; energy is always transferred from higher-temperature objects to lower-temperature objects until thermal equilibrium is reached

heat engine a machine that transforms heat into mechanical energy, or work

Heisenberg uncertainty principle the principle that states that determining both the position and velocity of an electron or any other particle simultaneously is impossible

helicase an enzyme that unwinds the DNA double helix during DNA replication

Henry's law the law that states that at constant temperature, the solubility of a gas in a liquid is directly proportional to the partial pressure of the gas on the surface of the liquid

Multilingual Science Glossary

heritable ability of a trait to be passed from one generation to the next

Hess's law the overall enthalpy change in a reaction is equal to the sum of the enthalpy changes for the individual steps in the process

heterogeneous composed of dissimilar components

heterogeneous catalyst a catalyst that is in a different phase from the phase of the reactants

heterogeneous reaction a reaction in which the reactants are in two different phases

heterotroph an organism that obtains organic food molecules by other organisms or their byproducts and that cannot synthesize organic compounds from inorganic materials

heterozygous characteristic of having two different alleles that appear at the same locus of sister chromatids

hole an energy level that is not occupied by an electron in a solid

homeostasis regulation and maintenance of constant internal conditions in an organism

homogeneous describes something that has a uniform structure or composition throughout

homogeneous catalyst a catalyst that is in the same phase as the reactants are

homogeneous reaction a reaction in which all of the reactants and products are in the same phase

homologous chromosomes chromosomes that have the same length, appearance, and copies of genes, although the alleles may differ

homologous structure body part that is similar in structure on different organisms but performs different functions

homozygous characteristic of having two of the same alleles at the same locus of sister chromatids

hormone chemical signal that is produced in one part of an organism and affects cell activity in another part

horizon a horizontal layer of soil that can be distinguished from the layers above and below it; also a boundary between two rock layers that have different physical properties

hot spot a volcanically active area of Earth's surface, commonly far from a tectonic plate boundary

Hund's rule the rule that states that for an atom in the ground state, the number of unpaired electrons is the maximum possible and these unpaired electrons have the same spin

hybrid orbitals orbitals of equal energy produced by the combination of two or more orbitals on the same atom

hybridization the mixing of two or more atomic orbitals of the same atom to produce new orbitals; hybridization represents the mixing of higher- and lower-energy orbitals to form orbitals of intermediate energy

hydration the strong affinity of water molecules for particles of dissolved or suspended substances that causes electrolytic dissociation

hydraulic fracturing the process of extracting oil or natural gas by injecting a mixture of water, sand or gravel, and chemicals under high pressure into well holes in dense rock to produce fractures that the sand or gravel holds open; also called fracking

hydrocarbon an organic compound composed only of carbon and hydrogen

hydroelectric energy electrical energy produced by the flow of water

hydrogen bond the intermolecular force occurring when a hydrogen atom that is bonded to a highly electronegative atom of one molecule is attracted to two unshared electrons of another molecule

hydrolysis a chemical reaction between water and another substance to form two or more new substances; a reaction between water and a salt to create an acid or a base

hydronium ion an ion consisting of a proton combined with a molecule of water; H_3O^+

hydrosphere the part of Earth that is water; one of the four major spheres of the Earth system

hypothesis an explanation that is based on prior scientific research or observations and that can be tested

I

ice age a long period of climatic cooling during which the continents are glaciated repeatedly

ideal fluid a fluid that has no internal friction or viscosity and is incompressible

ideal gas an imaginary gas whose particles are infinitely small and do not interact with each other

ideal gas constant the proportionality constant that appears in the equation of state for 1 mol of an ideal gas; R = 0.082 057 84 L · atm/mol · K

ideal gas law the law that states the mathematical relationship of pressure (P), volume (V), temperature (T), the gas constant (R), and the number of moles of a gas (n); PV = nRT

igneous rock rock that forms when magma cools and solidifies

immiscible describes two or more liquids that do not mix with each other

impulse the product of the force and the time interval over which the force acts on an object

incomplete dominance heterozygous phenotype that is a blend of the two homozygous phenotypes

independent assortment Mendel's second law, stating that the alleles in an allele pair separate independently of one another during gamete formation

index fossil a fossil that is used to establish the age of a rock layer because the fossil is distinct, abundant, and widespread and the species that formed that fossil existed for only a short span of geologic time

index of refraction the ratio of the speed of light in a vacuum to the speed of light in a given transparent medium

induction the process of charging a conductor by bringing it near another charged object and grounding the conductor

inelastic collision a collision in which two objects stick together after colliding

inertia the tendency of an object to resist being moved or, if the object is moving, to resist a change in speed or direction

innate behavior that is not learned through experience

inner core the solid innermost part of Earth, composed mostly of iron and nickel under extremely high pressure and temperature

insolation the solar radiation (energy from the sun) that reaches Earth; the rate of delivery of solar radiation per unit of horizontal surface

instantaneous velocity the velocity of an object at some instant or at a specific point in the object's path

intensity the rate at which energy flows through a unit area perpendicular to the direction of wave motion

intensive property a property that does not depend on the amount of matter present, such as pressure, temperature, or density

interest group a group of persons with a common interest that provide a basis for legislative action

interglacial a comparatively short time of warmth within an ice age

intermediate a substance that forms in a middle stage of a chemical reaction and is considered a stepping stone between the parent substance and the final product

intermolecular forces the forces of attraction between molecules

internal energy a property that includes the energies of the individual particles of the system but not the energies of the entire system

interstellar medium material, mostly hydrogen gas, other gases, and dust, occupying the space between the stars and providing the raw material for the formation of new stars

introduced species a species that is not native to an area and was brought to that area as a result of human activities

Multilingual Science Glossary

intron segment of a gene that does not code for an amino acid

invasive species a species that is not native to an ecosystem and whose introduction to that ecosystem is likely to cause economic or environmental harm or harm to human health

inverse proportion the relationship between two variables whose product is constant

ion an atom, radical, or molecule that has gained or lost one or more electrons and has a negative or positive charge

ionic bond a force that attracts electrons from one atom to another, which transforms a neutral atom into an ion

ionic compound a compound composed of ions bound together by electrostatic attraction

ionization the process of adding or removing electrons from an atom or molecule, which gives the atom or molecule a net charge

ionization energy the energy required to remove an electron from an atom or ion (abbreviation, IE)

isolated system a set of particles or interacting components considered to be a distinct physical entity for the purpose of study, typically with no external forces acting on any of its components

isomer one of two or more compounds that have the same chemical composition but different structures

isostatic equilibrium an idealized state of balance between gravitational and buoyant forces acting on Earth's lithosphere, which results in different elevations

isothermal process a thermodynamic process that takes place at constant temperature

isotope one of two or more atoms that have the same number of protons (atomic number) but different numbers of neutrons (atomic mass)

isovolumetric process a thermodynamic process that takes place at constant volume so that no work is done on or by the system

iterate to do again or repeat; in design testing, the results of each repetition are used to modify the next version of the design

J

joule the unit used to express energy; equivalent to the amount of work done by a force of 1 N acting through a distance of 1 m in the direction of the force (abbreviation, J)

K

ketone an organic compound in which a carbonyl group is attached to two alkyl groups; obtained by the oxidation of secondary alcohols

kin selection when natural selection acts on alleles that favor the survival of close relatives

kinetic energy the energy of an object that is associated with the object's motion

kinetic friction the force that opposes the movement of two surfaces that are in contact and are sliding over each other

kinetic-molecular theory a theory that explains that the behavior of physical systems depends on the combined actions of the molecules constituting the system

L

lanthanide a member of the rare-earth series of elements, whose atomic numbers range from 58 (cerium) to 71 (lutetium)

laser a device that produces coherent light of only one wavelength

latent heat the energy per unit mass that is transferred during a phase change of a substance

lattice energy the energy released when one mole of an ionic crystalline compound is formed from gaseous ions

lava magma that flows onto Earth's surface; the rock that forms when lava cools and solidifies

law of conservation of energy the law that states that energy cannot be created or destroyed but can be changed from one form to another

law of conservation of mass the law that states that mass cannot be created or destroyed but can be changed from one form to another

law of definite proportions the law that states that a chemical compound always contains the same elements in exactly the same proportions by weight or mass

law of multiple proportions the law that states that when two elements combine to form two or more compounds, the mass of one element that combines with a given mass of the other is in the ratio of small whole numbers

Le Châtelier's principle the principle that states that a system in equilibrium will oppose a change in a way that helps eliminate the change

lens a transparent object that refracts light rays such that the light rays converge or diverge to create an image

lever arm the perpendicular distance from the axis of rotation to a line drawn along the direction of the force

Lewis acid an atom, ion, or molecule that accepts a pair of electrons

Lewis acid-base reaction the formation of one or more covalent bonds between an electron-pair donor and an electron-pair acceptor

Lewis base an atom, ion, or molecule that donates a pair of electrons

Lewis structure a structural formula in which electrons are represented by dots; dot pairs or dashes between two atomic symbols represent pairs in covalent bonds

light-year the distance that light travels in one year; about 9.46 trillion kilometers

limiting reactant the substance that controls the quantity of product that can form in a chemical reaction

linear polarization the alignment of electromagnetic waves such that the vibrations of the electric fields in each of the waves are parallel to each other

lipid a type of biochemical that does not dissolve in water, including fats and steroids; lipids store energy and make up cell membranes

liquid the state of matter that has a definite volume but not a definite shape

lithosphere the solid, outer layer of Earth that consists of the crust and the rigid upper part of the mantle

logistic growth population growth that is characterized by a period of slow growth, followed by a period of exponential growth, followed by another period of almost no growth

London dispersion force the intermolecular attraction resulting from the uneven distribution of electrons and the creation of temporary dipoles

longitudinal wave a wave in which the particles of the medium vibrate parallel to the direction the wave is travelling

longshore current a water current that travels near and parallel to the shoreline

luster the way in which a mineral reflects light

M

macromolecule a very large molecule, usually a polymer, composed of hundreds or thousands of atoms

mafic describes magma or igneous rock that is rich in magnesium and iron and that is generally dark in color

magic numbers the numbers (2, 8, 20, 28, 50, 82, and 126) that represent the number of particles in an extra-stable atomic nucleus that has completed shells of protons and neutrons

magnetic domain a region composed of a group of atoms whose spins are aligned in the same direction

magnetic field a region where a magnetic force can be detected

magnetic quantum number the quantum number that indicates the orientation of an orbital around the nucleus; symbolized by m

magnitude a measure of the strength of an earthquake

main-group element an element in the s-block or p-block of the periodic table

malleability the ability of a substance to be hammered or beaten into a sheet

Multilingual Science Glossary

mantle the thick layer of rock between Earth's crust and core

mantle convection the slow movement of matter in Earth's mantle, which transfers energy as heat from the interior of Earth to the surface

mass a measure of the amount of matter in an object; a fundamental property of an object that is not affected by the forces that act on the object, such as the gravitational force

mass defect the difference between the mass of an atom and the sum of the masses of the atom's protons, neutrons, and electrons

mass density the concentration of matter of an object, measured as the mass per unit volume of a substance

mass extinction an episode during which large numbers of species become extinct

mass number the sum of the numbers of protons and neutrons that make up the nucleus of an atom

mass wasting the movement of soil, sediment, or rock material down a slope under the influence of gravity

materials science the study of the characteristics and uses of materials in science and technology

matter anything that has mass and takes up space

mechanical energy the sum of kinetic energy and all forms of potential energy

mechanical wave a wave that requires a medium through which to travel

medium a physical environment through which a disturbance can travel

meiosis form of nuclear division that divides a diploid cell into haploid cells; important in forming gametes for sexual reproduction

melting the change of state in which a solid becomes a liquid when energy as heat is added or pressure is changed

melting point the temperature and pressure at which a solid becomes a liquid

mesosphere literally, the "middle sphere"; the strong, lower part of the mantle between the asthenosphere and the outer core; the coldest layer of the atmosphere, between the stratosphere and the thermosphere, in which temperature decreases as altitude increase

Mesozoic Era the geologic era that lasted from 251 million to 65.5 million years ago; also called the Age of Reptiles

metabolism the sum of all chemical processes that occur in an organism

metal an element that is shiny and that conducts heat and electricity well

metallic bond a bond formed by the attraction between positively charged metal ions and the electrons around them

metalloid an element that has properties of both metals and nonmetals; sometimes referred to as a semiconductor

metamorphic rock rock that has been altered in structure or composition by heat, pressure, and chemical substances, usually deep in Earth's crust

microevolution observable change in the allele frequencies of a population over a few generations

mid-ocean ridge a long, undersea mountain chain that has a steep, narrow valley at its center, that forms as magma rises from the asthenosphere, and that produces new oceanic lithosphere (sea floor) as tectonic plates move apart

millimeters of mercury a unit of pressure

mineral a natural, usually inorganic solid that has a characteristic chemical composition, an orderly internal structure, and a characteristic set of physical properties

mining the process of extracting ore, minerals, and other solid materials from the ground

miscible describes two or more liquids that can dissolve into each other in various proportions

mitochondrion (plural *mitochondria*) bean-shaped organelle that supplies energy to the cell and has its own ribosomes and DNA

mitosis process by which a cell divides its nucleus and contents

mixture a combination of two or more substances that are not chemically combined

model a pattern, plan, representation, or description designed to show the structure or workings of an object, system, or concept

moderator a material that slows the velocity of neutrons so that they may be absorbed by the nuclei

molal boiling-point constant a quantity calculated to represent the boiling-point elevation of a 1-molal solution of a nonvolatile, nonelectrolyte solute

molal freezing-point constant a quantity calculated to represent the freezing-point depression of a 1-molal solution of a nonvolatile, nonelectrolyte solute

molality the concentration of a solution expressed in moles of solute per kilogram of solvent

molar enthalpy of formation the amount of energy as heat resulting from the formation of 1 mol of a substance at constant pressure

molar enthalpy of fusion the amount of energy as heat required to change 1 mol of a substance from solid to liquid at constant temperature and pressure

molar enthalpy of vaporization the amount of energy as heat required to evaporate 1 mol of a liquid at constant pressure and temperature

molar mass the mass in grams of 1 mol of a substance

molarity a concentration unit of a solution expressed as moles of solute dissolved per liter of solution

mole the SI base unit used to measure the amount of a substance whose number of particles is the same as the number of atoms of carbon in exactly 12 g of carbon-12

mole ratio a conversion factor that relates the amounts in moles of any two substances involved in a chemical reaction

molecular compound a chemical compound whose simplest units are molecules

molecular formula a chemical formula that shows the number and kinds of atoms in a molecule but not the arrangement of the atoms

molecule two or more atoms held together by covalent bonds; not necessarily a compound

moment of inertia the tendency of a body that is rotating about a fixed axis to resist a change in this rotating motion

momentum a quantity defined as the product of the mass and velocity of an object

monatomic ion an ion formed from a single atom

monohybrid cross cross, or mating, between organisms that involves only one pair of contrasting traits

monomer a simple molecule that can combine with other like or unlike molecules to make a polymer

monoprotic acid an acid that can donate only one proton to a base

monosaccharide a simple sugar that is the basic subunit of a carbohydrate

moraine a landform that is made from unsorted sediments deposited by a glacier; the till deposited by a glacier

multiple bond a bond in which the atoms share more than one pair of electrons, such as a double bond or a triple bond

mutagen agent that can induce mutation or increase the frequency of mutation in organisms

mutation change in the DNA sequence

mutual inductance the ability of one circuit to induce an emf in a nearby circuit in the presence of a changing current

N

NADPH a molecule that serves as an energy carrier during photosynthesis

natural gas a mixture of gaseous hydrocarbons located under the surface of Earth, often near petroleum deposits; used as a fuel

natural hazard a naturally occurring phenomenon that produces a chance of harm to humans, property, or the environment

natural resource a material or capacity, such as timber, a mineral deposit, or water power, that occurs in a natural state and has economic value

natural selection mechanism by which individuals that have inherited beneficial adaptations produce more offspring on average than do other individuals

nebula a large cloud of gas and dust in interstellar space; a region in space where stars form

negative feedback feedback that applies the output against the initial conditions, which tends to counteract or reduce a change and stabilize a process or system

negative feedback loop control system for homeostasis that adjusts the body's conditions when the conditions vary from the ideal

net force a single force whose external effects on a rigid body are the same as the sum of the effects of several actual forces acting on the body

net ionic equation an equation that includes only those compounds and ions that undergo a chemical change in a reaction in an aqueous solution

neutralization the reaction of the ions that characterize acids (hydronium ions) and the ions that characterize bases (hydroxide ions) to form water molecules and a salt

neutron a subatomic particle that has no charge and that is located in the nucleus of an atom

newton the SI unit for force; the force that will increase the speed of a 1 kg mass by 1 m/s each second that the force is applied (abbreviation, N)

noble gas one of the elements of Group 18 of the periodic table (helium, neon, argon, krypton, xenon, and radon); noble gases are unreactive

noble-gas configuration an outer main energy level fully occupied, in most cases, by eight electrons

node a point in a standing wave that maintains zero displacement

nomenclature a naming system

nonelectrolyte a substance that dissolves in water to give a solution that does not conduct an electric current

nonmetal an element that conducts heat and electricity poorly and that does not form positive ions in an electrolytic solution

nonpoint source pollution pollution that comes from many sources rather than from a single specific site; an example is pollution that reaches a body of water from streets and storm sewers

nonpolar covalent bond a covalent bond in which the bonding electrons are equally attracted to both bonded atoms

nonrenewable resource a resource that forms at a rate that is much slower than the rate at which the resource is consumed

nonvolatile substance a substance that has little tendency to become a gas under existing conditions

normal distribution in biology, distribution in a population in which allele frequency is highest near the mean range value and decreases progressively toward each extreme end

normal force a force that acts on an object lying on a surface and acts in a direction perpendicular to the surface

nuclear binding energy the energy released when a nucleus is formed from nucleons

nuclear fission the process by which a nucleus splits into two or more fragments and releases neutrons and energy

nuclear forces the interaction that binds protons and neutrons, protons and protons, and neutrons and neutrons together in a nucleus

nuclear fusion the process by which nuclei of small atoms combine to form a new, more massive nucleus; the process releases energy

nuclear power plant a facility that uses heat from nuclear reactors to produce electrical energy

nuclear radiation the particles that are released from the nucleus during radioactive decay, such as neutrons, electrons, and photons

nuclear reaction a reaction that affects the nucleus of an atom

nuclear reactor a device that uses controlled nuclear reactions to produce energy or nuclides

nuclear shell model a model that represents nucleons as existing in different energy levels, or shells, in the nucleus

nuclear waste waste that contains radioisotopes

nucleic acid an organic compound, either RNA or DNA, whose molecules are made up of one or two chains of nucleotides and carry genetic information

nucleon a proton or neutron

nucleotide an organic monomer that consists of a sugar, a phosphate, and a nitrogenous base; the basic building block of a nucleic-acid chain, such as DNA and RNA

nucleus (plural *nuclei*) in life science, an organelle composed of a double membrane that acts as the storehouse for most of a cell's DNA; in physical science, an atom's central region, which is made up of protons and neutrons

nuclide an atom that is identified by the number of protons and neutrons in its nucleus

O

ocean acidification decrease in the pH of ocean water due to the absorption of abnormally high levels of carbon dioxide (CO_2) from the atmosphere

oceanic trench a long, narrow, and steep depression that forms on the ocean floor as a result of subduction of a tectonic plate, that runs parallel to the trend of a chain of volcanic islands or the coastline of a continent, and that may be as deep as 11 km below sea level; also called a *trench* or a *deep-ocean trench*

octet rule a concept of chemical bonding theory that is based on the assumption that atoms tend to have either empty valence shells or full valence shells of eight electrons

oil shale a black, dark gray, or dark brown shale containing hydrocarbons that yield petroleum by distillation

operator a short sequence of viral or bacterial DNA to which a repressor binds to prevent transcription (mRNA synthesis) of the adjacent gene in an operon

operon section of DNA that contains all of the code to begin transcription, regulate transcription, and build a protein; includes a promotor, regulatory gene, and structural gene

orbit the path of a body as it moves around another body due to their mutual gravitational attraction

orbital a region in an atom where there is a high probability of finding electrons

order in chemistry, a classification of chemical reactions that depends on the number of molecules that appear to enter into the reaction

order number the number assigned to interference fringes relative to the central bright fringe

ore a natural material whose concentration of economically valuable minerals is high enough for the material to be mined profitably

organ group of different types of tissues that work together to perform a specific function or related functions

organ system two or more organs that work in a coordinated way to carry out similar functions

organic compound a covalently bonded compound that contains carbon, excluding carbonates and oxides

organic sedimentary rock sedimentary rock that forms from the remains of plants or animals

Multilingual Science Glossary

© Houghton Mifflin Harcourt Publishing Company

organism any individual living thing

osmosis the diffusion of water or another solvent from a more dilute solution (of a solute) to a more concentrated solution (of the solute) through a membrane that is permeable to the solvent

osmotic pressure the external pressure that must be applied to stop osmosis

outer core the layer of Earth's interior located between the inner core and mantle, composed mostly of molten iron and nickel

overharvesting catching or removing from a population more organisms than the population can replace

oxidation a reaction that removes one or more electrons from a substance such that the substance's valence or oxidation state increases

oxidation number the number of electrons that must be added to or removed from an atom in a combined state to convert the atom into the elemental form

oxidation state the condition of an atom expressed by the number of electrons that the atom needs to reach its elemental form

oxidation-reduction reaction any chemical change in which one species is oxidized (loses electrons) and another species is reduced (gains electrons); also called redox reaction

oxidized describes an element that has lost electrons and that has increased its oxidation number

oxidizing agent the substance that gains electrons in an oxidation-reduction reaction and that is reduced

oxyacid an acid that is a compound of hydrogen, oxygen, and a third element, usually a nonmetal

oxyanion a polyatomic ion that contains oxygen

ozone a gas molecule that is made up of three oxygen atoms

P

P-wave a primary wave, or compression wave; a seismic wave that causes particles of rock to move in a back-and-forth direction parallel to the direction in which the wave is traveling; P-waves are the fastest seismic waves and can travel through solids, liquids, and gases

Paleozoic Era the geologic era that followed Precambrian time and that lasted from 542 million to 251 million years ago

parallax an apparent shift in the position of an object when viewed from different locations

parallel describes two or more components of a circuit that provide separate conducting paths for current because the components are connected across common points or junctions

parent nuclide a radionuclide that yields a specific daughter nuclide as a later member of a radioactive series

partial pressure the pressure of each gas in a mixture

pascal the SI unit of pressure; equal to the force of 1 N exerted over an area of 1 m^2 (abbreviation, Pa)

passive margin a continental margin that does not occur along a plate boundary

path difference the difference in the distance traveled by two beams when they are scattered in the same direction from different points

Pauli exclusion principle the principle that states that two particles of a certain class cannot be in exactly the same energy state

PCR; polymerase chain reaction method for increasing the quantity of DNA by separating it into two strands and adding primers and enzymes

percentage composition the percentage by mass of each element in a compound

percentage error a qualitative comparison of the average experimental value to the correct or accepted value; it is calculated by subtracting the accepted value from the experimental value, dividing the difference by the accepted value, and then multiplying by 100

percentage yield the ratio of the actual yield to the theoretical yield, multiplied by 100

perfectly inelastic collision a collision in which two objects stick together after colliding

period in chemistry, a horizontal row of elements in the periodic table; in physics, the time that it takes a complete cycle or wave oscillation to occur

periodic law the law that states that the repeating chemical and physical properties of elements change periodically with the atomic numbers of the elements

periodic table an arrangement of the elements in order of their atomic numbers such that elements with similar properties fall in the same column, or group

petroleum a liquid mixture of complex hydrocarbon compounds; used widely as a fuel source

pH a value that is used to express the acidity or basicity (alkalinity) of a system; each whole number on the scale indicates a tenfold change in acidity; a pH of 7 is neutral, a pH of less than 7 is acidic, and a pH of greater than 7 is basic

pH meter a device used to determine the pH of a solution by measuring the voltage between the two electrodes that are placed in the solution

phase in chemistry, one of the four states or conditions in which a substance can exist: solid, liquid, gas, or plasma; a part of matter that is uniform

phase change the physical change of a substance from one state (solid, liquid, or gas) to another at constant temperature and pressure

phase diagram a graph of the relationship between the physical state of a substance and the temperature and pressure of the substance

phenomenon an occurrence, circumstance, or fact that is observable

phenotype collection of all of an organism's physical characteristics

phospholipid molecule that forms a double-layered cell membrane; consists of a glycerol, a phosphate group, and two fatty acids

photoelectric effect the emission of electrons from a metal when light of certain frequencies shines on the surface of the metal

photon a unit or quantum of light; a particle of electromagnetic radiation that has zero mass and carries a quantum of energy

photosynthesis process by which light energy is converted to chemical energy; produces sugar and oxygen from carbon dioxide and water

physical change a change of matter from one form to another without a change in chemical properties

physical property a characteristic of a substance that does not involve a chemical change, such as density, color, or hardness

pitch a measure of how high or low a sound is perceived to be, depending on the frequency of the sound wave

plasma a state of matter consisting of freely moving charged particles, such as ions and electrons; its properties differ from the properties of a solid, liquid, or gas

plasmid circular piece of genetic material found in bacteria that can replicate separately from the DNA of the main chromosome

plateau a large, elevated, comparatively level expanse of land, which is higher than a plain and larger than a mesa

plate tectonics the theory that explains how large pieces of the lithosphere, called plates, move and change shape

pOH the negative of the common logarithm of the hydroxide ion concentration of a solution

point source pollution pollution that comes from a specific site

polar describes a molecule in which the positive and negative charges are separated

polar covalent bond a covalent bond in which a pair of electrons shared by two atoms is held more closely by one atom

Multilingual Science Glossary

polarity a property of a system in which two points have opposite characteristics, such as charges or magnetic poles

pollution anything that is added to the environment and has a negative effect on the environment or its organisms

polyatomic ion an ion made of two or more atoms

polygenic trait trait that is produced by two or more genes

polymer a large molecule that is formed by more than five monomers, or small units

polyprotic acid an acid that can donate more than one proton per molecule

polysaccharide one of the carbohydrates made up of long chains of simple sugars; polysaccharides include starch, cellulose, and glycogen

population all of the individuals of a species that live in the same area

positive feedback feedback that tends to amplify or increase a change and destabilize a process or system

positive feedback loop control system in which sensory information causes the body to increase the rate of change away from homeostasis

positron a particle that has the same mass and spin as an electron but that has a positive charge

potential difference the work that must be performed against electric forces to move a charge between the two points in question divided by the charge

potential energy the energy that an object has because of the position, shape, or condition of the object

power a quantity that measures the rate at which work is done or the rate of energy transfer by any method

Precambrian the interval of time in the geologic time scale from Earth's formation to the beginning of the Paleozoic era, from 4.6 billion to 542 million years ago

precession the motion of the axis of a spinning body, such as the wobble of a spinning top, when there is an external force acting on the axis; a slow gyration of Earth's rotational axis relative to its orbit

precipitate a solid that is produced as a result of a chemical reaction in solution

precision the exactness of a measurement

predation process by which one organism hunts and kills another organism for food

pressure the amount of force exerted per unit area of a surface

primary energy source describes a source of energy found naturally in the environment; coal, natural gas, the sun, wind, and uranium are examples of primary energy sources

primary standard a highly purified solid compound used to check the concentration of a known solution in a titration

principal quantum number the quantum number that indicates the energy and orbital of an electron in an atom

probability likelihood that a particular event will happen

producer organism that obtains its energy from abiotic sources, such as sunlight or inorganic chemicals

product a substance that forms in a chemical reaction

projectile motion the motion that an object exhibits when thrown, launched, or otherwise projected near the surface of Earth

promoter section of DNA to which RNA polymerase binds, starting the transcription of mRNA

protein polymer composed of amino acids linked by peptide bonds; folds into a particular structure depending on bonds between amino acids

protein synthesis the formation of proteins by using information contained in DNA and carried by mRNA

proton a subatomic particle that has a positive charge and that is located in the nucleus of an atom; the number of protons in the nucleus is the atomic number, which determines the identity of an element

protoplanetary disk a disk of gas and dust particles that orbit a newly formed star, from which planets may form

prototype a test model of a product

Punnett square model for predicting all possible genotypes resulting from a cross, or mating

pure substance a sample of matter, either a single element or a single compound, that has definite chemical and physical properties

pyramid of numbers a diagram that shows the number of individual organisms at each trophic level in an ecosystem

Q

quantity something that has magnitude, size, or amount

quantum the basic unit of electromagnetic energy; it characterizes the wave properties of electrons

quantum number a number that specifies certain properties of electrons

quantum theory the study of the structure and behavior of the atom and of subatomic particles from the view that all energy comes in tiny, indivisible bundles

R

radian an angle whose arc length is equal to the radius of the circle, which is approximately equal to 57.3°

radiation the emission and propagation of energy in the form of electromagnetic waves; also moving subatomic particles

radioactive decay the disintegration of an unstable atomic nucleus into one or more different types of atoms or isotopes, accompanied by the emission of radiation, the nuclear capture or ejection of electrons, or fission

radioactive nuclide a nuclide that contains isotopes that decay and that emit radiation

radioactive tracer a radioactive material that is added to a substance so that its distribution can be detected later

radiometric dating a method of determining the absolute age of an object by comparing the relative percentages of a radioactive (parent) isotope and a stable (daughter) isotope

rare earth element any of a group of naturally occurring metallic elements that have similar properties, consisting of scandium, yttrium, and the 15 elements with atomic numbers 57 through 71 (the lanthanides). The rare-earth elements are widely used in electronics and other high-tech products.

rarefaction the region of a longitudinal wave in which the density and pressure are at a minimum

rate law the expression that shows how the rate of formation of product depends on the concentration of all species other than the solvent that take part in a reaction

rate-determining step in a multistep chemical reaction, the step that has the lowest velocity, which determines the rate of the overall reaction

reactant a substance or molecule that participates in a chemical reaction

reaction mechanism the way in which a chemical reaction takes place; expressed in a series of chemical equations

reaction rate the rate at which a chemical reaction takes place; measured by the rate of formation of the product or the rate of disappearance of the reactants

reaction stoichiometry calculations involving the mass relationships between reactants and products in a chemical reaction

real gas a gas that does not behave completely like a hypothetical ideal gas, because of the interactions between the gas molecules

real image an image that is formed by the intersection of light rays; a real image can be projected on a screen

Multilingual Science Glossary

recessive allele that is not expressed unless two copies are present in an organism's genotype

recharge the volume of water that flows in within a given time

reclamation the process of bringing into or restoring to a suitable condition such as a previous natural state

recombinant DNA genetically engineered DNA that contains genes from more than one organism or species

recrystallization the process of reforming crystals or a crystalline structure

recycle to put or pass through a cycle again; to recover valuable or useful materials from waste or scrap or to reuse items

reduced describes a substance that has gained electrons, lost an oxygen atom, or gained a hydrogen atom

reducing agent a substance that has the potential to reduce another substance

reduction a chemical change in which electrons are gained, either by the removal of oxygen, the addition of hydrogen, or the addition of electrons

reduction potential the decrease in voltage that takes place when a positive ion becomes less positive or neutral or when a neutral atom becomes a negative ion

reflection the turning back of an electromagnetic wave at a surface

reforestation the reestablishment and development of trees in a forest land

refraction the bending of a wave front as the wave front passes between two substances in which the speed of the wave differs

relative age the age of an object in relation to the ages of other objects

rem the quantity of ionizing radiation that does as much damage to human tissue as 1 roentgen of high-voltage x-rays does

renewable describing a natural resource that can be replaced at the same rate at which the resource is consumed. Also used to describe the energy obtained from such resources

renewable resource a natural resource that can be replaced at the same rate at which the resource is consumed

replication process by which DNA is copied

repulsive force force that tends to push objects apart

reservoir a place or part of a system in which something collects or is collected

resilience the ability of an ecosystem to recover after it has undergone a disturbance

resistance in life science, the ability of an organism to tolerate a chemical or disease-causing agent; the ability of an ecosystem to resist change from a disturbance; in physics, the opposition presented to electric current by a material or device

resolving power the ability of an optical instrument to form separate images of two objects that are close together

resonance the bonding in molecules or ions that cannot be correctly represented by a single Lewis structure; in physics a phenomenon that occurs when the frequency of a force applied to a system matches the natural frequency of vibration of the system, resulting in a large amplitude of vibration

respiration the process occurring within living cells by which the chemical energy of organic molecules is converted into usable energy, involving the consumption of oxygen and the production of carbon dioxide and water as byproducts

resultant a vector that represents the sum of two or more vectors

reversible reaction a chemical reaction in which the products re-form the original reactants

ribosome organelle that links amino acids together to form proteins

ridge push a force that is exerted by cooling, subsiding rock on the spreading lithospheric plates at a mid-ocean ridge

rms current the value of alternating current that gives the same heating effect that the corresponding value of direct current does

rock cycle the series of processes in which rock forms, changes from one type to another, is destroyed, and forms again by geologic processes

roentgen a unit of radiation dose of x-rays or gamma rays that is equal to the amount of radiation that will produce 2.58×10^{-4} of ions per kilogram of air at atmospheric pressure

rotational kinetic energy the energy of an object that is due to the object's rotational motion

S

S-wave a secondary wave, or shear wave; a seismic wave that causes particles of rock to move in a side-to-side direction perpendicular to the direction in which the wave is traveling; S-waves are the second-fastest seismic waves and can travel only through solids

salt an ionic compound that forms when a metal atom or a positive radical replaces the hydrogen of an acid

saponification a chemical reaction in which esters of fatty acids react with a strong base to produce glycerol and a fatty acid salt; the process that is used to make soap

saturated hydrocarbon an organic compound formed only by carbon and hydrogen linked by single bonds

saturated solution a solution that cannot dissolve any more solute under the given conditions

scalar a physical quantity that has magnitude but no direction

schematic diagram a representation of a circuit that uses lines to represent wires and different symbols to represent components

scientific method a series of steps followed to solve problems, including collecting data, formulating a hypothesis, testing the hypothesis, and stating conclusions

scientific notation a method of expressing a quantity as a number multiplied by 10 to the appropriate power

scintillation counter an instrument that converts scintillating light into an electrical signal for detecting and measuring radiation

secondary energy source describes sources of energy derived from primary energy sources; for example, electricity is a secondary energy source that is produced from using primary sources, such as coal and natural gas.

sediment solid particles such as weathered rock fragments, materials from organisms, or minerals that settle out of solution that are transported and deposited at or near Earth's surface

sedimentary rock rock formed by the compaction and cementing of layers of sediment

seismic wave a wave of energy that travels through Earth and away from an earthquake in all directions

seismogram a tracing of earthquake motion that is recorded by a seismograph

self-ionization of water a process in which two water molecules produce a hydronium ion and a hydroxide ion by transfer of a proton

semipermeable membrane a membrane that permits the passage of only certain molecules

series describes two or more components of a circuit that provide a single path for current

sex chromosome one of the pair of chromosomes that determine the sex of an individual

sex-linked gene gene that is located on a sex chromosome

sexual selection selection in which certain traits enhance mating success; traits are, therefore, passed on to offspring

shielding a radiation-absorbing material that is used to decrease radiation leakage from nuclear reactors

SI Le Système International d'Unités, or the International System of Units, which is the measurement system that is accepted worldwide

significant figure a prescribed decimal place that determines the amount of rounding off to be done based on the precision of the measurement

silicate a mineral that contains a combination of silicon and oxygen and that may also contain one or more metals

simple harmonic motion vibration about an equilibrium position in which a restoring force is proportional to the displacement from equilibrium

single bond a covalent bond in which two atoms share one pair of electrons

single-displacement reaction a reaction in which one element or radical takes the place of another element or radical in a compound

sinkhole a circular depression that forms when rock dissolves, when overlying sediment fills an existing cavity, or when the roof of an underground cavern or mine collapses

slab pull a force at a subduction boundary exerted on a subducting plate due to the weight of the sinking edge

smog air pollution in which gases released from burning fossil fuels form a fog when they react with sunlight

soil a loose mixture of rock fragments and organic material that can support the growth of vegetation

soil erosion a process in which the materials of Earth's surface are loosened, dissolved, or worn away and transported from one place to another by a natural agent such as wind, water, ice, or gravity

solar wind a stream of high-speed, ionized particles ejected primarily from the sun's corona

solenoid a long, helically wound coil of insulated wire

solid the state of matter in which the volume and shape of a substance are fixed

solubility the ability of one substance to dissolve in another at a given temperature and pressure; expressed in terms of the amount of solute that will dissolve in a given amount of solvent to produce a saturated solution

solubility product constant the equilibrium constant for a solid that is in equilibrium with the solid's dissolved ions

soluble capable of dissolving in a particular solvent

solute in a solution, the substance that dissolves in the solvent

solution a homogeneous mixture of two or more substances uniformly dispersed throughout a single phase

solution equilibrium the physical state in which the opposing processes of dissolution and crystallization of a solute occur at equal rates

solvated describes a solute molecule that is surrounded by solvent molecules

solvent in a solution, the substance in which another substance (the solute) dissolves

somatic cell cell that makes up all of the body tissues and organs, except gametes

speciation evolution of two or more species from one ancestral species

species group of organisms so similar to one another that they can breed and produce fertile offspring

specific heat capacity the quantity of heat required to raise a unit mass of homogeneous material 1 K or 1 °C in a specified way, given constant pressure and volume

spectator ions ions that are present in a solution in which a reaction is taking place but that do not participate in the reaction

spectrum a pattern of radiation seen or recorded when the components making up light are separated in order of frequency, as when light passes through a prism

spin quantum number the quantum number that describes the intrinsic angular momentum of a particle

spring constant the energy available for use when a deformed elastic object returns to its original configuration

stabilizing selection pathway of natural selection in which intermediate phenotypes are selected over phenotypes at both extremes

standard electrode potential the potential developed by a metal or other material immersed in an electrolyte solution relative to the potential of the hydrogen electrode, which is set at zero

standard solution a solution of known concentration, expressed in terms of the amount of solute in a given amount of solvent or solution

standard temperature and pressure for a gas, the temperature of 0°C and the pressure 1.00 atm

standing wave a wave pattern that results when two waves of the same frequency, wavelength, and amplitude travel in opposite directions and interfere

static friction the force that resists the initiation of sliding motion between two surfaces that are in contact and at rest

stem cell cell that can divide for long periods of time while remaining undifferentiated

stimulus (plural: *stimuli*) something that causes a physiological response

stoichiometry the proportional relationships between two or more substances during a chemical reaction

stratosphere the layer of the atmosphere that lies between the troposphere and the mesosphere and in which temperature increases as altitude increases; contains the ozone layer

stress the force per unit area within an object; the internal resistance of an object to an applied force

strong acid an acid that ionizes completely in a solvent

strong electrolyte a compound that completely or largely dissociates in an aqueous solution, such as soluble mineral salts

strong force the interaction that binds nucleons together in a nucleus

structural formula a formula that indicates the location of the atoms, groups, or ions relative to one another in a molecule and that indicates the number and location of chemical bonds

structural isomers two or more compounds that have the same number and kinds of atoms and the same molecular weight but that differ in the order in which the atoms are attached to one another

subduction a process at a convergent boundary in which an oceanic plate is descending beneath another, overriding plate

sublimation the process in which a solid changes directly into a gas (the term is sometimes also used for the reverse process)

subsidence the sinking or caving in of an area of ground due to geological processes

substitution reaction a reaction in which one or more atoms replace another atom or group of atoms in a molecule

sunspot a dark area of the photosphere of the sun that is cooler than the surrounding areas and that has a strong magnetic field

superconductor a material whose resistance is zero at a certain critical temperature, which varies with each material

supercontinent a hypothetical land mass containing most of Earth's continental crust; according to the theory of plate tectonics, supercontinents form and break up

supercooled liquid a liquid that is cooled below its normal freezing point without solidifying

supernova the energetic event that follows the collapse of the iron core of a massive star; elements of atomic mass greater than iron are produced

supersaturated solution a solution that holds more dissolved solute than is required to reach equilibrium at a given temperature

Multilingual Science Glossary

surface process a process affecting the geosphere at or near Earth's surface and driven mostly by external energy, such as weathering and erosion

surface tension the force that acts on the surface of a liquid and that tends to minimize the area of the surface

survivorship probability of surviving to a particular age

survivorship curve graph showing the surviving members of each age group of a population over time

suspension a mixture in which particles of a material are more or less evenly dispersed throughout a liquid or gas

sustainability the condition in which human needs are met in such a way that a human population can survive indefinitely

sustainable capable of being continued or prolonged

sustainable development practice of not using natural resources more quickly than they can be replenished

symbiosis ecological relationship between members of at least two different species that live in direct contact with one another

synthesis reaction a reaction in which two or more substances combine to form a new compound

system a set of particles or interacting components considered to be a distinct physical entity for the purpose of study

T

tangential acceleration the acceleration of an object that is tangent to the object's circular path

tangential speed the speed of an object that is tangent to the object's circular path

tar sand sand or sandstone containing petroleum, from which the volatiles have escaped, leaving a hydrocarbon (asphalt) residue

technology the application of science for practical purposes; the use of tools, machines, materials, and processes to meet human needs

tectonic plate a block of lithosphere that consists of the crust and the rigid, outermost part of the mantle

temperature a measure of how hot (or cold) something is; specifically, a measure of the average kinetic energy of the particles in an object

test cross cross between an organism with an unknown genotype and an organism with a recessive phenotype

theoretical yield the maximum amount of product that can be produced from a given amount of reactant

theory an explanation for some phenomenon that is based on observation, experimentation, and reasoning

thermal energy the total kinetic energy of a substance's particles

thermal equilibrium the state in which two bodies in physical contact with each other have identical temperatures or exchange no heat energy

thermochemical equation an equation that includes the quantity of energy as heat released or absorbed during the reaction as written

thermochemistry the branch of chemistry that is the study of the energy changes that accompany chemical reactions and changes of state

thermodynamics the branch of science concerned with the energy changes that accompany chemical and physical changes

thermosphere the uppermost layer of the atmosphere, in which temperature increases as altitude increases; includes the ionosphere

tidal energy energy produced because of the gravitational pull of the sun and moon on Earth's oceans

till unsorted rock material that is deposited directly by a melting glacier

timbre the musical quality of a tone resulting from the combination of harmonics present at different intensities

tissue group of cells that work together to perform a similar function

titration a method to determine the concentration of a substance in solution by adding a solution of known volume and concentration until the reaction is completed, which is usually indicated by a change in color

topography the size and shape of the land surface features of a region, including its relief

torque a quantity that measures the ability of a force to rotate an object around some axis

total internal reflection the complete reflection that takes place within a substance when the angle of incidence of light striking the surface boundary is less than the critical angle

tradeoff the giving up of one thing in return for another, often applied to the engineering design process

trait characteristic that is inherited

transcription process of copying a nucleotide sequence of DNA to form a complementary strand of mRNA

transcription factor an enzyme that is needed to begin and/or continue genetic transcription

transform boundary the boundary between tectonic plates that are sliding past each other horizontally

transformer a device that increases or decreases the emf of alternating current

transgenic organism whose genome has been altered to contain one or more genes from another organism or species

transistor a semiconductor device that can amplify current and that is used in amplifiers, oscillators, and switches

transition element one of the metals that can use the inner shell before using the outer shell to bond

transition interval the range in concentration over which a variation in a chemical indicator can be observed

translation process by which mRNA is decoded and a protein is produced

transmutation the transformation of atoms of one element into atoms of a different element as a result of a nuclear reaction

transuranium element a synthetic element whose atomic number is greater than that of uranium (atomic number 92)

transverse wave a wave whose particles vibrate perpendicularly to the direction the wave is traveling

triple point the temperature and pressure conditions at which the solid, liquid, and gaseous phases of a substance coexist at equilibrium

troposphere the lowest layer of the atmosphere, in which temperature drops at a constant rate as altitude increases; the part of the atmosphere where weather conditions exist

triprotic acid an acid that has three ionizable protons per molecule, such as phosphoric acid

trough the lowest point below the equilibrium position

U

ultraviolet catastrophe the failed prediction of classical physics that the energy radiated by a blackbody at extremely short wavelengths is extremely large and that the total energy radiated is infinite

uncertainty principle the principle that states that it is impossible to simultaneously determine a particle's position and momentum with infinite accuracy

unified atomic mass unit a unit of mass that describes the mass of an atom or molecule; it is exactly 1/12 of the mass of a carbon atom with mass number 12 (abbreviation, u)

uniformitarianism theory that states that the geologic processes that shape Earth are uniform through time

unit cell the smallest portion of a crystal lattice that shows the three-dimensional pattern of the entire lattice

Multilingual Science Glossary

unsaturated hydrocarbon a hydrocarbon that has available valence bonds, usually from double or triple bonds with carbon

unsaturated solution a solution that contains less solute than a saturated solution does and that is able to dissolve additional solute

uplift to raise; the act, process or result of raising or lifting up; an upheaval

V

valence electron an electron that is found in the outermost shell of an atom and that determines the atom's chemical properties

vaporization the process by which a liquid or solid changes to a gas

vector a physical quantity that has both magnitude and a direction

velocity the speed of an object in a particular direction

vestigial structure remnants of an organ or structure that functioned in an earlier ancestor

virtual image an image from which light rays appear to diverge, even though they are not actually focused there; a virtual image cannot be projected on a screen

volatile evaporating readily at normal temperatures and pressures; a substance that is volatile

volcano a vent or fissure in Earth's surface through which magma and gases are expelled

voltage the amount of work to move a unit electric charge between two points; expressed in volts

voltaic cell a primary cell that consists of two electrodes made of different metals immersed in an electrolyte; used to generate voltage

volume a measure of the size of a body or region in three-dimensional space

VSEPR theory (valence shell electron pair repulsion theory) a theory that predicts some molecular shapes based on the idea that pairs of valence electrons surrounding an atom repel each other

W

wastewater water that contains wastes from homes or industry

watershed the area of land that is drained by a river system

wavelength the distance between two adjacent similar points of a wave, such as from crest to crest or from trough to trough

weak acid an acid that releases few hydrogen ions in aqueous solution

weak electrolyte a compound that dissociates only to a small extent in aqueous solution

weak force the force involved in the interaction of certain subatomic particles

weather the short-term state of the atmosphere, including temperature, humidity, precipitation, wind, and visibility

weathering the natural process by which atmospheric and environmental agents, such as wind, rain, and temperature changes, disintegrate and decompose rocks

weight a measure of the gravitational force exerted on an object; its value can change with the location of the object in the universe

word equation an equation in which the reactants and products in a chemical reaction are represented by words

work the transfer of energy to an object due to a force that causes a change in the object's motion in the direction of the force; the product of the component of a force along the direction of displacement and the magnitude of the displacement

work function the minimum energy needed to remove an electron from a metal atom

work–kinetic energy theorem the net work done by all the forces acting on an object is equal to the change in the object's kinetic energy

Glosario multilingüe de ciencias

Este glosario incluye una lista en orden alfabético de términos clave usados en los programas de Ciencias de HMH, acompañados de sus significados. El glosario está disponible en los siguientes idiomas: inglés, español, vietnamita, filipino/tagalo, chino simplificado (para hablantes de mandarín y cantonés), árabe, hmong, coreano, punjabi, ruso, portugués de Brasil y criollo haitiano.

A

abiotic factor / factor abiótico: factor inerte en un ecosistema, como la humedad, la temperatura, el viento, la luz solar, el suelo y los minerales.

absolute zero / cero absoluto: temperatura a la que se detiene todo el movimiento molecular (0 K en la escala Kelvin o -273.16 °C en la escala Celsius).

absorption spectrum / espectro de absorción: diagrama o gráfico que indica las longitudes de onda de la energía radiante que absorbe una sustancia.

abrasion / abrasión: pulverización y desgaste de las superficies rocosas a través de la acción mecánica de otras partículas de roca o arena.

absolute age / edad absoluta: edad numérica de un objeto o evento, a menudo establecido en años anteriores al presente, según lo establecido por un proceso de datación absoluto, como la datación radiométrica.

acceleration / aceleración: tasa de variación de la velocidad a lo largo del tiempo; un objeto acelera si varían la velocidad, la dirección o ambos.

accretion / acreción: proceso de crecimiento o aumento de tamaño que se produce por una adición, fusión o inclusión externa gradual.

accuracy / exactitud: descripción de qué tan cerca está una medición del valor verdadero de la cantidad medida.

acid / ácido: cualquier compuesto que aumenta la cantidad de iones hidronio al disolverse en agua.

acid-base indicator / indicador ácido-base: sustancia que cambia de color según el pH de la solución en la que se encuentra la sustancia.

acid ionization constant / constante de ionización ácida: constante de equilibrio para la disociación de un ácido a una temperatura específica; denotado por el término K_a.

acid precipitation / precipitación ácida: lluvia, aguanieve o nieve que contiene una alta concentración de ácidos.

actinide / actínido: cualquiera de los elementos de la serie de actínidos, que tienen números atómicos desde el 89 (actinio, Ac) al 103 (laurencio, Lr).

activated complex / complejo activado: molécula en un estado inestable intermedio a los reactivos y los productos en la reacción química.

activation energy / energía de activación: mínima cantidad de energía requerida para comenzar una reacción química.

active margin / margen activo: margen continental en el cual una placa oceánica está subduciendo debajo de una placa continental; caracterizado por la presencia de una plataforma continental estrecha y una trinchera de aguas profundas.

activity series / serie de actividades: serie de elementos que tienen propiedades similares y que están dispuestos en orden descendente de actividad química; ejemplos de series de actividades incluyen metales y halógenos.

actual yield / rendimiento real: cantidad medida de un producto de una reacción.

adaptation / adaptación: rasgo heredado durante un periodo mediante la selección natural ya que facilita la supervivencia de los organismos en su medio ambiente.

addition reaction / reacción de adición: reacción en la que un átomo o molécula se agrega a una molécula insaturada.

adenosine diphosphate (ADP) / difosfato de adenosina (ADP): molécula orgánica que participa en el metabolismo energético; compuesto de una base nitrogenada, un azúcar y dos grupos de fosfato.

adenosine triphosphate (ATP) / trifosfato de adenosina (ATP): molécula orgánica que actúa como la principal fuente de energía para los procesos celulares; compuesto de una base nitrogenada, un azúcar y tres grupos de fosfato.

adiabatic process / proceso adiabático: proceso termodinámico en el que no se transfiere energía hacia o desde el sistema como calor.

aerobic / aeróbico: proceso que requiere oxígeno para producirse.

masa de aire: enorme cuerpo de aire con un contenido homogéneo de temperatura y humedad.

albedo / albedo: fracción de radiación que se refleja sobre la superficie de un objeto.

alcohol / alcohol: compuesto orgánico que contiene uno o más grupos hidroxilos unidos a átomos de carbono.

aldehyde / aldehído: compuesto orgánico que contiene el grupo carbonilo, —CHO.

alkali metal / metal alcalino: uno de los elementos del Grupo 1 de la tabla periódica (litio, sodio, potasio, rubidio, cesio y francio).

alkaline-earth metal / metal alcalinotérreo: uno de los elementos del Grupo 2 de la tabla periódica (berilio, magnesio, calcio, estroncio, bario y radio).

alkane / alcano: hidrocarburo que se caracteriza por una cadena de carbono lineal o ramificada que contiene únicamente enlaces simples.

alkene / alqueno: hidrocarburo que contiene uno o más enlaces dobles.

alkyl group / grupo alquilo: grupo de átomos que se forma cuando se elimina un átomo de hidrógeno de una molécula de alcano.

alkyl halide / haluro de alquilo: compuesto formado por un grupo alquilo y un halógeno (flúor, cloro, bromo o yodo).

alkyne / alqueno: hidrocarburo que contiene uno o más enlaces triples.

allele / alelo: cualquiera de las variantes de un gen que ocupa la misma posición en un cromosoma.

allele frequency / frecuencia alélica: proporción de un alelo en el conjunto de genes, comparado con todos los alelos para ese rasgo.

alloy / aleación: mezcla sólida o líquida de dos o más metales, de un metal y un no metal, o de un metal y un metaloide; tiene propiedades mejoradas en comparación con los componentes o las propiedades individuales, que no están presentes en los componentes originales.

alluvial fan / abanico aluvial: masa de material rocoso con forma de abanico depositada por una corriente cuando la pendiente del terreno disminuye abruptamente; por ejemplo, cuando las corrientes fluyen desde las montañas hacia las llanuras se forman abanicos aluviales.

alpha particle / partícula alfa: átomo con carga positiva que se libera en la desintegración de elementos radiactivos y que consiste en dos protones y dos neutrones.

alternating current / corriente alterna: corriente eléctrica que cambia de dirección en intervalos regulares (abreviatura, CA).

altruism / altruismo: comportamiento en el que un animal reduce su propia aptitud para ayudar a los demás miembros de su grupo social.

amine / amina: compuesto orgánico que se puede considerar un derivado del amoníaco.

amino acid / aminoácido: molécula que compone las proteínas; compuesto de carbono, hidrógeno, oxígeno, nitrógeno y, a veces, azufre.

amorphous solid / sólido amorfo: sólido en el que las partículas no están dispuestas de acuerdo con una periodicidad o un orden.

amphoteric / anfotérico: describe una sustancia, por ejemplo el agua, que tiene las propiedades de un ácido y las propiedades de una base.

amplitude / amplitud: distancia máxima a la que vibran las partículas del medio de una onda a partir de su posición de reposo.

anabolism / anabolismo: síntesis metabólica de proteínas, grasas y otras biomoléculas grandes a partir de moléculas más pequeñas; requiere energía en forma de ATP.

anaerobic process / proceso anaeróbico: proceso que no requiere oxígeno.

analogous structure / estructura análoga: parte del cuerpo que es similar en función, pero estructuralmente diferente, de una parte del cuerpo de otro organismo.

angiosperm / angioesperma: planta que produce semillas dentro de una fruta; una planta de floración.

angle of incidence / ángulo de incidencia: ángulo entre un rayo que golpea una superficie y la línea perpendicular a esa superficie en el punto de contacto.

angle of reflection / ángulo de reflexión: ángulo formado por la línea perpendicular a una superficie y la dirección en la que se mueve un rayo reflejado.

angular acceleration / aceleración angular: tasa de variación de la velocidad angular, generalmente expresada en radianes por segundo.

angular displacement / desplazamiento angular: ángulo a través del cual se gira un punto, una línea o un cuerpo en una dirección específica y alrededor de un eje determinado.

angular momentum / momento angular: para un objeto giratorio, el producto del momento de inercia y velocidad angular sobre el mismo eje.

angular velocity / velocidad angular: velocidad a la que un cuerpo gira alrededor de un eje, por lo general expresada en radianes por segundo.

anion / anión: ion con carga negativa.

anode / ánodo: electrodo en cuya superficie se produce la oxidación; los aniones emigran hacia el ánodo, y los electrones abandonan el sistema del ánodo.

anthroposphere / antropósfera: parte de la Tierra construida o modificada por los seres humanos; a veces se la considera una de las esferas del sistema terrestre.

antinode / antinodo: punto en una onda estacionaria, a medio camino entre dos nodos, en el que se produce el mayor desplazamiento.

apoptosis / apoptosis: muerte celular programada.

aquifer / acuífero: masa de roca o sedimento que almacena aguas subterráneas y permite su circulación.

aromatic hydrocarbon / hidrocarburo aromático: miembro de la clase de hidrocarburos (de los cuales el primer miembro es el benceno) que consiste en ensamblajes de átomos de carbono conjugados cíclicos y que se caracteriza por grandes energías de resonancia.

array / matriz: disposición de elementos o valores en filas y columnas, una matriz.

Arrhenius acid / ácido Arrhenius: sustancia que aumenta la concentración de iones hidronio en una solución acuosa.

Arrhenius base / base de Arrhenius: sustancia que aumenta la concentración de iones hidróxido en una solución acuosa.

artificial selection / selección artificial: proceso mediante el cual los seres humanos modifican una especie al criarla para obtener ciertos rasgos.

artificial transmutation / transmutación artificial: transformación de los átomos de un elemento en átomos de otro elemento como resultado de una reacción nuclear, por ejemplo el bombardeo con neutrones.

asthenosphere / astenósfera: capa sólida y plástica del manto debajo de la litósfera; compuesta por rocas del manto que fluyen muy lentamente, lo que permite que las placas tectónicas se muevan encima de ella.

Multilingual Science Glossary

atmosphere / atmósfera: mezcla de gases y partículas que rodea un planeta, la luna u otro cuerpo celeste; una de las cuatro esferas más importantes del sistema terrestre.

atmosphere of pressure / atmósfera de presión: presión de la atmósfera de la Tierra a nivel del mar; equivalente exactamente a 760 mm Hg.

atom / átomo: la unidad más pequeña de un elemento que conserva las propiedades químicas de ese elemento; la unidad básica más pequeña de la materia.

atomic number / número atómico: cantidad de protones en el núcleo de un átomo; el número atómico es el mismo para todos los átomos de un elemento.

atomic radius / radio atómico: la mitad de la distancia entre el centro de átomos iguales que están enlazados entre sí.

ATP; adenosine triphosphate / TFA; trifosfato de adenosina: molécula de alta energía que contiene energía dentro de sus enlaces que las células pueden usar.

attractive force / fuerza de atracción: fuerza que tiende a juntar los objetos.

Aufbau principle / principio de Aufbau: principio según el cual la estructura de cada elemento sucesivo se obtiene agregando un protón al núcleo del átomo y un electrón al orbital de menor energía disponible.

autosome / autosoma: cromosoma autosómico que no es un cromosoma sexual; en humanos, los cromosomas numerados del 1 al 22.

autotroph / autótrofo: organismo que produce sus propios nutrientes a partir de sustancias inorgánicas o del medio ambiente en lugar de consumir otros organismos.

average atomic mass / masa atómica media: promedio ponderado de las masas de todos los isótopos naturales de un elemento.

average velocity / velocidad promedio: desplazamiento total dividido por el intervalo de tiempo durante el cual ocurrió el desplazamiento.

Avogadro's law / Ley de Avogadro: ley que postula que volúmenes equivalentes de gases a la misma temperatura y presión tienen la misma cantidad de moléculas.

Avogadro's number / número de Avogadro: $6{,}02 \times 10^{23}$, la cantidad de átomos o moléculas en 1 mol.

axis / eje: línea recta imaginaria a la que se pueden referir las partes de una estructura o un cuerpo.

B

back emf / fuerza contraelectromotriz (fem): la fem inducida en la bobina de un motor que tiende a reducir la corriente en la bobina del motor.

barometer / barómetro: instrumento que sirve para medir la presión atmosférica.

base / base: cualquier compuesto que aumenta la cantidad de iones hidróxido cuando se disuelve en agua.

beat / ritmo: variación periódica en la amplitud de una onda que consiste en la superposición de dos ondas de frecuencias apenas diferentes.

benzene / benceno: el hidrocarburo aromático más simple.

beta particle / partícula beta: electrón cargado emitido durante ciertos tipos de decaimiento radiactivo, como la desintegración beta.

big bang theory / teoría del Big Ban: teoría según la cual toda la materia y energía en el universo se comprimió en un volumen extremadamente denso que, hace 13.800 millones de años, se expandió de repente en muchas direcciones.

binary acid / ácido binario: ácido que contiene solo dos elementos diferentes: hidrógeno y uno de los elementos más electronegativos.

binary compound / compuesto binario: compuesto formado por dos elementos diferentes.

binary fission / fisión binaria: reproducción asexual en la que una célula se divide en dos partes iguales.

binding energy / energía de enlace: energía liberada cuando los nucleones no unidos se unen para formar un núcleo estable, que equivale a la energía requerida para dividir el núcleo en nucleones individuales.

biodiversity / biodiversidad: variedad de organismos en una zona determinada, variación genética dentro de una población, variedad de especies en una comunidad o variedad de comunidades en un ecosistema.

bioengineering / bioingeniería: aplicación de conceptos de ingeniería en seres vivos.

biogeochemical cycle / ciclo biogeoquímico: movimiento de un químico a través de las partes biológicas y geológicas, o vivas e inertes de un ecosistema.

bioinformatics / bioinformática: uso de bases de datos informáticas para organizar y analizar datos biológicos.

biomagnification / biomagnificación: condición en la cual las sustancias tóxicas se concentran más en los tejidos de los organismos que se encuentran más arriba en la cadena alimentaria que en los tejidos de los organismos ubicados más abajo en la cadena alimentaria.

biomass / biomasa: materia seca total de todos los organismos presentes en un lugar determinado.

biomass pyramid / pirámide de biomasa: diagrama que compara la biomasa de diferentes niveles tróficos dentro de un ecosistema.

biome / bioma: comunidad regional o global de organismos caracterizados por las condiciones climáticas y las comunidades de plantas que abundan en esa región.

biosphere / biósfera: parte de la Tierra donde se desarrolla la vida; incluye todos los organismos vivos en la Tierra; una de las cuatros esferas más importantes del sistema terrestre.

biotechnology / biotecnología: el uso y la aplicación de seres vivos y procesos biológicos.

biotic factor / factor biótico: ser vivo, como una planta, un animal, un hongo o una bacteria.

blackbody / cuerpo negro: absorbente perfecto que emite radiación basado únicamente en su temperatura.

blackbody radiation / radiación del cuerpo negro: radiación emitida por un cuerpo negro, que es un radiador y absorbente perfecto y emite radiación únicamente en función de su temperatura.

boiling / ebullición: conversión de un líquido en vapor dentro del líquido así como en la superficie del líquido a una temperatura y presión específicas; se produce cuando la presión de vapor del líquido es igual a la presión atmosférica.

boiling point / punto de ebullición: temperatura y presión a la que un líquido y un gas están en equilibrio.

boiling-point elevation / elevación del punto de ebullición: diferencia entre el punto de ebullición de un líquido en estado puro y el punto de ebullición del líquido en una solución; el aumento depende de la cantidad de partículas de soluto presentes.

bond energy / energía de enlace: energía requerida para romper un enlace químico y formar átomos neutros aislados.

bottleneck effect / efecto cuello de botella: deriva génica que surge de un acontecimiento que reduce el tamaño de una población de forma drástica.

Boyle's law / ley de Boyle: ley que estipula que cuando el volumen de una determinada cantidad de gas se mantiene a temperatura constante, el volumen del gas aumenta a medida que disminuye la presión del gas y el volumen del gas disminuye a medida que aumenta la presión del gas.

Brønsted-Lowry acid / ácido Brønsted-Lowry: sustancia que dona un protón a otra sustancia.

Brønsted-Lowry acid-base reaction / reacción ácido-base de Brønsted-Lowry: transferencia de protones de un reactivo (el ácido) a otro (la base).

Brønsted-Lowry base / base de Brønsted-Lowry: sustancia que acepta un protón.

buffer / solución tamponada: solución que puede resistir los cambios en el pH cuando se le agrega un ácido o una base.

buoyant force / fuerza boyante: fuerza hacia arriba ejercida por un líquido sobre un objeto sumergido o flotando en el líquido.

C

calorie / caloría: cantidad de energía necesaria para aumentar la temperatura de 1 g de agua a 1° C; la caloría que se usa para indicar el contenido energético de los alimentos es una kilocaloría.

calorimeter / calorímetro: dispositivo utilizado para medir la energía como calor absorbido o liberado en un cambio químico o físico.

calorimetry / calorimetría: procedimiento experimental que se utiliza para medir la energía transferida de una sustancia a otra en forma de calor.

capacitance / capacitancia: capacidad de un conductor para almacenar energía en forma de cargas eléctricas separadas.

capillary action / acción capilar: atracción de la superficie de un líquido a la superficie de un sólido, lo que hace que ascienda o descienda el líquido.

carbohydrate / carbohidrato: cualquier compuesto orgánico formado por carbono, hidrógeno y oxígeno y que suministra nutrientes a las células de los seres vivos.

carbon cycle / ciclo del carbono: movimiento del carbono desde el medio inerte hasta los seres vivos y viceversa.

carboxylic acid / ácido carboxílico: ácido orgánico que contiene el grupo funcional carboxilo.

carrying capacity / capacidad de carga: población máxima que puede soportar una región en un momento determinado.

catabolism / catabolismo: descomposición química de sustancias biológicas complejas, como los carbohidratos, las proteínas y el glucógeno, junto con la liberación de energía.

catalysis / catálisis: aceleración de una reacción química por un catalizador.

catalyst / catalizador: sustancia que modifica la velocidad de una reacción química sin ser consumida o modificada de manera significativa.

catenation / catenación: capacidad de enlace de un elemento a sí mismo para formar cadenas o anillos.

cathode / cátodo: electrodo en cuya superficie se produce una reducción.

cathode ray / rayo catódico: electrones emitidos desde el cátodo de un tubo de descarga eléctrica.

cation / catión: ion con carga eléctrica positiva.

cell / célula: en biología, la unidad mínima que puede actuar en todos los procesos vitales; las células están cubiertas por una membrana y contienen el ADN y citoplasma.

cell cycle / ciclo celular: patrón de crecimiento, replicación del ADN y división celular que se produce en una célula.

cell differentiation / diferenciación celular: procesos mediante los cuales las células no especializadas se desarrollan en su forma y función maduras.

cell membrane / membrana celular: doble capa de fosfolípidos que delimita la célula con el medio circundante, y controla el paso de materiales dentro y fuera de una célula.

cell theory / teoría celular: teoría según la cual todos los organismos están formados por células, todas las células son producidas por otras células vivas y la célula es la unidad más básica de la vida.

cellular respiration / respiración celular: proceso de producción de ATP mediante la descomposición de moléculas de carbono cuando hay oxígeno presente.

Cenozoic Era / Era Cenozoica: era geológica actual que comenzó hace 65,5 millones de años; también conocida como la *Era de los Mamíferos*.

center of mass / centro de masa: punto en un cuerpo en el que se puede considerar que se concentra toda la masa del cuerpo al analizar el movimiento de traslación.

centripetal acceleration / aceleración centrípeta: aceleración dirigida hacia el centro de una trayectoria circular.

chain reaction / reacción en cadena: serie continua de reacciones de fisión nuclear.

change of state / cambio de estado: cambio de una sustancia de un estado físico a otro.

Charles's law / Ley de Charles: ley que establece que en el caso de una cantidad fija de gas a presión constante, el volumen del gas aumenta a medida que aumenta la temperatura del gas y el volumen del gas disminuye a medida que disminuye la temperatura del gas.

chemical / químico: cualquier sustancia con una composición definida.

chemical bond / enlace químico: fuerza de atracción que mantiene unidos a los átomos o iones.

chemical change / cambio químico: cambio que se produce cuando una o más sustancias cambian para transformarse en sustancias completamente nuevas con propiedades diferentes.

chemical equation / ecuación química: representación de una reacción química que usa símbolos para representar la relación entre los reactivos y los productos.

chemical equilibrium / equilibrio químico: estado de equilibrio en el que la velocidad de una reacción directa es igual a la velocidad de la reacción inversa y las concentraciones de los productos y reactivos permanecen inalterados.

chemical formula / fórmula química: combinación de símbolos químicos y números utilizada para representar una sustancia.

chemical kinetics / cinética química: área de la química que estudia la velocidad con que se producen las reacciones químicas y los mecanismos de reacción.

chemical property / propiedad química: propiedad de la materia que describe la capacidad de una sustancia para participar en reacciones químicas.

chemical reaction / reacción química: proceso por el cual una o más sustancias cambian para producir una o más sustancias diferentes.

chemical sedimentary rock / roca sedimentaria química: roca sedimentaria que se forma cuando se produce la precipitación de minerales a partir de una solución o la sedimentación de minerales a partir de una suspensión.

chemistry / química: estudio científico de la composición, la estructura y las propiedades de la materia y los cambios que sufre la materia.

chloroplast / cloroplasto: orgánulo de cloroplastos compuesto por diferentes membranas que se usan para convertir la energía solar en energía química; contiene la clorofila.

chromatic aberration / aberración cromática: enfoque de distintos colores de luz a diferentes distancias detrás de una lente.

chromatid / cromátide: la mitad de un cromosoma duplicado.

chromosomal mutation / mutación cromosómica: tipo de mutación en la que un segmento cromosómico se transfiere a una posición nueva en el mismo o en otro cromosoma.

chromosome / cromosoma: hilo extenso y continuo de ADN que consiste en muchos genes e información reguladora.

clastic sedimentary rock / roca sedimentaria clástica: roca sedimentaria que se forma cuando se compactan o cementan trozos de roca preexistente.

cleavage / escisión: en geología, la tendencia de un mineral de dividirse a lo largo de determinados planos de debilidad para formar superficies lisas y planas.

climate / clima: patrones climáticos característicos de una zona durante un período de tiempo prolongado.

climate change / cambio climático: cambios en climas regionales o en el clima global, especialmente el cambio que se produjo en los siglos XX y XXI; antes denominado calentamiento global.

clone / clon: copia genéticamente idéntica de un solo gen o de todo un organismo.

cloning / clonación: proceso de producción de una copia genéticamente idéntica de un organismo.

codominance / codominancia: genotipo heterocigoto que expresa los rasgos de ambos alelos de manera equitativa.

codon / codón: secuencia de tres nucleótidos que codifica para un aminoácido.

coefficient / coeficiente: número entero pequeño que aparece como un factor al principio de una fórmula en una ecuación química.

coefficient of friction / coeficiente de fricción: la relación de la magnitud de la fuerza de fricción entre dos objetos en contacto con la magnitud de la fuerza normal con la que los objetos ejercen presión entre sí.

coevolution / coevolución: proceso en el que dos o más especies evolucionan como respuesta a los cambios entre sí.

coherence / coherencia: la correlación entre las fases de dos o más ondas.

colligative property / propiedad coligativa: propiedad determinada por la cantidad de partículas presentes en un sistema, pero que es independiente de las propiedades de las partículas mismas.

collision theory / teoría de colisión: teoría según la cual el número de compuestos nuevos formados en una reacción química es equivalente al número de moléculas que colisionan, multiplicado por un factor que corrige las colisiones de baja energía.

colloid / coloide: mezcla que consiste en partículas diminutas que son de tamaño intermedio entre las partículas en soluciones y en suspensiones y que están dispersas en un líquido, sólido o gas.

combined gas law / ley combinada de gases: relación entre la presión, el volumen y la temperatura de una cantidad fija de gas.

combustion reaction / reacción de combustión: reacción de oxidación de un elemento o compuesto en la que se libera energía en forma de calor.

common-ion effect / efecto del ion común: fenómeno en el que la adición de un ion común a dos solutos produce precipitación o reduce la ionización.

community / comunidad: conjunto de todas las diferentes poblaciones que viven en una región.

competition / competencia: relación ecológica en la que dos organismos intentan obtener el mismo recurso.

components of a vector / componentes de un vector: proyecciones de un vector a lo largo de los ejes de un sistema de coordenadas.

composite / compuesto: material diseñado a partir de la combinación de otros dos materiales con propiedades complementarias.

composition stoichiometry / estequiometría de composición: cálculos que involucran las relaciones de masa de los elementos en los compuestos.

compound / compuesto: sustancia formada por átomos de dos o más elementos diferentes unidos por enlaces químicos.

compression / compresión: región de una onda longitudinal en la que la densidad y la presión están al máximo.

Compton shift / dispersión Compton: aumento en la longitud de onda del fotón dispersado por un electrón en relación con la longitud de onda del fotón incidente.

concave spherical mirror / espejo esférico cóncavo: espejo cuya superficie reflectante es un segmento curvado hacia adentro de una esfera.

concentration / concentración: cantidad de una sustancia específica en una cantidad dada de mezcla, solución o mineral.

condensation / condensación: cambio de estado gaseoso a líquido.

condensation reaction / reacción de condensación: reacción química en la que dos o más moléculas se combinan para producir agua u otra molécula simple.

conduction / conducción: transferencia de calor u otra forma de energía desde una partícula de una sustancia directamente hacia otra.

conjugate acid / ácido conjugado: ácido que se forma cuando una base gana un protón.

conjugate base / base conjugada: base que se forma cuando un ácido pierde un protón.

constraint / restricción: restricción o limitación; en diseño técnico, una limitación con la que debe cumplir un diseño o una solución, a menudo determinada cuando se debe definir un problema.

constructive interference / interferencia constructiva: superposición de dos o más ondas en la que se suman desplazamientos individuales en el mismo lado de la posición de equilibrio para formar la onda resultante.

consumer / consumidor: organismo que obtiene su energía y los nutrientes al alimentarse de otros organismos.

contact force / fuerza de contacto: fuerza de empuje que ejerce un objeto sobre otro objeto con el que se toca.

continental margin / margen continental: fondo del mar que se encuentra entre la tierra firme y la corteza oceánica profunda, compuesta por la plataforma, pendiente y elevación continental.

continuous spectrum / espectro continuo: secuencia ininterrumpida de frecuencias o de longitudes de onda de radiación electromagnética, a menudo emitidas por una fuente incandescente.

control rod / barra de control: barra encargada de absorber neutrones que ayuda a controlar una reacción nuclear al limitar la cantidad de neutrones libres.

controlled experiment / experimento controlado: experimento que prueba solo un factor por vez comparando un grupo de control con un grupo experimental.

convection / convección: movimiento de la materia causado por diferencias de densidad; puede derivar en la transferencia de energía como calor.

convergent boundary / borde convergente: límite entre placas tectónicas que se desplazan una hacia la otra.

conversion factor / factor de conversión: relación que surge de la igualdad de dos unidades diferentes y que se puede usar para la conversión de una unidad a otra.

convex spherical mirror / espejo esférico convexo: espejo cuya superficie reflectante es un segmento curvado hacia afuera de una esfera.

copolymer / copolímero: polímero formado por dos monómeros diferentes.

core / núcleo: parte central de la Tierra debajo del manto; también el centro del sol.

Coriolis effect / efecto Coriolis: desviación de la trayectoria de un objeto en movimiento cuando se mueve en línea recta debido a la rotación de la Tierra u otro cuerpo celeste.

cosmic microwave background (CMB) / radiación cósmica de fondo de microondas (CMB): detectada desde todas las direcciones en el espacio casi de manera uniforme; se la considera un remanente del Big Bang.

covalent bond / enlace covalente: enlace formado cuando los átomos comparten uno o más pares de electrones.

crest / cresta: punto más alto por encima de la posición de equilibrio.

Multilingual Science Glossary

criterion / criterio: requisitos y estándares específicos con los que debe cumplir un diseño; en diseño técnico, un requisito específico con el que debe cumplir un diseño o solución, a menudo determinado cuando debe definirse un problema.

critical angle / ángulo crítico: ángulo mínimo de incidencia en el que se produce la reflexión interna total.

critical mass / masa crítica: masa mínima de un isótopo fisionable que suministra la cantidad de neutrones necesarios para mantener una reacción en cadena.

critical point / punto crítico: la temperatura y presión a la que los estados líquido y gaseoso de una sustancia se vuelven idénticos y forman una sola fase.

critical pressure / presión crítica: presión más baja a la que puede existir una sustancia en estado líquido a una temperatura crítica.

critical temperature / temperatura crítica: temperatura por encima de la cual una sustancia no puede existir en estado líquido.

crossing over / entrecruzamiento: intercambio de segmentos cromosómicos entre cromosomas homólogos durante la meiosis.

crust / costra: capa más externa, delgada y sólida de la Tierra sobre el manto; las cortezas continental y oceánica forman la parte superior de la litosfera.

cryosphere / criósfera: parte de la hidrosfera formada por agua congelada, a menudo excluido el hielo en la atmósfera; en ocasiones se la considera una de las esferas del sistema terrestre.

crystal / cristal: sólido cuyos átomos, iones o moléculas están dispuestos en un patrón regular y repetitivo.

crystal structure / estructura de cristal: la disposición de átomos, iones o moléculas de manera regular para formar un cristal.

crystalline solid / sólido cristalino: sólido que consiste en cristales.

cultural behavior / comportamiento cultural: comportamiento que se transmite entre los miembros de la misma población mediante el aprendizaje y no a través de la selección natural.

cyanobacteria / cianobacterias: bacterias capaces de realizar la fotosíntesis; a veces se las denomina algas verde azuladas.

cyclic process / proceso cíclico: proceso termodinámico en el que un sistema vuelve a las mismas condiciones en las que comenzó.

cycloalkane / cicloalcano: cadena de carbono saturada que forma un bucle o un anillo.

cytokinesis / citoquinesis: proceso mediante el cual se divide el citoplasma celular.

D

Dalton's law of partial pressures / Ley de Dalton de las presiones parciales: ley que establece que la presión total de una mezcla de gases es igual a la suma de las presiones parciales de los gases que la componen.

daughter nuclide / nucleido-hijo: nucleido producido por la desintegración radioactiva de otro nucleido.

decay series / serie de decaimiento: serie de nucleidos radiactivos producidos por un decaimiento radiactivo sucesivo, hasta que se alcanza un nucleido estable.

decibel / decibel: unidad adimensional que describe la relación de dos intensidades de sonido; por lo general, la intensidad de referencia es el umbral de audición.

decision matrix / matriz de decisiones: herramienta para la toma de decisiones que sirve para evaluar diversas opciones al mismo tiempo.

decomposition reaction / reacción de descomposición: reacción en la cual un solo compuesto se descompone para formar dos o más sustancias más simples.

deforestation / deforestación: proceso de tala de bosques.

delta / delta: masa de sedimentos en forma de abanico depositada en la desembocadura de un arroyo; por ejemplo, cuando los arroyos desembocan en el océano se forman deltas en el margen del continente.

denature / desnaturalizar: modificar, de manera irreversible, la estructura o forma, y por lo tanto la solubilidad y otras propiedades, de una proteína calentando, agitando o tratando la proteína con ácido, álcali u otras especies.

density / densidad: relación entre la masa de una sustancia y el volumen de la sustancia; se la suele expresar como gramos por centímetro cúbico para los sólidos y líquidos, y como gramos por litro para los gases.

density-dependent factor / factor dependiente de la densidad: resistencia ambiental que afecta a una región superpoblada.

density-independent factor / factor independiente de la densidad: resistencia ambiental que afecta a una población, independientemente de la población demográfica.

deposition / deposición: proceso mediante el cual los materiales se depositan, como la arena o el limo, en una corriente; también, proceso a través del cual se forma la escarcha cuando el vapor de agua se condensa como un sólido; cambio de estado de un gas directamente en un sólido.

derived unit / unidad derivada: unidad de medida que es una combinación de otras medidas.

desertification / desertificación: proceso por el cual las actividades del hombre o los cambios climáticos hacen que las zonas áridas o semiáridas se conviertan en zonas aún más desérticas.

destructive interference / interferencia destructiva: superposición de dos o más ondas en la que se suman desplazamientos individuales en lados opuestos de la posición de equilibrio para formar la onda resultante.

diffraction / difracción: cambio en la dirección de una ola cuando la ola encuentra un obstáculo, una abertura o un borde.

diffusion / difusión: movimiento de partículas desde áreas de mayor densidad a otras de menor densidad.

dihybrid cross / cruzamiento dihíbrido: cruzamiento o apareamiento entre organismos que suponen dos pares de rasgos contrastantes.

dimensional analysis / análisis dimensional: técnica matemática que nos permite usar unidades para resolver problemas que suponen mediciones.

dipole / dípolo: molécula o parte de una molécula que contiene regiones con carga positiva y negativa.

diprotic acid / ácido diprótico: ácido que contiene dos átomos de hidrógeno ionizables en cada molécula, como el ácido sulfúrico.

direct current / corriente continua: corriente eléctrica que fluye en una dirección.

direct proportion / proporción directa: relación entre dos variables cuya relación es un valor constante.

directional selection / selección direccional: proceso de la selección natural en la que se selecciona a un fenotipo poco común frente a un fenotipo más común.

disaccharide / disacárido: azúcar formado a partir de dos monosacáridos.

discharge / descarga: volumen de agua que fluye en un momento determinado.

dispersion / dispersión: proceso de separar la luz policromática en las longitudes de onda que la componen.

displacement / desplazamiento: cambio en la posición de un objeto.

disproportionation / desproporcionación: proceso por el cual una sustancia se transforma en dos o más sustancias disímiles, generalmente por oxidación y reducción al mismo tiempo.

disruptive selection / selección disruptiva: proceso de la selección natural en el que se seleccionan dos fenotipos opuestos, pero ambos poco comunes, en lugar del fenotipo más común.

dissociation / disociación: separación de una molécula en moléculas, átomos, radicales o iones más simples.

divergent boundary / límite divergente: límite entre dos placas tectónicas que se alejan una de la otra.

DNA; deoxyribonucleic acid / ADN; ácido desoxirribonucleico: molécula que almacena información genética en todos los organismos.

Enzima ADN polimerasa: encima que forma enlaces entre nucleótidos y forma una cadena idéntica de ADN durante la replicación.

DNA replication / replicación del ADN: proceso de hacer una copia del ADN.

dominant / dominante: alelo que se expresa cuando dos alelos diferentes están presentes en el genotipo de un organismo.

doping / dopaje: agregado de un elemento de impureza a un semiconductor.

Doppler effect / efecto Doppler: cambio observado en la frecuencia de una onda cuando se mueven la fuente o el observador.

double-displacement reaction / reacción de doble desplazamiento: reacción en la que los iones de dos compuestos intercambian sus lugares en una solución acuosa para formar dos nuevos compuestos.

drainage basin / cuenca de drenaje: toda la región que desemboca en un río, sistema fluvial u otra masa de agua; cuenca.

drift velocity / velocidad de deriva: velocidad neta de un portador de carga que se mueve en un campo eléctrico.

ductility / ductilidad: capacidad de una sustancia de convertirse en una lámina delgada con golpes de martillo o en un alambre.

E

earthquake / terremoto: movimiento o temblor del suelo causado por una liberación repentina de energía al producirse un movimiento de rocas a lo largo de una falla.

eccentricity / excentricidad: grado de elongación de una órbita elíptica (símbolo, *e*).

ecological niche / nicho ecológico: todos los factores físicos, químicos y biológicos que necesita una especie para sobrevivir, mantenerse saludable y reproducirse en un ecosistema.

ecological succession / sucesión ecológica: secuencia de cambios bióticos que regeneran una comunidad dañada o dan inicio a una comunidad en un área que solía estar deshabitada.

ecosystem / ecosistema: conjunto de organismos, de seres inertes y factores como el suelo, el agua, las rocas y el clima en un región.

ecosystem services / servicios ecosistémicos: función o proceso ecológico de una región que ayuda a preservar la vida o contribuye con un recurso importante.

effervescence / efervescencia: efecto de burbujas en un líquido causado por la liberación rápida de un gas y no por ebullición.

efficiency / eficiencia: cantidad, generalmente expresada en un porcentaje, que mide la relación entre el trabajo empleado y el resultado obtenido.

effusion / derrame: paso de un gas bajo presión a través de una pequeña abertura.

elastic collision / colisión elástica: colisión en la que el momentum total y la energía cinética total permanecen constantes.

elastic potential energy / energía potencial elástica: energía almacenada en cualquier objeto elástico deformado.

electrical conductor / conductor eléctrico: material en el que las cargas se pueden mover libremente.

electrical energy / energía eléctrica: energía que se asocia con partículas cargadas debido a sus posiciones.

electrical insulator / aislante eléctrico: material en el que las cargas no se pueden mover libremente.

electrical potential energy / energía de potencial eléctrico: energía potencial asociada a una carga debido a su posición en un campo eléctrico.

electric circuit / circuito eléctrico: conjunto de componentes eléctricos conectados de manera tal que suministran una o más rutas completas para el movimiento de las cargas.

electric current / corriente eléctrica: velocidad a la que las cargas eléctricas pasan por un punto determinado.

electric field / campo eléctrico: espacio alrededor de un objeto cargado en el que otro objeto cargado experimenta una fuerza eléctrica.

electric potential / potencial eléctrico: trabajo que debe realizarse en contra de las fuerzas eléctricas para mover una carga desde un punto de referencia hasta el punto considerado, dividido por la carga.

electrochemical cell / celda electroquímica: sistema que contiene dos electrodos separados por una fase electrolítica.

electrochemistry / electroquímica: rama de la química que estudia la relación entre las fuerzas eléctricas y las reacciones químicas.

electrode / electrodo: conductor utilizado para establecer un contacto eléctrico con una parte no metálica de un circuito, como un electrolito.

electrode potential / potencial de electrodo: diferencia de potencial entre un electrodo y su solución.

electrolysis / electrólisis: proceso en el que se utiliza una corriente eléctrica para producir una reacción química, como la descomposición del agua.

electrolyte / electrolito: sustancia que se disuelve en agua para producir una solución que conduce una corriente eléctrica.

electrolytic cell / celda electrolítica: dispositivo electroquímico en el que se produce la electrólisis cuando hay una corriente eléctrica en el dispositivo.

electromagnet / electroimán: imán que puede consistir en una bobina de cable enrollada alrededor de un núcleo de hierro, que solo se magnetiza cuando la corriente eléctrica fluye a través del cable.

electromagnetic induction / inducción electromagnética: proceso de inducir una corriente en un circuito cambiando un campo magnético.

electromagnetic radiation / radiación electromagnética: radiación asociada a un campo eléctrico y magnético; cambia regularmente y viaja a la velocidad de la luz.

electromagnetic spectrum / espectro electromagnético: todas las frecuencias o longitudes de onda de la radiación electromagnética, que es la radiación asociada a un campo eléctrico y magnético, incluida la luz visible.

electromagnetic wave / onda electromagnética: onda que consiste en campos eléctricos y magnéticos oscilantes, que irradian hacia el exterior desde la fuente a la velocidad de la luz.

electron / electrón: partícula subatómica con carga negativa.

electron affinity / afinidad electrónica: cambio de energía que ocurre cuando un átomo neutro captura un electrón.

electron capture / captura de electrones: proceso en el que un electrón interno orbital es capturado por el núcleo del átomo que contiene el electrón.

electron configuration / configuración de electrones: disposición de electrones en un átomo.

electron-dot notation / notación de electrones con puntos: notación de la configuración de un electrón en la que solo se representan los electrones de valencia de un átomo en un elemento en particular, indicados con puntos alrededor del símbolo del elemento.

electronegativity / electronegatividad:
medida de la capacidad de un átomo en un
compuesto químico para atraer electrones.

electroplating / galvanoplastia: proceso
electrolítico para recubrir un objeto con
un metal.

element / elemento: sustancia que no se puede
separar o dividir en sustancias más simples a
través de medios químicos; todos los átomos
de un elemento tienen el mismo número
atómico.

elimination reaction / reacción de eliminación:
reacción en la que se elimina una molécula
simple, como el agua o el amoniaco, y se
produce un compuesto nuevo.

ellipse / elipse: forma oval definida por puntos
para la cual la suma de las distancias hacia
dos puntos fijos (focos) es una constante; un
círculo es una elipse de excentricidad cero.

emergent spectrum / espectro de absorción:
diagrama o gráfico que indica las longitudes
de onda de la energía radiante que emite
una sustancia.

**emission-line spectrum / espectro de líneas
de emisión:** serie de longitudes de onda
específicas de radiación electromagnética
emitidas por electrones a medida que se
mueven de un estado de energía más alto
a uno más bajo.

empirical formula / fórmula empírica:
fórmula química que muestra la composición
de un compuesto en términos de los números
relativos y los tipos de átomos
en la proporción más simple.

endothermic reaction / reacción endotérmica:
reacción química que necesita un aporte
de energía.

end point / punto final: punto en una titulación
en el que se produce un cambio notable
de color.

energy budget / presupuesto energético:
equilibrio entre el flujo de energía dentro
de un sistema y el flujo de energía fuera de
un sistema.

energy pyramid / pirámide de energía:
diagrama que compara la energía utilizada por
los productores, los consumidores primarios y
otros niveles tróficos.

**engineering design process / proceso de
diseño técnico:** serie de pasos que los
ingenieros deben seguir para encontrar la
solución a un problema.

enthalpy / entalpía: energía interna de un
sistema más el producto del volumen del
sistema y la presión que ejerce el sistema en
su entorno.

enthalpy change / cambio de entalpía:
cantidad de energía liberada o absorbida en
forma de calor por un sistema durante un
proceso a presión constante.

**enthalpy of combustion / entalpía de
combustión:** energía liberada en forma de
calor por la combustión completa de una
cantidad específica de una sustancia a presión
o volumen constante.

enthalpy of reaction / entalpía de reacción:
cantidad de energía liberada o absorbida
como calor durante una reacción química.

enthalpy of solution / entalpía de solución:
cantidad de energía liberada o absorbida
como calor cuando una cantidad específica
de soluto se disuelve en un solvente.

entropy / entropía: medida de la distribución
aleatoria o desorden de un sistema.

environment / entorno: combinación de
condiciones e influencias fuera de un sistema
que afectan el comportamiento del sistema.

enzyme / encima: tipo de proteína que actúa
como un catalizador y acelera las reacciones
metabólicas en las plantas y los animales,
sin ser destruida o transformada en forma
permanente.

epicenter / epicentro: punto de la superficie
de la Tierra situado directamente encima
del punto de inicio o foco de un movimiento
sísmico.

epigenetics / epigenética: estudio de los
cambios en la expresión génica que no
suponen cambios en la secuencia de ADN.

ESPAÑOL

epistasis / epistasis: interacción entre genes que no son alelos, en especial la supresión del efecto de uno de esos genes por otro.

equilibrium / equilibrio: en química, estado en el que una reacción química y la reacción química inversa se producen a la misma velocidad, de modo tal que no se modifican las concentraciones de los reactivos y productos; en física, estado en el que la fuerza neta sobre un objeto es cero.

equilibrium constant / constante de equilibrio: número que relaciona las concentraciones de materiales y productos de partida de una reacción química reversible entre sí a una temperatura determinada.

equilibrium vapor pressure / presión de vapor en equilibrio: presión ejercida por el vapor en un sistema en equilibrio.

equivalence point / punto de equivalencia: el punto en el que las dos soluciones utilizadas en una valoración están presentes en cantidades químicamente iguales.

erosion / erosión: extracción y transporte de materiales por parte de agentes naturales, como el viento y el agua corriente; a veces se usa en un sentido más amplio e incluye el concepto de meteorización.

ester / éster: compuesto orgánico formado por la combinación de un ácido orgánico con un alcohol, de manera tal que se elimina el agua.

ether / éter: compuesto orgánico en el que dos átomos de carbono se unen al mismo átomo de oxígeno.

eusocial / eusocial: población de organismos en la que la función de cada organismo es especializada y no todos los organismos se reproducirán.

evaporation / evaporación: cambio de una sustancia de estado líquido a gaseoso.

evolution / evolución: cambio en una especie a través del tiempo; proceso de cambio biológico por el cual los descendientes difieren de sus antepasados.

excess reactant / reactivo en exceso: sustancia que no se agota por completo durante una reacción.

excited state / estado excitado: estado en el que un átomo tiene más energía de la que tiene en su estado fundamental.

exon / exon: secuencia de ADN que codifica la información para la síntesis de proteínas.

exothermic reaction / reacción exotérmica: reacción química en la que la energía se libera a su entorno en forma de calor.

exponential growth / crecimiento exponencial: aumento dramático de la población en un corto período de tiempo.

extensive property / propiedad extensiva: propiedad que depende de la medida o el tamaño de un sistema.

extinction / extinción: eliminación de una especie en la Tierra.

F

facilitated adaptation / adaptación facilitada: proceso en el que los humanos guían adaptaciones en poblaciones amenazadas modificando el genoma de la especie.

family / familia: columna vertical de la tabla periódica.

fatty acid / ácido graso: ácido orgánico que se encuentra en los lípidos, como grasas o aceites.

fault / falla: fractura en un cuerpo rocoso a lo largo de la cual un bloque se desplaza en relación con otro, una forma de tensión quebradiza.

feedback / retroalimentación: retorno de información sobre un sistema o proceso que puede provocar un cambio en el sistema o proceso; retorno de la información.

feedback loop / bucle de retroalimentación: información que se compara con un conjunto de valores ideales y elementos de ayuda para mantener la homeostasis.

felsic / félsico: describe el magma o la roca ígnea que es rica en feldespatos y sílice, y que generalmente es de color claro.

field force / campo de fuerza: fuerza que se ejerce a la distancia y no a través del contacto directo.

film badge / dosímetro de radiación: dispositivo que mide la cantidad aproximada de radiación recibida en un período determinado por personas que trabajan expuestas a la radiación.

fission / fisión: proceso por el cual un núcleo se divide en dos o más fragmentos y libera neutrones y energía.

fitness / aptitud: medida de la capacidad de un organismo para sobrevivir y producir descendencia en relación con otros miembros de una población.

fluid / fluido: estado no sólido de la materia en el que los átomos o las moléculas se pueden mover libremente uno tras otro, como en el caso de un gas o un líquido.

focus / foco: lugar en el interior de la Tierra a lo largo de una falla donde se produce el primer movimiento de un terremoto; uno de los dos puntos definitorios centrales de una elipse.

foliation / foliación: textura metamórfica de la roca en la que los granos minerales están alineados en láminas o bandas.

food chain / cadena alimentaria: modelo que vincula a los organismos de acuerdo con sus relaciones alimentarias.

food web / red alimentaria: modelo que muestra la red compleja de relaciones alimentarias dentro de un ecosistema.

force / fuerza: acción ejercida sobre un cuerpo que tiende a cambiar el estado de reposo o movimiento del cuerpo; la fuerza tiene magnitud y dirección.

formula equation / fórmula de ecuación: representación de los reactivos y productos de una reacción química a través de sus símbolos o fórmulas.

formula mass / masa formular: suma de las masas atómicas promedio de todos los átomos representados en la fórmula de cualquier molécula, unidad de fórmula o ion.

formula unit / unidad formular: la recopilación más simple de átomos a partir de la cual se puede escribir la fórmula de un compuesto iónico.

fossil / fósil: huella o restos de un organismo que vivió mucho tiempo atrás, preservado comúnmente en roca sedimentaria.

fossil fuel / combustible fósil: recurso de energía no renovable formado a partir de restos de organismos que vivieron hace muchos años; por ejemplo, petróleo, carbón y gas natural.

founder effect / efecto fundador: deriva genética que se produce después de que una pequeña cantidad de personas colonizan una nueva región.

fracture / fractura: en geología, ruptura en una roca, con o sin desplazamiento, producida por estrés, incluidas fisuras, pliegues y fallas; también la forma en que un mineral se rompe a lo largo de superficies curvas o irregulares.

frame of reference / marco de referencia: sistema para especificar la ubicación precisa de los objetos en el espacio y el tiempo.

free energy / energía libre: energía en un sistema que está disponible para trabajar; capacidad de un sistema para realizar un trabajo útil.

free-energy change / cambio de energía libre: diferencia entre el cambio en entalpía, ΔH, y el producto de la temperatura Kelvin y el cambio de entropía, que se define como $T\Delta S$, a una presión y temperatura constantes.

free fall / caída libre: movimiento de un cuerpo cuando solo la fuerza debida a la gravedad actúa sobre el cuerpo.

freezing / congelamiento: cambio de estado en el que un líquido se convierte en un sólido al eliminarse la energía en forma de calor.

freezing point / punto de congelación: temperatura a la cual un sólido y un líquido están en equilibrio a 1 atm de presión; temperatura a la que se congela una sustancia líquida.

freezing-point depression / depresión del punto de congelación: diferencia entre los puntos de congelación de un disolvente puro y una solución, que es directamente proporcional a la cantidad de soluto presente.

frequency / frecuencia: cantidad de ciclos o vibraciones por unidad de tiempo; *además*, la cantidad de ondas producidas en cierta cantidad de tiempo.

friction / fricción: fuerza que se opone al movimiento entre dos superficies que están en contacto.

front / frente: límite entre las masas de aire de densidades diferentes y, por lo general, de temperaturas diferentes.

functional group / grupo funcional: porción de una molécula que está activa en una reacción química y que determina las propiedades de muchos compuestos orgánicos.

fundamental frequency / frecuencia fundamental: frecuencia más baja de vibración de una onda estacionaria.

fusion / fusión: proceso mediante el cual los núcleos de los átomos pequeños se combinan para formar un núcleo nuevo, más masivo; el proceso libera energía.

G

gamete / gameto: célula sexual, un huevo o una célula de esperma.

gamma ray / rayos gamma: fotón de alta energía emitido por un núcleo durante la fisión y el decaimiento radiactivo.

gas / gas: estado de la materia que no tiene un volumen o una forma definidos.

Gay-Lussac's law / Ley de Gay-Lussac: ley que establece que el volumen ocupado por un gas a presión constante es directamente proporcional a la temperatura absoluta.

Gay-Lussac's law of combining volumes of gases / Ley de combinación de volúmenes de gases de Gay-Lussac: ley que establece que los volúmenes de gases involucrados en un cambio químico se pueden representar mediante una proporción de números enteros pequeños.

Geiger-Müller counter / Contador Geiger-Müller: instrumento que detecta y mide la intensidad de la radiación contando la cantidad de impulsos eléctricos que pasan entre el ánodo y el cátodo en un tubo lleno de gas.

gene / gen: segmento de ADN ubicado en un cromosoma y que codifica uno o más rasgos heredados; unidad básica de la herencia.

gene expression / expresión génica: manifestación del material genético de un organismo en forma de rasgo específico.

gene flow / flujo de genes: movimiento físico de alelos de una población a otra.

gene mutation / mutación de genes: cambio en la secuencia de ADN.

gene pool / conjunto de genes: recopilación de todos los alelos de una población.

generator / generador: máquina que convierte la energía mecánica en energía eléctrica.

gene therapy / terapia génica: procedimiento para tratar una enfermedad mediante el cual se reemplaza un gen defectuoso o faltante o se inserta un gen nuevo en el genoma de un paciente.

genetic cross / cruzamiento genético: apareamiento de dos organismos.

genetic drift / deriva genética: cambio en las frecuencias de los alelos únicamente por azar, que se produce con mayor frecuencia en poblaciones pequeñas.

genetic engineering / ingeniería genética: proceso de modificación del ADN de un organismo para dotarlo de rasgos nuevos.

genetic testing / prueba genética: proceso de pruebas de ADN para determinar la probabilidad de que una persona tenga, o pueda transmitir, un trastorno genético.

genetic variation / variación genética: diferencias en los rasgos físicos de una persona en el grupo al que pertenece.

genetics / genética: estudio de los patrones hereditarios y la variación de organismos.

Multilingual Science Glossary

genotype / genotipo: recopilación de toda la información genética de un organismo que codifica los rasgos.

geologic timescale / escala de tiempo geológica: escala de tiempo que representa la historia de la Tierra.

geometric isomer / isómero geométrico: compuesto que existe en dos o más configuraciones geométricamente diferentes.

geosphere / geósfera: parte más sólida y rocosa de la Tierra; se extiende desde el centro del núcleo hasta la superficie de la corteza, una de las cuatro esferas más importantes del sistema terrestre.

geothermal energy / energía geotérmica: energía producida por el calor en el interior de la Tierra.

germ cell / célula germinal: cualquier célula reproductiva en un organismo multicelular (a diferencia de una célula somática).

Graham's law of effusion / Ley de efusión de Graham: ley que establece que la velocidad de efusión de un gas es inversamente proporcional a la raíz cuadrada de la densidad del gas.

glacial / glacial: época en una edad de hielo dominada por la existencia de glaciares.

glacier / glaciar: gran masa de hielo en movimiento.

gravitational force / fuerza gravitatoria: fuerza mutua de atracción entre las partículas de la materia.

gravitational potential energy / energía potencial gravitacional: energía potencial asociada con la posición de un objeto relacionado con una fuente gravitacional.

gravity / gravedad: fuerza de atracción entre objetos producida por sus masas y que disminuye a medida que aumenta la distancia entre los objetos.

greenhouse effect / efecto invernadero: calentamiento de la superficie y la atmósfera inferior de la Tierra que se produce cuando el vapor de agua, el dióxido de carbono y otros gases en el aire absorben radiación infrarroja y la vuelven a irradiar.

greenhouse gas / gas de efecto invernadero: gas compuesto de moléculas que absorben e irradian radiación infrarroja del sol.

ground state / estado fundamental: estado de energía más bajo de un sistema cuantificado.

groundwater / agua subterránea: agua que se encuentra debajo de la superficie de la Tierra.

group / grupo: columna vertical de elementos en la tabla periódica; los elementos en un grupo comparten propiedades químicas.

gymnosperm / gimnoesperma: planta leñosa de semillas vasculares cuyas semillas no están encerradas por un ovario o una fruta.

H

habitat / hábitat: factores bióticos y abióticos combinados que se encuentran en el área donde vive un organismo.

habitat fragmentation / fragmentación del hábitat: proceso por el cual parte del rango de hábitat preferido de un organismo se vuelve inaccesible.

half-cell / media celda: un único electrodo sumergido en una solución de sus iones.

half-life / media vida: tiempo requerido para que la mitad de los núcleos originales de la muestra de una sustancia radiactiva sufran la desintegración radiactiva.

half-reaction / reacción media: parte de una reacción que implica únicamente oxidación o reducción.

halogen / halógeno: uno de los elementos del Grupo 17 (flúor, cloro, bromo, yodo y astato); los halógenos se combinan con la mayoría de los metales para formar sales.

harmonic series / series armónicas: serie de frecuencias que incluye la frecuencia fundamental y múltiplos enteros de la frecuencia fundamental.

heat / calor: energía transferida entre objetos debido a la diferencia de sus temperaturas; la energía siempre se transfiere de los objetos de mayor temperatura a los objetos de menor temperatura hasta que se alcanza el equilibrio térmico.

heat engine / motor térmico: máquina que transforma el calor en energía mecánica, o trabajo.

Heisenberg uncertainty principle / principio de incertidumbre de Heisenberg: principio según el cual es imposible determinar tanto la posición como la velocidad de un electrón o de cualquier otra partícula en forma simultánea.

helicase / helicasa: enzima que desenrolla la doble hélice del ADN durante la replicación del ADN.

Henry's law / Ley de Henry: ley según la cual, a temperatura constante, la solubilidad de un gas en un líquido es directamente proporcional a la presión parcial del gas en la superficie del líquido.

heritable / heredable: capacidad de un rasgo de pasar de una generación a la otra.

Hess's law / Ley de Hess: el cambio de entalpía global en una reacción equivale a la suma de los cambios de entalpía para los pasos individuales en el proceso.

heterogeneous / heterogéneo: formado por componentes diferentes.

heterogeneous catalyst / catalizador heterogéneo: catalizador que se encuentra en una fase diferente de la fase de los reactivos.

heterogeneous reaction / reacción heterogénea: reacción en la que los reactivos se encuentran en dos fases diferentes.

heterotroph / heterótrofo: organismo que obtiene moléculas de alimentos orgánicos a partir de otros organismos o sus subproductos y que no puede sintetizar compuestos orgánicos a partir de materiales inorgánicos.

heterozygous / heterocigota: característica de tener dos alelos diferentes que aparecen en el mismo locus de las cromátidas hermanas.

hole / hueco: nivel de energía que no está ocupado por un electrón en un sólido.

homeostasis / homeostasis: regulación y mantenimiento de las condiciones internas constantes en un organismo.

homogeneous / homogéneo: describe algo que tiene una estructura o composición uniforme en su totalidad.

homogeneous catalyst / catalizador homogéneo: catalizador que se encuentra en la misma fase que los reactivos.

homogeneous reaction / reacción homogénea: reacción en la que todos los reactivos y productos están en la misma fase.

homologous chromosomes / cromosomas homólogos: cromosomas que tienen la misma longitud, apariencia y copia de genes, aunque los alelos pueden ser diferentes.

homologous structure / estructura homóloga: parte del cuerpo cuya estructura es similar en organismos diferentes, pero que realiza diferentes funciones.

homozygous / homocigota: característica de tener dos de los mismos alelos en el mismo locus de las cromátidas hermanas.

hormone / hormona: señal química que se produce en una parte de un organismo y afecta la actividad celular en otra parte.

horizon / horizonte: capa horizontal de suelo que se puede distinguir desde las capas superiores e inferiores a ella; límite entre dos capas de roca que tienen diferentes propiedades físicas.

hot spot / punto caliente: área volcánica activa de la superficie de la Tierra, por lo general, alejada del límite de una placa tectónica.

Hund's rule / regla de Hund: regla que establece que en el caso de un átomo en estado fundamental, la cantidad de electrones desapareados es el máximo posible y estos electrones desapareados tienen el mismo espín.

hybrid orbitals / orbitales híbridos: orbitales de igual energía producidos por la combinación de dos o más orbitales en el mismo átomo.

hybridization / hibridación: mezcla de dos o más orbitales atómicos del mismo átomo para producir orbitales nuevos; la hibridación representa la mezcla de orbitales con mayor y menor energía para formar orbitales de energía intermedia.

hydration / hidratación: fuerte afinidad de las moléculas de agua con las partículas de sustancias disueltas o suspendidas, que es la causa fundamental de la disociación electrolítica.

hydraulic fracturing / fractura hidráulica: proceso de extracción de petróleo o gas natural mediante la inyección de una mezcla de agua, arena o grava, y productos químicos a una presión elevada en pozos excavados en roca densa para provocar fracturas que la arena o grava mantiene abiertas; también llamado *fracking*.

hydrocarbon / hidrocarburo: compuesto orgánico formado únicamente de carbono e hidrógeno.

hydroelectric energy / energía hidroeléctrica: energía eléctrica producida por el flujo de agua.

hydrogen bond / enlace de hidrógeno: fuerza intermolecular que se produce cuando un átomo de hidrógeno que está unido a un átomo sumamente electronegativo de una molécula es atraído hacia dos electrones no compartidos de otra molécula.

hydrolysis / hidrólisis: reacción química entre el agua y otra sustancia para formar dos o más sustancias nuevas; reacción entre el agua y una sal para crear un ácido o una base.

hydronium ion / ion hidronio: ion que consiste en un protón combinado con una molécula de agua; H_3O^+

hydrosphere / hidrósfera: parte de la Tierra formada por agua; una de las cuatro esferas más importantes del sistema terrestre.

hypothesis / hipótesis: explicación basada en investigaciones u observaciones científicas anteriores y que puede ser probada.

I

ice age / edad de hielo: largo período de enfriamiento climático durante el cual los continentes se convirtieron en glaciares en forma repetida.

ideal fluid / fluido ideal: fluido que no tiene fricción o viscosidad interna y es incompresible.

ideal gas / gas ideal: gas imaginario cuyas partículas son infinitamente pequeñas y no interactúan entre sí.

ideal gas constant / constante de gases ideales: constante de proporcionalidad que aparece en la ecuación de estado para 1 mol de un gas ideal; R = 0.082 057 84 L · atm / mol · K

ideal gas law / ley de gas ideal: ley que establece la relación matemática de la presión (P), el volumen (V), la temperatura (T), la constante de gas (R) y la cantidad en moles de un gas (n); PV = nRT.

igneous rock / roca ígnea: roca que se forma cuando el magma se enfría y se solidifica.

immiscible / inmiscible: describe dos o más líquidos que no se mezclan entre sí.

impulse / impulso: el producto de la fuerza y el intervalo de tiempo sobre el cual la fuerza actúa sobre un objeto.

incomplete dominance / dominancia incompleta: fenotipo heterocigoto que es una mezcla de los dos fenotipos homocigotos.

independent assortment / surtido independiente: segunda ley de Mendel, que establece que los alelos en un par de alelos se separan independientemente el uno del otro durante la formación del gameto.

index fossil / índice fósil: fósil que se usa para establecer la edad de una capa de roca porque el fósil es distinto, abundante y extenso, y las especies que formaron ese fósil existieron solo por un período corto de tiempo geológico.

index of refraction / índice de refracción: la relación entre la velocidad de la luz en el vacío y la velocidad de la luz en un medio transparente dado.

ESPAÑOL

induction / inducción: proceso de cargar un conductor acercándolo a otro objeto cargado y conectando a tierra el conductor.

inelastic collision / choque inelástico: choque en el que dos objetos se unen después de colisionar.

inertia / inercia: tendencia de un objeto a resistir el movimiento o, si el objeto se está moviendo, a resistir un cambio en la velocidad o dirección.

innate / innato: comportamiento que no se aprende a través de la experiencia.

inner core / núcleo interno: parte más interna y sólida de la Tierra, compuesta principalmente de hierro y níquel a una presión y temperatura extremadamente altas.

insolation / insolación: radiación solar (energía del sol) que llega a la Tierra; la tasa de suministro de radiación solar por unidad de superficie horizontal.

instantaneous velocity / velocidad instantánea: velocidad de un objeto en algún instante o en un punto específico en el camino del objeto.

intensity / intensidad: velocidad a la que la energía fluye a través de un área unitaria perpendicular a la dirección del movimiento de las olas.

intensive property / propiedad intensiva: propiedad que no depende de la cantidad de materia presente, como presión, temperatura o densidad.

interest group / grupo de interés: grupo de personas con un interés en común que sientan las bases para que se tomen medidas legislativas.

interglacial / interglacial: tiempo comparativamente corto de calidez dentro de una edad de hielo.

intermediate / intermedio: intermedio una sustancia que se forma en una etapa intermedia de una reacción química y se considera un trampolín entre la sustancia principal y el producto final.

intermolecular forces / fuerzas intermoleculares: fuerzas de atracción entre las moléculas.

internal energy / energía interna: propiedad que incluye las energías de las partículas individuales del sistema pero no las energías de todo el sistema.

interstellar medium / medio interestelar: principalmente gas de hidrógeno, otros gases y polvo, que ocupa el espacio entre las estrellas y proporciona la materia prima para la formación de nuevas estrellas.

introduced species / especies introducidas: especie que no es nativa de un zona y fue llevada a esa zona por la acción del hombre.

intron / intrón: segmento de un gen que no codifica para un aminoácido.

invasive species / especie invasora: especie que no es nativa de un ecosistema y cuya introducción a ese ecosistema probablemente cause un daño económico o ambiental o perjudique la salud de los seres humanos.

inverse proportion / proporción inversa: relación entre dos variables cuyo producto es constante.

ion / ion: átomo, radical o molécula que ha ganado o perdido uno o más electrones y tiene una carga negativa o positiva.

ionic bond / enlace iónico: fuerza que atrae los electrones de un átomo hacia otro; transforma un átomo neutral en un ion.

ionic compound / compuesto iónico: compuesto formado por iones unidos por la atracción electrostática.

ionization / ionización: proceso de agregar o eliminar electrones de un átomo o una molécula, lo que le da al átomo o a la molécula una carga neta.

ionization energy / energía de ionización: energía necesaria para eliminar un electrón de un átomo o ion (abreviatura, EI).

isolated system / sistema aislado: conjunto de partículas o componentes interactivos que constituyen una entidad física diferente para el propósito de estudio, por lo general carece de fuerzas externas que actúen sobre sus componentes.

isomer / isómero: uno de dos o más compuestos que presentan la misma composición química, pero estructuras diferentes.

isostatic equilibrium / equilibrio isostático: estado idealizado de equilibrio entre las fuerzas gravitacionales y de flotación que actúan sobre la litosfera de la Tierra, lo que da lugar a diferentes elevaciones.

isothermal process / proceso isotérmico: proceso termodinámico que se produce a una temperatura constante.

isotope / isótopo: uno de dos o más átomos que tienen la misma cantidad de protones (número atómico), pero diferente cantidad de neutrones (masa atómica).

isovolumetric process / proceso isovolumétrico: proceso termodinámico que se realiza a un volumen constante de manera tal que el sistema no realiza ningún trabajo.

iterate / iterar: hacer de nuevo o repetir; en las pruebas de diseño, los resultados de cada repetición se utilizan para modificar la siguiente versión del diseño.

J

joule / joule: unidad utilizada para medir la energía; equivale a la cantidad de trabajo realizado por una fuerza de 1 N que actúa a través de una distancia de 1 m en la dirección de la fuerza (abreviatura, J).

K

ketone / cetona: compuesto orgánico en el que un grupo carbonilo está unido a dos grupos alquilo; se obtiene mediante la oxidación de alcoholes secundarios.

kin selection / selección de parentesco: se produce cuando la selección natural actúa sobre alelos que favorecen la supervivencia de parientes cercanos.

kinetic energy / energía cinética: energía que posee un objeto, asociada a su movimiento.

kinetic friction / fricción cinética: fuerza que se opone al movimiento de dos superficies que están en contacto y que se deslizan una sobre otra.

kinetic-molecular theory / teoría cinético-molecular: teoría que explica que el comportamiento de los sistemas físicos depende de las acciones combinadas de las moléculas que constituyen el sistema.

L

lanthanide / lantánido: miembro de la serie de elementos poco comunes, cuyos números atómicos varían desde el 58 (cerio) al 71 (lutecio).

laser / láser: dispositivo que produce una luz coherente de una sola longitud de onda.

latent heat / calor latente: energía por unidad de masa que se transfiere durante el cambio de fase de una sustancia.

lattice energy / energía de celosía: energía liberada cuando un mol de un compuesto cristalino iónico se forma a partir de iones gaseosos.

lava / lava: magma que fluye hacia la superficie de la Tierra; roca que se forma al enfriarse y solidificarse la lava.

law of conservation of energy / ley de conservación de la energía: ley que establece que la energía no puede crearse ni destruirse, pero puede cambiar de forma.

law of conservation of mass / ley de conservación de la masa: ley que establece que la masa no puede crearse ni destruirse, pero puede cambiar de forma.

law of definite proportions / ley de las proporciones definidas: ley que establece que un compuesto químico siempre contiene los mismos elementos en exactamente las mismas proporciones por peso o masa.

law of multiple proportions / ley de proporciones múltiples: ley que establece que cuando dos elementos se combinan para formar dos o más compuestos, la masa de un elemento que se combina con una masa fija de otro elemento está en la relación de números enteros sencillos.

Le Châtelier's principle / principio de Le Châtelier: principio que establece que un sistema en equilibrio se opondrá a una alteración de un modo tal que ayudará a eliminar la alteración.

lens / lente: objeto transparente que refracta los rayos de luz de modo tal que los rayos convergen o divergen para formar una imagen.

lever arm / brazo de palanca: distancia perpendicular desde el eje de rotación a la línea imaginaria dibujada a lo largo de la dirección de la fuerza.

Lewis acid / ácido Lewis: átomo, ion o molécula que acepta un par de electrones.

Lewis acid-base reaction / reacción de los ácidos y bases de Lewis: formación de uno o más enlaces covalentes entre un donante de un par de electrones y un aceptor de un par de electrones.

Lewis base / base de Lewis: átomo, ion o molécula que dona un par de electrones.

Lewis structure / estructura de Lewis: fórmula estructural en la que los electrones están representados por puntos; los pares de puntos o guiones entre dos símbolos atómicos representan pares en enlaces covalentes

light-year / año luz: distancia que viaja la luz en un año; aproximadamente 9.46 billones de kilómetros.

limiting reactant / reactivo limitante: sustancia que controla la cantidad de producto que puede formarse en una reacción química.

linear polarization / polarización lineal: alineación de las ondas electromagnéticas, de manera tal que las vibraciones de los campos eléctricos en cada una de las ondas son paralelas entre sí.

lipid / lípido: tipo de bioquímico que no se disuelve en el agua, incluidas las grasas y los esteroides; los lípidos almacenan energía y forman las membranas celulares.

liquid / líquido: estado de la materia que tiene un volumen definido pero no una forma definida.

lithosphere / litosfera: capa externa sólida de la Tierra que consiste en la corteza y la parte superior rígida del manto.

logistic growth / crecimiento logístico: crecimiento de la población que se caracteriza por un período de crecimiento lento, seguido por un período de crecimiento exponencial, seguido por otro período de crecimiento casi nulo.

London dispersion force / fuerza de dispersión de London: atracción intermolecular que deriva de la distribución desigual de electrones y la creación de dipolos temporales

longitudinal wave / onda longitudinal: onda en la que las partículas del medio vibran paralelas a la dirección de propagación de la onda.

longshore current / corriente litoral: corriente de agua en paralelo y cercana a la costa.

luster / brillo: forma en la que un mineral refleja la luz.

M

macromolecule / macromolécula: molécula muy grande, por lo general un polímero, compuesta de cientos o miles de átomos.

mafic / máfico: describe la roca ígnea o el magma, que es rico en magnesio e hierro y que generalmente es de color oscuro.

magic numbers / números mágicos: los números (2, 8, 20, 28, 50, 82 y 126) que representan el número de partículas que existen en un núcleo atómico extraestable que ha completado los orbitales de protones y neutrones.

magnetic domain / dominio magnético: zona compuesta por un grupo de átomos cuyos campos magnéticos están alineados en la misma dirección.

57

magnetic field / campo magnético: zona donde se puede detectar una fuerza magnética.

magnetic quantum number / número cuántico magnético: número cuántico que indica la orientación de un orbital alrededor del núcleo; se simboliza con la letra m.

magnitude / magnitud: medida de la fuerza de un terremoto.

main-group element / elemento de un grupo principal: elemento en el bloque s o bloque p de la tabla periódica.

malleability / maleabilidad: capacidad de un material de ser martillado o transformado en una lámina.

mantle / manto: capa de roca entre la corteza terrestre y el núcleo.

mantle convection / convección del manto: movimiento lento de la materia en el manto de la Tierra, que transfiere la energía en forma de calor desde el interior de la Tierra hacia la superficie.

mass / masa: medida de la cantidad de materia en un objeto; una propiedad fundamental de un objeto que no se ve afectado por las fuerzas que actúan sobre el objeto, como la fuerza gravitatoria.

mass defect / defecto de masa: diferencia entre la masa de un átomo y la suma de las masas de protones, neutrones y electrones del átomo.

mass density / densidad de masa: la concentración de materia de un objeto, medida como la masa por unidad de volumen de una sustancia.

mass extinction / extinción masiva: episodio durante el cual un gran número de especies se extinguen.

mass number / número de masa: suma de los números de protones y neutrones que componen el núcleo de un átomo.

mass wasting / desperdicio de masa: movimiento del suelo, sedimento o material rocoso por una pendiente bajo la influencia de la gravedad.

materials science / ciencia de los materiales: estudio de las características y usos de los materiales en ciencia y tecnología.

matter / materia: todo aquello que tiene masa y ocupa un espacio.

mechanical energy / energía mecánica: suma de la energía cinética y todas las formas de energía potencial.

mechanical wave / onda mecánica: onda que requiere un medio a través del cual pueda viajar.

medium / medio: ambiente físico a través del cual puede propagarse una perturbación.

meiosis / meiosis: forma de división nuclear que divide una célula diploide en células haploides; importante en la formación de gametos para la reproducción sexual.

melting / derretimiento: cambio de estado en el que un sólido se convierte en un líquido al agregarse energía en forma de calor o cuando se modifica la presión.

melting point / punto de fusión: la temperatura y presión a la que un sólido se convierte en un líquido.

mesosphere / mesósfera: literalmente la «esfera media», la zona más resistente e inferior del manto entre la astenósfera y el núcleo externo; la capa más fría de la atmósfera entre la estratosfera y la termósfera, en la que la temperatura disminuye a medida que aumenta la altitud.

Mesozoic Era / Era Mesozoica: era geológica que se inició hace 251 millones de años y finalizó hace 65,5 millones de años; también conocida como la Era de los Reptiles.

metabolism / metabolismo: la suma de todos los procesos químicos que se producen en un organismo.

metal / metal: elemento brillante conductor del calor y de la electricidad.

metallic bond / enlace metálico: enlace formado por la atracción entre iones metálicos cargados positivamente y los electrones a su alrededor.

metalloid / metaloide: elemento que tiene propiedades tanto de los metales como de los no metales; a veces denominado semiconductor.

metamorphic rock / roca metamórfica: roca cuya estructura o composición ha sido modificada por el calor, la presión y sustancias químicas, por lo general, en las profundidades de la corteza terrestre.

microevolution / microevolución: cambio observable en las frecuencias de alelos de una población a lo largo de algunas generaciones.

mid-ocean ridge / dorsal oceánica: extensa cadena montañosa submarina con un valle empinado y estrecho en su centro, que se forma cuando asciende el magma desde la astenosfera y que produce una nueva litosfera oceánica (fondo del mar) a medida que se separan las placas tectónicas.

millimeters of mercury / milímetros de mercurio: unidad de presión.

mineral / mineral: sólido natural, generalmente inorgánico, que tiene una composición química característica, una estructura interna ordenada y un conjunto característico de propiedades físicas.

mining / minería: proceso de extraer minerales y otros materiales sólidos del suelo.

miscible / miscible: describe dos o más líquidos que pueden disolverse entre sí en diferentes proporciones.

mitochondrion / mitocondria: organelo en forma de frijol que suministra energía a la célula y tiene sus propios ribosomas y ADN.

mitosis / mitosis: proceso mediante el cual una célula divide su núcleo y el contenido.

mixture / mezcla: combinación de dos o más sustancias que no están combinadas de manera química.

model / modelo: patrón, plan, representación o descripción diseñados para representar la estructura o el funcionamiento de un objeto, sistema o concepto.

moderator / moderador: material que reduce la velocidad de los neutrones para que puedan ser absorbidos por los núcleos.

molal boiling-point constant / constante molal del punto de ebullición: cantidad calculada para representar la elevación del punto de ebullición de una solución de 1 mol de soluto no volátil, no electrolítico.

molal freezing-point constant / constante molal del punto de congelación: cantidad calculada para representar la depresión del punto de congelación de una solución de 1 mol de soluto no volátil, no electrolítico.

molality / molalidad: concentración de una solución expresada en moles de soluto por kilogramo de solvente.

molar enthalpy of formation / entalpía molar de formación: cantidad de energía en forma de calor que resulta de la formación de 1 mol de una sustancia a presión constante.

molar enthalpy of fusion / entalpía molar de fusión: cantidad de energía en forma de calor necesaria para cambiar 1 mol de una sustancia de sólido a líquido a una temperatura y presión constantes.

molar enthalpy of vaporization / entalpía molar de vaporización: cantidad de energía en forma de calor necesaria para evaporar 1 mol de un líquido a una presión y temperatura constantes.

molar mass / masa molar: masa en gramos de 1 mol de una sustancia.

molarity / molaridad: unidad de concentración de una solución expresada como moles de soluto disueltos por litro de solución.

mole / mol: unidad base SI utilizada para medir la cantidad de una sustancia cuya cantidad de partículas es igual al número de átomos de carbono en exactamente 12 g de carbono-12.

mole ratio / relación molar: factor de conversión que relaciona las cantidades en moles de dos sustancias cualesquiera que participan en una reacción química.

molecular compound / compuesto molecular: compuesto químico cuyas unidades más simples son las moléculas.

molecular formula / fórmula molecular: fórmula química que muestra la cantidad y los tipos de átomos en una molécula, pero no su disposición.

molecule / molécula: dos o más átomos unidos por enlaces covalentes; no necesariamente un compuesto.

moment of inertia / momento de inercia: tendencia de un cuerpo que está girando sobre un eje fijo a resistir a un cambio en este movimiento de rotación.

momentum / momento: cantidad definida como el producto de la masa y la velocidad de un objeto.

monatomic ion / ion monatómico: ion formado a partir de un solo átomo.

monohybrid cross / cruzamiento monohíbrido: cruzamiento o apareamiento entre organismos que involucra solo un par de rasgos contrastantes.

monomer / monómero: molécula simple que se puede combinar con otras moléculas similares o diferentes para formar un polímero.

monoprotic acid / ácido monoprótico: ácido que puede donar únicamente un protón a una base.

monosaccharide / monosacárido: azúcar simple que es la subunidad básica de un carbohidrato.

moraine / morrena: relieve formado por sedimentos no estratificados depositados por un glaciar; el material glaciar no estratificado (till) depositado por un glaciar.

multiple bond / enlace múltiple: enlace en el que los átomos comparten más de un par de electrones, como un enlace doble o triple.

mutagen / mutágeno: agente que puede inducir la mutación o aumentar la frecuencia de mutación en los organismos.

mutation / mutación: cambio en la secuencia del ADN.

mutual inductance / inductancia mutua: capacidad de un circuito para inducir una fem en un circuito cercano en presencia de una corriente cambiante.

N

NADPH / NADPH: molécula portadora de energía durante la fotosíntesis.

natural gas / gas natural: mezcla de hidrocarburos gaseosos ubicados debajo de la superficie de la Tierra, a menudo cerca de depósitos de petróleo; se usa como combustible.

natural hazard / amenaza natural: fenómeno natural que puede causar daño a los seres humanos, los bienes materiales o al medioambiente.

natural resource / recurso natural: material o capacidad, como la madera, un depósito mineral o la energía hidráulica, que se produce en estado natural y que tiene un valor económico.

natural selection / selección natural: mecanismo por el cual los individuos que han heredado adaptaciones beneficiosas producen un promedio más alto de descendientes que otros individuos.

nebula / nebulosa: gran nube de gas y polvo en el espacio interestelar; región en el espacio donde se forman las estrellas.

negative feedback / retroalimentación negativa: retroalimentación que aplica la salida en una dirección opuesta a las condiciones iniciales, lo que tiende a contrarrestar o reducir un cambio y estabilizar un proceso o sistema.

negative feedback loop / bucle de retroalimentación negativa: sistema de control para la homeostasis que ajusta las condiciones del cuerpo cuando las condiciones no son las ideales.

net force / fuerza neta: una sola fuerza cuyos efectos externos sobre un cuerpo rígido son los mismos que la suma de los efectos de muchas fuerzas reales que actúan sobre el cuerpo.

net ionic equation / ecuación iónica neta: ecuación que incluye solo los iones y compuestos que experimentan un cambio químico en una reacción, en una solución acuosa.

neutralization / neutralización: reacción de los iones que caracterizan los ácidos (iones hidronio) y los iones que caracterizan las bases (iones hidróxido) para formar moléculas de agua y una sal.

neutron / neutrón: partícula subatómica que no tiene carga y que se encuentra en el núcleo de un átomo.

newton / newton: unidad del SI para la fuerza; fuerza que aumentará la velocidad de una masa de 1 kg por 1 m/s por cada segundo que se aplica la fuerza (abreviatura, N).

noble gas / gas noble: uno de los elementos del Grupo 18 de la tabla periódica (helio, neón, argón, criptón, xenón y radón); los gases nobles son no reactivos.

noble-gas configuration / configuración del gas noble: nivel de energía principal externo completamente ocupado, en la mayoría de los casos, por ocho electrones.

node / nodo: punto en una onda estacionaria que no tiene ningún desplazamiento.

nomenclature / nomenclatura: sistema de nombres.

nonelectrolyte / no electrolito: sustancia que se disuelve en agua para producir una solución que no conduce una corriente eléctrica.

nonmetal / no metálico: elemento que conduce el calor y la electricidad de forma muy deficiente y que no forma iones positivos en una solución electrolítica.

nonpoint source pollution / contaminación de fuente no puntual: contaminación que proviene de muchas fuentes en lugar de un solo sitio específico; un ejemplo es la contaminación que llega a una masa de agua desde las calles y alcantarillas.

nonpolar covalent bond / enlace covalente no polar: enlace covalente en el que los electrones de enlace se sienten atraídos por igual a los dos átomos enlazados.

nonrenewable resource / recurso no renovable: recurso que se forma a una velocidad mucho más lenta que la velocidad a la que se consume el recurso.

nonvolatile substance / sustancia no volátil: sustancia que con una baja tendencia a convertirse en un gas en las condiciones existentes.

normal distribution / distribución normal: en biología, distribución en una población en la que la frecuencia de alelos es más alta cerca del valor de rango medio y disminuye progresivamente hacia cada extremo.

normal force / fuerza normal: fuerza que actúa sobre un objeto que yace sobre una superficie y actúa en una dirección perpendicular a la superficie.

nuclear binding energy / energía de enlace nuclear: energía que se libera cuando se forma un núcleo a partir de nucleones.

nuclear fission / fisión nuclear: proceso por el cual un núcleo se divide en dos o más fragmentos y libera neutrones y energía.

nuclear forces / fuerzas nucleares: interacción que une protones y neutrones, protones y protones, y neutrones y neutrones juntos en un núcleo.

nuclear fusion / fusión nuclear: proceso mediante el cual los núcleos de los átomos pequeños se combinan para formar un núcleo nuevo, más masivo; el proceso libera energía.

nuclear power plant / planta de energía nuclear: instalación que utiliza el calor de reactores nucleares para producir energía eléctrica.

nuclear radiation / radiación nuclear: partículas que se liberan del núcleo durante el decaimiento radiactivo, como neutrones, electrones y fotones.

nuclear reaction / reacción nuclear: reacción que afecta el núcleo de un átomo.

nuclear reactor / reactor nuclear: dispositivo que usa reacciones nucleares controladas para producir energía o núclidos.

nuclear shell model / modelo de capa nuclear: modelo que representa los nucleones tal como existen en diferentes niveles de energía o de capas en el núcleo.

nuclear waste / residuos nucleares: residuos que contienen radioisótopos.

nucleic acid / ácido nucleico: compuesto orgánico, ya sea de ARN o ADN, cuyas moléculas están formadas por una o dos cadenas de nucleótidos y transportan información genética.

nucleon / núcleo: un protón o neutrón.

nucleotide / nucleótido: monómero orgánico que consiste en un azúcar, un fosfato y una base nitrogenada; el bloque de construcción básico de una cadena de ácido nucleico, como el ADN y el ARN.

nucleus / núcleo: en las ciencias de la vida, orgánulo compuesto por una membrana doble que actúa como el depósito de la mayor parte del ADN de una célula; en las ciencias físicas, la región central de un átomo compuesta de protones y neutrones.

nuclide / nucleido: átomo que se identifica por el número de protones y neutrones en su núcleo.

O

ocean acidification / acidificación del océano: disminución en el pH del agua de los océanos debido a la absorción de niveles anormales de dióxido de carbono (CO^2) de la atmósfera.

oceanic trench / trinchera oceánica: depresión larga, estrecha y pronunciada que se forma en el lecho marino como resultado de la subducción de una placa tectónica que corre paralela a la dirección de una cadena de islas volcánicas o la costa de un continente, y que puede llegar a tener una profundidad de 11 km por debajo del nivel del mar; también se la conoce como *trinchera* o *fosa oceánica profunda*.

octet rule / regla del octeto: concepto de la teoría de enlaces químicos que se basa en la suposición de que los átomos tienden a tener capas de valencia vacías o capas de valencia completas de ocho electrones.

oil shale / esquisto bituminoso: esquisto de color negro, gris oscuro o marrón oscuro que contiene hidrocarburos que producen petróleo por destilación.

operator / operador: secuencia corta de ADN viral o bacteriano al que se une un represor para evitar la transcripción (síntesis de ARNm) del gen adyacente en un operón.

operon / operón: sección del ADN que contiene todo el código para comenzar la transcripción, regular la transcripción y construir una proteína; incluye un promotor, un gen regulador y un gen estructural.

orbit / órbita: trayectoria de un cuerpo a medida que se mueve alrededor de otro cuerpo debido a su atracción mutua gravitacional.

orbital / orbital: región en un átomo donde existen muchas probabilidades de encontrar electrones.

order / orden: en química, clasificación de reacciones químicas que depende de la cantidad de moléculas que parecen ingresar en la reacción.

order number / número de orden: número asignado a las franjas de interferencia relacionadas con la franja central brillante.

ore / mena: material natural cuya concentración de minerales con un importante valor económico justifica la explotación del material de manera rentable.

organ / órgano: grupo de diferentes tipos de tejidos que trabajan juntos para llevar a cabo una función específica o funciones relacionadas.

organ system / sistema de órganos: dos o más órganos que trabajan de forma coordinada para llevar a cabo funciones similares.

ESPAÑOL

organic compound / compuesto orgánico: compuesto unido a través de un enlace covalente que contiene carbono y no incluye carbonatos y óxidos.

organic sedimentary rock / roca sedimentaria orgánica: roca sedimentaria que se forma a partir de los restos de plantas o animales.

organism / organismo: cualquier ser vivo individual.

osmosis / ósmosis: difusión de agua u otro solvente desde una solución más diluida (de un soluto) a una solución más concentrada (del soluto) a través de una membrana que es permeable al solvente.

osmotic pressure / presión osmótica: presión externa que debe aplicarse para detener la ósmosis.

outer core / núcleo externo: capa del interior de la Tierra ubicada entre el núcleo interno y el manto, compuesta principalmente de hierro fundido y níquel.

overharvesting / sobreexplotación: capturar o eliminar de una población más organismos de los que la población puede reemplazar.

oxidation / oxidación: reacción que elimina uno o más electrones de una sustancia de manera tal que aumentan la valencia de la sustancia o el estado de oxidación.

oxidation number / número de oxidación: cantidad de electrones que se deben agregar a un átomo o eliminar de un átomo en un estado combinado para convertir al átomo en la forma elemental.

oxidation state / estado de oxidación: condición de un átomo expresado por la cantidad de electrones que el átomo necesita para alcanzar su forma elemental.

oxidation-reduction reaction / reacción de oxidación-reducción: cualquier cambio químico en el que una especie se oxida (pierde electrones) y otra especie se reduce (gana electrones); también llamada reacción redox.

oxidized / oxidado: describe un elemento que ha perdido electrones y que ha aumentado su número de oxidación.

oxidizing agent / agente de oxidación: sustancia que capta electrones en una reacción de oxidación-reducción y que se reduce.

oxyacid / oxiácido: ácido que es un compuesto de hidrógeno, oxígeno y un tercer elemento, por lo general, no metálico.

oxyanion / oxianión: ion poliatómico que contiene oxígeno.

ozone / ozono: molécula de gas formada por tres átomos de oxígeno.

P

P-wave / Onda P: onda primaria, u onda de compresión; una onda sísmica que hace que las partículas de roca se muevan en un vaivén, en forma paralela a la dirección en la que viaja la onda; las ondas P son las ondas sísmicas más veloces y pueden viajar a través de sólidos, líquidos y gases.

Paleozoic Era / Era Paleozoica: era geológica que siguió a la era precámbrica; se inició hace 542 millones y finalizó hace 251 millones de años.

parallax / paralaje: cambio aparente en la posición de un objeto cuando se lo observa desde lugares diferentes.

parallel / paralelo: describe dos o más componentes de un circuito que brindan rutas conductoras separadas para la corriente porque los componentes están conectados a través de puntos o empalmes.

parent nuclide / nucleido padre: radionucleido que produce un nucleido hijo específico como miembro posterior de una serie radiactiva.

partial pressure / presión parcial: presión que ejerce cada gas en una mezcla.

pascal / pascal: unidad SI de presión; equivale a la fuerza de 1 N ejercida sobre un área de 1 m2 (abreviatura, Pa).

passive margin / margen pasivo: margen continental que no se sitúa a lo largo del límite de una placa.

path difference / diferencia de recorrido: diferencia en la distancia recorrida por dos haces de luz cuando están dispersos en la misma dirección desde puntos diferentes.

Pauli exclusion principle / principio de exclusión de Pauli: principio que establece que dos partículas de una clase determinada no pueden estar exactamente en el mismo estado de energía.

PCR; polymerase chain reaction / PCR; reacción en cadena de la polimerasa: método para aumentar la cantidad de ADN separándolo en dos cadenas y agregando cebadores y enzimas.

percentage composition / porcentaje de composición: porcentaje en masa de cada elemento presente en un compuesto.

percentage error / porcentaje de error: comparación cualitativa del valor experimental promedio con el valor correcto o aceptado; se calcula restando el valor aceptado del valor experimental, dividiendo la diferencia por el valor aceptado y luego multiplicando por 100.

percentage yield / porcentaje de rendimiento: relación entre el rendimiento real y el rendimiento teórico, multiplicado por 100.

perfectly inelastic collision / choque perfectamente inelástico: choque en el que dos objetos se unen después de colisionar.

period / período: en química, una hilera horizontal de elementos en la tabla periódica; en física, el tiempo en el que transcurre un ciclo completo o se produce la oscilación de una onda.

periodic law / ley periódica: ley que establece que las propiedades químicas y físicas repetitivas de los elementos varían periódicamente con los números atómicos de los elementos.

periodic table / tabla periódica: disposición de los elementos químicos ordenados por su número atómico de modo que los elementos con propiedades similares se ubican en la misma columna o en el mismo grupo.

petroleum / petróleo: mezcla líquida de compuestos de hidrocarburo complejos; muy utilizado como fuente de combustible.

pH / pH: valor que se usa para expresar la acidez o basicidad (alcalinidad) de un sistema; cada número entero en la escala indica un cambio de acidez diez veces mayor; un pH de 7 es neutro, un pH de menos de 7 es ácido, y un pH de más de 7 es básico.

pH meter / medidor de pH: dispositivo utilizado para determinar el pH de una solución midiendo el voltaje entre los dos electrodos que se colocan en la solución.

phase / fase: en química, uno de los cuatro estados o condiciones en los que puede existir una sustancia: sólido, líquido, gas o plasma; una parte de la materia que es uniforme.

phase change / cambio de fase: cambio físico de una sustancia de un estado (sólido, líquido o gas) a otro a temperatura y presión constantes.

phase diagram / diagrama de fases: gráfico de la relación entre el estado físico de una sustancia y la temperatura y presión de la sustancia.

phenomenon / fenómeno: acontecimiento, circunstancia o hecho que es observable.

phenotype / fenotipo: recopilación de todas las características físicas de un organismo.

phospholipid / fosfolípido: molécula que forma una membrana celular bicapa; consiste en un glicerol, un grupo fosfato y dos ácidos grasos.

photoelectric effect / efecto fotoeléctrico: emisión de electrones por un metal cuando una luz de ciertas frecuencias brilla sobre la superficie del metal.

photon / fotón: unidad o cantidad de luz; partícula de radiación electromagnética que tiene una masa cero y transporta un cuanto de energía.

photosynthesis / fotosíntesis: proceso mediante el cual la energía lumínica se convierte en energía química; produce azúcar y oxígeno a partir del dióxido de carbono y el agua.

physical change / cambio físico: cambio en la forma de la materia sin que se produzca un cambio en las propiedades químicas.

physical property / propiedad física: característica de una sustancia que no supone un cambio químico, como la densidad, el color o la rigidez.

pitch / tono: medida de la intensidad con que percibe un sonido, según la frecuencia de la onda del sonido.

plasma / plasma: estado de la materia que consiste en partículas cargadas que se mueven libremente, como iones y electrones; sus propiedades difieren de las propiedades de un sólido, líquido o gas.

plasmid / plásmido: pieza de material genético circular que se encuentra en las bacterias que se pueden replicar en forma independiente a partir del ADN del cromosoma principal.

plateau / meseta: gran extensión de tierra elevada, relativamente plana, más alta que una llanura y más extensa que una colina.

plate tectonics / tectónica de placas: teoría que explica cómo enormes porciones de la litósfera, llamadas placas, se mueven y cambian de forma.

pOH / pOH: el logaritmo negativo de la concentración de ion hidróxido de una solución.

point source pollution / contaminación puntual: contaminación que proviene de un lugar determinado.

polar / polar: describe una molécula en la que las cargas positivas y negativas están separadas.

polar covalent bond / enlace covalente polar: enlace covalente en el que un par de electrones compartidos por dos átomos es atraído con mayor fuerza por un átomo.

polarity / polaridad: propiedad de un sistema en el que dos puntos tienen características opuestas, como las cargas o los polos magnéticos.

pollution / contaminación: todo lo que se introduce al medioambiente y tiene un efecto negativo sobre él o sus organismos.

polyatomic ion / ion poliatómico: ion formado por dos o más átomos.

polygenic trait / rasgo poligénico: rasgo producido por dos o más genes.

polymer / polímero: molécula grande que está formada por más de cinco monómeros o unidades pequeñas.

polyprotic acid / ácido poliprótico: ácido que puede donar más de un protón por molécula.

polysaccharide / polisacárido: uno de los carbohidratos compuesto por largas cadenas de azúcares simples; los polisacáridos incluyen almidón, celulosa y glucógeno.

population / población: todos los individuos de una especie que viven en la misma región.

positive feedback / retroalimentación positiva: retroalimentación que tiende a amplificar o aumentar un cambio y desestabilizar un proceso o sistema.

positive feedback loop / bucle de retroalimentación positiva: sistema de control en el que la información sensorial hace que el cuerpo aumente la velocidad del cambio lejos de la homeostasis.

positron / positrón: partícula que tiene la misma masa y espín que un electrón, pero con una carga positiva.

potential difference / diferencia de potencial: trabajo que debe realizarse contra las fuerzas eléctricas para mover una carga entre los dos puntos en cuestión dividido por la carga.

potential energy / energía de potencial: energía que posee un objeto debido a la posición, forma o condición del objeto.

power / potencia: cantidad que mide la velocidad a la que se realiza el trabajo o la velocidad de transferencia de energía a través de cualquier método.

Precambrian / Precámbrico: intervalo de tiempo en la escala temporal geológica desde la formación de la Tierra hasta el comienzo de la era paleozoica; comenzó hace 4.600 millones de año y finalizó hace 542 millones de años.

Multilingual Science Glossary

precession / precesión: movimiento del eje de un cuerpo giratorio, como la oscilación de un trompo, cuando existe una fuerza externa que actúa sobre el eje; un giro lento del eje de rotación de la Tierra en relación con su órbita.

precipitate / precipitación: sólido que se produce como resultado de una reacción química en una solución.

precision / precisión: exactitud de una medida.

predation / depredación: proceso por el cual un organismo caza y mata a otro organismo para alimentarse.

pressure / presión: cantidad de fuerza ejercida por unidad de área de una superficie.

primary energy source / fuente de energía primaria: describe una fuente de energía que se encuentra en el medioambiente de manera natural; el carbón, el gas natural, el sol, el viento y el uranio son ejemplos de fuentes de energía primaria.

primary standard / estándar primario: compuesto sólido sumamente purificado que se usa para verificar la concentración de una solución conocida en una titulación.

principal quantum number / número cuántico principal: número cuántico que indica la energía y el orbital de un electrón en un átomo.

probability / probabilidad: posibilidad de que ocurra un evento en particular.

producer / productor: organismo que obtiene su energía de fuentes abióticas, como la luz solar o las sustancias químicas inorgánicas.

product / producto: sustancia que se forma en una reacción química.

projectile motion / movimiento de un proyectil: movimiento que realiza un objeto cuando se lanza, arroja o sale proyectado cerca de la superficie de la Tierra.

promoter / promotor: secuencia de ADN a la que se une la ARN polimerasa y que da comienzo a la transcripción del ARNm.

protein / proteína: polímero compuesto de aminoácidos unidos por enlaces peptídicos; se pliega en una estructura particular que depende de los enlaces entre los aminoácidos.

protein synthesis / síntesis de proteínas: formación de proteínas mediante el uso de información contenida en el ADN y transportada por ARNm.

proton / protón: partícula subatómica con una carga positiva que se encuentra en el núcleo de un átomo; cantidad de protones en el núcleo constituye el número atómico, que determina la identidad de un elemento.

protoplanetary disk / disco protoplanetario: disco de partículas de gas y polvo que orbita una estrella joven, a partir del cual se pueden llegar a formar planetas.

prototype / prototipo: modelo de prueba de un producto.

Punnett square / cuadrado de Punnett: modelo para predecir todos los genotipos posibles que surgen de un cruzamiento o apareamiento.

pure substance / sustancia pura: muestra de materia, ya sea un elemento único o un compuesto único, con propiedades químicas y físicas definidas.

pyramid of numbers / pirámide de números: diagrama que muestra la cantidad de organismos individuales en cada nivel trófico en un ecosistema.

Q

quantity / cantidad: algo que tiene magnitud, tamaño o cantidad.

quantum / cuántica: unidad básica de energía electromagnética; caracteriza las propiedades de la onda de los electrones.

quantum number / número cuántico: número que especifica ciertas propiedades de los electrones.

quantum theory / teoría cuántica: estudio de la estructura y el comportamiento del átomo y de las partículas subatómicas desde el punto de vista de que toda la energía se presenta en unidades elementales pequeñas e indivisibles.

R

radian / radian: ángulo cuya longitud de arco es igual al radio del círculo, que es aproximadamente igual a 57,3°.

radiation / radiación: emisión y propagación de energía en forma de ondas electromagnéticas; también moviendo de partículas subatómicas.

radioactive decay / decaimiento radiactivo: desintegración de un núcleo atómico inestable en uno o más tipos diferentes de átomos o isótopos, acompañado por la emisión de radiación, la captura nuclear o eyección de electrones o la fisión.

radioactive nuclide / nucleido radiactivo: nucleido que contiene isotopos que se desintegran y emiten radiaciones.

radioactive tracer / trazador radiactivo: material radiactivo que se agrega a una sustancia para poder detectar su distribución más adelante.

radiometric dating / datación radiométrica: método para determinar la edad absoluta de un objeto comparando los porcentajes relativos de un isótopo radiactivo (padre) y un isótopo estable (hijo).

rare earth element / elemento de tierra rara: cualquiera de un grupo de elementos metálicos naturales que tienen propiedades similares: escandio, itrio y los 15 elementos con números atómicos 57 a 71 (los lantánidos). Los elementos de tierras raras son muy utilizados en los productos electrónicos y otros productos de alta tecnología.

rarefaction / rarefacción: región de una onda longitudinal en la cual la densidad y la presión están a un nivel mínimo.

rate law / ley de velocidad: expresión que refleja cómo la velocidad de formación de un producto depende de la concentración de todas las especies y no del solvente que participa en una reacción.

rate-determining step / paso de determinación de velocidad: en una reacción química de varias etapas, el paso que tiene la velocidad más baja y que determina la velocidad de la reacción general.

reactant / reactante: sustancia o molécula que participa en una reacción química.

reaction mechanism / mecanismo de reacción: forma en que se produce una reacción química; expresado en una serie de ecuaciones químicas.

reaction rate / velocidad de reacción: velocidad a la que se produce una reacción química; medida por la velocidad de formación del producto o la velocidad de desaparición de los reactivos.

reaction stoichiometry / estequiometría de reacción: cálculos que suponen las relaciones de masa entre reactivos y productos en una reacción química.

real gas / gas real: gas que no se comporta enteramente como un gas hipotético ideal, debido a las interacciones entre las moléculas de gas.

real image / imagen real: imagen que se forma por la intersección de los rayos de luz; se puede proyectar una imagen real en una pantalla.

recessive / recesivo: alelo que no se expresa salvo que existan dos copias en el genotipo de un organismo.

recharge / recarga: volumen de agua que fluye dentro de un período determinado.

reclamation / reclamación: proceso de restaurar o recuperar la condición adecuada, como un estado natural anterior.

recombinant DNA / ADN recombinante: ADN modificado genéticamente que contiene genes de más de un organismo o especie.

recrystallization / recristalización: proceso de reformar cristales o una estructura cristalina.

recycle / reciclar: volver a someter un elemento a un ciclo; recuperar materiales valiosos o útiles a partir de desechos o basura o reutilizar objetos.

Multilingual Science Glossary

reduced / reducido: describe una sustancia que ha captado electrones, perdido un átomo de oxígeno o ganado un átomo de hidrógeno.

reducing agent / agente reductor: sustancia que tiene el potencial de reducir otra sustancia.

reduction / reducción: cambio químico en el que se obtienen electrones, ya sea mediante la eliminación de oxígeno, el agregado de hidrógeno o de electrones.

reduction potential / potencial de reducción: disminución de voltaje que se produce cuando un ion positivo se vuelve menos positivo o neutro, o cuando un átomo neutro se convierte en un ion negativo.

reflection / reflexión: cambio de dirección de una onda electromagnética en una superficie.

reforestation / reforestación: el restablecimiento y desarrollo de árboles en una zona forestal.

refraction / refracción: curvatura de un frente de onda a medida que este pasa entre dos sustancias en las que varía la velocidad de la onda.

relative age / edad relativa: edad de un objeto en relación con las edades de otros objetos.

rem / rem: cantidad de radiación ionizante que provoca tanto daño al tejido humano como un roentgen de rayos X de alto voltaje.

renewable / renovable: describe un recurso natural que puede reemplazarse a la misma velocidad con que se consume el recurso. También se usa para describir la energía que se obtiene de dichos recursos.

renewable resource / recurso renovable: recurso natural que puede reemplazarse a la misma velocidad con que se consume el recurso.

replication / replicación: proceso mediante el cual se copia el ADN.

repulsive force / fuerza de repulsión: fuerza que tiende a separar los objetos.

reservoir / reservorio: lugar o parte de un sistema en el que algo recopila o es recopilado.

resilience / resiliencia: capacidad de un ecosistema para recuperarse después de haber sufrido una perturbación.

resistance / resistencia: en las ciencias de la vida, la capacidad de un organismo para tolerar un agente químico o causante de enfermedades; la capacidad de un ecosistema para resistir el cambio a partir de una perturbación; en física, la oposición presentada por un material o dispositivo a la corriente eléctrica.

resolving power / poder de resolución: capacidad de un instrumento óptico para formar imágenes separadas de dos objetos que están juntos.

resonance / resonancia: enlace en moléculas o iones que no pueden ser representado de manera correcta por una única estructura de Lewis; en física, un fenómeno que ocurre cuando la frecuencia de una fuerza aplicada a un sistema coincide con la frecuencia natural de vibración del sistema, lo que da como resultado una gran amplitud de vibración.

respiration / respiración: proceso que se produce dentro de las células vivas mediante el cual la energía química de las moléculas orgánicas se convierte en energía utilizable, lo que supone el consumo de oxígeno y la producción de dióxido de carbono y agua como subproductos.

resultant / resultante: vector que representa la suma de dos o más vectores.

reversible reaction / reacción reversible: reacción química en la que los productos vuelven a formar los reactivos originales.

ribosome / ribosoma: orgánulo que une los aminoácidos para formar proteínas.

ridge push / empuje dorsal: fuerza que se ejerce al enfriarse y hundirse la roca en las placas litosféricas que se extienden en una dorsal oceánica.

rms current / corriente rms: valor de la corriente alterna que brinda el mismo efecto de calentamiento que el valor correspondiente de la corriente continua.

rock cycle / ciclo de las rocas: serie de procesos en los que las rocas se forman, cambian de una forma a otra, se destruyen y vuelven a formarse mediante procesos geológicos.

roentgen / roentgen: unidad de dosis de radiación de rayos X o rayos gamma que es igual a la cantidad de radiación que producirá $2{,}58 \times 10{-}4$ de iones por kilogramo de aire a presión atmosférica.

rotational kinetic energy / energía cinética rotacional: energía de un objeto que se debe al movimiento de rotación del objeto.

S

S-wave / onda S: onda secundaria, u onda de corte; una onda sísmica que hace que las partículas de roca se muevan en una dirección de lado a lado perpendicular a la dirección en que se propaga la onda; las ondas S son las segundas ondas sísmicas más rápidas y solo pueden propagarse a través de sólidos.

salt / sal: compuesto iónico que se forma cuando un átomo de metal o un radical positivo reemplaza el hidrógeno de un ácido.

saponification / saponificación: reacción química en la que los ésteres de los ácidos grasos reaccionan con una base fuerte para producir glicerol y una sal de ácido graso; El proceso que se utiliza para hacer jabón.

saturated hydrocarbon / hidrocarburo saturado: compuesto orgánico formado solo por carbono e hidrógeno unidos por enlaces simples.

saturated solution / solución saturada: solución que no puede disolver más soluto en las condiciones dadas.

scalar / escalar: cantidad física que tiene magnitud pero no posee dirección.

schematic diagram / diagrama esquemático: representación de un circuito que usa líneas para representar cables y diferentes símbolos para representar componentes.

scientific method / método científico: serie de pasos para resolver problemas, entre otros, recopilación de datos, formulación de una hipótesis, prueba de la hipótesis y formulación de las conclusiones.

scientific notation / notación científica: método utilizado para expresar una cantidad como un número multiplicado por 10 a la potencia adecuada.

scintillation counter / contador de centelleo: instrumento que convierte la luz centelleante en una señal eléctrica para detectar y medir la radiación.

secondary energy source / fuente de energía secundaria: describe las fuentes de energía que derivan de las fuentes de energía primaria; por ejemplo, la electricidad es una fuente de energía secundaria que se produce al utilizar fuentes primarias como el carbón y el gas natural.

sediment / sedimento: partículas sólidas, como fragmentos de rocas erosionadas, materiales de organismos o minerales que se depositan en la solución que son transportados y depositados en la superficie de la Tierra o cerca de ella.

sedimentary rock / roca sedimentaria: roca que se forma al compactarse y cementarse las capas de sedimentos.

seismic wave / onda sísmica: onda de energía que viaja a través de la Tierra y lejos de la zona de un terremoto en todas direcciones.

seismogram / sismograma: trazado del movimiento sísmico registrado a través de un sismógrafo.

self-ionization of water / autoionización del agua: proceso en el que dos moléculas de agua producen un ion hidronio y un ion hidróxido al transferir un protón.

semipermeable membrane / membrana semipermeable: membrana que permite el paso de solo ciertas moléculas.

series / serie: describe dos o más componentes de un circuito que suministran una ruta única para la corriente.

Multilingual Science Glossary

sex chromosome / cromosoma sexual: uno de los pares de cromosomas que determina el sexo de una persona.

sex-linked gene / gen relacionado con el sexo: gen que se encuentra en un cromosoma sexual.

sexual selection / selección sexual: selección en la que ciertos rasgos mejoran el resultado del apareamiento; por ende, los rasgos se traspasan a la descendencia.

shielding / protección: material que absorbe la radiación y que se utiliza para disminuir la fuga de radiación en los reactores nucleares.

SI / SI: Le Système International d'Unités o Sistema Internacional de Unidades es el sistema de medición aceptado a nivel mundial.

significant figure / cifra significativa: lugar decimal prescrito que determina la cantidad de redondeo que se hará según la precisión de la medición.

silicate / silicato: mineral que contiene una combinación de silicio y oxígeno y que también puede contener uno o más metales.

simple harmonic motion / movimiento armónico simple: vibración sobre una posición de equilibrio en la que una fuerza de restauración es proporcional al desplazamiento desde el equilibrio.

single bond / enlace simple: enlace covalente en el que dos átomos comparten un par de electrones.

single-displacement reaction / reacción de desplazamiento simple: reacción en la que un elemento o radical toma el lugar de otro elemento o radical en un compuesto.

sinkhole / sumidero: depresión circular que se forma cuando la roca se disuelve, cuando el sedimento superpuesto llena una cavidad existente, o cuando el techo de una caverna o una mina colapsa.

slab pull / fuerza de arrastre: fuerza en un límite de subducción ejercida sobre una placa de subducción debido al peso que produce el hundimiento del borde.

smog / smog: contaminación del aire en la que los gases emitidos a partir de la quema de combustibles fósiles forman una niebla al reaccionar con la luz solar.

soil / suelo: mezcla suelta de fragmentos de roca y material orgánico que puede soportar el crecimiento de la vegetación.

soil erosion / erosión del suelo: proceso mediante el cual los materiales de la superficie de la Tierra se aflojan, disuelven o desgastan y son transportados de un lugar a otro por un agente natural, como el viento, el agua, el hielo o la gravedad.

solar wind / viento solar: corriente de partículas ionizadas de alta velocidad, expulsadas principalmente de la corona del sol.

solenoid / solenoide: bobina de hilo conductor aislado y enrollado de manera helicoidal.

solid / sólido: estado de la materia en el que el volumen y la forma de una sustancia son fijos.

solubility / solubilidad: capacidad de una sustancia de disolverse en otra sustancia a una temperatura y presión determinadas; expresada en términos de la cantidad de soluto que se disolverá en una cantidad dada de solvente para producir una solución saturada.

solubility product constant / constante del producto de solubilidad: constante de equilibrio para un sólido que está en equilibrio con los iones disueltos del sólido.

soluble / soluble: capaz de disolverse en un solvente particular.

solute / soluto: en una solución, la sustancia que se disuelve en el solvente.

solution / solución: mezcla homogénea de dos o más sustancias dispersas de manera uniforme en una única fase.

solution equilibrium / equilibrio de solución: estado físico en el cual los procesos opuestos de disolución y cristalización de un soluto se producen a velocidades iguales.

solvated / solvatado: describe una molécula de soluto rodeada por moléculas solventes.

solvent / solvente: en una solución, la sustancia en la cual otra sustancia (el soluto) se disuelve.

somatic cell / célula somática: célula que constituye la totalidad de los tejidos y órganos del cuerpo, excepto los gametos.

speciation / especiación: evolución de dos o más especies a partir de especies ancestrales.

species / especies: grupo de organismos tan similares entre sí que pueden reproducirse y producir una descendencia fértil.

specific heat capacity / capacidad de calor específico: cantidad de calor requerido para elevar una unidad de masa de material homogéneo de 1 K o 1° C de una manera específica, a una presión y volumen constantes.

spectator ions / iones espectadores: iones que están presentes en una solución en la que se está produciendo una reacción, pero que no participan en la reacción.

spectrum / espectro: patrón de radiación visto o registrado cuando los componentes que componen la luz se separan en orden de frecuencia, como cuando la luz pasa a través de un prisma.

spin quantum number / número cuántico de espín: número cuántico que describe el ímpetu angular intrínseco de una partícula.

spring constant / resorte constante: energía disponible para su uso cuando un objeto elástico deformado regresa a su configuración original.

stabilizing selection / selección estabilizadora: tipo de selección natural en la que se seleccionan fenotipos intermedios en lugar de fenotipos en ambos extremos.

standard electrode potential / potencial normal de electrodo: potencial desarrollado por un metal u otro material sumergido en una solución de electrolito relacionado con el potencial del electrodo de hidrógeno, al que se le asigna el cero.

standard solution / solución estándar: solución de concentración conocida, expresada en términos de la cantidad de soluto en una cantidad determinada de solvente o solución.

standard temperature and pressure / temperatura y presión estándar: en el caso de un gas, la temperatura de 0° C y la presión de 1.00 atm.

standing wave / onda estacionaria: patrón de onda que se produce cuando dos ondas de la misma frecuencia, longitud y amplitud viajan en sentido opuesto e interfieren.

static friction / fricción estática: fuerza que resiste el inicio del movimiento deslizante entre dos superficies que están en contacto y en reposo.

stem cell / célula madre: célula que puede dividirse por largos períodos mientras permanece indiferenciada.

stimulus / estímulo: algo que causa una respuesta fisiológica.

stoichiometry / estequiometría: relaciones proporcionales entre dos o más sustancias durante una reacción química.

stratosphere / estratósfera: capa de la atmósfera que se encuentra entre la tropósfera y la mesósfera y en la que la temperatura aumenta a medida que aumenta la altitud; contiene la capa de ozono.

stress / tensión: fuerza por unidad de área dentro de un objeto; la resistencia interna de un objeto a una fuerza aplicada.

strong acid / ácido fuerte: ácido que se ioniza enteramente en un solvente.

strong electrolyte / electrolito fuerte: compuesto que se disocia completamente o en gran medida en una solución acuosa, como sales minerales solubles.

strong force / fuerza fuerte: interacción que une los nucleones en un núcleo.

structural formula / fórmula estructural: fórmula que indica la ubicación de los átomos, grupos o iones relacionados entre sí en una molécula y que indica la cantidad y ubicación de los enlaces químicos.

71

structural isomers / isómeros estructurales: dos o más compuestos que tienen el mismo número y tipos de átomos y el mismo peso molecular, pero que difieren en el orden en que los átomos están unidos entre sí.

subduction / subducción: proceso en un límite convergente en el que una placa oceánica desciende por debajo de otra placa superior.

sublimation / sublimación: proceso por el cual un sólido se transforma directamente en un gas (el término también puede ser usado para indicar el proceso inverso).

subsidence / subsidencia: hundimiento de un terreno debido a procesos geológicos.

substitution reaction / reacción de sustitución: reacción en la cual uno o más átomos reemplazan a otro átomo o grupo de átomos en una molécula.

sunspot / mancha solar: área oscura de la fotosfera del sol que es más fría que la zona circundante y que cuenta con un campo magnético fuerte.

superconductor / superconductor: material cuya resistencia es cero a una cierta temperatura crítica, que varía con cada material.

supercontinent / supercontinente: masa de tierra hipotética que contiene la mayor parte de la corteza continental de la Tierra; de acuerdo con la teoría de la tectónica de placas, los supercontinentes se forman y se rompen.

supercooled liquid / líquido sobreenfriado: líquido que se enfría por debajo de su punto de congelación normal sin solidificarse.

supernova / supernova: evento energético que se produce después del colapso del núcleo de hierro de una estrella masiva; se producen elementos de masa atómica superiores al hierro.

supersaturated solution / solución sobresaturada: solución que contiene más soluto disuelto de lo que se requiere para alcanzar el equilibrio a una temperatura dada.

surface process / proceso de la superficie: proceso que afecta a la geosfera en la superficie de la Tierra o cerca de ella y que es impulsado principalmente por la energía externa, como la meteorización y la erosión

surface tension / tensión superficial: fuerza que actúa sobre la superficie de un líquido y que tiende a minimizar el área de la superficie.

survivorship / supervivencia: probabilidad de sobrevivir a una edad en particular.

survivorship curve / curva de supervivencia: gráfica que muestra los miembros de cada grupo etario de una población que sobreviven a lo largo del tiempo.

suspension / suspensión: mezcla en la que las partículas de un material se dispersan de manera más o menos uniforme a través de un líquido o gas.

sustainability / sostenibilidad: condición en la cual las necesidades humanas se satisfacen de tal manera que una población humana puede sobrevivir de manera indefinida.

sustainable / sostenible: capaz de ser continuado o prolongado.

sustainable development / desarrollo sostenible: práctica según la cual no se deben utilizar los recursos naturales más rápidamente de lo que pueden volver a reponerse.

symbiosis / simbiosis: relación ecológica entre los miembros de al menos dos especies diferentes que viven en contacto directo entre sí.

synthesis reaction / reacción de síntesis: reacción en la que dos o más sustancias se combinan para generar un compuesto nuevo.

system / sistema: conjunto de partículas o componentes interactuantes que se consideran una entidad física distinta con el propósito de realizar un estudio.

T

tangential acceleration / aceleración tangencial: aceleración de un objeto que es tangente a la trayectoria circular del objeto.

tangential speed / velocidad tangencial: velocidad de un objeto que es tangente a la trayectoria circular del objeto.

tar sand / arena bituminosa: arena o arenisca que contiene petróleo, de la cual han escapado los volátiles y solo queda un residuo de hidrocarburo (asfalto).

technology / tecnología: aplicación de la ciencia y la ingeniería con fines prácticos; el uso de herramientas, máquinas, materiales y procesos para satisfacer las necesidades humanas.

tectonic plate / placa tectónica: bloque de litósfera que consiste en la corteza y la parte más rígida y externa del manto.

temperature / temperatura: medición para saber qué tan caliente (o frío) está un cuerpo o una sustancia; específicamente, una medición de la energía cinética promedio de las partículas en un objeto.

test cross / cruzamiento de prueba: cruzamiento entre un organismo y un genotipo desconocido y un organismo con un fenotipo recesivo.

theoretical yield / rendimiento teórico: cantidad máxima de producto que se puede producir a partir de una cantidad determinada de reactivo.

theory / teoría: explicación de algún fenómeno que se basa en la observación, la experimentación y el razonamiento.

thermal energy / energía térmica: energía cinética total de las partículas de una sustancia.

thermal equilibrium / equilibrio térmico: estado en el que dos cuerpos en contacto físico entre sí tienen temperaturas idénticas o no intercambian energía calórica.

thermochemical equation / ecuación termoquímica: ecuación que incluye la cantidad de energía en forma de calor liberado o absorbido durante la reacción.

thermochemistry / termoquímica: rama de la química que estudia los cambios de energía que acompañan a las reacciones químicas y los cambios de estado.

thermodynamics / termodinámica: rama de la ciencia relacionada con los cambios de energía que acompañan a los cambios químicos y físicos.

thermosphere / termósfera: capa superior de la atmósfera en la que la temperatura aumenta a medida que aumenta la altitud; incluye la ionosfera.

tidal energy / energía mareomotriz: energía producida debido a la atracción gravitacional del sol y la luna sobre los océanos de la Tierra.

till / till: material de roca no estratificado que es depositado directamente por un glaciar en proceso de deshielo.

timbre / timbre: calidad musical de un tono que deriva de la combinación de armónicos presentes a diferentes intensidades.

tissue / tejido: grupo de células que trabajan juntas para llevar a cabo una función similar.

titration / titulación: método para determinar la concentración de una sustancia en solución mediante el agregado de una solución de volumen y concentración conocidos hasta que se completa la reacción, que generalmente se indica mediante un cambio en el color.

topography / topografía: tamaño y forma de las características de la superficie terrestre de una región, entre ellas, su relieve.

torque / par de torsión: cantidad que mide la capacidad de una fuerza para rotar un objeto alrededor de algún eje.

total internal reflection / reflexión interna total: reflexión completa que se produce dentro de una sustancia cuando el ángulo de incidencia de la luz que recae sobre el límite de la superficie es menor que el ángulo crítico.

Multilingual Science Glossary

tradeoff / intercambio: el dar algo a cambio de otra cosa, suele aplicarse al proceso de diseño técnico.

trait / rasgo: característica que se hereda.

transcription / transcripción: proceso de copiar una secuencia de nucleótidos de ADN para formar una cadena complementaria de ARNm.

transcription factor / factor de transcripción: enzima necesaria para comenzar o continuar la transcripción genética.

transform boundary / límite de transformación: límite entre las placas tectónicas que se deslizan una tras otra en forma horizontal.

transformer / transformador: dispositivo que aumenta o disminuye la fem de corriente alterna.

transgenic / transgénico: organismo cuyo genoma ha sido modificado para incluir uno o más genes de otro organismo o especie.

transistor / transistor: dispositivo semiconductor que puede amplificar la corriente y que se usa en amplificadores, osciladores e interruptores.

transition element / elemento de transición: uno de los metales que puede usar la capa interior para adherirse antes de usar la capa exterior.

transition interval / intervalo de transición: rango de concentración sobre el que se puede observar una variación en un indicador químico.

translation / traducción: proceso mediante el cual se decodifica el ARNm y se produce una proteína.

transmutation / transmutación: transformación de los átomos de un elemento en átomos de un elemento diferente como resultado de una reacción nuclear.

transuranium element / elemento transuránico: elemento sintético cuyo número atómico es mayor que el del uranio (número atómico 92).

transverse wave / onda transversal: onda cuyas partículas vibran en forma perpendicular a la dirección en que se propaga la onda.

triple point / punto triple: condiciones de temperatura y presión a las que coexisten en equilibrio las fases sólida, líquida y gaseosa de una sustancia.

troposphere / troposfera: capa más baja de la atmósfera, en la cual la temperatura cae a un ritmo constante a medida que aumenta la altitud; parte de la atmósfera donde existen condiciones climáticas.

triprotic acid / ácido triprótico: ácido que tiene tres protones ionizables por molécula, como el ácido fosfórico.

trough / punto mínimo: punto más bajo debajo de la posición de equilibrio.

U

ultraviolet catastrophe / catástrofe ultravioleta: predicción fallida de la física clásica según la cual la energía irradiada por un cuerpo negro a longitudes de onda extremadamente cortas es enorme y que la energía total que se irradia es infinita.

uncertainty principle / principio de incertidumbre: principio que establece que es imposible determinar al mismo tiempo la posición y el momento de una partícula con una precisión infinita.

unified atomic mass unit / unidad de masa atómica unificada: unidad de masa que describe la masa de un átomo o una molécula; es exactamente 1/12 de la masa de un átomo de carbono con un número de masa 12 (abreviación, u).

uniformitarianism / uniformismo: teoría según la cual los procesos geológicos que dan forma a la Tierra son uniformes a lo largo del tiempo.

unit cell / celda unidad: porción más pequeña de una red cristalina que muestra el patrón tridimensional de toda la red.

unsaturated hydrocarbon / hidrocarburo no saturado: hidrocarburo que tiene enlaces de valencia disponibles, por lo general a partir de enlaces dobles o triples con carbono.

unsaturated solution / solución no saturada: solución que contiene menos soluto que una solución saturada y que es capaz de disolver más cantidad de soluto.

uplift / levantamiento: elevar; el acto, proceso o resultado de elevar o levantar algo; un levantamiento.

V

valence electron / electrón de valencia: electrón que se encuentra en la capa más externa de un átomo y que determina las propiedades químicas del átomo.

vaporization / vaporización: proceso por el cual un líquido o sólido se transforma en gas.

vector / vector: cantidad física que tiene tanto una magnitud como una dirección.

velocity / velocidad: velocidad de un objeto en una dirección determinada.

vestigial structure / estructuras vestigiales: remanentes de un órgano o una estructura que funcionaba en un antepasado.

virtual image / imagen virtual: imagen desde la cual los rayos de luz divergen, aunque en realidad no estén enfocados allí; una no se puede proyectar una imagen virtual en una pantalla.

volatile / volátil: que se evapora fácilmente a temperaturas y presiones normales; una sustancia que es volátil.

volcano / volcán: abertura o fisura en la superficie de la Tierra a través de la cual se expulsan magma y gases.

voltage / voltaje: volumen de trabajo para mover una carga eléctrica de la unidad entre dos puntos; expresado en voltios

voltaic cell / célula voltaica: célula primaria que consta de dos electrodos formados por diferentes metales inmersos en un electrolito; se la utiliza para generar voltaje.

volume / volumen: medida del tamaño de un cuerpo o región en un espacio tridimensional.

VSEPR theory (valence shell electron pair repulsion theory) / Teoría TRePEV (Teoría de repulsión de pares de electrones de valencia): teoría que predice algunas formas moleculares basada en la idea de que los pares de electrones de valencia en torno al átomo se repelen entre sí.

W

wastewater / aguas residuales: agua que contiene desechos de los hogares o la industria.

watershed / cuenca hidrográfica: área de tierra que es drenada por un sistema fluvial.

wavelength / longitud de onda: la distancia entre dos puntos similares adyacentes de una onda, por ejemplo de cresta a cresta o de depresión a depresión.

weak acid / ácido débil: ácido que libera solo algunos iones de hidrógeno en una solución acuosa.

weak electrolyte / electrolito débil: compuesto que se disocia, solo en pequeña medida, en una solución acuosa.

weak force / fuerza débil: fuerza involucrada en la interacción de ciertas partículas subatómicas.

weather / clima: estado de la atmósfera a corto plazo, incluidos la temperatura, la humedad, la lluvia, el viento y la visibilidad.

weathering / meteorización: proceso natural mediante el cual los agentes atmosféricos y ambientales, como el viento, la lluvia y los cambios de temperatura, desintegran y descomponen las rocas.

weight / peso: medida de la fuerza gravitacional ejercida sobre un objeto; su valor puede variar según la ubicación del objeto en el universo.

word equation / ecuación de palabras: ecuación en la que los reactivos y productos en una reacción química están representados a través de palabras.

work / trabajo: transferencia de energía a un objeto debido a una fuerza que provoca un cambio en el movimiento del objeto en la dirección de la fuerza; el producto del componente de una fuerza a lo largo de la dirección del desplazamiento y la magnitud del desplazamiento.

work function / función de trabajo: energía mínima necesaria para eliminar un electrón de un átomo de metal.

work–kinetic energy theorem / teorema del trabajo y la energía cinética: el trabajo neto realizado por todas las fuerzas que actúan sobre un objeto es igual al cambio en la energía cinética del objeto.

Bảng Thuật Ngữ Khoa Học Đa Ngôn Ngữ

Bảng thuật ngữ này là một danh sách theo thứ tự abc các cụm từ chính cùng với nghĩa của chúng, như được dùng trong các chương trình Khoa Học HMH. Bảng thuật ngữ có bằng các ngôn ngữ sau đây: Tiếng Anh, tiếng Tây Ban Nha, tiếng Việt, tiếng Philippines/Tagalog, tiếng Hoa Giản Thể (cho người nói tiếng Quan Thoại và Quảng Đông), tiếng Ả Rập, Hmong, tiếng Hàn, tiếng Punjabi, tiếng Nga, tiếng Bồ Đào Nha của Brazil, và tiếng Creole của Haiti.

A

abiotic factor / yếu tố phi sinh học yếu tố không sinh sống trong một hệ sinh thái, như độ ẩm, nhiệt độ, gió, ánh nắng, đất, và khoáng chất

absolute zero / số 0 tuyệt đối nhiệt độ mà tại đó mọi chuyển động phân tử đều ngừng (0 K trên nhiệt kế Kelvin hay −273.16°C trên nhiệt kế Celsius)

absorption spectrum / quang phổ hấp thụ một biểu đồ hoặc đồ thị biểu thị bước sóng của năng lượng bức xạ mà một chất hấp thụ

abrasion / sự mài mòn sự mài xát và làm mòn các bề mặt đá qua tác động cơ học của các hạt cát hay đá khác

absolute age / tuổi tuyệt đối tuổi bằng số của một vật hoặc sự kiện, thường tính bằng năm trước hiện tại, như được thiết lập bởi một quy trình tính niên đại tuyệt đối chẳng hạn như niên đại phóng xạ

acceleration / gia tốc mức độ mà tại đó vận tốc thay đổi theo thời gian; một vật tăng tốc nếu tốc độ, hướng của nó, hoặc cả hai, thay đổi

accretion / bồi đắp quá trình tăng trưởng về kích thước xảy ra do sự bổ sung, hợp nhất hoặc bao hàm bên ngoài

accuracy / độ chính xác mô tả một việc đo lường gần sát đến mức nào với giá trị đúng hoặc được chấp nhận của đại lượng được đo

acid / acid mọi hợp chất làm tăng số ion của hydronium khi tan trong nước

acid-base indicator / vật chỉ acid-base một chất thay đổi về màu tùy thuộc vào độ pH của dung dịch chứa chất đó

acid ionization constant / hằng số ion hóa acid một hằng số cân bằng cho sự phân ly của một acid ở một nhiệt độ cụ thể; ký hiệu bằng K_a

acid precipitation / mưa acid mưa, mưa đá, hay tuyết có chứa một lượng tích tụ acid lớn

actinide / actinide bất cứ nguyên tố nào thuộc loạt, có các số nguyên tử từ 89 (actinium, Ac) đến 103 (lawrencium, Lr)

activated complex / hợp chất được kích hoạt một phân tử trong một trạng thái không ổn định trung gian với các chất phản ứng và các sản phẩm trong một phản ứng hóa học

activation energy / năng lượng kích hoạt năng lượng tối thiểu cần thiết để bắt đầu một phản ứng hóa học

active margin / gờ hoạt động một gờ lục địa tại đó một thềm đại dương đang sụt xuống dưới một thềm lục địa; với sự có mặt của một khối lục địa hẹp và một rãnh biển sâu

activity series / loạt hoạt động một loạt các yếu tố có đặc tính tương tự và được sắp xếp theo thứ tự giảm dần của hoạt động hóa học; ví dụ về loạt hoạt động bao gồm các kim loại và halogen

actual yield / sản lượng thực tế số lượng đo được của một sản phẩm của một phản ứng

adaptation / sự thích ứng đặc tính thừa kế được chọn qua thời gian vì nó cho phép các sinh vật sinh tồn tốt hơn trong môi trường của chúng

addition reaction / phản ứng bổ sung một phản ứng trong đó một nguyên tử hoặc phân tử được thêm vào một phân tử chưa bão hòa

adenosine diphosphate (ADP) / adenosine diphosphate (ADP) một phân tử hữu cơ tham gia vào sự trao đổi năng lượng; bao gồm một base thuần ni tơ, một loại đường, và hai nhóm phosphate

adenosine triphosphate (ATP) / adenosine triphosphate (ATP) một phân tử hữu cơ đóng vai trò nguồn năng lượng chính cho các quá trình tế bào; gồm một base thuần ni tơ, một loại đường, và ba nhóm phosphate

adiabatic process / quá trình nhiệt một quá trình nhiệt động lực học trong đó không có năng lượng được truyền đến hoặc từ hệ thống dưới dạng nhiệt

aerobic / hiếu khí chỉ một quá trình đòi hỏi ôxy

air mass / khối không khí một lượng không khí lớn mà trong đó nhiệt độ và thành phần độ ẩm tương tự nhau

albedo / suất phản chiếu phần bức xạ được phản xạ khỏi bề mặt của một vật

alcohol / rượu một hợp chất hữu cơ chứa một hoặc nhiều nhóm hydroxyl gắn với các nguyên tử carbon

aldehyde / aldehyde một hợp chất hữu cơ có chứa nhóm carbonyl, —CHO

alkali metal / kim loại kiềm một trong những nguyên tố thuộc Nhóm 1 của bảng tuần hoàn hóa học (lithium, sodium, potassium, rubidium, cesium, và francium)

alkaline-earth metal / kim loại kiềm đất một trong những nguyên tố thuộc Nhóm 2 của bảng tuần hoàn (beryllium, magnesium, calcium, strontium, barium, và radium)

alkane / alkane một hydrocarbon có một chuỗi carbon thẳng hoặc phân nhánh chứa chỉ các liên kết đơn

alkene / alkene một hydrocarbon chứa một hoặc nhiều liên kết đôi

alkyl group / alkyl group một nhóm nguyên tử hình thành khi một nguyên tử hydro được loại bỏ khỏi một phân tử alkane

alkyl halide / alkyl halide một hợp chất được tạo thành từ một nhóm alkyl và một halogen (fluorine, chlorine, bromine, hoặc iodine)

alkyne / alkene một hydrocarbon chứa một hoặc nhiều liên kết đôi

allele / allele bất cứ hình thức thay thế nào của một gene mà xuất hiện tại một nơi cụ thể trên một nhiễm sắc thể

allele frequency / tần suất allele tỷ lệ trong tập thể gene của một allele so với tất cả các allele cho đặc tính đó

alloy / hợp kim một hỗn hợp chất rắn hoặc lỏng của hai hoặc nhiều kim loại, của một kim loại và phi kim, hoặc của kim loại và á kim; có các thuộc tính được tăng cường so với các thành phần hoặc thuộc tính riêng lẻ không có trong các thành phần ban đầu

alluvial fan / quạt phù sa một khối vật chất đá hình quạt được một dòng suối lắng lọng khi dốc của đất giảm đột ngột; ví dụ, các quạt phù sa hình thành khi các dòng suối chảy từ núi đến đất phẳng

alpha particle / hạt alpha một nguyên tử tích điện dương được thải ra trong sự tan rã của các nguyên tố phóng xạ và gồm hai proton và hai neutron

alternating current / dòng xoay chiều một dòng điện thay đổi chiều tại các quãng cách đều đặn (viết tắt là AC)

altruism / lòng vị tha hành vi trong đó một động vật giảm bớt sự thoải mái của chính nó để giúp các thành viên khác trong nhóm xã hội của nó

amine / amine một hợp chất hữu cơ mà có thể được xem là một chất phái sinh của ammonia

amino acid / acid amin phân tử tạo thành các protein; cấu tạo gồm carbon, hydro, ôxy, ni tơ, và đôi khi là lưu huỳnh

amorphous solid / chất rắn vô định hình một chất rắn trong đó các hạt không được sắp xếp theo chu kỳ hoặc thứ tự

amphoteric / lưỡng tính miêu tả một chất, ví dụ nước, mà có các tính chất của một acid và các tính chất của một base

amplitude / biên độ khoảng cách tối đa mà các hạt của một môi trường sóng rung động từ vị trí nghỉ của chúng

anabolism / đồng hóa sự tổng hợp trao đổi chất của các protein, chất béo, và các phân tử sinh học từ các phân tử nhỏ hơn; đòi hỏi năng lượng dưới dạng ATP

anaerobic process / quá trình kỵ khí một quá trình không đòi hỏi ôxy

analogous structure / cấu trúc tương tự bộ phận cơ thể tương tự về chức năng nhưng khác về cấu trúc so với một bộ phận cơ thể của một sinh vật khác

angiosperm / cây bí tử một loài cây sản sinh hạt bên trong trái; một cây có hoa

angle of incidence / góc tới góc giữa một tia chiếu vào một bề mặt và đường thẳng vuông góc với bề mặt đó tại điểm tiếp xúc

angle of reflection / góc phản xạ góc tạo bởi đường vuông góc với một bề mặt và hướng theo đó một tia phản xạ di chuyển

angular acceleration / gia tốc góc mức độ thay đổi theo thời gian của vận tốc góc, thường được biểu thị bằng radian trên giây trên giây

angular displacement / dịch chuyển góc góc qua đó một điểm, đường thẳng, hoặc khối được quay theo một hướng cho trước và quanh một trục cho trước

angular momentum / đà góc đối với một vật quay, tích của moment quán tính của vật với vận tốc góc quanh cùng một trục

angular velocity / vận tốc góc tốc độ tại đó một khối quay quanh một trục, thường được biểu thị bằng radian trên giây

anion / ion âm một ion có điện tích âm

anode / dương cực điện cực mà trên bề mặt của nó diễn ra sự ôxy hóa; các ion âm di chuyển về phía dương cực, và các electron rời hệ thống từ dương cực

anthroposphere / nhân chủng quyển phần của Trái Đất mà đã được xây dựng hoặc sửa đổi bởi con người; đôi khi được coi là một trong các quyển của hệ Trái Đất

antinode / bụng sóng một điểm trong một sóng đứng, nằm giữa hai nút, tại đó sự dịch chuyển lớn nhất diễn ra

apoptosis / chết rụng sự chết của tế bào được lập trình

aquifer / tầng ngậm nước một khối đá hay trầm tích chứa nước ngầm và cho nước ngầm chảy qua

aromatic hydrocarbon / hydrocarbon thơm một thành viên lớp hydrocarbon (mà benzene là thành viên đầu tiên) bao gồm các tập hợp các nguyên tử carbon liên hợp tuần hoàn và có các năng lượng cộng hưởng lớn

array / mảng một sự sắp xếp các mục hoặc giá trị theo các hàng và cột, một ma trận

Arrhenius acid / acid Arrhenius một chất mà tăng nồng độ các ion hydronium trong dung dịch nước

Arrhenius base / base Arrhenius một chất làm tăng nồng độ các ion hydroxide trong dung dịch nước

artificial selection / tuyển chọn nhân tạo quy trình theo đó con người sửa đổi một loài bằng cách chăn nuôi nó để có một số đặc tính

artificial transmutation / biến đổi nhân tạo sự biến đổi các nguyên tử của một nguyên tố thành các nguyên tử của nguyên tố khác do phản ứng hạt nhân, chẳng hạn như bắn phá với các neutron

asthenosphere / nhu quyển lớp phủ nhựa rắn phía dưới thạch quyển; cấu tạo bằng đá phủ chảy từ từ, cho phép các tầng kiến tạo chuyển động bên trên nó

atmosphere / khí quyển một hỗn hợp khí và các hạt bao quanh một hành tinh, mặt trăng, hoặc cơ thể thiên thể khác; một trong bốn lĩnh vực chính của hệ thống Trái đất

atmosphere of pressure / khí quyển áp suất áp suất của khí quyển Trái Đất tại mực nước biển; tương đương 760 mm thủy ngân

atom / nguyên tử đơn vị nhỏ nhất của một nguyên tố mà duy trì các tính chất hóa học của nguyên tố đó

atomic number / số nguyên tử số proton trong hạt nhân của một nguyên tử; số nguyên tử là giống nhau cho tất cả các nguyên tử của một nguyên tố

atomic radius / bán kính nguyên tử một nửa của khoảng cách giữa tâm của các nguyên tử giống nhau mà không được liên kết với nhau

ATP; adenosine triphosphate / ATP; adenosine triphosphate phân tử nhiều năng lượng chứa năng lượng bên trong các liên kết của nó mà các tế bào có thể dùng

attractive force / lực hấp dẫn lực mà có xu hướng gom các vật lại với nhau

Aufbau principle / nguyên lý Aufbau nguyên tắc cho rằng cấu trúc của mỗi nguyên tố kế tiếp có được bằng cách cộng một proton vào hạt nhân của nguyên tử và một electron vào quỹ đạo ít năng lượng nhất có sẵn

autosome / nhiễm sắc thể thường nhiễm sắc thể mà không phải là nhiễm sắc thể giới tính; ở người, các nhiễm sắc thể được đánh số từ 1 đến 22

autotroph / sinh vật tự dưỡng một sinh vật chuyên tự sản xuất chất dinh dưỡng từ các chất vô cơ hoặc từ môi trường thay vì ăn các sinh vật khác

average atomic mass / khối lượng nguyên tử trung bình trọng số bình quân của khối lượng của tất cả các đồng vị xuất hiện tự nhiên của một nguyên tố

average velocity / vận tốc trung bình sự dịch chuyển toàn bộ chia cho quãng cách thời gian trong đó sự dịch chuyển diễn ra

Avogadro's law / định luật Avogadro định luật nói rằng các thể tích khí bằng nhau ở cùng nhiệt độ và áp suất chứa cùng số lượng phân tử

Avogadro's number / số Avogadro 6.02×10^{23}, số nguyên tử hoặc phân tử trong 1 mol

axis / trục một đường thẳng tưởng tượng mà các phần của một cấu trúc hoặc khối được tham chiếu

B

back emf / emf ngược emf được gây ra trong một cuộn dây động cơ có xu hướng giảm dòng điện trong cuộn dây của động cơ

barometer / phong vũ biểu một dụng cụ để đo lường áp suất khí quyển

base / base bất cứ hợp chất nào làm tăng số ion hydroxide khi hòa tan trong nước

beat / nhịp biến thể định kỳ trong biên độ của một sóng mà là sự chồng lên nhau của hai sóng có tần số hơi khác nhau

benzene / benzene hydrocarbon thơm đơn giản nhất

beta particle / hạt beta một electron tích điện phát ra trong các loại phân rã phóng xạ nào đó, chẳng hạn phân rã beta

big bang theory / thuyết vụ nổ lớn lý thuyết rằng tất cả vật chất và năng lượng trong vũ trụ đã được nén vào một thể tích cực kỳ đặc mà 13.8 tỷ năm trước bất ngờ trải rộng ra theo mọi hướng

binary acid / acid nhị phân một acid chứa chỉ hai nguyên tố khác nhau: hydro và một trong các nguyên tố điện âm

binary compound / hợp chất nhị phân một hợp chất gồm hai nguyên tố khác nhau

binary fission / phân hạch nhị phân sự sinh sản vô tính trong đó một tế bào phân chia thành hai phần bằng nhau

binding energy / năng lượng ràng buộc năng lượng được giải phóng khi các hạt nhân không ràng buộc kết hợp với nhau để tạo thành một hạt nhân ổn định, mà tương đương với năng lượng cần thiết để phá vỡ hạt nhân thành từng hạt nhân đơn lẻ

biodiversity / đa dạng sinh học sự đa dạng của các sinh vật trong một khu vực nhất định, sự biến đổi di truyền trong một quần thể, sự đa dạng của các loài trong một cộng đồng, hoặc sự đa dạng của các cộng đồng trong một hệ sinh thái

bioengineering / kỹ thuật sinh học việc ứng dụng các khái niệm kỹ thuật vào các vật sống

biogeochemical cycle / chu kỳ sinh địa hóa sự chuyển động của một hóa chất qua các bộ phận sinh học hoặc địa chất, hoặc sống và không sống, của một hệ sinh thái

bioinformatics / tin sinh học việc dùng các cơ sở dữ liệu máy tính để tổ chức và phân tích dữ liệu sinh học

biomagnification / khuếch đại sinh học điều kiện trong đó các chất độc trở nên tập trung hơn trong các mô của các sinh vật ở cao hơn trong chuỗi thức ăn so với các mô của các sinh vật ở thấp hơn trong chuỗi thức ăn

biomass / sinh khối tổng khối lượng khô của tất cả các sinh vật trong một khu vực nhất định

biomass pyramid / kim tự tháp sinh khối một biểu đồ so sánh sinh khối của các mức độ dinh dưỡng khác nhau trong một hệ sinh thái

biome / quần xã sinh vật cộng đồng cấp vùng hoặc toàn cầu gồm các sinh vật có đặc điểm là các điều kiện khí hậu và các cộng đồng thực vật phát triển ở đó

biosphere / sinh quyển phần của Trái Đất nơi sự sống tồn tại; bao gồm tất cả các sinh vật sống trên Trái Đất; một trong bốn quyển chính của hệ Trái đất

biotechnology / công nghệ sinh học việc dùng và áp dụng các sinh vật và các quy trình sinh học

biotic factor / yếu tố sinh vật học một vật sống, ví dụ như một loài thực vật, động vật, nấm, hoặc vi khuẩn

blackbody / khối đen một vật hấp thu hoàn hảo thải ra bức xạ dựa trên chỉ nhiệt độ của nó

blackbody radiation / bức xạ thân đen bức xạ phát ra bởi một khối đen, đó là một bộ tản nhiệt và hấp thụ hoàn hảo và phát ra bức xạ chỉ dựa trên nhiệt độ của nó

boiling / sôi sự chuyển đổi một chất lỏng thành hơi bên trong chất lỏng cũng như ở bề mặt chất lỏng ở nhiệt độ và áp suất cụ thể; xảy ra khi áp suất hơi của chất lỏng bằng áp suất khí quyển

boiling point / điểm sôi nhiệt độ và áp suất tại đó một chất lỏng và một chất khí ở trạng thái cân bằng

boiling-point elevation / cao độ điểm sôi sự chênh lệch giữa điểm sôi của một chất lỏng ở trạng thái tinh khiết và điểm sôi của chất lỏng đó trong dung dịch; sự gia tăng phụ thuộc vào số lượng hạt chất tan có mặt

bond energy / năng lượng liên kết năng lượng cần thiết để phá vỡ một liên kết hóa học và tạo thành các nguyên tử cách ly trung lập

bottleneck effect / hiệu ứng cổ chai sự rung động di truyền đến từ một sự kiện làm giảm đáng kể quy mô của một quần thể

Boyle's law / định luật Boyle định luật nói rằng đối với một lượng khí cố định ở nhiệt độ không đổi, thể tích khí tăng khi áp suất khí giảm và khối lượng khí giảm khi áp suất khí tăng lên

Brønsted-Lowry acid / acid Brønsted-Lowry một chất mà cho một proton cho một chất khác

Brønsted-Lowry acid-base reaction / phản ứng acid-base Brønsted-Lowry sự truyền các proton từ chất phản ứng này (acid) sang chất phản ứng khác (base)

Brønsted-Lowry base / base Brønsted-Lowry một chất mà nhận một proton

buffer / dung dịch được đệm một dung dịch mà có thể chống lại sự thay đổi về pH khi một acid hoặc một base được thêm vào nó; một chất đệm

buoyant force / lực nổi lực đẩy lên trên được tác dụng bởi một chất lỏng lên một vật được nhúng vào hoặc nổi trên chất lỏng

C

calorie / calorie lượng năng lượng cần thiết để năng nhiệt độ của 1 g nước lên 1 °C; Calorie dùng để chỉ lượng năng lượng của thức ăn là một kilocalorie

calorimeter / nhiệt lượng kế một thiết bị dùng để đo năng lượng khi nhiệt được hấp thu hoặc thải ra trong một sự thay đổi về hóa học hoặc vật lý

calorimetry / đo nhiệt lượng một thủ tục thí nghiệm dùng để đo năng lượng được truyền từ chất này sang chất khác dưới dạng nhiệt

capacitance / điện dung khả năng một chất dẫn tích trữ năng lượng ở dạng điện tích riêng biệt

capillary action / thao tác mao mạch sự hấp dẫn của bề mặt một chất lỏng với bề mặt một chất rắn, làm cho chất lỏng tăng hoặc giảm **carbohydrate / carbohydrate** bất cứ hợp chất nào được cấu tạo bởi carbon, hydro, và ôxy
và cung cấp chất dinh dưỡng cho các tế bào sinh vật

carbon cycle / chu kỳ carbon sự di chuyển của carbon từ môi trường không sống vào các vật sống và trở lại

carboxylic acid / acid carboxylic một acid hữu cơ chứa nhóm hoạt động carboxyl

carrying capacity / công suất chứa dân số lớn nhất mà một môi trường có thể hỗ trợ tại bất cứ thời điểm nào

catabolism / dị hóa sự phân hủy hóa học của các chất sinh học phức hợp, chẳng hạn như carbohydrate, protein và glycogen, kèm theo sự giải phóng năng lượng

catalysis / xúc tác sự tăng tốc một phản ứng hóa học bởi một chất xúc tác

catalyst / chất xúc tác một chất thay đổi tốc độ của một phản ứng hóa học mà không cần phải được tiêu thụ hay thay đổi nhiều

catenation / nối tiếp sự ràng buộc một nguyên tố với chính nó để tạo thành các chuỗi hoặc vòng

cathode / âm cực điện cực mà trên bề mặt nó diễn ra sự giảm sút

cathode ray / tia âm cực các electron được thải ra từ âm cực của một ống điện tích

cation / cation một ion có điện tích dương

cell / tế bào trong sinh vật học, đơn vị nhỏ nhất mà có thể thực hiện tất cả các quy trình đời sống; các tế bào được phủ một lớp màng và chứa DNA và tế bào chất

cell cycle / chu kỳ tế bào kiểu cách tăng trưởng, nhân đôi DNA, và phân chia tế bào xảy ra trong một tế bào

cell differentiation / phân biệt tế bào các quá trình trong đó các tế bào không chuyên biệt hóa phát triển thành hình thức và chức năng trưởng thành của chúng

cell membrane / màng nhầy tế bào lớp đôi phospholipid tạo thành một ranh giới giữa một tế bào và môi trường xung quanh và kiểm soát con đường vật liệu vào và ra khỏi tế bào

cell theory / lý thuyết tế bào lý thuyết nói rằng tất cả các sinh vật đều được tạo ra từ các tế bào, tất cả các tế bào đều được tạo ra bởi các tế bào sống khác, và tế bào là đơn vị cơ bản nhất của sự sống

cellular respiration / hô hấp tế bào quá trình sản sinh ATP bằng cách chia nhỏ các phân tử dựa trên carbon khi có ôxy

Cenozoic Era / kỷ Cenozoic thời kỳ địa chất hiện thời, bắt đầu cách đây 65.5 triệu năm; còn gọi là *Thời Đại Hữu Nhũ*

center of mass / trọng tâm điểm trong một cơ thể mà tại đó tất cả khối lượng của cơ thể có thể được coi là tập trung khi phân tích chuyển động dịch chuyển

centripetal acceleration / gia tốc hướng tâm sự tăng tốc hướng về phía trung tâm của một đường tròn

chain reaction / phản ứng dây chuyền một loạt liên tục các phản ứng phân hạch hạt nhân

change of state / thay đổi trạng thái sự thay đổi của một chất từ trạng thái vật lý này sang trạng thái vật lý khác

Charles's law / định luật Charles định luật nói rằng đối với một lượng khí cố định ở áp suất không đổi, thể tích khí tăng khi nhiệt độ của khí tăng lên và thể tích khí giảm khi nhiệt độ khí giảm

chemical / hóa chất bất cứ chất nào có một cấu tạo được xác định

chemical bond / liên kết hóa học lực hấp dẫn nắm giữ các nguyên tử hoặc ion lại với nhau

chemical change / thay đổi hóa học một sự thay đổi xảy ra khi một hay nhiều chất thay đổi thành các chất hoàn toàn mới với các tính chất khác nhau

chemical equation / phương trình hóa học một sự biểu thị một phản ứng hóa học có sử dụng các ký hiệu để thể hiện mối quan hệ giữa các chất phản ứng và sản phẩm tạo thành

chemical equilibrium / sự cân bằng hóa học một trạng thái cân bằng trong đó tốc độ của một phản ứng chuyển tiếp bằng với tốc độ phản ứng ngược và nồng độ của các sản phẩm và chất phản ứng vẫn không đổi

chemical formula / công thức hóa học một sự kết hợp các ký hiệu hóa học và các số để thể hiện một chất

chemical kinetics / động học hóa học lãnh vực hóa học mà là việc nghiên cứu tốc độ phản ứng và cơ cấu phản ứng

chemical property / tính chất hóa học một tính chất của vật chất miêu tả khả năng của một chất trong việc tham gia vào các phản ứng hóa học

chemical reaction / phản ứng hóa học quá trình trình theo đó một hoặc nhiều chất thay đổi để tạo thành một hoặc nhiều chất khác

chemical sedimentary rock / đá trầm tích hóa học đá trầm tích hình thành khi các khoáng chất kết tủa từ một dung dịch hoặc lắng xuống từ huyền phù

chemistry / hóa học nghiên cứu khoa học về thành phần, cấu trúc và tính chất của vật chất và những thay đổi mà vật chất trải qua

chloroplast / lục lạp bào quan bao gồm nhiều màng nhầy được sử dụng để chuyển đổi năng lượng mặt trời thành năng lượng hóa học; chứa diệp lục tố

chromatic aberration / quang sai màu sự tập trung của các màu ánh sáng khác nhau ở các khoảng cách khác nhau phía sau một lăng kính

chromatid / chromatid một nửa của một nhiễm sắc thể nhân đôi

chromosomal mutation / đột biến nhiễm sắc thể một loại đột biến trong đó một đoạn nhiễm sắc thể được truyền đến một vị trí mới trên cùng hoặc một nhiễm sắc thể khác

chromosome / nhiễm sắc thể sợi DNA dài, liên tục chứa nhiều gene và thông tin quy định

clastic sedimentary rock / đá trầm tích clastic đá trầm tích hình thành khi các mảnh đá có từ trước được nén chặt hoặc kết dính với nhau

cleavage / sự chia tách trong địa chất, xu hướng của một khoáng chất phân chia dọc theo các mặt phẳng yếu ớt cụ thể để hình thành các bề mặt nhẵn, phẳng

climate / khí hậu các kiểu cách thời tiết đặc trưng trong một khu vực qua một thời gian dài

climate change / thay đổi khí hậu những sự thay đổi về khí hậu vùng hoặc khí hậu toàn cầu, đặc biệt là sự thay đổi trong thế kỷ 20 và 21; trước đây gọi là nóng lên toàn cầu

clone / bản sao nhái bản sao giống hệt về di truyền của một gene đơn lẻ hoặc cả một sinh vật

cloning / nhân bản quy trình tạo ra một bản sao giống hệt về di truyền của một sinh vật

codominance / đồng vượt trội kiểu gene dị hợp tử mà thể hiện bằng nhau các đặc tính từ cả hai allele

codon / codon chuỗi ba nucleotide mã hóa để thành một acid amin

coefficient / hệ số một số nguyên nhỏ xuất hiện như một thừa số ở trước một công thức trong một phương trình hóa học

coefficient of friction / hệ số ma sát tỷ số của độ lớn của lực ma sát giữa hai vật tiếp xúc với độ lớn của lực bình thường mà các vật ép vào nhau

coevolution / đồng tiến hóa quá trình trong đó hai hoặc nhiều loài tiến hóa để đáp lại những sự thay đổi của nhau

coherence / sự tương hợp mối tương quan giữa các giai đoạn của hai hoặc nhiều sóng

colligative property / thuộc tính kết hợp một thuộc tính được xác định bởi số lượng các hạt có mặt trong một hệ thống nhưng độc lập với các đặc tính của chính các hạt

collision theory / thuyết va chạm lý thuyết nói rằng số lượng các hợp chất mới được hình thành trong một phản ứng hóa học bằng với số phân tử va chạm, nhân với một hệ số điều chỉnh cho va chạm năng lượng thấp

colloid / chất keo một hỗn hợp gồm các hạt rất nhỏ có kích cỡ là trung bình giữa kích cỡ các hạt trong các dung dịch và các hạt trong thể vẩn và lơ lửng trong một chất lỏng, rắn hay khí

combined gas law / định luật khí kết hợp mối quan hệ giữa áp suất, thể tích, và nhiệt độ của một lượng khí cố định

combustion reaction / phản ứng đốt cháy phản ứng ôxy hóa của một nguyên tố hoặc hợp chất, trong đó năng lượng dưới dạng nhiệt được thải ra

common-ion effect / hiệu ứng ion chung hiện tượng trong đó việc bổ sung một ion chung cho hai chất tan mang lại kết tủa hoặc làm giảm sự ion hóa

community / cộng đồng sự tập hợp tất cả các quần thể khác nhau sống trong một khu vực

competition / cạnh tranh mối quan hệ sinh thái trong đó hai sinh vật cố gắng lấy được cùng một tài nguyên

components of a vector / các thành phần của một vector sự chiếu xuống của một vector dọc theo các trục của một hệ tọa độ

composite / hỗn hợp một vật liệu được thiết kế cấu tạo bằng cách kết hợp hai vật liệu khác với các đặc tính bổ sung

composition stoichiometry / cân bằng hóa học thành phần sự tính toán bao gồm các mối quan hệ khối lượng của các nguyên tố trong các hợp chất

compound / hợp chất một chất tạo bởi các nguyên tử của hai hoặc nhiều nguyên tố được kết hợp bởi các liên kết hóa học

compression / nén vùng của một sóng dọc trong đó mật độ và áp suất ở mức tối đa

Compton shift / chuyển đổi Compton sự gia tăng về bước sóng của photon được phân tán bởi một electron liên quan đến bước sóng của photon tới

concave spherical mirror / gương cầu lõm một gương có bề mặt phản chiếu là một phần cong vào của một khối cầu

concentration / nồng độ lượng một chất cụ thể trong một lượng hỗn hợp, dung môi hay quặng nào đó

condensation / ngưng tụ sự thay đổi trạng thái từ khí sang lỏng

condensation reaction / phản ứng ngưng tụ một phản ứng hóa học trong đó hai hoặc nhiều phân tử kết hợp để tạo thành nước hoặc một phân tử đơn giản khác

conduction / dẫn sự truyền nhiệt hoặc một dạng năng lượng khác từ một hạt của một chất này thẳng sang một chất khác

conjugate acid / acid liên hợp một acid tạo thành khi một base có được một proton

conjugate base / base liên hợp một base tạo thành khi một acid mất một proton

constraint / hạn chế một sự ức chế hoặc giới hạn; trong thiết kế kỹ thuật, một sự giới hạn mà một thiết kế hoặc giải pháp phải ở bên trong, thường được xác định khi định nghĩa một vấn đề

constructive interference / can thiệp xây dựng sự chồng chất hai hoặc nhiều sóng trong đó các chuyển vị riêng rẽ trên cùng một bên của vị trí cân bằng được cộng lại với nhau để tạo thành sóng kết quả

consumer / vật tiêu thụ sinh vật chuyên lấy năng lượng và chất dinh dưỡng bằng cách ăn các sinh vật khác

contact force / lực tiếp xúc một lực đẩy hoặc kéo lên một vật bởi một vật khác mà đang chạm vào nó

continental margin / gờ lục địa đáy biển nằm giữa đất khô và lớp vỏ đại dương sâu, bao gồm thềm lục địa, dốc và mỏm

continuous spectrum / quang phổ liên tục một chuỗi các tần số hoặc bước sóng không gián đoạn của bức xạ điện từ, thường được phát ra bởi một nguồn sáng chói

control rod / cần kiểm soát một cần hấp thụ neutron giúp kiểm soát một phản ứng hạt nhân bằng cách hạn chế số lượng neutron tự do

controlled experiment / thí nghiệm có kiểm soát là thí nghiệm để kiểm tra mỗi lần chỉ một yếu tố theo thời gian bằng việc so sánh một nhóm kiểm soát với một nhóm thí nghiệm

convection / đối lưu sự chuyển động của vật chất do sự khác biệt về mật độ; có thể dẫn đến sự truyền năng lượng dưới dạng nhiệt

convergent boundary / ranh giới phân kỳ ranh giới giữa các tầng kiến tạo đang chuyển động về phía nhau

conversion factor / hệ số chuyển đổi một tỷ số bắt nguồn từ sự bằng nhau của hai đơn vị khác nhau và có thể được sử dụng để chuyển đổi từ đơn vị này sang đơn vị khác

convex spherical mirror / gương cầu lồi một gương có bề mặt phản chiếu là một phần cong ra của một khối cầu

copolymer / copolymer một polymer cấu tạo bởi hai monomer khác nhau

core / lõi phần trung tâm của Trái Đất bên dưới lớp phủ; *còn là* tâm của mặt trời

Coriolis effect / hiệu ứng Coriolis sự cong của con đường của một vật chuyển động từ một con đường thẳng khác do sự quay của Trái Đất hoặc một thiên thể khác

cosmic microwave background (CMB) / nền vi ba vũ trụ (CMB) bức xạ được phát hiện từ mọi hướng trong không gian gần như đồng nhất; được coi là tàn dư của vụ nổ lớn

covalent bond / liên kết cộng hóa trị một liên kết được hình thành khi các nguyên tử có chung 1 hoặc nhiều cặp electron

crest / mỏm điểm cao nhất bên trên vị trí cân bằng

criterion / tiêu chí (số nhiều của criterium là *criteria*) các đòi hỏi và tiêu chuẩn cụ thể mà một thiết kế phải đáp ứng; trong thiết kế kỹ thuật, một đòi hỏi cụ thể mà một thiết kế hoặc giải pháp phải đáp ứng, thường được xác định khi định nghĩa một vấn đề

critical angle / góc tới hạn góc tới tối thiểu để sự phản xạ nội bộ xảy ra

critical mass / khối lượng tới hạn khối lượng tối thiểu của một đồng vị phân hạch phân chia số neutron cần thiết để duy trì một phản ứng dây chuyền

critical point / điểm tới hạn nhiệt độ và áp suất tại đó các trạng thái khí và lỏng của một chất trở nên giống nhau và tạo thành một giai đoạn

critical pressure / áp suất tới hạn áp suất thấp nhất tại đó một chất có thể tồn tại như một chất lỏng tại nhiệt độ tới hạn

critical temperature / nhiệt độ tới hạn nhiệt độ mà trên đó một chất không thể tồn tại ở trạng thái lỏng

crossing over / băng qua sự trao đổi các đoạn nhiễm sắc thể giữa các nhiễm sắc thể tương đồng khi phân chia tế bào I

crust / lớp vỏ lớp ngoài cùng mỏng và cứng của Trái Đất bên trên lớp phủ; lớp vỏ lục địa và đại dương tạo thành phần trên của thạch quyển

cryosphere / sinh quyển phần của thủy quyển là nước đóng băng, thường không bao gồm nước đá trong khí quyển; đôi khi được coi là một trong những quyển của hệ Trái Đất

crystal / tinh thể một chất rắn có các phân tử, ion hoặc nguyên tử được sắp xếp theo một kiểu cách định kỳ, lặp lại

crystal structure / cấu trúc tinh thể sự sắp xếp các nguyên tử, ion hoặc phân tử theo một cách định kỳ để tạo thành một tinh thể

crystalline solid / chất rắn tinh thể một chất rắn gồm các tinh thể

cultural behavior / hành vi văn hóa hành vi được truyền giữa các thành viên của cùng một quần thể bằng cách học chứ không phải tuyển chọn tự nhiên

cyanobacteria / vi khuẩn xanh lam vi khuẩn mà có thể thực hiện quang hợp; đôi khi được gọi là tảo xanh

cyclic process / quá trình tuần hoàn một quá trình nhiệt động lực học trong đó một hệ thống trở lại cùng các điều kiện mà nó bắt đầu

cycloalkane / cycloalkane một chuỗi carbon bão hòa tạo thành một vòng lặp hoặc một vòng đai

cytokinesis / chuyển động tế bào chất quá trình theo đó tế bào chất của tế bào phân chia

D

Dalton's law of partial pressures / định luật áp suất một phần của Dalton định luật phát biểu rằng tổng áp suất của hỗn hợp khí bằng tổng của áp suất một phần của khí thành phần

daughter nuclide / nuclide con một nuclide được sinh ra bởi phân rã phóng xạ của một nuclide khác

decay series / loạt phân rã một loạt các hạt nhân phóng xạ được tạo ra bởi phân rã phóng xạ liên tiếp cho đến khi đạt được một hạt nhân ổn định

decibel / decibel một đơn vị không thứ nguyên mô tả tỷ lệ của hai cường độ âm thanh; ngưỡng nghe thường được sử dụng làm cường độ tham chiếu

decision matrix / ma trận quyết định một công cụ ra quyết định để đánh giá nhiều phương án cùng một lúc

decomposition reaction / phản ứng phân hủy một phản ứng trong đó một hợp chất duy nhất phân chia ra để tạo thành hai hay nhiều chất đơn giản hơn

deforestation / sự phá rừng quá trình phát quang rừng

delta / châu thổ một khối trầm tích hình quạt được lắng đọng ở cửa của một dòng chảy; ví dụ, châu thổ hình thành nơi các dòng suối chảy vào đại dương ở rìa của một lục địa

denature / biến tính thay đổi cấu trúc hoặc hình dạng không thể đảo ngược - và từ đó là tính hòa tan và các tính chất khác của một protein bằng cách nung nóng, lắc hoặc xử lý protein bằng acid, kiềm hoặc các loài khác

density / tỉ trọng tỷ số của khối lượng của một chất với thể tích của chất; thường được biểu thị bằng gram trên centimét khối đối với chất rắn và chất lỏng và bằng gram trên lít đối với khí

density-dependent factor / yếu tố phụ thuộc mật độ sự cản trở về môi trường ảnh hưởng đến một dân số mà đã trở nên quá đông đúc

density-independent factor / yếu tố độc lập với mật độ sự cản trở về môi trường ảnh hưởng đến một dân số bất kể mật độ dân số

deposition / lắng đọng quá trình mà vật liệu bị lắng xuống, chẳng hạn như cát hoặc bùn bởi một dòng chảy; tương tự, quá trình hình thành sương giá khi hơi nước ngưng tụ thành chất rắn; sự thay đổi trạng thái từ khí trực tiếp thành chất rắn

derived unit / đơn vị bắt nguồn một đơn vị đo lường kết hợp của các sự đo lường khác

desertification / sa mạc hóa quá trình mà các hoạt động của con người hoặc những thay đổi khí hậu làm cho các khu vực khô cằn hoặc bán khô cằn trở nên giống sa mạc hơn

destructive interference / can thiệp phá hoại một sự chồng chất hai hoặc nhiều sóng trong đó sự dịch chuyển riêng lẻ trên các cạnh đối diện của vị trí cân bằng được cộng lại với nhau để tạo thành sóng kết quả

diffraction / nhiễu xạ một sự thay đổi hướng của một sóng khi sóng đó gặp một vật cản, một cạnh rìa, hoặc một chỗ hở

diffusion / khuếch tán sự chuyển động của các hạt từ những vùng có mật độ cao đến những vùng mật độ thấp

dihybrid cross / pha tạp lai đôi sự lai tạo, hoặc giao phối, giữa hai sinh vật bao gồm hai cặp đặc tính đối lập

dimensional analysis / phân tích kích thước một kỹ thuật toán học cho phép người ta sử dụng các đơn vị để giải các bài toán có các phép đo

dipole / lưỡng cực một phân tử hoặc một phần của phân tử chứa cả các vùng tích điện dương và tích điện âm

diprotic acid / acid lưỡng tính một acid có hai nguyên tử hydro ion hóa trong mỗi phân tử, chẳng hạn như acid sulfuric

direct current / dòng điện một chiều một dòng điện chạy theo một chiều

direct proportion / tỷ lệ trực tiếp mối quan hệ giữa hai biến số có tỷ số là một giá không đổi

directional selection / tuyến chọn theo hướng đường hướng tuyến chọn tự nhiên trong đó một kiểu hình không phổ biến được chọn thay vì một kiểu hình phổ biến hơn

disaccharide / saccharide đôi một loại đường được tạo từ hai saccharides đơn

discharge / lượng xả thể tích nước chảy ra trong một thời gian nhất định

dispersion / phân tán quá trình chia tách ánh sáng đa sắc thành các bước sóng thành phần của nó

displacement / sự dịch chuyển sự thay đổi vị trí của một vật

disproportionation / sự mất cân xứng quá trình mà một chất được biến đổi thành hai hoặc nhiều chất khác nhau, thường là do quá trình oxy hóa và giảm đồng thời

disruptive selection / tuyến chọn phá vỡ đường hướng tuyến chọn tự nhiên trong đó hai kiểu hình đối lập nhưng ít phổ biến như nhau được chọn thay vì kiểu hình phổ biến nhất

dissociation / phân ly sự chia tách một phân tử thành các phân tử, nguyên tử, gốc tự do hoặc ion đơn giản hơn

divergent boundary / ranh giới phân kỳ ranh giới giữa hai tầng kiến tạo đang chuyển động ra xa nhau

DNA; deoxyribonucleic acid / DNA; acid deoxyribonucleic phân tử tích trữ thông tin di truyền ở tất cả các sinh vật

DNA polymerase / DNA polymerase enzyme tạo thành các liên kết giữa các nucleotide, tạo thành một sợi DNA giống hệt trong khi nhân đôi

DNA replication / nhân đôi DNA quá trình tạo một bản sao DNA

dominant / dominant allele được thể hiện khi hai allele khác nhau có trong kiểu gene trong một sinh vật

doping / xúc tác việc thêm một nguyên tố có tạp chất vào một chất bán dẫn

Doppler effect / hiệu ứng Doppler một sự thay đổi quan sát được trong tần số của một sóng khi nguồn hay vật quan sát đang di chuyển

double-displacement reaction / phản ứng dịch chuyển đôi một phản ứng trong đó các ion của hai hợp chất trao đổi vị trí trong một dung dịch nước để tạo thành hai hợp chất mới

drainage basin / bồn trũng thoát nước cả một vùng thoát nước vào một dòng sông, hệ thống sông, hoặc khối nước khác; một đầu nguồn

drift velocity / vận tốc trôi dạt vận tốc thực của một hạt mang điện tích chuyển động trong một điện trường

ductility / độ dẻo khả năng một chất có thể được đập giẹp hoặc kéo dài thành dây

E

earthquake / động đất một sự chuyển động hoặc rung lắc của mặt đất mà được gây nên bởi một sự thải năng lượng đột ngột khi đá dọc theo một đường phay di chuyển

eccentricity / độ lệch tâm độ kéo dài của một quỹ đạo hình bầu dục (ký hiệu là *e*)

ecological niche / góc khuất sinh thái tất cả các yếu tố vật lý, hóa học và sinh học mà một loài cần để sống sót, khỏe mạnh, và sinh sản trong một hệ sinh thái

ecological succession / kế thừa sinh thái trình tự những thay đổi về sinh vật học tái tạo một cộng đồng bị hư hại hoặc bắt đầu một cộng đồng tại một khu vực trước đây không có vật ở

ecosystem / hệ sinh thái tập hợp các sinh vật và của các vật không sống và các yếu tố như đất, nước, đá, và khí hậu trong một khu vực

ecosystem services / dịch vụ hệ sinh thái một chức năng sinh thái hoặc quy trình của một vùng giúp duy trì cuộc sống hoặc đóng góp một nguồn lực quan trọng

effervescence / sủi bọt sự nổi bong bóng của một chất lỏng gây ra bởi sự thoát ra nhanh chóng của một khí thay vì bằng đun sôi

efficiency / hiệu quả một đại lượng, thường được biểu thị bằng phần trăm, đo lường tỷ số của đầu ra công việc với đầu vào công việc

effusion / tràn sự đi qua của một khí dưới áp suất qua một lỗ hở rất nhỏ

Multilingual Science Glossary
© Houghton Mifflin Harcourt Publishing Company

elastic collision / va chạm đàn hồi một sự va chạm trong đó tổng động lực và tổng động năng vẫn không đổi

elastic potential energy / thế năng đàn hồi năng lượng tích trữ trong bất cứ vật đàn hồi biến dạng nào

electrical conductor / chất dẫn điện một chất liệu trong đó các điện tích có thể di chuyển tự do

electrical energy / năng lượng điện năng lượng mà được gắn với các hạt tích điện do vị trí của chúng

electrical insulator / chất cách điện một chất liệu trong đó các điện tích không thể di chuyển tự do

electrical potential energy / thế năng điện năng lượng tiềm năng gắn với một điện tích do vị trí của nó trong một điện trường

electric circuit / mạch điện một tập hợp các thành phần điện được kết nối sao cho chúng cung cấp một hoặc nhiều đường dẫn hoàn chỉnh cho việc di chuyển các điện tích

electric current / dòng điện tốc độ tại đó các điện tích đi qua một điểm cho trước

electric field / điện trường không gian quanh một vật tích điện trong đó một vật tích điện khác trải nghiệm một lực điện

electric potential / tiềm năng điện công mà phải được thực hiện đối với các lực điện để di chuyển một điện tích từ một điểm tham chiếu đến điểm đang xét, chia cho điện tích

electrochemical cell / tế bào điện hóa một hệ thống mà chứa hai điện cực được chia tách bởi một giai đoạn điện phân

electrochemistry / điện hóa ngành hóa học chuyên nghiên cứu mối quan hệ giữa các lực điện và phản ứng hóa học

electrode / điện cực một chất dẫn dùng để thiết lập sự tiếp xúc điện với một phần phi kim loại của một mạch, chẳng hạn như một chất điện phân

electrode potential / tiềm năng điện cực chênh lệch về tiềm năng giữa một điện cực và dung dịch của nó

electrolysis / điện phân quá trình trong đó dòng điện được sử dụng để tạo ra phản ứng hóa học, chẳng hạn như phân hủy nước

electrolyte / chất điện phân một chất hòa tan trong nước để cho một dung dịch dẫn một dòng điện

electrolytic cell / tế bào điện phân một thiết bị điện hóa trong đó sự điện phân diễn ra khi có một dòng điện trong thiết bị

electromagnet / nam châm điện một nam châm, mà có thể bao gồm một cuộn dây được quấn quanh một lõi sắt, mà chỉ từ hóa khi dòng điện chạy qua dây

electromagnetic induction / cảm ứng điện từ quy trình tạo một dòng điện trong một mạch bằng cách thay đổi một từ trường

electromagnetic radiation / bức xạ điện từ bức xạ gắn liền với điện trường và từ trường; nó thay đổi định kỳ và di chuyển với tốc độ ánh sáng

electromagnetic spectrum / quang phổ điện từ tất cả các tần số hoặc bước sóng của bức xạ điện từ, là bức xạ gắn liền với điện trường và từ trường, bao gồm cả ánh sáng nhìn thấy được

electromagnetic wave / sóng điện từ một sóng bao gồm các điện trường và từ trường dao động, tỏa ra từ nguồn với tốc độ ánh sáng

electron / điện tử một hạt tiểu nguyên tử có điện tích âm

electron affinity / lực hấp dẫn electron sự thay đổi về năng lượng diễn ra khi một electron được hút bởi một nguyên tử trung tính

electron capture / bắt điện tử quá trình trong đó một electron (điện tử) quỹ đạo bên trong được bắt bởi hạt nhân của nguyên tử chứa electron đó

electron configuration / cấu hình điện tử sự sắp xếp các electron trong một nguyên tử

electron-dot notation / ký hiệu điện tử-chấm một ký hiệu cấu hình electron trong đó chỉ các electron hóa trị của một nguyên tử của một nguyên tố cụ thể là được hiển thị, biểu thị bằng các dấu chấm xung quanh biểu tượng của nguyên tố đó

electronegativity / độ âm điện một sự đo lường khả năng một nguyên tử trong một hợp chất hóa học thu hút các electron

electroplating / mạ điện quá trình điện phân phủ hoặc mạ kim loại lên một vật

element / nguyên tố một chất mà không thể bị tách rời hoặc phân nhỏ thành các chất đơn giản hơn bằng phương pháp hóa học; tất cả các nguyên tử của một nguyên tố đều có cùng số nguyên tử

elimination reaction / phản ứng loại bỏ một phản ứng trong đó một phân tử đơn giản, chẳng hạn như nước hoặc amoniac, được loại bỏ và một hợp chất mới được tạo ra

ellipse / hình bầu dục một hình trái xoắn được xác định bởi các điểm mà tổng của các khoảng cách đến hai điểm cố định (tiêu điểm) là một hằng số; một vòng tròn là một hình bầu dục có độ lệch tâm bằng không

emergent spectrum / quang phổ hấp thụ một biểu đồ hoặc đồ thị biểu thị bước sóng của năng lượng bức xạ mà một chất hấp thụ

emission-line spectrum / quang phổ đường phát thải một loạt các bước sóng cụ thể của bức xạ điện từ phát ra bởi các electron khi chúng di chuyển từ trạng thái năng lượng cao hơn đến thấp hơn

empirical formula / công thức thực nghiệm một công thức hóa học cho thấy thành phần của một hợp chất theo các số tương đối và các loại nguyên tử theo tỷ số tối giản nhất

endothermic reaction / phản ứng thu nhiệt một phản ứng hóa học mà đòi hỏi có năng lượng đầu vào

end point / điểm kết thúc điểm trong một chuẩn độ mà tại đó một sự thay đổi màu sắc được đánh dấu diễn ra

energy budget / ngân sách năng lượng sự cân bằng giữa dòng chảy năng lượng vào một hệ thống và dòng chảy năng lượng ra khỏi một hệ thống

energy pyramid / kim tự tháp năng lượng biểu đồ so sánh năng lượng được sử dụng bởi các nhà sản xuất, người tiêu dùng chính và các cấp độ dinh dưỡng khác

engineering design process / quy trình thiết kế kỹ thuật một loạt các bước mà các kỹ sư làm theo để đi đến một giải pháp cho một vấn đề

enthalpy / enthalpy năng lượng bên trong của một hệ thống cộng với tích của thể tích của hệ thống và áp suất mà hệ thống gây ra xung quanh nó

enthalpy change / thay đổi enthalpy lượng năng lượng được giải phóng hoặc hấp thụ dưới dạng nhiệt bởi một hệ thống trong một quá trình ở một áp suất không đổi

enthalpy of combustion / enthalpy đốt cháy năng lượng được giải phóng dưới dạng nhiệt bằng cách đốt cháy hoàn toàn một lượng chất cụ thể ở áp suất không đổi hoặc thể tích không đổi

enthalpy of reaction / enthalpy của phản ứng lượng năng lượng được giải phóng hoặc hấp thu dưới dạng nhiệt trong một phản ứng hóa học

enthalpy of solution / enthalpy của dung dịch lượng năng lượng được giải phóng hoặc hấp thu dưới dạng nhiệt khi một lượng chất tan hòa tan trong một dung môi

entropy / dữ liệu ngẫu nhiên một sự đo lường sự ngẫu nhiên hoặc rối loạn của một hệ thống

environment / môi trường sự kết hợp của các điều kiện và ảnh hưởng bên ngoài một hệ thống mà tác động đến hành vi của hệ thống

enzyme / men tiêu hóa một loại protein hoạt động như một chất xúc tác và tăng tốc các phản ứng trao đổi chất ở thực vật và động vật mà không bị thay đổi hoặc phá hủy vĩnh viễn

epicenter / tâm chấn điểm trên bề mặt Trái Đất ngay bên trên điểm khởi đầu, hay tập trung, của một trận động đất

epigenetics / biểu sinh việc nghiên cứu những thay đổi trong biểu hiện gen mà không gồm những thay đổi trong chuỗi DNA

epistasis / nhú sự tương tác của các gene mà không phải là allele, cụ thể là sự ngăn chặn của hiệu ứng của một gene như vậy bởi một gene khác

equilibrium / sự cân bằng trong hóa học, trạng thái trong đó một phản ứng hóa học và phản ứng hóa học ngược lại xảy ra ở cùng tốc độ sao cho các nồng độ chất phản ứng và sản phẩm không thay đổi; trong vật lý, trạng thái trong đó thực lực trên một vật bằng không

equilibrium constant / hằng số cân bằng một con số liên hệ nồng độ của nguyên liệu khởi đầu và các sản phẩm của một phản ứng hóa học có thể đảo ngược với nhau ở một nhiệt độ đã cho

equilibrium vapor pressure / áp suất bay hơi cân bằng áp suất bay hơi của một hệ thống tại điểm cân bằng

equivalence point / điểm tương đương điểm mà tại đó hai dung dịch được dùng trong một phép chuẩn độ có mặt trong các lượng tương đương về hóa học

erosion / sự xói mòn sự loại bỏ và vận chuyển vật liệu bởi các tác nhân tự nhiên như gió và nước chảy; đôi khi được sử dụng theo nghĩa rộng hơn bao gồm phong hóa

ester / ester một hợp chất hữu cơ được tạo thành bằng cách kết hợp một acid hữu cơ với một chất cồn sao cho nước bị loại bỏ

ether / ether một hợp chất hữu cơ trong đó hai nguyên tử carbon kết hợp với cùng nguyên tử ôxy

eusocial / xã hội cao quần thể sinh vật trong đó vai trò của mỗi sinh vật là chuyên biệt và không phải tất cả các sinh vật đều sẽ sinh sản

evaporation / sự bay hơi sự thay đổi của một chất từ lỏng thành khí

evolution / sự tiến hóa thay đổi trong một loài theo thời gian; quá trình thay đổi sinh học mà hậu duệ đến khác với tổ tiên của chúng

excess reactant / chất phản ứng thặng dư chất mà không được sử dụng hết trong một phản ứng

excited state / trạng thái phấn khích một trạng thái trong đó một nguyên tử có nhiều năng lượng hơn là khi nó ở trạng thái cơ bản

exon / exon chuỗi DNA mã hóa thông tin cho việc tổng hợp protein

exothermic reaction / phản ứng tỏa nhiệt một phản ứng hóa học trong đó năng lượng được thải ra xung quanh dưới dạng nhiệt

exponential growth / tăng trưởng theo số mũ sự gia tăng mạnh dân số trong một khoảng thời gian ngắn

extensive property / đặc tính mở rộng một đặc tính phụ thuộc vào quy mô hoặc cỡ của một hệ thống

extinction / tuyệt chủng sự loại bỏ một loài khỏi Trái Đất

F

facilitated adaptation / sự thích ứng được tạo điều kiện một quá trình trong đó con người chỉ dẫn những sự thích ứng trong các quần thể bị đe dọa bằng cách thay đổi bộ gene của loài đó

family / họ một cột dọc của bảng tuần hoàn

fatty acid / acid béo một loại acid hữu cơ có trong các chất béo, như mỡ hoặc dầu

fault / đường phay một chỗ gãy vỡ của một khối đá dọc theo đó một khối trượt liên quan đến khối khác; một dạng quá tải đá

feedback / phản hồi sự trả lại thông tin về một hệ thống hoặc quy trình mà có thể ảnh hưởng đến sự thay đổi trong hệ thống hoặc quy trình đó; thông tin được trả về

feedback loop / vòng lặp phản hồi thông tin mà được so sánh với một tập hợp các giá trị lý tưởng và hỗ trợ trong việc duy trì cân bằng nội môi

felsic / felsic chỉ nham thạch hay đá núi lửa giàu khoáng tràng thạch và silica và thường có màu nhạt

field force / trường lực một lực tác động tại một khoảng cách thay vì qua tiếp xúc trực tiếp

film badge / biểu hiện màng một thiết bị đo lượng bức xạ xấp xỉ nhận được trong một khoảng thời gian cho trước bởi những người làm việc với bức xạ

fission / phân hạch quá trình theo đó một hạt nhân tách làm hai hoặc nhiều mảnh và thải ra các neutron và năng lượng

fitness / sự phù hợp sự đo lường khả năng sinh tồn và sinh sản của một sinh vật liên quan đến các thành viên khác trong quần thể

fluid / lỏng một trạng thái không rắn của vật chất trong đó các nguyên tử hay phân tử tự do di chuyển ngang qua nhau, như trong một chất khí hay chất lỏng

focus / tiêu điểm địa điểm bên trong Trái Đất dọc theo một đường phay mà tại đó chuyển động đầu tiên của một trận động đất xảy ra; một trong hai điểm xác định trung tâm của hình bầu dục

foliation / phối kết kết cấu đá biến chất trong đó các hạt khoáng chất được bố trí thành mặt phẳng hoặc dải

food chain / chuỗi thức ăn mô hình liên kết các sinh vật theo các mối quan hệ ăn của chúng

food web / lưới thức ăn mô hình cho thấy mạng lưới phức tạp của các mối quan hệ ăn trong một hệ sinh thái

force / lực một hành động tác động lên một khối mà có xu hướng thay đổi trạng thái nghỉ ngơi hoặc chuyển động của khối đó; lực có độ lớn và hướng

formula equation / phương trình công thức một sự đại diện cho các chất phản ứng và sản phẩm của một phản ứng hóa học bằng các biểu tượng hoặc công thức của chúng

formula mass / khối lượng công thức tổng các khối lượng nguyên tử trung bình của tất cả các nguyên tử được biểu thị trong công thức của bất cứ phân tử, đơn vị công thức hoặc ion nào

formula unit / đơn vị công thức bộ sưu tập đơn giản nhất các nguyên tử mà từ đó một công thức của một hợp chất ion có thể được viết

fossil / hóa thạch dấu vết hoặc tàn tích còn lại của một sinh vật sống cách đây đã lâu, thường được lưu giữ nhất trong đá trầm tích

fossil fuel / nhiên liệu hóa thạch một nguồn năng lượng không tái tạo được, hình thành từ tàn dư của các sinh vật sống cách đây đã lâu; ví dụ là dầu, than, và khí tự nhiên

founder effect / hiệu ứng nhà sáng lập sự trôi dạt di truyền diễn ra sau khi một số lượng nhỏ các cá thể định cư ở một khu vực mới

fracture / mảnh vỡ trong địa chất học, một miếng vỡ trong một tảng đá, có hoặc không có dịch chuyển, đến từ sự căng thẳng, bao gồm các vết nứt, khớp và đường phay; *đồng thời* cách mà một khoáng chất bị vỡ dọc theo các bề mặt cong hoặc không đều

frame of reference / khung tham chiếu một hệ thống nêu rõ địa điểm chính xác của các vật trong không gian và thời gian

free energy / năng lượng tự do năng lượng trong một hệ thống có sẵn để làm việc; khả năng làm việc hữu ích của một hệ thống

free-energy change / thay đổi năng lượng tự do hiệu giữa sự thay đổi enthalpy, ΔH, và tích của nhiệt độ Kelvin và sự thay đổi nhiệt lượng, được định nghĩa là TΔ, ở áp suất và nhiệt độ không đổi

free fall / rơi tự do chuyển động của một vật khi chỉ có lực hút trọng trường tác động lên vật

freezing / đóng băng sự thay đổi trạng thái trong đó một chất lỏng trở thành một chất rắn khi năng lượng nhiệt được loại bỏ

freezing point / điểm đóng băng nhiệt độ mà tại đó một chất rắn và chất lỏng ở trạng thái cân bằng ở áp suất 1 atm; nhiệt độ mà tại đó một chất lỏng đóng băng

freezing-point depression / chỗ lõm điểm đóng băng sự khác biệt giữa các điểm đóng băng của một dung môi tinh khiết và một dung dịch, tỷ lệ thuận với lượng chất tan có mặt

frequency / tần suất số chu kỳ hoặc rung động trên đơn vị thời gian; *đồng thời* số sóng sinh ra trong một lượng thời gian cho trước

friction / ma sát một lực cản lại chuyển động giữa hai bề mặt tiếp xúc nhau

front / mặt trước ranh giới giữa các khối không khí có mật độ khác nhau và thường là nhiệt độ khác nhau

functional group / nhóm hoạt động phần của phân tử hoạt động trong một phản ứng hóa học và xác định tính chất của nhiều hợp chất hữu cơ

fundamental frequency / tần số cơ bản tần suất rung thấp nhất của một sóng đứng

fusion / tổng hợp hạt nhân quá trình mà theo đó các hạt nhân của các nguyên tử nhỏ kết hợp để hình thành một hạt nhân mới, lớn hơn; quá trình này giải phóng năng lượng

G

gamete / giao tử tế bào giới tính; một trứng hoặc một tế bào tinh trùng

gamma ray / tia gamma photon năng lượng cao phát ra bởi một hạt nhân trong quá trình phân hạch và phân rã phóng xạ

gas / khí một dạng vật chất mà không có một thể tích hoặc hình dạng nhất định

Gay-Lussac's law / định luật Gay-Lussac định luật phát biểu rằng thể tích của một khí ở một áp suất không đổi là tỷ lệ thuận với nhiệt độ tuyệt đối

Gay-Lussac's law of combining volumes of gases / định luật Gay-Lussac về kết hợp các thể tích khí của định luật phát biểu rằng các thể tích khí tham gia vào một sự thay đổi hóa học có thể được biểu diễn bằng một tỷ số các số nguyên nhỏ

Geiger-Müller counter / máy đếm Geiger-Müller một dụng cụ chuyên phát hiện và đo cường độ của bức xạ bằng cách đếm số xung điện đi qua giữa cực âm và cực dương trong một ống đầy khí

gene / gene một đoạn của DNA nằm trên một nhiễm sắc thể và mã hóa cho một hoặc nhiều đặc tính thừa kế; đơn vị cơ bản của di truyền

gene expression / biểu hiện gene biểu hiện của vật liệu di truyền của một sinh vật dưới dạng một đặc tính cụ thể

gene flow / dòng gene chuyển động vật lý của các allele từ quần thể này sang quần thể khác

gene mutation / đột biến gene thay đổi trong chuỗi DNA

gene pool / tập thể gene tập hợp tất cả các allele có trong một quần thể

generator / máy phát điện một thiết bị chuyển đổi năng lượng cơ học thành năng lượng điện

gene therapy / liệu pháp gene quy trình để điều trị một căn bệnh trong đó một gene khiếm khuyết hoặc mất tích được thay thế hoặc một gene mới được đưa vào bộ gene của bệnh nhân

genetic cross / pha tạp di truyền sự giao phối của hai sinh vật

genetic drift / trôi dạt di truyền thay đổi tần số allele do cơ hội, xảy ra phổ biến nhất ở các quần thể nhỏ

genetic engineering / kỹ thuật di truyền quá trình thay đổi DNA của một sinh vật để cho sinh vật đó các đặc tính mới

genetic testing / thử nghiệm di truyền quy trình thử nghiệm DNA để xác định cơ hội mà một người có, hoặc có thể truyền đi, một rối loạn di truyền

genetic variation / biến thể di truyền sự khác biệt về đặc điểm vật lý của một cá nhân từ nhóm của nó

genetics / di truyền học việc nghiên cứu các kiểu cách yếu tố di truyền và sự biến thể của các sinh vật

genotype / kiểu gene tập hợp tất cả thông tin di truyền của một sinh vật mã hóa các đặc điểm

geologic timescale / niên đại địa chất khung thời gian biểu thị lịch sử của Trái Đất

geometric isomer / đồng phân hình học một hợp chất tồn tại ở hai hoặc nhiều cấu hình khác nhau về hình học

geosphere / địa quyển phần gồm hầu hết là đất đá rắn của Trái Đất; trải rộng từ tâm của lõi đến bề mặt của lớp vỏ ngoài; một trong bốn quyển chính của hệ Trái Đất

geothermal energy / năng lượng địa nhiệt năng lượng do nhiệt tạo ra bên trong Trái Đất

germ cell / tế bào mầm trong một sinh vật đa bào, bất cứ tế bào sinh sản nào (khác với tế bào somatic)

Graham's law of effusion / định luật hóa lỏng Graham định luật phát biểu rằng mức độ hóa lỏng của một khí tỷ lệ nghịch với căn bậc hai của mật độ khí đó

glacial / băng giá một thời gian trong kỷ băng hà mà bị chi phối bởi sự tồn tại của các sông băng

glacier / băng hà một khối nước đá lớn di chuyển

gravitational force / lực hấp dẫn lực thu hút lẫn nhau giữa các hạt của vật chất

gravitational potential energy / năng lượng tiềm năng hấp dẫn năng lượng tiềm năng gắn liền với vị trí của đối tượng liên quan đến một nguồn thu hút

gravity / trọng lực một lực hấp dẫn giữa các vật do khối lượng của chúng và giảm đi khi khoảng cách giữa các vật tăng lên

greenhouse effect / hiệu ứng nhà kính sự nóng lên của bề mặt và bầu khí quyển dưới của Trái Đất, diễn ra khi hơi nước, carbon dioxide, và các khí khác hấp thụ và tái bức xạ bức xạ hồng ngoại

greenhouse gas / khí nhà kính một khí bao gồm các phân tử chuyên hấp thụ và bức xạ bức xạ hồng ngoại từ mặt trời

ground state / trạng thái cơ bản trạng thái năng lượng thấp nhất của hệ thống lượng tử hóa

groundwater / nước ngầm nước ở phía dưới bề mặt Trái Đất

group / nhóm một cột dọc các nguyên tố trong bảng tuần hoàn hóa học; các nguyên tố trong một nhóm có cùng các tính chất hóa học

gymnosperm / cây khỏa tử một loài thực vật thân mộc, có hạt mạch, và hạt không được bao bọc bởi một bầu nhụy hay quả

H

habitat / môi trường sống các yếu tố kết hợp sinh học và phi sinh học có ở khu vực mà một sinh vật sống

habitat fragmentation / phân mảnh môi trường sống quá trình mà một phần phạm vi môi trường sống ưa thích của một sinh vật trở nên không thể tiếp cận

half-cell / nửa tế bào một điện cực đơn được nhúng vào một dung dịch của các ion của nó

half-life / nửa đời thời gian cần thiết để một nửa của một mẫu chất phóng xạ trải qua sự phân hủy phóng xạ

half-reaction / nửa phản ứng phần của một phản ứng mà bao gồm chỉ sự ôxy hóa hoặc giảm bớt

halogen / halogen một trong các nguyên tố thuộc Nhóm 17 (fluorine, chlorine, bromine, iodine, và astatine); các halogen kết hợp với hầu hết các kim loại để tạo muối

harmonic series / loạt hòa hợp một loạt các tần số bao gồm tần số cơ bản và bội số tích phân của tần số cơ bản

heat / nhiệt năng lượng được truyền giữa các vật thể ở nhiệt độ khác nhau; năng lượng luôn luôn được truyền từ các vật có nhiệt độ cao hơn sang các vật có nhiệt độ thấp hơn cho đến khi đạt được trạng thái cân bằng nhiệt

heat engine / động cơ nhiệt một máy biến đổi nhiệt thành năng lượng cơ học, hay công

Heisenberg uncertainty principle / nguyên lý bất định Heisenberg nguyên lý phát biểu rằng cả vị trí và vận tốc của electron hoặc bất cứ hạt nào khác đồng thời là không thể

helicase / helicase một quay ngược đường xoắn đôi DNA trong quá trình nhân đôi DNA

Henry's law / định luật Henry định luật phát biểu rằng ở nhiệt độ không đổi, độ hòa tan của một khí trong một chất lỏng là tỷ lệ thuận với áp suất một phần của khí trên bề mặt của chất lỏng đó

heritable / có tính di truyền khả năng một đặc tính được truyền từ thế hệ này sang thế hệ kế tiếp

Hess's law / định luật Hess sự thay đổi entanpy tổng thể trong một phản ứng bằng tổng của các thay đổi entanpy cho các bước riêng lẻ trong quá trình

heterogeneous / không đồng nhất bao gồm các thành phần không giống nhau

heterogeneous catalyst / chất xúc tác không đồng nhất một chất xúc tác trong một giai đoạn khác với giai đoạn của các chất phản ứng

Multilingual Science Glossary
© Houghton Mifflin Harcourt Publishing Company

heterogeneous reaction / phản ứng không đồng nhất một phản ứng trong đó các chất phản ứng ở hai giai đoạn khác nhau

heterotroph / dị tính một sinh vật chuyên lấy các phân tử thực phẩm hữu cơ bởi các sinh vật khác hoặc các sản phẩm phụ của chúng và không thể tổng hợp các hợp chất hữu cơ từ các vật liệu vô cơ

heterozygous / dị hợp tử tính chất có hai allele khác nhau xuất hiện tại cùng một chỗ của các chromatid đồng đẳng

hole / lỗ một mức độ năng lượng mà không được chiếm chỗ bởi một electron trong một chất rắn

homeostasis / cân bằng nội môi sự điều chỉnh và duy trì các điều kiện bên trong không đổi trong một sinh vật

homogeneous / đồng nhất miêu tả thứ gì có một cấu trúc hoặc cấu tạo đồng nhất xuyên suốt

homogeneous catalyst / chất xúc tác đồng nhất một chất xúc tác ở cùng giai đoạn với các chất phản ứng

homogeneous reaction / phản ứng đồng nhất một phản ứng trong đó tất cả các chất phản ứng và sản phẩm đều ở cùng giai đoạn

homologous chromosomes / nhiễm sắc thể tương đồng các nhiễm sắc thể có cùng chiều dài, ngoại hình, và các bản sao gene, mặc dù các allele có thể khác nhau

homologous structure / cấu trúc tương đồng phần cơ thể tương tự về cấu trúc trên các sinh vật khác nhau nhưng thực hiện các chức năng khác nhau

homozygous / đồng hợp tử tính chất có hai allele giống nhau xuất hiện tại cùng một chỗ của các chromatid đồng đẳng

hormone / kích thích tố dấu hiệu hóa học được sinh ra trong một phần của một sinh vật và ảnh hưởng đến hoạt động tế bào trong một phần khác

horizon / chân trời một lớp đất nằm ngang mà có thể được phân biệt với các lớp trên và dưới nó; đồng thời là một ranh giới giữa hai lớp đá có tính chất vật lý khác nhau

hot spot / điểm nóng một vùng thuộc bề mặt Trái Đất có núi lửa hoạt động, thường ở xa khỏi một ranh giới tầng kiến tạo

Hund's rule / quy tắc Hund quy tắc nói rằng đối với một nguyên tử ở trạng thái cơ bản, số electron chưa ghép cặp là tối đa có thể và các electron chưa ghép cặp này có cùng vòng xoay

hybrid orbitals / quỹ đạo lai quỹ đạo của năng lượng bằng nhau được tạo ra bởi sự kết hợp của hai hoặc nhiều quỹ đạo trên cùng một nguyên tử

hybridization / lai tạo sự pha trộn của hai hoặc nhiều quỹ đạo nguyên tử của cùng một nguyên tử để tạo ra các quỹ đạo mới; lai tạo đại diện cho sự pha trộn của các quỹ đạo năng lượng cao hơn và thấp hơn để tạo thành quỹ đạo của năng lượng trung gian

hydration / thủy hóa ái lực mạnh mẽ của các phân tử nước cho các hạt của các chất hòa tan hoặc lơ lửng gây ra sự phân ly điện phân

hydraulic fracturing / tạo vết nứt bằng thủy lực quá trình chiết xuất dầu hoặc khí thiên nhiên bằng cách bơm một hỗn hợp nước, cát hoặc sỏi và hóa chất dưới áp suất cao vào các lỗ khoan trong đá dày đặc để tạo ra các vết nứt mà cát hoặc sỏi giữ luôn mở; còn gọi là fracking

hydrocarbon / hydrocarbon một hợp chất hữu cơ cấu tạo chỉ gồm carbon và hydro

hydroelectric energy / năng lượng thủy điện năng lượng điện do nước chảy sinh ra

hydrogen bond / liên kết hydro lực liên phân tử xảy ra khi một nguyên tử hydro được liên kết với một nguyên tử âm điện cao của một phân tử bị thu hút bởi hai electron không được chia sẻ của một phân tử khác

hydrolysis / thủy phân một phản ứng hóa học giữa nước và một chất khác để tạo thành hai hoặc nhiều chất mới; một phản ứng giữa nước và một muối để tạo ra một acid hoặc base

hydronium ion / ion hydronium một ion bao gồm một proton kết hợp với một phân tử nước; H_3O^+

hydrosphere / thủy quyển phần là nước của Trái Đất; một trong bốn quyển chính của hệ Trái Đất

hypothesis / giả thuyết một sự diễn giải dựa trên việc nghiên cứu hay quan sát khoa học trước đó và có thể được kiểm nghiệm

I

ice age / kỷ băng hà một thời gian dài làm mát khí hậu trong đó các lục địa bị băng hóa liên tục

ideal fluid / chất lỏng lý tưởng một chất lỏng không có ma sát hoặc độ nhớt bên trong và không thể nén lại

ideal gas / khí lý tưởng một khí tưởng tượng có hạt nhỏ vô hạn và không tương tác với nhau

ideal gas constant / hằng số khí lý tưởng hằng số tỷ lệ xuất hiện trong phương trình trạng thái cho 1 mol của một khí lý tưởng; R = 0.082 057 84 L • atm/mol • K

ideal gas law / định luật khí lý tưởng định luật nói rõ mối quan hệ toán học của áp suất (P), thể tích (V), nhiệt độ (T), hằng số khí (R) và số mol của một khí (n); PV = nRT

igneous rock / đá lửa đá tạo thành khi nham thạch nguội đi và rắn lại

immiscible / không thể trộn lẫn mô tả hai hoặc nhiều chất lỏng không trộn lẫn với nhau

impulse / lực đẩy tích của lực và quãng cách thời gian mà trên đó lực tác động lên một vật thể

incomplete dominance / ưu thế không trọn vẹn kiểu hình dị hợp tử mà là sự pha trộn của hai kiểu hình đồng hợp tử

independent assortment / phân loại độc lập định luật hai của Mendel, nói rằng các allele trong một cặp allele tách biệt độc lập với nhau trong quá trình hình thành giao tử

index fossil / hóa thạch chỉ mục một hóa thạch được sử dụng để thiết lập tuổi của một lớp đá bởi vì hóa thạch là khác biệt, phong phú, và phổ biến và các loài đã hình thành hóa thạch đó đã tồn tại chỉ trong một khoảng thời gian địa chất ngắn

index of refraction / chỉ số khúc xạ tỷ số của tốc độ ánh sáng trong một chân không với tốc độ ánh sáng trong môi trường trong suốt cho trước

induction / nạp quy trình sạc một vật dẫn bằng cách mang nó lại gần một vật tích điện khác và nối đất vật dẫn

inelastic collision / va chạm không co giãn hoàn hảo va chạm trong đó hai vật dính vào nhau sau va chạm

inertia / quán tính xu thế của một vật chống lại chuyển động khi bị tác động hoặc, nếu vật đang chuyển động, thì chống lại sự thay đổi về tốc độ hay hướng

innate / bẩm sinh hành vi mà không được học qua việc trải nghiệm

inner core / lõi trong phần trong cùng đậm đặc của Trái Đất, chủ yếu gồm sắt và kền dưới áp suất và nhiệt độ cực cao

insolation / phơi bày bức xạ mặt trời (năng lượng từ mặt trời) đến Trái Đất; tốc độ phân phối bức xạ mặt trời trên một đơn vị bề mặt ngang

instantaneous velocity / vận tốc tức thì vận tốc của một vật tại một thời điểm hoặc tại một điểm cụ thể trong đường dẫn của vật đó

intensity / cường độ tốc độ mà năng lượng chảy qua một khu vực đơn vị vuông góc với hướng chuyển động của sóng

intensive property / đặc tính chuyên sâu một đặc tính không phụ thuộc vào lượng vật chất có mặt, chẳng hạn như áp suất, nhiệt độ hoặc mật độ

interest group / nhóm lợi ích một nhóm người có một lợi ích chung cung cấp căn bản cho hành động pháp lý

interglacial / liên băng hà một khoảng thời gian tương đối ngắn và ấm áp trong một kỷ băng hà

intermediate / trung gian một chất tạo thành ở giai đoạn trung gian của một phản ứng hóa học và được coi là một bước đệm giữa chất trên và sản phẩm cuối cùng

intermolecular forces / các lực liên phân tử các lực hấp dẫn giữa các phân tử

internal energy / nội năng một đặc tính bao gồm năng lượng của các hạt riêng lẻ của hệ thống nhưng không phải là năng lượng của toàn bộ hệ thống

interstellar medium / môi trường giữa các sao vật liệu, chủ yếu là khí hydro, các loại khí và bụi khác, chiếm không gian giữa các ngôi sao và cung cấp nguyên liệu cho sự hình thành các ngôi sao mới

introduced species / loài được giới thiệu một loài không có nguồn gốc từ một khu vực và được mang đến khu vực đó do các hoạt động của con người

intron / intron phần của một gene mà không mã hóa cho một acid amin

invasive species / loài xâm lấn một loài không có nguồn gốc từ một hệ sinh thái và việc mang loài đó đến hệ sinh thái đó có khả năng gây hại về kinh tế hoặc môi trường hoặc gây hại cho sức khỏe con người

inverse proportion / tỷ lệ nghịch mối quan hệ giữa hai biến số có tích không đổi

ion / ion một nguyên tử, gốc hoặc phân tử đã thu được hoặc mất đi một hoặc nhiều electron và có điện tích âm hoặc dương

ionic bond / liên kết ion một lực thu hút các electron từ nguyên tử này sang nguyên tử khác, và biến đổi một nguyên tử trung hòa thành một ion

ionic compound / hợp chất ion một hợp chất gồm các ion liên kết với nhau bằng lực hấp dẫn tĩnh điện

ionization / ion hóa quá trình thêm vào hoặc loại bỏ các electron khỏi một nguyên tử hoặc phân tử, cho nguyên tử hoặc phân tử một điện tích thực

ionization energy / năng lượng ion hóa năng lượng cần thiết để loại bỏ một electron khỏi một nguyên tử hoặc ion (viết tắt IE)

isolated system / hệ thống cô lập một tập hợp các hạt hoặc các thành phần tương tác được coi là một thực thể vật lý riêng biệt cho mục đích nghiên cứu, thường không có lực bên ngoài tác động lên bất kỳ thành phần nào của nó

isomer / đồng phân một trong hai hoặc nhiều hợp chất có cùng thành phần hóa học nhưng khác cấu trúc

isostatic equilibrium / cân bằng đẳng tĩnh một trạng thái cân bằng lý tưởng giữa các lực hấp dẫn và lực nổi tác động lên thạch quyển Trái Đất, dẫn đến các độ cao khác nhau

isothermal process / quy trình đẳng nhiệt một quá trình nhiệt động lực diễn ra ở nhiệt độ không đổi

isotope / đồng vị một trong hai hay nhiều nguyên tử có cùng số lượng proton (số nguyên tử) nhưng số neutron khác nhau (khối lượng nguyên tử)

isovolumetric process / quy trình đẳng lượng một quá trình nhiệt động lực diễn ra với khối lượng không đổi để không có công được thực hiện trên hoặc bởi hệ thống

iterate / lặp lại làm lại hoặc lặp lại; trong thử nghiệm thiết kế, kết quả của mỗi lần lặp lại được sử dụng để sửa đổi phiên bản tiếp theo của thiết kế

J

joule / joule đơn vị biểu thị năng lượng; tương đương với lượng công thực hiện với một lực 1 N tác động qua một quãng đường 1 m theo hướng của lực (ký hiệu đơn vị J).

K

ketone / ketone một hợp chất hữu cơ trong đó một nhóm cacbonyl được gắn vào hai nhóm alkyl; thu được bằng quá trình oxy hóa các loại rượu thứ cấp

kin selection / tuyển chọn họ hàng khi sự tuyển chọn tự nhiên hoạt động trên các allele có lợi cho sự sống còn của họ hàng gần

kinetic energy / năng lượng động lực học năng lượng của một vật do chuyển động của vật đó

kinetic friction / ma sát động lực lực phản lại chuyển động của hai bề mặt tiếp xúc và trượt trên nhau

kinetic-molecular theory / thuyết động học phân tử một lý thuyết giải thích rằng hành vi của các hệ vật lý phụ thuộc vào các hành động kết hợp của các phân tử cấu thành hệ thống

L

lanthanide / lanthanide một thành viên của loạt các nguyên tố đất hiếm, có số nguyên tử từ 58 (cerium) đến 71 (lutetium)

laser / laser một thiết bị sản sinh ánh sáng liền lạc của chỉ một bước sóng

latent heat / nhiệt ngầm năng lượng trên một khối lượng đơn vị được truyền trong một sự thay đổi giai đoạn của một chất

lattice energy / năng lượng lưới năng lượng sinh ra khi một mole của một hợp chất tinh thể ion được hình thành từ các ion khí

lava / nham thạch đá magma chảy trên bề mặt Trái Đất; đá tạo thành khi nham thạch nguội đi và rắn lại

law of conservation of energy / định luật bảo toàn năng lượng định luật cho rằng năng lượng không thể được tạo ra hay tiêu diệt nhưng có thể được chuyển từ dạng này sang dạng khác

law of conservation of mass / định luật bảo toàn khối lượng định luật cho rằng khối lượng không thể được tạo ra hay tiêu diệt nhưng có thể được chuyển từ dạng này sang dạng khác

law of definite proportions / định luật tỷ lệ xác định định luật nói rằng một hợp chất hóa học luôn chứa các nguyên tố giống nhau với cùng tỷ lệ theo trọng lượng hoặc khối lượng

law of multiple proportions / định luật nhiều tỷ lệ định luật nói rằng khi hai nguyên tố kết hợp để tạo thành hai hoặc nhiều hợp chất, khối lượng của một nguyên tố kết hợp với một khối lượng nhất định của nguyên tố kia là tỷ số giữa các số nguyên nhỏ

Le Châtelier's principle / nguyên lý Le Châtelier nguyên lý nói rằng một hệ thống ở trạng thái cân bằng sẽ chống lại sự thay đổi theo cách giúp loại bỏ sự thay đổi

lens / lăng kính một vật trong suốt khúc xạ các tia sáng sao cho tia sáng hội tụ hay phân kỳ để tạo ra một hình ảnh

lever arm / cánh tay đòn bẩy khoảng cách vuông góc từ trục quay đến một đường thẳng được vẽ dọc theo hướng của lực

Lewis acid / acid Lewis một nguyên tử, ion, hoặc phân tử mà nhận một cặp electron

Lewis acid-base reaction / phản ứng acid-base Lewis sự hình thành một hoặc nhiều liên kết cộng hóa trị giữa một chất cho cặp electron và một chất nhập cặp electron

Lewis base / base Lewis một nguyên tử, ion, hoặc phân tử mà cho một cặp electron

Lewis structure / cấu trúc Lewis một công thức cấu trúc trong đó các electron được biểu thị bằng các dấu chấm; các cặp chấm hoặc gạch ngang giữa hai biểu tượng nguyên tử biểu thị các cặp trong liên kết cộng hóa trị

light-year / năm ánh sáng khoảng cách mà ánh sáng đi được trong một năm; khoảng 9.46 ngàn tỷ cây số

limiting reactant / chất phản ứng giới hạn chất mà kiểm soát số lượng sản phẩm có thể hình thành trong phản ứng hóa học

linear polarization / phân cực thẳng sự sắp xếp của các sóng điện từ sao cho các rung động của các điện trường trong mỗi sóng song song với nhau

lipid / chất béo một loại sinh hóa không hòa tan trong nước, kể cả mỡ và steroid; chất béo lưu trữ năng lượng và tạo nên màng nhầy tế bào

liquid / lỏng trạng thái của vật chất mà có thể tích xác định nhưng không có hình dạng nhất định

lithosphere / thạch quyển lớp ngoài cùng đặc của Trái Đất bao gồm lớp vỏ và phần trên cứng của lớp phủ

logistic growth / tăng trưởng luận lý sự tăng trưởng dân số được đặc trưng bởi một giai đoạn tăng trưởng chậm, tiếp theo là một giai đoạn tăng trưởng theo cấp số nhân, tiếp theo là một giai đoạn gần như không tăng trưởng

London dispersion force / lực phân tán London sự hấp dẫn liên phân tử do sự phân bố không đồng đều các electron và sự tạo thành các lưỡng cực tạm thời

longitudinal wave / sóng kinh độ một sóng trong đó các hạt của môi trường rung động song song với hướng của chuyển động sóng

longshore current / luồng chảy duyên hải một dòng nước chảy gần và song song với bờ biển

luster / bóng láng cách thức theo đó một khoáng chất phản chiếu ánh sáng

M

macromolecule / đại phân tử một phân tử rất lớn, thường là một polymer, bao gồm hàng trăm ngàn nguyên tử

mafic / mafic chỉ nham thạch hay đá núi lửa giàu magnesium và sắt và thường có màu sậm

magic numbers / số ma thuật các số (2, 8, 20, 28, 50, 82, và 126) mà đại diện cho số hạt trong một hạt nhân nguyên tử rất ổn định mà có các vỏ hoàn thành gồm các proton và neutron

magnetic domain / vùng từ một vùng gồm một nhóm các nguyên tử có từ trường được sắp xếp theo cùng một hướng

magnetic field / từ trường một vùng nơi một lực từ có thể được phát hiện

magnetic quantum number / số lượng tử từ trường số lượng tử chỉ hướng của một quỹ đạo xung quanh hạt nhân; ký hiệu bằng m

magnitude / cường độ một sự đo lường độ mạnh của một trận động đất

main-group element / nguyên tố nhóm chính một nguyên tố trong khối s hoặc khối p của bảng tuần hoàn

malleability / tính uốn dẻo khả năng của một chất được nện hoặc đánh bẹt ra thành một miếng

mantle / lớp phủ lớp đá dày nằm giữa lớp vỏ và lõi của Trái Đất

mantle convection / đối lưu lớp phủ sự chuyển động chậm của vật chất trong lớp phủ của Trái Đất, chuyển năng lượng nhiệt từ bên trong Trái Đất ra bề mặt

mass / khối lượng sự đo lường lượng vật chất trong một vật; một thuộc tính cơ bản của một vật mà không bị ảnh hưởng bởi các lực tác dụng lên vật, chẳng hạn như lực hấp dẫn

mass defect / khiếm khuyết khối lượng sự khác biệt giữa khối lượng của một nguyên tử và tổng các khối lượng của proton, neutron và electron của nguyên tử đó

mass density / tỷ khối sự tập trung vật chất của một vật, được đo bằng khối lượng trên đơn vị thể tích của một chất

mass extinction / tuyệt chủng hàng loạt một thời kỳ trong đó số lượng lớn các loài bị tuyệt chủng

mass number / số khối tổng các số proton và neutron tạo nên hạt nhân của một nguyên tử

mass wasting / lãng phí khối lượng lớn sự chuyển động của đất, trầm tích, hoặc vật liệu đá xuống một con dốc dưới ảnh hưởng của trọng lực

materials science / khoa học vật liệu việc nghiên cứu đặc điểm và việc sử dụng vật liệu trong khoa học và công nghệ

matter / vật chất bất cứ thứ gì có khối lượng và chiếm không gian

mechanical energy / năng lượng cơ học tổng của động năng và tất cả các dạng năng lượng tiềm năng

mechanical wave / sóng cơ học một sóng đòi hỏi một môi trường để đi qua đó

medium / môi trường trung gian một môi trường vật lý mà một sự nhiễu động có thể đi qua

meiosis / giảm phân bào hình thức phân chia hạt nhân phân chia một tế bào lưỡng bội thành tế bào đơn bội; quan trọng để hình thành các giao tử sinh sản giới tính

melting / nóng chảy sự thay đổi trạng thái trong đó một chất rắn trở thành chất lỏng khi năng lượng là nhiệt được thêm vào hoặc áp suất được thay đổi

melting point / điểm nóng chảy nhiệt độ và áp suất tại đó một chất rắn trở thành chất lỏng

mesosphere / trung quyển "quyển giữa"; phần dưới vững chắc của lớp phủ giữa tầng bình lưu và lõi ngoài; lớp lạnh nhất của khí quyển, giữa tầng bình lưu và tầng nhiệt quyển trong đó nhiệt độ giảm khi độ cao tăng lên

Mesozoic Era / Kỷ Đại Trung Sinh thời kỳ địa chất kéo dài từ 251 triệu đến 65.5 triệu năm trước đây; còn gọi là Thời Đại Bò Sát

metabolism / sự trao đổi chất tổng cộng tất cả các quá trình hóa học diễn ra trong một sinh vật

metal / kim loại một nguyên tố sáng bóng và dẫn nhiệt và điện tốt

metallic bond / liên kết kim loại một liên kết hình thành bởi sự hấp dẫn giữa các ion kim loại tích điện dương và các electron xung quanh chúng

metalloid / á kim một nguyên tố có tính chất của cả kim loại và phi kim loại; đôi khi được gọi là chất bán dẫn

metamorphic rock / đá biến chất đá mà đã bị thay đổi về cấu trúc hoặc thành phần bởi nhiệt, áp suất và các chất hóa học, thường nằm sâu trong lớp vỏ trái đất

microevolution / tiến hóa vi mô sự thay đổi quan sát được trong các tần số allele của một quần thể qua một vài thế hệ

mid-ocean ridge / dãy núi giữa đại dương một dãy núi dài dưới đáy biển có một thung lũng dốc, hẹp ở trung tâm của nó, hình thành khi magma mọc lên từ nhu quyển, và tạo ra thạch quyển đại dương mới (đáy biển) khi các mảng kiến tạo dịch chuyển ra xa nhau

millimeters of mercury / millimeter thủy ngân một đơn vị áp suất

mineral / khoáng chất một vật rắn tự nhiên, thường là vô cơ, có một thành phần hóa học đặc trưng, một cấu trúc bên trong theo trật tự, và một loạt tính chất vật lý đặc trưng

mining / khai thác mỏ quá trình chiết xuất quặng, khoáng sản và các vật liệu rắn khác từ lòng đất

miscible / có thể trộn mô tả hai hoặc nhiều chất lỏng mà có thể hòa tan vào nhau theo các tỷ lệ khác nhau

mitochondrion / mitochondrion (số nhiều là *mitochondria*) bào quan hình hạt đậu cung cấp năng lượng cho tế bào và có các ribosome và DNA của riêng nó

mitosis / phân bào quá trình trong đó một tế bào phân chia hạt nhân và nội quan của nó

mixture / hỗn hợp một sự kết hợp của hai hoặc nhiều chất mà không được kết hợp về mặt hóa học

model / mô hình một kiểu mẫu, kế hoạch, sự trình bày, hoặc mô tả được thiết kế để hiển thị cấu trúc hoặc hoạt động của một đối tượng, hệ thống, hoặc khái niệm

moderator / chất điều tiết một vật liệu làm chậm lại vận tốc của các neutron sao cho chúng có thể được hấp thụ bởi các hạt nhân

molal boiling-point constant / hằng số điểm sôi molal một đại lượng được tính toán để thể hiện độ cao điểm sôi của dung dịch 1 molal của một chất không tan, không điện phân

molal freezing-point constant / hằng số điểm đông đặc molal một đại lượng được tính toán để đại diện cho sự suy giảm điểm đóng băng của một dung dịch 1 molal của một chất tan không tan, không điện phân

molality / molality nồng độ của dung dịch được thể hiện bằng số mol chất tan trên kilogam dung môi

molar enthalpy of formation / hình thành enthalpy phân tử lượng năng lượng dưới dạng nhiệt phát sinh từ sự hình thành 1 mol của một chất ở áp suất không đổi

molar enthalpy of fusion / enthalpy phân tử dung hợp lượng năng lượng dưới dạng nhiệt cần thiết để thay đổi 1 mol chất từ thể rắn thành lỏng ở nhiệt độ và áp suất không đổi

molar enthalpy of vaporization / enthalpy phân tử của bay hơi lượng năng lượng dưới dạng nhiệt cần thiết để làm bay hơi 1 mol chất lỏng ở áp suất và nhiệt độ không đổi

molar mass / khối lượng phân tử khối lượng bằng in gram của 1 mol một chất

molarity / tính phân cực một đơn vị nồng độ của một dung dịch được thể hiện dưới dạng mol chất tan hòa tan trong mỗi lít dung dịch

mole / mole đơn vị quốc tế được sử dụng để đo lượng chất có số lượng hạt như số nguyên tử cacbon trong chính xác 12 g cacbon-12

mole ratio / tỷ số mole một thừa số chuyển đổi liên hệ các lượng bằng mole của hai chất bất kỳ nào tham gia vào một phản ứng hóa học

molecular compound / hợp chất phân tử một hợp chất hóa học có đơn vị đơn giản nhất là các phân tử

molecular formula / công thức phân tử một công thức hóa học cho thấy số lượng và các loại nguyên tử trong một phân tử nhưng không phải sự sắp xếp của các nguyên tử

molecule / phân tử hai hoặc nhiều nguyên tử được gắn kết với nhau bởi các liên kết cộng hóa trị; không nhất thiết phải là một hợp chất

moment of inertia / moment quán tính xu hướng của một khối mà đang xoay quanh một trục cố định chống lại sự thay đổi trong chuyển động quay này

momentum / động lực một đại lượng được tính bằng tích số của khối lượng và vận tốc của một vật

monatomic ion / ion đơn độc một ion hình thành từ một nguyên tử duy nhất

monohybrid cross / pha tạp lai đơn sự lai tạo, hoặc giao phối, giữa hai sinh vật bao gồm chỉ một cặp đặc tính đối lập

monomer / monomer một phân tử đơn giản mà có thể kết hợp với các phân tử tương tự hoặc không tương tự khác để tạo ra một polymer

monoprotic acid / acid đơn độc một acid mà chỉ có thể cho một proton cho một base

monosaccharide / monosaccharide một loại đường đơn giản mà là tiểu đơn vị cơ bản của một carbohydrate

moraine / đôi thạch một dạng địa hình được tạo từ các trầm tích chưa phân loại được lắng đọng bởi một sông băng; trầm tích màu mỡ của một sông băng

multiple bond / đa liên kết một liên kết trong đó các nguyên tử chia sẻ nhiều hơn một cặp electron, chẳng hạn như liên kết đôi hoặc liên kết ba

mutagen / chất đột biến tác nhân có thể gây đột biến hoặc tăng tần suất đột biến trong sinh vật

mutation / đột biến sự thay đổi trong chuỗi DNA

mutual inductance / tự cảm tương hỗ khả năng một mạch tạo ra một emf trong một mạch gần đó với sự hiện diện của một dòng điện thay đổi

N

NADPH / NADPH một phân tử đóng vai trò một vật mang năng lượng trong quá trình quang hợp

natural gas / khí tự nhiên một hỗn hợp các hydrocarbon dạng khí nằm phía dưới bề mặt Trái Đất, thường là gần các lớp trầm tích dầu lửa; được dùng làm nhiên liệu

natural hazard / mối nguy tự nhiên một hiện tượng xảy ra tự nhiên tạo ra nguy cơ gây hại cho con người, tài sản, hoặc môi trường

natural resource / tài nguyên tự nhiên một vật liệu hoặc năng lực, chẳng hạn như gỗ, trầm tích khoáng sản, hoặc nguồn nước, xảy ra ở trạng thái tự nhiên và có giá trị kinh tế

natural selection / tuyển chọn tự nhiên cơ chế theo đó các cá thể mà đã thừa hưởng sự thích ứng có lợi sẽ sinh ra nhiều con hơn trung bình so với các cá nhân khác

nebula / tinh vân một đám mây khí và bụi lớn trong không gian giữa các vì sao; một vùng trong không gian nơi các ngôi sao hình thành

negative feedback / phản hồi tiêu cực phản hồi áp dụng đầu ra so với các điều kiện ban đầu, có xu hướng chống lại hoặc giảm bớt một sự thay đổi và ổn định một quy trình hoặc hệ thống

negative feedback loop / vòng lặp phản hồi tiêu cực hệ thống điều khiển cân bằng nội môi điều chỉnh các điều kiện của cơ thể khi các điều kiện thay đổi từ điểm lý tưởng

net force / thực lực một lực duy nhất có tác dụng bên ngoài lên một khối cứng giống với tác động của nhiều lực thực tế tác dụng lên khối đó

net ionic equation / phương trình ion thực một phương trình mà chỉ bao gồm các hợp chất và các ion nào trải qua một sự thay đổi hóa học trong một phản ứng trong một dung dịch nước

neutralization / sự trung hòa phản ứng của các ion mô tả các acid (các ion hydronium) và các ion mô tả các bases (các ion hydroxide) để tạo thành các phân tử nước và một muối

neutron / neutron một hạt tiểu nguyên tử mà không có điện tích và nằm trong hạt nhân của một nguyên tử

newton / newton đơn vị quốc tế chỉ lực; lực mà sẽ tăng tốc độ của khối lượng 1 kg lên 1 m/s mỗi giây mà lực được áp dụng (viết tắt là N)

noble gas / khí quý một trong các nguyên tố thuộc nhóm 18 của bảng tuần hoàn (helium, neon, argon, krypton, xenon, và radon); các khí quý không có phản ứng

noble-gas configuration / cấu hình khí quý một mức năng lượng chính bên ngoài hoàn toàn bị chiếm hữu, trong hầu hết các trường hợp, bởi tám electron

node / nút một điểm trong một sóng đứng duy trì sự chuyển vị bằng 0

nomenclature / danh pháp một hệ thống đặt tên

nonelectrolyte / không phân ly một chất hòa tan trong nước để cho một dung môi không dẫn một dòng điện

nonmetal / phi kim loại một nguyên tố dẫn nhiệt và điện kém và không tạo thành các ion dương trong một dung dịch điện phân

nonpoint source pollution / ô nhiễm nguồn không điểm sự ô nhiễm mà đến từ nhiều nguồn thay vì từ một chỗ cụ thể; một ví dụ là ô nhiễm tiến đến một khối nước từ đường phố và cống thoát nước mưa

nonpolar covalent bond / liên kết cộng hóa trị không phân cực một liên kết cộng hóa trị trong đó các electron liên kết được thu hút như nhau đến cả hai nguyên tử liên kết

nonrenewable resource / tài nguyên không thể tái tạo một tài nguyên tạo thành với tốc độ chậm hơn nhiều so với tốc độ tiêu thụ tài nguyên đó

nonvolatile substance / chất không bay hơi một chất có ít xu hướng trở thành khí trong các điều kiện hiện tại

normal distribution / phân phối bình thường trong sinh học, sự phân phối trong một quần thể trong đó tần số allele cao nhất gần giá trị phạm vi trung bình và giảm dần về phía mỗi đầu cực

normal force / lực bình thường một lực tác dụng lên một vật nằm trên một bề mặt và tác dụng theo hướng vuông góc với bề mặt

nuclear binding energy / năng lượng ràng buộc hạt nhân năng lượng được giải phóng khi một hạt nhân được hình thành từ các hạt nhân

nuclear fission / phân hạch hạt nhân quá trình mà một hạt nhân chia thành hai hoặc nhiều mảnh và thải ra các neutron và năng lượng

nuclear forces / lực hạt nhân tương tác ràng buộc các proton và neutron, proton và proton, và các neutron và neutron với nhau trong một hạt nhân

nuclear fusion / tổng hợp hạt nhân quá trình mà theo đó các hạt nhân của các nguyên tử nhỏ kết hợp để hình thành một hạt nhân mới, lớn hơn; quá trình này giải phóng năng lượng

nuclear power plant / nhà máy điện hạt nhân một cơ sở sử dụng nhiệt từ các lò phản ứng hạt nhân để sản xuất năng lượng điện

nuclear radiation / bức xạ hạt nhân các hạt được giải phóng từ hạt nhân trong quá trình phân rã phóng xạ, chẳng hạn như neutron, electron và photon

nuclear reaction / phản ứng hạt nhân một phản ứng ảnh hưởng đến hạt nhân của một nguyên tử

nuclear reactor / lò phản ứng hạt nhân một thiết bị sử dụng các phản ứng hạt nhân được kiểm soát để tạo ra năng lượng hoặc nuclide

nuclear shell model / mô hình vỏ hạt nhân một mô hình đại diện cho các hạt nhân tồn tại ở các mức năng lượng khác nhau, hoặc các vỏ, trong hạt nhân

nuclear waste / rác hạt nhân rác chứa đồng vị phóng xạ

nucleic acid / acid hạt nhân một hợp chất hữu cơ, RNA hoặc DNA, có các phân tử được tạo thành từ một hoặc hai chuỗi nucleotide và mang thông tin di truyền

nucleon / nucleon một proton hoặc neutron

nucleotide / nucleotide một monomer hữu cơ bao gồm một đường, một phosphate, và base nitơ; khối tạo dựng cơ bản của một chuỗi acid nucleic, chẳng hạn như DNA và RNA

nucleus / hạt nhân (số nhiều là *nuclei*) trong khoa học đời sống, một bào quan bao gồm một màng nhầy kép đóng vai trò là kho chứa phần lớn DNA của tế bào; trong khoa học vật lý, vùng trung tâm của một nguyên tử, được tạo thành từ các proton và neutron

nuclide / nuclide một nguyên tử được xác định bởi số lượng proton và neutron trong nhân của nó

O

ocean acidification / acid hóa đại dương sự giảm độ pH của nước biển do sự hấp thụ các mức khí carbon dioxide (CO_2) cao bất thường từ khí quyển

oceanic trench / rãnh đại dương một chỗ trũng dài, hẹp và dốc hình thành trên đáy đại dương như là kết quả của sự lún xuống của một mảng kiến tạo, chạy song song với hướng của một chuỗi các đảo núi lửa hoặc bờ biển của một lục địa, và có thể sâu đến 11 km dưới mực nước biển; còn được gọi là *rãnh* hoặc *rãnh biển sâu*

octet rule / quy tắc bát tử một khái niệm về lý thuyết liên kết hóa học dựa trên giả định rằng các nguyên tử có xu hướng có một trong hai vỏ hóa trị rỗng hoặc vỏ hóa trị đầy đủ của tám electron

oil shale / diệp thạch dầu đá phiến màu đen, xám đậm hoặc nâu đậm có chứa các hydrocacbon sản sinh dầu mỏ bằng cách chưng cất

operator / vật điều hành một chuỗi ngắn DNA virus hoặc vi khuẩn mà một chất ức chế liên kết để ngăn chặn sự chuyển mã (tổng hợp mRNA) của gene kế cận trong một operon

operon / operon phần của DNA mà có chứa tất cả mã để bắt đầu chuyển mã, điều chỉnh chuyển mã, và xây dựng một protein; bao gồm một chất quảng bá, gene điều chỉnh, và gene cấu trúc

orbit / quỹ đạo con đường của một khối khi nó di chuyển xung quanh một khối khác do lực hấp dẫn lẫn nhau của chúng

orbital / quỹ đạo một vùng trong một nguyên tử, nơi có xác suất tìm thấy electron cao

order / thứ tự trong hóa học, một sự phân loại các phản ứng hóa học mà phụ thuộc vào số lượng phân tử xuất hiện để tham gia vào phản ứng

order number / số thứ tự số được gán cho các rìa giao thoa liên quan đến rìa sáng trung tâm

ore / quặng một vật liệu thiên nhiên có sự tập trung các khoáng chất quý có giá trị kinh tế đủ nhiều để người ta khai thác có lợi nhuận vật liệu này

organ / cơ quan nhóm các loại mô khác nhau hoạt động cùng nhau để thực hiện một chức năng cụ thể hoặc các chức năng liên quan

organ system / hệ cơ quan hai hoặc nhiều cơ quan hoạt động một cách phối hợp để thực hiện các chức năng tương tự nhau

organic compound / hợp chất hữu cơ một hợp chất liên kết cộng hóa trị có chứa carbon, không bao gồm cacbonate và oxide

organic sedimentary rock / đá trầm tích hữu cơ đá trầm tích hình thành từ tàn tích của thực vật hoặc động vật

organism / sinh vật vật sống đơn lẻ bất kỳ

osmosis / thẩm thấu sự khuếch tán của nước hoặc một dung môi khác từ dung dịch loãng hơn (của một chất tan) đến một dung dịch đậm đặc hơn (của một chất tan) qua một màng nhầy thấm dung môi

osmotic pressure / áp suất thẩm thấu áp lực bên ngoài mà phải được áp dụng để ngừng thẩm thấu

outer core / lõi ngoài lớp của bên trong Trái Đất nằm giữa lõi trong và lớp phủ, bao gồm chủ yếu là sắt nóng chảy và kền

TIENG VIỆT

overharvesting / sự thu hoạch quá mức bắt hoặc lấy đi từ một quần thể nhiều sinh vật hơn là quần thể có thể thay thế

oxidation / ôxy hóa một phản ứng loại bỏ một hoặc nhiều electron khỏi một chất sao cho hóa trị hoặc trạng thái ôxy hóa của chất đó tăng lên

oxidation number / số ôxy hóa số lượng các electron mà phải được thêm vào hoặc loại bỏ khỏi một nguyên tử ở một trạng thái kết hợp để chuyển đổi nguyên tử thành dạng nguyên tố

oxidation state / trạng thái ôxy hóa điều kiện của một nguyên tử được biểu thị bằng số electron mà nguyên tử cần để đạt tới dạng nguyên tố của nó

oxidation-reduction reaction / phản ứng giảm ôxy hóa bất kỳ sự thay đổi hóa học nào trong đó một loài bị oxy hóa (mất electron) và một loài khác bị giảm (tăng electron); còn gọi là phản ứng ôxy hoá khử

oxidized / bị ôxy hóa mô tả một nguyên tố đã mất electron và đã tăng số ôxy hóa của nó

oxidizing agent / tác nhân ôxy hóa chất tăng electron trong một phản ứng ôxy hóa khử và bị giảm

oxyacid / oxyacid một acid mà là một hợp chất của hydro, oxy và một nguyên tố thứ ba, thường là một phi kim

oxyanion / oxyanion một ion đa nguyên tử có chứa ôxy

ozone / ozone một phân tử khí được tạo bởi ba nguyên tử ôxy

P

P-wave / sóng P một sóng chính hoặc sóng nén; một sóng địa chấn làm cho các hạt đá chuyển động theo chiều ngược xuôi và song song với hướng mà sóng đang di chuyển; Sóng P là sóng địa chấn nhanh nhất và có thể di chuyển qua các chất rắn, chất lỏng và khí

Paleozoic Era / Kỷ Paleozoic kỷ nguyên địa chất tiếp sau thời Tiền Cambria và kéo dài từ cách đây 542 triệu đến 251 triệu năm

parallax / thị sai một sự chuyển đổi rõ rệt về vị trí của một vật khi nhìn từ các địa điểm khác nhau

parallel / song song mô tả hai hoặc nhiều thành phần của một mạch điện mà cung cấp các con đường dẫn riêng biệt cho dòng điện vì các thành phần được kết nối qua các điểm chung hoặc các điểm nối

parent nuclide / nuclide bậc trên một hạt nhân phóng xạ tạo ra một nuclide con cụ thể như là một thành viên sau này của một loạt phóng xạ

partial pressure / áp suất một phần áp suất của mỗi khí trong một hỗn hợp

pascal / pascal đơn vị áp suất quốc tế; bằng với lực 1 N tác dụng trên diện tích 1 m² (viết tắt là Pa)

passive margin / gờ thụ động một gờ lục địa không xảy ra dọc theo một ranh giới phiến

path difference / chênh lệch đường dẫn sự khác biệt về khoảng cách di chuyển bởi hai chùm tia khi chúng nằm rải rác theo cùng một hướng từ các điểm khác nhau

Pauli exclusion principle / nguyên lý loại trừ Pauli nguyên lý nói rằng hai hạt của một lớp nhất định không thể ở chính xác cùng trạng thái năng lượng

PCR; polymerase chain reaction / PCR; phản ứng dây chuyền polymerase phương pháp để tăng số lượng DNA bằng cách tách nó thành hai sợi và bổ sung chất mồi và enzyme

percentage composition / cấu tạo phần trăm phần trăm theo khối lượng của mỗi nguyên tố trong một hợp chất

percentage error / lỗi phần trăm một sự so sánh định tính giá trị thực nghiệm trung bình với giá trị chính xác hoặc được chấp nhận; nó được tính bằng cách trừ giá trị được chấp nhận khỏi giá trị thử nghiệm, chia hiệu số cho giá trị được chấp nhận và sau đó nhân với 100

percentage yield / năng suất phần trăm tỷ số của năng suất thực tế với năng suất lý thuyết, nhân với 100

perfectly inelastic collision / va chạm không co giãn hoàn hảo va chạm trong đó hai vật dính vào nhau sau va chạm

period / kỳ trong hóa học, một hàng ngang các nguyên tố trong bảng tuần hoàn; trong vật lý, thời gian để một chu kỳ hoàn chỉnh hoặc dao động sóng xảy ra

periodic law / định luật tuần hoàn định luật cho rằng các tính chất vật lý và hóa học lặp lại của các nguyên tố thay đổi một cách định kỳ với các số nguyên tử của các nguyên tố

periodic table / bảng tuần hoàn một sự sắp xếp các nguyên tố theo thứ tự các số nguyên tử của chúng sao cho các nguyên tố có cùng đặc tính nằm trong cùng một cột hoặc nhóm

petroleum / dầu lửa một hỗn hợp chất lỏng gồm các hợp chất hydrocarbon phức hợp; được dùng rộng rãi làm nguồn nhiên liệu

pH / pH một giá trị được sử dụng để biểu thị tính acid hoặc tính base (độ kiềm) của một hệ thống; mỗi số nguyên trên thang đo chỉ ra một sự thay đổi gấp mười lần tính acid; độ pH là 7 là trung tính, độ pH nhỏ hơn 7 là có tính acid và độ pH lớn hơn 7 là có tính base

pH meter / pH kế một thiết bị được sử dụng để xác định độ pH của một dung dịch bằng cách đo điện áp giữa hai điện cực được đặt trong dung dịch

phase / giai đoạn trong hóa học, một trong bốn trạng thái hoặc điều kiện trong đó một chất có thể tồn tại: rắn, lỏng, khí hoặc huyết tương; một phần đồng nhất của vật chất

phase change / thay đổi giai đoạn sự thay đổi vật lý của một chất từ trạng thái này (rắn, lỏng hoặc khí) sang trạng thái khác ở nhiệt độ và áp suất không đổi

phase diagram / sơ đồ giai đoạn một đồ thị về mối quan hệ giữa trạng thái vật lý của một chất và nhiệt độ và áp suất của chất đó

phenomenon / hiện tượng một sự xuất hiện, hoàn cảnh hoặc thực tế có thể quan sát được

phenotype / phenotype tập hợp tất cả các đặc tính vật lý của một sinh vật

phospholipid / phospholipid phân tử tạo thành một màng nhầy tế bào hai lớp; gồm một glycerol, một nhóm phosphate, và hai acid béo

photoelectric effect / hiệu ứng quang điện sự phát xạ các electron từ một kim loại khi ánh sáng có các tần số nhất định chiếu sáng trên bề mặt kim loại đó

photon / photon một đơn vị hoặc lượng tử ánh sáng; một hạt bức xạ điện từ có khối lượng nghỉ bằng 0 và mang một lượng tử năng lượng

photosynthesis / quang hợp quá trình mà năng lượng ánh sáng được chuyển thành năng lượng hóa học; sản xuất đường và oxy từ carbon dioxide và nước

physical change / thay đổi về vật lý một sự thay đổi của vật chất từ dạng này sang dạng khác mà không thay đổi tính chất hóa học

physical property / tính chất hóa học một đặc điểm của một chất mà không bao gồm sự thay đổi hóa học, chẳng hạn như mật độ, màu sắc hoặc độ cứng

pitch / chất lượng âm một sự đo lường mức độ cao thấp mà một âm thanh được cảm nhận, tùy thuộc vào tần số của sóng âm

plasma / huyết tương một trạng thái vật chất bao gồm các hạt tích điện di chuyển tự do, như các ion và electron; các đặc tính của nó khác với đặc tính của một chất rắn, lỏng hoặc khí

plasmid / plasmid mảnh vật liệu di truyền tròn có trong vi khuẩn mà có thể tái tạo riêng biệt khỏi DNA của nhiễm sắc thể chính

plateau / cao nguyên một khu đất rộng lớn, cao, tương đối rộng, cao hơn một đồng bằng và lớn hơn một đỉnh đồi

plate tectonics / kiến tạo địa tầng lý thuyết giải thích các mảnh lớn của thạch quyển, được gọi là các tấm, di chuyển và thay đổi hình dạng như thế nào

pOH / pOH số âm của logarithm chung của nồng độ ion hydroxide của một dung dịch

point source pollution / ô nhiễm nguồn điểm sự ô nhiễm đến từ một địa điểm cụ thể

polar / cực mô tả một phân tử trong đó các điện tích dương và âm được tách ra

polar covalent bond / liên kết cộng hóa trị có cực một liên kết cộng hóa trị trong đó một cặp electron dùng chung bởi hai nguyên tử được giữ chặt hơn bởi một nguyên tử

polarity / phân cực một đặc tính của một hệ thống trong đó hai điểm có các đặc tính đối lập, chẳng hạn như điện tích hoặc cực từ

pollution / ô nhiễm bất kỳ thứ gì được thêm vào môi trường và có tác động xấu đến môi trường hoặc các sinh vật của nó

polyatomic ion / ion đa nguyên tử một ion gồm hai hoặc nhiều nguyên tử

polygenic trait / đặc tính nhiều gene đặc tính được sinh ra bởi hai hoặc nhiều gene

polymer / polymer một phân tử lớn được hình thành bởi hơn năm monomer, hoặc các đơn vị nhỏ

polyprotic acid / acid đa proton một acid mà có thể cho nhiều hơn một proton mỗi phân tử

polysaccharide / polysaccharide một trong những carbohydrate tạo thành từ các chuỗi dài các loại đường đơn giản; polysaccharide bao gồm tinh bột, cellulose và glycogen

population / quần thể tất cả các cá thể của một loài sống trong cùng khu vực

positive feedback / phản hồi tích cực phản hồi có xu hướng khuếch đại hoặc gia tăng một sự thay đổi và làm mất ổn định một quá trình hoặc hệ thống

positive feedback loop / vòng lặp phản hồi tích cực hệ thống kiểm soát trong đó thông tin cảm giác làm cho cơ thể tăng tốc độ thay đổi cách xa cân bằng nội môi

positron / positron một hạt có cùng khối lượng và quay như một electron nhưng có điện tích dương

potential difference / khác biệt tiềm năng công việc phải được thực hiện chống lại các lực điện để di chuyển một điện tích giữa hai điểm đang xét được phân chia bởi điện tích

potential energy / thế năng năng lượng mà một vật có do vị trí, hình dạng, hay điều kiện của vật đó

power / công suất một đại lượng đo tốc độ thực hiện công việc hoặc tốc độ truyền năng lượng bằng phương pháp bất kỳ

Precambrian / Tiền cambrian khoảng thời gian trong khung thời gian địa chất từ lúc hình thành Trái Đất đến đầu kỷ nguyên đại cổ sinh, từ 4.6 tỷ đến 542 triệu năm trước

precession / tiền đồn chuyển động của trục của một thân quay, chẳng hạn như sự lắc lư của đỉnh quay, khi có một lực bên ngoài tác động lên trục; một vòng hồi chuyển chậm của trục quay của Trái Đất liên quan đến quỹ đạo của nó

precipitate / chất kết tủa một chất rắn được sản sinh, là kết quả của một phản ứng hóa học trong dung dịch

precision / độ chính xác sự chính xác của một phép đo

predation / ăn thịt quá trình mà một sinh vật bắt và giết một sinh vật khác để ăn

pressure / áp suất lượng lực tác dụng trên một đơn vị diện tích của một bề mặt

primary energy source / nguồn năng lượng sơ cấp mô tả một nguồn năng lượng được tìm thấy một cách tự nhiên trong môi trường; than, khí tự nhiên, mặt trời, gió và uranium là những ví dụ về các nguồn năng lượng sơ cấp

primary standard / tiêu chuẩn cơ bản một hợp chất rắn tinh khiết cao độ được sử dụng để kiểm tra nồng độ của một dung dịch đã biết trong một chuẩn độ

principal quantum number / số lượng tử chủ yếu số lượng tử cho biết năng lượng và quỹ đạo của một electron trong một nguyên tử

probability / xác suất khả năng mà một sự kiện cụ thể sẽ xảy ra

producer / vật sản sinh sinh vật mà lấy năng lượng từ các nguồn phi sinh vật, như ánh nắng hoặc các hóa chất hữu cơ

product / sản phẩm một chất tạo thành trong một phản ứng hóa học

projectile motion / chuyển động bắn ra chuyển động mà một vật vẽ ra khi được ném, phóng, hay bắn ra gần bề mặt Trái Đất

promoter / chất quảng bá phần của DNA mà RNA polymerase liên kết, bắt đầu việc chuyển mã mRNA

protein / protein polymer bao gồm các acid amin được liên kết bởi các liên kết peptide; gấp thành một cấu trúc đặc biệt tùy thuộc vào những liên kết giữa các acid amin

protein synthesis / tổng hợp protein sự hình thành các protein bằng cách sử dụng thông tin chứa trong DNA và được mang bởi mRNA

proton / proton một hạt hạ nguyên tử có điện tích dương và nằm trong hạt nhân của một nguyên tử; số lượng proton trong hạt nhân là số nguyên tử, xác định danh tính của một nguyên tố

protoplanetary disk / đĩa hành tinh nguyên gốc một đĩa gồm các hạt khí và bụi quay quanh một ngôi sao mới hình thành, từ đó các hành tinh có thể hình thành

prototype / nguyên mẫu một mô hình thử nghiệm của một sản phẩm

Punnett square / hình vuông Punnett mô hình để dự đoán tất cả các kiểu gene khả dĩ từ một lần lai tạp, hoặc giao phối

pure substance / chất tinh khiết một mẫu vật chất, là một nguyên tố đơn lẻ hoặc một hợp chất đơn lẻ, có tính chất hóa học và vật lý xác định

pyramid of numbers / kim tự tháp số một sơ đồ cho thấy số lượng các sinh vật đơn lẻ ở mỗi cấp độ dinh dưỡng trong một hệ sinh thái

Q

quantity / số lượng thứ gì đó có độ lớn, kích thước hoặc lượng

quantum / lượng tử đơn vị cơ bản của năng lượng điện từ; nó mô tả đặc tính sóng của các electron

quantum number / số lượng tử một số chỉ định các đặc tính nhất định của các electron

quantum theory / thuyết lượng tử sự nghiên cứu về cấu trúc và hành vi của nguyên tử và các hạt hạ nguyên tử theo quan điểm rằng tất cả năng lượng đều xuất hiện trong các bó nhỏ, không phân chia được

R

radian / radian một góc có chiều dài cung bằng bán kính của vòng tròn, xấp xỉ bằng 57.3 °

radiation / bức xạ sự phát ra và truyền bá năng lượng dưới dạng sóng điện từ; đồng thời các hạt hạ nguyên tử chuyển động

radioactive decay / phân rã phóng xạ sự tan rã của một hạt nhân nguyên tử không ổn định thành một hoặc nhiều loại nguyên tử hoặc đồng vị khác nhau, kèm theo sự phát ra bức xạ, việc hạt nhân nắm giữ hoặc phóng electron, hoặc phân hạch

radioactive nuclide / nuclide phóng xạ một nuclide có chứa các đồng vị mà phân rã và phát ra bức xạ

radioactive tracer / vật theo dõi phóng xạ một chất phóng xạ mà được thêm vào một chất để sự phân phối của nó có thể được phát hiện sau này

radiometric dating / định niên đại phóng xạ một phương pháp xác định tuổi của một vật bằng cách so sánh tỷ lệ phần trăm tương đối của một chất đồng vị phóng xạ (bậc trên) và một chất đồng vị ổn định (con)

rare earth element / nguyên tố đất hiếm bất cứ nguyên tố nào trong một nhóm các nguyên tố kim loại xuất hiện tự nhiên mà có các tính chất tương tự, bao gồm scandium, yttrium và 15 nguyên tố có số nguyên tử từ 57 đến 71 (nhóm lanthanide) Các nguyên tố đất hiếm được sử dụng rộng rãi trong các sản phẩm điện tử và công nghệ cao khác

rarefaction / sự hiếm có vùng của một sóng dọc, trong đó mật độ và áp suất ở mức tối thiểu

rate law / định luật tốc độ biểu thức cho thấy tốc độ hình thành sản phẩm phụ thuộc vào nồng độ của tất cả các loài thay vì dung môi tham gia vào phản ứng

rate-determining step / bước quyết định tốc độ trong một phản ứng hóa học nhiều bước, bước có vận tốc thấp nhất, xác định tốc độ của phản ứng tổng thể

reactant / chất phản ứng một chất hoặc phân tử tham gia vào một phản ứng hóa học

reaction mechanism / cơ cấu phản ứng cách thức xảy ra một phản ứng hóa học; thể hiện trong một loạt các phương trình hóa học

reaction rate / tốc độ phản ứng tốc độ xảy ra phản ứng hóa học; được đo bằng tốc độ hình thành sản phẩm hoặc tốc độ biến mất của các chất phản ứng

reaction stoichiometry / đo lường hóa học phản ứng tính toán liên quan đến các mối quan hệ khối lượng giữa các chất phản ứng và các sản phẩm trong một phản ứng hóa học

real gas / khí thực một loại khí mà không hoạt động hoàn toàn giống như một loại khí lý tưởng giả định, do sự tương tác giữa các phân tử khí

real image / hình ảnh thực một hình ảnh được hình thành bởi giao điểm của các tia sáng; một hình ảnh thực có thể được chiếu trên màn hình

recessive / lặn allele không được thể hiện trừ khi hai bản sao có mặt trong kiểu gene của một sinh vật

recharge / tái nạp thể tích nước chảy trong một thời gian cho trước

reclamation / cải tạo quá trình đưa vào hoặc khôi phục về lại một điều kiện thích hợp như trạng thái tự nhiên trước đó

recombinant DNA / DNA tái tổ hợp DNA được thiết kế di truyền chứa các gene từ hơn một sinh vật hoặc loài

recrystallization / tái kết tinh quá trình tái tạo các tinh thể hoặc một cấu trúc tinh thể

recycle / tái chế để đặt hoặc vượt qua một chu kỳ một lần nữa; để thu hồi các vật liệu có giá trị hoặc hữu ích từ phế liệu hoặc phế liệu hoặc tái sử dụng vật phẩm

reduced / giảm mô tả một chất mà đã thu được các electron, mất một nguyên tử oxy, hoặc thu được một nguyên tử hydro

reducing agent / tác nhân giảm một chất mà có tiềm năng làm giảm một chất khác

reduction / sự giảm bớt một sự thay đổi hóa học trong đó thu được các electron, hoặc bằng cách loại bỏ oxy, bổ sung hydro, hoặc bổ sung các electron

reduction potential / tiềm năng giảm sự giảm điện áp xảy ra khi một ion dương trở nên kém dương hoặc trung tính hoặc khi một nguyên tử trung hòa trở thành một ion âm

reflection / sự phản chiếu sự quay ngược của một sóng điện từ tại một bề mặt

reforestation / trồng rừng lại việc tái lập và phát triển cây trong đất rừng

refraction / khúc xạ sự gấp khúc của mặt trước sóng khi mặt trước sóng đi qua giữa hai chất trong đó tốc độ của sóng khác nhau

relative age / tuổi tương đối tuổi của một vật liên quan đến độ tuổi của các đối tượng khác

rem / rem số lượng bức xạ ion hóa gây ra nhiều thiệt hại cho mô của con người bằng 1 roentgen của tia X điện áp cao gây ra

renewable / có thể tái tạo một nguồn tài nguyên thiên nhiên mà có thể được thay thế với cùng tốc độ mà tài nguyên đó được tiêu thụ Cũng được sử dụng để mô tả năng lượng thu được từ các nguồn đó

renewable resource / tài nguyên có thể tái tạo một tài nguyên thiên nhiên mà có thể được thay thế với cùng tốc độ mà tài nguyên đó được tiêu thụ

replication / nhân đôi quá trình trong đó DNA được sao chép

repulsive force / lực đẩy lực mà có xu hướng đẩy các vật xa khỏi nhau

reservoir / hồ chứa một nơi hoặc một phần của một hệ thống trong đó một cái gì đó thu thập hoặc được thu thập

resilience / khả năng phục hồi khả năng phục hồi của một hệ sinh thái sau khi nó đã trải qua một sự xáo trộn

resistance / sức đề kháng trong khoa học đời sống, khả năng một sinh vật chịu đựng được một hóa chất hoặc tác nhân gây bệnh; khả năng một hệ sinh thái chống lại sự thay đổi từ một sự xáo trộn; trong vật lý, sự phản kháng đối với một dòng điện bởi một vật liệu hoặc thiết bị

resolving power / sức mạnh phân giải
khả năng một dụng cụ quang học tạo thành các hình ảnh riêng biệt của hai vật thể gần sát nhau

resonance / cộng hưởng sự liên kết trong các phân tử hoặc các ion mà không thể được biểu hiện chính xác bởi một cấu trúc Lewis đơn lẻ; trong vật lý một hiện tượng xảy ra khi tần số của một lực tác dụng lên hệ thống phù hợp với tần số rung tự nhiên của hệ thống, dẫn đến biên độ dao động lớn

respiration / hô hấp quá trình xảy ra trong các tế bào sống mà năng lượng hóa học của các phân tử hữu cơ được chuyển đổi thành năng lượng có thể sử dụng, liên quan đến việc tiêu thụ oxy và sản xuất carbon dioxide và nước như các sản phẩm phụ

resultant / hợp lực một vector đại diện cho tổng của hai hoặc nhiều vector

reversible reaction / phản ứng có thể đảo ngược một phản ứng hóa học trong đó các sản phẩm tái tạo thành các chất phản ứng ban đầu

ribosome / ribosome bào quan liên kết các acid amin với nhau để tạo các protein

ridge push / lực đẩy sườn núi đá một lực được tác dụng bằng cách làm mát, làm lún đá trên các phiến thạch quyển lan rộng ở một sườn núi giữa đại dương

rms current / dòng rms giá trị của dòng điện xoay chiều mang lại hiệu ứng hâm nóng tương tự mà giá trị tương ứng của dòng điện một chiều thực hiện

rock cycle / chu kỳ đá loạt các quá trình trong đó đá hình thành, thay đổi từ loại này sang loại khác, bị phá hủy và hình thành một lần nữa bằng các quá trình địa chất

roentgen / roentgen một đơn vị liều lượng bức xạ của tia X hoặc tia gamma mà bằng với lượng bức xạ mà sẽ tạo ra 2.58×10^{-4} ion mỗi kg không khí ở áp suất khí quyển

rotational kinetic energy / năng lượng động lực học quay năng lượng của một vật do chuyển động quay của vật đó

S

S-wave / sóng S một sóng thứ cấp, hoặc sóng biến dạng; một sóng địa chấn làm cho các hạt đá chuyển động theo hướng song song vuông góc với hướng mà sóng đang di chuyển; Sóng S là sóng địa chấn nhanh thứ nhì và chỉ có thể đi qua các chất rắn

salt / muối một hợp chất ion hình thành khi một nguyên tử kim loại hoặc một gốc dương thay thế hydro của một acid

saponification / xà bông hóa phản ứng hóa học trong đó các ester của các acid béo phản ứng với một base mạnh để sản xuất glycerol và một muối acid béo; quy trình trình được dùng để làm xà bông

saturated hydrocarbon / hydrocarbon bão hòa một hợp chất hữu cơ được tạo thành chỉ bởi carbon và hydro được liên kết bởi các liên kết đơn

saturated solution / dung dịch bão hòa một dung dịch mà không thể hòa tan thêm chất tan nào trong các điều kiện đã cho

scalar / vô hướng một đại lượng vật lý mà có độ lớn nhưng không có hướng

schematic diagram / lược đồ biểu hiện một mạch điện sử dụng các đường để biểu thị các dây và các ký hiệu khác nhau để biểu diễn các thành phần

scientific method / phương pháp khoa học một loạt các bước được làm theo để giải quyết các vấn đề, bao gồm thu thập dữ liệu, xây dựng một giả thuyết, kiểm tra giả thuyết và phát biểu kết luận

scientific notation / ký hiệu khoa học một phương pháp biểu thị một đại lượng như một số nhân với 10 đến lũy thừa thích hợp

scintillation counter / máy đếm nhấp nháy một công cụ chuyển đổi ánh sáng nhấp nháy thành tín hiệu điện để phát hiện và đo bức xạ

secondary energy source / nguồn năng lượng thứ cấp mô tả các nguồn năng lượng có nguồn gốc từ các nguồn năng lượng sơ cấp; ví dụ, điện là nguồn năng lượng thứ cấp được sản xuất từ việc sử dụng các nguồn sơ cấp như than đá và khí tự nhiên

sediment / trầm tích các hạt rắn như các mảnh đá phong hóa, vật liệu từ sinh vật, hoặc khoáng chất thoát ra khỏi dung dịch được vận chuyển và lắng đọng ở tại hoặc gần bề mặt Trái Đất

sedimentary rock / đá trầm tích đá được hình thành bởi sự nén chặt và hàn gắn của các lớp trầm tích

seismic wave / sóng địa chấn một sóng năng lượng đi qua Trái Đất và đi xa khỏi một trận động đất theo mọi hướng

seismogram / biểu đồ địa chấn một nét vẽ chuyển động của động đất được ghi lại bởi một địa chấn kế

self-ionization of water / nước tự ion hóa một quá trình trong đó hai phân tử nước tạo ra một ion hydronium và một ion hydroxide bằng cách truyền một proton

semipermeable membrane / màng bán thấm một màng mà chỉ cho phép một số phân tử nhất định đi qua

series / loạt mô tả hai hoặc nhiều thành phần của một mạch điện mà cung cấp một đường dẫn duy nhất cho dòng điện

sex chromosome / nhiễm sắc thể giới tính một một cặp nhiễm sắc thể mà quyết định giới tính của một cá thể

sex-linked gene / gene liên kết giới tính gene nằm trên một nhiễm sắc thể giới tính

sexual selection / tuyển chọn giới tính sự tuyển chọn trong đó một số đặc tính làm tăng sự thành công về giao phối; vì vậy, các đặc tính được truyền sang con

shielding / che chắn một vật liệu hấp thu bức xạ được dùng để giảm sự rò rỉ bức xạ từ các lò phản ứng hạt nhân

SI / SI Le Système International d'Unités, hay Hệ Thống Đơn Vị Quốc Tế, là hệ thống đo lường được chấp nhận toàn cầu

significant figure / số đáng kể một số thập phân được chỉ định xác định số lượng làm tròn được thực hiện dựa trên độ chính xác của phép đo

silicate / silicate một khoáng chất mà có chứa một sự kết hợp của silicon và oxy và cũng có thể chứa một hoặc nhiều kim loại

simple harmonic motion / chuyển động hài hòa đơn giản sự rung động quanh một vị trí cân bằng trong đó một lực phục hồi tỉ lệ thuận với sự dịch chuyển khỏi trạng thái cân bằng

single bond / liên kết đơn một liên kết cộng hóa trị trong đó hai nguyên tử có chung một cặp electron

single-displacement reaction / phản ứng dịch chuyển đơn một phản ứng trong đó một nguyên tố hoặc gốc chiếm chỗ của một nguyên tố hoặc gốc khác trong một hợp chất

sinkhole / lỗ chìm một chỗ lún hình tròn, hình thành khi đá tan, khi trầm tích nằm trên lấp đầy một khoang hiện có, hoặc khi mái của một hang ngầm hoặc mỏ sụp đổ

slab pull / lực kéo phiến một lực tại một ranh giới chìm tác dụng lên tấm chìm xuống do trọng lượng của cạnh rìa đang chìm

smog / khói bụi ô nhiễm không khí trong đó các loại khí được thải ra từ nhiên liệu hóa thạch đốt cháy tạo thành sương mù khi chúng phản ứng với ánh nắng

soil / đất một sự pha trộn lỏng lẻo các mảnh đá và vật chất hữu cơ mà có thể hỗ trợ sự tăng trưởng của thực vật

soil erosion / xói mòn đất một quá trình trong đó các vật liệu của bề mặt Trái Đất lỏng ra, tan hoặc mòn đi và được vận chuyển từ nơi này đến nơi khác bởi một tác nhân tự nhiên như gió, nước, băng hoặc trọng lực

solar wind / gió mặt trời một dòng chảy các hạt ion hóa tốc độ cao được thải ra chủ yếu từ hào quang của mặt trời

solenoid / cuộn điện từ một cuộn dây quấn cách điện dài, xoắn ốc

solid / rắn trạng thái của vật chất trong đó thể tích và hình dạng của một chất là cố định

solubility / khả năng hòa tan khả năng một chất hòa tan trong một chất khác ở nhiệt độ và áp suất nhất định; thể hiện về mặt lượng chất tan mà sẽ hòa tan trong một lượng dung môi nhất định để tạo ra một dung dịch bão hòa

solubility product constant / hằng số sản phẩm hòa tan hằng số cân bằng cho một chất rắn mà cân bằng với các ion hòa tan của chất rắn đó

soluble / hòa tan có thể tan trong một dung môi cụ thể

solute / chất tan trong một dung dịch, chất mà tan vào trong dung môi

solution / dung dịch một hỗn hợp đồng nhất gồm hai hay nhiều chất được phân tán một cách thống nhất trong suốt một giai đoạn duy nhất

solution equilibrium / cân bằng dung dịch trạng thái vật lý trong đó các quá trình đối lập là giải thể và kết tinh của một chất tan xảy ra ở tốc độ tương đương

solvated / hòa tan chỉ một phân tử chất hòa tan được bao quanh bởi các phân tử dung môi

solvent / dung môi trong một dung dịch, chất trong đó một chất khác (chất tan) tan vào

somatic cell / tế bào thân xác các tế bào tạo thành tất cả các mô và cơ quan cơ thể, trừ giao tử

speciation / sự hình thành loài sự tiến hóa của hai hoặc nhiều loài từ một loài tổ tiên

species / loài nhóm các sinh vật giống nhau đến mức chúng có thể sinh sản và tạo ra con cái khỏe mạnh

specific heat capacity / nhiệt cụ thể lượng nhiệt cần thiết để nâng một tỷ khối chất đồng nhất lên 1 K hay 1°C theo một cách được chỉ định với áp suất và thể tích không đổi

spectator ions / ion chứng giám các ion có mặt trong một dung dịch trong đó một phản ứng đang diễn ra nhưng không tham gia vào phản ứng

spectrum / quang phổ một kiểu cách bức xạ được nhìn thấy hoặc ghi lại khi các thành phần tạo nên ánh sáng được phân tách theo thứ tự tần số, như khi ánh sáng truyền qua một lăng kính

spin quantum number / số lượng tử quay số lượng tử mà miêu tả động lực góc nội tại của một hạt

spring constant / hằng số lò xo năng lượng có sẵn để sử dụng khi một vật đàn hồi bị biến dạng trở về cấu hình ban đầu của nó

stabilizing selection / tuyển chọn ổn định đường hướng chọn lọc tự nhiên trong đó các kiểu hình trung gian được chọn thay vì kiểu hình ở cả hai cực

standard electrode potential / tiềm năng điện cực tiêu chuẩn tiềm năng được phát triển bởi một kim loại hoặc vật liệu khác nhúng trong dung dịch điện giải so với tiềm năng của điện cực hydro, được đặt ở mức 0

standard solution / dung dịch tiêu chuẩn một dung dịch có nồng độ đã biết, được biểu thị bằng lượng chất tan trong một lượng dung môi hoặc dung dịch đã cho

standard temperature and pressure / nhiệt độ và áp suất tiêu chuẩn đối với một khí, nhiệt độ 0°C và áp suất 1.00 atm

standing wave / sóng đứng một kiểu cách sóng có được khi hai sóng có cùng tần số, bước sóng và biên độ di chuyển theo hướng ngược nhau và gây nhiễu

static friction / ma sát tĩnh lực cản trở sự khởi động của chuyển động trượt giữa hai bề mặt tiếp xúc nhau và đang nghỉ

stem cell / tế bào gốc tế bào mà có thể phân chia trong thời gian dài trong khi vẫn không phân biệt được

stimulus / kích thích (số nhiều là *stimuli*) thứ mà gây ra một phản ứng sinh lý

stoichiometry / đo lường hóa học các mối quan hệ tỷ lệ thuận giữa hai hoặc nhiều chất trong một phản ứng hóa học

stratosphere / tầng bình lưu tầng của khí quyển nằm giữa tầng đối lưu và tầng trung lưu và trong đó nhiệt độ tăng khi độ cao tăng; chứa tầng ozone

stress / ứng suất lực trên mỗi đơn vị diện tích trong một vật; sức kháng nội bộ của vật đối với một lực tác dụng

strong acid / acid mạnh một acid mà ion hóa hoàn toàn trong một dung môi

strong electrolyte / chất điện phân mạnh một hợp chất mà phân ly hoàn toàn hoặc phần lớn trong một dung dịch nước, chẳng hạn như các muối khoáng hòa tan

strong force / lực mạnh sự tương tác mà liên kết các nucleon với nhau trong một hạt nhân

structural formula / công thức cấu trúc một công thức cho biết vị trí của các nguyên tử, các nhóm hoặc các ion liên quan đến nhau trong một phân tử và cho biết số lượng và vị trí của các liên kết hóa học

structural isomers / đồng phân cấu trúc hai hoặc nhiều hợp chất có cùng số lượng và loại nguyên tử và cùng trọng lượng phân tử nhưng khác nhau theo thứ tự theo đó các nguyên tử được gắn với nhau

subduction / sự lún xuống một quá trình tại một ranh giới hội tụ, trong đó một đĩa đại dương đang hạ xuống dưới một đĩa khác đè lên nó

sublimation / thăng hoa quá trình trong đó một chất rắn thay đổi trực tiếp thành chất khí (thuật ngữ đôi khi cũng được sử dụng cho quá trình ngược lại)

subsidence / sụt lún sự chìm hoặc tạo thành hang của một khu vực mặt đất do các quá trình địa chất

substitution reaction / phản ứng thay thế một phản ứng trong đó một hoặc nhiều nguyên tử thay thế một nguyên tử hoặc nhóm nguyên tử khác trong một phân tử

sunspot / vết đen mặt trời một vùng tối thuộc quang quyển của mặt trời mà nguội hơn các vùng bao quanh và có từ trường mạnh

superconductor / chất siêu dẫn vật liệu có điện trở bằng 0 ở một nhiệt độ tới hạn, thay đổi theo từng vật liệu

supercontinent / siêu lục địa một khối đất giả định chứa hầu hết lớp vỏ lục địa của Trái Đất; theo lý thuyết kiến tạo địa tầng, các siêu lục địa hình thành và tan rã

supercooled liquid / chất lỏng siêu nguội một chất lỏng được làm nguội xuống dưới điểm đóng băng bình thường của nó mà không bị rắn lại

supernova / siêu tân tinh sự kiện tràn đầy năng lượng tiếp sau sự sụp đổ của lõi sắt của một ngôi sao lớn; các nguyên tố có khối lượng nguyên tử lớn hơn sắt được tạo ra

supersaturated solution / dung dịch siêu bão hòa một dung dịch chứa nhiều chất tan hòa tan hơn mức cần thiết để đạt được trạng thái cân bằng ở một nhiệt độ nhất định

surface process / quá trình bề mặt một quá trình ảnh hưởng đến địa quyển tại hoặc gần bề mặt Trái Đất và được thúc đẩy chủ yếu bởi năng lượng bên ngoài, chẳng hạn như phong hóa và xói mòn

surface tension / sức căng bề mặt lực tác động lên bề mặt của một chất lỏng và có xu hướng giảm thiểu diện tích bề mặt

survivorship / khả năng sống sót xác suất sống đến một tuổi cụ thể

survivorship curve / đường cong sống sót biểu đồ hiện các thành viên còn sống của từng nhóm tuổi của một dân số theo thời gian

suspension / vẩn thể một hỗn hợp trong đó các hạt của một vật liệu được phân tán đều đặn ít nhiều trong khắp một chất lỏng hay khí

sustainability / tính bền vững điều kiện trong đó nhu cầu của con người được đáp ứng theo cách mà dân số có thể tồn tại vô thời hạn

sustainable / bền vững có thể được tiếp tục hoặc kéo dài

sustainable development / phát triển bền vững thông lệ không sử dụng tài nguyên thiên nhiên nhanh hơn là tốc độ bổ sung của chúng

symbiosis / cộng sinh mối quan hệ sinh thái giữa các thành viên của ít nhất hai loài khác nhau sống tiếp xúc trực tiếp với nhau

synthesis reaction / phản ứng tổng hợp một phản ứng trong đó hai hay nhiều chất kết hợp lại để tạo thành một hợp chất mới

system / hệ thống một tập hợp các hạt hoặc các thành phần tương tác được coi là một thực thể vật lý riêng biệt cho mục đích nghiên cứu

T

tangential acceleration / gia tốc tiếp tuyến sự tăng tốc của một vật tiếp tuyến với đường tròn của vật đó

tangential speed / tốc độ tiếp tuyến tốc độ của một vật mà tiếp tuyến với đường tròn của vật đó

tar sand / cát hắc ín cát hoặc đá sa thạch có chứa dầu mỏ, từ đó các chất bay hơi đã thoát ra, để lại cặn hydrocarbon (nhựa đường)

technology / công nghệ việc ứng dụng khoa học vào các mục đích thực tiễn; việc sử dụng công cụ, máy móc, vật liệu và các quy trình để đáp ứng nhu cầu của con người

tectonic plate / mảng kiến tạo một khối thạch quyển mà bao gồm lớp vỏ và phần ngoài cùng cứng chắc của lớp phủ

temperature / nhiệt độ một phép đo xem một vật gì nóng (hoặc lạnh) đến mức nào; cụ thể, một số đo động năng trung bình của các hạt trong một vật thể

test cross / lai tạp thử nghiệm sự lai tạp giữa một sinh vật với một kiểu gene không được biết và một sinh vật với một kiểu hình lặn

theoretical yield / năng suất lý thuyết lượng sản phẩm tối đa có thể được sản xuất từ một lượng chất phản ứng nhất định

theory / lý thuyết một lời giải thích cho một số hiện tượng dựa trên quan sát, thử nghiệm và lý luận

thermal energy / năng lượng nhiệt tổng động năng của các hạt của một chất

thermal equilibrium / cân bằng nhiệt trạng thái trong đó hai vật thể tiếp xúc vật lý với nhau có nhiệt độ giống hệt nhau

thermochemical equation / phương trình nhiệt hóa một phương trình mà bao gồm số lượng năng lượng dưới dạng nhiệt được giải phóng hoặc hấp thụ trong phản ứng như được viết

thermochemistry / nhiệt hóa ngành hóa học mà là sự nghiên cứu về những thay đổi năng lượng đi kèm với các phản ứng hóa học và những thay đổi về trạng thái

thermodynamics / nhiệt động lực học ngành khoa học liên quan đến những thay đổi năng lượng đi kèm với những thay đổi về hóa học và vật lý

thermosphere / nhiệt quyển lớp trên cùng của khí quyển, trong đó nhiệt độ tăng theo độ cao; bao gồm tầng điện ly

tidal energy / năng lượng thủy triều năng lượng được tạo ra do lực hút hấp dẫn của mặt trời và mặt trăng trên các đại dương của Trái Đất

till / sét tảng lăn vật liệu đá tạp, lắng đọng trực tiếp khi sông băng tan chảy

timbre / âm sắc chất lượng âm nhạc của một điệu phát sinh từ sự kết hợp của sự điều hòa âm hiện diện ở các cường độ khác nhau

tissue / mô nhóm các tế bào hoạt động cùng nhau để thực hiện một chức năng tương tự

titration / chuẩn độ một phương pháp để xác định nồng độ của một chất trong dung dịch bằng cách thêm một dung dịch có thể tích và nồng độ đã biết cho đến khi phản ứng hoàn thành, thường được chỉ định bằng sự thay đổi màu sắc

topography / địa hình kích thước và hình dạng của các đặc điểm bề mặt đất của một vùng, bao gồm cả sự lồi lõm

torque / lực xoắn một đại lượng đo khả năng một lực quay một vật xung quanh một trục

total internal reflection / tổng phản xạ nội bộ sự phản xạ hoàn toàn diễn ra bên trong một chất khi góc tới của ánh sáng chiếu đến ranh giới bề mặt nhỏ hơn góc tới hạn

tradeoff / đánh đổi việc từ bỏ một thứ để đổi lấy một thứ khác, thường áp dụng cho quy trình thiết kế kỹ thuật

trait / đặc điểm đặc tính thừa kế

transcription / phiên mã quá trình sao chép một chuỗi nucleotide của DNA để tạo thành một sợi mRNA bổ sung

transcription factor / yếu tố phiên mã một enzyme được cần để bắt đầu và/hoặc tiếp tục việc phiên mã di truyền

transform boundary / ranh giới biến đổi
ranh giới giữa các tầng kiến tạo trượt qua nhau theo chiều ngang

transformer / máy biến thế thiết bị tăng hoặc giảm emf của dòng điện xoay chiều

transgenic / biến đổi gene sinh vật có bộ gene đã được thay đổi để chứa một hoặc nhiều gene từ một sinh vật hoặc loài khác

transistor / bóng bán dẫn một thiết bị bán dẫn, có thể khuếch đại dòng điện, dùng trong các bộ khuếch đại, thiết bị dao động, và công tắc

transition element / nguyên tố chuyển biến một trong các kim loại mà có thể sử dụng vỏ bên trong trước khi dùng vỏ ngoài để liên kết

transition interval / quãng cách chuyển tiếp phạm vi nồng độ mà trên đó một biến thể trong một chỉ số hóa học có thể được quan sát

translation / chuyển dịch quy trình theo đó mRNA được mã hóa và một protein được tạo ra

transmutation / sự biến chất sự biến đổi các nguyên tử của một nguyên tố thành các nguyên tử của một nguyên tố khác như là kết quả của một phản ứng hạt nhân

transuranium element / nguyên tố transuranium một nguyên tố tổng hợp có số nguyên tử lớn hơn số nguyên tử uranium (số nguyên tử 92)

transverse wave / sóng ngang một sóng có các hạt dao động vuông góc với hướng mà sóng đang di chuyển

triple point / điểm ba các điều kiện nhiệt độ và áp suất mà tại đó các giai đoạn rắn, lỏng và khí của một chất cùng tồn tại ở trạng thái cân bằng

troposphere / tầng đối lưu tầng thấp nhất của khí quyển, tại đó nhiệt độ giảm với tốc độ không đổi khi độ cao tăng; phần của khí quyển nơi điều kiện thời tiết tồn tại

triprotic acid / acid triprotic một acid mà có ba proton có thể ion hóa mỗi phân tử, như acid phosphoric

trough / máng điểm thấp nhất phía dưới vị trí cân bằng

U

ultraviolet catastrophe / thảm họa tia cực tím dự đoán thất bại của vật lý cổ điển rằng năng lượng được bức xạ bởi một vật đen ở các bước sóng cực ngắn là cực kỳ lớn và rằng tổng năng lượng được bức xạ là vô hạn

uncertainty principle / nguyên lý không chắc chắn nguyên tắc nói rằng không thể đồng thời xác định vị trí và động lượng của một hạt với độ chính xác vô hạn

unified atomic mass unit / đơn vị khối lượng nguyên tử thống nhất một đơn vị khối lượng mà mô tả khối lượng của một nguyên tử hoặc phân tử; nó chính xác là 1/12 khối lượng của một nguyên tử carbon với khối lượng số 12 (viết tắt là u)

uniformitarianism / chủ nghĩa thống nhất thuyết phát biểu rằng các quá trình địa chất hình thành Trái Đất là đồng nhất qua thời gian

unit cell / tế bào đơn vị phần nhỏ nhất của mạng tinh thể cho thấy kiểu cách ba chiều của toàn bộ mạng tinh thể

unsaturated hydrocarbon / hydrocarbon không bão hòa một hydrocarbon có các liên kết hóa trị có sẵn, thường là từ các liên kết đôi hoặc ba với carbon

unsaturated solution / dung dịch không bão hòa một dung dịch chứa ít chất tan hơn là một dung dịch bão hòa và có thể hòa tan thêm chất tan

uplift / nâng lên nhấc lên; hành vi, quá trình hoặc kết quả của việc nâng lên hoặc nhấc lên; một biến động

V

valence electron / electron hóa trị một electron có ở lớp vỏ ngoài cùng của một nguyên tử, quyết định các tính chất hóa học của nguyên tử đó

vaporization / sự bay hơi quá trình theo đó một chất lỏng hoặc rắn biến thành khí

vector / vector một đại lượng vật lý mà có cả độ lớn và hướng

velocity / vận tốc tốc độ của một vật theo một hướng cụ thể

vestigial structure / cấu trúc tàn tích tàn dư của một cơ quan hoặc cấu trúc mà hoạt động trong một tổ tiên trước đó

virtual image / hình ảnh ảo một hình ảnh mà từ đó các tia sáng xuất hiện phân kỳ, mặc dù chúng không thực sự tập trung ở đó; một hình ảnh ảo không thể được chiếu lên màn hình

volatile / dễ bay hơi bốc hơi dễ dàng ở nhiệt độ và áp suất bình thường; một chất mà dễ bay hơi

volcano / núi lửa một lỗ thông hơi hoặc khe nứt trên bề mặt Trái Đất thông qua đó các chất khí và magma bị tống ra

voltage / điện áp lượng công để di chuyển một đơn vị điện tích giữa hai điểm; thể hiện bằng volt

voltaic cell / tế bào pin một tế bào chính bao gồm hai điện cực được làm từ các kim loại khác nhau được nhúng trong một chất điện phân; được dùng để tạo ra điện áp

volume / thể tích phép đo kích thước của một khối hay một vùng trong không gian ba chiều

VSEPR theory (valence shell electron pair repulsion theory) / thuyết VSEPR (thuyết lực đẩy cặp electron vỏ hóa trị) một giả thuyết dự đoán một số hình dạng phân tử dựa trên ý tưởng rằng các cặp electron hóa trị bao quanh một nguyên tử thì đẩy lùi lẫn nhau

W

wastewater / nước thải nước chứa chất thải từ nhà hoặc xưởng công nghiệp

watershed / đầu nguồn vùng đất được tưới bởi một hệ thống sông

wavelength / bước sóng khoảng cách giữa hai điểm giống nhau liền kề của một sóng, như từ chỏm đến chỏm hoặc từ đáy đến đáy

weak acid / acid yếu một acid giải phóng ít ion hydro trong dung dịch nước

weak electrolyte / chất điện phân yếu một hợp chất mà chỉ phân tách ở một mức độ nhỏ trong dung dịch nước

weak force / lực yếu lực tham gia vào sự tương tác của một số hạt hạ nguyên tử

weather / thời tiết trạng thái ngắn hạn của khí quyển, bao gồm nhiệt độ, độ ẩm, lượng mưa, gió và tầm nhìn

weathering / phong hóa quá trình tự nhiên theo đó các tác nhân môi trường và khí quyển, chẳng hạn gió, mưa và nhiệt độ thay đổi, làm tan rã và phân hủy các loại đá

weight / trọng lượng một phép đo trọng lực tác dụng lên một vật; giá trị của nó có thể thay đổi theo địa điểm của vật trong vũ trụ

word equation / phương trình chữ một phương trình trong đó các chất phản ứng và các sản phẩm trong một phản ứng hóa học được biểu thị bằng các từ

work / công sự truyền năng lượng cho một vật do một lực gây ra sự thay đổi chuyển động của vật theo hướng của lực; tích của thành phần của lực theo hướng dịch chuyển và độ lớn của dịch chuyển

work function / chức năng công năng lượng tối thiểu cần thiết để lấy một electron khỏi một nguyên tử kim loại

work–kinetic energy theorem / định lý công– động năng công việc thực được thực hiện bởi tất cả các lực tác dụng lên một vật thì bằng sự thay đổi về động năng của vật

Ang Glossary ng Agham na Nasa Maraming Wika

Ang glossary na ito ay alpabetikal na listahan ng mga pangunahing salita kasama ang mga kahulugan nila, ayon sa pagkakagamit sa mga Science na programa ng HMH. Ang glossary ay nakasalin sa mga sumusunod na wika: English, Spanish, Vietnamese, Filipino/Tagalog, Simplified Chinese (para sa mga nagsasalita ng Mandarin at Cantonese), Arabic, Hmong, Korean, Punjabi, Russian, Brazilian Portuguese, at Haitian Creole.

A

abiotic factor / walang kabuhay-buhay na factor ang walang buhay na factor sa isang ekosistem, gaya ng halumigmig, temperatura, hangin, sikat ng araw, lupa, at mga mineral

absolute zero / absulutong sero ang temperatura kung saan ang molekular na enerhiya ay nasa pinakamababa (0 K sa iskalang Kelvin o -273.16 °C sa iskalang Celsius)

absorption spectrum / ispektrum ng pagsipsip ang diagram o talangguhit na nagpapahiwatig ng mga wavelength ng enerhiyang liwanag na sinisipsip ng substansiya

abrasion / gasgas ang paghasa at pagkagasta ng ibabaw ng bato sa pamamagitan ng mekanikal na pagkilos ng iba pang bato o buhangin

absolute age / walang basehang edad ang numerong edad ng isang bagay o kaganapan, na malimit nasasaad sa mga taon bago ng kasalukuyan, ayon sa itinatag na proseso ng walang basehang pagpetsa gaya ng pagpetsang radiometric

acceleration / pagtulin ang rate kung saan nagbabago ang bilis sa paglipas ng panahon; ang bagay ay tumutulin kung ang bilis, direksiyon o ang dalawa ay nagbago

accretion / accretion ang proseso ng paglaki o pagdagdag ng laki na nagaganap sa pamamagitan ng unti-unting dagdag panlabas, pusyon, o ingklusyon

accuracy / katumpakan ang paglalarawan kung gaano kalapit ang sukat sa tama o tinanggap na halaga ng kantitad na sinukat

acid / asido anumang compound na nagdaragdag sa bilang ng hydronium ion kapag nalusaw sa tubig

acid-base indicator / indikador na batay sa asido ang substansiya na nagbabago ng kulay depende sa pH ng solusyon na nasa substansiya

acid ionization constant / acid ionization constant ang constant ng ekilibriyo para sa disosasyon ng asido sa partikular na temperatura; tinukoy sa terminong K_a

acid precipitation / asidong pagpatak ulan, siliska, o niyebe na naglalaman ng mataas na konsentrasyon ng asido

actinide / actinide anuman sa mga elemento ng serye ng actinide, na may mga atomic number mula 89 (actinium, Ac) hanggang 103 (lawrencium, Lr)

activated complex / isinaaktibong komplex ang molekula sa isang di-matatag na estado na nasa pagitan ng mga reactant at ng produkto sa kemikal na reaksiyon

activation energy / enerhiya ng aktibasyon ang pinakamaliit na halaga ng enerhiyang kailangan para magsimula ang reaksiyong kemikal

active margin / aktibong mardyin ang kontinental na mardyin kung saan ang oceanic plate ay nagsasagawa ng subduction sa ilalim ng continental plate; naglalarawan ng pagkakaroon ng makipot na continental shelf at deep-sea trench

activity series / serye ng aktibidad ang serye ng mga elemento na may magkatulad na mga katangian at isinasaayos sa pababang pagkasunod-sunod ng kemikal na aktibidad; kabilang sa mga halimbawa ng serye ng aktibidad ang mga metal at halogen

actual yield / aktuwal na bunga ang sinukat na halaga ng isang produkto ng isang reaksiyon

adaptation / pagkakahiyang namanang katangian na pinili sa paglipas ng panahon sa dahilang hinahayaan ito ng mga organismo para mas mahusay na mamuhay sa kanilang kapaligiran

addition reaction / dagdag na reaksiyon ang reaksiyon kung saan ang atom o molekula ay dinaragdag sa di-saturadong molekula

adenosine diphosphate (ADP) / adenosine diphosphate (ADP) ang organikong molekula na nauukol sa metabolismo ng enerhiya; binubuo ng isang nitrogenous base, isang sugar, at dalawang grupo ng phosphate

adenosine triphosphate (ATP) / adenosine triphosphate (ATP) ang organikong molekula na nagsisilbi bilang pangunahing mapagkukunan ng enerhiya para sa mga proseso ng selula; binubuo ng isang nitrogenous base, isang sugar, at tatlong grupo ng phosphate

adiabatic process / adiabatic process ang thermodynamic na proseso kung saan walang enerhiya ang inililipat patungo o mula sa sistema bilang init

aerobic / erobic proseso na nangangailangan ng oxygen para mangyari

air mass / kapal ng hangin malawak na kapal ng hangin sa paligid kung saan ang temperatura at dalang halumigmig ay magkakapareho

albedo / albedo ang maliit na bahagi ng radyasyon na tumatalbog pabalik sa ibabaw ng bagay

alcohol / alkohol ang organikong compound na naglalaman ng isa o higit pang grupong hydroxyl na nakalakip sa mga carbon atom

aldehyde / aldehido ang organikong compound na naglalaman ng grupo ng carbonyl, —CHO

alkali metal / alkali metal isa sa elemento ng Grupo 1 ng peryodikong talaan (lithium, sosa, potassium, rubidium, cesium, at francium)

alkaline-earth metal / alkaline-earth metal isa sa elemento ng Grupo 2 ng peryodikong talaan (beryllium, magnesium, kalsiya, strontium, barium, at radium)

alkane / alkane ang hydrocarbon na inilalarawan ng isang tuwid o nagsangang kabit-kabit na carbon na naglalaman lamang ng mga single bond

alkene / alkene ang hydrocarbon na naglalaman ng isa o higit pang mga double bond

alkyl group / grupo ng alkyl ang grupo ng mga atom na nabubuo kapag ang isang hydrogen atom ay tinatanggal mula sa alkane na molekula

alkyl halide / alkyl halide ang compound na nabuo mula sa grupo ng alkyl at halogen (fluorine, kloro, bromo, o iodine)

alkyne / alkene ang hydrocarbon na naglalaman ng isa o higit pang mga double bond

allele / allele isa sa mga alternatibong anyong gene na nagaganap sa partikular na lugar sa kromosom

allele frequency / dalas ng allele proporsiyon sa gene pool ng isang allele kumpara sa lahat ng mga allele para sa katangiang iyon

alloy / alloy ang halong solido o likido ng dalawa o higit pang metal, ng metal o hindi metal, o ng metal at metalloid; na may mga katangiang pinapahusay kumpara sa mga indibiduwal na komponent o katangian na wala sa mga orihinal na komponent

alluvial fan / alluvial fan ang hugis pamaypay na mass ng materyal ng bato na dineposito ng maliit na ilog kapag ang libis ng lupa ay biglang bumababa; halimbawa, ang mga alluvial fan ay nabubuo kapag ang maliliit na ilog ay dumadaloy mula sa mga bundok patungo sa patag na lupa

alpha particle / alpha particle ang atom na may kargang positibo na inilalabas sa pagkakahiwa-hiwalay ng mga radyoaktibong elemento at binubuo ng dalawang proton at dalawang neutron

alternating current / salitan na daloy ng kuryente ang daloy ng kuryente na nagbabago ng direksiyon sa regular na mga pagitan (daglat, AC)

altruism / altruismo pag-uugali kung saan ang isang hayop ay binabawasan ang sarli nitong kalakasan ng katawan (fitness) para tulungan ang iba pang miyembro ng grupong kinabibilangan nito

amine / amine ang organikong compound na maituturing na deribado ng amonya

amino acid / amino acid molekula na bumubuo sa mga protina; binubuo ng carbon, hydrogen, oxygen, nitrogen, at kung minsan sulfur

amorphous solid / walang hugis na solido ang solido kung saan ang mga partikula ay hindi nakaayos nang may pagka-regular o kaayusan

amphoteric / amphoteric naglalarawan ng substansiya, gaya ng tubig, na may mga katangian ng asido at mga katangian ng base

amplitude / amplitude ang pinakamataas na layo na maabot ng mga particle ng medium ng alon sa panginginig nito mula sa posisyong hindi ito gumagalaw

anabolism / anabolismo ang metabolikong sintesis ng mga protina, taba, at iba pang malalaking biomolekula mula sa mas maliliit na molekula; nangangailangan ng enerhiya sa anyo ng ATP

anaerobic process / anaerobic na proseso ang proseso na hindi nangangailangan ng oxygen

analogous structure / katulad na istraktura bahagi ng katawan na magkatulad sa tungkulin ngunit magkaiba sa istraktura mula sa bahagi ng katawan ng isa pang organismo

angiosperm / angiosperm ang halaman na nagbubunga ng mga buto sa loob ng prutas; isang namumulaklak na halaman

angle of incidence / anggulo ng incidence ang anggulo sa pagitan ng isang sinag na tumatama sa ibabaw at ng linyang perpendikular sa ibabaw na iyon sa punto ng kontak

angle of reflection / anggulo ng repleksiyon ang anggulong nabuo sa pamamagitan ng linyang perpendikular sa ibabaw at ng direksiyon kung saan gumagalaw ang tumalbog na sinag

angular acceleration / patulis na pagtulin ang bilis ng oras ng pagbabago ng patulis na velosidad, karaniwang pinapahayag sa mga radian kada segundo kada segundo

angular displacement / patulis na displacement ang anggulo kung saan ang isang punto, linya, o bagay ay umiikot sa tinukoy na direksiyon at sa buong paligid ng tinukoy na aksis

angular momentum / patulis na momentum para sa umiikot na bagay, ang produkto ng sandali ng inersiya ng bagay at patulis na velosidad sa buong paligid ng parehong aksis

angular velocity / patulis na velosidad ang bilis kung saan ang isang bagay ay umiikot sa buong paligid ng aksis, karaniwang pinapahayag sa mga radian kada segundo

anion / anion ang ion na may negatibong karga

anode / anode ang elektrodo na sa ibabaw nito ay nagaganap ang oksidasyon; ang mga anion ay umaalis patungo sa anode, at ang mga elektron ay iniiwan ang sistema mula sa anode

anthroposphere / anthroposphere ang bahagi ng Mundo na itinayo o kaukulang binago ng mga tao; kung minsan itinuturing na isa sa mga espera ng sistema ng Mundo

antinode / antinode ang punto sa standing wave, na nasa pagitan ng dalawang node, kung saan nagaganap ang pinakamalaking displacement

apoptosis / apoptosis naprogramang kamatayan ng selula

aquifer / aquifer pangkat ng bato o latak na nag-iipon ng panlupang tubig at maaaring daluyan ng panlupang tubig

aromatic hydrocarbon / aromatic hydrocarbon ang miyembro ng uri ng mga hydrocarbon (kung saan ang benzene ang unang miyembro) na binubuo ng mga katipunan ng mga cyclic conjugated carbon atom at inilalarawan ng malalaking enerhiya ng resonansiya

array / array ang kaayusan ng mga aytem o halaga sa mga hanay at kolum, isang matrix

Arrhenius acid / Arrhenius acid ang substansiya na nagdaragdag ng konsentrasyon ng mga hydronium ion sa aqueous solution

Arrhenius base / Arrhenius base ang substansiya na nagdaragdag ng konsentrasyon ng mga hydroxide ion sa aqueous solution

artificial selection / artipisyal na pagpili ang proseso kung saan ang mga tao ay kaukulang binabago ang species sa pamamagitan ng pagpapalahi nito para sa mga partikular na katangian

artificial transmutation / artipisyal na transmutasyon ang pagbabagong-anyo ng mga atom ng isang elemento sa mga atom ng isa pang elemento bilang resulta ng nuklear na reaksiyon, gaya ng pambobomba sa mga neutron

asthenosphere / asthenosphere ang solido, plastik na sapin ng mantel sa ibaba ng lithosphere; gawa sa mantel ng bato na lumalaylay nang dahang-dahan, na nagiging daan para pumaitaas ang mga tektonic plate dito

atmosphere / atmospera ang halo ng mga gas na pumapaligid sa isang planeta, buwan, o mga ibang bagay sa kalangitan; isa sa apat na pangunahing espera ng sistema ng Mundo

atmosphere of pressure / atmospera ng presyur ang presyur ng atmospera ng Mundo sa lebel ng dagat; na eksaktong katumbas sa 760 mm Hg

atom / atom ang pinakamaliit na yunit ng isang elemento na nagpapanatili sa mga katangian ng naturang elemento

atomic number / atomic number ang bilang ng mga proton sa nukleo ng isang atom; ang atomic number ay pareho sa lahat ng mga atom ng isang elemento

atomic radius / atomic radius kalahati ng distansiya sa pagitan ng sentro ng magkakatulad na atom na nagkakaugnay nang sama-sama

ATP; adenosine triphosphate / ATP; adenosine triphosphate mataas na enerhiyang molekula na naglalaman sa loob ng mga nag-uugnay na enerhiya nito na magagamit ng mga selula

attractive force / humahatak na puwersa puwersa na may tendensiyang hatakin ang mga bagay nang sama-sama

Aufbau principle / prinsipyo ng Aufbau ang prinsipyo na nagsasaad na ang istraktura ng bawat sunod-sunod na elemento ay nakukuha sa pamamagitan ng pagdagdag sa isang proton sa nukleo ng atom at isang elektron sa pinakamababang enerhiya ng orbit na mayroon

autosome / autosome kromosom na hindi isang sex na kromosom; sa mga tao, ang kromosom na numero 1 hanggang 22

autotroph / autotroph ang organismo na lumilikha ng mga sariling sustansyang sangkap mula sa mga di-organikong substansiya o mula sa kapaligiran sa halip na makonsumo ng iba pang organismo

average atomic mass / karaniwang atomic mass ang weighted average ng mga mass ng lahat ng nangyayaring natural na mga isotop ng elemento

average velocity / karaniwang velosidad ang kabuuang displacement hinati sa agwat ng oras sa panahon kung saan nangyayari ang displacement

Avogadro's law / batas ng Avogadro ang batas na nagsasaad na ang katumbas na mga volume ng mga gas sa parehong temperatura at presyur ay naglalaman ng katumbas na bilang ng mga molekula

Avogadro's number / bilang ng Avogadro
6.02×10^{23}, ang bilang ng mga atom o molekula sa 1 mol

axis / aksis ang imahinaryong linya kung saan ang mga bahagi ng isang istraktura o katawan ay maaaring matukoy

B

back emf / back emf ang emf na nagdulot sa coil ng motor na may tendensiyang magbawas ng daloy ng kuryente sa coil ng motor

barometer / barometer kasangkapan na sumusukat sa atmosperang presyon

base / beis anumang compound na pinararami ang hydroxide ion kapag nalusaw sa tubig

beat / hampas ang regular na pagbabagu-bago sa amplitud ng wave na ang superposisyon ng dalawang wave ng may mga bahagyang magkaibang dalas

benzene / benzene ang pinakasimpleng aromatic hydrocarbon

beta particle / beta particle ang may kargang elektron na lumalabas sa panahon ng ilang uri ng radyoaktibong pagkabulok, gaya ng beta decay

big bang theory / big bang na teorya ang teorya na lahat ng matter at enerhiya sa sansinukob ay napipi sa masyadong makapal na dami na noong 13.8 bilyong taon na ang nakaraan biglang lumawak sa lahat ng direksiyon

binary acid / binaryong asido ang asido na naglalaman lamang ng dalawang magkaibang elemento: hydrogen at isa sa mga mas elektronegatibong elemento

binary compound / binaryong compound ang compound na binubuo ng dalawang magkaibang elemento

binary fission / binaryong pisyon ang reproduksyong asekswal kung saan ang selula ay nahahati sa dalawang pantay na bahagi

binding energy / nag-uugnay na enerhiya ang enerhiyang lumabas kapag ang hiwa-hiwalay na nukleon ay nagsasama-sama para bumuo ng isang matatag na nukleo, na katumbas sa enerhiyang kinakailangan para mahiwalay ang nukleo sa mga indibiduwal na nukleon

biodiversity / biodiversity o saribuhay ang sarisaring organismo sa isang tukoy na lugar, ang genetic na pagkakaiba-iba sa loob ng isang populasyon, ang sarisaring species sa isang komunidad, o ang sarisaring komunidad sa isang ekosistem

bioengineering / bioengineering ang aplikasyon ng mga konsepto ng inhinyeriya sa mga buhay na bagay

biogeochemical cycle / bioheokemikal na siklo paggalaw ng isang kemikal sa biolohikal at heolohikal, o sa may buhay at walang buhay, na mga bahagi ng ekosistem

bioinformatics / bioinformatics paggamit ng mga computer database para mag-organisa at magsuri ng mga biyolohikal na datos

biomagnification / biomagnification kondisyon kung saan ang mga toksik na substansiya ay nagiging mas konsentrado sa mga tisyu ng mga organismong nasa mas mataas ng food chain kaysa sa mga tisyu ng mga organismong nasa mas mababa ng food chain

biomass / biomass ang kabuuang tuyong mass ng lahat ng organismo sa tinukoy na lugar

biomass pyramid / piramide ng biomass ang diagram na naghahambing ng biomass ng iba't ibang lebel ng trophic sa loob ng ekosistem

biome / biome pangrehiyon o pandaigdigan na komunidad ng mga organismo na inilalarawan ng mga kondisyon ng klima at komunidad ng halaman na nabubuhay doon

biosphere / biosphere ang bahagi ng Mundo kung saan umiiral ang buhay; kabilang ang lahat ng may buhay na organismo sa Mundo; isa sa apat na pangunahing espera sa sistema ng Mundo

biotechnology / biotechnology ang paggamit at aplikasyon ng mga buhay na bagay at mga prosesong biyolohikal

biotic factor / buhay na factor isang may buhay na bagay, gaya ng isang halaman, hayop, fungus, o bakterya

blackbody / blackbody ang perpektong absorber na naglalabas ng radyasyon batay lamang sa temperatura nito

blackbody radiation / blackbody na radyasyon ang radyasyong lumabas sa isang blackbody, na perpektong radyetor at absorber at naglalabas ng radyasyon batay lamang sa temperatura nito

boiling / pagkulo ang pagpapalit ng likido sa singaw sa loob ng likido gayon din sa ibabaw ng likido sa partikular na temperatura at presyur; nagaganap kapag ang presyur ng singaw ng likido ay katumbas ng atmosperikong presyur

boiling point / punto ng pagkulo ang temperatura at presyur kung saan ang likido at gas ay nasa ekilibriyo

boiling-point elevation / pagtataas ng puntong-pagkulo ang kaibahan sa pagitan ng punto ng pagkulo ng likido sa purong estado at punto ng pagkulo ng likido sa solusyon; ang pagtaas ay depende sa bilang ng solute ng mga partikula na naroroon

bond energy / pang-ugnay na enerhiya ang enerhiyang kinakailangan para mahiwalay sa isang kemikal na pang-ugnay at bumuo ng mga niyutral na nakabukod na atom

bottleneck effect / bottleneck effect ang genetic drift na nagreresulta mula sa isang pangyayari na marahas na binabawasan ang laki ng isang populasyon

Boyle's law / batas ng Boyle ang batas na nagsasaad na para sa isang pirming dami ng gas sa di-nababagong temperatura, ang volume ng gas ay tumataas habang ang presyur ng gas ay bumababa at ang volume ng gas ay bumababa habang ang presyur ng gas ay tumataas

Brønsted-Lowry acid / Brønsted-Lowry acid ang substansiya na nagkakaloob ng proton sa isa pang substansiya

Brønsted-Lowry acid-base reaction / Brønsted-Lowry acid-base reaction ang paglipat ng mga proton mula sa isang reactant (ang asido) tungo sa isa pa (ang base)

Brønsted-Lowry base / Brønsted-Lowry base ang substansiya na tumatanggap ng proton

buffer / buffer ang solusyon na maaaring lumaban sa mga pagbabago sa pH kapag dinagdagan ito ng isang asido o base

buoyant force / lumulutang na puwersa ang pataas na puwersa na ginagamit ng likido sa isang bagay na lumubog o lumulutang sa likido

C

calorie / kalori ang dami ng enerhiya na kinakailangan para mapataas ang temperatura ng 1 g ng tubig sa 1 °C; ang Kalori na ginagamit para ipakita ang nilalamang enerhiya ng pagkain ay kilokalori

calorimeter / kalorimetro ang aparatong ginagamit para sukatin ang enerhiya habang ang init ay nasisipsip o lumalabas sa kemikal o pisikal na pagbabago

calorimetry / kalorimetriya ang pamamaraang pang-eksperimentong gamit para sukatin ang enerhiyang inilipat mula sa isang substansiya sa isa pa bilang init

capacitance / capacitance ang kakayahan ng konduktor na mag-ipon ng enerhiya sa anyo ng hiwalay na mga karga ng elektrisidad

capillary action / capillary action ang paghatak ng ibabaw ng likido sa ibabaw ng solido, na nagiging sanhi upang tumaas o mahulog ang likido

carbohydrate / carbohydrate anumang organikong compound na gawa sa carbon, hydrogen, at oxygen at iyan ay nagkakaloob ng mga sustansiya sa mga selula ng mga buhay na bagay

FILIPINO/TAGALOG

carbon cycle / carbon cycle ang paggalaw ng carbon mula sa walang buhay na kapaligiran patungo sa mga buhay na bagay at muling iikot

carboxylic acid / carboxylic acid ang organikong asido na naglalaman ng gumaganang grupo ng carboxyl

carrying capacity / kapasidad ng pagsuporta ang pinakamalaking populasyon ng kapaligiran na maaaring suportahan sa anumang tinukoy na panahon

catabolism / katabolismo ang kemikal na dekomposisyon ng mga kumplikadong substansiya, gaya ng mga carbohydrate, protina, at glycogen, na sinamahan ng pagpapalabas ng enerhiya

catalysis / katalisis ang pagtulin ng kemikal na reaksiyon sa pamamagitan ng catalyst

catalyst / catalyst sustansyang nagpapabago ng bilis ng kemikal na reaksiyon na hindi nagagamit o nababago nang malaki

catenation / catenation ang pagdugtong ng elemento sa sarili nito para bumuo ng mga kabit-kabit o bilog

cathode / katodo ang electrode kung saan ang pagbabawas ng ibabaw ay nangyayari

cathode ray / sinag ng katodo mga elektrong lumabas mula sa katodo ng tubong pangdiskarga ng kuryente

cation / cation ang ion na may positibong karga

cell / selula sa biyolohiya, ang pinakamaliit na yunit na makakapagsagawa ng lahat ng proseso ng buhay; ang mga selula ay binabalot ng lamad at nagtataglay ng DNA at cytoplasm

cell cycle / siklo ng selula pattern ng paglaki, pagkopya ng DNA, at paghati ng selula na nagaganap sa isang selula

cell differentiation / pag-iiba ng selula mga proseso kung saan ang mga di-espesyalistang selula ay nabubuo sa kanilang magulang na anyo at pagganap ng tungkulin

cell membrane / lamad ng selula dobleng layer ng mga phospholipid na bumubuo ng hangganan sa pagitan ng selula at nasa kapaligiran at kumukontrol sa daanan ng mga materyales sa loob at labas ng selula

cell theory / teorya ng selula teorya na nagsasaad na lahat ng organismo ay gawa sa mga selula, ang lahat ng selula ay nililikha ng iba pang may buhay na selula, at ang selula ay ang pinaka-pangunahing yunit ng buhay

cellular respiration / respirasyon ng selula proseso ng paggawa ng ATP sa pamamagitan ng paghihiwalay sa mga bahagi ng mga molekula na nakabase sa carbon kapag naroroon ang oxygen

Cenozoic Era / Cenozoic na Panahon ang pinakabagong helohiyang panahon, nagsimula 65.5 milyong taon na ang nakaraan; tinatawag ding *Panahon ng mga Mamal*

center of mass / sentro ng mass ang punto sa isang bagay kung saan ang lahat ng mass ng bagay ay maituturing na konsentrado kapag sinusuri ang translational na mosyon

centripetal acceleration / centripetal acceleration ang pagbilis na nakadirekta sa gitna ng bilog na daan

chain reaction / kabit-kabit na reaksyon tuloy-tuloy na serye ng reaksiyon ng nuklear pisyon

change of state / pagbabago ng estado ang pagbabago ng estado ng substansiya mula sa isang pisikal na kalagayan patungo sa isa pa

Charles's law / batas ng Charles ang batas na nagsasaad na para sa pirming dami ng gas sa di-nagbabagong presyur, ang volume ng gas ay tumataas habang ang temperatura ng gas ay tumataas at ang volume ng gas ay bumababa habang ang temperatura ng gas ay bumababa

chemical / kemikal anumang substansiya na may itinakdang komposisyon

chemical bond / chemical bond ang humahatak na puwersa na nagpapakapit ng mga atom o pumapangalawang yunit sa isa't isa

Multilingual Science Glossary

chemical change / kemikal na pagbabago
ang nagaganap na pagbabago kapag ang isa
o higit pang substansiya ay ganap na nagbago
para maging isang bagong substansiyang may
ibang mga katangian

chemical equation / kemikal na tumbasan
ang representasyon ng kemikal na reaksiyon
na gumagamit ng mga simbolo para ipakita
ang kaugnayan sa pagitan ng mga reactant at
mga produkto

chemical equilibrium / kemikal na ekilibriyo
ang estado ng balanse kung saan ang bilis ng
pasulong na reaksiyon ay katumbas ng bilis ng
pabaligtad na reaksiyon at nananatiling hindi
nagbabago ang mga konsentrasyon ng mga
produkto at reactant

chemical formula / kemikal na pormula ang
kumbinasyon ng mga kemikal na simbolo at
numero para kumatawan sa substansiya

chemical kinetics / kemikal kinetics ang
larangan ng kemistri na ang pag-aaral ng
mga bilis ng reaksiyon at mga mekanismo
ng reaksiyon

chemical property / kemikal na katangian
ang katangian ng bagay na naglalarawan ng
kakayahan ng substansiya para maging bahagi
ng mga kemikal na reaksiyon

chemical reaction / kemikal na reaksiyon
ang proseso kung saan ang isa o higit pang
substansiya ay nababago para gumawa ng
isa o higit pang ibang substansiya

**chemical sedimentary rock / kemikal ng
batong sedimentaryo** batong sedimentaryo
na nabubuo kapag ang mga mineral ay
namumuo at nahihiwalay mula sa solusyon
o natitipon mula sa suspensyon

chemistry / kemistri ang siyentipikong pag-
aaral ng komposisyon, istraktura, at mga
katangian ng matter at ng mga pagbabago
na dinaraanan ng matter

chloroplast / kloroplast organelle na binubuo
ng maraming lamad na ginagamit para gawin
ang solar na enerhiya na maging kemikal na
enerhiya; naglalaman ng kloropil

chromatic aberration / chromatic aberration
ang pagpokus ng iba't ibang kulay ng liwanag
sa iba't ibang distansiya sa likod ng lente

chromatid / kromatid kalahati ng kopyang
kromosom

**chromosomal mutation / chromosomal na
mutasyon** ang uri ng mutasyon kung saan
ang chromosomal na segmento ay nalilipat
sa bagong posisyon sa pareho o isa pang
kromosom

chromosome / kromosom mahaba, tuloy-tuloy
na sinulid ng DNA na binubuo ng maraming
gene at impormasyong pang-regulasyon

**clastic sedimentary rock / clastic na
sedimentaryong bato** sedimentaryong
bato na nabubuo kapag ang mga kapiraso
ng batong nauunang naroon na ay siniksik
o sinemento nang sama-sama

cleavage / biyak sa heolohiya, ang tendensiya
ng mineral na maghiwalay sa partikular na
mahihinang istraktura para bumuo ng makinis,
pantay na mga ibabaw

climate / klima ang katangian ng mga pattern
ng panahon sa isang lugar sa loob ng
mahabang panahon

climate change / pabago-bagong panahon
ang mga pagbabago sa mga pangrehiyong
klima o pangmundong klima, lalong-lalo
na ang pagbabago sa ika-20 at ika-21 siglo;
dating tinatawag na pag-init ng mundo
(global warming)

clone / clone kopya ng kahawig na gene ng
iisang gene o ng isang buong organismo

cloning / cloning ang proseso ng paglikha ng
kopya ng magkakahawig na mga gene ng
isang organismo

codominance / codominance ang heterozygous
genotype na ipinapahayag nang pantay ang
mga katangian mula sa parehong allele

codon / codon pagkasunod-sunod ng tatlong
nucleotide na mga code para sa isang
amino acid

coefficient / coefficient ang maliit na numero
na walang butal na lumilitaw bilang factor sa
harapan ng isang pormula sa isang kemikal
na tumbasan

coefficient of friction / coefficient ng friction ang ratio ng magnitud ng puwersa ng friction sa pagitan ng dalawang bagay na may kontak sa magnitud ng normal na puwersa kung saan ang mga bagay ay nakadiin laban sa isa't isa

coevolution / kaebolusyon proseso kung saan ang dalawa o higit pang species ay sumasailalim ng ebolusyon bilang tugon sa mga pagbabago sa isa't isa

coherence / coherence ang correlation sa pagitan ng mga yugto ng dalawa o higit pang wave

colligative property / colligative property ang katangian na natitiyak sa pamamagitan ng bilang ng partikula na naroon sa sistema ngunit independiyente iyon sa mga katangian ng mga mismong partikula

collision theory / teorya ng kolisyon ang teorya na nagsasaad na ang bilang ng mga bagong compound na nabuo sa isang kemikal na reaksiyon ay katumbas ng mga bilang ng molekula na nagbabanggaan, multiplikahin ng factor na nagwawasto para sa mga kolisyong may mababang enerhiya

colloid / kolyd mistura na binubuo ng maliliit na partikel na nakapagitan ang laki sa pagitan ng nasa solusyon at ng nakabitin at ng nakalawit sa likido, solid, o gas.

combined gas law / combined gas law ang kaugnayan sa pagitan ng presyur, volume, at temperatura ng pirming dami ng gas

combustion reaction / kombustiyon na reaksiyon ang oksidasyon na reaksiyon ng elemento o compound, kung saan lumalabas ang enerhiya bilang init

common-ion effect / common-ion effect ang penomeno kung saan ang pagdagdag ng ion na karaniwan sa dalawang solute ay nagdudulot ng presipitasyon o nagbabawas ng ionization

community / komunidad koleksiyon ng lahat ng iba't ibang populasyon na naninirahan sa isang lugar

competition / kompetisyon kaugnayang ekolohikal kung saan ang dalawang organismo ay nagtatangkang kumuha sa parehong mapagkukunan ng yaman

components of a vector / mga komponent ng vector ang mga projection ng vector sa axes ng coordinate system

composite / composite ang dinisenyong materyal na gawa mula sa pagsasama ng dalawang iba pang materyal na may magkakabagay na katangian

composition stoichiometry / composition stoichiometry mga pagkalkula patungkol sa mga kaugnayan ng mass ng mga elemento sa mga compound

compound / compound ang substansiya na binubuo ng mga atom ng dalawa o higit pang iba't ibang elemento na pinagsama ng mga chemical bond

compression / kompresyon ang rehiyon ng longitudinal wave kung saan ang densidad at presyur ay nasa pinakamababa

Compton shift / Compton shift ang pagtaas sa wavelength ng photon na ikinalat ng elektron patungkol sa wavelength ng incident photon

concave spherical mirror / malukong na hugis-bolang salamin ang salamin na ang naaaninag na ibabaw ay ang nakakurbang papasok na segmento ng espera

concentration / konsentrasyon halaga ng partikular na sustansya sa nasabing dami ng mistura, solusyon, o inang-mina

condensation / kondensasyon ang pagbabago ng estado mula sa gas para maging likido

condensation reaction / kondensasyon na reaksiyon ang kemikal na reaksiyon kung saan ang dalawa o higit pang molekula ay pinagsasama para gumawa ng tubig o isa pang simpleng molekula

conduction / konduksyon ang paglipat ng init o isa pang anyo ng enerhiya mula sa isang partikula ng substansiya direkta sa isa pa

conjugate acid / conjugate acid ang asido na nabubuo kapag ang base ay nadaragdagan ng proton

Multilingual Science Glossary

conjugate base / conjugate base ang base na nabubuo kapag ang asido ay nawawalan ng proton

constraint / pagpigil ang pagbabawal o limitasyon; sa inhinyeriyang disenyo, ang limitasyon na ang disenyo o solusyon ay dapat mamalagi sa loob, na malimit nalalaman kapag binibigyang kahulugan ang problema

constructive interference / konstruktibong interperensiya ng superposisyon ng dalawa o higit pang wave kung saan ang mga indibiduwal na displacement sa parehong panig ng posisyon ng ekilibriyo ay magkasamang idinagdag para bumuo ng resultant wave

consumer / konsumer organismo na kinukuha ang kanyang enerhiya at sustansyang sangkap sa pamamagitan ng pagkain ng iba pang organismo

contact force / kontak na puwersa ang pagtulak o paghila sa isang bagay ng isa pang bagay na nasasagi nito

continental margin / kontinental na mardyin ang ilalim ng dagat na matatagpuan sa pagitan ng tuyong lupa at malalim na oceanic crust, na binubuo ng continental shelf, slope, at rise

continuous spectrum / tuloy-tuloy na ispektrum ang hindi nasisirang pagkasunod-sunod ng mga dalas o wavelength ng elektromagnetikong radyasyon, malimit na ibinubuga ng pinagkukunang nagbabaga

control rod / control rod ang sumisipsip sa neutron na rod na tumutulong kontrolin ang nuklear na reaksiyon sa pamamagitan ng paglilimita sa bilang ng malalayang neutron

controlled experiment / kontroladong eksperimento eksperimentong sinusubok lamang ang isang factor sa isang pagkakataon sa pamamagitan ng paghahambing ng kontrol na grupo sa eksperimental na grupo

convection / kumbeksiyon ang paggalaw ng matter dahil sa kaibahan ng densidad; maaaring magresulta sa paglipat ng enerhiya bilang init

convergent boundary / pinagtagpuang hangganan ang hangganan sa pagitan ng mga tektonik plate na gumagalaw patungo sa isa't isa

conversion factor / kumbersiyon na factor ang ratio na nakuha mula sa pagkakapantay ng dalawang magkakaibang yunit at maaaring gamitin para palitan ng katumbas mula sa isang yunit patungo sa isa pa

convex spherical mirror / maumbok na hugis-bolang salamin ang salamin na ang naaaninag na ibabaw ay ang papalabas na nakakurbang segmento ng espera

copolymer / copolymer ang polymer na gawa mula sa dalawang magkakaibang monomer

core / core ang gitnang bahagi ng Mundo sa ilalim ng mantel; gayon din ang sentro ng araw

Coriolis effect / Coriolis effect ang pagkurbada ng daanan ng gumagalaw na bagay mula sa kung hindi man ay diretsong daan na sanhi ng pag-inog ng Mundo o isa pang bagay sa kalangitan

cosmic microwave background (CMB) / cosmic microwave background (CMB) radyasyong natuklasan mula sa bawat direksiyon sa kalawakan na halos magkakapantay; itinuturing na labi ng big bang

covalent bond / covalent bond ugnayan na nabuo kapag ang atom ay nagbabahagi ng isa o higit pang pares ng elektron

crest / crest ang pinakamataas na punto sa itaas ng posisyon ng ekilibriyo

criterion / pamantayan (pangmarami *mga pamantayan*) ang partikular na mga pangangailangan at pamantayan na dapat matugunan ng disenyo; sa disenyo ng inhinyeriya, ang partikular na pangangailangan na dapat matugunan ng disenyo o solusyon, malimit na nalalaman sa pagpapaliwanag ng problema

critical angle / kritikal na anggulo ang pinakamaliit na anggulo ng incidence kung saan nangyayari ang kabuuang panloob na repleksyon

critical mass / kritikal na mass ang pinakamaliit na mass ng maaaring dumaan sa fission na isotop na nagbibigay ng bilang ng mga kailangang neutron para mapanatili ang isang kabit-kabit na reaksiyon

critical point / kritikal na punto ang temperatura at presyur kung saan ang mga estado ng gas at likido ng substansiya ay nagiging magkakahawig at bumubuo ng isang yugto

critical pressure / kritikal na presyur ang pinamababang presyur kung saan ang substansiya ay maaaring umiral bilang likido sa kritikal na temperatura

critical temperature / kritikal na temperatura ang temperatura sa itaas kung saan ang substansiya ay hindi maaaring umiral sa estado ng likido

crossing over / crossing over ang palitan ng mga segmento ng kromosom sa pagitan ng mga magkakatulad na kromosom sa panahon ng meiyosis

crust / crust ang manipis at solidong pinakalabas na layer ng Mundo sa itaas ng mantel; ang kontinental at oceanic na crust ang bumubuo sa mataas na bahagi ng lithosphere

cryosphere / cryosphere ang bahagi ng hydrosphere na yelong tubig, malimit na hindi isinasama ang yelo sa atmospera; kung minsan itinuturing na isa sa mga espera ng sistema ng Mundo

crystal / kristal ang solido na ang mga atom, ion, o molekula ay naayos sa isang regular, paulit-ulit na pattern

crystal structure / istraktura ng kristal ang kaayusan ng mga atom, ion, o molekula sa isang regular na paraan upang bumuo ng Kristal

crystalline solid / solidong kristalina ang solidong binubuo ng mga kristal

cultural behavior / kultural na pag-uugali pag-uugali na ipinapasa sa pagitan ng mga miyembro ng parehong populasyon sa pamamagitan ng pagkatuto at hindi sa natural na pagpili

cyanobacteria / cyanobakterya (pang-isa *cyanobacterium*) ang bakterya na maaaring magsagawa ng photosintesis; kung minsan tinatawag na blue-green algae

cyclic process / cyclic process ang thermodynamic na proseso kung saan ang sistema ay bumabalik sa mga parehong kondisyon kung saan ito nagsimula

cycloalkane / cycloalkane ang saturadong kabit-kabit na carbon na nagbubuo ng loop o bilog

cytokinesis / sitokinesis proseso kung saan nahahati ang sitoplasma ng selula

D

Dalton's law of partial pressures / batas ng Dalton ukol sa parsiyal na presyur ang batas na nagsasaad na ang kabuuang presyur ng halo ng mga gas ay katumbas ng kabuuan ng parsiyal na presyur ng mga komponent ng gas

daughter nuclide / daughter nuclide ang nuclide na nalikha sa pamamagitan ng radyoaktibong pagkabulok ng isa pang nuclide

decay series / serye ng pagkabulok ang serye ng mga radyoaktibong nuclide na nalikha sa pamamagitan ng sunod-sunod na radyoaktibong pagkabulok hanggang sa maabot ang isang matibay na nuclide

decibel / desibel ang walang dimensiyon na yunit na naglalarawan ng ratio ng dalawang tindi ng tunog; ang threshold ng pandinig ay karaniwang ginagamit bilang sanggunian ng katindihan

decision matrix / matrix sa pagdesisyon gamit sa pagdedesisyon para sa sabay-sabay na pagtasa sa mga ilang opsyon

decomposition reaction / reaksiyong dekomposisyon reaksiyon kung saan ang iisang compound ay naghihiwalay para bumuo ng dalawa o higt pang mas simpleng substansiya

deforestation / pagwasak ng kagubatan ang proseso ng pagputol o pagpatay ng mga punong-kahoy sa gubat

delta / delta ang hugis-pamaypay na masa ng latak na nakadeposito sa bukana ng maliit na ilog; halimbawa, nabubuo ang mga delta kung saan ang maliliit na ilog ay dumadaloy sa karagatan sa gilid ng kontinente

denature / denaturado baguhin nang hindi maibabalik ang istraktura o hugis—at kaya nga ang pagkamaaaring matunaw at iba pang katangian—ng protina sa pamamagitan ng pag-init, pag-alog, o tratuhin ang protina sa asido, alkali, o iba pang species

density / densidad ang ratio ng mass ng substansiya sa volume ng substansiya; karaniwang ipinapahayag bilang gramo kada cubic centimeter para sa mga solido at likido at bilang gramo kada litro para sa mga gas

density-dependent factor / factor na dependiyente sa densidad paglaban ng kapaligiran na nakakaapekto sa populasyon na naging masyadong nagsisiksikan

density-independent factor / factor na independiyente sa densidad paglaban ng kapaligiran na nakakaapekto sa populasyon anuman ang densidad ng populasyon

deposition / deposisyon ang proseso kung saan ang mga materyal ay nahuhulog, gaya ng buhangin o silt sa maliit na ilog; gayon din, ang proseso kung saan nabubuo ang hamog na nagyelo kapag ang singaw ng tubig ay natitipon bilang solido; ang pagbabago ng estado mula sa gas direkta sa solido

derived unit / natamong yunit ang yunit ng sukat na kombinasyon ng iba pang pagsukat

desertification / desertification ang proseso kung saan ang mga aktibidad ng tao o pagbabago ng klima ay ginagawa ang mga lugar na tuyo o halos tuyo na mas katulad ng disyerto

destructive interference / mapanirang interperensiya ang superposisyon ng dalawa o higit pang wave kung saan ang mga indibiduwal na displacement sa magkabilang panig ng posisyon ng ekilibriyo ay sama-samang idinaragdag para bumuo ng resultant wave

diffraction / dipraksiyon pagbabago sa direksiyon ng wave kapag nakatagpo ang wave ng sagabal, bukasan, o gilid

diffusion / pagkalat ang paggalaw ng mga partikula mula sa mga rehiyong may mataas na densidad patungo sa mga rehiyon na may mas mababang densidad.

dihybrid cross / dihybrid cross ang cross, o pagtatalik, sa pagitan ng mga organismo na kasangkot ang dalawang pares na may nagkakaibang katangian

dimensional analysis / dimensional na pagsusuri ang matematikal na pamamaraan na nagpapahintulot sa paggamit ng mga yunit para lumutas ng mga problema na nauukol sa mga pagsukat

dipole / dipole ang molekula o bahagi ng molekula na naglalaman ng mga rehiyon na parehong may positibo at negatibo na kargada ng kuryente

diprotic acid / diprotic acid ang asido na mayroong dalawang ionizable hydrogen atom sa bawat molekula, gaya ng sulfuric acid

direct current / direktang daloy ng kuryente ang daloy ng kuryente na dumadaloy sa isang direksiyon

direct proportion / direktang proporsiyon ang kaugnayan sa pagitan ng dalawang variable na di-nagbabago ang halaga ng ratio

directional selection / direktional na pagpili paraan ng likas na pagpili kung saan ang isang di-karaniwang phenotype ay pinipili nang higit pa sa isang mas karaniwang phenotype

disaccharide / disaccharide ang sugar na nabuo mula sa dalawang monosaccharide

discharge / diskarga ang volume ng tubig na umaagos palabas sa loob ng itinakdang oras

dispersion / dispersion ang proseso ng paghihiwalay ng polychromatic na liwanag sa komponent ng wavelength nito

displacement / displacement ang pagbabago ng posisyon ng isang bagay

disproportionation / disproportionation
ang proseso kung saan ang substansiya ay
nagbabagong anyo sa dalawa o higit pang
hindi magkatulad na substansiya, karaniwan sa
pamamagitan ng sabay-sabay na oksidasyon
at reduksiyon

disruptive selection / pagkaantalang pagpili
paraan ng likas na pagpili kung saan ang
dalawang magkasalungat, ngunit parehong
di-pangkaraniwan, na mga phenotype ay
pinipili nang higit pa sa pinaka-karaniwang
phenotype

dissociation / disosasyon ang paghihiwalay
ng isang molekula sa mga mas simpleng
molekula, atom, radical, o ion

divergent boundary / diberhent na hangganan
hangganan sa pagitan ng dalawang tektonik
plate na pahiwalay ang galaw sa isa't isa

**DNA; deoxyribonucleic acid / DNA;
deoxyribonucleic acid** molekula na
nag-iimbak ng genetic na impormasyon
sa lahat ng organismo

DNA polymerase / DNA polymerase ang
enzyme na gumagawa ng mga ugnayan sa
pagitan ng mga nucleotide, na bumubuo ng
magkatulad na hibla ng DNA sa panahon ng
pag-ulit

DNA replication / pag-ulit ng DNA ang
proseso ng paggawa ng kopya ng DNA

dominant / dominante ang allele na
ipinapahayag kapag ang dalawang
magkaibang allele ay naroroon sa
genotype ng organismo

doping / doping ang pagdaragdag ng
maruming elemento sa semikunduktor

Doppler effect / Doppler na epekto ang
namasdang pagbabago sa dalas ng wave
kapag ang pinagmulan o ang nagmamasid
ay gumagalaw

**double-displacement reaction / double-
displacement na reaksiyon** ang reaksiyon
kung saan ang mga ion ng dalawang
compound ay nagpapalit ng mga lugar
sa aqueous na solusyon para bumuo ng
dalawang bagong compound

drainage basin / drainage basin ang buong
rehiyon na umaagos sa ilog, sistema ng ilog, o
iba pang anyo ng katubigan; isang watershed

drift velocity / naaanod na velosidad ang
neto ng velosidad ng tagadala ng karga na
gumagalaw sa electric field

ductility / kadaliang hubugin ang kakayahan
ng substansiya na mapukpok ng manipis o
mabatak na maging isang alambre

E

earthquake / lindol ang paggalaw o
panginginig ng lupa na dulot ng biglaang
pagbuga ng enerhiya kapag gumalaw ang
mga bato sa may fault line

eccentricity / eccentricity ang antas ng
pagpapahaba ng eliptikong orbita (simbolo, *e*)

ecological niche / ecological niche lahat ng
pisikal, kemikal, at biyolohikal na mga factor
na kailangan ng species para mabuhay,
manatiling malusog, at magparami sa
isang ekosistem

ecological succession / ekolohikal na paghalili
ang pagkakasunod-sunod ng mga buhay na
pagbabago para muling mabuo ang nasirang
komunidad o magsimula ng isang komunidad
sa lugar na dating walang naninirahan

ecosystem / ekosistem koleksiyon ng mga
organismo at walang buhay na mga bagay at
factor gaya ng lupa, tubig, mga bato, at klima
sa isang lugar

**ecosystem services / mga serbisyo ng
ekosistem** ang ekolohikal na tungkulin
o proseso ng isang rehiyong tumutulong
mapanatili ang buhay o nag-aambag ng
mahalagang mapagkukunan ng yaman

effervescence / pagbubula ang pagbula ng
likido na sanhi ng mabilis na pagtakas ng gas
sa halip na sa pagkulo

efficiency / kahusayan ang kantidad,
karaniwang ipinapahayag bilang porsiyento,
na sumusukat sa ratio ng output ng gawa sa
input ng gawa

effusion / effusion ang pagdaan ng gas sa
ilalim ng presyur sa pamamagitan ng maliit
na bukasan

elastic collision / elastikong kolisyon
ang kolisyon kung saan ang kabuuang momentum at kabuuang kinetic na enerhiya ay nananatiling hindi nagbabago

elastic potential energy / potensiyal na enerhiyang elastiko ang enerhiyang naimbak sa anumang nasirang anyo na mga elastikong bagay

electrical conductor / elektrikal na kunduktor materyal kung saan ang karga ay malayang makagagalaw

electrical energy / enerhiyang elektrikal ang enerhiya na iniuugnay sa mga may kargang partikula dahil sa mga posisyon nito

electrical insulator / elektrikal na insulador materyal kung saan ang karga ay hindi malayang makagagalaw

electrical potential energy / potensiyal na enerhiyang elektrikal potensiyal na enerhiyang may-kaugnayan sa karga dahil sa posisyon nito sa field ng kuryente

electric circuit / sirkito ng kuryente ang set ng mga konektadong elektrikal na komponent upang makapagbigay ang mga ito ng isa o higit pang kumpletong daanan para sa paggalaw ng mga karga ng kuryente

electric current / electric current ang bilis ng pagdaloy ng kuryente sa tukoy na punto

electric field / electric field ang espasyo sa paligid ng isang naka-charge na bagay kung saan ang ibang naka-charge na bagay ay nakakaranas ng electric force

electric potential / potensiyal ng kuryente ang gawa na dapat gampanan laban sa mga elektrikong puwersa para ilipat ang karga mula sa pinag-uusapang punto ng sanggunian, hinati sa karga ng kuryente

electrochemical cell / elektrokemikal na selula ang sistema na naglalaman ng dalawang elektrodo na hiniwalay sa yugto ng electrolito

electrochemistry / elektrokemika ang sangay ng kemistri na ang pag-aaral ng kaugnayan sa pagitan ng mga elektrikong puwersa at kemikal na reaksiyon

electrode / electrodo ang konduktor na ginagamit para itatag ang elektrikal na kontak sa kuryente sa hindi metal na bahagi ng sirkito, gaya ng elektrolito

electrode potential / potensiyal ng electrodo ang kaibahan sa potensiyal sa pagitan ng electrodo at solusyon nito

electrolysis / elektrolisis ang proseso kung saan ang daloy ng kuryente ay ginagamit para lumikha ng kemikal na reaksiyon, gaya ng dekomposisyon ng tubig

electrolyte / elektrolito ang substansiya na natutunaw sa tubig para magbigay ng solusyon na naghahatid ng daloy ng kuryente

electrolytic cell / electrolytic cell ang elektrokemikal na aparato kung saan nagaganap ang elektrolisis kapag ang daloy ng kuryente ay nasa aparato

electromagnet / elektromagnet ang magnet, na maaaring binubuo ng ikid ng alambre na nakabalot sa paligid ng kaibuturang bakal, iyon ay gumaganap lamang bilang magnet kapag ang daloy ng kuryente ay dumadaloy sa alambre

electromagnetic induction / electromagnetic induction ang proseso ng paglikha ng kuryente sa circuit sa pamamagitan ng pagbago sa magnetic field

electromagnetic radiation / elektromagnetikong radyasyon ang radyasyon na may-kaugnayan sa electric at magnetic field; nag-iiba-iba ito nang regular at naglalakbay sa bilis ng liwanag

electromagnetic spectrum / elektromagnetikong ispektrum lahat ng dalas o wavelength ng elektromagnetikong radyasyon, na ang radyasyon na may-kaugnayan sa electric at magnetic field, kabilang ang kitang-kitang liwanag

electromagnetic wave / electromagnetic wave ang wave na binubuo ng mga umuugoy na electric at magnetic field, kung saan nagmumula palabas mula sa pinagkukunan sa bilis ng liwanag

electron / elektron ang subatomikang partikula na may negatibong karga

electron affinity / ugnayan ng elektron
ang pagbabago ng enerhiya na nagaganap
kapag ang elektron ay nakukuha ng isang
niyutral na atom

electron capture / pagkuha sa elektron
ang proseso kung saan ang elektron na nasa
loob ng orbital ay nakukuha ng nukleo ng
atom na naglalaman ng elektron

**electron configuration / pagsasaayos ng
elektron** ang kaayusan ng mga elektron
sa atom

electron-dot notation / electron-dot notation
ang notasyon ng configuration ng elektron
kung saan ang mga valence electron ng
atom ng partikular na elemento lamang ang
ipinapakita, ipinapahayag ng mga tuldok na
nakalagay sa paligid ng simbolo ng elemento

electronegativity / pagiging elektronegatibo
ang sukat ng kakayahan ng atom sa
kemikal na compound para makahatak
ng mga electron

electroplating / electroplating ang electrolytic
na proseso ng plating o pagpahid ng bagay
sa metal

element / elemento ang substansiya na hindi
maaaring mapaghiwalay o mabasag sa mga
mas simpleng substansiya sa pamamagitan ng
mga kemikal na paraan; ang lahat ng atom ng
elemento ay may parehong atomic number

elimination reaction / reaksiyong pag-aalis
ang reaksiyon kung saan ang simpleng
molekula, gaya ng tubig o amonya, ay inaalis
at nalilikha ang isang bagong compound

ellipse / ellipse ang hugis obalo na tinukoy sa
pamamagitan ng mga punto kung saan ang
suma ng mga distansiya sa dalawang pirming
punto (foci) ay isang constant; ang bilog ay
isang ellipse ng sero na eccentricity

emergent spectrum / ispektrum ng pagsipsip
ang diagram o talangguhit na nagpapahiwatig
ng mga wavelength ng enerhiyang liwanag na
sinisipsip ng substansiya

**emission-line spectrum / ispektrum ng linya
ng emisyon** ang serye ng partikular na
mga wavelength ng elektromagnetikong
radyasyon na inilabas ng mga elektron habang
gumagalaw ang mga ito mula sa mas mataas
tungo sa mas mababang estado ng enerhiya

empirical formula / empirikong pormula
ang kemikal na pormula na nagpapamalas
ng komposisyon tungkol sa mga relative
number at mga uri ng mga atom sa
pinakasimpleng ratio

**endothermic reaction / endotermikong
reaksiyon** kemikal na reaksiyon na
kailangan ng init

end point / dulong punto ang punto
sa titration kung saan nangyayari ang
pagbabago ng nakamarkang kulay

energy budget / badyet ng enerhiya ang
balanse sa pagitan ng daloy ng enerhiya
patungo sa sistema at ang daloy ng enerhiya
palabas ng sistema

energy pyramid / piramide ng enerhiya
diagram na naghahambing ng enerhiyang
ginamit ng mga producer, pangunahing
konsumer, at iba pang trophic na lebel

**engineering design process / proseso ng
disenyo ng inhinyeriya** ang serye ng mga
hakbang na sinusundan ng mga inhinyero
para magkaroon ng solusyon sa problema

enthalpy / enthalpiya ang panloob na enerhiya
ng sistema idagdag ang produkto ng volume
ng sistema at ang presyur na ginagamit ng
sistema sa mga paligid nito

enthalpy change / enthalpiya ng pagbabago
ang dami ng enerhiyang ipinalabas o sinipsip
bilang init ng isang sistema sa panahon ng
proseso sa di-nagbabagong presyur

**enthalpy of combustion / enthalpiya
ng kombustiyon** ang enerhiyang
ipinalabas bilang init ng kumpletong
kombustiyon ng partikular na dami ng
substansiya sa di-nagbabagong presyur
o di-nagbabagong volume

enthalpy of reaction / enthalpiya ng reaksiyon
ang dami ng enerhiyang ipinalabas o sinipsip
bilang init sa panahon ng kemikal na reaksiyon

Multilingual Science Glossary

© Houghton Mifflin Harcourt Publishing Company

enthalpy of solution / enthalpiya ng solusyon ang dami ng enerhiyang ipinalabas o sinipsip bilang init kapag ang partikular na dami ng solute ay natutunaw sa isang solvent

entropy / entropy ang sukat ng pagiging palambang o kawalang-ayos ng Sistema

environment / kapaligiran ang kombinasyon ng mga kondisyon at impluwensiya na labas sa sistema na nakakaapekto sa pag-uugali ng Sistema

enzyme / enzyme ang uri ng protina na nagsisilbi bilang catalyst at nagpapabilis ng mga metabolikong reaksiyon sa mga halaman at hayop nang walang permanenteng nagbago o nasira

epicenter / epicenter ang punto sa ibabaw ng Mundo na direktang nasa itaas ng tuldok o focus ng simula ng lindol

epigenetics / epigenetics ang pag-aaral ng mga pagbabago sa pagpapahayag ng gene na hindi kasali ang mga pagbabago sa pagkasunod-sunod ng DNA

epistasis / epistasis ang inter-aksiyon ng mga gene na hindi mga allele, sa partikular ay ang pagpigil sa epekto ng isang gene sa isa pa

equilibrium / ekilibriyo sa kemistri, ang estado kung saan ang kemikal na reaksiyon at ang pabaligtad na kemikal na reaksiyon ay nagaganap sa parehong bilis upang ang mga konsentrasyon ng mga reactant at produkto ay hindi nagbabago; sa pisika, ang estado kung saan ang neto ng puwersa sa isang bagay ay sero

equilibrium constant / constant ng ekilibriyo ang numero na nauugnay sa mga konsentrasyon ng mga nagsisimulang materyal at produkto ng mapapabalik na kemikal na reaksiyon sa isa pa ayon sa itinakdang temperatura

equilibrium vapor pressure / ekilibriyong presyur ng singaw ang presyur ng singaw ng sistema sa ekilibriyo

equivalence point / ekibalensiya na punto ang punto kung saan ang dalawang solusyong ginamit sa titration ay naroroon sa mga katumbas na halaga gamit ang kemikal

erosion / erosyon ang pag-alis at pagdadala ng mga materyal sa pamamagitan ng mga natural na agent gaya ng hangin at dumadaloy na tubig; kung minsan ginagamit sa mas malawak na kahulugan na kabilang ang pagaagnas

ester / ester ang organikong compound na nabuo sa pamamagitan ng pagsasama ng organikong asido na may alkohol upang maalis ang tubig

ether / ether ang organikong compound kung saan ang dalawang atom ng carbon ay nauugnay sa parehong atom ng oxygen

eusocial / eusocial populasyon ng organismo kung saan ang papel na ginagampanan ng bawat organismo ay natatangi at hindi lahat ng organismo ay magpaparami

evaporation / ebaporasiyon pagbabago ng substansiya mula sa likido patungo sa pagiging gas

evolution / ebolusyon pagbabago sa isang species sa paglipas ng panahon; proseso ng pagbabagong biyolohikal kung saan ang mga inapo ay naiiba sa kanilang mga ninuno

excess reactant / labis na reactant ang substansiya na hindi kumpletong naubos sa isang reaksiyon

excited state / excited state ang estado kung saan ang atom ay mayroong mas maraming enerhiya kaysa sa ginagawa nito sa ground state

exon / exon pagkakasunod-sunod ng DNA na naglalagay ng mga code ng impormasyon para sa sintesis ng protina

exothermic reaction / eksotermikong reaksyon kemikal na reaksyon kung saan ang init ay nilalabas sa kapaligiran nito

exponential growth / exponential growth kapansin-pansing pagtaas ng populasyon sa loob ng maikling panahon

extensive property / malawak na katangian ang katangian na depende sa lawak o laki ng isang sistema

extinction / paglalaho pag-aalis ng isang species mula sa Mundo

F

facilitated adaptation / pinadaling pagkakahiyang ang proseso kung saan ang mga tao ay ginagabayan ang mga pagkakahiyang sa mga nanganganib na populasyon sa pamamagitan ng pagbabago sa genome ng species

family / pamilya ang nakatayong hanay ng periodic table

fatty acid / fatty acid ang organikong asido na nilalaman sa mga lipid, gaya ng mga taba o langis

fault / fault pagkasira sa katawan ng bato kung saan ang isang bloke ay nakadausdos sa isa pa; anyo ng brittle strain

feedback / feedback ang pagbalik ng impormasyon tungkol sa sistema o proseso na maaaring makaapekto sa pagbabago ng sistema o proseso; ang ibinabalik na impormasyon

feedback loop / feedback loop impormasyon na inihahambing sa set ng mga huwarang halaga at tulong sa pagpapanatili ng homeostasis

felsic / pelsik inilalarawan ang batong magma o igneous na mayaman sa mga feldspar at silica at maputi-puti ang kulay sa pangkalahatan

field force / field force ang puwersang ginagamit sa distansiya sa halip na sa direktang kontak

film badge / film badge ang aparato na sumusukat sa humigit-kumulang na halaga ng radyasyong natanggap sa itinakdang tagal ng panahon ng mga tao na nagtatrabaho sa radyasyon

fission / pisyon ang proseso kung saan ang nukleo ay nahahati sa dalawa o higit pang pragmento at naglalabas ng mga neutron at enerhiya

fitness / fitness sukat ng kakayahan ng organismo na manatiling nabubuhay at gumawa ng supling kumpara sa iba pang miyembro ng populasyon

fluid / likido hindi solidong anyo ng matter kung saan ang mga atom o molekula ay malayang lumalagpas sa bawat isa, gaya ng gas o likido

focus / focus ang lokasyon sa loob ng Mundo sa kahabaan ng fault kung saan ang unang paggalaw ng lindol ay nagaganap; isa sa dalawang sentral na puntong nalalaman ang ellipse

foliation / foliation ang testura ng metamorphic na bato kung saan ang mga butil ng mineral ay inaayos sa mga plane o band

food chain / food chain modelo na nag-uugnay sa mga organismo sa pamamagitan ng kanilang kaugnayan sa pagpapakain

food web / food web modelo na nagpapamalas ng kumplikadong network ng mga kaugnayan sa pagpapakain sa loob ng isang ekosistem

force / puwersa ang aksiyong ginagamit sa isang bagay na may tendensiyang baguhin ang estado ng pahinga o paggalaw ng bagay; ang puwersa ay mayroong magnitud at direksiyon

formula equation / pormula ng tumbasan ang representasyon ng mga reactant at produkto ng kemikal na reaksiyon sa pamamagitan ng mga simbolo o pormula nito

formula mass / formula mass ang suma ng karaniwang atomic mass ng lahat ng atom na kinatawan sa pormula ng anumang molekula, yunit ng pormula, o ion

formula unit / yunit ng pormula ang pinakasimpleng koleksiyon ng mga atom mula sa kung saan ang pormula ng ionic na compound ay maaaring maisulat

fossil / fossil ang bakas o mga labi ng organismo na nabuhay napakaraming taon na ang nakaraan, pinaka-karaniwan naimbak sa mga sedimentaryong bato

fossil fuel / fossil fuel ang hindi napapanibago na panggagalingan ng enerhiya na mula sa mga labi ng mga organismo na nabuhay napakaraming taon na ang nakaraan; kasama sa mga halimbawa ang langis, coal, at natural na gas

Multilingual Science Glossary

founder effect / founder effect ang genetic drift na nagaganap pagkaraang ang maliit na bilang ng mga indibiduwal ay sakupin bilang kolonya ang isang bagong lugar

fracture / lamat sa heolohiya, ang bitak sa bato, na mayroon o walang displacement, na nagreresulta mula sa tensiyon, kabilang ang mga crack, joint, at fault; *gayon din* ang paraan kung saan ang mineral ay nababasag sa alinman sa nakabaluktot o iregular na ibabaw

frame of reference / balangkas ng batayan ang sistema para sa pagtukoy ng eksaktong kinaroroonan ng mga bagay sa espasyo at oras

free energy / malayang enerhiya ang enerhiya sa isang sistema na magagamit para sa gawain; ang kapasidad ng sistema na gumawa ng kapaki-pakinabang na gawain

free-energy change / pagbabago ng malayang enerhiya ang kaibahan sa pagitan ng pagbabago sa enthalpiya, ΔH, at sa produkto ng Kelvin na temperatura at sa pagbabago ng entropy, na tinukoy bilang $T\Delta S$, sa di-nagbabagong presyur at temperature

free fall / malayang pagbagsak paggalaw ng katawan kung saan ang puwersa ng grabidad lamang ang mayroon

freezing / pagyeyelo ang pagbabago sa estado kung saan ang likido ay nagiging solido habang ang enerhiya bilang init ay naaalis

freezing point / punto ng pagyeyelo ang temperatura kung saan ang solido at likido ay nasa ekilibriyo sa 1 atm presyur; ang temperatura kung saan ang likidong substansiya ay nagyeyelo

freezing-point depression / depresyon ng punto ng pagyeyelo ang kaibahan sa pagitan ng mga punto ng pagyeyelo ng purong solbent at solusyon, na direktang proporsiyonal sa halaga ng solute na naroroon

frequency / dalas ang bilang ng mga siklo o panginginig kada yunit ng oras; *gayon din* ang bilang ng mga wave na nalikha sa tinukoy na haba ng panahon

friction / friction ang puwersa na kumokontra sa galaw sa pagitan ng dalawang surface na nagkokontak

front / front ang hangganan sa pagitan ng mga kapal ng hangin na may magkaibang densidad at karaniwang magkaiba ang mga temperatura

functional group / functional group ang bahagi ng molekula na aktibo sa kemikal na reaksiyon at ang nagtitiyak sa mga katangian ng maraming organikong compound

fundamental frequency / batayang dalasan ang pinakamababang dalas ng panginginig ng isang standing wave

fusion / pusyon ang proseso kung saan ang mga nukleo ng maliliit na atom ay nagsasama para bumuo ng isang bago, mas malaki at mabigat na nukleo; ang proseso ay nagpapalabas ng enerhiya

G

gamete / gamete sex cell; ang itlog o sperm cell

gamma ray / gamma ray ang may mataas na enerhiyang photon na inilabas ng isang nukleo sa panahon ng fission at radyoaktibong pagkabulok

gas / gas ang anyo ng matter na walang tiyak na buok o hugis

Gay-Lussac's law / batas ng Gay-Lussac ang batas na nagsasaad na ang okupadong volume ng gas sa di-nagbabagong presyur ay direktang proporsiyonal sa absolutong temperatura

Gay-Lussac's law of combining volumes of gases / batas ng Gay-Lussac sa pagsasama ng mga volume ng mga gas ang batas na nagsasaad na ang mga volume ng mga gas na kasali sa kemikal na pagbabago ay maaaring katawanin ng ratio ng maliliit na numerong walang butal

Geiger-Müller counter / Geiger-Müller counter ang instrumento na tumutuklas at sumusukat sa tindi ng radyasyon sa pamamagitan ng pagbilang ng numero ng mga electric pulse na dumadaan sa pagitan ng anode at cathode sa isang tubo na puno ng gas

gene / gene ang segmento ng DNA na nasa kromosom at nako-code para sa isa o higit pang namamanang katangian; ang pangunahing yunit ng pagmamana

gene expression / pagpapahayag ng gene ang pagpapakita ng genetic na materyal ng organismo sa anyo ng partikular na katangian

gene flow / daloy ng gene pisikal na paggalaw ng mga allele mula sa isang populasyon tungo sa isa pa

gene mutation / mutasyon ng gene pagbabago sa pagkakasunod-sunod ng DNA

gene pool / gene pool koleksiyon ng lahat ng allele na matatagpuan sa populasyon

generator / elektrikong generator kagamitan na pinapalitan ang mekanikal na enerhiya ng elektrikal na enerhiya

gene therapy / gene therapy pamamaraan na gumagamot sa isang sakit kung saan ang may-sira o nawawalang gene ay pinapalitan o ang bagong gene ay ipinapasok sa genome ng pasyente

genetic cross / genetic cross pagtatalik ng dalawang organismo

genetic drift / genetic drift pagbabago sa mga dalas ng allele dahil sa pagkakataon lamang, na pinaka-karaniwang nagaganap sa maliliit na populasyon

genetic engineering / genetic engineering proseso ng pagbabago ng DNA ng organismo para mabigyan ang organismo ng mga bagong katangian

genetic testing / genetic testing proseso ng pagsusuri sa DNA para matiyak ang pagkakataon na mayroon ang isang tao, o maaaring ipasa, na genetic disorder

genetic variation / genetic variation mga kaibahan sa mga pisikal na katangian ng indibiduwal mula sa grupong kinabibilangan nito

genetics / genetics ang pag-aaral ng mga pattern ng pagmamana at pagkakaiba-iba ng mga organismo

genotype / genotype koleksiyon ng lahat ng genetic na impormasyon ng organismo na naglalagay ng mga code para sa mga katangian

geologic timescale / geologic timescale ang iskala ng panahon na kumakatawan sa kasaysayan ng Mundo

geometric isomer / geometric isomer ang compound na umiiral sa dalawa o higit pang magkakaibang configuration na pang-heometriya

geosphere / heospira ang pinakasolido, mabatong bahagi ng Mundo; ang kahabaan nito ay mula sa sentro ng core hanggang sa ibabaw ng crust; isa sa apat na pangunahing espera ng sistema ng Mundo

geothermal energy / heotermal na enerhiya enerhiya mula sa init sa loob ng Mundo

germ cell / germ cell sa multicellular na organismo, anumang reproduktibong selula (bilang kabaligtaran sa somatik na selula)

Graham's law of effusion / batas ng Graham sa effusion ang batas na nagsasaad na ang rate ng effusion ng gas ay pabaligtad na proporsiyonal sa square root ng densidad ng gas

glacial / glasyal ang panahon sa loob ng panahon ng yelo na nangingibabaw ang pagkakaroon ng mga glasyer

glacier / glasyer malaking pangkat ng gumagalaw na yelo

gravitational force / grabitasyonal na puwersa ang kapwa puwersa ng paghatak sa pagitan ng mga partikula ng matter

gravitational potential energy / grabitasyonal na potensiyal na enerhuya ang potensiyal na enerhiya na nauugnay sa posisyon ng bagay na may-kinalaman sa isang grabitasyonal na pinagmumulan

gravity / gravity ang puwersang humahatak sa pagitan ng mga bagay sanhi ng mga mass nito at humihina habang lumalaki ang distansiya sa pagitan ng mga bagay

FILIPINO/TAGALOG

greenhouse effect / greenhouse effect ang pag-init ng ibabaw at mas mababang atmospera ng Mundo na nagaganap kapag ang carbon dioxide, singaw ng tubig, at mga ibang gas sa hangin ay nasisipsip at muling ibinabato ang infrared na radyasyon

greenhouse gas / greenhouse gas ang gas na binubuo ng mga molekula na sumisipsip at nagbibigay ng infrared na radyasyon mula sa araw

ground state / ground state ang pinakamababang enerhiya ng isang quantized system

groundwater / tubig-bukal ang tubig na nasa ilalim ng ibabaw ng Mundo

group / grupo patayong hanay ng mga elemento sa periodic table; ang mga elemento sa grupo ay may parehong kemikal na katangian

gymnosperm / gymnosperm makahoy, baskular na butong halaman na ang buto ay hindi nakapaloob sa obaryo o prutas

H

habitat / habitat pinagsamang mga buhay at walang kabuhay-buhay na factor na matatagpuan sa lugar kung saan naninirahan ang organismo

habitat fragmentation / pagkakahiwa-hiwalay ng habitat proseso kung saan ang bahagi ng hanay ng habitat na mas ninanais ng organismo ay hindi maaaring manirahan

half-cell / half-cell ang solong elektrodo na nakalubog sa solusyon ng mga ion nito

half-life / kalahating-buhay ang panahong kailangan upang ang kalahati ng halimbawa ng radioactive sustansya ay maging radioactive decay

half-reaction / half-reaction ang bahagi ng reaksiyon na nauukol lamang sa oksidasyon o reduksiyon

halogen / haloheno isa sa mga elemento ng Grupo 17 (plorin, klorin, bromin, iodine, at astatine); ang mga haloheno ay hinahalo sa karamihan ng mga metal para maging salt

harmonic series / harmonic series ang mga serye ng dalas na kabilang ang batayang dalasan (fundamental frequency) at mga integral multiple ng batayang dalasan

heat / init ang enerhiya na inilipat sa pagitan ng mga bagay na nasa magkaibang temperatura; ang enerhiya ay palaging inililipat mula sa mga bagay na may mas mataas na temperatura tungo sa mga bagay na may mas mababang temperatura hanggang maabot ang thermal na ekilibriyo

heat engine / makinang init makinarya na nagpapapalit ng init sa mekanikal enerhiya, o paggawa.

Heisenberg uncertainty principle / kawalan ng katiyakan na prinsipiyo ng Heisenberg ang prinsiplyo na nagsasaad na ang pagtitiyak sa parehong posisyon at velosidad ng elektron o anumang iba pang partikula nang sabay-sabay ay imposible

helicase / helicase ang enzyme na kumakalas sa dobleng helix ng DNA sa panahon ng pag-uulit ng DNA

Henry's law / batas ng Henry ang batas na nagsasaad na sa di-nagbabagong temperatura, ang pagkamaaaring matunaw ng gas sa likido ay direktang proporsiyonal sa parsiyal na presyur ng gas sa ibabaw ng likido

heritable / mamamana ang kakayahan ng isang katangian na mapasa mula sa isang henerasyon tungo sa susunod

Hess's law / batas ng Hess ang pangkalahatang pagbabago ng enthalpiya sa isang reaksiyon ay katumbas ng suma ng mga pagbabago ng enthalpiya para sa mga indibiduwal na hakbang sa proseso

heterogeneous / heterogeneous binubuo ng hindi magkatulad na mga komponent

heterogeneous catalyst / heterogeneous catalyst ang catalyst na nasa iba't ibang yugto mula sa yugto ng mga reactant

heterogeneous reaction / heterogeneous reaction ang reaksiyon sa kung saan ang mga reactant ay nasa dalawang magkaibang yugto

heterotroph / heterotroph ang organismong kumukuha ng mga molekula ng organikong pagkain sa iba pang organismo o kanilang mga kakambal na produkto at hindi makagawa ng mga organikong compound mula sa mga di-organikong materyal

heterozygous / heterozygous katangian ng pagkakaroon ng dalawang magkaibang allele na lumilitaw sa parehong locus ng mga sister chromatid

hole / hole ang lebel ng enerhiya na hindi okupado ng elektron sa solido

homeostasis / homeostasis regulasyon at pagpapanatili ng di-nagbabagong panloob na kalagayan sa isang organismo

homogeneous / homogeneous paglalarawan ng isang bagay na pare-pareho ang istraktura o komposisyon ang kabuuan nito

homogeneous catalyst / homogeneous catalyst ang catalyst na nasa parehong yugto gaya ng mga reactant

homogeneous reaction / homogeneous na reaksiyon ang reaksiyon kung saan lahat ng reactant at produkto ay nasa parehong yugto

homologous chromosomes / homologus na mga kromosom ang mga kromosom na may parehong haba, hitsura, at mga kopya ng mga gene, bagama't maaaring magkakaiba ang mga allele

homologous structure / homologus na istraktura bahagi ng katawan na magkatulad sa istraktura sa magkakaibang organismo ngunit gumaganap ng magkaibang gawain

homozygous / homozygous katangian ng pagkakaroon ng dalawa ng parehong allele sa parehong locus ng mga sister chromatid

hormone / hormon signal na kemikal na nalilikha sa isang bahagi ng organismo at nakakaapekto sa aktibidad ng selula sa isa pang bahagi

horizon / horizon ang pahalang na layer ng lupa na makikilala mula sa mga layer sa itaas at ibaba nito; gayon din ang hangganan sa pagitan ng dalawang layer ng bato na may magkakaibang pisikal na katangian

hot spot / hot spot dako ng aktibong-bulkan sa ibabaw ng Mundo na malayo sa hangganan ng tektonic plate

Hund's rule / alituntunin ng Hund ang alituntunin na nagsasaad na para sa atom na nasa ground state, ang bilang ng mga walang kaparehang elektron ay sukdulang posible at itong mga walang kaparehang elektron ay may parehong pag-ikot

hybrid orbitals / hybrid na mga orbital mga orbital ng pantay na enerhiyang nalikha sa pamamagitan ng kombinasyon ng dalawa o higit pang orbital sa parehong atom

hybridization / hybridisasyon ang paghahalo ng dalawa o higit pang atomikong orbital ng parehong atom upang lumikha ng mga bagong orbital; ang hybridisasyon ay kumakatawan sa paghahalo ng mga orbital na may mas mataas-at mas mababang enerhiya para bumuo ng mga orbital ng intermedyang enerhiya

hydration / hydration ang malakas na ugnayan ng mga molekula ng tubig para sa mga partikula ng mga natunaw o sinuspendi na substansiya na nagiging sanhi ng electrolytic na disosasyon

hydraulic fracturing / hydraulic fracturing ang proseso ng pagkuha ng langis o natural gas sa pamamagitan ng pagpasok ng halo ng tubig, buhangin o graba, at mga kemikal sa ilalim ng mataas na presyur patungo sa mga butas ng bukal sa makapal na bato para lumikha ng mga lamat na ginagawang bukas ng buhangin o graba; tinatawag ding fracking

hydrocarbon / hydrokarbon organikong compound na binubuo lamang ng karbon at hydrogen

hydroelectric energy / hydroelektrik na enerhiya elektrikal na enerhiya na mula sa bumabagsak na tubig

Multilingual Science Glossary

hydrogen bond / hydrogen bond ang intermolecular na puwersang nagaganap kapag ang hydrogen atom na nakadugtong sa mataas na elektronegatibong atom ng isang molekula ay nahahatak sa dalawang di-nakabahaging elektron ng isa pang molekula

hydrolysis / hydrolysis ang reaksiyong kemikal sa pagitan ng tubig at isa pang substansiya para bumuo ng dalawa o higit pang bagong substansiya; ang reaksiyon sa pagitan ng tubig at salt para lumikha ng asido o base

hydronium ion / hydronium ion ang ion na binubuo ng proton na isinama sa molekula ng tubig; H_3O^+

hydrosphere / hydrosphere ang tubig na bahagi ng Mundo; isa sa apat na pangunahing espera ng sistema ng Mundo

hypothesis / hipotesis ang paliwanag na batay sa naunang siyentipikong pananaliksik o mga obserbasyon at iyon ay maaaring suriin

I

ice age / panahon ng yelo ang mahabang panahon na paglamig ng klima kung kailan ang mga kontinente ay paulit-ulit na natatakpan ng yelo

ideal fluid / ideal fluid ang fluid na walang panloob na friction o lagkit at di-masiksik na mabuti

ideal gas / ideal gas ang imahinaryong gas na ang mga partikula ay masyadong maliit at walang inter-aksiyon sa isa't isa

ideal gas constant / ideal gas constant ang proportionality constant na makikita sa tumbasan ng estado para sa 1 mol ng ideal gas; $R = 0.082\ 057\ 84\ L \cdot atm/mol \cdot K$

ideal gas law / batas ng ideal gas ang batas na nagsasaad na ang matematikal na kaugnayan ng presyur (P), volume (V), temperatura (T), ang gas constant (R), at ang bilang ng mga mole ng gas (n); $PV = nRT$

igneous rock / igneous na bato ang nabubuong bato kapag lumamig at namuo ang magma

immiscible / immiscible naglalarawan sa dalawa o higit pang likido na hindi pinaghahalo sa isa't isa

impulse / impulso ang produkto ng puwersa at oras na pagitan higit kung saan ang puwersa ay kumikilos sa isang bagay

incomplete dominance / di-kumpletong pangingibabaw ang heterozygous phenotype na ibig sabihin ay magkahalong dalawang homozygous phenotype

independent assortment / independiyenteng pag-uuri ang pangalawang batas ng Mendel, na nagsasaad na ang mga allele sa pares ng allele ay independiyenteng humihiwalay sa isa't isa sa panahon ng pagbuo ng gamete

index fossil / index fossil ang fossil na ginagamit para matatag ang edad ng layer ng bato sa dahilang ang fossil ay naiiba, marami, at laganap at ang species na bumuo ng fossil na iyon ay naroon lamang ng maikling heolohikong panahon

index of refraction / index ng repraksyon ang ratio ng bilis ng liwanag sa vacuum sa bilis ng liwanag sa tinukoy na transparent medium

induction / induksiyon ang proseso ng paglalagay ng karga sa konduktor sa pamamagitan ng pagdadala nito na malapit sa isa pang bagay na may karga at pag-ground sa konduktor

inelastic collision / di-elastikong kolisyon ang kolisyon kung saan ang dalawang bagay ay nanatiling magkasama pagkatapos magbanggaan

inertia / inersiya ang pagkiling ng bagay na labanan ang paggalaw nito, o kung gumagalaw ang bagay, ay labanan ang pagbabago sa bilis o direksiyon

innate / likas o katutubo pag-uugali na hindi natutuhan sa pamamagitan ng karanasan

inner core / inner core ang solido sa pinakaloob na bahagi ng Mundo, na karamihang binubuo ng bakal at nikel sa ilalim ng masyadong mataas na presyur at temperatura

insolation / pagkabilad ang solar na radyasyon (enerhiya mula sa araw) na umaabot sa Mundo; ang bilis ng paghahatid ng solar na radyasyon kada yunit ng pahalang na ibabaw

instantaneous velocity / biglaang velosidad ang velosidad ng isang bagay sa ilang sandali o sa partikular na punto sa landas ng bagay

intensity / intensidad ang bilis kung saan dumadaloy ang enerhiya sa yunit ng lawak na perpendikular sa direksiyon ng mosyon ng wave

intensive property / intensibong katangian ang katangian na hindi depende sa dami ng naroroong matter, gaya ng presyur, temperatura, o densidad

interest group / interest group ang pangkat ng mga tao na may magkakatulad na interes na nagkakaloob ng batayan para sa aksiyon ng lehislatura

interglacial / interglacial kung ihahambing na maikling panahon ng init sa kapanahunan ng yelo

intermediate / intermedya ang substansiyang nabubuo sa gitnang yugto ng kemikal na reaksiyon at itinuturing na isang kasangkapan sa tagumpay sa pagitan ng magulang na substansiya at ng pinal na produkto

intermolecular forces / intermolecular na mga puwersa ang mga puwersa ng paghatak sa pagitan ng mga molekula

internal energy / panloob na enerhiya ang katangian na kabilang ang mga enerhiya ng indibiduwal na mga partikula ng sistema ngunit hindi mga enerhiya ng buong sistema

interstellar medium / interstellar medium materyal, na karamihang hydrogen gas, iba pang gas, at alikabok, na umuukopa ng espasyo sa pagitan ng mga bituin at nagkakaloob ng raw material para sa pagbuo ng bagong bituin

introduced species / ipinakilalang species ang species na hindi katutubo sa isang lugar at dinala sa lugar na iyon bilang resulta ng mga aktibidad ng tao

intron / intron segmento ng gene na hindi gumagawa ng code para sa amino acid

invasive species / kumakalat na species ang species na hindi katutubo sa isang ekosistem at ang pagpasok sa ekosistem na iyon ay malamang na maging sanhi ng pinsala sa ekonomiya o kapaligiran o pinsala sa kalusugan ng tao

inverse proportion / inverse proportion ang kaugnayan sa pagitan ng dalawang variable na ang produkto ay constant

ion / ion ang atom, radical, o molekula na nagkaroon o nawalan ng isa o higit pang mga elektron at may negatibo o positibong karga

ionic bond / ionikong pag-uugnay ang puwersang humahatak ng mga elektron mula sa isang atom papunta sa isa pa, na binabagong-anyo ang niyutral na atom na maging isang ion

ionic compound / ionikong compound ang compound na binubuo ng mga ion na sama-samang nagbuklod sa pamamagitan ng electrostatic attraction

ionization / ionization ang proseso ng pagdagdag o pag-alis ng mga elektron mula sa atom o molekula, na nagbibigay ng netong karga sa atom o molekula

ionization energy / ionization energy ang enerhiyang kinakailangan para alisin ang elektron mula sa atom o ion (daglat, IE)

isolated system / nakabukod na sistema ang set ng mga partikula o mga nag-uugnayang komponent na itinuring na maging naiibang pisikal na entidad para sa layunin ng pag-aaral, na tipikal na walang mga panlabas na puwersang kumikilos sa anumang komponent nito

isomer / isomer isa sa dalawa o higit pang compound na may parehong kemikal na komposisyon ngunit magkaiba ang mga istraktura

isostatic equilibrium / isostatic equilibrium ang huwarang estado ng balanse sa pagitan ng mga grabitasyonal at lumulutang na puwersa na kumikilos sa lithosphere ng Mundo, na nagreresulta sa magkakaibang pagtataas

isothermal process / isothermal process ang thermodynamic na proseso na nangyayari sa di-nababagong temperatura

isotope / isotop isa sa dalawa o higit pang atom na may parehong bilang ng proton (atomic number) ngunit magkaiba ng bilang ng neutron (atomic mass)

isovolumetric process / isovolumetric process ang thermodynamic na proseso na nangyayari sa di-nababagong volume upang walang magagawang gawain sa sistema o sa pamamagitan ng sistema

iterate / umulit gawing muli o ulitin; sa pagsubok ng disenyo, ang mga resulta ng bawat pag-ulit ay ginagamit upang bahagyang baguhin ang susunod na bersiyon ng disenyo

J

joule / joule yunit na gamit sa pagpapahayag ng enerhiya; katumbas sa halaga ng ginawa na may puwersa ng 1 N na may distansiyang 1 m sa direksiyon ng puwersa (simbolo ng yunit, J).

K

ketone / ketone ang organikong compound kung saan ang isang grupo ng carbonyl ay nakalakip sa dalawang grupo ng alkyl; nakuha sa pamamagitan ng oksidasyon ng mga segundaryong alkohol

kin selection / pagpili ng kamag-anak kapag ang likas na pagpili ay kumikilos sa mga allele na pabor sa kaligtasan ng malalapit na kamag-anak

kinetic energy / kinetic energy ang enerhiya ng isang bagay na dulot ng paggalaw ng bagay

kinetic friction / kinetic friction ang puwersang lumalaban sa paggalaw ng dalawang ibabaw na nakadaiti at dumudulas sa isa't isa

kinetic-molecular theory / kinetic-molecular na teorya ang teorya na nagpapaliwanag na ang kilos ng mga pisikal na sistema ay depende sa pinagsamang aksiyon ng mga molekula na bumubuo sa sistema

L

lanthanide / lanthanide ang miyembro ng serye ng rare-earth element, na ang saklaw na mga atomic number ay mula sa 58 (cerium) hanggang 71 (lutetium)

laser / laser ang kagamitang naglalabas ng magkakaugnay na liwanag na iisa lang ang wavelength

latent heat / tagong init ang enerhiya kada yunit ng mass na inililipat sa isang yugto ng pagbabago ng substansiya

lattice energy / latis na enerhiya ang enerhiyang inilabas kapag ang isang mole ng ionikong kristalinang compound ay nabubuo mula sa mga gaseous ion

lava / lava ang magma na dumadaloy sa ibabaw ng Mundo; ang bato na nabubuo kapag lumamig at namuo ang lava

law of conservation of energy / batas ng konserbasyon ng enerhiya ang batas na nagsasabi na ang enerhiya ay hindi magagawa o masisira ngunit maaaring magpabago-bago ng anyo

law of conservation of mass / batas ng konserbasyon ng mass ang batas na nagsasabi na ang mass ay hindi magagawa o masisira ngunit maaaring magpabago-bago ng anyo

law of definite proportions / batas ng mga tiyak na proporsiyon ang batas na nagsasaad na ang kemikal na compound ay palaging naglalaman ng parehong mga elemento sa eksaktong parehong mga proporsiyon ayon sa timbang o mass

law of multiple proportions / batas ng maramihang proporsiyon ang batas na nagsasaad na kapag ang dalawang elementong pinagsama upang bumuo ng isa o higit pang compound, ang mass ng isang elemento na isinama sa nasabing mass ng iba ay ang ratio ng maliit na mga walang-butal na numero

Le Châtelier's principle / prinsipyo ng Le Châtelier ang prinsipyong nagsasaad na ang sistema sa ekilibriyo ay lalaban sa pagbabago sa paraang tumutulong na alisin ang pagbabago

lens / lente ang kitang-kitang bagay na naglilihis ng sinag ng liwanag upang ito'y magbuo o magkalat para lumikha ng imahe

lever arm / lever arm ang perpendikular na distansiya mula sa aksis ng pag-ikot patungo sa isang linyang iginuhit sa direksiyon ng puwersa

Lewis acid / Lewis acid ang atom, ion, o molekula na tumatanggap ng pares ng elektron

Lewis acid-base reaction / Lewis acid-base reaction ang pagbuo ng isa o higit pang covalent bond sa pagitan ng electron-pair donor at electron-pair acceptor

Lewis base / Lewis base ang atom, ion, o molekula na nagbibigay ng donasyon ng pares ng elektron

Lewis structure / Lewis structure ang pang-istrakturang pormula kung saan ang mga elektron ay kinakatawan ng mga tuldok; mga pares ng tuldok o mga gatlang sa pagitan ng dalawang atomic symbol na kumakatawan sa mga pares ng mga covalent bond

light-year / light-year ang layo na nararating ng liwanag sa isang taon; mga 9.46 trillion kilometer

limiting reactant / naglilimitang reactant ang substansiya na kumukontrol sa kantidad ng produkto na maaaring mabuo sa isang kemikal na reaksiyon

linear polarization / polarisasyon ng linya ang hanay ng mga elektromagnetikong wave upang ang mga panginginig ng mga electric field sa bawat mga wave ay paralelo sa isa't isa

lipid / lipid ang uri ng biochemical na hindi natutunaw sa tubig, kabilang ang mga taba at steroid; ang mga lipid ay nag-iimbak ng enerhiya at ginawang mga lamad ng selula

liquid / likido ang estado ng matter na may tiyak na buok ngunit walang tiyak na hugis

lithosphere / lithosphere ang solido, panlabas na layer ng Mundo na binubuo ng crust at ng matigas na itaas na bahagi ng mantel

logistic growth / lohistikang paglaki ang paglaki ng populasyon na isinasalarawan ng isang panahon ng mabagal na paglaki, na sinusundan ng isang panahon ng napakabilis na paglaki, na sinusundan ng isa pang panahon ng halos walang paglaki

London dispersion force / London dispersion force ang intermolekular na paghatak na nagreresulta mula sa hindi pantay na distribusyon ng mga elektron at paglikha ng mga pansamantalang dipole

longitudinal wave / longitudinal wave ang alon kung saan ang mga particle ng medium ay nanginginig na paralelo sa direksiyon ng galaw ng alon

longshore current / longshore na hihip tubig hihip na naglalakbay malapit o kahanay ng baybayin

luster / kinang paraan kung saan ang mineral ay nag-aaninag ng ilaw

M

macromolecule / macromolecule ang napakalaking molekula, kadalasan isang polymer, binubuo ng daan-daan o libo-libo na mga atom

mafic / mafic inilalarawan ang magma o batong igneous na mayaman sa magnesium at bakal at maitim ang kulay sa pangkalahatan

magic numbers / mga magic number ang mga numero (2, 8, 20, 28, 50, 82, at 126) na kumakatawan sa bilang ng mga partikula ng isang sobrang matatag na atomikong nukleo na may mga kumpletong shell ng mga proton at neutron

magnetic domain / magnetic domain ang rehiyon na binubuo ng pangkat ng mga atom na ang mga mabilis na pag-ikot ay nakalinya sa parehong direksiyon

magnetic field / magnetic field ang rehiyon kung saan ang puwersa ng magnet ay matutukoy

Multilingual Science Glossary

magnetic quantum number / magnetic quantum number ang quantum number na nagpapahiwatig sa oryentasyon ng orbital sa paligid ng nukleo; sinisimbolo ng m

magnitude / kalakhan sukat ng lakas ng lindol

main-group element / pangunahíng-grupo na elemento ang elemento sa s-block o p- block ng periodic table

malleability / pagkamaaaring mapanipis ang kakayahan ng substansiya na mapukpok o mapalo sa isang sheet

mantle / mantel ang makapal na layer ng bato sa pagitan ng ibabaw at kaloob-looban ng Mundo

mantle convection / mantel konbeksiyon ang mabagal na paggalaw ng matter sa mantel ng Mundo, na inililipat ang enerhiya bilang init mula sa interyor ng Mundo patungo sa ibabaw

mass / mass ang sukat ng dami ng matter sa isang bagay; ang pundamental na katangian ng isang bagay na hindi apektado ng mga puwersa na kumikilos sa bagay, gaya ng puwersa ng grabitasyon

mass defect / mass defect ang kaibahan sa pagitan ng mass ng atom at ang suma ng mga mass ng proton, neutron, at elektron ng atom

mass density / densidad ng mass ang konsentrasyon ng matter ng isang bagay, na sinukat bilang mass kada yunit ng volume ng substansiya

mass extinction / maramihang pagkalipol ang tagpo kung saan ang malaking bilang ng species ay namamatay

mass number / bilang ng mass suma ng mga bilang ng proton at neutron na bumubuo sa nukleo ng atom

mass wasting / pag-aksaya ng mass ang paggalaw ng materyal ng lupa, latak, o bato sa ibaba ng libis sa ilalim ng impluwensiya ng grabidad

materials science / materials science ang pag-aaral ng mga katangian at gamit ng mga materyal sa agham at teknolohiya

matter / matter anumang may mass at gumagamit ng espasyo

mechanical energy / mekanikal na enerhiya ang suma ng kinetic na enerhiya at lahat ng uri ng potensiyal na enerhiya

mechanical wave / mekanikal na wave ang wave na nangangailangan ng medium na dadaluyan nito

medium / medium ang pisikal na kapaligiran kung saan maaaring maglakbay ang isang kaganapan ng paggambala

meiosis / meiyosis anyo ng paghahati na nuklear na hinahati ang diploid na selula sa mga haploid na selula; mahalaga sa pagbubuo ng mga gamete para sa seksuwal na reproduksiyon

melting / pagtunaw ang pagbabago ng estado kung saan ang solido ay nagiging likido kapag idinaragdag ang enerhiya bilang init o binabago ang presyur

melting point / punto ng pagtunaw ang temperatura at presyur kung saan ang solido ay nagiging likido

mesosphere / mesosphere literal na ibig sabihin, ang "gitnang espera"; ang malakas, ibabang bahagi ng mantel sa pagitan ng asthenosphere at ang panlabas na core; ang pinakamalamig na layer ng atmospera, sa pagitan ng stratosphere at thermosphere, kung saan ang temperatura ay bumababa habang tumataas ang altitud

Mesozoic Era / Mesozoic Era ang heolohikong panahon na tumagal mula 251 milyon hanggang 65.5 milyon na taon na ang nakalipas; tinatawag ding Panahon ng Reptilya

metabolism / metabolismo suma ng lahat ng kemikal na proseso na naganap sa organismo

metal / metal ang elemento na makinang at naghahatid din ng init at kuryente

metallic bond / metalikang pag-uugnay ang pag-uugnay na nabuo dahil sa paghatak sa pagitan ng positibong karga ng metal na ion at ng elektron sa paligid nito

metalloid / metalloid ang elemento na may mga parehong katangian ng mga metal at ng hindi metal; kung minsan tinutukoy bilang semikonduktor

metamorphic rock / metamorphic na bato
ang batong may nabago sa istraktura o
komposisyon sa pamamagitan ng init, presyur,
at mga kemikal na substansiya, na karaniwang
malalim sa crust ng Mundo

microevolution / microevolution
pagbabagong maaaring obserbahan
sa mga dalas ng allele ng populasyon
sa paglipas ng ilang henerasyon

**mid-ocean ridge / tagaytay sa kalagitnaan
ng karagatan** ang mahaba, nasa ilalim
ng dagat na kabit-kabit na bundok na may
matarik, makipot na lambak sa gitna nito, na
nabubuo habang tumataas ang magma mula
sa asthenosphere, at gumagawa ng bagong
pangkaragatang lithosphere (sea floor)
habang lumalayo sa isa't isa ang mga
tektonik plate

**millimeters of mercury / millimeters of
mercury** ang yunit ng presyur

mineral / mineral ang natural, karaniwang di
organikong solido na may katangiang kemikal
na komposisyon, at maayos na istraktura sa
loob, at nagtataglay ng set ng mga pisikal
na katangian

mining / pagmimina ang proseso ng pagkuha
ng ore, mga mineral, at iba pang solidong
materyal mula sa lupa

miscible / miscible naglalarawan ng dalawa o
higit pang likido na maaaring magtunaw sa
bawat iba pa sa iba't ibang proporsiyon

mitochondrion / mitochondrion (pangmarami
mitochondria) ang hugis ng bean na organelle
na nagsusuplay ng enerhiya sa selula at may
sarili itong mga ribosom at DNA

mitosis / mitosis proseso kung saan hinahati ng
selula ang nukleo at mga nilalaman nito

mixture / halo ang kumbinasyon ng dalawa
o higit pang substansiya na hindi kemikal
na pinagsama

model / modelo ang pattern, plano,
representasyon, o paglalarawan na
dinisenyo para ipakita ang istraktura o
gawa ng isang bagay, sistema, o konsepto

moderator / moderator ang materyal na
nagpapabagal sa velosidad ng mga neutron
upang maaari silang masipsip ng nuclei

**molal boiling-point constant / molal boiling-
point constant** ang kantidad na kinalkula
para kumatawan sa pag-aangat ng punto
ng pagkulo na 1-molal na solusyon ng
di-sumisingaw, at walang elektrolitong solute

**molal freezing-point constant / molal
freezing-point constant** ang kantidad na
kinalkula para kumatawan sa depresyon ng
punto ng pagyeyelo na 1-molal na solusyon
ng di-sumisingaw, walang elektrolitong solute

molality / molality ang konsentrasyon ng
solusyon na ipinapahayag sa mga mole ng
solute kada kilo ng solbent

**molar enthalpy of formation / molar
enthalpiya ng pagbuo** ang halaga ng
enerhiya sa nagreresultang init mula
sa pagbuo ng 1 mol ng substansiya sa
di-nagbabagong presyur

**molar enthalpy of fusion / molar enthalpiya
ng pusyon** ang halaga ng enerhiya sa
kinakailangang init para baguhin sa 1 mol
ng substansiya mula sa solido tungo sa likido
sa di-nagbabagong temperatura at presyur

**molar enthalpy of vaporization / molar
enthalpiya ng pagsingaw** ang halaga
ng enerhiya bilang init na kinakailangan
para sumingaw sa 1 mol ng likido sa
di-nagbabagong presyur at temperatura

molar mass / molar mass ang mass sa mga
gramo ng 1 mol ng substansiya

molarity / molarity ang yunit ng konsentrasyon
ng solusyon na ipinapahayag bilang mga mole
ng natunaw na solute kada litro ng solusyon

mole / mole ang SI base unit na ginagamit para
sukatin ang halaga ng substansiya na ang
bilang ng mga partikula ay pareho sa bilang
ng mga atom sa eksaktong 12 g ng carbon-12

mole ratio / mole ratio ang conversion factor
na may-kinalaman sa mga halaga ng mga
mole ng anumang dalawang substansiyang
kasali sa kemikal na reaksiyon

molecular compound / molekular na compound ang kemikal na compound na ang mga pinakasimpleng yunit ay mga molekula

molecular formula / molekular na pormula ang kemikal na pormula na nagpapakita ng bilang at mga uri ng atom sa isang molekula ngunit hindi ang kaayusan ng mga atom

molecule / molekula dalawa o higit pang atom na pinagdikit ng mga covalent bond; hindi kinakailangang isang compound

moment of inertia / sandali ng inersiya ang tendensiya ng isang bagay na umiikot sa buong paligid ng pirming aksis para labanan ang pagbabago sa umiikot na mosyong ito

momentum / momentum kantidad na inilalarawan bilang produkto ng mass at belosidad ng isang bagay

monatomic ion / monatomic ion ang ion na nabuo mula sa iisang atom

monohybrid cross / monohybrid cross ang cross, o pagtatalik, sa pagitan ng mga organismo na kasali lamang ang isang paris ng magkakaibang katangian

monomer / monomer ang simpleng molekula na maaaring isama sa ibang katulad o hindi katulad na mga molekula para gumawa ng polymer

monoprotic acid / monoprotic acid ang asido na maaaring magbigay lamang ng isang proton sa isang base

monosaccharide / monosaccharide ang simpleng sugar na ang pangunahing subunit ng carbohydrate

moraine / moraine ang kalupaan na gawa mula sa hindi nakaayos na mga latak na dineposito ng glasyer; ang till na dineposito ng glasyer

multiple bond / maramihang pag-uugnay ang pag-uugnay kung saan ang mga atom ay ibinabahagi ang mahigit sa isang pares ng mga elektron, gaya ng double bond o triple bond

mutagen / mutagen ang agent na maaaring magdulot ng mutasyon o magtaas ng dalas ng mutasyon sa mga organismo

mutation / mutasyon pagbabago sa pagkakasunod-sunod ng DNA

mutual inductance / mutual inductance ang kakayahan ng isang sirkito na magdulot ng emf sa kalapit na sirkito sa harapan ng nagbabagong daloy ng kuryente

N

NADPH / NADPH ang molekula na nagsisilbi bilang tagapagdala ng enerhiya sa panahon ng photosintesis

natural gas / natural na gas ang halo ng mga gas na hydrokarbon na matatagpuan sa ilalim ng ibabaw ng Mundo, kadalasan malapit sa deposito ng petrolyo; ginagamit bilang fuel

natural hazard / natural na panganib ang natural na kaganapang penomeno na gumagawa ng pagkakataong mapinsala ang mga tao, ari-arian, o ang kapaligiran

natural resource / likas na yaman ang materyal o kapasidad, gaya ng kahoy, depositong mineral, o kakayahan ng tubig, na nagaganap sa isang natural na kalagayan at may halagang pang-ekonomiya

natural selection / likas na pagpili ang mekanismo kung saan ang mga indibiduwal na may minanang mga kapaki-pakinabang na mga pagkakahiyang ay gumagawa ng mas maraming supling sa karaniwan kaysa sa nagagawa ng iba pang indibiduwal

nebula / nebula ang malaking ulap ng gas at alikabok sa kalawakan; ang rehiyon sa kalawakan kung saan nabubuo ang mga bituin

negative feedback / negatibong feedback ang feedback na ginagamit ang output laban sa mga nauunang kondisyon, na may tendensiyang humadlang o bawasan ang pagbabago at patatagin ang proseso o sistema

negative feedback loop / loop sa negatibong feedback ang sistema ng kontrol para sa homeostasis na inaayos ang mga kondisyon ng katawan kapag ang mga kondisyon ay iba-iba mula sa huwaran

net force / neto ng puwersa ang iisang puwersa na ang mga panlabas na epekto sa matigas na bagay ay pareho sa mga epekto ng ilang aktuwal na puwersa na kumikilos sa bagay

net ionic equation / netong ionikong tumbasan ang tumbasan na kabilang lamang yaong mga compound at ion na sumasailalim ng kemikal na pagbabago sa reaksiyon sa aqueous solution

neutralization / neutralisasyon ang reaksiyon ng mga ion na isinasalarawan ng mga asido (mga hydronium ion) at ang mga ion na isinasalarawan ng mga base (mga hydroxide ion) para bumuo ng mga molekula ng tubig at salt

neutron / neutron ang subatomic na partikula na walang karga at nasa nukleo ng isang atom

newton / newton ang SI na yunit para sa puwersa; ang puwersa na magdaragdag ng bilis na 1 kg mass sa 1 m/s bawat segundo na ginagamit ang puwersa (daglat, N)

noble gas / noble gas isa sa mga elemento ng Grupo 18 ng periodic table (helyum, neon, argon, krypton, xenon, at radon); ang mga noble gas ay hindi reaktibo

noble-gas configuration / noble-gas configuration ang panlabas na pangunahing antas ng enerhiya na ganap na okupado, sa karamihan ng kaso, ng walong elektron

node / node ang punto sa standing wave na nagpapanatili ng serong displacement

nomenclature / mga katawagan ang sistema ng pagpapangalan

nonelectrolyte / walang electrolito ang substansiya na natutunaw sa tubig para bigyan ang solusyon na hindi naghahatid ng daloy ng kuryente

nonmetal / hindi metal ang elementong naghahatid ng mahinang init at elektrisidad at hindi nagbubuo ng mga positibong ion sa electrolytic na solusyon

nonpoint source pollution / nonpoint-source na polusyon polusyon na nagmumula sa maraming pinanggagalingan sa halip na sa isang partikular na lugar; ang halimbawa ay ang polusyon na umaabot sa katubigan mula sa mga lansangan at storm sewer

nonpolar covalent bond / nonpolar covalent bond ang covalent bond kung saan ang dugtungan ng mga elektron ay may pantay na hatak sa parehong magkadugtong na atom

nonrenewable resource / hindi napapanibagong mapagkukunan ang mapagkukunan na nabubuo sa bilis na masyadong mabagal kaysa sa bilis na nagagamit ito

nonvolatile substance / di-sumisingaw na substansiya ang substansiyang may maliit na tendensiya na maging gas sa ilalim ng mga umiiral na kondisyon

normal distribution / normal na distribusyon sa biyolohiya, ang distribusyon ng populasyon kung saan ang dalas ng allele ay pinakamataas sa malapit sa hanay ng halaga ng mean at bumababa nang tuloy-tuloy patungo sa bawat kadulu-duluhan

normal force / normal na puwersa ang puwersa na kumikilos sa isang bagay na nakalagay sa ibabaw at kumikilos sa direksiyong perpendikular sa ibabaw

nuclear binding energy / nuklear na nag-uugnay na enerhiya ang enerhiyang pinakawalan kapag ang nukleo ay nabuo mula sa mga nukleon

nuclear fission / nuklear na pisyon ang proseso kung saan ang nukleo ay nahahati sa dalawa o higit pang pragmento at naglalabas ng mga neutron at enerhiya

nuclear forces / mga puwersang nuklear ang inter-aksiyong nagbubuklod sa mga proton at mga neutron, sa mga proton at mga proton, at sa mga neutron at mga neutron nang sama-sama sa nukleo

FILIPINO/TAGALOG

143

Multilingual Science Glossary

© Houghton Mifflin Harcourt Publishing Company

nuclear fusion / nuklear na pusyon ang proseso kung saan ang mga nukleo ng maliliit na atom ay nagsasama para bumuo ng isang bago, mas malaki at mabigat na nukleo; ang proseso ay nagpapalabas ng enerhiya

nuclear power plant / nuclear power plant ang pasilidad na gumagamit ng init mula sa mga reaktor nuklear para lumikha ng enerhiyang elektrikal

nuclear radiation / radyasyong nuklear ang mga partikulang lumalabas mula sa nukleo sa panahon ng radyoaktibong pagkabulok, gaya ng mga neutron, elektron, at photon

nuclear reaction / reaksiyong nuklear ang reaksiyong nakakaapekto sa nukleo ng atom

nuclear reactor / reaktor nuklear ang aparato na gumagamit ng kontroladong reaksiyong nuklear upang lumikha ng enerhiya o mga nuclide

nuclear shell model / nuclear shell model ang modelo na kumakatawan sa mga nukleon bilang umiiral sa iba't ibang lebel ng enerhiya, o mga shell, sa nukleo

nuclear waste / basurang nuklear ang basura na naglalaman ng mga radyoisotop

nucleic acid / nukleik na asido ang organikong compound, alinman sa RNA o DNA, na ang mga molekula ay gawa sa isa o dalawang kabit-kabit ng nucleotide at nagdadala ng genetic na impormasyon

nucleon / nukleon ang proton o neutron

nucleotide / nucleotide ang organikong monomer na binubuo ng sugar, pospeyt, at nitrohenong beis; ang pangunahing yunit ng pagbuo ng nucleic-acid chain, gaya ng DNA at RNA

nucleus / nukleo (pangmarami *nuclei*) sa life science, ang organelle na binubuo ng dobleng lamad na kumikilos bilang bahay-imbakan para sa karamihan ng DNA ng selula; sa physical science, ang sentral na rehiyon ng atom, na gawa sa mga proton at neutron

nuclide / nuclide ang atom na nakikilala sa bilang ng mga proton at neutron sa nukleo nito

O

ocean acidification / asidipikasyon ng karagatan pagbaba sa pH ng tubig sa karagatan dahil sa pagsipsip ng abnormal na matataas na lebel ng carbon dioxide (CO_2) mula sa atmospera

oceanic trench / kanal sa karagatan ang mahaba, makipot, at matarik na depresyon na nabubuo sa ilalim ng karagatan bilang resulta ng subduction ng tektonik plate, na tumatakbong paralelo sa takbo ng hanay ng mga bolkanikong isla o sa baybaying-dagat ng kontinente, at maaaring kasing lalim sa 11 km sa ibaba ng lebel ng dagat; tinatawag din na *trench o deep-ocean trench*

octet rule / alituntunin ng octet ang konsepto ng teorya ng kemikal na pag-uugnay na nababatay sa palagay na ang mga atom ay may tendensiyang magkaroon ng alinman sa mga walang lamang valence shell o punong valence shell ng walong elektron

oil shale / oil shale ang maitim, matingkad na kulay-abo, o matingkad na kayumanggi na shale na naglalaman ng mga hydrocarbon na nagkakaloob ng petrolyo sa pamamagitan ng distilasyon

operator / operator ang maikling pagkasunod-sunod ng viral o bacterial DNA kung saan iniuugnay ang repressor para maiwasan ang transkripsiyon (mRNA sintesis) ng katabing gene sa operon

operon / operon seksiyon ng DNA na naglalaman ng lahat ng code para simulan ang transkripsiyon, pangasiwaan ang transkripsiyon, at bumuo ng protina; kabilang ang promotor, pangregulasyong gene, at pang-istrakturang gene

orbit / orbita ang daanan ng isang bagay habang gumagalaw ito sa paligid ng isa pang bagay dahil sa grabitasyonal na paghatak ng mga ito sa isa't isa

orbital / orbital ang rehiyon sa atom kung saan may mataas na probabilidad na makahanap ng mga elektron

order / order sa kemistri, ang klasipikasyon ng mga kemikal na reaksiyon na depende sa bilang ng mga molekula na lumilitaw para pumasok sa reaksiyon

order number / numero ng order ang numerong natalaga sa mga paligid ng interperensiya na may-kaugnayan sa sentral na maliwanag na paligid

ore / kiho likas na mineral na ang konsentrasyon ng mga mineral na mahalaga sa ekonomiya ay matataas na sapat para mapagkakakitaan ang pagmimina ng materyal na ito

organ / organo pangkat ng iba't ibang uri ng mga tisyu na sama-samang gumagawa para gampanan ang partikular na tungkulin o kaugnay na mga gawain

organ system / sistema ng organo dalawa o higit pang organo na gumagawa sa paraang may koordinasyon para isagawa ang magkatulad na mga gawain

organic compound / organikong compound ang covalent na pinag-ugnay na compound na naglalaman ng carbon, hindi kabilang ang mga carbonate at oxide

organic sedimentary rock / organik na sedimentaryong bato ang sedimentaryong bato na nabubuo mula sa mga labi ng mga halaman o hayop

organism / organismo anumang indibiduwal na bagay na nabubuhay

osmosis / osmosis ang dipusyon ng tubig o isa pang solbent mula sa mas malabnaw na solusyon (ng solute) tungo sa mas konsentradong solusyon (ng solute) sa lamad na maaaring tagusin ng solbent

osmotic pressure / osmotic na presyur ang panlabas na presyur na dapat gamitin para mahinto ang osmosis

outer core / outer core ang layer ng interyor ng Mundo na matatagpuan sa inner core at mantel, na karamihang binubuo ng natunaw na bakal at nikel

overharvesting / labis na pag-aani panghuhuli o pag-aalis mula sa populasyon ng mas maraming organismo kaysa sa maaaring mapalitan ng populasyon

oxidation / oksidasyon ang reaksiyon na inaalis ang isa o higit pang elektron mula sa substansiya upang ang valence ng substansiya o ang estado ng oksidasyon ay tumataas

oxidation number / numero ng oksidasyon ang bilang ng mga elektron na dapat idagdag o alisin mula sa atom sa pinagsamang estado upang palitan ang atom sa elemental na anyo nito

oxidation state / estado ng oksidasyon ang kondisyon ng atom na ipinapahayag sa bilang ng mga elektrong kailangan ng atom para maabot ang elemental na anyo nito

oxidation-reduction reaction / oksidasyon-reduksiyon na reaksiyon anumang kemikal na pagbabago kung saan ang isang species ay oxidized (nawalan ng mga elektron) at ang isa pang species ay nabawasan (nagkaroon ng mga elektron); tinatawag ding redox reaction

oxidized / oxidized naglalarawan sa elemento na natanggalan ng mga elektron at tumaas ang oxidation number nito

oxidizing agent / oxidizing agent ang substansiya na nadaragdagan ng mga elektron sa isang oksidasyon-reduksiyon na reaksiyon at iyon ay nabawasan

oxyacid / oxyacid ang asido na compound ng hydrogen, oxygen, at ikatlong elemento, na karaniwang hindi metal

oxyanion / oxyanion ang polyatomic ion na naglalaman ng oxygen

ozone / ozone ang molekyul ng gas na gawa sa tatlong atom ng oxygen

P

P-wave / P wave ang pangunahing wave, o kompresyong wave; ang sismik na wave na nagsasanhi sa mga partikula ng bato para gumalaw ng pabalik-balik na direksiyong paralelo sa direksiyon kung saan naglalakbay ang wave; ang mga P wave ang pinakamabilis na mga sismik na wave at maaaring maglakbay sa mga solido, likido, at gas

Multilingual Science Glossary

Paleozoic Era / Paleozoic Era heolohikong panahon na sumunod sa Precambrian na panahon na tumagal mula 542 milyon hanggang 251 milyong taon na ang nakaraan

parallax / paralaks kitang-kitang paglipat sa posisyon ng isang bagay kung titingnan sa magkaibang lokasyon

parallel / paralelo naglalarawan ng dalawa o higit pang komponent ng sirkito na nagbibigay ng hiwalay na daanan sa paghahatid ng daloy ng kuryente sa dahilang ang mga komponent ay konektado sa mga karaniwang punto o hugpungan

parent nuclide / parent nuclide ang radionuclide na namumunga ng isang partikular na daughter nuclide bilang mas huling miyembro ng serye ng radyoaktibo

partial pressure / parsiyal na presyur ang presyur ng bawat gas sa isang halo

pascal / pascal ang SI na yunit ng presyur; katumbas sa puwersa ng 1 N na ginamit sa lawak na 1 m² (daglat, Pa)

passive margin / pasibong mardyin ang kontinental na mardyin na hindi nagaganap sa hangganan ng plate

path difference / kaibahan ng daanan ang kaibahan sa distansiyang nilakbay ng dalawang beam kapag nakakalat ang mga ito sa parehong direksiyon mula sa magkaibang punto

Pauli exclusion principle / prinsipyo ng eksklusyon ng Pauli ang prinsipyo na nagsasaad na ang dalawang partikula ng ilang uri ay hindi maaaring maging eksakto sa parehong estado ng enerhiya

PCR; polymerase chain reaction / PCR; polymerase chain reaction paraan para sa pagtaas ng kantidad ng DNA sa pamamagitan ng paghihiwalay nito sa dalawang hibla at pagdagdag ng mga primer at enzyme

percentage composition / porsiyento ng komposisyon ang porsiyento ayon sa mass ng bawat isang elemento sa compound

percentage error / porsiyento ng kamalian ang kuwalitatibong paghambing ng karaniwang pang-eksperimentong halaga sa tama o tinanggap na halaga; kinakalkula ito sa pamamagitan ng pagbawas sa tinanggap na halaga mula sa pang-eksperimentong halaga, hinahati ang kaibahan sa tinanggap na halaga, at pagkatapos ay minumultiplika ng 100

percentage yield / porsiyento ng bunga ang ratio ng aktuwal na bunga sa teoretikal na bunga, multiplikahin ng 100

perfectly inelastic collision / perpektong di-elastikong kolisyon ang kolisyon kung saan ang dalawang bagay ay nanatiling magkasama pagkatapos magbanggaan

period / period sa kemistri, ang pahalang na hanay ng mga elemento sa periodic table; sa pisika, ang oras na kinakailangan para mangyari ang kumpletong siklo o wave oscillation

periodic law / batas peryodiko batas na nagsasabi na ang umuulit na kemikal at pisikal na katangian ng elemento ay peryodikong nagbabago kasama ng atomikong bilang ng elemento

periodic table / periodic table ang ayos ng mga elemento ayon sa kanilang mga atomic number para ang mga elementong magkakapareho ang mga katangian ay nasa parehong kolum, o grupo

petroleum / petrolyo likidong halo ng kumplikadong compound ng hydrokarbon; laganap na ginagamit bilang mapagkukunan ng fuel

pH / pH ang halaga na ginagamit para sabihin ang acidity o alkalinity (basicity) ng isang sistema; bawat numerong walang butal sa iskala ay nagpapahiwatig ng sampung beses na pagbabago sa acidity; ang pH na 7 ay niyutral, ang pH na mas mababa sa 7 ay acidic, at ang pH na mas mataas sa 7 ay basic

pH meter / pH meter ang aparatong ginagamit sa pagtiyak ng pH ng isang solusyon sa pamamagitan ng pagsulat sa boltahe sa pagitan ng dalawang elektrodo na inilalagay sa solusyon

phase / yugto sa kemistri, isa sa apat na estado o kondisyon kung saan maaaring umiral ang substansiya: solido, likido, gas, o plasma; ang bahagi ng matter na magkakapareho

phase change / pagbabago ng yugto ang pisikal na pagbabago ng substansiya mula sa isang estado (solido, likido, o gas) patungo sa isa pa sa di-nagbabagong temperatura at presyur

phase diagram / phase diagram ang grap ng kaugnayan sa pagitan ng pisikal na estado ng substansiya at ng temperatura at presyur ng substansiya

phenomenon / penomeno isang kaganapan, pangyayari, o katotohanan na maaaring obserbahan

phenotype / phenotype koleksiyon ng lahat ng mga pisikal na katangian ng isang organismo

phospholipid / phospholipid molekula na nabubuo sa dobleng-layer na lamad ng selula; binubuo ng glycerol, pangkat ng pospeyt, at dalawang fatty acid

photoelectric effect / photoelectric na epekto ang paglalabas ng mga elektron mula sa isang materyales kapag ang ilaw ng ilang mga dalas ay lumiliwanag sa ibabaw ng materyales

photon / photon ang yunit o quantum ng liwanag; ang partikula ng elektromagnetikong radyasyon na may zero rest mass at nagdadala ng quantum ng enerhiya

photosynthesis / photosintesis proseso kung saan ang enerhiya ng liwanag ay napapalitan ng kemikal na enerhiya; gumagawa ng sugar at oxygen mula sa carbon dioxide at tubig

physical change / pisikal na pagbabago ang pagbabago ng matter mula sa isang uri para maging ibang uri nang walang pagbabago sa mga kemikal na katangian

physical property / pisikal na katangian ang katangian ng isang substansiya na walang kaugnayan sa kemikal na pagbabago, tulad ng densidad, kulay, o tigas

pitch / pitch sukat ng taas at baba ng tunog, depende sa dalas ng wave ng tunog

plasma / plasma ang estado ng matter na binubuo ng malayang gumagalaw na mga may-kargang partikula, gaya ng mga ion at elektron; ang mga katangian nito ay iba mula sa mga katangian ng solido, likido, o gas

plasmid / plasmid pabilog na piraso ng genetic na materyal na matatagpuan sa bakteria na maaaring maulit nang hiwalay mula sa DNA ng pangunahing kromosom

plateau / talampas ang malaki, mataas, maihahambing na patag na lawak ng lupa, na mas mataas sa kapatagan at mas malaki sa mesa

plate tectonics / plate tectonics ang teoryang nagpapaliwanag kung paano ang malalaking piraso ng lithosphere, tinatawag na mga plate, ay gumagalaw at nagbabago ng hugis

pOH / pOH ang negatibo ng karaniwang logarithm ng hydroxide ion na konsentrasyon ng solusyon

point source pollution / point-source na polusyon ang polusyon na nagmumula sa isang partikular na lugar

polar / polar inilalarawan ang molekula kung saan ang positibo at negatibo na mga karga ay naghihiwalay

polar covalent bond / polar covalent bond ang covalent bond kung saan ang isang pares ng mga elektrong ibinahagi ng dalawang atom ay hinahawakang mabuti ng isang atom

polarity / polaridad ang katangian ng sistema kung saan ang dalawang punto ay mayroong magkasalungat na katangian, gaya ng mga karga o polong magnetiko

pollution / polusyon anumang bagay na dinaragdag sa kapaligiran at may negatibong epekto sa kapaligiran o sa mga organismo nito

polyatomic ion / polyatomic ion ang ion na gawa sa dalawa o higit pang atom

polygenic trait / polygenic trait katangian na nalilikha sa pamamagitan ng dalawa o higit pang gene

polymer / polymer ang malaking molekula na nabubuo ng mahigit sa limang monomer, o maliliit na yunit

polyprotic acid / polyprotic acid ang asido na maaaring magbigay ng mahigit sa isang proton kada molekula

polysaccharide / polysaccharide isa sa mga carbohydrate na binubuo ng mahahabang kabit-kabit ng mga simpleng sugar; kabilang sa mga polysaccharide ang starch, cellulose, at glycogen

population / populasyon lahat ng indibiduwal ng species na naninirahan sa parehong lugar

positive feedback / positibong feedback feedback na may tendensiyang palakihin o dagdagan ang pagbabago at ibagsak ang isang proseso o sistema

positive feedback loop / positibong feedback loop sistema ng kontrol kung saan ang impormasyon sa pandama ay nagiging sanhi ng katawan na dagdagan ang bilis ng pagbabagong malayo mula sa homeostasis

positron / positron ang partikula na may parehong mass at pag-ikot na mabilis bilang elektron ngunit iyon ay may positibong karga

potential difference / potensiyal na kaibahan ang gawaing dapat magampanan laban sa mga elektrik na puwersa para maglipat ng karga sa pagitan ng dalawang puntong pinag-uusapan na hinati sa karga

potential energy / potensiyal na enerhiya enerhiya ng nasa isang bagay dahil sa posisyon, hugis, o kondisyon ng bagay

power / power ang kantidad na sinusukat ang bilis ng paggawa ng gawain o ang bilis ng paglipat ng enerhiya sa anumang paraan

Precambrian / Precambrian ang pagitan ng panahon sa heolohikong iskala ng panahon mula sa pagkabuo ng Mundo sa simula ng Paleozoic era, mula 4.6 bilyon hanggang sa 542 milyong taon na ang nakakaraan

precession / precession ang mosyon ng aksis ng mabilis na umiikot na bagay, gaya ng pag-uga sa umiikot na trumpo, kapag may isang panlabas na puwersa na kumikilos sa aksis; ang mabagal na pag-inog ng rotational axis ng Mundo patungkol sa orbit nito

precipitate / precipitate solido na nabuo dahil sa kemikal na reaksyon sa solusyon

precision / pagkatiyak ang pagkaeksakto ng pagsukat

predation / paninila proseso kung saan ang isang organismo ay nangangaso at pumapatay ng isa pang organismo para sa pagkain

pressure / presyur ang lakas ng puwersa na ginagamit sa bawat yunit ng lawak ng isang ibabaw

primary energy source / pangunahing mapagkukunan ng enerhiya naglalarawan ng pinagmumulan ng enerhiya na natagpuan sa natural na kapaligiran; ang coal, natural gas, araw, hangin, at uranium ay mga halimbawa ng mga pangunahing mapagkukunan ng enerhiya

primary standard / pangunahing pamantayan ang lubos na dalisay na solidong compound na ginagamit sa pagsusuri ng konsentrasyon ng kilalang solusyon sa titration

principal quantum number / pangunahing numero ng quantum ang numero ng quantum na nagpapahiwatig ng enerhiya at pag-orbit ng elektron sa atom

probability / probabilidad ang posibilidad na ang partikular na pangyayari ay magaganap

producer / producer organismo na kumukuha ng enerhiya nito mula sa mga walang kabuhay-buhay na mapagkukunan, gaya ng sikat ng araw o mga di-organikong kemikal

product / produkto ang nabubuong substansiya ng kemikal na reaksiyon

projectile motion / naitutudlang mosyon ang mosyon na ipinapakita ng isang bagay kapag hinagis, inilunsad, o kung hindi man itinudla malapit sa ibabaw ng Mundo

promoter / promoter seksiyon ng DNA kung saan nag-uugnay ang RNA polymerase, nagsisimula ng transkripsiyon ng mRNA

protein / protina polymer na binubuo ng mga amino acid na nakaugnay sa mga pagbuklod ng peptide; natutupi sa partikular na istraktura depende sa mga pag-uugnay sa pagitan ng mga amino acid

protein synthesis / sintesis ng protina ang pagbuo sa mga protina sa pamamagitan ng paggamit ng impormasyon na nakapaloob sa DNA at dinadala ng mRNA

proton / proton ang maliit na atomikong partikula na may positibong karga at matatagpuan sa nukleo ng atom; ang bilang ng proton sa nukleo ay ang atomikong numero, kung saan natitiyak ang pagkakakilanlan ng isang elemento

protoplanetary disk / protoplanetary disk ang disk ng gas at alikabok na umiikot sa orbit ng bagong buong bituin, na mula rito ay maaaring may mamuong planeta

prototype / prototype ang pansubok na modelo ng isang produkto

Punnett square / Punnett square modelo para sa pagtitiyak ng lahat ng mga posibleng genotype na nagreresulta mula sa cross, o pagtatalik

pure substance / purong substansiya ang sample ng matter, maging ito man ay isahang elemento o isahang compound, na may tiyak na kemikal at pisikal na katangian

pyramid of numbers / piramede ng mga numero ang diagram na nagpapamalas na ang numero ng mga indibiduwal na organismo sa bawat trophic na lebel sa isang ekosistem

Q

quantity / kantidad o dami isang bagay na may magnitud, laki, o halaga

quantum / quantum ang pangunahing yunit ng elektromagnetikong enerhiya; isinasalarawan nito ang mga katangian ng wave ng mga elektron

quantum number / numero ng quantum ang numerong tumutukoy sa ilang katangian ng mga electron

quantum theory / teorya ng quantum ang pag-aaral ng istraktura at kilos ng atom at mga subatomic na partikula mula sa pananaw na ang lahat ng enerhiya ay dumarating sa napakaliit, di-mahahating mga balot

R

radian / radian ang anggulo na ang haba ng arc ay katumbas sa radyos ng bilog, na humigit-kumulang katumbas sa 57.3°

radiation / radyasyon ang emisyon at pagpapalaganap ng enerhiya sa anyo ng mga electromagnetic wave; gayon din ang gumagalaw na mga subatomic na partikula

radioactive decay / radyoaktibong pagkabulok ang pagkakahiwa-hiwalay ng di-matatag na atomikang nukleo sa isa o higit pang magkakaibang uri ng mga atom o isotop, na sinasamahan ng emisyon ng radyasyon, ang nuklear na pagkuha o pagbuga ng mga elektron, o pisyon

radioactive nuclide / radyoaktibong nuclide ang nuclide na naglalaman ng mga isotop na nabubulok at nagbubuga ng radyasyon

radioactive tracer / radioactive tracer ang radyoaktibong materyal na dinaragdag sa substansiya upang ang distribusyon ay maaaring mapansin sa bandang huli

radiometric dating / radyometrik na pagpepetsa paraan ng pagdetermina ng edad ng isang bagay sa pag-eestima ng porsyento ng radyoaktibo (magulang) na isotop at matatag (anak) na isotop

rare earth element / rare earth element anuman sa pangkat ng mga likas na naririritong metalikong elemento na may magkakatulad na katangian, binubuo ng scandium, yttrium, at ang 15 elemento na may mga atomic number na 57 hanggang 71 (ang mga lanthanide). Ang mga rare-earth element ay laganap na ginagamit sa electroniko at iba pang high-tech na mga produkto

rarefaction / rarefaction ang rehiyon ng longitudinal wave kung saan ang densidad at presyur ay nasa pinakamababa

rate law / rate law ang pagpapahayag na nagpapakita kung paano ang rate ng pagbuo ng produkto ay depende sa konsentrasyon ng lahat ng species maliban sa solbent na kasama sa reaksiyon

Multilingual Science Glossary

rate-determining step / hakbang na batayan ng bilis (rate) sa maramihang hakbang ng kemikal na reaksiyon, ang hakbang na may pinakamababang velosidad, ang nagiging batayan ng bilis ng panlahatang reaksiyon

reactant / reactant ang substansiya o molekula na bahagi ng isang kemikal na reaksiyon

reaction mechanism / mekanismo ng reaksiyon ang paraan kung saan nagaganap ang kemikal na reaksiyon; ipinapahayag sa serye ng mga kemikal na tumbasan

reaction rate / bilis ng reaksiyon ang bilis kung saan nagaganap ang kemikal na reaksiyon; sinusukat ng bilis ng pagbuo ng produkto o ang bilis ng pagkawala ng mga reactant

reaction stoichiometry / reaction stoichiometry mga pagkalkulang nauukol sa mga kaugnayan ng mass sa pagitan ng mga reactant at produkto sa kemikal na reaksiyon

real gas / tunay na gas ang gas na hindi kumikilos nang kumpleto tulad ng hypothetical ideal gas, dahil sa mga interaksiyon sa pagitan ng mga molekula ng gas

real image / tunay na imahe ang imahe na nabubuo ng interseksiyon ng mga sinag ng liwanag; ang tunay na imahe ay maaaring maipalabas sa screen

recessive / recessive ang allele na hindi naihahayag maliban kung ang dalawang kopya ay naroon sa genotype ng organismo

recharge / pagkakargang muli ang volume ng tubig na dumadaloy sa loob ng itinakdang panahon

reclamation / reklamasyon ang proseso ng pagdadala o muling pagbabalik sa isang angkop na kondisyon gaya ng dating likas na kalagayan

recombinant DNA / recombinant DNA ang genetically engineered DNA na naglalaman ng mga gene mula sa mahigit na isang organismo o species

recrystallization / recrystallization ang proseso ng pagbabagong-anyo sa mga kristal o kristalinang istraktura

recycle / resiklo maglagay o magdaan sa siklong muli; mabawi ang mahahalagang materyales o mapapakinabangang materyales mula sa basura o patapong piraso o muling paggamit ng mga bagay

reduced / nabawasan naglalarawan sa substansiya na nagkaroon ng mga elektron, nawalan ng oxygen atom, o nagkaroon ng hydrogen atom

reducing agent / nagbabawas na agent ang substansiya na may potensiyal na bawasan ang isa pang substansiya

reduction / reduksiyon ang kemikal na pagbabago kung saan ang mga elektron ay nakakamit, alinman sa pamamagitan ng pag-alis ng oxygen, pagdagdag ng hydrogen, o pagdagdag ng mga elektron

reduction potential / potensiyal ng reduksiyon ang pagbaba sa boltahe na nagaganap kapag ang positibong ion ay nababawasan ang pagiging positibo o niyutral o kapag ang niyutral na atom ay nagiging negatibong ion

reflection / repleksyon ang pagbabalik ng electromagnetic wave sa ibabaw

reforestation / reforestation ang muling pagtatatag at pagpapaunlad ng mga punong-kahoy sa kagubatan

refraction / refraction ang pagbaluktot ng wave front habang dumadaan ito sa pagitan ng dalawang substansiya kung saan naiiba ang bilis ng wave

relative age / relatibong edad ang edad ng isang bagay kumpara sa mga edad ng iba pang bagay

rem / rem ang kantidad ng ionizing radiation na gumagawa ng kasing daming pinsala sa tisyu ng tao gaya ng nagagawa ng 1 roentgen ng mga x-ray na may mataas na boltahe

renewable / napapanibago naglalarawan na ang likas-yaman na maaaring mapalitan sa parehong bilis ng pagkakakonsumo ng likas-yaman. Ginagamit din para ilarawan ang enerhiya na nakukuha mula sa gayong likas na yaman

renewable resource / napapanibagong mapagkukunan ang likas-yaman na maaaring mapalitan sa parehong bilis ng pagkakakonsumo ng likas-yaman

replication / pagkopya proseso kung saan ang DNA ay kinokopya

repulsive force / repulsive force puwersa na may tendensiyang itulak nang hiwalay ang mga bagay

reservoir / imbakan o tinggalan ang lugar o bahagi ng isang sistema kung saan ang ilang bagay ay kumukolekta o kinukolekta

resilience / katatagan ang kakayahan ng ekosistem na makabawi pagkaraang makaranas ng kaguluhan

resistance / resistensya sa life science, ang kakayahan ng organismo na pabayaan ang kemikal o sanhi ng sakit na agent; ang kakayahan ng ekosistem na labanan ang pagbabago mula sa panggugulo; sa pisika, ang pagsalungat sa iniharap sa daloy ng kuryente ng materyal o aparato

resolving power / kakayahang maglutas ang kakayahan ng instrumentong optikal para bumuo ng mga imahe ng dalawang bagay na malapit sa isa't isa

resonance / resonans o katunugan ang pag-uugnay ng mga molekula o ion na hindi maaaring katawanin nang wasto ng iisang istraktura ng Lewis; sa pisika ang penomenong nagaganap kapag ang dalas ng puwersa ay ginagamit sa sistemang tumutugma sa natural na dalas ng panginginig ng sistema, na nagreresulta sa malaking amplitud ng panginginig

respiration / respirasyon ang prosesong nagaganap sa loob ng mga nabubuhay na selula kung saan ang kemikal na enerhiya ng organikong molekula ay napapalitan ng magagamit na enerhiya, kasama ang pagkunsumo ng oxygen at ang produksiyon ng carbon dioxide at tubig bilang mga kakambal na produkto

resultant / resultant ang vector na kumakatawan sa suma ng dalawa o higit pang vector

reversible reaction / mapapabalik na reaksiyon ang kemikal na reaksiyon kung saan ang mga produkto ay muling nabubuo sa mga orihinal na reactant

ribosome / ribosom ang organel na inuugnay ang mga amino acid nang sama-sama para bumuo ng mga protina

ridge push / tulak ng tagaytay ang puwersa na ginagamit sa pamamagitan ng pagpapalamig, paghupa ng bato sa mga kumakalat na lithospheric plate na nasa tagaytay sa kalagitnaan ng karagatan

rms current / rms current ang halaga ng salitan na daloy ng kuryente na nagbibigay ng parehong epekto ng pag-init na nagagawa ng kaukulang halaga ng direktang daloy ng kuryente

rock cycle / siklo ng bato ang mga serye ng proseso kung saan nabubuo ang bato, nagbabago mula sa isang uri para maging isang uri, nawawasak, at bumubuo ulit ng mga heolohikong proseso

roentgen / roentgen ang yunit ng dosis ng radyasyon ng mga x-ray o gamma ray na katumbas sa dami ng radyasyon na maglilikha ng $2.58 \times 10{-4}$ ng mga ion kada kilogramo ng hangin sa presyur ng atmospera

rotational kinetic energy / rotational kinetic energy ang enerhiya ng isang bagay na dulot ng paggalaw ng bagay

S

S-wave / S wave ang segundaryong wave, o shear wave; isang sismik na wave na nagiging sanhi para sa mga partikula ng bato na gumalaw mula sa isang gilid patungo sa isang gilid na perpendikular sa direksiyon kung saan naglalakbay ang wave; ang mga S wave ang ikalawang pinakamabilis na mga sismik na wave at makakapaglakbay lamang sa mga solido

salt / salt ionikong compound na nabubuo kapag ang metal atom o positibong radical ay pinapalitan ang hydrogen ng asido

saponification / saponification ang kemikal na reaksiyon kung saan ang mga ester ng mga fatty acid ay may reaksiyon sa matapang na base para lumikha ng glycerol at fatty acid salt; ang proseso na ginagamit para gumawa ng sabon

saturated hydrocarbon / saturadong hydrocarbon ang organikong compound na nabuo lamang ng karbon at hydrogen na naugnay ng mga single bond

saturated solution / saturadong solusyon ang solusyon na hindi maaaring matunaw ang anumang iba pang solute sa ilalim ng mga itinakdang kondisyon

scalar / scalar ang pisikal na kantidad na mayroong magnitud ngunit walang direksiyon

schematic diagram / eskematikong diagram ang representasyon ng sirkito na gumagamit ng mga linya para kumatawan sa mga kawad at iba't ibang simbolo para kumatawan sa mga komponent

scientific method / siyentipikong paraan ang serye ng mga hakbang na susundin para malutas ang mga problema, kabilang ang pangangalap ng mga datos, pagbubuo ng hipotesis, pagsubok ng hipotesis, at pagsasaad ng mga kongklusyon

scientific notation / siyentipikong notasyon ang paraan ng pagpapahayag ng kantidad bilang numero multiplikahin sa 10 na nasa angkop na power

scintillation counter / scintillation counter ang instrumentong nagpapalit ng kumikislap na liwanag sa elektrikal signal para sa pagtuklas at pagsukat ng radyasyon

secondary energy source / segundaryong mapagkukunan ng enerhiya naglalarawan sa mga mapagkukunan ng enerhiya na nakukuha mula sa pangunahing mapagkukunan ng enerhiya; halimbawa, ang elektrisidad ay segundaryong mapagkukunan ng enerhiya na nalilikha mula sa paggamit ng mga pangunahing mapagkukunan gaya ng coal at natural gas

sediment / latak mga solidong partikula gaya ng nadurog na mga kapirasong bato, mga materyal mula sa mga organismo, o mga mineral na namalagi sa naging solusyon na dinadala at dinideposito sa ibabaw ng Mundo o malapit dito

sedimentary rock / sedimentaryong bato bato na nabuo mula sa mga pinitpit o pinagdikit-dikit na mga layer ng latak

seismic wave / sismik na wave wave ng enerhiya na naglalakbay sa Mundo na palayo sa lindol sa lahat ng direksiyon

seismogram / sismogram bakas ng galaw ng lindol na itinala ng sismograpo

self-ionization of water / sariling ionisasyon ng tubig ang proseso kung saan ang dalawang molekula ng tubig ay gumagawa ng hydronium ion at hydroxide ion sa pamamagitan ng paglipat ng proton

semipermeable membrane / semipermeable membrane ang lamad na hinahayaan ang pagdaan lamang ng ilang molekula

series / serye naglalarawan sa dalawa o higit pang komponent ng sirkito na nagbibigay ng iisang daanan para sa daloy ng kuryente

sex chromosome / seks kromosom isa sa pares ng mga kromosom na tumitiyak sa kasarian ng indibiduwal

sex-linked gene / sex-linked gene gene na matatagpuan sa seks kromosom

sexual selection / seksuwal na pagpili pagpili kung saan ang ilang katangian ay pinapahusay ang tagumpay ng pagtatalik; ang mga katangian, kung gayon, ay ipinasa sa supling

shielding / shielding ang materyal na sumisipsip ng radyasyon na ginagamit para bawasan ang pagtagas ng radyasypn mula sa mga reaktor nuklear

SI / SI Le Système International d'Unités, o ang pandaigdigang Sistema ng Yunit, ang sistema ng pagsukat na tinatanggap sa buong mundo

significant figure / significant figure ang itinakdang decimal place na tinitiyak ang halaga ng rounding off na dapat gawin batay sa katumpakan ng sukat

silicate / siliket ang mineral na naglalaman ng kombinasyon ng silicon at oxygen at maaari ring maglaman ng isa o higit pang metal

simple harmonic motion / simpleng harmonic na mosyon ang panginginig sa buong paligid ng posisyon ng ekilibriyo kung saan ang bumabalik na puwersa ay proporsiyonal sa displacement mula sa ekilibriyo

single bond / single bond ang covalent bond kung saan ang dalawang atom ay ibinabahagi ang isang pares ng mga elektron

single-displacement reaction / reaksyong single displacement reaksyon kung saan ang isang elemento ay pumapalit sa isa pang elemento sa compound

sinkhole / sinkhole ang sirkular na depresyon na nabubuo kapag natutunaw ang bato, kapag ang labis na latak ay pinupuno ang kasalukuyang butas, o kapag gumuho ang tuktok ng kuweba o minahan na nasa ilalim ng lupa

slab pull / slab pull ang puwersa sa hangganan ng subduction na ginagamit sa subducting plate dahil sa bigat ng lumulubog na gilid

smog / ulap-usok polusyon sa hangin kung saan ang mga gas na lumabas mula sa mga nasusunog na fossil fuel ay bumubuo ng makapal na usok kapag ang mga ito ay nasisikatan ng araw

soil / lupa buhaghag na halo ng mga kapiraso ng bato at organikong materyal na maaaring tumulong sa pagpapalaki ng pananim

soil erosion / erosyon ng lupa ang proseso kung saan ang mga materyal sa ibabaw ng Mundo ay lumuluwag, natutunaw, o nasisira at dinadala mula sa isang lugar patungo sa isa pa ng likas na agent gaya ng hangin, tubig, yelo, o grabidad

solar wind / solar wind ang agos ng napakabilis, na mga iyonisang partikula na ibinuga lalo na mula sa corona ng araw

solenoid / solenoyde ang mahaba, umiikot na nakapalupot na likid ng nainsulang kawad

solid / solido ang estado ng matter na ang buok at hugis ng substansiya ay permanente

solubility / solyubilidad ang kakayahan ng isang substansiya na matunaw sa isa pa sa itinakdang temperatura at presyur; ipinapahayag ayon sa halaga ng solute na matutunaw sa itinakdang halaga ng solbent para gumawa ng saturadong solusyon

solubility product constant / constant ng produkto ng solyubilidad ang constant ng ekilibriyo para sa solido na nasa ekilibriyo kasama ng mga natunaw na ion ng solido

soluble / maaaring matunaw may kakayahang matunaw sa partikular na solbent

solute / solute sa solusyon, ang substansya na natutunaw sa solbent

solution / solusyon ang homogenous na halo ng dalawa o higit pang substansiya na pantay na ipinaghiwaly sa iisang yugto

solution equilibrium / ekilibriyo ng solusyon ang pisikal na estado kung saan ang magkasalungat na mga proseso ng disolusyon at kristalisasyon ng solute ay nagaganap sa mga pantay na rate

solvated / solvated naglalarawan sa molekula ng solute na pinapaligiran ng mga molekula ng solbent

solvent / solbent sa solusyon, ang substansiya kung saan natutunaw ang solute

somatic cell / somatik na selula selula na bumubuo sa mga tisyu at organo ng katawan, maliban sa mga gamete

speciation / speciation ebolusyon ng dalawa o higit pang species mula sa isang ninunong species

species / species pangkat ng mga organismong halos magkatulad sa isa't isa na maaari silang magpalahi at gumawa ng supling na maaaring magkaanak

specific heat capacity / tiyak na init dami ng init na kailangan para itaas ang yunit mass ng homogenous na materyal na 1 K o 1°C sa sinabing paraan, ayon sa di-nagbabagong presyur at volume

spectator ions / espektador na mga ion ang mga ion na naroroon sa solusyon kung saan nagaganap ang reaksiyon ngunit hindi lumalahok sa reaksiyon

spectrum / ispektrum ang pattern ng radyasyon na nakita o naitala kapag ang mga komponent na gawa sa liwanag ay naghihiwalay ayon sa pagkasunod-sunod ng dalas, habang ang liwanag ay dumadaan sa prisma

spin quantum number / spin quantum number ang quantum number na naglalarawan sa likas na paanggulong momentum ng partikula

spring constant / spring constant ang enerhiyang mayroon para gamitin kapag ang nasirang anyo ng elastikong bagay ay bumabalik sa orihinal nitong pagsasaayos

stabilizing selection / nagpapanatiling pagpili paraan ng likas na pagpili kung saan ang mga intermedyang phenotype ay mas pinipili kaysa sa mga phenotype sa parehong kadulu-duluhan

standard electrode potential / potensiyal ng pamantayang elektrodo ang potensiyal na nabuo ng metal o iba pang materyal na nilubog sa elektrolitong solusyon na may-kaugnayan sa potensiyal ng elektrodo ng hydrogen, na itinatakda sa sero

standard solution / pamantayang solusyon ang solusyon na alam ang konsentrasyon, ipinapahayag ayon sa halaga ng solute sa itinakdang halaga ng solbent o solusyon

standard temperature and pressure / pamantayang temperatura at presyur para sa gas, ang temperatura na 0 °C at presyur 1.00 atm

standing wave / nakatindig na wave ang pattern ng wave na nagreresulta kapag ang dalawang wave ng parehong dalas, wavelength, at amplitud ay naglalakbay sa salungat na direksiyon at humahadlang

static friction / static friction ang puwersa na lumalaban sa pagkusa ng dumudulas na mosyon sa pagitan ng dalawang ibabaw na nagdiit at walang galaw

stem cell / stem cell selula na maaring mahati sa loob ng mahabang panahon habang nanatiling hindi nag-iiba

stimulus / stimulus (pangmarami: *stimuli*) ilang bagay na nagiging sanhi ng pisiolohikal na tugon

stoichiometry / stoichiometry ang proporsiyonal na kaugnayan sa pagitan ng dalawa o higit pang substansiya sa panahon ng kemikal na reaksiyon

stratosphere / stratosphere ang layer ng atmospera na nasa pagitan ng troposphere at ng mesosphere kung saan ang temperatura ay tumataas habang tumataas ang altitud; nagtataglay ng ozone layer

stress / tensyon ang puwersa kada yunit ng lawak sa loob ng bagay; ang panloob na resistensya ng bagay sa ginamit na puwersa

strong acid / matapang na asido ang asido na ganap na nagiging ion sa solbent

strong electrolyte / malakas na elektrolito ang compound na ganap o sa karamihan ay humihiwalay sa aqueous solution, gaya ng mga natutunaw na mineral na salt

strong force / malakas na puwersa ang inter-aksiyon na nag-uugnay sa nukleon nang sama-sama sa isang nukleo

structural formula / pormulang istraktura ang pormula na nagpapahiwatig ng lokasyon ng mga atom, grupo, o ion patungkol sa isa't isa sa isang molekula at nagpapahiwatig iyon ng numero at mga lokasyon ng mga chemical bond

structural isomers / istrakturang isomer dalawa o higit pang compound na mayroong parehong bilang at mga uri ng mga atom at may parehong molekular na timbang ngunit naiiba iyon sa pagkasunod-sunod kung saan ang mga atom ay nakadikit sa isa't isa

subduction / subduction ang proseso sa pinagtagpuang hangganan kung saan ang oceanic plate ay bumababa sa ilalim ng isa pa, na lumilipat na plate

sublimation / sublimasyon ang proseso kung saan ang solido ay direktang nagbabago sa pagiging gas (ang termino kung minsan ay ginagamit din sa pabaligtad na proseso)

subsidence / subsidence ang paglubog o pagguho ng lugar sa lupa dahil sa mga heolohikal na proseso

substitution reaction / reaksiyon ng pagpapalit ang reaksiyon kung saan ang isa o higit pang atom ay pumapalit sa isa pang atom o pangkat ng mga atom sa molekula

sunspot / sunspot maitim na bahagi ng potospero ng araw na mas malamig kaysa sa paligid nito at mayroong mas malakas na saklaw na magnetiko

superconductor / superkonduktor ang materyal na ang resistensiya ay sero sa ilang kritikal na temperatura, kung saan nag-iiba-iba sa bawat isang materyal

supercontinent / superkontinente ang hypothetical land mass na naglalaman ng karamihan sa continental crust ng Mundo; ayon sa teorya ng plate tectonics, ang mga superkontinente ay nabubuo at naghihiwalay

supercooled liquid / supercooled liquid ang likido na pinapalamig na mababa sa normal na punto ng pagyeyelo nito nang hindi nagiging solido

supernova / supernova ang masiglang kaganapan na sumunod sa pagguho ng iron core ng napakalaking bituin; ang mga elemento ng atomic mass ay mas malaki kaysa sa nagawa ng iron

supersaturated solution / supersaturadong solusyon ang solusyon na humahawak sa mas maraming natunaw na solute kaysa sa kinakailangan upang maabot ang ekilibriyo sa itinakdang temperatura

surface process / pang-ibabaw na proseso ang proseso na nakakaapekto sa geosphere o malapit sa ibabaw ng Mundo at karamihang itinutulak ng panlabas na enerhiya, gaya ng pagkadurog at erosyon

surface tension / pang-ibabaw na tensiyon puwersa na kumikilos sa ibabaw ng likido at maaaring paliitin ang bahagi ng ibabaw

survivorship / survivorship probabilidad ng pananatiling buhay sa partikular na kapanahunan

survivorship curve / survivorship curve ang grap na nagpapakita ng mga miyembrong nabubuhay sa bawat pangkat ng edad ng populasyon sa paglipas ng panahon

suspension / suspensiyon ang halo kung saan ang mga partikula ng materyal ay higit kumulang pantay na naikalat sa likido o gas

sustainability / pagpapanatili ang kondisyon kung saan ang mga pangangailangan ng tao ay natutugunan sa paraan na ang populasyon ng tao ay maaaring manatili nang walang katiyakan

sustainable / napapanatili may kakayahan ng pagpapatuloy o pagpapahaba

sustainable development / napapanatiling kaunlaran pagsasagawa na hindi gumagamit ng likas na yaman nang mas mabilis kaysa sa kanilang maaaring mapalitan

symbiosis / simbiyosis kaugnayang ekolohikal sa pagitan ng mga miyembro ng kahit na dalawang magkaibang species na nabubuhay nang may direktang ugnayan sa isa't isa

synthesis reaction / reaksiyong sintesis reaksiyon kung saan ang dalawa o higit pang substansiya ay nagsama para bumuo ng bagong compound

system / sistema ang set ng mga partikula o mga nagtutulungang komponent na itinuturing na naiibang pisikal na entidad para sa layunin ng pag-aaral

T

tangential acceleration / tangential na pagbilis ang pagpapabilis ng isang bagay na nakalapat sa pabilog na daanan ng bagay

tangential speed / tangential na tulin ang tulin ng isang bagay na nakalapat sa pabilog na daanan ng bagay

tar sand / tar sand buhangin o sandstone na naglalaman ng petrolyo, kung saan ang mga madaling matuyo o sumingaw ay nakawala, na nag-iiwan ng hydrocarbon (aspalto) na latak

technology / teknolohiya pagsasakatuparan ng agham sa praktikal na layunin; paggamit ng kasangkapan, makinarya, materyales, at proseso para tugunan ang pangangailangan ng tao

tectonic plate / tectonic plate ang bloke ng lithosphere na binubuo ng crust at ang matibay, pinakaibabaw na bahagi ng mantel

temperature / temperatura ang sukat kung gaano kainit (o kalamig) ang isang bagay; sa partikular, ang sukat ng karaniwang kinetic energy ng mga partikula sa isang bagay

test cross / test cross ang cross sa pagitan ng organismo na may hindi kilalang genotype at organismo na may recessive phenotype

theoretical yield / teoretikong bunga ang pinakamalaking halaga ng produkto na maaaring magawa mula sa ibinigay na halaga ng reactant

theory / teorya ang paliwanag para sa ilang penomeno na ibinabatay sa obserbasyon, pag-eksperimento, at pangangatwiran

thermal energy / termal na enerhiya ang kabuuang kinetic energy ng mga particle ng substansiya

thermal equilibrium / termal na ekilibriyo ang estado kung saan ang dalawang bagay na may pisikal na kontak sa isa't isa ay mayroong magkakahawig na temperatura

thermochemical equation / termokemikal na tumbasan ang tumbasan na kabilang ang kantidad ng enerhiya habang ang init ay ipinapalabas o nasisipsip sa panahon ng reaksiyon ayon sa nakasulat

thermochemistry / termokemistri ang sangay ng kemistri ukol sa pag-aaral ng mga pagbabago sa enerhiya kapag may mga kemikal na reaksiyon at mga pagbabago ng estado

thermodynamics / thermodynamics ang sangay ng agham na may-kinalaman sa mga pagbabago ng enerhiya na sinasamahan ng mga pagbabagong kemikal at pisikal

thermosphere / thermosphere ang pinakamataas na layer ng atmospera, kung saan tumataas ang temperatura habang tumataas ang altitud; kabilang ang ionosphere

tidal energy / tidal na enerhiya enerhiya na nalikha dahil sa grabitasyonal na hila ng araw at buwan sa mga karagatan ng Mundo

till / til di-naayos na batong materyal na direktang dineposito ng natutunaw ng glasyer

timbre / timbre ang kalidad ng tunog ng musika na nagreresulta mula sa kombinasyon ng mga naroroong harmonic sa iba't ibang tindi

tissue / tisyu grupo ng mga selula na sama-samang gumagawa para gampanan ang magkaparehong gawain

titration / titration ang paraan para malaman ang konsentrasyon ng substansiya sa solusyon sa pamamagitan ng pagdagdag ng solusyon ng alam na volume at konsentrasyon hanggang ang reaksiyon ay makumpleto, kung saan karaniwang ipinapahiwatig ng pagbabago sa kulay

topography / topograpiya ang laki at hugis na katangian ng ibabaw ng lupa sa isang rehiyon, pati na ang dimensiyon ng lupa

torque / torque ang kantidad na sumusukat sa kakayahan ng puwersa na paikutin ang isang bagay sa paligid ng ilang aksis

total internal reflection / kabuuang panloob na repleksiyon ang kumpletong repleksiyon na nangyayari sa loob ng substansiya kapag ang anggulo ng incidence ng liwanag na tumatama sa hangganan ng ibabaw ay mas mababa sa kritikal na anggulo

tradeoff / pagpalit sa katumbas ang pagbigay ng isang bagay kapalit ang iba, madalas na isinasagawa sa proseso ng pagdisenyo sa inhinyeriya

trait / katangian namamanang katangian

transcription / transkripsiyon proseso ng pagkopya ng nucleotide na pagkakasunod-sunod ng DNA upang bumuo ng magkabagay na hibla ng mRNA

transcription factor / factor ng transkripsiyon ang enzyme na kailangan para magsimula at/o magpatuloy ang genetic na transkripsiyon

transform boundary / hangganan ng pagbabago ang hangganan sa pagitan ng tektonik plates na dumadausdos sa isa't isa nang pahalang

transformer / transpormer kagamitan na nagdaragdag o nagbabawas ng boltahe ng salitan na daloy ng kuryente

transgenic / transgenic organismo na ang genome ay nabago para maglaman ng isa o higit pang gene mula sa isa pang organismo o species

transistor / transistor semikunduktor na kagamitan na nagpapalakas ng daloy ng kuryente at ginagamit sa mga amplipayer, osilador, at suwits

transition element / elemento ng transisyon isa sa mga metal na maaaring gamitin ang inner shell bago magamit ang outer shell para mag-ugnay

transition interval / pagitan ng transisyon ang lawak ng konsentrasyon kung saan ang pagkakaiba-iba sa kemikal na indikador ay maaaring obserbahan

translation / translation ang proseso kung saan ang mRNA ay na-decode at ang protina ay nalikha

transmutation / transmutasyon ang pagbabagong-anyo ng mga atom ng isang elemento tungo sa mga atom ng ibang elemento bilang resulta ng isang nuklear na reaksiyon

transuranium element / transuranium na elemento ang sentetikong elemento na ang atomikong numero ay mas mataas kaysa iyong sa uranium (atomikong numero 92)

transverse wave / nakahalang na wave ang wave na ang mga partikula ay nanginginig nang perpendikular sa direksiyon ng paggalaw ng wave

triple point / tripling punto ang mga kondisyon ng temperatura at presyur kung saan ang mga yugto ng pagiging solido, likido at gas ng isang substansiya ay magkakasamang umiiral sa ekilibriyo

troposphere / tropospero pinakamababang layer ng atmospera, kung saan ang temperatura ay bumababa sa di-nagbabagong bilis habang ang altitud ay tumataas; ang bahagi ng atmospera kung saan umiiral ang mga kalagayan ng panahon

triprotic acid / triprotic acid ang asido na may tatlong ionizable proton kada molekula, gaya ng phosphoric acid

trough / trough ang pinakamababang lugar sa ibaba ng posisyon ng ekilibriyo

U

ultraviolet catastrophe / ultrabiyoletang katastrope ang nabigong pagtitiyak ng klasikong pisika na ang enerhiyang nagmumula sa isang blackbody sa sobrang maiikling wavelength ay napakalaki at ang kabuuan ng nagmulang enerhiya ay walang katapusan

uncertainty principle / prinsipyo ng kawalan ng katiyakan ang prinsipyong nagsasaad na imposibleng sabay-sabay na matiyak ang posisyon at momentum ng partikula nang may walang katapusang katumpakan

unified atomic mass unit / pinagkaisang yunit ng atomikong mass ang yunit ng mass na naglalarawan ng mass ng atom o molekyul; eksakto itong 1/12 ng mass ng carbon atom na may numero ng mass na 12 (daglat, u)

uniformitarianism / uniformitarianism teorya na nagsasaad na ang mga heolohikong proseso na humuhubog sa Mundo ay magkakatulad sa paglipas ng panahon

unit cell / yunit ng cell ang pinakamaliit na bahagi ng kristal na latis na nagpapakita ng tatlong dimensiyon na padron ng buong latis

unsaturated hydrocarbon / di-saturadong hydrocarbon ang hydrocarbon na mayroong mga valence bond, kadalasan mula sa mga double o triple bond na may carbon

unsaturated solution / di-saturadong solusyon ang solusyong naglalaman ng mas mababang solute kaysa nagagawa ng saturadong solusyon at nakakayang matunaw sa karagdagang solute

uplift / iangat itaas; ang kilos, proseso o resulta ng pagtaas o pag-angat; isang malakas na pagsabog

V

valence electron / elektrong balensiya elektron na makikita sa pinakalabas na balat ng atom at tumutukoy sa kemikal na katangian ng atom

vaporization / pagsingaw ang proseso kung saan ang likido o solido ay nagbabago sa gas

vector / vector ang pisikal na kantidad na may parehong magnitud at direksiyon

velocity / velosidad ang bilis ng isang bagay sa isang partikular na direksiyon

vestigial structure / naiwang bakas na istraktura ang mga labi ng isang organo o istraktura na nagamit sa mas naunang ninuno

virtual image / virtual image ang imahe mula saan ang mga sinag ng liwanag ay nagmumukhang magkahiwalay, kahit na ang mga ito ay hindi aktuwal na nakapokus doon; ang virtual image ay hindi maaaring ipakita sa iskrin

volatile / pabago-bago madaling sumisingaw sa mga normal na temperatura at presyur; ang substansiya na mabilis magbago

volcano / bulkan ang lagusan o bitak sa ibaba ng Mundo kung saan ibinubuga ang magma at mga gas

voltage / boltahe ang halaga ng gawa para ilipat ang isang yunit ng kargang elektrik sa pagitan ng dalawang punto; ipinapahayag sa mga bolt

voltaic cell / voltaic cell ang pangunahing pila (cell) na binubuo ng dalawang elektrodo na yari sa magkaibang metal na nilubog sa isang elektrolito; ginagamit para lumikha ng boltahe

volume / bulumen sukat ng laki ng katawan o rehiyon sa tatlong-dimensiyonal na kalawakan

VSEPR theory (valence shell electron pair repulsion theory) / VSEPR na teorya (valence shell electron pair repulsion na teorya) ang teorya na nagtitiyak ng ilang molekular na hugis batay sa ideya na ang mga pares ng elektrong balensiya na pumapaligid sa atom ay itinataboy ang isa't isa

W

wastewater / wastewater tubig na naglalaman ng mga basura mula sa mga tahanan o industriya

watershed / watershed bahagi ng lupa na inaagusan ng sistema ng tubig

wavelength / wavelength ang layo ng pagitan ng dalawang magkatabing parehong punto ng wave, gaya ng mula sa crest hanggang sa susunod na crest o mula sa trough hanggang sa susunod na trough

weak acid / mahinang asido ang asido na nagpapalabas ng ilang ion ng hydrogen sa aqueous solution

weak electrolyte / mahinang electrolito ang compound na humihiwalay lamang nang bahagya sa aqueous solution

weak force / mahinang puwersa ang puwersang kasangkot sa inter-aksiyon ng ilang subatomikong partikula

weather / panahon maiksing anyo ng atmospera, kasama na ang temperatura, kahalumigmigan, presipitasyon, hangin, at bisibilidad

weathering / pagkadurog o pagkaagnas ang natural na prosesong ang atmospera at mga agent ng kalikasan tulad ng hangin, ulan, at temperatura ay binabago ihinihiwalay at binubulok ang mga bato

weight / timbang ang sukat ng puwersa ng gravity na ginamit sa isang bagay; ang halaga nito ay maaaring mabago ayon sa lokasyon ng bagay sa sanlibutan

word equation / tumbasan na salita ang tumbasan kung saan ang mga reactant at produkto sa isang kemikal na reaksiyon ay kinakatawan ng mga salita

work / work ang paglipat ng enerhiya sa isang bagay dahil sa isang puwersa na nagiging sanhi ng pagbabago sa mosyon ng bagay sa direksiyon ng puwersa; ang produkto ng komponent ng puwersa sa direksiyon ng displacement at magnitud ng displacement

work function / work function ang pinakamababang enerhiya na kailangan upang alisin ang elektron mula sa metal na atom

work–kinetic energy theorem / work–kinetic energy na teorema ang neto ng gawa na ginawa sa pamamagitan ng lahat ng puwersang kumikilos sa isang bagay ay katumbas ng pagbabago sa kinetic na enerhiya ng bagay

Multilingual Science Glossary

多语言科学词汇表

本词汇表是一个关键术语的字母顺序列表，附有其在 HMH 科学项目中使用的含义。本词汇表有以下语种的译本：英语、西班牙语、越南语、简体中文 (针对讲普通话和广东话者)、阿拉伯语、苗语、韩语、旁遮普语、俄语、巴西葡萄牙语和海地克里奥尔语。

A

abiotic factor / 非生物因子 生态系统中的非生物因子，如湿度、温度、风、阳光、土壤和矿物质

absolute zero / 绝对零度 即所有分子运动停止的温度（开尔文刻度值为0 或 -273.16°C 摄氏温标）

absorption spectrum / 吸收光谱 图表或图形，表示物质吸收的辐射能的波长

abrasion / 磨损 通过其他岩石或沙粒的机械作用磨削和磨损岩石表面

absolute age / 绝对年龄 通常在现在之前数年称述的一个物体或事件的数字年龄，由绝对年龄测定过程建立，如放射测年法

acceleration / 加速 速度随着时间发生变化；如果速度、方向或两者都发生变化，物体加速

accretion / 吸积 通过逐渐外部添加、融合或包含发生的增长或增大的过程

accuracy / 精确度 描述测量值与测量的正确值或可接受值的接近程度

acid / 酸 任何在水中溶解时会增加水合氢离子数的化合物

acid-base indicator / 酸碱指示剂 颜色会根据物质所处溶液的pH值而变化的一种物质

acid ionization constant / 酸电离常数 在特定温度下酸解离的平衡常数；用术语K_a表示

acid precipitation / 酸性降水 含有高浓度酸的雨、雨夹雪或雪

actinide / 锕系元素 锕系的元素，原子序数从 89 (锕，Ac) 到 103 (铹，Lr)

activated complex / 活化络合物 处于反应物中间的不稳定状态的分子和化学反应中的产物

activation energy / 活化能 开始化学反应所需的最小能量

active margin / 活动边缘 大陆板块在大陆板块下俯冲的大陆边缘；其特点是存在狭窄的大陆架和深海海沟

activity series / 活度顺序 具有相似特性且按化学活性降序排列的一系列元素；活动顺序的例子包括金属和卤素

actual yield / 实际收率 测量的反应产物的量

adaptation / 适应 随着时间推移而选择的基因特性，因为它可以让生物体更好地在环境中生存

addition reaction / 加成反应 其中原子或分子加入不饱和分子的反应

adenosine diphosphate (ADP) / 二磷酸腺苷（ADP） 参与能量代谢的有机分子；由含氮碱、糖和两个磷酸基团组成

adenosine triphosphate (ATP) / 三磷酸腺苷（ATP） 作为细胞过程的主要能量来源的有机分子；由含氮碱、糖和三个磷酸基团组成

adiabatic process / 绝热过程 系统中没有能量以热量的形式传递或从系统中传递的热力学过程

aerobic / 有氧 需要氧气发生的过程

air mass /空气团 空气和水分含量类似的大气团

albedo / 反射率 从物体表面反射的辐射部分

alcohol / 醇 含有一个或多个与碳原子相连的羟基的有机化合物

aldehyde / 醛 一种含有羰基-CHO的有机化合物

alkali metal / 碱金属 元素周期表第1族元素之一（锂、钠、钾、铷、铯和钫）

alkaline-earth metal / 碱土金属 元素周期表第2族元素之一（铍、镁、钙、锶、钡和镭）

alkane / 烷烃 一种碳氢化合物，其特征是只含有单键的直链或支链

alkene / 烯烃 含有一个或多个双键的烃

alkyl group / 烷基 从烷烃分子中除去一个氢原子时形成的一组原子

alkyl halide / 烷基卤化物 由烷基和卤素（氟、氯、溴或碘）形成的化合物

alkyne / 烯烃 含有一个或多个双键的烃

allele / 等位基因 发生在染色体特定位置的基因的任何替代形式

allele frequency / 等位基因频率 一个等位基因的基因库中与该特征的所有等位基因相比较的比例

alloy / 合金 金属和非金属或金属和准金属的两种或更多种金属的固体或液体混合物；具有与原始组件中不存在的单个组件或属性相比增强的属性

alluvial fan / 冲积扇 当土地的坡度急剧下降时，由溪流沉积的扇形质量的岩石物质；例如，当溪流从山脉流向平坦的土地时形成冲积扇

alpha particle / 阿尔发粒子 放射性元素衰变过程中释放的带正电荷的原子、由两个质子和两个中子组成

alternating current / 交流电 每隔一定时间改变方向的电流

altruism / 利他主义行为 指动物为了帮助社会群体的其他成员而降低自身的适合度

amine / 胺 一种有机化合物、可被认为是氨的衍生物

amino acid / 氨基酸 构成蛋白质的分子；由碳、氢、氧、氮和硫（有时）组成

amorphous solid / 无定形体 颗粒没有周期性排列的固体

amphoteric / 酸碱兼性 描述了具有酸性质和碱性质的物质、例如水

amplitude / 振幅 波介质粒子在静止位置振动的最远距离

anabolism / 合成代谢 从小分子中代谢合成蛋白质、脂肪和其他大的生物分子；需要ATP形式的能量

anaerobic process / 厌氧过程 不需要氧气的过程

analogous structure / 同功结构 身体部位在功能上与其他生物的身体部位相似但在结构上不同

angiosperm / 有花植物 在水果内部产生种子的一类植物

angle of incidence / 入射角 射线与表面垂直的直线在接触点的夹角

angle of reflection / 反射角 由垂直于表面的线和反射光线移动的方向形成的角度

angular acceleration / 角加速度 角速度的时间变化率、通常以弧度/每秒表示

angular displacement / 角位移 点、线或体在指定方向和指定轴上旋转的角度

angular momentum / 角动量 对于旋转的物体、物体的惯性矩和角速度在同一个轴上的乘积

angular velocity / 角速度 物体绕轴旋转的速度、通常用弧度/秒表示

anion / 阴离子 带负电荷的离子

anode / 阳极 表面氧化发生的电极；负离子向阳极移动、电子从阳极离开系统

anthroposphere / 人类圈 地球上由人类建造或改造的部分；有时被认为是地球系统圈层的一个部分

antinode / 腹节点 驻波中的一个点、位于两个节点之间、在该位置发生最大位移

apoptosis / 凋亡 细胞计划性死亡

aquifer / 含水层 储存地下水并允许地下水流动的一种岩石或沉淀物

aromatic hydrocarbon / 芳烃 烃类（其中苯是第一元素）的一员、由环状共轭碳原子组合而成、其特征是共振能量大

array / 排列 以行、列和矩阵的形式排列项目或数值

Arrhenius acid / 阿累尼乌斯酸 一种增加水溶液中水合氢离子浓度的物质

Arrhenius base / 阿累尼乌斯基 一种增加水溶液中氢氧根离子的浓度的物质

artificial selection / 人工选择 人类通过培育某一物种以获得某些特性而修改该物种的过程

artificial transmutation / 人工迁变 由于核反应（如中子轰击）、一种元素的原子转变为另一元素的原子

asthenosphere / 软流圈 在岩石圈下方的固态、可塑地幔层；由流动非常缓慢的风化岩组成、因此构造板块可以在其上方流动

atmosphere / 大气圈 围绕行星、月球或其他天体的气体和颗粒的混合物；地球系统四大圈之一

atmosphere of pressure / 大气压强 地球大气在海平面上的压强；正好等于760毫米汞柱

atom / 原子 维持元素属性的最小单位

atomic number / 原子序数 在原子核中质子的数量；一个元素中所有原子的原子序数相等

atomic radius / 原子半径 结合在一起的相同原子的中心之间距离的二分之一

ATP; adenosine triphosphate / ATP; 三磷酸腺苷 高能量分子、其化学键中含有细胞可以利用的能量

attractive force / 吸引力 倾向于将物体拉到一起的力

Aufbau principle / Aufbau构造原理 这一原理表明、每个连续元素的结构都是通过向原子核中加入一个质子和向最低能轨道中加入一个电子来获得

autosome / 常染色体 不是性染色体的染色体; 在人类中、染色体编号为1到22

autotroph / 自养生物 从无机物或环境中产生自身营养的生物体、而不是消耗其他生物体

average atomic mass / 平均原子质量 元素所有自然产生的同位素质量的加权平均

average velocity / 平均速度 总位移除以发生位移的时间间隔

Avogadro's law / 阿伏伽德罗定律 在相同的温度和压强下、等量气体包含等量的分子的定律

Avogadro's number / 阿伏伽德罗常数 1摩尔的原子或分子数目为6.02×10^{23}

axis / 轴 可以参照结构或主体的部分的假定直线

B

back emf / 反电动势 在电机线圈的感应电动势、往往会降低电动机线圈中的电流

barometer / 气压计 测量大气压力的仪器

base / 碱基 任何在溶于水时会增加氢氧根离子数量的化合物

beat / 拍频 波幅的周期性变化、是两个频率略有不同的波的叠加

benzene / 苯 最简单的芳烃

beta particle / 贝塔粒子 在某些类型的放射性衰变期间发射的带电的电子、例如贝塔衰变

big bang theory / 大爆炸理论 宇宙中所有物质和能量都被压缩成密集点、于138亿年前突然向各个方向膨胀

binary acid / 二元酸 含有两种不同元素的酸: 氢和一种电负性更强的元素

binary compound / 二元化合物 由两个不同的元素组成的化合物

binary fission / 二元裂变 无性繁殖、其中细胞分为两个相等的部分

binding energy / 结合能 未结合的核子聚集在一起形成稳定的核子时所释放的能量、相当于将核子分裂成单个核子所需的能量

biodiversity / 生物多样性 特定区域内生物的多样性、种群内的遗传变异、群落内物种的多样性、或生态系统内群落的多样性

bioengineering / 生物工程 将工程概念应用于生物

biogeochemical cycle / 生物地球化学循环 化学物质通过生态系统的生物和地质、或生物和非生物部分的运动

bioinformatics / 生物信息学 使用计算机数据库来组织和分析生物数据

biomagnification / 生物放大 有毒物质在食物链较高的生物组织中比在食物链较低的生物组织中更集中的情况

biomass / 生物量 给定区域内所有生物的总干重

biomass pyramid / 生物量金字塔 比较生态系统中不同营养水平生物量的图表

biome / 生物群落 区域或全球生物体群落、其特征是气候条件和在那里繁衍的植物群落

biosphere / 生物圈 地球上存在生命的部分; 包括地球上所有的生物; 地球系统主要的四个圈层之一

biotechnology / 生物技术 生物和生物进程的使用与应用

biotic factor / 生物因素 如植物、动物、真菌或细菌的一类生物

blackbody / 黑体 一种完美的吸收体、仅根据其温度发射辐射

blackbody radiation / 黑体辐射 黑体发出的辐射、黑体是一个完美的散热器和吸收器、只根据其温度发射辐射

boiling / 沸腾 液体在液体中以及在特定温度和压力下液体表面的转化; 当液体蒸气压等于大气压时发生

boiling point / 沸点 液体和气体处于平衡状态的温度和压力

boiling-point elevation / 沸点标高 纯态液体的沸点与溶液中液体的沸点之差; 增加取决于溶质粒子的数量

Multilingual Science Glossary

© Houghton Mifflin Harcourt Publishing Company

丑文

bond energy / 键能 破坏化学键并形成中性分离原子所需的能量

bottleneck effect / 瓶颈效应 因大幅减少种群规模的事件所引发的基因漂移

Boyle's law / 波义耳定律 这个定律规定在恒定温度下、对于一定数量的气体、气体的体积随着气体压力的减小而增大、气体的体积随着气体压力的增大而减小

Brønsted-Lowry acid / 布朗斯特（Brønsted）劳莱（Lowry）酸 向另一种物质提供质子的一种物质

Brønsted-Lowry acid-base reaction / 布朗斯特（Brønsted）劳莱（Lowry）酸碱反应 质子从一种反应物（酸）转移到另一种（碱）

Brønsted-Lowry base / 布朗斯特（Brønsted）劳莱（Lowry）碱基 接受质子的一种物质

buffer / 缓冲溶液 当加入酸或碱时、可以抵抗pH变化的溶液

buoyant force / 浮力 液体对浸入或漂浮在液体上的物体施加的向上力

C

calorie / 卡路里 1g水温度升高1℃所需的能量；用来表明食物能量含量的卡路里为千卡

calorimeter / 热量计 用于测量在化学或物理变化中吸收或释放的热量的一种装置

calorimetry / 量热法 以热量的形式测量从一种物质传递到另一种物质的能量的一种实验方法

capacitance / 电容 导体以单独电荷的形式储存能量的能力

capillary action / 毛细管作用 液体表面对固体表面的吸引力、导致液体上升或下降

carbohydrate / 碳水化合物 任何由碳、氢和氧组成的有机化合物、为生物细胞提供营养

carbon cycle / 碳循环 碳从无生命环境到生物体中并返回的运动

carboxylic acid / 羧酸 一种含有羧基官能团的有机酸

carrying capacity / 承载能力 环境在任何时候可以支持的最大人口

catabolism / 分解代谢 化学分解复杂的生物物质、如碳水化合物、蛋白质和糖原、伴随着能量的释放

catalysis / 催化 催化剂加速化学反应

catalyst / 催化剂 可以改变化学反应的速度、而不会被消耗或明显改变的一种物质

catenation / 级联 元素与自身的结合形成链或环

cathode / 阴极 表面发生还原的电极

cathode ray / 阴极射线 从放电管的阴极发射的电子

cation / 阳离子 带正电荷的离子

cell / 细胞 在生物学中、可以实施所有生命进程的最小单位；细胞被一层膜覆盖并含有DNA和细胞质

cell cycle / 细胞周期 细胞内发生的生长、DNA复制和细胞分裂的模式

cell differentiation / 细胞分化 非特化细胞发育成成熟形式和功能的过程

cell membrane / 细胞膜 磷脂的双层结构、在细胞和周围环境之间形成边界、控制物质进出细胞的通道

cell theory / 细胞理论 认为所有生物体都是由细胞构成、所有细胞都是由其他活细胞产生的理论、而细胞是生命最基本的单位

cellular respiration / 细胞呼吸 通过在存在氧气时分解碳基分子来产生ATP的过程

Cenozoic Era / 新生代 距今6,550万年前的地质时代；也被称为哺乳动物的时代

center of mass / 质心 体内的一个点、在分析平移运动时可以认为身体的所有质量都集中在一起

centripetal acceleration / 向心加速度 指向圆周轨迹中心的加速度

chain reaction / 链式反应 连续的一系列核裂变反应

change of state / 状态变化 物质从物理状态变为其他状态

Charles's law / 查尔斯定律 该定律规定、在恒定压强下、一定量的气体、体积随着气体温度的升高而增大、气体的体积随着气体温度的降低而减小

chemical / 化学物质 任何有定义成分的物质

chemical bond / 化学键 将原子或原子的子单位保持在一起的吸引力

chemical change / 化学变化 一种或多种物质完全变为新物质具有不同性质的物质

chemical equation / 化学反应式 使用符号说明反应物与产物之间关系的化学反应表示法

chemical equilibrium / 化学平衡 一种平衡状态、其中正向反应的速率等于反向反应的速率、产物和反应物的浓度保持不变

chemical formula / 化学式 代表一种物质的化学符号与数字组合

chemical kinetics / 化学动力学 化学领域、是反应速率和反应机理的研究

chemical property / 化学性质 描述物质参与化学反应能力的性质

chemical reaction / 化学反应 一种或多种物质发生变化从而产生一种或多种不同物质的过程

chemical sedimentary rock / 化学沉积岩 矿物质从溶液中沉淀出来或从悬浮液中沉淀出来时形成沉积岩

chemistry / 化学 对物质的组成、结构和性质以及物质经历的变化的科学研究

chloroplast / 叶绿体 细胞器由许多膜组成、用于将太阳能转化为化学能；含有叶绿素

chromatic aberration / 色差 镜头后不同距离的不同颜色光的聚焦

chromatid / 染色单体 重复染色体的一半

chromosomal mutation / 染色体突变 一种染色体片段转移到同一染色体或另一染色体上的新位置的突变

chromosome / 染色体 由多种基因和监管信息组成的长而连续的DNA线程

clastic sedimentary rock / 碎屑沉积岩 当先前存在的岩石的碎片被压实或粘结在一起时形成的沉积岩

cleavage / 解理 在地质学中、矿物沿着特定的弱化平面分裂形成光滑平坦的表面

climate / 气候 一个地区长期特有的天气模式

climate change / 气候变化 区域气候或全球气候的变化、特别是20世纪和21世纪的变化；之前被称为全球变暖

clone / 克隆 单个基因或整个生物体的相同基因复制

cloning / 进行克隆 生成有机体基因相同拷贝的过程

codominance / 共显性 杂合基因型同等表达两个等位基因的性状

codon / 密码子 编码一个氨基酸的三个核苷酸的序列

coefficient / 系数 一个小的整数、在化学方程式中作为公式前面的因子出现

coefficient of friction / 摩擦系数 接触的两个物体之间的摩擦力大小与物体相互挤压法向力的大小之比

coevolution / 共同进化 两个或更多物种响应彼此的变化而进化的过程

coherence / 相干性 两个或多个波的相位之间的相关性

colligative property / 依数性 一种由系统中粒子的数量决定的性质、但与粒子本身的性质无关

collision theory / 碰撞理论 这一理论认为、化学反应中形成的新化合物的数量等于碰撞的分子数、乘以校正低能碰撞的因子

colloid / 胶体 由微小颗粒组成的混合物、这些颗粒大小介于溶液和悬浮液之间、分散在液体、固体或气体中

combined gas law / 联合气体定律 在一定数量的气体中、压强、体积和温度之间的关系

combustion reaction / 燃烧反应 元素或化合物的氧化反应、其中释放能量作为热量

common-ion effect / 共同离子效应 添加两种溶质共有的离子会导致沉淀或减少电离的现象

community / 社区 生活在一个地区的所有不同物种数量的集合

competition / 竞争 两个生物体试图获得相同的资源生态关系

components of a vector / 向量的组成部分 向量沿坐标系轴的投影

composite / 复合材料 由两种具有互补性能的其他材料组合而成的设计材料

composition stoichiometry / 组成化学计量 涉及化合物中元素的质量关系的计算

compound / 化合物 由一个或多个通过化学键结合在一起的不同元素的原子组成的物质

compression / 压缩 密度和压力最大的纵波区域

Compton shift / 康普顿转变 相对于入射光子的波长、由电子散射的光子的波长的增加

concave spherical mirror / 凹球面镜 反射表面是球体的向内弯曲部分的镜子

concentration / 浓缩 在给定量的混合物、溶液或矿石中、特定物质的量

condensation / 冷凝 从气体到液体的状态变化

condensation reaction / 缩合反应 两个或两个以上的分子结合形成水或另一个简单分子的化学反应

conduction / 传导 将热量或其他形式的能量从物质的一个粒子直接传递到另一个粒子

conjugate acid / 共轭酸 碱获得质子时形成的酸

conjugate base / 共轭碱 酸失去质子时形成的碱

constraint / 约束 限制或限制；在工程设计中、设计或解决方案必须保持在一个限制内、通常在定义问题时确定

constructive interference / 建设性干扰 两个或多个波的叠加、其中平衡位置同一侧的各个位移加在一起形成合成波

consumer / 消费者 通过食用其他生物体获得能量和营养的生物体

contact force / 接触力 由另一个与其接触物体对该物体施加的推力或拉力

continental margin / 大陆边缘 位于陆地和深海地壳之间的海床、由大陆架、斜坡和上升组成

continuous spectrum / 连续光谱 电子辐射的频率或波长的连续序列、通常由白炽光源发出

control rod / 控制杆 中子吸收棒、通过限制自由中子的数量来帮助控制核反应

controlled experiment / 对照实验 通过比较对照组和实验组、一次只测试一个因子的实验

convection / 对流 物质由于密度差异导致的物质运动；由于物质运动导致的能量转移

convergent boundary / 会聚边界 构造板块之间的边界相互移动

conversion factor / 换算系数 从两个不同单位的相等性得出的比率、可用于从一个单位转换到另一个单位

convex spherical mirror / 凸球面镜 反射面是球面的向外弯曲部分的镜子

copolymer / 共聚物 由两种不同的单体组成的聚合物

core / 核心 地幔下方地球的中心部分；也是太阳的中心

Coriolis effect / 科里奥利效应 运动的物体由于地球转动由笔直路径变为弯曲路径

cosmic microwave background (CMB) / 宇宙微波背景（CMB） 从空间的各个方向检测到的辐射几乎均匀；被认为是大爆炸的残余

covalent bond / 共价键 当原子共享一对或多对电子时形成的键

crest / 波峰 高于均衡位置的最高点

criterion / 标准 (复数标准)设计必须满足的具体要求和标准；在工程设计中、设计或解决方案应满足的特定要求、通常在定义问题时确定

critical angle / 临界角 发生内反射的最小入射角

critical mass / 临界质量 可裂变同位素的最小质量、提供维持连锁反应所需的中子数量

critical point / 临界点 物质的气体和液体状态变得相同并形成一阶段的温度和压力

critical pressure / 临界压力 物质在临界温度下作为液体存在的最低压力

critical temperature / 临界温度 物质不能以液态存在的温度

crossing over / 染色体互换 减数分裂时同源染色体间染色体片段的交换

crust / 地壳 地幔之上的薄而坚固的地球最外层；大陆和海洋地壳构成岩石圈的上部

cryosphere / 冰冻圈 水圈的一部分是冻结的水、通常不包括大气中的冰；有时被认为是地球系统的一个部分

crystal / 晶体 原子、离子或分子有规律、重复的模式排列在一起的固体

crystal structure / 晶体结构 以规则的方式排列原子、离子或分子以形成晶体

crystalline solid / 结晶固体 由晶体组成的固体

cultural behavior / 文化行为 通过学习而不是通过自然选择在同一群体的成员之间传递的行为

cyanobacteria / 蓝藻 （蓝藻单数形式（cyanobacterium））可以进行光合作用的细菌；有时被称为蓝绿藻

cyclic process / 循环过程 一种热力学过程、系统在此过程中恢复到开始时的状态

cycloalkane / 环烷烃 一个形成圈或环的饱和碳链

cytokinesis / 胞质分裂 细胞质分裂的过程

D

Dalton's law of partial pressures / 道尔顿的分压定律 定律规定混合气体的总压力等于组分气体分压的总和

daughter nuclide / 女儿核素 由另一种核素的放射性衰变产生的核素

decay series / 衰变系列 连续的放射性衰变产生的一系列放射性核素、直到形成稳定的核素为止

decibel / 分贝 描述两种声音强度比率的无量纲单位: 听力阈值通常用作参考强度

decision matrix / 决策矩阵 用于同时评估多个方案的决策工具

decomposition reaction / 分解反应 单一化合物分解形成两种或两种以上更简单物质的反应

deforestation / 砍伐森林 砍伐森林的过程

delta / 三角洲 在河口沉积的扇形沉积物; 例如、水流入大陆边缘的海洋时形成三角洲

denature / 变性 通过用酸、碱或其他物质加热、摇动或处理蛋白质来不可逆地改变蛋白质的结构或形状、从而改变蛋白质的溶解度和其他性质

density / 密度 物质的质量与物质的体积之比; 通常固体和液体表示为克/立方厘米、以及气体为克/升

density-dependent factor / 密度制约的因素 影响人口过度拥挤的环境阻力

density-independent factor / 密度独立因素 无论人口密度如何、均影响人口的环境抗性

deposition / 沉积 物质被水流冲走的过程、如沙子或淤泥; 另外、当水蒸气凝结成固体时形成霜的过程; 状态从气体直接变为固体

derived unit / 派生单位 是其他测量组合的衡量单位

desertification / 荒漠化 人类活动或气候变化使干旱或半干旱地区更像沙漠的过程

destructive interference / 破坏性干扰 两个或多个波的叠加、其中平衡位置的相对侧上的各个位移被加在一起以形成合成波

diffraction / 衍射 当波遇到障碍物、开口或边缘时、波方向的变化

diffusion / 扩散 粒子从高浓度向低浓度区域的运动

dihybrid cross / 双基因杂交 涉及两对对比性状的生物体之间的杂交或交配

dimensional analysis / 量纲分析 一种数学技术、允许人们使用单位来解决涉及测量的问题

dipole / 偶极 包含正电荷区域和负电荷区域的分子或分子的一部分

diprotic acid / 二元酸 在每个分子中具有两个可电离的氢原子的酸、例如硫酸

direct current / 直流 在一个方向上流动的电流

direct proportion / 正比例 比率为常数的两个变量之间的关系

directional selection / 定向选择 自然选择途径、其中选择一种不常见的表型而不是更常见的表型

disaccharide / 二糖 由两种单糖形成的糖

discharge / 排水 在一定时间内流出的水量

dispersion / 分散 将多色光分离成其组成波长的过程

displacement / 位移 物体位置的变化

disproportionation / 歧化反应 物质通常通过同时氧化和还原转化为两种或多种不同物质的过程

disruptive selection / 破坏性选择 选择两种相反但同样不常见、而非最常见表型的自然选择途径

dissociation / 离解 把分子分离成更简单的分子、原子、自由基或离子

divergent boundary / 离散边界 两个板块之间相互远离的边界

DNA; deoxyribonucleic acid / DNA; 脱氧核糖核酸分子 在所有生物体中存储遗传信息

DNA polymerase / DNA聚合酶 在核苷酸之间形成键的酶、在复制期间形成相同的DNA链

DNA replication / DNA复制 复制DNA的过程

dominant / 显性 当生物体的基因型中存在两个不同等位基因时、所表达的等位基因

doping / 掺杂 向半导体中添杂质元素

Doppler effect / 多普勒效应 波源或观测物运动时所观察到的波动频率的变化

double-displacement reaction / 双置换反应 两种化合物的离子在水溶液中交换形成两种新的化合物的反应

drainage basin / 流域 流入河流、水系或其他水体的整个区域; 一个分水岭

drift velocity / 漂移速度 电荷载流子在电场中移动的净速度

ductility / 延展性 物质被锤打薄或拉成线的能力

E

earthquake / 地球 当一个断层的岩石发生移动时由于能量突然释放导致的地面运动或颤抖

eccentricity / 离心率 椭圆轨道的伸长程度（符号、e）

ecological niche / 生态位 物种在生态系统中生存、保持健康和繁殖所需的所有物理、化学和生物因素

ecological succession / 生态演替 生物变化序列、使受损的社区再生或在以前无人居住的地区建立一个社区

ecosystem / 生态系统 在一个地区的生物体和非生物体的集合、以及该地区的土壤、水、岩石和气候等因素

ecosystem services / 生态系统服务 维持生命或提供重要资源的区域的生态功能或过程

effervescence / 泡腾 由气体快速逸出而不是沸腾引起的液体鼓泡

efficiency / 效率 通常表示为百分比的数量、用于衡量工作产出与工作投入的比率

effusion / 渗漏 在压力下气体通过一个小孔的过程

elastic collision / 弹性碰撞 总动量和总动能保持不变的碰撞

elastic potential energy / 弹性势能 储存在任何变形弹性物体中的能量

electrical conductor / 电导体 电荷可以自由移动的材料

electrical energy / 电能 与电粒子位置相关的能量

electrical insulator / 电绝缘体 电荷不能自由移动的材料

electrical potential energy / 电势能 由于其在电场中的位置而与电荷相关的势能

electric circuit / 电路 一组连接在一起的电子元件、它们为电荷的运动提供一条或多条完整路径

electric current / 电流 电荷经过给定点的速度

electric field / 电场 在带电体周围另一个带电体受到电力的空间

electric potential / 电势 使电荷从一个参考点移动到问题点所必须做的功、除以电荷

electrochemical cell / 电化学电池 包含由电解质相分隔的两个电极的系统

electrochemistry / 电化学 研究电力与化学反应之间关系的化学分支学科

electrode / 电极 用于与电路的非金属部分（例如电解质）建立电接触的导体

electrode potential / 电极电位 电极与溶液之间的电势差

electrolysis / 电解 电流用于产生化学反应的过程、例如水的分解

electrolyte / 电解质 一种溶解在水中的物质、用于提供传导电流的溶液

electrolytic cell / 电解槽 一种电化学装置、其中当电流在装置中时发生电解

electromagnet / 电磁铁 由缠绕铁芯的线圈组成的磁铁、只有当电流流过导线时才会被磁化

electromagnetic induction / 电磁感应 在电路中通过改变磁场产生电流的过程

electromagnetic radiation / 电磁辐射 与电场和磁场有关的辐射；它会定期变化、并以光速传播

electromagnetic spectrum / 电磁波谱 电磁辐射的所有频率或波长、其是与电场和磁场相关的辐射、包括可见光

electromagnetic wave / 电磁波 由振荡的电场和磁场组成的波、以光速向外辐射

electron / 电子 带有负电荷的亚原子粒子

electron affinity / 电子亲和性 电子被中性原子获得时发生的能量变化

electron capture / 电子俘获 内轨道电子被包含电子的原子核捕获的过程

electron configuration / 电子配置 原子中电子的排列

electron-dot notation / 电子点符号 一种电子配置符号、仅显示特定元素之原子的价电子、由元素符号周围的点表示

electronegativity / 电负性 一种化合物中原子吸引电子能力的量度

electroplating / 电镀 用金属电镀或涂覆物体的电解过程

element / 元素 不能用化学方法分离或分解为更简单物质的物质；一个元素的所有原子都有相同的原子序数

elimination reaction / 消除反应 除去一种简单分子的一种反应、如水或氨、并产生新的化合物

ellipse / 椭圆 由点定义的椭圆形、其中两个固定点（焦点）的距离之和是常数；圆是零偏心的椭圆

emergent spectrum / 吸收光谱 图表或图形、表示物质吸收的辐射能的波长

emission-line spectrum / 发射谱线 当电子从较高能态移动到较低能态时、电子发射的一系列特定波长的电磁辐射

empirical formula / 实验式 一种化学式、用最简比的相对原子数和原子种类表示化合物的组成

endothermic reaction / 吸热反应 需要投入能量的化学反应

end point / 端点 滴定中发生明显颜色变化的点

energy budget / 能源预算 进入系统的能量流与系统外的能量流之间的平衡

energy pyramid / 能量金字塔 比较生产者、初级消费者和其他营养水平的能源的图表

engineering design process / 工程设计过程 工程师遵循的一系列步骤来提出问题的解决方案

enthalpy / 焓 系统的内能加上系统体积和系统对环境施加的压力的乘积

enthalpy change / 焓变 系统在恒定压力下释放或吸收的能量

enthalpy of combustion / 燃烧焓 通过在恒定压力或恒定体积下完全燃烧特定量的物质而释放的热能

enthalpy of reaction / 反应焓 在化学反应过程中作为热量释放或吸收的能量

enthalpy of solution / 溶解焓 当特定量的溶质溶解在溶剂中时作为热量释放或吸收的能量的量

entropy / 熵 衡量系统随机性或无序性的指标

environment / 环境 影响系统行为的系统外的条件和影响的组合

enzyme / 酶 一种蛋白质、可作为催化剂、加速植物和动物的代谢反应、不会永久改变或破坏

epicenter / 震中 在地球表面上位于震源正上方的点或中心

epigenetics / 表观遗传学 研究基因表达的变化、不涉及DNA序列的变化

epistasis / 上位 非等位基因的相互作用、特别是抑制一个这样的基因对另一个基因的影响

equilibrium / 平衡 在化学中、化学反应和反向化学反应以相同的速率发生、使反应物和产物的浓度不变；在物理学中、物体上的净力为零

equilibrium constant / 平衡常数 在给定温度下将起始材料和可逆化学反应产物的浓度相互关联的数字

equilibrium vapor pressure / 平衡蒸气压 一个系统在平衡时的蒸气压

equivalence point / 等当点 滴定中使用的两种溶液以化学当量存在的点

erosion / 侵蚀 利用风力、自来水等自然介质进行物料的迁移和运输；有时用在更广泛的意义上、包括风化

ester / 酯 通过将有机酸与醇结合、形成有机化合物、去除水

ether / 醚 一种有机化合物、其中两个碳原子键合到相同的氧原子上

eusocial / 完全社会性 有机体种群、其中每种生物的作用是专门的、而不是所有生物都会繁殖

evaporation / 蒸发 物质从液体变为气体

evolution / 进化 随着时间的推移、物种会发生变化；后代与祖先不同的生物变化过程

excess reactant / 过量反应物 在反应中未完全用完的物质

excited state / 激发态 一种原子比其基态具有更多能量的状态

exon / 外显子 DNA序列编码蛋白质合成的信息

exothermic reaction / 放热反应 能量以热的形式释放到环境中的化学反应

exponential growth / 指数增长 短期内人口急剧增加

extensive property / 广度性质 取决于系统范围或大小的属性

extinction / 灭绝 一个物种从地球上的消失

F

facilitated adaptation / 促进适应 人类通过改变物种的基因组、来引导受威胁种群适应的过程

family / 族 周期表的垂直列

Multilingual Science Glossary

© Houghton Mifflin Harcourt Publishing Company

中文

fatty acid / 脂肪酸 脂肪中含有的有机酸、如脂肪或油

fault / 断层 岩体的一个裂口、其中一个岩体相对于另一个岩体滑动; 一种脆性应变

feedback / 反馈 可能影响系统或过程变化的系统或过程信息的返回; 返回的信息

feedback loop / 反馈回路 与一组理想值进行比较的信息、有助于维持体内平衡

felsic / 长英质 描述富含长石和硅的岩浆或火成岩、通常颜色很浅

field force / 场力 在一定距离而不是通过直接接触施加的力

film badge / 薄膜徽章 这是一种装置、用于测量接触辐射的工作人员、在给定时间内接收到的近似辐射量

fission / 裂变 一个原子核分裂成两个或多个碎片、并释放中子和能量的过程

fitness / 适应度 测量生物体相对于其他成员的生存能力和产生后代的能力

fluid / 流体 一种非固态物质、其中原子或分子可以自由地相互移动、如在气体或液体中

focus / 焦点 地球内部沿断层发生地震的第一次运动的位置; 椭圆的两个中心定义点之一

foliation / 叶理 矿物颗粒以平面或条状排列的变质岩结构

food chain / 食物链 通过摄食关系将生物联系起来的模型

food web / 食物网 显示了生态系统中复杂的摄食关系网络的模型

force / 力 对身体施加的动作、往往会改变身体的休息或运动状态; 力量的大小和方向

formula equation / 公式方程式 用符号或公式表示化学反应的反应物和产物

formula mass / 质量公式 在任何分子、公式单位或离子的公式中表示的所有原子的平均原子质量的总和

formula unit / 公式单位 离子化合物公式的最简单的原子集合

fossil / 化石 很久以前存活的生物体的遗迹或残骸、最常见的是保存在沉积岩中

fossil fuel / 矿物燃料 通过很久以前存活的生物体残骸形成的不可再生能源、例如包括石油、煤炭和天然气。

founder effect / 创始者效应 发生在少数个体殖民于一个新区域内后、发生的基因漂移

fracture / 断裂 在地质学中、由于应力(包括裂缝、节理和断层)而造成的岩石破裂、无论有无位移; 矿物沿弯曲或不规则表面断裂的方式

frame of reference / 参考框架 用于指定空间和时间中物体的精确位置的系统

free energy / 自由能 系统中可供工作的能量; 系统做有用工作的能力

free-energy change / 自由能量的变化 在恒定的压力和温度下、焓变ΔHv与开尔文温度和熵变的乘积之间的差值、定义为TΔ

free fall / 自由落体 当只有重力作用于物体时、物体的运动

freezing / 冻结 液体变成固体的状态变化、就像热量被带走一样

freezing point / 冰点 在1个大气压下固体和液体处于平衡的温度; 液体物质冻结的温度

freezing-point depression / 冰点降低 纯溶剂和溶液之间的凝固点的差异、其与溶质的存在量成正比

frequency / 频率 每单位时间循环或振动的次数; 也指在给定时间中产生的波浪脉冲次数

friction / 摩擦 对抗两个接触平面之间运动的力

front / 锋线 不同密度和温度的空气团之间的边界

functional group / 官能团 在化学反应中活跃并决定许多有机化合物性质的分子的一部分

fundamental frequency / 基频 驻波振动的最低频率

fusion / 核聚变 小原子的原子核结合形成一个新的更大的原子核的过程; 这个过程释放能量

G

gamete / 配子 生殖细胞; 卵子或精子

gamma ray / 伽马射线 原子核在裂变和放射性衰变过程中发射的高能光子

gas / 气体 没有明确数量或形状的物质形式

Gay-Lussac's law / 盖吕萨克定律 该定律表明、气体在恒定压力下的体积与绝对温度成正比

Gay-Lussac's law of combining volumes of gases / 盖吕萨克合成气体量定律 该定律规定、化学变化所涉及的气体体积、可以用一个小整数的比率来表示

Geiger-Müller counter / 盖革计数器 通过计算充满气体的管子中阳极和阴极之间通过的电脉冲数、来检测和测量辐射强度的一种仪器

gene / 基因 位于染色体上且为一个或多个遗传特性指定遗传密码的一段DNA; 遗传的基本单位

gene expression / 基因表达 生物体遗传物质以特定性状的形式表现出来

gene flow / 基因流 等位基因从一个群体到另一个群体的物理移动

gene mutation / 基因突变 改变DNA序列

gene pool / 基因库 在种群中发现的所有等位基因的集合

generator / 发电机 把机械能转换成电能的机器

gene therapy / 基因疗法 在治疗一种疾病时、患者基因组中的一个缺陷或缺失基因被替换、或一个新的基因被插入

genetic cross / 遗传交叉 两个有机体的交配

genetic drift / 遗传漂变 等位基因频率的改变仅由偶然性引起、通常发生在小群体中

genetic engineering / 基因工程 改变生物体DNA的过程、以为生物体提供新的特性

genetic testing / 基因测试 测试DNA、以确定一个人患有或可能传递基因疾病的机会的过程

genetic variation / 遗传变异 个体与其所属群体的身体特征的差异

genetics / 基因学 对遗传模式和生物变异的研究

genotype / 基因型 一个生物体所有的遗传信息的集合、这些遗传信息对性状进行编码

geologic timescale / 地质时间表 代表地球历史的时间尺度

geometric isomer / 几何异构体 以两种或更多种几何形状不同的构型存在的化合物

geosphere / 岩石圈 地球上最坚固的岩石部分; 从核心的中心延伸到地壳的表面; 地球系统四大圈之一

geothermal energy / 地热能源 地球内部热量产生的能量

germ cell / 生殖细胞 多细胞生物体中的任何生殖细胞（与体细胞相对）

Graham's law of effusion / 格雷厄姆积液定律 该定律规定、气体渗出率与气体密度的平方根成反比

glacial / 冰川期 冰川期中以冰川的存在为主的时期

glacier / 冰川 大量的移动冰

gravitational force / 引力 物质粒子之间相互吸引的力量

gravitational potential energy / 重力势能 与物体相对于重力场源的位置有关的势能

gravity / 重力 物体之间由于质量产生的吸引力、该吸引力随着物体间的距离增加而降低

greenhouse effect / 温室效应 当蒸汽、二氧化碳和其他气体吸收和再次辐射热量时地球表面和低层大气变暖的现象

greenhouse gas / 温室气体 由吸收和辐射太阳红外辐射的分子组成的气体

ground state / 基态 量子化系统的最低能态

groundwater / 地下水 在地表以下的水

group / 组 元素周期表中的垂直列元素; 一组中的元素共享化学性质

gymnosperm / 裸子植物 一种木质的维管种子植物、其种子不被子房或果实包围

H

habitat / 栖息地 生物体所在地区生物和非生物因素的组合

habitat fragmentation / 生境破碎化 生物体的首选生境范围的一部分变得无法进入的过程

half-cell / 半电池 单个电极浸入其离子溶液中

half-life / 半衰期 放射性物质样本的一半原始核、经历放射性衰变所需的时间

half-reaction / 半反应 反应中仅涉及氧化或还原的部分

halogen / 卤素 第17组元素之一(氟、氯、溴、碘和砹); 卤素与大多数金属结合形成盐

harmonic series / 谐波系列 包括基频和基频整数倍的一系列频率

heat / 热 因物体内温差而导致的物体间的能量传递; 能量总是从高温物体转移到低温物体、直至达到热平衡

heat engine / 热机 将热能转化为机械能或功的机器

Heisenberg uncertainty principle / 海森伯测不准原理 指出同时测定电子或任何其他粒子的位置和速度是不可能的

中文

helicase / 解旋酶 一种在DNA复制过程中解开DNA双螺旋的酶

Henry's law / 亨利定律 这个定律表明在恒定温度下、气体在液体中的溶解度与气体在液体表面的分压成正比

heritable / 遗传 特质从一代传递到下一代的能力

Hess's law / 赫斯定律 反应中的总焓变化等于该过程中各个步骤的焓变化之和

heterogeneous / 异质 由不同的组件组成

heterogeneous catalyst / 异质催化剂 一种与反应物不同相的催化剂

heterogeneous reaction / 异质反应 反应物处于两个不同相的反应

heterotroph / 异养生物 通过其他生物或其副产品获得有机食品分子而不能从无机材料合成有机化合物的生物体

heterozygous / 杂合 具有两个不同等位基因的特征、其出现在姐妹染色单体的相同基因座上

hole / 洞 固体中不被电子占据的能级

homeostasis / 动态平衡 调节和维持生物体内恒定的内部条件

homogeneous / 均质 描述了自始至终具有一致结构或成份的物质

homogeneous catalyst / 均质催化剂 与反应物处于同一相的催化剂

homogeneous reaction / 均质反应 所有反应物和产物处于同一相的反应

homologous chromosomes / 同源染色体 染色体具有相同的长度、外观和基因拷贝、尽管等位基因可能不同

homologous structure / 同源结构 在不同生物体结构相似但功能不同的身体部位

homozygous / 纯合 在姐妹染色单体的同一基因座上具有两个相同等位基因的特征

hormone / 激素 在一个生物体的一部分产生、并影响另一部分细胞活动的化学信号

horizon / 地平线 一层水平的土壤、可与其上下层分开;也是两个具有不同物理特性的岩层之间的边界

hot spot / 热点 地球表面的火山活动区域、通常远离构造板块边界

Hund's rule / 洪特定律 这个定律表明、对于基态的原子、未配对电子的数量是最大的、而这些未配对电子具有相同的自旋

hybrid orbitals / 杂化轨道 由两个或多个轨道在同一原子上组合产生的等能量轨道

hybridization / 杂化 混合两个或多个相同原子的原子轨道以产生新的轨道; 杂化表示高能轨道和低能轨道的混合、形成中间能轨道

hydration / 水化 水分子对溶解或悬浮物质颗粒的强亲和力、导致电解离解

hydraulic fracturing / 水力压裂 通过将水、沙或砾石的混合物和高压化学品注入致密岩石的井眼中、以产生沙子或砾石打开的裂缝;也称为压裂

hydrocarbon / 碳氢化合物 仅由碳和氢组成的有机化合物

hydroelectric energy / 水力发电 水流产生的电能

hydrogen bond / 氢键 当一个氢原子与一个分子的电负性很强的原子结合时、被另一个分子的两个未共用电子吸引而产生的分子间作用力

hydrolysis / 水解 水与另一种物质发生化学反应、形成两种或多种新物质; 水和盐之间的反应产生酸或碱

hydronium ion / 水合氢离子 由质子与水分子组成的离子;H_3O^+

hydrosphere / 水圈 地球的一部分是水; 地球系统四大圈层之一

hypothesis / 假说 基于先前科学研究或观察并且可以测试的解释

I

ice age / 冰河时代 冰期大陆反复冰期的长期气候冷却期

ideal fluid / 理想流体 没有内部摩擦或粘度且不可压缩的流体

ideal gas / 理想气体 一种假想的气体、其颗粒无限小、不会相互作用

ideal gas constant / 理想气体常数 为1 mol理想气体的状态方程中出现的比例常数; R=0.082 057 84 L·atm/mol·K

ideal gas law / 理想气体定律 描述压力(P)、体积(V)、温度(T)、气体常数(R)和气体的摩尔数(n)的数学关系的定律; PV = nRT

igneous rock / 火成岩 当岩浆冷却和固化时形成的岩石

immiscible / 不混溶的 描述了两种或更多种不相互混合的液体

impulse / 冲量 力和作用于物体力的时间间隔的乘积

incomplete dominance / 不完全支配 两种纯合表型混合而成的纯合表型

independent assortment / 独立分配 孟德尔第二定律、指出等位基因对中的等位基因在配子形成过程中相互独立

index fossil / 指数化石 化石用来确定岩层年龄的化石、因为化石是独特的、丰富的、分布广泛的、而形成化石的物种只存在了很短的地质时期

index of refraction / 折射率 真空中光速与给定透明介质中光速之比

induction / 感应 通过将导体靠近另一个带电物体并将导体接地来对导体充电的过程

inelastic collision / 完全非弹性碰撞 碰撞后、两个物体粘在一起的碰撞

inertia / 惯性 物体抵抗被移动的倾向、如果物体在移动、抵抗速度或方向的变化

innate / 先天 并非通过经验学来的行为

inner core / 内核 地球最坚固的内部、在极高的压力和温度下主要由铁和镍组成

insolation / 日晒 到达地球的太阳辐射（来自太阳的能量）；每单位水平面的太阳辐射输送率

instantaneous velocity / 瞬时速度 物体在某个瞬间或物体路径中特定点处的速度

intensity / 强度 能量通过垂直于波运动方向的单位面积的速度

intensive property / 强化性质 不依赖于物质的数量的性质、如压力、温度或密度

interest group / 利益集团 一组具有共同利益的人、为立法行动提供基础

interglacial / 间冰期 冰川期中相对较短的温暖期

intermediate / 中间体 在化学反应的中间阶段形成的物质、被认为是母体物质和最终产物之间的跳板

intermolecular forces / 分子间力 分子间的吸引力

internal energy / 内能 包含系统中各个粒子能量但不包括整个系统能量的属性

interstellar medium / 星际介质 主要是氢气、其他气体和尘埃物质、占据恒星之间的空间、为新恒星的形成提供原料

introduced species / 引进物种 一种非原生于该地区的物种、由于人类活动而被带到该地区

intron / 内含子 基因的片段、不编码氨基酸

invasive species / 入侵物种 一种非生态系统固有的物种、其引入该生态系统可能会对经济或环境造成损害或对人类健康造成损害

inverse proportion / 反比例 两个乘积为常数的变量之间的关系

ion / 离子 已经获得或失去一个或多个电子并具有负电荷或正电荷的原子、自由基或分子

ionic bond / 离子键 把电子从一个原子吸引到另一个原子的力、使中性原子变成离子

ionic compound / 离子化合物 由离子通过静电引力结合在一起的化合物

ionization / 电离 从原子或分子中添加或去除电子的过程、使原子或分子产生净电荷

ionization energy / 电离能 从原子或离子中去除电子所需的能量（缩写、IE）

isolated system / 隔离系统 一组粒子或相互作用的组件、它被认为是一个独特的物理实体、用于研究目的、通常没有外力作用于其任何组件

isomer / 异构体 两种或多种具有相同化学组成但结构不同的化合物中的一种

isostatic equilibrium / 均衡平衡 作用于地球岩石圈的引力和浮力之间的理想平衡状态、导致不同的海拔

isothermal process / 等温过程 在恒温下进行的热力学过程

isotope / 同位素 质子数相同(原子序数)但中子数不同(原子质量)的两个或多个原子之一

isovolumetric process / 等容量过程 热力学过程、以恒定的体积进行、以便系统或系统不进行任何工作

iterate / 迭代 再做一次或重复；在设计测试中、每次重复的结果用于修改设计的下一个版本

J

joule / 焦耳 用来表达能量的单位；相当于在力的方向上通过1米的距离作用1N力所做的工作量（单位符号、J）

K

ketone / 酮 是一种有机化合物，其中羰基与两个烷基连接；通过仲醇的氧化获得

kin selection / 近亲选择 自然选择作用于有利于近亲生存的等位基因

kinetic energy / 动能 物体由于运动产生的能量

kinetic friction / 动摩擦 与两个接触的表面相互作用并相互滑动的力相反的力

kinetic-molecular theory / 动力学分子理论 这个理论解释了物理系统的行为取决于构成系统的分子的组合作用

L

lanthanide / 镧系元素 稀土系列元素的成员、其原子序数范围从58（铈）到71（镏）

laser / 激光 一种产生仅一个波长的相干光的装置

latent heat / 潜热 在物质的相变期间转移的每单位质量的能量

lattice energy / 晶格能量 当一摩尔离子晶体化合物由气态离子形成时释放的能量

lava / 熔岩 流到地球表面的岩浆；当岩浆冷却和固化后形成的岩石

law of conservation of energy / 能量守恒定律 定律规定、能源不能被创造或破坏，但可以从一种形式转变为另一种形式

law of conservation of mass / 质量守恒定律 定律规定、群众不能被创造或破坏，但可以从一种形式转变为另一种形式

law of definite proportions / 定比定律 定律规定、化合物总是含有完全相同重量或质量比例的相同元素

law of multiple proportions / 倍比定律 定律规定、当两种元素结合形成两种或两种以上的化合物时，一种元素的质量与另一种元素的质量之比为整数的比值

Le Châtelier's principle / 勒夏特列原理 这一原理表明处于平衡状态的系统会以一种有助于消除变化的方式反对变化

lens / 透镜 一种使光线折射的透明物体、使光线会聚或发散而形成图像

lever arm / 杠杆臂 从旋转轴到沿力方向画直线的垂直距离

Lewis acid / 路易斯酸 接受一对电子的原子、离子或分子

Lewis acid-base reaction / 路易斯酸基反应 在电子对供体和电子对受体之间、形成一个或多个共价键

Lewis base / 路易斯基 提供一对电子的原子、离子或分子

Lewis structure / 路易斯结构 一种结构式、其中电子由点表示；两个原子符号之间的点对或短划线表示共价键中的对

light-year / 光年 光传播一年的距离、约为9.46万亿公里

limiting reactant / 限制反应物 控制化学反应中可能形成的产品数量的物质

linear polarization / 线性极化 电磁波的排列、使每个波中的电场振动彼此平行

lipid / 脂质 一种不溶于水的生物化学物质、包括脂肪和类固醇；脂质储存能量并构成细胞膜

liquid / 液体 体积一定、但形状不一定的物质状态

lithosphere / 岩石圈 由地壳和地幔的坚硬上半部分组成的地球外侧固体层

logistic growth / 逻辑斯谛增长 人口增长的特点是增长缓慢、然后是指数增长期、接着是另一个几乎没有增长的时期

London dispersion force / 伦敦分散力 由于电子的不均匀分布和临时偶极子的生成、而产生的分子间吸引力

longitudinal wave / 纵波 介质粒子沿与波运动平行的方向振动的波

longshore current / 沿岸流 与海岸线平行或接近海岸线的水流

luster / 光泽 矿物质反射光的方式

M

macromolecule / 高分子 一种非常大的分子、通常是聚合物、由数百或数千个原子组成

mafic / 镁铁质 描述富含镁和铁的岩浆或火成岩、通常是深色

magic numbers / 魔术数字　数字（2、8、20、28、50、82和126）、代表在一个超稳定原子核中、具有完整质子壳和中子壳的粒子数

magnetic domain / 磁畴　由磁场方向一致的一组原子组成的区域

magnetic field / 磁场　可以检测到磁力的区域

magnetic quantum number / 磁量子数　量子数、表示核周围轨道的方向；由m表示

magnitude / 量级　地震强度的衡量标准

main-group element / 主族元素　元素周期表的s块或p块中的元素

malleability / 延展性　一种物质被锤打或打成薄片的能力

mantle / 地幔　地球的地壳与地心之间的岩石层

mantle convection / 地幔对流　物质在地幔中的缓慢运动、将能量作为热量从地球内部传递到地表

mass / 质量　衡量物体中物质的量；物体的基本属性、不受作用于物体的力的影响、例如重力

mass defect / 质量亏损　原子质量与原子质子、中子和电子质量之和的差异

mass density / 质量密度　物体的物质浓度、以每单位体积物质的质量来衡量

mass extinction / 大灭绝　大量物种灭绝的时期

mass number / 质量数　组成原子核的质子和中子数的总和

mass wasting / 物质坡移　在重力作用下、土质、沉淀物或岩石物质沿斜坡向下的运动

materials science / 材料科学　科学技术中材料的特性和用途的研究

matter / 物质　有质量并占据空间的任何事物

mechanical energy / 机械能　动能和各种形式的势能之和

mechanical wave / 机械波　需要通过介质传递的波

medium / 介质　干扰可以通过的物理环境

meiosis / 减数分裂　将二倍体细胞分成单倍体细胞的核分裂形式；在形成有性生殖的配子中很重要

melting / 熔化　当加入热量或改变压力时、固体变成液体的状态变化

melting point / 熔点　固体变成液体的温度和压力

mesosphere / 中间层　在地质学中、在软流圈与外核之间地幔坚硬的下半部分；在气象学中、平流层与热大气层之间温度随着海拔升高而降低的大气层

Mesozoic Era / 中生代　从2.5亿年到6550万年前的地质时代；也被称为爬行动物时代

metabolism / 新陈代谢　有机体中发生的所有化学过程的总和

metal / 金属　有光泽且具有良好导热和导电能力的元件

metallic bond / 金属键　由带正电的金属离子和它们周围的电子之间的吸引形成的键

metalloid / 准金属　具有金属和非金属属性的元素；有时被称为半导体

metamorphic rock / 变质岩　由热、压力和化学物质改变结构或组成的岩石、通常在地壳深处

microevolution / 微观进化　可观察到的几代人群等位基因频率的变化

mid-ocean ridge / 大洋中脊　一条长长的海底山脉、在它的中心有一个陡峭狭窄的山谷、当岩浆从软流层升起时形成、当构造板块分开时产生新的海洋岩石圈(海底)

millimeters of mercury / 毫米汞柱　一个压力单位

mineral / 矿物　具有典型化学成份且内部结构有序的通常无机的天然固体

mining / 开采　从地下提取矿石、矿物和其他固体物质的过程

miscible / 混溶　描述了两种或更多种可以各种比例相互溶解的液体

mitochondrion / 线粒体(复数mitochondria)　豆状的细胞器、为细胞提供能量、有自己的核糖体和DNA

mitosis / 有丝分裂　细胞分裂细胞核和内容物的过程

mixture / 混合物　非化学结合的两种或多种物质组合

model / 模型　旨在显示物体、系统或概念的结构或工作方式的模式、计划、表示法或描述

moderator / 缓和剂　一种减慢中子速度的材料、以便其可被原子核吸收

molal boiling-point constant / 摩尔沸点常数　计算的量表示非挥发性非电解质溶质的1摩尔溶液的沸点升高

molal freezing-point constant / 摩尔冰点常数 计算的量表示非挥发性非电解质溶质的1-摩尔溶液的冰点降低

molality / 摩尔浓度 溶液的浓度、以每千克溶剂的溶质摩尔数表示

molar enthalpy of formation / 摩尔生成焓 在恒定压力下形成1摩尔物质所产生的热量

molar enthalpy of fusion / 摩尔熔化焓 在恒定温度和压力下将1摩尔物质从固体变为液体所需的热量

molar enthalpy of vaporization / 摩尔蒸发焓 在恒定压力和温度下蒸发1摩尔液体所需的热量

molar mass / 摩尔质量 1摩尔物质的质量克数

molarity / 摩尔浓度 溶液的浓度单位、表示为每升溶液溶解的溶质摩尔数

mole / 摩尔 用于测量物质数量的SI基本单位、其粒子数与正好12克碳-12中的碳原子数相同

mole ratio / 摩尔比 与化学反应中涉及的任何两种物质的摩尔数有关的一种转换因子

molecular compound / 分子化合物 一种化合物、其最简单的单位是分子

molecular formula / 分子式 一种化学式、表示分子中原子的数量和种类、但不表示原子的排列

molecule / 分子 由共价键连接在一起的两个或两个以上的原子：不一定是化合物

moment of inertia / 转动惯量 在一个固定的轴上旋转的物体抵抗这种旋转运动的变化的倾向

momentum / 动量 一个矢量、定义为物体质量和速度的乘积

monatomic ion / 单原子离子 由单个原子形成的离子

monohybrid cross / 单杂交 生物体之间、仅涉及一对对比性状的杂交或交配

monomer / 单体 一种简单的分子、可以与其他类似或不同的分子结合形成聚合物

monoprotic acid / 单质子酸 只能给碱提供一个质子的一种酸

monosaccharide / 单糖 一种简单的糖、是碳水化合物的基本亚单位

moraine / 冰碛 由冰川沉积的未分类沉积物制成的地形；由冰川沉积的岩石

multiple bond / 多个键 原子共用一对以上电子的键、如双键或三键

mutagen / 诱变剂 可诱导突变或增加生物体内突变频率的药剂

mutation / 突变 改变DNA序列

mutual inductance / 互感 在有变化电流的情况下、一个电路在附近的电路中产生电动势的能力

N

NADPH / NADPH 一种在光合作用过程中作为能量载体的分子

natural gas / 天然气 位于地球表面下的气态烃混合物、通常靠近石油矿床；用作燃料

natural hazard / 自然灾害 对人类、财产或环境造成伤害的自然现象

natural resource / 自然资源 在自然状态下发生并具有经济价值的材料或能力、如木材、矿床或水力

natural selection / 自然选择 遗传了有益适应性的个体平均比其他个体产生更多后代的机制

nebula / 星云 星际空间中的大量气体和尘埃云；空间中形成恒星的区域

negative feedback / 负面反馈 反馈将输出应用于初始条件、这往往会抵消或减少变化并稳定过程或系统

negative feedback loop / 负反馈循环 用于稳态的控制系统、当条件与理想状态不同时、可调节身体的状况

net force / 净力 单个力对刚体的外部影响、与作用于该物体的几个实际力的影响之和相同

net ionic equation / 净离子方程 一个方程式、仅包括那些在水溶液中反应发生化学变化的化合物和离子

neutralization / 中和 酸离子(水合氢离子)和碱离子(氢氧根离子)的反应形成水分子和盐

neutron / 中子 不带电且位于原子核中的亚原子粒子

newton / 牛顿 SI的力量单位；施加力时每秒钟增加1千克质量1米/秒的力（缩写、N）

noble gas / 惰性气体 元素周期表第18组元素之一(氦、氖、氩、氪、氙和氡)；惰性气体是不活泼的

noble-gas configuration / 稀有气体的配置 在大多数情况下、主要能量外层被8个电子完全占据

node / 节点 驻波中保持零位移的点

nomenclature / 命名法 命名系统

nonelectrolyte / 非电解质 一种溶解在水中的物质、用于提供不导电的溶液

nonmetal / 非金属 导电热量和电力不足且在电解液中不形成正离子的元素

nonpoint source pollution / 非点源污染 来自许多来源而非来自单个特定地点的污染; 一个例子是从街道和雨水渠流到水体的污染

nonpolar covalent bond / 非极性共价键 共价键、其中键合电子同等地被两个键合原子吸引

nonrenewable resource / 不可再生资源 形成率比消耗率慢很多的资源

nonvolatile substance / 非挥发性物质 在现有条件下几乎不会成为气体的物质

normal distribution / 正态分布 在生物学中、等位基因频率在平均值范围附近最高、并朝着每个极端逐渐减小的群体分布

normal force / 法向力 作用于物体表面上的力、作用方向与表面垂直

nuclear binding energy / 核结合能 原子核由核子组成时所释放的能量

nuclear fission / 核裂变 原子核分裂成两个或多个碎片并释放中子和能量的过程

nuclear forces / 核力量 在质子核中将质子和中子、质子和质子以及中子和中子结合在一起的相互作用

nuclear fusion / 核聚变 小原子的原子核结合形成一个新的更大的原子核的过程; 这个过程释放能量

nuclear power plant / 核电站 利用核反应堆产生的热量来产生电能的设施

nuclear radiation / 核辐射 在放射性衰变期间从核释放的粒子、如中子、电子和光子

nuclear reaction / 核反应 影响原子核的反应

nuclear reactor / 核反应堆 使用受控核反应产生能量或核素的装置

nuclear shell model / 核壳模型 一种模型、表示在核中存在于不同能级或壳中的核子

nuclear waste / 核废料 含有放射性同位素的废物

nucleic acid / 核酸 有机化合物、RNA或DNA、其分子由一个或两个核苷酸链组成、携带遗传信息

nucleon / 核子 质子或中子

nucleotide / 核苷酸 是由糖、磷酸盐和含氮碱组成的有机单体; 核酸链的基本构件、如DNA和RNA

nucleus / 核 (复数nuclei)在生命科学中、一种由双膜构成的细胞器、作为细胞DNA的大部分存储库; 在物理学中、由质子和中子组成的原子的中心区域

nuclide / 核素 由原子核中的质子和中子数识别的原子

O

ocean acidification / 海洋酸化 由于从大气中吸收异常高水平的二氧化碳（CO_2）、海水的pH值降低

oceanic trench / 海沟 由于构造板块俯冲而形成于海底的长而窄的陡峭凹陷、与一群火山岛或大陆海岸线的趋势平行、并且可能与 海拔11公里; 也称为沟渠或深海沟

octet rule / 八隅体规则 化学成键理论的一个概念、基于这样的假设: 原子趋向于要么是空的价电子层、要么是8个电子的全价电子层

oil shale / 油页岩 含有碳氢化合物的黑色、深灰色或深棕色页岩、通过蒸馏产生石油

operator / 操作子 一个短序列的病毒或细菌DNA、与阻遏蛋白结合、以阻止操纵子中相邻基因的转录（mRNA合成）

operon / 操纵子 DNA的一部分、包含开始转录、调节转录和构建蛋白质的所有代码; 包括启动子、调节基因和结构基因

orbit / 轨道 由于相互的引力作用、一个物体在另一个物体周围运动时的路径

orbital / 具有轨道的 原子中很容易找到电子的区域

order / 排序 在化学中、化学反应的分类取决于似乎进入反应的分子数量

order number / 序号 相对于中心明亮条纹的干涉条纹的编号

ore / 矿石 经济上有价值的矿物质的浓度足够高的一种天然材料、可以有利地开采材料

organ / 器官 一组共同工作以执行特定功能或相关功能的不同类型的组织

organ system / 器官系统 两个或多个器官以协调的方式工作以执行类似的功能

organic compound / 有机化合物 共价键合的含有碳的化合物、不包括碳酸盐和氧化物

organic sedimentary rock / 有机沉积岩 从植物或动物的遗骸中形成的沉积岩

organism / 生物体 任何生物个体

osmosis / 渗透 通过对溶剂有渗透性的薄膜、水或其他溶剂从较稀溶液(溶质)向较浓溶液(溶质)的扩散

osmotic pressure / 渗透压 必须用于阻止渗透的外部压力

outer core / 外核 地球内部的一层位于地核和地幔之间、主要由熔化的铁和镍组成

overharvesting / 过度捕获 从种群中捕获或移除的生物数量超过种群所能替代的数量

oxidation / 氧化 从物质中去除一个或多个电子的反应、使物质的价态或氧化态增加

oxidation number / 氧化值 在一种结合状态下、必须加入或从原子中除去的电子数值、以使原子转化为单质形式

oxidation state / 氧化态 原子的条件由原子需要达到其元素形式的电子数表示

oxidation-reduction reaction / 氧化还原反应 任何化学变化、其中一个物种被氧化（失去电子）而另一个物种被还原（获得电子）；也称为还原反应

oxidized / 氧化 描述了一种已失去电子并增加其氧化数的元素

oxidizing agent / 氧化剂 在氧化还原反应中获得电子并且还原的物质

oxyacid / 含氧酸 一种酸、由氢、氧和第三种元素组成、通常是非金属

oxyanion / 氧离子 含氧的多原子离子

ozone / 臭氧 由三个氧原子组成的气体分子

P

P-wave / P波 主波或压缩波；一种地震波、使岩石颗粒沿与地震波运动方向平行的来回运动；P波是最快的地震波、可以通过固体、液体和气体

Paleozoic Era / 古生代时代 在前寒武纪时期之后的地质时代、持续时间从5.42亿年到2.51亿年前

parallax / 视差 当从不同位置观察时物体位置的明显偏移

parallel / 并联 描述电路中的两个或多个元件、它们为电流提供单独的导电路径、因为这些元件是跨公共点或节点连接的

parent nuclide / 母核素 产生特定子体核素的放射性核素、作为放射性系列的后期成员

partial pressure / 分压 混合物中每种气体的压力

pascal / 帕斯卡 SI单位压力：相当于在1平方米的面积上施加1 N的力（缩写、Pa）

passive margin / 被动边际 沿板块边界不发生的大陆边缘

path difference / 路径差异 当两个光束从不同点、向相同方向散射时、两个光束行进的距离的差异

Pauli exclusion principle / 泡利不相容原则 说明某一类的两个粒子不能处于完全相同的能量状态的原则

PCR; polymerase chain reaction / PCR;聚合酶链反应 一种通过将DNA分成两条链并添加引物和酶来增加DNA量的方法

percentage composition / 百分比构成 化合物中每种元素的质量百分比

percentage error / 百分误差 将平均实验值与正确或接受的值进行定性比较;计算方法是将实验值减去可接受值、再除以可接受值、再乘以100

percentage yield / 百分比收益率 实际产量与理论产量之比乘以100

perfectly inelastic collision / 完全非弹性碰撞 碰撞后、两个物体粘在一起的碰撞

period / 周期 在化学中、周期表中的一排水平元素；在物理学中、发生完整周期或波振荡的时间

periodic law / 周期律 元素重复的化学和物理性质随元素的原子序数周期性变化的定律

periodic table / 周期表 元素按照原子序号的顺序排列从而使具有类似性质的元素排在同一列或一组中

petroleum / 石油 复合烃类化合物的液体混合物;广泛用作燃料来源

pH / pH值 用于表示系统的酸碱度(碱度)的值;刻度上的每一个整数都表示酸度有十倍的变化;pH值为7是中性的、pH值小于7是酸性的、pH值大于7是碱性的

pH meter / pH计 一种通过测量置于溶液中的两个电极之间的电压来测定溶液pH值的装置

phase / 相 在化学中、物质可以存在的四种状态或条件之一: 固体、液体、气体或等离子体; 统一的物质的一部分

phase change / 相变 物质在恒定温度和压力下从一种状态(固态、液态或气态)转变为另一种状态的物理变化

phase diagram / 相图 物质的物理状态与物质的温度和压力之间的关系图

phenomenon / 现象 可观察到的事件、情况或事实

phenotype / 表型 收集所有有机体的物理特征

phospholipid / 磷脂 形成双层细胞膜的分子; 由甘油、磷酸酯基团和两种脂肪酸组成

photoelectric effect / 光电效应 当某些频率的光照射在材料表面上时、来自材料的电子发射

photon / 光子单位或光量 电子辐射的粒子、具有零静止质量并携带一定量的能量

photosynthesis / 光合作用 光能转化为化学能的过程; 从二氧化碳和水中产生糖和氧

physical change / 物理变化 形态改变但是化学性质不变的物质变化

physical property / 物理性质 不涉及化学变化的物质特点、例如密度、颜色或硬度

pitch / 间距 根据声波的频率、可以测量声音的高低

plasma / 等离子体 由自由移动的带电粒子组成的物质状态、如离子和电子; 其性质不同于固体、液体或气体的性质

plasmid / 质粒 在细菌中发现的圆形基因物质、可与主要染色体的DNA分开复制

plateau / 高原 比平原高、比台地大的、较高的、相对平坦的大片土地

plate tectonics / 板块构造 该理论解释了大块的岩石圈 (称为板块) 是如何移动和改变形状

pOH / pOH值 溶液中氢氧根离子浓度的常用对数的负值

point source pollution / 点源污染 在特定地点发生的污染

polar / 极性 描述了分离正电荷和负电荷的分子

polar covalent bond / 极性共价键 由两个原子共享的一对电子被一个原子更紧密地保持的共价键

polarity / 极性 一个系统的特性、其中两个点具有相反的特性、例如电荷或磁极

pollution / 污染 任何添加到环境中并对环境或其生物产生负面影响的物质

polyatomic ion / 多原子离子 由两个或多个原子组成的离子

polygenic trait / 多基因性状 由两个或多个基因产生的性状

polymer / 聚合物 由五个以上单体或小单元组成的大分子

polyprotic acid / 多元酸 一种酸、每分子可提供一个以上的质子

polysaccharide / 多糖 碳水化合物中的一种、由长链的单糖组成; 多糖包括淀粉、纤维素和糖原

population / 种群 所有生活在同一地区的物种的个体

positive feedback / 积极的反馈 反馈往往会放大或增加变化并破坏流程或系统的稳定性

positive feedback loop / 积极的反馈回路 控制系统、其中的感觉信息使身体增加改变的速度远离稳态

positron / 正电子 与电子具有相同质量和自旋但具有正电荷的粒子

potential difference / 电位差 在两个点之间移动电荷必须对电力做的功除以电荷

potential energy / 势能 物体由于其位置、条件或化学成份而拥有的能量

power / 功率 衡量工作完成率或任何方法能量转移率的数量

Precambrian / 前寒武纪 从地球形成到古生代开始的地质时间尺度的时间间隔、从46亿到5.42亿年前

precession / 旋进 当外力作用于轴上时、旋转物体的轴的运动、如旋转陀螺的摆动; 地球旋转轴相对于其轨道的缓慢旋转

precipitate / 沉淀 在溶液中发生化学反应而产生的固体

precision / 精度 测量的准确性

predation / 捕食 一个生物体猎杀另一个生物体作为食物的过程

pressure / 压强 在每单位面积上所施加力的大小

Multilingual Science Glossary

© Houghton Mifflin Harcourt Publishing Company

primary energy source / 主要能源来源 在自然环境中发现的一种能源;煤、天然气、太阳能、风能和铀都是主要能源

primary standard / 基准 高纯度固体化合物、用于检测滴定中已知溶液的浓度

principal quantum number / 主量子数 表示原子中电子的能量和轨道的量子数

probability / 概率 特定事件发生的可能性

producer / 生产者 从非生物来源、如阳光或无机化学物质获得能量的生物体

product / 产物 在化学反应中形成的物质

projectile motion / 抛物运动 物体在地球表面附近投掷、发射或以其他方式投射时所表现出的运动

promoter / 启动子 RNA 聚合酶结合DNA的部分、开始mRNA的转录

protein / 蛋白质 由肽键连接的氨基酸组成的聚合物;折叠成一个特定的结构取决于氨基酸之间的键

protein synthesis / 蛋白质合成 通过使用DNA中包含的信息并由mRNA携带来形成蛋白质

proton / 质子 一种带正电荷、位于原子核内的亚原子粒子;原子核中的质子数是原子序数、它决定了元素

protoplanetary disk / 原行星盘 在新形成的年轻恒星外围绕的气体、行星最后可能借助于这些气体形成

prototype / 原型 产品的试验模型

Punnett square / 庞尼特方块 用于预测由杂交或交配引起的所有可能基因型的模型

pure substance / 纯物质 化学和物理性质明确的单一元素或单一化学物的物质试样

pyramid of numbers / 数字金字塔 显示生态系统中每个营养级别的个体生物数量的图表

Q

quantity / 数量 有大小、大小或数量的东西

quantum / 量子 电磁能量的基本单位; 描述了电子的波性质

quantum number / 量子数 指定电子某些性质的数字

quantum theory / 量子理论 研究原子和亚原子粒子的结构和行为、认为所有能量都来自微小的不可分割的束

R

radian / 弧度 弧长等于圆的半径的角度、约等于57.3°

radiation / 辐射 以电磁波的形式发射和传播能量; 移动亚原子粒子

radioactive decay / 放射性衰变 不稳定的原子核分裂成一种或多种不同类型的原子或同位素、伴随着辐射的发射、核捕获或电子的喷射或裂变

radioactive nuclide / 放射性核素 放射性核素一种核素、含有衰变并发射辐射的同位素

radioactive tracer / 放射性示踪剂 添加到物质中的放射性物质、以便以后检测其分布

radiometric dating / 放射性测年法 一种通过比较放射性 (母) 同位素和稳定 (子) 同位素的相对百分比来确定物体绝对年龄的方法

rare earth element / 稀土元素 稀土元素一组具有类似性质的天然金属元素、包括钪、钇和原子序数57到71的15个元素(镧系元素)稀土元素广泛用于电子和其他高科技产品。

rarefaction / 稀疏 密度和压力最小的纵波区域

rate law / 速率定律 表示产品形成速率如何取决于参与反应的溶剂以外的所有物种的浓度的表达式

rate-determining step / 速度决定步骤 在多步化学反应中、速度最低的步骤、它决定了整个反应的速度

reactant / 反应物 参与化学反应的物质或分子

reaction mechanism / 反应机制 化学反应发生的方式; 用一系列化学方程表示

reaction rate / 反应速度 化学反应发生的速度; 通过产物的形成速率或反应物的消失速率来测量

reaction stoichiometry / 反应化学计量 计算涉及化学反应中反应物和产物之间的质量关系

realgas/真实气体 由于气体分子间的相互作用、气体的行为不完全像理想气体

real image / 实象 由光线交叉形成的图像; 可以在屏幕上投影实像

recessive / 隐性 除非在生物体的基因型中存在两个副本、否则不表达的等位基因

recharge / 补给 在给定时间内流入的水量

reclamation / 复原 引入或恢复到适当条件（如先前的自然状态）的过程

recombinant DNA / 重组DNA 基因工程DNA、含有来自多个生物或物种的基因

recrystallization / 重结晶 重整晶体或晶体结构的过程

recycle / 回收 使再次进入或通过一个循环；废物或废料中回收有价值或有用的材料或重新使用物品

reduced / 还原 描述得到电子、失去氧原子或得到氢原子的物质

reducing agent / 还原剂 一种有可能减少另一种物质的物质

reduction / 还原反应 通过去除氧气、添加氢气或添加电子来获得电子的化学变化

reduction potential / 还原电位 当正离子下降或成为中性离子或中性原子变成负离子时发生的电压下降

reflection / 反射 电磁波在表面上的反射

reforestation / 再造林 林地中树木的重建和发展

refraction / 折射 当波前经过波速度不同的两种物质之间时波前出现弯折

relative age / 相对年龄 与其他物体的年龄相关的物体的年龄

rem / rem 与1伦琴高压X射线对人体组织造成的伤害一样多的电离辐射量

renewable / 可再生资源 消耗速度与再生速度相同的自然资源也用于描述从这些资源获得的能量

renewable resource / 可再生资源 消耗速度与再生速度相同的自然资源

replication / 复制 复制DNA的过程

repulsive force / 排斥力 倾向于将物体分开

reservoir / 库 收集某物的地方或系统的一部分

resilience / 顺应力 生态系统在受到干扰后恢复的能力

resistance / 阻力 在生命科学中、生物体对化学或致病因子的耐受性；生态系统抵抗扰动的能力；在物理学中、是由小于2}的材料或器件对电流的反对

resolving power / 分辨力 光学仪器可以形成两个相邻的物体的独立图像的能力

resonance / 共振 分子或离子中不能用一个路易斯结构正确表示的键；在物理学中、作用于系统上的力的频率与系统的固有振动频率相匹配时发生的一种现象、导致振动的振幅

respiration / 呼吸 活细胞内发生的过程、有机分子的化学能转化为可用能量、涉及氧气的消耗和二氧化碳和水的副产物的产生

resultant / 合量 表示两个或多个向量之和的向量

reversible reaction / 可逆反应 产物重新形成原始反应物的化学反应

ribosome / 核糖体 连接氨基酸形成蛋白质的细胞器

ridge push / 海脊推力 通过冷却、沉降岩石在中洋脊上的扩张岩石圈板上施加的力

rms current / 均方根电流 交流电的值、其加热效果与直流电的相应值相同

rock cycle / 岩石循环 岩石形成、发生类型变化、通过地质作用毁坏并重新形成的一系列过程

roentgen / 伦琴射线 x射线或伽玛射线的辐射剂量单位、相当于大气压力下每公斤空气中产生 2.58×10^{-4} 个离子的辐射量

rotational kinetic energy / 动能 物体由于运动产生的能量

S

S-wave / S波 二次波或横波；一种地震波、使岩石颗粒沿垂直于地震波运动方向的方向移动；S波是第二快的地震波、只能在固体中传播

salt / 盐 当金属原子或正电荷取代酸的氢时形成的一种离子化合物

saponification / 皂化 一种化学反应、其中脂肪酸酯与强碱反应生成甘油和脂肪酸盐；用来制作肥皂的过程

saturated hydrocarbon / 饱和烃 仅由碳和氢形成的有机化合物、通过单键连接

saturated solution / 饱和溶液 在一定条件下不能溶解更多溶质的溶液

scalar / 标量 有大小但没有方向的物理量

schematic diagram / 示意图 电路的一种表示、用线表示导线、用不同的符号表示元件

scientific method / 科学方法 解决问题的一系列步骤、包括收集数据、制定假设、检验假设、陈述结论

scientific notation / 科学符号 一种用数字乘以10的适当次方来表示数量的方法

scintillation counter / 闪烁计数器 一种将闪烁光转换为电信号以检测和测量辐射的仪器

secondary energy source / 二次能源 描述了从一次能源中获得的能源；例如、电力是使用煤和天然气等主要来源生产的二次能源。

sediment / 沉积 固体颗粒、如风化的岩石碎片、来自生物体的物质、或从溶液中沉淀下来的矿物、在地球表面或附近运输和沉积

sedimentary rock / 沉积岩 沉积的压实作用和胶结作用形成的岩石

seismic wave / 地震波 一股能量波穿过地球并远离各个方向的地震

seismogram / 地震记录 用地震仪记录的地震运动轨迹

self-ionization of water / 水的自电离 通过转移质子、两个水分子产生水合氢离子和氢氧根离子的过程

semipermeable membrane / 半透膜 一种只允许某些分子通过的膜

series / 串联 描述电路的两个或多个元件、为电流提供一条通路

sex chromosome / 性染色体 确定个体性别的一对染色体中的一条

sex-linked gene / 性连锁基因 位于性染色体上的基因

sexual selection / 性选择 某些性状可以增强交配的成功几率；因此、这些性状被传递给后代

shielding / 屏蔽 一种吸收辐射的材料、用于减少核反应堆的辐射泄漏

SI / SI 国际单位制、是一种在世界范围内被接受的测量系统

significant figure / 有效数字 一个指定的小数位、可根据测量精度确定要完成的舍入量

silicate / 硅酸盐 一种矿物质、含有硅和氧的结合物、也可能含有一种或多种金属

simple harmonic motion / 简谐运动 关于平衡位置的振动、其中恢复力与平衡位移成比例

single bond / 单键 共价键、其中两个原子共享一对电子

single-displacement reaction / 单位移反应 一种元素或基团取代化合物中另一种元素或基团的反应

sinkhole / 沉洞 当岩石溶解、上覆的沉淀物填满现有的洞、或当地下洞室或矿井顶部坍塌时形成的圆形凹陷

slab pull / 岩板拉力 俯冲边界上的一种力、由于下沉边缘的重量作用于俯冲板块上

smog / 烟雾 空气污染、燃烧化石燃料释放的气体在与阳光反应时会形成雾气

soil / 土壤 岩石碎片和有机物质的松散混合物、可以支持植物的生长

soil erosion / 土壤侵蚀 地球表面的物质被风、水、冰或重力等自然因素从一个地方转移到另一个地方的过程

solar wind / 太阳风 一股高速电离粒子、主要从太阳的日冕中喷出

solenoid / 螺线管 一根长而螺旋缠绕的绝缘线圈

solid / 固体 体积和形状固定的物体状态

solubility / 溶解度 一种物质在给定的温度和压力下溶于另一种物质的能力；表示在给定的溶剂中溶解产生饱和溶液的溶质量

solubility product constant / 溶解度积常数 固体的平衡常数、与固体的溶解离子平衡

soluble / 可溶性 在特定溶剂中的溶解能力

solute / 溶质 在溶液中、溶解在溶剂中的物质

solution / 溶液 均匀分散在一个阶段的两种或多种物质的均匀混合物

solution equilibrium / 溶解平衡 溶质溶解和结晶的相反过程以相同的速率发生的物理状态

solvated / 溶剂化 描述了被溶剂分子包围的溶质分子

solvent / 溶剂 在溶液中、另一种物质（溶质）溶解的物质

somatic cell / 体细胞 构成除配子外的所有身体组织和器官

speciation / 物种形成 来自一个祖先物种的两个或更多物种的进化

species / 物种 彼此非常相似的一组有机体、可以繁殖并产生后代

specific heat capacity / 比热 在给定恒定压力和体积的情况下、以指定方式升高单位质量的均质材料1 K或1°C所需的热量

spectator ions / 旁观离子 存在于溶液中的离子、其中发生反应但不参与反应

spectrum / 光谱 当构成光的组件按照频率顺序分开时看到或记录的辐射图案、如光通过棱镜时

spin quantum number / 自旋量子数 是描述粒子内在角动量的量子数

spring constant / 弹簧常数 当变形的弹性物体返回其原始配置时可用的能量

stabilizing selection / 稳定选择 自然选择的途径、其中在两种极端情况下选择中间表型而不是表型

standard electrode potential / 标准电极电位 由浸入电解质溶液中的金属或其他材料相对于氢电极电位产生的电位、其设定为零

standard solution / 标准溶液 已知浓度的溶液、以给定量的溶剂或溶液中的溶质量表示

standard temperature and pressure / 标准温压 对于气体、温度为0℃、压力为1.00atm

standing wave / 驻波 当相同频率、波长和幅度的两个波沿相反方向传播并干扰时产生的波形

static friction / 静摩擦 阻止两个接触和静止表面之间开始滑动的力

stem cell / 干细胞 可以长时间分裂、同时保持未分化状态的细胞

stimulus / 刺激物 (复数:stimuli)引起生理反应的物质

stoichiometry / 化学计量学 在化学反应中两种或多种物质之间的比例关系

stratosphere / 同温层 处于对流层与中间层之间且温度随着海拔而升高的大气层；包括臭氧层

stress / 张力 物体内每单位面积的力；物体对施加力的内阻

strong acid / 强酸 一种在溶剂中完全电离的酸

strong electrolyte / 强电解质 在水溶液中完全或大部分解离的化合物、例如可溶性无机盐

strong force / 强作用力 原子核中核子结合在一起的相互作用

structural formula / 结构式 一种表示分子中原子、基团或离子之间相对位置的公式、表示化学键的数目和位置

structural isomers / 结构异构体 两种或两种以上的化合物、它们具有相同的原子数量和种类以及相同的分子量、但原子之间的连接顺序不同

subduction / 俯冲 在会聚边界上的一个过程、其中一个大洋板块下降到另一个上覆板块之下

sublimation / 升华 固体直接转变为气体的过程(有时也用这个词表示相反的过程)

subsidence / 沉降 由于地质过程导致的地面沉没或崩塌

substitution reaction / 取代反应 一个或多个原子取代分子中另一个原子或原子团的反应

sunspot / 太阳黑子 太阳光球的黑暗区域比周围区域更冷、并且具有强大的磁场

superconductor / 超导体 在某一临界温度下电阻为零的材料、随每种材料而变化

supercontinent / 超大陆 一种假设的大陆块、包含大部分大陆地壳；根据板块构造理论、超大陆形成并分裂

supercooled liquid / 过冷液体 液体冷却至低于其正常冰点而不凝固

supernova / 超新星 大型恒星铁芯坍塌之后的精力充沛事件；产生大于铁的原子质量的元素

supersaturated solution / 过饱和溶液 比在给定温度下达到平衡所需溶解度更高的溶液

surface process / 表面过程 影响地球表面或附近地圈的过程、主要受外部能量驱动、如风化和侵蚀

surface tension / 表面张力 作用在液体表面上的力、可以使表面积最小化

survivorship / 生存 存活到特定年龄的概率

survivorship curve / 幸存曲线图 显示一个种群中每个年龄组随时间增加的幸存成员图表

suspension / 悬浮 颗粒在液体或气体中或多或少均匀分散的物质的混合物

sustainability / 可持续性 满足人类需求的条件、使人口可以无限期地生存

sustainable / 可持续 能够继续或延长

sustainable development / 可持续发展 使用自然资源不能超过补充速度的做法

symbiosis / 共生 至少两个彼此直接接触的不同物种成员之间的生态关系

synthesis reaction / 合成反应 两种或多种物质结合形成新化合物的反应

system / 系统 一组粒子或相互作用的组成部分、被认为是为研究目的而形成的一个独特的物理实体

T

tangential acceleration / 切向加速度 与物体圆周轨迹相切的物体的加速度

tangential speed / 切向速度 与物体圆周轨迹相切的物体的速度

tar sand / 沥青砂 含石油的沙或砂岩, 挥发物从其中逸出, 留下碳氢化合物(沥青)残留物

technology / 技术 科学和工程出于实际目的的应用; 工具、机器、材料和工艺为满足人类需要的使用

tectonic plate / 地壳构造板块 由地壳和最外层坚硬地幔组成的一块岩石圈

temperature / 温度 对物体热(或冷)度的测量; 特别是、对物体中粒子平均动能的测量

test cross / 测试杂交 具有未知基因型的生物体和具有隐性表型的生物之间的杂交

theoretical yield / 理论产量 可以从给定量的反应物产生的最大量的产物

theory / 理论 对某些基于观察、实验和推理的现象的解释

thermal energy / 热能 物质粒子的总动能

thermal equilibrium / 热平衡 个两物体在物理接触中有相同温度的状态

thermochemical equation / 热化学方程式 一个方程、包括在反应过程中释放或吸收的热量

thermochemistry / 热化学 化学反应和状态变化伴随的能量变化的研究的化学分支

thermodynamics / 热力学 伴随化学和物理变化的能量变化的科学分支

thermosphere / 热层 大气层的最上层、随着海拔的升高温度升高; 包括电离层

tidal energy / 潮汐能 由于太阳和月亮对地球海洋的引力而产生的能量

till / 冰碛 由融化的冰川直接沉积下来的未分类的岩石物质

timbre / 音色 由不同强度的和声组合而成的音质

tissue / 组织 共同执行类似功能的一组细胞

titration / 滴定 通过添加已知体积和浓度的溶液直至反应完成来确定溶液中物质浓度的方法、通常通过颜色变化来指示

topography / 地形 一个区域地表特征的尺寸和形状、包括地势

torque / 扭矩 用来测量物体绕某一轴旋转能力的一种量

total internal reflection / 全内反射 当光线入射到表面边界的角度小于临界角度时、在物质内部发生的完全反射

tradeoff / 折中 放弃一件事以换取另一件事、通常用于工程设计过程中

trait / 性状 遗传的特征

transcription / 转录 复制DNA的核苷酸序列以形成互补的mRNA链的过程

transcription factor / 转录因子 开始和/或继续基因转录所需的一种酶

transform boundary / 转换边界 水平滑动的构造板块之间的边界

transformer / 变压器 增加或减少交流电动势的装置

transgenic / 转基因 其基因组已被改变以包含来自另一生物体或物种的一个或多个基因的生物体

transistor / 晶体管 一种可以放大电流的半导体器件、用于放大器、振荡器和开关

transition element / 过渡元素 在使用外壳粘合之前可以使用内壳的金属之一

transition interval / 过渡区间 可以观察到化学指示剂变化的浓度范围

translation / 翻译 解码mRNA并产生蛋白质的过程

transmutation / 嬗变 原子核反应将一种元素的原子转变为另一种元素的原子的过程

transuranium element / 超铀元素 合成元素、其原子序数大于铀的原子序数(原子序数9)

transverse wave / 横波 粒子垂直于波的运动方向振动的波

triple point / 三相点 在平衡状态下物质的固态、液态和气态共存的温度和压力条件

troposphere / 对流层 大气层中最低的一层、随着高度的增加、温度以恒定速度下降; 大气中存在气候条件的部分

triprotic acid / 三聚酸 每分子具有三个可电离质子的酸、例如磷酸

trough / 低压槽 平衡位置以下的最低点

U

ultraviolet catastrophe / 紫外线灾难 经典物理学的失败预测、黑体在极短波长下辐射的能量非常大、辐射的总能量是无限的

uncertainty principle / 不确定性原则 这个原则指出不可能以无限的精度同时确定粒子的位置和动量

unified atomic mass unit / 标准原子质量单位 描述原子或分子质量的质量单位; 正好是碳原子质量的1/12质量为12(缩写为u)

uniformitarianism / 均变论 认为地球的地质过程是在均匀时间内形成的理论

unit cell / 单位晶格 晶格中显示整个晶格三维结构的最小部分

unsaturated hydrocarbon / 不饱和烃 是具有可用价键的烃、通常来自与碳的双键或三键

unsaturated solution / 不饱和溶液 一种比饱和溶液含有更少的溶质并且能够溶解更多的溶质的溶液

uplift / 上升 提高; 举起或举起的动作、过程或结果; 隆起

V

valence electron / 价电子 在原子的最外层壳中发现的电子、它决定了原子的化学性质

vaporization / 蒸发 液体或固体变成气体的过程

vector / 矢量 一个既有大小又有方向的物理量

velocity / 速度 物体在特定方向的速度

vestigial structure / 残留结构 在早期祖先中起作用的器官或结构的残余

virtual image / 虚拟图像 光线看起来发散的图像、即使它们实际上没有聚焦在那里;虚拟图像无法投影在屏幕上

volatile / 挥发物 在常温和常压下容易蒸发; 一种易挥发的物质

volcano / 火山 地球表面释放岩浆和气体的出口或裂缝

voltage / 电压 在两点之间移动单位电荷的工作量; 以伏特表示

voltaic cell / 伏打电池 由浸入电解质中的不同金属制成的两个电极组成的主电池; 用来产生电压

volume / 体积 三维空间中物体或区域大小的量度

VSEPR theory (valence shell electron pair repulsion theory) / VSEPR理论 (价层电子对互斥理论) 一种基于原子周围的价电子对相互排斥的观点来预测分子形状的理论

W

wastewater / 废水 含有来自家庭或工业废料的水

watershed / 分水岭 被河流系统排干的土地面积

wavelength / 波长 波的两个相邻相似点之间的距离、例如从波峰到波峰、或从波谷到波谷

weak acid / 弱酸 在水溶液中释放少量氢离子的酸

weak electrolyte / 弱电解质 仅在水溶液中解离很少的化合物

weak force / 弱力 某些亚原子粒子相互作用所涉及的力

weather / 天气 大气的短期内状态、包括温度、湿度、降水、大风和能见度

weathering / 风化作用 大气和环境媒介、例如风、雨水和温度变化、将岩石瓦解和分解的自然过程

weight / 重量 对物体上所施加重力的测量; 该数值可以随着物体在宇宙中位置的变化而变化

word equation / 词义方程 用文字表示化学反应中的反应物和生成物的方程式

work / 功 由于力导致物体沿力的方向发生运动变化、从而将能量转移到物体上; 沿位移方向的力的分量与位移大小的乘积

work function / 功函数 从金属原子中除去电子所需的最小能量

work–kinetic energy theorem / 功能 动能定理 作用在物体上的所有力、所做的净功等于物体动能的变化量

Multilingual Science Glossary

© Houghton Mifflin Harcourt Publishing Company

مسرد مادة العلوم متعدد اللغات

يضم هذا المسرد قائمة مرتبة أبجديًا للمصطلحات الرئيسية ومعانيها، كما هي مستخدمة في برامج العلوم في HMH. المسرد متوفر باللغات التالية: الإنجليزية، الإسبانية، الفيتنامية، الكريولية الهايتية، الصينية المبسطة (للمتحدثين بلغة الماندرين والكانتونية)، العربية، الهمونغية، الكورية، البنجابية، الروسية، والبرتغالية البرازيلية.

A

abiotic factor / عامل لا أحيائي عامل غير حي في أي نظام بيئي، مثل الرطوبة ودرجة الحرارة والرياح وضوء الشمس والتربة والمعادن

absolute zero / صفر مطلق درجة الحرارة التي تقف عندها حركة جميع جزيئات المادة (تساوى صفر على مقياس كلفن أو −٢٧٣٫١٦ درجة على مقياس درجة الحرارة المئوية)

absorption spectrum / طيف الامتصاص رسم بياني أو رسم تخطيطي يشير إلى الأطوال الموجية للطاقة المشعة التي تمتصها المادة

abrasion / تآكل سحج وبلي أسطح الصخور بفعل الحركة الميكانيكية للصخور أو الجزيئات الرملية أو الأخرى

absolute age / عمر مطلق العمر العددي لشيء أو لحدث، والذي يتم ذكره غالبًا بالسنوات التي سبقت الحاضر، وفقًا لما تحدده عملية تقدير العمر المطلق مثل تحديد العمر إشعاعيًا

acceleration / تسارع المعدل الذي تتغيّر عنده السرعة بمرور الوقت؛ ويتسارع الجسم إذا تغيرت سرعته أو اتجاهه أو كليهما

accretion / تراكم عملية النمو أو الزيادة في الحجم التي تحدث عن طريق إضافة خارجية تدريجية، أو دمج، أو تضمين

accuracy / دقة وصف لمدى قرب أحد القياسات من القيمة الصحيحة أو المقبولة للكمية المقاسة

acid / حمض أي مركب يعمل على زيادة عدد أيونات الهيدرونيوم عند إذابته في الماء

acid-base indicator / مؤشر الحمض القاعدي مادة يتغير لونها بناءً على الأس الهيدروجيني للمحلول الذي توجد فيه المادة

acid ionization constant / ثابت تأين الحمض ثابت التوازن لتفكك حمض عند درجة حرارة معينة؛ ويرمز له بالمصطلح k^a

acid precipitation / تساقط حمضي المطر أو جمد المطر أو الجليد الذي يحتوي على نسبة تركيز عالية من الأحماض

actinide / الأكتينيد أي من عناصر سلسلة الأكتينيد، التي تحتوي على أرقام ذرية تبدأ من ٨٩ (الأكتينيوم: Ac) إلى ١٠٣ (اللورنسيوم: Lr)

activated complex / معقد منشط جزيء في حالة غير مستقرة وسيطة بالنسبة للمتفاعلات والمنتجات في التفاعل الكيميائي

activation energy / طاقة التنشيط القدر الأدنى من الطاقة اللازمة لبدء تفاعل كيميائي

active margin / هامش نشط حافة قارية تكون فيها الصفيحة المحيطية طامرة أسفل صفيحة قارية؛ ويتميز بوجود جرف قاري ضيق وخندق في أعماق البحر

activity series / سلسلة النشاط سلسلة من العناصر التي تتمتع بخصائص متشابهة والتي يتم ترتيبها ترتيبًا تنازليًا حسب النشاط الكيميائي؛ وتشمل أمثلة سلسلة النشاط المعادن والهالوجينات

actual yield / مردود فعلي المقدار المقاس لناتج تفاعلي

adaptation / تكيف لسمة الموروثة التي يتم اختيارها مع مرور الوقت لأنها تسمح للكائنات الحية بالبقاء بشكل أفضل في بيئتها

addition reaction / تفاعل الإضافة تفاعل يتم فيه إضافة ذرة أو جزيء إلى جزيء غير مشبع

adenosine diphosphate (ADP) / أدينوسين ثنائي الفوسفات (ADP) جزيء عضوي يشارك في الاستقلاب المُولِد للطاقة؛ يتكون من قاعدة نيتروجينية وسكر ومجموعتي فوسفات

adenosine triphosphate (ATP) / أدينوسين ثلاثي الفوسفات (ATP) جزيء عضوي يعمل بمثابة المصدر الرئيسي للطاقة لعمليات الخلية؛ ويتألف من قاعدة نيتروجينية وسكر وثلاث مجموعات فوسفات

adiabatic process / عملية كظومة عملية ديناميكية حرارية لا يتم فيها نقل الطاقة إلى النظام أو منه في شكل حرارة

aerobic / هوائي عملية يتطلب حدوثها وجود الأكسجين

air mass / كتلة هوائية كتلة كبيرة من الهواء لها خصائص وصفات متشابهة من حيث درجة الحرارة والرطوبة

albedo / بياض جزء من الإشعاع الذي ينعكس على سطح جسم ما

alcohol / الكحول مركب عضوي يحتوي على مجموعة واحدة أو أكثر من مجموعات الهيدروكسيل المرتبطة بذرات الكربون

aldehyde / ألدهيد مركب عضوي يحتوي على مجموعة الكربونيل، —CHO

alkali metal / فلز قلوي أي فلز من فلزات المجموعة الأولى في الجدول الدوري للعناصر (ليثيوم، صوديوم، بوتاسيوم، روبيديوم، سيزيوم، فرانسيوم)

alkaline-earth metal / فلز قلوي ترابي أي فلز من فلزات المجموعة الثانية في الجدول الدوري للعناصر (بريليوم، ماغنسيوم، كالسيوم، استرونشيوم، باريوم، راديوم)

alkane / ألكان هيدروكربون يتميز بسلسلة كربون مستقيمة أو متفرعة تحتوي فقط على روابط مفردة

alkene / ألكين هيدروكربون يحتوي على رابط واحد وأكثر من الروابط الثنائية

alkyl group / مجموعة الألكيل مجموعة من الذرات التي تتكون عند إزالة ذرة هيدروجين واحدة من جزيء ألكان

alkyl halide / هاليد الألكيل مركب يتكون من مجموعة ألكيل وهالوجين (فلور أو كلور أو بروم أو يود)

alkyne / ألكين هيدروكربون يحتوي على رابط واحد وأكثر من الروابط الثنائية

allele / أليل أي شكل من الأشكال البديلة لجين يحدث في مكان محدد على الكروموسوم

allele frequency / تواتر الأليل نسبة في المجمع الجيني لأليل معين مقارنة بجميع الألائل لتلك السمة

alloy / سبيكة خليط صلب أو سائل من معدنين أو أكثر، فلزي ولافلزي، أو فلزي وشبه فلزي؛ يحتوي على خصائص يتم تحسينها مقارنةً بالمكونات أو الخصائص الفردية غير الموجودة في المكونات الأصلية

alluvial fan / مروحة طميية عبارة عن كتلة على شكل مروحة من مادة صخرية يرسبها تيار عند انخفاض انحدار الأرض بشكل حاد؛ على سبيل المثال، تتشكل المراوح الطميية عندما تتدفق التيارات من الجبال إلى الأرض المستوية

alpha particle / جسيم ألفا ذرة مشحونة إيجابيًا يتم إطلاقها عند تفكك العناصر المشعة ويتكون من اثنين من البروتونات واثنين من النيوترونات

alternating current / تيار متناوب تيار كهربائي يغير الاتجاه على فترات منتظمة

altruism / إيثار سلوك يقلل فيه الحيوان من لياقته الخاصة لمساعدة الأعضاء الآخرين في جماعته الاجتماعية

amine / الأمين مركب عضوي يمكن اعتباره من مشتقات الأمونيا

amino acid / الحمض الأميني الجزيء المُكوّن للبروتينات؛ يتكون من الكربون والهيدروجين والأكسجين والنيتروجين، وأحيانا الكبريت

amorphous solid / جسم صلب لا بلوري جسم صلب تكون فيه الجزيئات غير مرتبة بشكل دوري أو منظم

amphoteric / حمضي قاعدي يصف مادة، مثل المياه، لها خصائص الحمض وخصائص القاعدة

amplitude / السعة المسافة القصوى التي تهتز خلالها جزيئات الوسيط في الموجة قياسًا من وضع السكون لهذه الجزيئات

anabolism / عملية الأيض البنائي التخليق الأيضي للبروتينات والدهون والجزيئات الحيوية الكبيرة الأخرى من الجزيئات الأصغر؛ وتتطلب طاقة في شكل أدينوسين ثلاثي الفوسفات

anaerobic process / عملية لاهوائية عملية لا تتطلب الأكسجين

analogous structure / بنية مماثلة جزء من الجسم يتشابه في وظيفته مع جزء من جسم كائن آخر ولكن يختلف عنه بنيويًا

angiosperm / كاسية البذور نبات يُنتج البذور داخل الفاكهة؛ نبات مزهر

angle of incidence / زاوية السقوط الزاوية الواقعة بين شعاع يضرب سطح ما والخط العمودي على ذلك السطح عند نقطة التماس

angle of reflection / زاوية الانعكاس الزاوية التي تتشكل من خلال الخط العمودي على سطح ما والاتجاه الذي يتحرك فيه شعاع منعكس

angular acceleration / تسارع زاوي معدل الوقت اللازم لتغيير السرعة الزاوية، وعادة ما يُعبر عنه بالراديان في الثانية

angular displacement / إزاحة زاوية الزاوية التي يتم من خلالها تدوير نقطة أو خط أو جسم في اتجاه محدد وحول محور محدد

angular momentum / زخم زاوي لعنصر دوار، ناتج لحظة الجمود للكائن والسرعة الزاوية حول المحور نفسه

angular velocity / سرعة زاوية السرعة التي يدور بها جسم حول محور وعادةً ما يُعبر عنها بالراديان في الثانية

anion / أنيون أيون يحتوي على شحنة سالبة

anode / أنود القطب الذي تحدث الأكسدة على سطحه؛ وترحل الأنيونات نحو الأنود، وتترك الإلكترونات النظام من الأنود

anthroposphere / أنثروبوسفير جزء من الأرض قام البشر ببنائه أو تعديله؛ وأحيانًا ما يعتبر إحدى طبقات النظام الأرضي

antinode / بطن الموجه نقطة في موجة دائمة، في منتصف الطريق بين عقدتين، يحدث فيها أكبر نزوح

apoptosis / الموت المُبرمج هو موت مبرمج للخلايا

aquifer / طبقة مياه جوفية تكوين صخري أو رسوبي يحوي مياه جوفية تنساب خلال مسامه

aromatic hydrocarbon / هيدروكربون عطري
عضو من فئة الهيدروكربونات (التي يكون البنزين فيها
العضو الأول) ويتكون من تجمعات ذرات كربون حلقية
مترافقة وتتميز بطاقات رنين كبيرة

array / المصفوفة ترتيب العناصر أو القيم في صفوف وأعمدة

Arrhenius acid / حمض أرهينيوس مادة تزيد تركيز
أيونات الهيدرونيوم في المحلول المائي

Arrhenius base / قاعدة أرهينيوس مادة تزيد من تركيز
أيونات الهيدروكسيد في المحلول المائي

artificial selection / اصطفاء اصطناعي عملية يقوم من
خلالها البشر بتعديل نوع ما عن طريق تربيته لصفات معينة

artificial transmutation / تحويل اصطناعي تحويل
ذرات أحد العناصر إلى ذرات عنصر آخر نتيجة تفاعل
نووي، مثل القذف بالنيوترونات

asthenosphere / غلاف الانسياب الطبقة الصلبة
والبلاستيكية من الوشاح الواقعة أسفل الغلاف الصخري؛
ويتكون من صخور الوشاح التي تتدفق ببطءٍ شديد،
مما يسمح للوحات التكتونية بالتحرك فوقه

atmosphere / غلاف جوي خليط من الغازات والجسيمات
التي تحيط بكوكب أو قمر أو أي جرم سماوي آخر؛ وهو
إحدى الطبقات الرئيسية الأربع للنظام الأرضي

atmosphere of pressure / ضغط جوي ضغط
الغلاف الجوي للأرض عند مستوى سطح البحر؛ وهو ما
يعادل بالضبط ٧٦٠ مم زئبق

atom / ذرة أصغر وحدة لعنصر والتي تحافظ على الخواص
الكيميائية لهذا العنصر

atomic number / العدد الذري عدد البروتونات في نواة
الذرة؛ ولا يختلف العدد الذري في جميع ذرات العنصر

atomic radius / نصف القطر الذري نصف المسافة بين
مركز ذرات متماثلة مرتبطة ببعضها البعض

ATP; adenosine triphosphate / أدينوسين ثلاثي
الفوسفات جزيء عالي الطاقة؛ يحتوي في روابطه على
الطاقة التي يمكن للخلايا استخدامها

attractive force / قوة جاذبة قوة تعمل على جذب
الأشياء سويًا

Aufbau principle / مبدأ أوفباو المبدأ الذي ينص على
أنه يتم الحصول على بنية كل عنصر متتابع عن طريق إضافة
بروتون واحد إلى نواة الذرة وإلكترون واحد إلى المدار الأقل
طاقة المتاح

autosome / صبغي جسدي كروموسوم ليس كروموسوم
جنسي؛ في البشر، يتم ترقيم الكروموسومات من ١ إلى ٢٢

---

autotroph / تغذية جسدية كائن حي ينتج مغذياته الخاصة
من مواد غير عضوية أو من البيئة بدلاً من استهلاك كائنات
حية أخرى

average atomic mass / متوسط الكتلة الذرية المتوسط
المرجح لكتل جميع النظائر التي تحدث بشكل طبيعي للعنصر

average velocity / متوسط السرعة إجمالي الإزاحة
مقسومًا على الفترة الزمنية التي حدث خلالها الإزاحة

Avogadro's law / قانون أفوجادرو القانون الذي ينص
على أن الأحجام المتساوية من الغازات عند نفس درجة
الحرارة والضغط تحتوي على أعداد متساوية من الجزيئات

Avogadro's number / رقم أفوجادرو ٦٫٠٢ × ١٠²³،
عدد الذرات أو الجزيئات في ١ جزيء جرامي (مول)

axis / محور خط مستقيم تخيلي يمكن إحالة أجزاء من هيكل أو
جسم إليه

B

back emf / القوة الدافعة الكهربائية العكسية القوة الدافعة
الكهربائية المستحثة في ملف المحرك والتي تميل إلى تقليل
التيار في ملف المحرك

barometer / بارومتر جهاز قياس الضغط الجوي

base / قاعدة أي مركب يؤدي إلى زيادة عدد أيونات
الهيدروكسيد عند إذابته في الماء

beat / نبض التغيُّر الدوري في سعة الموجة التي تمثل تراكب
موجتين من ترددات مختلفة قليلاً

benzene / البنزين هو أبسط هيدروكربون عطري

beta particle / جسيم بيتا إلكترون مشحون ينبعث خلال
أنواع معينة من الاضمحلال الإشعاعي، مثل اضمحلال بيتا

big bang theory / نظرية الانفجار العظيم النظرية القائلة
بأن كل مادة وطاقة في الكون تم ضغطها إلى حجم كثيف
للغاية منذ ١٣٫٨ مليار سنة وقد اتسع نطاقها فجأة في كل
الاتجاهات

binary acid / حمض ثنائي حمض يحتوي على عنصرين
مختلفين فقط: الهيدروجين وأحد العناصر الأكثر كهربية سلبية

binary compound / مركب ثنائي مركب يتكون من
عنصرين مختلفين

binary fission / الانشطار الثنائي التكاثر اللاجنسي الذي
تنقسم فيه الخلية إلى قسمين متساويين

binding energy / طاقة الارتباط الطاقة المنبعثة عندما
تلتقي النيوكليونات غير المترابطة مع بعضها لتكوّن نواة
مستقرة، وهو ما يعادل الطاقة اللازمة لكسر النواة إلى
نيوكليونات فردية

biodiversity / تنوع بيولوجي تنوع الكائنات الحية في منطقة معينة، أو التنوع الجيني في جماعةٍ ما، أو تنوع الأنواع في مجتمع ما، أو تنوع المجتمعات في نظامٍ بيئي معين

bioengineering / الهندسة الحيوية تطبيق المفاهيم الهندسية على الكائنات الحية

biogeochemical cycle / دورة بيوجيوكيميائية حركة مادة كيميائية عبر الأجزاء البيولوجية والجيولوجية، أو الحية وغيرَ الحية، لنظام بيئي

bioinformatics / المعلوماتية الحيوية استخدام قواعد بيانات الكمبيوتر لتنظيم البيانات البيولوجية وتحليلها

biomagnification / تضخم حيوي الحالة التي تصبح فيها المواد السامة أكثر تركيزًا في أنسجة الكائنات الحية الأعلى في السلسلة الغذائية عنها في أنسجة الكائنات الحية المنخفضة في السلسلة الغذائية

biomass / كتلة حيوية إجمالي الكتلة الجافة لجميع الكائنات الحية في منطقة معينة

biomass pyramid / هرم الكتلة الحيوية رسم تخطيطي يقارن بين الكتلة الحيوية لمستويات التغذية المختلفة داخل نظام بيئي

biome / المنطقة الإحيائية المجتمع الإقليمي أو العالمي من الكائنات الحية التي تُصنف وفقًا للظروف المناخية والمجتمعات النباتية التي تزدهر هناك

biosphere / غلاف حيوي الجزء الذي توجد به حياة على الكرة الأرضية؛ ويتضمن جميع الكائنات الحية على سطح الأرض؛ وهو إحدى الطبقات الرئيسية الأربع للنظام الأرضي

biotechnology / التكنولوجيا الحيوية استخدام الكائنات الحية والعمليات الحيوية

biotic factor / عامل حيوي شيء حي مثل نبات أو حيوان أو فطريات أو بكتيريا

blackbody / الجسم الأسود ممتص مثالي ينبعث منه الإشعاع بناءً على درجة حرارته فقط

blackbody radiation / إشعاع الجسم الأسود الإشعاع المنبعث من جسم أسود، وهو جهاز مشع وجهاز امتصاص مثالي يُصدر الإشعاع على أساس درجة حرارته فقط

boiling / غليان تحويل سائل إلى بخار داخل السائل وكذلك على سطح السائل عند درجة حرارة وضغط معينين؛ وهو يحدث عندما يتساوى ضغط البخار للسائل مع الضغط الجوي

boiling point / نقطة الغليان درجة الحرارة والضغط التي يتساوى عندها السائل مع الغاز

boiling-point elevation / ارتفاع نقطة الغليان الفرق بين نقطة غليان سائل في حالته النقية ونقطة غليان السائل في محلول؛ تعتمد الزيادة على عدد الجزيئات المذابة الموجودة

bond energy / طاقة الرابطة الطاقة اللازمة لكسر رابطة كيميائية وتكوين ذرات معزولة محايدة

bottleneck effect / تأثير الاختناق انحراف جيني ناتج عن حدث يُقلل من حجم السكان إقلالًا كبيرًا

Boyle's law / قانون بويل القانون الذي ينص على أنه بالنسبة لكمية ثابتة من الغاز عند درجة حرارة ثابتة، يزداد حجم الغاز كلما انخفض ضغط الغاز، وينخفض حجم الغاز كلما ازداد ضغط الغاز

Brønsted-Lowry acid / حمض برونستد-لوري مادةٌ تتبرع ببروتون إلى مادة أخرى

Brønsted-Lowry acid-base reaction / تفاعل الحمض مع القاعدة في نظرية برونستد-لوري نقل البروتونات من متفاعلٍ (الحمض) إلى متفاعلٍ آخر (القاعدة)

Brønsted-Lowry base / قاعدة برونستد-لوري مادة تقبل بروتونًا

buffer / محلول منظم محلول يمكنه مقاومة التغييرات في الأس الهيدروجيني عند إضافة حمض أو قاعدة إليه؛ أو عند تخفيف المحلول

buoyant force / قوة الطفو القوة الصاعدة التي يمارسها سائل على جسم مغمور فيه أو يطفو عليه

C

calorie / سعر حراري كمية الطاقة اللازمة لرفع درجة حرارة جرام واحد من الماء درجة واحدة مئوية؛ ويسمى السعر الحراري المستخدم للإشارة إلى محتوى الطاقة في الطعام بالكيلو كالوري

calorimeter / مسعر جهاز يُستخدم لقياس الطاقة أثناء امتصاص الحرارة أو انبعاثها في تغيير كيميائي أو مادي

calorimetry / قياس حراري إجراء تجريبي يُستخدم لقياس الطاقة المنقولة من أحد المواد إلى مادة أخرى مثل الحرارة

capacitance / سعة كهربائية قدرة الموصل على تخزين الطاقة في شكل شحنات كهربائية منفصلة

capillary action / خاصية شعرية جاذبية سطح سائل إلى سطح صلب، مما يؤدي إلى ارتفاع السائل أو انخفاضه

carbohydrate / كربوهيدرات أي مركب عضوي مصنوع من الكربون والهيدروجين والأكسجين ويوفر العناصر الغذائية لخلايا الكائنات الحية

carbon cycle / دورة الكربون تحرك الكربون من البيئة غير الحية إلى الكائنات الحية والعودة مرة أخرى

carboxylic acid / الحمض الكربوكسيلي حمض عضوي يحتوي على مجموعة كربوكسيل وظيفية

carrying capacity / قدرة استيعابية أكبر عدد من السكان يمكن لبيئة معينة أن تدعمه في أي وقت

catabolism / تقويض التحلل الكيميائي للمواد البيولوجية المعقدة، مثل الكربوهيدرات والبروتينات والجليكوجين، يرافقه انبعاث للطاقة

catalysis / تحفيز تسارع تفاعل كيميائي بواسطة محفز

catalyst / مادة حفّازة مادة قادرة على تغيير معدل تفاعل كيميائي دون أن تنفد أو تتغير بشكلٍ كبير

catenation / سلسلية ربط عنصر بنفسه لتشكيل سلاسل أو حلقات

cathode / كاثود (القطب السالب) القطب الذي يحدث الخفض على سطحه

cathode ray / شعاع الكاثود الإلكترونات المنبعثة من كاثود أنبوب تفريغ كهربائي

cation / كاتيون أيون موجب الشحنة

cell / خلية في علم الأحياء، أصغر وحدة يمكنها إجراء جميع عمليات الحياة؛ وتكون الخلايا مغطاة بغشاء وتحتوي على الحمض النووي الريبي المنزوع الأكسجين «DNA» و السيتوبلازم

cell cycle / دورة الخلية نمط من النمو وتكرار الحمض النووي الريبي المنزوع الأكسجين والانقسام الخلوي الذي يحدث في الخلية

cell differentiation / تمايز الخلايا العمليات التي تتطور بها الخلايا غير المتخصصة لتتحول إلى شكلها الناضج ووظيفتها

cell membrane / غشاء الخلية طبقة مزدوجة من الفسفوليبيدات التي تشكل حدًا بين الخلية والبيئة المحيطة وتتحكم في مرور المواد داخل الخلية وخارجها

cell theory / نظرية الخلية نظرية تنص على أن جميع الكائنات الحية تتكون من خلايا، وتُنتَج جميع الخلايا من خلايا حية أخرى، والخلية تعد الوحدة الأساسية للحياة

cellular respiration / تنفس خلوي عملية إنتاج أدينوسين ثلاثي الفوسفات عن طريق كسر الجزيئات المعتمدة على الكربون عند وجود الأكسجين

Cenozoic Era / دهر الحياة الحديثة الحقبة الجيولوجية الحالية، بدأت منذ حوالي ٦٥٫٥ مليون عام، وتدعى أيضًا عصر الثدييات

center of mass / مركز الكتلة نقطة في جسم يمكن اعتبار كتلة الجسم بالكامل مركزة عندها عند تحليل الحركة الانتقالية

centripetal acceleration / تسارع الجذب المركزي التسارع الموجه نحو مركز مسار دائري

chain reaction / تفاعل متسلسل سلسلة مستمرة من تفاعلات الانشطار النووية

change of state / تغيير الحالة تغيير مادة ما من حالة فيزيائية إلى حالة أخرى

Charles's law / قانون تشارلز القانون الذي ينص على أنه بالنسبة لكمية ثابتة من الغاز عند ضغط ثابت، يزداد حجم الغاز كلما ازدادت درجة حرارته وينخفض حجم الغاز كلما انخفضت درجة حرارته

chemical / مادة كيميائية أي مادة تحتوي على تركيبة محددة

chemical bond / رابطة كيميائية قوة الجذب التي تحمل الذرات أو الأيونات معًا

chemical change / تغيير كيميائي تغيير يحدث عندما تتغير مادة واحدة أو أكثر إلى مواد جديدة تمامًا ذات خصائص مختلفة

chemical equation / معادلة كيميائية تمثيل لتفاعل كيميائي يستخدم رموزًا لإظهار العلاقة بين المواد المتفاعلة والمنتجات

chemical equilibrium / توازن كيميائي حالة توازن يتساوى فيها معدل تفاعل أمامي مع معدل التفاعل العكسي وتبقى تركيزات المنتجات والمواد المتفاعلة دون تغيير

chemical formula / صيغة كيميائية مزيج من الرموز والأرقام الكيميائية لتمثيل مادة

chemical kinetics / حركية كيميائية المجال الكيميائي الذي تتم فيها دراسة معدلات التفاعل وآلياته

chemical property / خاصية كيميائية إحدى خصائص المادة التي تصف قدرة المادة على المشاركة في التفاعلات الكيميائية

chemical reaction / تفاعل كيميائي العملية التي تتغير بها مادة واحدة أو أكثر لإنتاج مادة واحدة أو أكثر من المواد المختلفة

chemical sedimentary rock / الصخر الرسوبي الكيميائي صخر رسوبي يتشكل عندما تترسب المعادن من محلول أو تستقر من تعليق

chemistry / كيمياء الدراسة العلمية لتكوين المادة وهيكلها وخصائصها والتغييرات التي تخضع لها

chloroplast / بلاستيدات خضراء عُضي يتألف من العديد من الأغشية التي تُستخدم لتحويل الطاقة الشمسية إلى طاقة كيميائية؛ ويحتوي على الكلوروفيل

chromatic aberration / زيغ لوني تركيز ألوان مختلفة من الضوء على مسافات مختلفة خلف العدسة

chromatid / كروماتيد نصف كروموسوم مضاعف

chromosomal mutation / طفرة صبغية (كروموسومية) نوع من الطفرة يتم فيه نقل جزء كروموسومي إلى موضع جديد على الكروموسوم نفسه أو أي كروموسوم آخر

chromosome / كروموسوم صبغي خيط طويل مستمر من الحمض النووي الريبي المنزوع الأكسجين يتكون من العديد من الجينات والمعلومات التنظيمية

clastic sedimentary rock / صخور رسوبية فتاتية
صخور رسوبية تتشكل عندما يتم ضغط أجزاء من الصخور
الموجودة مسبقًا أو دمجها معًا

cleavage / تصفح (انشقاق) في الجيولوجيا، قابلية المعدن
للانقسام على طول مستويات معينة من الضعف لتشكيل أسطح
ناعمة مسطحة

climate / مناخ أنماط الطقس المميزة في منطقة ما على مدى
فترة زمنية طويلة

climate change / تغير المناخ التغيرات التي تطرأ على
المناخات الإقليمية أو المناخ العالمي، وخاصة التغير الذي
حدث في القرنين العشرين والحادي والعشرين؛ وكان يسمى
سابقًا الاحترار العالمي

clone / مُستنسخ نسخة متماثلة وراثيا لجين واحد أو كائن
حي بأكمله

cloning / الاستنساخ عملية إنتاج نسخة متماثلة وراثياً
لكائن حي

codominance / السيادة المشتركة صيغة اللاقحات
الوراثية المتغايرة التي تعبر عن سمات كلا الأليلين بالتساوي

codon / كودون تسلسل ثلاثة نيوكليوتيدات ترمز لحمض
أميني واحد

coefficient / المُعامل عدد صحيح صغير يظهر كعامل قبل
الصيغة الخاصة بالمعادلة كيميائية

coefficient of friction / معامل الاحتكاك نسبة حجم قوة
الاحتكاك بين جسمين متصلين إلى حجم القوة العادية والتي
عن طريقها تضغط الأجسام على بعضها البعض

coevolution / التطور المشترك العملية التي يتطور
فيها نوعان أو أكثر من الكائنات استجابة للتغيرات التي
حدثت بهما

coherence / تماسك الترابط بين مراحل موجتين أو أكثر

colligative property / خاصية تجميعية خاصية يحددها
عدد الجسيمات الموجودة في النظام ولكنها تكون مختلفة عن
خواص الجسيمات نفسها

collision theory / نظرية التصادم النظرية التي تنص
على أن عدد المركبات الجديدة المتكونة في تفاعل كيميائي
يساوي عدد الجزيئات التي تتصادم، مضروبة في عامل
تصحيح التصادمات منخفضة الطاقة

colloid / غرواني خليط يحتوي على جسيمات متناهية
الصغر، غير أنها متوسطة الحجم إذا ما قورنت بالجسيمات
الموجودة في المحاليل وتلك الموجودة في المعاليق, وتكون
هذه الجسيمات معلقة في حالة السوائل أو الجوامد أو الغازات

combined gas law / قانون الغاز المجمع العلاقة بين
ضغط كمية ثابتة من الغاز وحجمها ودرجة حرارتها

combustion reaction / تفاعل الاحتراق تفاعل الأكسدة
لعنصر أو مركب، حيث تنبعث الطاقة مثل الحرارة

common-ion effect / تأثير الأيون المشترك الظاهرة
التي تؤدي فيها إضافة أيون مشترك إلى مادتين مذابتين إلى
إحداث ترسيب أو تقليل التأين

community / المجتمع تجميعة كافة المجموعات السكانية
المختلفة التي تعيش في منطقة واحدة

competition / التنافسية علاقة إيكولوجية يحاول فيها
كائنان الحصول على نفس المصدر

components of a vector / مركبات المتجه توقعات
متجه على طول محاور نظام إحداثيات

composite / مركب مادة مصممة تتكون عن طريق اتحاد
مادتين أخريين تحتويان على خصائص تكميلية

composition stoichiometry / الحساب الكيميائي
للتركيب الحسابات التي تنطوي على علاقات الكتلة للعناصر
في المُركبات

compound / مركب مادة مكونة من ذرات عنصرين
مختلفين أو أكثر مرتبطين بروابط كيميائية

compression / ضغط منطقة موجة طولية تكون فيها
الكثافة والضغط عند الحد الأقصى

Compton shift / إزاحة كومتون زيادة في الطول
الموجي للفوتون المتناثر بواسطة إلكترون مقارنة بالطول
الموج للفوتون الساقط

concave spherical mirror / مرآة كروية مقعرة مرآة
يكون سطحها العاكس جزءًا منحني داخليًا من الكرة

concentration / التركيز حجم مادة معينة في كمية محددة
من خليط أو محلول أو معدن خام

condensation / تكثيف تغير الحالة من الغاز إلى السائل

condensation reaction / تفاعل التكثيف تفاعل
كيميائي يتحد فيه جزيئان أو أكثر لإنتاج الماء أو جزيء
بسيط آخر

conduction / توصيل حراري نقل الحرارة أو شكل آخر
من الطاقة من جسيم مادة واحدة مباشرةً إلى آخر

conjugate acid / حمض مترافق حمض يتشكل عندما
تكتسب قاعدة بروتونًا

conjugate base / قاعدة مترافقة قاعدة تتشكل عندما يفقد
الحمض بروتونًا

constraint / قيد الحد أو التقييد؛ في التصميم الهندسي،
وهو الحد الذي يجب أن يبقى تصميم أو حل ضمنه، وغالبًا
يتم تحديده عند تحديد مشكلة

constructive interference / تداخل بنّاء تراكب
موجتين أو أكثر تتم فيه إضافة حالات إزاحة فردية على
الجانب نفسه من موضع التوازن معًا لتشكل الموجة الناتجة

consumer / المستهلك الكائن الحي الذي يحصل على الطاقة
والعناصر الغذائية عبر تناول الكائنات الحية الأخرى

عربي

critical mass / **كتلة حرجة** أدنى كتلة لنظير قابل للانشطار يوفر عدد النيوترونات اللازمة للحفاظ على تفاعل سلسلة

critical point / **نقطة حرجة** درجة الحرارة والضغط التي تصبح عندها الحالة الغازية والسائلة لمادة متطابقتين وتشكل مرحلة واحدة

critical pressure / **ضغط حرج** أقل ضغط يمكن أن توجد فيه مادة في حالة سائلة عند درجة الحرارة الحرجة

critical temperature / **درجة الحرارة الحرجة** درجة الحرارة التي إذا تخطتها مادة فلا يمكن أن توجد في الحالة السائلة

crossing over / **عبور** تبادل شرائح الكروموسومات بين الكروموسومات المتماثلة خلال الانقسام الاختزالي

crust / **قشرة** الطبقة الخارجية الرقيقة والصلبة من الأرض فوق غلاف الأرض؛ وتشكل القشرة القارية والمحيطية الجزء العلوي من الغلاف الصخري

cryosphere / **غلاف جليدي** جزء من الغلاف المائي وهو الماء المتجمد، وغالبًا لا يشمل الجليد الموجود في الغلاف الجوي؛ وأحيانًا ما يُعتبر إحدى طبقات النظام الأرضي

crystal / **بلورة** مادة صلبة تم ترتيب ذراتها أو أيوناتها أو جزيئاتها في نمطٍ منتظم متكرر

crystal structure / **بنية بلورية** ترتيب الذرات أو الأيونات أو الجزيئات بطريقة منتظمة لتشكيل بلورة

crystalline solid / **جسم صلب متبلور** مادة صلبة تتكون من البلورات

cultural behavior / **سلوك ثقافي** السلوك الذي يتم تمريره بين أعضاء المجموعة نفسها عن طريق التعلم وليس عن طريق الانتقاء الطبيعي

cyanobacteria / **بكتريا زرقاء** (مفرد: البكتريا الزرقاء) البكتريا التي يمكنها القيام بعملية التمثيل الضوئي؛ تُسمى أحيانًا الطحالب الخضراء المزرقة

cyclic process / **عملية دورية** عملية ديناميكية حرارية يعود فيها النظام إلى الحالات نفسها التي بدأ عندها

cycloalkane / **ألكان حلقي** سلسلة كربون مشبعة تشكل حلقة أو دائرة

cytokinesis / **حرائك خلوية** عملية يحدث من خلالها انقسام في السيتوبلازم الخلوي

D

Dalton's law of partial pressures / **قانون دالتون للضغوط الجزئية** القانون الذي ينص على أن الضغط الكلي لمزيج من الغازات يساوي مجموع الضغوط الجزئية للغازات المكونة

daughter nuclide / **النويدة الابنة** نويدة ناتجة عن اضمحلال إشعاعي لنويدة أخرى

contact force / **قوة اتصال** عملية دفع أو سحب تقع على جسم واحد بواسطة جسم آخر يلامسه

continental margin / **حافة قارية** قاع البحر الذي يقع بين الأرض الجافة والقشرة المحيطية العميقة، وتتألف من الجرف القاري والمنحدر والارتفاع

continuous spectrum / **طيف مستمر تسلسل** غير متقطع للترددات أو الأطوال الموجية للإشعاع الكهرومغناطيسي، غالبًا ما ينبعث عن مصدر متوهج

control rod / **قضيب التحكم** قضيب امتصاص نيوتروني يساعد على التحكم في تفاعل نووي عن طريق الحد من عدد النيوترونات الحرة

controlled experiment / **تجربة خاضعة للتحكم** تجربة يتم فيها اختبار عامل واحد في المرة الواحدة من خلال المقارنة بين مجموعة تحكم وأخرى تجريبية

convection / **حَمل حراري** حركة المادة بسبب الاختلافات في الكثافة؛ يمكن أن يؤدي إلى نقل الطاقة مثل الحرارة

convergent boundary / **حد تباعدي** الحد الفاصل بين لوحين تكتونيين يتحركان نحو بعضهما البعض

conversion factor / **عامل التحويل** نسبة مشتقة من تساوي وحدتين مختلفتين ويمكن استخدامه للتحويل من وحدة إلى أخرى

convex spherical mirror / **مرآة كروية محدبة** مرآة يكون سطحها العاكس جزءًا منحني خارجيًا من الكرة

copolymer / **بوليمر مشترك** بوليمر مكون من مونوميرين مختلفين

core / **نواة** الجزء الأوسط من الأرض تحت غلاف الأرض؛ وهو أيضًا يعد مركز الشمس

Coriolis effect / **تأثير كوريوليس** تقوس مسار جسم متحرك من مسار مستقيم بسبب دوران الأرض أو كائن آخر سماوي

cosmic microwave background (CMB) / **إشعاع الخلفية الكونية الميكروي (CMB)** إشعاع مكتشف من كل اتجاه في الفضاء بشكل موحد تقريبًا؛ ويعتبر من بقايا الانفجار الكبير

covalent bond / **رابطة تساهمية** رابطة تنشأ عندما تشترك الذرات في زوج أو أكثر من الإلكترونات

crest / **قمة** أعلى نقطة فوق مركز التوازن

criterion / **معيار** (جمع: معايير) المتطلبات والمعايير المحددة التي يجب أن يلبيها تصميم ما؛ في التصميم الهندسي، وهو مطلب محدد يجب أن يلبيه تصميم أو حل، وغالبًا ما يتم تحديده عند تحديد المشكلة

critical angle / **زاوية حرجة** أدنى زاوية سقوط يحدث لها انعكاس داخلي كلي

دلتا / **delta** كتلة من الرواسب مروحية الشكل تتمركز عند مصب تيار؛ على سبيل المثال، تتشكل الدلتا حيثما تتدفق المجاري إلى المحيط عند حافة قارة

decay series / سلسلة الاضمحلال سلسلة من النويدات المشعة الناتجة عن الاضمحلال الإشعاعي المتتابع حتى يتم الوصول إلى نويدة مستقرة

decibel / ديسيبل وحدة دون أبعاد تصف نسبة مستويين من شدة صوت؛ وعادةً ما يتم استخدام عتبة السمع باعتبارها شدة مرجعية

decision matrix / مصفوفة القرار أداة لاتخاذ القرار تُستخدم لتقييم عدة خيارات في الوقت نفسه

decomposition reaction / تفاعل تحلل تفاعل يتفتت فيه مركب واحد إلى مادتين أو أكثر أبسط منه

deforestation / إزالة الغابات عملية تطهير الغابات

delta / دلتا كتلة من الرواسب مروحية الشكل تتمركز عند مصب تيار؛ على سبيل المثال، تتشكل الدلتا حيثما تتدفق المجاري إلى المحيط عند حافة قارة

denature / تعديل الخواص الطبيعية تغيير بنية البروتين أو شكله بصورة نهائية – ومن ثم قابليته للذوبان وخصائص أخرى – عن طريق التسخين أو الاهتزاز أو معالجته بالحمضيات أو القلويات أو الأنواع الأخرى

density / كثافة نسبة كتلة مادة إلى حجم المادة؛ وعادةً يتم التعبير عنها بالجرام لكل سنتيمتر مكعب بالنسبة للمواد الصلبة والسائلة وبالجرامات للتر بالنسبة للغازات

density-dependent factor / عوامل معتمدة على الكثافة المقاومة البيئية التي تؤثر على السكان الذين أصبحوا شديدي الازدحام

density-independent factor / عوامل غير معتمدة على الكثافة المقاومة البيئية التي تؤثر على السكان بغض النظر عن الكثافة السكانية

deposition / ترسيب العملية التي يتم بها إسقاط المواد، مثل الرمل أو الطمي بواسطة تيار؛ وهي أيضًا العملية التي يتشكل بها الصقيع عندما يتكثف بخار الماء في صورة صلبة؛ وتتغير الحالة من غاز إلى مادة صلبة مباشرةً

derived unit / وحدة مشتقة وحدة قياس تشكل مزيجًا من القياسات الأخرى

desertification / تصحر العملية التي من خلالها تتسبب الأنشطة البشرية أو التغيرات المناخية في جعل المناطق القاحلة أو شبه القاحلة أكثر صحراوية

destructive interference / تداخل مدمر تراكب موجتين أو أكثر تتم فيه إضافة إزاحات فردية على الجانبين المعاكسين لموضع التوازن معًا لتشكيل الموجة الناتجة

diffraction / حيود تغيُّر في اتجاه موجة ما عند اصطدامها بحاجز أو فتحة أو حافة

diffusion / انتشار انتقال الجسيمات من مناطق ذات كثافة أعلى إلى أخرى مناطق ذات كثافة منخفضة

dihybrid cross / التمرير ثاني التلقيح تمرير، أو تزاوج بين كائنات حية لها زوجين من الصفات المتناقضة

dimensional analysis / تحليل بعدي تقنية رياضية تسمح للفرد باستخدام الوحدات لحل المشاكل المتعلقة بالقياسات

dipole / ثنائي القطب جزيء أو جزء من جزيء يحتوي على مناطق مشحونة سلبيًا وإيجابيًا

diprotic acid / حمض ثنائي الذرة حمض يحتوي على ذرتي هيدروجين مؤينتين في كل جزيء، مثل حمض الكبريتيك

direct current / تيار مباشر تيار كهربائي يتدفق في اتجاه واحد

direct proportion / نسبة مباشرة العلاقة بين متغيرين تكون نسبتها ثابتة

directional selection / الاختيار المُتجه مسار الاختيار الطبيعي الذي يتم فيه اختيار نمط ظاهري غير شائع بدلاً من نمط ظاهري أكثر شيوعًا

disaccharide / ثنائي السكاريد سكر يتكون من اثنين من السكريات الأحادية

discharge / تصريف كمية المياه التي تتدفق خلال وقت معين

dispersion / تشتت عملية فصل الضوء متعدد الألوان إلى الأطوال الموجية لمكوناته

displacement / إزاحة تغير موضع شيء ما

disproportionation / عدم تناسب العملية التي تتحول بها مادة إلى مادتين مختلفتين أو أكثر، وعادةً ما يتم ذلك عن طريق الأكسدة والخفض المتزامنين

disruptive selection / الاختيار الهدام مسار الاختيار الطبيعي الذي يتم فيه اختيار ظاهرتين متضادين ولكنهما غير شائعتين بالتساوي، بدلًا من النمط الظاهري الأكثر شيوعًا

dissociation / تفكك فصل جزيء إلى جزيئات أو ذرات أو جذور أو أيونات أبسط

divergent boundary / حد تباعدي الحد الفاصل بين لوحين تكتونييْن يتباعدان عن بعضهما البعض

DNA; deoxyribonucleic acid / حمض ديوكسي ريبونوكلييك؛ DNA جزيء يخزن المعلومات الوراثية في جميع الكائنات الحية

DNA polymerase / إنزيم الحمض النووي الإنزيم الذي يُنشِيء الروابط بين النكليوتيدات، ليُشكل خيطًا متماثلاً من الحمض النووي أثناء عملية النسخ

DNA replication / تضاعف الحمض النووي عملية صنع نسخة من الحمض النووي الريبي المنزوع الأكسجين

dominant / السائد الأليل الذي يظهر عند وجود أليلين مختلفين في التركيب الوراثي للكائن الحي

doping / إشراب إضافة الشوائب إلى شبه موصل ما

Doppler effect / ظاهرة دوبلر تغير ملحوظ في تردد موجة ما عند تحرك المصدر أو الراصد

double-displacement reaction / تفاعل ثنائي الإزاحة تفاعل يتبادل فيه أيونات مركبين في محلول مائي لتشكيل مركبين جديدين

drainage basin / حوض التصريف المنطقة الكاملة التي تصب في نهر أو شبكة أنهار أو أي كتلة مائية أخرى؛ مستجمع مياه

drift velocity / سرعة الانجراف السرعة الصافية لحامل شحنة يتحرك في مجال كهربائي

ductility / مطيلية القدرة على ترقيق مادة بالطرق أو لفها في سلك

E

earthquake / زلزال حركة الأرض أو ارتجافها والذي ينتج عن انبعاث مفاجئ للطاقة عند تحرك الصخور على طول الصدع

eccentricity / لاتمركزية درجة استطالة مدار إهليلجي (ورمزه، هـ)

ecological niche / المكانة البيئية جميع العوامل الفيزيائية والكيميائية والبيولوجية التي تحتاج إليها الأنواع للبقاء والحفاظ على الصحة والتكاثر في نظام بيئي

ecological succession / تعاقب بيئي تسلسل التغيرات الحيوية التي تجدد مجتمع متضرر أو تبدأ مجتمع في منطقة غير مأهولة سابقًا

ecosystem / النظام الإيكولوجي مجموعة من الكائنات الحية والأشياء غير الحية والعوامل مثل التربة والمياه والصخور والمناخ في منطقة ما

ecosystem services / خدمات النظم الأيكولوجية وظيفة أو عملية بيئية لمنطقةٍ ما تساعد على استدامة الحياة أو تساهم في مورد مهم

effervescence / فوران فقاعة من السائل تحدث نتيجة الهروب السريع للغاز بدلاً من الغليان

efficiency / مردود كمية تقيس نسبة ناتج العمل إلى مدخلات العمل، وعادةً ما يتم التعبير عنها كنسبة مئوية

effusion / انصباب مرور الغاز تحت ضغط من خلال فتحة صغيرة

elastic collision / الاصطدام المرن اصطدام يظل فيه الدفع الكلي والطاقة الحركية الكلية دون تغيير

elastic potential energy / طاقة وضع مرنة الطاقة المخزنة في أي جسم مرن غير منتظم

electrical conductor / موصل كهربي مادة يمكن للشحنات الكهربية التحرك خلالها بحرية

electrical energy / الطاقة الكهربائية طاقة الجسيمات المشحونة بسبب مواقعها

electrical insulator / عازل كهربي مادة لا يمكن للشحنات الكهربية التحرك خلالها بحرية

electrical potential energy / طاقة كهربائية محتملة الطاقة المحتملة المرتبطة بشحنة بسبب وقوعها في مجال كهربائي

electric circuit / دائرة كهربائية مجموعة من المكونات الكهربائية المتصلة والتي توفر مسارًا واحدًا أو أكثر من المسارات الكاملة لحركة الشحنات

electric current / التيار الكهربائي معدل سريان الشحنات الكهربية بنقطة محددة

electric field / الحقل الكهربائي المجال حول جسم مشحون والذي يتأثر داخله جسم آخر بقوة كهربية

electric potential / جهد كهربائي العمل الذي يجب إجراؤه مقابل القوى الكهربائية لنقل شحنة من نقطة مرجعية إلى النقطة المعنية، مقسومًا على الشحنة

electrochemical cell / خلية كهروكيميائية نظام يحتوي على قطبين تفصل بينهما مرحلة إلكتروليت

electrochemistry / كيمياء كهربائية فرع من فروع الكيمياء يدرس العلاقة بين القوى الكهربائية والتفاعلات الكيميائية

electrode / قطب كهربي موصل يُستخدم لإقامة اتصال كهربائي مع جزء غير معدني من الدائرة الكهربائية، مثل الإلكتروليت

electrode potential / جهد القطب الفرق في الجهد بين القطب وحله

electrolysis / تحليل كهربي العملية التي يُستخدم فيها تيار كهربائي لإنتاج تفاعل كيميائي، مثل تحلل الماء

electrolyte / إلكتروليت مادة تتحلل في الماء لإعطاء محلول يدير تيارًا كهربائيًا

electrolytic cell / خلية التحليل الكهربي (إلكتروليتية) جهاز كهروكيميائي يحدث فيه التحليل الكهربائي عندما يسري تيار كهربائي في الجهاز

electromagnet / المغناطيس الكهربائي مغناطيس يتكون من لفائف الأسلاك حول قلب حديدي، ويكتسب الخاصية المغناطيسية فقط عندما يتدفق التيار الكهربائي عبر السلك

electromagnetic induction / الحث الكهرومغناطيسي عملية توليد تيار كهربي في دائرة عبر تغيير المجال المغناطيسي

electromagnetic radiation / إشعاع كهرومغناطيسي الإشعاع المرتبط بمجال كهربائي ومغناطيسي؛ يتغير بشكل دوري ويتحرك بسرعة الضوء

Multilingual Science Glossary

© Houghton Mifflin Harcourt Publishing Company

electromagnetic spectrum / طيف كهرومغناطيسي جميع الترددات أو الأطوال الموجية للإشعاع الكهرومغناطيسي، وهو الإشعاع المرتبط بمجال كهربائي ومغناطيسي، بما في ذلك الضوء المرئي

electromagnetic wave / موجة كهرومغناطيسية موجة تتكون من مجالات كهربائية ومغناطيسية متذبذبة تشع من المصدر إلى الخارج بسرعة الضوء

electron / إلكترون جسيم دون ذري يحتوي على شحنة سالبة

electron affinity / ألفة إلكترونية تغير الطاقة الذي يحدث عند اكتساب إلكترون بواسطة ذرة متعادلة

electron capture / التقاط الإلكترون العملية التي يتم فيها التقاط إلكترون مداري داخلي بواسطة نواة الذرة التي تحتوي على الإلكترون

electron configuration / توزيع الإلكترون ترتيب الإلكترونات في الذرة

electron-dot notation / الترميز النقطي للإلكترون عبارة عن طريقة ترميز للإلكترون يظهر فيها فقط إلكترونات التكافؤ لذرة عنصر معين، مشار إليها بنقاط موضوعة حول رمز العنصر

electronegativity / كهربية سلبية قياس قدرة ذرة في مركب كيميائي على جذب الإلكترونات

electroplating / طلاء بالكهرباء عملية التحليل الكهربائي لطلاء أو دهان جسم بمعدن

element / عنصر مادة لا يمكن فصلها أو تقسيمها إلى مواد أبسط بالوسائل الكيميائية؛ تحتوي جميع ذرات العنصر على العدد الذري نفسه

elimination reaction / تفاعل حذف تفاعل يتم فيه إزالة جزيء بسيط، مثل الماء أو الأمونيا، ويتم إنتاج مركب جديد

ellipse / إهليج شكل بيضاوي محدد بنقاط يكون مجموع مسافاته إلى نقطتين ثابتتين (foci) ثابتًا؛ تكون الدائرة عبارة عن إهليج لصفر لامركزي

emergent spectrum / طيف الامتصاص رسم بياني أو رسم تخطيطي يشير إلى الأطوال الموجية للطاقة المشعة التي تمتصها المادة

emission-line spectrum / طيف خط الانبعاث سلسلة من الأطوال الموجية المحددة للإشعاع الكهرومغناطيسي المنبعث من الإلكترونات أثناء انتقالها من حالات طاقة أعلى إلى حالات طاقة أقل

empirical formula / صيغة تجريبية صيغة كيميائية تُظهر تركيب مركب من حيث الأعداد النسبية وأنواع الذرات في أبسط نسبة

endothermic reaction / تفاعل ماص للحرارة تفاعل كيميائي يستلزم وجود مُدخل طاقة

---

end point / نقطة النهاية هي نقطة في المعايرة والتي يحدث فيها تغير لوني ملحوظ

energy budget / موازنة الطاقة التوازن بين تدفق الطاقة إلى النظام وتدفق الطاقة خارج النظام

energy pyramid / هرم الطاقة مخطط يقارن الطاقة التي يستخدمها المنتجون والمستهلكون الأساسيون والمستويات الغذائية الأخرى

engineering design process / عملية التصميم الهندسي سلسلة من الخطوات التي يتبعها المهندسون للتوصل إلى حل لمشكلةٍ ما

enthalpy / محتوى حراري الطاقة الداخلية لنظام بالإضافة إلى ناتج حجم النظام والضغط الذي يمارسه النظام على البيئات المحيطة به

enthalpy change / تغير المحتوى الحراري كمية الطاقة التي يتم إطلاقها أو امتصاصها باعتبارها حرارة بواسطة نظام أثناء عمليةٍ ما عند ضغط ثابت

enthalpy of combustion / محتوى حراري للاحتراق الطاقة التي يتم إطلاقها في شكل حرارة عن طريق الاحتراق الكامل لكمية محددة من مادةٍ ما عند ضغط ثابت أو حجم ثابت

enthalpy of reaction / محتوى حراري للتفاعل كمية الطاقة المنبعثة أو الممتصة في شكل حرارة أثناء تفاعل كيميائي

enthalpy of solution / محتوى حراري للمحلول كمية الطاقة المنبعثة أو الممتصة في شكل حرارة عند ذوبان كمية محددة من المذاب في المذيب

entropy / إنتروبيا مقياس لعشوائية نظام ما أو اضطرابه

environment / بيئة مزيج من الظروف والتأثيرات خارج نظام ما يؤثر على سلوك هذا النظام

enzyme / إنزيم نوع من البروتينات يعمل بوصفه محفزًا ويسرع التفاعلات الأيضية في النباتات والحيوانات دون تغيير أو تدمير دائم

epicenter / المركز السطحي للزلزال النقطة التي تقع مباشرةً فوق نقطة البداية أو البؤرة على سطح الأرض

epigenetics / علم التخلق دراسة التغيُّرات في التعبير الجيني التي لا تنطوي على تغييرات في تسلسل الحمض النووي الريبي المنزوع الأكسجين

epistasis / توقف الإفراز تفاعل الجينات التي ليست أليلات، لا سيما قمع تأثير أحد هذه الجينات من جانب جين آخر

equilibrium / التوازن في الكيمياء، عبارة عن الحالة التي يحدث فيها تفاعل كيميائي ورد الفعل الكيميائي المعكوس بالمعدل نفسه بحيث لا تتغير تركيزات المواد المتفاعلة والمنتجات؛ وفي الفيزياء، يمثل الحالة التي تكون فيها القوة المحصلة على الجسم صفرًا

equilibrium constant / ثابت التوازن رقم يربط تركيزات المواد البادئة ومنتجات التفاعل الكيميائي القابل للعكس ببعضها البعض عند درجة حرارة معينة

equilibrium vapor pressure / ضغط بخار التوازن ضغط البخار في النظام عند التوازن

equivalence point / نقطة التعادل النقطة التي يوجد عندها المحلولان المستخدمان في المعايرة بكميات متكافئة كيميائيًا

erosion / تعرية إزالة المواد ونقلها عن طريق العوامل الطبيعية مثل الرياح والمياه الجارية؛ وأحيانًا يُستخدم بمعنى أوسع يشمل التجوية

ester / الإستر مركب عضوي يتكون من الجمع بين حمض عضوي وكحول بحيث يتم التخلص من الماء

ether / الإيثر مركب عضوي ترتبط فيه ذرتان من ذرات الكربون بنفس ذرة الأكسجين

eusocial / اجتماعية عليا مجتمع الكائنات الحية الذي يتم فيه تخصيص دور لكل كائن حي ولا تتكاثر فيه جميع الكائنات الحية

evaporation / تبخر تحول المادة من حالة سائلة إلى حالة غازية

evolution / التطور التغيُّر في نوع ما مع مرور الوقت؛ وهو عملية التغيُّر البيولوجي التي تختلفُ فيها الأحفاد عن أسلافهم

excess reactant / المتفاعل المتبقي هي المادة التي لم تُستهلك تمامًا في التفاعل

excited state / حالة مثارة حالة يكون فيها لذرة ما طاقة أكبر مما لديها في حالتها الأرضية

exon / إكسون تسلسل الحمض النووي الذي يكون ترميز المعلومات لتركيب البروتين

exothermic reaction / تفاعل طارد للحرارة تفاعل كيميائي يتم فيه انطلاق طاقة إلى البيئة المحيطة في شكل حرارة

exponential growth / نمو أسي زيادة كبيرة في عدد السكان على مدى فترة زمنية قصيرة

extensive property / خاصية ممتدة خاصية تعتمد على مدى النظام أو حجمه

extinction / الانقراض انتهاء حياة نوع من الكائنات على الأرض

F

facilitated adaptation / التكيُّف المُيسَّر عملية يقوم فيها البشر بتوجيه التكيّفات في المجموعات السكانية المهددة عن طريق تغيير جينوم هذه الأنواع

family / عائلة عمود رأسي من الجدول الدوري

fatty acid / الحمض الدهني حمض عضوي موجود في الشحوم، مثل الدهون أو الزيوت

fault / صدع كسر في جسم صخر ما تنزلق على مستواه من الجانبين كتلة تتعلق بأخرى؛ شكل من أشكال الضغط الهش

feedback / التغذية الراجعة عودة المعلومات بخصوص نظام أو عملية مما قد يؤثر على تغيير هذا النظام أو العملية؛ المعلومات الراجعة

feedback loop / حلقة تغذية راجعة المعلومات التي يتم مقارنتها بمجموعة من القيم والمساعدات المثالية في الحفاظ على الاستتباب

felsic / فلسيّة صفة للصهارة أو الصخور النارية الغنية بخامي الفلسبار والسيليكا والتي تتميز بألوانها الفاتحة

field force / قوة المجال قوة تُمارس على مسافة وليس عن طريق الاتصال المباشر

film badge / المقياس الشريطي عبارة عن جهاز يقيس الكمية التقريبية من الإشعاع المتلقاة من قبل الأشخاص الذين يعملون مع الإشعاع في فترة زمنية محددة

fission / الانشطار العملية التي تنقسم بها النواة إلى شظيتين أو أكثر وتُطلق نيوترونات وطاقة

fitness / مواءمة قياس قدرة كائن حي على البقاء والتناسل مقارنة بأعضاء آخرين في جماعة ما

fluid / مائع مادة غير صلبة تتحرك ذراتها أو جسيماتها بحرية دون الانفصال عن كتلتها كما في الغازات والسوائل

focus / بؤرة مكان داخل الأرض على طول صدع يحدث عنده أول حركة لزلزال؛ وهي أحد نقطتي التحديد المركزيتين لإهليلج

foliation / تورق نسيج صخري متحول يتم فيه ترتيب الحبيبات المعدنية في حزم أو فرق

food chain / سلسلة غذائية نموذج يربط الكائنات الحية من خلال علاقات التغذية الخاصة بهم

food web / شبكة غذائية نموذج يوضح الشبكة المعقدة لعلاقات التغذية داخل النظام البيئي

force / قوة إجراء يمارس على جسم يميل إلى تغيير حالة الراحة أو الحركة في الجسم؛ والقوة لها حجم واتجاه

formula equation / صيغة معادلة تمثيل للمواد المتفاعلة ومنتجات تفاعل كيميائي عن طريق رموزها أو صيغها

formula mass / صيغة الكتلة مجموع متوسط الكتل الذرية لجميع الذرات الممثلة في صيغة أي جزيء أو وحدة صيغة أو أيون

formula unit / وحدة الصيغة أبسط مجموعة من الذرات التي يمكن من خلالها كتابة معادلة المركّب الأيوني

fossil / أحفور أثر أو بقايا كائن حي كان يعيش منذ زمن طويل، وتكون أكثر شيوعًا في الصخور الرسوبية

gamma ray / أشعة جاما الفوتون عالي الطاقة المنبعث من النواة أثناء الانشطار والانحلال الإشعاعي

gas / غاز شكل من أشكال المادة ليس له حجم أو شكل محدد

Gay-Lussac's law / قانون جاي-لوساك القانون الذي ينص على أن الحجم الذي يشغله الغاز عند ضغط ثابت يتناسب طرديًا مع درجة الحرارة المطلقة

Gay-Lussac's law of combining volumes of gases / قانون جاي-لوساك للجمع بين كميات الغازات القانون الذي ينص على أنه يمكن تمثيل كميات الغازات المشاركة في التغيير الكيميائي بنسبة للأعداد الصحيحة الصغيرة

Geiger-Müller counter / عداد جيجر مولر جهاز يكتشف ويقيس شدة الإشعاع عن طريق حساب عدد النبضات الكهربائية التي تمر بين الأنود والكاثود في أنبوب مملوء بالغاز

gene / جين جزء من الحمض النووي الريبي المنزوع الأكسجين موجود على كروموسوم والذي يرمز لواحد أو أكثر من السمات الموروثة؛ الوحدة الأساسية للوراثة

gene expression / تعبير جيني مظهر المادة الوراثية للكائن الحي في شكل سمة محددة

gene flow / تدفق جيني الحركة المادية للألائل من مجموعة واحدة إلى أخرى

gene mutation / طفرة جينية تغيير في تسلسل الحمض النووي الريبي المنزوع الأكسجين

gene pool / تجميعة الجينات جمع جميع الألائل الموجودة في مجموعة ما

generator / مولد كهربائي آلة تحوّل الطاقة الميكانيكية إلى طاقة كهربائية

gene therapy / العلاج الجيني إجراء لعلاج مرض، حيث يُستبدل فيه الجين المعيب أو المفقود أو يُدخل جين جديد في جينوم المريض

genetic cross / تهجين جيني تزاوج اثنين من الكائنات الحية

genetic drift / انحراف (انسياق) وراثي تغيير في معدلات تكرار الأليل بسبب الصدفة وحدها، وهو يحدث بشكلٍ شائع في المجموعات الصغيرة

genetic engineering / الهندسة الوراثية عملية لتغيير الحمض النووي للكائن الحي لإعطاء سمات جديدة له

genetic testing / الاختبار الجيني عملية لاختبار الحمض النووي لتحديد فرصة شخص ما أو احتماليته لتمرير اضطراب وراثي

genetic variation / تنوع جيني الاختلافات في الصفات المادية لفرد عن المجموعة التي ينتمي إليها

fossil fuel / وقود أحفوري مورد طاقة غير متجددة يتكون من بقايا الكائنات الحية التي عاشت منذ زمنٍ طويل؛ ومن الأمثلة على ذلك: النفط والفحم والغاز الطبيعي

founder effect / التأثير المؤسس انحراف جيني يحدث بعد أن يستعمر عدد قليل من الأفراد منطقة جديدة

fracture / كسر شق في الجيولوجيا يعني كسر في صخرة، سواء بإزاحة أو دونها، ينتج عن ضغط، ويتضمن الشقوق والمفاصل والصدوع؛ أيضًا الطريقة التي يتكسر بها المعدن على طول الأسطح المنحنية أو غير المنتظمة

frame of reference / إطار مرجع نظام لتحديد الموقع الدقيق للأجسام في المكان والزمان

free energy / طاقة حرة الطاقة المتاحة للعمل في نظام؛ قدرة النظام على القيام بعمل مفيد

free-energy change / تغيير الطاقة الحرة الفرق بين التغيُّر في المحتوى الحراري، h، وناتج درجة حرارة كلفن وتغيُّر الإنتروبيا، ts، والذي يعرف بأنه، عند ضغط ثابت ودرجة حرارة ثابتة

free fall / سقوط حر حركة جسم ما عندما تتعامل القوة فقط على الجسم بفعل الجاذبية الأرضية

freezing / تجميد تغيير الحالة التي يصبح فيها السائل صلبًا مثل الطاقة عند إزالة الحرارة

freezing point / نقطة التجمد درجة الحرارة التي تكون فيها الحالة الصلبة والسائلة متوازنتين عند ضغط ١ ضغط جوي؛ درجة الحرارة التي تتجمد عندها المادة السائلة

freezing-point depression / انخفاض نقطة التجمد هو الفرق بين نقاط التجمد لمذيب نقي والمحلول، والذي يتناسب طرديًا مع كمية المُذاب الموجودة

frequency / تردد عدد الدورات أو الاهتزازات لكل وحدة زمنية؛ أيضًا عدد الموجات الناتجة في فترة زمنية محددة

friction / الجبهة قوة تقاوم الحركة بين سطحين متلامسين

front / الجبهة الحد الفاصل بين الكتل الهوائية ذات الكثافات المختلفة ودرجات الحرارة المختلفة عادة

functional group / مجموعة وظيفية جزء من جزيء نشط في تفاعل كيميائي والذي يحدد خصائص العديد من المركبات العضوية

fundamental frequency / تردد أساسي أقل تردد لاهتزاز موجة مستقرة

fusion / اندماج نووي العملية التي من خلالها تتجمع نوى ذرات صغيرة لتشكيل نواة جديدة أكثر ضخامة؛ وينتج عن هذه العملية انبعاث طاقة

G

gamete / مشيج خلية جنسية؛ بيضة أو خلية منوية

genetics / علم الوراثة دراسة أنماط الوراثة وتباين الكائنات الحية

genotype / نمط جيني مجموعة المعلومات الوراثية للكائن الحي بأكملها التي ترمز إلى الصفات

geologic timescale / مقياس زمني جيولوجي المقياس الزمني الذي يمثل تاريخ الأرض

geometric isomer / أيزومر هندسي مركب يوجد في تكوينين هندسيين مختلفين أو أكثر

geosphere / طبقة الجيوسفير (الغلاف الأرضي) أصلب طبقة صخرية من طبقات الأرض والتي تمتد من مركز لب الأرض إلى سطح قشرتها؛ وهي إحدى الطبقات الرئيسية الأربع للنظام الأرضي

geothermal energy / طاقة الأرض الحرارية الطاقة المتولدة عن الحرارة في باطن الأرض

germ cell / خلية جنسية في كائن متعدد الخلايا، أي خلية تناسلية (على عكس الخلية الجسدية)

Graham's law of effusion / قانون جراهام للانتشار القانون الذي ينص على أن معدل انتشار الغاز يتناسب عكسيًا مع الجذر التربيعي لكثافة هذا الغاز

glacial / جليدي وقت في عصر جليدي يهيمن عليه وجود الأنهار الجليدية

glacier / نهر جليدي كتلة كبيرة من الثلج المتحرك

gravitational force / قوة الجاذبية القوة المتبادلة للجذب بين جسيمات المادة

gravitational potential energy / طاقة وضع الجاذبية طاقة الوضع المرتبطة بموضع الكائن بالنسبة لمصدر الجاذبية

gravity / جاذبية قوة الجذب بين الأجسام بسبب كتلها والتي تتناقص مع زيادة المسافة بين الأجسام

greenhouse effect / ظاهرة الاحتباس الحراري (تأثير الدفيئة) ارتفاع درجة حرارة سطح الأرض والغلاف الجوي السفلي الذي يحدث عند امتصاص ثاني أكسيد الكربون وبخار الماء والغازات الأخرى الموجودة في الهواء وإعادة إشعاع الأشعة تحت الحمراء

greenhouse gas / غاز الدفيئة غاز يتألف من جزيئات تمتص أشعة تحت حمراء من الشمس وتشعها

ground state / حالة أرضية (خمود) أدنى حالة طاقة لنظام كمي

groundwater / مياه جوفية المياه الموجودة تحت سطح الأرض

group / مجموعة عمود رأسي من عناصر الجدول الدوري؛ عناصر في مجموعة تشترك في الخصائص الكيميائية نفسها

gymnosperm / عاري البذور نبات بذري وعائي خشبي، بذوره غير محاطة بمبيض أو ثمرة

H

habitat / الموئل العوامل الحيوية واللاحيوية مجتمعة، والتي توجد في المنطقة التي يعيش فيها كائن حي

habitat fragmentation / تجزؤ الموطن عملية يتعذر من خلالها الوصول إلى نطاق الموطن المفضل لكائن حي

half-cell / نصف خلية قطب واحد مغمور في محلول من أيوناته

half-life / عمر النصف الوقت الذي تفقد في جرعة من مادة إشعاعية نصف فاعليتها

half-reaction / نصف تفاعل جزء من تفاعل ينطوي فقط على الأكسدة أو الحد

halogen / هالوجين أحد عناصر المجموعة ١٧ (فلور، كلور، بروم، يود، أستاتين)؛ وتتحد الهالوجينات مع معظم الفلزات لتكوين أملاح

harmonic series / سلسلة توافقية سلسلة من الترددات التي تتضمن التردد الأساسي والمضاعفات المتكاملة للتردد الأساسي

heat / الحرارة الطاقة المنقولة بين الأشياء عند درجات حرارة مختلفة؛ ويتم نقل الطاقة دائمًا من الأجسام ذات درجة الحرارة الأعلى إلى الأجسام ذات درجة الحرارة المنخفضة حتى يتم الوصول إلى التوازن الحراري

heat engine / المحرك الحراري آلة لتحويل الطاقة الحرارية إلى شغل أو طاقة ميكانيكية

Heisenberg uncertainty principle / مبدأ اللايقينية لهايزنبرج المبدأ الذي ينص على أن تحديد موقع الإلكترون وسرعته أو أي جسيم آخر في الوقت نفسه أمر مستحيل

helicase / الهليكاز إنزيم يزيل الالتفاف الحلزوني المزدوج للحمض النووي أثناء نسخ الحمض النووي

Henry's law / قانون هنري القانون الذي ينص على أنه عند درجة حرارة ثابتة، تتناسب قابلية ذوبان الغاز في السائل تناسبًا طرديًا مع الضغط الجزئي للغاز على سطح السائل

heritable / قابل للتوريث القدرة على انتقال صفة من جيلٍ إلى الجيل التالي

Hess's law / قانون هس يتساوى تغير المحتوى الحراري العام في التفاعل مع مجموع تغيرات المحتوى الحراري للخطوات الفردية في العملية

heterogeneous / غير متجانس يتألف من مكونات غير متشابهة

heterogeneous catalyst / محفز غير متجانس محفز في مرحلة مختلفة عن مرحلة المتفاعلات

heterogeneous reaction / رد فعل غير متجانس رد فعل تكون فيه المواد المتفاعلة في مرحلتين مختلفتين

hydraulic fracturing / التكسير الهيدروليكي عملية استخراج النفط أو الغاز الطبيعي عن طريق حقن خليط من الماء أو الرمل أو الحصى والمواد الكيميائية تحت ضغط عالٍ داخل الآبار عند الصخور الكثيفة لإحداث كسور يجعلها الرملُ أو الحصى مفتوحة

hydrocarbon / هيدروكربون مركب عضوي يدخل في تركيبه عنصري الكربون والهيدروجين فقط

hydroelectric energy / طاقة كهرومائية طاقة كهربائية تتولد عن تدفق الماء

hydrogen bond / رابطة هيدروجينية القوة بين الجزيئية التي تحدث عندما تنجذب ذرة هيدروجين مرتبطة بذرة ذات شحنة كهربية سلبية عالية لجزيء واحد لاثنين من الإلكترونات غير المشتركة لجزيء آخر

hydrolysis / تحلل مائي تفاعل كيميائي بين الماء ومادة أخرى لتشكيل مادتين جديدتين أو أكثر؛ تفاعل بين الماء والملح لإنشاء حمض أو قاعدة

hydronium ion / أيون الهيدرونيوم أيون يتكون من بروتون مقترن بجزيء ماء ؛ H_3O^+

hydrosphere / غلاف مائي الجزء المائي من الأرض؛ وهو إحدى الطبقات الرئيسية الأربع للنظام الأرضي

hypothesis / فرضية شرح قائم على بحث أو ملاحظات علمية، حيث يمكن إخضاعها للتجربة والاختبار

ice age / العصر الجليدي فترة طويلة من التبريد المناخي التي تتجمد خلالها القارات بشكل متكرر

ideal fluid / مائع مثالي سائل لا يحتوي على احتكاك داخلي أو لزوجة وغير قابل للانضغاط

ideal gas / غاز مثالي غاز تخيلي تكون جسيماته صغيرة بشكل لا نهائي ولا تتفاعل مع بعضها البعض

ideal gas constant / ثابت الغاز المثالي ثابت التناسب الذي يظهر في معادلة الحالة لمول واحد من الغاز المثالي؛ الثابت = 0.0820578 لتر • ضغط جوي/ مول• كلفن

ideal gas law / قانون الغاز المثالي القانون الذي ينص على العلاقة الرياضية للضغط (P)، والحجم (V)، ودرجة الحرارة (T)، وثابت الغاز (R)، وعدد مولات الغاز (N)؛ $PV = nRT$

igneous rock / صخر ناري الصخر الذي يتشكل عندما تبرد الصُهارة وتتصلب

immiscible / غير قابل للامتزاج يصف سائلين أو أكثر من السوائل التي لا تختلط مع بعضها البعض

impulse / دفعة ناتج القوة والفاصل الزمني الذي تعمل خلاله القوة على كائن

heterotroph / غيري التغذية كائن حي يحصل على جزيئات غذائية عضوية من خلال كائناتٍ حيةٍ أخرى أو منتجاتها الثانوية والذي لا يمكنه تجميع المركبات العضوية من المواد غير العضوية

heterozygous / متغايرة اللواقح خاصية وجود أليلتين مختلفتين تظهران في نفس موضع الكروماتية الشقيقة

hole / فجوة إلكترونية مستوى الطاقة الذي لا يشغله الإلكترون في مادة صلبة

homeostasis / استتباب تنظيم الحالات الداخلية الثابتة في الكائن الحي والحفاظ عليها

homogeneous / متجانس يصف شيئًا له بنية أو تركيبة موحدة طوال الوقت

homogeneous catalyst / محفز متجانس محفز يكون في مرحلة المتفاعلات نفسها

homogeneous reaction / رد فعل متجانس رد فعل تكون فيه جميع المواد المتفاعلة والمنتجات في المرحلة نفسها

homologous chromosomes / صبغيات متماثلة صبغيات لها نفس الطول والمظهر ونسخ الجينات، على الرغم من اختلاف الألائل

homologous structure / بنية متجانسة جزء من الجسم متشابه في البنية على كائنات حية مختلفة لكنه يؤدي وظائف مختلفة

homozygous / متماثلة اللواقح خاصية وجود أليلتين متماثلتين في نفس موضع الشقيقة الكروماتية

hormone / الهرمون إشارة كيميائية تُنتج في أحد أجزاء الكائن الحي وتؤثر على نشاط الخلية في جزء آخر

horizon / أفق طبقة أفقية من التربة يمكن تمييزها عن الطبقات الواقعة فوقها وأسفلها؛ ويمثل أيضًا حدًا بين طبقتين صخريتين لهما خصائص فيزيائية مختلفة

hot spot / بقعة ساخنة منطقة على سطح الأرض نشطة بركانيًا، وعادةً تكون بعيدة عن حد الصفائح التكتونية

Hund's rule / قاعدة هوند القاعدة التي تنص على أنه بالنسبة للذرة في الحالة الأرضية (القاعدية)، يكون عدد الإلكترونات المفردة الحد الأقصى الممكن ويكون لهذه الإلكترونات المفردة الدوران نفسه

hybrid orbitals / مدارات مهجنة مدارات متساوية الطاقة ناتجة عن الجمع بين مدارين أو أكثر على نفس الذرة

hybridization / تهجين خلط مدارين أو أكثر من المدارات الذرية لنفس الذرة لإنتاج مدارات جديدة؛ ويمثل التهجين خلط المدارات عالية الطاقة ومنخفضة الطاقة لتكوين مدارات طاقة متوسطة

hydration / إماهة الألفة القوية لجزيئات الماء لجسيمات المواد المذابة أو المعلقة التي تسبب التفكك الإلكتروليتي

incomplete dominance / السيادة غير التامة النمط الظاهري للواقح متغايرة الذي يمزج بين نمطين لمتماثلي اللواقح

independent assortment / التوزيع المستقل القانون الثاني لمندل، الذي ينص على أن الألائل في زوج أليل تتفصل بشكل مستقل عن بعضها البعض خلال تشكيل الأمشاج

index fossil / حفرية مؤشرة حفرية تُستخدم لتحديد عمر طبقة صخرية لأن الحفرية تكون متميزة ومتوفرة ومنتشرة وأن الأنواع التي شكلت تلك الحفرية كانت موجودة لفترة قصيرة فقط من الزمن الجيولوجي

index of refraction / مؤشر الانكسار نسبة سرعة الضوء في الفراغ إلى سرعة الضوء في وسط شفاف محدد

induction / التحريض عملية شحن موصلٍ بجعله يقترب من جسم مشحون آخر وتأريض الموصل

inelastic collision / تصادم تام غير مرن اصطدام يلتصق به جسمان بعد تصادمهما

inertia / القصور الذاتي ميل جسم إلى مقاومة تحركه أو، إذا تحرك، مقاومة تغيير سرعته أو اتجاهه

innate / الفطرة سلوك لا يُكتسب من خلال التجربة

inner core / نواه داخلية الجزء الصلب الأعمق من الأرض، ويتألف في الغالب من الحديد والنيكل تحت ضغط ودرجة حرارة عالية للغاية

insolation / تشمس الإشعاع الشمسي (الطاقة من الشمس) الذي يصل إلى الأرض؛ معدل توصيل الإشعاع الشمسي لكل وحدة من السطح الأفقي

instantaneous velocity / سرعة لحظية سرعة كائنٍ ما في لحظةٍ ما أو عند نقطةٍ محددة في مسار الكائن

intensity / كثافة معدل تدفق الطاقة عبر منطقة وحدة متعامدة مع اتجاه حركة الموجة

intensive property / خاصية شمولية خاصية لا تعتمد على كمية المادة الموجودة مثل الضغط أو درجة الحرارة أو الكثافة

interest group / مجموعة مصالح مجموعة من الأشخاص الذين لديهم مصلحة مشتركة توفر أساسًا لاتخاذ إجراء تشريعي

interglacial / بين جليدي فترة قصيرة نسبيًا من الدفء في عصر جليدي

intermediate / متوسط بيني مادة تتشكل في مرحلة متوسطة من تفاعل كيميائي وتعتبر حجر زاوية بين المادة الأصلية والمنتج النهائي

intermolecular forces / قوى بين جزيئية قوى الجذب بين الجزيئات

internal energy / طاقة داخلية خاصية تتضمن طاقات الجسيمات الفردية للنظام وليس طاقات النظام بأكمله

interstellar medium / وسط بين نجمي المواد، وغالبيتها من غاز الهيدروجين، والغازات الأخرى والغبار، التي تشغل الفضاء بين النجوم وتوفر المادة الخام لتشكيل نجوم جديدة

introduced species / نوع دخيل نوع غير أصلي في منطقةٍ ما وقد جلبته الأنشطة البشرية إلى تلك المنطقة

intron / الإنترون جزء من جين لا يرمز لحمض أميني

invasive species / نوع غازي (دخيل) نوع غير أصلي في نظام بيئي ومن المرجح ومن يتسبب أن إدخاله إلى هذا النظام البيئي في إلحاق ضرر اقتصادي أو بيئي أو ضرر بصحة الإنسان

inverse proportion / تناسب عكسي العلاقة بين متغيرين يكون ناتجهما ثابتًا

ion / الأيون ذرة أو جذر أو جزيء اكتسب أو فقد إلكترونًا واحدًا أو أكثر ويحتوي على شحنة سالبة أو موجبة

ionic bond / رابطة أيونية قوة تجذب الإلكترونات من ذرة إلى أخرى، مما يحول ذرة متعادلة إلى أيون

ionic compound / مركب أيوني مركب يتكون من أيونات مرتبطة ببعضها بواسطة التجاذب الإلكتروستاتيكي

ionization / التأين عملية إضافة أو إزالة إلكترونات من ذرة أو جزيء، والتي تعطي الذرة أو الجزيء شحنة صافية

ionization energy / طاقة التأين الطاقة اللازمة لإزالة إلكترون من ذرة أو أيون (واختصارها، IE)

isolated system / نظام منعزل عبارة عن مجموعة من الجسيمات أو المكونات التفاعلية والتي تُعتبر كيانًا ماديًا مميزًا وذلك لغرض الدراسة، عادة دون وجود قوى خارجية تؤثر على أي من مكوناته

isomer / أيزومر (مصاوغ) مركب واحد من مركبين أو أكثر لهما التركيب الكيميائي نفسه ولكن ببنيات مختلفة

isostatic equilibrium / اتزان متساوي حالة توازن مثالية بين القوى الجاذبة والقوى الطافية التي تعمل على الغلاف الصخري للأرض، والتي تؤدي إلى تضاريس مختلفة

isothermal process / عملية ثابتة درجة الحرارة عملية ديناميكية حرارية تحدث عند درجة حرارة ثابتة

isotope / نظير ذرة واحدة من ذرتين أو أكثر لهما عدد البروتونات (العدد الذري) نفسه ولكن بأعداد مختلفة من النيوترونات (الكتلة الذرية)

isovolumetric process / عملية متساوية الحجم عملية ديناميكية حرارية تحدث عند حجم ثابت وبالتالي لا يتم القيام بأي عمل على النظام أو بواسطته

iterate / التكرار القيام بالشيء مرة أخرى أو تكرار القيام به؛ في اختبار التصميم يتم استخدام نتائج كل تكرار لتعديل النسخة التالية من التصميم

law of multiple proportions / قانون النسب المتضاعفة القانون الذي ينص على أنه عند اتحاد عنصرين لتكوين مركبين أو أكثر، فإن النسبة بين كتلة أحد العنصرين التي تتحد مع كتلة معينة من العنصر الآخر تكون نسبة عددية صحيحة وبسيطة

Le Châtelier's principle / مبدأ لو شاتيليه المبدأ الذي ينص على أن نظامًا في حالة توازن سيعارض التغيير بطريقة تساعد في التخلص من هذا التغيير

lens / عدسة جسم شفاف يكسر الأشعة الضوئية ومن ثم تتجمع الأشعة الضوئية و تتفرق لتكوين الصورة

lever arm / ذراع رافعة المسافة العمودية من محور الدوران إلى خط مرسوم على طول اتجاه القوة

Lewis acid / حمض لويس ذرة أو أيون أو جزيء يقبل زوجًا من الإلكترونات

Lewis acid-base reaction / تفاعل حمض-قاعدة لويس هو تكوين رابطة تساهمية واحدة أو أكثر بين متبرع بزوج إلكترون ومتقبل لزوج إلكترون

Lewis base / قاعدة لويس ذرة أو أيون أو جزيء يتبرع بزوج من الإلكترونات

Lewis structure / هيكل لويس تركيبة هيكلية تُمثل فيها الإلكترونات بالنقاط ؛ تمثل أزواج النقاط أو الشرطات بين رمزين ذريين أزواجًا في الروابط التساهمية

light-year / السنة الضوئية المسافة التي يقطعها الضوء في سنة واحدة، تقدر بحوالي ٩٫٤٦ تريليون كيلومتر

limiting reactant / متفاعل محدد المادة التي تتحكم في كمية المنتج والتي يمكن أن تتكون في تفاعل كيميائي

linear polarization / استقطاب خطي محاذاة الموجات الكهرومغناطيسية بحيث تكون اهتزازات المجالات الكهربائية في كل موجة من الموجات متوازية مع بعضها البعض

lipid / شحم نوع من أنواع الكيمياء الحيوية التي لا يذوب في الماء، والذي يتضمن الدهون والستيرويدات؛ وتخزن الشحوم الطاقة وتشكل أغشية الخلايا

liquid / سائل حالة المادة التي لها حجم محدد ولكن ليس لها شكل محدد

lithosphere / القشرة الأرضية الطبقة الخارجية الصلبة من الأرض التي تتكون من القشرة والجزء العلوي الصلب من الوشاح

logistic growth / نمو لوجستي النمو السكاني الذي يتميز بفترة من النمو البطيء، تليها فترة من النمو المتسارع، تليها فترة أخرى من عدم النمو تقريبًا

London dispersion force / قوى تشتت لندن الجاذبية ما بين الجزيئات الناتجة عن التوزيع غير المتساوي للإلكترونات وإنشاء ثنائيات أقطاب مؤقتة

joule / جول الوحدة المستخدمة للتعبير عن الطاقة؛ وتساوي كمية الشغل الذي تبذلها قوة قدرها ١ نيوتن في مسافة قدرها ١ متر في اتجاه القوة (يرمز لها بالحرف ج)

ketone / الكيتون مركب عضوي يتم فيه ضم مجموعة الكربونيل إلى مجموعتي ألكيل؛ يُحصل عليه من أكسدة الكحولات الثانوية

kin selection / اختيار الأقارب عندما يعمل الاختيار الطبيعي على الأليلات التي تفضل بقاء الأقارب المقربين

kinetic energy / طاقة حركية طاقة الجسم التي تُعزى إلى حركة الكائن

kinetic friction / احتكاك حركي القوة التي تعارض حركة سطحين متصلين وهما ينزلقان فوق بعضهما البعض

kinetic-molecular theory / النظرية الجزيئية الحركية نظرية توضح أن سلوك الأنظمة المادية يعتمد على الإجراءات المجمعة للجزيئات التي تشكل النظام

lanthanide / اللانثانيد عضو في سلسلة العناصر الأرضية النادرة، التي يتراوح عددها الذري من ٥٨ (سيريوم) إلى ٧١ (لوتيتيوم)

laser / ليزر جهاز يُنتج إضاءة متماسكة بطول موجي واحد فقط

latent heat / حرارة كامنة الطاقة لكل كتلة وحدة يتم نقلها أثناء تغيير طور مادة

lattice energy / الطاقة الشبكية الطاقة المنبعثة عندما يتكون مول واحد لمركب بلوري أيوني من أيونات غازية

lava / الحمم البركانية (اللابة) صُهَارَة بركانية تتدفق على سطح الأرض؛ الصخور التي تتشكل عندما تبرد الحمم وتتصلب

law of conservation of energy / قانون بقاء الطاقة القانون القائل بأن الطاقة لا تفنى ولا تستحدث من العدم ولكن يمكن تحويلها من صورة إلى أخرى

law of conservation of mass / قانون بقاء الكتلة القانون القائل بأن الكتلة لا تفنى ولا تستحدث من العدم ولكن يمكن تحويلها من صورة إلى أخرى

law of definite proportions / قانون النسب المحددة القانون الذي ينص على أن أي مركب كيميائي يحتوي دائمًا على العناصر نفسها بنسب الوزن أو الكتلة نفسها بالضبط

longitudinal wave / **الموجة الطولية** موجة تهتز خلالها جسيمات الوسيط في اتجاه موازي لاتجاه حركة الموجة

longshore current / **تيار شاطئي** تيار مائي يجري بالقرب من الشاطئ وبمحاذاته

luster / **البريق** الطريقة التي يعكس بها معدن ما الضوء

M

macromolecule / **الجزيء الضخم** هو جزيء كبير جدًا، عادةً بوليمر يتكون من مئات أو آلاف الذرات

mafic / **مافيّ** وصف للصهارة أو الصخور النارية الغنية بعنصري الماغنسيوم والحديد وهي تتميز بألوانها الداكنة

magic numbers / **الأرقام السحرية** الأرقام (٢ و٨ و٢٠ و٢٨ و٥٠ و٨٢ و١٢٦) التي تمثل عدد الجسيمات في نواة ذرية فائقة الاستقرار، والتي أكملت طبقات البروتونات والنيوترونات

magnetic domain / **نطاق مغناطيسي** منطقة تتألف من مجموعة من الذرات تتم محاذاة دوراتها في الاتجاه نفسه

magnetic field / **مجال مغناطيسي** منطقة يمكن اكتشاف قوة مغناطيسية فيها

magnetic quantum number / **عدد كمي مغناطيسي** العدد الكمي الذي يشير إلى اتجاه المدار حول النواة؛ يرمز له بالرمز m

magnitude / **شدة الزلزال** درجة قوة وعنف الزلازل

main-group element / **عنصر مجموعة رئيسية** عنصر في العمود s أو العمود p في الجدول الدوري

malleability / **قابلية الطرق** قابلية مادة للطرق أو الدق على لوح

mantle / **وشاح** الطبقة الصخرية السميكة الواقعة بين القشرة الأرضية والنواة

mantle convection / **حمل حراري للوشاح** الحركة البطيئة للمادة في وشاح الأرض، والتي تنقل الطاقة مثل الحرارة من باطن الأرض إلى السطح

mass / **كتلة** مقياس مقدار المادة في جسم ما؛ وهي خاصية أساسية لجسم لا يتأثر بالقوى التيّ تتفاعل معه، مثل قوة الجاذبية

mass defect / **نقص الكتلة** الفرق بين كتلة ذرة ومجموع كتل بروتونات ونيوترونات وإلكترونات الذرة

mass density / **كثافة الكتلة** تركيز مادة أحد الأجسام، ويتم قياسها بحجم كتلة المادة لكل وحدة

mass extinction / **انقراض جماعي** حادثة تنقرض خلالها أعداد كبيرة من الأنواع

mass number / **العدد الكتلي** مجموع أعداد البروتونات والنيوترونات التي نواة الذرة

---

mass wasting / **إتلاف الكتلة** حركة التربة أو الرواسب أو المادة الصخرية أسفل منحدر يقع تحت تأثير الجاذبية

materials science / **علم المواد** دراسة خصائص المواد واستخداماتها في العلوم والتكنولوجيا

matter / **مادة** أي شيء يحتوي على كتلة ويأخذ حيزًا في الفراغ

mechanical energy / **طاقة ميكانيكية** مجموع الطاقة الحركية وجميع أشكال الطاقة الكامنة

mechanical wave / **موجة ميكانيكية** موجة تتطلب وسيطًا للتحرك يتم من خلاله

medium / **وسيط** بيئة مادية يمكن للتشويش أن يتحرك من خلالها

meiosis / **انتصاف** شكل من أشكال التقسيم النووي الذي يقسم خلية ثنائية الصبغيات إلى خلايا أحادية الصبغة؛ وتعد مهمةً في تكوين الأمشاج من أجل التكاثر الجنسي

melting / **انصهار** تغيُّر في حالة المادة من صلبة إلى سائلة عند إضافة طاقة أو تغيير ضغط

melting point / **نقطة الانصهار** درجة الحرارة والضغط اللذين تصبح عندهما المادة الصلبة سائلة

mesosphere / **ميزوسفير** والتي تعني حرفيًا، «الغلاف الأوسط»؛ وهو الجزء القوي السفلي من الوشاح الواقع بين غلاف الانسياب والنواة الخارجية؛ وهو أبرد طبقات الغلاف الجوي، بين الستراتوسفير والغلاف الحراري، حيث تنخفض درجة الحرارة كلما زاد الارتفاع

Mesozoic Era / **حقب الحياة الوسطى (الميزوزوي)** الحقبة الجيولوجية التي بدأت منذ ٢٥١ مليون عام وانتهت منذ ٦٥,٥ مليون عام وتُسمى أيضًا عصر الزواحف

metabolism / **استقلاب** مجموع جميع العمليات الكيميائية التي تحدث في جسم الكائن الحي

metal / **معدن** عنصر لامع يقوم بتوصيل الحرارة والكهرباء بشكل جيد

metallic bond / **رابطة فلزية** رابطة تتكون عن طريق الانجذاب بين أيونات الفلز ذات الشحنات الموجبة والإلكترونات التي تدور حولها

metalloid / **شبه فلز** عنصر يمتلك خصائص كل من الفلزات واللافلزات؛ وأحيانًا ما يشار إليه باسم شبه الموصل

metamorphic rock / **صخر متحول** صخر تغيرت بنيته أو تركيبه بفعل الحرارة والضغط والمواد الكيميائية، وعادةً ما يتواجد بعمق في القشرة الأرضية

microevolution / **التطور الدقيق** تغيُر ملحوظ في تكرارات الأليل في المجموعة السكانية عبر عدد من الأجيال

molarity / المولية تركيز وحدة من المحلول يتم التعبير عنها بمولات من المذاب لكل لتر من المحلول

mole / المول وحدة أساسية في النظام الدولي للوحدات تُستخدم لقياس كمية المادة التي تحتوي على عدد الجسيمات مثل عدد ذرات الكربون الموجود في ١٢ جم بالضبط من الكربون – ١٢

mole ratio / نسبة مولية عامل تحول يربط الكميات بالمولات لأي مادتين مشاركتين في تفاعل كيميائي

molecular compound / مركب جزيئي مركب كيميائي تكون أبسط وحداته هي الجزيئات

molecular formula / صيغة جزيئية صيغة كيميائية توضح عدد الذرات وأنواعها في جزيء ما وليس ترتيب الذرات

molecule / جزيء ذرتان أو أكثر من الذرات ترتبط سويًا بروابط تساهمية؛ وليس بالضرورة أن تكون مركبًا

moment of inertia / عزم القصور الذاتي ميل جسم يدور حول محور ثابت لمقاومة تغيُّر في هذه الحركة الدورية

momentum / كمية التحرك حاصل ضرب كتلة الجسم في سرعته

monatomic ion / أيون أحادي الذرة أيون يتكون من ذرة واحدة

monohybrid cross / التمرير أحادي التلقيح التمرير أو التزاوج بين الكائنات الحية والذي يحتوي على زوج واحد فقط من الصفات المتباينة

monomer / مونومر جزيء بسيط يمكن أن يتحد مع جزيئات أخرى مماثلة له أو تختلف عنه لتكوين البوليمر

monoprotic acid / حمض أحادي البروتون حمض يمكنه التبرع ببروتون واحد فقط لقاعدة ما

monosaccharide / سكر أحادي(أحادي السكاريد) سكر بسيط وهو الوحدة الفرعية الأساسية للكربوهيدرات

moraine / ركام جليدي تضاريس أرضية مصنوعة من رواسب غير متماثلة ترسبت بفعل النهر الجليدي؛ كما يعمل النهر الجليدي على ترسيب الحريث

multiple bond / رابطة متعددة رابطة تتقاسم فيها الذرات أكثر من زوج واحد من الإلكترونات، مثل الرابطة ثنائية (مزدوجة) أو رابطة ثلاثية

mutagen / مطفر عامل يمكنه أن يسبب طفرة أو زيادة في تكرار الطفرات في الكائنات الحية

mutation / طفرة تغيير في تسلسل الحمض النووي الريبي المنزوع الأكسجين

mutual inductance / محاثة تبادلية قدرة دائرة واحدة على إحداث قوة دافعة كهربائية في دائرة مجاورة في وجود تيار متغير

mid-ocean ridge / عرف وسط المحيط سلسلة طويلة من الجبال تقع تحت سطح البحر وتتميز بوادي ضيق ومنحدر في منتصف البحر، ويتشكل هذا العرف مع ارتفاع الصهارة من غلاف الانسياب، وينتج الغلاف الصخري المحيطي الجديد (قاع البحر) مع تحرك الصفائح التكتونية

millimeters of mercury / ملليمترات الزئبق وحدة لقياس الضغط

mineral / معدني مادة صلبة طبيعية غير عضوية عادةً، تحتوي على تركيبة كيميائية مميزة وهيكل داخلي منظم ومجموعة مميزة من الخصائص الفيزيائية

mining / تعدين عملية استخراج الخام والمعادن وغيرها من المواد الصلبة من الأرض

miscible / قابل للامتزاج يصف سائلين أو أكثر يمكن إذابتهم في بعضهم البعض بنسبٍ مختلفة

mitochondrion / متقدرة (جمع: متقدرات) عضية على شكل حبة الفول توفر الطاقة للخلية ولها ريبوسوماتها الخاصة وحمضها النووي الخاص

mitosis / انقسام خلوي عملية تقوم الخلية من خلالها بتقسيم نواتها ومحتوياتها

mixture / خليط مزيج من مادتين أو أكثر غير مركبتين كيميائيًا

model / طراز نمط أو خطة أو تمثيل أو وصف مصمم لإظهار بنية أو أعمال كائن أو نظام أو مفهوم

moderator / المُنظّم مادة تبطء من سرعة النيترونات كي يُمكن امتصاص النويدة لها

molal boiling-point constant / ثابت نقطة غليان مولالي كمية يتم حسابها لتمثيل ارتفاع نقطة الغليان لمحلول قدره ١ مولال من محلول غير متطاير وغير إلكتروليت

molal freezing-point constant / ثابت نقطة تجميد مولالي كمية يتم حسابها لتمثيل انخفاض نقطة التجمد لمحلول قدره ١ مولال من مذاب غير متطاير وغير إلكتروليت

molality / مولية تركيز محلول يتم التعبير عنه بالمولات المذابة لكل كيلوجرام من المذيب حرارة تكوين المول مقدار الطاقة مثل الحرارة الناتجة عن تكوين ١ مول من مادة عند ضغط ثابت

molar enthalpy of fusion / حرارة انصهار المول مقدار الطاقة مثل الحرارة اللازمة لتغيير ١ مول من المادة من حالتها الصلبة إلى السائلة عند درجة حرارة وضغط ثابتين

molar enthalpy of vaporization / حرارة تبخير المول مقدار الطاقة مثل الحرارة اللازمة لتبخير ١ مول من السائل عند درجة حرارة وضغط ثابتين

molar mass / كتلة مولية كتلة ١ مول من المادة بالجرامات

node / عقدة نقطة في موجة متوقفة تحتفظ بإزاحة قدرها صفر

nomenclature / تسمية نظام تسمية

nonelectrolyte / مادة لا إلكتروليتية مادة تذوب في الماء لإعطاء محلولٍ لا يوصل تيارًا كهربائيًا

nonmetal / لا فلز عنصر يوصل الحرارة والكهرباء بشكلٍ ضعيف ولا يكوّن أيونات إيجابية في محلول إلكتروليتي

nonpoint source pollution / تلوث متعدد النقاط تلوث يأتي من مصادر متعددة بدلًا من موقع واحد محدد، مثال: التلوث الذي يلحق بالمسطحات المائية بسبب الشوارع ومجاري تصريف العواصف

nonpolar covalent bond / رابطة تساهمية غير قطبية رابطة تساهمية يتم فيها جذب إلكترونات الرابطة بالقدر نفسه لكل من الذرات المربوطة

nonrenewable resource / مورد غير متجدد مورد يتكون بمعدل أقل بكثير من معدل استهلاكه

nonvolatile substance / مادة غير متطايرة مادة تميل قليلًا لأن تصبح غازًا في ظل الظروف الحالية

normal distribution / التوزيع الطبيعي في علم الأحياء، فإن التوزيع بمجموعة سكانية يكون فيه تكرار الأليل هو الأعلى بالقرب من المدى المتوسط للقيمة، ويقل باستمرار بالاقتراب من الطرفين

normal force / قوة طبيعية قوة تؤثر على جسم ملقى على سطح ويكون هذا التأثير في اتجاه عمودي على السطح

nuclear binding energy / طاقة الارتباط النووي الطاقة المنبعثة عندما تتكون النواة من نيوكليونات

nuclear fission / الانشطار النووي العملية التي تنشطر فيها النواة إلى شظيتين أو أكثر، وتُطلق النيترونات والطاقة في هذه العملية

nuclear forces / قوى نووية التفاعل الذي يربط البروتونات والنيوترونات، والبروتونات والبروتونات، والنيوترونات معًا في النواة

nuclear fusion / اندماج نووي العملية التي من خلالها تتجمع نوى ذرات صغيرة لتشكيل نواة جديدة أكثر ضخامة؛ وينتج عن هذه العملية انبعاث طاقة

nuclear power plant / محطة طاقة نووية منشأة تستخدم الحرارة من المفاعلات النووية لإنتاج الطاقة الكهربائية

nuclear radiation / إشعاع نووي الجسيمات التي تنطلق من النواة خلال الاضمحلال الإشعاعي، مثل النيوترونات والإلكترونات والفوتونات

nuclear reaction / تفاعل نووي تفاعل يؤثر على نواة ذرة

NADPH / فوسفات ثنائي نيوكليوتيد الأدينين وأميد النيكوتين الجزيء الذي يعمل كحامل للطاقة أثناء عملية البناء الضوئي

natural gas / الغاز الطبيعي خليط من الهيدروكربونات الغازية التي توجد تحت سطح الأرض، غالبًا تكون بالقرب من المستودعات البترولية، ويستخدم كوقود

natural hazard / خطر طبيعي ظاهرة تحدث بشكل طبيعي قد ينتج عنها إلحاق الضرر بالإنسان أو الملكية أو البيئة

natural resource / مورد طبيعي مادة أو طاقة مثل الخشب أو راسب معدني أو طاقة مائية تحدث في حالة طبيعية ولها قيمة اقتصادية

natural selection / اصطفاء (انتقاء) طبيعي آلية يلد من خلالها الأفراد الذين لديهم تعديلات موروثة مفيدة ذرية أكثر في المتوسط من الأفراد الآخرين

nebula / سديم سحابة كبيرة من الغاز والغبار في الفضاء بين النجوم؛ وهي منطقة في الفضاء تتشكل فيها النجوم

negative feedback / تغذية راجعة سلبية تغذية راجعة تُطبِق المخرجات مقابل الشروط الأولية والتي تميل إلى مواجهة التغيير أو تقليله وتحقيق الاستقرار في عمليةٍ أو نظام

negative feedback loop / حلقة تغذية راجعة سلبية نظام التحكم في الاستتباب الذي يضبط ظروف الجسم عندما تختلف الظروف عن المثالية

net force / قوة صافية قوة واحدة تتشابه تأثيراتها الخارجية على جسم صلب مع تأثيرات العديد من القوى الفعلية التي تعمل على الجسم

net ionic equation / معادلة أيونية صافية معادلة تتضمن فقط تلك المركبات والأيونات التي تخضع لتغيّر كيميائي في أحد التفاعلات في محلول مائي

neutralization / تعادل تفاعل الأيونات التي تميز الأحماض (أيونات الهيدرونيوم) والأيونات التي تميّز القواعد (أيونات الهيدروكسيد) لتشكيل جزيئات الماء والملح

neutron / نيوترون جسيم دون ذري لا يحتوي على شحنات ويقع في نواة ذرة

newton / نيوتن وحدة في النظام الدولي للوحدات تُستخدم لقياس القوة؛ القوة التي ستزيد من سرعة كتلة حجمها ١ كجم بمقدار ١ م/ث كل ثانية يتم فيها استخدام القوة (ويكون اختصارها، N)

noble gas / غاز نبيل واحد من عناصر المجموعة ١٨ من عناصر الجدول الدوري (هليوم، نيون، أرجون، كريبتون، زينون، رادون)؛ وتكون الغازات النبيلة غير تفاعلية

noble-gas configuration / تكوين الغاز النبيل مستوى طاقة رئيسي خارجي غالبًا ما يشغله بالكامل ثمانية إلكترونات

operon / العملية مقطع من الحمض النووي يحتوي على كافة الشفرات لبدء النسخ وتنظيمه وبناء البروتين؛ يشتمل على المُرَوِّج والجين التنظيمي والجين الهيكلي

orbit / مدار مسار جسم أثناء تحركه حول جسم آخر بسبب جاذبيتهما المتبادلة

orbital / مداري منطقة في الذرة يكثر احتمال إيجاد إلكترونات بها

order / نظام في الكيمياء، تصنيف للتفاعلات الكيميائية التي تعتمد على عدد الجزيئات التي يبدو أنها تدخل في التفاعل

order number / رقم النظام الرقم المحدد لأهداب التداخل مقارنة بالأهداب اللامعة المركزية

ore / خام مادة طبيعية تتميز بوجود تركيز عال من المعادن ذات القيمة الاقتصادية ويمثل نشاط استخراجها عملا مربحًا

organ / عضو مجموعة من أنواع مختلفة من الأنسجة التي تعمل معًا لأداء وظيفة محددة أو وظائف ذات صلة

organ system / جهاز عضوي عضوان أو أكثر يعملان بطريقة منسقة للقيام بوظائف مماثلة

organic compound / مركب عضوي مركب مرتبط تساهميًا يحتوي على كربون، باستثناء الكربونات والأكاسيد

organic sedimentary rock / صخر رسوبي عضوي صخر رسوبي يتكون من بقايا النباتات أو الحيوانات

organism / الكائن الحي أي كائن يتمتع بالحياة

osmosis / تناضح انتشار الماء أو مذيب آخر من محلول أكثر تخفيفًا (للمذاب) إلى محلول أكثر تركيزًا (للمذاب) من خلال غشاء قابل للنفاذ إلى المذيب

osmotic pressure / ضغط تناضحي الضغط الخارجي الذي يجب تطبيقه لوقف التناضح

outer core / نواة خارجية طبقة في باطن الأرض تقع بين اللب الداخلي والوشاح، وتتألف في الغالب من النيكل والحديد المنصهر

overharvesting / الصيد الجائر اصطياد أو إزالة عدد من الكائنات الحية أكثر من قدرة المجموعة على تعويضها

oxidation / الأكسدة تفاعل يزيل إلكترونًا واحدًا أو أكثر من مادة بحيث يزداد تكافؤ المادة أو حالة الأكسدة

oxidation number / رقم الأكسدة عدد الإلكترونات التي يجب إضافتها أو إزالتها من ذرة في حالة مشتركة لتحويلها إلى شكلها الأولى

oxidation state / حالة الأكسدة حالة ذرة يتم التعبير عنها بعدد الإلكترونات التي تحتاج إليها الذرة للوصول إلى شكلها الأولى

oxidation-reduction reaction / تفاعل الأكسدة والاختزال أي تغيير كيميائي يتأكسد فيه نوع واحد (يفقد إلكترونات) ويتم تقليل نوع آخر (يكتسب إلكترونات)؛ والذي يُسمى أيضًا تفاعل أكسدة

nuclear reactor / مفاعل نووي جهاز يستخدم التفاعلات النووية المحكومة لإنتاج الطاقة أو النويدات

nuclear shell model / نموذج القشرة النووية نموذج يمثل النيكلونات كما هي موجودة في مستويات الطاقة المختلفة، أو الأصداف، في النواة

nuclear waste / نفايات نووية نفايات تحتوي على نظائر مشعة

nucleic acid / حمض نووي مركب عضوي، إما الحمض النووي الريبي (RNA) أو الحمض النووي الريبي المنزوع الأكسجين (DNA)، الذي تتكون جزيئاته من سلسلة واحدة أو سلسلتين من النيوكليوتيدات وتحمل معلومات جينية

nucleon / نيوكلون بروتون أو نيوترون

nucleotide / نوكلتيدة مونمر عضوي يتكون من السكر والفوسفات وقاعدة نيتروجينية، وهي وحدة البناء الأبسط لسلسة الحمض النووي، مثل الحمض النووي والحمض النووي الريبوزي

nucleus / نواة (جمع: نوى) في علوم الحياة، عضية تتألف من غشاء مزدوج يعمل مخزنًا لمعظم الحمض النووي الريبي المنزوع الأكسجين للخلية؛ في العلوم الطبيعية، وهي منطقة مركزية للذرة، تتكون من بروتونات ونيوترونات

nuclide / نيوكليد ذرة يحددها عدد البروتونات والنيوترونات في نواتها

O

ocean acidification / تحمض المحيط انخفاض الأس الهيدروجيني لمياه المحيطات بسبب امتصاص مستويات عالية من ثاني أكسيد الكربون (CO_2) من الغلاف الجوي بشكل غير طبيعي

oceanic trench / خندق محيطي هبوط طويل وضيق وشديد الانحدار يتشكل في قاع المحيط نتيجة انزلاق صفيحة تكتونية، يسير بالتوازي مع اتجاه سلسلة من الجزر البركانية أو ساحل قارة، وقد يبلغ عمقه ١١ كم تحت مستوى سطح البحر؛ ويسمى أيضًا خندقًا أو خندقًا في أعماق المحيط

octet rule / قاعدة الثمانيات مفهوم لنظرية الترابط الكيميائي القائم على افتراض أن الذرات تميل إلى أن تحتوي إما على طبقات تكافؤ فارغة أو ممتلئة من ثمانية إلكترونات

oil shale / طفل زيتي طفل أسود أو رمادي غامق أو بني داكن يحتوي على هيدروكربونات تنتج البترول عن طريق التقطير

operator / المُشغل عبارة عن تسلسل قصير من الحمض النووي الفيروسي أو البكتيري الذي يرتبط به المُثبِّط لمنع النسخ (تخليق الحمض النووي الريبوزي الرسول) من الجين المجاور في العملية

percentage error / خطأ مئوي مقارنة نوعية لمتوسط القيمة التجريبية للقيمة الصحيحة أو المقبولة؛ يتم حسابه عن طريق طرح القيمة المقبولة من القيمة التجريبية مع قسمة الفرق على القيمة المقبولة ثم ضربها في ١٠٠

percentage yield / مردود مئوي نسبة العائد الفعلي إلى العائد النظري، مضروبة في ١٠٠

perfectly inelastic collision / تصادم تام غير مرن اصطدام يلتصق به جسمان بعد تصادمهما

period / فترة في الكيمياء، صف أفقي من العناصر في الجدول الدوري؛ في الفيزياء، الوقت الذي يستغرقه حدوث دورة كاملة أو ذبذبة موجة

periodic law / القانون الدوري القانون القائل بأن الخصائص الكيميائية والفيزيائية المتكررة للعناصر تتغير دوريًا طبقًا للأعداد الذرية للعناصر

periodic table / الجدول الدوري ترتيب العناصر بترتيب أرقامها الذرية بحيث تقع العناصر ذات الخصائص المتشابهة في العمود أو المجموعة نفسها

petroleum / النفط خليط سائل من المكونات الهيدروكربونية المركبة؛ ويستخدم بصورة واسعة مصدرًا للوقود

pH / الأس الهيدروجيني (pH) قيمة مستخدمة للتعبير عن الحموضة أو القلوية (القاعدية) لنظام ما؛ ويشير كل عدد صحيح على المقياس إلى تغير عشرة أضعاف في الحموضة؛ ويكون الأس الهيدروجيني ٧ محايدًا، والأس الهيدروجيني الأقل من ٧ حمضيًا والأكبر من ذلك يكون قلويًا

pH meter / مقياس الأس الهيدروجيني جهاز يُستخدم لتحديد الأس الهيدروجيني لمحلول ما عن طريق قياس الجهد بين القطبين الكهربيين اللذين يوضعان في المحلول

phase / طور في الكيمياء، إحدى الحالات الأربع التي يمكن أن توجد عليها المادة: صلبة أو سائلة أو غازية أو بلازمًا؛ وهو جزء موحد من المادة

phase change / تغير الطور التغير المادي لمادة ما من حالة واحدة (صلبة أو سائلة أو غازية) إلى أخرى عند درجة حرارة وضغط ثابتين

phase diagram / مخطط الحالة رسم بياني للعلاقة بين الحالة المادية لمادة ما ودرجة حرارتها وضغطها

phenomenon / ظاهرة حادثة أو ظرف أو حقيقة يمكن ملاحظتها

phenotype / نمط ظاهري مجموعة من جميع الخصائص الفيزيائية لكائن حي

phospholipid / شحم فسفوري الجزيء الذي يشكل غشاء خلية مزدوجة الطبقات؛ يتكون من مجموعة الجلسرين ومجموعة الفوسفات واثنين من الأحماض الدهنية

photoelectric effect / تأثير كهروضوئي انبعاث الإلكترونات من مادة عندما يضيء ضوء ترددات معينة على سطح تلك المادة

oxidized / متأكسد يصف عنصرًا فقد إلكترونات وزاد رقم أكسدته

oxidizing agent / عامل مؤكسد المادة التي تكتسب إلكترونات في تفاعل أكسدة-اختزال والتي يتم تقليلها

oxyacid / حمض أكسجيني حمض مركب من الهيدروجين والأكسجين وعنصر ثالث وعادة ما يكون لافلزي

oxyanion / الأكسيانيون عبارة عن أيون متعدد الذرات يحتوي على أكسجين

ozone / الأوزون جزيء غاز يتكون من ثلاث ذرات أكسجين

P

P-wave / الموجة بي موجة أولية أو موجة ضغط؛ موجة زلزالية تتسبب في تحرّك جزيئات الصخر في اتجاه خلفي وأمامي مواز للاتجاه الذي تسير فيه الموجة؛ وتعتبر موجات بي أسرع الموجات الزلزالية ويمكنها الانتقال عبر المواد الصلبة والسائلة والغازات

Paleozoic Era / حقبة الباليوزي الحقبة الجيولوجية التالية لزمن أحقاب ما قبل الكمبري والتي استمرت لمدة تتراوح بين ٥٤٢ و٢٥١ مليون سنة

parallax / اختلاف الموضع تغير واضح في موضع شيء ما عند تغيير موضع النظر إليه

parallel / موازي يصف اثنين أو أكثر من مكونات دائرة توفر مسارات توصيل منفصلة للتيار نظرًا لاتصال المكونات عبر نقاط مشتركة أو تقاطعات

parent nuclide / نيوكليد أصلي نيوكليد مشع يُنتج نيوكليدًا وليدًا محددًا ليصبح عضوًا لاحقًا من سلسلة مشعة

partial pressure / ضغط جزئي ضغط كل غاز في خليط

pascal / باسكال وحدة في النظام الدولي للوحدات تُستخدم لقياس الضغط؛ وتساوي قوة قدرها ١ نيوتن المبذولة على مساحة ١ متر مربع (وتُعرف اختصارًا بـ Pa)

passive margin / هامش سلبي حافة قارية لا تحدث على طول حدود الصفائح

path difference / اختلاف المسار الفرق في المسافة التي يقطعها شعاعان عندما يكونان مشتتين في الاتجاه نفسه من نقاط مختلفة

Pauli exclusion principle / مبدأ الاستبعاد لبولي المبدأ الذي ينص على ألا يكون لجزيئين من فئة معينة حالة الطاقة نفسها

PCR; polymerase chain reaction / تفاعل البوليميراز (الإنزيم) التسلسلي طريقة لزيادة كمية الحمض النووي عن طريق فصله إلى قسمين وإضافة البادئات والإنزيمات

percentage composition / النسبة المئوية للتركيب النسبة المئوية بالكتلة لكل عنصر في مركب

photon / فوتون وحدة أو كم من الضوء؛ جزيء من الإشعاع الكهرومغناطيسي يمتلك كتلة صفرية ساكنة ويحمل كمية من الطاقة

photosynthesis / التمثيل الضوئي عملية يتم من خلالها تحويل الطاقة الضوئية إلى طاقة كيميائية؛ وتنتج السكر والأكسجين من ثاني أكسيد الكربون والماء

physical change / تغير فيزيائي تغير المادة من شكل إلى آخر دون تغير خواصها الكيميائية

physical property / خاصية فيزيائية خاصية لمادة لا يتضمن تغييرًا كيميائيًا، مثل الكثافة أو اللون أو الصلابة

pitch / الدرجة قياس لمدى ارتفاع أو انخفاض الصوت الذي يمكن إدراكه بحاسة السمع وفقًا لتردد الموجة الصوتية

plasma / البلازما حالة للمادة تتكون من جسيمات مشحونة متحركة بحُريّة، مثل الأيونات والإلكترونات؛ تختلف خصائصها عن خصائص المادة صلبة أو السائلة أو الغازية

plasmid / البلازميد قطعة دائرية من المادة الوراثية موجودة في البكتيريا والتي يمكن أن تتكاثر منفصلة عن الحمض النووي للصبغي الرئيسي

plateau / هضبة منبسطة (محيطية) مساحة كبيرة ومرتفعة نسبيًا عن الأرض، وهي أعلى من السهل وأكبر من الهضبة المستوية

plate tectonics / تكتونية الصفائح النظرية التي توضح كيف تتحرك قطع كبيرة من الغلاف الصخري، تسمى الصفائح، ويتغير شكلها

pOH / أس الهيدروكسيد سالب اللوغاريتم العادي لتركيز أيونات الهيدروكسيد لمحلولٍ ما

point source pollution / تلوث مصدره نقطة تلوث يأتي من موقع معين

polar / قطبية تصف جزيئًا تنفصل فيه الشحنات الموجبة والسالبة

polar covalent bond / الرابطة التساهمية القطبية رابطة تساهمية يتم فيها ربط زوج من الإلكترونات تتشاركهما ذرتان عن طريق ذرة واحدة

polarity / القطبية خاصية لنظام؛ بحيث توجد فيه نقطتان لهما خصائص متعاكسة، مثل الشحنات أو الأقطاب المغناطيسية

pollution / تلوث أي شيء يضاف إلى البيئة وله تأثير سلبي على البيئة أو كائناتها الحية

polyatomic ion / أيون متعدد الذرات أيون يتكون من ذرتين أو أكثر

polygenic trait / سمة عديدة الجينات السمات التي تَنتُج من اثنين أو أكثر من الجينات

polymer / بوليمر جزيء كبير يتكون من أكثر من خمسة مونومرات أو وحدات صغيرة

polyprotic acid / حمض متعدد النواة حمض يمكنه التبرع بأكثر من بروتون واحد لكل جزيء

polysaccharide / عديد السكاريد واحد من الكربوهيدرات التي تتكون من سلاسل طويلة من السكريات البسيطة. وتشمل النشا والسليلوز والجليكوجين

population / مجموعة جميع أفراد أحد الأنواع التي تعيش في المنطقة نفسها

positive feedback / تغذية راجعة موجبة تغذية راجعة تميل إلى تضخيم تغييرٍ أو زيادته وإرباك عملية أو نظام

positive feedback loop / حلقة تغذية راجعة موجبة نظام تحكم تؤدي فيه المعلومات الحسية إلى جعل الجسم يزيد من معدل التغيير بعيدًا عن الاستتباب

positron / بوزيترون جسيم يتماثل مع الإلكترون في الكتلة والدوران ولكنه يمتلك شحنة موجبة

potential difference / فرق الكمون العمل الذي يجب إجراؤه مقابل القوى الكهربائية لتحريك شحنة ما بين النقطتين المعنيتين مقسومًا على الشحنة

potential energy / طاقة الوضع الطاقة الكامنة في جسم ما بسبب موضعه أو شكله أو حالته

power / طاقة كمية تقيس المعدل الذي يتم عنده العمل أو معدل نقل الطاقة بأي طريقة

Precambrian / عصر ما قبل الكمبري الفترة الزمنية في النطاق الزمني الجيولوجي بدءًا من تشكيل الأرض إلى بداية عصر الباليوزويك، من ٤٫٦ مليار إلى ٥٤٢ مليون سنة

precession / مبادَرة حركة محور جسم دوار، مثل تمايل دوامة، عندما تؤثر قوة خارجية على المحور؛ وهي دوران بطيء في محور دوران الأرض قياسًا إلى مداره

precipitate / راسب مادة صلبة تنشأ عن تفاعل كيميائي في محلول ما

precision / دقة دقة قياس

predation / الافتراس العملية التي يصطاد فيها الكائن حي كائنًا آخر ويقتله ليتغذى عليه

pressure / ضغط مقدار القوة المبذولة في كل وحدة مساحة لسطح ما

primary energy source / مصدر الطاقة الرئيسي يصف مصدرًا للطاقة موجودًا بشكل طبيعي في البيئة؛ ويعد الفحم والغاز الطبيعي والشمس والرياح واليورانيوم أمثلة لمصادر الطاقة الرئيسية

primary standard / معيار أولي مركب صلب عالي النقاوة يُستخدم للتحقق من تركيز محلول معروف في المعايرة

principal quantum number / العدد الكمي الرئيسي العدد الكمي الذي يشير إلى طاقة الإلكترون في الذرة ومداره

probability / الاحتمالية احتمال وقوع حدث معين

radiation / إشعاع انبعاث الطاقة وانتشارها في شكل موجات كهرومغناطيسية؛ أيضًا هو تحرك الجسيمات دون الذرية

radioactive decay / اضمحلال إشعاعي تفتت نواة ذرية غير مستقرة إلى نوع واحدٍ مختلفٍ أو أكثر من الذرات أو النظائر، يصاحبه انبعاثُ الإشعاع، أو الأسر النووي للإلكترونات أو طردها، أو الانشطار

radioactive nuclide / نيوكليد مشع نيوكليد يحتوي على نظائر تتحلل وتطلق إشعاعًا

radioactive tracer / كاشف (مقتفٍ) إشعاعي مادة مشعة تتم إضافتها إلى مادةٍ ما حتى يمكن اكتشاف توزيعها لاحقًا

radiometric dating / التأريخ الراديومتري طريقة تحديد عمر جسم ما من خلال تقدير النسب المئوية النسبية للنظير المشع والنظير المستقر

rare earth element / عنصر أرضي نادر أي مجموعة من العناصر المعدنية الطبيعية والتي تتماثل في الخواص، وتتكون من السكانديوم والإتريوم والعناصر ١٥ التي تتراوح أعدادها الذرية من ٥٧ حتى ٧١ (اللانثانيدات). تُستخدم العناصر الأرضية النادرة على نطاقٍ واسعٍ في الإلكترونيات وغيرها من المنتجات عالية التقنية

rarefaction / تخلخل منطقة موجة طولية تصل فيها الكثافة والضغط إلى أدنى حد

rate law / قانون المُعدل هو التعبير الذي يوضح كيف يعتمد معدل تكوين المنتج على تركيز جميع الأنواع الأخرى التي تشارك في تفاعل ما بالإضافة إلى المذيب

rate-determining step / الخطوة المحددة لسرعة التفاعل الخطوة التي تحتوي على أدنى سرعة وتحدد سرعة التفاعل بالكامل، في تفاعلٍ كيميائي متعدد الخطوات

reactant / متفاعل مادة أو جزيء يشارك في تفاعلٍ كيميائي

reaction mechanism / آلية التفاعل الطريقة التي يحدث بها تفاعل كيميائي؛ ويتم التعبير عنها في سلسلة من المعادلات الكيميائية

reaction rate / معدل سرعة التفاعل المعدل الذي يحدث به التفاعل الكيميائي؛ ويقاس بمعدل تكوين الناتج أو معدل اختفاء المواد المتفاعلة

reaction stoichiometry / حساب العناصر المتفاعلة حسابات تتضمن علاقات الكتلة بين المتفاعلات والنتائج في تفاعلٍ كيميائي

real gas / غاز حقيقي غاز لا يعتبر غازًا مثاليًا افتراضيًا تمامًا، بسبب التفاعلات التي تتم بين جزيئاته

real image / صورة حقيقية صورة يشكلها تقاطع أشعة الضوء؛ ويمكن عرض الصورة الحقيقية على الشاشة

recessive / صفة متنحية أليل لا يتم التعبير عنه إلا إذا تواجدت نسختان في التركيب الوراثي للكائن الحي

recharge / إعادة التغذية حجم المياه الذي يتدفق في غضون وقت معين

producer / المنتِج كائن يحصل على طاقته من مصادر غير حيوية، مثل ضوء الشمس أو المواد الكيميائية غير العضوية

product / ناتج مادة تتشكل في تفاعلٍ كيميائي

projectile motion / حركة المقذوف الحركة التي يُظهرها جسم ما عند رميه أو قذفه أو إذا تم إسقاطه بشكلٍ آخر بالقرب من سطح الأرض

promoter / المُروّج قسم من الحمض النووي الذي يرتبط به إنزيم الحمض النووي الريبوزي، لبدء نسخ من الحمض النووي الريبوزي الرسول

protein / بروتين بوليمر مكوّن من الأحماض الأمينية المربوطة بالروابط الببتيدية؛ ويُطوى في هيكلٍ معين حسب الروابط بين الأحماض الأمينية

protein synthesis / تخليق البروتين تشكيل البروتينات باستخدام المعلومات التي يحتوي عليها الحمض النووي الريبي المنزوع الأكسجين والتي يحملها الحمض النووي الريبوزي الرسول (MRNA)

proton / بروتون جسيم دون ذري يحتوي على شحنة موجبة ويقع في نواة ذرة؛ ويكون عدد البروتونات في النواة هو العدد الذري، الذي يحدد هوية العنصر

protoplanetary disk / القرص الكوكبي البدائي قرص من جزيئات الغاز والغبار التي تدور حول نجم نشأ حديثًا، يمكن أن تتشكل منه الكواكب

prototype / نموذج تجريبي نموذج مُعد لاختبار منتج ما

Punnett square / مربع بانيت نموذج للتنبؤ بكافة الطرازات الوراثية المحتملة الناتجة عن التمرير أو التزاوج

pure substance / مادة نقية عينة من مادة، إما عنصر واحد أو مركب واحد، لها خصائص كيميائية و فيزيائية محددة

pyramid of numbers / هرم الأعداد مخطط بياني يوضح عدد الكائنات الحية الفردية عند كل مستوى غذائي في نظام بيئي

Q

quantity / كمية شيء له درجة أو حجم أو مقدار

quantum / كم الوحدة الأساسية للطاقة الكهرومغناطيسية ؛ ويميّز خصائص موجة الإلكترونات

quantum number / عدد كمي عدد يحدد خصائص معينة للإلكترونات

quantum theory / نظرية الكم دراسة بنية الذرة والجسيمات دون الذرية وسلوكها من وجهة النظر القائلة أن جميع أشكال الطاقة تأتي في حزم صغيرة غير قابلة للتجزئة

R

radian / زاوية نصف قطرية (راديان) زاوية يساوي طول قوسها نصف قطر الدائرة، والتي تساوي تقريبًا ٥٧٫٣ درجة

resistance / **مقاومة** في علم الأحياء، تمثل قدرة الكائن الحي على تحمل مادة كيميائية أو عامل يسبب المرض؛ وهي قدرة نظام بيئي على مقاومة التغيير الناتج عن اضطراب ما؛ في الفيزياء، المعارضة التي تظهر للتيار الكهربائي بواسطة مادة أو جهاز

resolving power / **قدرة التحليل** قدرة أداة بصرية على تشكيل صور منفصلة لكائنين قريبين معًا

resonance / **رنين** ترابط في الجزيئات أو الأيونات التي لا يمكن تمثيلها بشكل صحيح بهيكل لويس واحد؛ في الفيزياء ظاهرة تحدث عندما يتطابق تردد قوة مطبقة على نظام مع التردد الطبيعي لاهتزاز النظام، مما يؤدي إلى حدوث اهتزاز واسع النطاق

respiration / **تنفس** العملية التي تحدث داخل الخلايا الحية والتي يتم من خلالها تحويل الطاقة الكيميائية للجزيئات العضوية إلى طاقة قابلة للاستخدام، متضمنةً استهلاك الأكسجين وإنتاج ثاني أكسيد الكربون والمياه باعتبارهما منتجات ثانوية

resultant / **الناتج** متجه يمثل مجموع اثنين أو أكثر من المتجهات

reversible reaction / **تفاعل انعكاسي** تفاعل كيميائي تقوم فيه المنتجات بإعادة تشكيل المواد المتفاعلة الأصلية

ribosome / **ريبوسوم** عضية تربط الأحماض الأمينية معًا لتشكيل البروتينات

ridge push / **دفع حيدي** قوة تُمارس عن طريق تبريد الصخور وانحسارها على الصفائح التكتونية المنتشرة عند حافة وسط المحيط

rms current / **متوسط الجذر التربيعي للتيار** قيمة التيار المتردد التي تعطي التأثير الحراري نفسه الذي تعطيه القيمة المقابلة للتيار المستمر

rock cycle / **دورة صخرية** سلسلة العمليات التي تتدمر فيها الصخور المتشكلة، والتي تتغير من نوع إلى آخر، وتتشكل مرة أخرى من خلال العمليات الجيولوجية

roentgen / **رونتجن** وحدة جرعة إشعاعية من الأشعة السينية أو أشعة جاما تساوي مقدار الإشعاع الذي سينتج 2.58×10^{-4} من الأيونات لكل كيلوجرام من الهواء عند الضغط الجوي

rotational kinetic energy / **طاقة حركية دورانية** طاقة جسم تسببها حركته الدورانية

S

S-wave / **الموجة S** موجة ثانوية أو موجة القص؛ وهي موجة اهتزازية تؤدي إلى تحرك جزيئات الصخر من جانب إلى آخر عمودية إلى الاتجاه الذي تسير فيه الموجة؛ وتعتبر موجات s ثاني أسرع الموجات الاهتزازية وتنتقل فقط من خلال المواد الصلبة

reclamation / **استصلاح** عملية الوصول إلى حالة مناسبة أو استعادتها مثل حالة طبيعية سابقة

recombinant DNA / **الحمض النووي الهجين** الحمض النووي المُعدل وراثيًا والذي يحتوي على جينات من أكثر من كائن أو نوع واحد

recrystallization / **إعادة التبلور** عملية إصلاح البلورات أو البنية البلورية

recycle / **إعادة تدوير** الدخول في دورة أخرى أو المرور بها؛ لاستعادة المواد القيمة أو المفيدة من النفايات أو المخلفات أو لإعادة استخدام المواد

reduced / **مختزل** يصف مادة اكتسبت إلكترونات أو فقدت ذرة أكسجين أو اكتسبت ذرة هيدروجين

reducing agent / **عامل اختزال** مادة لها القدرة على اختزال مادة أخرى

reduction / **اختزال** تغير كيميائي يتم فيه اكتساب إلكترونات، إما عن طريق إزالة الأكسجين أو إضافة الهيدروجين أو إضافة الإلكترونات

reduction potential / **جهد الاختزال** انخفاض في الجهد الذي يحدث عندما يصبح أيون موجب أقل إيجابية أو محايدًا أو عندما تصبح ذرة محايدة أيونًا سالبًا

reflection / **انعكاس** انعكاس موجة كهرومغناطيسية على سطح ما

reforestation / **إعادة تشجير** تجديد أرض الغابات وإعادة زراعتها

refraction / **انكسار** انحناء سطح موجة عندما يمر بين مادتين تختلف فيهما سرعة الموجة

relative age / **عمر نسبي** عمر كائنٍ ما قياسًا لأعمار الكائنات الأخرى

rem / **ريم** مقدار الإشعاع المؤيِّن الذي يتسبب في ضرر كبير للأنسجة البشرية والذي يماثل لضرر رونتجن واحد (وحدة قياس الإشعاع) من الأشعة السينية ذات الجهد العالي

renewable / **متجدد** تصف موردًا طبيعيًا يمكن إنتاجه بنفس المعدل الذي يتم استهلاكه به. كما يُستخدم هذا المصطلح لوصف الطاقة التي تم الحصول عليها من هذه الموارد

renewable resource / **مورد متجدد** مورد طبيعي يمكن إنتاجه بالمعدل الذي يتم استهلاكه به

replication / **استنساخ** عملية يتم فيها نسخ الحمض النووي الريبي المنزوع الأكسجين

repulsive force / **قوة تنافر** قوة تؤثر على الأجسام فتدفعها بعيدًا عن بعضها البعض

reservoir / **مخزن** مكان أو جزء من نظام يقوم شيء ما بالجمع فيه أو يتم فيه جمع شيء ما

resilience / **مرونة** قدرة نظام بيئي على التعافي بعد تعرضه لخلل

salt / ملح مركب أيوني يتشكل عندما تحل ذرة أحد الفلزات أو جذر موجب محل هيدروجين الحمض

saponification / التصبن تفاعل كيميائي تتفاعل فيه استرات الأحماض الدهنية مع قاعدة قوية لإنتاج الجلسرين وملح حامض دهني. العملية التي تستخدم لصنع الصابون

saturated hydrocarbon / المركب الهيدروكربوني المُشبّع مركب عضوي يتكون فقط من الكربون والهيدروجين المرتبطين بروابط مفردة

saturated solution / محلول مشبع محلول لا يمكنه حل أي مذاب آخر في ظل ظروف معينة

scalar / عددي كمية فيزيائية لها حجم ولكن ليس لها اتجاه

schematic diagram / مخطط تمثيلي تمثيل لدائرة تستخدم خطوطًا لتمثيل الأسلاك وتستخدم رموزًا مختلفة لتمثيل المكونات

scientific method / أسلوب علمي سلسلة من الخطوات المتبعة لحل المشكلات، والتي تتضمن جمع البيانات وصياغة فرضية واختبار الفرضية وتوضيح الاستنتاجات

scientific notation / ترميز علمي وسيلة للتعبير عن كمية في صورة رقم مضروبًا في ١٠ حسب القوة المناسبة

scintillation counter / عداد الوميض أداة تحول الوميض إلى إشارة كهربائية لكشف الإشعاع وقياسه

secondary energy source / مصدر طاقة ثانوي يصف مصادر الطاقة المشتقة من مصادر الطاقة الأولية؛ على سبيل المثال، تعتبر الكهرباء مصدر طاقة ثانوي يتم إنتاجه من استخدام المصادر الأولية مثل الفحم والغاز الطبيعي

sediment / رواسب جسيمات صلبة مثل أجزاء الصخر المجواة أو مواد من كائناتٍ حية أو المعادن التي تستقر خارج المحلول والتي يتم نقلها وترسيبها على سطح الأرض أو بالقرب منه

sedimentary rock / صخر رسوبي صخر تشكل عن طريق ارتصاص طبقات من الرواسب وتدعيمها

seismic wave / موجة زلزالية؛ موجة سيزمية موجة من الطاقة التي تصدر من أحد المراكز الزلزالية وتنتشر في جميع اتجاهات الأرض

seismogram / سيزموجرام تتبع لحركة الهزات الأرضية تسجله مرسمة الزلازل

self-ionization of water / التأين الذاتي للماء عملية يُنتج فيها جزيئين ماء أيون هيدرونيوم وأيون هيدروكسيد عن طريق نقل بروتون

semipermeable membrane / غشاء شبه نافذ غشاء يسمح بمرور جزيئات معينة فقط

series / سلسلة تصف مكونين أو أكثر من مكونات الدائرة التي توفر مسارًا واحدًا للتيار

sex chromosome / كروموسوم جنسي أحد الصبغيين الجنسيين والمسؤول عن تحديد جنس الفرد

sex-linked gene / جين مرتبط بالجنس جين يقع على كروموسوم جنسي

sexual selection / الاختيار الجنسي الاختيار الذي تعزز فيه سمات معينة نجاح التزاوج؛ بحيث تُمرر الصفات إلى ذرية

shielding / التدريع مادة ممتصة للإشعاع تستخدم لتقليل التسرب الإشعاعي من المفاعلات النووية

SI / SI النظام الدولي للوحدات (le système international d'unités) وهو نظام القياس المقبول في جميع أنحاء العالم

significant figure / الرقم الدلالالي هو المكان العشري المحدد الذي يحدد مقدار التقريب الذي يجب القيام به بناءً على دقة القياس

silicate / سليكات معدن يحتوي على مزيج من السيليكون والأكسجين وقد يحتوي أيضًا على معدن واحد أو أكثر

simple harmonic motion / حركة توافقية بسيطة الاهتزاز حول موضع اتزان والذي تتناسب فيه قوة الاستعادة مع مقدار الإزاحة من موضع الإتزان

single bond / رابطة أحادية رابطة تساهمية حيث تتشارك فيها ذرتان زوجًا واحدًا من الإلكترونات

single-displacement reaction / تفاعل الإزاحة المفردة تفاعل يتم خلاله إحلال أحد العناصر أو الجذور محل عنصر أو جذر آخر في مركبٍ ما

sinkhole / بئر طبيعية تجويف دائري يتشكل عندما يذوب الصخر، أو عندما تملأ الصخور المتراكمة تجويفًا قائمًا، أو عندما ينهار سقف كهف أو منجم تحت الأرض

slab pull / سحب شريحي قوة مبذولة عند حدود الاندساس على صفيحة طامرة بسبب وزن حافة الهبوط

smog / الضباب الدخاني تلوث الهواء الذي تشكل فيه الغازات الناتجة عن حرق الوقود الأحفوري ضبابًا، وذلك عند تفاعلها مع أشعة الشمس

soil / تربة خليط غير متماسك يتكون من أجزاء الصخور والمواد العضوية التي يمكن أن ينمو عليها النبات

soil erosion / تآكل التربة عملية تكون فيها المواد الموجودة على سطح الأرض غير متماسكة أو مذابة أو تالفة ويتم نقلها من مكان إلى آخر بواسطة عامل طبيعي مثل الريح أو الماء أو الجليد أو الجاذبية

solar wind / رياح شمسية تيار من الجسيمات المتأينة عالية السرعة المقذوفة بشكلٍ أساسي من هالة الشمس

solenoid / ملف لولبي ملف حث طويل حلزوني من الأسلاك المعزولة

solid / صلب حالة المادة التي يتم فيها تحديد حجم المادة وشكلها

211

standard solution / محلول قياسي محلول معروف التركيز، يتم التعبير عنه من حيث كمية المذاب في كمية معينة من المذيب أو المحلول

standard temperature and pressure / درجة حرارة وضغط قياسيان بالنسبة لغاز، تكون درجة الحرارة ٠ درجة مئوية والضغط ١ ضغط جوي

standing wave / موجة مستقرة نمط موجة ينتج عندما تسلك موجتان متساويتان في التردد وطول الموجة والسعة اتجاهين معاكسين وتتداخلان

static friction / احتكاك استاتيكي القوة التي تقاوم بدء حركة انزلاق بين سطحين متصلين وساكنين

stem cell / الخلية الجذعية الخلية التي يمكن أن تنقسم لفترات طويلة من الزمن بينما تبقى غير متمايزة

stimulus / حافز (جمع: حوافز) الشيء الذي يسبب استجابة فسيولوجية قياس التكافؤ الكيميائي العلاقات التناسبية بين مادتين أو أكثر أثناء تفاعل كيميائي

stratosphere / ستراتوسفير طبقة الغلاف الجوي التي تقع بين طبقة التروبوسفير والميزوسفير والتي تزداد فيها الحرارة كلما زاد الارتفاع؛ كما أنها تحتوي على طبقة الأوزون

stress / الإجهاد القوة المؤثرة لكل وحدة مساحة داخل الجسم؛ مقاومة الجسم الداخلية لقوة تؤثر عليه

strong acid / حمض قوي حمض يتأين تمامًا في مذيب

strong electrolyte / إلكتروليت قوي مركب يتفكك تمامًا أو بشكل كبير في محلولٍ مائي، مثل الأملاح المعدنية القابلة للذوبان

strong force / قوة شديدة التفاعل الذي يربط النيكلونات معًا في نواة

structural formula / صيغة بنائية صيغة تشير إلى موقع الذرات أو المجموعات أو الأيونات بالنسبة إلى بعضها البعض في جزيءٍ وهي تشير إلى عدد الروابط الكيميائية وموقعها

structural isomers / أيزومرات بنائية مركبان أو أكثر من المركبات التي تتساوى في العدد وأنواع الذرات ونفس الوزن الجزيئي ولكن تختلف في الترتيب الذي ترتبط به الذرات ببعضها البعض

subduction / استخفاض عملية عند حدٍ متقاربٍ تنحدر فيها صفيحة محيطية أسفل صفيحة عليا أخرى

sublimation / تصعيد عملية تتغير فيها مادة صلبة بشكلٍ مباشر إلى مادة غازية (يُستخدم المصطلح أحيانًا أيضًا في العملية العكسية)

subsidence / هبوط انخفاض أو انهيار منطقة من الأرض بسبب العمليات الجيولوجية

substitution reaction / تفاعل تبادلي تفاعل تحل فيه ذرة واحدة أو أكثر محل ذرة أخرى أو مجموعة ذرات في الجزيء

solubility / ذوبان قدرة مادة واحدة على الذوبان في مادة أخرى عند درجة حرارة وضغط معينين؛ ويتم التعبير عنها من حيث كمية المذاب الذي سيذوب في كمية معينة من المذيب لإنتاج محلول مشبع

solubility product constant / ثابت منتج الذوبان ثابت التوازن لمادة صلبة متوازنة مع الأيونات الذائبة لها

soluble / قابل للذوبان القدرة على الإذابة في مذيبٍ معين

solute / مذاب المادة التي تذوب في مذيب أحد المحاليل

solution / محلول خليط متجانس من مادتين أو أكثر تتحركان بطريقة متماثلة خلال طور واحد

solution equilibrium / تعادل الاستذابة والتبلور الحالة الفيزيائية التي تحدث فيها العمليات المتعارضة لحل المذاب وتبلوره بمعدلات متساوية

solvated / المتذوّب يصف الجزيء المُذوّب الذي تحيط به جزيئات المذيبات

solvent / مذيب في المحلول، المادة التي يذوب فيها مذاب مادة أخرى

somatic cell / الخلية الجسدية خلية تُشكل جميع أنسجة الجسم والأعضاء، باستثناء الأمشاج

speciation / انتواع تطور نوعين أو أكثر من نوع واحد من السلف

species / أنواع مجموعة من الكائنات الحية مشابهة لبعضها البعض بحيث يمكن أن تولد وتنتج نسلاً خصبًا

specific heat capacity / حرارة نوعية كمية الحرارة اللازمة لرفع درجة حرارة وحدة الكتلة من المادة المتجانسة ١ كيلوجرام أو درجة مئوية واحدة بطريقة محدد عند ثبات كل من الضغط والحجم

spectator ions / أيونات متفرجة الأيونات الموجودة في محلولٍ يحدث فيه تفاعل ولكنها لا تشارك في التفاعل

spectrum / طيف نمط من الإشعاع يتم رؤيته أو تسجيله عندما يتم فصل المكونات التي تكوّن الضوء حسب ترتيب تواترها، كما هو الحال عندما يمر الضوء عبر منشور

spin quantum number / عدد الكم المغزلي العدد الكمى الذى يصف الدفع الزاوي الجوهرى للجسيم

spring constant / ثابت النابض الطاقة المتاحة للاستخدام عندما يعود جسم مرن غير منتظم إلى تكوينه الأصلي

stabilizing selection / اختيار الاستقرار مسار الاختيار للانتقاء الطبيعي الذي يتم فيه اختيار أنماط ظاهرية وسيطة بدلًا من أنماط ظاهرية متطرفة على الجانبين

standard electrode potential / الجهد القياسي للقطب جهد المعدن أو مادة أخرى مغمورة في محلول إلكتروليت نسبة إلى جهد القطب الكهربائي للهيدروجين، والذي يُعيّن عند صفر

T

tangential acceleration / تسارع مماسي تسارع جسم مماس بالمسار الدائري له

tangential speed / سرعة مماسية سرعة جسم مماس بالمسار الدائري له

tar sand / رمال القار رمل أو حجر رملي يحتوي على بترول، فرت منه المواد المتطايرة، تاركة مخلفات الهيدروكربون (الأسفلت)

technology / تكنولوجيا تسخير العلم لخدمة الأغراض العملية؛ واستخدام الوسائل والآلات والمواد والعمليات لإشباع الحاجات الإنسانية

tectonic plate / صفيحة تكتونية كتلة من الغلاف الصخري تتكون من القشرة والجزء الصلب والجزء الخارجي من الوشاح

temperature / درجة حرارة قياس مدى سخونة (أو برودة) شيءٍ ما؛ على وجه التحديد، قياس متوسط الطاقة الحركية للجزيئات في جسم ما

test cross / اختبار التمرير التمرير بين كائن حي له نمط وراثي غير معروف وكائن حي له نمط ظاهري متنحي

theoretical yield / ناتج نظري الحد الأقصى لمقدار الناتج الذي يمكن إنتاجه من كمية معينة من المواد المتفاعلة

theory / نظرية تفسير لبعض الظواهر التي تستند إلى الملاحظة والتجريب والتفكير

thermal energy / الطاقة الحرارية الطاقة الحركية الكلية لجسيمات المادة

thermal equilibrium / التوازن الحراري الحالة التي تتماثل فيها درجة حرارة جسمين متواصلين تواصلاً ماديًا مع بعضهما البعض

thermochemical equation / معادلة كيميائية حرارية معادلة تتضمن كمية الطاقة مثل الحرارة المنبعثة أو الممتصة أثناء التفاعل حسب ما تنص عليه المعادلة

thermochemistry / الكيمياء الحرارية فرع من فروع الكيمياء التي تدرس التغيرات في الطاقة التي تصاحب التفاعلات الكيميائية والتغيرات في الحالة

thermodynamics / الديناميكا الحرارية فرع من فروع العلوم يُعنى بالتغيّرات في الطاقة التي تصاحب التغيرات الكيميائية والمادية

thermosphere / ثرموسفير أعلى طبقة من الغلاف الجوي التي تزداد فيها درجة الحرارة كلما زاد الارتفاع؛ وتتضمن طبقة أيونوسفير

tidal energy / طاقة المد والجزر الطاقة الناتجة عن جاذبية الشمس والقمر على محيطات الأرض

till / حريث جليدي مادة صخرية غير مصنفة تترسب مباشرة من نهر جليدي منصهر

---

sunspot / بقعة شمسية منطقة مظلمة تقع على سطح الشمس ولها درجة حرارة أقل من المناطق المحيطة بها ولها مجال مغناطيسي قوي

superconductor / موصل فائق التوصيل مادة مقاومتها صفر عند درجة حرارة حرجة معينة، والتي تختلف مع كل مادة

supercontinent / قارة عظمى كتلة أرضية افتراضية تحتوي على معظم القشرة الأرضية القارية؛ وتتكون القارات العظمى وتتفكك وفقًا لنظرية الصفائح التكتونية

supercooled liquid / سائل فائق التبريد سائل يتم تبريده تحت نقطة التجمد العادية دون تصلب

supernova / مُستعِر فائق الحدث عالي الطاقة الذي يتبع انهيار النواة الحديدية لنجم ضخم؛ ويتم إنتاج عناصر من الكتلة الذرية أكبر من الحديد

supersaturated solution / محلول فائق التشبع محلول يحتوي على مذاب يتم تحليله بشكل أكبر مما هو مطلوب للوصول إلى التوازن عند درجة حرارة معينة

surface process / عملية سطحية عملية تؤثر على الغلاف الأرضي على سطح الأرض أو بالقرب منه، مدفوعة في الغالب بطاقة خارجية، مثل التجوية والتعرية

surface tension / توتر سطحي القوة المؤثرة على سطح سائل ما والتي تعمل على أن يتخذ هذا السطح أقل مساحة ممكنة

survivorship / البقاء على قيد الحياة احتمال البقاء على قيد الحياة إلى عمر معين

survivorship curve / منحنى النجاة مخطط يوضح الأعضاء الباقين على قيد الحياة من كل فئة عمرية من السكان بمرور الوقت

suspension / معلق خليط تكون فيه جسيمات مادة غير متعادلة في أحد السوائل أو الغازات

sustainability / استدامة الحالة التي يتم فيها تلبية الاحتياجات البشرية بطريقة يمكن للبشر من خلالها البقاء إلى أجلٍ غير مسمى

sustainable / مستدام القدرة على الاستمرارية أو الامتداد طويلاً

sustainable development / تنمية مستدامة ممارسة لا تُستخدم فيها الموارد الطبيعية بسرعة أكبر مما يمكن تجديده

symbiosis / التكافل علاقة بيئية بين أفراد نوعين مختلفين على الأقل يعيشان في اتصال مباشر مع بعضهما البعض

synthesis reaction / تفاعل تخليقي تفاعل تتحد فيه مادتان أو أكثر لتكوين مركب جديد

system / نظام مجموعة من الجسيمات أو المكونات المتفاعلة تعتبر كيانًا ماديًا مميزًا لغرض الدراسة

213

transverse wave / موجة مستعرضة موجة تتذبذب جسيماتها بشكل عمودي على سير اتجاه الموجة

triple point / نقطة ثلاثية درجة الحرارة وظروف الضغط التي تتعايش فيها أطوار المادة الصلبة والسائلة والغازية في حالة توازن

troposphere / طبقة التروبوسفير طبقة الغلاف الجوي السفلى، التي تنخفض فيها درجة الحرارة بمعدل ثابت كلما زاد الارتفاع؛ وهي طبقة الغلاف الجوي التي تتواجد فيها الظروف الجوية

triprotic acid / حمض ثلاثي البروتونات حمض له ثلاثة بروتونات قابلة للتأين لكل جزيء، مثل حمض الفوسفوريك

trough / النقطة الدنيا أدنى نقطة تقل أسفل مركز التوازن

U

ultraviolet catastrophe / كارثة فوق بنفسجية فشل تنبؤ الفيزياء الكلاسيكية بأن الطاقة التي يشعها جسم أسود بأطوال موجية قصيرة للغاية تكون كبيرة للغاية وأن الطاقة الإجمالية المشعة تكون لانهائية

uncertainty principle / مبدأ اللايقينية المبدأ الذي ينص على أنه من المستحيل تحديد موقع الجسيم وزخمه بدقة لا نهائية في وقتٍ واحد

unified atomic mass unit / وحدة الكتلة الذرية الموحدة وحدة كتلة تصف كتلة ذرة أو جزيء؛ وتعادل بالضبط ١٢/١ من كتلة ذرة كربون يبلغ عددها الكتلي ١٢ (تُعرف اختصارًا بـ u)

uniformitarianism / التوحيد النظرية التي تنص على أن العمليات الجيولوجية التي تشكل الأرض موحدة عبر الزمن

unit cell / خلية وحدة أصغر جزء من شبيكة كريستالية توضح النمط الثلاثي الأبعاد للشبيكة الكاملة

unsaturated hydrocarbon / هيدروكربون غير مشبع هيدروكربون به روابط تكافؤ متاحة، عادة من روابط ثنائية أو ثلاثية مع الكربون

unsaturated solution / محلول غير مشبع محلول يحتوي على مذاب أقل من المحلول المشبع، وهو قادر على إذابة مذاب إضافي

uplift / تقبب ارتفاع؛ إجراء أو عملية أو نتيجة الارتفاع أو الصعود؛ نتوء القشرة الأرضية

V

valence electron / إلكترون تكافؤ إلكترون يوجد في الغلاف الخارجي لذرة ويحدد الخصائص الكيميائية لها

vaporization / تبخير العملية التي يتغير بها سائل أو مادة صلبة إلى غاز

vector / كمية متجهة كمية فيزيائية لها مقدار واتجاه

timbre / جرس النوعية الموسيقية لطبقة صوت ناتجة عن مزيج من التوافقات الموجودة بكثافة مختلفة

tissue / نسيج مجموعة من الخلايا التي تعمل مع بعضها لأداء وظيفة مماثلة

titration / معايرة طريقة لتحديد تركيز مادة ما في المحلول بإضافة محلول بحجم وتركيز معروفين حتى اكتمال التفاعل، والذي عادةٍ ما يشار إليه بتغير في اللون

topography / طوبوغرافيا حجم سطح الأرض وشكله الذي يميز منطقة ما، بما في ذلك تضاريسها

torque / عزم الدوران كمية تقيس قدرة القوة على تدوير جسم حول محورٍ ما

total internal reflection / الانعكاس الداخلي الكلي الانعكاس الكامل الذي يحدث داخل مادة عندما تكون زاوية سقوط الضوء التي تضرب حدود السطح أقل من الزاوية الحرجة

tradeoff / مبادلة التخلي عن شيء مقابل شيء آخر، وغالبًا ما يتم تطبيقها على عملية التصميم الهندسي

trait / سمة ميزة موروثة

transcription / نسخ عملية نسخ تسلسل نيوكليوتيد من الحمض النووي الريبي المنزوع الأكسجين لتشكيل خيط مكمل من الحمض النووي الريبوزي الرسول

transcription factor / عامل النسخ إنزيم مطلوب لبدء النسخ الجيني ومواصلته أو أيهما

transform boundary / حد النقل الحد الفاصل بين الألواح التكتونية التي تنزلق متجاوزة بعضها البعض أفقيًا

transformer / محول التيار جهاز يعمل على زيادة أو خفض القوة الدافعة الكهربائية للتيار المتردد

transgenic / كائن معدل وراثيًا كائن غُيّر جينومه ليحتوي على جين واحد أو أكثر من كائن حي أو نوع آخر

transistor / ترانزستور جهاز شبه موصل يمكنه تضخيم التيار ويستخدم في المضخمات والمذبذبات والمحولات

transition element / عنصر انتقالي عنصر من الفلزات التي يمكنها استخدام الغلاف الداخلي قبل استخدام الغلاف الخارجي من أجل الترابط

transition interval / فترة انتقال مدى التركيز الذي يمكن من خلاله ملاحظة تغيُّر في مؤشر كيميائي

translation / ترجمة عملية يتم فيها فك ترميز الحمض النووي الريبوزي الرسول ويتم إنتاج بروتين

transmutation / تحويل تحويل ذرات أحد العناصر إلى ذرات عنصر مختلف نتيجة تفاعل نووي

transuranium element / عنصر ما بعد اليورانيوم عنصر اصطناعي يكون رقمه الذري أكبر منه باليورانيوم (الرقم الذري ٩٢)

velocity / **سرعة متجهة** سرعة الجسم في اتجاه معين

vestigial structure / **تركيب ضامر** بقايا عضو أو هيكل كانت له وظيفة في سلف سابق

virtual image / **صورة افتراضية** صورة تبدو من خلالها أشعة الضوء متباعدة، على الرغم من أنها تكون غير مركزة بالفعل هناك؛ ولا يمكن عرض صورة افتراضية على الشاشة

volatile / **متطاير** تبخير يتم بسهولة عند درجات الحرارة والضغوط العادية؛ وهو المادة المتطايرة

volcano / **بركان** فتحة تهوية أو شق في سطح الأرض يتم من خلاله طرد الصهارة والغازات

voltage / **الجهد** قدر الشغل اللازم لتحريك وحدة شحن كهربائية بين نقطتين؛ يُعبر عنها بالفولت

voltaic cell / **خلية فولطائية** خلية أولية تتكون من قطبين كهربيين مصنوعين من معادن مختلفة مغمورة في إلكتروليت؛ وتُستخدم هذه الخلية لتوليد الجهد

volume / **حجم** مقدار الحيز الذي يشغله جسم أو منطقة في الفضاء ثلاثي الأبعاد

VSEPR theory (valence shell electron pair repulsion theory) / **نظرية فيسبر (VSEPR)** (نظرية تنافر أزواج إلكترونات مدار التكافؤ) نظرية تتنبأ ببعض الأشكال الجزيئية بناءً على فكرة تنافر أزواج إلكترونات التكافؤ المحيطة بالذرة

weight / **وزن** مقياس قوة الجاذبية المبذولة على جسمٍ ما؛ يمكن أن تتغير قيمته وفقًا لموقع الجسم في الكون

word equation / **معادلة كلامية** معادلة يتم فيها تمثيل المواد المتفاعلة والنواتج في تفاعلٍ كيميائي بالكلمات

work / **الشغل** نقل الطاقة إلى جسم ما بسبب قوة تسبب تغيّرًا في حركة الكائن في اتجاه القوة؛ ناتج مكون القوة مضروبًا في قيمة الإزاحة على طول اتجاه الإزاحة

work function / **دالة العمل** الحد الأدنى من الطاقة اللازمة لإزالة إلكترون من ذرة معدنية

work–kinetic energy theorem / **نظرية العمل والطاقة الحركية** العمل الصافي الذي تقوم به جميع القوى المؤثرة على جسمٍ ما يساوي التغير في الطاقة الحركية للجسم

W

wastewater / **مياه الصرف الصحي** المياه التي تحتوي على نفايات من المنازل أو الصناعة

watershed / **مستجمع مياه الأمطار** مساحة من الأرض يتم تصريفها عن طريق نظام نهري

wavelength / **الطول الموجي** المسافة بين نقطتين متجاورتين متشابهتين لموجة، مثل المسافة من قمة إلى قمة أو من قاع إلى قاع

weak acid / **حمض ضعيف** حمض يُنتج القليل من أيونات الهيدروجين في محلول مائي

weak electrolyte / **إلكتروليت ضعيف** مركب يتحلل فقط إلى حجم صغير في محلولٍ مائي

weak force / **قوة ضعيفة** القوة المختصة بتفاعل بعض الجسيمات دون الذرية

weather / **طقس** حالة الغلاف الجوي على المدى القصير، والتي تتضمن درجة الحرارة والرطوبة وهطول الأمطار والرياح والرؤية

weathering / **تجوية** العملية الطبيعية التي تتغير بها العوامل الجوية والبيئية، مثل الرياح والأمطار ودرجة الحرارة وتفكك كما تحلل من خلالها الصخور

Cov Ntsiab Lus Txhais Ua Ntau Hom Lus Ntawm Feem

Cov ntsiab lus txhais no ib co niam ntawv raws li txheej txheem ntawm lawv cov ntsiab lus tseem ceeb raws li tau siv rau HMH Science programs. Cov ntsiab lus txhais no muaj sau ua ntau hom ntawv xws li hauv qab no: Ntawv Askiv, Ntawv Mev, Ntawv Nyab Laj, Ntawv Filipino/Tagalog, Ntawv Suav (rau cov neeg hais lus Suav Teb Chaws Loj thiab lus Suav Contonese), Ntawv Arabic, Ntawv Hmoob, Ntawv Kaus Lim, Ntawv Punjabi, Ntawv Lav Xias, Ntawv Brazilian Portuguese thiab Ntawv Haitian Creole.

A

abiotic factor / seemfab tsismuajsia los ntawm yam tsis muaj txoj sia hauv av puag ncig, xws li kev noo, qhov kub txias, huab cua, tshav ntuj, av, thiab lwm yam khoom ntawm av

absolute zero / lej xum qhov kub txias uas tag nrho cov kev txav ntawm molecular nres (0 K siv qhov Kelvin ntsuas los sis −273.16 °C siv qhov Celsius ntsuas)

absorption spectrum / zog sib nqus daim duab los yog daim duab uas qhia txog lub qhov ntev ntawm nthwv dej ntawm lub zog yam khoom raug nqus

abrasion / txoj kev sib txhuam txoj kev sib txhuam thiab txoj kev uas cov pob zeb raug lwj mus los ntawm lwm cov pob zeb los sis tej av suab zeb txoj kev los sib tsoo

absolute age / ntsuas hnub nyoog cov hnub nyoog ntawm cov khoom los yog cov kev tshwm sim, feem ntau tau teev hauv ntau xyoo ua ntej tshwm sim, raws li tau tsim los ntawm kev sib koom soj-ntsuas xws li cov tub soj ntsuas hnub nyoog

acceleration / acceleration qhov ceev uas velocity pauv thaum lub sij hawm khiav; ib yam khoom accelerate yog hais tias nws qhov ceev, qhov kev, los sis ob yam no pauv

accretion / loj ntxiv cov txheej txheem ntawm kev loj hlob los yog nce ntxiv hauv nws tus kheej uas tshwm sim los ntawm loj sab nrauv, tawg, los yog suav nrog

accuracy / raug tseeb kev piav qhia txog tias qhov kev ntsuas los ze rau tus nqi tseeb ntawm qhov ntau ua ntsuas tau

acid / dej qaub tej yam uas ua kom cov hydronium ions nce mus siab thaum lawv raug muab tov xyaw nrog dej

acid-base indicator / tus ntsuas acid-base qhov khoom uas hloov xim nce rau tus lej pH ntawm cov khoom uas nkag los xyaw hauv

acid ionization constant / lej kuab acid tus lej kev zoo rau cov acid yaj raug kub tshwj xeeb; teev los ntawm sau ua tus K_a

acid precipitation / nag qaub nag, nag khov, los daus uas muaj dej qaub ntau ntau

actinide / actinide ib yam khoom xyaw ntawm pob actinide, uas muaj tus lej atomic yog 89 (actinium, Ac) txog 103 (lawrencium, Lr)

activated complex / tsis ruaj ntu cov molecule tsis txhij nrab rau kev sib tovtsim (reactants) thiab cov khoom nyob rau hauv cov kuab khesmis

activation energy / activation energy qhov zog tsawg tshaj uas pib taus ib qhov chemical reaction

active margin / qhov muaj nyob fab av uas nyob puab rau hiav txwv yog cov av tau ploj nqia ua qab yiag; yuav muaj cov niam ntawv cim nws thaj tsam chaw hais tias yog lub qab hiav txwv

activity series / kev siv taucov ntsiab uas muaj cov yam ntxwv sib xws thiab txheej txheem ntawm kev teev tso cov kuab khesmis; piv txwv li kev teev tso xws li cov yam tawv thiab yam ua cua

actual yield / tsim tau qhov ntsuas tau ntawm cov khoom sib tovtsim

adaptation / xaiv hom cov noob los ntawm kev xeeb tsim xaiv ua ntu zus los mus kom pab tau nws ciaj sia zoo nyob rau cheeb tsam puag ncig

addition reaction / pab tovtsim kev sib tovtsim ntawm cov atom lossis molecule qhov uas tsis muaj kev sib npaug

adenosine diphosphate (ADP) / adenosine diphosphate (ADP) cov organic molecule uas muaj feem xyuam rau kev tsim zog rau lub cev; uas muaj nitrogen, piam thaj, thiab ob yam phosphate

adenosine triphosphate (ATP) / adenosine triphosphate (ATP) yog cov organic molecule uas muaj lub luag haujlwm tseemceeb rau kev tsim cov cell uas tshwjxeeb yog nitrogen, piam thaj, thiab peb yam phospahte

adiabatic process / kev ua adiabatic yog kev kaw tsis pub dim ib qho cua rau lossis hauv lub taus hlawv kom kub

aerobic / aerobic txheej theem uas yuav tsum tau muaj oxygen tshwm sim

air mass / seem huab cua ib seem huab cua loj uas muaj qhov kub txias thiab noo yog zoo sib xws thoob plaws

albedo / albedo cov ci cua ntshawv uas ya tuaj ntawm daim tawv khoom khesmis

alcohol / cawv yog cov kuab khesmis uas muaj ib los yog ntau tus hydroxyl tuav nrog carbon cov atoms

aldehyde / aldehyde ib co kuab organic uas muaj cov pawg carbonyl nrog, —CHO

alkali metal / hlau alkali ib hom element ntawm Pab 1 hauv daim periodic table (lithium, sodium, potassium, rubidium, cesium, thiab francium)

alkaline-earth metal / hlau alkaline-earth ib hom element ntawm Pab 2 ntawm hauv daim periodic table (beryllium, magnesium, calcium, strontium, barium, thiab radium)

alkane / alkane yog cov hydrocarbon uas muaj ceg ncaj uas yog cov ceg carbon muaj ib ceg xwb

alkene / alkene yog cov hydrocarbon uas muaj ob ceg seem los yog ntau dua

alkyl group / pawg alkyl ib pawg ntawm cov atoms uas tsim thaum ib qho atom hydrogen tau raug tshem tawm ntawm ib qho molecule alkane

alkyl halide / alkyl halide ib qho kuab tov uas tsim los ntawm pawg alkyl thiab halogen (fluorine, chlorine, bromine, lossis iodine)

alkyne / alkene yog cov hydrocarbon uas muaj ob ceg seem los yog peb ceg ntawv cov bonds

allele / allele cov ntaub ntawv ntawm lub gene uas tshwm sim tshwj xeeb ntawm tus chromosome

allele frequency / allele nrug kev faib ua feem ntawm cov allele piv rau tag nrho cov alleles qhov zoo ntawd

alloy / hlau sib tov cov khoom ua kua lossis ua hmoov tov ntawm ob lossis ntau cov kuab sib tov, ntawm cov kuab tawv thiab cov kuab tsis tawv, los yog kuab khov thiab kuab khov; muaj cov khoom uas tau muab kho kom zoo dua rau cov khoom ib tug neeg los sis cov khoom uas tsis muaj nyob rau hauv thawj yam khoom

alluvial fan / cua dej kiv-zoo li cov pob zeb ntws tsag ntawm kwj deg thaum txoj kab nqes ntawm cov av qis; Piv txwv li, txhua cua los thaum ntws tawm saum roob mus rau hauv av qis

alpha particle / nplais alpha cov atoms buaj uas tau tso tawm ntawm kev yaj cua ntshawb thiab uas muaj ob protons thiab ob tug neutrons

alternating current / alternating current cov hluav taws xob uas hloov kev raws txoj hlua hlau ib txwm (lus luv, AC)

altruism / zoo huv tus cwj pwm uas tus tsiaj txo nws kev tawm dag zog kom muaj txiaj ntsig los pab lwm tus tswv cuab ntawm nws pab pawg

amine / amine ib co kuab tov organic uas tuaj yeem paub tau tias los ntawm ammonia

amino acid / amino acid cov molecule uas ua tau protein; muaj li cov carbon, hydrogen, oxygen, nitrogen, thiab tej zaum muaj sulfur

amorphous solid / amorphous solid cov kuab uas tsis tau teem txheej lossis teev ua thib

amphoteric / amphoteric piav txog yam kuab, xws li dej, uas muaj cov kuab ntawm cov acid thiab base

amplitude / lub ncov qhov deb tshaj uas ib qhov particles co thaum nws nyob twj ywm

anabolism / anabolism cov hloov protein roj thiab cov molecule loj, kom ua molecule me me; yuav tsum tau muaj kev hloov los ntawm ATP

anaerobic process / kev hloov anaerobic kev hloov uas tsis tas muaj oxygen

analogous structure / nruab nrog sib xws feem ntawm lub cev uas zoo sib xws hauv kev ua haujlwm, tiam sis muaj kev sib txawv lwm lub cev

angiosperm / angiosperm ib tsob ntoo uas muaj noob nyob rau hauv lub txiv, tsob nroj caij tawg paj

angle of incidence / kaum poob lub kaum uas txoj leesxim mus cob rau ib phab piv rau txoj kab tsa ntseg mus rau qhov sib txiav

angle of reflection / kaum thaws lub kaum uas los ntawm txoj kab sawv ntseg nrog rau phab lees xim los raug thiab sab uas leesxim yuav ya mus

angular acceleration / ceev raws kaum sijhawm kev hloov pauv raws lub ces kaum yog yuav hais ua radians toj vibnathi

angular displacement / ya raws kaum lub kaum uas ya mus txog chaw, kab, los yog lub khoom tig mus rau qhov xav tau thiab piv rau kab axis

angular momentum / momentum ces kaumsiv rau yav khoom kiv ya, cov khuam rau nws qeeb thiab qhov nws ya ceev ntawm lub ce kaum raws kab pw (axis)

angular velocity / kev ceev raws kaum yog qhov ceev ntawm lub khoom nco lub nrab piv rau kab axis, yuav muab hais ua radians toj vibnathi

anion / ion lauv yog ion uas muaj fai fab lauv

anode / sab buaj yog sab ua muaj faifab oxidation ntawm sab tawv; cov ion txav mus rau sab buaj, thiab cov electron yuav txav hauv tshaub ntawm tog buaj

anthroposphere / anthroposphere ib feem ntawm lub ntiaj teb uas tau raug tsim los yog hloov kho los ntawm tib neeg; qee zaum suav hais tias yog ib qhov ntawm lub ntiaj teb

antinode / antinode qhov cim qhia tus nplaim dhia, qhov nruab nrab ntawm ob tog, thaum tus nplaim dhia ntau tshaj

apoptosis / apoptosis qhov ua rau cov cell tuag

aquifer / qhov chaw hauv av uas muaj dej ib thaj pob zeb los sis av uas muaj dej thiab cia dej ntws

aromatic hydrocarbon / aromatic hydrocarbon ib co tswv cuab ntawm cov kuab carbon (ntawm benzene yog thawj tus tswv cuab) uas muaj cov ceg sib txuas ntawm cov kab sib chaws carbon thiab cov uas yog lub zog thim loj

array / array kev npaj cov khoom lossis cov nqi lej hauv cov kab nrug thiab cov kab tav, uas yog matrix

Arrhenius acid / Arrhenius acid yam kuab uas pab ua rau kom qhov ntsim daw ntawm ions hydronium nyob rau hauv kev sib tov kua

Arrhenius base / Arrhenius base yam kuab uas pab ua rau kom kev ntsim daw ntawm hydroxide ions nyob rau hauv cov kua sib tov

artificial selection / kev xaiv sim txheej txheem uas tib neeg xaiv hloov yuav hom uas kom tau cov me nyuam noob zoo

artificial transmutation / kuv hloov xaiv kev hloov ntawm co atom hauv ib co kuab mus ua lwm cov kuab los ntawm kev tovtsim, xws li kev lajbawj neutrons

asthenosphere / qab av asthenosphere cov khoom tawv, txheej txheej yas hauv qab av; ua los ntawm txheej pob zeb uas ntws qeeb, uas ua rau kom daim av tau ntab rau saum toj

atmosphere / txheej cua ntuj atmosphere cov cu sib xyaws thiab cov kuab cua uas nyob ncig lub ntiaj teb, lub hli, lossis lwm lub hnub qub; ib ntawm plaub qhov tseem ceeb ntawm lub ntiaj teb

atmosphere of pressure / txheej huabcua hloov txav huab cua hloov pauv ntawm lub ntiaj teb huab cua ntawm dej hiav txwv; muaj zog siab li 760 mm Hg

atom / atom lub ntsiav uas me uas muaj cia hauv cov khoom khesmis ntawm qhov khoom xyaw ntawd; qhov me tshaj plaws hauv cov khoom

atomic number / tus lej atomic tus lej uas qhia hais tias muaj pes tsawg cov protons nyob hauv lub nucleus ntawm ib lub atom

atomic radius / kabki atom ib-nrab ntawm qhov kev ncua deb ob sab ntug ncaj lub plawv ntawm lub atom uas raug sib rub ua ke

ATP; adenosine triphosphate / ATP; adenosine triphosphate cov molecule ua muaj zog siab ua muaj fai fab nyob rau ntawm nws ib ce

attractive force / lub zog nqus lub zog uas qub cov khoom ua ke

Aufbau principle / lavkas Aufbau tus lavkas uas hais tias cov kev sib ntxiv tau los ntawm kev ntxiv ib lub proton rau lub nucleus ntawm lub atom thiab ib lub electron mus pab kab tig kiv

autosome / autosome cov chromosome uas tsis muaj sex; nyob rau hauv tib neeg, yog cov chromosomes suav 1 txog 22

autotroph / autotroph ib yam muaj sia uas tsim nws cov khoom noj rau tus kheej los yog tsim ntawm khoom nrog ncig uas tsis yog txov lwm tus txoj sia

average atomic mass / atom nrab nyhav qhov nruab nrab ntawm qhov hnyav ntawm cov isotopes ntawm cov kuab khesmis

average velocity / ceev nrab tag nrho ncua kev uas mus tau faib rau lub sij siv taug txoj kab kev

Avogadro's law / lugkab Avogadro's tus uas hais tseg tias cov gass cua sib npaug ntawm kub txias thiab nruj ceev yuav muaj molecule li ntawm

Avogadro's number / cov lej Avogadro's 6.02×10^{23}, cov lej atom lossis molecules hauv 1 mol

axis / kab axis ib txoj kab pw ncaj ncaj ntawm cov qauv los yog yav khoom raug piv mus rau

back emf / lub emf lub emf raug tso nyob rau hauv cov cav tsheb pab txoj cov zog hluav taws xyob kom yau hauv cov motor

barometer / barometer ib qho uas ntsuas fuab cua qhov zog thawb

base / base tej yam uas ua kom cov hydroxide ions nce mus siab thaum lawv raug muab tov xyaw nrog dej

beat / beat lub caij nyoog sib txawv ntawm qhov siab ntawm tus nplaim uas yog qhov hloov ntawm ob tug nplaim sib nrug me ntsis

benzene / benzene kuab tov yoojyim ntawm cov hydrocarbon

beta particle / daim hmoov beta cov electron uas tso tawm los thaum tabtom yaj cov ntsa leesxim, xws li kev yaj yam beta

big bang theory / lugxeeb big bang txoj lug xeeb hais tias tag nrho txhua yam thiab cov zogcua hauv lub qab ntuj dav tau raug sib nias ceev ntev 13.8 txhiab xyoo dhau los muaj kev nthuav dav mus rau txhua txoj hau kev

binary acid / acid obyam cov kua acid uas tsuas muaj ob yam kuab sib txawv los sib tov xws li: hydrogen thiab ib losyog ntau tus electronegative los sib lo

binary compound / kuabtov obyam cov kuab sib tov uas tsim ntawm ob co kuab sib txawv uake

binary fission / kev faib binary kev xeeb huam uas tsis tas muaj kev sib deev tsuas yog huam faib ob pawg sib npaug mus li

binding energy / zogcua sib rub lub zog tso tawm thaum nucleons tawm los tovtsim tau nucleus ruaj khov, uas yog ntau li ntawm lub zog uas yuav tsum tau ua kom cov nucleus sib rhuav

biodiversity / loojtxu tsav ntau yam ntawm cov muaj sia hauv thaj chaw ntawv, qhov kev hloov caj ces hauv cov pejxeem, ntau hom tsiaj nyob hauv tiaj nrag, lossis ntau lub loog tshav hauv looj ncig

bioengineering / bioengineering kev siv cov tswv yim kev tsim ko los siv rau yam muaj sia

biogeochemical cycle / loojtxu vojxeeb kev mus los ntawm kuab khemis ntawm lub cev thiab av, los yog muaj sia thiab tsis muaj sia, hauv lub loojncig

bioinformatics / bioinformatics siv cov computer ntaub ntawv los npaj thiab tshawb xyuas cov ntaub ntawv nruab nrog

biomagnification / biomagnification kev mob hauv cov kuab uas ua rau ntau cov nqaij ntawm muaj kab mob ntau dua ntawm cov khoom noj tsawg dua hauv cov nqaij ntawm cov kab mob muaj tsawg rau nws noj

biomass / baiomav tag nrho qhov nyhav ntawm muaj sia hauv qho chaw teev

biomass pyramid / baiomav pebceg cov duab uas sib piv cov qhov nyhav ntawm ntau qib kev noj sib txawv hauv cheeb tsam

biome / biome cov zej zog yam muaj sia hauv cheeb tsam lossis thoob ntiaj teb uas raug coj tus cwj pwm raws li xwm huab cua hloov thiab cov zej zog nroj tsuag uas loj hlob nyob rau tod

biosphere / baioxabfes ib feem ntawm lub ntiaj teb yam muaj sia nyob; suav nrog tag nrho cov muaj sia nyob hauv lub ntiaj teb; ib ntawm plaub qhov tseem ceeb ntawm lub ntiaj teb

biotechnology / biotechnology kev siv thiab kev paub ntawm yam muaj sia thiab kev txheeb raws roj ntsha

biotic factor / seemfab sia yog yam muaj sia, xws li nroj tsuag, tsiaj txhu, pwm, lossis bevtawslia

blackbody / kuavdub ib co kuab nqus uas tawm cov hluav taws xob raws li qhov kub

blackbody radiation / kab leesxim dub cov hluav taws xob tawm los ntawm tus leesxim dub, uas yog lub tshuab hluav rhaub dej thiab cov zim nqus thiab tso hluav taws xob tawm thaum kubkub

boiling / npau qhov hloov pauv ntawm ua kua mus ua pa nyob rau hauv cov kua dej xws li nyob rau ntawm cov kua ntawm qhov kub thiab txias; tshwm sim thaum sunruj siab ntawm cov kua sib npaug li atmospheric nrujsu

boiling point / qib npau qhov kub thiab txias ntawm cov kua thiab kev sunruj hauv cov carbon monoxide

boiling-point elevation / qib npau siab qhov txawv ntawm qhov npau siab ntawm cov kua tseem thiab qib npau thaum ua kua sib tov; qhov nce siab yog nyob ntawm seb muaj cov kuab ntawv ho ntau

bond energy / bond energy lub zog uas siv rau kev rhuav tshem ceg kuab khesmis thiab sib nqus ntawm cov atom

bottleneck effect / bottleneck effect cov caj ces uas tshwm sim los ntawm cov kev tshwm sim uas txhim kho qhov loj ntawm cov pejxeem

Boyle's law / Boyle cov lus teev yog cov lus qhia tias cov pa thaum raug kub yaj qho ceev nruj yuav nqis thiab thaum cov pa nqis ces qhov ceev nruj yuav nce

Brønsted-Lowry acid / kua acid Brønsted-Lowry cov kuab uas xapub proton rau lwm yam kuab

Brønsted-Lowry acid-base reaction / Brønsted-Lowry kua acid-base sib tovtsimkev sib hloov protons kev sib tov tsim (kuab acid) mus rau lwm cov (base)

Brønsted-Lowry base / Brønsted-Lowry base cov kuab uas lees txais proton

buffer / tov kuab yaj cov kuab yaj uas tuaj yeem mus thaiv kev hloov hauv pH thaum muab kua acid lossis kua base coj mus tov ntxiv rau nws

buoyant force / lub zog txavya yog lub zog txav mus los saum cov kua nws tsau lossis ntab saum nplaim

C

calorie / calorie cov zimtxwj ntawm lub zog xav tau los txhawb qhov kub ntawm 1 g ntawm dej 1 °C; Calorie siv los qhia tias lub zog los luj cov khoom noj yog hnyav li cas

calorimeter / ntsuas calori cov cuab yeej siv los ntsuas lub zog thaum kub kub los yog tso tawm hauv kev hloov kuab khemis los yog kev hloov sab physic

calorimetry / kev kuaj calori kev kuaj sim uas siv los ntsuas qhov lub zog hloov ntawm ibco kuab mus rau lwm cov kub li cas

capacitance / yuajntim cuabkam ntawm tus kuab coj daim ntawv ntawm cais fais tsub electric

capillary action / leeg ntshav liab zog sib nqus ntawm cov kuab ua kua thiab cov kuab tawv yuav ua rau cov kuab ua kua nce ntxiv losyog nqig

carbohydrate / carbohydrate tej yam kuab uas tau ua los ntawm cov pa carbon, hydrogen, thiab cov pa oxygen thiab uas muab kev pab txhawb rau txhua yam muaj sia nyob

carbon cycle / carbon cycle qhov uas cov carbon txav ntawm tej yam tsis muaj sia mus rau tej yam uas muaj sia

carboxylic acid / carboxylic acid ib co organic acid uas muaj cov carboxyl ua haujlwm nrog

carrying capacity / qhov yug tau qhov ntau tshaj uas ib thaj tsam yug tau ib cov tsiaj

catabolism / catabolism kev yaj ntawm cov kuab khesmis, xws li carbohydrates, proteins, thiab glycogen, yuav muaj kev tso tawm ntawm nws lub zog

catalysis / kev tovtsim yam txhawb kev sib tovtsim khesmis kom tau sai

catalyst / qhov pab ib yam khoom uas tus nqi ntawm qhov chemical ua hauj lwm mus nrawm zog tiam sis nws tsis raug muab siv rau hauv qhov chemical reaction

catenation / catenation kev tawm zog nqus ntawm nws tus kheej ua voj nyob ib puag ncig

cathode / sab fai lauv yog sab faifab lauv ua nws yuav txawj nti tawv

cathode ray / leesxim lauv cov electrons tawm ntawm sab lauv ntawm txoj xaim hluav taws xob

cation / cation yog cov hluav taws xob muaj fai npuaj

cell / cov cell nyob rau hauv kev kawm txog tsiaj, yog ib qhov me tshaj plaws uas ua tau hauj lwm txhua yam rau txoj kev ciaj sia; cov cells yog raug npog los ntawm ib daim ntaub npog nyias nyias thiab muaj DNA thiab cytoplasm

cell cycle / vojxeeb cell kev loj hlob fab DNA thiab kev huam hlob ntawm cov cell sab hauv

cell differentiation / cell sib txawv cov txheej txheem uas còv cell loj hlob kawg thiab luag haujlwm

cell membrane / cell membrane ob-txheej ntawm phospholipids uas yog ciam thaiv ntawm ib lub cell thiab ib puag ncig thiab tswj cov kuab yuav nkag rau thiab tawm ntawm lub cell

cell theory / lus paub cell kev paub uas hais txog ntawm txhua yam muaj sia yog tsim ntawm cov cell, txhua lub cell yog tsim los ntawm cov niam cell, thiab cell yog qhov pib tshaj plaws ntawm lub cev

cellular respiration / cell kev ua pa txheej txeem ntawm kev tsim ua ATP los rhuav tshem cov molecules carbon-based thaum muaj pa oxygen

Cenozoic Era / Cenozoic Era lub caij nyoog ntawm av tam sim no, nws pib li thaum 65.5 million xyoo dhau los; kuj hu ua lub caij nyoog cov tsiaj ntshav sov *Age of Mammals*

center of mass / nrab ntsiav qhov nruab nrab ntawm lub cev tuaj yeem ntsuam saib kom txhimyeem soj xyuas kev hloov txav

centripetal acceleration / kev nqawm rau nrab kev tau raws kab ncaj mus rau hauv plawv

chain reaction / nuclear chain reaction ib kab sab nuclear fission reaction es khiav tsis tu ncua

change of state / pauv chaw qhov uas ib yam khoom pauv mus ua kua los sis pa

Charles's law / Charles txoj lus paub txoj lus paub uas hais tias qib ntawm cov pa qhov nruj tsis nce, cov pa kub nce ntxiv tuaj raws li qhov kub nce thiab cov pa yuav tsawg zujzus thaum txias zuj zus

chemical / kuab khesmis cov kuab uas nyob rau hauv kev teev zwm

chemical bond / ceg kuab khesmis lub zog nqus lwm cov atom losyog ion cia ua ke

chemical change / chemical pauv ib qhov pauv uas muaj thaum ib los sis ntau tshaj ib yam khoom pauv mus ua lwm yam khoom thiab muaj tus yam ntxwv txawv

chemical equation / chemical equation ib qhov piv txwv ntawm ib qho chemical reaction uas yog tej cim thiab piav seb cov khoom uas raug muab siv thiab tej khoom uas raug tsim yog dab tsi

chemical equilibrium / khesmis sib npaug tavsim thaum cov kuab khesmis uas ntej muaj ntau li tomqab sib tov qhov ntsim thiab cov kuab tsis muaj kev hloov pauv

chemical formula / chemical formula thaum cov chemical cim muab mus sau xyaw nrog tej lej uas sawv cev rau ib yam khoom

chemical kinetics / vivxa khesmis cheeb ntu kev kawm paub txog cov kuab khesmis thiab kev sib tovtsim ntawm cov kuab

chemical property / chemical property tej yam khoom uas piav seb yam khoom ntawd muaj chemical reaction li cas

chemical reaction / chemical reaction txoj kev uas ib los sis ntau tshaj ib yam khoom pauv mus ua ib los sis ntau tshaj ib yam khoom txawv

chemical sedimentary rock / pobzeb khesmis cov pobzeb tog los ntawm kev sib tovtsim fab khesmis los yog los ntawm cov txo tog yaig

chemistry / khesmis kev kawm tshawb fawb fab kev paub tshiab, kev xeeb puab, thiab yam ntxwv ntawm cov kuab thiab kev sib tovtsim

chloroplast / chloroplast organelle muaj ntau hom nruag uas siv los hloov cov zog duab tshav ntuj mus ua zog fab khesmis; uas muaj chlorophyll

chromatic aberration / chromatic tsis thooj kev xaiv saib cov txawv xim raws ncua deb ntawm cov lens sib txawv

chromatid / kloma ntxaib ib nrab ntawm lub chromosome uas muaj ob lub uake

chromosomal mutation / chromosom hloov cajces kev hloov ces ntawm lub chromosom uas raug rhais pauv mus rau ib qho chaw tshiab rau lwm lub chromosom tibco los yog lwm lub chromosome sib txawv

chromosome / chromosome ntev li, nruam xov dawb ntawm DNA uas muaj ntau lub gen thiab kev txheej xuam

clastic sedimentary rock / txozeb clastic cov txo pob zeb uas tawmsim thaum cov pobzeb raug zom los yog sib txhuam siab tsoo

cleavage / sibtawg kev tshawb paub fab avdej yuav muaj tej kuab ua txoj hau rau cov pobzeb raug nti ntawm tej qho uas phom heeyaig, nti tawv

climate / huabcua tebchaws cov yam ntxwv ntawm cov huab cua hauv thaj tsam li ib lub sijhawm ntev

climate change / huabcua hloov cov kev hloov pauv huabcua hauv thaj tsam lossis huabcua ntiaj teb, tshwj xeeb yog kev hloov hauv tiam 20 thiab 21; yav tas los hu ua huab cua kub

clone / clone kev kovpij tus qauv zoo tib yam ntawm ib tus noob los sis ib yam kab muaj sia

cloning / cloning cov txheej txheem ntawm kev tsim xeeb ua ntawm lub cev ntawm cov kab muaj sia

codominance / codominance heterozygous genotype uas sib npaug zos qhia txog qhov txawv ntawm ob alleles tib si

codon / codon qib peb ntawm nucleotides uas cim rau cov amino acid

coefficient / coefficient ib tug naj npawb me uas tshwm los ua ib qho hauv pem hauv ntej ntawm tus xuj khesmis

coefficient of friction / lub zog ntawm kev sib txhuam yog tus lej los ntawm ob yam khoom tawv ya nkag los mus sib txhuam los yog ib yam yam txav los mus nias txhuam ib yam

coevolution / coevolution tus txheej txheem uas ob lossis ntau hom tsiaj tuaj yeem ua rau kev hloov ntawm lwm tus

coherence / kev sib txuas xeeb qhov sib tshuam txheeb ntawm cov nplaimkab ntawm ob lossis ntau tus

colligative property / yam ntxwv kev sib lua
yam ntxwv uas yeej muaj hauv cov ntsiav sib
tov tiamsis tsis yog yam ntxwv li thaum tsis tau
sib tov

collision theory / collision theory ntawv kev
paub qhia hais tias muaj pes tsawg cov kuab
tov tau tsim hauv cov tshuaj khemis sib tov
yog sib npaug rau cov molecule uas sib tsoo,
khoo rau cov kev cuam tshuam rau kev sib
tsoo muaj zog qis

colloid / colloid kev sib tov ntawm cov kuab me
uas yog nruab nrab ntawm cov kuab tov nyob
hauv cov kev daws thiab cov kuab nyob hauv
kev tshem tawm thiab tshem tawm hauv cov
kua, khoom tawv, lossis pa cua

combined gas law / lus paub pa sib tov
txoj kev sib rub ntawm qhov ntau, qhov
ntim, thiab qhov kub ntawm cov pa cua

combustion reaction / kev tovtsim kub nyiab
kev sib tovtsim uas muaj cov oxidetion ntawm
cov kuab ua lub zog tawm los

common-ion effect / ion ntxaib qhov tshwm
sim nyob rau hauv uas sib tov ntawm ib qho
ion rau ob tug solutes ua rau muaj txo tog
lossis ua rau muaj cov ion

community / cov zejtsoom sau tag nrho cov sib
txawv ntawm cov pejxeem uas nyob hauv ib
cheeb tsam

competition / kev sib tw kev sib cuam tshuam
ntawm ob yam muaj sia ua noj haus tib
yam zaub

components of a vector / cesko vector cov
yuav tig ntawm cov vector raws ib txog kab
rau tom hauv

composite / sib dhosxeeb ib yam khoom tsim
los ntawm kev sib txuas ob qho lwm yam kuab
nrog rau lwm yam ntxiv nrog

**composition stoichiometry / kev xeeb puab
thajtsam** kev ntsuas suav nrog cov kev sib
cuam tshuam ntawm cov kuab cov khoom tov

compound / compound ib yam khoom uas
raug tsim los ntawm ntau cov atom uas nyias
txawv nyias vim lawv sib lo ua ke

compression / kev nqaws kom lau cheeb tsam
ntawm ib tug kabnplaim ntev yoj hauv uas lub
taub ntom thiab qhov nruj siab kawg

Compton shift / Compton shift kev nce ntxiv
rau kabnplaim ntawm photon tawgya los vim
cov electron ua rau tus kabnplaim ntev ntawm
cov photon khiav txav

concave spherical mirror / ncauj voj iav
ib daim iav uas nws ntsa ci ua ntu nqia rau
sab hauv nrab

concentration / qhov nrog kua qhov ntau
ntawm ib yam khoom uas nyob hauv ib
cov kua

condensation / sam lwg thaum cov pa dej los
mus ua dej

condensation reaction / kev tovtsim kawpa
cov kuab sib tov uas muaj ob los sis ntau yam
los ua ke los tsim ua dej los yog lwm yam kuab
yooj yim

conduction / tustuamxa qhov hloov xa ntawm
hluav tawsxob los yog lwm zog zogcua ntawm
ib co ntsiav mus rau lwm cov

conjugate acid / acid sibtuav yog cov kua
acid uas tshwmsim thaum cov base tau
txais proton

conjugate base / base sibtuav yog cov base
thaum cov kuab acid xiam proton mus

constraint / kev ceevcia ceevcia lossis txwv;
hauv kev tsim qauv kev tsim khoom feej, kev
txwv tsis pub loj dhau lossis yuav tsum luaj li
raug li, feem ntau yog txiav txim siab thaum
tshwm teeb meem

**constructive interference / kev yuam mus rau
qhov zoo** ib qho kev hloov loj tshaj ob los
yog ntau tus kab nplaim uas tsis muaj kev ua
rau tus twg mus rau ib sab ntawm qhov chaw
sib npaug uas tau muab tso ua ke los ua kom
tiav qhov kabnplaim tshwm sim

consumer / cov noj cov muaj sia uas yuav muaj
zog nyob thiab kev yuav tau los ntawm kev
noj lwm yam muaj sia

contact force / contact force ib qho thawb
lossis rub ib qho khoom los ntawm lwm yam
khoom uas tau raug nws

continental margin / npoo loojteb cov hiav
txwv hauv pem teb uas nyob nruab nrab
ntawm cov av qhuav thiab hiavtxwv tob, muaj
ua theem txheem, nqes hav, thiab nce toj

224

continuous spectrum / spectrum ncua ib qho uas tsis sib cuag ncua ntawm cov kabnplaim los yog qhov ntev ntawm cov kaceg hluavtaws xob, feem ntau tawm ntawm qhov chaw tsim tawm

control rod / lub plawv khoo kab nrab neutron uas tswj kev sib tovtsim ntawm cov nuclear los ntawm kev txwv cov neutron ywjpheej

controlled experiment / controlled experiment ib qhov kev sim uas sim ib yam hauv ib lub sij hawm xwb los ntawm kev sib piv ntawm ib pawg hauv kev tswj nrog ib pawg kev sim

convection / kev coj qhov kub qhov kev txav ntawm qhov khoom vim qhov sib txawv hauv qhov deb; tuaj yeem ua rau muaj kev xa mus ntawm lub zog tsoo

convergent boundary / npoo sib nrug ciam teb ntawm ob qhov tectonic plates uas txav los mus sib nraus

conversion factor / fabxeeb kev hloovrov cov feem uas tau ntawm qhov sib luag ntawm ob qho kuab sib txawv thiab uas siv tau los hloov ntawm ib yam kuab mus rau lwm lwm yam

convex spherical mirror / iavkhooj daim iav uas nws ntsa ci tawm nkhaus sab nrauv ntawm nws sab tawv

copolymer / yas tov cov yas uas ua los ntawm ob hom hmoov kuab

core / kabnrab nruab nrab hauv qab ntiajteb uas ua kab ntseg; *tibyam* kab nrab ntawm lub hnub

Coriolis effect / Coriolis effect txoj kab nkhaus ntawm ib yam khoom txav mus los ntawm ib txoj kab ncaj vim lub Ntiaj teb lossis lwm lub ntuj tig

cosmic microwave background (CMB) / cosmic microwave background (CMB) cov leesxim uas pom ntawm txhua cov huabcua uas muaj nyob ntau sib npaug nkaus; suav hais tias yog qee ntsiav meme ntawm kev tawg big bang

covalent bond / pob caus convalent ib qho pob caus uas muaj taus thaum cov atom sib faib yuav ib los sis ntau tshaj ib cov electrons

crest / lub hau qhov siab tshaj ntawm qhov sib npaug

criterion / criterion (plural *criteria*) cov kev xav tau thiab kev ruaj khov yuav tsum tau ua; hauv kev kos tsim ntawv qauv, ib qho tseev kom muaj qhov tsim los tsim kom tau raws li, feem ntau txiav txim siab thaum txhais teeb meem raws li meem thawj

critical angle / kiskaum tshwjxeeb qhov tsawg kawg nkaus lub kiskaum ntawm qhov tshwm sim uas tag nrho kev tshwm sim

critical mass / critical mass the minimum mass of a fissionable isotope that provides the number of neutrons needed to sustain a chain reaction

critical point / critical point qhov kub txias ntawm cov pa thiab kua uas muaj cov kuab zoo tibyam li thiab nyob tib theem

critical pressure / critical pressure qhov qis tshaj ntawm cov kuab tuajyeem nyob ua kua thaum raug kub zog

critical temperature / critical temperature qhov kub tshaj uas cov kuab tsis tuajyeem nyob ua kua hauv lub taub ntim

crossing over / kev sib pauv kev sib pauv ntawm cov chromosome thiab homologous chromosomes thaum muaj kev faib huam I

crust / hau ntsis sab tawv nyias thiab txheej ntawm lub ntiaj teb saum tus qaum; thajvij thiab qaum hiavtxwv yog kev xeebkoom ntawm lub ntiajteb

cryosphere / huabcua dejkhov ib feem ntawm huabcua hydrosphere uas yog dej khov, feem ntau tsis suav cov dej khov sau huabcua; qee zaum suav hais tias yog ib qhov ntawm lub ntiaj teb

crystal / pob zeb ci ib cov atom, ion, los sis molecule yog raug teem hauv tus qauv uas tsis tu ncua sib lawv sib liag

crystal structure / xeebpuab iavkhov kev tso cov atoms, ions, lossis cov molecul xyaw rau kev ua cov tekhov

crystalline solid / dejkhov tawv yam kuab tawv uas xeeb puab los ntawm iavkhov

cultural behavior / cwjpw noj nyob tus cwj pwm uas kis los ntawm cov tswv cuab ntawm cov pejxeem los ntawm kev kawm thiab tsis xaiv los ntawm kev teb puagncig

Multilingual Science Glossary

cyanobacteria / cyanobacteria (singular *cyanobacterium*) cov kab bevtawlias uas siv duab tshav ntuj; qee zaus hu ua ntxhuab ntsuab

cyclic process / kev kho siv dua txheej txheem kev ntxeev kho ntawm cov khoom rov mus zoo li thaum uas nws pib

cycloalkane / cycloalkane cov ceg carbon tsau uas ua lub voj los yog lub nplhaib

cytokinesis / cytokinesis txheej txeem kev xeeb huam ntawm cov cell

D

Dalton's law of partial pressures / Dalton cov lus qhia qee ncua nruj pa txoj lus qhia tias qhov nrujpa ntawm cov kuab pa yog muaj nqi ntau li qhov sib lua ntawm qee cov kuab

daughter nuclide / ntxhais nuclide ib tug nuclide uas xeeb los ntawm cov kev sib txuas yaj ntawm lwm tus nuclide

decay series / kev yajpob kev yaj pob ntawm cov pa leesxim tasli kom txog thaum yuav kawg nrab

decibel / decibel lub yeej ntsuas qib nrov ntawm cov suab uas muab ob qib; qib tibneeg hnov yog qib siv los piv

decision matrix / matrix txiav txim siab ib qho cuab yeej kev txiav txim siab siv los ntsuas ntau qhov kev xaiv nyob rau hauv tib lub sijhawm

decomposition reaction / decomposition reaction ib qho reaction es ib yam compound tawg rhe mus ua ob los sis ntau ntau yam khoom (substance)

deforestation / kev luaj teb nrov zoov cov txheej sim ntawm luaj ntov hav zoov

delta / pebceg av yog peb ceg av ntawm ob tug dej sib tshuam; xwsli, pebceg kaum nram tus niam dej yuav ntws rau hiav txwv

denature / hloovtxawv kev hloov cov xeebpuab los yog lub huj uas tuaj yeem hloov txawv tau thiab yog vim li no qhov solubility thiab lwm yam khoom-ntawm lub tshuab ua cua sov, tuav, los yog kho cov protein nrog cov kua acid, alkali, lossis lwm hom

density / sibti qhov piv ntawm qhov hnyav yam khoom rau lub ntim ntawm cov kuab; feem ntau hais raws li grams per cubic centimeter rau cov kkhoom tawv thiab kua thiab raws li grams ib liter rau cov pa

density-dependent factor / kev nrujti nce raws seemfab kev thevmeem rau tej puag ncig uas cuam tshuam rau cov pej xeem uas nyob cheeb tsam coob ti

density-independent factor / kev nrujti nce tsis raws seemfab kev thevmeem rau tej loojncig uas tsis xam kev cuam tshuam rau cov pejxeem coobti

deposition / kev sawscia cov txheej txeem uas cov khoom raug pov tseg, xws li cov xuab zeb lossis cov txozeb los ntawm tus dej; sawv ntawv, cov txheej theem ntawm cov pa yaj mus ua kuab khov; kev hloov ntawm cov pa mus yam tawv

derived unit / qhov tau txais cov cuabyeeg ntsuas uas muaj los nrog ntsuas lwm yam thiab

desertification / tiajsuabpuam kev rhuav kho uas ntawm tib neeg los sis kev hloov pauv hloov ua rau thaj tsam tiaj nrag av qhuav los yog cov cheebtsam hav suab puam kub qhuav dua qub

destructive interference / kev sib rhuam tshuam ib qho kev hloov loj tshaj ob los yog ntau tshaj hauv qhov uas tus tib neeg txoj kev tuaj yeem tawm tsam ob sab ntawm txoj hauj lwm sib npaug yog muab ua ke los ua kom tiav qhov kabnplaim

diffraction / diffraction ib qho kev pauv ntawm qhov wave txoj kab ke taug thaum es qhov wave nrhiav tau ib yam khoom ntis, qhib, los sis ib qho npoo

diffusion / kev xam kev uas khoom txav tawm ntawm ib qho chaws nyeem heev mus rau ib qho chaws uas tsis nyeem npaum li ntawd

dihybrid cross / dihybrid hla hla, lossis ob sab, ntawm cov muaj sia uas muaj ob khub ntawm qhov sib txawv

dimensional analysis / kev sojtshawb txhua fab kev siv fab lej los pab kev ntsuas txhawm rau kho tej txheejxwm

dipole / nce ntsuas huabcua cov molecule los yog ib feem ntawm cov molecule uas muaj faifab npuaj thiab lauv

diprotic acid / diprotic acid cov kua qaub uas muaj ob molecule ntawm hydrogen rau ob sab, xws li cov kuab sulfuric

direct current / kab ncaj qha cov hluav taws uas ntws mus rau ib txoj hau kev coj

direct proportion / feem tseem kev sib raug zoo ntawm ob yam kuab uas nws ua kuab tus lej li qub tas li xwb

directional selection / kev xaiv ncaj qha txoj kev ua ntawm ntuj xaiv nyob rau hauv uas ib tug tsis tshwm sim phenotype xaiv dua ib qho phenotype

disaccharide / disaccharide lub suab thaj uas xeeb tsim los ntawm ob lub monosaccharide

discharge / kevtxotawm cov dej uas ntws tawm nyob rau hauv ib lub sijhawm

dispersion / kev sib tawg txheej txeem ntawm kev sib cais ntawm lub polychromatic mus ua cov kuab muaj kabnplaim

displacement / kev nkaghloov kev hloov thaj tsam chaw ntawm cov kuab

disproportionation / disproportionation cov txheej txeem kev hloov mus ua ob los sis ntau tshaj qhov sib txawv, feem ntau yog simultaneous oxidation thiab txo nqis uake

disruptive selection / xaiv rhuav tshem kev ua ntawm ntuj xaiv nyob rau hauv uas ob hom, tab sis Attendance tsis zoo txaus, phenotypes raug xaiv ntau tshaj li cov phenotype

dissociation / kev thim tawm qhov sib cais tawm ntawm cov molecule ua yooj yim molecules, atoms, radicals, los yog ions

divergent boundary / npoo sib nrug ciam teb uas ob qhov tectonic plates sib nrug ib sab mus ib qhov

DNA; deoxyribonucleic acid / DNA; deoxyribonucleic acid cov molecule uas muaj nyob rau hauv txhua yam muaj sia

DNA polymerase cov enzyme uas ua rau cov ceg ntawm nucleotides, sib sau ib qho ntawm cov DNA thaum lub sij hawm sib hloov

DNA replication / DNA replication kev kaij nthuav txav zoo raws cov qub DNA

dominant / qhov zoo dua qhov allele uas tshwm sim thaum ob lub alleles sib txawv thaum nyob rau hauv lub nrog cev genotype

doping / doping kev ntxiv ib qhov khoom uas tsis huv rau ib lub semiconductor

Doppler effect / Doppler effect ib qho kev pauv hauv cov suab (wave) thaum es yam nrov suab los sis tus tib neeg es mloog txauv chaw lawm

double-displacement reaction / double-displacement reaction kev sib tovtsim ntawm ob yam kuab uas sib hloov pauv chaw los sib npuab uake ua yam tshiab

drainage basin / chaw ntws dej tag nrho cov ntws rau niam dej, hauv dej, lossis lwm tus kwj dej; lwm qhov dej

drift velocity / kev ceevsai kev xa sib pauv faifab ntawm ob tog kuab khesmis

ductility / zoojmos qhov kev muaj peev xwm ntawm yam kuab uas tuajyeem coj los rub xyab tau ua hlua xaim

E

earthquake / avqeeg kev rheevtxav lossis kev tshee ntawm cov pobzeb hauv qab ntiajteb txav mus los

eccentricity / nkhaus lem lub kiskaum ntawm vojkev kiv mus los zoo yam lub qe tig (cim ua, *e*)

ecological niche / kev paub fab loojncig tag nrho ntawm lub cev, tshuaj khesmis, thiab roj ntsha uas ib hom yuav tsum muaj sia nyob, noj qab nyob zoo, thiab xeeb me nyuam nyob hauv loogncig

ecological succession / loogncig kev paub qiv kev hloov ntawm yamtsav muaj sia uas tsim dua chaw nyob tshiab pib tsim chaw tsis muaj neeg nyob dua los

ecosystem / loogncig kev suav sau los ntawm cov muaj sia thiab cov uas tsis muaj sia thiab lwm yam xws li av, dej, pob zeb, thiab huab cua hauv thaj tsam

ecosystem services / pabcuam loogncig
kev ua tes haujlwm nyob nruab loogncig los yog txheej txheem ntawm thaj av uas pab txhawb nqa txoj sia los yog kev txhawb zoo rau tsiaj txhu

effervescence / tawm ua npuas cov buas ntawm ib cov kua los ntawm kev hloov pauv ntawm cov pa los ntawm kev hau

efficiency / ruajkho npaug, feem ntau yog sau ua feem pua, uas ntsuas qhov kev sib tov tau raws li tau muab nqis rau hauv

effusion / dimpa kev dim pa ntawm cov pa kuab yog nkag raws tej kis qhov meme

elastic collision / kev tsoo thaws kev sib tsoo nyob rau hauv uas tag nrho momentum thiab tag nrho lub zogcua nres

elastic potential energy / lub zimzog sib cov zim zog uas muaj cia nyob hauv txhua yam khoom kuab khesmis

electrical conductor / yam xa fais fab yam khoom uas cov charges txav tau ywj siab

electrical energy / zogcua hluav taws xob lub zogcua uas yog txuam nrog cov hluav taws xob ntawm ob sab

electrical insulator / yam ntis fais fab yam khoom uas cov charges txav tsis tau ywj siab

electrical potential energy / lub zog hluav taws xob tej zaum yuav muaj zog faifab vim los ntawm cov cuabyeeg hluav taws xob

electric circuit / roojvoj hluav tawsxob cov roojvoj txua hluav taws xob txuas nrog txoj xaim los yog ntau yam kom cov fai khiav mus tau

electric current / txoj hluav taws xob tus lej hluav taws xob los hla ib qho chaw

electric field / tshav hluav taws xob tshav nyob ib ncig ntawm ib yam khoom twg uas muaj hluav taws xob uas lwm yam khoom uas muaj ceg hluav taws xob

electric potential / kev nqus faifab txoj hauj lwm uas yuav tsum tau ua los ntawm fais fab kom txavtshem mus rau ib qho chaw tshiab, cais los ntawm tus cov zog fai

electrochemical cell / cell hluavtaws xob khesmis cov tshuab tsim uas muaj ob tog fai sib cais los ntawm ob tog sib nqus

electrochemistry / cov hluav tawsxob khesmis kev kawm paub vibxas khesmis uas yog kev cuam tshuam ntawm hluav taws xob thiab cov kuab khesmis

electrode / ceg hluav tawsxob yam xa uas siv rau kev coj hluav taws xob ntawm ib qho mus rau ib qho uas tsis yog yam khoom phom

electrode potential / kev nqus xa hluav tawsxob qhov sib txawv ntawm qhov nruab nrab ntawm ob sab nqus faibfab thiab nws cov kuab yaj

electrolysis / electrolysis cov txheej txeem ntawm cov hluav taws xob los ua tus pab kev sib tov tsim hauv cov kuab khesmis kom tov tau sai

electrolyte / electrolyte cov kuab yaj hauv dej rau kkom pab xa hluav taws xob tau zoo

electrolytic cell / electrolytic cell khoom siv hluav taws xob hauv electrolysis thaum siv hluav taws xob tam hauv lub cuab yeej

electromagnet / electromagnet lub zog hlau nplaum, uas tuaj yeem txoj xaim kauv ncig ntawm tus hlau, uas tsuas yog yuav nqus cov hluav taws xob thaum ntws los raws txoj xaim

electromagnetic induction / electromagnetic induction thaum muab thaj chaw fais fab nplaum hloov, es ua rau txoj hlua xov tooj tsim tau fai fab

electromagnetic radiation / electromagnetic radiation cov ci leesxim hluav taws xob thiab hlau nplaum; nws txawv lub sij hawm thiab ya ceev li duab tshav ntuj

electromagnetic spectrum / lub zog hlau nplaum tag nrho cov kev nrugti los yog cov qhov ntev ntawm txoj kab nplaim hluav taws xob, uas yog cov leesxim hluav taws xob thiab sib nqus, nrog rau cov ntsici uas pom tau

electromagnetic wave / kabnplaim hlau nplaum nthwv kab nplaim hluav taws xob and hlau nplaum, uas tawm los ntawm ceev duab tshav ntuj

electron / electron ib qho nyob sab hauv nrog ces lub atom (subatomic particle) uas muaj ib qho negative charge

electron affinity / electron kev sib cuagtshuam lub zog hloov uas tshwm sim thaum lub tshuab hluav taws xob tau txais los ntawm atom sib npaug

electron capture / electron sibtuav txheej txeem cov hluav taws xob uas sab hauv nucleus raug tuav los ntawm atom uas muaj electron

electron configuration / electron teevnqi kev tso raws electrons hauv cov atom

electron-dot notation / electron-dot notation lej cim hluav taws xob hauv yog qhov ib txwm ntawm electrons ntawm zog ntim hluav taws xob, qhia los ntawm cov qe qaum dub nyob ib puag ncig ntawm yam kuab ntawv

electronegativity / electron lauv kev ntsuas ntawm cov electron lauv ntawm atom hauv cov kuab khesmis coj mus nqus tuav electrons

electroplating / electroplating txheej txeem electrolytic ntawm tsau los yog pleevlo rau yam khoom rau cov kuab tawv

element / kuab ib yam khoom uas tsis tuaj yeem sib cais los yog tawg mus ua cov khoom yooj yim uas yog kuab tshuaj; tag nrho cov atoms ntawm cov tib yam kuab yog muaj tib tug nqi zauv

elimination reaction / elimination reaction kev tshwm sim sib tovtsim molecule sib, xws li dej los sis ammonia, raug ua ploj thiab ua tau yam tshiab

ellipse / vojqe ib lub voj voos nqia piv los ntawm cov qib uas tus lej ntawm txoj cuv yuav mus rau ob lub ntsiab lus tseem ceeb (foci) yog ib qho tas li; lub voj voog nqiaqe ntawm xoom

emergent spectrum / emergent spectrum daim ntawv los yog daim duab uas qhia txog lub qhov ntev ntawm nthwv dej ntawm lub zog yam khoom raug nqus

emission-line spectrum / spectrum kev tso pa ib hom kab nplaim txuas tshwj xeeb ntawm electromagnetic hluav taws xob tawm los ntawm electrons thaum lawv txav los ntawm siab dua mus nyo theem pib

empirical formula / empirical formula tus xuj uas qhia tias muaj pes tsawg yam kuab ntawm cov kuab sib tov thiab hom atoms hauv qhov sib npaug

endothermic reaction / endothermic reaction ib qho chemical reaction uas yuav tsum siv cua zog hluav taws

end point / qhov kawg qhov qhia nyob rau hauv ib lub titration ntawm lub xim uas muaj xim hloov chaw

energy budget / energy budget kev sib npaug ntawm cov zog ntws nkag thiab zog ntws tawm

energy pyramid / zog pebceg daim duab uas sib piv lub zog uas siv los ntawm cov neeg tsim khoom, thawj cov neeg tau txais kev pab, thiab lwm cov qib kkev noj haus

engineering design process / engineering design process cov kauj ruam uas cov kws txua ua raws li kom nrhiav tau kev daws teeb meem

enthalpy / enthalpy lub zog ntawm taub ntim nrog rau cov khoom thiab qhov nruj ntawm lub tau kaw muaj rau ib puag ncig

enthalpy change / enthalpy change zog hluav taws xob tso tawm los yog nqus nkag ntawm raug kub los ntawm thaum muaj txheej txheem ntawm qhov nruj nres

enthalpy of combustion / enthalpy kev kubcig lub zog tso tawm ua cua kub los ntawm kev hlawv kub dulug ntawm qib kev teev tseg thaum qhov nrujsu nres lossis ntau li qub

enthalpy of reaction / enthalpy sib tovtsim cov zog tso tawm los yog raug nqus ua pa kub thaum lub caij tshuaj kev tabtom sibtov

enthalpy of solution / enthalpy kev yajyaig cov zog tso tawm los yog raug nqus li thaum raug kub kub thaum cov zog ntawm yaig nyob rau hauv yam kom yaig

entropy / entropy kev ntsuas ntawm qhov xaivsim los yog tsis tshua tseeb ntawm cov pawg

environment / loogncig kev sib lua ntawm xeejyuam thiab loovuag uas cuam tshuam rau tus cwj pwm ntawm lub cev

enzyme / enzyme ib hom protein uas ua tus pab txhawb kev sib tovtsim thiab txhawb qhov ceev ntawm hlawv cov nroj thiab cov tsiaj tsis raug hloov lossis puas sij

epicenter / epicenter thaj chaw nyob ncaj ntsoov saum daim av uas nyob ncaj ncaj thaj chaw uas av qeeg hauv nruab nrog

epigenetics / epigenetics kev kawm txog cov kev hloov hauv cov noob gen uas tsis koom nrog cov kev hloov hauv fab DNA

epistasis / epistasis cov kev sib txuas tshuan ntawm cov gen uas tsis yog cov alleles, hauv kev xaiv tshem ntawm gen los ntawm lwm tus

equilibrium / kev sibnpaug hauv kev paub khesmis, lub kev sib tov kuab khesmis thiab yajthim rov qab rov rau tshwm sim ntawm tib tus nqi xws li cov ntsiab lus ntawm kev sibtov thiab cov khoom tsis hloov; hauv physics, fab kev siv zog ntawm cov khoom yog xoom

equilibrium constant / sibnpaug nres tus zauv lej uas muaj feem xyuam qhov ntsimdaw ntawm cov kuab pib thiab kuab tov yaj rov qab thaum raug taws kub

equilibrium vapor pressure / kev nruj pa kev nruj pa ntawm lub ntim

equivalence point / qib sib npaug qibcuv ntawm qhov ob yam kuab titration muaj nyob uake sib npaug

erosion / kev ntiyaig kev kemnres thiab xa cov khoom siv los ntawm kev yoojyim xws li siv cua thiab dej ntws; qee zaus siv rau hauv kev yoojyim fab huab cua

ester / ester cov kuab tov organic uas tsim los ntawm kev siv cov organic acid nrog cawv xws li cov dej ntiab tawm

ether / ether cov kuab tov organic uas muaj ob ceg ntxaib tuav i blub oxygen

eusocial / eusocial feem xyuam ntawm txhua yam muaj sia ua muaj qhov tshwjxeeb thiab txhua hom yuav tsis sib txeeb tshooj

evaporation / yaj kev pauv ntawm kua mus rau cua

evolution / kev ntxivkho kev maj mam hloov ib hom tsiaj; tus txheej txeem ntawm kev hloov kev txheeb raws roj ntsha los ntawm cov xeeb leej xeeb ntxwv tuaj yeem txawv ntawm lawv cov poj koob yawm txwv

excess reactant / excess reactant cov kuab uas tsis siv tsis tag hauv kev tovtsim

excited state / kev nyob tau tus xeeb tsam uas atom muaj zog ntau du

exon / exon las dav ntawm DNA uas cov cim qhia txog protein synthesis

exothermic reaction / exothermic reaction ib qho chemical reaction uas thaum cov zog raug tso tawm mus rau cov nyob ib ncig ntawd uas yog cua kub

exponential growth / kev huamvam txoj vamcoob ntawm pejxeem hauv sijhawm luvluv

extensive property / yam ntxwv kev huamvam tus yamntxwv uas nyob ntawm qhov loj lossis qhov dav ntawm qhov cheebtsam

extinction / kev tu noob kev khaws sua mus kom txhob muaj hauv ntiajteb

F

facilitated adaptation / kev yoog tus kheej yoojyim ib cov txheej txheem uas tib neeg coj kev ua kom haum rau cov neeg raug kev tsim txom los ntawm kev hloov lub genome ntawm cov tsiaj

family / tubki kab sawv ntsug ntawm lub zim teev caij

fatty acid / roj acid cov kuabtov organic acid uas yog nyob hauv lipids, xws li rog lossis roj

fault / kab pleb ib txoj kab thawg pleb nyob rau hauv ib thooj pob zeb uas yuav swb raws li lwm thooj pob zebu as ib sab yog ntsig txog lwm lub; hom qauv nkig sab

feedback / hloov rov thim ntaub ntawv hais txog cov txheej txheem lossis txheej txheem uas yuav cuam tshuam cov kev hloov hauv lub cev lossis txheej txheem; cov ntaub ntawv uas tau xa rov qab

feedback loop / vojke hloovrov cov ntaub ntawv uas tau muab piv nrog cov txheej txeem zoo tshaj plaws thiab cov kev pabcuam rau kev tswjhwm homeostasis

felsic hais txog pob zeb kua hlau los sis cov twb khov lawm es muaj feldspars thiab silica thiab feem ntau xim kaj kaj

field force / cheebtsam zogcua luab zog yuam tuaj ncua deb tshaj li kev yuav hnov tau

film badge / film badge lub tshuab ntsuas seb kwv yees npaum li cas ntawm cov leesxim uas tau txais hauv ib lub sijhawm muab los ntawm cov neeg uas ua haujlwm nrog leesxim

fission / fission txheej txheem uas ib tug nucleus muab faib ua ob los yog ntau thooj thiab tawm neutrons thiab lub zogcua

fitness / haumsim ntsuas ntawm kev tuajyeem hauv lub cev muaj peev xwm ciaj sia thiab tsim cov xeeb ntxwv txheeb ze rau lwm tus neeg ntawm cov pej xeem

fluid / ua kua ib yam uas tsis khov, xws li ua pa roj los ua kua, ua rau cov atom los sis molecule khiav tau mus los ywj siab

focus / sausua qhov chaw nyob hauv lub Ntiaj Teb thawj zaug ntawm qhov av qeeg tshwm sim; ib qho ntawm ob lub hauv paus qhia cov ntsiab lus ntawm ib qho ellipse

foliation / foliation cov pob zeb ntxhib hauv av uas tau raug xam rau hauv qhov tiaj los yog nris

food chain / cajkev nojhaus yamntxwv kev nojhaus los ntawm lawv txoj kev ib co raug ibco tom noj

food web / yam noj qauv ntawm txoj kev sib koom tes ntawm kev noj kev nyob hauv chaw hauv cheeb tsam

force / yuamtim kev yuamtim lub cev kom hloov ntawm kev so lossis lub zog; quab yuam muaj qhov homphiaj thiab kev ncua mus

formula equation / tus xuj sib npaug ib yam sawv cev ntawm cov cov sib tovtsim thiab cov khoom tau ntawm kev kev sibtovtsim cov kuab los ntawm lawv lub cim los yog cov qauv

formula mass / xuj qhov nyhav tus lej ntawm qhov nruab nrab qhov nyhav ntawm tag nrho cov atoms sawv cev nyob rau hauv cov kuab molecule, formula unit, los yog ion

formula unit / cimhu qhov yooj yim ntawm atoms uas tuajyeem nrhiav cov ionic tau

fossil / pob txha ib txoj lw los yog tej pob txha uas feem ntau nrhiav pom hauv pob zeb, ntawm tej tsiaj uas tau siab puag txheej thaum

fossil fuel / pob txha roj ib yam zog uas rov muaj dua tshiab tsis tau uas muaj nyob rau tej tsiaj puag txheej thaud tej pob txha

founder effect / founder effect kev pheej suab uas tshwm sim tom qab ib tug cov tsawg ntawm cov pejxeem colonize nyob ib thaj chaw tshiab

fracture / uapleb kev paub fab dej av, so hauv pob zeb, nrog lossis tsis muaj kev tawm, uas tawm los ntawm kev ntxhov siab, nrog rau kev tawg, pob qij txha, thiab kev ua yuam kev; *thiab* lub sijhawm uas lub pob zeb tawg ntu nrog ob sab lossis qhov tsis zoo

frame of reference / qhov los ntawm ib qho cheebtsam rau kev qhia qhov tseeb qhov chaw ntawm cov khoom nyob rau hauv qhov chaw thiab lub sijhawm

free energy / tsismuaj zogcua lub zogcua hauv ib cheebtsam uas nyob; ib qho cheebtsam siv thiab ua tau txiajntsig zoo

free-energy change / kev sib hloov zogcua qhov txawv ntawm kev hloov hauv entalpy, ΔH, thiab cov khoom ntawm Kelvin kub thiab qhov kev hloov ntawm entropy, uas yog txhais tau hais tias $T\Delta S$, thaum muaj qhov nrujpa siab thiab kub txias

free fall / free fall cov kev txav ntawm lub cev thaum lub zog thawb vim lub ntiajteb nqus rau lub cev

freezing / khovte kev hloov ntawm cov kuab ua kua mus ua yam khov thaum qhov kub nqis qis

HM00B

freezing point / qib khov qhov kubtxias ntawm cov kuab thiab ua kua hauv qhov nruj ntawm 1 atm; qhov kubtxias ntawm cov kua kuab nres

freezing-point depression / freezing-point depression qhov txawv nruab nrab ntawm cov txias khov ntawm ib qho kev tus kuab ua rau yaj thiab cov kuab yaj, uas yog feem sib npaug rau cov lej ntawm lub sijhawm tam sim no

frequency / qhov sib nrug pes tsawg tus voj voos lossis tshee txhua lub sijhawm; *yam li* tus naj npawb ntawm cov tsis tsim tawm nyob rau hauv ib qho muab npaum li cas ntawm lub sij hawm

friction / zog sib txhuam ib lub zog uas muaj thaum ob daim av twg los sib txhuam

front / yog daim npoo es kem cov nthwv cua (air masses) uas nyias muaj nyias ib yam density thiab nyias muaj nyias kev cua sov thiab no npaum li cas (temperature)

functional group / ces haujlwm ib feem ntawm lub molecule uas ua haujlwm hauv kev sib tovtsim thiab txiav txim yamntxwv ntawm ntau cov kuab

fundamental frequency / sibti qibthawj qhov qis tshaj plaws ntawm kev yojco ntawm cov kabnplaim sawv ntsug

fusion / fusion cov txheej txeem uas nuclei ntawm cov atoms me me ua ke los tsim ib qho tshiab, loj dua nucleus; txoj kev tso tawm lub zog

G

gamete / gamete cell maum thiab txiv; cell qe lossis phev

gamma ray / leesxim gamma photon zogcua siab tso tawm los ntawm nucleus thaum lub sijhawm sib tawgcais thiab cov hluav leesxim tawg

gas / pa ib yam khoom uas tsis muaj volume los sis shape tus li

Gay-Lussac's law / Gay-Lussac lus teev qhia tus xuj uas hais tias qhov ntim cov pa khoosthij yog feem rau qhov kub txias

Gay-Lussac's law of combining volumes of gases / tus xuj Gay-Lussac's kev ntim cua tus xuj qhia uas hais tias qhov ntau ntawm cov pa carbon dioxide hauv kev hloov yog tuaj yeem sawv cev los ntawm kev sib piv ntawm cov naj npawb me

Geiger-Müller counter / Geiger-Müller counter tshuab ntes thiab ntsuas qhov ntau tsawg ntawm cov leesxim los ntawm suav cov naj npawb ntawm hluav taws xob uas dhau ntawm lub anode thiab cathode nyob rau hauv ib lub taub ntim pa

gene / gene ib feem ntawm DNA uas nyob hauv ib tug chromosome thiab yog cov cim ntawm ib los sis ntau tus cag tsim noob neej; lub hauv paus ntawm cov noob neej caj ceg los ntawm txiv thiab niam

gene expression / gene yeebyam qhov tshwm sim ntawm cov gen los ntawm cov kuab hauv daim ntawv ntawm ib qho kev tsim tshwj xeeb

gene flow / kev txav gene kev tsiv txav mus los ntawm cov alleles ntawm ib qho mus rau ib qho

gene mutation / gene hloov noob kev hloov hauv cov DNA sib lawv liag

gene pool / pawg gene pabpawg ntawm cov alleles uas tshawb pom hauv cov pejxeem

generator / cav tsim fais fab lub cav uas txawj pauv lub zog mechanical mus rau lub zog fais fab

gene therapy / kev siv gene kho tus txheej txheem los kho tus kab mob uas ua rau cov noob qoob los yog tsis pom zoo los yog ib tus noob tshiab raug tso rau hauv tus neeg mob genome

genetic cross / noob txuam cagces kev yug huamvam ntawm tej muaj sia

genetic drift / tsav noob kev hloov hauv cov allele sib ti nrug, tshwm sim ib vuag ntawm cov zejxeem tsawg

genetic engineering / kev tsim noob txheej txheem ntawm kev hloov cov kab cov DNA kom muab cov kab tshiab tsim

genetic testing / kev sim noob tus txheej txheem ntawm kev kuaj DNA los txiav txim lub sij hawm tus neeg muaj, los yog kis tau ntawm, ib caj ces tsis phibkas

genetic variation / kev hloov tsavnoob kev sib txawv ntawm kev coj tus kheej ntawm ib tug los ntawm cov pab pawg uas nws nyob

genetics / kev paub noob kawm txog ntawm kev kovpij cov caj ces noob thiab kev hloov ntawm cov kab muaj sia

genotype / tsav xeem sau los ntawm tag nrho cov caj ces keeb kwm uas cov cim rau cov sijhawm ntawm yam muaj sia ntawv

geologic timescale / caijnyoog ntuj av sijhawm nrog keeb kwm ntawm lub ntiaj teb

geometric isomer / geometric isomer cov kuab tov uas tshwm sim nyob rau hauv ob lossis ntau dua qhov sib txawv ntawm lub yeeg

geosphere / geosphere koog uas tawv heev, feem pob zeb ntawm lub Ntiaj Teb; pib hauv lub plawv ntiaj teb mus rau sab nraum daim av; ib qho ntawm plaub qhov tseem ceeb ntawm lub Ntiaj Teb

geothermal energy / geothermal energy lub zog uas tsim los ntawm cov cua sov tawm hauv av tuaj

germ cell / cell tsim noob cov muaj sia feem ntau, txhua yam kev yeej noob (yog piv rau cov cell somatic)

Graham's law of effusion / Graham's tus xuj kev ntws ncig tus xuj uas tau hais tias kev ntws ntawm pa yog npaug li square root rau cov pa qhov nruj

glacial / txias yav ntuj thaum dej khov uas tau muaj los ntawm cov hav dej kho

glacier / glacier ib thooj dej khov es loj heev uas txawj txav

gravitational force / zog rubnqus kev sib nqus sib txuas ntawm cov ntsiav kuab ntawm cov khoom

gravitational potential energy / zogcua sib nqus lub zogcua tuajyeem txuam nrog ib sab ntawm yam khoom uas muaj feem xyuam mus rau kev sib ciaj zog cua

gravity / zog nqus zog quab yuam ntawm obsab nruab nrab ntawm qhov nyhav thiab yuav yau zujzus thaum ob yam khoom nyob sib deb zujzus

greenhouse effect / greenhouse effect qhov kev sov ntawm daim av thiab cov huab cua theem qis ntawm lub Ntiaj Tebu as tshwm sim vim cua carbon dioxide, pa dej, thiab lwm yam cua raug nqus thiab rov qab tso tawm zog thiab pa sov

greenhouse gas / pa ntis ntuj cov pa ntawm cov molecule pa ncho uas nqus thiab ntsa tej pa leesxim ntawm lub hnub

ground state / thajtsam nyob tshamsim thaum muaj lub zogcua qis ntawm lub tshuab ntim

groundwater / dej qab av cov dej uas nyob hauv qab daim av ntiaj teb

group / pawg cov element nyob rau kab sawv ntsug ntawm daim periodic table; cov element nyob hauv ib pawg muaj cov chemical properties zoo sib xws

gymnosperm / gymnosperm ib hom nroj tsuag uas nws li noob tsis muaj qe los sis tsis muaj txiv hmab ntoos los qhwv

H

habitat / chaw nyob xeebfab yam muaj sia thiab yam tsis muaj sia nyob koom uake

habitat fragmentation / tej chaw nyob tintu kev noj nyob ntawm yam tsav muaj sia uas yuav tsum tau tos lub caij nyoog yoojyim rau nws

half-cell / nrab-cell ib tog hluav taws xob tsau nyob rau hauv ib qho kuab yaj ntawm nws cov ions

half-life / ib nrab sia lub sij hawm yuav tsum tau ib nrab ntawm cov thawj nuclei ntawm ib qho piv txwv ntawm cov leesxim uas yuav hla dhau kua yaj leesxim

half-reaction / ibnrab-tovtsim ib feem ntawm kev tovtsim los ntawm oxidation los yog txo nqis

halogen / halogen ib qho ntawm pawg 17 (fluorine, chlorine, bromine, iodine, thiab astatine); halogens ua ke nrog cov co feem ntau los tsim cov ntsev

harmonic series / xuv harmonic cov kabnplaim uas suav nrog kev siv zaus thiab kev sib ntau ntawm cov zaus siv

heat / kub lub zogcua hloov ntawm cov khoom vim muaj qhov siv txawv ntawm lawv qhov kub txias txawv txav; lub zogcua yog ib txwm hloov ntawm cov khoom kub dua rau qhov kub me losyog txias dua kom txog thaum kub sib npaug

heat engine / cav sov ib lub cav uas siv cua sov coj los ua fais fab los yog los ua hauj lwm

Heisenberg uncertainty principle / lavkas Heisenberg lub hauv paus ntsiab lus uas hais tias kev nrhiav ob qho chaw thiab kev tau sai ntawm ib qho electron los yog lwm yam khoom ib zaug ib txwm tsis mus uake tsis tau

helicase / helicase ib qho enzyme uas ua rau lub DNA ntxig kauv thaum lub sij hawm DNA hloov chaw

Henry's law / Henry txoj lus txoj lusqhia tseg uas hais tias qho kub nres, kev yaj ntawm cov pa hauv cov kua yog ua feem rau qee lub zog nqus ntawm cov pa ntawm ib sab ntawm cov kua

heritable / yoog raws cajces kev tuajyeem ntawm yam ntxwv yuav raug xa ib txheej mus rau ib txheej

Hess's law / Hess's txoj lus qhov hloov tag nrho entalpy hauv kev sib npaug yog sib npaug ntawm qhov sib hloov ntawm txoj kev hloov enthalpy rau tus neeg ntawd cov kauj ruam hauv tus txheej txeem

heterogeneous / tsis sib txawv txav xeeb puab ntawm lub cev muaj qhov sib txawv

heterogeneous catalyst / tus pab txhawb kev tovtsim sib txawv tus kuab pab txhawb kev sib tovtsim ntu sijhawm txawv

heterogeneous reaction / kev tovtsim sib txawv txav ib cov kuab tovtsim muaj nyob hauv ob theem sib txawv

heterotroph / heterotroph ib yam muaj sia uas tau txais cov khoom noj khoom haus zaubmov los ntawm lwm yam muajsia lossis lawv cov byproducts thiab uas tsis tuaj yeem coj los siv duab tshav ntuj los ntawm cov kuab inorganic

heterozygous / heterozygous tus yam ntxwv uas muaj ob hom alleles uas tshwm sim ntawm tib qhov chaw ntawm tus yub niam chromatids

hole / lub qhov cov zog cua uas tsis muaj cia nyob rau hauv electron ntawm cov khoom tawv

homeostasis / samsim sibnpaug kev ceev khoo thiab txuag sim sab nrauv ntawm hom muaj sia

homogeneous / homogeneous piav qhia txog tej yam uas kev sib tovxeeb los sis xeeb puab sib tximyeem

homogeneous catalyst / tus pab txhawb kev tovtsim kom tau sai tus txhawb kev tovtsim ntu thaum samsim sib tovtsim

homogeneous reaction / kev tovtsim tibyam kuab kev tovtsim ntawm tagnrho cov kuab thiab yam tsim tau lub sij hawm ntawv

homologous chromosomes / chromosomes sib xws yog chromosomes uas ntev tib yam, tsos, thiab cov kovpij ntawm cov gen, txawm tias cov alleles yuav sib txawv

homologous structure / kev xeebpuab sib xws ib feem ntawm lub cev uas zoo sib xws ntawm cov muaj sia txawv tsuas yog kev ua haujlwm sib txawv

homozygous / homozygous tus yam ntxwv ntawm muaj ob ntawm tib cov alleles ntawm tib qhov chaw ntawm tus maum chromatids

hormone / hormone cov cim hluav taws xob uas tsim los ntawm ib qho ntawm cov kab muaj sia thiab cuam tshuam cov cell hauv lwm qhov

horizon / kabkem ib kab tav cais ntawm sab sauv thiab sab hauv; tseem muaj ciam nyob nruab nrab ntawm ob lub pob zeb uas muaj yam ntxwv sib txawv

HM00B

hot spot / hot spot ib thaj chaw roob kub hnyiab ntawm lub Ntiaj teb daim npoo ad, feem ntau deb ntawm lub tectonic tus cwj ciam

Hund's rule / Hund's kab lus txoj lus teevcia hais tias rau ib qho atom rau hauv av hauv lub xeev, cov xov tooj ntawm unpaired electrons yog qhov siab tshaj plaws thiab cov electrons kivtig tib yam

hybrid orbitals / hybrid orbitals kev kivtig ntawm cov khoom tsim tau los ntawm kev sib xyaw ntawm ob los sis ntau lub kiv ntawm cov atom

hybridization / kev tov cajces qhov sib xyaw ntawm ob los sis ntau atomic ntawm tib lub atom tsim cov orbitals tshiab; Kev sib xyaw ua ke yog nruab nrab ntawm qhov sib xyaw ntawm ntau dua- thiab cov hluav taws xob qis zog los tsim cov orbitals ntawm cov hluav taws xob nruab nrab

hydration / ntubnoo kev sib xyaws ntawm molecule dej ntawm cov kuab uas yaj ua rau muaj kev sib tawg electrolytic

hydraulic fracturing / hydraulic fracturing cov txheej txheem ntawm nqus tsi roj los yog pa cua los ntawm kev tov dej, xuab zeb los yog lamfwj, thiab cov tshuaj nyob rau hauv kev kub siab mus rau hauv qhov zoo hauv cov kuab ua kom pob zeb lossis pob zeb nti; kuj hu ua fracking

hydrocarbon / hydrocarbon tej yam khoom uas tsuas muaj carbon thiab hydrogen nyob rau hauv xwb

hydroelectric energy / cav dej fais fab lub zog hluav taws xob uas tsim tawm los ntawm cov dej ntws

hydrogen bond / ceg hydrogen zog sib nqus tshwmsim thaum ib lub atom hydrogen raug tuav los ntawm electron lauv ntawm ib co molecule yog zog siab dua rau ob lub electrons tsis tau sib cais

hydrolysis / kev yajyaig kev sibtov fab khemis ntawm dej thiab lwm yam kuab ntawm obyam kuab losyog ntau yam dua, kev sib tov tsim ntawm dej thiab ntsev kom ua tau acid lossis base

hydronium ion / hydronium ion cov ion muaj proton ua ke nrog ib qho molecule ntawm dej; H_3O^+

hydrosphere / hydrosphere ib feem ntawm lub ntiaj teb uas yog dej; ib qho ntawm plaub qhov tseem ceeb ntawm lub ntiaj teb

hypothesis / kev xav muaj neeg uas yam tas los tau sau tseg tej yam uas lawv pom thiab tej yam uas lawv tau sim lawm. Thaum yus muab tej yam no coj los xav thiab los tshwm ib lub tswv yim raws tej yam uas neeg twb sau cia lawm, qhov no hu ua hypothesis

I

ice age / txheejthaum dejkhov sij hawm txheej thauv hua txhua thaj av raug npog huab cua dej txias khov

ideal fluid / ideal fluid cov ua kua uas tsis muaj zog tawm ntawm kev sib txhuam los yog tsis ntxhib xem thiab tsis tuajyeem tais tau

ideal gas / pa pivxam yog cov huab pa xav hauv nruab siab, uas nws tsis muaj tseeb thiab tsis sib cuam tshuam nrog lwm cov

ideal gas constant / pa hauv kev xav qhov sib luag uas tshwm hauv qhov kev ua zauv ntawm qhov chaw rau 1 mol ntawm ib qho pa cua tagnrho; $R = 0.082\ 057\ 84\ L \cdot atm/mol \cdot K$

ideal gas law / xuj laij pa pivxam txoj lus tau teev qhia hais tias kev sib cuam tshuam ntawm cov pacua yog nruj:pressure (P), suloj: volume (V), kubtxias: temperature (T), pacua tsis hloov pauv (R), thiab cov mol ntawm pacua (n); $PV = nRT$

igneous rock / laig zeb avpob zeb uas thaum cov magma txias thiab khov

immiscible / hloovmus hais txog ob lossis ntau dua cov dej uas tsis tau sib tov nrog lwm yam

impulse / zog txhawb qhov tau los ntawm kev lub zogcua thiab lub sij hawm uas cuam tshuam rau lwm yam khoom

incomplete dominance / incomplete dominance heterozygous phenotype uas yog ib tug sib xyaw ntawm ob co homozygous phenotypes

independent assortment / kev xaiv hom ywjpheej Mendel tus xuj thib ob, hais tias cov alleles nyob rau hauv ib qho kev xaiv ob ho cais ntawm ib lub thaum lub sij hawm gamete tsim xeeb tus tshiab

index fossil / cov khov ua zeb cov pob txha uas siv los tshawb ntsuas hnub nyoog ntawm lub pob zeb ntawm tus muaj sia vim hais tias cov pob txha muaj qhov txawv txav, ntau, thiab ntau yam thiab cov tsiaj uas ua rau cov pob txha muaj nyob rau lub sij hawm luv luv ntawm lub caij nyoog xuab av

index of refraction / tus lej pauv txav qhov sib piv qhov ceev ntawm cov ntsa hnub hauv lub taub xoom nyaskaj thiab qhov ceev ntawm ntsa hnub nyob puag ncig

induction / kev xacoj hluavtaws xob txheej txeem ntawm kev xa los ntawm coj nws nyob ze ntawm lwm yam khoom thiab lwm txoj txuas hauv av

inelastic collision / kev sib tsoo tsis thaws thim kev sib tsoo sib lo ntawm ob qho khoom ua ke tom qab sib tsoo tas

inertia / inertia qhov kev xav ntawm ib qho khoom los tawm tsam kev txav los yog, yog tias qhov khoom txav, los tiv qhov kev hloov hauv kev ceev los yog kev coj ke

innate / xeebtxwm tus cwj pwm uas tsis kawm los ntawm kev paub tau ntsib

inner core / kab hauv plawv cov khoom tawv ntawm lub ntiaj teb, muaj xws li feem ntau ntawm cov hlau thiab pob zeb nyob hauv raug nias thiab kub heev

insolation / kev thaivthim duab tshav ntuj leesxim ntawm lub hnub ci (lub zogcua ntawm lub hnub); tus nqi ntawm kev xa duab tshav ntuj rau ib ntiaj teb kab rov tav

instantaneous velocity / kev ceev tamsiv kev ceev ntawm ib yam khoom ntawm qee lub sijhawm lossis ntawm ib qho chaw ntawm txoj kab kev

intensity / ntom nti tus nqi uas lub zogcua ntws los ntawm cheeb tsam sab kev mus rau kev mus los ntawm cov kab nplaim

intensive property / coob ntomnti ib qho yam ntxwv uas tsis nyob ntawm qhov teeb meem tam sim no, xws li kev nruj, kub txias, los yog tuab ceev

interest group / pawg ntxim siab pab pawg neeg ntawm cov neeg muaj kev txaus siab uas muab lub hauv paus rau kev cai lijchoj

interglacial / interglacial lub sij hawm luv luv ntawm ntu kub sov thaum ntu nyoog dej khov

intermediate / qib nrab ib yam kuab uas nyob rau hauv nruab nrab ntawm kev sib tovtsim thiab yog suav hais tias yog tus khuam kev sib tovtsim ntawm kuab pib thiab cov tsim tau

intermolecular forces / zognqus molecule lub zog sib nqus ntawm ob sab molecule

internal energy / zogcua sab hauv yam ntxwv lub zogcua ntawm txhia lub ntsiav sab hauv tiamsis tsis cov zog cua tam nrhho ntawm yam khoom ntawv

interstellar medium / kev sib nqus ntawm hnubqub cov kuab, feem ntau yog pa hydrogen, lwm cov pa cua, thiab hmoov av, ntim nruab nrab ntawm cov hnub qub thiab muab cov khoom siv rau cov hnub qub tshiab

introduced species / cajces xaiv ib hom tsiaj uas tsis yog ib thaj chaw thiab tau coj mus rau cheeb tsam ntawd los ntawm kev ua haujlwm ntawm tib neeg

intron / intron ntu ntawm ib tug gen uas tsis ua cim rau cov amino acid

invasive species / kev huam dav noob noob cajces uas tsis yog ib qho chaw hauv thaj tsam ntawm lub cheeb tsam thiab nws qhov kev taw qhia rau qhov cheeb tsam ntawd yog qhov yuav ua rau muaj kev puas tsuaj los yog kev ua kom raug mob rau tib neeg lub nrog cev

inverse proportion / feem txawvtxav kev txuas ncua ntawm ob lub zog uas nws cov khoom siv tas mus li

ion / ion lub atom, radical, lossis molecule uas tau txais los yog poob ib lossis ntau dua electrons thiab muaj qhov tsis zoo los yog tus nqi zoo

ionic bond / ceg ionic zog quab yuam uas rub electrons los ntawm ib tug atom mus rau lwm, uas xa ib tug nruab nrab atom rau hauv ib qho ion

ionic compound / nruab cev ionic ib qho chaw ntawm cov ions ua ke ua ke los ntawm zog hluav taws xob electrostatic

ionization / ionization txoj kev ntxiv los yog tshem tawm cov electrons los ntawm ib qho atom lossis molecule, uas muab cov atom lossis molecule tus nuj nqi

ionization energy / zogcua ion lub zog yuav tsum tau tshem tawm ib qho hluav taws xob los ntawm ib qho chaw atom lossis ion (abbreviation, IE)

isolated system / kev xaiv cais txheej ntawm cov khoom sib txuas los sis cov khoom sib txuam ua ke yuav tsum yog ib qho chaw ua haujlwm rau lub hom phiaj ntawm txoj kev kawm, feem ntau uas tsis muaj zog sab nraud raug rau

isomer / isomer ib qho ntawm ob los sis ntau dua sib txuas uas muaj tib yam tshuaj muaj pes tsawg tiam sis txawv cov qauv

isostatic equilibrium / isostatic equilibrium ib lub hom phiaj ntawm kev sib luag ntawm kev sib luag ntawm cov gravitational thiab ntab zog ua rau ntiaj teb lub lithosphere, uas ua rau ntau qib

isothermal process / isothermal process ib txoj kev thermodynamic uas siv qhov chaw ntawm qhov kub

isotope / isotope ib qho ntawm ob lossis ntau dua ntais nruab nrab uas muaj tib lub xov tooj ntawm protons (atomic number) tab sis txawv tooj ntawm neutrons (atomic qhov nyhav)

isovolumetric process / isovolumetric process ib txoj kev tsim thermodynamic uas siv qhov chaw nyob ntawm qhov ntim kom tsis ua hauj lwm ua tiav los ntawm los ntawm lub cev

iterate / tsuam npog rov qab ua dua los yog rov ua dua; nyob hauv kev tsim qauv, cov qhabnias ntawm txhua repetition yog siv los hloov cov qauv tom ntej ntawm tus tsim

J

joule / joule qhov uas siv los nthuav qhia lub zog; sib npaug rau qhov ntau ntawm kev ua hauj lwm tiav los ntawm ib lub zog ntawm 1 N ua yeeb yam los ntawm kev sib nraus ntawm 1 m nyob rau hauv cov kev coj ntawm lub hwjchim (lus luv, J)

K

ketone / ketone cov kuab tov organic hauv ib pawg carbonyl txuas nrog ob pawg alkyl; tau los ntawm oxidation ntawm ob co alcohols

kin selection / kev xaiv tsav noob thaum xeebtxwm xaiv ua rau alleles uas txhawb kev ciaj sia taus ntawm cov txheeb ze ze

kinetic energy / zog txav lub zog ntawm ib yam khoom uas yog txuam nrog cov khoom qhov kev ua zog

kinetic friction / zog sib txhuam qhov kev txheem tawm tsam qhov txav ntawm ob qhov chaw uas nyob rau hauv kev sib cuag thiab sib zawm sib

kinetic-molecular theory / kinetic-molecular kev paub ib txoj kev xav uas piav qhia tias kev coj tus cwj pwm ntawm lub cev yog nyob ntawm kev ua ke ntawm cov txheej txheem ntawm lub brog cev

L

lanthanide / lanthanide tus tswv cuab ntawm cov caj ceg kuab, uas nws cov cim naj npawb atom yog 58 (cerium) mus rau 71 (lutetium)

laser / ntsaci laser lub tshuab uas ua rau pom qhov sib txuas ntawm tsuas yog ib tus kabnplaim

latent heat / qhov kub sab hauv lub zogcua ntawm ib pawg ib pawg uas tau pauv thaum lub sij hawm hloov ntawm ib yam khoom

lattice energy / zogcua lattice lub zogcua uas tso tawm thaum ib mole ntawm ib qho ionic crystalline yog tsim los ntawm pa Ions

lava / lava cov magma uas ntws mus rau ntiaj teb qhov chaw; lub pob zeb uas txav thaum lub qab txias thiab ua kom muaj zog

law of conservation of energy / cai hais tias zog tsis txawj ploj ib txoj cai hais tias tsim tsis tau lub zog thiab ua tsis tau kom lub zog piam sij, tiam sis tsuas pauv tau lub zog mus ua lwm yam xwb

law of conservation of mass / cai hais tias zog tsis txawj ploj txoj cai lij choj uas hais tias pawg neeg tsis tuaj yeem raug tsim lossis rhuav tshem tab sis tuaj yeem hloov ntawm ib hom qauv mus rau lwm hom

law of definite proportions / xuj nrhiav feem sib npaug xuj kev paub uas hais tias ib qho tshuaj muaj tshuaj yeej muaj tib qho hauv tib qho raws nraim tib lub txiaj ntsig los ntawm qhov hnyav lossis pawg

law of multiple proportions / xuj nrhiav ntau feem txoj lus paub uas hais tias thaum ob lub ntsiab lus sib sau ua ke los ua ob los sis ntau dua lub tebchaw, qhov loj ntawm ib lub ntsiab lus uas tau muab sib txuas nrog rau ib qho kev loj hlob ntawm lwm tus yog nyob rau ntawm qhov sib txawv me me

Le Châtelier's principle / Le Châtelier's ntsiab ke lub hauv paus ntsiab lus uas hais tias ib qho kev ua hauv equilibrium yuav tawm tsam kev hloov nyob rau hauv ib txoj kev uas yuav pab tshem tawm qhov kev hloov

lens / daim iav me ib daim iav uas pom tshab thiab ua rau cov teeb uas thaum cig los rau, ua rau cov teeb los faib los los ua ke kom thiaj li tau ib daim duab

lever arm / tetsa lub nrug deb ntawm lub axis ntawm kev sib hloov mus rau ib txoj kab kos raws txoj kev coj ntawm lub zog

Lewis acid / Lewis acid ib lub atom, ion, lossis molecule uas txais ib khub electrons

Lewis acid-base reaction / Lewis acid-base reaction kev tsim ntawm ib los yog ntau dua cov ceg covalent ntawm ib co electron-khub pub thiab ib co electron-khub txais

Lewis base / Lewis base ib co atom, ion, lossis molecule uas pub ib tug khub electrons

Lewis structure / Lewis structure kev xeeb puab hauv cov qauv uas electrons raug sawv cev ntawm cov lub kheej; cov khub lossis cov dashes ntawm ob qho cim atom hauv cov ntawv ceg covalent

light-year / light-year qhia tias ib xyoo twg, seb lub teeb ci deb npaum li cas, txog ze li ntawm cuaj txhiab million kilometer

limiting reactant / kev txwv nres sib tovtsim cov khoom uas tswj cov khoom muaj nqis uas tsim tau los ntawm cov tshuaj tiv thaiv

linear polarization / linear polarization kev sib tw ntawm electromagnetic tsis xws tias cov vibrations ntawm cov hluav taws xob liaj hauv txhua tus tsis yog parallel rau txhua lwm yam

lipid / roj yog ib co khemis muaj sia uas tsis yaj nyob rau hauv dej, nrog rau cov rog thiab steroids; lipids khw muag khoom noj khoom haus thiab tsim kom muaj cov kab mob hauv lub cev

liquid / ua kua yog thaum ib yam twg, yog kua xwb, uas yeej siv chaw, tiam yus tso rau hauv twg los tau, nws mam cia li hloov mus ua kom txaus xwb

lithosphere / ntiaj teb lub khauj khaum ntiaj teb lub khauj khaum sab nraud uas yog daim av thiab txhua yam uas tsis tus rau sab nraum no

logistic growth / kev huamvam logistic pejxeem kev loj hlob uas yog tsi ntsees los ntawm ib lub sijhawm ntawm kev lojhlob qeeb, ua raws li lub sijhawm ntawm kev loj hlob, ua raws li lwm lub sijhawm uas tsis muaj kev loj hlob

London dispersion force / London dispersion force cov zog nqus ntawm molecular uas ua los ntawm cov sib koom tsis sib luag ntawm cov electrons thiab cov tsim ntawm ib ntus dipoles

longitudinal wave / kab nplaim tav ib nthwv nplaim nyob rau hauv uas lub ntsiab ntawm qhov nruab nrab tshee yoj mus rau kev coj lub nthwv nplaim yoj mus

longshore current / dej ntab thaum dej ntab ze ntug thiab ntab raws tus ntug

luster / ci lo lus uas qhia tias seb tej yam pob zeb ci li cas thaum yus tsom teeb rau

M

macromolecule / macromolecule yog cov molecule loj, feem ntau yog ib co polymer, muaj li ntawm pua pua lossis txhiab tus atoms

mafic / mafic hais txog cov pob zeb kua hlau los sis cov twb khov lawm es nws muaj magnesium thiab iron ntau thiab feem ntau nws xim tsaus tsaus

magic numbers / magic numbers cov lej (2, 8, 20, 28, 50, 82, thiab 126) uas qhia txog cov ntau tsawg ntawm cov naj npawb nyob rau hauv ib qho kev sib txuas ntawm atomic nucleus uas tau ua tau plhaub ntawm protons thiab neutrons

magnetic domain / hauv tsim zog hlau nplaum ib thaj av muaj li ntawm ib pawg ntawm cov xaim uas nws cov ntawv sib dhos sib dhos rau tib qho kev coj

magnetic field / cheebtsam zogcua hlau nplaum cheeb tsam uas muaj kev sib nqus sib nqus tau los

magnetic quantum number / lej zogcua hlau nplaum quantum tus naj npawb uas qhia qhov orientation ntawm ib ncig orbital ncig lub nucleus; cim los ua tus m

magnitude / magnitude tshuab ntsuas lub zog av qeeg seb loj thiab muaj zog npaum li cas

main-group element / pawg cov theem pib xeebcuam hauv s-block lossis p-block ntawm lub rooj xaib

malleability / qhov phom kev muaj peev xwm ntawm ib yam khoom uas yuav tsum tau hammered los yog ntaus rau hauv ib daim ntawv

mantle / txheej pob qhov txheej ntawm lub pob zeb ntawm lub Ntiaj teb daim tawv thiab nruab nrog

mantle convection / kev cojxa hluav kub lub zog qeeb ntawm qhov teeb meem hauv lub Ntiaj Teb cov mantle, uas hloov mus zog li cua sov ntawm sab hauv ntawm lub ntiaj teb mus rau qhov chaw

mass / qhov nyhav ib qho kev ntsuas ntawm qhov teeb meem ntawm ib yam khoom; ib qho khoom siv ntawm ib yam khoom uas tsis cuam tshuam los ntawm cov rog uas ua rau cov khoom, xws li lub zog ntawm lub zogcua

mass defect / qhov nyhav nrog qhov txawv nruab nrab ntawm qhov loj ntawm ib qho me me thiab cov lej ntawm cov kaub fab ntawm cov atom's protons, neutrons, thiab electrons

mass density / qhov ntom tuab cov ntsiab lus ntawm ib yam khoom, ntsuas raws li pawg ib pawg ntim ntawm ib yam khoom

mass extinction / kev xiam qhov nyhav ib qho kev cuam tshuam thaum lub sij hawm uas coob tus loj ntawm cov tsiaj ua cov tu noob

mass number / naj npawb mass cov protons ntxiv rau neutrons uas nyob rau hauv ib lub atom

mass wasting / kev rhuav tshem qhov nyhav lub zog ntawm av, cov thooj av, lossis cov pob zeb pob zeb ua ib txoj kab nqes hauv kev cuam tshuam ntawm kev nqus

materials science / ntaub ntawv tshawb fawb kev kawm txog tus yam ntxwv thiab kev siv cov ntaub ntawv hauv science thiab technology

matter / khoom txhua txhua yam uas muaj mass thiab khuam kev

mechanical energy / zogcua txav tus lej ntawm lub zogcua xa thiab txhua lub zog ntawm lub zog

mechanical wave / kabnplaim kev txav ib kab nplaim uas yuav tsum muaj qhov nruab nrab los ntawm kev txav ncig

medium / qib nrab ib qho chaw ntawm lub cev uas cuam tshuam rau kev cuam tshuam

meiosis / meiosis daim ntawv ntawm nuclear faib uas faib ib qho diploid ntawm tes ua haploid hlwb; tseem ceeb hauv kev sib sau ua ke rau kev muaj niam txiv

melting / yajnti kev hloov ntawm lub xeev uas muaj ib qho khoom ua kua thaum lub zog kub los ntxiv lossis hloov qhov kub txias

melting point / qib yajnti qhov kub thiab qhov siab ntawm qhov khoom uas tau ua kua

Multilingual Science Glossary
© Houghton Mifflin Harcourt Publishing Company

mesosphere / mesosphere txheej sab hauv qab qhov mantle (txheej pob zeb) es tawv heev es nyob hauv plawv ntawm txheej asthenosphere thiab outer core (txheej plhaub pob zeb); thiab yog hais txog txheej cua nyob hauv plawv ntawm txheej stratosphere thiab thermosphere es cov fuab cua nws txias zuj zus thaum poob qis

Mesozoic Era / lub Caij Mesozoic lub caij qub qab 251 million xyoo mus rau 65.5 million xyoo dhau los; thiab hu uas li Caij Tsiaj Txhu Txias

metabolism / metabolism txhua yam uas tshwm sim nyob rau hauv txhua txhua tus organism

metal / hlau yam me tshaj plaws es ci ci thiab xa tau hluav taws thiab fais fab zoo heev

metallic bond / pob caus hlau ib lub pob caus es tsim tau thaum cov metal ions uas positively charged chwv nrog cov electrons es nyob puag ncig nws

metalloid / nrab tawv lub caij uas muaj cov khoom ntawm ob qho tib si hlau thiab cov khoom vaj khoom tsev; qee zaus hu ua "semiconductor"

metamorphic rock / pob zeb metamorphic pob zeb uas tau raug hloov hauv cov qauv los yog kev sau ntawv los ntawm tshav kub, siab, thiab tshuaj muaj tshuaj, feem ntau yog tob hauv ntiaj teb cov txheej zeb

microevolution / microevolution pom kev hloov hauv cov allele tuab tuab ntawm ib cov pejxeem hla ob peb tiam

mid-ocean ridge / nrab-ntug huiavtxwv ib lub voj voog ntev ntev, uas muaj ib lub pas nqaim, nqaim hav ntawm nws qhov chaw, uas cov ntaub ntawv ua magma nce ntawm lub asthenosphere, thiab tsim cov dej oceanic lithosphere (hiav txwv pem teb) raws li tectonic daim lag zeb tawm sib nrug

millimeters of mercury / millimeters of mercury lo lus hu ntawm qhov nruj

mineral / mineral fab thasmabxaj, feem ntau tsis muaj kev ntseeg uas muaj cov yam ntxwv ntawm tshuaj lom neeg, ib lub hauv paus, thiab cov yam ntxwv ntawm lub nrog cev

mining / kev tawg hauv qab av cov txheej txheem ntawm extracting ore, minerals, thiab lwm yam ntaub ntawv ntawm hauv av

miscible / sib xyaws piav qhia txog ob lossis ntau ntau cov kua uas ua rau sib tawg ua ke nyob rau hauv ib qho ntawm ntau feem ntau

mitochondrion / mitochondrion (yog ntau no hu *mitochondria*) taum ntsej muag zoo li organelle uas yog khoom siv rau lub zog thiab muaj nws cov ribosomes thiab DNA

mitosis / mitosis tus txheej txheem uas lub cell faib nws cov keeb thiab cov lub cev ntawm nws

mixture / sib tov ob yam los sis ntau tshaj sib tov ua ke, tab sis tsis pauv los ua tib yam khoom hos nyias nyob muaj nyias yam

model / qauv ib tug qauv, ib lub hom phiaj, kev nthuav tawm, los sis kev piav los qhia txog ib yam dab tsi, ib hom dab tsi, los sis ib lub tswv yim

moderator / tus tsav coj cov khoom uas ua rau kev ceev ntawm cov neutrons tsis muaj zog kom lawv thiaj li tau txais los ntawm cov nuclei

molal boiling-point constant / qhov kub-npau ruaj nres ib qho muaj nuj nqis xam los sawv cev rau lub npauj npau npav ntawm qhov ntsuas 1-kev sib xyaw ntawm ib qho uas tsis yog lub cev, tus yaj uas tsis yog toelectrolyte

molal freezing-point constant / qib lej txias khov ib qho muaj nuj nqis xam los sawv cev rau qhov freezing-point depression ntawm kev sib tov 1-kua ntawm ib qho uas tsis muaj sia, tsis yog nonlectrolyte solute

molality / molality qhov daw ntawm cov kuab yaj nyob rau hauv moles ntawm solute ib kilogram ntawm tus yuam kuab yaj

molar enthalpy of formation / kev nplaum uake qhov zogcua ntawm lub zog cua sov uas ua los ntawm tsim ntawm 1 mol ntawm ib yam khoom ntawm qhov nruj

molar enthalpy of fusion / molar enthalpy of fusion tus zogcua ntawm lub zog thaum tshav kub yuav tsum hloov 1 mol ntawm ib yam khoom los ntawm cov kua los ntawm qhov kub thiab txias

molar enthalpy of vaporization / molar enthalpy of vaporization tus lej ntawm lub zog thaum tshav kub yuav tsum tau ua kom evaporate 1 mol ntawm ib lub kua ntawm qhov ceev thiab qhov kub txias

molar mass / molar nyhav qhov nyhav nyob rau hauv grams ntawm 1 mol ntawm ib yam khoom

molarity / molarity ntsiab lus concentration ntawm ib qho kev hais tawm raws li moles ntawm solute yaj ib liter ntawm yam kuab yaj

mole / mole SI lub base siv los ntsuas tus nqi ntawm cov khoom uas nws muaj pes tsawg tus zauv yog tib yam li tus naj npawb ntawm cov pa roj carbon tsawg ntawm 12 g ntawm cov pa roj carbon-12

mole ratio / mole feem ib qho kev hloov dua siab tshiab uas muaj feem xyuam rau cov nqi ntawm ob lub txiaj ntsim ntawm ob qho yeeb tshuaj uas muaj feem xyuam nrog cov kuab

molecular compound / molecular puabxeeb ib qho kuab muaj dab tsi los xeeb puab nws hu ua molecules

molecular formula / xuj nrhiav molecular tus xuj khemis uas qhia txog tus naj npawb thiab hom tshuaj atoms hauv ib qho molecule, tiam sis tsis yog qhov kev sib tso lia ntawm cov atom

molecule / molecule ob los yog ntau cov atoms uas tau tuav ua ke cov ntawv ceg covalent; tsis tas yuav yog kuab sib tov

moment of inertia / sijhawm feev qhov kev xav ntawm ib lub cev uas tig txog ib txoj kab xev xaj tawm tsam thaum muaj kev hloov ntawm qhov kev hloov ntawm no

momentum / momentum kom muaj ntau tsawg raws li qhov khoom ntawm qhov loj thiab ntawm qhov txav ceev

monatomic ion / monatomic ion ib qho ion uas tsim los ntawm ib tus tib lub

monohybrid cross / monohybrid cross hla, los yog sib tov, ntawm cov muaj sia uas muaj feem xyuam tsuas yog ib khub sib txawv

monomer / monomer cov molecule yooj yim uas ua ke nrog lwm tus zoo li lossis tsis zoo li cov qauv molecules kom ua tau cov polymer

monoprotic acid / monoprotic acid cov kua acid uas tuaj yeem pub cov ntsiav proton rau cov base

monosaccharide / monosaccharide cov kuab qabzib yooj yim uas yog qhov subunit yooj yim ntawm cov carbohydrate

moraine / tiaj txha zeb daim av uas yog tsim los ntawm cov txo zeb tsis tau tso los ntawm ib thaj chaw; lub kom tso los ntawm ib lub glacier

multiple bond / ntau ceg txoj kab cuam tshuam uas cov kab ntawv sib txuam nrog ntau tshaj ib khub ntawm cov electron, xws li cov nyiaj qiv los sis kev sib cuam tshuam ntawm peb yam kuab

mutagen / kuab txawv cajces tus sawv cev uas tuaj yeem hloov qhov kev hloov lossis nce zaus ntawm kev sib hloov ntawm cov kab mob

mutation / hloov hla cajces kev hloov txawv fab DNA

mutual inductance / kev sib rub kev tuajyeem ntawm ib kev sib nqus los rub tus emf hauv ib thaj chaw nyob ze uas muaj kev hloov sijhawm ntawv

N

NADPH / NADPH cov molecule uas ua hauj lwm tsim lub zog cua thaum thaav duab tshav ntu

natural gas / gas ntiajteb tsim ntau hom gas hydrocarbons nyob hauv av hauv lub ntiajteb, feem ntau ze roj, siv los ua roj hlawv ntau xwb

natural hazard / xwm ntuj teb ib qho tshwm sim tshwm sim uas ua rau muaj kev puas tsuaj rau tib neeg, vaj tse, lossis chaw nyob

natural resource / khoom thasmaj xaj ib yam khoom lossis muaj peev xwm, xws li ntoo, ntxhua pob zeb, los yog dej muaj hwj chim, uas tshwm sim hauv lub xeev ntuj thiab muaj txiaj ntsig zoo

natural selection / kev xaiv raws thasmabxaj haukev uas cov tib neeg uas tau txais cov txiaj ntsig zoo tsim tau tsim muaj cov me nyuam coob dua li lwm cov neeg

nebula / hom pacua cov huab dub thiab hmoov av nyob rau hauv as kaj; ib thaj chaw nyob rau hauv qhov chaw twg hnub qub nyob

negative feedback / cov fai lauv thimrov cov lus tawm tswv yim uas siv cov lus tso tawm rau cov thawj cov xwm txheej, uas tuaj yeem tiv thaiv los yog txo qhov kev hloov thiab tswj kom muaj txheej txheem lossis qhov cheebtsam

negative feedback loop / negative feedback loop tswj lub cev rau qhov homeostasis uas kho kom haum rau lub cev tej yam kev mob thaum qhov txawv ntawm qhov zoo tag nrho

net force / lub zog faib ib qho kev raug zogcua los ntawm ib lub cev tsis sib xws yog tib yam li cov zog tag nrho ntawm ntau lub sijhawm ua haujlwm ntawm lub cev

net ionic equation / net ionic equation ib qho kev sib npaug uas suav nrog cov koom siv thiab cov ions uas yog siv cov tshuaj hloov hauv cov tshuaj tiv thaiv hauv kev sib tov tshuaj

neutralization / neutralization cov kuab ntawm cov ions uas txwv cov kua qaub (hydronium ions) thiab cov ions uas qhia tau cov hauv paus (hydroxide ions) los tsim cov dej ntiav thiab ntsev

neutron / neutron cov particle uas tsis muaj fais fab thiab nyob hauv lub plawv atom

newton / newton SI tus cim yuam siv; qhov quab yuam uas yuav nce lub zog ntawm ib pawg 1 kg los ntawm 1 m / s txhua tus thib ob tias qhov kev quab yuam yog siv (tsiaj ntawv, N)

noble gas / noble gas ib yam ntawm cov elements nyob Pawg 18 hauv rooj ntawv periodic (helium, neon, argon, krypton, xenon, thiab radon); noble gas mas tsis txawj cia li txia

noble-gas configuration / noble-gas configuration ib qho tseem ceeb ntawm sab nraud lub zog muaj nyob, feem ntau, ntawm yim xaim hluav taws xob

node / sab tus taw tes nyob rau hauv ib qho chaw nres uas tswj kev qhov nrab

nomenclature / nomenclature ib lub npe hu hauv kev siv

nonelectrolyte / nonelectrolyte ib yam kuab uas tsis yaj hauv dej los pab thaum tsis muaj hluav taws xob tawm tuaj

nonmetal / yam kuab phom muag lub caij uas ua rau cov hluav taws xob thiab hluav taws xob tsis zoo thiab qhov ntawd tsis tsim txoj kev zoo ions hauv cov kua xuab zeb electrolytic

nonpoint source pollution / nonpoint source pollution kev paug kuab lom los ntawm ntau qhov chaw tsis yog ntawm ib qhov chaw tshwj xeeb; ib qho piv txwv yog kev ua qias tuaj uas ncav cuag lub cev dej ntawm txoj kev thiab cov cua daj cua dub

nonpolar covalent bond / ceg faifab covalent ib daim ntawv cog lus uas muaj cov khoom sib txuas zais hluav taws xob sib npaug rau cov kev sib koom ua ke

nonrenewable resource / nonrenewable resource cov khoom siv uas ntev ntev mam tsim tau qeeb dua cov uas raug siv tag ua ntej

nonvolatile substance / kuab nonvolatile ib yam kuab uas muaj feem me hloov mus ua pacua raws li qib kub npau tshwm sim

normal distribution / kev qee faib tawm biology, kev faib cais nyob rau hauv ib co pejxeem nyob rau hauv qhov uas muaj txhua yam thev nia nyob rau ntawm qhov nruab nrab ntawm qhov kev ntsuas thiab txo qis rau txhua qhov kawg

normal force / lub zog dogdig lub zog uas mus raug rau ib yam khoom saum lub hau thiab ua raws li kev coj ua mus rau qhov chaw

nuclear binding energy / lub zogcua nuclear sib cuam tshuam lub zog tso tawm thaum ib tug nucleus yog tsim los ntawm nucleons

nuclear fission / nuclear tawg sib kis tus txheej txheem uas ib tug nucleus muab faib ua ob los yog ntau thooj thiab tawm cov neutrons thiab lub zogcua

nuclear forces / nuclear lub zog kev sib txuas txuas tshuam protons thiab neutrons, protons thiab protons, thiab neutrons thiab neutrons ua ke nyob rau hauv ib lub nucleus

nuclear fusion / nuclear fusion cov txheej txeem uas nuclei ntawm cov atoms ua ke los tsim ib qho tshiab, loj dua nucleus; txoj kev tso tawm lub zog

nuclear power plant / tsev hluataws xob nuclear qhov chaw uas siv cua sov los ntawm nuclear reactors los tsim zog hluav taws xob

nuclear radiation / leesxim nuclear cov ntsiav uas tau tso tawm los ntawm cov nucleus thaum lub sijhawm ua hluav taws xob, xws li neutrons, electrons, thiab photons

nuclear reaction / nuclear sib tovtsim ib cov tshuaj tiv thaiv uas cuam tshuam lub nucleus ntawm lub atom

nuclear reactor / taub hlawv nuclear lub taub ntim uas siv los tswj sib tov kuam nuclear los tsim cov zog lossis nuclides

nuclear shell model / nuclear shell model yam ntxwv ua rau muaj nucleons raws li tam sim no nyob rau hauv txawv zog, los yog shells, nyob rau hauv lub nucleus

nuclear waste / seem nuclear cov khoom seem pov tseg uas muaj radioisotopes

nucleic acid / nucleic acid ib qho chaw organic, RNA los yog DNA, uas nws cov khoom leb yog tsim los ntawm ib los yog ob txoj sia ntawm nucleotides thiab nqa cov ntaub ntawv tseem ceeb

nucleon / nucleon cov proton lossis neutron

nucleotide / nucleotide cov organic monomer uas muaj suab thaj, phosphate, thiab cov kua nitrogen; qhov yooj yim lub tsev thaiv ntawm ib txoj hlab nucleic-acid, xws li DNA thiab RNA

nucleus / nucleus (yog ntau hu ua *nuclei*) nyob rau hauv lub neej kev tshawb fawb, ib pawg neeg muaj nyob ntawm ob lub membrane uas ua raws li lub tsev muag khoom rau feem ntau ntawm cov cell ntawm DNA; hauv kev tshawb fawb ntawm lub cev, ib qho chaw nruab nrab ntawm lub tog hluav taws xob, uas yog ua los ntawm protons thiab neutrons

nuclide / nuclide lub atom uas yog qhia los ntawm tus naj npawb ntawm protons thiab neutrons nyob rau hauv nws cov keeb

O

ocean acidification / kua qaub hiavtxwv txo cov pH ntawm dej hiav txwv vim yog qhov tsis zoo ntawm cov roj carbon dioxide (CO_2) ntawm qhov tshooj huabcua

oceanic trench / kwjj hiatxwv qhov tob, qhov tob, thiab kev ntxhov siab uas tshwm sim nyob rau hauv qhov chaw hauv dej hiav txwv vim qhov kev tshem tawm ntawm lub phaj tectonic, uas khiav mus rau qhov sib txuas ntawm cov hiav txwv volcanic los yog tus ntug dej hiav txwv ntawm ib sab av loj, thiab tej zaum yuav tob li 11 km hauv qab hiav txwv; *kwj*, lossis hu ua *kwj-tob hiav txwv*

octet rule / octet txoj ke lub tswvyim ntawm kev sib tsom ntawm kev ua tshuaj uas yog raws li qhov kev xav tias cov tshuaj muaj kabmob zoo li cov khoob khoob khoob lossis cov nuj nqis uas muaj nuj nqis ntawm eight electrons

oil shale / roj pobzeb xim dub, tsaus, los yog tsaus nti xim daj uas muaj cov roj av uas tuaj yeem ua rau roj av los ntawm distillation

operator / operator ntawm cov kab mob viral luv luv los yog kab bacterial DNA uas tus kws qhia tawm khi kom tiv thaiv kev txhais (mRNA synthesis) ntawm cov noob gen uas nyob ib sab hauv ib qho

operon / operon seem ntawm DNA uas muaj tag nrho cov cim los hloov cov cim, tswj cov cim, thiab tsim cov protein; nrog rau caj ces, tus qauv gen, thiab tus qauv hauv lub cev

orbit / tig txoj kev ntawm lub cev thaum nws tsiv mus nyob lwm lub cev vim lawv qhov kev sib nrauj gravitational

orbital / kev tig cheeb tsam hauv ib qho chaw atom uas muaj qhov siab yuav nrhiav tau electronics

order / lasdav hauv chemistry, ib qho kev faib tawm ntawm kev tshuaj lom neeg uas nyob ntawm seb muaj pes tsawg tus molecules uas tshwm sim los nkag rau hauv cov tshuaj tiv thaiv

order number / cov lej xav tau tus naj npawb rau kev cuam tshuam cov cuam tshuam fringes relative to nrab kab ntsa

ore / ore ib hom khoom uas ntuj tsim es muaj tooj hlau ntau txaus los mus ua lag luam tau nyiaj

organ / organ pab pawg sib txawv ntawm cov hom khoom uas ua hauj lwm ua ke los ua ib qho kev ua haujlwm lossis lwm yam dej num txawv

organ system / organ system ob lossis ntau lub nruab nrog cev uas ua haujlwm nyob rau hauv txoj kev sib koom tes ua haujlwm zoo sib xws

organic compound / xeebtsim organic kev xeeb puab covalent uas muaj carbon, tsis suav carbonates thiab oxides

organic sedimentary rock / organic pobzeb pob zeb uas tsim xeeb los ntawm cev nroj tsuag lossis tsiaj muaj sia

organism / organism yam ntawm cov muaj txoj sia

osmosis / osmosis cov diffusion ntawm dej los yog lwm cov tshuaj hnyav los ntawm kev siv tshuaj tsuag ntau dua (ntawm ib qho kev ntsuas) kom muaj qhov sib xyaw kom haum (ntawm lub solute) los ntawm daim daim ntaub thaiv uas tuaj yeem xau nkag tu ua yaj

osmotic pressure / nrujpa osmotic lub zog ntshawb sab nraud uas siv los nres kev huam ncua osmosis

outer core / kab nrab sab nrauv txheej ntawm lub ntiaj teb sab hauv nyob nruab nrab ntawm cov tub ntxhais puab thiab mantle, muaj li ntawm feem ntau cov hlau thiab cov yaj ua kua

overharvesting / overharvesting ntes lossis tshem tawm ntawm cov pejxeem muaj ntau dua li cov pejxeem uas tuajyeem hloov tau

oxidation / oxidation kev tovtsim uas tshem tawm ib lossis ntau cov electrons los ntawm ib yam kuab xws li cov kuab tawv los sis thaum oxidation huam nce

oxidation number / naj npawb oxidation cov naj npawb ntawm cov electrons uas yuav tsum tau ntxiv rau los yog tshem tawm ntawm ib qho chaw hauv lub xeev ua ke kom hloov lub atom rau hauv daim ntawv elemental

oxidation state / oxidation kev nyob lub zwj ceeb ntawm ib qho atom qhia los ntawm tus naj npawb ntawm electrons tias lub atom yuav tsum ntau cuag nws cov elemental

oxidation-reduction reaction / oxidation-reduction reaction txhua yam kuab hloov fab khesmis hauv ib hom oxidized (loses electrons) thiab lwm hom txo nqis (electrons); kuj hu ua kev tovtsim redox

oxidized / oxidized piav qhia txog lub ntsiab uas tau ploj lawm electrons thiab uas tau nce nws cov pa oxidation

oxidizing agent / oxidizing agent cov kuab uas tau txais electrons nyob rau hauv cov kuab oxidation-txo cov electron

oxyacid / oxyacid cov kua qaub acid uas yog ib qho xeebkoom ntawm hydrogen, oxygen, thiab peb yam base, feem ntau yog cov kuab phom muaj

oxyanion / oxyanion yog cov polyatomic ion uas muaj oxygen

ozone / ozone pa molecule uas yog ua los ntawm peb co pa atoms

P

P-wave / P-wave tus nthwv kab npaim, los yog yig ntws; seismic nthwv kab nplaim uas ua rau lub pob zeb txav mus rau hauv ib qho kev sib nrauj rov qab mus rau qhov kev coj ua ntawm qhov nthwv dej mus ncig; Ntwv dej-P yog cov dej ntws tsawg tshaj plaws thiab tuaj yeem taug kev los ntawm khib nyiab, kua, thiab pa cua

Paleozoic Era / Caij Paleozoic lub caij nyoog uas los tom qab Precambrian thiab ntev li ntawm 542 million xyoo mus rau 251 million xyoo dhau los

parallax / txauv chaw txoj kev ib yam khoom cia li txawj txav chaw thaum tus neeg ntsia ntawd txav mus rau ib sab es tsom ntsia tuaj

parallel / parallel piav txog ob los sis ntau yam ntawm ib qho kev vojxeeb uas muab cov kev sib txawv ntawm cov kuab tam sim no vim hais tias cov khoom sib txuas nrog cov ntsiab lus los yog kev sib txuas

parent nuclide / parent nuclide yam kuab radionuclide uas ua rau ib tus xeeb ntxwv nuclide ua ib tug neeg tom qab ntawm cov ntsa leexim

partial pressure / ntu nrujpa kev nruj su pa ntawm txhua tus kuab nyob rau hauv lub tshuab sib tov

pascal / pascal cim SI ntawm kev nruj pa; sib npaug nrog zog thawb 1 N raug ib thaj tsam ntawm 1 m² (lus luv, Pa)

passive margin / passive margin ntug loogteb tsis tshwm sim nyob rau hauv plawv av

path difference / kev sib txawv qhov sib txawv hauv qhov kev ncua deb ntawm ob kab teeb meem thaum lawv tau tawg khiav hauv tib qho kev taw qhia los ntawm cov ntsiab lus sib txawv

Pauli exclusion principle / Pauli exclusion principle txoj ntsiab lus uas hais tias ob feem ntawm ib chav kawm tsis tuaj yeem ua raws nraim li tib txhij

PCR; polymerase chain reaction / PCR; polymerase chain reaction kev los tsim ntxiv kom muaj cov DNA ntau los ntawm kev sib cais ua ob qho thiab ntxiv cov primers thiab enzymes

percentage composition / feem xeebpuab qhov feem pua hauv pawg ntawm txhua lub ntsiav hauv ib qho kev xeeb tsim

percentage error / poob feem pua kev sib piv ntawm qhov nruab nrab rau qhov tseeb lossis raug txais; nws yog xam los ntawm kev rho tawm tus nqi txais los ntawm qhov kev sim, faib qhov sib txawv ntawm tus nqi txais, thiab ces muab feem rau 100

percentage yield / feem pua tau los qhov piv ntawm qhov feem tseeb los rau feem xavtau, muab feem rau 100

perfectly inelastic collision / kev sib tsoo tsis thaws thim kev sib tsoo sib lo ntawm ob qho khoom ua ke tom qab sib tsoo

period / ncua sijhawm hauv chemistry, kab rov tav ntawm cov lus nyob rau hauv cov lus qhia; nyob rau hauv physics, lub sij hawm uas nws yuav siv ib lub voj voog los sis kab nplaim yog kom tshwm sim

periodic law / periodic law lub tswv yim es qhia tias cov chemical thiab physical yeeb yam uas tshwm sim txawj pauv txhua txhua lub sij hawm uas tus zauv atomic ntawm cov elements ntawd pauv

periodic table / ncua sijhawm teev tseg kev xaiv tsa ntawm lawv lcov lej atomic xws li cov ntsiab lus uas zoo sib xws nyob hauv tib kem, lossis pab pawg

petroleum / kua roj cov kua roj uas yog los ntawm ntau yam hydrocarbon compounds sib tov; cov kua no muab coj los ua tau taws zes

pH / pH tus nqi uas siv los qhia txog acidity lossis alkalinity (basicity) ntawm lub cev; txhua tus lej tseem nyob ntawm qhov qhia tau hais tias kev hloov pauv hauv acidity; lub pH ntawm 7 yog nruab nrab, tus pH ntawm tsawg tshaj li 7 yog acidic, thiab pH ntawm ntau dua 7 yog qhov pib

pH meter / pH meter kev siv los ntsuas tus pH ntawm kev ntsuas nqi acid-base ntawm cov kuab yaj nruj pa ob sab hluav tawsxob

phase / phase hauv fab kev pab khesmis, ib qho ntawm plaub tsheejfab los yog kuab uas tuajyeem tshwm sim tau: khoom tawv, kua, pa, lossis plasma; ib feem ntawm qhov yeej chuab sib xws

phase change / hloov phase kev hloov ntawm ib hom kuab khemis (khoom, kua, los yog pa) mus rau mus ua lwm hom hauv qhov sov thiab nruj tsis hloov. xwsli kua mus ua pa

phase diagram / phase diagram teeb ntawm kev sib cuam tshuam ntawm lub cheeb tsam ntawm cov kuab thiab qhov kub thiab qhov nruj ntawm cov khoom sib tov

phenomenon / phenomenon kev tshwmsim uas tuajyeem pom tau

phenotype / phenotype sau tag nrho cov xeebtsim ntawm lub cev

phospholipid / phospholipid yog cov molecule uas ua rau daim qhwv ob lub qhov membrane; muaj nrog glycerol, ib co phosphate, thiab ob co fatty acids

photoelectric effect / photoelectric effect kev tso tawm electrons los ntawm cov kuab thaum muaj tshav ntuj tuaj ziab ntawm daim tawv khoom hlau

photon / photon cim hu lossis quantum ntawm cov ntsa ci; los yog cov hluav taws xob electromagnetic uas tsis muaj qhov seem thiab muaj quantum ntawm lub zogcua

photosynthesis / photosynthesis tus txheej txeem uas lub zogcua ntsa hnub raug hloov mus ua zogcua fab khesmis; piam thaj thiab oxygen ntawm carbon dioxide thiab dej

physical change / physical change thaum ib yam khoom pauv sab nraum daim tawv tiam sis hauv tseem yog yam khoom qub xwb

physical property / physical property txhua yam uas peb pom saum daim tawv ntawm ib qhov khoom twg, es cov chemical tsis pauv, xws li qhov density, xim, thiab tawv npaum cas

pitch / pitch qhov soob thiab laus ntawm ib lub suab, nyob ntawm seb cov suab ntawd nrov npaum li cas

plasma / plasma thaum caij ntawm cov khoom sibtov uas muaj xws li cov ntsiav ntawm cov fai fab, xws li ions thiab electrons; nws lub zim xeeb txawv ntawm zim xeeb ntawm cov khoom tawv, kua, lossis pa

plasmid / plasmid vas voj ntawm cov ntaub ntawv caj ces pom nyob rau hauv cov kab bacteria uas tuaj yeem hloov tau cais los ntawm DNA ntawm lub niam chromosome

plateau / chaw tiajsiab muaj tiaj dav loj, siab dua, thiab siab tshaj dua lub tiaj qis mesa

plate tectonics / daim av ntiajteb qhov paub uas piav txog qhov loj ntawm daim av ntiajteb, txav thiab muaj kev hloov licas

pOH / pOH nqi lauv ntawm cov logarithm ntawm cov hydroxide ion concentration ntawm cov kuab yaj

point source pollution / point source pollution cov faj suab kuab lom khib nyiab uas peb yeej paub tias nws pib qhov twg los

polar / ces kaum piav qhia txog kev sib faibcais cov hluav taws xob lauv thiab cov npuaj

polar covalent bond / ceg kaum covalent cov ceg covalent rau hauv ib qho kev sib koom uas muaj ob lub atom sib koom los ntawm ob qho tib si

polarity / polarity cov xeebceem ntawm ib qho kev ua haujlwm uas muaj ob lub ntsiab sib txawv, xws li cov lej ntawm cov fai fab los yog cov hlau nplaum

pollution / pa kuab lom txhua yam uas tau ntxiv rau ib puag ncig thiab muaj kev cuam tshuam tsis zoo rau ib puag ncig lossis yam muaj sia

polyatomic ion / polyatomic ion cov ion tsim los ntawm ob los yog ntau lub atoms

polygenic trait / xeebceem cov noob yam ntxwv uas tsim los ntawm ob los sis ntau lub noob gen

polymer / polymer molecule loj loj uas tsim los ntawm ntau lub monomers, los yog ntau lub me me

polyprotic acid / polyprotic acid cov kua acid uas tuaj yeem pub tau ntau tshaj ib qho proton toj molecule

polysaccharide cov carbohydrates tsim ntawm txoj hlab ntev cov khoom qab zib; polysaccharides muaj xws li hmoov txhuv nplej, cellulose, thiab glycogen

population / tsoom pejxeem tag nrho cov pejxeem ntawm ib hom uas nyob hauv tib cheeb tsam

positive feedback / qhov zoo sab npuaj kev tshwm sim mus rau kev loj hlob kom muaj coob thiab muaj qhov hloov txav

positive feedback loop / qhov zoo fab npuaj tswj lub cev qhov kev hnov uas ua rau lub cev kom nce siab ntawm kev hloov ntawm homeostasis

positron / positron qhov nyhav uas sib npaug thiab cov kiv puag ncig raws lub electron, tiam sis qhov ntawd muaj fai npuaj

potential difference / qhov txawv txav cov hauj lwm uas yuav tsum tau ua los ntawm zog fais fab cov zog kom tshem tus lej ntawm ob qho kuab uas tau muab faib los ntawm cov fai

potential energy / potential energy lub zog uas ib yam khoom muaj vim rau qhov chaw uas nws nyob, nws tus yees duab (shape), los sis nws zoo li cas

power / power ib qho muaj nuj nqis uas ntsuas cov nqi ntawm qhov kev ua hauj lwm los yog qhov hloov xa lub zog cua ntawm txhua txoj kev

Precambrian / Precambrian lub caij nyoog ntawm lub sij hawm nyob rau hauv pib tsim xeeb ntiaj teb txog rau thaum pib ntawm Paleozoic era, los ntawm 4.6 txhiab lab txog 542 lab xyoo dhau los

precession / precession cov lus taw kev ntawm lub cev ntawm lub cev spinning, xws li lub xauv npab ntawm ib sab saum toj, thaum muaj ib qho kev sib ntaus sab nraud ua rau ntawm txoj kab xev; ib qho qeeb ntawm lub ntiaj teb txoj kab sib dhos ntawm nws lub cev

precipitate / txo cov txo es tsis yaj thaum muab tov thiab do nrog ib co kua

precision / hais raug kev ntsuas kom raug meej

predation / kev nqua sau yam muaj sia uas cov tsiaj tom noj nqaij thiab muab lwm lub cev los ua khoom noj cawm txoj sia

pressure / kev nias tas nrho lub zog uas nias rau ntawm ib thaj chaw ntawm ib koog

primary energy source / zogcua tshwjxeeb piav qhia txog lub hauv paus ntawm lub zogcua uas pom muaj nyob hauv ib puag ncig; hluav taws xob, roj, lub hnub, cua, thiab uranium yog cov piv txwv ntawm cov thawj lub zogcua

primary standard / primary standard ib feem huv lim khoom xyaw uas siv los xyuas qhov concentration ntawm ib qho kev paub sib tov nyob hauv ib qho titration

principal quantum number / cov quantum tshwjxeeb tus quantum naj npawb uas qhia tias lub zog thiab ntawm ib qho hluav taws xob hauv ib qho hluav taws xob hauv hluav taws xob

probability / tej zaum li tej zaum qhov kev xwmtxheej ntawd yuav tshwm sim

producer / tus tsim muaj yam muaj sia uas yuav tsum tau nws lub zog los ntawm cov tsis muaj sia, xws li tshav ntuj los yog kuab khesmis

product / qhov seem ib yam dab tsi uas tawm tshiab thaum muab chemical los sib tov ua ke

projectile motion / projectile motion qhov kev txav uas ib yam khoom pov thawj thaum muab pov tseg, pib, lossis lwm yam kwv yees ze ze ntawm lub Ntiaj teb daim npoo ad

promoter / promoter seem ntawm DNA uas RNA polymerase tuav nrog, pib cov kev tsim ua tawm li mRNA

protein / protein polymer muaj cov amino acids uas txuas los ntawm peptide bonds; folds mus rau hauv ib qho kev teeb tsa nyob ntawm seb cov nyiaj ntawm cov amino acids

protein synthesis / kev hloov tsim protein kev sib lua los puab ua protein hauv DNA thiab saib xyuas ntawm mRNA

proton / proton lub subatomic uas muaj tus nqi zoo thiab uas yog nyob rau hauv lub nucleus ntawm ib qho atom; pes tsawg tus protons hauv lub nucleus yog atomic tooj, uas txiav txim seb tus neeg ntawm ib lub caij

protoplanetary disk / protoplanetary disk ib qho paj ncho thiab cov plua tshauv uas tsim los ntawm cov hnub qub uas tsim tshiab, uas cov ya puag ncig ntiaj teb

prototype / prototype kev sim qauv ntawm ib yam khoom

Punnett square / Punnett square qauv ntawm kev twv cov genotypes tau los ntawm ib tug kev sib tov uake, los yog tsim noob tshiab

pure substance / pure substance ib yam matter, txawm tias yog ib qho element los xij hos ib qho compound los xij li, es nws muaj chemical thiab physical properties es ua rau nws txawv lwm yam

pyramid of numbers / pebcegnaj npawb ib daim duab qhia tias muaj pes tsawg tus cov muaj sia hauv txhua qib trophic nyob hauv loog ncig

HM00B

Q

quantity / cov ib yam uas muaj lub cev, loj, los yog suav tau

quantum / zog hlau nplaum lub zogcua ntawm cov electron hlau nplaum; nws yog lub zog ntawm cov khoom siv electrons

quantum number / naj npawb quantum cov lej uas qhia txog cov khoom ntiag tug ntawm electrons

quantum theory / kev paub quantum txoj kev kawm ntawm kev tsim xeeb thiab tus cwj pwm ntawm cov atom thiab subatomic tiam ntawm qhov pom tias txhua lub zogcua los ntawm cov pawg me me, tsis sib cais

R

radian / radian lub kaum sab xis uas nws ntev ntev yog sib npaug ntawm lub voj voos, uas yog kwv yees li 57.3 °

radiation / radiation kev tso tawm thiab nthuav ya ntawm lub zogcua nyob rau hauv yam ntxwv ntawm hlau nplaum; tib yam li kev xa tshem ntsiav

radioactive decay / kev yaj ntawm kuab leesxim kev yaj ntawm ib qho tsis muaj zogcua atomic nucleus rau hauv ib los sis ntau hom kev sib txuam ntawm atoms los yog isotopes, nrog rau cov emission ntawm hluav taws xob, nuclear capture lossis ejection ntawm electrons, lossis fission

radioactive nuclide / nuclide kuab leesxim ib tug nuclide uas muaj cov isotopes uas yaj tau thiab cov pa tawg ya

radioactive tracer / kuab leesxim cov khoom siv hluav taws xob uas muab ntxiv rau ib yam khoom uas nws yuav tawg ya tom qab ntawd

radiometric dating / radiometric dating kev ntsuas ib yam khoom twg raws kev kwv yees twv qhov percent ntawm ib qho radioactive (parent) isotope thiab ib qho stable (daughter) isotope

rare earth element / cov kuab nrhiav nyuaj ib qho ntawm ib txwm muaj tshwm sim los ntawm nws cov khoom siv hlau uas muaj cov khoom zoo sib xws, muaj cov scandium, yttrium, thiab cov ntsiab lus 15 nrog atomic numbers 57 txog 71 (ntawm lanthanides). Cov kuab muaj tsawg muaj kev siv ntau hauv kev tsim hluav taws xob thiab lwm cov khoom siv high-tech

rarefaction / kev xyaw lub cheeb tsam ntawm ib tug nplaim kab ntev yoj ntom thiab qhov nruj pa yog nyob qib qis

rate law / xuj feem cov kev qhia uas pom tau hais tias yuav ua li cas paub txog cov lej ntawm kev tsim ntawm cov kuab nyob ntawm qhov concentration ntawm txhua hom tsis yog qhov hnyav uas koom rau hauv kev sib tov tsim

rate-determining step / kev teev feem npaug nyob rau hauv kev tovtsim kuab muaj ntau txheejlwm, cov kauj ruam uas muaj qis tshaj tawm, uas txiav txim tus nqi ntawm cov kuab tov lua

reactant / reactant qhov khoom uas pauv los sis hloov, nyob hauv kev sib tov chemical reaction

reaction mechanism / txheejtsim kev tovtsim txoj hauv kev uas kev tovtsim muaj tshwm sim; tau hais ua ke ntawm cov xuj sib tov

reaction rate / feem tovtsim feem ntawm kev tovtsim kuab; ntsuas kev khov tsim ntawm cov khoom los yog tus lej xiam mus ntawm tus txw kev tovtsim

reaction stoichiometry / reaction stoichiometry kev laij xam nrog cov kev sib cuam tshuam ntawm kuab tovtsim thiab cov khoom tsim tau

real gas / pa tseeb cov pa uas hlawv kub tsis zoo ib yam li pa carbon dioxide, vim tias kev sib tshuam ntawm cov roj molecules

real image / duab tseeb daim duab uas tsim los ntawm kev sib tshuam ntawm tus ntsa leesxim; cov duab tuaj yeem xaim tau tso rau ntawm lub nabcos

recessive / hom tsis zoo allele uas tsis tau hais tshwj tsis yog tias ob tsab ntawv no muaj nyob rau hauv lub cev tej tes taw

recharge / ntxiv rau cov dej uas ntws nyob rau hauv ib lub sijhawm

reclamation / kev tso tus txheej txeem uas coj los rau hauv los yog rov ua kom haum rau ib qho xws li lub xeev yav dhau los

recombinant DNA / recombinant DNA kev hloov kho noob gen DNA uas muaj cov noob gen los ntawm ntau dua ib los yog ntau hom

recrystallization / recrystallization txheej txheem ntawm kev hloov cov nplais los yog ib lub qauv ntawm cov crys'talline

recycle / rov kho dua muab los lossis coj los ntxuav kho siv dua; kom rov qab tau cov khoom tseem ceeb los yog cov khoom siv tau los ntawm khib nyiab lossis seem lossis rov qab siv cov khoom

reduced / nqig zus piav qhia txog ib yam khoom uas tau txais electrons, xiam ib cov pa oxygen, los yog tau txais ib co atom hydrogen

reducing agent / tus ua rau nqig yam kuab uas tuajyeem txo tau lwm cov

reduction / kev nqig zus kev hloov kuab khesmis electrons tau txais, xws li tshem tawm ntawm cov pa, qhov sib ntxiv ntawm hydrogen, los yog ntxiv ntawm electrons

reduction potential / kev txo lub zog qhov txo qhov voltage uas yuav siv qhov chaw thaum muaj qhov zoo ion ua tsis tshua zoo lossis tsis nruab nrab lossis thaum lub nruab nrab atom ua ib qho tsis zoo ion

reflection / kev thiv rov qab kev tig rov qab ntawm zog hlau nplaum electron ntawm sab tawv

reforestation / kev cog ntoo kev rov tsimkho thiab cog cov ntoo hauv hav zoov

refraction / refraction qhov sib txuas ntawm ib nthwv dej pem hauv ntej vim nthhwv dej pem hauv ntej los hauv nruab nrab ntawm ob qho tshuaj uas qhov ceev ntawm nthwv dej sib txawv

relative age / hnub nyoog ze hnub nyoog ntawm ib yam khoom zoo piv rau cov hnub nyoog ntawm lwm yam khoom

rem / rem cov ionizing leesxim uas raug ntau rau tib neeg cov nqaij tawv li 1 roentgen ntawm cov leesxim los raug

renewable / koom tsim tau tshiab piav qhia yam khoom uas ntiajteb tsim uas tau muab hloov ntawm tib tus nqi uas qhov chaw muab cov khoom noj. Kuj tseem siv los piav txog lub zogcua tau txais los ntawm cov kev pab zoo li no

renewable resource / renewable resource yam khoom uas ntiajteb tsim, es txawm siv nws tas los nws rov tsim tau ntau thiab sai txaus siv dua

replication / kev rov ua dua txheej txeem ua kovpij raws DNA

repulsive force / lub zog thawb lub zog quab yuam ua kom cov khoom tawm sib nrug

reservoir / chaw dej ib qhov chaw los yog ib feem ntawm qhov system uas muaj qee yam khaws lossis khaws cia

resilience / muag ywj tau qhov kev tuajyeem ntawm ib qho kev tsim kho kom rov qab tau zoo tom qab nws tau ua rau muaj kev cuam tshuam

resistance / kev tivthaiv hauv kev tshawb fawb hauv yam muaj sia, kev tuajyeem ntawm cov muaj sia ua rau tus neeg raug mob lossis tshuaj kabmob; qhov ntawm ib qho kev nooj nyob los tawmtsam kev hloov ntawm kev ntxhov siab; hauv physics, cov lus tsis txaus siab nthuav tawm rau hluav taws xob tam sim no los ntawm cov khoom siv los yog chuab yeeg

resolving power / daws teeb meem zogcua qhov kev tuajyeem ntawm tshuab ntsuas siv ntsa ci tau cais cov ob yam khoom uas nyob ua ke

resonance / suab thim cov ceg hauv molecules los sis ions uas tsis tuaj yeem yog raug xaiv los ntawm Lewis ib tus qauv; nyob rau fab physics phenomenon uas tshwm sim thaum lub zogcua ntawm ib qho kev sib cuam tshuam siv rau lub cheeb npaum li ntawm lub zog thamabxaj, ua rau muaj kev kev deeg loj

respiration / respiration cov txheej txeem tshwm sim nyob rau hauv muaj sia uas cov zogcua ntawm cov organic molecules raug hloov tshiab rau hauv cov hluav taws xob uas siv tau, uas noj cov oxygen thiab zus tau cov carbon dioxide thiab dej li qhov tsim tau

resultant / qhov tau los tus vector uas sawv qhia tus lej sib sau ntawm ob lossis ntau dua vectors

reversible reaction / kev tovtsim tig rov kev tovtsim thaum uas cov khoom rov tsim cov kuab tovtsim tshiab

ribosome / ribosome organelle uas txuas cov amino acids ua ke los ua cov proteins

ridge push / sab thawb kev quab yuam uas yog siv los ua kom txias, lub pob zeb nyob hauv daim lag zeb ntawm qhov nruab nrab ntawm ntug dej hiav txwv

rms current / rms current tus nqi ntawm hloov ua rau muaj qhov sib luag ntawm cov hluav taws xob tam sim no

rock cycle / rock cycle thaum pob zeb tshwm sim, pauv ib hom mus rau lwm hom, ntsoog, thiab tshwm sim dua ib lub sijhawm dhau ib lub

roentgen / xoofai chav xaim hluav taws xob xoo fai x-ray lossis gamma rays uas sib npaug rau cov hluav taws xob uas yuav ua rau 2.58×10^{-4} ntawm ions ib kilogram ntawm cua ntawm nruj pa siab

rotational kinetic energy / zog txav lub zog uas ib yam khoom uas vim muaj kev txav tiv ntawm yam khoom

S

S-wave / kab nplaim-S tus kab npaim ob, los yog kab xam hoo; tus kab cua ua rau daim lag zeb txav mus rau hauv ib sab mus rau ib sab mus rau cov kev taw qhia uas nthwv dej mus ncig; S tsis muaj ob lub vas nthwv dej tsis tshaj plaws thiab tuaj yeem mus raws qhov av tawv

salt / ntsev yog ib qhov ionic compound uas tsis los thaum ib qhov atom hlau pauv tau ib yam acid qhov hydrogen

saponification / saponification kev tovtsim esters ntawm fatty acids tovtsim nrog base muaj zog los tsim cov tshuaj glycerol thiab acid ntsev; tus txheej txheem uas siv los tsim ua cov xab npum

saturated hydrocarbon / saturated hydrocarbon cov kuab tov organic tsim los ntawm cov pa roj carbon monoxide thiab hydrogen sib txuas ib tug ceg

saturated solution / cov kuab yaj puv yam kuab yaj uas tsis tuaj yeem yaj los ntawm lwm tus ua kom yaj

scalar / scalar yam khoom uas muaj qhov loj tiam sis tsis muaj hau kev taw mus

schematic diagram / duab coj kev ib tug sawv cev ntawm ib lub voj voog uas siv cov kab los sawv cev cov xov hlau thiab cov cim sib txawv los sawv cev cov khoom

scientific method / scientific method ua ke ntawm cov kauj ruam tom qab los daws cov teeb meem, nrog rau kev khaws cov ntaub ntawv, tsim cov kev xav, ntsuas qhov kev xav, thiab qhia cov lus xaus

scientific notation / scientific notation kev sau tawm kom muaj tus lej khoo rau 10 kom raug li cov tseeb

scintillation counter / scintillation counter cov cuab yeeg uas hloov pauv lub ntsa hnub mus ua hluav taws xob kom paub thiab ntsuas ntsa leesxim

secondary energy source / theem ob zogcua piav qhia txog qhov chaw muaj zog uas muab tau los ntawm cov thawj qhov chaw; piv txwv li, hluav taws xob yog qhov chaw ua haujlwm thib ob uas yog tsim los ntawm kev siv thawj qhov chaw xws li cov pa taws thiab cov pa

sediment / txo Khoom siv xws li cua txias pob zeb tawg, khoom siv los ntawm tej yam tsiaj txhu, los yog lwm yam minerals uas tawm hauv kev daws teeb meem uas tau xa mus thiab tso rau hauv los yog ze ntawm Ntiaj teb daim av

sedimentary rock / txo pob zeb pob zeb tsim los ntawm kev puab thiab raug tov ntawm txheej ntawm cov txo xismees

seismic wave / seismic wave ib lub twv zog uas tawm av qeeg mus plaub ceg ntuj nyob txheej av saud

seismogram / seismogram txoj kev uas lub tshuab seismograph kos duab piav txog av qeeg

self-ionization of water / kev tsim ionize ntawm dej txheej txeem uas siv ob hom dej ntub dej ua rau lub hydronium ion thiab cov hydroxide ion los ntawm kev hloov ntawm cov proton

semipermeable membrane / semipermeable membrane membrane uas tso cai rau qees lub molecules mus dhau xwb

series / xuv piav ob los sis ntau yam ntawm ib cheeb tsam uas muab ib txoj kev rau tam sim no

sex chromosome / sex chromosome ib lub ntawm nkawm chromosome uas xamyog tias tus neeg yog poj niam los txiv neej

sex-linked gene / sex-linked gene noob gen uas nyob rau ntawm tus chromosome poj niam txiv neej

sexual selection / sexual selection kev xaiv nyob rau hauv uas tej yam zoo rau txoj kev yug me nyuam tau zoo; loj zoo, yog li ntawd, nyob dhau huab cua hloov pauv

shielding / kev tivthaiv cov tshuab nqus uas siv los txo cov leesxim los ntawm taub nuclear reactors

SI / SI Le Système International d'Unités, lossis International System of Units, uas yog txoj kev ntsuas uas tau raug lees txais paub thoob ntiaj teb

significant figure / significant figure cov zauv uas tau hais tseg uas txiav txim tias cov lej muab sib dhos ua kom tiav raws li qhov kev meej tseeb ntawm kev ntsuas

silicate / silicate ib qho kuab uas sib xyaw nrog silicon thiab oxygen thiab tej zaum kuj muaj ib los yog ntau dua hlau

simple harmonic motion / simple harmonic motion kev tshee ib qho chaw uas muaj kev sib txig sib luag uas yog qhov ua kom rov qab muaj zog rau qhov tawm mus ntawm qhov nruab nrab sib npaug

single bond / ceg ntxaib cov ceg covalent sib npaug uas ob atom yejpheej muaj ib khub electron

single-displacement reaction / single-displacement reaction ib qho kev tshwm sim uas ib yam khoom los yog zog hluav taws hloov qhov chaw ntawm lwm yam khoom xyaw los yog radical hauv ib qho chaw

sinkhole / qhov ntuj kev nyuaj siab uas tshwm sim thaum lub pob zeb tawg, thaum thaij tsuj thev dhau cov kab uas twb muaj lawm, lossis thaum lub ru tsev ntawm lub qhov chaw hauv av los yog kuv lub cev tawg pleb

slab pull / daim rub lub zog ntawm qhov kev txav ciam ua hauj lwm rau hauv ib phaum subducting vim lub qhov ceeb thawj ntawm lub ntug dej

smog / smog cov cua pa kuab lom nyob rau hauv uas cov roj cua tau tso tawm los ntawm hlawv tsheb roj av mus ua huab cua thaum raug duab tshav ntuj

soil / av yog tej feem pob zeb, yam uas muaj sia nyob, dej, thiab pa los sib xyaw ua ke xoob xoob li uas txawj txhawb tau nroj tsuag kom loj hlob

soil erosion / av pob tus txheej txeem uas cov av ntawm Ntiaj Teb saum npoo av tawm, lau tawm, los yog tu thiab nphau ntawm ib qho chaw mus rau lwm tus los ntawm thasmabxaj xws li cua, dej, dej khov, los yog lub ntiajteb txawj nqus

solar wind / cua xub lib tus kwj ntawm ion ya ceev, ionized hais tawm feem ntau los ntawm lub hnub lub corona

solenoid / solenoid ua txoj ntev, ua voj ncig hlua kauv mus los

solid / solid yam uas qhov loj thiab qhov dav tsis hloov

solubility / solubility qhov kev tuajyeem ntawm ib yam kuab ua rau lwm qhov yaj taus thiab txias; tau hais txog qhov ntau ntawm cov solute uas yuav muab pov tseg rau hauv qhov muab cov nqi hnyav los ua cov kuab puv

solubility product constant / solubility product constant qhov sib npaug nres ntawm ib yam khoom nrog cov khoom cov tawv uas nws cov ions tsis yaj

soluble / yaj hauv dej tuajyeem yaj thaum nyob rau hauv ib qho yuam yaj

solute / solute nyob hauv ib yam kua uas sib xyaw, yog qhov uas yaj lawm hauv kua ntawd

solution / solution ob yam homogeneous uas sib xyaw zoo ib yam nyob hauv ib lub caij

solution equilibrium / qhov yaj sib npaug yam uas tuajyeem txheem thaiv kev raug yaj thiab kev poob txo ntawm ib qho feem sib npaug

solvated / solvated piav qhia txog cov lw uas yog nyob puag ncig ntawm cov molecules tus ua rau yaj

solvent / solvent nyob rau hauv ib qho kev daws, cov khoom hauv lwm yam khoom (lub solute) dissolves

somatic cell / somatic cell cov cell uas ua rau tag nrho cov nqaij tawv thiab kab hauv lub cev, tshwj tsis yog gametes

speciation / tshwj xeeb kev txhwmkho ntawm ob los yog ntau hom los ntawm ib hom noob muaj sia

species / noob pab pawg ntawm cov noob zoo sib xws kom lawv tuaj yeem ua tau yug thiab tsim cov noob xeeb vam khov dua

specific heat capacity / specific heat capacity qhov yuav tsum siv qhov kub ntau npaum twg kom nce ib yam homogeneous material 1 K los sis 1 °C ib txog kev thaum muaj kev nruj pa thiab qhov su loj

spectator ions / spectator ions cov ions uas muaj nyob rau hauv kuab yaj uas muaj qhov tshwm sim los ntawm qhov chaw, tab sis tsis koom rau hauv cov kuab tovtsim

spectrum / spectrum kev ntsa leesxim los sis sau tseg thaum muaj kuab uarau cais tus duabci, xws li thaum muaj tshav ntsa los raug rau

spin quantum number / spin quantum number tus lej quantum uas qhia txog lub hauv paus ntawm lub cegkaum ntawm qhov nrhab

spring constant / spring constant lub zogcua muaj rau kev siv thaum lub cev ywj tau rov mus rau nws tus qauv qub

stabilizing selection / stabilizing selection txoj kev xaiv ntawm ib txwm hauv cov nrab phenotypes raug xaiv dua phenotypes ntawm ob qho tib si

standard electrode potential / standard electrode potential kev tuajyeem tsim los ntawm ib lub hlau los yog lwm yam khoom siv nyob rau hauv ib qho kua xuab zeb (electrolyte) txhawm rau qhov peev xwm ntawm hydrogen electrode, uas tau teev rau ntawm lej xum

standard solution / standard solution yam kuab yaj ntawm kev daw, qhia raws li sab ntawm cov khoom hauv ua kom yaj uas yog qhov hnyav lossis tus ua kom yaj

standard temperature and pressure / qhov kubtxias thiab nruj cov ua pa, kubtxias cim ua 0 °C thiab nruj pa cim ua 1.00 atm

standing wave / nthwv dej sawv ib nthwv dej qauv uas tshwm sim thaum ob lub voj ntawm tib zaus, wavelength, thiab qhov siab khiav mus hauv cov lus taw qhia thiab cuam tshuam

static friction / zog sib txhuam lub zog sib teem uas los ntawm kev sib tsoo ntawm ob sab tawv uas sib raug thiab nres

stem cell / stem cell cov cell uas tau faib rau ntev lub sij hawm thaum uas tsis tau sib cais faib

stimulus / stimulus (yog ntau hu: *stimuli*) ib yam uas ua rau muaj kev teb rov li hnov pom

stoichiometry / qhov ntau tsawg qhov sib npaug ntawm kev sib cuam tshuam ntawm ob lossis ntau yam kuab thaum lub sijhawm muaj kev tovtsim

stratosphere / stratosphere txheej ntawm cov cua uas nyob nruab nrab ntawm lub troposphere thiab lub mesosphere thiab nyob rau hauv uas kub nce raws li qhov siab tshaj tuaj; muaj cov txheej txheem ozone

stress / kev ntxhov siab zog quab yuam los ntawm ib qho khoom; lub sab hauv ntawm ib qho khoom mus rau ib qho siv dag zog yuam

strong acid / strong acid cov kua qaub acid uas ionizes yaj tag txhua nrho

strong electrolyte / strong electrolyte cov khoom xeeb tau txhij los sis loj dua nyob rau hauv kev yaj hauv dej, xws li kuab ntsev yaj hauv dej

strong force / lub zog uas muaj zog lub zog uas muaj zog yog kev sib cuam tshuam uas khi cov nucleons los ua ke nyob rau qhov hauv plawv uas tseem ceeb

structural formula / xuj xeebtsim tus xuj qhia hais tias qhov chaw ntawm atom, pawg, lossis ions sib piv rau ib yam ntawm co molecule thiab qhia tau tus naj npawb thiab cov chaw ceg kuab khesmis

structural isomers / kev xeebtsim isomers ob los sis ntau dua sib txuas uas muaj tib lub xov tooj thiab hom atoms thiab tib qhov nyhav nyhav tab sis sib txawv hauv qhov kev txiav txim uas cov atoms muaj txuas rau ib leeg

subduction / ces tus txheej txeem ntawm ib tus ciaj ciam uas muaj kev sib txuas lus nyob hauv ib qho chaw hauv dej hiav txwv yog poob qis hauv qab

sublimation / sublimation txheej txeem uas khoom tawv hloov ncaj qha mus ua pa (lub sij hawm qee zaum kuj siv rau qhov kev rov qab)

subsidence / qawj zij qhov ploj lossis nphau hauv thaj tsam ntawm cov av vim tias kev ua haujlwm ntawm qab av

substitution reaction / qhov ua rau qawj zij kev tshwm sim uas ib los yog ntau lub atoms hloov lwm lub atom lossis ib pawg ntawm cov atom nyob rau hauv ib qho molecule

sunspot / sunspot yog ib qhov chaw nyob hauv photosphere uas tsaus thiab no dua lwm qhov chaw ib ncig thiab uas muaj thaj chaw sib nqus uas muaj zog heev

superconductor / tus cojxa ib yam khoom uas nws thaiv txheem lej xoom ntawm ib qho tseem ceeb kubtxias, uas txawv nrog txhua cov khoom

supercontinent / supercontinent ib thaj av uas muaj feem ntau ntawm lub ntiaj teb; raws li cov kev xav ntawm phaj tectonics, supercontinents daim ntawv thiab tawg tuaj

supercooled liquid / cov kua khovkhov cov kua uas txias hauv qab nws qhov qub khov uas tsis muaj kev sib koom

supernova / supernova kev nquag tshwm sim ua raws li lub cev qhuav dej ntawm cov tub ntxhais hlau ntawm lub hnub qub; cov qauv ntawm atomic mass ntau dua hlau

supersaturated solution / cov kuab yaj txaus cov kuab yaj uas muaj ntau dua li yuav tsum tau sib npaug ntawm kom tau qhov kub uas xav tau

surface process / sab tawv kev cuam tshuam rau thaj tsam ntawm lub ntiaj teb thiab ntim feem ntau los ntawm sab nraud lub zog, xws li huab cua thiab yaig

surface tension / surface tension lub zog rau saum nplaim kua dej uas kom tag nrho chaw nyob saum dej me zog

survivorship / dim dhau qhov ua tau rau muaj sia nyob thaum ib hnub nyoog twg

survivorship curve / survivorship curve duab graph uas qhia cov cov muaj sia nyob ntawm txhua pawg hnub nyoog ntawm ib cov pejxeem dhau sijhawm

suspension / sib tov ib yam sib tov es cov particles ntawm ib yam khoom twg twb tau muab tov xam tas nrog nrog cov kua-dej los sis pa-gas lawm

sustainability / ncua ntev caij thaum tib neeg cov tau txais nws kev xav tau xws li ib txoj kev uas muaj peev xwm muaj sia nyob tas ntev

sustainable / ncua ntev tuaj yeem toj losyog txuas ntxiv tau

sustainable development / kev txhim kho ncua ntev kev xyaum tsis siv khoom thasmabxaj sai dua li qhov lawv tuaj yeem ua them tiav

symbiosis / symbiosis vaj loojcig kev cuam tshuam ntawm cov tswv cuab ntawm tsawg kawg yog ob hom sib txawv uas nyob rau hauv kev sib cuag ncaj nrog lwm yam

synthesis reaction / synthesis reaction yog thaum ob qhov los ntxiv los sib txuas ua ke tsim ib lub compound tshiab

system / system pawg ntawm cov khoom los sis cov khoom sib txuas ua ke xam tau tias yog ib lub koom haum ua haujlwm rau lub hom phiaj kev kawm

T

tangential acceleration / tangential acceleration tus leej ntawm ib qho khoom uas khiav ceev raws txoj kev ncig

tangential speed / ceev raws lub kaum tus ceev ntawm ib qho khoom uas khiav raws txoj kev ua voj voog

tar sand / tar sand xuab zeb los yog hmoov po zeb uas muaj petroleum, uas cov kuab yaj tau ya, tawm hauv cov kuab khuam

technology / technology txoj kev siv txuj ci ua tej yam peb txhua hnub ua; txoj kev siv tej rab, tej tshuab, tej khoom, thiab tej txoj kev kom npaj tej yam uas peb cov tib neeg yuav tsum muaj

tectonic plate / tectonic plate ib thooj av loj heev (lithosphere) es muaj txheej av plhaub thiab txheej hlau tawv tawv es nyob puag ncig txheej av mantle

temperature / temperature txoj kev ntsuas ib yam dab tsi seb kub (los sis txias) npaum li cas; hais ncaj, yog txoj kev ntsuas average kinetic energy zog ntawm cov particles nyob hauv

test cross / test cross kev hla nruab nrab ntawm cov muaj sia nrog ib qho tsis paub txog genotype thiab ib yam muaj sia nrog ib qho phenotype qis

theoretical yield / ntawv lus paub cov siab tshaj ntawm cov khoom uas tuaj yeem tsim los ntawm kev ntawm kev tovtsim

theory / kab lus paub ib qho kev piav qhia rau qee qhov tshwm sim uas yog los ntawm kev soj ntsuam, kev sim, thiab kev muab pov thawj

thermal energy / thermal energy tag nrho lub zog kinetic ntawm ib yam kuab

thermal equilibrium / qhov kub sib npaug sijhawm thaum uas ob lub kuab muaj kev sib chwv sib luag nrog qhov kubtxias sib npaug lossis tsis muaj kev sib hloov hluav taws xob

thermochemical equation / thermochemical equation tus xuj uas muaj qhov muaj zogcua kub sov tso los yog raug nqus thaum lub sij hawm muaj kev tovtsim tshwm sim raws li sau tseg

thermochemistry / thermochemistry cov ceg kawm paub ntawm khesmis yog txoj kev kawm txog lub zogcua kev hloov los nrog kev tov tsim thiab kev hloov yaj ntawm hom kuab

thermodynamics / thermodynamics hau kev ntawm kev kawm tshawb fawb nrog kev hloov hluav taws xob nrog hloov fab khesmis thiab fisxiv

thermosphere / thermosphere txheej cua es nyob siab tshaj plaws saum qaum fuab cua, es thaum siab zuj zus ces nws kub zuj zus nrog; suav nrog cov ionosphere

tidal energy / zugcua dej nce dej nqig lub zogcua los ntawm lub hnub thiab lub hli nqus lub ntiaj teb cov dej hiav txwv

till / till cov pobzeb uas raug tso los ntawm ib qhov dej khov loj loj

timbre / suab cov suab paj nruag zoo ntawm ib lub suab uas ua los ntawm kev sib xyaw ntawm kev sib haum xeeb tam sim no nyob ntawm kev sib txawv

tissue / cev nqaij ib pawg ntawm cov cell uas ua hauj lwm ua ke los ua tib qho sib xws

titration / titration kev kuaj qhov iab daw los ntawm kev ntxiv ib qho kuab yuam yaj thiab qhov daw kom txog rau thaum kev tovtsim tiav, uas feem ntau yuav muaj kev hloov xim

topography / roob hav tebchaw qhov loj thiab zoo ntawm cov av thaj nta ntawm cheeb tsam, nrog rau tej huab cua ntawm roob hav

torque / zog tig kev ntsuas tus lej kev tuajyeem yuam kom tig ncig raws kab axis

total internal reflection / kev thim sab hauv qhov sib thim tiav uas tshwmsim hauv ib ces kaum sab xis ntawm qhov ntsa ci saum daim tawv tsawg tshaj ces kaum tseem ceeb

tradeoff / tradeoff qhov muab ntawm ib qhov xa tuaj rau lwm yam, feem ntau yog siv rau txoj kev tsim hauv fab engineering

trait / yeeb yam ntxwv tus yam ntxwv los ntawm noob cajces

transcription / kev xyaum xws txheej txeem ntawm kev kovpij cov nucleotide sib lawv liag ntawm DNA ua nrog cev ntawm mRNA

transcription factor / xeebfab kev sib hloov cov enzyme uas yuav tsum tau pib thiab / los yog ntxiv cov noob sib hloov

transform boundary / transform boundary ciaj ciam los ntawm tej av txheej uas mus ub mus no (tectonic plates) thiab uas luav luam mus ib lub saum ib lub

transformer / transformer ib qhov tshuab uas tswj hwm hluav taws xob kom voltage nce los qis

transgenic / kev kho noob gen yam muaj sia lub cev cov genome tau raug kho kom muaj ib los yog ntau dua ntawm lwm cov kab los yog lwm hom

transistor / transistor ib qhov tshuab me semiconductor device uas txawj ua kom hluav taws xob loj zog. Cov amplifiers, oscillators, thiab switches siv lub tshuab me no

transition element / kev hloov keeb xeeb ib qho ntawm cov tawv uas siv tau lub plhaub puab lub plhaw ua ntej siv lub plhaub sab nraud rau cov ceg txuas

transition interval / ntu kev hloov txav ntu uas muaj kev daw dua uas tuajyeem saib pom qhov hloov txawv fab khesmis

translation / kev txhais txheej txeem los ntawm mRNA txhais ntsiab cim thiab tsim ua cov protein

transmutation / kev hloov cev kev hloov ntawm cov atom ntawm ib co mus ua cov txawv ntawm kev tov tsim nuclear

transuranium element / transuranium element ib kuab uas tsim los muaj cov atom ntau tshaj atom ntawm uranium (lej atomic 92)

transverse wave / kabnplaim tav ib kabnplaim uas muaj ntsiav deeg mus raws hau kev nws yuav mus

triple point / peb qho cim qhov kub txias thiab nrujpa ntawm cov khoom tawv, kua, thiab pa theem ntawm kev sib tov ua ke txhimyeem

troposphere / troposphere txheej qis ntawm cov huab cua, uas nyob hauv qhov kub nqis ntawm ib qho nqi li qhov chaw siab tshaj tuaj; ib feem ntawm cov huab cua uas muaj huab cua nyob

triprotic acid / triprotic acid kua acid uas muaj peb qho ionizable protons rau txhua lub cev, xws li phosphoric acid

trough / chaw dej qhov qis dua cheeb tsam qhov sib npaug

U

ultraviolet catastrophe / kev puas tsuaj ultraviolet qhov kev xav tau ua tsis tau zoo ntawm fab physic uas lub zogcua tawm los ntawm ib qho dub nyob ntawm cov kaob nplaim luv loj heev thiab muaj zogcua tawg yog tsis paub kawg

uncertainty principle / lavkas kev tsis thoojtxhij lub hauv paus ntsiab lus uas hais tias nws tsis yooj yim sua kom tau ib qho kev txiav txim siab ib qho chaw thiab muaj zog nrog kev txheeb xyuas qhov tseeb

unified atomic mass unit / tus cim ntsuas qhov nyhav atom locim ntawm qhov nyhav uas piav qhia txog qhov loj ntawm cov atom lossis molecule; nws yog raws li 1/12 ntawm qhov loj ntawm carbon atom nrog cov naj npawb nyhav 12 (lo lus hu, u)

uniformitarianism / uniformitarianism kev tshawb fawb uas hais tias cov txheej txheem kev tsim uas hloov lub ntiaj teb yog yam txhua lub sijhawm

unit cell / unit cell qhov me tshaj plaws ntawm ib daim crystal uas siv qhia txog peb qhov qauv ntawm tag nrho cov kab vas

unsaturated hydrocarbon / unsaturated hydrocarbon cov roj carbon monoxide uas muaj cov ceg ncau, feem ntau yog ob ceg los yog peb ceg tuav nrog

Multilingual Science Glossary

© Houghton Mifflin Harcourt Publishing Company

unsaturated solution / yam kuab yaj tsis tsau
yam kuab yaj tsis tsau uas muaj tsawg dua cov
kuab tsau thiab qhov ntawd yuav ua kom yaj
ntxiv dua

uplift / tsa kev tsa sawv; ua kom pom, txheej
txheem lossis qhov tshwm sim ntawm kev nce
los yog tsa; ib qho qab yiag av

V

valence electron / valence electron yog
electron uas muaj nyob rau hauv txheej atom
sab kawg. Electron no yuav xam tau tias atom
yuav muaj cov kua tshuaj zoo li cas tuaj

vaporization / kev yaj ua pa txheej txeem kev
hloov yam tawv mus ua kua lossis hloov mus
rau qhov pa

vector / vector yam khoom uas tseem ceeb
thiab koom ib qho kev coj

velocity / qhov ceev ntawm dej ntws qhov
ceev ntawm ib yam khoom mus raws txoj kab
kev mus

vestigial structure / ncua kev mus seem
ntawm ib qho kev hloov lossis kev kev xeeb
tsim muaj luag haujlwm rau yav dhau los raws
txwv zeej txwv koob

virtual image / xws tseeb tus duab los ntawm
xim uas tshwm txawv, txawm tias lawv tsis tau
npaj kom muaj li ntawv; ib daim duab duab
tsis tuaj yeem xaim cia rau ntawm lub nabcos

volatile / yaj ua pa yam kuab uas yaj yooj
yim nyob rau qhov kub txias thiab nrujpa
pauvkabtib, kuab yaj yooj yim

volcano / roob hluav taws ib lub qhov los sis
tim txwv nyob rau saum lub ntiaj teb Earth no
uas muaj kua hluav taws thiab pa tawm los

voltage / voltage qhov ntau tsawg ntawm
kev rhais mus los ntawm cov hluav taws xob
ntawm ob sab; hais ua volts

voltaic cell / voltaic cell lub cell thawj ntawm
hom khoom tawv uas muaj ob lub electrodes
uas ua los ntawm cov khoom tawv sib txawv
nyob rau hauv ib qho electrolyte; siv los ua
kom muaj zogpa hluav taws xob

volume / volume qhov yus ntsuas ib lub cev los
ib thaj chaw uas muaj peb sab loj npaum li cas

**VSEPR theory (valence shell electron pair
repulsion theory) / VSEPR theory (valence
shell electron pair repulsion theory)** ib txoj
kev paub uas kwv yees qee cov qauv ntawm
molecular raws li lub tswv yim hais tias khub
ntawm cov nuj nqis ntawm electrons ib puag
ncig lub cev ib leeg sib thawb ib leeg

W

wastewater / dejxiam cov dej uas muaj khib
nyiab ntawm tsev los yog tsev tsim khoom
lag luam

watershed / dej teev ib thaj av uas raug kev tso
dej tawm los ntawm ntau kwj dej sib txuas

wavelength / nplaim ntev qhov sib nrug deb
ntawm ob qho siab qis ntawm txoj kab nplaim,
xws li los ntawm qhov siab mus rau qhov siab
los yog los ntawm qab rau qab

weak acid / acid mos ib co kua qaub acid mos
uas tso tawm ob peb hom ions hauv cov kua
yaj dej

weak electrolyte / electrolyte moskev xeeb
tsim uas muaj nrog me me raws li nyob rau
hauv cov kua yaj

weak force / ceg tsis muaj zog lub zog quab
yuam koom rau hauv kev sib txuas ntawm qee
yam subatomic

weather / huab cua yog ntuj zoo li cas ziag no,
xws li ntsuas kev sov kev no, kev vaum, kev
los nag, kev cua mus cua los, thiab kev pom ib
ncig tej ntawd

weathering / kev toyaig cov txheej txeem ntuj
tsim los ntawm tsav yam loogncig huabcua
thiab ib puag ncig, xws li cua txias, dej nag,
thiab kub hloov, cuam tshuam thiab txhuam
yaig ntawm cov pob zeb

weight / qhov hnyav ntsuas zog gravitational
uas ua rau ib lub qhov; yog nyob qhov chaw
twg hauv lub universe mas yuav hloov qhov
ntawd hnyav npaum li cas

word equation / lus sib npaug tus xuj laij kev
sib npaug ntawm cov tovtsim thiab tsim tau
cov tshuaj sib tov los ntawm cov lus

work / luag haujlwm kev hloov xa lub zogcua
mus rau lwm qhov khoom vim muaj kev quab
yuam uas ua rau muaj kev plam ntawm cov
khoom lub zog sib tuav; cov khoom puab tsim
ntawm kev quab yuam raws cov kev hloov
chaw thiab qhov ntau ntawm kev hloov chaw

work function / luag haujlwm cov zogcua
tsawg kawg uas tsim nyog rau kev tshem
tawm electron los ntawm lub atom
khoom tawv

**work–kinetic energy theorem / lus pau zogcua
kinetitc** cov ceg zogcua los ntawm tag nrho
cov zog yuam rau ib qho khoom yog muaj nqi
sib npaug zos yam li qhov kev hloov hauv cov
khoom lub zog ntawm lub zogcua kinetic

258

다국어 과학 용어집

이 용어집은 HMH 과학 프로그램에서 사용되는 주요 용어와 뜻을 알파벳 순서로 나열한 것입니다. 본 용어집은 영어, 스페인어, 베트남어, 필리핀어/타갈로그어, 중국어 간체(표준 중국어 및 광동어 사용자용), 아랍어, 흐몽어, 한국어, 펀자브어, 러시아어, 포르투갈어(브라질) 및 아이티 프랑스어로 이용하실 수 있습니다.

A

abiotic factor / 비생물적 요소 습기, 온도, 바람, 햇빛, 토양 및 무기물 등과 같은 생태계 내의 무생물 요소

absolute zero / 절대 영도 모든 분자 운동이 정지되는 온도(켈빈 단위로 0 K 또는 섭씨 단위로 -273.16 °C)

absorption spectrum / 흡수 스펙트럼 물질이 흡수하는 방사성 에너지의 파장을 나타내는 도표나 그래프

abrasion / 마모 다른 암석 또는 모래 알갱이의 물리적인 작용으로 인해 암석 표면이 벗겨지거나 닳아 없어지는 것

absolute age / 절대 연대 방사성 탄소에 의한 연대 측정과 같은 절대연대 측정법에 의해 결정되는 지질학적 사건이나 물체의 나이를 연수로 나타낸 것

acceleration / 가속도 시간 경과에 따라 속도가 변하는 비율. 속도 또는 방향, 또는 두 가지 모두가 변하는 경우 물체가 가속된다.

accretion / 부착성장 외부로부터의 점진적인 첨가, 결합 또는 포함에 의해 성장하거나 크기가 증가하는 과정

accuracy / 정확도 측정값이 측정된 양의 참값에 얼마나 가까운지를 나타내는 설명

acid / 산 물에 용해되었을 때 하이드로늄 이온 수를 증가시키는 화합물

acid-base indicator / 산-염기 지시약 용액에 물질을 넣었을 때 그 용액의 PH에 따라 색이 변하는 물질

acid ionization constant / 산 이온화 상수 특정 온도에서 산의 해리에 대한 평형 상수, K_a로 표기함

acid precipitation / 산성비 높은 농도의 산을 함유한 비, 진눈깨비 또는 눈

actinide / 악티니드 원자 번호 89(악티늄, Ac)부터 103(로렌슘, Lr)까지 악티니드 계열의 원소들

activated complex / 활성화물 화학반응에서 반응물과 생성물 중간의 불안정한 상태에 있는 분자

activation energy / 활성화 에너지 화학반응이 일어나는 데 필요한 최소의 에너지

active margin / 능동형 대륙 주변부 해양판이 대륙판 아래로 미끄러지고 있는 대륙 주변부, 좁은 대륙붕과 심해 해구가 존재하는 것이 특징이다.

activity series / 활동도 서열 비슷한 성질을 가진 원소들을 화학작용의 내림차순으로 배열한 것. 활동도 서열의 예로는 금속과 할로겐 원소가 있다.

actual yield / 실제 수득률 반응 생성물의 측정된 양

adaptation / 적응 유기체가 환경 속에서 더 잘 생존할 수 있기 때문에 시간이 지남에 따라 선택된 유전적 형질

addition reaction / 부가 반응 원자나 분자가 불포화 상태의 분자에 첨가되는 반응

adenosine diphosphate (ADP) / 아데노신 이인산(ADP) 에너지 대사에 관여하는 유기 분자. 질소성 염기, 당, 2개의 인산기로 구성된다.

adenosine triphosphate (ATP) / 아데노신 삼인산(ATP) 세포 대사 과정에 주요 에너지원 역할을 하는 유기 분자. 질소성 염기, 당, 3개의 인산기로 구성된다.

adiabatic process / 단열 과정 시스템 간에 에너지가 열로 전환되지 않는 열역학적 과정

aerobic / 호기성 산소가 존재해야 하는 과정

air mass / 기단 온도와 수분 함유량이 비슷한 거대한 공기 덩어리

Multilingual Science Glossary

© Houghton Mifflin Harcourt Publishing Company

albedo / 알베도 천체의 표면에 반사되는 광선의 비율

alcohol / 알코올 탄소 원자에 부착된 하나 이상의 히드록실기를 포함한 유기 화합물

aldehyde / 알데히드 카르보닐기를 포함하고 있는 유기 화합물, —CHO

alkali metal / 알칼리 금속 주기율표의 제1A족에 속하는 원소(리튬, 나트륨, 칼륨, 루비듐, 세슘 및 프란슘)

alkaline-earth metal / 알칼리 토금속 주기율표의 제2A족에 속하는 원소(베릴륨, 마그네슘, 칼슘, 스트론튬, 바륨 및 라듐)

alkane / 알칸 단일 결합만 포함된 직선형 또는 가지형 탄소 사슬이 특징인 탄화수소

alkene / 알켄 이중 구조가 한 개 이상 포함된 탄화수소

alkyl group / 알킬기 알칸 분자에서 하나의 수소 원자를 제거할 때 형성되는 원자군

alkyl halide / 할로겐화 알킬 알킬기와 할로겐으로부터 형성되는 화합물(플루오르, 염소, 브롬, 또는 요오드)

alkyne / 알킨 삼중 결합이 한 개 이상 포함된 탄화수소

allele / 대립 유전자 염색체 상의 특정 위치에서 생기는 대체 형태의 유전자

allele frequency / 대립 유전자 빈도 유전자 풀에서 어떤 유전자의 대립 유전자가 차지하는 상대적인 비율

alloy / 합금 두 종류 이상의 금속, 금속과 비금속, 또는 금속과 준금속으로 이루어진 고체나 액체 혼합물. 개별 요소에 비해 성질이 향상되고 원래의 요소에 없던 성질을 가진다.

alluvial fan / 선상지 산지의 경사가 급격히 감소할 때 하천 퇴적물이 쌓여 만들어진 부채꼴 모양의 지형. 하천이 산지에서 평지로 흐를 때 선상지가 형성된다.

alpha particle / 알파 입자 방사성 원소의 붕괴에서 방출되며 두 개의 양성자와 두 개의 중성자로 구성되는 양전하 원자

alternating current / 교류 전류 일정한 간격을 두고 방향이 바뀌는 전기 흐름(약어, AC)

altruism / 이타성 동물이 자신의 사회적 집단의 다른 구성원에게 도움을 주기 위해 자신의 적응도를 낮추는 행동

amine / 아민 암모니아의 파생물로 간주할 수 있는 유기 화합물

amino acid / 아미노산 단백질을 구성하는 분자, 탄소, 수소, 산소, 질소 및 때때로 황으로 구성됨

amorphous solid / 무정형 고체 입자들의 배열에 주기성이나 질서가 없는 고체

amphoteric / 양쪽성 물과 같이 산의 성질과 염기의 성질을 가진 물질을 나타냄

amplitude / 진폭 파동의 매체 입자가 진동을 할 때 정지 위치에서의 최대 거리

anabolism / 동화작용 단백질, 지방 및 더 작은 분자에서 나온 다른 큰 생체분자의 대사 합성, ATP 형태의 에너지가 필요하다.

anaerobic process / 혐기성 과정 산소가 필요 없는 과정

analogous structure / 유사 구조 기능은 비슷하지만 다른 유기체의 몸 기관과 구조적으로 다른 몸 기관

angiosperm / 속씨식물 열매 속에 씨를 생산하는 꽃식물

angle of incidence / 입사각 표면에 부딪치는 빛과 접촉점에서 그 표면에 수직되는 선 사이의 각도

angle of reflection / 반사각 표면에 수직되는 선과 반사된 빛이 이동하는 방향에 의해 만들어진 각도

angular acceleration / 각가속도 각속도의 시간 변화율. 주로 제곱 초당 라디안으로 표시된다.

angular displacement / 각변위 점, 선, 또는 입체가 지정된 방향으로 지정된 축을 중심으로 회전하는 각도

angular momentum / 각 운동량 회전하는 물체에 있어서, 물체의 관성 모멘트와 동일한 축에 대한 각속도의 곱

angular velocity / 각속도 축을 중심으로 입체가 회전하는 속도, 주로 초당 라디안으로 나타낸다.

anion / 음이온 음의 전하를 띤 이온

anode / 양극 표면에서 산화가 일어나는 전극, 음이온은 양극으로 이동하고 전자는 양극에서부터 계를 떠난다.

anthroposphere / 인간 생활권 인간에 의해 건설되었거나 변형되어진 지구의 일부분, 때때로 지구계의 권역 중 하나로 간주된다.

antinode / 파복 정상파에서 변위가 가장 큰 지점, 두 파절 사이의 중간 지점

apoptosis / 세포자멸사 프로그램된 세포 사멸

aquifer / 대수층 지하수를 함유하고 있으며 지하수 유동이 가능한 지층

aromatic hydrocarbon / 방향족 탄화수소 원형으로 결합된 탄소 원자로 구성되고 공명 에너지가 큰 것이 특징인 탄화수소 계열의 구성원(벤젠이 첫 번째 구성원)

array / 배열 항목이나 값을 행과 열로 배치한 것, 행렬

Arrhenius acid / 아레니우스 산 수용액에서 히드로늄 이온의 농도를 높이는 물질

Arrhenius base / 아레니우스 염기 수용액에서 수산화물 이온의 농도를 높이는 물질

artificial selection / 인위 선택 인간이 특정 형질을 얻기 위해 종을 번식시켜 종을 변형시키는 과정

artificial transmutation / 인위 돌연변위 중성자 폭격과 같이, 핵 반응의 결과로 한 원소의 원자가 다른 원소의 원자로 변환되는 현상

asthenosphere / 암류권 암석권 아래 맨틀의 가소성이 있는 고체층, 매우 느리게 흐르는 맨틀 암석으로 이루어져 있어 지각판이 그 위에서 움직일 수 있다.

atmosphere / 대기권 행성, 달 또는 다른 천체를 둘러싸고 있는 기체와 입자들의 혼합물, 지구계의 주요 네 가지 영역 중의 하나

atmosphere of pressure / 대기압 해수면에서의 지구 대기의 압력, 정확히 760 mm Hg에 해당한다.

atom / 원자 원소의 화학적 특성을 가지고 있는 원소의 최소 단위, 물질의 가장 작은 기본 단위

atomic number / 원자번호 원자의 핵 내에 들어있는 중성자 수, 한 원소의 모든 원자에 대해 원자 번호가 동일하다.

atomic radius / 원자 반지름 결합되는 동일한 원자들 중심간 거리의 절반

ATP; adenosine triphosphate / ATP, 아데노신 삼인산 분자들의 결합 속에 세포가 이용할 수 있는 에너지가 함유된 고 에너지 분자

attractive force / 인력 물체를 끌어모으는 경향이 있는 힘

Aufbau principle / 원자구성 원리 각각의 연속된 원소의 구조는 원자의 핵에 하나의 중성자가 채워지고 이용할 수 있는 가장 낮은 에너지의 궤도에 하나의 전자가 채워져서 얻어진다고 설명하는 원리

autosome / 상염색체 성 염색체가 아닌 염색체. 인간에서는 염색체에 1부터 22까지 번호가 매겨져 있다.

autotroph / 독립 영양생물 다른 유기체를 소비하는 대신에 무기 물질로부터 또는 환경으로부터 스스로 영양분을 만들어내는 유기체

average atomic mass / 평균 원자 질량 한 원소의 자연에 존재하는 모든 동위원소들의 질량의 가중 평균

average velocity / 평균 속도 총 변위를 변위가 일어난 시간으로 나눈 값

Avogadro's law / 아보가드로의 법칙 동일한 온도와 동일한 압력에서 같은 부피의 기체 속에는 같은 개수의 분자가 들어있다고 설명하는 법칙

Avogadro's number / 아보가드로의 수 6.02×10^{23}, 1몰 안에 들어있는 원자나 분자의 개수

axis / 축 구조물이나 입체의 부분을 말하는 상상의 직선

B

back emf / 역기전력 모터 코일 내에서 유도된 기전력으로서 모터 코일 내의 전류를 감소시키는 경향이 있다.

barometer / 기압계 대기압을 측정하는 기구

base / 염기 물에 용해되었을 때 수산 이온 수를 증가시키는 화합물

beat / 비트 진동수가 약간 다른 두 파가 겹치면서 파의 진폭이 주기적으로 변하는 현상

benzene / 벤젠 가장 간단한 방향족 탄화수소

한국어

beta particle / 베타 입자 베타 붕괴와 같은 특정 유형의 방사선 붕괴 시에 방출되는 전하를 띤 전자

big bang theory / 빅뱅 이론 우주의 모든 물질과 에너지가 굉장히 높은 밀도로 압축되어 있다가 138억 년 전에 갑자기 폭발하여 온 사방으로 팽창되었다는 이론

binary acid / 이원산 오직 서로 다른 두 원소, 즉 수소와 음전기를 더 많이 가진 원소 중의 하나만을 포함하고 있는 산

binary compound / 이원 화합물 서로 다른 두 원소로 구성된 화합물

binary fission / 이분열 하나의 세포가 똑같은 두 개의 부분으로 나뉘는 무성 번식

binding energy / 결합 에너지 자유로운 핵자들이 하나로 합쳐질 때 방출되는 에너지, 그 핵자를 개별 핵자들로 분리하는 데 필요한 에너지와 같다.

biodiversity / 생물다양성 특정 지역 유기체의 다양성, 하나의 군집 내에서 유전적 다양성, 하나의 공동체 내에서 종의 다양성, 또는 생태계 내에서 공동체의 다양성

bioengineering / 생명공학 공학의 개념을 생명체에 응용하는 학문

biogeochemical cycle / 생물지화학 순환 생태계의 생물학적 및 지질학적 부분 또는 생물 및 무생물 부분 사이의 화학물질의 이동

bioinformatics / 생물정보학 컴퓨터 데이터베이스를 사용하여 생물학적 정보를 조직화하고 분석함

biomagnification / 생물학적 농축 먹이사슬에서 고등생물의 조직 내 독성 물질 농도가 먹이사슬에서 하등생물의 조직 내 농도보다 더 높아지는 상태

biomass / 생물량 특정 지역에 있는 모든 유기체의 건조 중량 총합

biomass pyramid / 생물량 피라미드 한 생태계 내에서 서로 다른 영양 단계의 생물량을 비교해서 보여주는 도표

biome / 생물군계 기후 조건과 그 지역에서 번성하는 식물 군락에 의해 특징되는 지역이나 세계의 유기체 군락

biosphere / 생물권 지구에서 생명체가 존재하는 부분, 지구상의 모든 살아있는 유기체가 포함되고 지구계의 네 가지 주요 영역 중의 하나이다.

biotechnology / 생명공학기술 생명체와 생물학적 과정의 사용과 응용

biotic factor / 생물적 요소 식물, 동물, 균류 또는 박테리아와 같은 살아 있는 것들

blackbody / 흑체 온도에 따라서만 방사선을 방출하는 완벽한 흡수체

blackbody radiation / 흑체 복사 완전 흑체에서 방출되는 복사, 흑체란 완전한 복사체이자 흡수체로서 그 물체의 온도에 근거해서만 복사열을 방출한다.

boiling / 끓음 액체가 특정 온도와 압력에서 액체 표면뿐만 아니라 액체 내부에서도 증기로 전환되는 현상, 액체의 증기 압력이 기압과 같을 때 일어난다.

boiling point / 끓는점 액체와 기체가 평형을 이룰 때의 온도와 압력

boiling-point elevation / 끓는점 오름 순수 상태의 액체의 끓는점과 혼합물 용액의 끓는점 사이의 차이, 상승 정도는 녹아 있는 용질의 수에 따라 다르다.

bond energy / 결합 에너지 화학결합을 분리시켜 고립된 중성 원자를 형성하는 데 필요한 에너지

bottleneck effect / 병목 효과 개체군의 크기를 급격히 감소시키는 사건으로 인한 유전적 부동

Boyle's law / 보일의 법칙 일정한 온도에서 일정량의 기체에 있어서, 기체의 압력이 낮아질수록 부피가 증가하고 기체의 압력이 높아질수록 부피가 감소한다고 하는 법칙

Brønsted-Lowry acid / 브뢴스테드 로우리 산 다른 물질에 양성자를 주는 물질

Brønsted-Lowry acid-base reaction / 브뢴스테드 로우리 산-염기 반응 한 반응물질(산)에서 다른 반응물질(염기)로 양성자가 이동

Brønsted-Lowry base / 브뢴스테드 로우리 염기 양성자를 받는 물질

buffer / 완충액 용액에 산이나 염기를 첨가할 때 PH의 변화에 저항할 수 있는 용액

buoyant force / 부력 액체가 액체에 잠겨있거나 떠있는 물체를 위로 밀어내는 힘

C

calorie / 칼로리 물 1g의 온도를 1°C 올리는 데 필요한 에너지의 양, 음식의 에너지 함량을 나타내는 데 사용되는 열량은 킬로칼로리이다.

calorimeter / 열량계 화학적 또는 물리적 변화에서 흡수되거나 방출되는 열 에너지를 측정하는 데 사용되는 기구

calorimetry / 열량 측정 한 물질에서 다른 물질로 열 형태로 이동하는 에너지를 측정하는 실험 절차

capacitance / 정전용량 전도체가 개별 전하의 형태로 에너지를 저장하는 능력

capillary action / 모세관 작용 액체의 표면이 고체의 표면으로 끌려가 이로 인해 액체가 상승 또는 하강하게 되는 작용

carbohydrate / 탄수화물 탄소, 수소 및 산소로 만들어진 유기 화합물로서 생물의 세포에 영양을 공급한다.

carbon cycle / 탄소 순환 생물적 요소와 무생물적 요소 사이에서 탄소의 이동

carboxylic acid / 카르복시산 카르복실 작용기를 포함하는 유기산

carrying capacity / 수용 능력 임의의 시간에 환경이 감당할 수 있는 최대 인구 규모

catabolism / 이화작용 탄수화물, 단백질, 글리코겐과 같이 복잡한 생물학적 물질의 화학적 분해작용으로서 에너지 방출이 동반된다.

catalysis / 촉매작용 촉매에 의해 화학반응이 촉진되는 작용

catalyst / 촉매 화학 반응 속도를 변화시키는 물질로서 촉매 자체는 소모되거나 크게 변하지 않음

catenation / 연쇄화 원소가 자신과 결합을 이루어 사슬이나 고리를 형성함

cathode / 음극 표면에서 환원이 일어나는 전극

cathode ray / 음극선 방전관의 음극에서 방출되는 전자

cation / 양이온 양의 전하를 가진 이온

cell / 세포 생물학에서, 모든 생명 과정을 수행할 수 있는 가장 작은 단위. 세포는 세포막으로 둘러싸여 있고 DNA와 세포질이 들어 있다.

cell cycle / 세포 주기 성장, DNA 복제 및 세포 내에서 일어나는 세포 분열의 패턴

cell differentiation / 세포 분화 분화되지 않은 세포가 성숙한 형태와 기능을 갖춘 세포로 발달하는 과정

cell membrane / 세포막 세포와 주변 환경 사이에 경계를 형성하여 물질이 세포로 들어가고 나가는 이동을 조절하는 이중의 인지질 층

cell theory / 세포 이론 모든 유기체는 세포로 이루어져 있고, 모든 세포는 다른 살아있는 세포에 의해 만들어지며 세포가 생명체의 가장 기본적인 단위라고 하는 이론

cellular respiration / 세포 호흡 산소가 있을 때 탄소계 분자를 분해하여 ATP를 만들어내는 과정

Cenozoic Era / 신생대 지금으로부터 약 6,500만 년 전에 시작되어 현재에 이르는 가장 최근의 지질시대; 포유류의 시대라고도 함

center of mass / 질량 중심 병진 운동을 분석할 때 물체의 모든 질량이 물체의 중심에 모이는 것으로 간주할 수 있는 지점

centripetal acceleration / 구심 가속도 원형 경로의 중심을 향해 작용하는 가속도

chain reaction / 핵 연쇄 반응 연쇄적으로 핵분열 반응이 일어나는 것

change of state / 상태 변화 물질이 한 물리적 상태에서 다른 상태로 변하는 것

Charles's law / 샤를의 법칙 일정한 압력에서 일정량의 기체에 있어서, 기체의 온도가 높아지면 기체의 부피가 증가하고 기체의 온도가 낮아지면 부피가 감소한다는 법칙

chemical / 화학물질 명확한 구조를 가지는 모든 물질

chemical bond / 화학 결합 원자 또는 원자의 소단위를 하나로 연결해주는 끌어당기는 힘

chemical change / 화학적 변화 하나 이상의 물질이 서로 다른 성질을 가진 완전히 새로운 물질로 변할 때 일어나는 변화

chemical equation / 화학 방정식 반응물질과 생성물질 사이의 관계를 기호를 사용하여 나타내는 화학 반응의 표현

chemical equilibrium / 화학평형 정반응의 속도와 역반응의 속도가 같아서 생성물질과 반응물질의 농도가 변함이 없는 균형을 이루는 상태

chemical formula / 화학식 화학 기호와 숫자를 결합하여 물질을 나타내는 식

chemical kinetics / 화학반응 속도론 반응 속도와 반응 메커니즘을 연구하는 화학의 분야

chemical property / 화학적 특성 화학 반응에 참여하는 물질의 능력을 보여주는 물질의 특성

chemical reaction / 화학 반응 하나 이상의 물질이 하나 이상의 다른 물질로 변하는 과정

chemical sedimentary rock / 화학적 퇴적암 광물질이 용액에서 침전하거나 현탁액에서 가라앉을 때 형성되는 퇴적암

chemistry / 화학 물질의 조성, 구조 및 성질과 물질이 거치는 변화를 연구하는 과학 학문

chloroplast / 엽록체 태양 에너지를 화학 에너지로 변환시키는 데 사용되는 수많은 막으로 이루어진 세포 소기관. 엽록소가 함유되어 있다.

chromatic aberration / 색수차 렌즈 뒤에서 서로 다른 색의 빛이 서로 다른 거리에서 모이는 것

chromatid / 염색분체 중복 염색체의 절반

chromosomal mutation / 염색체 돌연변이 염색체 분절이 동일한 염색체나 또 다른 염색체에서 새로운 위치로 이동된 돌연변이의 일종

chromosome / 염색체 수많은 유전자로 이루어져 있고 조절 정보가 담긴 길게 계속 이어지는 DNA 실

clastic sedimentary rock / 쇄설성 퇴적암 기존의 암석 부분이 단단히 다져지거나 함께 결속될 때 형성되는 퇴적암

cleavage / 균열 지질학에서 광물이 특정한 약한 면을 따라 쪼개져 매끄럽고 편평한 표면을 만드는 경향

climate / 기후 장기간에 걸쳐 한 지역에서 나타나는 특징적인 날씨 패턴

climate change / 기후 변화 지역의 기후 또는 세계의 기후 변화, 특히 20세기와 21세기의 변화, 에전에는 지구 온난화라고 하였다.

clone / 클론 단일 유전자 또는 유기체 전체의 유전적으로 동일한 복제

cloning / 클로닝 유전적으로 동일한 유기체의 복제본을 생성하는 과정

codominance / 공동우성 두 대립형질의 형질을 동일하게 발현하는 이형접합체 유전자형

codon / 코돈 하나의 아미노산을 암호화하는 3개의 뉴클레오타이드의 서열

coefficient / 계수 화학 방정식에서 공식의 앞에 인수로 표시되는 작은 정수

coefficient of friction / 마찰 계수 접촉한 두 물체 사이의 마찰력 크기와 두 물체가 서로 누르고 있는 수직력 크기의 비

coevolution / 공진화 둘 이상의 종이 서로의 변화에 반응하여 진화하는 과정

coherence / 간섭성 두 개 이상 파동들의 위상 간 상관관계

colligative property / 총괄성 시스템에 존재하는 입자의 수에 의해 결정되지만 입자들 자체의 성질과 별개인 성질

collision theory / 충돌이론 화학 반응에서 형성되는 새로운 화합물의 수는 충돌하는 분자의 수와 같고, 저에너지 충돌을 보정하는 계수를 곱한 값이라는 이론

colloid / 콜로이드 크기가 용액 속 입자와 현탁액 속 입자의 중간 정도인 미립자가 액체, 고체 또는 기체 중에 분산되어 있는 것

combined gas law / 보일-샤를의 법칙 일정량 기체의 압력, 부피 및 온도 사이의 관계

combustion reaction / 연소 반응 원소나 화합물의 산화 반응, 그 반응에서 열 에너지가 방출된다.

common-ion effect / 공통 이온 효과 두 용질에 공통되는 이온을 첨가할 때 침전이 일어나거나 이온화가 줄어드는 현상

community / 군집 한 지역에 사는 다양한 개체군의 모임

competition / 경쟁 두 유기체가 동일한 자원을 얻으려고 하는 생태 관계

components of a vector / 벡터의 구성요소 좌표계의 축을 따라 나타나는 벡터의 투영

composite / 합성물 상호 보완적인 성질을 가진 다른 두 개의 물질을 결합하여 만들어지도록 계획된 물질

composition stoichiometry / 조성 화학량론 화합물에서 원소들의 질량 관계에 관한 계산

compound / 화합물 두 가지 이상의 다른 원소들이 화학 결합에 의해 결합된 물질

compression / 압축 영역 종파에서 밀도와 압력이 최대가 되는 부분

Compton shift / 콤프턴 편이 입사된 광자의 파장에 비례하여 전자에 의해 산란된 광자의 파장 증가

concave spherical mirror / 오목 거울 반사면이 구의 안쪽으로 굽은 거울

concentration / 농도 일정량의 혼합물, 용액 또는 광석에 들어 있는 특정 물질의 양

condensation / 응결 기체에서 액체로의 상태 변화

condensation reaction / 응결 반응 두 개 이상의 분자가 결합하여 물이나 다른 간단한 분자를 만들어내는 화학반응

conduction / 전도 열이나 다른 형태의 에너지가 물질의 한 입자에서 다른 입자로 직접 이동하는 현상

conjugate acid / 짝산 염기가 양성자를 얻을 때 생기는 산

conjugate base / 짝염기 산이 양성자를 잃을 때 생기는 염기

constraint / 구속 제약 또는 한계, 기술 설계에서 설계나 솔루션이 그 안에 있어야 하는 한계, 종종 문제점을 정의할 때 결정된다.

constructive interference / 보강 간섭 두 개 이상의 파동이 겹치고 평형 상태에서 같은 쪽에 있는 각각의 변위가 함께 더해져서 그 결과로 생기는 파를 형성한다.

consumer / 소비자 다른 유기체를 먹고 에너지와 영양을 얻는 유기체

contact force / 접촉력 한 물체가 접촉한 다른 물체에 가하는 밀거나 당기는 힘

continental margin / 해저 대륙 주변부 육지와 심해 지각 사이에 위치하며 대륙붕, 대륙사면 및 대륙 융기부로 구성되는 해저

continuous spectrum / 연속 스펙트럼 전자기 복사의 진동수 또는 파장의 연속된 배열, 종종 백열 광원에서 방출된다.

control rod / 제어봉 중성자의 수를 제한하여 핵 반응 제어를 돕는 중성자 흡수 봉

controlled experiment / 통제 실험 대조군과 실험군의 비교를 통해 한 번에 한 요인만 테스트하는 실험

convection / 대류 밀도 차이에 의한 물질 이동, 물질 이동에 의한 에너지 이동

convergent boundary / 수렴 경계 서로를 향해 이동하고 있는 두 지판 사이의 경계

conversion factor / 전환율 서로 다른 두 개체의 평형 상태에서 유도되고 한 개체에서 다른 개체로 전환시키는 데 사용될 수 있다.

convex spherical mirror / 볼록거울 반사면이 구체의 바깥쪽으로 굽은 면인 거울

copolymer / 공중합체 서로 다른 두 단량체로 만들어진 중합체

core / 핵 맨틀 하부의 지구의 중심 부분. 태양의 중심*이기*도 하다.

Coriolis effect / 코리올리 효과 지구, 또는 또 다른 천체의 자전 때문에 움직이는 물체의 경로가 직선 경로에서 휘어지는 것

cosmic microwave background (CMB) / 우주 배경 복사(CMB) 우주에서 거의 균일하게 사방에서 검출되는 방사선, 빅뱅의 잔여물로 여겨진다.

covalent bond / 공유결합 원자들이 하나 이상의 전하쌍을 공유하는 결합

crest / 마루 평형 위치 위로 가장 높은 지점

criterion / 기준 (복수형 *criteria*) 설계가 충족해야 하는 특정 요건, 기술 설계에서 설계나 솔루션이 충족해야 하는 특정 요건, 종종 문제를 정의할 때 결정된다.

critical angle / 임계각 내부 전반사가 일어나는 입사의 최소각

Multilingual Science Glossary

용어집

critical mass / 임계질량 연쇄 반응을 유지하는 데 필요한 중성자의 수를 제공하는 핵분열성 동위원소의 최소 질량

critical point / 임계점 물질의 기체 상태와 액체 상태가 동일해져서 하나의 상을 형성하는 온도와 압력

critical pressure / 임계압력 임계 온도에서 물질이 액체로 존재할 수 있는 최저 압력

critical temperature / 임계온도 물질이 그 온도보다 높으면 액체 상태로 존재할 수 없는 온도

crossing over / 교차 제1감수분열을 할 때 상동 염색체끼리 염색 분체의 일부를 주고받는 현상

crust / 지각 맨틀 상부 지구의 얇고 단단한 가장 바깥층, 대륙지각과 해양지각이 암석권의 상부를 형성한다.

cryosphere / 빙하권 물이 얼어있는 수권의 일부, 보통 대기 중의 얼음은 제외되며, 가끔 지구계의 영역 중 하나로 간주된다.

crystal / 크리스탈 원자, 이온, 분자가 규칙적이고 반복적인 패턴으로 배열되어 있는 고체

crystal structure / 결정 구조 원자, 이온 또는 분자가 결정을 형성하는 규칙적인 방식으로 배열된 구조

crystalline solid / 결정성 고체 결정으로 구성된 고체

cultural behavior / 문화 행동 동일한 개체군의 구성원간에 자연적 선택에 의해서가 아니라 학습에 의해 전달되는 행동

cyanobacteria / 시아노박테리아 (단수형 *cyanobacterium*) 광합성을 할 수 있는 박테리아. 남조류라고도 불린다.

cyclic process / 순환 과정 시스템이 시작되었던 상태로 다시 돌아가는 열 역학 과정

cycloalkane / 시클로알칸 루프나 고리를 만드는 포화상태의 탄소 사슬

cytokinesis / 세포질 분열 세포질이 분열하는 과정

D

Dalton's law of partial pressures / 돌턴의 부분 압력 법칙 기체 혼합물의 전체 압력은 각 성분 기체의 부분 압력의 합과 같다는 법칙

daughter nuclide / 딸핵 다른 핵종의 방사성 붕괴에 의해 생성된 핵종

decay series / 붕괴 계열 안정된 핵종에 도달할 때까지 연속적인 방사성 붕괴에 의해 생성된 일련의 방사성 핵종

decibel / 데시벨 두 가지 강도의 소리 비를 나타내는 차원이 없는 단위, 청력의 임계값이 흔히 기준 강도로 사용된다.

decision matrix / 결정 행렬 몇 가지 선택을 동시에 평가하기 위한 의사결정 도구

decomposition reaction / 분해 반응 하나의 화합물이 분해되어 둘 이상의 간단한 물질이 생겨나는 반응

deforestation / 삼림 파괴 숲을 없애는 과정

delta / 삼각주 하천 어귀에 부채꼴로 형성된 퇴적물 덩어리, 예를 들어 삼각주는 대륙 가장자리에서 하천이 바다로 흘러들어갈 때 형성된다.

denature / 변성 단백질을 가열하거나 흔들거나, 산, 알칼리 또는 다른 종류로 단백질을 처리함으로써 단백질의 구조나 형태가, 따라서 용해도와 그 밖의 성질이 불가역적으로 변하는 것

density / 밀도 물질의 부피에 대한 질량비, 일반적으로 고체와 액체에서는 g/cm3로, 기체에서는 g/L로 표시된다.

density-dependent factor / 밀도 종속 요인 과밀해진 개체군에 영향을 주는 환경적 저항

density-independent factor / 밀도 독립 요인 개체군의 밀도와 상관없이 개체군에 영향을 주는 환경적 저항

deposition / 증착 모래나 토사 등의 물질이 하천에 의해 쓸려가는 과정, 또한, 수증기가 고체로 응축되어 서리가 형성되는 과정, 기체에서 바로 고체로 상태가 변함

derived unit / 유도단위 다른 측정값들을 조합한 측정 단위

desertification / 사막화 인간 활동이나 기후변화로 인해 건조 또는 반건조 지역이 더욱 사막처럼 되어가는 과정

destructive interference / 상쇄적 간섭 평형 상태에서 반대쪽의 각 변위가 함께 합쳐져서 결과적인 파를 형성할 때 두 개의 이상의 파가 겹쳐짐

diffraction / 파절 파동이 장애물, 구멍, 또는 모서리를 만났을 때 파의 진행 방향이 바뀌는 현상

diffusion / 확산 물질의 입자가 밀도가 높은 곳에서 낮은 곳으로 이동하는 현상

dihybrid cross / 양성 잡종 교배 두 쌍의 대립 형질을 가진 유기체 사이의 교배 또는 짝짓기

dimensional analysis / 차원 해석 단위를 사용하여 측정과 관련된 문제를 해결할 수 있게 해주는 수학적 기법

dipole / 쌍극자 양전하 부분과 음전하 부분 모두 포함된 분자 또는 분자의 일부

diprotic acid / 이염기산 황산처럼 각각의 분자 안에 이온화할 수 있는 두 개의 수소 원자를 가지고 있는 산

direct current / 직류 한 방향으로 흐르는 전류

direct proportion / 정비례 비율이 일정한 값인 두 변수 사이의 관계

directional selection / 방향성 선택 더 흔한 표현형을 두고 흔하지 않은 한 표현형이 선택되는 자연 선택의 경로

disaccharide / 이당류 두 개의 단당류로 만들어진 당

discharge /방출량 일정한 시간 내에 흘러 나오는 물의 양

dispersion / 분산 여러 가지 파장으로 구성된 다색광이 구성 성분인 각각의 파장들로 분리되는 과정

displacement / 변위 물체의 위치 변화

disproportionation / 불균화 반응 한 물질이 두 개 이상의 다른 물질로 변형되는 과정. 주로 산화와 환원이 동시에 일어나는 반응이다.

disruptive selection / 분단 선택 가장 흔한 표현형을 두고 반대되지만 똑같이 흔하지 않은 두 개의 표현형이 선택되는 자연 선택의 경로

dissociation / 해리 하나의 분자가 더 단순한 분자들로 또는 원자, 래디컬, 이온으로 분리되는 현상

divergent boundary / 발산 경계 서로 멀어져 가는 두 지판 사이의 경계

DNA; deoxyribonucleic acid / DNA, 디옥시리보 핵산 모든 유기체에서 유전 정보를 저장하고 있는 분자

DNA polymerase / DNA 중합효소 DNA 복제 과정에서 뉴클레오티드 사이의 결합을 만들어내고 똑같은 DNA 가닥을 형성하는 효소

DNA replication / DNA 복제 DNA를 복제하는 과정

dominant / 우성 한 유기체의 표현형에 두 개의 서로 다른 대립 유전자가 존재할 때 표현되는 유전자

doping / 도핑 반도체에 불순물을 첨가하는 것

Doppler effect / 도플러 효과 파원 또는 관측자가 이동할 때 파동의 주파수가 다르게 관측되는 현상

double-displacement reaction / 이중 치환 반응 수용액 속에서 두 화합물의 이온이 자리를 바꾸어 두 개의 새로운 화합물을 형성하는 반응

drainage basin / 유역 강이나 강 체계, 또는 다른 수역으로 흘러 드는 전체 지역. 분수령

drift velocity / 유동속도 대전체가 전기장 안에서 움직이는 순 속도

ductility / 연성 물질을 두드리거나 쳐서 와이어로 가늘고 길게 늘어나는 성질

E

earthquake / 지진 단층 운동을 따라 흔들릴 때 에너지가 갑자기 방출되어 땅이 이동하거나 흔들리는 현상

eccentricity / 이심률 타원 궤도의 늘어난 정도 (기호, e)

ecological niche / 생태적 지위 한 종이 생태계 내에서 건강하게 생존하고 번식하는 데 필요한 물리적, 화학적, 생물학적 모든 요소들

ecological succession / 생태적 천이 훼손된 군집이 재생되거나 이전에 생명체가 없던 지역에 군집이 시작되는 생물학적 변화의 과정

ecosystem / 생태계 한 지역의 토양, 물, 암석 및 기후와 같은 무생물적 요소와 유기체의 무리

ecosystem services / 생태계 서비스 생명을 유지하는 데 도움이 되거나 중요한 자원을 제공하는 지역의 생태적 기능이나 과정

effervescence / 비등 액체가 끓는다기보다는 기체가 급속히 빠져나감으로서 거품이 일어나는 현상

efficiency / 능률 일의 투입량에 대한 일의 산출량의 비를 측정하는 양, 주로 퍼센트로 나타낸다.

effusion / 분출 압력을 받고 있던 기체가 작은 구멍을 통해 빠져 나가는 현상

elastic collision / 탄성 충돌 총 운동량과 총 운동에너지가 일정하게 유지되는 충돌

elastic potential energy / 탄성 위치에너지 변형된 탄성체에 저장되어 있는 에너지

electrical conductor / 전도체 전하가 자유롭게 이동할 수 있는 물질

electrical energy / 탄성 에너지 입자의 위치 때문에 하전입자가 가지는 에너지

electrical insulator / 부도체 전하가 자유롭게 이동할 수 없는 물질

electrical potential energy / 전기적 위치에너지 자기장 내에서 전하의 위치로 인해 전하와 관련된 위치에너지

electric circuit / 전기회로 전하가 이동할 수 있는 한 개 이상의 완전한 경로를 제공하도록 전기 부품들이 연결되어 있는 것

electric current / 전류 전하들이 특정 지점을 통과하는 속도

electric field / 전기장 한 대전체 주변에 다른 대전체가 전기력을 경험하는 공간

electric potential / 전위 임의의 기준점에서 특정한 지점으로 전하를 이동시키기 위해 전기력에 거슬러 수행되어야 하는 일

electrochemical cell / 전기화학 전지 전해액의 상에 의해 분리된 두 개의 전극을 포함하고 있는 장치

electrochemistry / 전기화학 전기력과 화학 반응 사이의 관계를 연구하는 화학의 하위 학문

electrode / 전극 전해액과 같이 회로의 비전기적 부분과 전기 접촉이 되게 하는 데 사용되는 전도체

electrode potential / 전극 전위 전극과 그 용액 사이의 전위 차

electrolysis / 전기분해 전류를 이용하여 물 분해와 같은 화학반응을 일으키는 과정

electrolyte / 전해액 물에 녹아 전류를 흐르게 하는 용액을 만드는 물질

electrolytic cell / 전해 전지 장치 내에 전류가 흐를 때 전기분해가 일어나는 전기화학 장치

electromagnet / 전자석 철사를 감싸고 철사 코일을 감은 자석으로서 철사에 전류가 흐를 때만 자성을 띠는 자석

electromagnetic induction / 전자 유도 자기장을 변화시켜 회로 내에 전류를 발생시키는 과정

electromagnetic radiation / 전자기 복사 전기장 및 자기장과 관련있는 복사, 주기적으로 변하고 빛의 속도로 이동한다.

electromagnetic spectrum / 전자기 스펙트럼 가시광선을 포함하여 전기장과 자기장과 관련된 복사인 전자기 복사의 모든 주파수 또는 파장

electromagnetic wave / 전자파 진동하는 전기장과 자기장으로 구성된 파, 빛의 속도로 광원에서 바깥쪽으로 방사된다.

electron / 전자 음전하를 가진 원자보다 작은 입자

electron affinity / 전자 친화력 중성 원자가 전자를 얻을 때 일어나는 에너지 변화

electron capture / 전자 포획 전자를 가지고 있는 원자의 핵에 의해 안쪽 궤도의 전자가 포획되는 과정

electron configuration / 전자 배치 하나의 원자 안에서 전자들의 배열

electron-dot notation / 전자 점 표기법 특정 원소의 원자의 원자가 전자만 표시되는 전자 구성 표기법, 원소 기호 주변에 점을 찍어 나타낸다

electronegativity / 전기음성도 화합물의 원자가 전자들을 끌어당기는 능력의 척도

electroplating / 전기도금 물체를 금속으로 도금하거나 코팅하는 전해 공정

element / 원소 화학적 수단에 의해 더 단순한 물질로 분리하거나 분해할 수 없는 물질. 한 원소의 모든 원자들은 같은 수의 원자수를 가진다.

elimination reaction / 소거 반응 물이나 암모니아 같은 단순한 분자가 없어지고 새로운 화합물이 생성되는 반응

ellipse / 타원 두 개의 고정점(초점)까지의 거리 총합이 일정한 점으로 정의되는 타원형. 원은 이심률이 0인 타원이다.

emergent spectrum / 신생 스펙트럼 물질이 방사하는 방사성 에너지의 파장을 나타내는 도표나 그래프

emission-line spectrum / 방출선 스펙트럼 전자가 에너지가 높은 상태에서 낮은 상태로 이동할 때 전자에 의해 방출되는 전자기 복사의 특정 파장의 연속

empirical formula / 실험식 원자의 상대적 개수와 종류의 측면에서 화합물의 조성을 가장 간단한 비로 나타내는 화학식

endothermic reaction / 흡열 반응 열 투입을 필요로 하는 화학 반응

end point / 종료점 적정에서 뚜렷한 색 변화가 일어나는 지점

energy budget / 에너지 수지 체계에 들어오고 나가는 에너지 흐름의 균형

energy pyramid / 에너지 피라미드 생산자, 일차 소비자 및 기타 영양 단계에서 사용되는 에너지를 비교한 도표

engineering design process / 기술 설계 공정 엔지니어가 문제에 대한 해결책을 생각해내기 위해 따르는 일련의 단계들

enthalpy / 엔탈피 열역학적 계에서 계가 주변 환경에 가하는 압력과 부피를 서로 곱한 값에 내부 에너지를 더한 값

enthalpy change / 엔탈피 변화 일정한 압력의 처리 과정에서 계에 의해 열로서 방출되거나 흡수되는 에너지의 양

enthalpy of combustion / 연소 엔탈피 일정한 압력 또는 일정한 부피에서 특정한 양의 물질이 완전 연소함으로써 열로서 방출되는 에너지

enthalpy of reaction / 반응 엔탈피 화학반응이 일어나는 동안에 열로서 방출되거나 흡수되는 에너지의 양

enthalpy of solution / 용해 엔탈피 특정한 양의 용질이 용매에 용해될 때 열로서 방출되거나 흡수되는 에너지의 양

entropy / 엔트로피 시스템의 무작위성이나 장애의 척도

environment / 환경 시스템의 외부에서 시스템에 영향을 미치는 조건과 영향력이 결합된 것

enzyme / 효소 식물과 동물의 대사 반응에서 영구적으로 변화되거나 파괴되지 않고 촉매로서 반응의 속도를 높여주는 일종의 단백질

epicenter / 진앙 지진의 시작 지점 바로 위의 지표 지점

epigenetics / 후성유전학 DNA 서열은 변하지 않는 상태에서 유전자 발현의 변화를 연구하는 학문

epistasis / 우세 대립 유전자가 아닌 유전자들의 상호작용, 특히 한 유전자가 다른 유전자에 의해 받는 영향의 억제

equilibrium / 평형 화학에서 정반응과 역반응이 같은 속도로 일어나 반응물과 생성물의 농도가 변하지 않는 상태. 물리학에서, 물체에 작용하는 최종적인 힘이 0인 상태

equilibrium constant / 평형 상수 일정 온도에서 가역반응의 반응 물질과 생성 물질의 농도의 비

equilibrium vapor pressure / 평형 증기압 평형 상태에 있는 계의 증기압

equivalence point / 당량점 적정에 사용된 두 용액이 화학적으로 동일한 양으로 존재하는 지점

erosion / 침식 바람과 유수와 같은 자연적인 동인에 의해 물질이 제거되고 운반되는 것. 풍화를 포함한 더 넓은 의미로도 사용된다.

ester / 에스테르 물이 제거되도록 유기산과 알코올을 결합하여 만들어지는 유기 화합물

ether / 에테르 두 개의 탄소 원자가 동일한 산소 원자에 결합되어 있는 유기 화합물

eusocial / 진사회성 각 유기체의 역할이 특화되어 모든 유기체들이 복제되는 것이 아닌 유기체 군집

evaporation / 증발 물질이 액체에서 기체로 변하는 것

evolution / 진화 장기간에 걸친 종의 변화, 자손이 조상과 달라지게 되는 생물학적 변화의 과정

excess reactant / 과잉 반응물질 반응에서 완전히 이용되지 않은 물질

excited state / 여기 상태 원자가 기저 상태에서보다 더 많은 에너지를 가지고 있는 상태

exon / 엑손 단백질 합성에 필요한 정보를 부호로 처리하는 DNA 서열

exothermic reaction / 발열 반응 외부로 열을 방출하는 화학 반응

exponential growth / 기하급수적 증가 단기간에 개체 수의 급격한 증가

extensive property / 크기 성질 시스템의 범위나 크기에 따라 달라지는 성질

extinction / 멸종 생물의 한 종류가 지구상에서 없어짐

F

facilitated adaptation / 촉진 적응 생물 종의 게놈을 변형시켜 사람이 멸종 위기에 처한 개체들의 적응을 유도하는 과정

family / 족 주기율표에서 세로 열

fatty acid / 지방산 지방이나 오일과 같은 지방질 속에 포함된 유기산

fault / 단층 암석이 분리되어 한 지괴가 다른 지괴에 비해 상대적으로 미끄러져 어긋나는 현상, 일종의 취성 변형

feedback / 피드백 시스템이나 프로세스에 변화를 가져올 수 있는 시스템이나 프로세스에 관한 정보가 되돌아옴, 되돌아온 정보

feedback loop / 피드백 루프 이상적인 값과 비교되어 항상성을 유지하는 데 도움이 되는 정보

felsic / 규장질 장석과 규토가 많이 들어있어 대개는 밝은 색을 띠는 마그마 또는 화성암으로 묘사됨

field force / 장력 직접적인 접촉을 통하지 않고 멀리서 가해지는 힘

film badge / 필름 배지 방사선 작업을 하는 사람들이 일정 시간 동안 받는 방사선의 대략적인 양을 측정하는 장치

fission / 핵분열 핵이 두 개 이상의 조각으로 쪼개져 중성자와 에너지를 방출하는 과정

fitness / 적합성 유기체가 군집의 다른 개체에 비해 생존하고 자손을 생산할 수 있는 능력의 척도

fluid / 유체 기체나 액체처럼 원자나 분자가 자유롭게 서로를 지나쳐 이동할 수 있는 고체가 아닌 물질 상태

focus / 진원지 지구 내부에서 지진의 첫 흔들림이 일어난 단층을 따라 위치한 지점, 타원의 두 중심 정의점 중의 하나

foliation / 엽리구조 광물 알갱이가 면이나 띠로 배열된 변성암 조직

food chain / 먹이사슬 유기체들을 먹이 관계에 따라 연결한 모형

food web / 먹이그물 생태계 내의 복잡한 먹이관계망을 보여주는 모형

force / 힘 물체에 가해져서 물체의 정지 또는 운동 상태를 변화시키는 작용, 힘은 크기와 방향을 가진다.

formula equation / 화학 방정식 화학반응의 반응물과 생성물을 기호나 식으로 나타내는 것

formula mass / 실험식량 임의의 분자, 화학식 단위 또는 이온의 화학식으로 나타낸 모든 원자들의 평균적인 원자 질량의 합

formula unit / 화학식 단위 이온 화합물의 공식을 쓸 수 있는 원자들의 가장 간단한 집합

fossil / 화석 오래 전에 살았던 유기체의 흔적이나 유해, 흔히 퇴적암에 보존되어 있다.

fossil fuel / 화석 연료 오래 전에 살았던 유기체의 유해로부터 만들어진 재생 불가능한 에너지 자원. 석유, 석탄 및 천연가스가 그 예이다.

founder effect / 창시자 효과 소수의 개체들이 새로운 지역을 서식지로 만든 후 일어나는 유전적 부동

fracture / 균열 지질학에서 변위의 유무와 상관없이 갈라진 틈, 절리, 단층을 포함하여 응력으로 인해 생긴 암석의 깨짐. *또한* 광물이 굽은 면 또는 불규칙 면을 따라 깨지는 방식

frame of reference / 준거틀 물체의 정확한 위치를 공간과 시간으로 명시하기 위한 체계

free energy / 자유 에너지 계 내부에서 일로 이용할 수 있는 에너지. 계가 유용한 일을 할 수 있는 능력

free-energy change / 자유 에너지 변화 일정한 압력과 온도에서 엔탈피의 변화, ΔH와 TΔS로 정의되는 켈빈 온도와 엔트로피 변화의 곱 사이의 차이

free fall / 자유 낙하 물체에 중력만 작용할 때의 물체 운동

freezing / 결빙 열 에너지를 빼앗길 때 액체가 고체가 되는 상태 변화

freezing point / 빙점 1기압에서 고체와 액체가 평형을 이루는 온도, 액체 물질이 결빙되는 온도

freezing-point depression / 어는점 내림 순수 용매와 용질의 어는점 간의 차이, 존재하는 용질의 양에 정비례한다

frequency / 주파수 단위 시간당 순환 또는 진동 수. 주어진 시간 동안 생성된 파의 수이기도 하다.

friction / 마찰 접촉한 두 표면 사이에 운동을 방해하는 힘

front / 전선 밀도가 다르고 보통 온도가 다른 공기 덩어리 사이의 경계

functional group / 작용기 화학반응에서 활성이 있고 많은 유기 화합물의 성질을 결정하는 분자의 일부분

fundamental frequency / 기본 주파수 정상파의 진동의 최저 주파수

fusion / 융합 작은 원자의 핵이 결합하여 더 큰 새로운 핵을 만드는 과정, 이 과정에서 에너지를 방출한다.

G

gamete / 생식세포 성세포, 난자 또는 정자

gamma ray / 감마선 핵분열과 방사선 붕괴시에 핵에 의해 방출되는 고에너지의 광자

gas / 기체 일정한 부피나 형태를 갖지 않은 물질의 유형

Gay-Lussac's law / 게이뤼삭의 법칙 일정한 온도에서 기체가 차지하는 부피는 절대온도에 정비례한다는 법칙

Gay-Lussac's law of combining volumes of gases / 게이뤼삭의 기체 반응의 법칙 화학변화에서의 기체의 부피는 작은 정수비로 나타낼 수 있다는 법칙

Geiger-Müller counter / 가이거 계수기 기체가 채워진 튜브 안에서 양극과 음극 사이를 지나가는 전기 펄스의 수를 세어 방사선의 세기를 감지하고 측정하는 기구

gene / 유전자 염색체상에 존재하고 한 가지 이상의 선천적 형질을 가지는 DNA의 부분. 유전의 기본 단위

gene expression / 유전자 발현 특정 형질의 형태로 유기체 유전 물질의 표현

gene flow / 유전자 흐름 한 개체군에서 다른 개체군으로 대립 유전자가 물리적으로 이동하는 것

gene mutation / 유전자 돌연변이 DNA 염기순서의 변화

gene pool / 유전자 풀 한 개체군에서 볼 수 있는 모든 대립 유전자들의 모음

generator / 발전기 기계 에너지를 전기 에너지로 변환하는 장치

gene therapy / 유전자 치료 질병 치료를 위해 결함이 있는 유전자를 대체하거나 빠진 유전자를 환자의 게놈에 삽입하는 시술

genetic cross / 유전적 교배 두 유기체의 짝짓기

genetic drift / 유전적 부동 단지 우연에 의해
생기는 대립 유전자 빈도의 변화, 주로 작은
개체군에서 생긴다.

genetic engineering / 유전 공학 유기체에
새로운 형질을 주기 위해 유기체의 DNA를
바꾸는 과정

genetic testing / 유전자 검사 사람이 유전적
장애를 가지고 있거나 물려줄 수 있는
가능성을 판단하기 위해 DNA를 검사하는
과정

genetic variation / 유전 변이 개인이 자신이
속한 집단과 형태적 특징이 다름

genetics / 유전학 유기체의 유전 패턴과
변형을 연구하는 학문

genotype / 유전자형 형질을 규정하는
유기체의 유전 정보 전체 모음

geologic timescale / 지질 시대 지구의 역사를
보여주는 시간 척도

geometric isomer / 기하학적 이성체
기하학적으로 서로 다른 두 개 이상의
구성으로 존재하는 화합물

geosphere / 암석권 암석으로 구성된 지구의
가장 단단한 부분. 핵의 중심에서 지각
표면까지를 지칭함

geothermal energy / 지열 에너지 지구 내부의
열로 인해 생성되는 에너지

germ cell / 생식 세포 다세포 생물체에서의
모든 생식 세포

**Graham's law of effusion / 그레이엄의 확산
속도 법칙** 기체의 확산 속도가 기체의
밀도의 제곱근에 반비례한다는 법칙

glacial / 빙하기 빙하로 뒤덮여 있던 빙하
시대 내의 기간

glacier / 빙하 움직이는 거대한 얼음 덩어리

gravitational force / 중력 물질의 입자들간에
상호 끌어당기는 힘

**gravitational potential energy / 중력
위치에너지** 중력원으로부터 상대적인
높이에 있는 물체가 가지는 에너지

gravity / 중력 물체들 사이에 질량 때문에
끌어당기는 힘을 말하고, 물체 사이의
거리가 멀어질수록 그 힘은 작아진다.

greenhouse effect / 온실 효과 공기 중의
수증기, 이산화탄소 및 기타의 기체들이
적외선을 흡수하여 재방출할 때 발생하는
지표와 하층 대기의 기온 상승 효과

greenhouse gas / 온실 가스 태양으로부터
적외선을 흡수하고 방출하는 분자들로
구성된 기체

ground state / 기저 상태 양자화된 시스템의
최저 에너지 상태

groundwater / 지하수 지표면 아래에
존재하는 물

group / 족 주기율표에서 원소의 수직 열;
같은 족의 원소는 동일한 화학적 성질을
지님

gymnosperm / 겉씨식물 밑씨가 씨방이나
열매로 둘러싸여 있지 않고 관다발이 있는
수목 종자 식물

H

habitat / 서식지 유기체가 살고 있는 지역에서
발견되는 생물적, 비생물적 요소를 모두
합친 것

habitat fragmentation / 서식지 단편화
유기체가 선호하는 서식지의 일부가 접근이
불가능하게 되는 과정

half-cell / 반전지 이온 용액에 잠겨 있는 한
개의 전극

half-life / 반감기 방사성 물질 샘플의
원래 핵이 방사성 붕괴에 의해 절반으로
감소하는 데 걸리는 시간

half-reaction / 반쪽 반응 산화 또는 환원만
일어나는 반응의 일부

halogen / 할로겐 주기율표 제17족 원소(
플루오르, 염소, 브롬, 요오드 및 아스타틴).
할로겐 원소는 대부분의 금속과 결합하여
염을 형성함

harmonic series / 고조파 시리즈 기본주파수와
기본주파수의 정수배를 포함하는 주파수
계열

heat / 열 물체들 간에 온도 차이 때문에
이동하는 에너지, 에너지는 열평형에 도달할
때까지 항상 온도가 더 높은 물체에서
온도가 더 낮은 물체로 이동한다.

heat engine / 열기관 열을 기계적 에너지, 즉
일로 변환하는 기계

**Heisenberg uncertainty principle /
하이젠베르그의 불확정성 원리** 전자와 다른
입자의 위치와 속도를 동시에 결정하는
것은 불가능하다는 원리

helicase / 헬리카제 DNA 복제 과정에 DNA
이중 나선을 푸는 효소

Henry's law / 헨리의 법칙 일정한 온도에서
액체에 녹는 기체의 용해도는 액체 표면의
기체의 부분 압력에 정비례한다는 법칙

heritable / 유전성 어떤 형질이 한 세대에서
다음 세대로 전달되는 능력

Hess's law / 헤스의 법칙 화학반응에서
전체적인 엔탈피 변화는 그 과정의 개별적
단계에 대한 엔탈피 변화의 총량과 같다.

heterogeneous / 불균일 같지 않은 성분들로
구성됨

heterogeneous catalyst / 불균일촉매
반응물질의 상과 다른 상으로 존재하는 촉매

heterogeneous reaction / 불균일 반응
반응물질이 두 개의 서로 다른 상에
존재하는 반응

heterotroph / 종속 영양 생물 다른 유기체나
그 부산물에 의해 유기물 먹이 분자를 얻고
무기물질로부터 유기 화합물을 합성할 수
없는 유기체

heterozygous / 이형 접합적 자매 염색분체의
동일한 자리에 나타나는 서로 다른 두 개의
대립 유전자를 가지는 특징

hole / 정공 고체에서 전자가 차지하고 있지
않은 에너지 준위

homeostasis / 항상성 유기체의 내부 상태가
일정하게 조절되고 유지됨

homogeneous / 균일 처음부터 끝까지 균일한
구조나 구성을 가지고 있는 것을 표현함

homogeneous catalyst / 균일 촉매
반응물질과 동일한 상에 존재하는 촉매

homogeneous reaction / 균일 반응
반응물질과 생성물질이 모두 같은 상에
존재하는 반응

homologous chromosomes / 상동 염색체
길이, 모양 및 유전자 복사가 똑같은 염색체,
그러나 대립 유전자가 다를 수는 있다.

homologous structure / 상동 구조 서로 다른
유기체에서 구조는 비슷하지만 서로 다른
기능을 수행하는 신체 부분

homozygous / 동형 접합적 자매 염색분체의
동일한 자리에 나타나는 동일한 두 개의
대립 유전자를 가지는 특징

hormone / 호르몬 생물체의 한 부분에서
생성되어 다른 부분의 세포 활동에 영향을
주는 화학적 신호

horizon / 지층 위층과 아래층으로 구별할
수 있는 가로의 토양층, 서로 다른
물리적 성질을 가지는 두 암석 층 사이의
경계이기도 하다.

hot spot / 열점 판 경계와 멀리 떨어진 곳에
지표면의 화산 활동이 일어나는 지역

Hund's rule / 훈트의 규칙 기저 상태의 원자의
경우에, 짝이 없는 전자의 수가 가능한
최대이고 이런 짝이 없는 전자는 같은
스핀을 가진다는 규칙

hybrid orbitals / 혼성 궤도함수 같은 원자에서
두 개 이상의 궤도가 결합되어 생성된 등
에너지의 궤도함수

hybridization / 이종교배 동일한 원자의 두
개 이상의 원자 궤도를 혼합하여 새로운
궤도를 생성하는 것, 교배는 높은 에너지
궤도와 낮은 에너지 궤도를 혼합하여 중간
에너지의 궤도를 만들어내는 것

hydration / 수화작용 용해된 물질이나 부유
물질의 입자가 물 분자를 강하게 끌어당겨
전리가 일어나는 현상

hydraulic fracturing / 수압 파쇄 물, 모래 또는
자갈과 화학물질의 혼합물을 고압으로
고밀도의 암석에 뚫은 구멍에 주입하여
모래나 자갈이 열어주는 균열을 만들어내어
석유나 천연가스를 추출하는 과정, 프래킹
(fracking)이라고도 한다.

hydrocarbon / 탄화수소 탄소와 수소로만
이루어진 유기 화합물

hydroelectric energy / 수력발전 에너지 물의
낙차를 이용하여 생산하는 전기 에너지

hydrogen bond / 수소결합 한 분자의 강한
음전기 원자에 결합된 수소 원자가 다른
분자의 비공유 전자쌍에 끌려갈 때 생기는
분자 사이의 힘

hydrolysis / 가수분해 물과 다른 물질 사이의
화학반응으로 두 개 이상의 새로운 물질이
만들어지는 반응, 물과 염의 반응으로
산이나 염기가 만들어진다.

Multilingual Science Glossary

© Houghton Mifflin Harcourt Publishing Company

용어풀이

hydronium ion / 하이드로늄 이온 수소 양성자가 물 분자와 결합된 이온; H_3O^+

hydrosphere / 수권 물이 존재하는 지구의 부분, 지구계의 네 가지 주요 영역 중의 하나

hypothesis / 가설 이전의 과학 연구나 관측을 기초로 하고 실험으로 증명할 수 있는 설명

I

ice age / 빙하시대 대륙이 반복적으로 빙하 작용을 겪는 기후상의 냉각이 일어난 오랜 기간

ideal fluid / 이상 유체 내부의 마찰이나 점성이 없고 압축할 수 없는 액체

ideal gas / 이상 기체 입자가 무한히 작고 서로 상호작용하지 않는 상상의 기체

ideal gas constant / 이상 기체 상수 이상 기체 1 몰에 대한 상태 방정식에 나타나는 비례 상수; $R = 0.082\ 057\ 84\ L \cdot atm/mol \cdot K$

ideal gas law / 이상 기체 법칙 압력(P), 부피 (V), 온도(T), 기체 상수(R), 기체의 분자수(n) 의 수학적 관계를 나타내는 법칙, $PV = nRT$

igneous rock / 화성암 마그마가 식으면서 굳어 형성된 암석

immiscible / 비혼성 서로 섞이지 않는 두 개 이상의 액체를 나타냄

impulse / 충격 힘과 힘이 물체에 작용하는 시간 간격의 곱

incomplete dominance / 불완전 우성 두 개의 동형 접합체 표현형이 혼합되어 있는 이형 접합체 표현형

independent assortment / 독립유전 대립 유전자 쌍 내의 대립 유전자가 생식세포를 형성하는 동안 서로 독립적으로 분리된다고 하는 멘델의 제2법칙

index fossil / 표준화석 화석이 뚜렷하고 풍부하고 널리 퍼져 있기 때문에 암석층의 연령을 정하는 데 사용되며, 그 화석을 만든 종이 지질 시대의 단기간만 존재한 화석

index of refraction / 굴절률 임의의 투명 매질에서의 빛의 속도에 대한 진공 상태에서의 빛의 속도 비

induction / 유도 도체를 다른 대전체에 가까이 가져가 도체를 접지시키는 과정

inelastic collision / 비탄성 충돌 두 개의 물체가 충돌 후 함께 붙는 충돌

inertia / 관성 물체가 움직임에 저항하려는 성질 또는 물체가 움직이고 있을 때는 속도나 방향 변화에 저항하려는 성질

innate / 선천성 경험을 통해 학습되지 않은 행동

inner core / 내핵 지구의 가장 안쪽의 단단한 부분, 대부분 매우 높은 압력과 온도의 철과 니켈로 구성되어 있다.

insolation / 일사량 지구에 도달하는 태양 복사 에너지량(태양 에너지), 단위 수평면당 태양 복사에너지의 전달 속도

instantaneous velocity / 순간 속도 물체의 경로에서 어떤 순간 또는 특정 시점에서의 물체의 속도

intensity / 강도 에너지가 파동 운동 방향에 수직인 단위 면적을 통과하는 속도

intensive property / 세기 성질 존재하는 물질의 양에 따라 변하지 않는 성질, 가령 압력, 온도 또는 밀도

interest group / 이익 집단 입법 행위의 근거가 되는 공통의 이익을 가진 사람들의 집단

interglacial / 간빙기 빙하시대 안에서 비교적 단기간 온화했던 기간

intermediate / 중간물질 화학반응의 중간 단계에 형성되고 시작 물질과 최종 산물 사이의 디딤돌로 여겨지는 물질

intermolecular forces / 분자간 힘 분자들 사이에 끌어당기는 힘

internal energy / 내부 에너지 계의 개별 입자들의 에너지는 포함하지만 전체 계의 에너지는 포함되지 않는 특성

interstellar medium / 성간 물질 별들 사이의 공간을 채우고 있고 새로운 별이 생겨나는 데 원 재료가 되는 물질, 대부분 수소 기체, 기타 기체 및 먼지

introduced species / 외래종 어떤 지역에 토종이 아니고 인간 활동의 결과로 그 지역에 들어오게 된 종

intron / 인트론 아미노산에 대해 암호화되지 않은 유전자 부분

invasive species / 침입종 어떤 생태계에 토종이 아니고 그 생태계에 유입되면 경제적 또는 환경적 피해나 인간 건강에 해를 일으키는 종

inverse proportion / 반비례 곱이 일정한 두 변수 사이의 관계

ion / 이온 하나 이상의 전자를 얻었거나 잃어버려 음전하 또는 양전하를 가진 원자, 라디칼, 또는 분자

ionic bond / 이온결합 한 원자에서 다른 원자로 전자를 끌어 당기는 힘. 중성 원자를 이온으로 변환시킨다.

ionic compound / 이온 화합물 정전기 인력에 의해 결합된 이온으로 구성된 화합물

ionization / 이온화 원자 또는 분자에 전자를 첨가하거나 제거하는 과정, 이로써 원자나 분자에 순전하를 준다.

ionization energy / 이온화 에너지 원자나 이온에서 전자를 제거하는 데 필요한 에너지(약어, IE)

isolated system / 고립된 계 연구 목적으로 뚜렷한 물리적 실체라고 간주되는 입자나 상호작용하는 구성 요소들의 집합, 보통 그 구성 요소에 작용하는 외부적 힘이 없다.

isomer / 이성질체 화학 조성은 같지만 구조가 다른 두 가지 이상의 화합물 중의 하나

isostatic equilibrium / 조륙적 평형 지구의 암석권에 작용하는 중력과 부력 사이의 이상적인 균형 상태, 이로써 해발 높이가 서로 달라진다.

isothermal process / 등온 과정 일정한 온도에서 일어나는 열역학 과정

isotope / 동위원소 양성자의 수(원자 번호)는 같지만 중성자의 수(원자의 질량)는 다른 두 가지 이상의 원자들 중 하나

isovolumetric process / 등적 과정 계에서 또는 계에 의해 아무런 일이 수행되지 않도록 일정한 부피에서 일어나는 열역학 과정

iterate / 반복 다시 하기 또는 반복, 설계 시험에서 각 반복의 결과는 다음 버전의 설계를 수정하는 데 사용된다.

J

joule / 줄 에너지를 표시하는 단위; 1N의 힘으로 힘의 방향으로 거리 1m를 움직일 때 할 수 있는 일의 양과 같음(약자 기호, J)

K

ketone / 케톤 두 개의 알킬기에 하나의 카르보닐기가 결합된 유기 화합물, 이차 알코올의 산화로 얻어진다.

kin selection / 혈연 선택 가까운 친족의 생존에 유리한 대립 유전자에 자연 선택이 작용할 때

kinetic energy / 운동 에너지 물체의 운동 때문에 생기는 물체의 에너지

kinetic friction / 운동 마찰 접촉되어 있고 서로 미끄러지는 두 면의 움직임에 반대되는 힘

kinetic-molecular theory / 기체 분자 운동론 물리적 시스템의 작용이 시스템을 구성하는 분자의 결합된 작용에 달려 있다고 설명하는 이론

L

lanthanide / 란탄 계열 원소 원자 번호가 58(세륨)부터 71(루테튬)까지인 희토류 계열 원소의 하나

laser / 레이저 단 하나의 파장의 간섭광을 만들어내는 장치

latent heat / 잠열 물질의 상이 변화되는 동안 이동하는 단위 질량당 에너지

lattice energy / 격자 에너지 기체의 이온으로부터 1몰의 이온성 결정 화합물이 만들어질 때 방출되는 에너지

lava / 용암 지표로 흐르는 마그마. 용암이 식어 굳을 때 생긴 암석

law of conservation of energy / 에너지 보존의 법칙 에너지는 생겨나거나 파괴되지 않고 형태만 변할 뿐이라는 법칙

law of conservation of mass / 질량 보존의 법칙 질량은 생겨나거나 파괴되지 않고 형태만 변할 뿐이라는 법칙

용어집

law of definite proportions / 일정 성분비의 법칙 한 화합물을 구성하는 각 성분 원소들의 무게 또는 질량비가 정확히 같다고 하는 법칙

law of multiple proportions / 배수 비례의 법칙 두 원소가 화합해 두 가지 이상의 화합물을 만들 때 한 원소의 일정량과 화합하는 다른 원소의 질량 사이에는 간단한 정수비가 성립한다는 법칙

Le Châtelier's principle / 르 샤틀리에의 원리 평형 상태에 있는 계는 변화를 줄이는 방식으로 그 변화에 맞선다는 원리

lens / 렌즈 빛 파동을 굴절시켜 빛을 모으거나 발산시켜 이미지를 만드는 투명한 물체

lever arm / 응력 중심간 거리 회전축으로부터 힘의 방향을 따라 그려진 선까지의 수직 거리

Lewis acid / 루이스산 한 쌍의 전자를 받아들이는 원자, 이온 또는 분자

Lewis acid-base reaction / 루이스 산-염기 반응 전자쌍 공여체와 전자쌍 수용체 사이의 하나 이상의 공유결합의 형성

Lewis base / 루이스 염기 한 쌍의 전자를 공여하는 원자, 이온 또는 분자

Lewis structure / 루이스 구조 전자를 점으로 표시한 구조식, 두 원자 기호들 간의 점쌍이나 대시 기호는 공유결합을 하고 있는 쌍을 나타낸다.

light-year / 광년 빛이 일 년에 이동하는 거리, 약 9조 4600억 킬로미터

limiting reactant / 제한물질 화학반응에서 생성될 수 있는 생성물의 양을 조절하는 물질

linear polarization / 직선 편광 각 파의 전계의 진동이 서로 평행이 되는 전자기파의 배열

lipid / 지질 지방과 스테로이드를 비롯하여 물에 녹지 않는 생화학물질의 일종, 지질은 에너지를 저장하고 세포막을 구성한다.

liquid / 액체 일정한 부피는 있지만 일정한 형태는 없는 물질의 상태

lithosphere / 암석권 지각과 맨틀의 단단한 상층 부분으로 이루어진 지구의 단단한 바깥쪽 층

logistic growth / 로지스틱 성장 개체수의 변화가 서서히 성장하는 기간, 이어서 기하급수적 성장 기간, 그 다음 거의 성장이 없는 기간으로 이어지는 특징을 가진 개체 성장

London dispersion force / 런던 분산력 고르지 못한 전자 분포와 일시적인 쌍극자의 형성으로 인한 분자간의 인력

longitudinal wave / 종파 매질의 입자가 파동 방향과 나란하게 이동하는 파동

longshore current / 연안류 해안 부근의 해안과 평행한 바닷물의 흐름

luster / 광택 광물이 빛을 반사하는 것

M

macromolecule / 거대분자 매우 큰 분자, 대부분 수백, 또는 수천 개의 원자로 구성되는 중합체이다.

mafic / 고철질 또는 철고토질 마그네슘과 철이 많이 들어있어 대개는 어두운 색을 띠는 마그마 또는 화성암으로 묘사됨

magic numbers / 마법의 수 양성자와 중성자의 껍질을 완성한 매우 안정된 핵 안의 입자의 수를 나타내는 번호(2, 8, 20, 28, 50, 82, 126)

magnetic domain / 자구 스핀이 같은 방향으로 정렬된 원자들로 구성된 부분

magnetic field / 자기장 자기력을 감지할 수 있는 구역

magnetic quantum number / 자기 양자수 핵 주위의 궤도의 방향을 나타내는 양자 수, m 으로 표기된다.

magnitude / 지진 규모 지진의 세기를 나타내는 척도

main-group element / 주족 원소 주기율표에서 s 구역 또는 p 구역에 있는 원소

malleability / 가단성 물질을 두드리거나 쳐서 얇게 펼 수 있는 성질

mantle / 맨틀 지각과 핵 사이의 두꺼운 암석 층

mantle convection / 맨틀 대류 지구의 맨틀 내부 물질의 느린 움직임, 지구 내부에서 지표면으로 열로서 에너지를 전달한다.

mass / 질량 물체에 들어있는 물질의 양의 척도, 중력과 같이 물체에 작용하는 힘에 영향을 받지 않는 물체의 기본 특성

mass defect / 질량 결손 원자의 질량과 원자의 양성자, 중성자, 전자의 질량의 총합 사이의 차이

mass density / 질량 밀도 물체의 물질의 농도, 물질의 단위 부피당 질량으로 측정된다.

mass extinction / 대멸종 많은 수의 종들이 멸종하게 되는 사건

mass number / 질량수 원자의 핵을 구성하는 양성자와 중성자 수의 합

mass wasting / 지괴 침식 중력의 영향을 받아 토양, 퇴적물 또는 암석이 비탈면을 따라 내려오는 현상

materials science / 재료과학 과학과 기술의 특성과 재료 이용에 관한 학문

matter / 물질 질량을 가지고 공간을 차지하는 것

mechanical energy / 역학적 에너지 운동에너지와 모든 형태의 위치에너지의 합

mechanical wave / 역학적 파동 매질을 통해서 전달되는 파동

medium / 매질 교란이 이동할 수 있는 물리적 환경

meiosis / 감수분열 이배체 세포를 일배체 세포로 분리하는 핵분열의 형태, 성 복제를 위한 생식세포 형성에 중요하다.

melting / 용융 열 에너지를 가하거나 압력이 변할 때 고체가 액체가 되는 상태 변화

melting point / 녹는점 고체가 액체가 되는 지점의 온도와 압력

mesosphere / 중간권 글자 그대로 "중간 영역", 암류권과 외핵 사이 맨틀의 단단한 하층부. 성층권과 열권 사이에 고도가 높아질수록 온도가 내려가는 가장 추운 대기층

Mesozoic Era / 중생대 2억 5100만년에서 6550만년 전까지 지속된 지질시대, 파충류의 시대라고도 함

metabolism / 물질대사 유기체 내에서 일어나는 모든 화학 작용의 총칭

metal / 금속 빛이 나고 열과 전기를 잘 전도하는 원소

metallic bond / 금속결합 금속 양이온과 주변의 전자가 서로 끌어당겨 이루어지는 결합

metalloid / 준금속 금속의 성질과 비금속의 성질을 동시에 가지고 있는 원소, 반도체라고도 한다.

metamorphic rock / 변성암 보통 지각 심부에서 열, 압력 및 화학물질에 의해 구조나 조성이 변한 암석

microevolution / 소진화 몇 세대에 걸쳐 개체군의 대립 유전자 빈도의 관찰 가능한 변화

mid-ocean ridge / 해령 중심에 경사가 가파르고 좁은 계곡이 있고 암류권에서 마그마가 올라올 때 생기며, 지판이 떨어져나가면서 새로운 해양 암석권(해저)을 만들어내는 긴 해저산맥

millimeters of mercury / 밀리미터 수은주 압력의 단위

mineral / 미네랄 특징적인 화학적 구성과 질서정연한 내부 구조와 특징적인 물리적 성질을 가진 천연의, 보통은 무기물 고체

mining / 채굴 땅에서 광석, 광물 및 기타 고체 물질을 얻는 과정

miscible / 혼합성 다양한 비율로 서로에게 용해될 수 있는 두 가지 이상의 액체를 나타냄

mitochondrion / 미토콘드리아 (복수형 *mitochondria*) 세포에 에너지를 공급하고 그 자체의 리보좀과 DNA를 가지는 콩모양의 세포기관

mitosis / 체세포분열 세포가 그 핵과 내용물을 분리하는 과정

mixture / 혼합 화학적으로 결합되지 않은 두 개 이상의 물질의 결합

model / 모델 물체, 시스템 또는 개념의 구조나 작용을 보여줄 수 있도록 설계된 패턴, 계획, 진술 또는 표현

moderator / 조정자 중성자가 핵에 의해 흡수될 수 있도록 중성자의 속도를 늦추는 물질

molal boiling-point constant / 몰랄 끓는점 상수 비휘발성 비전해질 용질이 들어 있는 1몰랄 용액의 끓는점 상승을 나타내기 위해 계산되는 양

molal freezing-point constant / 몰랄 어는점 상수 비휘발성 비전해질 용질이 들어 있는 1몰랄 용액의 어는점 내림을 나타내기 위해 계산되는 양

molality / 몰농도 용매 1 kg에 녹아있는 용질의 몰수로 나타내는 용액의 농도

molar enthalpy of formation / 몰 생성 엔탈피 일정한 압력에서 1몰의 물질을 생성함으로써 생기는 열 에너지의 양

molar enthalpy of fusion / 몰 융합 엔탈피 일정한 온도와 압력에서 1몰의 물질을 고체에서 액체로 변화시키는 데 필요한 열 에너지의 양

molar enthalpy of vaporization / 몰 증발 엔탈피 일정한 압력과 온도에서 1몰의 액체를 증발시키는 데 필요한 열 에너지의 양

molar mass / 몰 질량 1몰의 물질을 그램으로 나타낸 질량

molarity / 몰농도 용액 1L당 녹아있는 용질의 몰수로 나타내는 용액의 농도 단위

mole / 몰 정확히 12 g의 탄소-12에서 입자의 개수가 탄소의 원자 수와 똑같은 물질의 양을 측정하는 데 사용하는 SI 기본 단위

mole ratio / 몰비 화학반응에 참여하는 두 물질의 양을 몰수로 환산하는 전환 계수

molecular compound / 분자화합물 그 기본 단위가 분자인 화합물

molecular formula / 분자식 분자에 들어있는 원자의 수와 종류는 표시하지만 원자의 배열은 보여주지 않는 화학식

molecule / 분자 두 개 이상의 원자들이 공유결합으로 결합되어 있는 것, 반드시 화합물인 것은 아니다.

moment of inertia / 관성 모멘트 고정된 축을 중심으로 회전하고 있는 물체가 이 회전 운동에서 변화에 저항하려는 경향

momentum / 운동량 물체의 질량과 속도의 곱으로 정의되는 물리양

monatomic ion / 단원자 이온 단일 원자로부터 만들어진 이온

monohybrid cross / 단성 잡종 교배 단 한 쌍의 대립 형질을 가진 유기체 사이의 교배 또는 짝짓기

monomer / 단량체 같거나 같지 않은 다른 분자와 결합하여 중합체를 만들 수 있는 단위 분자

monoprotic acid / 1염기산 하나의 염기에 단 하나의 양성자만 줄 수 있는 산

monosaccharide / 단당류 탄수화물의 기초 단위가 되는 단순 당

moraine / 모레인(빙퇴석) 빙하에 의해 운반되어 퇴적된 퇴적물 더미로 만들어진 지형, 빙하에 의해 퇴적된 빙력토

multiple bond / 다중결합 이중결합이나 삼중결합과 같이, 원자들이 하나 이상의 전자쌍을 공유하는 결합

mutagen / 돌연변이 유발요인 유기체에서 돌연변이를 유도하거나 돌연변이의 빈도를 증가시키는 요인

mutation / 돌연변이 DNA 염기서열의 변화

mutual inductance / 상호 인덕턴스 전류에 변화가 있을 때 가까운 회로에서 하나의 회로가 기전력(emf)을 유도하는 능력

N

NADPH / NADPH 광합성 과정에 에너지 전달자의 역할을 하는 분자

natural gas / 천연 가스 지표면 아래 매장되어 있는 탄화수소를 주성분으로 한 혼합기체로 흔히 석유 매장지에서 발견되고 연료로 사용됨

natural hazard / 자연재해 인간, 재산 또는 환경에 피해를 줄 가능성이 있는 자연적으로 발생하는 현상

natural resource / 천연자원 목재, 광상 또는 수력처럼 자연 상태에서 생겨나고 경제적 가치가 있는 재료나 능력

natural selection / 자연선택 유익한 적응력을 물려받은 개인이 다른 개인보다 평균적으로 자손을 더 많이 생산하는 메커니즘

nebula / 성운 별과 별 사이의 공간에 기체와 먼지가 큰 구름을 이룬 것, 우주에서 별이 만들어지는 부분이다.

negative feedback / 음의 피드백 초기 조건과 비교하여 결과에 적용되는 피드백, 변화를 저지하거나 줄이고 과정이나 시스템을 안정화시키려는 경향이 있다.

한국어

negative feedback loop / 음의 피드백 루프 물체의 상태가 이상적 상태에서 벗어날 때 물체의 상태를 조절하여 항상성을 유지하려는 제어 시스템

net force / 알짜힘 단단한 물체에 외부에서 힘이 작용할 때 그 물체에 작용하는 실제 모든 힘들을 합친 것과 같은 하나의 힘

net ionic equation / 알짜 이온 방정식 수용액에서 일어나는 반응에서 화학변화를 일으키는 화합물과 이온만 표기하는 방정식

neutralization / 중화 산의 특성을 갖는 이온(히드로늄 이온)과 염기의 특성을 갖는 이온(수산화 이온)이 물분자와 염을 만들어내는 반응

neutron / 중성자 전하를 가지지 않고 원자 핵 안에 있는 원자 구성 입자

newton / 뉴턴 힘에 대한 SI 단위, 질량이 1 kg인 물체에 작용했을 때 초당 1m/s의 가속도로 움직이게 하는 힘(약어, N)

noble gas / 비활성 기체 주기율표의 제 18족 원소(헬륨, 네온, 아르곤, 크립톤, 크세논 및 라돈); 비활성 기체는 반응성이 약함

noble-gas configuration / 비활성 기체의 배열 최외각 주요 에너지 준위가 대부분의 경우, 8개의 전자로 완전히 채워져 있는 배열

node / 마디(노드) 정상파에서 제로 변위를 유지하는 지점

nomenclature / 명명법 이름을 붙이는 방법

nonelectrolyte / 비전해질 물에 녹아 전류가 통하지 않는 용액을 만들어내는 물질

nonmetal / 비금속 열과 전기를 잘 전달하지 못하고 전해질 액에서 양 이온을 만들지 못하는 원소

nonpoint source pollution / 비점원 오염 단 하나의 특정 장소에서 오는 것이 아니라 많은 원천에서 오는 오염, 거리 하수와 빗물 하수거로부터 수역에 도달하는 오염이 한 예이다.

nonpolar covalent bond / 비극성 공유결합 결합하고 있는 전자들이 결합된 두 원자에 똑같이 끌려가는 공유결합

nonrenewable resource / 재생 불능 자원 자원이 소비되는 속도보다 더 느린 속도로 만들어지는 자원

nonvolatile substance / 비휘발성 물질 기존의 상태에서 기체가 될 경향이 거의 없는 물질

normal distribution / 정규 분포 생물학에서, 대립 유전자 빈도가 평균값 근처에서 가장 높고 양 끝을 향해 점진적으로 감소하는 개체 분포

normal force / 수직력 표면에 놓여 있는 물제에 작용하며 표면에 수직 방향으로 작용하는 힘

nuclear binding energy / 핵 결합 에너지 핵자들로부터 핵이 만들어질 때 방출되는 에너지

nuclear fission / 핵분열 핵이 두 개 이상의 조각으로 쪼개져 중성자와 에너지를 방출하는 과정

nuclear forces / 핵력 핵 안에서 양성자와 중성자, 양성자와 양성자, 중성자와 중성자를 결합시키는 상호작용

nuclear fusion / 핵융합 작은 원자의 핵이 결합하여 더 큰 새로운 핵을 만드는 과정, 이 과정에서 에너지를 방출한다.

nuclear power plant / 원자력 발전소 원자로에서 나오는 열로 전기 에너지를 생산하는 시설

nuclear radiation / 핵방사 중성자, 전자 및 광자와 같이 방사성 붕괴 과정에서 핵으로부터 방출되는 입자

nuclear reaction / 핵반응 원자의 핵에 영향을 주는 반응

nuclear reactor / 원자로 핵반응을 제어하여 에너지 또는 핵종을 생산하는 장치

nuclear shell model / 핵의 껍질 모형 핵 안에서 핵자들이 서로 다른 에너지 준위, 즉 껍질에 존재하는 것으로 나타내는 모형

nuclear waste / 핵 폐기물 방사성 동위원소를 포함하고 있는 폐기물

nucleic acid / 핵산 분자가 한 개 또는 두 개의 뉴클레오디드 사슬로 구성되어 있고 유전 정보를 가지고 있는 유기 화합물, RNA 또는 DNA

nucleon / 핵자 양성자 또는 중성자

nucleotide / 뉴클레오티드 당, 인산염, 질소 염기로 구성되는 유기 단량체, DNA와 RNA와 같이 핵산 사슬의 기본 덩어리

nucleus / 핵 (복수형 *nuclei*) 생명과학에서는 대부분의 세포의 DNA를 저장하는 역할을 하는 이중막으로 구성되는 세포기관, 물리학에서는 양성자와 중성자로 이루어진 원자의 중심 부분

nuclide / 핵종 핵 안에 있는 양성자와 중성자의 수로 구별되는 원자

O

ocean acidification / 해양 산성화 대기로부터 비정상적으로 높은 수준의 이산화탄소(CO_2)가 흡수되어 해수의 PH가 낮아짐

oceanic trench / 해구 지판이 침강된 결과로 해저에 형성되고, 화산섬이나 대륙의 해안선과 나란하며, 깊이가 해수면 아래로 약 11 km 정도인 길고 좁고 가파른 움푹한 파인 곳, 심해 해구라고도 한다.

octet rule / 팔전자 규칙 원자는 최외각을 비워두거나 8개의 전자로 완전히 채우려는 경향이 있다는 가정에 기초를 둔 화학결합의 개념

oil shale / 유질 셰일 증류에 의해 석유를 만들어내는 탄화수소를 함유하고 있는 검은색, 진회색 또는 진갈색의 셰일

operator / 작동유전자 한 오페론 안에서 인접한 유전자의 전사(mRNA 합성)를 억제하기 위해 억제물질이 결합하는 바이러스나 박테리아 DNA의 짧은 서열

operon / 오페론 전사를 시작하고 전사를 조절하고 단백질을 만들기 위한 모든 코드가 들어있는 DNA 부분, 촉진자, 조절 유전자 및 구조 유전자가 포함된다.

orbit / 궤도 상호 중력에 의해 다른 물체의 주위를 움직이는 물체의 경로

orbital / 궤도 원자 안에서 전자를 발견할 확률이 높은 부분

order / 반응차수 화학에서, 반응에 참여하는 것처럼 보이는 분자의 수에 의존하는 화학반응의 분류

order number / 차수 중심의 밝은 무늬에 비해 간섭 무늬에 할당된 숫자

ore / 광석 수익을 목적으로 채굴할 정도로 경제적 가치가 있는 광물의 밀도가 높은 자연 물질

organ / 기관 특정한 기능이나 관련 기능을 수행하기 위해 함께 작용하는 다양한 종류의 조직 그룹

organ system / 기관계 협동하는 방식으로 작용하여 유사한 기능을 수행하는 두 개 이상의 기관들

organic compound / 유기 화합물 탄산염과 산화물을 제외하고, 탄소를 함유한 공유결합 화합물

organic sedimentary rock / 유기적 퇴적암 식물이나 동물의 유해로 형성된 퇴적암

organism / 유기체 개개의 생물

osmosis / 삼투 용매가 투과할 수 있는 막을 통해 (어떤 용질의) 저농도 용액에서 (그 용질의) 고농도 용액으로 물이나 다른 용매가 이동함

osmotic pressure / 삼투압 삼투를 막기 위해 가해져야 하는 외부 압력

outer core / 외핵 지구의 내핵과 맨틀 사이에 위치한 지구의 내부층, 주로 철과 니켈로 구성되어 있다.

overharvesting / 남획 한 개체군에서 그 개체군이 대체할 수 있는 것보다 많은 수의 유기체를 잡거나 없애는 것

oxidation / 산화 물질의 원자가 또는 산화수가 증가하도록 물질로부터 한 개 이상의 전자를 제거하는 반응

oxidation number / 산화수 원자를 원소 형태로 변환하기 위해 결합된 상태에서 원자에 반드시 첨가하거나 원자로부터 제거해야 하는 전자의 수

oxidation state / 산화 상태 원자가 원소 형태에 도달하는 데 필요한 전자의 수로 표시되는 원자의 상태

oxidation-reduction reaction / 산화-환원 반응 한 종류가 산화되고(전자를 잃고) 또 한 종류는 환원되는(전자를 얻는) 화학 변화

oxidized / 산화된 전자를 잃고 산화수가 높아진 원소를 나타냄

oxidizing agent / 산화제 산화-환원 반응에서 전자를 얻고 환원된 물질

oxyacid / 산소산 수소, 산소 및 주로 비금속인 제3의 원소로 구성된 화합물인 산

oxyanion / 옥시아니온 산소를 포함하는 다원자 이온

화학

ozone / 오존 3개의 산소 원자로 구성된 기체 분자

P

P-wave / P파 1차파, 압축파. 암석의 입자가 파가 이동하는 방향과 나란한 앞뒤 방향으로 이동하게 하는 지진파, P파는 가장 빠른 지진파이고 고체, 액체, 기체를 통과할 수 있다.

Paleozoic Era / 고생대 선캄브리아 시대에 뒤이어 5억 4200만 년 전부터 2억 5100만 년 전까지 계속된 지질시대

parallax / 시차 서로 다른 위치에서 물체를 관찰했을 때 생기는 물체의 위치 차이

parallel / 병렬회로 부품들이 공통 지점이나 교차점을 가로질러 연결되어 있기 때문에 전류가 흐를 개별적인 전도 경로를 공급하는 두 개 이상의 부품으로 연결된 회로

parent nuclide / 어미 핵종 방사성 계열 중 후기 구성원으로서 특정한 딸 핵종을 만들어내는 방사성 핵종

partial pressure / 부분 압력 혼합물에서 각 기체의 압력

pascal / 파스칼 압력의 SI 단위, 1 m^2의 면적에 가해진 1N의 힘과 같다(약어, Pa)

passive margin / 수동형 대륙 주변부 판 경계를 따라 생기지 않은 대륙 주변부

path difference / 노정차 두 개의 광선이 다른 지점에서부터 같은 방향으로 산란될 때 두 광선이 이동하는 거리의 차이

Pauli exclusion principle / 파울리의 배타 원리 어떤 종류의 두 개 입자가 정확히 똑같은 에너지 상태에 있을 수 없다고 하는 원리

PCR; polymerase chain reaction / PCR; 폴리메라제 연쇄 반응 DNA를 두 개의 가닥으로 분리하고 프라이머와 효소를 추가하여 DNA의 양을 늘리는 방법

percentage composition / 조성 백분율 화합물에 들어 있는 각 원소의 질량 백분율

percentage error / 백분율 오차 평균적인 실험값을 정확하거나 허용되는 값에 질적으로 비교함, 실험값에서 허용값을 빼서 그 차이를 허용값으로 나눈 다음 100을 곱하여 계산한다.

percentage yield / 산출량 백분율 이론적 산출량에 대한 실제 산출량의 비, 100을 곱한 값이다.

perfectly inelastic collision / 완전 비탄성 충돌 두 개의 물체가 충돌 후 함께 붙는 충돌

period / 주기 화학에서는 주기율표에서 원소들의 가로줄, 물리학에서는, 완전한 순환이나 파의 진동이 일어나는 데 걸리는 시간

periodic law / 주기율 원소의 반복되는 화학적, 물리적 성질이 원소의 원자 번호에 따라 주기적으로 변하는 상태의 법칙

periodic table / 주기율표 비슷한 성질을 가진 원소가 같은 열에 해당하는 식으로 원자 번호 순의 원소 배열

petroleum / 석유 탄화수소 화합물의 액체 혼합물, 널리 연료로 사용됨

pH / pH 계의 산성도나 알칼리도(염기도)를 나타내는 데 사용되는 값, 눈금의 각각의 정수는 산도의 10배의 변화량을 나타내며, PH 7은 중성이고 PH 7 미만은 산성, PH 7 초과는 염기성이다.

pH meter / pH 측정기 용액 안에 놓인 두 개의 전극 사이의 전압을 측정하여 용액의 pH를 결정하는 데 사용되는 장치

phase / 상 화학에서, 물질이 존재할 수 있는 네 가지 상태, 즉 고체, 액체, 기체 또는 플라스마 중의 하나, 균일한 물질의 일부분

phase change / 상 변화 일정한 온도와 압력에서 물질이 한 상태(고체, 액체 또는 기체)에서 다른 상태로의 물리적으로 변하는 것

phase diagram / 상평형 그림 물질의 물리적 상태와 그 물질의 온도와 압력 사이의 관계 그래프

phenomenon / 현상 관찰할 수 있는 일의 발생, 상황 또는 사실

phenotype / 표현형 유기체의 물리적 특성의 전체 모음

phospholipid / 인지질 이중의 겹으로 된 세포막을 형성하는 분자, 글리세롤, 인산염기 및 두 개의 지방산으로 구성된다.

photoelectric effect / 광전 효과 특정 주파수의 빛이 금속의 표면에서 빛날 때 금속에서 전자가 방출되는 것

photon / 광자 빛의 단위 또는 양자, 정지 질량이 0이고 에너지 양자를 운반하는 전자기 복사의 입자

photosynthesis / 광합성 빛 에너지가 화학 에너지로 변환되는 과정, 이산화탄소와 물로부터 당과 산소를 만들어낸다.

physical change / 물리적 변화 화학적 특성 변화 없이 한 물질이 다른 물질로 변하는 것

physical property / 물리적 성질 밀도, 색깔 또는 단단함과 같은 화학적 변화는 일어나지 않는 물질의 특성

pitch / 음높이 음파의 진동수에 따라 소리가 인식되는 높낮이의 척도

plasma / 플라즈마 이온 및 전자와 같이 자유롭게 움직이는 하전 입자로 구성된 물질의 상태, 그 특성은 고체, 액체 또는 기체의 특성과 다르다.

plasmid / 플라스미드 주요 염색체의 DNA와 별도로 복제할 수 있는 박테리아에서 발견되는 유전 물질의 원형 조각

plateau / 고원 평원보다 높고 메사보다는 넓은, 높이가 높고 비교적 평평하며 넓게 트인 땅

plate tectonics / 판구조론 판이라고 하는 큰 암석권이 어떻게 이동하고 형태가 변하는지를 설명하는 이론

pOH / pOH 용액의 수산화물 이온 농도의 상용로그의 음의 값

point source pollution / 점원 오염 특정한 위치에서 발생하는 오염

polar / 극성 양전하와 음전하가 분리되는 분자를 나타냄

polar covalent bond / 극성 공유결합 두 개의 원자가 한 쌍의 전자를 공유하고 하나의 원자에 더 가까이 결합되어 있는 공유결합

polarity / 극성 전하 또는 자석의 극과 같이 계의 두 끝점이 정반대의 성질을 가지는 계의 특성

pollution / 오염 환경에 더해져 환경이나 유기체에 부정적인 영향을 주는 것

polyatomic ion / 다원자성 이온 두 개 이상의 원자로 이루어진 이온

polygenic trait / 소유전자 특성 두 개 이상의 유전자에 의해 생기는 특성

polymer / 중합체 5개 이상의 단량체 또는 소단위에 의해 형성되는 큰 분자

polyprotic acid / 다양성자 산 분자당 한 개 이상의 양성자를 줄 수 있는 산

polysaccharide / 다당류 단순당의 긴 사슬로 이루어진 탄수화물의 하나, 다당류에는 전분, 셀룰로스 및 글리코겐이 포함된다.

population / 개체수 동일한 지역 내에 살고 있는 종의 모든 개체들

positive feedback / 양의 피드백 변화를 증폭시키거나 증가시키며 과정이나 시스템을 불안정하게 하는 피드백

positive feedback loop / 양의 피드백 루프 센서 정보에 의해 물체가 항상성에서 멀어지는 변화의 속도가 증가하는 제어 시스템

positron / 양전자 질량과 스핀은 전자와 같지만 양의 전하를 띠고 있는 입자

potential difference / 전위차 전하에 의해 양분된 문제가 되는 두 지점 사이에 전하를 이동시키기 위해서 전기력에 거슬러 수행해야 하는 일

potential energy / 위치 에너지 물체의 위치 모양 또는 조건 때문에 물체가 지니는 에너지

power / 일률 어떤 방법에 의해서든 일이 완성되는 속도 또는 에너지 전달의 속도를 측정하는 양

Precambrian / 선캄브리아기 지구가 형성된 때부터 고생대까지, 즉 46억 년 전부터 5억 4200만 년 전까지의 지질시대의 간격

precession / 세차운동 축에 외부의 힘이 작용할 때 회전하는 꼭대기가 불안하게 흔들리는 것과 같이 회전하는 물체의 축 운동. 지구의 자전축이 궤도에 비해 느리게 회전함

precipitate / 침전물 화학반응 결과 용액 속에 생성되는 고체

precision / 정밀성 측정의 정확함

predation / 포식 한 유기체가 먹이를 얻기 위해 다른 유기체를 사냥하여 죽이는 과정

pressure / 압력 표면의 단위 면적에 가해지는 힘의 양

한국어

primary energy source / 1차 에너지원 환경 속에 원래 있는 에너지원, 석탄, 천연가스, 태양, 바람, 우라늄이 1차 에너지원의 예이다.

primary standard / 1차 표준기 적정에서 이미 알고 있는 용액의 농도를 확인하기 위해 사용되는 고순도의 고체 화합물

principal quantum number / 주양자수 원자 속 전자의 에너지와 궤도를 나타내는 양자수

probability / 확률 특정 사건이 일어날 가능성

producer / 생산자 햇빛이나 무기 화합물과 같이 무생물적 원천으로부터 에너지를 얻는 유기체

product / 생성물 화학반응에서 생성되는 물질

projectile motion / 포물선 운동 지표면 근처에서 물체를 던지거나 발사할 때 물체가 보여주는 운동

promoter / 촉진 유전자 RNA 폴리메라제가 결합하여 mRNA의 전사를 시작하는 DNA의 부분

protein / 단백질 펩타이드 결합으로 연결된 아미노산으로 구성된 중합체, 아미노산 사이의 결합에 따라 특정한 구조로 접힌다.

protein synthesis / 단백질 합성 DNA에 포함되어 있고 mRNA에 의해 운반되는 정보를 사용하여 단백질을 형성함

proton / 양성자 양 전하를 띠고 원자의 핵 안에 있는 원자 구성 입자, 핵 안의 양성자의 수는 원소의 정체를 결정하는 원자번호이다.

protoplanetary disk / 원시 행성계 원반 새로 생긴 별의 궤도를 도는 기체와 먼지로 된 원반모양, 그것에서 최종적으로 행성이 만들어질 수 있다.

prototype / 원형 제품의 시험 모형

Punnett square / 퍼넷 사각형 교배나 짝짓기로 인해 생기는 모든 가능한 유전자형을 예측하기 위한 모델

pure substance / 순물질 물질의 표본. 명확한 화학적, 물리적 성질을 가지는 단일 원소 또는 단일 화합물

pyramid of numbers / 수 피라미드 생태계의 각 영양 단계에서 개개의 유기체 수를 보여주는 도표

Q

quantity / 양 규모, 크기 또는 양을 가지는 것

quantum / 양자 전자기 에너지의 기본 단위, 전자의 파동 특성을 특징짓는다.

quantum number / 양자수 전자의 어떤 성질을 정의하는 수

quantum theory / 양자 이론 모든 에너지는 아주 작고 개별적인 묶음으로 나온다는 견지에서 원자와 원자 구성 입자의 구조와 작용에 대한 연구

R

radian / 라디안 호의 길이가 원의 반지름과 같은 각도, 대략 57.3°이다.

radiation / 방사선 전자기파의 형태로 에너지의 방출과 전달, 움직이는 원자 구성 입자이기도 하다.

radioactive decay / 방사성 붕괴 불안정한 원자핵이 하나 이상의 다른 종류 원자 또는 동위 원소로 분해됨, 방사선 방출, 핵 포착 또는 전자 방출, 즉 핵분열이 동반된다.

radioactive nuclide / 방사성 핵종 붕괴하여 방사선을 방출하는 동위원소를 포함하고 있는 핵종

radioactive tracer / 방사성 추적자 물질에 첨가하여 추후에 그 분포를 추적할 수 있는 방사성 재료

radiometric dating / 방사능 연대측정 방사성 동위원소(부모)와 안정된 동위원소(자식)의 상대적 비율을 계산하여 물체의 절대 연령을 산출하는 방법

rare earth element / 희토류 원소 비슷한 성질을 가진 자연에 존재하는 금속 원소들, 스칸듐, 이트륨, 원자번호가 57에서 71 사이인 15개의 원소로 구성된다(란탄계열). 희토류 원소는 전자제품과 기타 첨단 제품에 널리 사용된다.

rarefaction / 희박한 상태 종파에서 밀도와 압력이 최소인 부분

rate law / 속도 법칙 생성물의 형성 속도가 반응에 참여하는 용액 외의 모든 종의 농도에 좌우되는 방식을 보여주는 식

용어집

rate-determining step / 속도 결정 단계
다단계 화학반응에서, 속도가 최저인 단계,
전체 반응 속도를 결정한다.

reactant / 반응물 화학 반응에 참여하는 물질
또는 분자

**reaction mechanism / 반응
메커니즘** 화학반응이 일어나는 방식,
일련의 화학식으로 표현된다.

reaction rate / 반응 속도 화학반응이
일어나는 속도, 생성물의 생성 속도 또는
반응물질의 소실 속도로 측정한다.

**reaction stoichiometry / 반응
화학량론** 화학반응에서 반응물질과
생성물질 사이의 질량 관계 계산

real gas / 실제 기체 기체 분자들 사이의
상호작용 때문에 가상적인 이상 기체와
완벽히 똑같이 작용하지는 않는 기체

real image / 실상 광선 교차에 의해
만들어지는 상, 실제 상은 스크린에 투사될
수 있다.

recessive / 열성 유기체의 유전자형에 두 개의
복제물이 존재하지 않으면 발현되지 않는
대립 유전자

recharge / 물의 재충전 일정 시간 내에 흘러
들어오는 물의 양

reclamation / 교화 이전의 자연 상태와 같이
알맞은 상태로 되돌아 오거나 복귀하는
과정

recombinant DNA / 재조합 DNA 한 개
이상의 유기체나 종의 유전자를 포함하는
유전학적으로 조작된 DNA

recrystallization / 재결정 결정이나 결정
구조를 다시 만드는 과정

recycle / 재생 순환을 다시 거치는 것,
폐기물에서 귀중하거나 유용한 재료를
회수하거나 물건들을 버리거나 폐기하는 것

reduced / 환원된 전자를 얻었거나 산소
원자를 잃었거나 수소 원자를 얻은 물질을
말함

reducing agent / 환원제 다른 물질을
환원시킬 퍼텐셜이 있는 물질

reduction / 환원 산소의 제거, 수소의 첨가
또는 전자의 첨가에 의해서 전자를 얻는
화학적 변화

reduction potential / 환원 전위 양이온이
양성이 적어지거나 중성이 될 때 또는 중성
원자가 음이온이 될 때 일어나는 전압 감소

reflection / 반사 표면에서 전자기파가
되돌아 옴

reforestation / 재조림 삼림지의 나무를 다시
심고 키우는 것

refraction / 굴절 파면이 파동의 속도가 다른
두 물질 사이를 지날 때 파면이 휘어짐

relative age / 상대 연령 다른 물체의 연령에
상대적인 물체의 연령

rem / 렘 인체 조직에 1 뢴트겐의 고전압 x
선만큼의 피해를 주는 전리 방사선의 양

renewable / 재생 가능한 자원이 소비되는
속도와 같은 속도로 대체될 수 있는 천연
자원을 말함 그런 자원에서 얻는 에너지를
가리킬 때도 사용된다.

renewable resource / 재생 자원 자원이
소비되는 것과 같은 속도로 대체될 수
있는 천연 자원

replication / 복제 DNA가 복제되는 과정

repulsive force / 척력 물체를 밀어내는 경향이
있는 힘

reservoir / 저장고 무엇이 모이거나 모으는
장소 또는 계의 일부

resilience / 복원력 생태계가 교란을 겪은 후
회복되는 능력

resistance / 저항 생명과학에서는 유기체가
화학물질이나 질병 유발 매개체를 견디는
능력, 생태계가 교란으로 인한 변화에
저항하는 능력. 물리학에서는, 물질이나
장치에 의해 전류의 흐름을 방해함

resolving power / 해상력 광학 기구가 서로
가까이·있는 두 물체의 각 상을 만드는 능력

resonance / 공명 하나의 루이스 구조로
정확하게 나타낼 수 없는 분자나 이온
구조. 물리학에서는, 시스템에 가해진 힘의
주파수가 시스템 진동의 자연 주파수와
일치할 때 생기는 현상으로 진동의 진폭이
커진다.

respiration / 호흡 살아있는 세포 안에서
일어나는 유기 분자의 화학 에너지가 사용
가능한 에너지로 전환되는 과정, 산소의
소비와 이산화탄소와 물이 부산물로서
생성된다.

resultant / 합력 두 개 이상의 벡터의 합을 나타내는 하나의 벡터

reversible reaction / 가역 반응 생성물이 원래의 반응물질을 다시 만들어 내는 화학 반응

ribosome / 리보솜 아미노산이 함께 연결되어 단백질을 만드는 세포 기관

ridge push / 판 밀기 냉각에 의해 가해지는 힘, 중앙 해령에 넓게 퍼진 암석권 판으로 암석이 내려 앉는다.

rms current / rms 전류 직류의 해당 값과 동일한 가열 효과를 내는 교류 전류의 값

rock cycle / 암권 지질학적 과정에 의해 암석이 만들어지고 한 종류에서 다른 종류로 변화하고, 파괴되고, 다시 만들어지는 일련의 과정

roentgen / 뢴트겐 대기압에서 공기 1 킬로그램당 2.58×10^{-4}개의 이온을 생성하는 복사량에 해당하는 X선이나 감마선의 방사선량 단위

rotational kinetic energy / 회전 운동 에너지 물체의 회전 운동 때문에 생기는 물체 에너지

S

S-wave / S파 2차파 또는 횡파, 암석의 입자가 파의 이동 방향에 수직인 좌우 방향으로 움직이게 하는 지진파. S파는 두 번째로 빠른 지진파이고 고체만 통과할 수 있다.

salt / 염 금속 원자나 양의 라디칼이 산의 수소를 대체할 때 형성되는 이온 화합물

saponification / 비누화 지방산의 에스테르가 강한 염기와 반응하여 글리세롤과 지방산 염을 만들어내는 화학반응, 비누를 만드는 데 이용되는 과정

saturated hydrocarbon / 포화 탄화수소 단일 결합으로 연결되는 탄소와 수소에 의해서만 형성되는 유기 화합물

saturated solution / 포화 용액 임의의 조건에서 더 이상 용질을 용해시킬 수 없는 용액

scalar / 스칼라 크기는 있으나 방향은 없는 물리적 양

schematic diagram / 계통도 선을 사용하여 전선을 나타내고 서로 다른 기호를 사용하여 부품들을 나타내는 회로 표현

scientific method / 과학적 방법 데이터 수집, 가설 수립, 가설 검증 및 결론 진술을 포함하여 문제 해결을 위해 따르는 일련의 단계들

scientific notation / 과학적 기수법 적정 전력에 10을 곱한 수로 양을 나타내는 방법

scintillation counter / 섬광 계수기 섬광을 방사선을 검출하고 측정하기 위한 전기 신호로 변환시키는 기구

secondary energy source / 2차 에너지원 1차 에너지원에서 파생된 에너지원을 말함. 예를 들어 전기는 석탄과 천연가스와 같은 1차 에너지를 이용하여 생산된 2차 에너지원이다.

sediment / 침전물 풍화된 암석 파편, 유기체에서 나온 물질, 지표에서나 근처에서 운반되거나 퇴적된 용액에서 가라앉은 광물과 같은 고체 입자

sedimentary rock / 퇴적암 퇴적층이 압축되고 굳어져서 형성된 암석

seismic wave / 지진파 지진 때문에 발생하여 땅을 통해 모든 방향으로 전파되는 에너지 파

seismogram / 지진기록 지진계로 지진 활동을 추적하여 기록한 것

self-ionization of water / 물의 자체 이온화 두 개의 물 분자가 양성자의 이동에 의해 히드로늄 이온과 수산화물 이온을 생성하는 과정

semipermeable membrane / 반투성 막 특정 분자만 통과시키는 막

series / 직렬 연결 전류가 흐를 하나의 경로를 제공하는 한 회로내 두 개 이상의 부품을 말함

sex chromosome / 성염색체 개체의 성을 결정하는 염색체 쌍

sex-linked gene / 반성 유전자 성 염색체에 위치해 있는 유전자

sexual selection / 자웅 선택 특정 형질이 짝짓기의 성공을 높이는 선택, 따라서 형질이 자손에게 전해진다.

오노구안

Multilingual Science Glossary

© Houghton Mifflin Harcourt Publishing Company

shielding / 차폐물 원자로에서 방사선 누출을 줄이기 위해 사용되는 방사선 흡수 물질

SI / SI 전 세계에서 인정되는 측정 체계인 국제단위계

significant figure / 유효 숫자 측정의 정확도에 따라 해야 할 반올림의 양을 결정하는 미리 정해진 소수점 이하 자리수

silicate / 규산 실리콘과 산소 결합이 포함되고 한 개 이상의 금속이 포함되어 있을 수도 있는 광물

simple harmonic motion / 단진동 복원력이 평형으로부터의 변위에 비례하는 평형 위치에 대한 진동

single bond / 단일결합 두 개의 원자가 한 쌍의 전자를 공유하는 공유결합

single-displacement reaction / 단일 치환 반응 화합물에서 하나의 원소 또는 라디칼이 다른 원소나 라디칼을 대신하는 반응

sinkhole / 싱크홀 암석이 용해되거나, 겹쳐진 퇴적물이 기존의 빈 공간을 채우거나, 지하 동굴이나 광산의 지붕이 무너질 때 생기는 원형의 움푹한 곳

slab pull / 판 당김 침강하는 가장자리의 무게로 인해 침강하고 있는 판에서 침강 경계에 가해지는 힘

smog / 스모그 화석 연료를 태워 방출되는 기체가 햇빛과 반응하여 안개를 형성하는 공기 오염

soil / 토양 암석 파편들과 식물의 성장을 돕는 유기 물질의 느슨한 혼합물

soil erosion / 토양 침식 지표의 물질들이 느슨해지거나 용해되거나 마모되어 바람, 물, 얼음 또는 중력과 같은 자연적 동인에 의해 한 장소에서 다른 장소로 운반되는 과정

solar wind / 태양풍 주로 태양의 코로나에서 분출되는 고속의 이온화된 입자들의 흐름

solenoid / 솔레노이드 절연 전선이 길게 나선형으로 감긴 코일

solid / 고체 물질의 부피와 형태가 일정한 물질의 상태

solubility / 용해도 일정한 온도와 압력에서 하나의 물질이 용해되는 성질, 일정량의 용매에 녹아 포화 용액을 만드는 용질의 양으로 표현된다.

solubility product constant / 용해도 곱 상수 고체의 용존 이온과 평형 상태를 이루는 고체에서의 평형 상수

soluble / 용해성이 있는 특정 용매에 용해될 수 있는

solute / 용질 용액에서 용매 속에 용해되는 물질

solution / 용액 둘 이상의 물질이 혼합하여 한 가지 상태로 균일하게 분포된 균질 혼합물

solution equilibrium / 용액의 평형 용질의 용해 과정과 결정화 반대 과정이 같은 속도로 일어나는 물리적 상태

solvated / 용매화 용매 분자에 둘러싸인 용질 분자를 말함

solvent / 용매 용액에서 다른 물질(용질)을 녹이는 물질

somatic cell / 체세포 생식 세포를 제외하고 모든 신체 조직과 장기를 구성하는 세포

speciation / 종분화 하나의 조상 종으로부터 두 개 이상의 종으로 진화됨

species / 종 서로 유사하여 자손을 낳고 생식력 있는 자손을 번식시킬 수 있는 유기체 집단

specific heat capacity / 비열용량 압력과 부피가 일정할 때 정해진 방식으로 단위 질량의 동종 물질을 1K 또는 1°C 올리는 데 필요한 열용량

spectator ions / 구경꾼 이온 반응이 일어나고 있지만 그 반응에 참여하지 않고 용액 속에 존재하는 이온

spectrum / 스펙트럼 빛을 구성하는 구성 요소들이 주파수의 순서로 분리될 때 보여지거나 기록되는 복사 패턴, 빛이 프리즘을 통과하는 경우에 볼 수 있다.

spin quantum number / 스핀 양자수 입자의 고유의 각 운동량을 나타내는 양자수

spring constant / 용수철 상수 변형된 탄성체가 원래의 모양으로 돌아올 때 사용될 이용 가능한 에너지

stabilizing selection / 안정화 선택 양 극단에 있는 표현형을 두고 중간적인 표현형이 선택되는 자연 선택의 경로

한국어

standard electrode potential / 표준 전극 전위 수소 전극 전위(0으로 설정됨)에 상대적인 수치로서 전해질 용액에 잠긴 금속이나 다른 물질에 의해 생기는 전위

standard solution / 표준 용액 농도를 알고 있는 용액, 일정량의 용매나 용액에 녹아있는 용질의 양으로 나타낸다.

standard temperature and pressure / 표준 온도와 압력 기체에 있어서 0°C의 온도와 1.00 atm의 압력

standing wave / 정상파 주파수, 파장 및 진폭이 동일한 두 파가 반대 방향으로 이동하며 간섭을 일으킬 때 그 결과로 발생하는 파형

static friction / 정지 마찰 접촉하여 정지 상태인 두 면 사이에 미끄러지는 운동의 개시를 방해하는 힘

stem cell / 줄기 세포 미분화 상태로 장기간 동안 분열할 수 있는 세포

stimulus / 자극제 (복수형 *stimuli*) 생리적 반응을 일으키는 것

stoichiometry / 화학량론 화학 반응이 일어나는 동안 두 개 이상 물질 사이의 비례 관계

stratosphere / 성층권 대류권과 중간권 사이에 있는 대기층이며 고도가 높아질수록 온도가 올라가고 오존층이 포함되어 있다.

stress / 스트레스 한 물체 안에서 단위 면적당 받는 힘, 가해지는 힘에 대한 물체의 내적 저항

strong acid / 강산 용매 안에서 완전히 이온화되는 산

strong electrolyte / 강 전해질 수용성 무기염류와 같이 수용액에서 완전히 또는 대부분 해리되는 화합물

strong force / 강한 상호작용 핵 안에서 핵자들을 하나로 결합시키는 상호작용

structural formula / 구조식 분자에서 서로에 대한 상대적인 원자의 위치, 그룹, 이온을 보여주고 화학결합의 수와 위치를 보여주는 식

structural isomers / 구조 이성질체 원자의 수와 종류, 그리고 분자량은 같지만 원자가 서로 붙어있는 순서는 다른 두 개 이상의 화합물

subduction / 섭입 수렴 경계에서 해양 판이 다른 판 아래로 내려가 다른 판이 위로 겹쳐지는 과정

sublimation / 승화 고체가 바로 기체로 변하는 과정(이 용어는 반대의 과정에 대해서도 사용된다)

subsidence / 침강 지질학적 과정으로 인해 지면 부분이 가라앉거나 함몰됨

substitution reaction / 치환 반응 분자 내의 어떤 원자나 원자단이 다른 원자나 원자단으로 치환되는 반응

sunspot / 태양흑점 주위보다 온도가 낮고 강한 자기장을 가진 태양 광구의 어두운 반점

superconductor / 초전도체 재료마다 다른 임의의 임계 온도에서 저항이 0인 재료

supercontinent / 초대륙 지구의 대륙 지각 대부분을 포함하고 있는 가설에 의한 육지 덩어리, 판 구조론에 따르면 초대륙이 형성되고 분리된다.

supercooled liquid / 과냉각 액체 응고되지 않고 정상적인 어는점 아래로 냉각되는 액체

supernova / 초신성 거대한 별의 철심 폭발에 이은 에너지가 큰 활동, 원자량이 철보다 큰 원소가 생성된다.

supersaturated solution / 과포화 용액 특정 온도에서 평형에 도달하는 데 필요한 것보다 더 많은 용질이 녹아 있는 용액

surface process / 지표면 과정 지구 표면이나 지표 근처의 지권에 영향을 주고, 대부분 풍화와 침식과 같은 외부 에너지에 일어나는 과정

surface tension / 표면 장력 액체 표면에 작용하여 표면 면적을 최소화하려는 힘

survivorship / 생존율 특정 연령까지 생존할 확률

survivorship curve / 생존 곡선 장시간에 걸쳐 개체군에서 각 연령 집단의 살아 있는 구성원을 보여주는 그래프

suspension / 현탁액 물질의 입자가 액체나 기체 전체에 비교적 고르게 분산되어 있는 혼합물

용어집

sustainability / 지속 가능성 인간의 요구가 인구가 무기한 생존할 수 있는 방식으로 충족되는 상태

sustainable / 지속 가능한 계속되거나 연장될 수 있는

sustainable development / 지속 가능한 개발 천연자원을 다시 채워질 수 있는 것보다 더 빠르게 사용하지 않는 방식으로의 개발

symbiosis / 공생 서로 직접적인 접촉을 하며 살아가는 최소 두 가지 서로 다른 종 구성원 사이의 생태 관계

synthesis reaction / 합성 반응 둘 이상의 물질이 결합하여 새로운 화합물을 생성하는 반응

system / 계 연구 목적으로 뚜렷한 물리적 실체라고 간주되는 입자나 상호작용하는 구성 요소들의 집합

T

tangential acceleration / 접선 가속도 물체의 원형 경로에 접하는 물체의 가속도

tangential speed / 접선 속도 물체의 원형 경로에 접하는 물체의 속도

tar sand / 역청 사암 휘발성 물질이 빠져나가고 탄화수소(아스팔트) 잔여물이 남은, 석유가 함유된 모래 또는 사암

technology / 기술 실용적인 목적을 위한 과학의 적용; 도구, 기계, 재료 및 공정을 사용하여 인간의 요구를 충족시키는 일

tectonic plate / 지질 구조판 지각과 맨틀의 단단한 가장 바깥 부분으로 구성된 암석권 덩어리

temperature / 온도 무엇이 얼마나 뜨거운지 (또는 차가운지)의 정도. 특히 물체 내 입자들의 평균적 운동 에너지 척도

test cross / 검정 교배 미지의 유전자형을 가진 유기체와 열성 표현형을 가진 유기체 사이의 교배

theoretical yield / 이론적 산출량 주어진 양의 반응물질에서 생성될 수 있는 생성물질의 최대량

theory / 이론 어떤 현상에 대해 관찰, 실험 및 추론에 기초를 둔 설명

thermal energy / 열 에너지 물질 입자들의 총 운동에너지

thermal equilibrium / 열 평형 물리적으로 서로 접촉한 두 물체가 온도가 같아지거나 열 에너지 교환이 없는 상태

thermochemical equation / 열화학 반응식 반응이 일어나는 동안 방출되거나 흡수되는 열 에너지의 양을 포함한 식

thermochemistry / 열화학 화학 반응과 상태 변화에 동반되는 에너지 변화에 대한 연구로서 화학의 하위 학문

thermodynamics / 열역학 화학적 변화와 물리적 변화가 동반되는 에너지 변화에 관한 과학의 하위 학문

thermosphere / 열권 대기권의 최상층으로 열권에서는 고도가 높아질수록 온도가 상승하고 이온층이 포함된다.

tidal energy / 조석 에너지 지구의 바다에 작용하는 태양과 달의 중력으로 인해 만들어지는 에너지

till / 표석점토 빙하에 의해 직접 퇴적되어 분류되지 않은 암석 물질

timbre / 음색 서로 다른 세기로 존재하는 고조파가 결합되어 생기는 음조의 음악적 성질

tissue / 조직 함께 작용하여 비슷한 기능을 하는 세포 그룹

titration / 적정 반응이 끝날 때까지 부피와 농도를 알고 있는 용액을 첨가하여 용액 속의 물질의 농도를 결정하는 방법, 반응이 끝나는 것은 주로 색 변화로 표시된다.

topography / 지형 육지의 기복을 포함하여 한 지역의 지표 구성요소의 크기와 형태

torque / 회전력 어떤 축을 중심으로 물체를 회전시키는 힘의 능력을 측정하는 양

total internal reflection / 전반사 면의 경계에 부딪치는 빛의 입사각이 임계각보다 작을 때 물질 안에서 일어나는 완전한 반사

tradeoff / 트레이드오프 하나를 얻음으로써 다른 하나를 포기하는 것. 주로 엔지니어링 설계 과정에 적용된다.

trait / 형질 유전되는 특성

transcription / 전사 DNA의 염기서열을 복사하여 보완적인 mRNA 가닥을 형성하는 과정

transcription factor / 전사 인자 유전적 전사를 시작하거나 계속하는 데 필요한 효소

transform boundary / 변환 단층 경계 지판이 수평으로 미끄러지면서 어긋나는 판 사이의 경계

transformer / 변압기 교류 전압을 높이거나 낮추는 장치

transgenic / 유전자 이식 생물 게놈이 변형되어 다른 유기체나 종에서 나온 유전자를 하나 이상 가지는 유기체

transistor / 트랜지스터 증폭기, 오실레이터 및 스위치에 쓰이는 전류를 증폭시키는 반도체 소자

transition element / 천이 원소 바깥쪽 껍질을 사용하기 전에 안쪽 껍질을 사용하여 결합하는 금속들 중의 하나

transition interval / 천이 간격 화학적 지시기에서 변화를 관찰할 수 있는 농도 범위

translation / 번역 mRNA를 해독하고 단백질이 생성되는 과정

transmutation / 변환 핵반응의 결과로 한 원소의 원자가 다른 원소의 원자로 변환됨

transuranium element / 초우라늄 원소 원자 번호가 우라늄 원자 번호(원자 번호 92)보다 큰 합성 원소

transverse wave / 횡파 파의 입자가 파의 이동방향에 수직되게 진동하는 파

triple point / 삼중점 평형 상태에서 물질의 고체, 액체, 기체 상이 공존하는 온도와 압력 조건

troposphere / 대류권 대기권의 최하층부, 고도가 높아질수록 온도가 일정한 속도로 떨어짐, 기상 조건이 존재하는 대기권 부분

triprotic acid / 삼양성자 산 인산과 같이 분자당 세 개의 이온성 양성자를 가지고 있는 산

trough / 골 평형 위치 아래의 가장 낮은 지점

U

ultraviolet catastrophe / 자외선 파탄 매우 짧은 파장에서 흑체의 복사 에너지가 매우 크고 총 복사 에너지가 무한하다는 것을 고전 물리학이 예측하지 못함

uncertainty principle / 불확정성 원리 입자의 위치와 운동량을 동시에 무한히 정확하게 결정하기가 불가능하다는 원리

unified atomic mass unit / 통일 원자 질량 단위 원자 또는 분자의 질량을 나타내는 질량 단위, 질량수가 12인 탄소 원자 질량의 정확히 1/12(약어, u)

uniformitarianism / 균일설 지구를 형성하는 지질학적 과정이 처음부터 끝까지 균일하다는 이론

unit cell / 단위 격자 전체 격자의 3차원 배열을 나타내는 결정형 격자의 가장 기본 단위

unsaturated hydrocarbon / 불포화 탄화수소 주로 탄소와 이중 또는 삼중 결합에서 나오는 가용한 원자가 결합을 가지고 있는 탄화수소

unsaturated solution / 불포화 용액 포화용액보다 적은 양의 용질을 포함하고 있어 추가로 용질을 용해시킬 수 있는 용액

uplift / 융기 상승, 높이기의 작용, 과정 또는 결과, 대변동

V

valence electron / 원자가 전자 원자의 가장 바깥 껍질에 있고 원자의 화학적 성질을 결정하는 전자

vaporization / 증발 액체나 고체가 기체로 변하는 과정

vector / 벡터 크기와 방향을 모두 가지는 물리적 양

velocity / 속도 특정한 방향으로의 물체의 속력

vestigial structure / 흔적 구조 초기의 조상에서 기능을 했던 장기 또는 구조의 남은 부분

virtual image / 가상 이미지 실제로는 초점이 맞춰져 있지 않지만 광선이 나오는 것처럼 보이는 이미지, 가상 이미지는 화면에 투사될 수 없다.

volatile / 휘발성 평상의 온도와 압력에서 쉽게 증발함, 휘발성이 있는 물질

한국어

volcano / 화산 지구 표면에 공기 구멍이나 갈라진 틈이 생겨 그곳을 통해 마그마와 가스가 빠져나오는 것

voltage / 전압 두 점 사이에 단위 전하를 이동시키는 일의 양, 볼트로 나타낸다.

voltaic cell / 볼타 전지 전해질에 담긴 서로 다른 금속으로 만들어진 두 개의 전극으로 구성된 일차 전지. 전압을 발생시키는 데 사용된다.

volume / 부피 3차원 공간에서 물체 또는 부분이 차지하는 크기

VSEPR theory (valence shell electron pair repulsion theory) / VSEPR 이론(원자가 껍질 전자쌍 반발 이론) 원자를 둘러싸고 있는 원자가 전자쌍들은 서로 밀어낸다는 발상에 기초를 두고 분자 모양을 예측하는 이론

W

wastewater / 폐수 가정이나 공장에서 나오는 폐기물이 포함된 물

watershed / 유역 하천 체계에 의해 물이 빠져나오는 주변 지역

wavelength / 파장 마루에서 마루, 또는 골에서 골까지와 같이 파의 인접해 있는 유사한 두 지점 사이의 거리

weak acid / 약산 수용액에서 수소 이온을 내는 양이 적은 산

weak electrolyte / 약 전해질 수용액에서 소량만 해리되는 화합물

weak force / 약한 상호작용 어떤 원자구성 입자의 상호작용에 관련되는 힘

weather / 날씨 온도, 습도, 강수, 바람 및 가시 범위를 포함하여 단기간의 대기 상태

weathering / 풍화 바람, 비, 온도변화와 같은 대기와 환경적 요소가 암석을 붕괴시키고 분해하는 자연적 과정

weight / 무게 물체에 가해지는 중력의 척도. 그 값은 우주 안에서 물체의 위치에 따라 변할 수 있다.

word equation / 반응식 화학반응에서 반응물과 생성물이 단어로 표현되는 식

work / 일 힘의 방향으로 물체의 운동에 변화를 일으키는 힘에 의해 물체의 에너지가 전달됨, 변위 방향으로의 힘의 요소와 변위의 크기 곱과 같다.

work function / 일함수 금속 원자에서 전자 한 개를 제거하는 데 필요한 최소 에너지

work–kinetic energy theorem / 일-운동 에너지 정리 물체에 작용된 모든 힘이 한 일은 물체의 운동에너지 변화와 같다.

ਬਹੁਭਾਸ਼ੀ ਵਿਗਿਆਨ ਸ਼ਬਦਕੋਸ਼

ਇਹ ਸ਼ਬਦਕੋਸ਼ ਐਚ.ਐਮ.ਐਚ. ਵਿਗਿਆਨ ਪ੍ਰੋਗਰਾਮਾਂ ਵਿੱਚ ਵਰਤੇ ਜਾਂਦੇ ਮੁੱਖ ਸ਼ਬਦਾਂ ਦੇ ਨਾਲ ਉਨ੍ਹਾਂ ਦੇ ਅਰਥਾਂ ਦੀ ਵਰਣਮਾਲਾ ਸੂਚੀ ਹੈ। ਸ਼ਬਦਕੋਸ਼ ਹੇਠ ਦਿੱਤੀਆਂ ਭਾਸ਼ਾਵਾਂ ਵਿੱਚ ਉਪਲਬਧ ਹੈ: ਅੰਗਰੇਜ਼ੀ , ਸਪੇਨੀ , ਵੀਅਤਨਾਮੀ, ਫਿਲਿਪੀਨੋ/ਤਾਗਾਲੋਗ, ਸਰਲੀਕ੍ਰਿਤ ਚੀਨੀ (ਮੈਂਡੇਰੀਅਨ ਅਤੇ ਕੈਂਟੋਨੀਸ ਦੇ ਬੋਲਣ ਵਾਲਿਆਂ ਲਈ), ਅਰਬੀ, ਹਮੋਂਗ, ਕੋਰੀਅਨ, ਪੰਜਾਬੀ, ਰੂਸੀ, ਅਤੇ ਬ੍ਰਾਜ਼ੀਲੀਅਨ ਪੁਰਤਗਾਲੀ ਅਤੇ ਹੇਤੀਅਨ ਕ੍ਰੇਓਲ

A

abiotic factor / ਅਬਾਇਓਟਿਕ ਤੱਤ ਇੱਕ ਇਕੋਸਿਸਟਮ ਵਿੱਚ ਗੈਰ-ਜੀਵਕ ਤੱਤ ਜਿਵੇਂ ਕਿ ਨਮੀ, ਤਾਪਮਾਨ, ਹਵਾ, ਧੁੱਪ, ਮਿੱਟੀ ਅਤੇ ਖਣਿਜ ਪਦਾਰਥ

absolute zero / ਅਸਲੀ ਜ਼ੀਰੋ ਤਾਪਮਾਨ ਜਿਸ ਨਾਲ ਸਾਰੀਆਂ ਅਣੂ ਹਲਚਲਾਂ ਰੁੱਕ ਜਾਂਦੀਆਂ ਹਨ (ਕੇਲਵਿਨ ਸਕੇਲ 'ਤੇ 0 K ਜਾਂ -273.16 °ਸੈਲਸੀਅਸ ਪੈਮਾਨੇ 'ਤੇ)

absorption spectrum / ਸਮਾਈ ਸਪੈਕਟ੍ਰਮ ਇੱਕ ਚਿੱਤਰ ਜਾਂ ਗ੍ਰਾਫ ਜੋ ਇੱਕ ਸ਼ਕਤੀਸ਼ਾਲੀ ਊਰਜਾ ਦੀ ਤਰੰਗ-ਲੰਬਾਈ ਨੂੰ ਦਰਸਾਉਂਦਾ ਹੈ ਜੋ ਪਦਾਰਥ ਨੂੰ ਸੋਖ ਲੈਂਦੀ ਹੈ

abrasion / ਰਗੜ ਦੂਜੇ ਚੱਟਾਨ ਜਾਂ ਰੇਤ ਦੇ ਕਣਾਂ ਦੀ ਮਕੈਨੀਕਲ ਕਾਰਵਾਈ ਰਾਹੀਂ ਚੱਟਾਨ ਦੀ ਸਤ੍ਹ ਨੂੰ ਪੀਹਣਾ ਅਤੇ ਪਹਿਨਣਾ

absolute age / ਅਸਲੀ ਉਮਰ ਇੱਕ ਵਸਤੂ ਜਾਂ ਘਟਨਾ ਦੀ ਅੰਕੀ ਉਮਰ, ਜੋ ਕਈ ਵਾਰ ਕਰੰਟ ਤੋਂ ਪਹਿਲਾਂ ਦੇ ਸਾਲਾਂ ਵਿੱਚ ਦੱਸੀ ਗਈ ਸੀ, ਜਿਵੇਂ ਕਿ ਇੱਕ ਅਸਲ-ਮਿਲਾਨ ਪ੍ਰਕਿਰਿਆ ਜਿਵੇਂ ਕਿ ਰੇਡੀਓਐਕੋਡਿਕ ਮਿਲਾਨ

acceleration / ਪ੍ਰਵੇਗ ਸਮੇਂ ਦੇ ਨਾਲ ਬਦਲਾਵ ਦੀ ਦਰ; ਇੱਕ ਵਸਤੂ ਪ੍ਰਵੇਗਿਤ ਕਰਦੀ ਹੈ ਜੇ ਉਸ ਦੀ ਗਤੀ, ਦਿਸ਼ਾ, ਜਾਂ ਦੋਵੇਂ ਤਬਦੀਲੀ ਹੁੰਦੀ ਹੈ

accretion / ਵਾਧਾ ਵਿਕਾਸ ਦੀ ਪ੍ਰਕਿਰਿਆ ਜਾਂ ਆਕਾਰ ਵਿੱਚ ਵਾਧਾ ਜੋ ਕਿ ਹੌਲੀ-ਹੌਲੀ ਬਾਹਰੀ ਜੋੜ, ਸੰਯੋਜਨ, ਜਾਂ ਸ਼ਾਮਲ ਕਰਨ ਨਾਲ ਹੁੰਦਾ ਹੈ

accuracy / ਸ਼ੁੱਧਤਾ ਵਰਣਨ ਕਰਨ ਕਿ ਮਿਣੀ ਹੋਈ ਮਾਤਰਾ ਦੇ ਸਹੀ ਜਾਂ ਪ੍ਰਵਾਨ ਕੀਤੇ ਮੁੱਲ ਦਾ ਕਿੰਨਾ ਪੈਰਾਮੀਟਰ ਮਾਪਣਾ ਹੈ

acid / ਐਸਿਡ(ਤੇਜ਼ਾਬ) ਪਾਣੀ ਵਿੱਚ ਘੁਲ ਜਾਣ 'ਤੇ ਕੋਈ ਵੀ ਮਿਸ਼ਰਣ ਜੋ ਹਾਇਡ੍ਰੋਨੀਅਮ ਆਇਨ ਦੀ ਗਿਣਤੀ ਨੂੰ ਵਧਾਉਂਦਾ ਹੈ

acid-base indicator / ਐਸਿਡ-ਬੇਸ ਇੰਡੀਕੇਟਰ ਇੱਕ ਪਦਾਰਥ ਜੋ ਪਦਾਰਥ ਦੇ ਵਿੱਚ ਹੈ, ਉਸ ਦੇ ਘੋਲ ਦੇ pH 'ਤੇ ਨਿਰਭਰ ਕਰਕੇ ਰੰਗ ਵਿੱਚ ਬਦਲਦਾ ਹੈ

acid ionization constant / ਐਸਿਡ ਆਇਓਨੀਕਰਨ ਨਿਰੰਤਰਨ ਇੱਕ ਖਾਸ ਤਾਪਮਾਨ 'ਤੇ ਇੱਕ ਐਸਿਡ ਦੀ ਅਸੈਂਬਲੀ ਲਈ ਸਥਿਰ ਸੰਤੁਲਨ; ਸ਼ਬਦ 'Ka' ਦੁਆਰਾ ਦਰਸਾਇਆ ਗਿਆ

acid precipitation / ਤੇਜ਼ਾਬੀ ਮੀਂਹ ਬਰਸਾਤ, ਸਲੀਟ ਜਾਂ ਬਰਫ਼ ਜਿਸ ਵਿੱਚ ਬਹੁਤ ਜ਼ਿਆਦਾ ਤੇਜ਼ਾਬ ਹੁੰਦਾ ਹੈ

actinide / ਐਕਟੀਨਾਈਡ ਐਕਟੀਨਾਈਡ ਲੜੀ ਦੇ ਕਿਸੇ ਵੀ ਹਿੱਸੇ, ਜਿਸ ਵਿੱਚ 89 (ਐਕਟੀਨਿਯਮ, ਏਸੀ) ਤੋਂ 103 (ਲਾਉਰੇਂਸਿਯਮ, ਐਲਆਰ) ਰਾਹੀਂ ਪ੍ਰਮਾਣੂ ਸੰਖਿਆ ਹੁੰਦੀ ਹੈ

activated complex / ਕਿਰਿਆਸ਼ੀਲ ਕੰਪਲੈਕਸ ਇੱਕ ਅਸਥਿਰ ਸਥਿਤੀ ਵਿੱਚ ਇੱਕ ਅਣੂ, ਜੋ ਕਿ ਪ੍ਰਤੀਕਰਮਾਂ ਅਤੇ ਰਸਾਇਕ ਪ੍ਰਤੀਕਿਰਿਆ ਵਿਚਲੇ ਉਤਪਾਦਾਂ ਵਿਚਲੇ ਦਖਲਅੰਦਾਜ਼ੀ ਕਰਦਾ ਹੈ

activation energy / ਕਿਰਿਆਸ਼ੀਲ ਊਰਜਾ ਰਸਾਇਕ ਪ੍ਰਤੀਕਿਰਿਆ ਸ਼ੁਰੂ ਕਰਨ ਲਈ ਲੋੜੀਂਦੀ ਊਰਜਾ ਦੀ ਘੱਟੇ-ਘੱਟ ਮਾਤਰਾ

active margin / ਕਿਰਿਆਸ਼ੀਲ ਮਾਰਜਿਨ ਆਕਾਰ ਇੱਕ ਮਹਾਂਦੀਪੀ ਪਲੇਟ ਜਿਸ 'ਤੇ ਮਹਾਂਦੀਪ ਦੀ ਪਲੇਟ ਦੇ ਥੱਲੇ ਇੱਕ ਉਪਗ੍ਰਹਿ ਹੈ। ਇੱਕ ਤੰਗ ਮਹਾਂਦੀਪੀ ਸ਼ੈਲਫ ਦੀ ਮੌਜੂਦਗੀ ਅਤੇ ਇੱਕ ਡੂੰਘੀ ਸਮੁੰਦਰੀ ਖਾਈ ਦੀ ਵਿਸ਼ੇਸ਼ਤਾ ਨਾਲ

activity series / ਕਿਰਿਆਸ਼ੀਲ ਲੜੀ ਅਜਿਹੇ ਤੱਤਾਂ ਦੀ ਇੱਕ ਲੜੀ ਜਿਨ੍ਹਾਂ ਕੋਲ ਸਮਾਨ ਵਿਸ਼ੇਸ਼ਤਾਵਾਂ ਹਨ ਉਨ੍ਹਾਂ ਦੀ ਇੱਕ ਲੜੀ ਅਤੇ ਜੋ ਕਿ ਰਸਾਇਕ ਗਤੀਵਿਧੀਆਂ ਦੇ ਉਤਰਾਈ ਕ੍ਰਮ ਵਿੱਚ ਰੱਖੇ ਗਏ ਹਨ; ਕਿਰਿਆਸ਼ੀਲ ਲੜੀ ਦੀਆਂ ਉਦਾਹਰਣਾਂ ਵਿੱਚ ਧਾਤਾਂ ਅਤੇ ਹੈਲੋਜੈਨ ਸ਼ਾਮਲ ਹਨ

actual yield / ਅਸਲੀ ਉਪਜ ਪ੍ਰਤੀਕਿਰਿਆ ਦੇ ਉਤਪਾਦ ਦੀ ਮਾਪੀ ਗਈ ਰਕਮ

adaptation / ਅਨੁਕੂਲਤਾ ਵਿਰਾਸਤ ਵਿਸ਼ੇਸ਼ਤਾ ਜੋ ਸਮੇਂ ਦੇ ਨਾਲ ਚੁਣੀ ਗਈ ਹੈ, ਜੋ ਕਿ ਵਿਰਸੇ ਗੁਣ ਕਿਉਂਕਿ ਇਹ ਜੀਵਾਣੂ ਆਪਣੇ ਵਾਤਾਵਰਣ ਵਿੱਚ ਵਧੀਆ ਰਹਿਣ ਲਈ ਸਹਾਇਕ ਹੈ

addition reaction / ਵਾਧੂ ਪ੍ਰਤੀਕਿਰਿਆ ਇੱਕ ਪ੍ਰਤਿਕਿਰਿਆ ਜਿਸ ਵਿੱਚ ਇੱਕ ਅਟੈਮ ਜਾਂ ਅਣੂ ਇੱਕ ਅਸਤਸ਼ਟ ਅਣੂ ਵਿੱਚ ਸ਼ਾਮਿਲ ਕੀਤਾ ਜਾਂਦਾ ਹੈ

adenosine diphosphate (ADP) / ਐਡੇਨੇਸਿਨ ਡਿਫੋਸਫਾਟ (ADP) ਇੱਕ ਜੈਵਿਕ ਅਣੂ ਜੋ ਕਿ ਊਰਜਾ ਮੇਟਾਬੋਲਿਜ਼ਮ ਵਿੱਚ ਸ਼ਾਮਲ ਹੈ; ਇੱਕ ਨਾਈਟ੍ਰੋਜਨ ਅਧਾਰ, ਇੱਕ ਖੰਡ, ਅਤੇ ਦੋ ਫੇਸਫੇਟ ਗਰੁੱਪਾਂ ਦਾ ਬਣਿਆ

adenosine triphosphate (ATP) / ਐਡੀਨੇਸਿਨ ਟ੍ਰਾਈਫਾਸਫੇਟ (ATP) ਇੱਕ ਜੈਵਿਕ ਅਣੂ ਜੋ ਕਿ ਸੈੱਲ ਪ੍ਰਕਿਰਿਆਵਾਂ ਲਈ ਮੁੱਖ ਊਰਜਾ ਸ੍ਰੋਤ ਦੇ ਤੌਰ 'ਤੇ ਕੰਮ ਕਰਦਾ ਹੈ; ਇੱਕ ਨਾਈਟ੍ਰੋਜਨ ਅਧਾਰ, ਇੱਕ ਸ਼ੂਗਰ, ਅਤੇ ਤਿੰਨ ਫੇਸਫੇਟ ਗਰੁੱਪਾਂ ਦਾ ਬਣਿਆ

adiabatic process / ਅਡੀਬੈਟਿਕ ਪ੍ਰਕਿਰਿਆ ਇੱਕ ਥਰਮੋਡਾਇਨਮੀਕ ਪ੍ਰਕਿਰਿਆ ਜਿਸ ਵਿੱਚ ਕੋਈ ਵੀ ਉਰਜਾ ਨੂੰ ਸਿਸਟਮ ਤੋਂ ਤਾਪ ਵਿੱਚ ਤਬਦੀਲ ਨਹੀਂ ਕੀਤਾ ਜਾਂਦਾ ਹੈ

aerobic / ਐਰੋਬਿਕ ਪ੍ਰਕਿਰਿਆ ਜਿਸ ਲਈ ਆਕਸੀਜਨ ਦੀ ਲੋੜ ਹੁੰਦੀ ਹੈ

air mass / ਹਵਾ ਦਾ ਪੁੰਜ ਹਵਾ ਦਾ ਇੱਕ ਵੱਡੀ ਇਕਾਈ ਜਿਸ ਵਿੱਚੋਂ ਤਾਪਮਾਨ ਅਤੇ ਨਮੀ ਦੀ ਸਮੱਗਰੀ ਸਮਾਨ ਹੁੰਦੀ ਹੈ

albedo / ਅਲਬੇਡੋ ਰੇਡੀਏਸ਼ਨ ਦਾ ਭਾਗ ਜੋ ਕਿਸੇ ਵਸਤੂ ਦੀ ਸਤ੍ਹਾ ਤੋਂ ਬਾਹਰ ਪ੍ਰਤੀਬਿੰਬਤ ਕਰਦਾ ਹੈ

alcohol / ਸ਼ਰਾਬ ਇੱਕ ਜੈਵਿਕ ਮਿਸ਼ਰਣ ਜਿਸ ਵਿੱਚ ਕਾਰਬਨ ਐਟਮ ਨਾਲ ਜੁੜੇ ਇੱਕ ਜਾਂ ਵਧੇਰੇ ਹਾਈਡ੍ਰੋਕਸਿਲ ਸਮੂਹ ਸ਼ਾਮਲ ਹੁੰਦੇ ਹਨ

aldehyde / ਅਲਡੇਹਾਈਡ ਇੱਕ ਜੈਵਿਕ ਮਿਸ਼ਰਣ ਜਿਸ ਵਿਚ ਕਾਰਬੋਨਾਈਲ ਸਮੂਹ, -CHO ਸ਼ਾਮਿਲ ਹੁੰਦਾ ਹੈ

alkali metal / ਅਕਰਾਲੀ ਧਾਤੂ ਆਵਰਤੀ ਸਾਰਣੀ ਦੇ ਗਰੁੱਪ 1 ਦਾ ਇੱਕ ਤੱਤ (ਲਿਥਿਅਮ, ਸੋਡੀਅਮ, ਪੋਟਾਸ਼ੀਅਮ, ਰੂਬੀਆਈਡਅਮ, ਸੀਜ਼ੀਅਮ, ਅਤੇ ਫ੍ਰੈਂਸੀਅਮ)

alkaline-earth metal / ਖਾਰੀ-ਧਾਤ ਵਾਲੀ ਧਾਤ ਆਵਰਤੀ ਸਾਰਣੀ ਦੇ ਸਮੂਹ 2 ਦਾ ਇੱਕ ਤੱਤ (ਬੇਰੀਅਮ, ਮੈਗਨੀਸ਼ੀਅਮ, ਕੈਲਸੀਅਮ, ਸਟ੍ਰੌਂਟਿਅਮ, ਬੀਰੀਅਮ, ਅਤੇ ਰੇਡੀਅਮ)

alkane / ਅਲਕੇਨ ਇੱਕ ਸਿੱਧਾ ਜਾਂ ਸ਼ਾਖ ਵਾਲੀ ਕਾਰਬਨ ਚੇਨ ਦੁਆਰਾ ਦਰਸਾਇਆ ਇੱਕ ਹਾਈਡ੍ਰੋਕਾਰਬਨ ਜਿਸ ਵਿੱਚ ਕੇਵਲ ਇੱਕਲੇ ਬਾਂਡ ਹੁੰਦੇ ਹਨ

alkene / ਅਲਕਿਨ ਇੱਕ ਹਾਈਡ੍ਰੋਕਾਰਬਨ ਜਿਸ ਵਿੱਚ ਇੱਕ ਜਾਂ ਇੱਕ ਤੋਂ ਵੱਧ ਡਬਲ ਬਾਂਡ ਹੁੰਦੇ ਹਨ

alkyl group / ਅਲਕਲੀ ਸਮੂਹ ਐਟਮਾਂ ਦਾ ਇੱਕ ਸਮੂਹ ਇਹ ਉਦੋਂ ਬਣਦਾ ਹੈ ਜਦੋਂ ਇੱਕ ਅਲਕੇਨ ਅਣੂ ਤੋਂ ਇੱਕ ਹਾਈਡ੍ਰੋਜਨ ਐਟਮ ਕੱਢਿਆ ਜਾਂਦਾ ਹੈ

alkyl halide / ਅਲਕਾਈਲ ਹਲਾਈਡ ਇੱਕ ਅਲਕਲੀ ਸਮੂਹ ਅਤੇ ਇੱਕ ਹੈਲੋਜੈਨ (ਫਲੋਰਿਨ, ਕਲੋਰੀਨ, ਬਰੋਮਾਈਨ, ਜਾਂ ਆਇਓਡੀਨ) ਤੋਂ ਬਣਿਆ ਇੱਕ ਸੰਕੁਚਨ

alkyne / ਅਲਕਿਨ ਇੱਕ ਹਾਈਡ੍ਰੋਕਾਰਬਨ ਜਿਸ ਵਿੱਚ ਇੱਕ ਜਾਂ ਇੱਕ ਤੋਂ ਵੱਧ ਡਬਲ ਬਾਂਡ ਹੁੰਦੇ ਹਨ

allele / ਅਲੇਲ ਕਿਸੇ ਜੀਨ ਦੇ ਬਦਲਵੇਂ ਰੂਪਾਂ ਵਿੱਚੋਂ ਕੋਈ ਵੀ ਜੋ ਕਿਸੇ ਕ੍ਰੋਮੋਸੋਮ 'ਤੇ ਕਿਸੇ ਖ਼ਾਸ ਥਾਂ 'ਤੇ ਹੁੰਦਾ ਹੈ

allele frequency / ਅਲੇਲ ਫ੍ਰੀਕੁਐਂਸੀ ਉਸ ਵਿਸ਼ੇਸ਼ਤਾ ਲਈ ਸਾਰੇ ਅਲੇਲ ਦੇ ਮੁਕਾਬਲੇ ਇੱਕ ਅਲੇਲ ਦੇ ਜੀਨ ਪੂਲ ਵਿੱਚ ਅਨੁਪਾਤ

alloy / ਮਿਸ਼ਰਤ ਧਾਤ ਦੋ ਜਾਂ ਜ਼ਿਆਦਾ ਧਾਤਾਂ, ਇੱਕ ਧਾਤ ਅਤੇ ਗੈਰ-ਧਾਤ, ਜਾਂ ਇੱਕ ਧਾਤ ਅਤੇ ਧਾਤੂ ਦਾ ਇੱਕ ਠੋਸ ਜਾਂ ਤਰਲ ਮਿਸ਼ਰਣ; ਜਿਸ ਵਿੱਚ ਵਿਸ਼ੇਸ਼ਤਾ ਹੈ ਜੋ ਵਿਆਕਤੀਗਤ ਭਾਗਾਂ ਜਾਂ ਵਿਸ਼ੇਸ਼ਤਾਵਾਂ ਦੇ ਮੁਕਾਬਲੇ ਵਧੇ ਹਨ ਜੋ ਅਸਲੀ ਭਾਗਾਂ ਵਿੱਚ ਮੌਜੂਦ ਨਹੀਂ ਹਨ

alluvial fan / ਸਮੁੰਦਰੀ ਕੰਢੇ ਦੇ ਪੱਖੇ ਇੱਕ ਸਟਰੀਮ ਦੁਆਰਾ ਜਮ੍ਹਾ ਚੱਟਾਨ ਦੇ ਸਮਾਨ ਦੇ ਇੱਕ ਪੱਖੇ-ਆਕਾਰ ਪੁੰਜ ਜਦੋਂ ਜ਼ਮੀਨ ਦੀ ਢਲਾਨ ਤੇਜ਼ੀ ਨਾਲ ਘਟਦੀ ਹੈ; ਉਦਾਹਰਨ ਲਈ, ਸਮੁੰਦਰੀ ਕੰਢੇ ਦੇ ਅਲੁਵਿਏਲ ਪੱਖੇ ਜਦੋਂ ਸਟਰੀਮ ਪਹਾੜਾਂ ਤੋਂ ਲੈ ਕੇ ਸਮਤਲ ਜ਼ਮੀਨ ਤੱਕ ਵਹਿੰਦੇ ਹਨ

alpha particle / ਅਲਫ਼ਾ ਕਣ ਇੱਕ ਸਕਾਰਾਤਮਕ ਚਾਰਜ ਕੀਤਾ ਪਰਮਾਣੂ ਜੋ ਕਿ ਰੇਡੀਓ ਐਕਟਿਵ ਤੱਤ ਦੇ ਵਿਸਥਾਰ ਵਿੱਚ ਰਿਲੀਜ ਹੁੰਦਾ ਹੈ ਅਤੇ ਇਸ ਵਿੱਚ ਦੋ ਪ੍ਰੋਟੇਨ ਅਤੇ ਦੋ ਨਿਊਟ੍ਰੇਨ ਸ਼ਾਮਲ ਹੁੰਦੇ ਹਨ

alternating current / ਬਦਲਵੇਂ ਕਰੰਟ ਇੱਕ ਬਿਜਲੀ ਦਾ ਕਰੰਟ ਜੋ ਨਿਯਮਤ ਅੰਤਰਾਲਾਂ 'ਤੇ ਦਿਸ਼ਾ ਬਦਲਦਾ ਹੈ

altruism / ਪ੍ਰੋਪਕਾਰਿਤਾ ਵਿਹਾਰ ਜਿਸ ਵਿੱਚ ਇੱਕ ਜਾਨਵਰ ਆਪਣੇ ਸਮਾਜਿਕ ਸਮੂਹ ਦੇ ਦੂਜੇ ਮੈਂਬਰਾਂ ਦੀ ਮਦਦ ਲਈ ਆਪਣੀ ਤੰਦਰੁਸਤੀ ਨੂੰ ਘਟਾਉਂਦਾ ਹੈ

amine / ਐਮੀਨ ਇੱਕ ਜੈਵਿਕ ਮਿਸ਼ਰਣ ਜੋ ਅਮੋਨੀਆ ਦੇ ਡੈਰੀਵੇਟਿਵ ਮੰਨਿਆ ਜਾ ਸਕਦਾ ਹੈ

amino acid / ਐਮੀਨੋ ਐਸਿਡ ਅਣੂ ਜੋ ਪ੍ਰੋਟੀਨ ਬਣਾਉਂਦਾ ਹੈ; ਕਾਰਬਨ, ਹਾਈਡਰੋਜਨ, ਆਕਸੀਜਨ, ਨਾਈਟ੍ਰੋਜਨ, ਅਤੇ ਕਦੇ-ਕਦੇ ਗੰਧਕ ਦੇ ਬਣੇ ਹੋਏ ਹੁੰਦੇ ਹਨ

amorphous solid / ਬੇਮਤਲਬ ਠੋਸ ਇੱਕ ਠੋਸ ਜਿਸ ਵਿੱਚ ਕਣਾਂ ਦੀ ਨਿਯਮਿਤਤਾ ਜਾਂ ਆਦੇਸ਼ ਨਾਲ ਨਹੀਂ ਬਣਾਈ ਜਾਂਦੀ

amphoteric / ਐਮਫੋਟੈਰਿਕ ਇੱਕ ਪਦਾਰਥ ਦਾ ਵਰਣਨ ਕਰਦਾ ਹੈ, ਜਿਵੇਂ ਕਿ ਪਾਣੀ, ਜਿਸ ਵਿੱਚ ਇੱਕ ਐਸਿਡ ਅਤੇ ਇੱਕ ਆਧਾਰ ਦੀਆਂ ਵਿਸ਼ੇਸ਼ਤਾਵਾਂ ਦੀਆਂ ਵਿਸ਼ੇਸ਼ਤਾਵਾਂ ਹੁੰਦੀਆਂ ਹਨ

amplitude / ਐਪਲੀਟਿਊਡ ਵੱਧ ਤੋਂ ਵੱਧ ਦੂਰੀ ਜੋ ਇੱਕ ਵੇਵ ਦੇ ਮਾਧਿਅਮ ਦੇ ਕਣਾਂ ਨੂੰ ਉਨ੍ਹਾਂ ਦੇ ਆਰਾਮ ਦੀ ਸਥਿਤੀ ਤੋਂ ਵਿਲੀਨ ਕੀਤੀ ਜਾਂਦੀ ਹੈ

anabolism / ਅਨਾਜਵਾਦ ਪ੍ਰੋਟੀਨ, ਚਰਬੀ, ਅਤੇ ਛੋਟੇ ਅਣੂ ਦੇ ਹੋਰ ਵੱਡੇ ਬਾਇਓਮੇਲੀਕਿਊਲਸ ਦੇ ਪਾਚਕ ਸੰਸਲੇਸ਼ਣ; ਜਿਸ ਲਈ ATP ਦੇ ਰੂਪ ਵਿੱਚ ਉਰਜਾ ਦੀ ਲੋੜ ਹੁੰਦੀ ਹੈ

anaerobic process / ਐਨਾਰੋਬਿਕ ਪ੍ਰਕਿਰਿਆ ਅਜਿਹੀ ਪ੍ਰਕਿਰਿਆ ਜਿਸ ਵਿੱਚ ਆਕਸੀਜਨ ਦੀ ਲੋੜ ਨਹੀਂ ਹੁੰਦੀ

analogous structure / ਸਮਰੂਪ ਢਾਂਚਾ ਸਰੀਰ ਦਾ ਹਿੱਸਾ ਜੋ ਕਿ ਕਾਰਜ ਕਰਨ ਵਿੱਚ ਸਮਾਨ ਹੁੰਦਾ ਹੈ ਪਰ ਭੌਤਿਕ ਤੌਰ 'ਤੇ ਇੱਕ ਹੋਰ ਜੀਵਾਣੂ ਦੇ ਸਰੀਰ ਦੇ ਹਿੱਸੇ ਤੋਂ ਵੱਖਰਾ ਹੁੰਦਾ ਹੈ

angiosperm / ਫੁੱਲਾਂ ਵਾਲਾ ਪੌਦਾ ਉਹ ਪੌਦਾ ਜੋ ਫਲ ਵਿੱਚ ਬੀਜ ਪੈਦਾ ਕਰਦਾ ਹੈ

angle of incidence / ਆਪਤਨ ਕੋਨ ਕਿਰਨ ਦੇ ਵਿਚਕਾਰ ਕੋਨ ਜੋ ਕਿ ਇੱਕ ਸਤ੍ਹਾ 'ਤੇ ਮਾਰ ਕਰਦਾ ਹੈ ਅਤੇ ਸੰਪਰਕ ਦੀ ਬਿੰਦੂ 'ਤੇ ਉਸ ਸਤ੍ਹਾ ਤੋਂ ਲੰਬਵਤ ਲਾਈਨ ਬਣਾਉਂਦਾ ਹੈ

angle of reflection / ਪ੍ਰਤਿਬਿੰਬ ਦਾ ਕੋਨ ਇੱਕ ਸਤ੍ਹਾ ਅਤੇ ਦਿਸ਼ਾ ਨੂੰ ਲੰਬ ਦੇ ਸਤਰ ਨਾਲ ਬਣਾਇਆ ਗਿਆ ਕੋਨ ਜਿਸ ਦਿਸ਼ਾ ਵਿੱਚ ਪ੍ਰਤੀਬਿੰਬਤ ਖਿੱਚੀ ਜਾਂਦੀ ਹੈ

angular acceleration / ਕੋਣੀ ਪ੍ਰਵੇਗ ਕੋਣੀ ਵੇਗ ਦੀ ਤਬਦੀਲੀ ਦੇ ਸਮੇਂ ਦੀ ਦਰ, ਆਮ ਤੌਰ 'ਤੇ ਰੈਡਿਯਨ ਪ੍ਰਤੀ ਸਕਿੰਟ ਪ੍ਰਤੀ ਸਕਿੰਟ ਵਿੱਚ ਦਰਸਾਇਆ ਜਾਂਦਾ ਹੈ

angular displacement / ਕੋਣੀ ਵਿਸਥਾਪਨ ਕੋਨ ਜਿਸ ਰਾਹੀਂ ਇੱਕ ਬਿੰਦੂ, ਲਾਈਨ ਜਾਂ ਇਕਾਈ ਨੂੰ ਇੱਕ ਖਾਸ ਦਿਸ਼ਾ ਅਤੇ ਧੁਰੇ ਵਿੱਚ ਘੁੰਮਾਇਆ ਜਾਂਦਾ ਹੈ

angular momentum / ਕੋਣੀ ਗਤੀ ਘੁੰਮਦੀ ਵਸਤੂ ਲਈ, ਉਸੇ ਅਕਾਰ ਬਾਰੇ ਜੜ੍ਹਤਾ ਅਤੇ ਕੋਣੀ ਵੇਗ ਦੀ ਵਸਤੂ ਦੇ ਪਲ ਦਾ ਉਤਪਾਦਨ

angular velocity / ਕੋਣੀ ਵੇਗ ਜਿਸ ਦਰ 'ਤੇ ਇਕਾਈ ਨੂੰ ਧੁਰੇ ਦੁਆਲੇ ਘੁੰਮਾਇਆ ਜਾਂਦਾ ਹੈ, ਆਮ ਤੌਰ 'ਤੇ ਰੈਡਿਯਨ ਪ੍ਰਤੀ ਸਕਿੰਟ ਵਿੱਚ ਦਰਸਾਇਆ ਜਾਂਦਾ ਹੈ

anion / ਐਨੀਅਨ ਇੱਕ ਆਇਨ ਜਿਸਦਾ ਨੈਗੇਟਿਵ ਚਾਰਜ ਹੈ

anode / ਐਨੋਡ ਇਲੈਕਟ੍ਰੋਡ ਜਿਸ ਦੀ ਸਤ੍ਹਾ ਆਕਸੀਕਰਨ ਹੁੰਦਾ ਹੈ; ਐਨੀਅਨ ਐਨੋਡ ਵੱਲ ਜਾਂਦੇ ਹਨ, ਅਤੇ ਇਲੈਕਟ੍ਰੋਨ ਸਿਸਟਮ ਨੂੰ ਐਨੋਡ ਤੋਂ ਛੱਡ ਦਿੰਦੇ ਹਨ

anthroposphere / ਐਂਥ੍ਰੋਪੋਸਫੀਅਰ ਧਰਤੀ ਦਾ ਹਿੱਸਾ ਮਨੁੱਖਾਂ ਦੁਆਰਾ ਬਣਾਇਆ ਜਾਂ ਸੋਧਿਆ ਗਿਆ; ਕਈ ਵਾਰ ਧਰਤੀ ਦੀ ਪ੍ਰਣਾਲੀ ਦਾ ਇੱਕ ਖੇਤਰ ਮੰਨਿਆ ਜਾਂਦਾ ਹੈ

antinode / ਐਂਟੀਨੋਡ ਖੜ੍ਹਵੇਂ ਲਹਿਰੇ ਵਿੱਚ ਇੱਕ ਬਿੰਦੂ, ਦੋ ਨੋਡਾਂ ਦੇ ਵਿਚਕਾਰ ਅੱਧਾ, ਜਿਸ 'ਤੇ ਸਭ ਤੋਂ ਵੱਡਾ ਵਿਸਥਾਪਨ ਵਾਪਰਦਾ ਹੈ

apoptosis / ਅਪੋਪਟੋਸਿਸ ਯੋਜਨਾਬੱਧ ਸੈੱਲ ਮੌਤ

aquifer / ਸਮੁੰਦਰੀ ਜੀਵਾਣੂ ਚੱਟਾਨ ਜਾਂ ਤਲਛਟ ਦਾ ਇੱਕ ਸਮੂਹ ਜੋ ਕਿ ਭੂਮੀ ਦੇ ਪਾਣੀ ਨੂੰ ਜਮਾਂ ਕਰਦਾ ਹੈ ਅਤੇ ਭੂਮੀਗਤ ਪਾਣੀ ਦੇ ਪ੍ਰਵਾਹ ਦੀ ਆਗਿਆ ਦਿੰਦਾ ਹੈ

aromatic hydrocarbon / ਸੁਗੰਧਿਤ ਹਾਇਡ੍ਰੋਕਾਰਬਨ ਹਾਇਡਰੋਕਾਰਬਨ ਦੇ ਵਰਗ ਦਾ ਇੱਕ ਮੈਂਬਰ (ਜਿਸ ਵਿੱਚੋਂ ਬੈਂਜਿਨ ਪਹਿਲਾ ਮੈਂਬਰ ਹੈ) ਜਿਸ ਵਿੱਚ ਚੱਕਰ ਸਹਿਜੇ ਹੋਏ ਕਾਰਬਨ ਐਟਮ ਦੇ ਸੰਗਠਨਾਂ ਸ਼ਾਮਲ ਹੁੰਦੇ ਹਨ ਅਤੇ ਇਹ ਵੱਡੀ ਰੈਜੇਨੈਂਸ ਊਰਜਾ ਦੁਆਰਾ ਵਿਸ਼ੇਸ਼ਤਾਯਵ ਕੀਤੇ ਜਾਂਦੇ ਹਨ

array / ਐਰੇ ਕਤਾਰਾਂ ਅਤੇ ਕਾਲਮ ਵਿੱਚ ਇਕਾਈਆਂ ਜਾਂ ਮੁੱਲਾਂ ਦਾ ਪ੍ਰਬੰਧ, ਇਕ ਮੈਟਰਿਕਸ

Arrhenius acid / ਅਰੇਨੀਏਸ ਐਸਿਡ ਇੱਕ ਅਜਿਹਾ ਪਦਾਰਥ ਜੋ ਹਾਇਡ੍ਰੋਨੀਅਮ ਦੇ ਤੱਤਾਂ ਨੂੰ ਜਲਣ ਦੇ ਹੱਲ ਵਿੱਚ ਵਧਾ ਦਿੰਦਾ ਹੈ

Arrhenius base / ਅਰੇਨੀਅਸ ਬੇਸ ਇੱਕ ਅਜਿਹਾ ਪਦਾਰਥ ਜੋ ਹਾਇਡ੍ਰੋਕਸਾਈਡ ਆਇਨਾਂ ਦੀ ਕਸਰਤ ਨੂੰ ਜਲਣ ਦੇ ਹੱਲ ਵਿੱਚ ਵਧਾ ਦਿੰਦਾ ਹੈ

artificial selection / ਨਕਲੀ ਚੋਣ ਪ੍ਰਕਿਰਿਆ ਜਿਸ ਦੁਆਰਾ ਮਨੁੱਖ ਇਸ ਨੂੰ ਕੁਝ ਵਿਸ਼ੇਸ਼ ਗੁਣਾਂ ਲਈ ਪ੍ਰਜਨਨ ਕਰਕੇ ਇੱਕ ਪ੍ਰਜਾਤੀ ਨੂੰ ਸੰਸ਼ੇਪਿਤ ਕਰਦਾ ਹੈ

artificial transmutation / ਨਕਲੀ ਰੂਪਾਂਤਰਣ ਪਰਮਾਣੂ ਪ੍ਰਤੀਕਿਰਿਆ ਦੇ ਸਿੱਟੇ ਵਜੋਂ ਇੱਕ ਤੱਤ ਦੇ ਪਰਮਾਣੂ ਇੱਕ ਹੋਰ ਤੱਤ ਦੇ ਪਰਮਾਣੂਆਂ ਵਿੱਚ ਬਦਲ ਜਾਂਦੇ ਹਨ, ਜਿਵੇਂ ਕਿ ਨਿਊਟ੍ਰੌਨਸ ਨਾਲ ਬੰਬਾਰੀ

asthenosphere / ਐਸਥੇਨੋਸਫੀਅਰ ਲਿਥੋਸਫੀਅਰ ਦੇ ਥੱਲੇ ਮੈਂਟਲ ਦੀ ਠੋਸ, ਪਲਾਸਟਿਕ ਦੀ ਪਰਤ; ਜੋ ਮੈਂਟਲ ਦੀ ਚੱਟਾਨ ਦਾ ਬਣਿਆ ਹੁੰਦਾ ਹੈ ਜੋ ਬਹੁਤ ਹੌਲੀ-ਹੌਲੀ ਵਗਦਾ ਹੈ, ਜੋ ਟੈਕਟੋਨਿਕ ਪਲੇਟਾਂ ਨੂੰ ਇਸ ਦੇ ਸਿਖਰ 'ਤੇ ਜਾਣ ਦੀ ਆਗਿਆ ਦਿੰਦਾ ਹੈ

atmosphere / ਮਾਹੌਲ ਗੈਸਾਂ ਅਤੇ ਕਣਾਂ ਦਾ ਮਿਸ਼ਰਨ ਜੋ ਗ੍ਰਹਿ, ਚੰਦਰਮਾ, ਜਾਂ ਦੂਜੇ ਆਲੀਸ਼ਾਨ ਬਾਡੀ ਦੇ ਦੁਆਲੇ ਘਿਰਿਆ ਹੋਇਆ ਹੈ; ਧਰਤੀ ਦੇ ਚਾਰ ਮੁੱਖ ਖੇਤਰਾਂ ਵਿੱਚੋਂ ਇੱਕ ਹੈ

atmosphere of pressure / ਦਬਾਅ ਦੇ ਮਾਹੌਲ ਸਮੁੰਦਰ ਦੇ ਪੱਧਰ ਤੇ ਧਰਤੀ ਦੇ ਵਾਯੂਮੰਡਲ ਦਾ ਦਬਾਅ; ਬਿਲਕੁਲ 760 mm Hg ਦੇ ਬਰਾਬਰ

atom / ਪਰਮਾਣੂ ਇੱਕ ਤੱਤ ਦੀ ਸਭ ਤੋਂ ਛੋਟੀ ਇਕਾਈ ਜੋ ਕਿ ਉਸ ਤੱਤ ਦੇ ਕੈਮੀਕਲ ਗੁਣਾਂ ਦਾ ਪ੍ਰਬੰਧ ਕਰਦਾ ਹੈ

atomic number / ਪ੍ਰਮਾਣੂ ਸੰਖਿਆ ਇੱਕ ਪਰਮਾਣੂ ਦੇ ਨਿਊਕਲੀਅਸ ਵਿੱਚ ਪ੍ਰੋਟੇਨਸ ਦੀ ਗਿਣਤੀ; ਇੱਕ ਤੱਤ ਦੇ ਸਾਰੇ ਪਰਮਾਣੂਆਂ ਲਈ ਪਰਮਾਣੂ ਸੰਖਿਆ ਸਮਾਨ ਹੁੰਦੀ ਹੈ

atomic radius / ਪ੍ਰਮਾਣੂ ਰੇਡੀਅਸ ਇਕੇ ਜਿਹੇ ਪਰਮਾਣੂ ਦੇ ਵਿਚਕਾਰ ਅੱਧਾ ਦੂਰੀ ਅੱਧਾ ਹੈ ਜੋ ਮਿਲ ਕੇ ਬੰਧਨ ਹੁੰਦੇ ਹਨ

ATP; adenosine triphosphate / ATP; ਐਡੀਨੋਸਿਨ ਟ੍ਰਾਈਫੋਸਫੇਟ ਉੱਚ-ਊਰਜਾ ਦੇ ਅਣੂ ਜੋ ਇਸ ਦੇ ਬੰਧਨ ਊਰਜਾ ਦੇ ਅੰਦਰ ਹੁੰਦੇ ਹਨ ਜੋ ਸੈੱਲ ਵੀ ਵਰਤ ਸਕਦੇ ਹਨ

attractive force / ਆਕਰਸ਼ਕ ਸ਼ਕਤੀ ਸ਼ਕਤੀਆਂ ਜਿਹੜੀਆਂ ਚੀਜ਼ਾਂ ਇਕੱਠੀਆਂ ਕਰਨ ਲਈ ਹੁੰਦੀਆਂ ਹਨ

Aufbau principle / ਔਫਬਾਉ ਸਿਧਾਂਤ ਸਿਧਾਂਤ ਜੋ ਦੱਸਦਾ ਹੈ ਕਿ ਹਰ ਇੱਕ ਤੱਤ ਦੀ ਬਣਤਰ ਐਟਮ ਦੇ ਨਿਊਕਲੀਅਸ ਅਤੇ ਇੱਕ ਇਲੈਕਟ੍ਰੋਨ ਨੂੰ ਸਭ ਤੋਂ ਨੀਲ-ਊਰਜਾ ਦੇ ਪਰਕਰਮਾ ਵਿੱਚ ਇੱਕ ਪ੍ਰੋਟੇਨ ਨੂੰ ਜੋੜ ਕੇ ਪ੍ਰਾਪਤ ਕੀਤੀ ਜਾਂਦੀ ਹੈ ਜੋ ਉਪਲਬਧ ਹੁੰਦਾ ਹੈ

autosome / ਆਟੋਸੋਮ ਕ੍ਰੋਮੋਸੋਮ ਜੋ ਕਿ ਜਿਨਸ ਕ੍ਰੋਮੋਸੋਮ ਨਹੀਂ ਹੁੰਦਾ ਹੈ; ਮਨੁੱਖਾਂ ਵਿੱਚ, ਕ੍ਰੋਮੋਸੋਮਜ਼ 1 ਤੋਂ 22 ਦੇ ਵਿਚਕਾਰ ਗਿਣੇ ਜਾਂਦੇ ਹਨ

autotroph / ਸਵੈ-ਚਾਲਤ ਇੱਕ ਜੀਵਣ ਜੋ ਹੋਰ ਜੀਵਾਣੂਆਂ ਦੀ ਵਰਤੋਂ ਕਰਨ ਦੀ ਬਜਾਏ ਅਜਾਈ ਪਦਾਰਥਾਂ ਜਾਂ ਵਾਤਾਵਰਨ ਤੋਂ ਆਪਣੇ ਖੁਦ ਦੇ ਪੌਸ਼ਟਿਕ ਤੱਤਾਂ ਨੂੰ ਪੈਦਾ ਕਰਦਾ ਹੈ

average atomic mass / ਔਸਤ ਪ੍ਰਮਾਣੂ ਪੁੰਜ ਇੱਕ ਤੱਤ ਦੇ ਸਾਰੇ ਕੁਦਰਤੀ ਤੌਰ 'ਤੇ ਵਾਪਰਨ ਵਾਲੇ ਆਈਸੋਟੈਪ ਦੇ ਜਨਤਾ ਦਾ ਭਾਰ ਔਸਤ

average velocity / ਔਸਤ ਵੇਗਾਸੀਟੀ ਕੁੱਲ ਡਿਸਪਲੇਸਮੈਂਟ, ਜੋ ਕਿ ਸਮੇਂ ਦੇ ਅੰਤਰਾਲ ਨਾਲ ਵੰਡਿਆ ਗਿਆ ਸੀ, ਜਿਸ ਦੌਰਾਨ ਡਿਸਪਲੇਸਮੈਂਟ ਹੋਇਆ ਸੀ

Avogadro's law / ਅਵੋਗੈਡਰੋ ਦਾ ਕਨੂੰਨ ਕਨੂੰਨ ਜਿਹੜਾ ਦੱਸਦਾ ਹੈ ਕਿ ਸਮਾਂ ਤਾਪਮਾਨ 'ਤੇ ਗੈਸਾਂ ਦੇ ਬਰਾਬਰ ਖੰਡ ਅਤੇ ਦਬਾਅ ਵਿੱਚ ਬਹੁਤ ਸਾਰੇ ਅਣੂਆਂ ਦੀ ਗਿਣਤੀ ਹੁੰਦੀ ਹੈ

Avogadro's number / ਅਵੋਗੈਡੋ ਦੀ ਗਿਣਤੀ 6.02×10^{23}, 1 mol ਵਿੱਚ ਪਰਮਾਣੂ ਜਾਂ ਅਣੂ ਦੀ ਗਿਣਤੀ

axis / ਧੁਰਾ ਇੱਕ ਕਾਲਪਨਿਕ ਸਿੱਧੀ ਰੇਖਾ, ਜਿਸ ਲਈ ਇੱਕ ਢਾਂਚੇ ਜਾਂ ਸਰੀਰ ਦੇ ਭਾਗਾਂ ਨੂੰ ਰੈਫਰ ਕੀਤਾ ਜਾ ਸਕਦਾ ਹੈ

B

back emf / ਬੈਕ ਈਐਮਐਫ (emf) ਮੋਟਰ ਦੀ ਕੋਇਲ ਤੋਂ ਪ੍ਰੇਰਿਤ ਈਐਮਐਫ ਜੋ ਕਿ ਮੋਟਰ ਦੇ ਕੋਇਲ ਵਿੱਚ ਕਰੰਟ ਨੂੰ ਘਟਾਉਂਦਾ ਹੈ

barometer / ਬੈਰੋਮੀਟਰ ਇੱਕ ਅਜਿਹਾ ਯੰਤਰ ਜੋ ਵਾਤਾਵਰਨ ਦੇ ਦਬਾਅ ਨੂੰ ਮਾਪਦਾ ਹੈ

base / ਅਧਾਰ ਕੋਈ ਵੀ ਮਿਸ਼ਰਨ ਜੋ ਪਾਣੀ ਵਿੱਚ ਘੁਲਣ 'ਤੇ ਹਾਈਡ੍ਰੋਕਸਾਈਡ ਆਇਨਾਂ ਦੀ ਗਿਣਤੀ ਨੂੰ ਵਧਾਉਂਦਾ ਹੈ

beat / ਬੀਟ ਇੱਕ ਲਹਿਰ ਦੇ ਐਪਲੀਟਿਊਡ ਵਿੱਚ ਨਿਯਮਿਤ ਪਰਿਵਰਤਨ ਇਹ ਥੋੜ੍ਹੀ ਵੱਖਰੀ ਫ੍ਰੀਕੁਐਂਸੀ ਦੀਆਂ ਦੇ ਲਹਿਰਾਂ ਦੀ ਅਲੋਕਿਕਤਾ ਹੈ

benzene / ਬੈਨਜ਼ਿਨ ਸਰਲ ਸੁਗੰਧਿਤ ਹਾਈਡ੍ਰੋਕਾਰਬਨ

beta particle / ਬੀਟਾ ਕਣ ਕੁੱਝ ਕਿਸਮ ਦੇ ਰੇਡੀਓਐਕਜ਼ੀਟਿਵ ਸੜਨ ਦੇ ਦੌਰਾਨ ਨਿਕਲਣ ਵਾਲੇ ਇੱਕ ਪ੍ਰਭਾਵੀ ਇਲੈਕਟ੍ਰੌਨ, ਜਿਵੇਂ ਕਿ ਬੀਟਾ ਸੜਨ

big bang theory / ਬਿੱਗ ਬੈਂਗ ਥਿਉਰੀ ਉਹ ਥਿਉਰੀ ਜੋ ਬ੍ਰਹਿਮੰਡ ਵਿੱਚ ਸਾਰੀਆਂ ਚੀਜ਼ਾਂ ਅਤੇ ਊਰਜਾ ਇੱਕ ਬਹੁਤ ਸੰਖਣੀ ਮਾਤਰਾ ਵਿੱਚ ਕੰਪ੍ਰੈੱਸ ਕੀਤਾ ਗਿਆ ਸੀ ਜੋ 13.8 ਅਰਬ ਸਾਲ ਪਹਿਲਾਂ ਅਚਾਨਕ ਸਾਰੀਆਂ ਦਿਸ਼ਾਵਾਂ ਵਿੱਚ ਫੈਲ ਗਈ ਸੀ

binary acid / ਬਾਇਨਰੀ ਐਸਿਡ ਇੱਕ ਐਸਿਡ ਜਿਸ ਵਿੱਚ ਸਿਰਫ਼ ਦੋ ਵੱਖਰੇ ਤੱਤ ਹਨ: ਹਾਈਡਰੋਜਨ ਅਤੇ ਜ਼ਿਆਦਾ-ਇਲੈਕਟ੍ਰੋਨੇਗੇਟਿਵ ਤੱਤ ਵਿੱਚੋਂ ਇੱਕ

binary compound / ਬਾਇਨਰੀ ਕੰਪਾਊਂਡ ਦੇ ਵੱਖਰੇ ਤੱਤਾਂ ਤੋਂ ਬਣਿਆ ਮਿਸ਼ਰਨ

binary fission / ਬਾਇਨਰੀ ਵਿਸ਼ਨ ਅਲੈਂਗਿਕ ਪ੍ਰਜਨਨ ਜਿਸ ਵਿੱਚ ਇੱਕ ਕੋਸ਼ ਦੇ ਬਰਾਬਰ ਭਾਗਾਂ ਵਿੱਚ ਵੰਡਦਾ ਹੈ

binding energy / ਬਾਈਡਿੰਗ ਊਰਜਾ ਬੇਰੋਕ ਨਿਉਕਲੀਨ ਇੱਕ ਸਥਿਰ ਨਿਉਕਲੀਅਸ ਬਣਾਉਣ ਲਈ ਇਕੱਠੇ ਹੋਣ ਵੇਲੇ ਰਿਲੀਜ਼ ਹੋਣ ਵਾਲੀ ਇੱਕ ਊਰਜਾ, ਜੋ ਕਿ ਨਿਉਕਲੀਅਸ ਨੂੰ ਵਿਕਟੀਗਤ ਨਿਉਕਲੀਨਸ ਵਿੱਚ ਤੋੜਨ ਲਈ ਲੋੜੀਂਦੀ ਊਰਜਾ ਦੇ ਬਰਾਬਰ ਹੈ

biodiversity / ਬਾਇਓਡਾਇਵਰਸਿਟੀ ਇੱਕ ਦਿੱਤੇ ਖੇਤਰ ਵਿੱਚ ਜੀਵਾਣੂ ਦੀਆਂ ਕਈ ਕਿਸਮਾਂ, ਜਨਸੰਖਿਆ ਦੇ ਅੰਦਰ ਜੈਨੇਟਿਕ ਪਰਿਵਰਤਨ, ਕਿਸੇ ਕਮਿਉਨਿਟੀ ਵਿੱਚ ਵੱਖ ਵੱਖ ਕਿਸਮਾਂ, ਜਾਂ ਕਿਸੇ ਵਾਤਾਵਰਣ ਵਿੱਚ ਵੱਖੇ-ਵੱਖਰੇ ਭਾਈਚਾਰੇ

bioengineering / ਬਾਇਓਇੰਗਨੀਰਿੰਗ ਜੀਵੰਤ ਕੁਝ ਨੂੰ ਇੰਜਨੀਅਰਿੰਗ ਦੇ ਸੰਕਲਪਾਂ ਦਾ ਉਪਯੋਗ

biogeochemical cycle / ਬਾਇਓਗੋਇਕੈਮਿਕਲ ਚੱਕਰ ਜੀਵ-ਵਿਗਿਆਨਕ ਅਤੇ ਭੂ-ਵਿਗਿਆਨਕ, ਜਾਂ ਜੀਵੰਤ ਅਤੇ ਨਿਰਮਲ, ਇੱਕ ਵਾਤਾਵਰਣ ਦੇ ਕੁਝ ਹਿੱਸਿਆਂ ਰਾਹੀਂ ਇੱਕ ਰਸਾਇਣ ਦੀ ਗਤੀ

bioinformatics / ਬਾਇਓਨਫੋਰਮੈਟਿਕਸ ਬਾਇਓਲੋਜੀਕਲ ਡਾਟਾ ਨੂੰ ਸੰਗਠਿਤ ਕਰਨ ਅਤੇ ਵਿਸ਼ਲੇਸ਼ਣ ਕਰਨ ਲਈ ਕੰਪਿਉਟਰ ਡਾਟਾਬੇਸ ਦੀ ਵਰਤੋਂ ਕਰਨੀ

biomagnification / ਬਾਇਓਮੀਗਨੀਫਿਕੇਸ਼ਨ ਉਹ ਸਥਿਤੀ ਜਿਸ ਵਿੱਚ ਜ਼ਹਿਰੀਲੇ ਪਦਾਰਥ ਭੋਜਨ ਦੇ ਸਾਥ ਉੱਪਰ ਘੱਟ ਤੋਂ ਘੱਟ ਜੀਵ ਦੇ ਟਿਸ਼ੂ ਦੀ ਤੁਲਨਾ ਵਿੱਚ ਖਾਣੇ ਦੇ ਸ਼੍ਰੋਤ ਉੱਪਰਲੇ ਜੀਵਾਂ ਦੇ ਟਿਸ਼ੂਆਂ ਵਿੱਚ ਵਧੇਰੇ ਧਿਆਨ ਕੇਂਦਰਿਤ ਹੁੰਦੇ ਹਨ

biomass / ਬਾਇਓ-ਮਾਸ ਇੱਕ ਦਿੱਤੇ ਖੇਤਰ ਵਿੱਚ ਸਾਰੇ ਜੀਵਾਂ ਦੀ ਕੁੱਲ ਖੁਸ਼ਕ ਸਮੂਹ

biomass pyramid / ਬਾਇਓਮਾਸ ਪਿਰਾਮਿਡ ਇੱਕ ਚਿੱਤਰ ਜੋ ਇੱਕ ਈਕੋਸਿਸਟਮ ਦੇ ਅੰਦਰ ਵੱਖ-ਵੱਖ ਟ੍ਰੋਫਿਕ ਪੱਧਰਾਂ ਦੇ ਬਾਇਓ-ਮਾਸ ਦੀ ਤੁਲਨਾ ਕਰਦਾ ਹੈ

biome / ਬਾਇਓਮ ਵਾਤਾਵਰਣਾਂ ਦੇ ਖੇਤਰਿਕ ਜਾਂ ਵਿਸ਼ਵ-ਵਿਆਪੀ ਭਾਈਚਾਰੇ ਜਿਨ੍ਹਾਂ ਵਿੱਚ ਵਾਤਾਵਰਣ ਦੀਆਂ ਸਥਿਤੀਆਂ ਅਤੇ ਪੌਦਿਆਂ ਦੇ ਸਮੂਹ ਹਨ ਜੋ ਉੱਥੇ ਕੰਮ ਕਰਦੇ ਹਨ

biosphere / ਜੀਵ ਖੇਤਰ ਧਰਤੀ ਦਾ ਉਹ ਹਿੱਸਾ ਹੈ ਜਿੱਥੇ ਜੀਵਨ ਮੌਜੂਦ ਹੈ; ਧਰਤੀ ਉੱਤੇ ਸਾਰੇ ਜੀਵਤ ਪ੍ਰਾਣੀਆਂ ਨੂੰ ਸ਼ਾਮਲ ਕਰਦਾ ਹੈ; ਧਰਤੀ ਦੇ ਚਾਰ ਮੁੱਖ ਖੇਤਰਾਂ ਵਿੱਚੋਂ ਇੱਕ ਹੈ

biotechnology / ਬਾਇਓਟੈਕਨਾਲੋਜੀ ਜੀਵਤ ਚੀਜ਼ਾਂ ਅਤੇ ਜੈਵਿਕ ਪ੍ਰਕਿਰਿਆਵਾਂ ਦੀ ਵਰਤੋਂ ਅਤੇ ਲਾਗੂ ਕਰਨਾ

biotic factor / ਜੈਵਿਕ ਕਾਰਕ ਇੱਕ ਜੀਵਤ ਚੀਜ਼, ਜਿਵੇਂ ਕਿ ਪੌਦਾ, ਜਾਨਵਰ, ਉੱਲੀ ਜਾਂ ਬੈਕਟੀਰੀਅਮ

blackbody / ਕਾਲਾ ਵਿਅਕਤੀ ਇੱਕ ਸੰਪੂਰਣ ਸ਼ੋਸ਼ਕ ਜੋ ਕਿ ਸਿਰਫ ਉਸਦੇ ਤਾਪਮਾਨ ਤੇ ਹੀ ਨਿਰਭਰ ਕਰਦਾ ਹੈ

blackbody radiation / ਬਲੈਕਬੋਡੀ ਰੇਡੀਏਸ਼ਨ ਇੱਕ ਕਾਲੀ-ਚੀਜ਼ ਦੁਆਰਾ ਨਿਕਾਰਾ ਰੇਡੀਏਸ਼ਨ, ਜੋ ਕਿ ਇੱਕ ਵਧੀਆ ਰੇਡੀਏਟਰ ਹੈ ਅਤੇ ਆਪਣੇ ਤਾਪਮਾਨ 'ਤੇ ਹੀ ਆਧਾਰਿਤ ਰੇਖਾਂਸ਼ਕਾਰੀ ਅਤੇ ਕੱਢਦਾ ਹੈ

boiling / ਉਬਾਲਣਾ ਤਰਲ ਦੇ ਨਾਲ-ਨਾਲ ਇੱਕ ਖਾਸ ਤਾਪਮਾਨ ਅਤੇ ਦਬਾਅ 'ਤੇ ਤਰਲ ਦੀ ਸਤੁਹ ਉੱਤੇ ਇੱਕ ਤਰਲ ਨੂੰ ਇੱਕ ਭਾਫ਼ ਵਿੱਚ ਤਬਦੀਲ ਕਰਨਾ; ਉਦੋਂ ਵਾਪਰਦਾ ਹੈ ਜਦੋਂ ਤਰਲਦੀ ਭਾਫ਼ ਦਾ ਦਬਾਅ ਵਾਤਾਵਰਨੀ ਦਬਾਅ ਦੇ ਬਰਾਬਰ ਹੁੰਦਾ ਹੈ

boiling point / ਉਬਾਲਦਰਜਾ ਬਿੰਦੂ ਤਾਪਮਾਨ ਅਤੇ ਦਬਾਅ ਜਿਸ 'ਤੇ ਇੱਕ ਤਰਲ ਅਤੇ ਗੈਸ ਸੰਤੁਲਨ ਵਿੱਚ ਹੁੰਦੇ ਹਨ

boiling-point elevation / ਉਬਾਲ-ਪੁਆਇੰਟ ਐਲੀਵੇਸ਼ਨ ਸ਼ੁੱਧ ਅਵਸਥਾ ਵਿੱਚ ਤਰਲ ਦੇ ਉਬਾਲ ਬਿੰਦੂ ਅਤੇ ਹੱਲ ਵਿੱਚ ਤਰਲ ਦੇ ਉਬਾਲ ਬਿੰਦੂ ਦੇ ਵਿੱਚ ਅੰਤਰ; ਇਹ ਵਾਧਾ ਕਰੰਟ ਨਿਕਾਸੀ ਦੇ ਕਣਾਂ ਦੀ ਗਿਣਤੀ 'ਤੇ ਨਿਰਭਰ ਕਰਦਾ ਹੈ

bond energy / ਬੰਧਨ ਊਰਜਾ ਇੱਕ ਊਰਜਾ ਜਿਸਦੀ ਇੱਕ ਰਸਾਇਣਕ ਬੰਧਨ ਨੂੰ ਤੋੜਨ ਅਤੇ ਨਿਰਪੱਖ ਅਲੱਗ ਅਲੱਗ ਪਰਮਾਣੂ ਬਣਾਉਣ ਲਈ ਲੋੜੀਂਦਾ ਹੈ

bottleneck effect / ਬੋਤਲ ਦੀ ਗਰਦਨ ਵਰਗਾ ਪ੍ਰਭਾਵ ਜੈਨੇਟਿਕ ਡ੍ਰਿਫਟ ਜੋ ਇਕ ਅਜਿਹੀ ਘਟਨਾ ਤੋਂ ਨਤੀਜਾ ਦਿੰਦਾ ਹੈ ਜਿਸਦੀ ਆਬਾਦੀ ਦਾ ਆਕਾਰ ਬਹੁਤ ਘੱਟ ਜਾਂਦਾ ਹੈ

Boyle's law / ਬੋਏਲ ਦਾ ਕਨੂੰਨ ਕਨੂੰਨ ਜੋ ਕਹਿੰਦਾ ਹੈ ਕਿ ਸਥਿਰ ਤਾਪਮਾਨ 'ਤੇ ਗੈਸ ਦੀ ਇੱਕ ਨਿਸ਼ਚਿਤ ਮਾਤਰਾ ਲਈ, ਗੈਸ ਦੀ ਮਾਤਰਾ ਘੱਟ ਜਾਂਦੀ ਹੈ ਕਿਉਂਕਿ ਗੈਸ ਘੱਟ ਜਾਂਦੀ ਹੈ ਅਤੇ ਗੈਸ ਦੀ ਮਾਤਰਾ ਗੈਸ ਦੇ ਦਬਾਅ ਦੇ ਰੂਪ ਵਿੱਚ ਘੱਟ ਜਾਂਦੀ ਹੈ

Brønsted-Lowry acid / ਬ੍ਰੌਨਸਟੇਡ-ਲੋਰੀ ਐਸਿਡ ਇੱਕ ਅਜਿਹਾ ਪਦਾਰਥ ਜੋ ਪ੍ਰੋਟੇਨ ਨੂੰ ਕਿਸੇ ਹੋਰ ਪਦਾਰਥ ਨੂੰ ਦਿੰਦਾ ਹੈ

Brønsted-Lowry acid-base reaction / ਬ੍ਰੌਨਸਟੇਡ-ਲੋਰੀ ਐਸਿਡ-ਬੇਸ ਪ੍ਰਤੀਕਿਰਿਆ ਇੱਕ ਪ੍ਰਕਿਰਿਆ (ਐਸਿਡ) ਤੋਂ ਦੂਜੇ (ਆਧਾਰ) ਤੱਕ ਪ੍ਰੋਟੇਨਸ ਦਾ ਤਬਾਦਲਾ ਕਰਦੀ ਹੈ

Brønsted-Lowry base / ਬ੍ਰੌਨਸਟੇਡ-ਲੋਰੀ ਬੇਸ ਇੱਕ ਪਦਾਰਥ ਜੋ ਪ੍ਰੋਟੇਨ ਸਵੀਕਾਰ ਕਰਦਾ ਹੈ

buffer / ਬਫਰਡ ਘੋਲ ਇੱਕ ਘੋਲ ਹੈ ਜੋ pH ਵਿੱਚ ਤਬਦੀਲੀਆਂ ਨੂੰ ਰੋਕ ਸਕਦਾ ਹੈ ਜਦੋਂ ਇੱਕ ਐਸਿਡ ਜਾਂ ਇਸਦੇ ਅਧਾਰ ਨੂੰ ਜੋੜਿਆ ਜਾਂਦਾ ਹੈ; ਇੱਕ ਬਫਰ

buoyant force / ਹੱਲੀ ਸ਼ਕਤੀ ਤਰਲ ਦੁਆਰਾ ਡੁੱਬਿਆ ਜਾਂ ਤੈਰਨ ਵਾਲੀ ਇੱਕ ਵਸਤੁ 'ਤੇ ਇੱਕ ਤਰਲ ਦੁਆਰਾ ਲਗਾਈ ਗਈ ਉਪਰਲੀ ਤਾਕਤ

C

calorie / ਕੈਲੋਰੀ 1 ਗ੍ਰਾਮ ਪਾਣੀ ਦੇ ਤਾਪਮਾਨ ਨੂੰ 1°C ਵਧਾਉਣ ਲਈ ਲੋੜੀਂਦੀ ਊਰਜਾ; ਕੈਲੋਰੀ ਨੂੰ ਇਹ ਦਰਸਾਉਣ ਲਈ ਵਰਤਿਆ ਜਾਂਦਾ ਹੈ ਕਿ ਭੋਜਨ ਦੀ ਊਰਜਾ ਸਮੱਗਰੀ ਇੱਕ ਕਿਲੋਕੈਲੋਰੀ ਹੈ

calorimeter / ਕੈਲੋਰੀਮੀਟਰ ਇੱਕ ਊਰਜਾ ਨੂੰ ਗਰਮੀ ਵਜੋਂ ਮਾਪਣ ਲਈ ਵਰਤਿਆ ਜਾਂਦਾ ਹੈ ਜਿਵੇਂ ਕਿ ਕਿਸੇ ਰਸਾਇਣਕ ਜਾਂ ਭੌਤਿਕ ਤਬਦੀਲੀ ਵਿੱਚ ਗਰਮੀ ਨੂੰ ਸਮਾਈ ਜਾਂ ਰਸਾਈ ਕੀਤੀ ਜਾਂਦੀ ਹੈ

calorimetry / ਕੈਲੋਰੀਮੀਟਰੀ ਇੱਕ ਪ੍ਰਯੋਗਾਤਮਕ ਪ੍ਰਕਿਰਿਆ ਜੋ ਊਰਜਾ ਨੂੰ ਇੱਕ ਪਦਾਰਥ ਤੋਂ ਦੂਜੇ ਪਦਾਰਥ ਤੱਕ ਗਰਮੀ ਵਜੋਂ ਤਬਦੀਲ ਕਰਨ ਲਈ ਵਰਤਿਆ ਜਾਂਦਾ ਹੈ

capacitance / ਕੈਪੀਸਿਟੈਂਸ ਵੱਖਰੇ ਇਲੈਕਟ੍ਰਿਕ ਚਾਰਜ ਦੇ ਰੂਪ ਵਿੱਚ ਊਰਜਾ ਦੀ ਸੰਭਾਲ ਕਰਨ ਲਈ ਕੰਡਕਟਰ ਦੀ ਯੋਗਤਾ

capillary action / ਕੇਸ਼ੀਲ ਕਾਰਵਾਈ ਇੱਕ ਠੋਸ ਸਤੁਹ ਨੂੰ ਇੱਕ ਤਰਲ ਸਤੁਹ ਦੀ ਖਿੱਚ, ਜਿਸ ਕਰਕੇ ਤਰਲ ਵਧਦਾ ਜਾਂ ਘਟਦਾ ਹੈ

carbohydrate / ਕਾਰਬੋਹਾਈਡਰੇਟ ਕਾਰਬਨ, ਹਾਈਡਰੋਜਨ, ਅਤੇ ਆਕਸੀਜਨ ਦੀ ਬਣੀ ਕਿਸੇ ਵੀ ਜੈਵਿਕ ਮਿਸ਼ਰਣ ਅਤੇ ਉਹ ਜੀਵਤ ਚੀਜ਼ਾਂ ਦੇ ਸੈੱਲਾਂ ਨੂੰ ਪੌਸ਼ਟਿਕ ਤੱਤ ਪ੍ਰਦਾਨ ਕਰਦੇ ਹਨ

carbon cycle / ਕਾਰਬਨ ਚੱਕਰ ਗੈਰ-ਜੀਵਕ ਵਾਤਾਵਰਨ ਤੋਂ ਜੀਵਤ ਚੀਜਾਂ ਅਤੇ ਵਾਪਸ ਵਿੱਚ ਕਾਰਬਨ ਦੀ ਗਤੀਸ਼ੀਲਤਾ

carboxylic acid / ਕਾਰਬੌਕਸਿਲਿਕ ਐਸਿਡ ਇੱਕ ਜੈਵਿਕ ਐਸਿਡ ਜਿਸ ਵਿੱਚ ਕਾਰਬੌਕਸਿਨ ਫੰਕਸ਼ਨਲ ਗਰੁੱਪ ਸ਼ਾਮਲ ਹੁੰਦਾ ਹੈ

carrying capacity / ਸਮਰੱਥਾ ਲੈਣਾ ਸਭ ਤੋਂ ਵੱਧ ਜਨਸੰਖਿਆ ਜੋ ਕਿਸੇ ਵੀ ਸਮੇਂ ਕਿਸੇ ਵਾਤਾਵਰਨ ਦੀ ਸਹਾਇਤਾ ਕਰ ਸਕਦੀ ਹੈ

catabolism / ਅਪੰਗਤਾ ਜੈਵਿਕ ਜੀਵ ਪਦਾਰਥਾਂ ਦੇ ਰਸਾਇਣਕ ਵਿਰਾਮ, ਜਿਵੇਂ ਕਿ ਕਾਰਬੋਹਾਈਡਰੇਟ, ਪ੍ਰੋਟੀਨ, ਅਤੇ ਗਲਾਈਕੋਜੀਨ, ਊਰਜਾ ਦੀ ਰਿਹਾਈ ਦੇ ਨਾਲ ਹੁੰਦਾ ਹੈ

catalysis / ਕੈਟਾਲਾਈਸਿਸ ਇੱਕ ਉਤਪ੍ਰੇਰਕ ਦੁਆਰਾ ਇੱਕ ਰਸਾਇਣਕ ਪ੍ਰਤੀਕਿਰਿਆ ਦੇ ਪ੍ਰਵੇਗ

catalyst / ਕੈਟਾਲਿਸਟ ਇੱਕ ਅਜਿਹਾ ਪਦਾਰਥ ਜੋ ਮਹੱਤਵਪੂਰਨ ਤੌਰ 'ਤੇ ਖਪਤ ਜਾਂ ਬਦਲਣ ਤੋਂ ਬਿਨਾਂ ਇੱਕ ਰਸਾਇਣਕ ਪ੍ਰਤੀਕਿਰਿਆ ਦੀ ਦਰ ਨੂੰ ਬਦਲਦਾ ਹੈ

catenation / ਕੈਟਨੇਸ਼ਨ ਇੱਕ ਤੱਤ ਵੱਲੋਂ ਬੰਧਨ ਨੂੰ ਆਪਣੇ ਆਪ ਨੂੰ ਜੰਜੀਰ ਜਾਂ ਘੇਰੇ ਬਣਾਉਣਾ

cathode / ਕੈਥੋਡ ਇਲੈਕਟ੍ਰੋਡ ਜਿਸ ਦੀ ਸਤੁਹ ਦੀ ਕਮੀ ਹੁੰਦੀ ਹੈ

cathode ray / ਕੈਥੋਡ ਰੇ ਇੱਕ ਇਲੈਕਟ੍ਰਿਕ ਡਿਸਚਾਰਜ ਟਿਊਬ ਦੇ ਕੈਥੋਡ ਤੋਂ ਨਿਕਲੇ ਇਲੈਕਟਰੋਨ

cation / ਕਣ ਇੱਕ ਆਇਨ ਜਿਸਦਾ ਇੱਕ ਸਕਾਰਾਤਮਕ ਚਾਰਜ ਹੈ

cell / ਸੈੱਲ ਜੀਵ ਵਿਗਿਆਨ ਵਿੱਚ, ਉਹ ਸਭ ਤੋਂ ਛੋਟੀ ਇਕਾਈ ਜੋ ਸਾਰੀਆਂ ਜੀਵਨ ਪ੍ਰਕਿਰਿਆਵਾਂ ਕਰ ਸਕਦੀ ਹੈ; ਕੋਸ਼ਿਕਾਵਾਂ ਇੱਕ ਝਿੱਲੀ ਨਾਲ ਢਕੀਆਂ ਹੁੰਦੀਆਂ ਹਨ ਅਤੇ ਇਹਨਾਂ ਵਿੱਚ DNA ਅਤੇ ਸਾਇਟੋਪਲਾਜ਼ਮ ਹੁੰਦਾ ਹੈ

cell cycle / ਸੈੱਲ ਚੱਕਰ ਵਿਕਾਸ ਦੇ ਪੈਟਰਨ, ਡੀ.ਐਨ.ਏ. ਰੀਪਲੀਕੇਸ਼ਨ ਅਤੇ ਸੈੱਲ ਡਿਵੀਜ਼ਨ, ਜੋ ਕਿਸੇ ਸੈੱਲ ਵਿੱਚ ਵਾਪਰਦੀ ਹੈ

cell differentiation / ਸੈੱਲ ਵਿਭਾਜਨ ਅਜਿਹੀਆਂ ਪ੍ਰਕਿਰਿਆਵਾਂ ਜਿਨ੍ਹਾਂ ਦੁਆਰਾ ਨਿਰਲੇਖ ਕੋਸ਼ਿਕਾਵਾਂ ਨੂੰ ਆਪਣੇ ਪਰਿਪੱਕ ਰੂਪ ਅਤੇ ਕੰਮ ਵਿੱਚ ਵਿਕਾਸ ਹੁੰਦਾ ਹੈ

cell membrane / ਸੈੱਲ ਝਿੱਲੀ ਫਾਸਫੋਲਿਪੀਡਸ ਦੀ ਡਬਲ-ਲੇਅਰ ਜੋ ਕਿ ਇੱਕ ਸੈੱਲ ਅਤੇ ਆਲੇ ਦੁਆਲੇ ਦਾ ਵਾਤਾਵਰਣ ਵਿਚਕਾਰ ਇੱਕ ਸੀਮਾ ਬਣਾਉਂਦੀ ਹੈ ਅਤੇ ਕਿਸੇ ਸੈੱਲ ਦੇ ਅੰਦਰ ਅਤੇ ਬਾਹਰ ਸਮੱਗਰੀ ਨੂੰ ਪਾਸ ਕਰਨ ਤੇ ਕੰਟਰੋਲ ਕਰਦੀ ਹੈ

cell theory / ਸੈੱਲ ਥਿਊਰੀ ਸਿਧਾਂਤ ਜੋ ਦੱਸਦਾ ਹੈ ਕਿ ਸਾਰੇ ਜੀਵ ਕੋਸ਼ਾਣੂਆਂ ਦੇ ਬਣੇ ਹੁੰਦੇ ਹਨ, ਸਾਰੇ ਸੈੱਲ ਦੂਜੇ ਜੀਵਤ ਸੈੱਲਾਂ ਦੁਆਰਾ ਬਣਾਏ ਜਾਂਦੇ ਹਨ, ਅਤੇ ਸੈੱਲ ਜ਼ਿੰਦਗੀ ਦਾ ਸਭ ਤੋਂ ਬੁਨਿਆਦੀ ਇਕਾਈ ਹੈ

cellular respiration / ਸੈਲਿਊਲਰ ਰੇਸਪੀਰੇਸ਼ਨ ਕਾਰਬਨ-ਅਧਾਰਿਤ ਅਣੂਆਂ ਨੂੰ ਤੋੜ ਕੇ ਏਟੀਪੀ ਤਿਆਰ ਕਰਨ ਦੀ ਪ੍ਰਕਿਰਿਆ ਜਦੋਂ ਆਕਸੀਜਨ ਮੌਜੂਦ ਹੁੰਦੀ ਹੈ

Cenozoic Era / ਸੇਨੇਜੋਇਕ ਯੁੱਗ ਕਰੰਟ ਭੂਗੋਲਿਕ ਯੁੱਗ, ਜੋ 65.5 ਮਿਲੀਅਨ ਸਾਲ ਪਹਿਲਾਂ ਸ਼ੁਰੂ ਹੋਇਆ; ਇਸ ਨੂੰ ਸੈਲਾਨੀਆਂ ਦੀ ਉਮਰ ਵੀ ਕਿਹਾ ਜਾਂਦਾ ਹੈ

center of mass / ਪੁੰਜ ਦਾ ਕੇਂਦਰ ਟ੍ਰਾਂਸਲੇਸ਼ਨਲ ਮੋਸ਼ਨ ਦਾ ਵਿਸ਼ਲੇਸ਼ਣ ਕਰਦੇ ਸਮੇਂ ਇੱਕ ਸਰੀਰ ਵਿਚ ਬਿੰਦੂ ਜਿੱਥੇ ਸਰੀਰ ਦੇ ਸਾਰੇ ਪੁੰਜ ਨੂੰ ਕੇਂਦਰਿਤ ਮੰਨਿਆ ਜਾ ਸਕਦਾ ਹੈ

centripetal acceleration / ਕੇਂਦਰਿਤ ਵੇਗ ਪ੍ਰਕਿਰਿਆ ਇੱਕ ਸਰਕੂਲਰ ਮਾਰਗ ਦੇ ਕੇਂਦਰ ਵੱਲ ਸੇਧਿਤ ਹੈ

chain reaction / ਚੇਨ ਪ੍ਰਤੀਕਿਰਿਆ ਇੱਕ ਨਿਰੰਤਰ ਲੜੀਵਾਰ ਪ੍ਰਮਾਣੂ ਫਿਊਸ਼ਨ ਪ੍ਰਤੀਕਰਮ ਹੁੰਦਾ ਹੈ

change of state / ਸਥਿਤੀ ਦੀ ਤਬਦੀਲੀ ਇੱਕ ਭੌਤਿਕ ਸਥਿਤੀ ਤੋਂ ਦੂਜੀ ਤੱਕ ਇੱਕ ਪਦਾਰਥ ਤਬਦੀਲੀ ਹੁੰਦੀ ਹੈ

Charles's law / ਚਾਰਲਸ ਦਾ ਕਾਨੂੰਨ ਕਾਨੂੰਨ ਕਹਿੰਦਾ ਹੈ ਕਿ ਲਗਾਤਾਰ ਦਬਾਅ ਤੇ ਗੈਸ ਦੀ ਨਿਸ਼ਚਿਤ ਮਾਤਰਾ ਲਈ, ਗੈਸ ਵਾਧੇ ਦੇ ਤਾਪਮਾਨ ਦੇ ਤੌਰ 'ਤੇ ਗੈਸ ਦੀ ਮਾਤਰਾ ਵਧਦੀ ਹੈ ਅਤੇ ਗੈਸ ਦੀ ਮਾਤਰਾ ਘੱਟ ਜਾਂਦੀ ਹੈ ਕਿਉਂਕਿ ਗੈਸ ਦੇ ਤਾਪਮਾਨ ਵਿਚ ਕਮੀ ਆਉਂਦੀ ਹੈ

chemical / ਰਸਾਇਣ ਕੋਈ ਪਦਾਰਥ ਜਿਸਦੀ ਨਿਰਧਾਰਿਤ ਬਨਾਵਟ ਹੈ

chemical bond / ਕੈਮੀਕਲ ਬਾਂਡ ਦਿਲ ਖਿੱਚਣ ਵਾਲੀ ਸ਼ਕਤੀ ਜੋ ਕਿ ਐਟਮਾਂ ਜਾਂ ਆਇਨਾਂ ਨੂੰ ਇਕੱਠਾ ਕਰਦੀ ਹੈ

chemical change / ਰਸਾਇਣਕ ਤਬਦੀਲੀ ਇੱਕ ਤਬਦੀਲੀ ਜਿਹੜੀ ਉਦੋਂ ਵਾਪਰਦੀ ਹੈ ਜਦੋਂ ਇੱਕ ਜਾਂ ਵੱਧ ਪਦਾਰਥ ਵੱਖ ਵੱਖ ਸੰਪਤੀਆਂ ਨਾਲ ਪੂਰੀ ਤਰ੍ਹਾਂ ਨਵੇਂ ਪਦਾਰਥਾਂ ਵਿੱਚ ਬਦਲ ਜਾਂਦੇ ਹਨ

chemical equation / ਕੈਮੀਕਲ ਸਮੀਕਰਨ ਇੱਕ ਰਸਾਇਣਕ ਪ੍ਰਤੀਕਿਰਿਆ ਦਾ ਪ੍ਰਤੀਨਿਧਤਾ ਜੋ ਪ੍ਰਤੀਕਿਰਿਆਵਾਂ ਅਤੇ ਉਤਪਾਦਾਂ ਵਿਚਕਾਰ ਸਬੰਧ ਨੂੰ ਦਿਖਾਉਣ ਲਈ ਚਿੰਨ ਵਰਤਦਾ ਹੈ

chemical equilibrium / ਰਸਾਇਣਕ ਸੰਤੁਲਨ ਸੰਤੁਲਨ ਦੀ ਅਵਸਥਾ ਜਿਸ ਵਿੱਚ ਅੱਗੇ ਪ੍ਰਤੀਕਿਰਿਆ ਦੀ ਦਰ ਰਿਵਰਸ ਪ੍ਰਤੀਕਿਰਿਆ ਦੀ ਦਰ ਦੇ ਬਰਾਬਰ ਹੁੰਦੀ ਹੈ ਅਤੇ ਉਤਪਾਦਾਂ ਅਤੇ ਪ੍ਰਕਿਰਿਆਵਾਂ ਦੀ ਗਾੜ੍ਹਾਪਣ ਵਿਚ ਕੋਈ ਬਦਲਾਅ ਨਹੀਂ ਹੁੰਦਾ

chemical formula / ਕੈਮੀਕਲ ਫਾਰਮੂਲਾ ਇੱਕ ਪਦਾਰਥ ਦੀ ਨੁਮਾਇੰਦਗੀ ਕਰਨ ਲਈ ਰਸਾਇਣਕ ਸੰਕੇਤਾਂ ਅਤੇ ਨੰਬਰਾਂ ਦਾ ਸੁਮੇਲ

chemical kinetics / ਰਸਾਇਣਕ ਕਾਈਨੇਟਿਕ ਰਸਾਇਣ ਦਾ ਖੇਤਰ ਜੋ ਇਹ ਪ੍ਰਤੀਕਰਮ ਦਰ ਅਤੇ ਪ੍ਰਤੀਕਰਮ ਵਿਧੀ ਦਾ ਅਧਿਐਨ ਹੈ

chemical property / ਰਸਾਇਣਕ ਸੰਪਤੀ ਉਸ ਵਿਸ਼ੇ ਦੀ ਜਾਇਦਾਦ ਜਿਸ ਵਿਚ ਰਸਾਇਣਕ ਪ੍ਰਤੀਕਰਮਾਂ ਵਿਚ ਹਿੱਸਾ ਲੈਣ ਦੀ ਪਦਾਰਥ ਦੀ ਯੋਗਤਾ ਬਾਰੇ ਦੱਸਿਆ ਗਿਆ ਹੈ

chemical reaction / ਰਸਾਇਣਕ ਪ੍ਰਤੀਕਿਰਿਆ ਜਿਸ ਪ੍ਰਕਿਰਿਆ ਦੁਆਰਾ ਇੱਕ ਜਾਂ ਇੱਕ ਤੋਂ ਵੱਧ ਪਦਾਰਥ ਇੱਕ ਜਾਂ ਇੱਕ ਤੋਂ ਵੱਧ ਵੱਖ ਵੱਖ ਪਦਾਰਥ ਪੈਦਾ ਕਰਨ ਲਈ ਬਦਲਦੇ ਹਨ

chemical sedimentary rock / ਰਸਾਇਣਕ ਖਣਿਜ ਚੱਟਾਨ ਨੀਲ ਪੱਥਰ ਜੋ ਬਣਦੀ ਹੈਜਦੋਂ ਖਣਿਜ ਇੱਕ ਹੱਲ ਤੋਂ ਮੁੱਕ ਜਾਂਦੀ ਹੈ ਜਾਂ ਮੁਅੱਤਲ ਤੋਂ ਸੈਟਲ ਹੋ ਜਾਂਦਾ ਹੈ

chemistry / ਕੈਮਿਸਟਰੀ ਰਚਨਾ, ਢਾਂਚੇ, ਅਤੇ ਮਾਮਲਿਆਂ ਦੀਆਂ ਵਿਸ਼ੇਸ਼ਤਾਵਾਂ ਅਤੇ ਵਿਗੜਦੇ ਹੋਏ ਬਦਲਾਅ ਦੇ ਵਿਗਿਆਨਕ ਅਧਿਐਨ

chloroplast / ਕਲੋਰੋਪਲਾਸਟ ਕਈ ਮੈਂਬਰੇਨ ਦਾ ਬਣਿਆ ਓਰਗੇਨਲ ਜੋ ਕਿ ਸੋਰ ਊਰਜਾ ਨੂੰ ਰਸਾਇਣਕ ਊਰਜਾ ਵਿੱਚ ਤਬਦੀਲ ਕਰਨ ਲਈ ਵਰਤੇ ਜਾਂਦੇ ਹਨ; ਜਿਸ ਵਿੱਚ ਕਲੋਰੋਫਿਲ ਸ਼ਾਮਿਲ ਹੈ

chromatic aberration / ਰੰਗਮਈ ਸੁਸਤਤਾ ਇੱਕ ਲੈਂਸ ਦੇ ਪਿੱਛੇ ਵੱਖ ਵੱਖ ਦੂਰੀ 'ਤੇ ਰੋਸ਼ਨੀ ਦੇ ਵੱਖ ਵੱਖ ਰੰਗਾਂ 'ਤੇ ਧਿਆਨ ਕੇਂਦਰਤ ਕਰਨਾ

chromatid / ਕਰੋਮੇਟਿਡ ਇੱਕ ਡੁਪਲੀਕੇਟ ਕ੍ਰੋਮੋਸੋਮ ਦਾ ਅੱਧਾ ਹਿੱਸਾ

chromosomal mutation / ਕ੍ਰੋਮੇਸੋਮਿਲ ਇਨਸਟੇਸ਼ਨ ਇੱਕ ਕਿਸਮ ਦਾ ਇੰਤਕਾਲ ਜਿਸ ਵਿੱਚ ਇੱਕ ਕ੍ਰੋਮੇਸੋਮਕਲ ਸੈਗਮੈਂਟ ਇੱਕ ਨਵੇਂ ਜਾਂ ਇੱਕ ਹੋਰ ਕ੍ਰੋਮੇਸੋਮ 'ਤੇ ਨਵੀਂ ਪੋਜੀਸ਼ਨ ਵਿੱਚ ਤਬਦੀਲ ਹੋ ਜਾਂਦੀ ਹੈ

chromosome / ਕ੍ਰੋਮੇਸੋਮ ਲੰਬੇ, ਲਗਾਤਾਰ ਡੀਐਨਏ ਦਾ ਧਾਗਾ ਜਿਸ ਵਿਚ ਬਹੁਤ ਸਾਰੇ ਜੀਨ ਅਤੇ ਨਿਯਾਮਕ ਜਾਣਕਾਰੀ ਹੁੰਦੀ ਹੈ

clastic sedimentary rock / ਕਲਸੀਕਲ ਨੀਲ ਪੱਥਰ ਨੀਲ ਪੱਥਰ ਜਿਹੜਾ ਪੱਕਣ ਤੋਂ ਪਹਿਲਾਂ ਦੀ ਚਟਾਨ ਦੇ ਟੁਕੜਿਆਂ ਨੂੰ ਇਕੱਠਾ ਕਰ ਕੇ ਬਣਦਾ ਹੈ

cleavage / ਕਲੀਵੇਜ ਭੂਗੋਲ ਵਿਗਿਆਨ ਵਿੱਚ, ਇੱਕ ਖਣਿਜ ਦੀ ਪ੍ਰਵਿਰਤੀ ਨੂੰ ਨਿਰਵਿਘਨ, ਸਤਹੀ ਸਤ੍ਹਾ ਬਣਾਉਣ ਲਈ ਕਮਜ਼ੋਰੀ ਦੇ ਵਿਸ਼ੇਸ਼ ਸਤ੍ਹਾ ਦੇ ਨਾਲ ਵੰਡਣਾ

climate / ਜਲਵਾਯੂ ਇੱਕ ਲੰਬੇ ਸਮੇਂ ਵਿੱਚ ਇੱਕ ਖੇਤਰ ਵਿੱਚ ਵਿਸ਼ੇਸ਼ਤਾ ਵਾਲੇ ਮੌਸਮ ਦੇ ਪੈਟਰਨ

climate change / ਜਲਵਾਯੂ ਤਬਦੀਲੀ ਖੇਤਰੀ ਮਾਹੌਲ ਜਾਂ ਗਲੋਬਲ ਮਾਹੌਲ ਵਿਚ ਤਬਦੀਲੀਆਂ, ਖ਼ਾਸ ਕਰਕੇ 20 ਵੀਂ ਅਤੇ 21 ਵੀਂ ਸਦੀ ਵਿਚ ਤਬਦੀਲੀ; ਪਹਿਲਾਂ ਗਲੋਬਲ ਵਾਰਮਿੰਗ ਕਿਹਾ ਜਾਂਦਾ ਸੀ

clone / ਕਲੋਨ ਅਨੁਵੰਸ਼ਕ ਰੂਪ ਵਿੱਚ ਇੱਕੇ ਜੀਨ ਜਾਂ ਸਮੁੱਚੇ ਜੀਵਾਣੂ ਦੀ ਇੱਕੇ ਜਿਹੀ ਕਾਪੀ ਦੀ ਪਛਾਣ ਕੀਤੀ ਜਾਂਦੀ ਹੈ

cloning / ਕਲੋਨਿੰਗ ਇੱਕ ਜੀਵਾਣੂ ਦੀ ਇੱਕ ਜੈਨੇਟਿਕ ਤੌਰ ਤੇ ਇੱਕੋ ਜਿਹੀ ਕਾਪੀ ਤਿਆਰ ਕਰਨ ਦੀ ਪ੍ਰਕਿਰਿਆ

codominance / ਕੋਡੋਮੀਨੈਂਸ ਹੈਟਰੋਜ਼ਾਈਗਸ ਜੀਨਟਾਈਪ ਜੋ ਕਿ ਦੋਨਾਂ ਐਲੀਲਾਂ ਦੇ ਗੁਣਾਂ ਨੂੰ ਬਰਾਬਰ ਰੂਪ ਵਿੱਚ ਦਰਸਾਉਂਦਾ ਹੈ

codon / ਕੋਡਨ ਤਿੰਨ ਨਿਊਕਲੀਓਟਾਈਡਸ ਦਾ ਕ੍ਰਮ ਜੇ ਇੱਕ ਐਮੀਨੋ ਐਸਿਡ ਲਈ ਕੋਡ ਕਰਦਾ ਹੈ

coefficient / ਗੁਣਾਂਕ ਇੱਕ ਛੋਟਾ ਸੰਪੂਰਨ ਨੰਬਰ ਜੋ ਇੱਕ ਰਸਾਇਕ ਸਮੀਕਰਨਾਂ ਵਿੱਚ ਇੱਕ ਫਾਰਮੂਲੇ ਦੇ ਸਾਹਮਣੇ ਇਕ ਕਾਰਕ ਦੇ ਤੌਰ ਤੇ ਪ੍ਰਗਟ ਹੁੰਦਾ ਹੈ

coefficient of friction / ਘੇਰਾਬੰਦੀ ਦਾ ਗੁਣਕ ਸਧਾਰਣ ਤਾਕ ਦੀ ਤੀਬਰਤਾ ਦੇ ਸੰਪਰਕ ਵਿੱਚ ਦੋ ਔਬਜੈਕਟਾਂ ਦੇ ਵਿਚਕਾਰ ਘਿਰਣਾ ਦੀ ਤਾਕਤ ਦੇ ਅਨੁਪਾਤ ਦਾ ਅਨੁਪਾਤ ਜਿਸ ਨਾਲ ਵਸਤੂ ਇੱਕ ਦੂਜੇ ਦੇ ਵਿਰੁੱਧ ਦਬਾਇਆ ਜਾਂਦਾ ਹੈ

coevolution / ਸਹਿਵਿਕਾਸ ਪ੍ਰਕਿਰਿਆ ਜਿਸ ਵਿੱਚ ਦੋ ਜਾਂ ਵੱਧ ਸਪੀਸੀਜ਼ ਇੱਕ ਦੂਜੇ ਵਿੱਚ ਤਬਦੀਲੀਆਂ ਦੇ ਜਵਾਬ ਵਜੋਂ ਵਿਕਸਿਤ ਹੋ ਜਾਂਦੀਆਂ ਹਨ

coherence / ਤਾਲਮੇਲ ਦੋ ਜਾਂ ਦੋ ਤੋਂ ਵੱਧ ਲਹਿਰਾਂ ਦੇ ਪੜਾਅ ਵਿਚਕਾਰ ਆਪਸੀ ਸਬੰਧ

colligative property / ਇੱਕ ਜਾਇਦਾਦ ਨੂੰ ਇਕੱਠਾ ਕਰਨ ਵਾਲੀ ਸੰਪਤੀ ਜੋ ਕਿਸੇ ਸਿਸਟਮ ਵਿੱਚ ਮੌਜੂਦ ਕਣਾਂ ਦੀ ਗਿਣਤੀ ਨਾਲ ਨਿਰਧਾਰਤ ਹੁੰਦਾ ਹੈ ਪਰ ਇਹ ਕਣਾਂ ਦੀਆਂ ਵਿਸ਼ੇਸ਼ਤਾਵਾਂ ਤੋਂ ਸੁਤੰਤਰ ਹੈ

collision theory / ਟੱਕਰ ਥਿਊਰੀ ਸਿਧਾਂਤ ਜੋ ਦੱਸਦਾ ਹੈ ਕਿ ਇਕ ਰਸਾਇਕ ਪ੍ਰਤੀਕਿਰਿਆ ਵਿਚ ਗਠਨ ਕੀਤੇ ਗਏ ਨਵੇਂ ਮਿਸ਼ਰਣਾਂ ਦੀ ਗਿਣਤੀ, ਅਣੂਆਂ ਦੀ ਗਿਣਤੀ ਦੇ ਬਰਾਬਰ ਹੈ ਜੋ ਟਕਰਾਉਂਦੇ ਹਨ, ਇੱਕ ਕਾਰਕ ਦੁਆਰਾ ਗੁਣਾ ਕੀਤਾ ਜੋ ਘੱਟ ਊਰਜਾ ਦੇ ਟਕਰਾਉਣ ਲਈ ਠੀਕ ਹੁੰਦਾ ਹੈ

colloid / ਕੋਲੋਇਡ ਮਿਸ਼ਰਣ ਵਿਚ ਛੋਟੇ ਕਣਾਂ ਦੀ ਬਣਤਰ ਹੁੰਦੀ ਹੈ ਜੋ ਕਿ ਘੋਲ ਵਾਲਿਆਂ ਅਤੇ ਮੁਅੱਤਲੀਆਂ ਦੇ ਵਿਚਕਾਰਲੇ ਆਕਾਰ ਦੇ ਵਿਚਕਾਰਲੇ ਪੱਧਰ ਦੀ ਹੈ ਅਤੇ ਇਹ ਇੱਕ ਤਰਲ, ਠੋਸ, ਜਾਂ ਗੈਸ ਦੇ ਦੌਰਾਨ ਖਿੰਡਾ ਹੋਏ ਹਨ

combined gas law / ਸੰਯੁਕਤ ਗੈਸ ਕਾਨੂੰਨ ਇੱਕ ਨਿਸ਼ਚਿਤ ਮਾਤਰਾ ਵਾਲੀ ਗੈਸ ਦੇ ਦਬਾਅ, ਆਇਤਨ ਅਤੇ ਤਾਪਮਾਨ ਵਿਚਕਾਰ ਸਬੰਧ

combustion reaction / ਬਲਨ ਪ੍ਰਤੀਕਿਰਿਆ ਕਿਸੇ ਤੱਤ ਜਾਂ ਮਿਸ਼ਰਣ ਦਾ ਆਕਸੀਕਰਨ ਪ੍ਰਤੀਕਿਰਿਆ, ਜਿਸ ਵਿੱਚ ਊਰਜਾ ਦੀ ਊਰਜਾ ਛੱਡੀ ਜਾਂਦੀ ਹੈ

common-ion effect / ਆਮ-ਆਕਾਰ ਪ੍ਰਭਾਵ ਅਜਿਹੀ ਘਟਨਾ ਜਿਸ ਵਿਚ ਦੋ ਅਲਕੋਹਲ ਵਾਲੇ ਆਮ ਜਿਹੇ ਆਕਣ ਦੇ ਜੋੜ ਨਾਲ ਵਰਖਾ ਹੁੰਦੀ ਹੈ ਜਾਂ ਆਈਨੀਕਰਨ ਨੂੰ ਘਟਾਉਂਦੀ ਹੈ

community / ਕਮਿਉਨਿਟੀ ਇੱਕ ਖੇਤਰ ਵਿੱਚ ਰਹਿੰਦੇ ਸਾਰੇ ਵੱਖ-ਵੱਖ ਆਬਾਦੀਆਂ ਦਾ ਸੰਗ੍ਰਿਹ

competition / ਮੁਕਾਬਲੇ ਵਾਤਾਵਰਣ ਸਬੰਧ, ਜਿਸ ਵਿਚ ਦੋ ਜੀਵ ਇੱਕੇ ਹੀ ਸਰੋਤ ਪ੍ਰਾਪਤ ਕਰਨ ਦੀ ਕੋਸ਼ਿਸ਼ ਕਰਦੇ ਹਨ

components of a vector / ਇੱਕ ਵੈਕਟਰ ਦੇ ਭਾਗ ਇੱਕ ਨਿਰਦੇਸ਼ਕ ਪ੍ਰਣਾਲੀ ਦੇ ਐਕਸਿਸ ਦੇ ਨਾਲ ਇੱਕ ਵੈਕਟਰ ਦੇ ਅੰਦਾਜ਼ੇ

composite / ਕੰਪੋਜ਼ਿਟ ਪੂਰਕ ਸੰਪਤੀਆਂ ਦੇ ਨਾਲ ਦੋ ਦੂਜੀਆਂ ਸਮਾਗਰੀਆਂ ਨੂੰ ਇਕੱਠਾ ਕਰਨ ਤੋਂ ਬਣਾਈ ਗਈ ਇੱਕ ਸਮਗਰੀ

composition stoichiometry / ਕੰਪੋਜੀਸ਼ਨ ਸਟੋਈਸੀਓਮੈਟਰੀ ਮਿਸ਼ਰਣ ਵਿਚ ਤੱਤ ਦੇ ਪੁੰਜ ਰਿਸ਼ਤੇ ਸਮੇਤ ਗਣਨਾ

compound / ਮਿਸ਼ਰਨ ਕੈਮੀਕਲ ਬੰਡ ਨਾਲ ਜੁੜੇ ਦੋ ਜਾਂ ਦੋ ਵੱਖਰੇ ਤੱਤਾਂ ਦਾ ਪਰਮਾਣੂ ਬਣਿਆ ਇੱਕ ਪਦਾਰਥ

compression / ਸੰਕੁਚਨ ਇੱਕ ਲੰਮੀ ਘੇਰਾ ਦਾ ਖੇਤਰ ਜਿਸ ਵਿੱਚ ਘਣਤਾ ਅਤੇ ਦਬਾਅ ਵੱਧ ਤੋਂ ਵੱਧ ਹੁੰਦੇ ਹਨ

Compton shift / ਕਮਪਟਨ ਸ਼ਿਫਟ ਘਟਨਾ ਫੋਟੋਨ ਦੀ ਤਰੰਗਲ ਦੀ ਅਨੁਪਾਤ ਅਨੁਸਾਰ ਇਲੈਕਟ੍ਰੋਨ ਦੁਆਰਾ ਖਿਲਰਿਆ ਫੋਟੇ ਦੇ ਤਰੰਗਾਂ ਦੀ ਗਿਣਤੀ ਵਿੱਚ ਵਾਧਾ

concave spherical mirror / ਅੰਤਰਾਲ ਗੋਲਾਕਾਰ ਸ਼ੀਸਾ ਇੱਕ ਸ਼ੀਸ਼ਾ, ਜਿਸਦਾ ਪ੍ਰਤੀਬਿੰਬਤ ਸਤੂ ਇੱਕ ਖੇਤਰ ਦੇ ਅੰਦਰੂਨੀ-ਕਰਵ ਵਾਲਾ ਭਾਗ ਹੈ

concentration / ਨਜ਼ਰਬੰਦੀ ਕਿਸੇ ਮਿਸ਼ਰਣ, ਹੱਲ, ਜਾਂ ਅਤਰ ਦੀ ਦਿੱਤੀ ਗਈ ਮਾਤਰਾ ਵਿੱਚ ਇੱਕ ਵਿਸ਼ੇਸ਼ ਪਦਾਰਥ ਦੀ ਮਾਤਰਾ

condensation / ਕੰਡੇਨਸ਼ਨ ਗੈਸ ਤੋਂ ਸਥਿਤੀ ਦੇ ਤਰਲ ਨੂੰ ਤਰਲ ਤੱਕ ਬਦਲਣਾ

condensation reaction / ਘਣਤਾ ਪ੍ਰਤੀਕਿਰਿਆ ਇੱਕ ਰਸਾਇਕ ਪ੍ਰਕਿਰਿਆ ਜਿਸ ਵਿੱਚ ਦੋ ਜਾਂ ਜ਼ਿਆਦਾ ਅਣੂ ਪਾਣੀ ਜਾਂ ਕਿਸੇ ਹੋਰ ਸਧਾਰਣ ਅਣੂ ਨੂੰ ਪੈਦਾ ਕਰਨ ਲਈ ਜੁੜਦੇ ਹਨ

conduction / ਵਾਹਨ ਇੱਕ ਪਦਾਰਥ ਦੇ ਇੱਕ ਕਣ ਤੋਂ ਦੂਜੀ ਤੱਕ ਤਾਪ ਜਾਂ ਗਰਮੀ ਦਾ ਟ੍ਰਾਂਸਫਰ

conjugate acid / ਕਨਜੂਗੇਟ ਐਸਿਡ ਇੱਕ ਐਸਿਡ ਜੋ ਇੱਕ ਅਧਾਰ ਪ੍ਰੋਟੇਨ ਨੂੰ ਪ੍ਰਾਪਤ ਕਰਦੇ ਸਮੇਂ ਬਣਦਾ ਹੈ

ਪੰਜਾਬੀ

conjugate base / ਸੰਗ੍ਰਹਿ ਆਧਾਰ ਇੱਕ ਆਧਾਰ ਜੋ ਇੱਕ ਐਸਿਡ ਇੱਕ ਪ੍ਰੋਟੇਨ ਛੱਡਦੇ ਸਮੇਂ ਬਣਦਾ ਹੈ

constraint / ਪਾਬੰਦੀ ਪਾਬੰਦੀ ਜਾਂ ਸੀਮਾ; ਇੰਜੀਨੀਅਰਿੰਗ ਡਿਜ਼ਾਈਨ ਵਿਚ, ਅਜਿਹੀ ਕਮੀ, ਜਿਸਦਾ ਡਿਜ਼ਾਈਨ ਜਾਂ ਹੱਲ ਜ਼ਰੂਰੀ ਹੈ, ਅਕਸਰ ਕਿਸੇ ਸਮੱਸਿਆ ਦਾ ਹੱਲ ਕਰਨ ਵੇਲੇ ਨਿਰਧਾਰਤ ਕੀਤਾ ਜਾਂਦਾ ਹੈ

constructive interference / ਸਿਰਜਣਾਤਮਕ ਦਖਲਅੰਦਾਜੀ ਦੇ ਜਾਂ ਦੋ ਤੋਂ ਵੱਧ ਲਹਿਰਾਂ ਦੀ ਸੁਪਰ ਸਪਸ਼ਟੀਕਰਨ ਜਿਸ ਵਿੱਚ ਸੰਤੁਲਨ ਦੀ ਸਥਿਤੀ ਦੇ ਇਕੋ ਪਾਸੇ ਵਿਅਕਤੀਗਤ ਵਿਸਥਾਰ ਨੂੰ ਪਰਿਭਾਸ਼ਿਤ ਵੇਵ ਬਣਾਉਣ ਲਈ ਜੋੜ ਦਿੱਤਾ ਜਾਂਦਾ ਹੈ

consumer / ਉਪਭੋਗਤਾ ਜੀਵ-ਜੰਤੂ ਜੋ ਹੋਰ ਜੀਵ ਖਾਣ ਨਾਲ ਆਪਣੀ ਊਰਜਾ ਅਤੇ ਪੋਸ਼ਟਿਕ ਤੱਤ ਪਾ ਲੈਂਦਾ ਹੈ

contact force / ਸੰਪਰਕ ਬਲ ਇੱਕ ਆਬਜੈਕਟ ਨੂੰ ਇੱਕ ਆਬਜੈਕਟ ਨਾਲ ਧੱਕਣ ਜਾਂ ਖਿੱਚੇ ਜੋ ਇਸ ਨੂੰ ਛੂਹ ਰਹੇ ਹਨ

continental margin / ਮਹਾਂਦੀਪੀ ਮਾਰਜਿਨ ਸਮੁੰਦਰੀ ਤਲਾ ਜੋ ਖ਼ੁਸ਼ਕ ਜ਼ਮੀਨ ਅਤੇ ਡੂੰਘੀ ਸਮੁੰਦਰੀ ਛਾਲੇ ਦੇ ਵਿਚਕਾਰ ਸਥਿਤ ਹੈ, ਜਿਸ ਵਿੱਚ ਮਹਾਂਦੀਪ, ਪਨਾਹ, ਢਲਾਨ ਅਤੇ ਵਾਯੇ ਸ਼ਾਮਲ ਹਨ

continuous spectrum / ਨਿਰੰਤਰ ਸਪੈਕਟਰਮ ਇਲੈਕਟ੍ਰੋਮੈਗਨੈਟਿਕ ਰੇਡੀਏਸ਼ਨ ਦੀ ਫ੍ਰੀਕੁਐਂਸੀਸ ਜਾਂ ਤਰੰਗਲੈਥਾਂ ਦਾ ਇੱਕ ਅਨੋਖਾ ਕ੍ਰਮ, ਜੋ ਅਕਸਰ ਇੱਕ ਪ੍ਰਚੱਲਤ ਸਰੋਤ ਦੁਆਰਾ ਉਤਾਰਿਆ ਜਾਂਦਾ ਹੈ

control rod / ਕੰਟਰੋਲ ਰਾਡ ਨਿਊਟਰੋਨ-ਜਜ਼ਬ ਕਰਨ ਵਾਲਾ ਡੰਡੇ ਜੋ ਮੁਕਤ ਨਿਊਟ੍ਰੋਨਸ ਦੀ ਸੰਖਿਆ ਨੂੰ ਸੀਮਿਤ ਕਰਕੇ ਪਰਮਾਣੂ ਪ੍ਰਤੀਕਿਰਆ ਨੂੰ ਕੰਟਰੋਲ ਕਰਨ ਵਿੱਚ ਸਹਾਇਤਾ ਕਰਦਾ ਹੈ

controlled experiment / ਨਿਯੰਤ੍ਰਿਤ ਪ੍ਰਯੋਗ ਇੱਕ ਤਜਰਬਾ ਜਿਸ ਵਿੱਚ ਕਿ ਇੱਕ ਪ੍ਰਯੋਗਾਤਮਕ ਸਮੂਹ ਦੇ ਨਾਲ ਇੱਕ ਨਿਯੰਤਰਣ ਸਮੂਹ ਦੀ ਤੁਲਨਾ ਕਰਕੇ ਇੱਕ ਸਮੇਂ ਕੇਵਲ ਇੱਕ ਕਾਰਕ ਦੀ ਜਾਂਚ ਕੀਤੀ ਜਾਂਦੀ ਹੈ

convection / ਸੰਵਹਿਣ ਘਣਤਾ ਵਿੱਚ ਅੰਤਰਾਂ ਕਾਰਨ ਪਦਾਰਥ ਦੀ ਗਤੀ; ਪਦਾਰਥ ਦੀ ਗਤੀ ਕਾਰਨ ਊਰਜਾ ਦਾ ਟ੍ਰਾਂਸਫਰ ਕਰ ਸਕਦੀ ਹੈ

convergent boundary / ਕਨਵਰਜੈਂਟ ਸੀਮਾ ਟੈਕਟੋਨਿਕ ਪਲੇਟਾਂ ਵਿਚਕਾਰ ਸੀਮਾ ਜੋ ਇੱਕ ਦੂਜੇ ਵੱਲ ਵਧ ਰਹੇ ਹਨ

conversion factor / ਪਰਿਵਰਤਨ ਕਾਰਕ ਇੱਕ ਅਨੁਪਾਤ ਜੋ ਦੋ ਵੱਖ ਵੱਖ ਇਕਾਈਆਂ ਦੀ ਸਮਾਨਤਾ ਤੋਂ ਲਿਆ ਗਿਆ ਹੈ ਅਤੇ ਇਹ ਇੱਕ ਯੂਨਿਟ ਤੋਂ ਦੂਜੀ ਤੱਕ ਤਬਦੀਲ ਕਰਨ ਲਈ ਵਰਤਿਆ ਜਾ ਸਕਦਾ ਹੈ

convex spherical mirror / ਬਾਹਰੀ ਗੋਲਾਕਾਰ ਮਿਰਰ ਇੱਕ ਸ਼ੀਸ਼ਾ, ਜਿਸਦਾ ਪ੍ਰਤੀਬਿੰਬਤ ਸਤਹ ਇੱਕ ਗੋਲੇ ਦੀ ਇੱਕ ਬਾਹਰੀ-ਕਰਵ ਵਾਲਾ ਭਾਗ ਹੈ

copolymer / ਕੋਪੋਲੀਮਰ ਦੋ ਵੱਖੋ-ਵੱਖਰੇ ਮੋਨੋਮਰਾਂ ਤੋਂ ਬਣਾਇਆ ਇੱਕ ਪੋਲੀਮਰ

core / ਕੋਰ ਧਰਤੀ ਦੇ ਮੱਧ ਹਿੱਸੇ ਦੀ ਲੱਕੜ ਹੇਠਾਂ; ਜੋ ਸੂਰਜ ਦਾ ਕੇਂਦਰ ਵੀ ਹੈ

Coriolis effect / ਕੋਰੀਓਲਿਸ ਪ੍ਰਭਾਵ ਧਰਤੀ ਦੇ ਚੱਕਰ ਕਾਰਨ ਸਿੱਧੇ ਪੱਖ ਦੀ ਬਜਾਇ ਵਸਤੂ ਦੇ ਘੁੰਮਣ ਦੇ ਪੱਥ ਦਾ ਵਰਕਦਾਰ ਹੋਣ

cosmic microwave background (CMB) / ਬ੍ਰਹਿਮੰਡੀ ਮਾਈਕ੍ਰੋਵੇਵ ਪਿਛੋਕੜ (ਸੀ.ਬੀ.ਬੀ.) ਸਪੇਸ ਵਿੱਚ ਹਰੇਕ ਦਿਸ਼ਾ ਤੋਂ ਰੇਡੀਏਸ਼ਨ ਲਗੱਭਗ ਇਕੋ ਜਿਹਾ ਸੀ; ਵੱਡੇ ਧਮਾਕਾ ਦੇ ਇੱਕ ਬਕੀਏ ਨੂੰ ਮੰਨਿਆ ਜਾਂਦਾ ਹੈ

covalent bond / ਸਹਿਕਾਰਤਾ ਬਾਂਡ ਇੱਕ ਬੰਧਨ ਉਦੋਂ ਬਣਾਇਆ ਗਿਆ ਜਦੋਂ ਅਟੱਮ ਇਲੈਕਟ੍ਰੌਨਸ ਦੇ ਇੱਕ ਜਾਂ ਦੋ ਤੋਂ ਜਿਆਦਾ ਜੋੜਾਂ ਨੂੰ ਸਾਂਝਾ ਕਰਦਾ ਹੈ

crest / ਚੋਟੀ ਸੰਤੁਲਨ ਦੀ ਸਥਿਤੀ ਤੋਂ ਉੱਪਰ ਸਭ ਤੋਂ ਉੱਚਾ ਸਥਾਨ

criterion / ਮਾਪਦੰਡ (ਬਹੁ ਮਾਪਦੰਡ) ਵਿਸ਼ੇਸ਼ ਜ਼ਰੂਰਤਾਂ ਅਤੇ ਮਾਪਦੰਡ ਜਿਨ੍ਹਾਂ ਨੂੰ ਇੱਕ ਡਿਜ਼ਾਇਨ ਨੂੰ ਪੂਰਾ ਕਰਨ ਚਾਹੀਦਾ ਹੈ;ਇੰਜੀਨੀਅਰਿੰਗ ਡਿਜ਼ਾਇਨ ਵਿੱਚ, ਇੱਕ ਖਾਸ ਲੋੜ ਜੋ ਇੱਕ ਡਿਜ਼ਾਇਨ ਜਾਂ ਹੱਲ ਨੂੰ ਪੂਰਾ ਕਰਨਾ ਚਾਹੀਦਾ ਹੈ, ਅਕਸਰ ਇੱਕ ਸਮੱਸਿਆ ਨੂੰ ਪਰਿਭਾਸ਼ਿਤ ਕਰਦੇ ਸਮੇਂ ਨਿਰਧਾਰਤ ਕੀਤਾ ਜਾਂਦਾ ਹੈ

critical angle / ਨਾਜ਼ੁਕ ਕੋਨ ਜੋ ਘਟਨਾ ਦਾ ਨਿਊਨਤਮ ਕੋਣ ਹੈ, ਜਿਸ ਲਈ ਕੁੱਲ ਅੰਦਰੂਨੀ ਰਿਫਲਿਕਸ਼ਨ ਹੁੰਦੀ ਹੈ

critical mass / ਨਾਜ਼ੁਕ ਪੁੰਜ ਇੱਕ ਫਿਸ਼ਨੇਬਲ ਆਈਸੋਟੈਪ ਦਾ ਨਿਊਨਤਮ ਪੁੰਜ ਜੋ ਚੇਨ ਪ੍ਰਤੀਕ੍ਰਿਆ ਨੂੰ ਕਾਇਮ ਰੱਖਣ ਲਈ ਲੋੜੀਂਦੇ ਨਿਊਟ੍ਰੰਸ ਦੀ ਗਿਣਤੀ ਪ੍ਰਦਾਨ ਕਰਦੀ ਹੈ

critical point / ਨਾਜ਼ੁਕ ਬਿੰਦੂ ਤਾਪਮਾਨ ਅਤੇ ਦਬਾਅ ਜਿਸ ਵਿਚ ਇੱਕ ਪਦਾਰਥ ਦੇ ਗੈਸ ਅਤੇ ਤਰਲ ਸਥਿਤੀ ਇਕੋ ਜਿਹੇ ਹੁੰਦੇ ਹਨ ਅਤੇ ਇੱਕ ਪੜਾਅ ਬਣਦੇ ਹਨ

critical pressure / ਨਾਜ਼ੁਕ ਦਬਾਅ ਸਭ ਤੋਂ ਘੱਟ ਦਬਾਅਜਿਸ ਤੇ ਇੱਕ ਪਦਾਰਥ ਗੰਭੀਰ ਪੱਧਰ ਤੇ ਤਰਲ ਦੇ ਰੂਪ ਵਿੱਚ ਮੌਜੂਦ ਹੋ ਸਕਦਾ ਹੈ

critical temperature / ਨਾਜ਼ੁਕ ਤਾਪਮਾਨ ਉਪਰੋਕਤ ਤਾਪਮਾਨ ਜਿਸ ਤੋਂ ਉਪਜ ਤਰਲ ਸਥਿਤੀ ਵਿਚ ਮੌਜੂਦ ਨਹੀਂ ਹੋ ਸਕਦੀ

crossing over / ਉਵਰ ਤੋਂ ਪਾਰ ਅਰਧ-ਵਿਤਰਕ ਦੇ ਦੌਰਾਨ ਸਮਲਿੰਗਾਤਮਕ ਕ੍ਰੋਮੋਸੋਮਸ ਦੇ ਵਿਚਕਾਰ ਕ੍ਰੋਮੋਸੋਮ ਦੇ ਭਾਗਾਂ ਦਾ ਆਦਾਨ-ਪ੍ਰਦਾਨ

crust / ਪਪੜੀ ਧਰਤੀ ਦੇ ਪੱਥਰ ਅਤੇ ਠੋਸ ਬਾਹਰਲੀ ਪਰਤ ਨੂੰ ਮੈਟਲ ਤੋਂ ਉੱਪਰ; ਮਹਾਂਦੀਪ ਅਤੇ ਸਮੁੰਦਰੀ ਛਾਤੀ ਲਿਥੋਥਫੀਲਰ ਦਾ ਉਪਰਲਾ ਹਿੱਸਾ ਬਣਦੀ ਹੈ

cryosphere / ਕ੍ਰਾਈਸਫੀਅਰ ਹਾਈਡਰੋਸੱਫੇਰ ਦਾ ਹਿੱਸਾ ਜੋ ਕਿ ਜੰਮਿਆ ਪਾਣੀ ਹੁੰਦਾ ਹੈ, ਅਕਸਰ ਵਾਯੂਮੰਡਲ ਵਿੱਚ ਬਰਫ਼ ਨੂੰ ਛੱਡਕੇ; ਕਈ ਵਾਰ ਧਰਤੀ ਦੀ ਪ੍ਰਣਾਲੀ ਦਾ ਇੱਕ ਖੇਤਰ ਮੰਨਿਆ ਜਾਂਦਾ ਹੈ

ਪੰਜਾਬੀ

crystal / ਕ੍ਰਿਸਟਲ ਇੱਕ ਠੋਸ ਜਿਸਦਾ ਪਰਮਾਣੂ, ਆਇਤਨ, ਜਾਂ ਅਣੂ ਇੱਕ ਨਿਯਮਤ, ਦੁਹਰਾਉਣ ਦੇ ਪੈਟਰਨ ਵਿੱਚ ਪ੍ਰਬੰਧ ਕੀਤੇ ਜਾਂਦੇ ਹਨ

crystal structure / ਕ੍ਰਿਸਟਲ ਬਣਤਰ ਕ੍ਰਿਸਟਲ ਬਣਾਉਣ ਲਈ ਨਿਜ਼ਮਿਤ ਰੂਪ ਵਿੱਚ ਐਟਮ, ਆਇਤਨ, ਜਾਂ ਅਣੂ ਦੇ ਪ੍ਰਬੰਧ

crystalline solid / ਕ੍ਰਿਸਟਾਲਿਨ ਠੋਸ ਇੱਕ ਠੋਸ ਜਿਸ ਵਿੱਚ ਕ੍ਰਿਸਟਲ ਸ਼ਾਮਲ ਹੁੰਦੇ ਹਨ

cultural behavior / ਸਭਿਆਚਾਰਕ ਵਿਹਾਰ ਵਿਹਾਰ ਜੋ ਕੁਦਰਤੀ ਚੋਣ ਦੁਆਰਾ ਸਿੱਖਣ ਅਤੇ ਨਾ ਕਰਕੇ ਇੱਕੋ ਆਬਾਦੀ ਦੇ ਮੈਂਬਰਾਂ ਵਿਚਕਾਰ ਪਾਸ ਕੀਤਾ ਜਾਂਦਾ ਹੈ

cyanobacteria / ਸਾਇਨੋਬੈਕਟੀਰੀਆ (ਸਿੰਗੁਲਰ ਸਾਇਨੋਬੈਕਟੀਰੀਅਮ) ਬੈਕਟੀਰੀਆ ਜੋ ਪ੍ਰਕਾਸ਼ ਸੰਸ਼ਲੇਸ਼ਣ ਨੂੰ ਪੂਰਾ ਕਰ ਸਕਦੇ ਹਨ; ਕਈ ਵਾਰ ਜਿਸਨੂੰ ਨੀਲੀ-ਹਰੀ ਜਿਲਬ ਕਿਹਾ ਜਾਂਦਾ ਹੈ

cyclic process / ਚੱਕਰ ਪ੍ਰਕਿਰਿਆ ਇੱਕ ਥਰਮੋਡਾਇਨਾਇਕ ਪ੍ਰਕਿਰਿਆ ਜਿਸ ਵਿੱਚ ਇੱਕ ਸਿਸਟਮ ਉਸੇ ਸ਼ਰਤਾਂ ਤੇ ਵਾਪਸ ਆਉਂਦਾ ਹੈ ਜਿਸ ਦੇ ਤਹਿਤ ਇਸਨੂੰ ਚਾਲੂ ਕੀਤਾ ਜਾਂਦਾ ਹੈ

cycloalkane / ਸਾਈਕਲੋਐਲਕੇਨ ਇੱਕ ਸੰਤ੍ਰਿਪਤ ਕਾਰਬਨ ਸ਼੍ਰੇਣੀ ਜੋ ਇੱਕ ਲੂਪ ਜਾਂ ਰਿੰਗ ਬਣਾਉਂਦਾ ਹੈ

cytokinesis / ਸਾਟੋਕਨੀਸਿਸ ਉਸ ਪ੍ਰਕਿਰਿਆ ਦੁਆਰਾ ਜਿਸ ਨੂੰ ਸੈੱਲ ਸਿਨੋਪਲਾਸਮ ਵੰਡਦਾ ਹੈ

D

Dalton's law of partial pressures / ਡਾਲਟਨ ਦੇ ਅਧੂਰੇ ਦਬਾਅ ਦੇ ਨਿਯਮ ਕਾਨੂੰਨ ਜੋ ਕਹਿੰਦਾ ਹੈ ਕਿ ਗੈਸਾਂ ਦਾ ਮਿਸ਼ਰਣ ਦਾ ਸਮੁੱਚਾ ਦਬਾਅ ਕੰਪੋਨੈਂਟ ਗੈਸਾਂ ਦੇ ਅੰਸ਼ਕ ਦਬਾਅ ਦੇ ਬਰਾਬਰ ਹੁੰਦਾ ਹੈ

daughter nuclide / ਡਾਉਟਰ ਨੂਕਲਾਈਡ ਇਕ ਨੂਕਲਾਈਡ ਜਿਸ ਨੂੰ ਕਿਸੇ ਹੋਰ ਨੂਕਲਾਈਡ ਦੇ ਰੇਡੀਓਐਕਟਿਵ ਸਲਤਨਨ ਦੁਆਰਾ ਬਣਾਇਆ ਗਿਆ ਹੈ

decay series / ਸੜਨ ਦੀ ਲੜੀ ਸਥਿਰ ਨਾਈਕਲਾਈਡ ਤੱਕ ਪਹੁੰਚਣ ਤਕ ਲਗਾਤਾਰ ਰੇਡੀਓ-ਐਕਟਿਵ ਖਾਰਜ ਦੁਆਰਾ ਤਿਆਰ ਕੀਤੇ ਰੇਡੀਓ ਐਕਟਿਵ ਨਿਊਕਲੀਡਜ਼ ਦੀ ਇੱਕ ਲੜੀ

decibel / ਡੈਸੀਬਲ ਇੱਕ ਅਯਾਮੀ ਇਕਾਈ ਜੋ ਆਵਾਜ਼ ਦੀ ਦੋ ਤੀਬਰਤਾ ਦਾ ਅਨੁਪਾਤ ਦੱਸਦਾ ਹੈ; ਸੁਣਵਾਈ ਦਾ ਥ੍ਰੈਸ਼ੋਲਡ ਆਮ ਤੌਰ 'ਤੇ ਸੰਦਰਭ ਤੀਬਰਤਾ ਦੇ ਤੌਰ 'ਤੇ ਵਰਤਿਆ ਜਾਂਦਾ ਹੈ

decision matrix / ਨਿਰਣਾ ਮੈਟ੍ਰਿਕਸ ਇੱਕੋ ਸਮੇਂ 'ਤੇ ਕਈ ਵਿਕਲਪਾਂ ਦਾ ਮੁਲਾਂਕਣ ਕਰਨ ਲਈ ਨਿਰਣਾ ਲੈਣ ਵਾਲਾ ਯੰਤਰ

decomposition reaction / ਵਿਰਾਮ ਪ੍ਰਤਿਕਿਰਿਆ ਇੱਕ ਪ੍ਰਤੀਕਿਰਿਆ ਜਿਸ ਵਿਚ ਇੱਕ ਕੰਪਾਉਂਡ ਦੇ ਦੋ ਜਾਂ ਜ਼ਿਆਦਾ ਸਧਾਰਨ ਪਦਾਰਥ ਬਣਾਉਣ ਲਈ ਟੁੱਟਦਾ ਹੈ

deforestation / ਜੰਗਲਾਂ ਦੀ ਕਟਾਈ ਜੰਗਲਾਂ ਨੂੰ ਸਾਫ਼ ਕਰਨ ਦੀ ਪ੍ਰਕਿਰਿਆ

delta / ਡੈਲਟਾ ਇੱਕ ਝਰਨ ਦੇ ਆਕਾਰ ਦੇ ਤਲਛਟ ਦਾ ਇੱਕ ਸਟਰੀਟ ਦੇ ਮੂੰਹ ਉੱਤੇ ਜਮਾ; ਉਦਾਹਰਣ ਵਜੋਂ, ਡੈਲਟਾ ਫਾਰਮ ਜਿੱਥੇ ਧੁੱਪ ਇੱਕ ਮਹਾਦੀਪ ਦੇ ਕਿਨਾਰੇ ਸਮੁੰਦਰ ਵਿੱਚ ਵਹਿੰਦੀ ਹੈ

denature / ਇਨਫੇਮੈਂਟ ਪ੍ਰੋਟੀਨ ਨੂੰ ਗਰਮ ਕਰਨ, ਧਮਾਕੇ, ਜਾਂ ਪ੍ਰੋਟੀਨ ਨਾਲ ਇਲਾਜ ਕਰਨ ਵਾਲੀ ਐਸਿਡ, ਅਲਕੀ, ਜਾਂ ਹੋਰ ਪ੍ਰਜਾਤੀਆਂ ਦੁਆਰਾ ਪ੍ਰੋਟੀਨ ਦੀ ਢਾਂਚਾ ਜਾਂ ਰੂਪ -ਅਤੇ ਇਸ ਪ੍ਰਕਾਰ ਘੁਲਣਸ਼ੀਲਤਾ ਅਤੇ ਹੋਰ ਵਿਸ਼ੇਸ਼ਤਾਵਾਂ- ਬਦਲਣ ਲਈ

density / ਘਣਤਾ ਕਿਸੇ ਪਦਾਰਥ ਦੇ ਪੁੰਜ ਦਾ ਪਦਾਰਥ ਦੀ ਮਾਤਰਾ ਦਾ ਅਨੁਪਾਤ; ਆਮ ਤੌਰ 'ਤੇ ਘਣਾਂ ਅਤੇ ਤਰਲ ਲਈ ਪ੍ਰਤੀ ਘਣ ਸੈਂਟੀਮੀਟਰ ਗ੍ਰਾਮ ਵਜੋਂ ਅਤੇ ਗੈਸਾਂ ਲਈ ਪ੍ਰਤੀ ਲੀਟਰ ਗ੍ਰਾਮ ਵਜੋਂ ਪ੍ਰਗਟ ਕੀਤਾ ਜਾਂਦਾ ਹੈ

density-dependent factor / ਘਣਤਾ-ਨਿਰਭਰ ਫੈਕਟਰ ਵਾਤਾਵਰਣ ਪ੍ਰਤੀਰੋਧ ਜੋ ਆਬਾਦੀ ਨੂੰ ਬਹੁਤ ਪ੍ਰਭਾਵਿਤ ਕਰਦੀ ਹੈ ਜੋ ਬਹੁਤ ਜ਼ਿਆਦਾ ਭੀੜ-ਭੜੱਕਾ ਬਣ ਗਈ ਹੈ

density-independent factor / ਘਣਤਾ-ਸੁਤੰਤਰ ਕਾਰਕ ਵਾਤਾਵਰਣ ਪ੍ਰਤੀਰੋਧ ਜੋ ਅਬਾਦੀ ਘਣਤਾ ਦੀ ਪਰਵਾਹ ਕੀਤੇ ਬਿਨਾਂ ਆਬਾਦੀ ਨੂੰ ਪ੍ਰਭਾਵਿਤ ਕਰਦੀ ਹੈ

deposition / ਛੇਟ ਜਿਸ ਪ੍ਰਕਿਰਿਆ ਦੁਆਰਾ ਸਮੱਗਰੀ ਉਤਰ ਦਿੱਤੀ ਜਾਂਦੀ ਹੈ, ਜਿਵੇਂ ਕਿਸੇ ਰੇਤ ਰਾਹੀਂ ਰੇਤ ਜਾਂ ਗਾਰ; ਨਾਲ ਹੀ ਇਹ ਪ੍ਰਕਿਰਿਆ ਜਿਸ ਦੁਆਰਾ ਠੰਢ ਬਣਦੀ ਹੈ ਜਦੋਂ ਪਾਣੀ ਦੀ ਭਾਪ ਇੱਕ ਠੋਸ ਵਜੋਂ ਘਸੀ ਗੈਸ ਤੋਂ ਸਥਿਤੀ ਦੇ ਸਿੱਧੇ ਤੌਰ 'ਤੇ ਇੱਕ ਠੋਸ ਤਰੀਕੇ ਨਾਲ ਤਬਦੀਲੀ

derived unit / ਪ੍ਰਾਪਤ ਇਕਾਈ ਮਾਪ ਦੀ ਇੱਕ ਇਕਾਈ ਇਹ ਹੋਰ ਮਾਪਾਂ ਦਾ ਸੁਮੇਲ ਹੈ

desertification / ਉਜਾੜ ਜਿਸ ਪ੍ਰਕਿਰਿਆ ਦੁਆਰਾ ਮਨੁੱਖੀ ਗਤੀਵਿਧੀਆਂ ਜਾਂ ਜਲਵਾਯੂ ਪਰਿਵਰਤਨ ਸੁਹਾਵਣਾ ਜਾਂ ਸੈਮੀਰੀਡ ਖੇਤਰਾਂ ਨੂੰ ਹੋਰ ਉਜੜੇ ਖੇਤਰਾਂ ਵਿਚ ਬਦਲਦੇ ਹਨ

destructive interference / ਵਿਨਾਸ਼ਕਾਰੀ ਦਖਲਅੰਦਾਜੀ ਦੇ ਜਾਂ ਦੋ ਤੋਂ ਵੱਧ ਲਹਿਰਾਂ ਦੀ ਸੁਪਰਪਾਸ਼ਨ ਜਿਸ ਵਿੱਚ ਸੰਤੁਲਨ ਦੀ ਸਥਿਤੀ ਦੇ ਉਲਟ ਪਾਸੇ ਵਿਅਕਤੀਗਤ ਡਿਸਪਲੇਸਮੈਂਟ ਨੂੰ ਪਰਿਭਾਸ਼ਿਤ ਲਹਿਰ ਦੇ ਰੂਪ ਵਿੱਚ ਜੋੜ ਦਿੱਤਾ ਜਾਂਦਾ ਹੈ

diffraction / ਵਿਆਖਿਆ ਇੱਕ ਲਹਿਰ ਦੀ ਦਿਸ਼ਾ ਵਿੱਚ ਇੱਕ ਤਬਦੀਲੀ ਜਦੋਂ ਲਹਿਰ ਇੱਕ ਰੁਕਾਵਟ, ਇੱਕ ਖੁੱਲਣ ਵਾਲਾ, ਜਾਂ ਇੱਕ ਕਿਨਾਰੇ ਦਾ ਸਾਹਮਣਾ ਕਰਦੀ ਹੈ

diffusion / ਫੈਲਾਅ ਘੱਟ ਘਣਤਾ ਦੇ ਖੇਤਰਾਂ ਵਿੱਚ ਉੱਚ ਘਣਤਾ ਦੇ ਖੇਤਰਾਂ ਤੋਂ ਕਣਾਂ ਦੀ ਗਤੀ

dihybrid cross / ਡੀ-ਹਾਇਬ੍ਰਿੱਡ ਕਰਾਸ ਦੇ ਵੱਖੋ-ਵੱਖਰੇ ਗੁਣਾਂ ਦੇ ਦੋ ਜੋੜੇ ਸ਼ਾਮਲ ਹੋਣ ਵਾਲੇ ਜੀਵਾਂ ਦੇ ਵਿਚਕਾਰ, ਕਰਾਸ ਜਾਂ ਮੇਲ ਕਰਾਉਣ ਵਾਲੇ

dimensional analysis / ਅਯਾਮੀ ਵਿਸ਼ਲੇਸ਼ਣ ਇੱਕ ਗਣਿਤ ਦੀ ਤਕਨੀਕ ਜੋ ਮਾਪਿਆਂ ਦੀਆਂ ਸਮੱਸਿਆਵਾਂ ਨੂੰ ਹੱਲ ਕਰਨ ਲਈ ਕਿਸੇ ਨੂੰ ਇਕਾਈ ਦੀ ਵਰਤੋਂ ਕਰਨ ਦੀ ਇਜਾਜ਼ਤ ਦਿੰਦਾ ਹੈ

dipole / ਡੀਪੋਲ ਇੱਕ ਅਣੂ ਜਾਂ ਇੱਕ ਅਣੂ ਦਾ ਹਿੱਸਾਜਿਸ ਵਿੱਚ ਸਕਾਰਾਤਮਕ ਅਤੇ ਨੈਗੇਟਿਵ ਚਾਰਜ ਕੀਤੇ ਖੇਤਰ ਸ਼ਾਮਲ ਹਨ

diprotic acid / ਡਾਇਪਰੋਟਕ ਐਸਿਡ ਇੱਕ ਐਸਿਡ ਜਿਸ ਦੇ ਦੋ ਅਯੋਜਨ ਹੋਣ ਵਾਲੇ ਹਾਇਡ੍ਰੋਜਨ ਐਟਮ ਹਨ ਜੋ ਕਿ ਹਰ ਅਣੂ ਵਿਚ ਹੁੰਦੇ ਹਨ, ਜਿਵੇਂ ਕਿ ਸਲਫੁਰਿਕ ਐਸਿਡ

direct current / ਡਾਇਰੈਕਟ ਕਰੰਟ ਇੱਕ ਇਲੈਕਟ੍ਰਿਕ ਸਟੰਟ ਜੋ ਇੱਕ ਦਿਸ਼ਾ ਵਿੱਚ ਵਹਿੰਦਾ ਹੈ

direct proportion / ਸਿੱਧਾ ਅਨੁਪਾਤ ਦੇ ਵੇਅਰੀਏਬਲਜ਼ ਦਾ ਰਿਸ਼ਤਾ ਜਿਸਦਾ ਅਨੁਪਾਤ ਇੱਕ ਲਗਾਤਾਰ ਮੁੱਲ ਹੈ

directional selection / ਦਿਸ਼ਾ ਨਿਰਦੇਸ਼ਨ ਚੋਣ ਕੁਦਰਤੀ ਚੋਣ ਦਾ ਮਾਰਗ ਜਿਸ ਵਿੱਚ ਇੱਕ ਅਸਧਾਰਨ ਫੈਨੋਟਾਈਪ ਨੂੰ ਵਧੇਰੇ ਆਮ ਫੈਨੋਟਾਈਪ ਉੱਤੇ ਚੁਣਿਆ ਗਿਆ ਹੈ

disaccharide / ਡਿਸਕਾਕਰਾਈਡ ਦੇ ਮੋਨੋਸੈਕਚਾਰਾਈਡਸ ਤੋਂ ਬਣੀ ਇੱਕ ਖੰਡ

discharge / ਡਿਸਚਾਰਜ ਪਾਣੀ ਦੀ ਮਾਤਰਾ ਜੋ ਕਿਸੇ ਦਿੱਤੇ ਗਏ ਸਮੇਂ ਵਿਚ ਬਾਹਰ ਆਉਂਦੀ ਹੈ

dispersion / ਫੈਲਾਅ ਇਸ ਦੇ ਹਿੱਸੇ ਤਰੰਗ-ਲੰਬਾਈ ਵਿੱਚ ਪੋਲੀਕਰੋਮੈਟਿਕਲ ਰੌਸ਼ਨੀ ਨੂੰ ਵੱਖ ਕਰਨ ਦੀ ਪ੍ਰਕਿਰਿਆ

displacement / ਵਿਸਥਾਪਨ ਕਿਸੇ ਇਕਾਈ ਦੀ ਸਥਿਤੀ ਵਿਚ ਤਬਦੀਲੀ

disproportionation / ਗੈਰ-ਅਨੁਪਾਤ ਜਿਸ ਪ੍ਰਕਿਰਿਆ ਦੁਆਰਾ ਇੱਕ ਪਦਾਰਥ ਦੇ ਜਾਂ ਵੱਧ ਅਸਮਾਨ ਪਦਾਰਥਾਂ ਵਿੱਚ ਤਬਦੀਲ ਹੋ ਜਾਂਦਾ ਹੈ,ਆਮ ਤੌਰ 'ਤੇ ਇਕੋ ਵੇਲੇ ਆਕਸੀਕਰਨ ਅਤੇ ਕਮੀ ਨਾਲ

disruptive selection / ਭੰਨਣਯੋਗ ਚੋਣ ਕੁਦਰਤੀ ਚੋਣ ਦਾ ਮਾਰਗ, ਜਿਸ ਵਿੱਚ ਦੋ ਉਲਟ, ਪਰ ਬਰਾਬਰ ਆਮ ਤੌਰ 'ਤੇ, ਫੈਨੋਟਾਈਪ ਨੂੰ ਸਭ ਤੋਂ ਵੱਧ ਆਮ ਫੈਨੋਟਾਈਪ ਉੱਤੇ ਚੁਣਿਆ ਜਾਂਦਾ ਹੈ

dissociation / ਵੱਖ ਕਰਨਾ ਇੱਕ ਅਣੂ ਦੇ ਵੱਖਰੇ-ਵੱਖਰੇ ਅਣੂ, ਐਟੰਮ, ਰੈਡੀਕਲਸ, ਜਾਂ ਆਇਨਾਂ ਵਿਚ ਵੱਖ ਕਰਦੇ ਹਨ

divergent boundary / ਭਿੰਨ ਸੀਮਾ ਇੱਕ ਦੂਜੇ ਤੋਂ ਦੂਰ ਚਲੇ ਜਾਣ ਵਾਲੇ ਦੇ ਟੇਕੋਟੈਨਿਕ ਪਲੇਟਾਂ ਦੇ ਵਿਚਕਾਰ ਦੀ ਸੀਮਾ

DNA; deoxyribonucleic acid / ਡੀ.ਐਨ.ਏ.; ਡਾਈਕਸੀਰਾਈਬੋਨਕਲੀਕ ਐਸਿਡ ਅਣੂਆ, ਜੋ ਸਾਰੇ ਜੀਵਾਂ ਵਿਚ ਜੈਨੇਟਿਕ ਜਾਣਕਾਰੀ ਰੱਖਦਾ ਹੈ

DNA polymerase / ਡੀਐਨਏ ਪੋਲੀਮੇਰੇਜ ਐੱਨਜ਼ਾਈਮ ਜੋ ਕਿ ਨਿਊਕਲੀਓਟਾਇਡ ਦੇ ਵਿਚਕਾਰ ਬਾਂਡ ਬਣਾਉਂਦਾ ਹੈ, ਇਸਦੇ ਦੌਰਾਨ ਡੀਐਨਏ ਦੀ ਇੱਕ ਜਿਹੀ ਬਾਂਡ ਬਣਾਉਂਦਾ ਹੈ

DNA replication / ਡੀ.ਐਨ.ਏ. ਦਾ ਦੁਹਰਾਓ ਡੀ.ਐਨ.ਏ. ਦੀ ਕਾਪੀ ਬਣਾਉਣ ਦੀ ਪ੍ਰਕਿਰਿਆ

dominant / ਪ੍ਰਭਾਵੀ ਐਲਐਲ ਜੋ ਉਦੋਂ ਪ੍ਰਗਟ ਹੁੰਦਾ ਹੈ ਜਦੋਂ ਦੋ ਵੱਖਰੀਆਂ ਐਲੀਲਜ਼ ਕਿਸੇ ਜੀਵਾਣੂ ਦੇ ਜੀਨਟਾਈਪ ਵਿਚ ਮੌਜੂਦ ਹੁੰਦੇ ਹਨ

doping / ਡੋਪਿੰਗ ਇੱਕ ਸੈਮੀਕੰਡਕਟਰ ਨੂੰ ਅਸ਼ੁੱਧਤਾ ਤੱਤ ਦੇ ਨਾਲ

Doppler effect / ਡੋਪਲਰ ਪ੍ਰਭਾਵ ਇੱਕ ਲਹਿਰ ਦੀ ਫ੍ਰੀਕੁਐਂਸੀ ਵਿੱਚ ਇੱਕ ਬਦਲਾਵ ਆਇਆ ਜਦੋਂ ਸਰੋਤ ਜਾਂ ਨਿਗਰਾਨ ਚੱਲ ਰਿਹਾ ਹੈ

double-displacement reaction / ਡਬਲ-ਵਿਸਥਾਪਨ ਪ੍ਰਤਿਕਿਰਿਆ ਇੱਕ ਪ੍ਰਤੀਕ੍ਰਿਆ ਜਿਸ ਵਿੱਚ ਦੋ ਮਿਸ਼ਰਣਾਂ ਦੇ ਆਇਤਨ ਦੇ ਨਵੇਂ ਮਿਸ਼ਰਣਾਂ ਨੂੰ ਬਣਾਉਣ ਲਈ ਇੱਕ ਜਲਣ ਦੇ ਹੱਲ ਵਿੱਚ ਸਥਾਨਾਂ ਦਾ ਆਦਾਨ ਪ੍ਰਦਾਨ ਕਰਦੇ ਹਨ

drainage basin / ਡਰੇਨੇਜ ਬੇਸਿਨ ਸਮੁੱਚੇ ਖੇਤਰ ਦਾ ਇੱਕ ਦਰਿਆ, ਨਦੀ ਪ੍ਰਣਾਲੀ, ਜਾਂ ਪਾਣੀ ਦੇ ਹੋਰ ਇਕਾਈ ਵਿੱਚ ਨਿਕਾਸੀ ਹੋਣੀ; ਇੱਕ ਵਾਟਰਸ਼ੈੱਡ

drift velocity / ਡ੍ਰਿਫਟ ਵਿਲੋਸਿਟੀ ਬਿਜਲੀ ਦੇ ਖੇਤਰ ਵਿਚ ਚਲੇ ਜਾਣ ਵਾਲੇ ਚਾਰਜ ਕੈਰੀਅਰ ਦਾ ਨੈਟ ਵੇਗ

ductility / ਲਚਕਤਾ ਇੱਕ ਪਦਾਰਥ ਦੀ ਸਮਰੱਥਾ ਨੂੰ ਪਤਲਾ ਜਾਂ ਕਿਸੇ ਤਾਰ ਵਿੱਚ ਖਿੱਚਿਆ ਜਾਣ ਦੀ ਸਮਰੱਥਾ

E

earthquake / ਭੂਚਾਲ ਜ਼ਮੀਨ ਦੀ ਲਹਿਰ ਜਾਂ ਕੰਬਣੀ ਜੋ ਕਿ ਊਰਜਾ ਦੀ ਅਚਾਨਕ ਖੁੱਲ੍ਹਣ ਕਾਰਨ ਹੁੰਦੀ ਹੈ ਜਦੋਂ ਚੋਟੀਆਂ ਦੀ ਇੱਕ ਨੁਕਸਦਾਰ ਹਿੱਲ-ਜੁੱਲ ਹੁੰਦੀ ਹੈ

eccentricity / ਵਿਪਰੀਤਤਾ ਅੰਡਾਕਾਰ ਭਵਨ ਦੀ ਲੰਬਾਈ ਵਧਾਉਣ ਦੀ ਡਿਗਰੀ (ਚਿੰਨ੍ਹ, e)

ecological niche / ਪਰਿਆਵਰਣਕ ਸਥਾਨ ਸਾਰੇ ਭੌਤਿਕ, ਰਸਾਇਕ ਅਤੇ ਜੀਵ-ਵਿਗਿਆਨਕ ਕਾਰਕ ਜੋ ਕਿ ਇੱਕ ਪ੍ਰਜਾਤੀ ਨੂੰ ਇੱਕ ਈਕੋਸਿਸਟਮ ਵਿੱਚ ਬਚਣਾ, ਤੰਦਰੁਸਤ ਰਹਿਣ ਅਤੇ ਮੁੜ ਉਤਪਾਦਨ ਦੀ ਜਰੂਰਤ ਹੈ

ecological succession / ਵਾਤਾਵਰਣ ਉਤਰਾਧਿਕਾਰ ਜੀਵਾਣੂ ਪਰਿਵਰਤਨ ਦੇ ਕ੍ਰਮਜੋ ਕਿਸੇ ਤਬਾਹ ਹੋਏ ਸਮੁਦਾਏ ਨੂੰ ਮੁੜ ਨਵਾਂ ਬਣਾਉਂਦੇ ਹਨ ਜਾਂ ਪਹਿਲਾਂ ਰਹਿ ਰਹੇ ਖੇਤਰ ਵਿੱਚ ਇੱਕ ਕਮਿਊਨਿਟੀ ਸ਼ੁਰੂ ਕਰਦੇ ਹਨ

ecosystem / ਪਰਿਆਵਰਣ ਸਿਸਟਮ ਇਕ ਖੇਤਰ ਵਿਚ ਜੀਵਾਣੂਆਂ ਦਾ ਇਕੱਠਾ ਹੋਣਾ ਅਤੇ ਬੇਲੋੜੀਆਂ ਚੀਜ਼ਾਂ ਅਤੇ ਕਾਰਕ ਜਿਵੇਂ ਕਿ ਮਿੱਟੀ, ਪਾਣੀ, ਚਟਾਨਾਂ ਅਤੇ ਜਲਵਾਯੂ

ecosystem services / ਈਕੋਸਿਸਟਮ ਸੇਵਾਵਾਂ ਇੱਕ ਖੇਤਰ ਦੇ ਵਾਤਾਵਰਣ ਦੀ ਕਾਰਜ ਜਾਂ ਪ੍ਰਕਿਰਿਆਜੋ ਜੀਵਨ ਨੂੰ ਕਾਇਮ ਰੱਖਣ ਵਿੱਚ ਮਦਦ ਕਰਦਾ ਹੈ ਜਾਂ ਮਹੱਤਵਪੂਰਣ ਸਰੋਤ ਵਿੱਚ ਯੋਗਦਾਨ ਪਾਉਂਦਾ ਹੈ

effervescence / ਚਿਕਿਤਸਕ ਉਬਾਲ ਕੇ ਨਹੀਂ ਸਗੋਂ ਗੈਸ ਦੀ ਤੇਜ਼ੀ ਤੋਂ ਬਚਣ ਦੇ ਕਾਰਨ ਇੱਕ ਤਰਲ ਦਾ ਇੱਕ ਬੁਲਬੁਲਾ

efficiency / ਕੁਸ਼ਲਤਾ ਇੱਕ ਆਮਦਨੀ, ਜੋ ਆਮ ਤੌਰ 'ਤੇ ਪ੍ਰਤੀਸ਼ਤ ਦੇ ਤੌਰ 'ਤੇ ਦਰਸਾਈ ਜਾਂਦੀ ਹੈ, ਜੋ ਕਿ ਇੰਪੁੱਟ ਦੇ ਕੰਮ ਕਰਨ ਲਈ ਕੰਮ ਦੇ ਅਨੁਪਾਤ ਦੇ ਅਨੁਪਾਤ ਨੂੰ ਮਾਪਦੀ ਹੈ

effusion / ਇਫੀਊਜ਼ਨ ਇੱਕ ਛੋਟੇ ਜਿਹੇ ਖੁੱਲ੍ਹਣ ਨਾਲ ਦਬਾਅ ਹੇਠ ਗੈਸ ਦਾ ਪਾਸ ਹੋਣਾ

elastic collision / ਲਚਕੀਲੀ ਟੱਕਰ ਇੱਕ ਟੱਕਰ ਜਿਸ ਵਿੱਚ ਕੁੱਲ ਗਤੀ ਅਤੇ ਕੁੱਲ ਗਤੀ ਸ਼ਕਤੀ ਲਗਾਤਾਰ ਸਥਿਰ ਰਹਿੰਦੀ ਹੈ

elastic potential energy / ਲਚਕੀਲੀ ਸਮਰੱਥ ਊਰਜਾ ਕਿਸੇ ਵੀ ਵਿਵਹਾਰਿਤ ਲਚਕੀਲੇ ਵਸਤੂ ਵਿਚ ਜਮ੍ਹਾ ਊਰਜਾ

electrical conductor / ਬਿਜਲੀ ਕੰਡਕਟਰ ਇੱਕ ਸਮਗਰੀ ਜਿਸ ਵਿੱਚ ਚਾਰਜਾਂ ਨੂੰ ਅਜ਼ਾਦ ਰੂਪ ਵਿੱਚ ਅੱਗੇ ਵਧਾਇਆ ਜਾ ਸਕਦਾ ਹੈ

electrical energy / ਬਿਜਲੀ ਊਰਜਾ ਉਹ ਊਰਜਾ ਜੋ ਉਹਨਾਂ ਦੇ ਅਹੁਦਿਆਂ ਕਾਰਨ ਚਾਰਜ ਵਾਲੇ ਕਣਾਂ ਨਾਲ ਜੁੜੀ ਹੁੰਦੀ ਹੈ

electrical insulator / ਇਲੈਕਟ੍ਰੀਕਲ ਇਨਸੈਸਟਰ ਇੱਕ ਸਮਗਰੀ ਜਿਸ ਵਿੱਚ ਚਾਰਜ ਅਜ਼ਾਦ ਨਹੀਂ ਘੁੰਮ ਸਕਦੇ

electrical potential energy / ਬਿਜਲੀ ਸੰਭਾਵੀ ਊਰਜਾ ਇਲੈਕਟ੍ਰਿਕ ਫੀਲਡ ਵਿੱਚ ਆਪਣੀ ਸਥਿਤੀ ਦੇ ਕਾਰਨ ਇੱਕ ਚਾਰਜ ਨਾਲ ਸਬੰਧਤ ਸੰਭਾਵੀ ਊਰਜਾ

electric circuit / ਇਲੈਕਟ੍ਰਿਕ ਸਰਕਟ ਇਲੈਕਟ੍ਰਾਨਿਕ ਸੰਜੋਗਾਂ ਦਾ ਇੱਕ ਜੋੜਾ ਇਸ ਤਰ੍ਹਾਂ ਜੋੜਿਆ ਗਿਆ ਹੈ ਕਿ ਉਹ ਚਾਰਜ ਦੇ ਅੰਦੋਲਨ ਲਈ ਇੱਕ ਜਾਂ ਵੱਧ ਮੁਕੰਮਲ ਪਾਥ ਮੁਹੱਈਆ ਕਰਦੇ ਹਨ

electric current / ਇਲੈਕਟ੍ਰਿਕ ਸਟੈਂਡਰਡ ਉਸ ਦਰ ਜਿਸ ਤੇ ਬਿਜਲੀ ਦੇ ਖਰਚੇ ਇੱਕ ਦਿੱਤੇ ਬਿੰਦੂ ਪਾਸ ਕਰਦੇ ਹਨ

electric field / ਇਲੈਕਟ੍ਰਿਕ ਫੀਲਡ ਇੱਕ ਵਜੇ ਆਬਜੈਕਟ ਦੁਆਲੇ ਸਪੇਸ ਜਿਸ ਵਿੱਚ ਕਿਸੇ ਹੋਰ ਦੋਸ਼ ਆਇਦ ਨੂੰ ਇੱਕ ਇਲੈਕਟ੍ਰਿਕ ਫੋਰਸ ਦਾ ਅਨੁਭਵ ਹੁੰਦਾ ਹੈ

electric potential / ਬਿਜਲੀ ਸੰਭਾਵੀ ਇੱਕ ਅਜਿਹਾ ਕੰਮ ਜਿਸ ਨੂੰ ਬਿਜਲੀ ਬਲਾਂ ਦੇ ਵਿਰੁੱਧ ਕੀਤਾ ਜਾਣਾ ਚਾਹੀਦਾ ਹੈ, ਜੋ ਕਿ ਚਾਰਜ ਦੁਆਰਾ ਵੰਡਿਆ ਸਵਾਲ ਵਿੱਚ ਇੱਕ ਬਿੰਦੂ ਤੋਂ ਹਵਾਲਾ ਪੁਆਇੰਟ ਲਈ ਚਾਰਜ ਲਗਾਉਣਾ ਹੈ

electrochemical cell / ਇਲੈਕਟ੍ਰੋ - ਰਸਾਇਣਕ ਸੈੱਲ ਇੱਕ ਸਿਸਟਮ ਜਿਸ ਵਿੱਚ ਇਲੈਕਟੋਲਾਈਟ ਪੇਜ ਦੁਆਰਾ ਵੱਖ ਕੀਤੇ ਦੋ ਇਲੈਕਟ੍ਰੇਡਸ ਹੁੰਦੇ ਹਨ

electrochemistry / ਇਲੈਕਟ੍ਰੋਕੈਮੀਸਰੀ ਕੈਮਿਸਟਰੀ ਦੀ ਬ੍ਰਾਂਚ ਹੈ ਜੋ ਇਲੈਕਟ੍ਰਿਕ ਬਲਾਂ ਅਤੇ ਰਸਾਇਣਕ ਪ੍ਰਤੀਕ੍ਰਿਆਵਾਂ ਦੇ ਸਬੰਧਾਂ ਦਾ ਅਧਿਐਨ ਹੈ

electrode / ਇਲੈਕਟ੍ਰੇਡ ਇੱਕ ਕੰਡਕਟਰ ਜੋ ਸਰਕਟ ਦੇ ਨਾਨਮੈਟਿਕ ਹਿੱਸੇ ਨਾਲ ਬਿਜਲਈ ਸੰਪਰਕ ਸਥਾਪਿਤ ਕਰਨ ਲਈ ਵਰਤਿਆ ਜਾਂਦਾ ਸੀ, ਜਿਵੇਂ ਕਿ ਇਲੈਕਟ੍ਰੋਲਾਈਟ

electrode potential / ਇਲੈਕਟ੍ਰੇਡ ਸੰਭਾਵੀ ਇੱਕ ਇਲੈਕਟ੍ਰੇਡ ਅਤੇ ਇਸ ਦੇ ਹੱਲ ਦੇ ਵਿਚਕਾਰ ਸੰਭਾਵਨਾ ਵਿੱਚ ਅੰਤਰ

electrolysis / ਬਿਜਲੀ ਦਾ ਵਿਸ਼ਲੇਸ਼ਣ ਉਹ ਪ੍ਰਕਿਰਿਆ ਜਿਸ ਵਿਚ ਇੱਕ ਬਿਜਲੀ ਦਾ ਪ੍ਰਯੋਗ ਕੈਮੀਕਲ ਪ੍ਰਤੀਕ੍ਰਿਆ ਪੈਦਾ ਕਰਨ ਲਈ ਕੀਤਾ ਜਾਂਦਾ ਹੈ, ਜਿਵੇਂ ਕਿ ਪਾਣੀ ਦੀ ਸੜਨ

electrolyte / ਇਲੈਕਟੋਲਾਈਟ ਇੱਕ ਪਦਾਰਥ ਜੋ ਕਿ ਘੋਲ ਬਣਾਉਣ ਲਈ ਪਾਣੀ ਵਿੱਚ ਘੁਲ ਜਾਂਦਾ ਹੈ ਜੋ ਕਿ ਬਿਜਲੀ ਦੇ ਕਰੰਟ ਦਾ ਪ੍ਰਬੰਧ ਕਰਦਾ ਹੈ

electrolytic cell / ਇਲੀਟੇਲਾਈਟਿਕ ਸੈੱਲ ਇੱਕ ਇਲੈਕਟ੍ਰੋਮਿਕਲ ਡਿਵਾਈਸ ਜਿਸ ਵਿੱਚ ਬਿਜਲੀ ਦਾ ਪ੍ਰਵਾਹ ਜੰਤਰ ਵਿੱਚ ਹੁੰਦਾ ਹੈ

electromagnet / ਇਲੈਕਟ੍ਰੋਮੈਗਨੇਟ ਇੱਕ ਚੁੰਬਕ, ਜਿਸ ਵਿੱਚ ਇੱਕ ਲੋਹੇ ਦੇ ਕੋਰ ਦੇ ਦੁਆਲੇ ਲਪੇਟੀਆਂ ਤਾਰਾਂ ਦਾ ਇੱਕ ਕੁੰਡ ਸ਼ਾਮਲ ਹੋ ਸਕਦਾ ਹੈ, ਜੋ ਕੇਵਲ ਉਦੋਂ ਹੀ ਚੁੰਬਕੀ ਹੁੰਦਾ ਹੈ ਜਦੋਂ ਤਾਰਾਂ ਦੁਆਰਾ ਬਿਜਲੀ ਕਰੰਟ ਵਹਿੰਦਾ ਹੈ

electromagnetic induction / ਇਲੈਕਟ੍ਰੋਮੈਗਨੇਟਿਕ ਇੰਡੈਕਸ਼ਨ ਇੱਕ ਪਰਿਵਰਤਨ ਚੁੰਬਕੀ ਖੇਤਰ ਦੁਆਰਾ ਇੱਕ ਸਰਕਟ ਵਿੱਚ ਇੱਕ ਕਰੰਟ ਬਣਾਉਣ ਦੀ ਪ੍ਰਕਿਰਿਆ

electromagnetic radiation / ਇਲੈਕਟ੍ਰੋਮੈਗਨੇਟਿਕ ਰੇਡੀਏਸ਼ਨ ਬਿਜਲੀ ਅਤੇ ਚੁੰਬਕੀ ਖੇਤਰ ਨਾਲ ਸੰਬੰਧਿਤ ਰੇਡੀਏਸ਼ਨ; ਇਹ ਸਮੇਂ-ਸਮੇਂ ਬਦਲਦਾ ਹੈ ਅਤੇ ਚਾਨਣ ਦੀ ਗਤੀ ਤੇ ਯਾਤਰਾ ਕਰਦਾ ਹੈ

electromagnetic spectrum / ਇਲੈਕਟ੍ਰੋਮੈਗਨੇਟਿਕ ਸਪੈਕਟ੍ਰਮ ਇਲੈਕਟ੍ਰੋਮੈਗਨੇਟਿਕ ਰੇਡੀਏਸ਼ਨ ਦੇ ਸਾਰੇ ਫ੍ਰੀਵੈਂਸੀਜ਼ ਜਾਂ ਵੇਵੈਲਿਥਿਜ,ਜੋ ਇੱਕ ਬਿਜਲੀ ਅਤੇ ਚੁੰਬਕੀ ਖੇਤਰ ਨਾਲ ਜੁੜਿਆ ਹੋਇਆ ਰੇਡੀਏਸ਼ਨ ਹੈ, ਜਿਸ ਵਿਚ ਦਰਸਾਇਆ ਗਿਆ ਰੌਸ਼ਨੀ ਵੀ ਸ਼ਾਮਲ ਹੈ

electromagnetic wave / ਇਲੈਕਟ੍ਰੋਮੈਗਨੇਟਿਕ ਲਹਿਰ ਇੱਕ ਲਹਿਰ ਜਿਸ ਵਿੱਚ ਬਿਜਲੀ ਅਤੇ ਚੁੰਬਕੀ ਖੇਤਰਾਂ ਵਿੱਚ ਆਵਰਣ ਹੁੰਦਾ ਹੈ, ਜੋ ਕਿ ਪ੍ਰਕਾਸ਼ ਦੀ ਰੋਸ਼ਨੀ ਤੇ ਸਰੋਤ ਤੋਂ ਬਾਹਰ ਵੱਲ ਵਿਕਸਤ ਕਰਦੇ ਹਨ

electron / ਇਲੈਕਟ੍ਰੋਨ ਇੱਕ ਉਪ-ਆਟੋਮੇਟਿਵ ਕਣ ਜਿਸ ਵਿੱਚ ਨੈਗੇਟਿਵ ਚਾਰਜ ਹੈ

electron affinity / ਇਲੈਕਟ੍ਰੋਨ ਐਨੀਮੈਂਟ ਊਰਜਾ ਤਬਦੀਲੀ ਜੋ ਉਦੋਂ ਵਾਪਰਦੀ ਹੈ ਜਦੋਂ ਕਿਸੇ ਨਿਰਪੱਖ ਪਰਮਾਣੂ ਦੁਆਰਾ ਇੱਕ ਇਲੈਕਟ੍ਰੋਨ ਹਾਸਲ ਕੀਤਾ ਜਾਂਦਾ ਹੈ

electron capture / ਇਲੈਕਟ੍ਰੋਨ ਕੈਪਚਰ ਉਹ ਪ੍ਰਕਿਰਿਆ ਜਿਸ ਵਿੱਚ ਇੱਕ ਅੰਦਰੂਨੀ-ਆਰਕਟਲਿਤਰਿਕ ਇਲੈਕਟ੍ਰੋਨ ਨੂੰ ਐਟਮ ਦੇ ਨਿਊਕਲੀਅਸ ਦੁਆਰਾ ਫੜਿਆ ਜਾਂਦਾ ਹੈ ਜਿਸ ਵਿੱਚ ਇਲੈਕਟ੍ਰੋਨ ਹੁੰਦਾ ਹੈ

electron configuration / ਇਲੈਕਟ੍ਰਾਨ ਦੀ ਸੰਰਚਨਾ ਇੱਕ ਐਟਮ ਵਿਚ ਇਲੈਕਟ੍ਰੋਨ ਦਾ ਪ੍ਰਬੰਧ

electron-dot notation / ਇਲੈਕਟ੍ਰੋਨ-ਡਾਟ ਸੰਕੇਤ ਇੱਕ ਇਲੈਕਟ੍ਰੋਨ ਕੰਫਿਗਰੇਸ਼ਨ ਨਾਪ ਜਿਸ ਵਿੱਚ ਕਿਸੇ ਵਿਸ਼ੇਸ਼ ਤੱਤ ਦੇ ਪਰਮਾਣੂ ਦੇ ਸਿਰਫ ਹੀ ਬੈਲੈਂਸ ਇਲੈਕਟ੍ਰੋਨ ਦਿਖਾਇਆ ਗਿਆ ਹੈ, ਜੋ ਕਿ ਤੱਤ ਦੇ ਪ੍ਰਤੀਕ ਦੇ ਆਲੇ ਦੁਆਲੇ ਬਿੰਦੂਆਂ ਦੁਆਰਾ ਦਰਸਾਇਆ ਗਿਆ ਹੈ

electronegativity / ਇਲੈਕਟ੍ਰੋਨੈਗਟਿਟੀ ਇਲੈਕਟ੍ਰੋਨਾਂ ਨੂੰ ਆਕਰਸ਼ਿਤ ਕਰਨ ਲਈ ਇੱਕ ਰਸਾਇਣਕ ਯੰਤਰ ਵਿਚ ਇੱਕ ਐਟਮ ਦੀ ਕਾਬਲੀਅਤ

electroplating / ਇਲੈਕਟਰੋਪਲੇਟਿੰਗ ਇੱਕ ਧਾਤ ਨਾਲ ਇੱਕ ਵਸਤੂ ਨੂੰ ਪਲੇਟਿੰਗ ਜਾਂ ਕੋਟਿੰਗ ਦੀ ਇਲੀਟੇਲਾਈਟਿਕ ਪ੍ਰਕਿਰਿਆ

element / ਤੱਤ ਇੱਕ ਪਦਾਰਥਜੋ ਕਿ ਰਸਾਇਣਕ ਸਾਧਨ ਦੁਆਰਾ ਸੌਖੇ ਸਾਦੇ ਵਿਚ ਵੰਡਿਆ ਜਾਂ ਵੰਡਿਆ ਨਹੀਂ ਜਾ ਸਕਦਾ; ਇੱਕ ਤੱਤ ਦੇ ਸਾਰੇ ਐਟਮ ਇੱਕ ਐਟਮੀ ਨੰਬਰ ਹੁੰਦੇ ਹਨ

elimination reaction / ਖਤਮ ਕਰਨਾ ਪ੍ਰਤੀਕਿਰਿਆ ਪ੍ਰਤੀਕਰਮ ਜਿਸ ਵਿੱਚ ਇੱਕ ਸਧਾਰਨ ਅਣੂ, ਜਿਵੇਂ ਪਾਣੀ ਜਾਂ ਅਮੋਨੀਆ, ਨੂੰ ਹਟਾਇਆ ਜਾਂਦਾ ਹੈ ਅਤੇ ਇੱਕ ਨਵਾਂ ਕੰਪੌਂਡ ਪੈਦਾ ਹੁੰਦਾ ਹੈ

ellipse / ਅੰਡਾਕਾਰ ਇੱਕ ਅੰਡੇ ਦਾ ਆਕਾਰ, ਜੋ ਕਿ ਪੁਆਇੰਟ ਦੁਆਰਾ ਪਰਿਭਾਸ਼ਿਤ ਹੁੰਦਾ ਹੈ ਜਿਸ ਲਈ ਦੇ ਸਥਿਰ ਪੁਆਇੰਟ (ਫੋਸੀ) ਨੂੰ ਦੂਰੀਆਂ ਦਾ ਜੋੜ ਇੱਕ ਸਥਿਰ ਹੈ; ਇੱਕ ਚੱਕਰ ਇੱਕ ਜ਼ੀਰੋ ਵਿਪਰੀਤਤਾ ਦਾ ਅੰਡਾਕਾਰ ਹੈ

emergent spectrum / ਸਮਾਈ ਸਪੈਕਟਮ ਇੱਕ ਚਿੱਤਰ ਜਾਂ ਗ੍ਰਾਫ ਜੋ ਇੱਕ ਸ਼ਕਤੀਸ਼ਾਲੀ ਊਰਜਾ ਦੀ ਤਰੰਗ-ਲੰਬਾਈ ਨੂੰ ਦਰਸਾਉਂਦਾ ਹੈ ਜੋ ਪਦਾਰਥ ਨੂੰ ਸੋਖ ਲੈਂਦੀ ਹੈ

emission-line spectrum / ਨਿਕਾਸੀ-ਲਾਈਨ ਸਪੈਕਟਮ ਇਲੈਕਟ੍ਰੋਨਾਂ ਦੁਆਰਾ ਉਤਾਰੇ ਜਾਣ ਵਾਲੇ ਇਲੈਕਟ੍ਰੋਮੈਗਨੈਟਿਕ ਰੇਡੀਏਸ਼ਨ ਦੀਆਂ ਖਾਸ ਤਰੰਗਾਂ ਦੀ ਇੱਕ ਲੜੀ ਹੈ ਜਦੋਂ ਉਹ ਵੱਧ ਤੋਂ ਘੱਟ ਊਰਜਾ ਸਥਿਤੀ ਵੱਲ ਵਹਿੰਦੇ ਹਨ

empirical formula / ਅਨੁਭਵੀ ਫਾਰਮੂਲਾ ਇੱਕ ਰਸਾਇਣਕ ਫਾਰਮੂਲਾ ਜੋ ਕਿ ਸਾਧਾਰਨ ਅਨੁਪਾਤ ਵਿਚ ਅਨੁਸਾਰੀ ਅੰਕੜਿਆਂ ਅਤੇ ਅਣੂਆਂ ਦੀਆਂ ਕਿਸਮਾਂ ਦੇ ਰੂਪ ਵਿਚ ਇੱਕ ਸਮਰੂਪ ਦੀ ਬਣਤਰ ਨੂੰ ਦਰਸਾਉਂਦਾ ਹੈ

endothermic reaction / ਅੰਡੋਥਰਮਿਕ ਪ੍ਰਤੀਕਿਰਿਆ ਇੱਕ ਰਸਾਇਣਕ ਪ੍ਰਤੀਕਿਰਿਆ ਜਿਸ ਲਈ ਊਰਜਾ ਇੰਪੁੱਟ ਦੀ ਲੋੜ ਹੁੰਦੀ ਹੈ

end point / ਅੰਤਮ ਪੁਆਇੰਟ ਇਕ ਟਾਇਟਰੇਸ਼ਨ ਵਿਚ ਬਿੰਦੂ ਜਿੱਥੇ ਇੱਕ ਚਿੰਨ੍ਹਤ ਰੰਗ ਬਦਲਦਾ ਹੈ

energy budget / ਊਰਜਾ ਬਜਟ ਇੱਕ ਪ੍ਰਣਾਲੀ ਵਿਚ ਊਰਜਾ ਦੇ ਪ੍ਰਵਾਹ ਅਤੇ ਇੱਕ ਪ੍ਰਣਾਲੀ ਤੋਂ ਬਾਹਰ ਊਰਜਾ ਦੇ ਵਹਾਅ ਵਿਚਕਾਰ ਸੰਤੁਲਨ

energy pyramid / ਊਰਜਾ ਪਿਰਾਮਿਡ ਚਿੱਤਰਜੋ ਨਿਰਮਾਤਾ, ਪ੍ਰਾਇਮਰੀ ਖਪਤਕਾਰਾਂ ਅਤੇ ਹੋਰ ਟ੍ਰੋਫਿਕ ਪੱਧਰਾਂ ਦੁਆਰਾ ਵਰਤੇ ਗਏ ਊਰਜਾ ਦੀ ਤੁਲਨਾ ਕਰਦਾ ਹੈ

engineering design process / ਇੰਜੀਨੀਅਰਿੰਗ ਡਿਜ਼ਾਈਨ ਪ੍ਰਕਿਰਿਆ ਚਰਣਾਂ ਦੀ ਇੱਕ ਲੜੀ ਜੋ ਇੰਜੀਨੀਅਰ ਇੱਕ ਸਮੱਸਿਆ ਦੇ ਹੱਲ ਦੇ ਦੇ ਲਈ ਅਪਣਾਉਂਦੇ ਹਨ

enthalpy / ਐਂਥੇਲਪੀ ਇੱਕ ਸਿਸਟਮ ਦੀ ਅੰਦਰੂਨੀ ਊਰਜਾ ਅਤੇ ਪ੍ਰਣਾਲੀ ਦੇ ਆਇਤਨ ਦੇ ਉਤਪਾਦ ਅਤੇ ਇਸ ਪ੍ਰਣਾਲੀ ਦੇ ਆਲੇ ਦੁਆਲੇ ਦੇ ਪ੍ਰਭਾਵਾਂ ਦਾ ਦਬਾਅ

enthalpy change / ਐਂਥੇਲਪੀ ਤਬਦੀਲੀ ਲਗਾਤਾਰ ਦਬਾਅ ਤੇ ਇੱਕ ਪ੍ਰਕਿਰਿਆ ਦੌਰਾਨ ਕਿਸੇ ਸਿਸਟਮ ਦੁਆਰਾ ਗਰਮੀ ਦੇ ਤੌਰ 'ਤੇ ਪ੍ਰਗਟ ਕੀਤੀ ਊਰਜਾ ਦੀ ਮਾਤਰਾ ਜਾਂ ਸਮਗਰਤਾ

enthalpy of combustion / ਐਂਥੇਲਪੀ ਆਫ ਕੰਨਸਟਨ ਨਿਰੰਤਰ ਦਬਾਅ ਜਾਂ ਸਥਾਈ ਮਾਤਰਾ ਵਿੱਚ ਕਿਸੇ ਖਾਸ ਪਦਾਰਥ ਦੀ ਪੂਰਨ ਮਿਸ਼ਰਣ ਨਾਲ ਗਰਮੀ ਦੇ ਰੂਪ ਵਿੱਚ ਜਾਰੀ ਕੀਤੀ ਊਰਜਾ

enthalpy of reaction / ਪ੍ਰਤੀਕਿਰਿਆ ਦਾ ਐਂਥੇਲਪੀ ਇੱਕ ਰਸਾਇਣਕ ਪ੍ਰਤੀਕਿਰਿਆ ਦੌਰਾਨ ਗਰਮੀ ਦੇ ਤੌਰ 'ਤੇ ਪ੍ਰਗਟ ਕੀਤੀ ਗਈ ਊਰਜਾ ਦੀ ਮਾਤਰਾ

enthalpy of solution / ਐਂਥਲੱਪੀ ਆਫ ਸੋਲਨਲ ਇੱਕ ਨਿਰੋਲ ਦਵਾਈ ਵਿੱਚ ਘੁਲਣ ਦੀ ਇੱਕ ਖਾਸ ਮਾਤਰਾ ਵਿੱਚ ਘੁਲ ਜਾਣ ਤੇ ਊਰਜਾ ਦੀ ਮਾਤਰਾ ਜਾਂ ਗਰਮੀ ਦੇ ਤੌਰ 'ਤੇ ਸਮਾਈ ਦੇ ਜਾਂਦੀ ਹੈ

entropy / ਐਨਟ੍ਰੋਪੀ ਇੱਕ ਸਿਸਟਮ ਦੀ ਬੇਤਰਤੀਬਤਾ ਜਾਂ ਵਿਕਾਰ ਦਾ ਇੱਕ ਮਾਪ

environment / ਵਤਾਵਰਣ ਸਿਸਟਮ ਦੇ ਬਾਹਰਲੇ ਹਾਲਾਤ ਅਤੇ ਪ੍ਰਭਾਵਾਂ ਦਾ ਸੁਮੇਲ ਜੋ ਕਿ ਸਿਸਟਮ ਦੇ ਵਿਵਹਾਰ ਨੂੰ ਪ੍ਰਭਾਵਿਤ ਕਰਦੇ ਹਨ

enzyme / ਐਂਜ਼ਾਈਮ ਇਕ ਕਿਸਮ ਦੀ ਪ੍ਰੋਟੀਨ ਜੋ ਇੱਕ ਉਤਪੂਰਕ ਦੇ ਤੌਰ 'ਤੇ ਕੰਮ ਕਰਦੀ ਹੈ ਅਤੇ ਪੱਕੇ ਤੌਰ 'ਤੇ ਬਦਲੇ ਜਾਂ ਤਬਾਹ ਕੀਤੇ ਬਿਨਾਂ ਬਨਸਪਤੀ ਅਤੇ ਜਾਨਵਰਾਂ ਵਿਚ ਪਾਚਕ ਪ੍ਰਤੀਕਰਮਾਂ ਨੂੰ ਤੇਜ਼ ਕਰਦੀ ਹੈ

epicenter / ਉਪ ਸੈਂਟਰ ਭੁਚਾਲ ਦੇ ਸ਼ੁਰੂਆਤੀ ਬਿੰਦੂ ਜਾਂ ਫੋਕਸ ਉੱਪਰ ਸਿੱਧੇ ਹੀ ਧਰਤੀ ਦੀ ਸਤ੍ਹਾ 'ਤੇ ਬਿੰਦੂ

epigenetics / ਏਪੀਜੀਨੇਟਿਕਸ ਜੀਨ ਪ੍ਰਗਟਾਵੇ ਵਿਚ ਬਦਲਾਵਾਂ ਦਾ ਅਧਿਐਨ ਜੋ ਕਿ ਡੀ.ਐਨ.ਏ. ਕ੍ਰਮ ਵਿੱਚ ਤਬਦੀਲੀਆਂ ਨੂੰ ਸ਼ਾਮਲ ਨਹੀਂ ਕਰਦਾ

epistasis / ਏਪੀਸਟਾਸਿਸ ਜੀਨਾਂ ਦੇ ਸੰਪਰਕ ਜੋ ਐਲੇਅਲ ਨਹੀਂ ਹਨ, ਖਾਸ ਤੌਰ 'ਤੇ ਅਜਿਹੇ ਇੱਕ ਜੀਨ ਦੇ ਪ੍ਰਭਾਵ ਨੂੰ ਦੂਜੀ ਦੁਆਰਾ ਦਬਾਉਣ ਦੇ ਤੌਰ ਤੇ

equilibrium / ਸੰਤੁਲਨ ਰਸਾਇਣ ਵਿਗਿਆਨ ਵਿਚ, ਜਿਸ ਸਥਿਤੀ ਵਿਚ ਇੱਕ ਰਸਾਇਣਕ ਪ੍ਰਤੀਕਿਰਿਆ ਅਤੇ ਰਿਵਰਸ ਰਸਾਇਣਕ ਪ੍ਰਕਿਰਿਆ ਉਸੇ ਦਰ 'ਤੇ ਵਾਪਰਦੀ ਹੈ ਕਿ ਰਿਐਕੈਨਟਾਂ ਅਤੇ ਉਤਪਾਦਾਂ ਦੀ ਮਾਤਰਾ ਵਿਚ ਕੋਈ ਤਬਦੀਲੀ ਨਹੀਂ ਹੁੰਦੀ; ਭੌਤਿਕ ਵਿਗਿਆਨ ਵਿਚ, ਉਹ ਸਥਿਤੀ ਜਿਸ ਵਿਚ ਇੱਕ ਵਸਤੂ 'ਤੇ ਨੈੱਟ ਫੋਰਸ ਸਿਫਰ ਹੈ

equilibrium constant / ਸੰਤੁਲਨ ਸਥਿਰ ਇੱਕ ਅਜਿਹਾ ਨੰਬਰ ਜੋ ਇੱਕ ਦਿੱਤੇ ਤਾਪਮਾਨ ਤੇ ਇੱਕ ਦੂਜੇ ਨੂੰ ਪ੍ਰਤੀਕਰਮ ਕਰਨ ਯੋਗ ਰਸਾਇਣਕ ਪ੍ਰਤੀਕਿਰਿਆ ਦੇ ਉਤਪਾਦਾਂ ਅਤੇ ਉਤਪਾਦਾਂ ਦੇ ਸ਼ੁਰੂ ਹੋਣ ਦੀ ਮਾਤਰਾ ਨੂੰ ਸੰਕੇਤ ਕਰਦਾ ਹੈ

equilibrium vapor pressure / ਸੰਤੁਲਨ ਭਾਫ ਦਬਾਓ ਸੰਤੁਲਨ ਤੇ ਇੱਕ ਸਿਸਟਮ ਦੀ ਭਾਫ਼ ਦਾ ਦਬਾਓ

equivalence point / ਬਰਾਬਰਤਾ ਬਿੰਦੂ ਬਿੰਦੂਜਿਸ 'ਤੇ ਇੱਕ ਟਾਇਟਰੇਸ਼ਨ ਵਿਚ ਵਰਤੇ ਗਏ ਦੇ ਹੱਲ ਰਸਾਇਣਕ ਤੌਰ 'ਤੇ ਬਰਾਬਰ ਮਾਤਰਾ 'ਚ ਮੌਜੂਦ ਹਨ

erosion / ਢਹਿ ਹਵਾ ਅਤੇ ਚੱਲ ਰਹੇ ਪਾਣੀ ਵਰਗੇ ਕੁਦਰਤੀ ਏਜੰਟ ਦੁਆਰਾ ਸਮੱਗਰੀ ਨੂੰ ਹਟਾਉਣ ਅਤੇ ਟ੍ਰਾਂਸਪੋਰਟ; ਕਦੇ-ਕਦੇ ਵੱਡੇ ਅਰਥ ਵਿਚ ਵਰਤਿਆ ਜਾਂਦਾ ਹੈ ਜਿਸ ਵਿਚ ਮੌਸਮ ਦਾ ਮਾਹੌਲ ਸ਼ਾਮਲ ਹੁੰਦਾ ਹੈ

ester / ਐਸਟਰ ਸ਼ਰਾਬ ਦੇ ਨਾਲ ਇੱਕ ਜੈਵਿਕ ਐਸਿਡ ਦੇ ਸੰਯੋਜਨ ਨਾਲ ਬਣਾਈ ਇੱਕ ਜੈਵਿਕ ਮਿਸ਼ਰਣ ਜਿਸ ਨਾਲ ਪਾਣੀ ਖਤਮ ਹੋ ਜਾਂਦਾ ਹੈ

ether / ਈਥਰ ਇੱਕ ਜੈਵਿਕ ਮਿਸ਼ਰਣ ਜਿਸ ਵਿੱਚ ਦੋ ਆਕਸੀਜਨ ਪ੍ਰਮਾਣੂਆਂ ਲਈ ਦੋ ਕਾਰਬਨ ਐਟਮ ਬੰਧਨ ਹਨ

eusocial / ਸਮਾਜਕ ਜੀਵਾਣੂਆਂ ਦੀ ਜਨਸੰਖਿਆ ਜਿਸ ਵਿਚ ਹਰੇਕ ਜੀਵਾਣੂ ਦੀ ਭੂਮਿਕਾ ਵਿਸ਼ੇਸ਼ ਹੈ ਅਤੇ ਨਾ ਕਿ ਸਾਰੇ ਜੀਵ ਜਣਨਗੀਆਂ

evaporation / ਉਪਕਰਣ ਇੱਕ ਤਰਲ ਤੋਂ ਗੈਸ ਤੱਕ ਪਦਾਰਥ ਬਦਲਣਾ

evolution / ਵਿਕਾਸਵਾਦ ਸਮੇਂ ਦੇ ਨਾਲ ਇੱਕ ਪ੍ਰਜਾਤੀ ਵਿੱਚ ਤਬਦੀਲੀ;ਜੈਵਿਕ ਪਰਿਵਰਤਨਾਂ ਦੀ ਪ੍ਰਕਿਰਿਆ ਜਿਸ ਦੁਆਰਾ ਵੰਸ਼ ਦੇ ਪੂਰਵਜ ਆਪਣੇ ਪੂਰਵਜਾਂ ਤੋਂ ਵੱਖਰੇ ਹਨ

excess reactant / ਵਾਧੂ ਪ੍ਰਕਿਰਤਕ ਪਦਾਰਥ ਜੋ ਪੂਰੀ ਤਰ੍ਹਾਂ ਪ੍ਰਤੀਕਰਮ ਵਿੱਚ ਵਰਤੀ ਨਹੀਂ ਜਾਂਦੀ

excited state / ਉਤਸੁਕ ਸਥਿਤੀ ਇੱਕ ਸਥਿਤੀ ਜਿਸ ਵਿੱਚ ਇੱਕ ਅਟਾਮ ਦੀ ਗੁੰਜਾਇਸ਼ ਤੇ ਇਸ ਤੋਂ ਵੱਧ ਊਰਜਾ ਹੁੰਦੀ ਹੈ

exon / ਐਕਸੋਨ ਡੀ.ਐਨ.ਏ. ਦੇ ਕ੍ਰਮ ਜੋ ਪ੍ਰੋਟੀਨ ਸਿੰਥੇਸਿਸ ਲਈ ਜਾਣਕਾਰੀ ਕੋਡ ਕਰਦੇ ਹਨ

exothermic reaction / ਐਕਸੋਥਰਮਿਕ ਪ੍ਰਤੀਕ੍ਰਿਆ ਇੱਕ ਰਸਾਇਣਕ ਪ੍ਰਤੀਕ੍ਰਿਆਜਿਸ ਵਿੱਚ ਊਰਜਾ ਮਾਹੌਲ ਨੂੰ ਗਰਮੀ ਦੇ ਤੌਰ 'ਤੇ ਜਾਰੀ ਕੀਤਾ ਜਾਂਦਾ ਹੈ

exponential growth / ਪ੍ਰਤੀਪਾਦਕ ਵਾਧਾ ਥੋੜ੍ਹੇ ਸਮੇਂ ਲਈ ਆਬਾਦੀ ਵਿੱਚ ਨਾਟਕੀ ਵਾਧਾ

extensive property / ਵਿਆਪਕ ਸੰਪਤੀ ਇੱਕ ਸੰਪਤੀ ਜੋ ਕਿਸੇ ਸਿਸਟਮ ਦੀ ਹੱਦ ਜਾਂ ਅਕਾਰ ਤੇ ਨਿਰਭਰ ਕਰਦੀ ਹੈ

extinction / ਵਿਨਾਸ਼ ਧਰਤੀ ਤੋਂ ਇਕ ਪ੍ਰਜਾਤੀ ਨੂੰ ਖਤਮ ਕਰਨਾ

F

facilitated adaptation / ਸਹਾਇਕ ਅਨੁਕੂਲਣ ਇਕ ਪ੍ਰਕਿਰਿਆ ਜਿਸ ਵਿਚ ਇਨਸਾਨਾਂ ਨੂੰ ਘਾਤਕ ਆਬਾਦੀਆਂ ਦੀਆਂ ਜੀਵਾਣੂਆਂ ਨੂੰ ਜੀਵਾਣੂਆਂ ਨੂੰ ਬਦਲ ਕੇ ਬਦਲਣ ਦੀ ਅਗਵਾਈ ਮਿਲਦੀ ਹੈ

family / ਪਰਿਵਾਰ ਆਵਰਤੀ ਸਾਰਣੀ ਦਾ ਇੱਕ ਲੰਬਕਾਰੀ ਕਾਲਮ

fatty acid / ਫੈਟੀ ਐਸਿਡ ਇੱਕ ਜੈਵਿਕ ਐਸਿਡ ਜਿਸ ਵਿੱਚ ਲਿਪਿਡ ਵਿੱਚ ਫੈਲਿਆ ਹੁੰਦਾ ਹੈ, ਜਿਵੇਂ ਕਿ ਚਰਬੀ ਜਾਂ ਤੇਲ

fault / ਨੁਕਸ ਚੱਟਾਨ ਦੇ ਸਰੀਰ ਵਿਚ ਇੱਕ ਬ੍ਰੇਕ ਜਿਸਦੇ ਨਾਲ ਇੱਕ ਬਲਾਕ ਦੂਜੇ ਦੇ ਬਰਾਬਰ ਹੁੰਦਾ ਹੈ; ਭੁਰਭੁਰਾ ਦੇ ਦਬਾਅ ਦਾ ਇੱਕ ਰੂਪ

feedback / ਫੀਡਬੈਕ ਕਿਸੇ ਸਿਸਟਮ ਜਾਂ ਪ੍ਰਕਿਰਿਆ ਬਾਰੇ ਜਾਣਕਾਰੀ ਦੀ ਵਾਪਸੀ ਜੋ ਕਿ ਸਿਸਟਮ ਜਾਂ ਪ੍ਰਕਿਰਿਆ ਵਿੱਚ ਤਬਦੀਲੀ ਨੂੰ ਪ੍ਰਭਾਵਤ ਕਰ ਸਕਦੇ ਹਨ; ਉਹ ਜਾਣਕਾਰੀ ਜੋ ਵਾਪਸ ਕਰ ਦਿੱਤੀ ਗਈ ਹੈ

feedback loop / ਫੀਡਬੈਕ ਲੂਪ ਜਾਣਕਾਰੀ ਜੋ ਕਿ ਆਦਰਸ਼ ਮੁੱਲਾਂ ਦੇ ਸੈੱਟ ਅਤੇ ਹੋਮਿਓਸਟੈਸਿਸ ਨੂੰ ਬਣਾਏ ਰੱਖਣ ਵਿਚ ਸਹਾਇਤਾ ਕਰਦਾ ਹੈ

felsic / ਫਲੇਸਿਕ ਮੈਗਮਾ ਜਾਂ ਅਗਨੀਤ ਚੱਟਾਨ ਦਾ ਵਰਣਨ ਕਰਦਾ ਹੈ ਜੋ ਕਿ ਫਲੇਡ ਸਪਾਰਸ ਅਤੇ ਸਿਲਿਕਾ ਵਿੱਚ ਅਮੀਰ ਹੈ ਅਤੇ ਇਹ ਆਮ ਤੌਰ 'ਤੇ ਰੰਗ ਵਿੱਚ ਹਲਕੀ ਹੈ

field force / ਫੀਲਡ ਫੋਰਸ ਸਿੱਧੇ ਸੰਪਰਕ ਦੇ ਬਜਾਏ ਦੂਰੀ ਤੇ ਇੱਕ ਫੋਰਸ ਲਗਾਇਆ ਗਿਆ ਹੈ

film badge / ਫਿਲਮ ਬੈਜ ਇੱਕ ਉਪਕਰਣ ਜੋ ਕਿ ਰੇਡੀਏਸ਼ਨ ਦੇ ਨਾਲ ਕੰਮ ਕਰਨ ਵਾਲੇ ਲੋਕਾਂ ਦੁਆਰਾ ਦਿੱਤੇ ਗਏ ਸਮੇਂ ਵਿੱਚ ਪ੍ਰਾਪਤ ਕੀਤੀ ਰੇਡੀਏਸ਼ਨ ਦੀ ਅਨੁਮਾਨਤ ਮਾਤਰਾ ਨੂੰ ਮਾਪਦਾ ਹੈ

fission / ਖੰਡਣ ਉਹ ਪ੍ਰਕਿਰਿਆ ਜਿਸ ਰਾਹੀਂ ਨਿਊਕਲੀਅਸ ਦੋ ਜਾਂ ਦੋ ਤੋਂ ਵੱਧ ਟੁਕੜਿਆਂ ਵਿਚ ਵੰਡਦਾ ਹੈ ਅਤੇ ਨਿਊਟਰਨ ਅਤੇ ਊਰਜਾ ਨੂੰ ਜਾਰੀ ਕਰਦਾ ਹੈ

fitness / ਤੰਦਰੁਸਤੀ ਜਨਸੰਖਿਆ ਦੇ ਦੂਜੇ ਮੈਂਬਰਾਂ ਦੇ ਮੁਕਾਬਲੇ ਅਨੁਪਾਤ ਨੂੰ ਬਚਾਉਣ ਅਤੇ ਪੈਦਾ ਕਰਨ ਦੀ ਇੱਕ ਜੀਵਣਯੋਗ ਸਮਰੱਥਾ ਦਾ ਮਾਪ

fluid / ਤਰਲ ਇੱਕ ਨੇਨੇਸੰਗਡ ਪਦਾਰਥ ਵਾਲੀ ਸਥਿਤੀ ਜਿਸ ਵਿਚ ਪਰਮਾਣੂ ਜਾਂ ਅਣੂ ਇੱਕ ਦੂਜੇ ਤੋਂ ਪਿੱਛੇ ਜਾਣ ਲਈ ਅਜਾਦ ਹੁੰਦੇ ਹਨ ਜਿਵੇਂ ਕਿ ਗੈਸ ਜਾਂ ਤਰਲ ਵਿੱਚ

focus / ਫੋਕਸ ਧਰਤੀ ਦੇ ਅੰਦਰ ਇੱਕ ਨੁਕਸ ਵਾਲੇ ਸਥਾਨ ਜਿਸ ਤੇ ਭੁਚਾਲ ਦਾ ਪਹਿਲਾ ਪ੍ਰਸਾਰ ਹੁੰਦਾ ਹੈ; ਇੱਕ ਅੰਡਾਕਾਰ ਦੇ ਦੋ ਕੇਂਦਰੀ ਪਰਿਭਾਸ਼ਿਤ ਬਿੰਦੂਆਂ ਵਿੱਚੋਂ ਇੱਕ

foliation / ਫਾਲੀਏਸ਼ਨ ਮੈਟਾਮੋਫਿਕ ਰੌਕ ਟੈਕਸਟਚਰ ਜਿਸ ਵਿਚ ਖਣਿਜ ਦਾਏ ਜਹਾਜ਼ਾਂ ਜਾਂ ਬੈਂਡਾਂ ਵਿਚ ਰੱਖੇ ਜਾਂਦੇ ਹਨ

food chain / ਫੂਡ ਚੇਨ ਮਾਡਲ, ਜੋ ਉਹਨਾਂ ਦੇ ਖੁਰਾਕ ਰਿਸ਼ਤੇ ਦੁਆਰਾ ਜੀਵਣਾਂ ਨੂੰ ਜੋੜਦਾ ਹੈ

food web / ਫੂਡ ਵੈਬ ਮਾਡਲ ਜੋ ਇੱਕ ਪਰਿਆਵਰਣ ਪ੍ਰਣਾਲੀ ਦੇ ਅੰਦਰ ਰਿਸ਼ਤੇਦਾਰਾਂ ਦੇ ਖੁਰਾਕ ਦੇ ਗੁੰਝਲਦਾਰ ਨੈੱਟਵਰਕ ਨੂੰ ਦਿਖਾਉਂਦਾ ਹੈ

force / ਫੋਰਸ ਇੱਕ ਸਰੀਰ ਉੱਤੇ ਇੱਕ ਕਾਰਵਾਈ ਕੀਤੀ ਗਈ ਜੋ ਸਰੀਰ ਦੇ ਅਰਾਮ ਦੀ ਅਵਸਥਾ ਜਾਂ ਮੋਸ਼ਨ ਨੂੰ ਬਦਲਣ ਦੀ ਪ੍ਰਵਿਰਤੀ ਕਰਦਾ ਹੈ; ਤਾਕਤ ਦੇ ਪੱਧਰ ਅਤੇ ਦਿਸ਼ਾ ਸਕਦੀ ਹੈ

Multilingual Science Glossary

formula equation / ਫਾਰਮੂਲੇ ਸਮੀਕਰਨ ਪ੍ਰਤੀਕਾਂ ਅਤੇ ਉਨ੍ਹਾਂ ਦੇ ਪ੍ਰਤੀਕਾਂ ਜਾਂ ਫਾਰਮੂਲੇ ਦੁਆਰਾ ਇੱਕ ਰਸਾਇਕ ਪ੍ਰਤੀਕਿਰਿਆ ਦੇ ਉਤਪਾਦਾਂ ਦੀ ਨੁਮਾਇੰਦਗੀ

formula mass / ਫਾਰਮੂਲਾ ਪੁੰਜ ਕਿਸੇ ਵੀ ਅਣੂ ਦੇ ਫਾਰਮੂਲੇ, ਫਾਰਮੂਲਾ ਯੂਨਿਟ ਜਾਂ ਆਇਨ ਵਿਚ ਦਰਸਾਈਆਂ ਸਾਰੇ ਪ੍ਰਮਾਣੂਆਂ ਦੇ ਔਸਤ ਪ੍ਰਮਾਣੂ ਜਨਤਾ ਦਾ ਜੋੜ

formula unit / ਫਾਰਮੂਲਾ ਇਕਾਈ ਪ੍ਰਮਾਣੂਆਂ ਦਾ ਸੈਖਾ ਸਟਾਕ ਜਿਸ ਤੋਂ ਇੱਕ ਆਇਓਨਿਕ ਮਿਸ਼ਰਨ ਦਾ ਫਾਰਮੂਲਾ ਲਿਖਿਆ ਜਾ ਸਕਦਾ ਹੈ

fossil / ਫੋਸਿਲ ਲੰਬੇ ਸਮੇਂ ਤੋਂ ਰਹਿਤ ਇੱਕ ਜੀਵਾਣੂ ਦਾ ਟਰੇਸ ਜਾਂ ਬਚਿਆ,ਸਭ ਤੋਂ ਆਮ ਤੌਰ 'ਤੇ ਤਪਛਲੀ ਚੱਟਾਨ ਵਿਚ ਸੁਰੱਖਿਅਤ ਹੈ

fossil fuel / ਜੈਵਿਕ ਬਾਲਣ ਜੀਵ-ਜੰਤੂਆਂ ਦੇ ਬਚਣ ਤੋਂ ਬਣਾਈ ਇੱਕ ਗੈਰ-ਊਰਜਾਯੋਗ ਊਰਜਾ ਸਾਧਨ ਜੋ ਕਿ ਬਹੁਤ ਪਹਿਲਾਂ ਰਹਿੰਦਾ ਸੀ; ਉਦਾਹਰਣਾਂ ਵਿਚ ਸ਼ਾਮਲ ਹਨ ਤੇਲ, ਕੋਲੇ ਅਤੇ ਕੁਦਰਤੀ ਗੈਸ

founder effect / ਬਾਨੀ ਪ੍ਰਭਾਵ ਜੈਨੇਟਿਕ ਡ੍ਰਿਫਟ ਜੋ ਕਿ ਥੋੜੇ ਜਿਹੇ ਵਿਅਕਤੀਆਂ ਦੇ ਬਾਅਦ ਇੱਕ ਨਵੇਂ ਖੇਤਰ ਦੀ ਉਪਨਿਵੇਸ਼ ਕਰਦੇ ਹਨ

fracture / ਫ੍ਰੈਕਟਰ ਭੂਗੋਲ ਵਿਗਿਆਨ ਵਿਚ, ਚਟਾਨ ਵਿਚ ਇੱਕ ਬਰੇਕ, ਬਿਨਾਂ ਜਾਂ ਵਿਸਥਾਪਨ ਦੇ ਬਿਨਾ, ਜੋ ਤਣਾਅ ਤੋਂ ਪੈਦਾ ਹੁੰਦਾ ਹੈ, ਜਿਸ ਵਿਚ ਚੀਰ, ਜੋੜ ਅਤੇ ਨੁਕਸ ਸ਼ਾਮਲ ਹੁੰਦੇ ਹਨ; ਜਿਸ ਤਰੀਕੇ ਨਾਲ ਇੱਕ ਖਣਿਜ ਵੁੱਢਿਆ ਜਾਂ ਅਨਿਯਮਿਤ ਸਤ੍ਹਾ ਦੇ ਨਾਲ ਟੁੱਟ ਜਾਂਦਾ ਹੈ

frame of reference / ਸੰਦਰਭ ਦੇ ਫਰੇਮ ਸਪੇਸ ਅਤੇ ਸਮੇਂ ਵਿਚ ਇਕਾਈਆਂ ਦੀ ਸਹੀ ਸਥਿਤੀ ਨੂੰ ਦਰਸਾਉਣ ਲਈ ਇੱਕ ਪ੍ਰਣਾਲੀ

free energy / ਮੁਫ਼ਤ ਊਰਜਾ ਇੱਕ ਸਿਸਟਮ ਵਿਚ ਊਰਜਾਜੋ ਕੰਮ ਲਈ ਉਪਲਬਧ ਹੈ; ਲਾਭਦਾਇਕ ਕੰਮ ਕਰਨ ਲਈ ਇੱਕ ਸਿਸਟਮ ਦੀ ਸਮਰੱਥਾ

free-energy change / ਫ੍ਰੀ-ਊਰਜਾ ਤਬਦੀਲੀ ਐਂਥੈਲਪੀ ਵਿੱਚ ਤਬਦੀਲੀ, H, ਅਤੇ ਕੈਲਵਿਨ ਤਾਪਮਾਨ ਅਤੇ ਐਂਟਰੌਪੀ ਤਬਦੀਲੀ ਦਾ ਉਤਪਾਦ, ਜਿਸਨੂੰ TS, ਇੱਕ ਲਗਾਤਾਰ ਦਬਾਅ ਅਤੇ ਤਾਪਮਾਨ 'ਤੇ ਪਰਿਭਾਸ਼ਤ ਕੀਤਾ ਜਾਂਦਾ ਹੈ

free fall / ਮੁਕਤ ਗਿਰਾਵਟ ਸਰੀਰ ਦੀ ਗਤੀ ਜਦੋਂ ਗਰੇਵਟੀ ਦੇ ਕਾਰਨ ਸਿਰਫ਼ ਤਾਕਤ ਸਰੀਰ ਦੇ ਉੱਪਰ ਕੰਮ ਕਰ ਰਹੀ ਹੈ

freezing / ਠੰਢਾ ਹੋਣਾ ਸਥਿਤੀ ਦੀ ਤਬਦੀਲੀਜਿਸ ਵਿਚ ਇੱਕ ਤਰਲ ਊਰਜਾ ਵਜੋਂ ਇੱਕ ਠੋਸ ਬਣ ਜਾਂਦਾ ਹੈ ਜਦੋਂ ਗਰਮੀ ਨੂੰ ਹਟਾ ਦਿੱਤਾ ਜਾਂਦਾ ਹੈ

freezing point / ਠੰਢਾ ਬਿੰਦੂ ਤਾਪਮਾਨ ਜਿਸ ਤੇ ਇੱਕ ਠੋਸ ਅਤੇ ਤਰਲ 1.ਏ.ਟੀ.ਐੱਮ. ਦਬਾਅ 'ਤੇ ਸੰਤੁਲਨ ਵਿਚ ਹੁੰਦਾ ਹੈ; ਤਾਪਮਾਨ ਜਿਸ ਤੇ ਇੱਕ ਤਰਲ ਪਦਾਰਥ ਬੰਦ ਹੋ ਜਾਂਦਾ ਹੈ

freezing-point depression / ਫ੍ਰੀਜਿੰਗ-ਪੁਆਇੰਟ ਡਿਪਰੈਸ਼ਨ ਇੱਕ ਸ਼ੁੱਧ ਘੋਲਨ ਵਾਲਾ ਅਤੇ ਠੋਸ ਹੱਲ ਦੇ ਠੰਡਾ ਅੰਕ ਦੇ ਵਿੱਚ ਅੰਤਰ, ਜੋ ਕਿ ਮੌਜੂਦਾ ਸੰਵੇਦਨਾ ਦੀ ਮਾਤਰਾ ਨੂੰ ਸਿੱਧੇ ਅਨੁਪਾਤਕ ਹੈ

frequency / ਫ੍ਰੀਕੁਐਂਸੀ ਸਮੇਂ ਦੀ ਇਕਾਈ ਪ੍ਰਤੀ ਚੱਕਰਾਂ ਜਾਂ ਖਿੜਕਣ ਦੀ ਗਿਣਤੀ; ਨਾਲ ਹੀ ਇੱਕ ਦਿੱਤੇ ਗਏ ਸਮੇਂ ਵਿਚ ਪੈਦਾ ਹੋਇਆਂ ਲਹਿਰਾਂ ਦੀ ਗਿਣਤੀ

friction / ਘੇਰਾਬੰਦੀ ਇੱਕ ਸ਼ਕਤੀ ਹੈ ਜੋ ਸੰਪਰਕ ਵਿਚ ਹਨ ਦੇ ਸਤਹਾਂ ਦੇ ਵਿਚਕਾਰ ਗਤੀ ਦਾ ਵਿਰੋਧ ਕਰਦਾ ਹੈ

front / ਫਰੰਟ ਵੱਖ-ਵੱਖ ਘਣਤਾਵਾਂ ਅਤੇ ਆਮ ਤੌਰ 'ਤੇ ਵੱਖ-ਵੱਖ ਤਾਪਮਾਨਾਂ ਵਾਲੇ ਹਵਾ ਪੁੰਜਾਂ ਵਿਚਕਾਰ ਸੀਮਾ

functional group / ਫੰਕਸ਼ਨਲ ਗਰੁੱਪ ਇੱਕ ਅਣੂ ਦੇ ਭਾਗ ਜੋ ਕਿ ਇੱਕ ਰਸਾਇਕ ਪ੍ਰਤੀਕਿਰਿਆ ਵਿਚ ਸਰਗਰਮ ਹੈਅਤੇ ਇਹ ਬਹੁਤ ਸਾਰੇ ਜੈਵਿਕ ਮਿਸ਼ਰਣਾਂ ਦੀਆਂ ਵਿਸ਼ੇਸ਼ਤਾਵਾਂ ਨਿਰਧਾਰਤ ਕਰਦਾ ਹੈ

fundamental frequency / ਬੁਨਿਆਦੀ ਫ੍ਰੀਕੁਐਂਸੀ ਇੱਕ ਸਥਾਈ ਤਰੰਗ ਦੀ ਸਪਲਾਈ ਦੀ ਸਭ ਤੋਂ ਘੱਟ ਆਵਿਰਤੀ

fusion / ਪ੍ਰਮਾਣੂ ਫਿਊਜ਼ਨ ਜਿਸ ਪ੍ਰਕਿਰਿਆ ਦੁਆਰਾ ਛੋਟੇ ਐਟਮ ਦੇ ਨਿਊਕੇਲੀ ਇੱਕ ਨਵਾਂ, ਵਧੇਰੇ ਵੱਡੇ ਨਿਊਕਲੀਅਸ ਬਣਾਉਣ ਲਈ ਜੋੜਦੇ ਹਨ; ਪ੍ਰਕਿਰਿਆ ਊਰਜਾ ਜਾਰੀ ਕਰਦੀ ਹੈ

G

gamete / ਗੇਮੇਟ ਸੈਕਸ ਸੈੱਲ ਅੰਡਾ ਜਾਂ ਸ਼ੁਕਰਾਣੂ ਸੈੱਲ

gamma ray / ਗਾਮਾ ਰੇ ਫਿਸ਼ਿੰਗ ਅਤੇ ਰੇਡੀਓਐਕਜ਼ੀਟਿਵ ਖਰਾਬੇ ਦੇ ਦੌਰਾਨ ਨਿਊਕਲੀਅਸ ਦੁਆਰਾ ਉਤਾਰਿਆ ਉੱਚ-ਊਰਜਾ ਫੋਟੋਨ

gas / ਗੈਸ ਇੱਕ ਅਜਿਹਾ ਮਾਮਲਾ ਹੈ ਜਿਸਦਾ ਇੱਕ ਨਿਸ਼ਚਿਤ ਮਾਤਰਾ ਜਾਂ ਆਕਾਰ ਨਹੀਂ ਹੈ

Gay-Lussac's law / ਗੇ-ਲੁਕਾਕ ਦਾ ਕਾਨੂੰਨ ਕਾਨੂੰਨ ਜੋ ਕਹਿੰਦਾ ਹੈ ਕਿ ਲਗਾਤਾਰ ਦਬਾਅ ਤੇ ਇੱਕ ਗੈਸ ਦੁਆਰਾ ਵਰਤੀ ਗਈ ਖਾਲਸ ਸਿੱਧੇ ਤੌਰ 'ਤੇ ਸੰਪੂਰਨ ਤਾਪਮਾਨ ਦੇ ਅਨੁਪਾਤੀ ਹੁੰਦਾ ਹੈ

Gay-Lussac's law of combining volumes of gases / ਗੌਲੀ-ਲੁਕਾਕ ਦੇ ਗੈਸਾਂ ਦੀ ਸਮਕਾਲੀ ਵਿਧੀ ਦਾ ਕਾਨੂੰਨ ਕਾਨੂੰਨ ਜੋ ਕਹਿੰਦਾ ਹੈ ਕਿ ਕੈਮੀਕਲ ਬਦਲਾਅ ਵਿੱਚ ਸ਼ਾਮਲ ਗੈਸਾਂ ਦੇ ਅਨੁਪਾਤ ਨੂੰ ਛੋਟੇ ਪੂਰਨ ਸੰਖਿਆਵਾਂ ਦੇ ਅਨੁਪਾਤ ਨਾਲ ਦਰਸਾਇਆ ਜਾ ਸਕਦਾ ਹੈ

Geiger-Müller counter / ਗੀਗਰ-ਮੁਲਰ ਕਾਊਂਟਰ ਇੱਕ ਅਜਿਹਾ ਯੰਤਰ ਜੋ ਗੈਸ ਨਾਲ ਭਰਿਆ ਇੱਕ ਪਾਈਪ ਵਿਚ ਐਨੋਡ ਅਤੇ ਕੈਥੋਡ ਦੇ ਵਿਚਕਾਰ ਪਾਸ ਹੋਣ ਵਾਲੀਆਂ ਬਿਜਲੀ ਡੱਲਕਾਂ ਦੀ ਗਿਣਤੀ ਦੀ ਗਿਣਤੀ ਕਰਕੇ ਰੇਡੀਏਸ਼ਨ ਦੀ ਤੀਬਰਤਾ ਨੂੰ ਖੋਜਦਾ ਅਤੇ ਮਾਪਦਾ ਹੈ

gene / ਜੀਨ DNA ਦਾ ਉਹ ਹਿੱਸਾ ਜੋ ਕ੍ਰੋਮੋਜ਼ੋਮਾਂ 'ਤੇ ਸਥਿਤ ਹੁੰਦਾ ਹੈ ਅਤੇ ਜੋ ਇੱਕ ਜਾਂ ਇੱਕ ਤੋਂ ਵੱਧ ਅਨੁਵੰਸ਼ਿਕ ਗੁਣਾ ਲਈ ਕੋਡ ਕਰਦਾ ਹੈ; ਅਨੁਵੰਸ਼ਿਕਤਾ ਦੀ ਮੁੱਢਲੀ ਇਕਾਈ

gene expression / ਜੀਨ ਪ੍ਰਗਟਾਵਾ ਇੱਕ ਖਾਸ ਗੁਣ ਦੇ ਰੂਪ ਵਿੱਚ ਇੱਕ ਜੀਵਾਣੂ ਦੇ ਜੈਨੇਟਿਕ ਪਦਾਰਥ ਦਾ ਪ੍ਰਗਟਾਵਾ

gene flow / ਜੀਨ ਪ੍ਰਵਾਹ ਇੱਕ ਆਬਾਦੀ ਤੋਂ ਦੂਜੀ ਤੱਕ ਐਲੇਲਿਸ ਦੀ ਸਰੀਰਕ ਅੰਦੋਲਨ

gene mutation / ਜੀਨ ਪਰਿਵਰਤਨ ਡੀ.ਐੱਨ.ਏ. ਕ੍ਰਮ ਵਿੱਚ ਬਦਲਾਓ

gene pool / ਜੀਨ ਪੂਲ ਜਨਸੰਖਿਆ ਦੇ ਸਾਰੇ ਏਲਿਜਸ ਦਾ ਸੰਗ੍ਰਹਿ

generator / ਜਨਰੇਟਰ ਮਸ਼ੀਨ ਜੋ ਮਕੈਨੀਕਲ ਊਰਜਾ ਨੂੰ ਬਿਜਲੀ ਊਰਜਾ ਵਿਚ ਬਦਲ ਦਿੰਦੀ ਹੈ

gene therapy / ਜੀਨ ਥੈਰਪੀ ਕਿਸੇ ਬਿਮਾਰੀ ਦੇ ਇਲਾਜ ਲਈ ਵਿਧੀ ਜਿਸ ਵਿੱਚ ਖਰਾਬ ਜਾਂ ਗੁੰਮ ਜੈਨ ਨੂੰ ਬਦਲ ਦਿੱਤਾ ਜਾਂਦਾ ਹੈ ਜਾਂ ਇੱਕ ਨਵੇਂ ਜੀਨ ਨੂੰ ਮਰੀਜ਼ ਦੇ ਜੀਨੋਮ ਵਿੱਚ ਪਾਇਆ ਜਾਂਦਾ ਹੈ

genetic cross / ਜੈਨੇਟਿਕ ਦੇ ਜੀਵ-ਜੰਤੂਆਂ ਦਾ ਆਪਸ ਵਿੱਚ ਮੇਲ ਕਰਨਾ

genetic drift / ਜੈਨੇਟਿਕ ਡ੍ਰਿਫਟ ਇਕੱਲੇ ਮੌਕਾ ਦੇ ਕਾਰਨ ਐਲੇਅਲ ਫ੍ਰੀਵੈਂਸੀ ਵਿੱਚ ਬਦਲਾਅ, ਛੋਟੀ ਜਨਸੰਖਿਆ ਵਿੱਚ ਸਭ ਤੋਂ ਵੱਧ ਆਮ ਤੌਰ 'ਤੇ ਵਾਪਰਦਾ ਹੈ

genetic engineering / ਜੈਨੇਟਿਕ ਇੰਜਨੀਅਰਿੰਗ ਜੀਵਾਣੂ ਦੇ ਨਵੇਂ ਗੁਣਾਂ ਨੂੰ ਦੇਣ ਲਈ ਜੀਵਾਣੂ ਦੇ ਡੀ.ਐੱਨ.ਏ. ਨੂੰ ਬਦਲਣ ਦੀ ਪ੍ਰਕਿਰਿਆ

genetic testing / ਜੈਨੇਟਿਕ ਟੈਸਟਿੰਗ ਜੈਨੇਟਿਕ ਗੜਬੜੀ, ਕਿਸੇ ਵਿਅਕਤੀ ਕੋਲ ਜੋ ਮੌਕਾ ਹੈ, ਜਾਂ ਹੋ ਸਕਦਾ ਹੈ, ਇਹ ਨਿਰਧਾਰਤ ਕਰਨ ਲਈ ਡੀ.ਐੱਨ.ਏ. ਟੈਸਟ ਕਰਨ ਦੀ ਪ੍ਰਕਿਰਿਆ

genetic variation / ਜੈਨੇਟਿਕ ਪਰਿਵਰਤਨ ਕਿਸੇ ਸਮੂਹ ਦੇ ਉਸ ਵਿਅਕਤੀ ਦੇ ਸਰੀਰਕ ਲੱਛਣ ਵਿੱਚ ਅੰਤਰ ਜੋ ਇਸ ਨੂੰ ਸੰਬੰਧਿਤ ਹੈ

genetics / ਜੈਨੇਟਿਕਸ ਜਨਜਾਤੀ ਦੇ ਪੈਟਰਨਾਂ ਅਤੇ ਜੀਵਾਣੂ ਦੇ ਭਿੰਨਤਾ ਦਾ ਅਧਿਐਨ

genotype / ਜੀਨਟਾਈਪ ਸਾਰੇ ਜੀਵਾਣੂਆਂ ਦੀ ਜੈਨੇਟਿਕ ਜਾਣਕਾਰੀ ਦਾ ਸੰਗ੍ਰਹ ਹੈ ਜੋ ਕਿ ਗੁਣਾਂ ਲਈ ਕੋਡ

geologic timescale / ਭੂਗੋਲਿਕ ਸਮਾਂ-ਸੀਮਾ ਧਰਤੀ ਦੇ ਇਤਿਹਾਸ ਦੀ ਨੁਮਾਇੰਦਗੀ ਕਰਨ ਵਾਲੇ ਸਮੇਂ ਦਾ ਪੈਮਾਨ

geometric isomer / ਜਿਓਮੈਟਰੀ ਆਈਸੋਮਰ ਇੱਕ ਮਿਸ਼ਰਣ ਜੋ ਕਿ ਦੋ ਜਾਂ ਵਧੇਰੇ ਜਿਓਮੈਟੀਕਲ ਵੱਖਰੀਆਂ ਸੰਰਚਨਾਵਾਂ ਵਿੱਚ ਮੌਜੂਦ ਹੈ

geosphere / ਭੂਗੋਲਿਕ ਖੇਤਰ ਧਰਤੀ ਦਾ ਜ਼ਿਆਦਾਤਰ ਠੋਸ, ਚਟਾਨੀ ਵਾਲਾ ਹਿੱਸਾ;ਕੋਰ ਦੇ ਕੇਂਦਰ ਤੋਂ ਪੇਟ ਦੀ ਸਤਾ ਤਕ ਫੈਲਦੀ ਹੈ; ਧਰਤੀ ਦੇ ਚਾਰ ਮੁੱਖ ਖੇਤਰਾਂ ਵਿੱਚੋਂ ਇੱਕ ਹੈ

geothermal energy / ਜੀਓਥਰਮਲ ਊਰਜਾ ਧਰਤੀ ਅੰਦਰ ਗਰਮੀ ਰਾਹੀਂ ਪੈਦਾ ਕੀਤੀ ਊਰਜਾ

germ cell / ਰੋਗਾਣੂ ਸੈੱਲ ਬਹੁ-ਭਾਗੀਦਾਰ ਜੀਵਾਣੂ ਵਿੱਚ, ਕਿਸੇ ਵੀ ਪ੍ਰਜਨਨ ਸੈੱਲ (ਇੱਕ ਸਧਾਰਣ ਸੈੱਲ ਦਾ ਵਿਰੋਧ)

Graham's law of effusion / ਗ੍ਰਹਮ ਦਾ ਪ੍ਰਵਾਨਗੀ ਦੇ ਨਿਯਮ ਕਾਨੂੰਨ ਜੋ ਕਹਿੰਦਾ ਹੈ ਕਿ ਗੈਸ ਦੇ ਪਾਣੀ ਦੇ ਛੱਡੇ ਦੀ ਦਰ ਗੈਸ ਦੀ ਘਣਤਾ ਦੇ ਵਰਗ ਮੂਲ ਨੂੰ ਅਨੁਪਾਤੀ ਹੈ

glacial / ਹਿਮਾਲਈ ਬਰਫ਼ ਦੀ ਉਮਰ ਵਿਚ ਇੱਕ ਸਮਾਂ ਹੈ ਜਿਸ ਵਿਚ ਗਲੇਸ਼ੀਅਰਾਂ ਦੀ ਮੌਜੂਦਗੀ ਦਾ ਦਬਦਬਾ ਹੈ

glacier / ਗਲੇਸ਼ੀਅਰ ਬਰਫ਼ ਦੇ ਵੱਡੇ ਤੈਰਦੇ ਟੁਕੜੇ

gravitational force / ਜੀਵ ਵਿਗਿਆਨਕ ਸ਼ਕਤੀ ਫਰਕ ਦੇ ਕਣਾਂ ਵਿਚਕਾਰ ਖਿੱਚ ਦਾ ਆਪਸੀ ਸ਼ਕਤੀ

gravitational potential energy / ਜੀਵ ਵਿਗਿਆਨਕ ਸੰਭਾਵੀ ਉਰਜਾ ਕਿਸੇ ਗਰੈਵੀਟੇਸ਼ਨਲ ਸ੍ਰੋਤ ਨਾਲ ਸਬੰਧਤ ਇੱਕ ਵਸਤੂ ਦੀ ਸਥਿਤੀ ਨਾਲ ਸੰਬੰਧਿਤ ਸੰਭਾਵੀ ਉਰਜਾ

gravity / ਗੰਭੀਰਤਾ ਵਸਤੂ ਦੇ ਵਿੱਚ ਖਿੱਚ ਦਾ ਇੱਕ ਫੋਰਸ ਜੋ ਕਿ ਆਪਣੇ ਜਨਤਾ ਦੇ ਕਾਰਨ ਹੈ ਅਤੇਜੋ ਕਿ ਵਸਤੂ ਦੇ ਵਿਚਕਾਰ ਦੀ ਦੂਰੀ ਦੇ ਤੱਰ 'ਤੇ ਘੱਟ ਜਾਂਦੀ ਹੈ

greenhouse effect / ਗ੍ਰੀਨ ਹਾਊਸ ਪ੍ਰਭਾਵ ਧਰਤੀ ਦੀ ਸਤਾ ਅਤੇ ਹੇਠਲੇ ਵਾਯੂਮੰਡਲ ਦੀ ਗਰਮੀ ਜੋ ਉਦੋਂ ਹੁੰਦੀ ਹੈ ਜਦੋਂ ਜਲਵਾਸ਼ਪ, ਕਾਰਬਨਡਾਈਕਸਾਈਡ ਅਤੇ ਹੋਰ ਗੈਸਾਂ ਸੋਖੀਆ ਜਾਂਦੀਆਂ ਹਨ ਊਰਜਾ ਪ੍ਰਸਾਰਿਤ ਕਰਦੀਆਂ ਹਨ

greenhouse gas / ਗ੍ਰੀਨਹਾਊਸ ਗੈਸ ਅਣੂਆਂ ਨਾਲ ਬਣੀ ਗੈਸਜੋ ਕਿ ਸੂਰਜ ਤੋਂ ਇਨਫਰਾਡ ਰੇਡੀਏਸ਼ਨ ਨੂੰ ਜਜ਼ਬ ਅਤੇ ਵਿਕਸਤ ਕਰਦੇ ਹਨ

ground state / ਜਮੀਨ ਸਥਿਤੀ ਇੱਕ ਮਾਤਰਾ ਪ੍ਰਣਾਲੀ ਦੀ ਸਭ ਤੋਂ ਨੀਵੀਂ ਉਰਜਾ ਸਥਿਤੀ

groundwater / ਭੂਮੀਗਤ ਪਾਣੀ ਜੋ ਧਰਤੀ ਦੀ ਸਤਾ ਤੋਂ ਹੇਠਾਂ ਹੈ

group / ਸਮੂਹ ਆਵਰਤੀ ਸਾਰਣੀ ਵਿੱਚ ਤੱਤ ਦੇ ਇੱਕ ਲੰਬਕਾਰੀ ਕਾਲਮ; ਗਰੁੱਪ ਸ਼ੇਅਰ ਰਸਾਇਣ ਗੁਣਾਂ ਦੇ ਤੱਤ

gymnosperm / ਜਿਮਨੋਸਪਰਮ ਇੱਕ ਵੁੱਡੀ, ਨਾੜੀ ਦੇ ਬੀਜ ਪੌਦਾ ਜਿਸ ਦੇ ਬੀਜ ਇੱਕ ਅੰਡਾਸ਼ਯ ਜਾਂ ਫਲ ਦੁਆਰਾ ਨੱਥੀ ਨਹੀਂ ਹੁੰਦੇ ਹਨ

H

habitat / ਨਿਵਾਸ ਜਿੱਥੇ ਜੀਵ-ਜੰਤੂ ਰਹਿੰਦੀ ਹੈ, ਉਸ ਖੇਤਰ ਵਿੱਚ ਮਿਲੀਆਂ ਸੰਯੁਕਤ ਜੀਵਾਣੂ ਅਤੇ ਅਬੋਆਇਟ ਕਾਰਕ ਮਿਲਦੇ ਹਨ

habitat fragmentation / ਨਿਵਾਸ ਵਟਾਂਦਰੇ ਪ੍ਰਕਿਰਿਆ ਕਿਸੇ ਜੀਵਿਤ ਪ੍ਰੰਪਰਾਗਤ ਰਵਾਇਤੀ ਰੋਜ ਦਾ ਕਿਸ ਹਿੱਸਾ ਅਸੁਰੱਖਿਅਤ ਹੋ ਜਾਂਦਾ ਹੈ

half-cell / ਅੱਧੇ-ਸੈਲ ਇਕੇ ਇਲੈਕਟ੍ਰੋਡ ਨੂੰ ਇਸ ਦੇ ਆਇਨ ਦੇ ਹੱਲ ਵਿੱਚ ਡੁੱਬਿਆ ਹੋਇਆ ਹੈ

half-life / ਅੱਧਾ ਜੀਵਨ ਸਮਾਂ ਜਿਸਦੀ ਰੇਡੀਓਐਕਸੀਡਟਿਵ ਪਦਾਰਥ ਦੇ ਨਮੂਨੇ ਦੇ ਮੂਲ ਨਲੀ ਦੇ ਅੱਧੀ ਹਿੱਸੇ ਲਈ ਰੇਡੀਓ-ਐਸਿਏਟਿਵ ਰਿਸਣ ਦੀ ਲੋੜ ਪੈਂਦੀ ਹੈ

half-reaction / ਅੱਧ-ਪ੍ਰਤੀਕ੍ਰਿਆ ਪ੍ਰਤੀਕਰਮ ਦਾ ਹਿੱਸਾ ਜਿਸ ਵਿੱਚ ਸਿਰਫ ਆਕਸੀਕਰਨ ਜਾਂ ਕਮੀ ਸ਼ਾਮਲ ਹੈ

halogen / ਹੈਲੋਜੈਨ ਗਰੁੱਪ 17 ਦੇ ਤੱਤ ਵਿੱਚੋਂ ਇੱਕ (ਫਲੋਰਾਈਨ, ਕਲੋਰੀਨ, ਬਰੋਮਾਈਨ, ਆਇਓਡੀਨ, ਅਤੇ ਅਸਟਾਟਾਈਨ); ਹੈਲਜੰਸ ਲੈਟਸ ਬਣਾਉਣ ਲਈ ਜ਼ਿਆਦਾਤਰ ਧਾਤਾਂ ਨਾਲ ਜੁੜਦਾ ਹੈ

harmonic series / ਹਾਰਮੋਨੀਕ ਲੜੀ ਫ੍ਰੀਕੁਐਂਸੀ ਦੀ ਇੱਕ ਲੜੀਜਿਸ ਵਿੱਚ ਬੁਨਿਆਦੀ ਵਾਰਵਾਰਤਾ ਅਤੇ ਬੁਨਿਆਦੀ ਵਾਰਵਾਰਤਾ ਦੇ ਅਟੁੱਟ ਗੁਣਜ ਸ਼ਾਮਲ ਹਨ

heat / ਤਪਸ਼ ਵਸਤੂ ਵਿਚਕਾਰ ਟਰਾਂਸਫਰ ਕੀਤੀ ਉਰਜਾਜੋ ਕਿ ਵੱਖਰੇ ਤਾਪਮਾਨ 'ਤੇ ਹੁੰਦੀਆਂ ਹਨ;ਥਰਮਲ ਸੰਤੁਲਨ 'ਤੇ ਪਹੁੰਚਣ ਤੱਕ ਉਰਜਾ ਹਮੇਸ਼ਾ ਉੱਚ ਤਾਪਮਾਨ ਵਾਲੀਆਂ ਚੀਜ਼ਾਂ ਤੋਂ ਘੱਟ ਤਾਪਮਾਨ ਵਾਲੀਆਂ ਚੀਜ਼ਾਂ ਤੱਕ ਤਬਦੀਲ ਹੋ ਜਾਂਦੀ ਹੈ

heat engine / ਹੀਟ ਇੰਜਨ ਇੱਕ ਮਸ਼ੀਨ ਜੋ ਗਰਮੀ ਨੂੰ ਮਕੈਨਿਕ ਉਰਜਾ ਜਾਂ ਕੰਮ ਵਿਚ ਪਰਿਵਰਤਿਤ ਕਰਦੀ ਹੈ

Heisenberg uncertainty principle / ਹਾਇਜ਼ਨਬਰਜ ਅਨਿਸ਼ਚਿਤਤਾ ਸਿਧਾਂਤ ਇੱਕ ਸਿਧਾਂਤ ਜੋ ਦੱਸਦਾ ਹੈ ਕਿ ਇੱਕ ਇਲੈਕਟ੍ਰੋਨ ਜਾਂ ਕਿਸੇ ਹੋਰ ਕਣ ਦੀ ਸਥਿਤੀ ਅਤੇ ਵਿਵੇਕ ਦੋਵਾਂ ਦਾ ਇੱਕ ਨਿਰਧਾਰਨ ਕਰਨਾ ਅਸੰਭਵ ਹੈ

helicase / ਹੈਲੀਕੇਸ ਇੱਕ ਐਂਜ਼ਾਈਮ ਜੋ ਡੀ.ਐੱਨ.ਏ. ਦੀ ਦੁਹਰਾਉ ਦੌਰਾਨ ਡੀ.ਐੱਨ.ਏ. ਡਬਲ ਹੈਲਿਕਸ ਖੇਲਦਾ ਹੈ

Henry's law / ਹੈਨਰੀ ਦਾ ਕਾਨੂੰਨ ਕਾਨੂੰਨ ਜੋ ਕਹਿੰਦਾ ਹੈ ਕਿ ਸਥਿਰ ਤਾਪਮਾਨ ਤੇ, ਇੱਕ ਤਰਲ ਵਿੱਚ ਇੱਕ ਗੈਸ ਦੀ ਘੁਲਣਸ਼ੀਲ ਤਰਲ ਦੀ ਸਤੱਰ ਉੱਤੇ ਗੈਸ ਦੇ ਅੰਸ਼ਕ ਦਬਾਅ ਸਿੱਧੇ ਅਨੁਪਾਤੀ ਹੁੰਦਾ ਹੈ

heritable / ਅਨੁਕੂਲ ਇੱਕ ਪੀੜ੍ਹੀ ਤੋਂ ਅਗਾਂਹ ਤਕ ਇੱਕ ਗੁਣ ਪਾਸ ਕਰਨ ਦੀ ਸਮਰੱਥਾ

Hess's law / ਹੈਸ ਦਾ ਕਾਨੂੰਨ ਪ੍ਰਤੀਕ੍ਰਿਆ ਵਿੱਚ ਸਮੁੱਚੀ ਏਪੀਐੱਲਪੀ ਪਰਿਵਰਤਨ ਪ੍ਰਕਿਰਿਆ ਵਿੱਚ ਵਿਅਕਤੀਗਤ ਕਦਮਾਂ ਲਈ ਉਤਸ਼ਾਹੀ ਤਬਦੀਲੀਆਂ ਦੇ ਜੋੜ ਦੇ ਬਰਾਬਰ ਹੁੰਦਾ ਹੈ

heterogeneous / ਵਿਭਿੰਨਤਾ ਵੱਖੇ-ਵੱਖਰੇ ਭਾਗਾਂ ਤੋਂ ਬਣਿਆ ਹੈ

heterogeneous catalyst / ਵਿਸਤ੍ਰਿਤ ਉਤਪ੍ਰੇਰਕ ਰਿਐਕਟਰਾਂ ਦੇ ਪੜਾਅ ਤੋਂ ਇੱਕ ਵੱਖਰੇ ਪੜਾਅ ਵਿੱਚ ਇੱਕ ਉਤਪ੍ਰੇਰਕ ਹੈ

heterogeneous reaction / ਵਿਸਤ੍ਰਿਤ ਪ੍ਰਤੀਕ੍ਰਿਆ ਪ੍ਰਤੀਕਰਮ ਦੇ ਅਲੱਗ-ਅਲੱਗ ਪੜਾਵਾਂ ਵਿੱਚ ਹੁੰਦੇ ਹਨ

heterotroph / ਹਿਟਰੋਟ੍ਰੋਫ ਇੱਕ ਜੀਵਾਣੂ ਜੋ ਕਿ ਹੋਰ ਪ੍ਰਾਣੀਆਂ ਜਾਂ ਉਹਨਾਂ ਦੇ ਉਪ-ਉਤਪਾਦਾ ਦੁਆਰਾ ਜੈਵਿਕ ਭੋਜਨ ਦੇ ਅਣੂ ਪ੍ਰਾਪਤ ਕਰਦਾ ਹੈਅਤੇਜੋ ਕਿ ਅਜਾਰਕ ਪਦਾਰਥਾਂ ਤੋਂ ਜੈਵਿਕ ਮਿਸ਼ਰਣ ਨੂੰ ਸਿੰਥੇਸਾਈਜ਼ ਨਹੀਂ ਕਰ ਸਕਦਾ

heterozygous / ਹਿਟਰੋਜ਼ੀਗਸ ਦੇ ਅਲੱਗ-ਅਲੱਗ ਐੱਲਿਲਜ ਹੋਣ ਦੀ ਵਿਸ਼ੇਸ਼ਤਾ ਜੋ ਸਿਸਟਰ ਵਿਸ਼ੇਸ਼ਤਾ ਦੇ ਇੱਕ ਹੀ ਟੁਕੜੇ 'ਤੇ ਦਿਖਾਈ ਦਿੰਦੀ ਹੈ

hole / ਹੋਲ ਇੱਕ ਉਰਜਾ ਦਾ ਪੱਧਰ ਜਿਹੜਾ ਕਿਸੇ ਇਲੈਕਟ੍ਰੋਨ ਦੁਆਰਾ ਇੱਕ ਠੋਸ ਰੂਪ ਵਿੱਚ ਨਹੀਂ ਰੱਖਿਆ ਜਾਂਦਾ

homeostasis / ਹੋਮਓਸਟੈਸਿਸ ਇੱਕ ਜੀਵਾਣੂ ਵਿੱਚ ਲਗਾਤਾਰ ਅੰਦਰੂਨੀ ਸਥਿਤੀਆਂ ਦਾ ਨਿਯਮ ਅਤੇ ਰੱਖ-ਰਖਾਵ

homogeneous / ਇੱਕ ਸਮਾਨ ਕਿਸੇ ਅਜਿਹੀ ਚੀਜ਼ ਦਾ ਵਰਨਣ ਕਰਦਾ ਹੈ ਜਿਸਦਾ ਇੱਕਸਾਰ ਢਾਂਚਾ ਜਾਂ ਰਚਨਾ ਹੈ

homogeneous catalyst / ਸਮਕਾਲੀ ਉਤਪ੍ਰੇਰਕ ਰਿਐਕੰਨਟ ਦੇ ਰੂਪ ਵਿਚ ਇੱਕ ਅਹਿਸਾਸ ਜਿਹੜਾ ਇੱਕੇ ਪੜਾਅ ਵਿਚ ਹੈ

homogeneous reaction / ਸਮਾਨ ਪ੍ਰਤੀਕਰਮ ਪ੍ਰਤੀਕਰਮਜਿਸ ਵਿੱਚ ਸਾਰੀਆਂ ਪ੍ਰਕਿਰਿਆਵਾਂ ਅਤੇ ਉਤਪਾਦ ਇੱਕੇ ਪੜਾਅ ਵਿੱਚ ਹਨ

homologous chromosomes / ਸਮਰੂਪ ਕ੍ਰੋਮੋਸੋਮਸ ਕ੍ਰੋਮੋਸੋਮਸ ਜਿਹਨਾਂ ਦਾ ਇੱਕੇ ਜਿਹੀ ਲੰਬਾਈ, ਦਿੱਖ ਅਤੇ ਜੀਨਾਂ ਦੀਆਂ ਕਾਪੀਆਂ ਹੁੰਦੀਆਂ ਹਨ, ਹਾਲਾਂਕਿ ਦੂਸਰੇ ਵੱਖਰੇ ਹੋ ਸਕਦੇ ਹਨ

homologous structure / ਸਮਰੂਪ ਬਣਤਰ ਸਰੀਰ ਦਾ ਹਿੱਸਾਜੋ ਕਿ ਵੱਖੇ-ਵੱਖਰੇ ਜੀਵਾਣੂਆਂ ਤੇ ਬਣਤਰ ਵਿਚ ਮਿਲਦਾ ਹੈ ਪਰ ਵੱਖ-ਵੱਖ ਫੰਕਸ਼ਨਾਂ ਕਰਦਾ ਹੈ

homozygous / ਸਮਕਾਲੀ ਸਿਸਟਰ ਕ੍ਰੋਮੇਟਿਡ ਦੇ ਇੱਕੇ ਥੈਲੇ ਵਿਚ ਉਸੇ ਹੀ ਲੋਕਸ 'ਤੇ ਦੋਨਾਂ ਅਲਲਿਸ ਦੀ ਵਿਸ਼ੇਸ਼ਤਾ

hormone / ਹਾਰਮੋਨ ਰਸਾਇਕ ਸੰਕੇਤ ਜੋ ਕਿ ਇੱਕ ਜੀਵਾਣੂ ਦੇ ਇਕ ਹਿੱਸੇ ਵਿਚ ਪੈਦਾ ਹੁੰਦਾ ਹੈ ਅਤੇ ਦੂਜੇ ਹਿੱਸੇ ਵਿਚ ਸੈੱਲ ਦੀ ਗਤੀਵਿਧੀ ਨੂੰ ਪ੍ਰਭਾਵਿਤ ਕਰਦਾ ਹੈ

horizon / ਹੋਰੀਜੋਨ (ਖਰੋੱਤ) ਮਿੱਟੀ ਦੀ ਇੱਕ ਲੇਟਵੀ ਪਰਤ ਜੋ ਇਸ ਤੋਂ ਉੱਪਰ ਅਤੇ ਹੇਠਾਂ ਦੀਆਂ ਪਰਤਾਂ ਤੋਂ ਵੱਖ ਹੋ ਸਕਦੀ ਹੈ;ਵੱਖਰੀ ਭੌਤਿਕ ਵਿਸ਼ੇਸ਼ਤਾਵਾਂ ਦੇ ਦੋ ਰਾਕ ਲੇਅਰਾਂ ਦੇ ਵਿਚਕਾਰ ਇੱਕ ਸੀਮਾ ਵੀ ਹੈ

hot spot / ਹਾਟ ਸਪਾਟ ਧਰਤੀ ਦੀ ਸਤ੍ਹਾ ਦਾ ਇੱਕ ਜੁਆਲਾਮੁਖੀ ਸਕ੍ਰਿਆ ਖੇਤਰ ਹੈ, ਜੋ ਆਮ ਤੌਰ 'ਤੇ ਟੇਕਟੋਨਿਕ ਪਲੇਟ ਸੀਮਾ ਤੋਂ ਦੂਰ ਹੁੰਦਾ ਹੈ

Hund's rule / ਹੌਂਡ ਦਾ ਨਿਯਮ ਇਹ ਨਿਯਮ ਕਹਿੰਦਾ ਹੈ ਕਿ ਗਰਾਉਂਡ ਸਟੇਟ ਵਿਚ ਇੱਕ ਐਟਮ ਲਈ, ਬੇਰੋਕ ਇਲੈਕਟ੍ਰੋਨ ਦੀ ਗਿਣਤੀ ਵੱਧ ਤੋਂ ਵੱਧ ਸੰਭਵ ਹੈ ਅਤੇ ਇਹ ਬੇਰੋਕ ਇਲੈਕਟ੍ਰੋਨ ਇੱਕੇ ਸਪਿਨ ਹਨ

hybrid orbitals / ਹਾਈਬ੍ਰਿਡ ਔਰਬਟਲਸ ਇੱਕ ਹੀ ਐਟਮ 'ਤੇ ਦੋ ਜਾਂ ਜ਼ਿਆਦਾ ਔਰਬਿਟਲ ਦੇ ਸੁਮੇਲ ਰਾਹੀ ਪੈਦਾ ਕੀਤੀ ਸਮਾਨ ਉਰਜਾ ਦੇ ਔਰਬਿਟਲ

hybridization / ਹਾਇਬ੍ਰਿਡਿਸ਼ਨ ਨਵੇਂ ਅਥੇਬੈਟਲ ਪੈਦਾ ਕਰਨ ਲਈ ਇੱਕ ਹੀ ਐਟਮ ਦੇ ਦੋ ਜਾਂ ਵਧੇਰੇ ਪ੍ਰਮਾਣੂ ਓਰਬਿਟਲਸ ਦੀ ਮਿਲਾਵਟ;ਹਾਈਬ੍ਰਿਡਿਏਸ਼ਨ, ਉੱਚ ਦਰਜੇ ਦੀ ਊਰਜਾ ਦੇ ਵਸਤੂ ਬਣਾਉਣ ਲਈ ਉੱਚ ਅਤੇ ਹੇਠਲੇ ਊਰਜਾ ਦੀਆਂ ਔਰਬਿਟਲਾਂ ਨੂੰ ਮਿਲਾਉਂਦੀ ਹੈ

hydration / ਹਾਈਡਰੇਸ਼ਨ ਵਖਰੇ ਜਾਂ ਮੁਢਲੇ ਪਦਾਰਥਾਂ ਦੇ ਕਣਾਂ ਲਈ ਪਾਣੀ ਦੇ ਅਣੂਆਂ ਦਾ ਮਜ਼ਬੂਤ ਸਬੰਧ ਜਿਸ ਨਾਲ ਇਲੈਕਟੇਲਾਈਟਿਕ ਅਸੈਬਲੀਸ਼ਨ ਹੋਵੇ

hydraulic fracturing / ਹਾਈਡ੍ਰੌਲਿਕ ਫਰੈਕਚਰਿੰਗ ਪਾਣੀ, ਰੇਤਾ ਜਾਂ ਬੱਜਰੀ ਦਾ ਮਿਸ਼ਰਣ ਲਗਾ ਕੇ ਤੇਲ ਅਤੇ ਕੁਦਰਤੀ ਗੈਸ ਕੱਢਣ ਦੀ ਪ੍ਰਕਿਰਿਆ, ਰੇਤ ਜਾਂ ਕਾਲੀ ਖੁੱਲ੍ਹੀਆਂ ਦੇਰਾਂ ਪੈਦਾ ਕਰਨ ਲਈ ਸੰਘਣੀ ਪੱਥਰ ਵਿਚ ਚੰਗੀ ਛੱਤਰੀ ਵਿਚ ਉੱਚ ਦਬਾਅ ਦੇ ਅਧੀਨ ਰਸਾਇਣਾਂ; ਜਿਸਨੂੰਫ੍ਰੈਕਿੰਗ ਵੀ ਕਹਿੰਦੇ ਹਨ

hydrocarbon / ਹਾਈਡ੍ਰੋਕਾਰਬਨ ਸਿਰਫ਼ ਇੱਕ ਕਾਰਬਨ ਅਤੇ ਹਾਈਡਰੋਜਨ ਦੀ ਬਣੀ ਇੱਕ ਜੈਵਿਕ ਸਮਗਰੀ

hydroelectric energy / ਪਣ-ਬਿਜਲੀ ਊਰਜਾ ਪਾਣੀ ਦੇ ਵਹਾਅ ਦੁਆਰਾ ਪੈਦਾ ਕੀਤੀ ਬਿਜਲੀ ਊਰਜਾ

hydrogen bond / ਹਾਈਡ੍ਰੋਜਨ ਬਾਂਡ ਇੰਟਰਮੌਲੇਕੁਲਰ ਬਲ ਜਿਹੜਾ ਉਦੋਂ ਪੈਦਾ ਹੁੰਦਾ ਹੈ ਜਦੋਂ ਇੱਕ ਹਾਈਡ੍ਰੋਜਨ ਪਰਮਾਣੂ, ਜੋ ਇੱਕ ਅਣੂ ਦੇ ਇੱਕ ਬਹੁਤ ਹੀ ਇਲੈਕਟ੍ਰੋਨੇਗੇਟਿਵ ਐਟਮ ਨਾਲ ਬੰਧਿਤ ਹੁੰਦਾ ਹੈ, ਇੱਕ ਹੋਰ ਅਣੂ ਦੇ ਦੋ ਅਣ-ਸਾਂਝੇ ਇਲੈਕਟ੍ਰੋਨ

hydrolysis / ਹਾਈਡ੍ਰਾਲਿਸ ਪਾਣੀ ਅਤੇ ਇੱਕ ਹੋਰ ਪਦਾਰਥ ਦੇ ਵਿਚਕਾਰ ਇੱਕ ਰਸਾਇਣਕ ਪ੍ਰਕਿਰਿਆ ਜਿਸ ਵਿਚ ਦੋ ਜਾਂ ਦੋ ਨਵੇਂ ਪਦਾਰਥ ਬਣਾਉਣੇ; ਇੱਕ ਐਸਿਡ ਜਾਂ ਬੇਸ ਬਣਾਉਣ ਲਈ ਪਾਣੀ ਅਤੇ ਇੱਕ ਨਮਕ ਦੇ ਵਿਚਕਾਰ ਇੱਕ ਪ੍ਰਤੀਕ੍ਰਿਆ

hydronium ion / ਹਾਈਡ੍ਰੋਨੀਅਮ ਆਇਨ ਇੱਕ ਆਇਨ ਜਿਸ ਵਿੱਚ ਪ੍ਰੋਟੀਨ ਹੁੰਦਾ ਹੈ ਅਤੇ ਪਾਣੀ ਦੇ ਅਣੂ ਨਾਲ ਮਿਲਾਇਆ ਜਾਂਦਾ ਹੈ; H3O +

hydrosphere / ਹਾਈਡ੍ਰੋਸਪੀਅਰ ਖੇਤਰ ਧਰਤੀ ਦਾ ਹਿੱਸਾ ਪਾਣੀ ਹੈ; ਧਰਤੀ ਦੇ ਚਾਰ ਮੁੱਖ ਖੇਤਰਾਂ ਵਿੱਚੋਂ ਇੱਕ ਹੈ

hypothesis / ਹਾਈਪੋਥੇਸਿਸ ਇੱਕ ਵਿਆਖਿਆ ਹੈ ਇਹ ਪੁਰਾਣੇ ਵਿਗਿਆਨਕ ਖੋਜਾਂ ਜਾਂ ਪੂਰਵ-ਅਨੁਮਾਨਾਂ 'ਤੇ ਆਧਾਰਿਤ ਹੈ ਅਤੇ ਇਸਦੀ ਜਾਂਚ ਕੀਤੀ ਜਾ ਸਕਦੀ ਹੈ

I

ice age / ਹਵਾ ਦੀ ਉਮਰ ਜਲਵਾਯੂ ਦੇ ਕੂਲਿੰਗ ਦੀ ਲੰਮੀ ਮਿਆਦਜਿਸ ਦੌਰਾਨ ਮਹਾਂਦੀਪ ਵਾਰ-ਵਾਰ ਗਲੇਸੀਏ ਜਾਂਦੇ ਹਨ

ideal fluid / ਆਦਰਸ਼ਕ ਤਰਲ ਇੱਕ ਤਰਲ ਜਿਸਦਾ ਕੋਈ ਅੰਦਰੂਨੀ ਝੁਕਾਅ ਜਾਂ ਲੇਸ ਨਾ ਹੋਵੇ ਅਤੇ ਇਹ ਅਸਪਸ਼ਟ ਹੈ

ideal gas / ਆਦਰਸ਼ਕ ਗੈਸ ਇੱਕ ਕਾਲਪਨਿਕ ਗੈਸ ਜਿਸਦੇ ਕਣਾਂ ਬੇਅੰਤ ਛੋਟੇ ਹੁੰਦੇ ਹਨ ਅਤੇ ਇੱਕ ਦੂਜੇ ਨਾਲ ਗੱਲਬਾਤ ਨਹੀਂ ਕਰਦੇ

ideal gas constant / ਆਦਰਸ਼ਕ ਗੈਸ ਲਗਾਤਾਰ ਇੱਕ ਆਦਰਸ਼ ਗੈਸ ਦੇ 1 ਮੋਲ ਦੇ ਲਈ ਸਟੇਟ ਦੇ ਸਮਕਾਲੀ ਵਿੱਚ ਦਿਖਾਈ ਗਈ ਅਨੁਪਾਤਤਾ ਦੀ ਸਥਿਰਤਾ; $R = 0.082\ 057\ 84$ L • atm/mol • K

ideal gas law / ਆਦਰਸ਼ ਗੈਸ ਕਾਨੂੰਨ ਕਾਨੂੰਨ ਜੋ ਦੱਸਦਾ ਹੈ ਕਿ ਦਬਾਉ (P), ਆਵਾਜ਼ (V), ਤਾਪਮਾਨ (T), ਗੈਸ ਨਿਰੰਤਰ (R), ਅਤੇ ਗੈਸ (n) ਦੇ ਮੋਲਸ ਦੀ ਗਿਣਤੀ ਦੇ ਗਣਿਤ ਸੰਬੰਧੀ ਸਬੰਧਾਂ ਨੂੰ ਦਰਸਾਉਂਦਾ ਹੈ; $PV = nRT$

igneous rock / ਅਗਿਆਨਰ ਚੱਟਾਨ ਚੱਟਾਨ ਜੋ ਬਣਦਾ ਹੈ ਜਦੋਂ ਮਗਮਾ ਠੰਢਾ ਹੁੰਦਾ ਹੈ ਅਤੇ ਮਜ਼ਬੂਤ ਹੁੰਦਾ ਹੈ

immiscible / ਇਮਿਸਬੀਬਲ ਦੇ ਜਾਂ ਇੱਕ ਤੋਂ ਵੱਧ ਤਰਲ ਦਾ ਵਰਣਨ ਕਰਦਾ ਹੈ ਜੋ ਇੱਕ ਦੂਜੇ ਨਾਲ ਮੇਲ ਨਹੀਂ ਖਾਂਦੇ

impulse / ਆਗਾਜ਼ ਫੋਰਸ ਦਾ ਉਤਪਾਦ ਅਤੇ ਸਮਾਂ ਅੰਤਰਾਲ ਜਿਸ ਉੱਤੇ ਫੋਰਸ ਕਿਸੇ ਇਕਾਈ 'ਤੇ ਕੰਮ ਕਰਦੀ ਹੈ

incomplete dominance / ਅਧੂਰਾ ਅਧਿਕਾਰ ਹੈਟ੍ਰੋਜ਼ਾਈਗਸ ਫੀਨਟਾਈਪ ਜੋ ਕਿ ਦੇ ਸਮਰੂਪਬੈਸ਼ੀਲ ਪਿਨੋਟਾਈਪ ਦੇ ਇੱਕ ਮਿਸ਼ਰਣ ਹੈ

independent assortment / ਸੁਤੰਤਰ ਵੰਡ ਮੈਂਡਲ ਦਾ ਦੂਜਾ ਕਾਨੂੰਨ, ਇਹ ਕਹਿੰਦੇ ਹੋਏ ਕਿ ਇੱਕ ਐਲੀਲ ਜੋੜੇ ਵਿੱਚ ਐਲੀਲਿਸ ਇੱਕ ਜੁਆਨੀ ਗਠਨ ਦੇ ਦੌਰਾਨ ਇੱਕ ਦੂਜੇ ਦੇ ਵੱਖਰੇ ਰੂਪ ਵਿੱਚ ਵੱਖਰੇ ਹੁੰਦੇ ਹਨ

index fossil / ਇੰਡੈਕਸ ਫਾਸਿਲ ਇੱਕ ਜੈਵਿਕਜੋ ਕਿ ਚਟਾਨ ਦੀ ਪਰਤ ਦੀ ਉਮਰ ਨੂੰ ਸਥਾਪਤ ਕਰਨ ਲਈ ਵਰਤੀ ਜਾਂਦੀ ਹੈ ਕਿਉਂਕਿ ਪਾਇਆ ਵੱਖਰਾ ਹੈ, ਭਰਪੂਰ ਹੈ, ਅਤੇ ਵਿਆਪਕ ਹੈ ਅਤੇ ਸਪੀਸੀਜਜਿਸ ਨੇ ਗੌਸੇਲੋਜੀਕਲ ਸਮੇਂ ਦੀ ਸਿਰਫ ਥੋੜ੍ਹੇ ਜਿਹੇ ਸਮੇਂ ਲਈ ਜੀਵ ਜੀਵ ਮੌਜੂਦ ਸੀ

index of refraction / ਇੰਨਫ੍ਰੈਂਕਸ਼ਨ ਦਾ ਸੂਚਕ ਕਿਸੇ ਨਿਪੁੰਨ ਪਾਰਦਰਸ਼ੀ ਮਾਧਿਅਮ ਵਿੱਚ ਰੋਸ਼ਨੀ ਦੀ ਗਤੀ ਨੂੰ ਇੱਕ ਵੈਕਿਊਮ ਵਿੱਚ ਰੋਸ਼ਨੀ ਦੀ ਗਤੀ ਦਾ ਅਨੁਪਾਤ

induction / ਇੰਡੈਕਸ਼ਨ ਇੱਕ ਹੋਰ ਦੋਸ਼ ਆਇਦ ਵਸਤੂ ਕੋਲ ਲਿਆ ਕੇ ਅਤੇ ਕੰਡਕਟਰ ਨੂੰ ਗਰਾਉਂਡ ਕਰਕੇ ਕੰਡਕਟਰ ਚਾਰਜ ਕਰਨ ਦੀ ਪ੍ਰਕਿਰਿਆ

inelastic collision / ਬਿਲਕੁਲ ਅਸਥਿਰ ਟੱਕਰ ਟੱਕਰਜਿਸ ਵਿੱਚ ਟੁਕੜਿਆਂ ਦੇ ਬਾਅਦ ਦੋ ਚੀਜਾਂ ਸੜੀ ਹੋਈ ਹੁੰਦੀਆਂ ਹਨ

inertia / ਇਨੈਰਸ਼ੀਆ ਇੱਕ ਵਸਤੂ ਦੀ ਪ੍ਰਵਿਰਤੀ ਜੋ ਪ੍ਰੇਰਿਤ ਹੋਣ ਤੋਂ ਰੋਕਦੀ ਹੈ ਜਾਂ, ਜੇ ਵਸਤੂ ਚੱਲ ਰਹੀ ਹੈ ਤਾਂ, ਗਤੀ ਜਾਂ ਦਿਸ਼ਾ ਵਿੱਚ ਤਬਦੀਲੀ ਦਾ ਵਿਰੋਧ ਕਰਨ ਲਈ

innate / ਕੁਦਰਤੀ ਵਿਵਹਾਰ ਜੋ ਅਨੁਭਵ ਦੁਆਰਾ ਨਹੀਂ ਸਿੱਖਿਆ ਜਾਂਦਾ

Multilingual Science Glossary

© Houghton Mifflin Harcourt Publishing Company

inner core / ਅੰਦਰੂਨੀ ਕੋਰ ਧਰਤੀ ਦਾ ਠੋਸ ਅੰਦਰੂਨੀ ਭਾਗ, ਬਹੁਤ ਜ਼ਿਆਦਾ ਦਬਾਅ ਅਤੇ ਤਾਪਮਾਨ ਦੇ ਤਹਿਤ ਜ਼ਿਆਦਾਤਰ ਲੋਹੇ ਅਤੇ ਨਿਕਲ ਤੋਂ ਬਣਿਆ ਹੁੰਦਾ ਹੈ

insolation / ਇਨਸੋਲੇਸ਼ਨ ਸੂਰਜੀ ਰੇਡੀਏਸ਼ਨ (ਸੂਰਜ ਤੋਂ ਊਰਜਾ) ਜੋ ਕਿ ਧਰਤੀ ਤੇ ਪਹੁੰਚਦਾ ਹੈ; ਖਖੇਤ੍ਰ ਸਤ੍ਹ ਦੀ ਪ੍ਰਤੀ ਇਕਾਈ ਸੋਲਰ ਰੇਡੀਏਸ਼ਨ ਦੀ ਡਿਲਿਵਰੀ ਦੀ ਦਰ

instantaneous velocity / ਤਤਕਾਲੀ ਵੇਗ ਇੱਕ ਵਸਤੂ ਦੀ ਰਫ਼ਤਾਰ ਕੁਝ ਤਤਕਾਲ ਜਾਂ ਵਸਤੂ ਦੇ ਮਾਰਗ ਵਿਚ ਇੱਕ ਖਾਸ ਬਿੰਦੂ ਤੇ

intensity / ਤੀਬਰਤਾ ਦਰ ਦੀ ਲਹਿਰ ਦੀ ਦਿਸ਼ਾ ਵੱਲ ਇੱਕ ਯੂਨਿਟ ਦੇ ਖੇਤਰ ਵਿਚ ਲੰਬਿਤ ਊਰਜਾ ਦੀ ਦਰ

intensive property / ਤੀਬਰ ਸੰਪਤੀ ਇੱਕ ਜਾਇਦਾਦ ਜੋ ਕਿ ਮੌਜੂਦ ਮਾਮਲਿਆਂ, ਜਿਵੇਂ ਕਿ ਦਬਾਅ, ਤਾਪਮਾਨ, ਜਾਂ ਘਣਤਾ ਤੇ ਨਿਰਭਰ ਨਹੀਂ ਕਰਦਾ

interest group / ਵਿਆਜ ਗਰੁੱਪ ਆਮ ਹਿੱਤ ਵਾਲੇ ਵਿਅਕਤੀਆਂ ਦਾ ਸਮੂਹ ਜੋ ਵਿਧਾਨਕ ਕਾਰਵਾਈ ਲਈ ਆਧਾਰ ਪ੍ਰਦਾਨ ਕਰਦਾ ਹੈ

interglacial / ਅੰਤਰ-ਗਲੇਸ਼ੀਅਲ ਇੱਕ ਹਵਾ ਦੀ ਉਮਰ ਦੇ ਵਿੱਚ ਨਿਘ ਦਾ ਇੱਕ ਮੁਕਾਬਲਤਨ ਛੋਟਾ ਸਮਾਂ

intermediate / ਵਿਚਕਾਰਲਾ ਇੱਕ ਪਦਾਰਥ ਜੋ ਇੱਕ ਰਸਾਇਕ ਪ੍ਰਤੀਕਿਆ ਦੇ ਮੱਧ-ਪੜਾਅ ਵਿੱਚ ਬਣਦਾ ਹੈ ਅਤੇ ਇਸਨੂੰ ਪੇਰੈਂਟਲ ਪਦਾਰਥ ਅਤੇ ਅੰਤਿਮ ਉਤਪਾਦ ਦੇ ਵਿਚਕਾਰ ਇੱਕ ਪੱਥਰੀ ਪੱਥਰ ਮੰਨਿਆ ਜਾਂਦਾ ਹੈ

intermolecular forces / ਅੰਤਰਮੋਲੀਕੂਲ ਬਲ ਅਣੂ ਦੇ ਵਿਚ ਖਿੱਚ ਦਾ ਕਾਰਨ

internal energy / ਅੰਦਰੂਨੀ ਊਰਜਾ ਇੱਕ ਸੰਪਤੀ ਜਿਸ ਵਿੱਚ ਸਿਸਟਮ ਦੇ ਵਿਅਕਤੀਗਤ ਕਣਾਂ ਦੀ ਊਰਜਾ ਸ਼ਾਮਲ ਹੁੰਦੀ ਹੈ ਪਰ ਪੂਰੇ ਪ੍ਰਣਾਲੀ ਦੀ ਊਰਜਾ ਨਹੀਂ

interstellar medium / ਇੰਟਰਸਟੇਲਰ ਦਰਮਿਆਨੇ ਪਦਾਰਥ, ਜਿਆਦਾਤਰ ਹਾਈਡਰੋਜਨ ਗੈਸ, ਹੋਰ ਗੈਸਾਂ, ਅਤੇ ਧੂੜ, ਨਵੇਂ ਸਿਤਾਰਿਆਂ ਦੇ ਗਠਨ ਲਈ ਤਾਰਿਆਂ ਅਤੇ ਕੱਚੇ ਪਦਾਰਥ ਪ੍ਰਦਾਨ ਕਰਦੇ ਹੋਏ

introduced species / ਪੇਸ਼ ਕੀਤੀਆਂ ਜਾਤੀਆਂ ਪ੍ਰਜਾਤੀਆਂ ਇੱਕ ਸਪੀਸੀਜ਼ਜਿਹ ਇੱਕ ਖੇਤਰ ਦੇ ਮੂਲ ਨਹੀਂ ਹੈ ਅਤੇ ਮਨੁੱਖੀ ਸਰਗਰਮੀਆਂ ਦੇ ਨਤੀਜੇ ਵਜੋਂ ਉਸ ਖੇਤਰ ਵਿੱਚ ਲਿਆਇਆ ਗਿਆ ਸੀ

intron / ਇੰਟਰਾਨ ਇੱਕ ਜੀਨ ਦਾ ਭਾਗ ਜੋ ਇੱਕ ਐਮੀਨੋ ਐਸਿਡ ਲਈ ਕੋਡ ਨਹੀਂ ਕਰਦਾ

invasive species / ਹਮਲਾਵਰ ਜਾਤੀਆਂ ਕੋਈ ਜਾਤੀਜੇ ਇੱਕ ਈਕੋਸਿਸਟਮ ਦੇ ਮੂਲ ਨਹੀਂ ਹੈਅਤੇ ਜਿਸ ਦੀ ਪ੍ਰਸੰਗ ਪ੍ਰਣਾਲੀ ਦਾ ਪ੍ਰਯੋਗ ਮਨੁੱਖੀ ਸਿਹਤ ਨੂੰ ਆਰਥਿਕ ਜਾਂ ਵਾਤਾਵਰਣ ਨੁਕਸਾਨ ਜਾਂ ਨੁਕਸਾਨ ਪਹੁੰਚਾਉਣ ਦੀ ਸੰਭਾਵਨਾ ਹੈ

inverse proportion / ਉਲਟ ਅਨੁਪਾਤ ਦੇ ਵੇਅਰਿਏਬਲਜ਼ ਦੇ ਸਬੰਧਾਂ ਦਾ ਸਬੰਧ ਹੈ ਜਿਨ੍ਹਾਂ ਦਾ ਉਤਪਾਦ ਸਥਾਈ ਹੈ

ion / ਆਇਨ ਇੱਕ ਐਟਮ, ਰੈਡੀਕਲ, ਜਾਂ ਅਣੂਜੋ ਇੱਕ ਜਾਂ ਇੱਕ ਤੋਂ ਵੱਧ ਇਲੈਕਟ੍ਰੋਨ ਪ੍ਰਾਪਤ ਕਰ ਚੁੱਕੇ ਹਨ ਜਾਂ ਗੁਆਚ ਗਏ ਹਨ ਅਤੇ ਇੱਕ ਨੈਗੇਟਿਵ ਜਾਂ ਸਕਾਰਾਤਮਕ ਚਾਰਜ ਹੈ

ionic bond / ਆਇਓਨਿਕ ਬਾਂਡ ਇੱਕ ਸ਼ਕਤੀਜੇ ਇਲੈਕਟ੍ਰੋਨਾਂ ਨੂੰ ਇੱਕ ਐਟਮ ਤੋਂ ਦੂਜੀ ਵੱਲ ਖਿੱਚਦਾ ਹੈ, ਜੋ ਇੱਕ ਨਿਰਪੱਖ ਪਰਮਾਣੂ ਨੂੰ ਇੱਕ ਆਇਨ ਵਿਚ ਬਦਲ ਦਿੰਦਾ ਹੈ

ionic compound / ਆਇਓਨਿਕ ਮਿਸ਼ਰਤ ਇਲੈਕਟ੍ਰੋਸਟੈਟਿਕ ਖਿੱਚ ਦੁਆਰਾ ਇੱਕਠੇ ਬੰਨ੍ਹਿਆਂ ਦੇ ਆਇਨਜ਼ ਦਾ ਇੱਕ ਜੋੜ

ionization / ਆਇਨੀਕਰਨ ਇੱਕ ਐਟਮ ਜਾਂ ਅਣੂ ਤੋਂ ਇਲੈਕਟ੍ਰੋਨ ਜੋੜਨ ਜਾਂ ਹਟਾਉਣ ਦੀ ਪ੍ਰਕਿਰਿਆ,ਜੋ ਪ੍ਰਮਾਣੂ ਜਾਂ ਅਣੂ ਨੂੰ ਸ਼ੁੱਧ ਚਾਰਜ ਦਿੰਦਾ ਹੈ

ionization energy / ਆਇਨੀਕਰਨ ਊਰਜਾ ਇੱਕ ਐਟਮ ਜਾਂ ਆਇਨ (ਸੰਖੇਪ, IE) ਤੋਂ ਇੱਕ ਇਲੈਕਟ੍ਰੋਨ ਨੂੰ ਹਟਾਉਣ ਦੀ ਲੋੜ ਹੁੰਦੀ ਊਰਜਾ

isolated system / ਅਲੱਗ ਸਿਸਟਮ ਅਧਿਐਨ ਦੇ ਉਦੇਸ਼ ਲਈ ਇੱਕ ਵੱਖਰੇ ਭੌਤਿਕ ਇਕਾਈ ਸਮਝੇ ਜਾਣ ਵਾਲੇ ਕਣਾਂ ਜਾਂ ਸੰਚਾਰੀ ਹਿੱਸਿਆਂ ਦਾ ਸਮੂਹ, ਖਾਸਤੌਰ ਤੇ ਇਸਦੇ ਕਿਸੇ ਵੀ ਹਿੱਸੇ ਤੇ ਕੰਮ ਕਰਨ ਵਾਲੀ ਕੋਈ ਵੀ ਬਾਹਰੀ ਬਲਾਂ ਦੇ ਨਹੀਂ

isomer / ਆਈਸੋਮਰ ਦੋ ਜਾਂ ਦੋ ਹੋਰ ਯੌਗੌਂਡਾਂ ਵਿੱਚੋਂ ਇੱਕ ਜੋ ਕਿ ਇੱਕ ਜਿਹੀ ਰਸਾਇਕ ਰਚਨਾ ਹੈ ਪਰ ਵੱਖਰੇ ਢਾਂਚੇ ਹਨ

isostatic equilibrium / ਆਇਸੋਸਟੈਟਿਕ ਸੰਤੁਲਨ ਧਰਤੀ ਦੇ ਲੇਥੋਫਿਅਰ ਤੇ ਕੰਮ ਕਰਨ ਵਾਲੇ ਗੁਰੂਤਾ ਅਤੇ ਉਤਸ਼ਾਹੀ ਤਾਕਤਾਂ ਵਿਚਕਾਰ ਸੰਤੁਲਨ ਦੀ ਆਦਰਸ਼ ਅਵਸਥਾ, ਜਿਸਦੇ ਨਤੀਜੇ ਵਜੋਂ ਵੱਖ-ਵੱਖ ਉਚਾਈਆਂ ਮਿਲਦੀਆਂ ਹਨ

isothermal process / ਆਈਸੋਥਰਮਲ ਪ੍ਰਕਿਰਿਆ ਇੱਕ ਥਰਮੋਡਾਇਨੈਮਿਕ ਪ੍ਰਕਿਰਿਆ ਜੋ ਲਗਾਤਾਰ ਤਾਪਮਾਨ 'ਤੇ ਹੁੰਦਾ ਹੈ

isotope / ਆਈਸੋਟੋਪ ਦੋ ਜਾਂ ਦੋ ਤੋਂ ਜ਼ਿਆਦਾ ਐਟਮਾਂ ਵਿਚ ਇੱਕ ਪ੍ਰੋਟੀਨ (ਐਟਮੀ ਨੰਬਰ) ਪਰ ਵੱਖ-ਵੱਖ ਨਿਊਟਰਨ (ਐਟਮੀ ਪੁੰਜ)

isovolumetric process / ਆਈਸੋਵੋਲਿਊਮੈਟ੍ਰਿਕ ਪ੍ਰਕਿਰਿਆ ਇੱਕ ਥਰਮੋਡਾਇਨੈਮਿਕ ਪ੍ਰਕਿਰਿਆਜੋ ਕਿ ਲਗਾਤਾਰ ਵੇਲਯੂਮ ਤੇ ਹੁੰਦਾ ਹੈ ਤਾਂ ਕਿ ਸਿਸਟਮ ਤੇ ਕੋਈ ਕੰਮ ਨਾ ਕੀਤਾ ਜਾਵੇ

iterate / ਮੁੜ ਦੁਹਰਾਓ ਮੁੜ ਕਰਨ ਜਾਂ ਦੁਹਰਾਉਣਾ; ਡਿਜ਼ਾਈਨ ਟੈਸਟਿੰਗ ਵਿੱਚ, ਹਰ ਇੱਕ ਦੁਹਰਾਏ ਦੇ ਨਤੀਜੇ ਡਿਜ਼ਾਈਨ ਦੇ ਅਗਲੇ ਸੰਸਕਰਣ ਨੂੰ ਸੋਧਣ ਲਈ ਵਰਤੇ ਜਾਂਦੇ ਹਨ

ਭੂਮੀ

J

joule / ਜੂਲ ਊਰਜਾ ਦਰਸਾਉਣ ਲਈ ਵਰਤੀ ਜਾਣ ਵਾਲੀ ਇਕਾਈ; ਬਲ ਦੀ ਦਿਸ਼ਾ ਵਿੱਚ 1 ਮੀਟਰ ਦੀ ਦੂਰੀ ਤੈਅ ਕਰਨ ਦੇ 1N ਦੇ ਬਲ ਦੁਆਰਾ ਕੀਤੇ ਗਿਆ ਕੰਮ ਦੇ ਬਰਾਬਰ (ਇਕਾਈ ਚਿੰਨ੍ਹ, J)

K

ketone / ਕੀਟੋਨ ਇੱਕ ਜੈਵਿਕ ਸਮਗਰੀ ਜਿਸ ਵਿੱਚ ਇੱਕ ਕਾਰਬਨੀਲ ਸਮੂਹ ਦੇ ਅਲਕਲੀ ਸਮੂਹਾਂ ਨਾਲ ਜੁੜਿਆ ਹੁੰਦਾ ਹੈ; ਸੈਕੰਡਰੀ ਅਲਕੋਹਲ ਦੇ ਆਕਸੀਕਰਣ ਦੁਆਰਾ ਪ੍ਰਾਪਤ ਕੀਤੀ ਗਈ

kin selection / ਸਬੰਧ ਚੁਣੋ ਜਦੋਂ ਕੁਦਰਤੀ ਚੋਣ ਐਲੀਲਜ਼ 'ਤੇ ਕੰਮ ਕਰਦੀ ਹੈ ਜੋ ਨੇੜਲੇ ਰਿਸ਼ਤੇਦਾਰਾਂ ਦੀ ਹੋਂਦ ਨੂੰ ਪਸੰਦ ਕਰਦੇ ਹਨ

kinetic energy / ਗਤੀ ਸ਼ਕਤੀ ਇੱਕ ਵਸਤੂ ਦੀ ਊਰਜਾ ਜਿਹੜੀ ਵਸਤੂ ਦੀ ਗਤੀ ਦੇ ਕਾਰਨ ਹੁੰਦੀ ਹੈ

kinetic friction / ਕਾਈਨੇਟਿਕ ਫਰੈਕਸ਼ਨ ਫੋਰਸ, ਜੋ ਦੋ ਸਤਹਾਂ ਦੇ ਅੰਦੋਲਨ ਦਾ ਵਿਰੋਧ ਕਰਦੀ ਹੈਜੋ ਕਿ ਸੰਪਰਕ ਵਿੱਚ ਹਨ ਅਤੇ ਇੱਕ ਦੂਜੇ ਉੱਤੇ ਸਲਾਇਡ ਕਰਦੇ ਹਨ

kinetic-molecular theory / ਕਾਈਨੇਟਿਕ-ਮੋਲੇਕੂਲਰ ਥਿਊਰੀ ਇੱਕ ਥਿਊਰੀ ਜੋ ਦੱਸਦਾ ਹੈ ਕਿ ਭੌਤਿਕ ਸਿਸਟਮ ਦਾ ਵਿਵਹਾਰ ਸਿਸਟਮ ਨੂੰ ਬਣਾ ਕੇ ਰੱਖੇ ਗਏ ਅਣੂ ਦੇ ਸਾਂਝੇ ਕੰਮਾਂ 'ਤੇ ਨਿਰਭਰ ਕਰਦਾ ਹੈ

L

lanthanide / ਲੈਂਥਾਨਾਈਡ ਤੱਤਾਂ ਦੀ ਦੁਰਲੱਭ ਧਰਤੀ ਦੀ ਲੜੀ ਦਾ ਇੱਕ ਮੈਂਬਰ, ਜਿਸਦਾ ਐਟਮੀ ਨੰਬਰ 58 (ਸੇਰਿਅਮ) ਤੋਂ 71 (ਲੂਤੀਸੀਅਮ) ਤੱਕ ਹੈ

laser / ਲੇਜ਼ਰ ਇੱਕ ਯੰਤਰ ਜੋ ਸਿਰਫ ਇੱਕ ਵੇਵੈਲਥ ਦੀ ਇਕਸਾਰ ਰੌਸ਼ਨੀ ਪੈਦਾ ਕਰਦਾ ਹੈ

latent heat / ਲੁਪਤ ਗਰਮੀ ਊਰਜਾ ਪ੍ਰਤੀ ਇਕਾਈ ਪੁੰਜ ਜੋ ਇੱਕ ਪਦਾਰਥ ਦੇ ਪੜਾਅ ਬਦਲੇ ਦੌਰਾਨ ਤਬਦੀਲ ਹੋ ਜਾਂਦੀ ਹੈ

lattice energy / ਜਾਲੀ ਊਰਜਾ ਊਰਜਾ ਰਿਲੀਜ਼ ਹੁੰਦੀ ਹੈ ਜਦੋਂ ਗੈਸ ਆਇਨ ਦਾ ਇੱਕ ਆਇਨਿਕ ਕ੍ਰਿਸਟਲਿਨ ਮਿਸ਼ਰਣ ਬਣਦਾ ਹੈ

lava / ਲਾਵਾ ਮੈਗਮਾ ਜੋ ਕਿ ਧਰਤੀ ਦੀ ਸਤਹ 'ਤੇ ਵਹਿੰਦਾ ਹੈ; ਚਟਾਨ ਜਿਹੜਾ ਕਿ ਜਦੋਂ ਲਾਵਾਂ ਠੰਡਾ ਹੁੰਦਾ ਹੈ ਅਤੇ ਠੋਸ ਬਣ ਜਾਂਦਾ ਹੈ

law of conservation of energy / ਊਰਜਾ ਦੀ ਸੰਭਾਲ ਦਾ ਕਾਨੂੰਨ ਕਾਨੂੰਨ ਜੋ ਕਹਿੰਦਾ ਹੈ ਕਿ ਊਰਜਾ ਨਹੀਂ ਬਣਾਈ ਜਾ ਸਕਦੀ ਜਾਂ ਨਸ਼ਟ ਨਹੀਂ ਕੀਤਾ ਜਾ ਸਕਦੀ ਪਰ ਇੱਕ ਰੂਪ ਤੋਂ ਦੂਜੇ ਰੂਪ ਵਿਚ ਬਦਲਿਆ ਜਾ ਸਕਦਾ ਹੈ

law of conservation of mass / ਪੁੰਜ ਦੀ ਸੁਰੱਖਿਆ ਦੇ ਨਿਯਮ ਕਾਨੂੰਨ ਜੋ ਕਹਿੰਦਾ ਹੈ ਕਿ ਜਨਤਕ ਨਹੀਂ ਬਣਾਇਆ ਜਾ ਸਕਦਾ ਹੈ ਜਾਂ ਤਬਾਹ ਕੀਤਾ ਜਾ ਸਕਦਾ ਹੈ ਪਰ ਇੱਕ ਰੂਪ ਤੋਂ ਦੂਜੇ ਰੂਪ ਵਿਚ ਬਦਲਿਆ ਜਾ ਸਕਦਾ ਹੈ

law of definite proportions / ਨਿਸ਼ਚਿਤ ਅਨੁਪਾਤ ਦੇ ਨਿਯਮ ਕਾਨੂੰਨ ਜਿਹੜਾ ਕਹਿੰਦਾ ਹੈ ਕਿ ਇੱਕ ਰਸਾਇਕ ਯੌਤਨਾਂ ਵਿਚ ਹਮੇਸ਼ਾਂ ਵਜ਼ਨ ਜਾਂ ਪੁੰਜ ਦੁਆਰਾ ਉਸੇ ਅਨੁਪਾਤ ਵਿਚ ਉਹੀ ਤੱਤ ਹੁੰਦੇ ਹਨ

law of multiple proportions / ਬਹੁ ਅਨੁਪਾਤ ਦਾ ਨਿਯਮ ਉਹ ਕਾਨੂੰਨ ਜਿਹੜਾ ਦੱਸਦਾ ਹੈ ਕਿ ਜਦੋਂ ਦੋ ਤੱਤਾਂ ਨੇ ਦੋ ਜਾਂ ਇੱਕ ਤੋਂ ਵੱਧ ਮਿਸ਼ਰਣ ਬਣਾਏ ਹਨ ਤਾਂ ਇੱਕ ਤੱਤ ਦਾ ਪੁੰਜ ਹੈ ਜੋ ਕਿ ਦੂਜੇ ਦਰਜੇ ਦੇ ਪੁੰਜ ਨਾਲ ਮੇਲ ਖਾਂਦਾ ਹੈ, ਛੋਟੇ ਛੋਟੇ ਸੰਖਿਆਵਾਂ ਦੇ ਅਨੁਪਾਤ ਵਿੱਚ ਹੁੰਦਾ ਹੈ

Le Châtelier's principle / ਲੇ ਚੈਟੀਅਰ ਦੇ ਸਿਧਾਂਤ ਸਿਧਾਂਤ ਜੋ ਦੱਸਦਾ ਹੈ ਕਿ ਸੰਤੁਲਨ ਵਿੱਚ ਇੱਕ ਪ੍ਰਣਾਲੀ ਇੱਕ ਅਜਿਹੇ ਢੰਗ ਵਿੱਚ ਤਬਦੀਲੀ ਦਾ ਵਿਰੋਧ ਕਰੇਗੀ ਜੋ ਬਦਲਾਵ ਨੂੰ ਖ਼ਤਮ ਕਰਨ ਵਿੱਚ ਸਹਾਇਤਾ ਕਰਦੀ ਹੈ

lens / ਲੈਨਜ ਇੱਕ ਪਾਰਦਰਸ਼ੀ ਵਸਤੂ ਜੋ ਕਿ ਹਲਕੇ ਕਿਨਾਰਿਆਂ ਨੂੰ ਰੀਫ੍ਰੈਕਟ ਕਰਦਾ ਹੈ ਜਿਵੇਂ ਕਿ ਇੱਕ ਚਿੱਤਰ ਨੂੰ ਬਣਾਉਣ ਲਈ ਰੌਸ਼ਨੀ ਕਿਰਨਾਂ ਇਕਸਾਰ ਹੁੰਦੀਆਂ ਹਨ ਜਾਂ ਵੱਖਰੀਆਂ ਹੁੰਦੀਆਂ ਹਨ

lever arm / ਲੀਵਰ ਆਰਮ ਰੋਟੇਸ਼ਨ ਦੇ ਧੁਰੇ ਤੋਂ ਲੈ ਕੇ ਫੋਰਸ ਦੀ ਦਿਸ਼ਾ ਵੱਲ ਖਿੱਚੇ ਗਏ ਇੱਕ ਲਾਈਨ ਤੱਕ ਲੰਬਵਤ ਦੂਰੀ

Lewis acid / ਲੇਵਿਸ ਐਸਿਡ ਇੱਕ ਪਰਮਾਣੂ, ਆਇਨ, ਜਾਂ ਅਣੂ ਜੋ ਇਲੈਕਟ੍ਰੋਨਾਂ ਦੀ ਇੱਕ ਜੋੜਾ ਸਵੀਕਾਰ ਕਰਦਾ ਹੈ

Lewis acid-base reaction / ਲੇਵਿਸ ਐਸਿਡ-ਬੇਸ ਪ੍ਰਤੀਕ੍ਰਿਆ ਇੱਕ ਇਲੈਕਟ੍ਰੋਨ-ਪੇਅਰ ਦਾਨੀ ਅਤੇ ਇਲੈਕਟ੍ਰੋਨ-ਪੇਅਰ ਸਵੀਕ੍ਰਿਤੀ ਵਿਚਕਾਰ ਇੱਕ ਜਾਂ ਇੱਕ ਤੋਂ ਵੱਧ ਸਹਿਕਾਰਤਾ ਬਾਂਡ ਦੀ ਬਣਤਰ

Lewis base / ਲੇਵਿਸ ਬੇਸ ਇੱਕ ਐਟਮ, ਆਇਨ, ਜਾਂ ਅਣੂ ਜੋ ਇਲੈਕਟ੍ਰੋਨਾਂ ਦੀ ਇੱਕ ਜੋੜਾ ਦਾਨ ਕਰਦਾ ਹੈ

Lewis structure / ਲੇਵਿਸ ਢਾਂਚਾ ਇੱਕ ਢਾਂਚਾਗਤ ਫਾਰਮੂਲਾ ਜਿਸ ਵਿੱਚ ਇਲੈਕਟ੍ਰੋਨ ਡੌਟਸ ਦੁਆਰਾ ਦਰਸਾਇਆ ਜਾਂਦਾ ਹੈ; ਡੌਟ ਜੋੜਿਆਂ ਜਾਂ ਦੋ ਪ੍ਰਮਾਣੂ ਚਿੰਨਾਂ ਵਿਚਕਾਰ ਡੈਸ਼ਾਂ ਸਹਿਕਾਰਤਾ ਬਾਂਡ ਵਿਚ ਜੋੜਿਆਂ ਨੂੰ ਦਰਸਾਉਂਦੇ ਹਨ

light-year / ਲਾਈਟ-ਯੀਅਰ ਜੋ ਦੂਰੀ ਇੱਕ ਹਫਤਿਆਂ ਵਿਚ ਇੱਕ ਸਾਲ ਵਿਚ ਸਫ਼ਰ ਕਰਦੀ ਹੈ;ਲਗਭਗ 9.46 ਟ੍ਰਿਲੀਅਨ ਕਿਲੋਮੀਟਰ

limiting reactant / ਸੰਵੇਦਕ ਨੂੰ ਸੀਮਤ ਕਰਨ ਪਦਾਰਥਜੋ ਕਿ ਉਤਪਾਦ ਦੀ ਮਾਤਰਾ ਨੂੰ ਕੰਟਰੋਲ ਕਰਦਾ ਹੈ ਜੋ ਇੱਕ ਰਸਾਇਕ ਪ੍ਰਤੀਕ੍ਰਿਆ ਵਿੱਚ ਬਣਾ ਸਕਦਾ ਹੈ

linear polarization / ਰੇਖਾਕਾਰ ਧਰੁਵੀਕਰਨ ਇਲੈਕਟ੍ਰੋਮੈਗਨੈਟਿਕ ਲਹਿਰਾਂ ਦੀ ਤਰਤੀਬ, ਜਿਵੇਂ ਕਿ ਹਰੇਕ ਲਹਿਰਾਂ ਵਿਚ ਬਿਜਲੀ ਖੇਤਰਾਂ ਦੀਆਂ ਖਿੜਕੀਆਂ ਇੱਕ ਦੂਜੇ ਦੇ ਸਮਾਨ ਹਨ

Multilingual Science Glossary

lipid / ਲਿਪਿਡ ਬਾਇਓ ਕੈਮੀਕਲ ਦੀ ਇੱਕ ਕਿਸਮਜੋ ਪਾਣੀ ਵਿੱਚ ਭੰਗ ਨਹੀਂ ਕਰਦਾ, ਜਿਸ ਵਿੱਚ ਵਾੱਕ ਅਤੇ ਸਟੀਰੌਇਡ ਸ਼ਾਮਲ ਹਨ; ਲਿਪਾਈਡ ਊਰਜਾ ਸਟੋਰ ਕਰਦੀ ਹੈ ਅਤੇ ਸੈਲ ਫਿਲਬਲਿਨ ਬਣਾ ਦਿੰਦੀ ਹੈ

liquid / ਤਰਲ ਉਸ ਸਥਿਤੀ ਦੀ ਸਥਿਤੀ ਜਿਸਦਾ ਇੱਕ ਨਿਸ਼ਚਿਤ ਅਨੁਪਾਤ ਹੈ ਪਰ ਨਿਸ਼ਚਿਤ ਰੂਪ ਵਿਚ ਨਹੀਂ

lithosphere / ਲਿਥੋਸਫੀਲਰ ਧਰਤੀ ਦੀ ਠੋਸ, ਬਾਹਰਲੀ ਪਰਤ ਜਿਸ ਵਿੱਚ ਛਾਲੇ ਅਤੇ ਤਪੱਸਾਂ ਦੇ ਸਖ਼ਤ ਉਪਰਲੇ ਹਿੱਸੇ ਹੁੰਦੇ ਹਨ

logistic growth / ਤਰਕਸੰਗਤ ਵਿਕਾਸ ਜਨਸੰਖਿਆ ਵਾਧਾ ਜੋ ਹੌਲੀ-ਹੌਲੀ ਵਿਕਾਸ ਦੀ ਮਿਆਦ ਨਾਲ ਦਰਸਾਈ ਜਾਂਦੀ ਹੈ, ਜਿਸਦੇ ਬਾਅਦ ਘਾਟਾ ਵਾਧੇ ਦੀ ਮਿਆਦ ਹੁੰਦੀ ਹੈ, ਜਿਸ ਤੋਂ ਬਾਅਦ ਕੋਈ ਵਾਧਾ ਨਹੀਂ ਹੁੰਦਾ

London dispersion force / ਲੰਡਨ ਫੈਲਾਅ ਫੋਰਸ ਇੰਟਰਮੋਲੇਕੁਲਰ ਖਿੱਚ ਜਿਸਦਾ ਨਤੀਜਾ ਇਲੈਕਟ੍ਰੋਨਸ ਦੇ ਅਸੈਲਵ ਵਿਤਰਣ ਅਤੇ ਆਰਜ਼ੀ ਡਿੱਪਾਂ ਦੀ ਰਚਨਾ ਦਾ ਨਤੀਜਾ ਹੈ

longitudinal wave / ਲੰਮੀ ਲਹਿਰ ਇੱਕ ਲਹਿਰ ਜਿਸ ਵਿੱਚ ਮੱਧਮ ਦੇ ਕਣਾਂ ਦੀ ਲਹਿਰ ਸਫ਼ਰ ਕਰਨ ਵਾਲੀ ਦਿਸ਼ਾ ਵੱਲ ਸਮਾਨ ਹੈ

longshore current / ਲੰਬੇ ਲੰਮੀ ਕਰੰਟਸ਼ੋਰਲਾਈਨ ਦੇ ਨਜ਼ਦੀਕ ਅਤੇ ਸਮਾਨਾਂਤਰ ਸਫ਼ਰ ਕਰਦਾ ਹੋਇਆ ਪਾਣੀ ਦਾ ਕਰੰਟ

luster / ਚਮਕ ਜਿਸ ਤਰੀਕੇ ਨਾਲ ਇੱਕ ਮਿਨਰਲ ਰੌਸ਼ਨੀ ਨੂੰ ਦਰਸਾਉਂਦਾ ਹੈ

M

macromolecule / ਮੈਕਰੋਮੁਕਲੀ ਇੱਕ ਬਹੁਤ ਵੱਡੀ ਅਣੂ, ਆਮ ਤੌਰ ਤੇ ਇੱਕ ਪੋਲੀਮੈਮਰ, ਸੈਂਕੜੇ ਜਾਂ ਹਜ਼ਾਰਾਂ ਐਟਮਾਂ ਨਾਲ ਬਣੀ ਹੋਈ ਹੈ

mafic / ਮੈਫਿਕ ਮੈਗਨੀਅਮ ਅਤੇ ਲੋਹੇ ਨਾਲ ਭਰਪੂਰ ਮੈਟਮਾ ਜਾਂ ਅਗਨੀ ਚੱਟਾਨ ਦਾ ਵਰਣਨ ਕਰਦਾ ਹੈ ਜੋ ਆਮ ਤੌਰ 'ਤੇ ਰੰਗ ਵਿੱਚ ਗੂੜ੍ਹਾ ਹੁੰਦਾ ਹੈ

magic numbers / ਜਾਦੂ ਸੰਖਿਆ ਨੰਬਰ (2, 8, 20, 28, 50, 82, ਅਤੇ 126) ਜੋ ਕਿ ਇੱਕ ਵਾਧੂ ਸਥਿਰ ਪਰਮਾਣੂ ਨਿਊਕਲੀਅਸ ਵਿੱਚ ਕਣਾਂ ਦੀ ਗਿਣਤੀ ਨੂੰ ਦਰਸਾਉਂਦੇ ਹਨ ਜੋ ਕਿ ਪ੍ਰੋਟੇਨ ਅਤੇ ਨਿਊਟ੍ਰੋਨਸ ਦੇ ਸ਼ੈਲ ਨੂੰ ਪੂਰਾ ਕਰਦੇ ਹਨ

magnetic domain / ਚੁੰਬਕੀ ਡੋਮੇਨ ਇੱਕ ਖੇਤਰ ਜੋ ਕਿ ਪਰਮਾਣੂਆਂ ਦੇ ਇੱਕ ਸਮੂਹ ਦੁਆਰਾ ਬਣਾਏ ਗਏ ਹਨ ਜਿਨ੍ਹਾਂ ਦੇ ਸਪਿੰਨ ਇੱਕੇ ਦਿਸ਼ਾ ਵਿੱਚ ਖੁਰਦਰੇ ਹਨ

magnetic field / ਚੁੰਬਕੀ ਖੇਤਰ ਇੱਕ ਖੇਤਰ ਜਿੱਥੇ ਇੱਕ ਚੁੰਬਕੀ ਤਾਕਤ ਦੀ ਖੋਜ ਕੀਤੀ ਜਾ ਸਕਦੀ ਹੈ

magnetic quantum number / ਚੁੰਬਕੀ ਕੁਆਂਟਮ ਨੰਬਰ ਕੁਆਂਟਮ ਨੰਬਰਜੋ ਕਿ ਨਿਊਕਲੀਸ ਦੇ ਆਲੇ ਦੁਆਲੇ ਇੱਕ ਆਰਕੈਸਟਨ ਦੀ ਸਥਿਤੀ ਨੂੰ ਸੰਕੇਤ ਕਰਦਾ ਹੈ; ਪ੍ਰਤੀਕ ਵਜੋਂ m

magnitude / ਤੀਬਰਤਾ ਭੁਚਾਲ ਦੀ ਤਾਕਤ ਦਾ ਇੱਕ ਮਾਪ

main-group element / ਮੁੱਖ-ਸਮੂਹ ਤੱਤ ਆਵਰਤੀ ਸਾਰਨੀ ਦੇ s-ਬਲਾਕ ਜਾਂ p-ਬਲਾਕ ਵਿੱਚ ਇੱਕ ਤੱਤ

malleability / ਮੈਲੇਬੀਲਿਟੀ ਇੱਕ ਪਦਾਰਥ ਦੀ ਸਮਰੱਥਾ ਜਿਸ ਨੂੰ ਇੱਕ ਸ਼ੀਟ ਵਿਚ ਦਬਾਇਆ ਜਾਂ ਕੁੱਟਿਆ ਜਾ ਸਕਦਾ ਹੈ

mantle / ਮੈਂਟਲ ਧਰਤੀ ਦੇ ਪੱਕੇ ਅਤੇ ਕੋਰ ਵਿਚਕਾਰ ਚੱਟਾਨ ਦੀ ਮੋਟੀ ਪਰਤ

mantle convection / ਮੰਤਰ ਸੰਵੇਦਨਸ਼ੀਲਤਾ ਧਰਤੀ ਦੇ ਤਾਏ-ਬਾਏ ਵਿਚਲੇ ਮਾਮਲੇ ਦੀ ਹੌਲੀ ਹੌਲੀ ਲਹਿਰ, ਜੋ ਊਰਜਾ ਨੂੰ ਅੰਦਰੂਨੀ ਧਰਤੀ ਤੋਂ ਤੀਜੀ ਥਾਂ ਤੇ ਉਤਪਤ ਕਰਦਾ ਹੈ

mass / ਪੁੰਜ ਇੱਕ ਵਸਤੁ ਵਿਚ ਵਸਤੁ ਦੀ ਮਾਤਰਾ ਦਾ ਮਾਪ;ਕਿਸੇ ਵਸਤੁ ਦੀ ਇੱਕ ਬੁਨਿਆਦੀ ਜਾਇਦਾਦ ਜਿਸ ਦੀ ਸ਼ਕਤੀਆਂ ਪ੍ਰਭਾਵਿਤ ਨਹੀਂ ਹੁੰਦੀਆਂ ਜੋ ਕਿ ਵਸਤੁ ਤੇ ਕੰਮ ਕਰਦੇ ਹਨ, ਜਿਵੇਂ ਕਿ ਗਰੇਵੀਟੇਸ਼ਨਲ ਬਲ

mass defect / ਮਾਸਿਕ ਨੁਕਸ ਐਟਮ ਦੇ ਪੁੰਜ ਅਤੇ ਐਟਮ ਦੇ ਪ੍ਰੋਟੇਨ, ਨਿਊਟਰਨ, ਅਤੇ ਇਲੈਕਟ੍ਰੋਨ ਦੇ ਜਨਤਾ ਦੀ ਜੋੜ ਵਿਚਕਾਰ ਅੰਤਰ

mass density / ਪੁੰਜ ਘਣਤਾ ਇੱਕ ਵਸਤੁ ਦੇ ਮਾਮਲੇ ਦੀ ਤਵੱਜੋ, ਕਿਸੇ ਪਦਾਰਥ ਦੇ ਪ੍ਰਤੀ ਯੂਨਿਟ ਦੀ ਪ੍ਰਤੀਸ਼ਤ ਦੇ ਰੂਪ ਵਿਚ ਮਾਪੀ ਜਾਂਦੀ ਹੈ

mass extinction / ਮਾਸ ਵਿਅਰਥ ਇੱਕ ਐਪੀਸੋਡ ਜਿਸ ਦੌਰਾਨ ਵੱਡੀ ਗਿਣਤੀ ਵਿਚ ਪ੍ਰਜਾਤੀਆਂ ਵਿਅਰਥ ਹੋ ਜਾਂਦੀਆਂ ਹਨ

mass number / ਪੁੰਜ ਨੰਬਰ ਇੱਕ ਐਟਮ ਦੇ ਨਿਊਕਲੀਅਸ ਵਿੱਚ ਪ੍ਰੋਟੇਨ ਅਤੇ ਨਿਊਟਰਨ ਦੀ ਗਿਣਤੀ ਦਾ ਜੋੜ

mass wasting / ਪੁੰਜ ਦੀ ਬਰਬਾਦੀ ਗਰੇਵੀਟੀ ਦੇ ਪ੍ਰਭਾਵ ਹੇਠ ਇੱਕ ਢਲਾਨ ਹੇਠਾਂ ਮਿੱਟੀ, ਤਲਛਟ, ਜਾਂ ਚੱਟਾਨ ਦੀ ਸਮੱਗਰੀ ਦੀ ਗਤੀ

materials science / ਸਮਗਰੀ ਵਿਗਿਆਨ ਵਿਗਿਆਨ ਅਤੇ ਤਕਨਾਲੋਜੀ ਵਿੱਚ ਵਿਸ਼ੇਸ਼ਤਾਵਾਂ ਅਤੇ ਸਮੱਗਰੀਆਂ ਦੀਆਂ ਵਰਤੋਂ ਦਾ ਅਧਿਐਨ

matter / ਪਦਾਰਥ ਕੋਈ ਵੀ ਚੀਜ਼ ਜਿਸਦਾ ਪੁੰਜ ਹੁੰਦਾ ਹੈ ਅਤੇ ਜੋ ਜਗਾ ਘੇਰਦੀ ਹੈ

mechanical energy / ਮਕੈਨੀਕਲ ਊਰਜਾ ਗਤੀ ਊਰਜਾ ਦਾ ਜੋੜ ਅਤੇ ਸੰਭਾਵੀ ਊਰਜਾ ਦੇ ਸਾਰੇ ਰੂਪ

mechanical wave / ਮਕੈਨੀਕਲ ਲਹਿਰ ਇੱਕ ਅਜਿਹੀ ਲਹਿਰ ਜਿਸ ਲਈ ਯਾਤਰਾ ਕਰਨ ਲਈ ਇੱਕ ਮੀਡੀਅਮ ਦੀ ਲੋੜ ਹੁੰਦੀ ਹੈ

medium / ਮਾਧਿਅਮ ਇੱਕ ਭੌਤਿਕ ਮਾਹੌਲ ਜਿਸ ਰਾਹੀਂ ਗੜਬੜ ਹੋ ਸਕਦੀ ਹੈ

ਪੰਜਾਬੀ

meiosis / ਅਰੂਓਸੋਸ ਪ੍ਰਮਾਣੂ ਡਿਵੀਜ਼ਨ ਦਾ ਰੂਪ ਜੋ ਕਿ ਡਿਪਲਾਇਡ ਸੈਲ ਨੂੰ ਹਾਪਲੋਡ ਸੈਲਾਂ ਵਿਚ ਵੰਡਦਾ ਹੈ; ਜਿਨਸੀ ਪ੍ਰਜਨਨ ਲਈ ਗਾਮੇਟਸ ਬਣਾਉਣਾ ਮਹੱਤਵਪੂਰਣ ਹੈ

melting / ਪਿਘਲਣਾ ਸਥਿਤੀ ਦੀ ਤਬਦੀਲੀ ਜਿਸ ਵਿੱਚ ਇੱਕ ਠੋਸ ਇੱਕ ਤਰਲ ਬਣ ਜਾਂਦਾ ਹੈ ਜਦੋਂ ਊਰਜਾ ਜਿਵੇਂ ਊਰਜਾ ਜੋੜਿਆ ਜਾਂਦਾ ਹੈ ਜਾਂ ਦਬਾਅ ਬਦਲ ਜਾਂਦਾ ਹੈ

melting point / ਪਿਘਲਣ ਬਿੰਦੂ ਤਾਪਮਾਨ ਅਤੇ ਦਬਾਅ ਜਿਸ ਤੇ ਇੱਕ ਠੋਸ ਤਰਲ ਬਣ ਜਾਂਦਾ ਹੈ

mesosphere / ਮੇਸੋਪਫੀਅਰ ਸ਼ਾਬਦਿਕ ਤੌਰ 'ਤੇ, "ਮੱਧ ਗੋਲ"ਅਸਥੀ-ਗੋਰੇ ਅਤੇ ਬਾਹਰੀ ਕਣ ਦੇ ਵਿਚਕਾਰਲੇ ਪਰਤ ਦਾ ਮਜ਼ਬੂਤ, ਨੀਵਾਂ ਹਿੱਸਾ;ਮਾਹੌਲ ਦੇ ਸਭ ਤੋਂ ਠੰਢੇ ਪਰਤ, ਸਟਰੈਟੋਸਫੇਅਰ ਅਤੇ ਥਰਮੋਵੈਂਸਰ ਦੇ ਵਿਚਕਾਰ,ਜਿਸ ਵਿੱਚ ਤਾਪਮਾਨ ਉਚਾਈ ਵੱਧਣ ਵਾਂਗ ਘਟਦਾ ਹੈ

Mesozoic Era / ਮੇਸੋਜ਼ੋਇਕ ਯੁਗ ਭੂਗੋਲਕ ਯੁੱਗ ਜੋ ਕਿ 251 ਮਿਲੀਅਨ ਤੋਂ 65.5 ਮਿਲੀਅਨ ਸਾਲ ਪਹਿਲਾਂ ਬਣਿਆ ਸੀ; ਇਸ ਨੂੰ ਸਰਪ ਦਾ ਆਰੰਭ ਕਿਹਾ ਜਾਂਦਾ ਹੈ

metabolism / ਮੈਟਾਬੋਲਿਜ਼ਮ ਇੱਕ ਜੀਵਾਣੂ ਵਿਚ ਹੋਣ ਵਾਲੀਆਂ ਸਾਰੀਆਂ ਰਸਾਇਣਕ ਕਿਰਤਾਂ ਦਾ ਜੋੜ

metal / ਧਾਤੂ ਇੱਕ ਤੱਤ ਜੋ ਚਮਕਦਾਰ ਹੈ ਅਤੇ ਜੋ ਗਰਮੀ ਅਤੇ ਬਿਜਲੀ ਨੂੰ ਚੰਗੀ ਤਰ੍ਹਾਂ ਚਲਾਉਂਦੀ ਹੈ

metallic bond / ਧਾਤੂ ਬਾਂਡ ਇੱਕ ਚਾਰਜ ਜਿਸਦਾ ਪ੍ਰਭਾਵਸ਼ਾਲੀ ਚਾਰਜ ਵਾਲਾ ਮੈਟਲ ਆਇਨਾਂ ਅਤੇ ਉਨ੍ਹਾਂ ਦੇ ਆਲੇ ਦੁਆਲੇ ਇਲੈਕਟ੍ਰੋਨਾਂ ਵਿਚਕਾਰ ਖਿੱਚ ਹੈ

metalloid / ਮੈਟਲਿਓਡ ਇੱਕ ਤੱਤ ਜਿਹੜਾ ਕਿ ਧਾਤ ਅਤੇ ਨਾਨਮੈਟਲ ਦੋਵਾਂ ਦੀਆਂ ਵਿਸ਼ੇਸ਼ਤਾਵਾਂ ਹੁੰਦੀਆਂ ਹਨ; ਕਈ ਵਾਰ ਸੈਮੀਕੰਡਕਟਰ ਵਜੋਂ ਜਾਣਿਆ ਜਾਂਦਾ ਹੈ

metamorphic rock / ਮੈਟਰਾਮੋਫਿਕ ਚੱਟਾਨ ਚੱਟਾਨਜੋ ਗਰਮੀ, ਦਬਾਅ, ਅਤੇ ਰਸਾਇਣਕ ਪਦਾਰਥਾਂ ਦੁਆਰਾ ਬਣਤਰ ਜਾਂ ਬਣਤਰ ਵਿੱਚ ਬਦਲਿਆ ਗਿਆ ਹੈ,ਆਮ ਤੌਰ 'ਤੇ ਧਰਤੀ ਦੀ ਪਪੜੀ ਵਿੱਚ ਡੂੰਘਾ ਹੁੰਦਾ ਹੈ

microevolution / ਮਾਇਕ੍ਰੋਵਿਕਾਸ ਕੁਝ ਪੀੜ੍ਹੀਆਂ ਉੱਤੇ ਆਬਾਦੀ ਦੇ ਏਲਜ ਫਰੀਕੁਇੰਸੀ ਵਿੱਚ ਦਰਸਾਈ ਤਬਦੀਲੀ

mid-ocean ridge / ਮੱਧ ਸਾਗਰ ਦੀ ਰਿੱਜ ਇੱਕ ਲੰਬੀ, ਹੇਠਲੇ ਪਹਾੜੀ ਲੜੀ ਜਿਸ ਦੇ ਕੇਂਦਰ ਵਿੱਚ ਇੱਕ ਤਿੱਖੀ, ਤੰਗ ਘਾਟੀ ਹੈ,ਜੋ ਕਿ ਮਗਮਾ ਦੇ ਰੂਪ ਵਿੱਚ ਆਕਾਸ਼ੇਅਮਾਂ ਤੋਂ ਉੱਗਦਾ ਹੈ,ਅਤੇਜੋ ਕਿ ਨਵੇਂ ਸਮੁੰਦਰੀ ਲਿਥੋਥਾਸੇਅਰ (ਸਮੁੰਦਰੀ ਮੰਜ਼ਲ) ਦਾ ਉਤਪਾਦਨ ਕਰਦਾ ਹੈ ਕਿਉਂਕਿ ਟੇਕਟੋਨਿਕ ਪਲੇਟਾਂ ਅਲੱਗ ਅਲੱਗ ਹਨ

millimeters of mercury / ਮਰਕਰੀ ਦੇ ਮਿਲੀਮੀਟਰ ਦਬਾਅ ਦੀ ਇੱਕ ਇਕਾਈ

mineral / ਖਣਿਜ ਇੱਕ ਕੁਦਰਤੀ, ਆਮ ਤੌਰ 'ਤੇ ਅਕਾਰਕਾਰੀ ਠੋਸ ,ਜਿਸ ਵਿੱਚ ਇੱਕ ਵਿਸ਼ੇਸ਼ ਰਸਾਇਣਕ ਰਚਨਾ, ਇੱਕ ਆਧੁਨਿਕ ਅੰਦਰੂਨੀ ਢਾਂਚਾ, ਅਤੇ ਭੌਤਿਕ ਵਿਸ਼ੇਸ਼ਤਾਵਾਂ

mining / ਖਾਨਾਂ ਜ਼ਮੀਨ ਤੋਂ ਧਾਤ, ਖਣਿਜ ਪਦਾਰਥ ਅਤੇ ਹੋਰ ਠੋਸ ਸਮੱਗਰੀ ਨੂੰ ਕੱਢਣ ਦੀ ਪ੍ਰਕਿਰਿਆ

miscible / ਮਿਸਸੀਬਲ ਦੋ ਜਾਂ ਵਧੇਰੇ ਤਰਲ ਦਾ ਵਰਣਨ ਕਰਦਾ ਹੈ ਜੋ ਵੱਖ-ਵੱਖ ਅਨੁਪਾਤ ਵਿੱਚ ਇੱਕ ਦੂਜੇ ਵਿੱਚ ਭੰਗ ਹੋ ਸਕਦੇ ਹਨ

mitochondrion / ਮਿਟੋਚੰਡ੍ਰਿਯਨ (ਬਹੁ ਮਿਟੋਚੌਂਡ੍ਰਿਆ) ਬੀਨ ਦੇ ਆਕਾਰ ਦੇ ਅੰਗ ਜੋ ਕਿ ਊਰਜਾ ਨੂੰ ਸੈੱਲ ਵਿਚ ਦਿੰਦਾ ਹੈ ਅਤੇ ਇਸ ਦੇ ਆਪਣੇ ਰਿਸੋਫੇ ਅਤੇ ਡੀ.ਐਨ.ਏ. ਹਨ

mitosis / ਮਾਈਟਰਿਸਿਸ ਉਸ ਪ੍ਰਕਿਰਿਆ ਦੁਆਰਾ ਜਿਸਦੇ ਦੁਆਰਾ ਇੱਕ ਸੈੱਲ ਆਪਣੀ ਨਿਊਕਲੀਅਸ ਅਤੇ ਵਿਸ਼ਾ-ਵਸਤੂਆਂ ਨੂੰ ਵੰਡਦਾ ਹੈ

mixture / ਮਿਸ਼ਰਣ ਦੋ ਜਾਂ ਵਧੇਰੇ ਪਦਾਰਥਾਂ ਦਾ ਸੁਮੇਲ ਜੋ ਰਸਾਇਣਕ ਤੌਰ 'ਤੇ ਜੋੜਿਆ ਨਹੀਂ ਜਾਂਦਾ

model / ਮਾਡਲ ਇੱਕ ਪੈਟਰਨ, ਯੋਜਨਾ, ਪ੍ਰਤੀਨਿਧੀ, ਜਾਂ ਵਰਣਨ ਜੋ ਕਿਸੇ ਵਸਤੂ, ਪ੍ਰਣਾਲੀ, ਜਾਂ ਸੰਕਲਪ ਦੀ ਬਣਤਰ ਜਾਂ ਕਾਰਜਾਂ ਨੂੰ ਦਰਸਾਉਣ ਲਈ ਤਿਆਰ ਕੀਤਾ ਗਿਆ ਹੈ

moderator / ਸੰਚਾਲਕ ਇੱਕ ਸਮਗਰੀ ਜੋ ਕਿ ਨਿਊਟ੍ਰੌਨਸ ਦੀ ਰਫਤਾਰ ਨੂੰ ਧੀਮਾਉਂਦਾ ਹੈ ਇਸ ਲਈ ਕਿ ਉਹ ਨੂਏਲੀ ਦੁਆਰਾ ਲੀਨ ਹੋ ਸਕਦੇ ਹਨ

molal boiling-point constant / ਮੋਲਾਲ ਉਬਾਲ-ਪੁਆਇੰਟ ਸਥਿਰ ਇੱਕ ਗੈਰ-ਵਿਭਿੰਨਤਾ, ਨਾਇਵੋਲਾਈਟਸ ਘੋਲਨ ਦੇ ਇੱਕ 1-ਮੋਲਲ ਦੇ ਹੱਲ ਦੀ ਉਬਾਲ-ਪੁਆਇੰਟ ਉਚਾਈ ਨੂੰ ਦਰਸਾਉਣ ਲਈ ਗਣਨਾ ਕੀਤੀ ਗਈ ਮਾਤਰਾ

molal freezing-point constant / ਮੋਲਾਲ ਜੰਮਣ-ਪੁਆਇੰਟ ਸਥਿਰ ਇੱਕ ਗੈਰ-ਭੌਤਿਕ, ਨਾਇਕਲਰੋਲਾਇਟ ਸਲਿਊਟ ਦੇ 1-ਮੋਲਲ ਦੇ ਹੱਲ ਦੀ ਫਰੀਜ਼ਿੰਗ-ਪੁਆਇੰਟ ਡਿਪਰੈਸ਼ਨ ਦੀ ਨੁਮਾਇੰਦਗੀ ਕਰਨ ਵਾਲੀ ਗਣਨਾ

molality / ਮੋਲੇਲਿਟੀ ਘੋਲਨ ਦੇ ਘੋਲ ਪ੍ਰਤੀ ਕਿਲੋਗ੍ਰਾਮ ਦੇ ਮੋਲ ਵਿੱਚ ਪ੍ਰਗਟ ਕੀਤੇ ਗਏ ਇੱਕ ਹੱਲ 'ਤੇ ਧਿਆਨ ਕੇਂਦ੍ਰਿਤ ਕਰਨਾ

molar enthalpy of formation / ਚੱਕਰ ਨਿਰੰਤਰ ਦਬਾਅ 'ਤੇ ਇੱਕ ਪਦਾਰਥ ਦੇ 1 ਮੋਲ ਦੇ ਗਠਨ ਦੇ ਨਤੀਜੇ ਵਜੋਂ ਊਰਜਾ ਦੀ ਮਾਤਰਾ ਜਿਵੇਂ ਤਪਸ਼

molar enthalpy of fusion / ਫਿਊਜ਼ਨ ਦੇ ਮਦਰ ਐਥਲਪਾ ਊਰਜਾ ਦੀ ਮਾਤਰਾ ਨੂੰ ਲਗਾਤਾਰ ਤਾਪਮਾਨ ਅਤੇ ਦਬਾਅ 'ਤੇ ਠੋਸ ਤੋਂ ਤਰਲ ਤੱਕ ਇੱਕ ਪਦਾਰਥ ਦੀ 1 ਮੋਲ ਬਦਲਣ ਦੀ ਲੋੜ ਹੁੰਦੀ ਹੈ

molar enthalpy of vaporization / ਚੱਕਰ ਐਂਥਲੋਪੀ ਦਾ ਭਾਫੀਕਰਨ ਊਰਜਾ ਦੀ ਮਾਤਰਾ, ਜੋ ਲਗਾਤਾਰ ਦਬਾਅ ਅਤੇ ਤਾਪਮਾਨ 'ਤੇ ਤਰਲ ਦੀ 1 ਮੋਲ ਨੂੰ ਸੁਕਾਉਣ ਲਈ ਲੋੜੀਂਦੀ ਗਰਮੀ ਹੈ

molar mass / ਮੋਲਰ ਪੁੰਜ ਇੱਕ ਪਦਾਰਥ ਦੇ 1 ਮੋਲ ਦੇ ਗ੍ਰਾਮ ਵਿੱਚ ਪੁੰਜ

molarity / ਮੋਲਰਿਟੀ ਇੱਕ ਹੱਲ ਦੀ ਇੱਕ ਇਕਾਈ ਇਕਾਈ ਜਿਸਦਾ ਹੱਲ ਕੀਤਾ ਗਿਆ ਹੈ ਜਿਵੇਂ ਕਿ ਲੂਣ ਦੇ ਮੋਲਨ ਦਾ ਹੱਲ ਪ੍ਰਤੀ ਲਿਟਰ ਪ੍ਰਤੀ ਭੰਗ ਹੁੰਦਾ ਹੈ

mole / ਮਾਨਕੀਕਰਣ ਇੱਕ ਪਦਾਰਥ ਦੀ ਮਾਤਰਾ ਮਾਪਣ ਲਈ ਵਰਤਿਆ ਜਾਣ ਵਾਲਾ ਐਸਆਈ ਅਧਾਰ ਯੂਨਿਟ ਜਿਸਦਾ ਕਣਾਂ ਦੀ ਗਿਣਤੀ ਉਹੀ ਹੈ ਜੋ ਕਾਰਬਨ -12 ਦੇ ਬਿਲਕੁਲ 12 ਗ੍ਰਾਮ ਵਿੱਚ ਕਾਰਬਨ ਦੇ ਪਰਿਆਂ ਦੀ ਗਿਣਤੀ ਦੇ ਬਰਾਬਰ ਹੈ

mole ratio / ਮਾਨਕੀਕਰਣ ਅਨੁਪਾਤ ਇੱਕ ਪਰਿਵਰਤਨ ਕਾਰਕ ਜੋ ਕਿ ਰਸਾਇਣਕ ਪ੍ਰਤੀਕ੍ਰਿਆ ਵਿਚ ਸ਼ਾਮਲ ਕਿਸੇ ਵੀ ਦੋ ਪਦਾਰਥਾਂ ਦੇ ਮਿਸ਼ਰਣਾਂ ਦੀ ਮਾਤਰਾ ਨਾਲ ਸੰਬੰਧਿਤ ਹੈ

molecular compound / ਅਣੂ ਦੀ ਮਿਸ਼ਰਣ ਇੱਕ ਰਸਾਇਣਕ ਯਮਸ਼ਾੜਾ ਜਿਸਦਾ ਸਧਾਰਨ ਇਕਾਈਆਂ ਅਣੂਆਂ ਹਨ

molecular formula / ਅਣੂ ਸੂਤਰ ਇੱਕ ਰਸਾਇਣਕ ਫ੍ਰਾਰਮੂਲਾ ਜੋ ਇੱਕ ਅਣੂ ਵਿੱਚ ਪਰਤ ਦੇ ਸੰਖਿਆਂ ਅਤੇ ਕਿਸਮਾਂ ਨੂੰ ਦਰਸਾਉਂਦਾ ਹੈ ਪਰ ਪਰਮਾਣੂ ਦਾ ਪ੍ਰਬੰਧ ਨਹੀਂ

molecule / ਅਣੂ ਸਹਿਕਾਰਤਾ ਬਾਂਡ ਦੁਆਰਾ ਇਕੱਠੇ ਹੋਣ ਵਾਲੇ ਦੋ ਜਾਂ ਵਧੇਰੇ ਐਟਮਾਂ; ਇੱਕ ਕੰਪਾਉਂਡ ਜ਼ਰੂਰੀ ਨਹੀਂ

moment of inertia / ਜਬਲਨਤਾ ਦਾ ਪਲ ਇੱਕ ਸਰੀਰ ਦੀ ਝੁਕਾਅ ਜੋ ਇਸ ਘੁੰਮਦੀ ਗਤੀ ਵਿੱਚ ਤਬਦੀਲੀ ਦਾ ਵਿਰੋਧ ਕਰਨ ਲਈ ਇੱਕ ਸਥਿਰ ਧੁਰੀ ਦੇ ਦੁਆਲੇ ਘੁੰਮਾ ਰਹੀ ਹੈ

momentum / ਗਤੀ ਇੱਕ ਵੈਕਟਰ ਮਾਤਰਾ ਨੂੰ ਇੱਕ ਵਸਤੂ ਦੇ ਪੁੰਜ ਅਤੇ ਵਹਰੇ ਦੇ ਉਤਪਾਦ ਦੇ ਰੂਪ ਵਿੱਚ ਪਰਿਭਾਸ਼ਿਤ ਕੀਤਾ ਗਿਆ ਹੈ

monatomic ion / ਮੋਨੇਟੈਮਿਕ ਆਇਨ ਇੱਕ ਇੱਕਲੇ ਐਟਮ ਤੋਂ ਬਣੇ ਆਇਨ

monohybrid cross / ਮੋਨੋਹਾਈਬ੍ਰੈਡ ਕਰਾਸ ਸਜੀਵ, ਜਾਂ ਮੇਲ ਕਰਾਉਣ ਵਾਲੇ ਜੀਵਾਂ ਦੇ ਵਿਚਕਾਰ, ਜਿਸ ਵਿਚ ਸਿਰਫ਼ ਇਕ ਜੋੜੀ ਦੇ ਵੱਖੋ-ਵੱਖਰੇ ਗੁਣ ਸ਼ਾਮਲ ਹਨ

monomer / ਮੋਨੇਮਰ ਇੱਕ ਸਧਾਰਨ ਅਣੂ ਜੋ ਹੋਰ ਪੌਲੀਮੈਰ ਬਣਾਉਣ ਲਈ ਅਣੂ ਦੇ ਵਰਗਾ ਜਾਂ ਉਲਟ ਹੋ ਸਕਦੇ ਹਨ

monoprotic acid / ਮੋਨੋਪੋਟਿਕ ਐਸਿਡ ਇੱਕ ਐਸਿਡਜੋ ਕਿ ਸਿਰਫ ਇੱਕ ਪ੍ਰੋਟੇਨ ਨੂੰ ਬੇਸ ਤੇ ਦਾਨ ਕਰ ਸਕਦਾ ਹੈ

monosaccharide / ਮੋਨੇਸੀਕੋਰਾਇਡ ਇੱਕ ਸਧਾਰਨ ਖੰਡ ਇਹ ਇੱਕ ਕਾਰਬੋਹਾਈਡਰੇਟ ਦੀ ਮੁਢਲੀ ਉਪ-ਵਿਧਾਨ ਹੈ

moraine / ਮੋਰਾਈਨ ਇੱਕ ਭੂਮੀਕਰਨ ਜੋ ਇੱਕ ਹਰੀ ਦੇ ਪਾਣੀ ਨਾਲ ਖਿਲਾਰਿਆਂ ਖਾਲੀ ਥਾਂਵਾਂ ਤੋਂ ਬਣਦਾ ਹੈ; ਇੱਕ ਗਲੇਸੀਅਰ ਦੁਆਰਾ ਜਮ੍ਹਾ ਹੋਣ ਤੱਕ

multiple bond / ਬਹੁਤੇ ਬਾਂਡ ਇੱਕ ਬੰਧਨ ਜਿਸ ਵਿੱਚ ਪਰੁਫ ਇੱਕ ਦੂਜੇ ਤੋਂ ਜਿਆਦਾ ਇਲੈਕਟ੍ਰੋਨਾਂ ਨੂੰ ਸਾਂਝਾ ਕਰਦੇ ਹਨ,ਜਿਵੇਂ ਕਿ ਡਬਲ ਬਾਂਡ ਜਾਂ ਤੀਹਰੀ ਬਾਂਡ

mutagen / ਮੂਟਾਗਣ ਏਜੰਟਜੋ ਕਿ ਮਿਸ਼ਰਣ ਨੂੰ ਪ੍ਰੇਰਿਤ ਕਰ ਸਕਦੇ ਹਨ ਜਾਂ ਜੀਵਾਣੂਆਂ ਵਿੱਚ ਤਬਦੀਲੀ ਦੀ ਫ੍ਰੀਕੁਐਨਸੀ ਵਧਾ ਸਕਦੇ ਹਨ

mutation / ਪਰਿਵਰਤਨ ਡੀ.ਐਨ.ਏ. ਕ੍ਰਮ ਵਿੱਚ ਬਦਲਾਉ

mutual inductance / ਆਪਸੀ ਆਗਾਮੀ ਇੱਕ ਪਰਿਵਰਤਨਸ਼ੀਲ ਵਰਤਮਾਨ ਦੀ ਹਾਜ਼ਰੀ ਵਿੱਚ ਨੇੜਲੇ ਸਰਕਟ ਵਿੱਚ ਇੱਕ ਐਮਫ ਨੂੰ ਪ੍ਰੇਰਿਤ ਕਰਨ ਲਈ ਇੱਕ ਸਰਕਟ ਦੀ ਸਮਰੱਥਾ

N

NADPH / ਐਨ.ਏ.ਡੀ.ਪੀ.ਐਚ. (NADPH) ਇੱਕ ਅਸਥਾਈ ਜੋ ਫੋਟੋਸਿੰਥੇਸਿਸ ਦੌਰਾਨ ਊਰਜਾ ਦੀ ਸਮਰੱਥਾ ਦੇ ਤੌਰ 'ਤੇ ਕੰਮ ਕਰਦਾ ਹੈ

natural gas / ਕੁਦਰਤੀ ਗੈਸ ਧਰਤੀ ਦੀ ਸਤ੍ਹਾ ਹੇਠਾਂ ਸਥਿਤ ਗੈਸੀ ਹਾਇਡਰੋਕਾਰਬਨ ਦਾ ਮਿਸ਼ਰਨ, ਅਕਸਰ ਪੇਟਰੋਲੀਅਮ ਜਮ੍ਹਾਂ ਦੇ ਨੇੜੇ ਹੁੰਦਾ ਹੈ; ਇੱਕ ਬਾਲਣ ਦੇ ਤੌਰ 'ਤੇ ਵਰਤਿਆ

natural hazard / ਕੁਦਰਤੀ ਖ਼ਤਰਾ ਇੱਕ ਕੁਦਰਤੀ ਵਾਪਰਨ ਵਾਲੀ ਘਟਨਾ ਜੋ ਮਨੁੱਖਾਂ, ਸੰਪਤੀਆਂ, ਜਾਂ ਵਾਤਾਵਰਨ ਨੂੰ ਨੁਕਸਾਨ ਪਹੁੰਚਾਉਣ ਦਾ ਮੌਕਾ ਦਿੰਦੀ ਹੈ

natural resource / ਕੁਦਰਤੀ ਸਰੋਤ ਇੱਕ ਸਮਗਰੀ ਜਾਂ ਸਮਰੱਥਾ, ਜਿਵੇਂ ਕਿ ਲੱਕੜ, ਇੱਕ ਖਣਿਜ ਡਿਪਾਜ਼ਿਟ, ਜਾਂ ਪਾਣੀ ਦੀ ਸ਼ਕਤੀ, ਜੋ ਕਿ ਇੱਕ ਕੁਦਰਤੀ ਸਥਿਤੀ ਵਿੱਚ ਵਾਪਰਦਾ ਹੈ ਅਤੇ ਆਰਥਿਕ ਮੁੱਲ ਹੈ

natural selection / ਕੁਦਰਤੀ ਚੋਣ ਵਿਧੀਜਿਸ ਦੁਆਰਾ ਵਿਰਾਸਤੀ ਵਿਰਾਸਤ ਵਾਲੇ ਵਿਅਕਤੀਆਂ ਨੂੰ ਹੋਰ ਵਿਅਕਤੀਆਂ ਦੀ ਤੁਲਨਾ ਵਿਚ ਔਸਤਨ ਹੋਰ ਬੱਚੇ ਪੈਦਾ ਹੁੰਦੇ ਹਨ

nebula / ਨੈਬੁਲਾ ਇੰਟਰਲੈਲਰ ਸਪੇਸ ਵਿੱਚ ਗੈਸ ਅਤੇ ਧੂੜ ਦਾ ਵੱਡਾ ਬੱਦਲ; ਅਜਿਹੀ ਥਾਂ ਦਾ ਕੋਈ ਖੇਤਰ ਜਿੱਥੇ ਤਾਰੇ ਬਣਦੇ ਹਨ

negative feedback / ਨੇਗੋਟਿਵ ਫੀਡਬੈਕ ਫੀਡਬੈਕ ਜਿਹੜੀ ਸ਼ੁਰੂਆਤੀ ਹਾਲਤਾਂ ਦੇ ਮੁਕਾਬਲੇ ਆਉਟਪੁੱਟ ਤੇ ਲਾਗੂ ਹੁੰਦੀ ਹੈ, ਜੋ ਕਿਸੇ ਤਬਦੀਲੀ ਨੂੰ ਪ੍ਰਤੀਕਿਰਿਆ ਕਰਨ ਜਾਂ ਘਟਾਉਣ ਅਤੇ ਇੱਕ ਪ੍ਰਕਿਰਿਆ ਜਾਂ ਪ੍ਰਣਾਲੀ ਨੂੰ ਸਥਿਰ ਕਰਨ ਲਈ ਪੇਸ਼ ਕਰਦੀ ਹੈ

negative feedback loop / ਨਕਾਰਾਤਮਕ ਪ੍ਰਤੀਕਿਰਿਆ ਲੂਪ ਹੋਮੇਸਟੈਸਿਸ ਲਈ ਨਿਯੰਤਰਣ ਪ੍ਰਣਾਲੀ ਜੋ ਸਰੀਰ ਦੇ ਹਾਲਾਤ ਨੂੰ ਅਨੁਕੂਲ ਬਣਾਉਂਦਾ ਹੈ ਜਦੋਂ ਹਾਲਾਤ ਆਦਰਸ਼ ਤੋਂ ਵੱਖ ਹੁੰਦੇ ਹਨ

net force / ਨੈੱਟ ਬਲ ਇੱਕ ਸ਼ਕਤੀ ਜਿਸਦਾ ਕਠੋਰ ਸਰੀਰ ਤੇ ਬਾਹਰੀ ਪ੍ਰਭਾਵਾਂ ਸਰੀਰ ਤੇ ਕੰਮ ਕਰਨ ਵਾਲੀਆਂ ਕਈ ਅਸਲੀ ਤਾਕਤਾਂ ਦੇ ਪ੍ਰਭਾਵਾਂ ਦੇ ਸਮਾਨ ਹਨ

net ionic equation / ਨੈੱਟ ਇਓਨਿਕ ਸਮੀਕਰਨ ਇੱਕ ਸਮੀਕਰਨ ਜਿਸ ਵਿੱਚ ਸਿਰਫ ਉਹਨਾਂ ਮਿਸ਼ਰਣਾਂ ਅਤੇ ਆਇਨਾਂ ਸ਼ਾਮਲ ਹੁੰਦੀਆਂ ਹਨ ਜੋ ਇੱਕ ਜਲਣ ਦੇ ਹੱਲ ਵਿੱਚ ਪ੍ਰਤੀਕ੍ਰਿਆ ਵਿੱਚ ਇੱਕ ਕੈਮੀਕਲ ਬਦਲਾਅ ਕਰਦੇ ਹਨ

neutralization / ਨਿਰਪੱਖਤਾ ਪ੍ਰਤੀਕਿਰਿਆ ਜੋ ਕਿ ਐਸਿਡ (ਹਾਈਡ੍ਰੋਨੀਅਮ ਆਇਨ) ਅਤੇ ਆਇਨਾਂ ਜੋ ਪਾਣੀ ਦੇ ਅਣੂਆਂ ਅਤੇ ਇੱਕ ਨਮਕ ਬਣਾਉਣ ਲਈ ਬੇਸ (ਹਾਈਡ੍ਰੋਕਾਈਡ ਆਇਨਾਂ) ਨੂੰ ਇਕੱਤਰ ਕਰਦੇ ਹਨ

neutron / ਨਿਉਟਰਨ ਇੱਕ ਉਪ ਆਟੋਮੈਟਿਕ ਕਣ ਜਿਸ ਦਾ ਕੋਈ ਮੁੱਲ ਨਹੀਂ ਹੈ ਅਤੇ ਜੋ ਕਿ ਇੱਕ ਐਟਮ ਦੇ ਨਿਊਕਲੀਅਸ ਵਿੱਚ ਸਥਿਤ ਹੈ

newton / ਨਿਉਟਨ ਫੋਰਸ ਲਈ ਐਸ.ਆਈ. ਯੂਨਿਟ; ਫੋਰਸ ਜੋ ਕਿ 1 ਕਿਲੋਗ੍ਰਾਮ ਦੀ ਮਾਤਰਾ 1 ਮੀਟਰ ਪ੍ਰਤੀ ਸਫਰ ਦੁਆਰਾ ਵਧਾਉਂਦੀ ਹੈ, ਜੋ ਬਲ ਲਾਗੂ ਹੁੰਦਾ ਹੈ (ਸੰਖੇਪ ਵਿੱਚ, N)

noble gas / ਨੋਬਲ ਗੈਸ ਨਿਯਮਿਤ ਟੇਬਲ ਦੇ ਗਰੁੱਪ 18 ਦੇ ਤੱਤ ਵਿੱਚੋਂ ਇੱਕ (ਹੈਲੀਅਮ, ਨੀਉਨ, ਆਰਗੋਨ, ਕ੍ਰਿਪਟਨ, ਜ਼ੀਨਨ ਅਤੇ ਰਾਡੋਨ); ਨੋਬਲ ਗੈਸ ਬੇਰੋਕ ਰਹੀਆਂ ਹਨ

noble-gas configuration / ਨੋਬਲ ਗੈਸ ਸੰਰਚਨਾ ਇੱਕ ਬਾਹਰੀ ਮੁੱਖ ਊਰਜਾ ਦਾ ਪੱਧਰ ਪੂਰੇ ਕਬਜ਼ੇ ਵਿੱਚ ਹੈ, ਜ਼ਿਆਦਾਤਰ ਮਾਮਲਿਆਂ ਵਿੱਚ, ਅੱਠ ਇਲੈਕਟ੍ਰੌਨ ਦੁਆਰਾ

node / ਨੋਡ ਖੜ੍ਹੀ ਤਾਰ ਤੋਂ ਇੱਕ ਬਿੰਦੂ ਜੋ ਕਿ ਜ਼ੀਰੋ ਵਿਸਥਾਰ ਨੂੰ ਕਾਇਮ ਰੱਖਦਾ ਹੈ

nomenclature / ਨਾਮਕਰਣ ਇੱਕ ਨਾਮਕਰਣ ਪ੍ਰਣਾਲੀ

nonelectrolyte / ਨਾਇਟ੍ਰੋਲਾਇਟ ਇੱਕ ਪਦਾਰਥ ਜੋ ਇੱਕ ਅਜਿਹਾ ਹੱਲ ਪ੍ਰਦਾਨ ਕਰਨ ਲਈ ਪਾਣੀ ਵਿੱਚ ਘੁਲ ਜਾਂਦਾ ਹੈ ਜੋ ਬਿਜਲੀ ਦਾ ਸੰਚਾਲਨ ਨਹੀਂ ਕਰਦਾ

nonmetal / ਨਾਨਮੈਟਲ ਇੱਕ ਤੱਤ ਜੋ ਗਰਮੀ ਅਤੇ ਬਿਜਲੀ ਨੂੰ ਬਹੁਤ ਮਾੜੀ ਢੰਗ ਨਾਲ ਚਲਾਉਂਦੀ ਹੈ ਅਤੇ ਇਹ ਕਿਸੇ ਇਲੈਲੇਲਿਟੀਕ ਹੱਲ ਵਿਚ ਚੰਗੇ ਆਇਨ ਨਹੀਂ ਬਣਾਉਂਦੀ

nonpoint source pollution / ਗੈਰ ਨੇਵਾਇੰਟ ਸਰੋਤ ਪ੍ਰਦੂਸ਼ਣ ਪ੍ਰਦੂਸ਼ਣ ਜੋ ਕਿਸੇ ਇੱਕ ਖਾਸ ਸਾਈਟ ਤੋਂ ਇਲਾਵਾ ਬਹੁਤ ਸਾਰੇ ਸਰੋਤਾਂ ਤੋਂ ਆਉਂਦਾ ਹੈ; ਇੱਕ ਉਦਾਹਰਣ ਹੈ ਪ੍ਰਦੂਸ਼ਣ ਜੋ ਸੜਕਾਂ ਅਤੇ ਤੂਫਾਨ ਦੇ ਸੀਵਰਾਂ ਤੋਂ ਪਾਣੀ ਦੇ ਇੱਕ ਹਿੱਸੇ ਤਕ ਪਹੁੰਚਦਾ ਹੈ

nonpolar covalent bond / ਗੈਰ ਧਾਰਮਿਕ ਸਹਿਕਾਰਤਾ ਬਾਂਡ ਇੱਕ ਸਹਿ-ਸਹਿਯੋਗੀ ਬਾਂਡ ਜਿਸ ਵਿੱਚ ਬੰਧਨ ਇਲੈਕਟ੍ਰੌਨ ਦੋਨਾਂ ਬੰਧੂਆ ਐਟਮਾਂ ਨਾਲ ਇੱਕੋ ਜਿਹਾ ਖਿੱਚਿਆ ਜਾਂਦਾ ਹੈ

nonrenewable resource / ਗੈਰ-ਸੰਭਾਵੀ ਸਰੋਤ ਇੱਕ ਸੰਸਾਧਨ ਜੋ ਰੇਟ ਤੋਂ ਬਣਦਾ ਹੈ ਜੋ ਕਿ ਦਰ ਨਾਲੋਂ ਬਹੁਤ ਹੌਲੀ ਹੈ ਜਿਸ 'ਤੇ ਸਰੋਤ ਖਪਤ ਹੁੰਦੀ ਹੈ

nonvolatile substance / ਗੈਰ-ਭੌਤਿਕੀ ਪਦਾਰਥ ਇੱਕ ਪਦਾਰਥਕਰੰਟ ਹਾਲਤਾਂ ਦੇ ਤਹਿਤ ਗੈਸ ਬਣਨ ਦੀ ਥੋੜ੍ਹੀ ਜਿਹੀ ਪ੍ਰਵਿਰਤੀ ਨਹੀਂ ਹੈ

normal distribution / ਆਮ ਵੰਡ ਆਬਾਦੀ ਵਿਚ ਜੀਵ ਵਿਗਿਆਨ, ਵੰਡ ਜਿਸ ਵਿਚ ਐਲਜ ਬਾਰੰਬਰਤਾ ਮੱਧਮਾਨ ਮੁੱਲ ਦੇ ਨੇੜੇ ਸਭ ਤੋਂ ਉੱਚਾ ਹੈ ਅਤੇ ਹਰੇਕ ਅਤਿਅੰਤ ਅੰਤ ਵੱਲ ਹੌਲੀ ਹੌਲੀ ਘੱਟਦੀ ਹੈ

normal force / ਸਧਾਰਣ ਸ਼ਕਤੀ ਇੱਕ ਸ਼ਕਤੀ ਜੋ ਸਤਿਹ ਉੱਤੇ ਪਿਆ ਇੱਕ ਵਸਤੂ ਤੇ ਕਿਰਿਆ ਕਰਦੀ ਹੈ ਅਤੇ ਸਫਰੀ ਵੱਲ ਲੰਬੀਆਂ ਦਿਸ਼ਾਵਾਂ ਵਿੱਚ ਕੰਮ ਕਰਦੀ ਹੈ

nuclear binding energy / ਪ੍ਰਮਾਣੂ ਬੰਧਨ ਊਰਜਾ ਨਿਊਕਲੀਉਨਸ ਤੋਂ ਜਦੋਂ ਨਿਊਕਲੀਅਸ ਬਣਦਾ ਹੈ ਤਾਂ ਇਸ ਨੂੰ ਜਾਰੀ ਕੀਤੀ ਗਈ ਊਰਜਾ

nuclear fission / ਪ੍ਰਮਾਣੂ ਵਿਭਾਜਨ ਉਹ ਪ੍ਰਕਿਰਿਆ ਜਿਸ ਰਾਹੀਂ ਨਿਊਕਲੀਅਸ ਦੇ ਜਾਂ ਦੇ ਤੋਂ ਵੱਧ ਟੁਕੜਿਆਂ ਵਿਚ ਵੰਡਦਾ ਹੈ ਅਤੇ ਨਿਊਟਰਨ ਅਤੇ ਊਰਜਾ ਨੂੰ ਜਾਰੀ ਕਰਦਾ ਹੈ

nuclear forces / ਪ੍ਰਮਾਣੂ ਤਾਕਤਾਂ ਪ੍ਰੋਟੈਨਸ ਅਤੇ ਨਿਊਟ੍ਰੌਨਸ, ਪ੍ਰੋਟੈਨਸ ਅਤੇ ਪ੍ਰੋਟੈਨ, ਅਤੇ ਨਿਊਟਰਨ ਅਤੇ ਨਿਊਟ੍ਰੌਨ ਨੂੰ ਇੱਕ ਨਿਊਕਲੀਅਸ ਵਿੱਚ ਜੋੜਨ ਵਾਲੀ ਇੰਟਰੈਕਸ਼ਨ

nuclear fusion / ਪ੍ਰਮਾਣੂ ਫਿਊਜਨ ਜਿਸ ਪ੍ਰਕਿਰਿਆ ਦੁਆਰਾ ਛੋਟੇ ਐਟਮ ਦੇ ਨਿਊਕਲੀ ਇੱਕ ਨਵਾਂ, ਵਧੇਰੇ ਵੱਡੇ ਨਿਊਕਲੀਅਸ ਬਣਾਉਣ ਲਈ ਜੋੜਦੇ ਹਨ; ਪ੍ਰਕਿਰਿਆ ਊਰਜਾ ਜਾਰੀ ਕਰਦੀ ਹੈ

nuclear power plant / ਪ੍ਰਮਾਣੂ ਪਾਵਰ ਪਲਾਂਟ ਇੱਕ ਸਹੂਲਤ ਜੋ ਕਿ ਬਿਜਲੀ ਊਰਜਾ ਪੈਦਾ ਕਰਨ ਲਈ ਪ੍ਰਮਾਣੂ ਰਿਐਕਟਰਾਂ ਤੋਂ ਗਰਮੀ ਦੀ ਵਰਤੋਂ ਕਰਦਾ ਹੈ

nuclear radiation / ਪ੍ਰਮਾਣੂ ਰੇਡੀਏਸ਼ਨ ਕਣ ਜੋ ਕਿ ਰੇਡੀਓਐਕਜੀਜਿਵ ਖਰਾਬੇ ਦੇ ਦੌਰਾਨ ਨਿਊਕਲੀਅਸ ਤੋਂ ਜਾਰੀ ਕੀਤੇ ਜਾਂਦੇ ਹਨ, ਜਿਵੇਂ ਕਿ ਨਿਊਟ੍ਰੌਨ, ਇਲੈਕਟ੍ਰੌਨਾਂ, ਅਤੇ ਫੋਟੋਨਾਂ

nuclear reaction / ਪ੍ਰਮਾਣੂ ਪ੍ਰਤੀਕਿਰਿਆ ਇੱਕ ਪ੍ਰਤੀਕਿਰਿਆ ਜੋ ਇੱਕ ਐਟਮ ਦੇ ਨਿਊਕਲੀਅਸ ਨੂੰ ਪ੍ਰਭਾਵਿਤ ਕਰਦੀ ਹੈ

nuclear reactor / ਪ੍ਰਮਾਣੂ ਰਿਐਕਟਰ ਇੱਕ ਉਪਕਰਣ ਜੋ ਕਿ ਕੁਆਂਟਿਕ ਪ੍ਰਮਾਣੂ ਪ੍ਰਤੀਕਿਰਿਆਵਾਂ ਨੂੰ ਊਰਜਾ ਜਾਂ ਨਿਊਕਲੀਡ ਪੈਦਾ ਕਰਨ ਲਈ ਵਰਤਦਾ ਹੈ

nuclear shell model / ਪਰਮਾਣੂ ਸੈਲ ਮਾਡਲ ਇੱਕ ਅਜਿਹਾ ਮਾਡਲ ਜੋ ਕਿ ਨਿਊਕਲੀਅਸ ਵਿੱਚ, ਵੱਖ-ਵੱਖ ਊਰਜਾ ਪੱਧਰਾਂ ਜਾਂ ਸ਼ੈਲ ਵਿੱਚ ਮੌਜੂਦ ਨਿਊਕਲੀਔਨ ਨੂੰ ਪ੍ਰਸਤੁਤ ਕਰਦਾ ਹੈ

nuclear waste / ਪ੍ਰਮਾਣੂ ਕਰਕਟ ਕੂੜਾ-ਕਰਕਟ ਜਿਸ ਵਿੱਚ ਰੇਡੀਓਸੋਪੇਟ ਸ਼ਾਮਲ ਹਨ

nucleic acid / ਨਿਊਕਲੀਕ ਐਸਿਡ ਇੱਕ ਜੈਵਿਕ ਮਿਸ਼ਰਤ, ਕੋਈ ਵੀ ਆਰ ਐਨ ਏ ਜਾਂ ਡੀ.ਐਨ.ਏ., ਜਿਸ ਦੇ ਅਣੂ ਨਿਊਕਲੀਆਟਾਇਡਸ ਦੇ ਇੱਕ ਜਾਂ ਦੇ ਚੇਨ ਤੋਂ ਬਣੇ ਹੁੰਦੇ ਹਨ ਅਤੇ ਜੈਨੇਟਿਕ ਜਾਣਕਾਰੀ ਦਿੰਦੇ ਹਨ

nucleon / ਨਿਊਕਲੀਨ ਇੱਕ ਪ੍ਰੋਟੈਨ ਜਾਂ ਨਿਊਟਰਨ

Multilingual Science Glossary

© Houghton Mifflin Harcourt Publishing Company

ਪੰਜਾਬੀ

nucleotide / ਨਿਉਕਲੀਓਟਾਟ ਇੱਕ ਜੈਵਿਕ ਮੋਨੋਮੈਕਰ ਜਿਸ ਵਿਚ ਇੱਕ ਸ਼ੱਕਰ, ਇਕ ਫਾਸਫੇਟ ਅਤੇ ਇੱਕ ਨਾਈਟ੍ਰੋਜਨ ਆਧਾਰ ਹੁੰਦਾ ਹੈ; ਇੱਕ ਨਿਉਕਲੀਕ-ਐਸਿਡ ਚੇਨ ਦੇ ਮੁੱਢਲੇ ਬਿਲਡਿੰਗ ਬਲਾਕ, ਜਿਵੇਂ ਡੀ.ਐਨ.ਏ. ਅਤੇ ਆਰ.ਐਨ.ਏ

nucleus / ਨਿਉਕਲੀਅਸ (ਬਹੁ ਨੁਕੇਲੀ) ਜੀਵਨ ਵਿਗਿਆਨ ਵਿੱਚ, ਇੱਕ ਸੰਗ੍ਰਹਿ ਜਿਸ ਵਿੱਚ ਇੱਕ ਡਬਲ ਝਿੱਲੀ ਹੈ ਜੋ ਜਿਆਦਾਤਰ ਇੱਕ ਸੈੱਲ ਦੇ ਡੀ.ਐਨ.ਏ. ਲਈ ਭੰਡਾਰ ਵਜੋਂ ਕੰਮ ਕਰਦਾ ਹੈ; ਭੌਤਿਕ ਵਿਗਿਆਨ ਵਿੱਚ, ਇੱਕ ਪਰਮਾਣੂ ਦਾ ਕੇਂਦਰੀ ਖੇਤਰ, ਜੋ ਪ੍ਰੋਟੀਨ ਅਤੇ ਨਿਉਟ੍ਰੇਨ ਤੋਂ ਬਣਿਆ ਹੈ

nuclide / ਨੂਕਲਾਈਡ ਇੱਕ ਐਟਮ ਜਿਸਦੀ ਪ੍ਰੋਟੀਨ ਅਤੇ ਨਿਉਟ੍ਰਿਊਲ ਵਿੱਚ ਨਿਉਟਰਨ ਦੀ ਗਿਣਤੀ ਦੁਆਰਾ ਪਛਾਣ ਕੀਤੀ ਗਈ ਹੈ

O

ocean acidification / ਸਮੁੰਦਰੀ ਤੇਜ਼ਾਬੀਕਰਨ ਵਾਯੂਮੰਡਲ ਤੋਂ ਕਾਰਬਨ ਡਾਈਆਕਸਾਈਡ (CO2) ਦੇ ਅਸਾਧਾਰਣ ਉੱਚ ਪੱਧਰਾਂ ਦੇ ਸਮਰੂਪ ਹੋਣ ਕਾਰਨ ਸਮੁੰਦਰ ਦੇ ਪਾਣੀ ਦੇ pH ਵਿੱਚ ਕਮੀ

oceanic trench / ਸਮੁੰਦਰੀ ਖਾਈ ਇੱਕ ਲੰਮੀ, ਤੰਗ ਅਤੇ ਤਿੱਖੀਆਂ ਡਿਪ੍ਰੈਸ਼ਨ, ਜੋ ਕਿ ਇੱਕ ਟੈਕੇਟੋਨਿਕ ਪਲੇਟ ਦੇ ਸਬ-ਕ੍ਰੁਦਸ਼ਨ ਦੇ ਸਿੱਟੇ ਵਜੋਂ ਸਮੁੰਦਰ ਦੀ ਮੰਜ਼ਲ 'ਤੇ ਬਣਦਾ ਹੈ,ਜੋ ਕਿ ਜਵਾਲਾਮੁਖੀ ਟਾਪੂਆਂ ਦੀ ਲੜੀ ਜਾਂ ਮਹਾਂਦੀਪ ਦੀ ਤੱਟ ਦੀ ਤਰਤੀਬ ਦੇ ਬਰਾਬਰ ਚਲਦੀ ਹੈ, ਅਤੇਜੋ ਕਿ ਸਮੁੰਦਰ ਤਲ ਦੇ 11 ਕਿਲੋਮੀਟਰ ਦੇ ਜਿੰਨੇ ਡੂੰਘੇ ਹੋ ਸਕਦੇ ਹਨ;ਇਸ ਨੂੰ ਖਾਈ ਜਾਂ ਡੂੰਘੀ ਸਮੁੰਦਰੀ ਖਾਈ ਵੀ ਕਿਹਾ ਜਾਂਦਾ ਹੈ

octet rule / ਓਕਟੇਟ ਨਿਯਮ ਰਸਾਇਣਕ ਬੰਧਨ ਸਿਧਾਂਤ ਦੀ ਇੱਕ ਧਾਰਾ ਜੋ ਕਿ ਇਸ ਧਾਰਨਾ 'ਤੇ ਅਧਾਰਤ ਹੈ ਕਿ ਐਟਮਾਂ ਦੇ ਕੋਲ ਅੱਠ ਇਲੈਕਟ੍ਰੇਨ ਦੇ ਖਾਲੀ ਵੈਲੈਂਸ ਦੇ ਗੋਲੇ ਜਾਂ ਪੂਰੇ ਵਾਲਨਾਂ ਦੇ ਗੋਲੇ ਹੁੰਦੇ ਹਨ

oil shale / ਤੇਲ ਦੀ ਸ਼ੈਲ ਇੱਕ ਕਾਲਾ, ਗੁੜਾ ਗਰੇ, ਜਾਂ ਗੁੜਾ ਭੂਰਾ ਸ਼ੈਲ ਜਿਸ ਵਿੱਚ ਹਾਈਡਰੋਕਾਰਬਨ ਸ਼ਾਮਲ ਹਨ ਜੋ ਕਿ ਦੂਰਦਰਸ਼ਿਤਾ ਦੁਆਰਾ ਪੈਟਰੋਲੀਨ ਪੈਦਾ ਕਰਦੇ ਹਨ

operator / ਉਪਰੇਟਰ ਵਾਇਰਲ ਜ ਬੈਕਟੀਰੀਆ ਡੀਐਨਏਏ ਦਾ ਇੱਕ ਛੋਟਾ ਕ੍ਰਮ ਜਿਸ ਦੇ ਲਈ ਇੱਕ ਦੰਦਾਂ ਦਾ ਕੰਮ ਇੱਕ ਉਪਰੇਨ ਵਿਚਲੇ ਅਨੁਪਾਤਕ ਜੀਨਾਂ ਦੇ ਪ੍ਰਤੀਲਿਪੀਕਰਨ (mRNA ਸੰਥੇਸਿਸ) ਨੂੰ ਰੋਕਣ ਲਈ ਜੋੜਦਾ ਹੈ

operon / ਉਪਰੇਨ ਡੀ.ਐਨ.ਏ. ਦੇ ਭਾਗ ਜਿਸ ਵਿੱਚ ਟ੍ਰਾਂਸਕ੍ਰਿਪਸ਼ਨ ਸ਼ੁਰੂ ਕਰਨ ਲਈ ਸਾਰੇ ਕੋਡ ਹੁੰਦੇ ਹਨ, ਟ੍ਰਾਂਸਕ੍ਰਿਪਸ਼ਨ ਨੂੰ ਨਿਯੰਤ੍ਰਿਤ ਕਰਦੇ ਹਨ, ਅਤੇ ਪ੍ਰੋਟੀਨ ਬਣਾਉਦੇ ਹਨ; ਪ੍ਰਮੋਟਰ, ਰੈਗੂਲੇਟਰੀ ਜੀਨ, ਅਤੇ ਸਟ੍ਰਕਚਰਲ ਜੈਨ ਸ਼ਾਮਲ ਹਨ

orbit / ਮੰਚ ਇੱਕ ਇਕਾਈ ਦਾ ਮਾਰਗ ਜਿਵੇਂ ਕਿ ਇਹ ਆਪਣੀ ਗਰੁਤਾਵਾਦ ਦੇ ਖਿੱਚ ਕਾਰਨ ਇੱਕ-ਦੂਜੇ ਦੁਆਲੇ ਚੱਲਦੇ ਹਨ

orbital / ਆਰਕਟਲ ਇੱਕ ਐਟਮ ਵਿੱਚ ਇੱਕ ਖੇਤਰ ਜਿੱਥੇ ਇਲੈਕਟਰੋਨ ਲੱਭਣ ਦੀ ਉੱਚ ਸੰਭਾਵਨਾ ਹੁੰਦੀ ਹੈ

order / ਆਰਡਰ ਕੈਮਿਸਟਰੀ ਵਿਚ, ਰਸਾਇਣਕ ਪ੍ਰਤੀਕਰਮਾਂ ਦਾ ਵਰਗੀਕਰਨਜੋ ਕਿ ਅਣੂ ਦੀ ਗਿਣਤੀ 'ਤੇ ਨਿਰਭਰ ਕਰਦਾ ਹੈ ਜੋ ਪ੍ਰਤੀਕ੍ਰਿਆ ਵਿੱਚ ਦਾਖਲ ਹੁੰਦਾ ਹੈ

order number / ਆਰਡਰ ਨੰਬਰ ਮੱਧ ਪ੍ਰਕਾਸ਼ਿਤ ਫ਼ਿੰਗਰੇ ਨਾਲ ਸਬੰਧਤ ਦਖਲ ਅੰਦਾਜ਼ੀਆਂ ਨੂੰ ਦਿੱਤਾ ਗਿਆ ਸੰਖਿਆ

ore / ਅਤਰ ਇੱਕ ਕੁਦਰਤੀ ਵਸਤੂ ਜਿਸਦੀ ਆਰਥਿਕ ਤੌਰ 'ਤੇ ਕੀਮਤੀ ਖਣਿਜਾਂ ਦੀ ਮਾਤਰਾ ਬਹੁਤ ਜ਼ਿਆਦਾ ਹੁੰਦੀ ਹੈ ਉਸ ਲਈ ਉਪਯੋਗੀ ਖਣਿਜ ਪਦਾਰਥਾਂ ਲਈ ਲਾਭਦਾਇਕ ਹੁੰਦਾ ਹੈ

organ / ਅੰਗ ਵੱਖ-ਵੱਖ ਕਿਸਮ ਦੀਆਂ ਟਿਸ਼ੂਆਂ ਦਾ ਸਮੂਹਜੋ ਇੱਕ ਖਾਸ ਫੰਕਸ਼ਨ ਜਾਂ ਸੰਬੰਧਿਤ ਫੰਕਸ਼ਨ ਕਰਨ ਲਈ ਮਿਲ ਕੇ ਕੰਮ ਕਰਦੇ ਹਨ

organ system / ਅੰਗ ਪ੍ਰਣਾਲੀ ਦੋ ਜਾਂ ਵਧੇਰੇ ਅੰਗ ਉਹ ਸਮਾਨ ਕਾਰਗੁਜ਼ਾਰੀ ਨੂੰ ਪੂਰਾ ਕਰਨ ਲਈ ਇੱਕ ਤਾਲਮੇਲ ਵਾਲੇ ਤਰੀਕੇ ਨਾਲ ਕੰਮ ਕਰਦੇ ਹਨ

organic compound / ਜੈਵਿਕ ਮਿਸ਼ਰਤ ਇੱਕ ਸਹਿਜ ਨਾਲ ਬੰਧੂਆ ਮਿਸ਼ਰਨ ਜਿਸ ਵਿੱਚ ਕਾਰਬਨ ਹੁੰਦਾ ਹੈ,ਕਾਰਬੋਲੇਟਸ ਅਤੇ ਆਕਸਾਈਡ ਨੂੰ ਛੱਡਕੇ

organic sedimentary rock / ਜੈਵਿਕ ਨੀਲਾ ਚੱਟਣ ਪੌਦਿਆਂ ਜਾਂ ਜਾਨਵਰਾਂ ਦੇ ਖੰਭਾਂ ਤੋਂ ਬਣੀ ਤਰਲ ਚੱਟਾਨ

organism / ਜੀਵ-ਵਿਗਿਆਨ ਕੋਈ ਵੀ ਵਿਆਕਤੀਗਤ ਜਿਊਂਦੀ ਚੀਜ਼

osmosis / ਔਸਮੋਸਿਸ ਇੱਕ ਮੈਂਬਰੇਨ ਰਾਹੀਂ ਜ਼ਿਆਦਾ ਘੁਲਣਸ਼ੀਲ ਘੋਲ (ਘੋਲ ਦਾ) ਬਣਾਉਣ ਲਈ ਇੱਕ ਹੋਰ ਪਤਲੇ ਘੋਲ (ਪਾਣੀ ਦੇ ਘੋਲ) ਤੋਂ ਪਾਣੀ ਜਾਂ ਹੋਰ ਘੋਲਨ ਵਾਲਾ ਸੋਲਵੈਂਟ ਜੋ ਕਿ ਘੋਲ ਤੱਕ ਪਹੁੰਚਣਯੋਗ ਹੈ

osmotic pressure / ਔਸਮਟਿਕ ਦਬਾਅ ਓਸਮੀਸਿਸ ਰੋਕਣ ਲਈ ਬਾਹਰੀ ਦਬਾਅ ਜੋ ਲਾਗੂ ਕੀਤਾ ਜਾਵਾ ਚਾਹੀਦਾ ਹੈ

outer core / ਬਾਹਰੀ ਕੋਰ ਅੰਦਰੂਨੀ ਕੰਨ ਅਤੇ ਮੈਂਟਲ ਦੇ ਵਿਚਕਾਰ ਸਥਿਤ ਧਰਤੀ ਦੇ ਅੰਦਰੂਨੀ ਪਰਤ ਹੈ, ਜਿਸ ਵਿੱਚ ਜ਼ਿਆਦਾਤਰ ਪਿਘਲੇ ਹੋਏ ਲੋਹੇ ਅਤੇ ਨਕਲ ਦੀ ਰਚਨਾ ਹੁੰਦੀ ਹੈ

overharvesting / ਓਵਰਹੈਸ਼ਰਿੰਗ ਜਨਸੰਖਿਆ ਦੀ ਥਾਂ ਲੈ ਸਕਦੀ ਹੈ ਇਸ ਦੀ ਬਜਾਏ ਆਬਾਦੀ ਤੋਂ ਜਿਆਦਾ ਜੀਵਾਣੂਆਂ ਨੂੰ ਫੜਨਾ ਜਾਂ ਹਟਾਉਣਾ

oxidation / ਆਕਸੀਕਰਨ ਪ੍ਰਤੀਕਰਮ ਜੋ ਕਿਸੇ ਪਦਾਰਥ ਤੋਂ ਇੱਕ ਜਾਂ ਇੱਕ ਤੋਂ ਵੱਧ ਇਲੈਕਟ੍ਰੇਨਾਂ ਨੂੰ ਹਟਾਉਦਾ ਹੈ ਜਿਵੇਂ ਕਿ ਪਦਾਰਥਾਂ ਦੀ ਸੰਤੁਲਨ ਜਾਂ ਆਕਸੀਕਰਨ ਸਥਿਤੀ ਵਧਾਉਂਦਾ ਹੈ

oxidation number / ਆਕਸੀਕਰਨ ਨੰਬਰ ਇਲੈਕਟ੍ਰੇਨਾਂ ਦੀ ਗਿਣਤੀ ਜੋ ਕਿ ਪ੍ਰਮਾਣਿਕ ਰੂਪ ਵਿਚ ਪ੍ਰਮਾਣਿਤ ਕਰਨ ਲਈ ਸੰਯੁਕਤ ਸਥਿਤੀ ਵਿਚ ਇੱਕ ਐਟਮ ਵਿਚ ਸ਼ਾਮਲ ਜਾਂ ਹਟਾਇਆ ਜਾਵਾ ਚਾਹੀਦਾ ਹੈ

oxidation state / ਆਕਸੀਕਰਨ ਸਥਿਤੀ ਇੱਕ ਐਟਮ ਦੀ ਸਥਿਤੀ ਜਿਹੜੀ ਇਲੈਕਟ੍ਰੇਨਾਂ ਦੀ ਗਿਣਤੀ ਦੁਆਰਾ ਦਰਸਾਈ ਗਈ ਹੈ, ਜੋ ਕਿ ਐਟਮ ਨੂੰ ਇਸਦੇ ਮੂਲ ਰੂਪ ਤੱਕ ਪਹੁੰਚ ਦੀ ਜ਼ਰੂਰਤ ਹੈ

oxidation-reduction reaction / ਆਕਸੀਕਰਨ-ਕਟੌਤੀ ਪ੍ਰਤੀਕਿਰਿਆ ਕੋਈ ਵੀ ਰਸਾਇਕ ਤਬਦੀਲੀ ਜਿਸ ਵਿਚ ਇੱਕ ਪ੍ਰਜਾਤੀ ਆਕਸੀਡਾਈਡ ਹੈ (ਇਲੈਕਟ੍ਰੰਨਸ ਹਾਰ ਜਾਂਦਾ ਹੈ) ਅਤੇ ਇੱਕ ਹੋਰ ਪ੍ਰਜਾਤੀ ਘਟ ਜਾਂਦੀ ਹੈ (ਲਾਭ ਇਲੈਕਟ੍ਰੋਨ); ਨੂੰ ਰੈੱਡੋਕਸ ਪ੍ਰਤੀਕਿਰਿਆ ਵੀ ਕਹਿੰਦੇ ਹਨ

oxidized / ਆਕਸੀਡਾਈਜ਼ਡ ਇੱਕ ਅਜਿਹੇ ਤੱਤ ਦਾ ਵਰਣਨ ਕਰਦਾ ਹੈ ਜਿਸ ਨੇ ਇਲੈਕਟ੍ਰੰਨਾਂ ਨੂੰ ਗਵਾ ਦਿੱਤਾ ਹੈ ਅਤੇ ਜਿਸ ਨਾਲ ਉਸ ਦਾ ਆਕਸੀਕਰਨ ਨੰਬਰ ਵਧਿਆ ਹੈ

oxidizing agent / ਆਕਸੀਕਰਨ ਏਜੰਟ ਉਹ ਪਦਾਰਥ ਜੋ ਇੱਕ ਆਕਸੀਜਨ-ਕਟੌਤੀ ਪ੍ਰਤੀਕਿਰਿਆ ਵਿੱਚ ਇਲੈਕਟ੍ਰੰਨ ਪ੍ਰਾਪਤ ਕਰਦਾ ਹੈ ਅਤੇ ਇਹ ਘਟਾ ਦਿੱਤਾ ਜਾਂਦਾ ਹੈ

oxyacid / ਆਕਸੀਸਿਡ ਇੱਕ ਐਸਿਡਜੋ ਕਿ ਹਾਈਡਰੋਜਨ, ਆਕਸੀਜਨ, ਅਤੇ ਤੀਜੇ ਤੱਤ ਦਾ ਸਮਸ਼ਰਨ ਹੈ,ਆਮ ਤੌਰ 'ਤੇ ਇੱਕ ਗੈਰ-ਧਾਤਾਤਮਕ

oxyanion / ਆਕਸੀਨਿਓਨ ਇੱਕ ਬਹੁ-ਤੱਲੀਅਨ ਆਇਨ ਜਿਸ ਵਿੱਚ ਆਕਸੀਜਨ ਸ਼ਾਮਲ ਹੈ

ozone / ਉਜ਼ੋਨ ਇੱਕ ਗੈਸ ਦੇ ਅਣੂਜੋ ਤਿੰਨ ਆਕਸੀਜਨ ਆਇਟਮਾਂ ਤੋਂ ਬਣਿਆ ਹੈ

P

P-wave / ਪੀ (P) ਵੇਵ ਇੱਕ ਪ੍ਰਾਇਮਰੀ ਲਹਿਰ, ਜਾਂ ਕੰਪਰੈਸ਼ਨ ਲਹਿਰ; ਇੱਕ ਭੂਚਾਲ ਦਾ ਲਹਿਰਜੋ ਕਿ ਦਿਸ਼ਾ ਵੱਲ ਪਿੱਠਭੂਮੀ ਦੀ ਦਿਸ਼ਾ ਵਿੱਚ ਅੱਗੇ ਵਧਣ ਲਈ ਚੱਟਾਨ ਦੇ ਕਣਾਂ ਦਾ ਕਾਰਨ ਬਣਦਾ ਹੈਜਿਸ ਵਿਚ ਲਹਿਰ ਚੱਲ ਰਹੀ ਹੈ; P ਲਹਿਰਾਂ ਸਭ ਤੋਂ ਤੇਜ਼ ਭੁਚਾਲਾਂ ਦੀਆਂ ਲਹਿਰਾਂ ਹਨ ਅਤੇ ਠੋਸ ਪਦਾਰਥਾਂ, ਤਰਲਾਂ ਅਤੇ ਗੈਸਾਂ ਰਾਹੀਂ ਸਫਰ ਕਰ ਸਕਦੀਆਂ ਹਨ

Paleozoic Era / ਪਾਲੀਓਜ਼ੋਇਕ ਯੁੱਗ ਪੂਰਵ-ਕੈਮਬ੍ਰਿਯਨ ਸਮੇਂ ਦਾ ਪਾਲਣ ਕਰਦੇ ਸਮੇਂ ਭੂਗੋਲਿਕ ਯੁੱਗਾਅਤੇਜੋ 542 ਮਿਲੀਅਨ ਤੋਂ 251 ਮਿਲੀਅਨ ਸਾਲ ਪਹਿਲਾਂ ਬਣਿਆ ਸੀ

parallax / ਪਰਲੈਕਸ ਵੱਖ-ਵੱਖ ਸਥਾਨਾਂ ਤੋਂ ਦੇਖੇ ਜਾਣ ਸਮੇਂ ਇੱਕ ਵਸਤੂ ਦੀ ਸਥਿਤੀ ਵਿੱਚ ਇੱਕ ਸਪੱਸ਼ਟ ਤਬਦੀਲੀ

parallel / ਸਮਾਂਤਰ ਕਰੰਟ ਸਰਕਲ ਦੇ ਦੋ ਜਾਂ ਦੋ ਹੋਰ ਭਾਗਾਂ ਦਾ ਵਰਣਨ ਕਰਦਾ ਹੈ ਜੋ ਕਰੰਟ ਲਈ ਵੱਖਰੇ ਚਲ ਰਹੇ ਪਾਥ ਮੁਹੱਈਆ ਕਰਦੇ ਹਨ ਕਿਉਂਕਿ ਇਹ ਭਾਗ ਸਾਂਝੇ ਬਿੰਦੂ ਜਾਂ ਜੰਕਸ਼ਨਾਂ ਨਾਲ ਜੁੜੇ ਹੋਏ ਹਨ

parent nuclide / ਮਾਪੇ ਨੂਕਲਾਇਡ ਇੱਕ ਰੇਡੀਓਐਨਕੁਲਾਇਡਜੋ ਕਿ ਇੱਕ ਰੇਡੀਓ-ਐਡੀਟਿਵ ਲੜੀ ਦੇ ਇੱਕ ਬਾਅਦ ਦੇ ਸਦੱਸ ਦੇ ਰੂਪ ਵਿੱਚ ਇੱਕ ਵਿਸ਼ੇਸ ਬੇਟੀ ਨੂਕਲਾਇਡ ਪੈਦਾ ਕਰਦੀ ਹੈ

partial pressure / ਅੰਸ਼ਕ ਦਬਾਅ ਮਿਸ਼ਰਣ ਵਿਚ ਹਰ ਗੈਸ ਦਾ ਦਬਾਅ

pascal / ਪਾਸਕਲ ਦਬਾਅ ਦੀ ਐਸ.ਆਈ. ਇਕਾਈ; 1ਐਮ2 ਦੇ ਖੇਤਰ (ਸੰਖੇਪ ਵਿੱਚ, Pa) ਉੱਤੇ 1N ਦੀ ਫੋਰਸ ਦੇ ਬਰਾਬਰ

passive margin / ਪੈਸਿਵ ਮਾਰਜਿਨ ਇੱਕ ਮਹਾਂਦੀਪੀ ਹਾਸ਼ੀਆ ਜੋ ਇੱਕ ਪਲੇਟ ਦੀ ਹੱਦ ਨਾਲ ਨਹੀਂ ਵਾਪਰਦਾ

path difference / ਪਾਥ ਅੰਤਰ ਦੂਰੀ ਦੇ ਦੋ ਕਿਨਾਰਿਆਂ ਦੀ ਲੰਬਾਈ ਦੇ ਅੰਤਰ ਜਦੋਂ ਉਹ ਵੱਖ ਵੱਖ ਪ੍ਰਆਇਟਾਂ ਤੋਂ ਇੱਕ ਦਿਸ਼ਾ ਵਿੱਚ ਖਿੰਡੇ ਹੋਏ ਹੁੰਦੇ ਹਨ

Pauli exclusion principle / ਪੌਲੀ ਬੇਦਖਲੀ ਸਿਧਾਂਤ ਇੱਕ ਸਿਧਾਂਤ ਜੋ ਕਹਿੰਦਾ ਹੈ ਕਿ ਇੱਕ ਵਿਸ਼ੇਸ਼ ਕਲਾਸ ਦੇ ਦੋ ਕਣ ਇੱਕੋ ਹੀ ਉਰਜਾ ਸਥਿਤੀ ਵਿਚ ਨਹੀਂ ਹੋ ਸਕਦੇ

PCR; polymerase chain reaction / ਪੀ.ਸੀ.ਆਰ.; ਪੋਲੀਮਰੇਜ਼ ਚੇਨ ਪ੍ਰਤੀਕਿਰਿਆ ਡੀ.ਐਨ.ਏ. ਦੀ ਮਾਤਰਾ ਨੂੰ ਵਧਾ ਕੇ ਇਸ ਨੂੰ ਦੋ ਕਿੱਸਿਆਂ ਵਿੱਚ ਵੰਡ ਕੇ ਅਤੇ ਇਮੇਜ਼ਰਾਂ ਅਤੇ ਪਾਚਕ ਆਦਿ ਨੂੰ ਜੋੜਨ ਦਾ ਤਰੀਕਾ

percentage composition / ਪ੍ਰਤੀਸ਼ਤ ਦੀ ਰਚਨਾ ਇੱਕ ਜੋੜ ਵਿੱਚ ਹਰੇਕ ਤੱਤ ਦੇ ਪੁੰਜ ਦੁਆਰਾ ਪ੍ਰਤੀਸ਼ਤ

percentage error / ਪ੍ਰਤੀਸ਼ਤ ਗਲਤੀ ਸਹੀ ਪ੍ਰਵਨਤ ਮੁੱਲ ਦੀ ਔਸਤ ਪ੍ਰਯੋਗਾਤਮਕ ਮੁੱਲ ਦੀ ਗੁਣਤਮਕ ਤੁਲਨਾ; ਇਸ ਨੂੰ ਪ੍ਰਵਨਤ ਮੁੱਲ ਤੋਂ ਪ੍ਰਵਨਤ ਮੁੱਲ ਨੂੰ ਘਟਾ ਕੇ ਅਤੇ ਪ੍ਰਵਨਤ ਮੁੱਲ ਦੇ ਅੰਤਰ ਨੂੰ ਵੰਡ ਕੇ, ਅਤੇ ਫਿਰ 100 ਨਾਲ ਗੁਣਾ ਕਰਕੇ ਗਣਨਾ ਕੀਤੀ ਜਾਂਦੀ ਹੈ

percentage yield / ਪ੍ਰਤੀਸ਼ਤ ਪੈਦਾਵਾਰ ਅਸਲ ਉਪਜ ਦਾ ਸਿਧਾਂਤਕ ਉਜਰਤ ਦਾ ਅਨੁਪਾਤ, 100 ਨਾਲ ਗੁਣਾ ਕਰਕੇ

perfectly inelastic collision / ਬਿਲਕੁਲ ਅਸਥਿਰ ਟੱਕਰ ਟੱਕਰਜਿਸ ਵਿੱਚ ਟੁਕੜਿਆਂ ਦੇ ਬਾਅਦ ਦੋ ਚੀਜਾਂ ਸਜੀ ਹੋਈ ਹੁੰਦੀਆਂ ਹਨ

period / ਮਿਆਦ ਰਸਾਇਣ ਵਿੱਚ, ਨਿਯਮਿਤ ਟੇਬਲ ਵਿੱਚ ਤੱਤਾਂ ਦੀ ਇੱਕ ਖਿਤਿਜੀ ਕਤਾਰ;ਭੌਤਿਕ ਵਿਗਿਆਨ ਵਿੱਚ, ਉਹ ਸਮਾਂ ਜੋ ਪੂਰੇ ਚੱਕਰ ਜਾਂ ਲਹਿਰ ਦੇ ਅਲੋਚਕ ਨੂੰ ਵਾਪਰਦਾ ਹੈ

periodic law / ਮਿਆਦੀ ਕਾਨੂੰਨ ਕਾਨੂੰਨ ਜੋ ਕਹਿੰਦਾ ਹੈ ਕਿ ਤੱਤ ਦੇ ਰਸਾਇਕ ਅਤੇ ਭੌਤਿਕ ਵਿਸ਼ੇਸ਼ਤਾ ਤੱਤਾਂ ਦੀ ਪਰਮਾਣੂ ਅੰਕਾਂ ਦੇ ਨਾਲ ਸਮੇਂ-ਸਮੇਂ ਬਦਲਦੇ ਹਨ

periodic table / ਆਵਰਤੀ ਸਾਰਣੀ ਉਹਨਾਂ ਦੇ ਪ੍ਰਮਾਣੂ ਸੰਖਿਆਵਾਂ ਦੇ ਕ੍ਰਮ ਵਿੱਚ ਤੱਤਾਂ ਦੀ ਵਿਵਸਥਾ ਹੈ ਜਿਵੇਂ ਕਿ ਸਮਾਨ ਸੰਪਤੀਆਂ ਵਾਲੇ ਤੱਤ ਇੱਕ ਹੀ ਕਾਲਮ ਜਾਂ ਸਮੂਹ ਵਿੱਚ ਆਉਂਦੇ ਹਨ

petroleum / ਪੈਟਰੋਲੀਅਮ ਗੁੰਝਲਦਾਰ ਹਾਈਡ੍ਰੋਕਾਰਬਨ ਮਿਸ਼ਰਣ ਦਾ ਇੱਕ ਤਰਲ ਮਿਸ਼ਰਣ;ਬਾਲਣ ਸਰੋਤ ਵਜੋਂ ਵਿਆਪਕ ਤੌਰ 'ਤੇ ਵਰਤਿਆ ਜਾਂਦਾ ਹੈ

pH / pH ਇੱਕ ਮੁੱਲ, ਜੋ ਕਿ ਸਿਸਟਮ ਦੀ ਅਸੀਮਤਾ ਜਾਂ ਖਾਰੇਪਨ (ਮੁਲਤਾ) ਨੂੰ ਦਰਸਾਉਣ ਲਈ ਵਰਤਿਆ ਜਾਂਦਾ ਹੈ; ਪੈਮਾਨੇ 'ਤੇ ਹਰੇਕ ਪੂਰਨ ਨੰਬਰ ਐਸਿਡਸੀ ਵਿਚ ਦਸ ਗੁਣਾ ਤਬਦੀਲੀ ਦਾ ਸੰਕੇਤ ਦਿੰਦਾ ਹੈ; 7 ਦਾ ਇੱਕ pH ਨਿਊਟ੍ਰਲ ਹੈ, 7 ਤੋਂ ਘੱਟ ਦਾ ਇੱਕ pH ਤੇਜਾਬ ਹੁੰਦਾ ਹੈ, ਅਤੇ 7 ਤੋਂ ਵੱਧ ਦੀ ਇੱਕ pH ਬੁਨਿਆਦੀ ਹੁੰਦਾ ਹੈ

pH meter / pH ਮੀਟਰ ਦੇ ਇਲੈਕਟ੍ਰੋਡਸ ਦੇ ਵਿਚਲੇ ਵੋਲਟੇਜ ਨੂੰ ਮਾਪਣ ਨਾਲ ਕਿਸੇ ਉਪਕਰਣ ਦਾ pH ਪਤਾ ਕਰਨ ਲਈ ਵਰਤਿਆ ਜਾਣ ਵਾਲਾ ਇੱਕ ਉਪਕਰਣ ਜੋ ਕਿ ਹੱਲ ਵਿੱਚ ਰੱਖੇ ਗਏ ਹਨ

Multilingual Science Glossary

phase / ਫੇਜ਼ ਚਾਰ ਰਾਜਾਂ ਜਾਂ ਹਾਲਤਾਂ ਵਿਚੋਂ ਇੱਕ ਕੈਮਿਸਟਰੀ ਵਿਚਜਿਸ ਵਿੱਚ ਇੱਕ ਪਦਾਰਥ ਮੌਜੂਦ ਹੋ ਸਕਦਾ ਹੈ: ਠੋਸ, ਤਰਲ, ਗੈਸ, ਜਾਂ ਪਲਾਜ਼ਮਾ; ਇੱਕ ਅਜਿਹਾ ਵਰਗ ਦਾ ਹਿੱਸਾ ਜੋ ਇਕਸਾਰ ਹੈ

phase change / ਫੇਜ਼ ਤਬਦੀਲੀ ਸਥਿਰ ਤਾਪਮਾਨ ਅਤੇ ਦਬਾਅ ਤੇ ਇੱਕ ਸਟੇਟ (ਠੋਸ, ਤਰਲ, ਜਾਂ ਗੈਸ) ਤੋਂ ਦੂਜੇ ਪਦਾਰਥ ਵਿਚ ਭੌਤਿਕ ਤਬਦੀਲੀਆਂ

phase diagram / ਫੇਜ਼ ਚਿੱਤਰ ਪਦਾਰਥ ਦੀ ਭੌਤਿਕ ਸਥਿਤੀ ਅਤੇ ਪਦਾਰਥ ਦੇ ਤਾਪਮਾਨ ਅਤੇ ਦਬਾਅ ਵਿਚਕਾਰ ਸੰਬੰਧ ਦਾ ਗ੍ਰਾਫ

phenomenon / ਪ੍ਰਕਿਰਤੀ ਇੱਕ ਮੌਜੂਦਗੀ, ਹਾਲਾਤ, ਜਾਂ ਤੱਥ ਜੋ ਦਰਸ਼ਾਈ ਹੈ

phenotype / ਫੀਨਟਾਈਪ ਸਭ ਜੀਵਾਣੂਆਂ ਦੀਆਂ ਸਰੀਰਕ ਵਿਸ਼ੇਸ਼ਤਾਵਾਂ ਦੇ ਸੰਗ੍ਰਹਿ

phospholipid / ਫਾਸਫੋਲਿਪੀਡ ਅਣੂ ਇੱਕ ਡਬਲ-ਲੇਅਰਡ ਸੈਲ ਝਰਨੇ ਬਣਾਉਂਦਾ ਹੈ; ਇੱਕ ਗਲੇਸਰੋਲ, ਇੱਕ ਫੋਸਫੇਟ ਗਰੁੱਪ, ਅਤੇ ਦੋ ਫੈਟ ਐਸਿਡ ਹੁੰਦੇ ਹਨ

photoelectric effect / ਫੋਟੋ-ਇਲੈਕਟ੍ਰਿਕ ਪ੍ਰਭਾਵ ਇਲੈਕਟ੍ਰੋਨਸ ਦੀ ਸਾਮੱਗਰੀ ਤੋਂ ਸਮਗਰੀ ਜਦੋਂ ਸਮਗਰੀ ਦੀ ਸਤ੍ਹਾ 'ਤੇ ਕੁਝ ਫ੍ਰੀਕੁਐਨਸੀ ਦੀ ਰੋਸ਼ਨੀ ਚਮਕਦੀ ਹੈ

photon / ਫੋਟੋਨ ਇਕਾਈ ਜਾਂ ਪ੍ਰਕਾਸ਼ ਦੀ ਮਾਤਰਾ; ਇਲੈਕਟ੍ਰੋਮੈਗਨੈਟਿਕ ਰੇਡੀਏਸ਼ਨ ਦਾ ਇੱਕ ਕਣ ਜਿਸ ਕੋਲ ਜ਼ੀਰੋ ਬਾਕੀ ਪੁੰਜ ਹੈ ਅਤੇ ਊਰਜਾ ਦੀ ਮਾਤਰਾ ਬਹੁਤ ਹੈ

photosynthesis / ਫੋਟੋਸਿੰਥੇਸਿਸ ਜੋ ਪ੍ਰਕਿਰਿਆ ਦੁਆਰਾ ਚਾਨਣ ਊਰਜਾ ਨੂੰ ਰਸਾਇਕ ਊਰਜਾ ਵਿੱਚ ਤਬਦੀਲ ਕੀਤਾ ਜਾਂਦਾ ਹੈ;ਕਾਰਬਨ ਡਾਈਆਕਸਾਈਡ ਅਤੇ ਪਾਣੀ ਤੋਂ ਸ਼ੱਕਰ ਅਤੇ ਆਕਸੀਜਨ ਪੈਦਾ ਕਰਦਾ ਹੈ

physical change / ਭੌਤਿਕ ਤਬਦੀਲੀ ਰਸਾਇਕ ਸੰਪਤੀਆਂ ਵਿਚ ਕੋਈ ਬਦਲਾਵ ਕੀਤੇ ਬਿਨਾਂ ਇੱਕ ਰੂਪ ਤੋਂ ਦੂਜੇ ਨੂੰ ਫੋਰਮ ਵਿਚ ਤਬਦੀਲੀ

physical property / ਭੌਤਿਕ ਸੰਪਤੀ ਕਿਸੇ ਪਦਾਰਥ ਦੀ ਵਿਸ਼ੇਸ਼ਤਾਜੋ ਕਿ ਕਿਸੇ ਰਸਾਇਕ ਤਬਦੀਲੀ ਨੂੰ ਸ਼ਾਮਲ ਨਹੀਂ ਕਰਦਾ, ਜਿਵੇਂ ਕਿ ਘਣਤਾ, ਰੰਗ ਜਾਂ ਸਖਤਤਾ

pitch / ਪਿਚ ਆਵਾਜ਼ ਦੀ ਲਹਿਰ ਦੀ ਫ੍ਰੀਕੁਐਂਸੀ ਤੇ ਨਿਰਭਰ ਕਰਦਾ ਹੈ ਕਿ ਕਿੰਨੀ ਉੱਚੀ ਜਾਂ ਘੱਟ ਆਵਾਜ਼ ਸਮਝੀ ਜਾਂਦੀ ਹੈ

plasma / ਪਲਾਜ਼ਮਾ ਮੁਹਰਤ ਵਾਲਾ ਸੂਬਾ, ਜੋ ਕਿ ਖੁੱਲ੍ਹੇ ਰੂਪ ਵਿਚ ਚੱਲ ਰਹੇ ਕਣਾਂ ਨੂੰ ਰੱਖਦਾ ਹੈ, ਜਿਵੇਂ ਕਿ ਆਇਨਸ ਅਤੇ ਇਲੈਕਟ੍ਰੋਨ; ਇਸਦੀ ਵਿਸ਼ੇਸ਼ਤਾ ਇਕ ਠੋਸ, ਤਰਲ ਜਾਂ ਗੈਸ ਦੀਆਂ ਵਿਸ਼ੇਸ਼ਤਾਵਾਂ ਤੋਂ ਵੱਖਰੀ ਹੈ

plasmid / ਪਲਾਜ਼ਮਿਡ ਬੈਕਟੀਰੀਆ ਵਿੱਚ ਪਾਇਆ ਗਿਆ ਜੈਨੇਟਿਕ ਸਾਮੱਗਰੀ ਦਾ ਚੱਕਰੀ ਦਾ ਟੁਕੜਾ ਜੋ ਕਿ ਮੁੱਖ ਕ੍ਰੋਮੋਸੋਮ ਦੇ ਡੀ.ਐਨ.ਏ. ਤੋਂ ਵੱਖਰੇ ਤੌਰ 'ਤੇ ਦੁਹਰਾਏ ਜਾ ਸਕਦੇ ਹਨ

plateau / ਪਲੇਟਿਊ ਜ਼ਮੀਨ ਦੀ ਇੱਕ ਵਿਸ਼ਾਲ, ਉੱਚੀ, ਤੁਲਨਾਤਮਕ ਤੌਰ 'ਤੇ ਪੱਧਰ ਦਾ ਪਸਾਰ, ਜੋ ਕਿ ਸਾਦੇ ਤੋਂ ਜ਼ਿਆਦਾ ਹੈ ਅਤੇ ਮੇਸਾ ਨਾਲੋਂ ਵੱਡਾ ਹੈ

plate tectonics / ਪਲੇਟ ਟੈਕਸਟੋਨਿਕਸ ਥਿਊਰੀ ਜੋ ਸਮਝਾਉਂਦੀ ਹੈ ਕਿ ਲੇਥੋਫੇਲ ਦੇ ਵੱਡੇ ਟੁਕੜੇ ਕਿੰਨੀਆਂ ਪਲੇਟਾਂ, ਚਲਦੇ ਅਤੇ ਆਕਾਰ ਬਦਲਦੇ ਹਨ

pOH / ਪੀਓਐਚ (pOH) ਇੱਕ ਹੱਲ ਦੇ ਹਾਈਡ੍ਰੋਕਸਾਈਡ ਆਕਣ ਦੀ ਆਮ ਲੈਗਾਰਿਦਮ ਤੋਂ ਨਕਾਰਾਤਮਕ

point source pollution / ਪੁਆਇੰਟ-ਸਰੋਸ ਪ੍ਰਦੂਸ਼ਣ ਉਹ ਪ੍ਰਦੂਸ਼ਣ ਜੋ ਇੱਕ ਖਾਸ ਜਗ੍ਹਾ ਤੋਂ ਹੁੰਦਾ ਹੈ

polar / ਪੋਲਰ ਇੱਕ ਅਣੂ ਬਾਰੇ ਦੱਸਦਾ ਹੈ ਜਿਸ ਵਿੱਚ ਸਕਾਰਾਤਮਕ ਅਤੇ ਨਕਾਰਾਤਮਕ ਚਾਰਜ ਵੱਖ ਕੀਤੇ ਜਾਂਦੇ ਹਨ

polar covalent bond / ਧਾਰਕ ਸਹਿਕਾਰਤਾ ਬਾਂਡ ਇੱਕ ਸਹਿ-ਸਹਿਯੋਗੀ ਬਾਂਡਜਿਸ ਵਿੱਚ ਦੋ ਪਰਮਾਣੂਆਂ ਦੁਆਰਾ ਸਾਂਝੇ ਇਲੈਕਟ੍ਰੋਨਾਂ ਦੀ ਜੋੜੀ ਇੱਕ ਇੱਕ ਪਰਮਾਣੂ ਦੁਆਰਾ ਹੋਰ ਨਜ਼ਦੀਕੀ ਹੁੰਦੀ ਹੈ

polarity / ਧਰੁਵੀਤਾ ਇੱਕ ਸਿਸਟਮ ਦੀ ਵਿਸ਼ੇਸ਼ਤਾ ਜਿਸ ਵਿੱਚ ਦੋ ਨੁਕਤੇ ਦੇ ਉਲਟ ਵਿਸ਼ੇਸ਼ਤਾਵਾਂ ਹਨ, ਜਿਵੇਂ ਕਿ ਚਾਰਜ ਜਾਂ ਚੁੰਬਕੀ ਧਰੁਵ

pollution / ਪ੍ਰਦੂਸ਼ਣ ਵਾਤਾਵਰਣ ਵਿਚ ਜੋ ਕੁਝ ਵੀ ਸ਼ਾਮਿਲ ਕੀਤਾ ਗਿਆ ਹੈ ਅਤੇ ਵਾਤਾਵਰਨ ਜਾਂ ਇਸਦੇ ਪ੍ਰਭਾਵਾਂ ਉੱਤੇ ਮਾੜਾ ਪ੍ਰਭਾਵ ਪੈਦਾ ਹੈ

polyatomic ion / ਬਹੁਤੀ ਆਧੁਨਿਕ ਆਇਨ ਦੋ ਜਾਂ ਵਧੇਰੇ ਐਟਮ ਤੋਂ ਬਣਿਆ ਇੱਕ ਆਇਨ

polygenic trait / ਪੋਲੀਜੀਨਿਕ ਗੁਣ ਗੁਣ ਜੋ ਦੋ ਜਾਂ ਦੋ ਤੋਂ ਵੱਧ ਜੀਨਾਂ ਦੁਆਰਾ ਬਣਾਇਆ ਜਾਂਦਾ ਹੈ

polymer / ਪੋਲੀਮੈਰ ਇੱਕ ਵੱਡੀ ਅਣੂ ਜੋ ਕਿ ਪੰਜ ਤੋਂ ਵੱਧ ਮੋਨੋਮਰਸ, ਜਾਂ ਛੋਟੀਆਂ ਇਕਾਈਆਂ ਦੁਆਰਾ ਬਣਦਾ ਹੈ

polyprotic acid / ਪੋਲਪ੍ਰੋਟਿਕ ਐਸਿਡ ਇੱਕ ਐਸਿਡ ਜੋ ਕਿ ਪ੍ਰਤੀ ਅਣੂ ਇੱਕ ਪ੍ਰੋਟੀਨ ਨਾਲੋਂ ਵੱਧ ਦਾਨ ਕਰ ਸਕਦੇ ਹਨ

polysaccharide / ਪੋਲਿਸੈਕਚਰਾਈਡ ਇਕ ਸਾਧਾਰਣ ਸ਼ੱਕਰ ਦੇ ਲੰਬੇ ਸੰਗਲਾਂ ਤੋਂ ਬਣੇ ਕਾਰਬੋਹਾਈਡਰੇਟ ਵਿੱਚੋਂ ਇੱਕ; ਪੋਲਿਸੈਕਰਾਈਡਜ਼ ਵਿੱਚ ਸਟਾਰਚ, ਸੈਲਿਊਲੋਜ ਅਤੇ ਗਲਾਈਕੋਜੀ ਸ਼ਾਮਲ ਹਨ

population / ਆਬਾਦੀ ਇੱਕੇ ਖੇਤਰ ਵਿੱਚ ਰਹਿੰਦੇ ਇੱਕ ਜੀਵ ਦੇ ਸਾਰੇ ਵਿਅਕਤੀ

positive feedback / ਸਕਾਰਾਤਮਕ ਫੀਡਬੈਕ ਫੀਡਬੈਕ, ਜੋ ਕਿਸੇ ਤਬਦੀਲੀ ਨੂੰ ਵਧਾਉਣ ਜਾਂ ਵਧਾਉਣ ਅਤੇ ਕਿਸੇ ਪ੍ਰਕਿਰਿਆ ਜਾਂ ਪ੍ਰਣਾਲੀ ਨੂੰ ਅਸਥਿਰ ਕਰਨ ਲਈ ਵਰਤਦਾ ਹੈ

positive feedback loop / ਸਕਾਰਾਤਮਕ ਫੀਡਬੈਕ ਲੂਪ ਕੰਟਰੋਲ ਸਿਸਟਮਜਿਸ ਵਿਚ ਸੰਵੇਦੀ ਜਾਣਕਾਰੀ ਨਾਲ ਸਰੀਰ ਨੂੰ ਤਬਦੀਲੀ ਦੀ ਦਰ ਨੂੰ ਹੋਮੀਓਸਟੈਸਿਸ ਤੋਂ ਦੂਰ ਕਰਨ ਦਾ ਕਾਰਨ ਬਣਦੀ ਹੈ

positron / ਪੋਜ਼ਟ੍ਰੋਨ ਇੱਕ ਕਣ ਜੋ ਇਕੇ ਜਿਹਾ ਹੁੰਦਾ ਹੈ ਅਤੇ ਇੱਕ ਇਲੈਕਟ੍ਰੋਨ ਦੇ ਰੂਪ ਵਿੱਚ ਸਪਿੰਨ ਕਰਦਾ ਹੈ ਪਰ ਇਸਦਾ ਇੱਕ ਸਕਾਰਾਤਮਕ ਚਾਰਜ ਹੈ

potential difference / ਸੰਭਾਵੀ ਫਰਕ ਕੰਮ ਜੋ ਕਿ ਚਾਰਜ ਦੁਆਰਾ ਵੰਡਿਆ ਸਵਾਲ ਦੇ ਦੋ ਪੁਆਇੰਟ ਵਿਚਕਾਰ ਚਾਰਜ ਲਗਾਉਣ ਲਈ ਇਲੈਕਟ੍ਰਿਕ ਬਲਾਂ ਦੇ ਵਿਰੋਧ ਕੀਤੀ ਜਾਣੀ ਚਾਹੀਦੀ ਹੈ

potential energy / ਸੰਭਾਵੀ ਊਰਜਾ ਉਹ ਊਰਜਾ ਜਿਹੜੀ ਵਸਤੂ ਦੀ ਸਥਿਤੀ, ਸ਼ਕਲ ਜਾਂ ਸਥਿਤੀ ਦੇ ਕਾਰਨ ਹੈ

power / ਪਾਵਰ ਉਹ ਮਾਤਰਾ ਜੋ ਕਿਸੇ ਵੀ ਢੰਗ ਨਾਲ ਕੰਮ ਨੂੰ ਦਰਸਾਈ ਜਾਂਦੀ ਹੈ ਜਾਂ ਕਿਸੇ ਵੀ ਤਰੀਕੇ ਨਾਲ ਊਰਜਾ ਟਰਾਂਸਫਰ ਦੀ ਦਰ ਨੂੰ ਮਾਪਦੀ ਹੈ

Precambrian / ਪ੍ਰੀਕੈਮਬ੍ਰਿਆਨ ਧਰਤੀ ਦੇ ਗਠਨ ਤੋਂ ਪਾਲੀਓਜ਼ੋਇਕ ਯੁੱਗ ਦੀ ਸ਼ੁਰੂਆਤ ਤੱਕ ਭੁਗੋਲਕ ਸਮੇਂ ਦੇ ਸਕੇਲ ਵਿਚ ਸਮੇਂ ਦਾ ਅੰਤਰਾਲ, 4.6 ਅਰਬ ਤੋਂ 542 ਮਿਲੀਅਨ ਸਾਲ ਪਹਿਲਾਂ

precession / ਪੂਰਵਕਤਾ ਇੱਕ ਸਪਿਨਿੰਗ ਬਾਡੀ ਦੇ ਧੁਰੇ ਦੀ ਗਾਤੀ,ਜਿਵੇਂ ਕਿ ਇੱਕ ਸਪਿਨਿੰਗ ਚੋਟੀ ਦੇ ਪਾਗਲ,ਜਦੋਂ ਅਗੇ ਤੇ ਅਭਿਆਸੀ ਬਾਹਰੀ ਬਲ ਹੁੰਦਾ ਹੈ; ਧਰਤੀ ਦੀ ਘੁੰਮਣਘੇਰੀ ਦੀ ਧੁਰੀ, ਜੋ ਕਿ ਆਪਣੀ ਕਤਰਕ ਦੀ ਤੁਲਨਾ ਵਿੱਚ ਘਟੀ ਹੈ

precipitate / ਤੂਫਾਨ ਇੱਕ ਠੋਸ ਪ੍ਰਕਿਰਿਆ ਜਿਸਦਾ ਹੱਲ ਹੈ ਵਿੱਚ ਇੱਕ ਰਸਾਇਕ ਪ੍ਰਤੀਕ੍ਰਿਆ ਦੇ ਨਤੀਜੇ ਵਜੋਂ ਪੈਦਾ ਕੀਤਾ ਗਿਆ ਹੈ

precision / ਸਟੀਕਸ਼ਨ ਇੱਕ ਮਾਪ ਦੀ ਅਸਲੀਅਤ

predation / ਪਰਿਣਾਮ ਉਹ ਪ੍ਰਕਿਰਿਆ ਜਿਸ ਦੁਆਰਾ ਇੱਕ ਜੀਵ ਵਿਗਿਆਨ ਭੋਜਨ ਲਈ ਇੱਕ ਹੋਰ ਜੀਵ ਦਾ ਸ਼ਿਕਾਰ ਕਰਦਾ ਅਤੇ ਮਾਰਦਾ ਹੈ

pressure / ਦਬਾਅ ਇੱਕ ਸਤੂ ਦੇ ਪ੍ਰਤੀ ਯੂਨਿਟ ਖੇਤਰ ਵਿੱਚ ਲਗਾਏ ਗਏ ਫੋਰਸ ਦੀ ਮਾਤਰਾ

primary energy source / ਪ੍ਰਾਇਮਰੀ ਊਰਜਾ ਸਰੋਤ ਵਾਤਾਵਰਨ ਵਿਚ ਕੁਦਰਤੀ ਤੌਰ 'ਤੇ ਪਾਏ ਗਏ ਊਰਜਾ ਦੇ ਇੱਕ ਸਰੋਤ ਬਾਰੇ ਦੱਸਦਾ ਹੈ;ਕੋਲਾ, ਕੁਦਰਤੀ ਗੈਸ, ਸੂਰਜ, ਹਵਾ, ਅਤੇ ਯੁਰੇਨੀਅਮ ਪ੍ਰਾਇਮਰੀ ਊਰਜਾ ਸਰੋਤਾਂ ਦੇ ਉਦਾਹਰਣ ਹਨ

primary standard / ਪ੍ਰਾਇਮਰੀ ਸਟੈਂਡਰਡ ਇੱਕ ਉੱਚ ਸ਼ੁੱਧ ਠੋਸ ਮਿਸ਼ਰਣ ਜਿਸਦਾ ਉਪਯੋਗ ਟਾਇਟਰੇਸ਼ਨ ਵਿੱਚ ਜਾਏ ਗਏ ਹੱਲ ਦੀ ਨਜ਼ਰਬੰਦੀ ਦੀ ਜਾਂਚ ਕਰਨ ਲਈ ਕੀਤਾ ਜਾਂਦਾ ਹੈ

principal quantum number / ਪ੍ਰਿੰਸੀਪਲ ਕੁਆਂਟਮ ਨੰਬਰ ਕੁਆਂਟਮ ਨੰਬਰ ਜੋ ਕਿ ਇੱਕ ਐਟਮ ਵਿਚ ਇੱਕ ਇਲੈਕਟ੍ਰੋਨ ਦੀ ਊਰਜਾ ਅਤੇ ਆਰਕਟਲ ਨੂੰ ਸੰਕੇਤ ਕਰਦਾ ਹੈ

probability / ਸੰਭਾਵਨਾ ਸੰਭਾਵਨਾ ਕਿ ਇੱਕ ਖਾਸ ਘਟਨਾ ਵਾਪਰੇਗੀ

producer / ਨਿਰਮਾਤਾ ਜੀਵ-ਵਿਗਿਆਨ ਜੋ ਊਰਜਾਤਮਕ ਸਰੋਤਾਂ ਤੋਂ ਆਪਣੀ ਊਰਜਾ ਪ੍ਰਾਪਤ ਕਰਦਾ ਹੈ, ਜਿਵੇਂ ਕਿ ਧੁੱਪ ਜਾਂ ਅਜਾਰਕ ਰਸਾਇਣ

product / ਉਤਪਾਦ ਇੱਕ ਪਦਾਰਥ ਜੋ ਇੱਕ ਰਸਾਇਕ ਪ੍ਰਤੀਕ੍ਰਿਆ ਵਿੱਚ ਬਣਦਾ ਹੈ

projectile motion / ਪ੍ਰਾਸਟੇਬਲ ਮੋਸ਼ਨ ਮੋਸ਼ਨਜੋ ਕਿਸੇ ਚੀਜ਼ ਨੂੰ ਧਰਤੀ ਦੀ ਸਤ੍ਹਾ ਦੇ ਨੇੜੇ ਸੁੱਟਣ, ਸ਼ੁਰੂ ਕਰਨ, ਜਾਂ ਪ੍ਰੋਜੈਕਟ ਅਨੁਸਾਰ ਪ੍ਰਦਰਸ਼ਤ ਕਰਦੀ ਹੈ

promoter / ਪ੍ਰਮੋਟਰ ਡੀ.ਐਨ.ਏ. ਦੇ ਭਾਗ ਜਿਸ ਵਿੱਚ ਆਰ.ਐਨ.ਏ. ਪੋਲੀਮਰੇਜ਼ ਬਾਈਮੈਂਡ ਕਰਦਾ ਹੈ, mRNA ਦੀ ਟ੍ਰਾਂਸਕ੍ਰਿਪਸ਼ਨ ਸ਼ੁਰੂ ਕਰਦੇ ਹੋਏ

protein / ਪ੍ਰੋਟੀਨ ਪੋਲੀਮੋਰ ਪੇਪਟਾਡ ਬੌਂਡਜ਼ ਦੁਆਰਾ ਜੁੜੇ ਅਮੀਨੋ ਐਸਿਡਜ਼ ਤੋਂ ਬਣਿਆ; ਅਮੀਨੋ ਐਸਿਡ ਦੇ ਵਿਚਕਾਰ ਬਾਂਡਾਂ ਦੇ ਅਧਾਰ ਤੇ ਇੱਕ ਖਾਸ ਢਾਂਚੇ ਵਿੱਚ ਫੈਲਾਉਂਦਾ ਹੈ

protein synthesis / ਪ੍ਰੋਟੀਨ ਸਿੰਥੇਸਿਸ ਡੀ.ਐਨ.ਏ. ਵਿੱਚ ਮੌਜੂਦ ਜਾਣਕਾਰੀ ਦੀ ਵਰਤੋਂ ਕਰਕੇ ਪ੍ਰੋਟੀਨ ਬਣਾਉਣਾਅਤੇ mRNA ਦੁਆਰਾ ਲਿਜਾਇਆ ਜਾਂਦਾ ਹੈ

proton / ਪ੍ਰੋਟੋਨ ਇੱਕ ਉਪ ਆਟੋਮੇਟਿਕ ਕਣਜੋ ਕਿ ਇੱਕ ਸਕਾਰਾਤਮਕ ਚਾਰਜ ਹੈ ਅਤੇ ਜੋ ਕਿ ਇੱਕ ਐਟਮ ਦੇ ਨਿਊਕਲੀਅਸ ਵਿੱਚ ਸਥਿਤ ਹੈ; ਨਿਊਕਲੀਅਸ ਵਿੱਚ ਪ੍ਰੋਟੋਨ ਦੀ ਗਿਣਤੀ ਐਟਮੀ ਨੰਬਰ ਹੈ, ਜੋ ਕਿਸੇ ਤੱਤ ਦੀ ਪਛਾਣ ਨੂੰ ਨਿਰਧਾਰਤ ਕਰਦੀ ਹੈ

protoplanetary disk / ਪ੍ਰੋਟੋਟੇਨੈਟਰੀ ਡਿਸਕ ਗੈਸ ਅਤੇ ਧੂੜ ਦੇ ਕਣਾਂ ਦੀ ਇੱਕ ਡਿਸਕ ਜੋ ਨਵੇਂ ਬਣੇ ਤਾਰਾ ਨੂੰ ਕਤਰਦੇ ਹਨ, ਜਿਸ ਤੋਂ ਉਹ ਗ੍ਰਹਿ ਹੋ ਸਕਦੇ ਹਨ

prototype / ਪ੍ਰੋਟੋਟਾਈਪ ਇੱਕ ਉਤਪਾਦ ਦਾ ਇੱਕ ਟੈਸਟ ਮਾਡਲ

Punnett square / ਪੁੰਨੇਟ ਵਰਗ ਇੱਕ ਕਰਾਸ ਦੇ ਸਿੱਟੇ ਵਜੋਂ ਹੋਏ ਵਾਲੇ ਸਾਰੇ ਸੰਭਵ ਜੀਨਟਾਈਪਾਂ ਦਾ ਅੰਦਾਜ਼ਾ ਲਗਾਉਣ ਲਈ ਮਾਡਲ, ਜਾਂ ਮੇਲ ਕਰਾਉਣਾ

pure substance / ਸ਼ੁੱਧ ਪਦਾਰਥ ਪਦਾਰਥ ਦਾ ਇੱਕ ਨਮੂਨਾ, ਜਾਂ ਤਾਂ ਇੱਕ ਤੱਤ ਜਾਂ ਇੱਕ ਸਿੰਗਲ ਮਿਸ਼ਰਨ, ਜੋ ਕਿ ਨਿਸ਼ਚਿਤ ਰਸਾਇਕ ਅਤੇ ਭੌਤਿਕ ਵਿਸ਼ੇਸ਼ਤਾਵਾਂ ਹਨ

pyramid of numbers / ਨੰਬਰ ਦੇ ਪਿਰਾਮਿਡ ਇੱਕ ਚਿੱਤਰ ਜੋ ਇੱਕ ਵਾਤਾਵਰਣ ਵਿੱਚ ਹਰ ਇੱਕ ਤੰਹਿਲੀ ਪੱਧਰ ਤੇ ਵਿਅਕਤੀਗਤ ਜੀਵਾਂ ਦੀ ਸੰਖਿਆ ਦਿਖਾਉਂਦਾ ਹੈ

Q

quantity / ਮਾਤਰਾ ਕੋਈ ਚੀਜ਼ ਜਿਸਦਾ ਮਾਪ, ਮਾਪ, ਜਾਂ ਰਕਮ ਹੈ

quantum / ਕੁਆਂਟਮ ਇਲੈਕਟ੍ਰੋਮੈਗਨੈਟਿਕ ਊਰਜਾ ਦੀ ਮੁੱਢਲੀ ਇਕਾਈ; ਇਹ ਇਲੈਕਟ੍ਰੋਨਸ ਦੀ ਲਹਿਰ ਵਿਸ਼ੇਸ਼ਤਾਵਾਂ ਦੀ ਵਿਸ਼ੇਸ਼ਤਾ ਕਰਦਾ ਹੈ

quantum number / ਕੁਆਂਟਮ ਨੰਬਰ ਇੱਕ ਅਜਿਹਾ ਨੰਬਰ ਜੋ ਇਲੈਕਟ੍ਰੋਨ ਦੀਆਂ ਵਿਸ਼ੇਸ਼ ਵਿਸ਼ੇਸ਼ਤਾਵਾਂ ਨੂੰ ਨਿਰਧਾਰਤ ਕਰਦਾ ਹੈ

Multilingual Science Glossary

quantum theory / ਕੁਆਂਟਮ ਥਿਊਰੀ ਦ੍ਰਿਸ਼ਟੀਕੋਣ ਅਤੇ ਅਟੋਮੇਮਿਕ ਕਣਾਂ ਦੇ ਢਾਂਚੇ ਅਤੇ ਰਵੱਈਏ ਦਾ ਅਧਿਐਨਇਹ ਸਭ ਊਰਜਾ ਛੋਟੇ, ਅਵਿਵਹਾਰਕ ਸਮੂਹਾਂ ਵਿੱਚ ਆਉਂਦੀ ਹੈ

R

radian / ਰੇਡੀਅਨ ਇੱਕ ਕੋਨ ਜਿਸਦੇ ਚਾਪ ਦੀ ਲੰਬਾਈ ਚੱਕਰ ਦੇ ਘੇਰੇ ਦੇ ਬਰਾਬਰ ਹੈ, ਜੋ ਲਗਪਗ 57.3° ਦੇ ਬਰਾਬਰ ਹੈ

radiation / ਰੇਡੀਏਸ਼ਨ ਇਲੈਕਟ੍ਰੋਮੈਗਨੈਟਿਕ ਲਹਿਰਾਂ ਦੇ ਰੂਪ ਵਿਚ ਊਰਜਾ ਦੇ ਨਿਕਾਸ ਅਤੇ ਪ੍ਰਸਾਰ; ਉਪ-ਉਪ-ਕਣਾਂ ਨੂੰ ਵੀ ਘੁੰਮਾਉਣਾ

radioactive decay / ਰੇਡੀਓਐਕਡੀਜ਼ਿਵ ਸੜਨ ਇੱਕ ਅਸਥਿਰ ਪਰਮਾਣੂ ਨਿਊਕਲੀਅਸ ਦਾ ਇੱਕ ਜਾਂ ਵਧੇਰੇ ਵੱਖ ਵੱਖ ਕਿਸਮ ਦੇ ਪਰਮਾਣੂ ਜਾਂ ਆਈਸੋਟੇਪ ਵਿੱਚ ਵਿਸਥਾਪਨ, ਰੇਡੀਏਸ਼ਨ ਦੇ ਨਿਕਾਸ ਦੁਆਰਾ, ਪ੍ਰਮਾਣੂ ਕੈਪਚਰ ਜਾਂ ਇਲੈਕਟ੍ਰੋਨਸ ਦੀ ਇਜਾਜਤ, ਜਾਂ ਫਿਸ਼ਿੰਗ

radioactive nuclide / ਰੇਡੀਓ-ਐਕਜ਼ੀਡਿਵ ਨੁਕਲਾਈਡ ਇੱਕ ਨੁਲੀਅਡ ਜਿਸ ਵਿੱਚ ਆਈਸੋਪੇਟਸ ਸ਼ਾਮਲ ਹੁੰਦੇ ਹਨ ਜੋ ਕਿ ਸੜਦੇ ਹਨ ਅਤੇ ਇਹ ਰੇਡੀਏਸ਼ਨ ਨੂੰ ਛੱਡਦਾ ਹੈ

radioactive tracer / ਰੇਡੀਓਐਕਡਵ ਟ੍ਰੈਕਟਰ ਇੱਕ ਰੇਡੀਓ-ਐਕਟਿਵ ਸਾਮੱਗਰੀ ਜਿਸਨੂੰ ਕਿਸੇ ਪਦਾਰਥ ਵਿੱਚ ਜੋੜਿਆ ਜਾਂਦਾ ਹੈ ਤਾਂ ਕਿ ਇਸ ਦੀ ਵੰਡ ਨੂੰ ਬਾਅਦ ਵਿੱਚ ਪਤਾ ਲੱਗ ਸਕੇ

radiometric dating / ਰੇਡੀਓਮੇਡਰੀ ਡੇਟਿੰਗ ਇੱਕ ਰੇਡੀਓਐਕਡਿਵ (ਮਾਪੇ) ਆਈਸੇਟੇਪ ਦੇ ਰਿਸ਼ਤੇਦਾਰ ਪ੍ਰਤੀਸ਼ਤ ਅਤੇ ਇੱਕ ਸਥਾਈ (ਧੀ) ਆਈਸੋਟੇਪ ਦੀ ਤੁਲਨਾ ਕਰਕੇ ਕਿਸੇ ਵਸਤ ਦੀ ਅਸਲ ਉਮਰ ਨਿਰਧਾਰਤ ਕਰਨ ਦੀ ਵਿਧੀ

rare earth element / ਬਹੁਤ ਘੱਟ ਧਰਤੀ ਦਾ ਤੱਤ ਕੁਦਰਤੀ ਤੌਰ 'ਤੇ ਵਾਪਰ ਰਹੀਆਂ ਧਾਤੂ ਤੱਤਾਂ ਦੇ ਇੱਕ ਸਮੂਹ ਵਿੱਚ ਜਿਹਨਾਂ ਕੋਲ ਸਮਾਨ ਵਿਸ਼ੇਸ਼ਤਾਵਾਂ ਹਨ, ਜਿਸ ਵਿੱਚ ਸਕੈਂਡੀਅਮ, ਜੈਟਰੀਅਮ, ਅਤੇ ਐਟਮੀ ਸੀਮਾ 57 ਤੋਂ 71 (ਲੈਨਥਾਨਾਡਜ਼) ਦੇ 15 ਤੱਤ ਹਨ। ਦੁਰਲਭ-ਧਰਤੀ ਦੇ ਤੱਤ ਇਲੈਕਟ੍ਰੋਨਿਕਸ ਅਤੇ ਹੋਰ ਉੱਚ-ਤਕਨੀਕੀ ਉਤਪਾਦਾਂ ਵਿੱਚ ਵਿਆਪਕ ਤੌਰ 'ਤੇ ਵਰਤੇ ਜਾਂਦੇ ਹਨ।

rarefaction / ਘਟਿਆਪਣ ਲੰਮੀ ਘਾਤ ਦਾ ਖੇਤਰ ਜਿਸ ਵਿੱਚ ਘਣਤਾ ਅਤੇ ਦਬਾਅ ਘੱਟ ਤੋਂ ਘੱਟ ਹੁੰਦਾ ਹੈ

rate law / ਰੇਟ ਨਿਯਮ ਇਹ ਪ੍ਰਗਟਾਵਾ ਜੋ ਇਹ ਦਰਸਾਉਂਦਾ ਹੈ ਕਿ ਉਤਪਾਦ ਦੀ ਰਚਨਾ ਦੀ ਰੇਟ ਘੋਲਨ ਤੋਂ ਇਲਾਵਾ ਸਾਰੀਆਂ ਕਿਸਮਾਂ ਦੀ ਤੈਂ ਤੇ ਕਿਵੇਂ ਨਿਰਭਰ ਕਰਦੀ ਹੈ ਜੋ ਪ੍ਰਤੀਕ੍ਰਿਆ ਵਿੱਚ ਹਿੱਸਾ ਲੈਂਦੇ ਹਨ

rate-determining step / ਦਰ ਨਿਰਧਾਰਤ ਪੜਾ ਬਹੁ-ਪੜਾਅ ਦੇ ਰਸਾਇਣਕ ਪ੍ਰਤੀਕ੍ਰਿਆ ਵਿੱਚ, ਕਦਮ ਜੋ ਕਿ ਸਭ ਤੋਂ ਘੱਟ ਵੇਗ ਹੈ, ਜੋ ਸਮੁੱਚੇ ਪ੍ਰਤੀਕ੍ਰਿਆ ਦੀ ਦਰ ਨੂੰ ਨਿਰਧਾਰਤ ਕਰਦਾ ਹੈ

reactant / ਰਿਐਕਟਰ ਇੱਕ ਪਦਾਰਥ ਜ ਅਣੂਜੋ ਕਿ ਇੱਕ ਰਸਾਇਣਕ ਪ੍ਰਤੀਕ੍ਰਿਆ ਵਿਚ ਹਿੱਸਾ ਲੈਂਦਾ ਹੈ

reaction mechanism / ਪ੍ਰਤੀਕ੍ਰਿਆ ਵਿਧੀ ਜਿਸ ਤਰੀਕੇ ਨਾਲ ਇੱਕ ਰਸਾਇਣਕ ਪ੍ਰਕਿਰਿਆ ਹੁੰਦੀ ਹੈ; ਰਸਾਇਣਕ ਸਮੀਕਰਨਾਂ ਦੀ ਇੱਕ ਲੜੀ ਵਿੱਚ ਦਰਸਾਇਆ ਗਿਆ

reaction rate / ਪ੍ਰਕਿਰਿਆ ਦਰ ਦਰ ਜਿਸ 'ਤੇ ਇੱਕ ਰਸਾਇਣਕ ਪ੍ਰਤਿਕ੍ਰਿਆ ਹੁੰਦੀ ਹੈ; ਉਤਪਾਦਾਂ ਦੀ ਰੇਟ ਜਾਂ ਪ੍ਰਤੀਕਾਂ ਦੇ ਲਪਤਾ ਹੋਣ ਦੀ ਦਰ ਦੁਆਰਾ ਮਾਪਿਆ ਜਾਂਦਾ ਹੈ

reaction stoichiometry / ਪ੍ਰਤਿਕਿਰਿਆ ਸਟੋਸੀਏਮੇਟਰੀ ਰਸਾਇਣਕ ਪ੍ਰਤੀਕ੍ਰਿਆ ਵਿੱਚ ਪ੍ਰਤੀਕ੍ਰਿਆਵਾਂ ਅਤੇ ਉਤਪਾਦਾਂ ਦੇ ਵਿਚਕਾਰ ਜਨਤਕ ਸਬੰਧਾਂ ਨੂੰ ਸ਼ਾਮਲ ਕਰਨ ਵਾਲੀਆਂ ਗਣਨਾਵਾਂ

real gas / ਰੀਅਲ ਗੈਸ ਗੈਸ ਦੇ ਅਣੂ ਦੇ ਵਿਚਕਾਰਲੇ ਸੰਪਰਕ ਦੇ ਕਾਰਨ ਇੱਕ ਗੈਸ ਜੋ ਪੂਰੀ ਤਰ੍ਹਾਂ ਹਾਈਪੋਥੈਟੀਕਲ ਆਦਰਸ਼ ਗੈਸ ਦੀ ਤਰ੍ਹਾਂ ਕੰਮ ਨਹੀਂ ਕਰਦਾ

real image / ਅਸਲੀ ਚਿੱਤਰ ਇੱਕ ਚਿੱਤਰ ਜੋ ਕਿ ਲਾਈਟ ਰੇਖਾਂ ਦੇ ਇੰਟਰਸੈਕਸ਼ਨ ਦੁਆਰਾ ਬਣਾਈ ਗਈ ਹੈ; ਇੱਕ ਅਸਲੀ ਚਿੱਤਰ ਇੱਕ ਸਕ੍ਰੀਨ 'ਤੇ ਦਿਖਾਇਆ ਜਾ ਸਕਦਾ ਹੈ

recessive / ਰੀਸੈਸਿਵ ਐਲੇਅਲ ਜੋ ਕਿ ਉਦੋਂ ਤੱਕ ਪ੍ਰਗਟ ਨਹੀਂ ਹੁੰਦਾ ਜਦੋਂ ਤੱਕ ਦੇ ਕਾਪੀਆਂ ਕਿਸੇ ਜੀਵਾਣੂ ਦੇ ਜੀਨਟਾਈਪ ਵਿਚ ਮੌਜੂਦ ਨਹੀਂ ਹੁੰਦੀਆਂ

recharge / ਰੀਚਾਰਜ ਪਾਣੀ ਦੀ ਮਾਤਰਾ ਜੋ ਕਿਸੇ ਦਿੱਤੇ ਗਏ ਸਮੇਂ ਵਿਚ ਵਗਦੀ ਹੈ

reclamation / ਪੁਨਰ ਵਿਧੀ ਇੱਕ ਅਨੁਕੂਲ ਸਥਿਤੀ ਜਿਵੇਂ ਕਿ ਇੱਕ ਪੁਰਾਣੀ ਕੁਦਰਤੀ ਸਥਿਤੀ ਵਿੱਚ ਲਿਆਉਣ ਜਾਂ ਮੁੜ ਬਹਾਲ ਕਰਨ ਦੀ ਪ੍ਰਕਿਰਿਆ

recombinant DNA / ਰੀਕੋਬਿਨੇਂਟ ਡੀ.ਐਨ.ਏ. ਜੈਨੇਟਿਕ ਇੰਜੀਨੀਅਰਿੰਗ ਡੀ.ਐਨ.ਏ. ਜਿਸ ਵਿਚ ਇਕ ਤੋਂ ਵੱਧ ਜੀਵਾਣੂ ਜਾਂ ਜਾਤੀ ਦੇ ਜੀਨ ਸ਼ਾਮਲ ਹਨ

recrystallization / ਰੀਕਰੀਸਟਲਾਈਜੇਸ਼ਨ ਕ੍ਰਿਸਟਲ ਸੁਧਾਰਨ ਜਾਂ ਕ੍ਰਿਸਟਲਿਨ ਬਣਤਰ ਦੀ ਪ੍ਰਕਿਰਿਆ

recycle / ਰੀਸਾਈਕਲ ਇੱਕ ਚੱਕਰ ਨੂੰ ਮੁੜ ਕੇ ਪਾਸ ਕਰਨਾ ਜਾਂ ਪਾਸ ਕਰਨਾ; ਕੂੜੇ ਜਾਂ ਸਕ੍ਰੈਪ ਵਿੱਚੋਂ ਕੀਮਤੀ ਜਾਂ ਲਾਭਦਾਇਕ ਸਮੱਗਰੀ ਪ੍ਰਾਪਤ ਕਰਨ ਲਈ ਜਾਂ ਚੀਜ਼ਾਂ ਦੁਬਾਰਾ ਵਰਤਣ ਲਈ

reduced / ਘਟਾਇਆ ਇੱਕ ਪਦਾਰਥ ਦਾ ਵਰਣਨ ਕਰਦਾ ਹੈ ਜਿਸ ਨੇ ਇਲੈਕਟ੍ਰੋਨ ਪ੍ਰਾਪਤ ਕਰ ਲਏ ਹਨ, ਇੱਕ ਆਕਸੀਜਨ ਐਟਮ ਹਾਰ ਗਏ, ਜਾਂ ਹਾਈਡਰੋਜਨ ਐਟਮ

reducing agent / ਘਟਾਉਣ ਵਾਲਾ ਏਜੰਟ ਇੱਕ ਪਦਾਰਥਜੋ ਕਿ ਇੱਕ ਹੋਰ ਪਦਾਰਥ ਨੂੰ ਘਟਾਉਣ ਦੀ ਸਮਰੱਥਾ ਰੱਖਦਾ ਹੈ

reduction / ਕਮੀ ਇੱਕ ਰਸਾਇਣਕ ਤਬਦੀਲੀਜਿਸ ਵਿੱਚ ਇਲੈਕਟਰੋਨਾਂ ਪ੍ਰਾਪਤ ਕੀਤੀਆਂ ਜਾਂਦੀਆਂ ਹਨ, ਜਾਂ ਤਾਂ ਆਕਸੀਜਨ ਨੂੰ ਹਟਾ ਕੇ, ਹਾਈਡਰੋਜਨ ਜੋੜ ਕੇ, ਜਾਂ ਇਲੈਕਟ੍ਰੋਨਸ ਜੋੜ ਕੇ

reduction potential / ਕਮੀ ਸਮਰੱਥਾ ਵੇਲਟੇਜ ਵਿਚ ਕਮੀਇਹ ਉਦੋਂ ਵਾਪਰਦਾ ਹੈ ਜਦੋਂ ਇੱਕ ਸਕਾਰਾਤਮਕ ਆਇਨ ਘੱਟ ਸਕਾਰਾਤਮਕ ਜਾਂ ਨਿਰਪੱਖ ਬਣ ਜਾਂਦਾ ਹੈਜਾਂ ਜਦੋਂ ਇੱਕ ਨਿਰਪੱਖ ਪਰਮਾਣੂ ਇੱਕ ਨੈਗੇਟਿਵ ਆਇਨ ਬਣ ਜਾਂਦਾ ਹੈ

reflection / ਰਿਫਲਿਕਸ਼ਨ ਇੱਕ ਸਤ੍ਹਾ 'ਤੇ ਇੱਕ ਇਲੈਕਟ੍ਰੋਮੈਗਨੈਟਿਕ ਲਹਿਰ ਦਾ ਮੋੜ ਵਾਪਸ ਹੋਣਾ

reforestation / ਪੁਨਰ-ਨਿਰਮਾਣ ਜੰਗਲਾਂ ਦੀ ਜ਼ਮੀਨ ਵਿਚ ਦਰੱਖਤਾਂ ਦਾ ਮੁੜ ਨਿਰਮਾਣ ਅਤੇ ਵਿਕਾਸ

refraction / ਰੀਫ੍ਰੈਕਸ਼ਨ ਲਹਿਰ ਦੇ ਮੋਰ੍ਹੇ ਦੇ ਤੱਤਾਂ ਦੇ ਵਿਚਕਾਰ ਲੰਘਦੇ ਹੋਏ ਇੱਕ ਲਹਿਰ ਦੇ ਫਰੰਟ ਦੇ ਝੁੰਡਜਿਸ ਵਿਚ ਲਹਿਰਾਂ ਦੀ ਗਤੀ ਵੱਖ ਹੁੰਦੀ ਹੈ

relative age / ਰਿਸ਼ਤੇਦਾਰ ਦੀ ਉਮਰ ਹੋਰ ਵਸਤੂਆਂ ਦੀ ਉਮਰ ਦੇ ਸਬੰਧ ਵਿੱਚ ਇੱਕ ਵਸਤੂ ਦੀ ਉਮਰ

rem / ਰਿਮ ਆਇਨੀਕਰਨ ਰੇਡੀਏਸ਼ਨ ਦੀ ਮਾਤਰਾ ਜੋ ਮਨੁੱਖੀ ਟਿਸ਼ੂ ਨੂੰ ਬਹੁਤ ਜ਼ਿਆਦਾ ਨੁਕਸਾਨ ਪਹੁੰਚਾਉਂਦੀ ਹੈ ਜਿਵੇਂ ਕਿ ਉੱਚ-ਵੇਲਟੇਜ ਐਕਸ-ਰੇ ਦੇ ਰੈਂਟੇਜ

renewable / ਨਵਿਆਉਣ ਯੋਗ ਇੱਕ ਕੁਦਰਤੀ ਸਰੋਤ ਦਾ ਵਰਣਨ ਜੋ ਉਸੇ ਰੇਟ ਤੇ ਤਬਦੀਲ ਕੀਤਾ ਜਾ ਸਕਦਾ ਹੈ ਜਿਸਤੇ ਸਰੋਤ ਖਪਤ ਹੁੰਦੀ ਹੈ। ਅਜਿਹੇ ਸਰੋਤਾਂ ਤੋਂ ਪ੍ਰਾਪਤ ਊਰਜਾ ਦਾ ਵਰਣਨ ਕਰਨ ਲਈ ਵੀ ਵਰਤਿਆ ਜਾਂਦਾ ਹੈ।

renewable resource / ਨਵਿਆਉਣਯੋਗ ਸਰੋਤ ਇੱਕ ਕੁਦਰਤੀ ਸਰੋਤ ਹੈ ਜਿਸਨੂੰ ਉਸੇ ਦਰ 'ਤੇ ਤਬਦੀਲ ਕੀਤਾ ਜਾ ਸਕਦਾ ਹੈ ਜਿਸ 'ਤੇ ਸਰੋਤ ਖਪਤ ਹੁੰਦੀ ਹੈ

replication / ਦੁਹਰਾਉ ਜਿਸ ਦੁਆਰਾ ਡੀ.ਐਨ.ਏ. ਦੀ ਨਕਲ ਕੀਤੀ ਜਾਂਦੀ ਹੈ

repulsive force / ਤੰਗ ਪ੍ਰਭਾਵੀ ਸ਼ਕਤੀ ਤਾਕਤ ਜੋ ਕਿ ਚੀਜ਼ਾਂ ਨੂੰ ਵੱਖ ਕਰਨ ਲਈ ਧੱਕਦੀ ਹੈ

reservoir / ਸਰੋਵਰ ਕਿਸੇ ਜਗ੍ਹਾ ਦਾ ਜਾਂ ਹਿੱਸਾ ਹੈ ਜਿਸ ਵਿਚ ਕੋਈ ਚੀਜ਼ ਇਕੱਠੀ ਜਾਂ ਇਕੱਠੀ ਕੀਤੀ ਜਾਂਦੀ ਹੈ

resilience / ਲਚਕਤਾ ਇੱਕ ਵਾਤਾਵਰਣ ਦੀ ਯੋਗਤਾ ਨੂੰ ਠੀਕ ਹੋਣ ਦੇ ਬਾਅਦ ਇਸਦੀ ਗੜਬੜੀ ਹੋਈ ਹੈ

resistance / ਵਿਰੋਧ ਜੀਵਨ ਵਿਗਿਆਨ ਵਿੱਚ, ਇੱਕ ਰਸਾਇਣਕ ਜਾਂ ਬਿਮਾਰੀ ਦੇ ਕਾਰਨ ਏਜੰਟ ਨੂੰ ਬਰਦਾਸ਼ਤ ਕਰਨ ਲਈ ਇੱਕ ਜੀਵਾਣੂ ਦੀ ਯੋਗਤਾ;ਪਰੇਸ਼ਾਨੀ ਤੋਂ ਤਬਦੀਲੀ ਦਾ ਵਿਰੋਧ ਕਰਨ ਲਈ ਇੱਕ ਪਰਿਆਵਰਨ ਪ੍ਰਬੰਧ ਦੀ ਯੋਗਤਾ;ਫਿਜ਼ਿਕਸ ਵਿੱਚ, ਵਿਰੋਧੀ ਫਿਰ ਇੱਕ ਵਸਤੂ ਜਾਂ ਉਪਕਰਣ ਦੁਆਰਾ ਬਿਜਲੀ ਦੇ ਕਰੰਟ ਪੇਸ਼ ਕੀਤੇ ਗਏ

resolving power / ਹੱਲ ਕਰਨ ਦੀ ਸ਼ਕਤੀ ਦੇ ਵਸਤੂ ਦੀਆਂ ਵੱਖਰੀਆਂ ਤਸਵੀਰਾਂ ਬਣਾਉਣ ਲਈ ਇੱਕ ਅਪਟੀਕਲ ਸਾਧਨ ਦੀ ਸਮਰੱਥਾ ਉਹ ਇਕੱਠੇ ਇਕੱਠੇ ਹੁੰਦੇ ਹਨ

resonance / ਅਨੁਪਾਤ ਅਣੂਆਂ ਜਾਂ ਆਇਨਾਂ ਵਿੱਚ ਬੰਧਨਜੇ ਕਿ ਇੱਕ ਲੇਵਿਸ ਢਾਂਚੇ ਦੁਆਰਾ ਸਹੀ ਤਰ੍ਹਾਂ ਪ੍ਰਸਤੁਤ ਨਹੀਂ ਕੀਤਾ ਜਾ ਸਕਦਾ; ਭੌਤਿਕ ਵਿਗਿਆਨ ਵਿੱਚ ਇੱਕ ਘਟਨਾ ਜੋ ਹੁੰਦੀ ਹੈ ਜਦੋਂ ਇੱਕ ਪ੍ਰਣਾਲੀ ਤੇ ਲਾਗੂ ਇੱਕ ਫੋਰਸ ਦੀ ਫ੍ਰੀਕੁਐਂਸੀ ਸਿਸਟਮ ਦੇ ਵਾਈਬ੍ਰੇਸ਼ਨ ਦੀ ਕੁਦਰਤੀ ਵਾਰਵਾਰਤਾ ਨਾਲ ਮੇਲ ਖਾਂਦੀ ਹੈ, ਜਿਸਦਾ ਨਤੀਜੇ ਵਜੋਂ ਵਾਈਬ੍ਰੇਸ਼ਨ ਹੁੰਦੀ ਹੈ

respiration / ਸਾਹ ਲੈਣ ਜੀਵਤ ਸੈੱਲਾਂ ਦੇ ਅੰਦਰ ਹੋਣ ਵਾਲੀ ਪ੍ਰਕਿਰਿਆ ਜਿਸ ਰਾਹੀਂ ਜੈਵਿਕ ਅਣੂ ਦੇ ਰਸਾਇਕ ਊਰਜਾ ਨੂੰ ਵਰਤੋਂ ਯੋਗ ਊਰਜਾ ਵਿਚ ਬਦਲ ਦਿੱਤਾ ਜਾਂਦਾ ਹੈ, ਜਿਸ ਵਿਚ ਆਕਸੀਜਨ ਦੀ ਖਪਤ ਸ਼ਾਮਲ ਹੁੰਦੀ ਹੈਅਤੇ ਉਪ-ਉਤਪਾਦਾਂ ਵਜੋਂ ਕਾਰਬਨ ਡਾਈਆਕਸਾਈਡ ਅਤੇ ਪਾਣੀ ਦਾ ਉਤਪਾਦਨ ਹੁੰਦਾ ਹੈ

resultant / ਨਤੀਜੇ ਇੱਕ ਵੈਕਟਰ ਜੋ ਕਿ ਦੋ ਜਾਂ ਦੋ ਤੋਂ ਵੱਧ ਵੈਕਟਰਾਂ ਦੀ ਸੰਖਿਆ ਨੂੰ ਦਰਸਾਉਂਦੀ ਹੈ

reversible reaction / ਪ੍ਰਤੀਕਰਮ ਪ੍ਰਤੀਕ੍ਰਿਆ ਇੱਕ ਰਸਾਇਣਕ ਪ੍ਰਤਿਕਿਰਿਆ ਜਿਸ ਵਿੱਚ ਉਤਪਾਦਾਂ ਨੇ ਅਸਲੀ ਰੀਐਕੈਨਟਾਂ ਨੂੰ ਦੁਬਾਰਾ ਬਣਾ ਦਿੱਤਾ

ribosome / ਰਿਬੋਸੋਮ ਪ੍ਰੋਟੀਨ ਤਿਆਰ ਕਰਨ ਲਈ ਐਮੀਨੇ ਐਸਿਡਸ ਨੂੰ ਜੋੜਦਾ ਹੈ

ridge push / ਰਿਜ ਪੁਸ਼ ਇੱਕ ਸ਼ਕਤੀ, ਜਿਸਨੂੰ ਠੰਡਾ ਹੋਣ ਦੁਆਰਾ ਪਾਇਆ ਜਾਂਦਾ ਹੈ, ਇੱਕ ਮੱਧ ਸਾਗਰ ਦੀ ਰਿਜ ਵਿੱਚ ਫੈਲਣ ਵਾਲੀ ਲਿਥਿਯਥੇਰਿਕ ਪਲੇਟਾਂ 'ਤੇ ਚਟਾਨਾਂ ਨੂੰ ਠੰਡਾ ਕਰ ਰਿਹਾ ਹੈ

rms current / ਆਰ.ਐਮ.ਐਸ. ਕਰੰਟ ਬਦਲਵੇਂ ਕਰੰਟ ਮੁੱਲ ਦਾ ਮੁੱਲ ਜੋ ਇਕੇ ਹੀਟਿੰਗ ਪ੍ਰਭਾਵ ਦਿੰਦਾ ਹੈ ਜੋ ਸਿੱਧੀ ਕਰੰਟ ਦਾ ਅਨੁਸਾਰੀ ਮੁੱਲ ਕਰਦਾ ਹੈ

rock cycle / ਚੱਕਰ ਚੱਕਰ ਕਾਰਜਾਂ ਦੀ ਲੜੀ ਜਿਸ ਵਿੱਚ ਚੱਟਾਨ ਰੂਪ,ਇੱਕ ਕਿਸਮ ਤੋਂ ਦੂਜੇ ਵਿੱਚ ਤਬਦੀਲੀ,ਤਬਾਹ ਹੋ ਜਾਂਦਾ ਹੈ,ਅਤੇ ਭੂਗੋਲਿਕ ਪ੍ਰਕਿਰਿਆਵਾਂ ਦੁਆਰਾ ਇੱਕ ਵਾਰ ਫਿਰ ਬਣਦਾ ਹੈ

roentgen / ਰੋਨਟੇਂ ਐਕਸ-ਰੇ ਜਾਂ ਗਾਮਾ ਰੇ ਦੇ ਰੇਡੀਏਸ਼ਨ ਦੀ ਖੁਰਾਕ ਦੀ ਇੱਕ ਇਕਾਈ ਜੋ ਕਿ ਰੇਡੀਏਸ਼ਨ ਦੀ ਮਾਤਰਾ ਦੇ ਬਰਾਬਰ ਹੈ ਜੋ ਕਿ ਹਵਾ ਦੇ ਦਬਾਅ 'ਤੇ 2.58×10^{-4} ਆਕਾਰ ਪ੍ਰਤੀ ਕਿਲੋਗ੍ਰਾਮ ਹਵਾ ਪੈਦਾ ਕਰੇਗੀ

rotational kinetic energy / ਰੋਟੇਸ਼ਨ ਦੀ ਗਤੀ ਊਰਜਾ ਇੱਕ ਵਸਤੂ ਦੀ ਊਰਜਾ ਜਿਹੜੀ ਵਸਤੂ ਦੇ ਰੋਟੇਸ਼ਨਲ ਮੋਸ਼ਨ ਕਾਰਨ ਹੁੰਦੀ ਹੈ

S

S-wave / S ਦੀ ਲਹਿਰ ਇੱਕ ਸੈਕੰਡਰੀ ਲਹਿਰ,ਜਾਂ ਕੰਬਣੀ ਦੀ ਲਹਿਰ;ਇੱਕ ਭੁਚਾਲ ਦਾ ਲਹਿਰ ਜੋ ਕਿ ਚਟਾਨ ਦੇ ਕਣਾਂ ਨੂੰ ਇੱਕ ਪਾਸੇ-ਤੋਂ-ਸਾਈਡ ਦੀ ਦਿਸ਼ਾ ਵੱਲ ਲੰਬੀਆਂ ਦਿਸ਼ਾਵਾਂ ਵੱਲ ਜਾਣ ਦਾ ਕਾਰਨ ਬਣਦਾ ਹੈ ਜਿਸ ਵਿੱਚ ਲਹਿਰ ਚੱਲ ਰਹੀ ਹੈ; ਐਸ

ਲਹਿਰਾਂ ਦੂਜੀ ਸਭ ਤੋਂ ਤੇਜ਼ ਭੁਚਾਲਾਂ ਦੀਆਂ ਲਹਿਰਾਂ ਹਨ ਅਤੇ ਸਿਰਫ ਸੌਲਡਜ਼ ਦੁਆਰਾ ਯਾਤਰਾ ਕਰ ਸਕਦੇ ਹਨ

salt / ਲੂਣ ਇੱਕ ਆਈਓਨਿਕ ਮਿਸ਼ਰਨਇਹ ਉਦੋਂ ਬਣਦਾ ਹੈ ਜਦੋਂ ਇੱਕ ਮੈਟਲ ਐਟਮ ਜਾਂ ਇੱਕ ਸਕਾਰਾਤਮਕ ਕੱਟੜਵਾਦੀ ਇੱਕ ਐਸਿਡ ਦੇ ਹਾਈਡਰੋਜਨ ਦੀ ਥਾਂ ਲੈਂਦਾ ਹੈ

saponification / ਸੈਪੋਨਿਫਿਕੇਸ਼ਨ ਇੱਕ ਰਸਾਇਣਕ ਪ੍ਰਤਿਕਿਰਿਆ ਜਿਸ ਵਿੱਚ ਫੈਟ ਐਸਿਡ ਦੇ ਐੱਸਟਰ ਗਲੇਸਰੋਲ ਅਤੇ ਫੈਟੀ ਐਸਿਡ ਲੂਣ ਪੈਦਾ ਕਰਨ ਲਈ ਮਜ਼ਬੂਤ ਆਧਾਰ ਨਾਲ ਪ੍ਰਤੀਕਿਰਿਆ ਕਰਦੇ ਹਨ; ਇਸ ਪ੍ਰਕਿਰਿਆ ਨੂੰ ਸਾਬਣ ਬਣਾਉਣ ਲਈ ਵਰਤਿਆ ਜਾਂਦਾ ਹੈ

saturated hydrocarbon /ਸੰਤ੍ਰਿਪਤ ਹਾਈਡ੍ਰੋਕਾਰਬਨ ਇੱਕ ਜੈਵਿਕ ਮਿਸ਼ਰਣ ਸਿੰਗਲ ਬਾਂਡ ਦੁਆਰਾ ਜੁੜਿਆ ਹੋਇਆ ਸਿਰਫ ਕਾਰਬਨ ਅਤੇ ਹਾਈਡ੍ਰੋਜਨ ਦੁਆਰਾ ਬਣਾਇਆ ਗਿਆ ਹੈ

saturated solution / ਸੰਤ੍ਰਿਪਤ ਘੋਲ ਇੱਕ ਘੋਲ ਹੈ ਜੋ ਕਿ ਦਿੱਤੀਆਂ ਬਿਮਾਰੀਆਂ ਦੇ ਅਧੀਨ ਕਿਸੇ ਵੀ ਹੋਰ ਸਾਲਿਊ ਨੂੰ ਭੰਗ ਨਹੀਂ ਕਰ ਸਕਦੀ

scalar / ਸਕੇਲਰ ਇੱਕ ਭੌਤਿਕ ਮਾਤਰਾ ਜਿਸ ਦਾ ਮਜਬੂਤਤਾ ਹੈ ਪਰ ਕੋਈ ਦਿਸ਼ਾ ਨਹੀਂ ਹੈ

schematic diagram / ਯੋਜਨਾਬੱਧ ਡਾਇਆਗ੍ਰਾਮ ਇੱਕ ਸਰਕਟ ਦਾ ਨੁਮਾਇੰਦਾ ਜੋ ਤਾਰਾਂ ਨੂੰ ਦਰਸਾਉਣ ਲਈ ਲਾਈਨਾਂ ਦੀ ਵਰਤੋਂ ਕਰਦਾ ਹੈ ਅਤੇ ਭਾਗਾਂ ਨੂੰ ਦਰਸਾਉਣ ਲਈ ਵੱਖਰੇ ਚਿੰਨ੍ਹ ਦਿੰਦਾ ਹੈ

scientific method / ਵਿਗਿਆਨਕ ਵਿਧੀ ਸਮੱਸਿਆਵਾਂ ਨੂੰ ਹੱਲ ਕਰਨ ਲਈ ਕਈ ਕਦਮ ਚੁੱਕੇ ਗਏ ਹਨ, ਜਿਵੇਂ ਕਿ ਡਾਟਾ ਇਕੱਠਾ ਕਰਨਾ, ਇੱਕ ਅਨੁਮਾਨ ਤਿਆਰ ਕਰਨਾ, ਪਰਿਕਿਰਿਆ ਦੀ ਜਾਂਚ ਕਰਨਾ, ਅਤੇ ਸਿੱਟਾ ਕੱਢਣਾ

scientific notation / ਵਿਗਿਆਨਕ ਸੰਕੇਤ ਇੱਕ ਗੁਣਵੱਤਾ ਨੂੰ 10 ਤੋਂ ਗੁਣਵੱਤਾ ਊਰਜਾ ਨਾਲ ਗੁਣਾ ਕਰਨ ਦੇ ਢੰਗ ਵਜੋਂ ਜ਼ਾਹਰ ਕਰਨ ਦਾ ਤਰੀਕਾ

scintillation counter / ਸਿਲੰਡਰ ਕਾਉਂਟਰ ਇੱਕ ਸਾਧਨ ਜੋ ਕਿ ਰੇਡੀਏਸ਼ਨ ਨੂੰ ਖੋਜਣ ਅਤੇ ਮਾਪਣ ਲਈ ਬਿਜਲੀ ਦੇ ਸੰਕਰਮਣ ਵਿਚ ਚਮੜੀ ਨੂੰ ਰੋਸ਼ਨ ਕਰਦਾ ਹੈ

secondary energy source / ਸੈਕੰਡਰੀ ਊਰਜਾ ਸਰੋਤ ਪ੍ਰਿਥਮਿਕ ਊਰਜਾ ਸਰੋਤਾਂ ਤੋਂ ਪ੍ਰਪਤ ਊਰਜਾ ਦੇ ਸਰੋਤਾਂ ਦਾ ਵਰਨਣ ਕਰਦਾ ਹੈ; ਉਦਾਹਰਣ ਵਜੋਂ, ਬਿਜਲੀ ਇੱਕ ਸੈਕੰਡਰੀ ਊਰਜਾ ਸਰੋਤ ਹੈਜੋ ਕਿ ਕੋਲਾ ਅਤੇ ਕੁਦਰਤੀ ਗੈਸ ਵਰਗੇ ਪ੍ਰਾਇਮਰੀ ਸ੍ਰੋਤਾਂ ਦੀ ਵਰਤੋਂ ਤੋਂ ਪੈਦਾ ਹੁੰਦਾ ਹੈ।

sediment / ਤਲਛਟ ਠੋਸ ਕਣਾਂ ਜਿਵੇਂ ਕਿ ਰਕਬੇ ਦੇ ਟੁਕੜੇ, ਜੀਵਾਂ ਤੋਂ ਸਮੱਗਰੀ,ਜਾਂ ਖਣਿਜ ਪਦਾਰਥ ਜੋ ਕਿ ਧਰਤੀ ਦੀ ਸਤ੍ਹਾ 'ਤੇ ਜਾਂ ਇਸ ਦੇ ਨੇੜੇ ਵਹਾਏ ਜਾਣ ਅਤੇ ਹੱਲ ਕੀਤੇ ਗਏ ਹੱਲ ਤੋਂ ਬਾਹਰ ਨਿਕਲਦਾ ਹੈ

sedimentary rock / ਨੀਲ ਪੱਥਰ ਚਿੱਕੜ ਅਤੇ ਤਲਛਟ ਦੇ ਪੱਥਰਾਂ ਦੀ ਸੀਮੈਂਟਿੰਗ ਕਰਕੇ ਬਣੀ ਚੱਟਾਨ

seismic wave / ਭੁਚਾਲ ਦੀ ਲਹਿਰ ਊਰਜਾ ਦੀ ਇੱਕ ਲਹਿਰ ਜੋ ਧਰਤੀ ਦੁਆਰਾ ਯਾਤਰਾ ਕਰਦੀ ਹੈ ਅਤੇ ਸਾਰੇ ਦਿਸ਼ਾਵਾਂ ਵਿੱਚ ਭੁਚਾਲ ਤੋਂ ਦੂਰ ਹੈ

seismogram / ਸੇਸੋਗਰਾਮ ਭੁਚਾਲ ਦੀ ਗਤੀ ਦਾ ਟਰੇਸਿੰਗਜੇ ਕਿ ਸੀਸਮੋਗ੍ਰਫ ਦੁਆਰਾ ਦਰਜ ਕੀਤਾ ਗਿਆ ਹੈ

self-ionization of water / ਪਾਣੀ ਦੀ ਸਵੈ-ਆਈਨੀਕਰਨ ਇੱਕ ਪ੍ਰਕਿਰਿਆਜਿਸ ਵਿੱਚ ਦੋ ਪਾਣੀ ਦੇ ਅਣੂ ਇੱਕ ਹਾਈਡ੍ਰੋਨੀਅਮ ਆਇਨ ਅਤੇ ਇੱਕ ਹਾਈਡ੍ਰੋਕਸਾਈਡ ਆਇਨ ਬਣਾਉਂਦੇ ਹਨ ਜੋ ਪ੍ਰੇਟੇਨ ਦੇ ਟ੍ਰਾਂਸਫਰ ਰਾਹੀਂ ਹੁੰਦਾ ਹੈ

semipermeable membrane / ਸੈਮੀਪਰਮਾਣੂਯੋਗ ਝਿੱਲੀ ਇੱਕ ਝਿੱਲੀਜੇ ਕਿ ਸਿਰਫ ਕੁਝ ਅਣੂਆਂ ਦੇ ਪਾਸ ਹੋਣ ਦੀ ਇਜਾਜ਼ਤ ਦਿੰਦਾ ਹੈ

series / ਸੀਰੀਜ਼ ਸਰਕਟ ਦੇ ਦੋ ਜਾਂ ਵਧੇਰੇ ਭਾਗਾਂ ਦਾ ਵਰਣਨ ਕਰਦਾ ਹੈ ਜੋ ਕਰੰਟ ਲਈ ਇੱਕ ਸਿੰਗਲ ਮਾਰਗ ਪ੍ਰਦਾਨ ਕਰਦਾ ਹੈ

sex chromosome / ਸੈਕਸ ਕ੍ਰੋਮੋਸੋਮ ਕ੍ਰੋਮੋਸੋਮਸ ਜੋ ਕਿ ਕਿਸੇ ਵਿਅਕਤੀ ਦੇ ਲਿੰਗ ਨੂੰ ਨਿਰਧਾਰਤ ਕਰਦੇ ਹਨ, ਵਿਚੋਂ ਇੱਕ ਹੈ

sex-linked gene / ਸੈਕਸ ਨਾਲ ਸਬੰਧਤ ਜੀਨ ਜਿਨਸੀ ਜੀਨ ਜੋ ਕਿ ਲਿੰਗ ਰੂਪਮੇਂ ਤੇ ਸਹਿਤ ਹੈ

sexual selection / ਸਰੀਰਕ ਚੋਣ ਚੋਣ ਜਿਸ ਵਿਚ ਕੁਝ ਖਾਸ ਗੁਣ ਮੇਲਣ ਦੀ ਕਾਮਜਾਬੀ ਨੂੰ ਵਧਾਉਂਦੇ ਹਨ; ਇਸਲਈ, ਔਲਾਦ, ਔਲਾਦ ਨੂੰ ਦਿੱਤੇ ਜਾਂਦੇ ਹਨ

shielding / ਸ਼ੀਲਡਿੰਗ ਰੇਡੀਏਸ਼ਨ-ਜਜ਼ਬ ਸਮਗਰੀ ਜੋ ਪਰਮਾਣੂ ਰਿਐਕਟਰਾਂ ਤੋਂ ਰੇਡੀਏਸ਼ਨ ਲੀਕੇਜ ਘਟਾਉਣ ਲਈ ਵਰਤੀ ਜਾਂਦੀ ਹੈ

SI / SI (ਐਸ.ਆਈ.) ਲੀ ਸਿਸਟਮ ਇੰਟਰਨੈਸ਼ਨਲ ਡੀ ਯੂਨਿਟਸ, ਜਾਂ ਇੰਟਰਨੈਸ਼ਨਲ ਸਿਸਟਮ ਆਫ ਯੂਨਿਟਸ, ਜੋ ਕਿ ਮਾਪ ਸਿਸਟਮ ਹੈ ਜੋ ਵਿਸ਼ਵ ਭਰ ਵਿੱਚ ਸਵੀਕਾਰ ਕਰ ਲਿਆ ਗਿਆ ਹੈ

significant figure / ਮਹੱਤਵਪੂਰਨ ਹਸਤੀ ਇੱਕ ਨਿਸ਼ਚਿਤ ਦਸਮਲਵ ਸਥਾਨ ਜੋ ਕਿ ਮਾਪ ਦੀ ਸ਼ੁੱਧਤਾ ਦੇ ਆਧਾਰ ਤੇ ਕੀਤੇ ਜਾਣ ਲਈ ਰਾਉਂਡਿੰਗ ਦੀ ਮਾਤਰਾ ਨੂੰ ਨਿਰਧਾਰਤ ਕਰਦੀ ਹੈ

silicate / ਸਿਲੀਕੇਟ ਇੱਕ ਖਣਿਜ ਚੁੰਬਕ ਜਿਸ ਵਿਚ ਸਿਲਿਕਨ ਅਤੇ ਆਕਸੀਜਨ ਦਾ ਸੁਮੇਲ ਹੁੰਦਾ ਹੈ ਅਤੇ ਜਿਸ ਵਿੱਚ ਇੱਕ ਜਾਂ ਇੱਕ ਤੋਂ ਵੱਧ ਧਾਤਾਂ ਵੀ ਹੋ ਸਕਦੀਆਂ ਹਨ

simple harmonic motion / ਸਧਾਰਨ ਹਾਰਮੋਨਿਕ ਮੋਸ਼ਨ ਇੱਕ ਸੰਤੁਲਨ ਸਥਿਤੀ ਬਾਰੇ ਵਾਈਬ੍ਰੇਸ਼ਨਜਿਸ ਵਿੱਚ ਇੱਕ ਬਹਾਲ ਕਰਨ ਦੀ ਤਾਕਤ ਸੰਤੁਲਨ ਤੋਂ ਵਿਸਥਾਪਨ ਨੂੰ ਅਨੁਪਾਤੀ ਹੁੰਦੀ ਹੈ

single bond / ਸਿੰਗਲ ਬਾਂਡ ਇੱਕ ਸਹਿ-ਸਹਿਯੋਗੀ ਬਾਂਡ ਜਿਸ ਵਿਚ ਦੋ ਐਟਮ ਇੱਕ ਜੋੜਿਆਂ ਦੇ ਇਲੈਕਟ੍ਰੌਨਾਂ ਨੂੰ ਵੰਡਦੇ ਹਨ

single-displacement reaction / ਸਿੰਗਲ-ਵਿਲਾਸਣ ਪ੍ਰਤੀਕ੍ਰਿਆ ਪ੍ਰਤੀਕਰਮਜਿਸ ਵਿੱਚ ਇੱਕ ਤੱਤ ਜਾਂ ਕ੍ਰਾਂਤੀਵਾਦੀ ਇੱਕ ਹੋਰ ਐਲੀਮੈਂਟ ਦੀ ਜਗ੍ਹਾ ਲੈਂਦੇ ਹਨ ਜਾਂ ਇੱਕ ਸੰਯੁਕਤ ਰੂਪ ਵਿੱਚ ਕੱਟੜਵਾਦੀ ਹੁੰਦੇ ਹਨ

sinkhole / ਸਿੰਕਹੋਲ ਇੱਕ ਸਰਕੁਲਰ ਡਿਪਰੈਸ਼ਨ ਉਹ ਫਾਰਮਜਦੋ ਚੱਟਾਨ ਭਸਮ ਹੋ ਜਾਂਦਾ ਹੈ,ਜਦੋ ਵੱਧ ਰਹੇ ਤਲਛਣ

ਇੱਕ ਕਰੰਟ ਪੇਟ ਨੂੰ ਭਰ ਦਿੰਦਾ ਹੈ, ਜਾਂ ਜਦੋਂ ਇੱਕ ਭੂਮੀਗਤ ਕਿਨਾਰੇ ਦੀ ਛੱਤ ਜਾਂ ਖੁਰਲੀ ਡਿੱਗਦੀ ਹੈ

slab pull / ਸਲੈਬ ਪੁੱਲ ਡੁੱਬਦੇ ਕਿਨਾਰੇ ਦੇ ਭਾਰ ਦੇ ਕਾਰਨ ਸਬਡੈਕਿੰਗ ਪਲੇਟ ਉੱਤੇ ਇੱਕ ਉਪ ਮਾਰਗ ਸੀਮਾ ਉੱਤੇ ਇੱਕ ਫੋਰਸ

smog / ਧੂੰਆਂ ਹਵਾ ਪ੍ਰਦੂਸ਼ਣ ਜਿਸ ਵਿੱਚ ਗੈਸ ਨੂੰ ਬਾਲਣ ਤੋਂ ਜਾਰੀ ਕੀਤਾ ਜਾਂਦਾ ਹੈ ਜਦੋਂ ਉਹ ਸੂਰਜ ਦੀ ਰੌਸ਼ਨੀ ਨਾਲ ਪ੍ਰਤੀਕ੍ਰਿਆ ਕਰਦੇ ਹਨ

soil / ਮਿੱਟੀ ਚੱਟਾਨ ਦੇ ਟੁਕੜੇ ਅਤੇ ਜੈਵਿਕ ਸਮਗਰੀ ਦਾ ਢਿੱਲੀ ਮਿਸ਼ਰਣ ਜੋ ਕਿ ਪੌਦਿਆਂ ਦੇ ਵਿਕਾਸ ਦਾ ਸਮਰਥਨ ਕਰ ਸਕਦੇ ਹਨ

soil erosion / ਮਿੱਟੀ ਦਾ ਕਿਨਾਰਾ ਇੱਕ ਪ੍ਰਕਿਰਿਆਜਿਸ ਵਿੱਚ ਹਵਾ, ਪਾਣੀ, ਬਰਫ਼, ਜਾਂ ਗ੍ਰੈਵਟੀਟੀ ਵਰਗੇ ਧਰਤੀ ਦੇ ਤੱਤਾਂ ਦੀ ਸਮਗਰੀ ਇੱਕ ਚੁਕਵੀਂ ਥਾਂ ਤੋਂ ਦੂਜੀ ਜਗ੍ਹਾ ਢਿੱਲੀ, ਭੰਗ ਕੀਤੀ ਜਾਂਦੀ ਹੈ ਜਾਂ ਇੱਕ ਜਗ੍ਹਾ ਤੋਂ ਦੂਜੀ ਵੱਲ ਲਿਜਾਈ ਜਾਂਦੀ ਹੈ

solar wind / ਸੂਰਜੀ ਹਵਾ ਹਾਈ ਸਪੀਡ, ਆਇਨੀਕ੍ਰਿਤ ਕਣਾਂ ਦੀ ਇੱਕ ਧਾਰਾ ਮੁੱਖ ਰੂਪ ਵਿੱਚ ਸੂਰਜ ਦੇ ਕੋਰੇਨਾ ਤੋਂ ਬਾਹਰ ਨਿਕਲਦੀ ਹੈ

solenoid / ਸੋਲੇਨਇਡ ਅਨਿਯੰਤ੍ਰਿਤ ਤਾਰ ਦੀ ਇੱਕ ਲੰਬੀ, ਕੁਸ਼ਲ ਖੁੱਲੀ ਕੋਇਲ

solid / ਠੋਸ ਮਾਮਲੇ ਦੀ ਸਥਿਤੀ ਜਿਸ ਵਿੱਚ ਇੱਕ ਪਦਾਰਥ ਦੀ ਵੈਲਯੂਮ ਅਤੇ ਰੂਪ ਸਥਾਈ ਹੈ

solubility / ਘੁਲਣਸ਼ੀਲਤਾ ਇੱਕ ਦਿੱਤੇ ਤਾਪਮਾਨ ਅਤੇ ਦਬਾਅ ਤੇ ਦੂਜੀ ਵਿੱਚ ਭੰਗ ਕਰਨ ਦੀ ਸਮਰੱਥਾ; ਘੁਲਣ ਦੀ ਮਾਤਰਾ ਦੇ ਰੂਪ ਵਿੱਚ ਦਰਸਾਇਆ ਗਿਆ ਜੋ ਇੱਕ ਸੰਤ੍ਰਿਪਤ ਹੱਲ ਤਿਆਰ ਕਰਨ ਲਈ ਘੋਲਨ ਦੀ ਦਿੱਤੀ ਗਈ ਮਾਤਰਾ ਵਿੱਚ ਭੰਗ ਹੋਵੇਗੀ

solubility product constant / ਘੁਲਣ ਉਤਪਾਦ ਲਗਾਤਾਰ ਇੱਕ ਠੋਸ ਲਈ ਸੰਤੁਲਿਤ ਸੰਤੁਲਨ ਜੋ ਕਿ ਠੋਸ ਦੇ ਭੰਗ ਹੋਏ ਆਇਨਾਂ ਨਾਲ ਸੰਤੁਲਨ ਵਿੱਚ ਹੈ

soluble / ਘੁਲਣਸ਼ੀਲ ਇੱਕ ਖਾਸ ਘੋਲਨ ਵਾਲਾ ਵਿੱਚ ਭੰਗ ਕਰਨ ਦੇ ਯੋਗ

solute / ਨਿਕਾਸੀ ਇੱਕ ਹੱਲ ਵਿੱਚ, ਉਹ ਪਦਾਰਥ ਜੋ ਘੋਲਨ ਵਾਲਾ ਵਿੱਚ ਘੁਲ ਜਾਂਦਾ ਹੈ

solution / ਹੱਲ ਇੱਕੋ ਪੜਾਅ ਵਿੱਚ ਦੋ ਜਾਂ ਦੋ ਤੋਂ ਵੱਧ ਪਦਾਰਥਾਂ ਦੀ ਇੱਕ ਇੱਕੋ ਜਿਹੀ ਮਿਸ਼ਰਤ ਇੱਕ ਇੱਕੋ ਜਿਹੀ ਖਿੰਡਾ ਹੋ ਗਈ

solution equilibrium / ਹੱਲ ਸੰਤੁਲਨ ਸਰੀਰਕ ਸਥਿਤੀ ਜਿਸ ਵਿੱਚ ਇੱਕ ਸਲਿਊਸ਼ਨ ਦੀ ਭੰਗ ਅਤੇ ਕ੍ਰਿਸਟਾਲਾਈਜ਼ ਦੇ ਵਿਰੋਧ ਕਾਰਜ ਬਰਾਬਰ ਦੀਆਂ ਕੀਮਤਾਂ ਤੇ ਹੁੰਦੇ ਹਨ

solvated / ਘੋਲਿਆ ਹੋਇਆ ਘੁਲਣ ਦੇ ਅਣੂ ਬਾਰੇ ਦੱਸਦਾ ਹੈ ਜੋ ਘੋਲਨ ਵਾਲਾ ਅਣੂ ਦੁਆਰਾ ਘਿਰਿਆ ਹੋਇਆ ਹੈ

solvent / ਘੋਲਨ ਵਾਲਾ ਇੱਕ ਹੱਲ ਵਿੱਚ, ਪਦਾਰਥ ਜਿਸ ਵਿੱਚ ਇੱਕ ਹੋਰ ਪਦਾਰਥ (ਘੁਲਣ) ਘੁਲਦਾ ਹੈ

somatic cell / ਸਰੀਰਕ ਸੈੱਲ ਸੈੱਲ ਜੋ ਕਿ ਸਰੀਰ ਦੇ ਸਾਰੇ ਟਿਸ਼ੂ ਅਤੇ ਅੰਗ ਬਣਾਉਂਦੇ ਹਨ, ਗਾਮੇਟਸ ਨੂੰ ਛੱਡ ਕੇ

speciation / ਵਿਸ਼ੇਸ਼ਤਾ ਇੱਕ ਪੁਰਖੀ ਜਾਤੀ ਵਿੱਚੋਂ ਦੋ ਜਾਂ ਵੱਧ ਕਿਸਮਾਂ ਦਾ ਵਿਕਾਸ

species / ਸਪੀਸੀਜ਼ ਇੱਕ ਦੂਜੇ ਦੇ ਸਮਾਨ ਜੀਵ ਦਾ ਸਮੂਹ ਜੋ ਉਹ ਜਣਨ ਅਤੇ ਉਪਜਾਊ ਸੰਤਾਨ ਪੈਦਾ ਕਰ ਸਕਦੇ ਹਨ

specific heat capacity / ਖਾਸ ਗਰਮੀ ਸਮਕਾਲੀ ਸਾਮੱਗਰੀ ਦੇ ਇਕਾਈ ਪੁੰਜ ਨੂੰ 1K ਜਾਂ 1°C ਨਿਰਧਾਰਤ ਤਰੀਕੇ ਨਾਲ ਵਧਾਉਣ ਲਈ ਲੋੜੀਂਦੀ ਤਾਪ ਦੀ ਮਾਤਰਾ, ਦਿੱਤੇ ਲਗਾਤਾਰ ਦਬਾਅ ਅਤੇ ਵਾਯੂਮੰਡਲ 'ਤੇ

spectator ions / ਸਪੈਕਟੇਟਰ ਆਈਇਨ ਆਇਨ ਜੋ ਕਿਸੇ ਅਜਿਹੇ ਹੱਲ ਵਿਚ ਮੌਜੂਦ ਹੁੰਦੇ ਹਨ ਜਿਸ ਵਿਚ ਪ੍ਰਤੀਕ੍ਰਿਆ ਹੁੰਦੀ ਹੈ ਪਰ ਉਹ ਪ੍ਰਤੀਕਰਮ ਵਿਚ ਹਿੱਸਾ ਨਹੀਂ ਲੈਂਦੇ

spectrum / ਸਪੈਕਟਮ ਰੇਡੀਏਸ਼ਨ ਦਾ ਇੱਕ ਪੈਟਰਨ ਵੇਖਿਆ ਜਾਂ ਰਿਕਾਰਡ ਕੀਤਾ ਜਦੋਂ ਕੰਪੋਨੈਂਟ ਲੈਂਡ ਅਪ ਕਰਦੇ ਹਨ ਤਾਂ ਫ੍ਰੀਕੁਐਨਸੀ ਦੇ ਕ੍ਰਮ ਵਿੱਚ ਵੱਖਰੇ ਹੁੰਦੇ ਹਨ, ਜਿਵੇਂ ਕਿ ਜਦੋਂ ਪ੍ਰਕਾਸ਼ ਪ੍ਰਿਜ਼ਮ ਦੁਆਰਾ ਲੰਘਦਾ ਹੈ

spin quantum number / ਸਪਿਨ ਕਣਾਂ ਦੀ ਗਿਣਤੀ ਕਣ ਸੰਖਿਆ ਜੋ ਕਿ ਇਕ ਕਣਾਂ ਦੇ ਅੰਦਰੂਨੀ ਕੋਣ ਦੀ ਗਤੀ ਨੂੰ ਦਰਸਾਉਂਦਾ ਹੈ

spring constant / ਸਪ੍ਰਿੰਗ ਸਥਿਰ ਵਰਤਣ ਲਈ ਉਪਲਬਧ ਊਰਜਾ ਜਦੋਂ ਇੱਕ ਵਿਵਹਾਰਿਤ ਲਚਕੀਲਾ ਵਸਤੂ ਆਪਣੀ ਅਸਲੀ ਸੰਰਚਨਾ ਤੇ ਵਾਪਸ ਆਉਂਦੀ ਹੈ

stabilizing selection / ਚੋਣ ਨੂੰ ਸਥਿਰ ਕਰਨਾ ਕੁਦਰਤੀ ਚੋਣ ਦਾ ਮਾਰਗ ਜਿਸ ਵਿੱਚ ਵਿਚਕਾਰਲੇ ਫੀਨੋਟਾਈਪਸ ਦੋਨਾਂ ਅਤਿਆਂ ਤੇ ਫੇਨੋਟਾਈਪ ਉੱਤੇ ਚੁਣੇ ਗਏ ਹਨ

standard electrode potential / ਸਟੈਂਡਰਡ ਇਲੈਕਟ੍ਰੋਡ ਸੰਭਾਵੀ ਹਾਈਡ੍ਰੋਜਨ ਇਲੈਕਟ੍ਰੋਡ ਦੀ ਸਮਰੱਥ ਦੇ ਅਨੁਸਾਰੀ ਇੱਕ ਇਲੈਕਟ੍ਰੋਲਾਈਟ ਰੈਜ਼ੋਲੂਸ਼ਨ ਵਿੱਚ ਡੁੱਬਿਆ ਇੱਕ ਧਾਤ ਜਾਂ ਹੋਰ ਸਮਗਰੀ ਦੁਆਰਾ ਵਿਕਸਿਤ ਸੰਭਾਵੀ ਸਮਰੱਥਾ, ਜੋ ਕਿ ਜ਼ੀਰੋ 'ਤੇ ਸੈੱਟ ਕੀਤਾ ਗਿਆ ਹੈ

standard solution / ਮਿਆਰੀ ਹੱਲ ਹੈ ਜਾਣੂ ਨਜ਼ਰਬੰਦੀ ਦਾ ਇੱਕ ਹੱਲ ਹੈ, ਘੋਲਨ ਦੀ ਮਾਤਰਾ ਨੂੰ ਘੋਲਨ ਜਾਂ ਘੋਲ ਦੀ ਦਿੱਤੀ ਮਾਤਰਾ ਵਿੱਚ ਦਰਸਾਇਆ ਗਿਆ ਹੈ

standard temperature and pressure / ਮਿਆਰੀ ਤਾਪਮਾਨ ਅਤੇ ਦਬਾਅ ਗੈਸ ਲਈ, 0°C ਦਾ ਤਾਪਮਾਨ ਅਤੇ 1.00 atm ਦਬਾਉ

standing wave / ਖੜ੍ਹੀ ਲਹਿਰ ਇੱਕ ਲਹਿਰ ਦਾ ਪੈਟਰਨ ਜਿਸਦਾ ਨਤੀਜਾ ਇਹ ਹੁੰਦਾ ਹੈ ਕਿ ਜਦੋਂ ਇੱਕੋ ਵੇਰੀਵੈਂਟੇਸ਼ਨ, ਵੇਵੈਲਿਥਮ, ਅਤੇ ਐਂਪਲੀਟਿਊਡ ਦੇ ਦੋ ਵੇਵ ਉਲਟ ਦਿਸ਼ਾਵਾਂ ਵਿੱਚ ਆਉਂਦੀਆਂ ਹਨ ਅਤੇ ਦਖਲ ਦਿੰਦੀਆਂ ਹਨ

static friction / ਸਥਿਰ ਘਣੀ ਤਾਕਤ ਜੋ ਕਿ ਸੰਪਰਕ ਵਿੱਚ ਅਤੇ ਬਾਕੀ ਦੇ ਦੋ ਸਤਹਾਂ ਵਿਚਕਾਰ ਸਲਾਈਡ ਗਤੀ ਦੀ ਸ਼ੁਰੂਆਤ ਨੂੰ ਰੱਦ ਕਰਦਾ ਹੈ

stem cell / ਸਟੈਮ ਸੈੱਲ ਸੈਲ ਜੋ ਕਿ ਲੰਬੇ ਸਮੇਂ ਲਈ ਵੰਡ ਸਕਦਾ ਹੈ ਜਦੋਂ ਕਿ ਬਾਕੀ ਦੇ ਅਣਗਿਣਤ ਹੁੰਦੇ ਹਨ

Multilingual Science Glossary

stimulus / ਪ੍ਰੋਤਸਾਹਨ (ਬਹੁ: ਉਤਪਤੀ) ਕਿਸੇ ਚੀਜ਼ ਜੋ ਸਰੀਰਿਕ ਪ੍ਰਤੀਕਰਮ ਦਾ ਕਾਰਨ ਬਣਦੀ ਹੈ

stoichiometry / ਸਟੀਚਿਓਮੈਟਰੀ ਰਸਾਇਨਕ ਪ੍ਰਤੀਕ੍ਰਿਆ ਦੌਰਾਨ ਦੋ ਜਾਂ ਵੱਧ ਪਦਾਰਥਾਂ ਦੇ ਵਿਚਕਾਰ ਅਨੁਪਾਤਕ ਸਬੰਧ

stratosphere / ਸਟਰੈਥੋਸਫੀਲਰ ਮਾਹੌਲ ਦੀ ਪਰਤ ਜੋ ਕਿ ਟਰੋਪੇਸਫੀਲਰ ਅਤੇ ਮੀਸੋਪਾਈਅਰ ਦੇ ਵਿੱਚਕਾਰ ਹੁੰਦਾ ਹੈ ਅਤੇ ਜਿਸ ਵਿੱਚ ਤਾਪਮਾਨ ਵਧ ਜਾਂਦਾ ਹੈ ਜਿਵੇਂ ਕਿ ਉਚਾਈ ਵਧਦੀ ਹੈ; ਉਜ਼ੋਨ ਪਰਤ ਸ਼ਾਮਿਲ ਹੈ

stress / ਤਨਾਅ ਇਕ ਇਕਾਈ ਦੇ ਅੰਦਰ ਪ੍ਰਤੀ ਯੂਨਿਟ ਖੇਤਰ ਦੀ ਸ਼ਕਤੀ; ਇੱਕ ਪ੍ਰਭਾਵੀ ਬਲ ਲਈ ਇੱਕ ਵਸਤੂ ਦੇ ਅੰਦਰੂਨੀ ਟਾਕਰੇ

strong acid / ਮਜ਼ਬੂਤ ਐਸਿਡ ਇੱਕ ਐਸਿਡਜੋ ਇੱਕ ਘੋਲਣ ਵਾਲਾ ਵਿੱਚ ਪੂਰੀ ਤਰਾਂ ਆਈਨੀ ਕਰਦਾ ਹੈ

strong electrolyte / ਮਜ਼ਬੂਤ ਇਲੈਕਟੋਲਾਈਟ ਇੱਕ ਜੋੜ ਜੋ ਪੂਰੀ ਤਰਾਂ ਜਾਂ ਜ਼ਿਆਦਾਤਰ ਕਿਸੇ ਜਲਣ ਵਾਲੇ ਹਲਕੇ ਵਿੱਚ ਖਾਰਜ ਕਰਨਾ, ਜਿਵੇਂ ਕਿ ਘੁਲਣਸ਼ੀਲ ਖਣਿਜ ਲੂਣ

strong force / ਮਜ਼ਬੂਤ ਤਾਕਤ ਪਰਸਪਰ ਦਖਲ ਜੋ ਕਿ ਨਿਊਕਲੀਅਸ ਵਿੱਚ ਇਕੱਠੇ ਮਿਲ ਕੇ ਨਿਊਕਲੀਨਸ ਨੂੰ ਜੋੜਦੇ ਹਨ

structural formula / ਢਾਂਚਾਗਤ ਫਾਰਮੂਲਾ ਇੱਕ ਫਾਰਮੂਲਾ ਜੋ ਕਿ ਇੱਕ ਅਣੂ ਵਿਚ ਇੱਕ ਦੂਜੇ ਦੇ ਰਿਸ਼ਤੇਦਾਰਾਂ, ਸਮੂਹਾਂ ਜਾਂ ਆਇਨਾਂ ਦੀ ਸਥਿਤੀ ਨੂੰ ਸੰਕੇਤ ਕਰਦਾ ਹੈ ਅਤੇਜੋ ਕਿ ਕੈਮੀਕਲ ਬਾਂਡ ਦੀ ਗਿਣਤੀ ਅਤੇ ਸਥਾਨ ਨੂੰ ਸੰਕੇਤ ਕਰਦਾ ਹੈ

structural isomers / ਢਾਂਚਾਗਤ ਆਈਸੋਮਰਸ ਦੇ ਜਾਂ ਵੱਧ ਮਿਸ਼ਰਣਜਿਹਨਾਂ ਕੋਲ ਇੱਕੋ ਜਿਹੀ ਗਿਣਤੀ ਅਤੇ ਅਣੂ ਜਿਹਨਾਂ ਦਾ ਅਣੂ ਹੈਪਰ ਇਹ ਕ੍ਰਮ ਵਿੱਚ ਭਿੰਨ ਹੈ ਜਿਸ ਵਿੱਚ ਪਰਮਾਣੂ ਇੱਕ ਦੂਜੇ ਨਾਲ ਜੁੜੇ ਹੁੰਦੇ ਹਨ

subduction / ਉਪ-ਰਾਹ ਕਨਵਰਜੈਂਟ ਸੀਮਾ ਤੇ ਇੱਕ ਪ੍ਰਕਿਰਿਆ ਜਿਸ ਵਿੱਚ ਇੱਕ ਸਮੁੰਦਰੀ ਪਲੇਟ ਇੱਕ ਹੋਰ ਥੱਲੇ ਥੱਲੇ ਉਤਾਰ ਰਹੀ ਹੈ, ਜਿਸ ਨੂੰ ਥੱਲੇ ਲਿਖਿਆ ਹੋਇਆ ਹੈ

sublimation / ਉੱਚ ਵਿਧੀ ਕਾਰਜ ਜਿਸ ਵਿੱਚ ਇੱਕ ਗੈਸ ਵਿੱਚ ਸਿੱਧਾ ਤਬਦੀਲੀਆਂ (ਸ਼ਬਦ ਨੂੰ ਕਈ ਵਾਰੀ ਰਿਵਰਸ ਪ੍ਰਕਿਰਿਆ ਲਈ ਵੀ ਵਰਤਿਆ ਜਾਂਦਾ ਹੈ)

subsidence / ਨਿਕਾਸ ਭੂ-ਵਿਗਿਆਨਕ ਪ੍ਰਕਿਰਿਆਵਾਂ ਦੇ ਕਾਰਨ ਜ਼ਮੀਨ ਦੇ ਇੱਕ ਖੇਤਰ ਵਿੱਚ ਡੁੱਬਣਾ ਜਾਂ ਕੰਮ ਕਰਨਾ

substitution reaction / ਪ੍ਰਤੀਸਥਾਪਨ ਪ੍ਰਤੀਕ੍ਰਿਆ ਪ੍ਰਤੀਕਰਮ ਜਿਸ ਵਿੱਚ ਇੱਕ ਜਾਂ ਇੱਕ ਤੋਂ ਜ਼ਿਆਦਾ ਐਟਮ ਇੱਕ ਦੂਜੇ ਪਰਮਾਣੂ ਜਾਂ ਅਣੂ ਦੇ ਗਰੁੱਪ ਨੂੰ ਇੱਕ ਅਣੂ ਵਿੱਚ ਬਦਲਦੇ ਹਨ

sunspot / ਸੂਰਜ ਦੀ ਸਪਾਟ ਸੂਰਜ ਦੇ ਫੋਟੋ ਦੇ ਖੇਤਰ ਦਾ ਇੱਕ ਡਾਰਕ ਖੇਤਰ ਇਹ ਆਲੇ ਦੁਆਲੇ ਦੇ ਖੇਤਰਾਂ ਨਾਲੋਂ ਕੂਲਰ ਹੈ ਅਤੇਜੋ ਕਿ ਇੱਕ ਮਜ਼ਬੂਤ ਚੁੰਬਕੀ ਖੇਤਰ ਹੈ

superconductor / ਸੁਪਰਕੰਡਕਟਰ ਇੱਕ ਪਦਾਰਥ ਜਿਸਦਾ ਵਿਰੋਧ ਕਿਸੇ ਖਾਸ ਨਾਜ਼ੁਕ ਤਾਪਮਾਨ ਤੇ ਸਿਫਰ ਹੁੰਦਾ ਹੈ, ਜੋ ਕਿ ਹਰ ਇੱਕ ਸਮੱਗਰੀ ਦੇ ਨਾਲ ਵੱਖ-ਵੱਖ ਹੁੰਦਾ ਹੈ

supercontinent / ਅਤਿ-ਮਹਾਂਦੀਪ ਇੱਕ ਕਾਲਪਨਿਕ ਭੂਮੀ ਹੈ ਜਿਸ ਵਿੱਚ ਜ਼ਿਆਦਾਤਰ ਧਰਤੀ ਦੇ ਮਹਾਂਦੀਪੀ ਛਾਲੇ ਹਨ; ਪਲੇਟ ਟੇਕਟੈਨਿਕਸ ਦੇ ਸਿਧਾਂਤ ਅਨੁਸਾਰ, ਉਪ-ਸੰਪਰਕਾਂ ਦਾ ਰੂਪ ਬਣਦਾ ਹੈ ਅਤੇ ਟੁੱਟ ਜਾਂਦਾ ਹੈ

supercooled liquid / ਸੁਪਰਕੋਲਡ ਤਰਲ ਇੱਕ ਤਰਲਜੋ ਸਧਾਰਣ ਬਰੌਰ ਇਸ ਦੇ ਆਮ ਫਰੀਜ਼ਿੰਗ ਪਲਾਂ ਦੇ ਹੇਠ ਠੰਡਾ ਹੁੰਦਾ ਹੈ

supernova / ਸੁਪਰਨੋਵਾ ਇੱਕ ਵੱਡੇ ਤਾਰੇ ਦੇ ਲੋਹੇ ਦੇ ਕੋਰ ਦੇ ਢਹਿਣ ਤੋਂ ਬਾਅਦ ਊਰਜਾਤਮਕ ਘਟਨਾ;ਲੋਹੇ ਤੋਂ ਪੈਦਾ ਹੋਏ ਐਟਮੀ ਪੁੰਜ ਦੇ ਤੱਤ

supersaturated solution / ਸੰਪੂਰਨ ਘੋਲ ਇੱਕ ਘੋਲ ਹੈਜੋ ਕਿਸੇ ਤਾਪਮਾਨ ਤੇ ਸੰਤੁਲਨ ਤਕ ਪਹੁੰਚਣ ਦੀ ਲੋੜ ਨਾਲੋਂ ਵੱਧ ਘੁਲਣਸ਼ੀਲ ਨਿਕਲੇ ਹੋਏ ਹਨ

surface process / ਸਤ੍ਹਾ ਪ੍ਰਕਿਰਿਆ ਇੱਕ ਪ੍ਰਕਿਰਿਆ ਜੋ ਧਰਤੀ ਦੀ ਸਤ੍ਹਾ ਤੇ ਜਾਂ ਇਸ ਦੇ ਆਲੇ-ਦੁਆਲੇ ਭੂ-ਖੇਤਰ ਨੂੰ ਪ੍ਰਭਾਵਿਤ ਕਰਦੀ ਹੈ ਅਤੇ ਜਿਆਦਾਤਰ ਬਾਹਰੀ ਊਰਜਾ ਦੁਆਰਾ ਚਲਾਉਂਦੀ ਹੈ, ਜਿਵੇਂ ਕਿ ਮੌਸਮ ਅਤੇ ਮਿੱਟੀ ਦਾ ਉਖੜਨਾ

surface tension / ਸਤ੍ਹਾ ਟੈਨਸ਼ਨ ਬਲ ਜੋ ਤਰਲ ਦੀ ਸਤ੍ਹਾ 'ਤੇ ਕੰਮ ਕਰਦਾ ਹੈ ਅਤੇ ਜੋ ਕਿ ਸਤ੍ਹਾ ਦੇ ਖੇਤਰ ਨੂੰ ਘੱਟ ਕਰਨ ਲਈ ਕੰਮ ਕਰਦਾ ਹੈ

survivorship / ਉੱਤਰਜੀਵਤਾ ਕਿਸੇ ਖਾਸ ਉਮਰ ਤਕ ਜੀਉਂਦੇ ਰਹਿਣ ਦੀ ਸੰਭਾਵਨਾ

survivorship curve / ਸਰਬਿਆਪਕਤਾ ਕਰਵ ਗ੍ਰਾਫ ਸਮੇਂ ਦੇ ਨਾਲ ਆਬਾਦੀ ਦੇ ਹਰੇਕ ਉਮਰ ਸਮੂਹ ਦੇ ਜੀਵਤ ਮੈਂਬਰਾਂ ਨੂੰ ਦਿਖਾਉਂਦਾ ਹੈ

suspension / ਸਸਪੈਨਸ਼ਨ ਇੱਕ ਮਿਸ਼ਰਣ ਜਿਸ ਵਿੱਚ ਕਿਸੇ ਤਰਲ ਜਾਂ ਗੈਸ ਦੁਆਰਾ ਸਮਗਰੀ ਦੇ ਕਣਾਂ ਨੂੰ ਬਰਾਬਰ ਛਾਪੇ ਜਾਂਦੇ ਹਨ

sustainability / ਸਥਿਰਤਾ ਅਜਿਹੀ ਸਥਿਤੀ ਜਿਸ ਵਿਚ ਮਨੁੱਖੀ ਲੋੜਾਂ ਨੂੰ ਅਜਿਹੇ ਢੰਗ ਨਾਲ ਪੂਰਾ ਕੀਤਾ ਜਾਂਦਾ ਹੈ ਕਿ ਇੱਕ ਮਨੁੱਖੀ ਆਬਾਦੀ ਅਨਿਯੰਤਿਣ ਰਹਿ ਸਕਦੀ ਹੈ

sustainable / ਸਥਾਈ ਲਗਾਤਾਰ ਹੋਣ ਜਾਂ ਲੰਮੀ ਬਣਨ ਦੇ ਸਮਰੱਥ

sustainable development / ਸਥਾਈ ਕੁਦਰਤੀ ਸੰਸਾਧਨਾਂ ਦੀ ਵਰਤੋਂ ਨੂੰ ਛੇਤੀ ਤੋਂ ਛੇਤੀ ਨਹੀਂ ਵਧਾਏ ਜਾਣ ਦੀ ਵਿਕਾਸ ਪ੍ਰਕਿਰਿਆ

symbiosis / ਸਿੰਬੋਸਿਸ ਘੱਟੇ-ਘੱਟ ਦੇ ਵੱਖ-ਵੱਖ ਸਪੀਸੀਜ਼ ਦੇ ਮੈਂਬਰਾਂ ਵਿਚਕਾਰ ਵਾਤਾਵਰਣ ਸਬੰਧ ਜੋ ਇੱਕ ਦੂਜੇ ਨਾਲ ਸਿੱਧਾ ਸੰਪਰਕ ਵਿੱਚ ਰਹਿੰਦੇ ਹਨ

synthesis reaction / ਸੰਸਲੇਸ਼ਣ ਪ੍ਰਤੀਕਿਰਿਆ ਇੱਕ ਪ੍ਰਤਿਕਿਰਿਆ ਜਿਸ ਵਿੱਚ ਦੋ ਜਾਂ ਦੋ ਹੋਰ ਪਦਾਰਥ ਇੱਕ ਨਵੇਂ ਮਿਸ਼ਰਨ ਬਣਾਉਣ ਲਈ ਜੋੜਦੇ ਹਨ

system / ਸਿਸਟਮ ਅਧਿਐਨ ਦੇ ਮਕਸਦ ਲਈ ਇੱਕ ਵੱਖਰੇ ਭੌਤਿਕ ਇਕਾਈ ਸਮਝੇ ਜਾਣ ਵਾਲੇ ਕਣਾਂ ਜਾਂ ਸੰਚਾਰੀ ਹਿੱਸਿਆਂ ਦਾ ਸਮੂਹ

T

tangential acceleration / ਟੈਨਸੀਕਲ ਐਕਸੇਲਰੇਸ਼ਨ ਇੱਕ ਵਸਤੁ ਦਾ ਪ੍ਰਵੇਗ ਜੋ ਕਿ ਆਬਜੇਕਟ ਦੇ ਸਰਕੂਲਰ ਮਾਰਗ 'ਤੇ ਟੈਜੈਂਟ ਹੈ

tangential speed / ਟੈਂਗੈਂਸ਼ਲ ਸਪੀਡ ਇੱਕ ਵਸਤੁ ਦੀ ਗਤੀ ਜਿਹੜੀ ਵਸਤੁ ਦੀ ਸਰਕੂਲਰ ਮਾਰਗ 'ਤੇ ਟੈਜੈਂਟ ਹੈ

tar sand / ਟਾਰ ਰੇਤ ਰੇਤ, ਜਿਸ ਤੋਂ ਇੱਕ ਵਾਯੂਮੰਡਲ ਬਚਿਆ ਹੈ, ਇੱਕ ਹਾਈਡ੍ਰੋਕਾਰਬਨ (ਡੈਫਲਟ) ਰਹਿੰਦ-ਖੂੰਹਦ ਨੂੰ ਛੱਡ ਕੇ

technology / ਤਕਨੀਕ ਵਿਹਾਰਕ ਉਦੇਸ਼ਾਂ ਲਈ ਵਿਗਿਆਨ ਦੀ ਵਰਤੋਂ;ਸੰਦ, ਮਸ਼ੀਨਾਂ, ਸਮੱਗਰੀ ਦੀ ਵਰਤੋਂ,ਅਤੇ ਮਨੁੱਖੀ ਲੋੜਾਂ ਪੂਰੀਆਂ ਕਰਨ ਲਈ ਪ੍ਰਕਿਰਿਆਵਾਂ ਕਰਦੀ ਹੈ

tectonic plate / ਟੈਕਟੈਨਿਕ ਪਲੇਟ ਲਿਥੋਥਫੀਲਰ ਦਾ ਇੱਕ ਬਲਾਕ ਇਸ ਵਿੱਚ ਭੱਠੀ ਅਤੇ ਤਿੱਖੇ, ਛੱਪੜ ਦਾ ਬਾਹਰੀ ਭਾਗ ਸ਼ਾਮਲ ਹੁੰਦਾ ਹੈ

temperature / ਤਾਪਮਾਨ ਇੱਕ ਮੇਟਾ ਕਿੰਨਾ ਗਰਮ (ਜਾਂ ਠੰਡਾ) ਹੈ;ਖਾਸ ਤੌਰ 'ਤੇ, ਕਿਸੇ ਇਕਾਈ ਵਿਚਲੇ ਕਣਾਂ ਦੀ ਐਸਤਨ ਗਤੀ ਊਰਜਾ

test cross / ਟੈਸਟ ਕਰਾਸ ਇੱਕ ਅਣਜਾਣ ਜੈਨੇਟਾਈਪ ਅਤੇ ਇੱਕ ਪਿਛੋਕੜ ਫੈਨਟੀਪੀਪ ਨਾਲ ਇੱਕ ਜੀਵਾਣੂ ਵਾਲਾ ਜੀਵਾਣੂ ਦੇ ਵਿੱਚਕਾਰ ਕ੍ਰੈਸ

theoretical yield / ਸਿਧਾਂਤਕ ਉਪਜ ਉਤਪਾਦ ਦੀ ਵੱਧ ਤੋਂ ਵੱਧ ਮਾਤਰਾ ਜੋ ਪ੍ਰਕਿਰਿਆ ਦੀ ਦਿੱਤੀ ਮਿਕਦਾਰ ਤੋਂ ਪੈਦਾ ਕੀਤੀ ਜਾ ਸਕਦੀ ਹੈ

theory / ਸਿਧਾਂਤ ਕੁਝ ਪ੍ਰਕਿਰਿਆ ਲਈ ਇੱਕ ਸਪਸ਼ਟੀਕਰਨ ਜੋ ਨਿਰੀਖਣ, ਪ੍ਰਯੋਗਤਾ ਅਤੇ ਤਰਕ 'ਤੇ ਆਧਾਰਿਤ ਹੈ

thermal energy / ਤਾਪ ਊਰਜਾ ਇੱਕ ਪਦਾਰਥ ਦੇ ਕਣਾਂ ਦੀ ਕੁੱਲ ਗਤਿਜ ਊਰਜਾ

thermal equilibrium / ਥਰਮਲ ਸੰਤੁਲਨ ਸਥਿਤੀ ਜਿਸ ਵਿਚ ਇਕ-ਦੂਜੇ ਨਾਲ ਸਰੀਰਕ ਸੰਪਰਕ ਵਿਚ ਦੋ ਜਾਂਹਿਆਂ ਦਾ ਇੱਕੋ ਜਿਹਾ ਤਾਪਮਾਨ ਹੁੰਦਾ ਹੈ

thermochemical equation / ਥਰਮੋਕਲੈਮਿਕ ਸਮੀਕਰਨ ਇੱਕ ਸਮੀਕਰਨ ਜਿਹੜਾ ਊਰਜਾ ਦੀ ਮਾਤਰਾ ਨੂੰ ਸ਼ਾਮਲ ਕਰਦਾ ਹੈ ਜਿਵੇਂ ਕਿ ਲਿਖਤ ਰੂਪ ਵਿੱਚ ਪ੍ਰਤੀਕਿਰਿਆ ਦੌਰਾਨ ਗਰਮੀ ਰਿਹਾਈ ਜਾਂ ਸਮਾਈ ਹੁੰਦੀ ਹੈ

thermochemistry / ਥਰਮਾਕੈਮੀਸਟਰੀ ਰਸਾਇਣ ਦੀ ਸ਼ਾਖਾਇ ਊਰਜਾ ਦੀਆਂ ਤਬਦੀਲੀਆਂ ਦਾ ਅਧਿਐਨ ਹੈ ਜੋ ਕਿ ਰਸਾਇਣਕ ਪ੍ਰਤੀਕ੍ਰਿਆਵਾਂ ਅਤੇ ਸਥਿਤੀ ਦੇ ਬਦਲਾਵਾਂ ਦੇ ਨਾਲ ਹੈ

thermodynamics / ਥਰਮੋਡਾਇਨਾਮਿਕਸ ਰਸਾਇਣਕ ਅਤੇ ਸਰੀਰਕ ਤਬਦੀਲੀਆਂ ਦੇ ਨਾਲ ਊਰਜਾ ਦੇ ਬਦਲਾਅ ਨਾਲ ਸਬੰਧਤ ਵਿਗਿਆਨ ਦੀ ਸ਼ਾਖ

thermosphere / ਥਰਮੋਸਫੇਰ ਵਾਯੂਮੰਡਲ ਦੀ ਸਭ ਤੋਂ ਉੱਚੀ ਪਰਤ, ਜਿਸ ਵਿਚ ਤਾਪਮਾਨ ਵਧ ਜਾਂਦਾ ਹੈ ਜਿਵੇਂ ਕਿ ਉਚਾਈ ਵਧਦੀ ਹੈ; ਆਇਨੋਸਫੀਅਰ ਵੀ ਸ਼ਾਮਲ ਹੈ

tidal energy / ਭਾਰੀ ਊਰਜਾ ਧਰਤੀ ਦੇ ਸਾਗਰਾਂ ਤੇ ਸੂਰਜ ਅਤੇ ਚੰਦ ਦੇ ਗੁਰੂ-ਧਿੱਚ ਦੀ ਖਿੱਚ ਕਰਕੇ ਊਰਜਾ ਪੈਦਾ ਹੁੰਦੀ ਹੈ

till / ਟਿੱਲ ਬੇਤਰਤੀਬੇ ਚੱਟਾਨ ਸਮੱਗਰੀ ਜੋ ਸਿੱਧੇ ਤੌਰ 'ਤੇ ਇੱਕ ਪਿਘਲਣ ਗਲੇਸੀਅਰ ਰਾਹੀਂ ਜਮ੍ਹਾਂ ਹੋ ਜਾਂਦਾ ਹੈ

timbre / ਲੰਬਾਈ ਹਾਰਮੇਨਿਕਸ ਦੇ ਸੁਮੇਲ ਦੇ ਨਤੀਜੇ ਵਜੋਂ ਇੱਕ ਵੱਖਰੀ ਤੀਬਰਤਾ 'ਤੇ ਮੌਜੂਦ ਟੋਨ ਦਾ ਸੰਗੀਤਿਕ ਗੁਣਵੱਤਾ

tissue / ਟਿਸ਼ੂ ਅਜਿਹੇ ਸਮਾਰੋਹ ਕਰਨ ਲਈ ਇਕੱਠੇ ਮਿਲ ਕੇ ਕੰਮ ਕਰਨ ਵਾਲੇ ਸੈੱਲਾਂ ਦਾ ਸਮੂਹ

titration / ਟਾਇਟਰੇਸ਼ਨ ਪ੍ਰਕਿਰਿਆ ਪੂਰੀ ਹੋਣ ਤੱਕ ਜਾਣੀ ਹੋਈ ਵੇਲਯੂਮ ਅਤੇ ਨਜ਼ਰਬੰਦੀ ਦੇ ਹੱਲ ਨੂੰ ਜੋੜ ਕੇ ਹੱਲ ਵਿੱਚ ਕਿਸੇ ਪਦਾਰਥ ਦੀ ਤਵੱਜੇ ਦਾ ਪਤਾ ਲਗਾਉਣ ਲਈ ਇੱਕ ਵਿਧੀ ਹੈ,ਜੋ ਆਮ ਤੌਰ 'ਤੇ ਰੰਗ ਵਿੱਚ ਤਬਦੀਲੀ ਦੁਆਰਾ ਦਰਸਾਈ ਜਾਂਦੀ ਹੈ

topography / ਟੋਪੋਗ੍ਰਾਫੀ ਇਸ ਖੇਤਰ ਦੀ ਭੂਮੀ ਦੀ ਸਤ੍ਹ ਵਿਸ਼ੇਸ਼ਤਾ ਦਾ ਆਕਾਰ ਅਤੇ ਰੂਪ, ਇਸ ਦੀ ਰਾਹਤ ਸਮੇਤ

torque / ਟਾਰਕ ਇੱਕ ਮਾਤਰਾਜੋ ਕਿ ਕੁਝ ਧੁਰੇ ਦੇ ਦੁਆਲੇ ਇੱਕ ਵਸਤੁ ਨੂੰ ਘੁੰਮਾਉਣ ਲਈ ਕਿਸੇ ਸ਼ਕਤੀ ਦੀ ਯੋਗਤਾ ਨੂੰ ਮਾਪਦਾ ਹੈ

total internal reflection / ਕੁੱਲ ਅੰਦਰੁਨੀ ਰਿਫਲਿਕਸ਼ਨ ਪੂਰਾ ਰਿਫਲਿਕਸ਼ਨਜੋ ਕਿਸੇ ਪਦਾਰਥ ਦੇ ਅੰਦਰ ਹੁੰਦਾ ਹੈ ਜਦੋਂ ਸਤਹ ਦੀ ਹੱਦ ਨੂੰ ਹਲਕਾ ਹੋਣ ਦੀ ਘਟਨਾ ਦੇ ਜੋਨ ਨੂੰ ਮਹੱਤਵਪੂਰਨ ਕੋਣ ਤੋਂ ਘੱਟ ਹੁੰਦਾ ਹੈ॒tradeoff / ਟ੍ਰੇਡਆਫ** ਦੂਜੀ ਲਈ ਬਦਲੇ ਵਿੱਚ ਇੱਕ ਚੀਜ਼ ਛੱਡ ਦੇਣਾ, ਅਕਸਰ ਇੰਜੀਨੀਅਰਿੰਗ ਡਿਜ਼ਾਇਨ ਪ੍ਰਕਿਰਿਆ ਲਈ ਅਰਜ਼ੀ ਦਿੱਤੀ ਜਾਂਦੀ ਹੈ

trait / ਵਿਸ਼ੇਸ਼ਤਾ ਉਹ ਵਿਸ਼ੇਸ਼ਤਾ ਜੋ ਵਿਰਾਸਤ ਵਿਚ ਮਿਲਦੀ ਹੈ

transcription / ਟਰਾਂਸਕ੍ਰਿਪਸ਼ਨ ਇੱਕ ਐਂਪਲੀਮੈਂਟਰੀ ਸਟ੍ਰੈਂਡ mRNA ਤਿਆਰ ਕਰਨ ਲਈ ਡੀ.ਐੱਨ.ਏ. ਦੇ ਨਿਊਕਲੀਓਟਾਈਡ ਅਨੁਪਾਤ ਨੂੰ ਕਾਪੀ ਕਰਨ ਦੀ ਪ੍ਰਕਿਰਿਆ

transcription factor / ਟਰਾਂਸਕੇਸ਼ਨ ਫੈਕਟਰ ਇੱਕ ਐਨਜ਼ਾਈਮ ਜੋ ਜੈਨੇਟਿਕ ਟ੍ਰਾਂਸਕ੍ਰਿਪਸ਼ਨ ਸ਼ੁਰੂ ਕਰਨ ਅਤੇ/ਜਾਂ ਜਾਰੀ ਰੱਖਣ ਲਈ ਜ਼ਰੂਰੀ ਹੈ

transform boundary / ਸਰੂਪ ਬਦਲਣਾ ਟੈਕਟੈਨਿਕ ਪਲੇਟਾਂ ਦੇ ਵਿਚਕਾਰ ਦੀ ਸੀਮਾ ਜੋ ਖਗੋਤ ਤੌਰ 'ਤੇ ਇੱਕ ਦੂਜੇ ਦੇ ਅਖੀਰਲੇ ਪਾਸੇ ਸੁੱਟੀ ਜਾ ਰਹੀ ਹੈ

Multilingual Science Glossary

© Houghton Mifflin Harcourt Publishing Company

transformer / ਟਰਾਂਸਫਾਰਮਰ ਇੱਕ ਯੰਤਰ ਜੋ ਬਦਲਵੇਂ ਕਰੰਟ ਸਮੇਂ ਦੇ ਐਮ ਦੇ ਵਧਦਾ ਜਾਂ ਘਟਦਾ ਹੈ

transgenic / ਟਰਾਂਸਜਨਿਕ ਜੀਵਾਣੂ ਜਿਸ ਦੇ ਜੀਨਾਂ ਨੂੰ ਕਿਸੇ ਹੋਰ ਜੀਵਾਣੂ ਜਾਂ ਜਾਤੀ ਤੋਂ ਇੱਕ ਜਾਂ ਵੱਧ ਜੀਨਾਂ ਨੂੰ ਸ਼ਾਮਲ ਕਰਨ ਲਈ ਬਦਲ ਦਿੱਤਾ ਗਿਆ ਹੈ

transistor / ਟਰਾਂਸਿਸਟਰ ਇੱਕ ਸੈਮੀਕੰਡਕਟਰ ਯੰਤਰ ਜੋ ਵਰਤਮਾਨ ਨੂੰ ਵਧਾ ਸਕਦਾ ਹੈ ਅਤੇ ਇਹ ਐਮਪਲੀਫਾਇਰ, ਔਸੀਲੇਟਰਾਂ ਅਤੇ ਸਵਿੱਚਾਂ ਵਿੱਚ ਵਰਤਿਆ ਗਿਆ ਹੈ

transition element / ਪਰਿਵਰਤਨ ਤੱਤ ਧਾਤੂਆਂ ਵਿੱਚੋਂ ਇੱਕ ਜੋ ਬਾਹਰੀ ਸ਼ੈਲ ਦੀ ਵਰਤੋਂ ਕਰਨ ਤੋਂ ਪਹਿਲਾਂ ਅੰਦਰੂਨੀ ਸ਼ੈਲ ਦੀ ਵਰਤੋਂ ਕਰ ਸਕਦੇ ਹਨ

transition interval / ਪਰਿਵਰਤਨ ਅੰਤਰਾਲ ਇਕਾਗਰਤਾ ਵਿਚ ਸੀਮਾ ਜੋ ਕਿ ਇੱਕ ਰਸਾਇਣਕ ਸੂਚਕ ਵਿਚ ਪਰਿਵਰਤਨ ਦੇਖਿਆ ਜਾ ਸਕਦਾ ਹੈ

translation / ਅਨੁਵਾਦ ਪ੍ਰਕਿਰਿਆ ਜਿਸ ਦੁਆਰਾ mRNA ਡੀਕੋਡ ਕੀਤੀ ਜਾਂਦੀ ਹੈ ਅਤੇ ਇੱਕ ਪ੍ਰੋਟੀਨ ਪੈਦਾ ਹੁੰਦਾ ਹੈ

transmutation / ਪਰਿਵਰਤਨ ਪ੍ਰਮਾਣੂ ਪ੍ਰਤੀਕਿਰਿਆ ਦੇ ਸਿੱਟੇ ਵਜੋਂ ਇੱਕ ਤੱਤ ਦੇ ਪਰਮਾਣੂ ਇੱਕ ਵੱਖਰੇ ਤੱਤ ਦੇ ਪਰਿਆਂ ਵਿਚ ਬਦਲ ਜਾਂਦੇ ਹਨ

transuranium element / ਟਰਾਂਸਰਮੈਨ ਐਲੀਮੈਂਟ ਇੱਕ ਸਿੰਥੈਟਿਕ ਤੱਤ ਜਿਸਦਾ ਐਟੀਮੀ ਨੰਬਰ ਯੂਰੇਨੀਅਮ (ਪ੍ਰਮਾਣੂ ਨੰਬਰ 92) ਤੋਂ ਵੱਡਾ ਹੈ

transverse wave / ਅੰਦਰੂਨੀ ਵੇਵ ਇੱਕ ਲਹਿਰ, ਜਿਸਦਾ ਕਣਾਂ ਲੰਬੀਆਂ ਦਿਸ਼ਾਵਾਂ ਵੱਲ ਵਹਿੰਦੀ ਹੈ, ਲਹਿਰ ਯਾਤਰਾ ਕਰ ਰਹੀ ਹੈ

triple point / ਤੀਹਰੀ ਬਿੰਦੂ ਤਾਪਮਾਨ ਅਤੇ ਦਬਾਅ ਦੀਆਂ ਸਥਿਤੀਆਂ ਜਿਸ 'ਤੇ ਇੱਕ ਪਦਾਰਥ ਦੇ ਠੋਸ, ਤਰਲ ਅਤੇ ਗੈਸ ਦੇ ਪੜਾਅ ਸੰਤੁਲਨ ਵਿੱਚ ਮੌਜੂਦ ਹਨ

troposphere / ਟਰੋਪੋਸਫੇਅਰ ਮਾਹੌਲ ਦੀ ਸਭ ਤੋਂ ਨੀਵੀਂ ਪਰਤ,ਜਿਸ ਵਿਚ ਤਾਪਮਾਨ ਲਗਾਤਾਰ ਘੱਟ ਜਾਂਦਾ ਹੈ ਜਿਵੇਂ ਉੱਚਾਈ ਵਧਦੀ ਹੈ;ਮਾਹੌਲ ਦਾ ਉਹ ਹਿੱਸਾ ਜਿੱਥੇ ਮੌਸਮ ਦੀਆਂ ਸਥਿਤੀਆਂ ਮੌਜੂਦ ਹਨ

triprotic acid / ਟ੍ਰਾਈਪਰਿਕ ਐਸਿਡ ਇਕ ਐਸਿਡ ਜਿਸਦਾ ਪ੍ਰਤੀ ਅਣੂ ਪ੍ਰਤੀ ਤਿੰਨ ਪ੍ਰੋਟੀਨ ਹੁੰਦੇ ਹਨ, ਜਿਵੇਂ ਕਿ ਫਾਸਫੋਰਿਕ ਐਸਿਡ

trough / ਕੁੰਡ ਸੰਤੁਲਨ ਸਥਿਤੀ ਤੋਂ ਹੇਠਾਂ ਸਭ ਤੋਂ ਹੇਠਲਾ ਪੱਧਰ

U

ultraviolet catastrophe / ਅਲਟਰਾਵਾਇਲਟ ਤਬਾਹੀ ਪੁਰਾਤਨ ਭੌਤਿਕ ਵਿਗਿਆਨ ਦੀ ਅਸਫਲ ਪ੍ਰੀਖਿਆ ਕਿ ਬਹੁਤ ਹੀ ਥੋੜ੍ਹੀਆਂ ਤਰੰਗਾਂ ਤੇ ਬਲੈਕਬਾਡੀ ਦੁਆਰਾ ਵਿਕਸਤ ਕੀਤੀ ਊਰਜਾ ਬਹੁਤ ਵੱਡੀ ਹੈ ਅਤੇ ਇਹ ਵਿਕਸਤ ਕੀਤੀ ਕੁੱਲ ਊਰਜਾ ਅਨੰਤ ਹੈ

uncertainty principle / ਅਨਿਸ਼ਚਿਤਤਾ ਸਿਧਾਂਤ ਸਿਧਾਂਤ ਜੋ ਦੱਸਦਾ ਹੈ ਕਿ ਇੱਕ ਸਮੇਂ ਕਣ ਦੀ ਸਥਿਤੀ ਅਤੇ ਬੇਅੰਤ ਸ਼ੁੱਧਤਾ ਦੇ ਨਾਲ ਗਤੀ ਨੂੰ ਨਿਰਧਾਰਤ ਕਰਨਾ ਅਸੰਭਵ ਹੈ

unified atomic mass unit / ਇਕਸਾਰ ਪ੍ਰਮਾਣੂ ਪੁੰਜ ਯੂਨਿਟ ਪੁੰਜ ਦੀ ਇੱਕ ਇਕਾਈ ਜੋ ਇੱਕ ਐਟਮ ਜਾਂ ਅਣੂ ਦੇ ਪੁੰਜ ਬਾਰੇ ਦੱਸਦਾ ਹੈ;ਇਹ ਪੱਕਾ ਹੈ ਕਿ ਜਨਤਕ ਸੰਖਿਆ 12 (ਸੰਖੇਪ ਵਿੱਚ, u) ਦੇ ਨਾਲ ਇੱਕ ਕਾਰਬਨ ਐਟਮ ਦਾ 1/12 ਪੁੰਜ

uniformitarianism / ਇਕਸਾਰਤਾਵਾਦ ਸਿਧਾਂਤ ਜੋ ਕਹਿੰਦਾ ਹੈ ਕਿ ਭੂਮੀਗਤ ਪ੍ਰਕਿਰਿਆਵਾਂ ਜੋ ਧਰਤੀ ਨੂੰ ਦਰਸਾਉਂਦੀਆਂ ਹਨ, ਸਮਾਂ ਇਕਸਾਰ ਹੁੰਦੀਆਂ ਹਨ

unit cell / ਯੂਨਿਟ ਸੈਲ ਇੱਕ ਕ੍ਰਿਸਟਲ ਜਾਲੀ ਦਾ ਛੋਟਾ ਹਿੱਸਾ ਜੋ ਕਿ ਪੂਰੇ ਜਾਲੀਦਾਰ ਦੇ ਤਿੰਨੇ ਅਯਾਮੀ ਨਮੂਨਿਆਂ ਨੂੰ ਦਰਸਾਉਂਦਾ ਹੈ

unsaturated hydrocarbon / ਅਸਤਸ਼ਟਤਾ ਵਾਲੀ ਹਾਈਡ੍ਰੋਕਾਰਬਨ ਇੱਕ ਹਾਈਡ੍ਰੋਕਾਰਬਨ, ਜੋ ਕਿ ਵਾਲੈਂਸ ਬਾਂਡ ਉਪਲੱਬਧ ਹੈ, ਆਮ ਤੌਰ 'ਤੇ ਕਾਰਬਨ ਦੇ ਨਾਲ ਡਬਲ ਜਾਂ ਟ੍ਰਿਪਲ ਬੰਡ ਤੋਂ ਹੁੰਦਾ ਹੈ

unsaturated solution / ਅਸਤਸ਼ਟ ਘੋਲ ਇੱਕ ਘੋਲ ਜਿਸ ਵਿੱਚ ਸੰਤ੍ਰਿਪਤ ਹੱਲ ਹੁੰਦਾ ਹੈ ਨਾਲੋ ਘੱਟ ਘੁਲਣਸ਼ੀਲਤਾ ਹੁੰਦੀ ਹੈ ਅਤੇ ਜੋ ਵਾਧੂ ਘੁਲਣਸ਼ੀਲਤਾ ਨੂੰ ਭੰਗ ਕਰਨ ਦੇ ਯੋਗ ਹੁੰਦਾ ਹੈ

uplift / ਅੱਪਲੀਫਿਟ ਉਠਾਉਵਾ; ਐਕਸ਼ਨ, ਪ੍ਰਕਿਰਿਆ ਜਾਂ ਚੁੱਕਣ ਜਾਂ ਉਤਾਰਨ ਦਾ ਨਤੀਜਾ; ਇੱਕ ਉਥਲ-ਪੁਥਲ

V

valence electron / ਵੈਲੈਂਸ ਇਲੈਕਟ੍ਰੋਨ ਇੱਕ ਇਲੈਕਟ੍ਰੋਨ ਜੋ ਇੱਕ ਐਟਮ ਦੇ ਬਾਹਰਲੀ ਸ਼ੈਲਰ ਵਿੱਚ ਪਾਇਆ ਜਾਂਦਾ ਹੈ ਅਤੇ ਇਹ ਪ੍ਰਮਾਣੂ ਦੇ ਰਸਾਇਣਕ ਗੁਣਾਂ ਨੂੰ ਨਿਰਧਾਰਤ ਕਰਦਾ ਹੈ

vaporization / ਭਾਫੀਕਰਨ ਉਹ ਪ੍ਰਕਿਰਿਆ ਜਿਸ ਦੁਆਰਾ ਇੱਕ ਗੈਸ ਵਿੱਚ ਤਰਲ ਜਾਂ ਠੋਸ ਤਬਦੀਲੀਆਂ ਹੁੰਦੀਆਂ ਹਨ

vector / ਵੈਕਟਰ ਇੱਕ ਸਰੀਰਕ ਮਾਤਰਾ ਜਿਸ ਦਾ ਦੋਨੇ ਮਾਪ ਅਤੇ ਇੱਕ ਦਿਸ਼ਾ ਹੈ

velocity / ਵੇਗ ਇੱਕ ਖਾਸ ਦਿਸ਼ਾ ਵਿੱਚ ਇੱਕ ਵਸਤੂ ਦੀ ਗਤੀ

vestigial structure / ਵੈਸਟੀਜੀਨਲ ਢਾਂਚਾ ਕਿਸੇ ਅੰਗ ਜਾਂ ਢਾਂਚੇ ਦੇ ਬਚੇ ਹੋਏ ਜੋ ਪਿਛਲੇ ਪੂਰਵ-ਪੂਰਵ ਵਿੱਚ ਕਾਰਜ ਕਰਦਾ ਸੀ

virtual image / ਵਰਚੁਅਲ ਚਿੱਤਰ ਇੱਕ ਚਿੱਤਰ ਜਿਸ ਤੋਂ ਕਿਤਨੇ ਹਲਕੇ ਕਿਨਾਰੇ ਵਿਖਾਈ ਦੇ ਰਹੇ ਹਨ, ਭਾਵੇਂ ਕਿ ਉਹ

ਅਸਲ ਵਿੱਚ ਫੋਕਸ ਨਹੀਂ ਹੁੰਦੇ; ਇੱਕ ਸਕ੍ਰੀਨ 'ਤੇ ਇੱਕ ਵਰਚੁਅਲ ਚਿੱਤਰ ਦਾ ਅਨੁਮਾਨ ਨਹੀਂ ਕੀਤਾ ਜਾ ਸਕਦਾ

volatile / ਪਰਿਵਰਤਨਸ਼ੀਲ ਆਮ ਤਾਪਮਾਨ ਅਤੇ ਦਬਾਅ ਤੇ ਆਸਾਨੀ ਨਾਲ ਤਰੱਕੀ ਕਰ; ਇੱਕ ਪਦਾਰਥ ਜੋ ਪਰਿਵਰਤਨਸ਼ੀਲ ਹੈ

volcano / ਜੁਆਲਾਮੁਖੀ ਧਰਤੀ ਦੀ ਸਤਹ ਵਿੱਚ ਵਿਕਟੋਰੀਆ ਜਾਂ ਫਿਸ਼ਰ ਜਿਸ ਰਾਹੀਂ ਮੈਗਮਾ ਅਤੇ ਗੈਸਾਂ ਕੱਢੀਆਂ ਜਾਂਦੀਆਂ ਹਨ

voltage / ਵੋਲਟੇਜ ਦੇ ਬਿੰਦੂਆਂ ਦੇ ਵਿਚਕਾਰ ਇਕਾਈ ਦੀ ਇਲੈਕਟ੍ਰਿਕ ਚਾਰਜ ਲਗਾਉਣ ਲਈ ਕੰਮ ਦੀ ਮਾਤਰਾ; ਵੇਲਟਸ ਵਿੱਚ ਦਰਸਾਇਆ ਗਿਆ

voltaic cell / ਵੋਲਟੈਕ ਸੈੱਲ ਇੱਕ ਪ੍ਰਾਇਮਰੀ ਸੈਲ ਜਿਸ ਵਿੱਚ ਇਲੈਕਟ੍ਰੋਲਾਇਟ ਵਿੱਚ ਡੁੱਬਣ ਵਾਲੀਆਂ ਵੱਖ ਵੱਖ ਯਾਤਾਂ ਦੇ ਬਣੇ ਦੋ ਇਲੈਕਟ੍ਰੋਡਸ ਹੁੰਦੇ ਹਨ;ਵੇਲਟੇਜ ਤਿਆਰ ਕਰਨ ਲਈ ਵਰਤਿਆ ਜਾਂਦਾ ਹੈ

volume / ਵਾਲੀਅਮ ਤਿੰਨ-ਅਯਾਮੀ ਸਪੇਸ ਵਿੱਚ ਕਿਸੇ ਸਰੀਰ ਜਾਂ ਖੇਤਰ ਦੇ ਆਕਾਰ ਦਾ ਇੱਕ ਮਾਪ

VSEPR theory (valence shell electron pair repulsion theory) / VSEPR ਸਿਧਾਂਤ (ਵਾਲੈਂਸ ਸ਼ੈਲ ਇਲੈਕਟ੍ਰੋਨ ਜੋੜੀ ਪ੍ਰਤੀਕੁਲ ਥਿਊਰੀ) ਇੱਕ ਥਿਊਰੀ ਜੋ ਵਿਚਾਰ 'ਤੇ ਆਧਾਰਿਤ ਕੁਝ ਅਣੂ ਆਕਾਰ ਦੀ ਭਵਿੱਖਬਾਣੀ ਕਰਦੀ ਹੈਇੱਕ ਦੂਜੇ ਤੇ ਇੱਕ ਪਰਦੇ ਪਿੱਛੇ ਰਹਿਣ ਵਾਲੇ ਵੈਲੈਂਸ ਇਲੈਕਟ੍ਰੋਨ ਦੇ ਜੋੜੀ ਬਣਾਉਂਦੀ ਹੈ

W

wastewater / ਗੰਦੇ ਪਾਣੀ ਪਾਣੀ ਜਿਸ ਵਿੱਚ ਘਰ ਜਾਂ ਉਦਯੋਗ ਤੋਂ ਗੰਦ ਹੁੰਦਾ ਹੈ

watershed / ਵਾਟਰਸ਼ੇਡ ਇੱਕ ਨਦੀ ਪ੍ਰਣਾਲੀ ਦੁਆਰਾ ਨਿਕਾਇਆ ਜਾਣ ਵਾਲੀ ਜ਼ਮੀਨ ਦਾ ਖੇਤਰ

wavelength / ਵੈਂਲੇਬਲ ਇੱਕ ਲਹਿਰ ਦੇ ਦੋ ਨਜ਼ਦੀਕੀ ਸਮਾਨ ਬਿੰਦੂਆਂ ਦੇ ਵਿਚਕਾਰ ਦੀ ਦੂਰੀ, ਜਿਵੇਂ ਕਿ ਸਿਰੇ ਤੋਂ ਚਿੱਕਤ ਤੱਕ ਜਾਂ ਕੁੰਡ ਤੋਂ ਖੁਰਦ ਤਕ

weak acid / ਕਮਜ਼ੋਰ ਐਸਿਡ ਇੱਕ ਐਸਿਡ ਜੋ ਪਾਣੀ ਦੇ ਜਲੂਸ ਵਿੱਚ ਕੁਝ ਹਾਈਡ੍ਰੋਜਨ ਆਇਨਾਂ ਨੂੰ ਜਾਰੀ ਕਰਦੀ ਹੈ

weak electrolyte / ਕਮਜ਼ੋਰ ਇਲੈਕਟੇਲਾਈਟ ਇੱਕ ਸੰਕੁਚਿਤ ਜੋ ਸਿਰਫ਼ ਜਲਣ ਦੇ ਹੱਲ ਵਿੱਚ ਥੋੜ੍ਹਾ ਜਿਹਾ ਹਿਸਾਬ ਵੰਡਦਾ ਹੈ

weak force / ਕਮਜ਼ੋਰ ਤਾਕਤ ਕੁਝ ਉਪ-ਪ੍ਰਮਾਣੂ ਕਣਾਂ ਦੇ ਆਪਸੀ ਸੰਪਰਕ ਵਿੱਚ ਸ਼ਾਮਲ ਤਾਕਤ

weather / ਮੌਸਮ ਤਾਪਮਾਨ, ਨਮੀ, ਵਰਖਾ, ਹਵਾ, ਅਤੇ ਦ੍ਰਿਸ਼ਟੀ ਸਮੇਤ ਵਾਯੂਮੰਡਲ ਦੀ ਛੋਟੀ ਮਿਆਦ ਦੀ ਸਥਿਤੀ

weathering / ਮੌਸਮ ਵਿਗਿਆਨ ਕੁਦਰਤੀ ਪ੍ਰਕਿਰਿਆ ਜਿਸ ਨਾਲ ਹਵਾ, ਬਾਰਿਸ਼ ਅਤੇ ਤਾਪਮਾਨ ਬਦਲਦੇ ਹਨ, ਚਟਾਨਾਂ ਨੂੰ ਵਿਗਾੜਦੇ ਹਨ ਅਤੇ ਘੁੱਟ ਭੱਜਦੇ ਹਨ

weight / ਭਾਰ ਕਿਸੇ ਵਸਤੂ 'ਤੇ ਲਗਾਏ ਗਏ ਮਰਾਫਟੈਨੀਕਲ ਬਲ ਦਾ ਇੱਕ ਮਾਪ; ਇਸ ਦਾ ਮੁੱਲ ਬ੍ਰਹਿਮੰਡ ਵਿਚਲੇ ਔਬਜੈਕਟ ਦੇ ਸਥਾਨ ਨਾਲ ਬਦਲ ਸਕਦਾ ਹੈ

word equation / ਸ਼ਬਦ ਸਮੀਕਰਨ ਇੱਕ ਸਮੀਕਰਨ ਜਿਸ ਵਿੱਚ ਇੱਕ ਰਸਾਇਣਕ ਪ੍ਰਤੀਕ੍ਰਿਆ ਦੇ ਪ੍ਰਤੀਕ੍ਰਿਆਵਾਂ ਅਤੇ ਉਤਪਾਦ ਨੂੰ ਸ਼ਬਦਾਂ ਦੁਆਰਾ ਦਰਸਾਇਆ ਜਾਂਦਾ ਹੈ

work / ਕੰਮ ਕਿਸੇ ਸ਼ਕਤੀ ਦੇ ਕਾਰਨ ਇੱਕ ਵਸਤੂ ਨੂੰ ਉਰਜਾ ਦਾ ਤਬਾਦਲਾ ਜੋ ਕਿ ਤਾਕਤ ਦੀ ਦਿਸ਼ਾ ਵਿਚ ਇਕਾਈ ਦੇ ਮੋਸ਼ਨ ਵਿਚ ਤਬਦੀਲੀ ਲਿਆਉਂਦੀ ਹੈ; ਡਿਸਪਲੇਸਮੈਂਟ ਦੀ ਦਿਸ਼ਾ ਅਤੇ ਡਿਸਪਲੇਸਮੈਂਟ ਦੀ ਮਾਤਰਾ ਦੇ ਨਾਲ ਫੋਰਸ ਦੇ ਭਾਗ ਦਾ ਉਤਪਾਦ

work function / ਵਰਕ ਫੰਕਸ਼ਨ ਇੱਕ ਮੈਟਲ ਐਟਮ ਤੋਂ ਇੱਕ ਇਲੈਕਟ੍ਰੋਨ ਨੂੰ ਹਟਾਉਣ ਲਈ ਘੱਟੋ ਘੱਟ ਉਰਜਾ ਦੀ ਲੋੜ ਹੁੰਦੀ ਹੈ

work-kinetic energy theorem / ਕੰਮ-ਗੁੰਝਲਦਾਰ ਉਰਜਾ ਥਿਓਰਮ ਇੱਕ ਵਸਤੂ ਤੇ ਕੰਮ ਕਰਨ ਵਾਲੀਆਂ ਸਾਰੀਆਂ ਤਾਕਤਾਂ ਦੁਆਰਾ ਕੀਤੀ ਗਈ ਸ਼ੁੱਧ ਕੰਮ ਵਸਤੂ ਦੀ ਗਤੀ ਉਰਜਾ ਵਿਚ ਤਬਦੀਲੀ ਦੇ ਬਰਾਬਰ ਹੈ

Multilingual Science Glossary
© Houghton Mifflin Harcourt Publishing Company

Многоязычный словарь научных терминов

В этом словаре представлен алфавитный перечень основных терминов, используемых в программах HMH Science, с указанием их значений. Словарь составлен на следующих языках: английский, испанский, вьетнамский, филиппинский/тагальский, упрощенный китайский (для носителей мандаринского и кантонского диалектов), арабский, хмонг, корейский, пенджабский, русский, бразильский вариант португальского языка и гаитянский креольский язык.

РУССКИЙ

A

abiotic factor / абиотический фактор фактор экосистемы, не относящийся к живым организмам, например, влага, температура, ветер, солнечный свет, почва и минералы

absolute zero / абсолютный ноль температура, при которой движение молекул прекращается (0 K по шкале Кельвина или -273,16 °C по шкале Цельсия)

absorption spectrum / спектр поглощения диаграмма или график, указывающий длины волн энергии излучения, которую поглощает вещество

abrasion / абразия истирание и разрушение поверхности горной породы в результате механического воздействия другой горной породы или частиц песка

absolute age / абсолютный возраст численное выражение возраста предмета или события, которое часто указывается в годах, прошедших до настоящего момента, и определяется методом абсолютного датирования таким как радиометрическое датирование

acceleration / ускорение скорость изменения скорости во времени; предмет ускоряется при изменении его скорости, направления движения или обоих этих параметров

accretion / аккреция процесс роста или увеличения размеров небесного тела в результате постепенного добавления постороннего материала, сплавления или включения

accuracy / точность степень приближения результата измерения к действительному значению измеряемой величины

acid / кислота любое соединение, которое, при его растворении в воде, повышает количество ионов гидроксония

acid-base indicator / кислотно-основной индикатор вещество, изменяющее свой цвет в зависимости от значения pH раствора, в который оно помещено

acid ionization constant / константа ионизации кислоты константа равновесия реакции диссоциации кислоты при конкретной температуре; обозначается символом K_a

acid precipitation / кислотные осадки дождь, дождь со снегом или снег, которые содержат высокую концентрацию кислот

actinide / актинид элемент из семейства актинидов, имеющих атомные номера от 89 (актиний, Ac) до 103 (лоуренсий, Lr)

activated complex / активированный комплекс молекула, находящаяся в неустойчивом состоянии, промежуточном между реагентами и продуктами химической реакции

activation energy / энергия активации минимальное количество энергии, необходимое для начала химической реакции

active margin / активная окраина континентальная окраина, в зоне которой океаническая плита погружается под континентальную плиту; характеризуется наличием узкого континентального шельфа и глубоководной океанической впадины

activity series / ряд активности ряд элементов, имеющих подобные свойства, которые расположены в порядке снижения химической активности; примерами могут служить ряды активности металлов и галогенов

actual yield / фактический выход измеренное количество продукта реакции

adaptation / адаптация унаследованный признак, который с течением времени становится преобладающим, поскольку повышает возможности выживания организмов в окружающей их среде

addition reaction / реакция присоединения реакция, в которой атом или молекула, присоединяются к ненасыщенной молекуле

adenosine diphosphate (ADP) / аденозиндифосфат (АДФ) молекула органического соединения, участвующая в энергетическом метаболизме; состоит из азотистого основания, сахара и двух фосфатных групп

adenosine triphosphate (ATP) / аденозинтрифосфат (АТФ) молекула органического соединения, являющаяся основным источником энергии для процессов, происходящих в клетке; состоит из азотистого основания, сахара и трех фосфатных групп

adiabatic process / адиабатический процесс термодинамический процесс, при котором система не поглощает и не отдает тепловую энергию в окружающее пространство

aerobic / аэробный процесс процесс, для реализации которого требуется кислород

air mass / воздушная масса большой объем воздуха, характеризующийся однородностью температуры и содержания влаги

albedo / альбедо доля излучения, отраженного от поверхности тела

alcohol / спирт органическое соединение, содержащее одну или более гидроксильных групп, связанных с атомами углерода

aldehyde / альдегид органическое соединение, содержащее карбонильную группу (—CHO)

alkali metal / щелочной металл один из элементов группы 1 периодической системы химических элементов (литий, натрий, калий, рубидий, цезий и франций)

alkaline-earth metal / щелочноземельный металл один из элементов группы 2 периодической системы химических элементов (бериллий, магний, кальций, стронций, барий и радий)

alkane / алкан углеводород, имеющий углеродную цепь линейного или разветвленного строения, содержащую только простые связи

alkene / алкен углеводород, содержащий одну или более двойных связей

alkyl group / алкильная группа группа атомов, которая образуется при удалении одного атома водорода из молекулы алкана

alkyl halide / галоидный алкил соединение, которое образуется из алкильной группы и галогена (фтор, хлор, бром или иод)

alkyne / алкин углеводород, содержащий одну или более тройных связей

allele / аллель одна из различных форм одного и того же гена, расположенных в одинаковых участках хромосом

allele frequency / частота аллели доля определенной аллели в генном пуле относительно всех аллелей, определяющих данный признак

alloy / сплав твердая или жидкая смесь двух или более металлов, металла и неметалла или металла и металлоида; имеет более высокие характеристики в сравнении с отдельными компонентами смеси или свойства, отсутствующие в исходных компонентах

alluvial fan / аллювиальный конус веерообразная масса скальной породы, отложенная водотоком на поверхности земли, имеющей сильный наклон; например, аллювиальные конусы формируются при стекании потоков с гор на плоскую равнину

alpha particle / альфа-частица положительно заряженный атом, выделяющийся при распаде радиоактивных элементов, который содержит два протона и два нейтрона

alternating current / переменный ток электрический ток, периодически изменяющий направление (сокращенно: перем. ток)

altruism / альтруизм поведение, связанное с тем, что животное снижает собственную выживаемость, чтобы помочь другим членам своей социальной группы

amine / амин органическое соединение, являющееся производным аммиака

amino acid / аминокислота молекула, образующая белок; состоит из углерода, водорода, кислорода, азота и иногда серы

amorphous solid / аморфное твердое тело твердое тело, в котором частицы не имеют регулярной структуры и не упорядочены

amphoteric / амфотерность способность вещества, например, воды, проявлять кислотные и основные свойства

amplitude / амплитуда максимальное расстояние, на которое отклоняются частицы волновой среды от положения покоя

anabolism / анаболизм метаболический синтез белков, жиров и других больших биомолекул из молекул меньшего размера; требует энергии в форме АТФ

anaerobic process / анаэробный процесс процесс, для реализации которого не требуется кислород

analogous structure / аналогичная структура часть тела, функции которой подобны, но структура отличается от структуры части тела другого организма

angiosperm / покрытосемянное растение растение, образующее семена внутри плода; цветковое растение

angle of incidence / угол падения угол между лучом, падающим на поверхность, и перпендикуляром к указанной поверхности, проведенным через точку падения

angle of reflection / угол отражения угол, образованный перпендикуляром к поверхности и направлением, в котором отражается луч

angular acceleration / угловое ускорение скорость изменения во времени угловой скорости; обычно выражается в радианах в секунду за секунду

angular displacement / угловое смещение угол, на который точка, линия или тело поворачивается в указанном направлении вокруг указанной оси

angular momentum / угловой момент (вращающегося тела) произведение момента инерции тела и угловой скорости вращения вокруг одной оси

angular velocity / угловая скорость скорость, с которой тело вращается вокруг оси; обычно выражается в радианах в секунду

anion / анион ион, имеющий отрицательный заряд

anode / анод электрод, на поверхности которого происходит окисление; анионы мигрируют в направлении анода и электроны покидают систему из анода

anthroposphere / антропосфера часть Земли, созданная или измененная людьми; иногда рассматривается, как одна из оболочек Земли

antinode / пучность точка стоячей волны, расположенная посредине между двумя узлами, которая соответствует максимальному смещению

apoptosis / апоптоз процесс программируемой клеточной гибели

aquifer / водоносный горизонт горные или осадочные породы, в которых находятся и через которые протекают грунтовые воды

aromatic hydrocarbon / ароматический углеводород представитель семейства углеводородов (первым элементом которых является бензол), состоящих из совокупности циклических сопряженных атомов углерода, которые характеризуются высокими уровнями энергии резонанса

Multilingual Science Glossary

array / массив совокупность элементов или значений, расположенных в строках и столбцах; матрица

Arrhenius acid / кислота по Аррениусу соединение, повышающее концентрацию ионов гидроксония в водном растворе

Arrhenius base / основание по Аррениусу соединение, повышающее концентрацию гидроксильных ионов в водном растворе

artificial selection / искусственный отбор процесс изменения человеком вида живых организмов для получения особей с определенными признаками

artificial transmutation / искусственная трансмутация превращение атомов одного элемента в атомы другого элемента в результате ядерной реакции, вызванной, например, бомбардировкой нейтронами

asthenosphere / астеносфера твердый пластичный слой мантии, расположенный под литосферой; состоит из породы мантии, которая очень медленно перетекает, что позволяет тектоническим плитам перемещаться поверх астеносферы

atmosphere / атмосфера смесь газов и частиц, окружающая планету, спутник или другое небесное тело; одна из четырех основных оболочек Земли

atmosphere of pressure / нормальное атмосферное давление давление атмосферы Земли на уровне моря; равно 760 мм рт. ст.

atom / атом наименьшая единица элемента, сохраняющая химические свойства этого элемента; наименьшая фундаментальная частица вещества

atomic number / атомный номер количество протонов в атомном ядре; атомный номер одинаков для всех атомов элемента

atomic radius / атомный радиус половина расстояния между ядрами одноименных связанных атомов

ATP; adenosine triphosphate / АТФ; аденозинтрифосфат высокоэнергетическая молекула, содержащая связи, богатые энергией, которую могут использовать клетки

attractive force / сила притяжения сила, стремящаяся приблизить тела друг к другу

Aufbau principle / принцип построения атомов принцип, указывающий, что структура каждого последующего элемента получается посредством добавления одного протона к ядру атома и одного электрона на следующей доступной орбитали с минимальной энергией

autosome / аутосома неполовая хромосома; у людей хромосомы имеют номера от 1 до 22

autotroph / автотроф организм, который производит для себя питательные вещества из неорганических веществ или из окружающей среды, а не питается другими организмами

average atomic mass / средняя атомная масса взвешенное среднее значение масс всех природных изотопов элемента

average velocity / средняя скорость общая величина перемещения, деленная на время, в течение которого произошло перемещение

Avogadro's law / закон Авогадро закон, согласно которому в равных объемах различных газов при одинаковых температурах и давлениях содержится одно и то же количество молекул

Avogadro's number / число Авогадро $6,02 \times 10^{23}$; число атомов или молекул в 1 моле вещества

axis / ось условная прямая линия, относительно которой могут рассматриваться части структуры или тела

B

back emf / противо-ЭДС электродвижущая сила (ЭДС), наведенная в обмотке электродвигателя, которая снижает ток в этой обмотке

barometer / барометр прибор для измерения атмосферного давления

base / основание любое соединение, которое, при его растворении в воде, повышает количество гидроксильных ионов

beat / биения периодическое изменение амплитуды волны, полученной в результате наложения двух волн, имеющих слегка отличающиеся частоты

benzene / бензол простейший ароматический углеводород

beta particle / бета-частица отрицательно заряженный электрон, испускаемый при определенных процессах радиоактивного распада, например, бета-распада

big bang theory / теория большого взрыва теория, утверждающая, что вся материя и энергия во Вселенной была сжата в чрезвычайно малом объеме, который 13,8 миллиарда лет назад внезапно начал расширяться во всех направлениях

binary acid / бинарная кислота кислота, содержащая только два различных элемента: водород и один из более электроотрицательных элементов

binary compound / бинарное соединение соединение, содержащее два различных элемента

binary fission / бинарное деление бесполое размножение, при котором клетка делится на две одинаковые клетки

binding energy / энергия связи энергия, высвобождаемая, когда несвязанные нуклоны образуют стабильное ядро, которая эквивалентна энергии, требуемой для разделения ядра на отдельные нуклоны

biodiversity / биоразнообразие разнообразие организмов на данной территории, генетические вариации в пределах популяции, разнообразие видов в сообществе или разнообразие сообществ в экосистеме

bioengineering / биоинженерия применение принципов инженерного проектирования к живым существам

biogeochemical cycle / биогеохимический круговорот перемещение химического вещества в пределах биологической и геологической (или живой и неживой) частей экосистемы

bioinformatics / биоинформатика использование компьютерных баз данных для систематизации и анализа биологических данных

biomagnification / биоконцентрация условия, при которых концентрация ядовитых веществ в тканях организмов, находящихся на более высоких уровнях пищевой цепи, превышает концентрацию в тканях организмов, находящихся на более низких уровнях пищевой цепи

biomass / биомасса совокупная сухая масса всех организмов на заданной территории

biomass pyramid / пирамида биомасс диаграмма, указывающая биомассу, соответствующую различным трофическим уровням экосистемы

biome / биом региональное или глобальное сообщество организмов, территория обитания которых характеризуется определенными климатическими условиями и сообществами растений, произрастающих на этой территории

biosphere / биосфера часть Земли, где существует жизнь; включает все живые организмы на Земле; одна из четырех основных оболочек Земли

biotechnology / биотехнология использование и применение живых организмов и биологических процессов

biotic factor / биотический фактор живой организм, например, растение, животное, плесень или бактерия

blackbody / абсолютно черное тело идеальный поглотитель, интенсивность излучения которого зависит только от его температуры

blackbody radiation / излучение абсолютно черного тела излучение, испускаемое абсолютно черным телом, которое является идеальным излучателем и идеальным поглотителем; интенсивность излучения зависит только от температуры тела

boiling / кипение преобразование жидкости в пар внутри жидкости, а также на ее поверхности при определенных температуре и давлении; происходит, когда давление пара жидкости равно атмосферному давлению

boiling point / точка кипения температура и давление, при которых жидкость и газ находятся в равновесном состоянии

boiling-point elevation / повышение температуры кипения разность между температурой кипения чистой жидкости и температурой кипения раствора этой жидкости; величина повышения зависит от количества растворенных частиц

bond energy / энергия связи энергия, требуемая для разрыва химической связи и образования отдельных нейтральных атомов

bottleneck effect / эффект бутылочного горлышка генетический дрейф в результате определенного события, который существенно снижает численность популяции

Boyle's law / закон Бойля-Мариотта закон, который гласит, что для некоторой массы газа при постоянной температуре объем газа увеличивается при снижении давления и уменьшается при повышении давления

Brønsted-Lowry acid / кислота по Бренстеду-Лоури вещество, являющееся донором протонов для другого вещества

Brønsted-Lowry acid-base reaction / кислотно-основная реакция по Бренстеду-Лоури передача протонов от одного реагента (кислоты) другому реагенту (основанию)

Brønsted-Lowry base / основание по Бренстеду-Лоури вещество, принимающее протоны

buffer / буфер раствор, который может поддерживать постоянное значение pH при добавлении к нему кислоты или основания

buoyant force / гидростатическая сила направленная вверх сила воздействия жидкости на тело, погруженное в жидкость или плавающее на ее поверхности

C

calorie / калория количество энергии, необходимое для нагревания 1 грамма воды на 1 °C; для указания калорийности продуктов питания используются килокалории

calorimeter / калориметр прибор для измерения тепловой энергии, поглощаемой или выделяющейся при химическом превращении или изменении физических свойств

calorimetry / калориметрия экспериментальная процедура, используемая для измерения тепловой энергии, переданной от одного вещества другому

capacitance / емкость способность проводника запасать энергию в форме отдельных электрических зарядов

capillary action / капиллярный эффект притяжение поверхности жидкости к поверхности твердого тела, вызывающее повышение или снижение уровня жидкости

carbohydrate / углеводы органические соединения, состоящие из углерода, водорода и кислорода, которые предоставляют питательные вещества клеткам живых организмов

carbon cycle / круговорот углерода
движение углерода из неживой среды в живые организмы и обратно

carboxylic acid / карбоновая кислота
органическая кислота, содержащая функциональную карбоксильную группу

carrying capacity / потенциальная емкость экологической системы максимальная популяция, которую может поддерживать определенная среда в определенное время

catabolism / диссимиляция химическое разложение сложных биологических компонентов, например, углеводов, белков и гликогена, сопровождающееся выделением энергии

catalysis / катализ ускорение химической реакции при помощи катализатора

catalyst / катализатор вещество, изменяющее скорость химической реакции, которое при этом само не расходуется или значительно не изменяется

catenation / катенация соединение элемента с идентичными элементами с образованием цепочек или колец

cathode / катод электрод, на поверхности которого происходит восстановление

cathode ray / электронный луч поток электронов, эмитированных катодом электронно-лучевой трубки

cation / катион ион, имеющий положительный заряд

cell / клетка (в биологии) элементарная единица, которая способна осуществлять все жизненные процессы; клетки покрыты мембраной и содержат ДНК и цитоплазму

cell cycle / клеточный цикл период роста, репликации ДНК и деления клетки

cell differentiation / дифференцировка клеток процессы, в результате которых неспециализированные клетки превращаются в зрелые клетки, имеющие определенную форму и функции

cell membrane / клеточная мембрана
двойной слой фосфолипидов, образующий границу между клеткой и окружающей средой и регулирующий транспорт веществ в клетку и из нее

cell theory / клеточная теория теория, утверждающая, что все организмы построены из клеток, все клетки произошли от других живых клеток и клетка является основной единицей любого живого организма

cellular respiration / клеточное дыхание
процесс производства АТФ посредством расщепления молекул, содержащих углерод, в присутствии кислорода

Cenozoic Era / кайнозойская эра текущая эра геологической истории, которая началась 65,5 миллиона лет тому назад; также называется веком млекопитающих

center of mass / центр масс точка тела, в которой, как можно предположить при анализе поступательного движения, сосредоточена вся масса тела

centripetal acceleration / центростремительное ускорение ускорение, направленное к центру круговой траектории

chain reaction / цепная реакция непрерывная последовательность единичных реакций ядерного деления

change of state / изменение состояния переход вещества из одного физического состояния в другое

Charles's law / закон Чарльза закон, который гласит, что для некоторой массы газа при постоянном давлении объем газа увеличивается при повышении температуры и уменьшается при снижении температуры

chemical / химическое вещество любое вещество, имеющее определенный состав

chemical bond / химическая связь сила притяжения, удерживающая вместе атомы или ионы

Multilingual Science Glossary
© Houghton Mifflin Harcourt Publishing Company

chemical change / химическое превращение
реакция, в результате которой одно или несколько веществ превращаются в совершенно новые вещества с другими свойствами

chemical equation / химическое уравнение
представление химической реакции с использованием символов для отображения взаимосвязи между реагентами и продуктами реакции

chemical equilibrium / химическое равновесие состояние равновесия, в котором скорость прямой реакции равна скорости обратной реакции, а концентрации продуктов и реагентов остаются неизменными

chemical formula / химическая формула
комбинация химических символов и чисел, используемая для представления вещества

chemical kinetics / химическая кинетика
раздел химии, изучающий скорости протекания реакций и механизмы химических превращений

chemical property / химическое свойство
свойство вещества, определяющее возможность участия вещества в химических реакциях

chemical reaction / химическая реакция
процесс изменения одного или нескольких веществ с получением одного или нескольких других веществ

chemical sedimentary rock / химические осадочные горные породы осадочные горные породы, образованные в результате выпадения минералов из раствора или осаждения из суспензии

chemistry / химия наука, изучающая состав, структуру и свойства веществ, а также изменения, которым подвергаются вещества

chloroplast / хлоропласт органелла, имеющая несколько мембран, которые используются для преобразования солнечной энергии в химическую энергию; содержит хлорофилл

chromatic aberration / хроматическая аберрация фокусирование различных цветов светового излучения на разных расстояниях за линзой

chromatid / хроматида одна из двух копий реплицированной хромосомы

chromosomal mutation / хромосомная мутация вид мутации, при котором сегмент хромосомы переносится в новое положение на этой же или другой хромосоме

chromosome / хромосома непрерывная линейная молекула ДНК значительной длины, содержащая большое число генов и регулирующую информацию

clastic sedimentary rock / обломочные осадочные горные породы осадочные горные породы, образовавшиеся в результате уплотнения или цементирования фрагментов ранее существующих горных пород

cleavage / кливаж (в геологии) склонность минерала к расслаиванию вдоль определенных ослабленных плоскостей с образованием гладких плоских поверхностей

climate / климат характерные погодные условия на данной территории в течение длительного периода времени

climate change / изменение климата региональные или глобальные изменения климата, в частности, изменения климата в 20-ом и 21-ом столетиях; ранее называлось глобальным потеплением

clone / клон генетически идентичная копия отдельного гена или всего организма

cloning / клонирование процесс получения генетически идентичной копии организма

codominance / кодоминантность гетерозиготный генотип, в котором одинаково проявляются признаки обеих аллелей

codon / кодон последовательность из трех нуклеотидов, кодирующих включение одной аминокислоты

coefficient / коэффициент небольшое целое число, которое указывается в качестве сомножителя перед формулой в химическом уравнении

coefficient of friction / коэффициент трения отношение величины силы трения между двумя соприкасающимися телами и величины силы, направленной по нормали, с которой тела прижимаются друг к другу

coevolution / коэволюция процесс развития двух или более видов под воздействием изменений друг друга

coherence / когерентность корреляция фаз двух или более волн

colligative property / коллигативные свойства свойства, обусловленные количеством частиц, присутствующих в системе, но не зависящие от свойств самих частиц

collision theory / теория столкновений теория, утверждающая, что число новых соединений, образовавшихся в результате химической реакции, равно числу столкнувшихся молекул, умноженному на коэффициент коррекции, учитывающий столкновения при низких энергиях

colloid / коллоид смесь, состоящая из мельчайших частиц, размер которых занимает промежуточное положение между частицами в растворе и частицами во взвешенном состоянии, причем эти частицы находятся во взвешенном состоянии в жидком, твердом или газообразном веществе

combined gas law / уравнение состояния газа соотношение между давлением, объемом и температурой фиксированного количества газа

combustion reaction / реакция горения реакция окисления элемента или соединения, во время которой выделяется тепловая энергия

common-ion effect / общий ионный эффект явление, состоящее в том, что добавление иона, общего для двух растворенных веществ, приводит к осаждению растворенного вещества или снижению концентрации ионов

community / сообщество совокупность всех популяций, живущих на одной территории

competition / конкуренция экологические взаимоотношения, при которых два организма пытаются получить один ресурс

components of a vector / составляющие вектора проекции вектора на оси системы координат

composite / композит специально разработанный материал, состоящий из комбинации двух других материалов, имеющих дополняющие друг друга свойства

composition stoichiometry / стехиометрия состава расчеты, касающиеся соотношения масс элементов соединений

compound / соединение вещество, состоящее из атомов двух или более различных элементов, соединенных химическими связями

compression / сжатие участок продольной волны, в котором наблюдаются максимальные значения плотности и давления

Compton shift / комптоновский сдвиг увеличение длины волны фотона в результате рассеяния на электроне в сравнении с длиной волны падающего фотона

concave spherical mirror / вогнутое сферическое зеркало зеркало, отражающая поверхность которого представляет собой вогнутый сегмент сферы

concentration / концентрация количество определенного вещества в заданном количестве смеси, раствора или руды

condensation / конденсация переход из газообразного состояния в жидкое

condensation reaction / реакция конденсации химическая реакция, при которой две или более молекул объединяются с образованием воды или другой простой молекулы

conduction / проводимость способность передавать тепловую энергию или энергию в другой форме непосредственно от одной частицы вещества к другой

conjugate acid / сопряженная кислота кислота, образующаяся при присоединении протона к основанию

conjugate base / сопряженное основание основание, образующееся при потере кислотой протона

constraint / ограничение граница или предел; (в техническом проектировании) пределы, в рамках которых должна оставаться конструкция или решение; часто устанавливается при определении задачи

constructive interference / конструктивная интерференция наложение двух или более волн друг на друга, в результате которого отдельные отклонения с одной стороны от положения равновесия суммируются, формируя результирующую волну

consumer / потребитель организм, получающий энергию и питательные вещества в результате поедания других организмов

contact force / контактная сила толкающее или тянущее воздействие одного из соприкасающихся тел на другое тело

continental margin / континентальная окраина дно океана, расположенное между сушей и находящейся на большой глубине океанической корой и состоящее из континентального шельфа, склона и подъема

continuous spectrum / сплошной спектр непрерывная последовательность частот или длин волн электромагнитного излучения; часто излучения, испускаемого источником с нитью накала

control rod / регулирующий стержень стержень, поглощающий нейтроны, который обеспечивает регулирование ядерной реакции посредством ограничения количества свободных нейтронов

controlled experiment / контролируемый эксперимент эксперимент, который обеспечивает поочередную проверку по одному фактору на основе сопоставления контрольной группы с экспериментальной группой

convection / конвекция движение вещества в результате разницы плотности; может обеспечивать передачу энергии в форме тепла

convergent boundary / сходящаяся граница граница между двумя тектоническими плитами, приближающимися друг к другу

conversion factor / коэффициент перевода соотношение, полученное на основе равенства двух различных единиц измерения, которое может использоваться для перевода из одной единицы в другую

convex spherical mirror / выпуклое сферическое зеркало зеркало, отражающая поверхность которого представляет собой выпуклый сегмент сферы

copolymer / сополимер полимер, состоящий из двух различных мономеров

core / ядро центральная часть Земли под мантией; также центральная часть Солнца

Coriolis effect / эффект Кориолиса отклонение траектории перемещения движущегося предмета от прямой траектории в результате воздействия вращения Земли или другого небесного тела

cosmic microwave background (CMB) / космическое сверхвысокочастотное фоновое излучение (КФИ) излучение, приходящее со всех сторон космического пространства почти равномерно, считается остаточным излучением большого взрыва

РУССКИЙ

covalent bond / ковалентная связь
связь, образующаяся при совместном использовании атомами одной или нескольких пар электронов

crest / максимум наивысшая точка над положением равновесия

criterion / критерий (мн. ч. критерии) конкретные требования и нормы, которым должна соответствовать конструкция; (в техническом проектировании) конкретное требование, которому должны соответствовать проект или решение; часто устанавливается при определении задачи

critical angle / критический угол минимальный угол падения, при котором пройсходит полное внутреннее отражение

critical mass / критическая масса минимальная масса делящегося изотопа, обеспечивающая получение нейтронов в количестве, требуемом для поддержания цепной реакции

critical point / критическая точка температура и давление, при которых газовое и жидкое состояние вещества становятся идентичными и образуют одну фазу

critical pressure / критическое давление минимальное давление, при котором вещество может существовать в жидкой форме при критической температуре

critical temperature / критическая температура температура, выше которой вещество не может существовать в жидкой форме

crossing over / кроссинговер обмен участками гомологичных хромосом во время мейоза I

crust / кора внешняя тонкая твердая оболочка Земли, расположенная над мантией; континентальная и океаническая кора составляют верхнюю часть литосферы

cryosphere / криосфера часть гидросферы, представляющая собой замороженную воду, причем лед в атмосфере часто не учитывается; иногда рассматривается как одна из оболочек Земли

crystal / кристалл твердое тело, атомы, ионы или молекулы которого составляют регулярную повторяющуюся структуру

crystal structure / кристаллическая структура регулярная структура атомов, ионов или молекул, формирующая кристалл

crystalline solid / кристаллическое твердое тело твердое тело, состоящее из кристаллов

cultural behavior / культурное поведение поведение, принятое между членами одной популяции в результате обучения, а не естественного отбора

cyanobacteria / цианобактерии (ед. ч. цианобактерия) бактерии, способные к проведению фотосинтеза; иногда называются сине-зелеными водорослями

cyclic process / циклический процесс термодинамический процесс, при котором система возвращается к условиям, в которых начался процесс

cycloalkane / циклоалкан насыщенная углеродная цепь, образующая петлю или кольцо

cytokinesis / цитокинез процесс деления цитоплазмы клетки

D

Dalton's law of partial pressures / закон парциальных давлений Дальтона закон, согласно которому суммарное давление смеси газов равно сумме парциальных давлений газов, составляющих смесь

daughter nuclide / дочерний нуклид нуклид, образованный в результате радиоактивного распада другого нуклида

decay series / цепочка распада последовательность радиоактивных нуклидов, полученная в результате осуществления последовательности радиоактивных распадов до образования стабильного нуклида

decibel / децибел безразмерная единица, применяемая для измерения отношения двух значений интенсивности звука; порог слышимости обычно используется в качестве контрольного значения интенсивности

decision matrix / матрица решений инструмент принятия решений, предназначенный для одновременной оценки нескольких вариантов

decomposition reaction / реакция разложения реакция, в которой одно вещество распадается на два или более простых веществ

deforestation / обезлесение процесс вырубки лесов

delta / дельта масса отложений веерообразной формы в устье реки; например, дельта образуется в месте впадения реки в океан на краю континента

denature / денатурация необратимое измерение структуры или формы — и, соответственно, растворимости и других свойств — белка в результате нагрева, встряхивания или обработки белка кислотой, щелочью или другими препаратами

density / плотность отношение массы вещества к его объему; обычно выражается в граммах на кубический сантиметр для твердых веществ и жидкостей, и в граммах на литр для газов

density-dependent factor / фактор, зависящий от плотности популяции сопротивление среды, влияющее на популяцию, численность которой чрезмерно увеличилась

density-independent factor / фактор, не зависящий от плотности популяции сопротивление среды, влияющее на популяцию независимо от ее плотности

deposition / отложение процесс осаждения материалов, например, песка или ила в реке; также процесс образования инея при конденсации водяного пара с переходом в твердую фазу; непосредственный переход из газообразного состояния в твердое

derived unit / производная единица единица измерения, определенная на основе комбинации других единиц

desertification / опустынивание процесс превращения в пустыню аридных или полуаридных областей в результате деятельности человека или изменений климата

destructive interference / деструктивная интерференция наложение двух или более волн друг на друга, в результате которого отдельные отклонения с противоположных сторон от положения равновесия суммируются, формируя результирующую волну

diffraction / дифракция изменение направления волны при ее столкновении с препятствием, отверстием или краем материала

diffusion / диффузия перемещение частиц из областей с высокой плотностью в области с более низкой плотностью

dihybrid cross / дигибридное скрещивание скрещивание или спаривание организмов, имеющих две пары альтернативных признаков

dimensional analysis / размерный анализ математический метод, позволяющий использовать единицы измерения для решения проблем, возникающих при измерениях

dipole / диполь молекула или часть молекулы, содержащая участки с положительным зарядом и отрицательным зарядом

diprotic acid / двухосновная кислота кислота, в каждой молекуле которой содержатся два ионизированных атома водорода, например, серная кислота

direct current / постоянный ток
электрический ток, протекающий в одном направлении

direct proportion / прямая пропорциональность зависимость между двумя переменными, отношение которых является постоянной величиной

directional selection / направленный отбор
форма естественного отбора, при которой условия благоприятствуют определенному редкому фенотипу, а не более распространенному фенотипу

disaccharide / дисахарид сахар, образованный из двух моносахаридов

discharge / расход объем воды, вытекающей в пределах данного интервала времени

dispersion / дисперсия процесс разложения полихроматического света на составляющие излучения различной длины волны

displacement / смещение изменение положения предмета

disproportionation / диспропорционирование
процесс преобразования вещества в два или более других веществ, отличающихся от исходного вещества, обычно посредством одновременного окисления и восстановления

disruptive selection / дизруптивный отбор
форма естественного отбора, при которой условия благоприятствуют двум альтернативным, но одинаково редким фенотипам, а не наиболее распространенному фенотипу

dissociation / диссоциация разделение молекулы на более простые молекулы, атомы, радикалы или ионы

divergent boundary / расходящаяся граница
граница между двумя тектоническими плитами, удаляющимися одна от другой

DNA; deoxyribonucleic acid / дезоксирибонуклеиновая кислота (ДНК)
молекула, сохраняющая генетическую информацию во всех живых организмах

DNA polymerase / ДНК-полимераза
фермент, который создает связи между нуклеотидами, формируя идентичные спирали ДНК в процессе репликации

DNA replication / репликация ДНК
процесс синтеза копии ДНК

dominant / доминанта аллель, которая проявляется при наличии в генотипе организма двух различных аллелей

doping / легирование добавление примесного элемента к полупроводнику

Doppler effect / доплеровский эффект
наблюдаемое изменение частоты волны при движении источника или наблюдателя

double-displacement reaction / реакция двойного обмена реакция, в результате которой ионы двух соединений обмениваются местами в водном растворе с образованием двух новых соединений

drainage basin / водосборный бассейн
территория, с которой все воды стекаются в реку, речную систему или другой водоем; речной бассейн

drift velocity / скорость дрейфа
результирующая скорость перемещения носителя заряда в электрическом поле

ductility / пластичность способность вещества расплющиваться до получения тонкого листа или подвергаться вытяжке для изготовления проволоки

E

earthquake / землетрясение
толчки и колебания земной поверхности, обусловленные внезапным высвобождением энергии при перемещении горных пород вдоль разломов

eccentricity / эксцентриситет степень удлинения эллиптической орбиты (обозначение: e)

Multilingual Science Glossary

ecological niche / экологическая ниша
все физические, химические и
биологические факторы, необходимые
виду для выживания, поддержания
жизнеспособности и воспроизведения
в экосистеме

**ecological succession / экологическая
сукцессия** последовательность
биотических изменений, которые
восстанавливают нарушенное сообщество
или дают начало сообществу на ранее
необитаемой территории

ecosystem / экосистема совокупность
организмов и предметов неживой среды,
а также таких факторов как почва, вода,
горные породы и климат в пределах данной
территории

ecosystem services / экосистемные услуги
экологическая функция или процесс,
происходящий в данном регионе, которые
способствуют поддержанию жизни или
обеспечивают предоставление важного
ресурса

effervescence / выделение пузырьков газа
образование пузырьков в жидкости,
вызванное быстрым выделением газа, а не
вскипанием

**efficiency / коэффициент полезного
действия** величина, обычно выражаемая
в процентах, которая равна отношению
полезной энергии к затраченной энергии

effusion / эффузия прохождение газа
под давлением через отверстие малого
диаметра

elastic collision / упругое столкновение
столкновение, при котором полный
момент количества движения и полная
кинетическая энергия остаются
неизменными

**elastic potential energy / потенциальная
энергия упругой деформации** энергия,
запасенная в любом деформированном
упругом теле

**electrical conductor / электрический
проводник** материал, в котором заряды
могут свободно перемещаться

**electrical energy / электрическая
энергия** энергия, обусловленная
положением заряженных частиц

**electrical insulator / электрический
изолятор** материал, в котором заряды не
могут свободно перемещаться

**electrical potential energy / потенциальная
энергия электрического заряда**
потенциальная энергия заряда,
обусловленная его положением в
электрическом поле

electric circuit / электрическая схема набор
электрических компонентов, соединенных
таким образом, что создается один или
более замкнутых цепей прохождения
зарядов

electric current / сила тока скорость
переноса электрического заряда через
заданное поперечное сечение

**electric field / электрическое
поле** пространство вокруг заряженного
предмета, в котором на другой заряженный
предмет воздействует электрическая сила

electric potential / электрический потенциал
работа, которую требуется выполнить
против сил электрического поля для
перемещения заряда из данной точки в
требуемую точку, деленная на величину
заряда

**electrochemical cell / гальванический
элемент** система, содержащая два
электрода, разделенные электролитом

electrochemistry / электрохимия раздел
химической науки, изучающий взаимосвязь
между силами электрического поля и
химическими реакциями

electrode / электрод проводник,
используемый для обеспечения
электрического контакта с неметаллической
частью цепи, такой как электролит

**electrode potential / электродный
потенциал** разность потенциалов между
электродом и находящимся с ним в контакте
раствором электролита

electrolysis / электролиз процесс осуществления химической реакции с использованием электрического тока, например, разложение молекул воды

electrolyte / электролит вещество, водный раствор которого проводит электрический ток

electrolytic cell / электролитический элемент электрохимическое устройство, в котором при прохождении электрического тока происходит электролиз

electromagnet / электромагнит магнит, состоящий из обмотки, намотанной на сердечник из железа, который намагничивается только при пропускании по обмотке электрического тока

electromagnetic induction / электромагнитная индукция процесс создания тока в цепи путем изменения магнитного поля

electromagnetic radiation / электромагнитное излучение излучение, связанное с электрическим и магнитным полями; периодически изменяется и распространяется со скоростью света

electromagnetic spectrum / спектр электромагнитного излучения все частоты или длины волн электромагнитного излучения, связанного с электрическим и магнитным полями, включая видимый свет

electromagnetic wave / электромагнитная волна волна, состоящая из переменного электрического и магнитного полей, которая распространяется от источника со скоростью света

electron / электрон субатомная частица, имеющая отрицательный заряд

electron affinity / сродство к электрону изменение энергии, возникающее при присоединении электрона к нейтральному атому

electron capture / электронный захват процесс захвата ядром электрона из ближайшей оболочки атома, содержащего этот электрон

electron configuration / электронная конфигурация расположение электронов в атоме

electron-dot notation / электронно-точечное обозначение обозначение электронной конфигурации, в котором указываются только валентные электроны атома конкретного элемента, представленные точками, расположенными вокруг символа элемента

electronegativity / электроотрицательность мера способности атома химического соединения притягивать электроны

electroplating / электролитическое осаждение электролитический процесс осаждения или нанесения на предмет металлического покрытия

element / элемент субстанция, которая не может быть разделена или разложена химическим путем на более простые субстанции; все атомы элемента имеют одинаковый атомный номер

elimination reaction / реакция отщепления реакция, в результате которой простая молекула, например, молекула воды или аммиака подвергается отщеплению с образованием нового соединения

ellipse / эллипс овальная фигура, образованная точками, для которых сумма их расстояний до двух фиксированных точек (фокусов) является постоянной; окружность представляет собой эллипс с нулевым эксцентриситетом

emergent spectrum / спектр излучения диаграмма или график, указывающий длины волн энергии излучения, которую испускает вещество

emission-line spectrum / линейчатый эмиссионный спектр последовательность определенных длин волн электромагнитного излучения, испускаемого электронами при их переходе с более высокого энергетического уровня на более низкий уровень

Multilingual Science Glossary

empirical formula / эмпирическая формула
химическая формула, показывающая состав соединения на основе относительных значений и простейшего соотношения типов атомов

endothermic reaction / эндотермическая реакция химическая реакция, для осуществления которой требуется энергия

end point / конечная точка точка на кривой титрования, в которой происходит значительное изменение цвета

energy budget / энергетический баланс
баланс между потоком энергии, поступающей в систему, и потоком энергии, выходящей из системы

energy pyramid / пирамида энергии
диаграмма, указывающая энергию, использованную продуцентами, основными потребителями и участниками других трофических уровней

engineering design process / процесс технического проектирования
последовательность этапов разработки, которые осуществляют технические специалисты для решения задачи

enthalpy / энтальпия внутренняя энергия системы плюс произведение объема системы и давления, которое система оказывает на окружающую ее среду

enthalpy change / изменение энтальпии
количество энергии, выделенной или поглощенной системой в форме тепла в течение осуществления процесса при постоянном давлении

enthalpy of combustion / энтальпия сгорания энергия, выделенная в форме тепла в результате полного сгорания определенного количества вещества при постоянном давлении или постоянном объеме

enthalpy of reaction / энтальпия реакции
количество энергии, выделенной или поглощенной в форме тепла во время прохождения химической реакции

enthalpy of solution / энтальпия раствора
количество энергии, выделенной или поглощенной в форме тепла при растворении определенного количества вещества в растворителе

entropy / энтропия мера хаотичности или беспорядка в системе

environment / окружающая среда
комбинация условий и факторов воздействия за пределами системы, которые влияют на поведение системы

enzyme / энзим белок, который выполняет функцию катализатора и ускоряет метаболические реакции растений и животных, не подвергаясь необратимому изменению или разрушению

epicenter / эпицентр точка на земной поверхности, расположенная непосредственно над начальной точкой или фокусом землетрясения

epigenetics / эпигенетика наука, исследующая изменения экспрессии генов, не затрагивающие последовательности ДНК

epistasis / эпистаз взаимодействие генов, не являющихся аллелями, в частности подавление проявления одного такого гена другим геном

equilibrium / равновесие (в химии) состояние, в котором прямая и обратная химические реакции проходят с одинаковой скоростью, так что концентрации реагентов и продуктов не изменяются; (в физике) состояние, в котором величина результирующей силы, действующей на тело, равна нулю

equilibrium constant / константа равновесия
величина, определяющая соотношение концентрации исходных материалов и продуктов обратимой химической реакции при заданной температуре

equilibrium vapor pressure / равновесное давление пара давление пара в равновесной системе

equivalence point / точка эквивалентности момент, когда два раствора, используемых при титровании, представлены в химически эквивалентных количествах

erosion / эрозия удаление или перемещение материалов природными факторами, такими как ветер и поток воды; иногда используется в более широком смысле, включая выветривание

ester / сложный эфир органическое соединение, полученное в результате взаимодействия органической кислоты и спирта с выделением воды

ether / простой эфир органическое соединение, в котором два атома углерода связаны с одним атомом кислорода

eusocial / эусоциальная популяция популяция организмов, в которой каждый организм выполняет специфическую функцию и не все организмы способны к воспроизведению

evaporation / испарение изменение состояния вещества из жидкого на газообразное

evolution / эволюция изменение вида с течением времени; процесс биологического изменения, в результате которого потомки становятся отличными от своих предков

excess reactant / избыточный реагент вещество, не использованное полностью в процессе реакции

excited state / возбужденное состояние состояние, в котором атом обладает большей энергией, чем в основном состоянии

exon / экзон последовательность ДНК, кодирующая информацию, необходимую для синтеза белков

exothermic reaction / экзотермическая реакция химическая реакция, в результате которой образуется тепло, выделяемое в окружающую среду

exponential growth / экспоненциальный рост значительное увеличение численности популяции в течение короткого интервала времени

extensive property / экстенсивное свойство свойство, зависящее от протяженности или размеров системы

extinction / вымирание исчезновение вида на Земле

F

facilitated adaptation / стимулируемая адаптация процесс управления человеком адаптацией популяций, которым угрожает исчезновение, посредством изменения генома вида

family / семейство вертикальный столбец периодической системы химических элементов

fatty acid / жирная кислота органическая кислота, которая содержится в липидах, таких как жиры или масла

fault / разрыв нарушение целостности горной породы, вдоль которого один блок движется относительно другого; форма хрупкой деформации

feedback / обратная связь возврат информации о системе или процессе, которая может привести к изменению в этой системе или этом процессе; возвращаемая информация называется данными обратной связи

feedback loop / цепь обратной связи цепь, в которой информация сравнивается с набором идеальных значений и способствует сохранению гомеостаза

felsic / фельзитовые породы магматические или вулканические породы, обычно имеющие светлый цвет, богатые полевым шпатом и кварцем

field force / сила поля сила, воздействующая на расстоянии, а не при непосредственном контакте

film badge / пленочный дозиметр устройство для приблизительного измерения дозы ионизирующего излучения, полученной в течение заданного интервала времени людьми, работающими в условиях воздействия радиоактивного излучения

Multilingual Science Glossary

fission / деление процесс расщепления ядра на два или более осколков деления с высвобождением нейтронов и выделением энергии

fitness / приспособленность мера способности организма выживать и производить потомство в сравнении с другими членами популяции

fluid / текучая среда состояние вещества, не являющегося твердым телом, в котором атомы или молекулы свободно перемещаются относительно друг друга, как например, в газе или жидкости

focus / фокус точка в толще Земли на линии разлома, в которой возникают первые толчки землетрясения; одна из двух внутренних точек, определяющих эллипс

foliation / сланцеватость текстура метаморфических горных пород, в которой зерна минералов расположены в виде плоскостей или полос

food chain / пищевая цепь модель, связывающая организмы согласно их пищевым отношениям

food web / пищевая сеть модель, представляющая сложную сеть пищевых отношений в экосистеме

force / сила воздействие, приложенное к телу, которое стремится изменить состояние покоя или движения тела; сила характеризуется величиной и направлением

formula equation / уравнение в формульном виде представление реагентов и продуктов химической реакции в виде их обозначений или формул

formula mass / формульная масса сумма средних атомных масс всех атомов, представленных в формуле какой-либо молекулы, формульной единицы или иона

formula unit / формульная единица простейший набор атомов, с использованием которого может быть записана формула ионного соединения

fossil / окаменелость следы жизнедеятельности или остатки организма, жившего много лет назад, чаще всего сохранившиеся в осадочных горных породах

fossil fuel / ископаемое топливо невозобновляемый энергетический ресурс, образовавшийся из остатков организмов, живших много лет назад; примеры такого топлива охватывают нефть, уголь и природный газ

founder effect / эффект основателя генетический дрейф, возникающий при заселении новой территории небольшим количеством особей

fracture / разлом (в геологии) нарушение целостности горной породы со смещением или без смещения, обусловленное напряжением; включает трещины, стыки и разрывы; также способ получения излома минерала вдоль искривленной или нерегулярной поверхности

frame of reference / система отсчета система, предназначенная для определения точного положения предметов в пространстве и времени

free energy / свободная энергия энергия в системе, доступная для выполнения работы; способность системы выполнить полезную работу

free-energy change / изменение свободной энергии разность между изменением энтальпии ΔH и произведением температуры в градусах Кельвина и изменения энтропии, которое представляется в виде TΔS, при постоянных давлении и температуре

free fall / свободное падение движение тела, при котором на него действует только сила тяжести

freezing / замерзание изменение состояния, при котором в результате отбора тепловой энергии жидкость переходит в твердое состояние

freezing point / температура замерзания
температура, при которой твердая и жидкая
фазы в условиях давления равного 1 атм
находятся в равновесии; температура
замерзания жидкости

**freezing-point depression / понижение
температуры замерзания** разница
между температурой замерзания чистого
растворителя и раствора, которая
прямо пропорциональна количеству
растворенного вещества, присутствующего
в растворе

frequency / частота количество циклов
или колебаний в единицу времени; также
количество полных циклов волны в течение
заданного времени

friction / трение сила, действующая
в направлении, противоположном
движению, которая возникает между двумя
соприкасающимися поверхностями

front / фронт переходная зона между
смежными воздушными массами
различной плотности и обычно различной
температуры

functional group / функциональная группа
часть молекулы, проявляющая активность
в химической реакции, которая также
определяет свойства большого числа
органических соединений

fundamental frequency / основная частота
низшая частота колебаний стоячей волны

fusion / синтез процесс объединения ядер
малых атомов с образованием нового
более тяжелого ядра; этот процесс
сопровождается выделением энергии

G

gamete / гамета половая клетка; яйцеклетка
или сперматозоид

gamma ray / гамма-излучение фотон
высокой энергии, испускаемый ядром во
время деления ядра и радиоактивного
распада

gas / газ состояние вещества, в котором оно
не имеет определенного объема или формы

Gay-Lussac's law / закон Гей-Люссака закон,
согласно которому объем газа
при постоянном давлении прямо
пропорционален абсолютной температуре

**Gay-Lussac's law of combining volumes of
gases / закон объемных отношений
Гей-Люссака** закон, согласно которому
объемы газов, участвующих в химическом
превращении, могут быть представлены
отношением небольших целых чисел

**Geiger-Müller counter / счетчик Гейгера-
Мюллера** прибор, осуществляющий
обнаружение и измерение интенсивности
излучения посредством подсчета
количества электрических импульсов,
проходящих между анодом и катодом
газонаполненной трубки

gene / ген сегмент ДНК, расположенный на
хромосоме и кодирующий один или более
наследственных признаков; основной
элементарный носитель наследственности

gene expression / экспрессия гена
проявление генетического материала в
организме в виде специфического признака

gene flow / поток генов физический перенос
аллелей из одной популяции в другую

gene mutation / генная мутация изменение
последовательности ДНК

gene pool / генный пул набор всех аллелей,
содержащихся в популяции

generator / генератор устройство,
преобразующее механическую энергию в
электрическую

gene therapy / генная терапия процедура
лечения болезни, предусматривающая
замену дефектного или отсутствующего гена
или введение нового гена в геном пациента

genetic cross / скрещивание в генетике
спаривание двух организмов

genetic drift / генетический дрейф
случайное изменение частоты аллелей,
чаще всего возникающее в малочисленных
популяциях

genetic engineering / генная инженерия
процесс изменения ДНК организма для
придания организму новых признаков

Multilingual Science Glossary

genetic testing / генетическое тестирование процесс тестирования ДНК для определения вероятности наличия у данного лица или возможности передачи наследственного заболевания

genetic variation / генетическая вариация отличие физических признаков особи от физических признаков группы, к которой она принадлежит

genetics / генетика наука о закономерностях наследственности и изменчивости организмов

genotype / генотип набор всей генетической информации организма, кодирующей его признаки

geologic timescale / геологическая временная шкала временная шкала, представляющая историю Земли

geometric isomer / геометрический изомер соединение, представленное в двух или более различных геометрических конфигурациях

geosphere / геосфера преимущественно твердая часть Земли, состоящая из горных пород; простирается от центра ядра до поверхности земной коры; одна из четырех основных оболочек Земли

geothermal energy / геотермальная энергия энергия, получаемая из природного тепла Земли

germ cell / эмбриональная клетка (в многоклеточном организме) любая половая клетка (в отличие от соматической клетки)

Graham's law of effusion / закон эффузии Грэма закон, согласно которому скорость истечения газа обратно пропорциональна квадратному корню из плотности газа

glacial / ледниковая эпоха интервал времени в пределах ледникового периода, характеризующийся преимущественным существованием ледников

glacier / ледник большая масса движущегося льда

gravitational force / сила тяготения сила взаимного притяжения между частицами вещества

gravitational potential energy / гравитационная потенциальная энергия потенциальная энергия, обусловленная положением тела относительно источника гравитации

gravity / гравитация сила притяжения между предметами, обусловленная их массами, которая уменьшается по мере увеличения расстояния между ними

greenhouse effect / парниковый эффект повышение температуры поверхности и нижних слоев атмосферы Земли, происходящее в результате поглощения и последующего выделения инфракрасного излучения углекислым газом, парами воды и другими газами

greenhouse gas / парниковый газ газ, состоящий из молекул, которые поглощают и испускают инфракрасное излучение Солнца

ground state / основной энергетический уровень низший энергетический уровень в квантовой системе

groundwater / подземные воды воды, находящиеся под земной поверхностью

group / группа вертикальный столбец элементов в периодической системе; элементы группы имеют общие химические свойства

gymnosperm / голосемянное растение древесное сосудистое семенное растение, семена которого не окружены завязью или плодом

H

habitat / среда обитания совокупность биотических и абиотических факторов, действующих на территории обитания организма

habitat fragmentation / фрагментация среды обитания процесс, в результате которого часть предпочтительной территории обитания организма становится недоступной

half-cell / полуэлемент одиночный электрод, погруженный в раствор с соответствующими ионами

half-life / период полураспада время, необходимое для радиоактивного распада половины от исходного числа ядер образца радиоактивного вещества

half-reaction / полуреакция часть реакции, включающая только окисление или восстановление

halogen / галоген один из элементов группы 17 периодической таблицы (фтор, хлор, бром, иод и астат); галогены в сочетании с большинством металлов образуют соли

harmonic series / ряд гармоник ряд частот, включающий основную частоту и целые кратные основной частоты

heat / тепло энергия, передаваемая между телами вследствие разницы их температур; тепловая энергия всегда передается от тел с более высокой температурой к телам с более низкой температурой до достижения теплового равновесия

heat engine / тепловой двигатель устройство, преобразующее тепло в механическую энергию или работу

Heisenberg uncertainty principle / принцип неопределенности Гейзенберга принцип, утверждающий, что невозможно одновременно определить положение и скорость электрона или любой другой частицы

helicase / геликаза фермент, расплетающий двойную спираль ДНК во время репликации ДНК

Henry's law / закон Генри закон, в соответствии с которым при постоянной температуре растворимость газа в жидкости прямо пропорциональна парциальному давлению этого газа над поверхностью жидкости

heritable / наследование способность к передаче признака от одного поколения другому

Hess's law / закон Гесса общее изменение энтальпии в процессе реакции равно сумме изменений энтальпии на отдельных этапах процесса

heterogeneous / гетерогенный состоящий из различных компонентов

heterogeneous catalyst / гетерогенный катализатор катализатор, фазовое состояние которого отличается от фазового состояния реагентов

heterogeneous reaction / гетерогенная реакция реакция, в которой реагенты находятся в двух различных фазовых состояниях

heterotroph / гетеротроф организм, который получает молекулы органической пищи, поедая другие организмы или побочные продукты их жизнедеятельности, и не может синтезировать органические вещества из неорганических материалов

heterozygous / гетерозиготность наличие двух различных аллелей, находящихся в одном локусе сестринских хроматид

hole / дырка энергетический уровень в твёрдом теле, не занятый электроном

homeostasis / гомеостаз регулирование и поддержание постоянного внутреннего состояния организма

homogeneous / гомогенный имеющий однородную структуру или состав

homogeneous catalyst / гомогенный катализатор катализатор, находящийся в одной фазе с реагентами

homogeneous reaction / гомогенная реакция реакция, в которой все реагенты и продукты находятся в одной фазе

homologous chromosomes / гомологичные хромосомы хромосомы, имеющие одинаковую длину, вид и копии генов, хотя аллели могут отличаться

homologous structure / гомологичная структура часть тела различных организмов, подобная по структуре, но выполняющая различные функции

homozygous / гомозиготность наличие двух идентичных аллелей в одном локусе сестринских хроматид

hormone / гормон химический сигнал, вырабатываемый в одной части организма, который воздействует на клеточную активность в другой части организма

horizon / горизонт горизонтальный слой грунта, отличающийся от слоев, расположенных выше и ниже его; также граница между двумя слоями горных пород, имеющими различные физические свойства

hot spot / горячая точка участок земной поверхности, характеризующийся наличием вулканической активности, который обычно располагается на большом расстоянии от границы тектонической плиты

Hund's rule / правило Хунда правило, указывающее, что для атома в основном состоянии число непарных электронов является максимальным и эти непарные электроны имеют одинаковые спины

hybrid orbitals / гибридные орбитали орбитали, обладающие одинаковой энергией, которые образуются комбинацией двух или более орбиталей одного атома

hybridization / гибридизация смешение двух или более атомных орбиталей одного атома для получения новых орбиталей; гибридизация подразумевает смешение орбиталей с высокой энергией и орбиталей с более низкой энергией для получения орбиталей с промежуточной энергией

hydration / гидратация сильное сродство молекул воды к частицам растворенных или взвешенных веществ, вызывающее электролитическую диссоциацию

hydraulic fracturing / гидравлический разрыв процесс добычи нефти или природного газа посредством закачки под высоким давлением смеси воды, песка или гравия и химических реагентов в скважины, пробуренные в плотной горной породе, с целью образования трещин, которые поддерживаются в открытом состоянии песком или гравием; также называется гидроразрывом

hydrocarbon / углеводород органическое соединение, состоящее только из углерода и водорода

hydroelectric energy / гидроэлектрическая энергия электрическая энергия, произведенная потоком воды

hydrogen bond / водородная связь связь, обусловленная силой межмолекулярного взаимодействия, которая возникает, когда атом водорода одной молекулы, связанный с сильно электроотрицательным атомом, притягивается к двум необобщенным электронам другой молекулы

hydrolysis / гидролиз химическая реакция между водой и другим веществом с образованием двух или более новых веществ; реакция между водой и солью с получением кислоты или основания

hydronium ion / ион гидроксония ион, состоящий из протона, связанного с молекулой воды; H_3O^+

hydrosphere / гидросфера водная оболочка Земли; одна из четырех основных оболочек Земли

hypothesis / гипотеза объяснение, основывающееся на ранее проведенных научных исследованиях или наблюдениях, которое может быть проверено

I

ice age / ледниковый период длительный период похолодания климата, в течение которого континенты неоднократно покрывались ледниками

ideal fluid / идеальная жидкость жидкость, в которой отсутствует внутреннее трение или вязкость и которая является несжимаемой

ideal gas / идеальный газ условный газ, частицы которого имеют бесконечно малые размеры и не взаимодействуют друг с другом

ideal gas constant / универсальная газовая постоянная коэффициент пропорциональности, входящий в уравнение состояния 1 моля идеального газа; $R = 0,08205784$ л · атм/моль · К

ideal gas law / закон идеального газа закон, определяющий математическое соотношение давления (P), объема (V), температуры (T), газовой постоянной (R) и количества молей газа (n); $PV = nRT$

igneous rock / вулканическая порода горная порода, образующаяся при охлаждении и отвердевании магмы

immiscible / несмешивающиеся жидкости две или более жидкостей, которые не смешиваются друг с другом

impulse / импульс силы произведение силы и временного интервала, в течение которого сила воздействует на тело

incomplete dominance / неполное доминирование гетерозиготный фенотип, представляющий собой смесь двух гомозиготных фенотипов

independent assortment / независимое распределение второй закон Менделя, в соответствии с которым во время образования гамет аллели пары аллелей разделяются независимо друг от друга

index fossil / руководящие ископаемые ископаемые, используемые для определения возраста слоя горных пород, поскольку эти ископаемые имеют явные отличия, присутствуют в достаточном количестве и широко распространены, а вид, в результате жизнедеятельности которого они образовались, существовал только в течение короткого промежутка геологического времени

index of refraction / показатель преломления отношение скорости света в вакууме к скорости света в заданной прозрачной среде

induction / индукция процесс заряда проводника посредством приближения его к другому заряженному телу и заземления проводника

inelastic collision / неупругое столкновение столкновение, в результате которого два тела объединяются

inertia / инерция свойство тела противостоять его перемещению или, если тело движется, противостоять изменению его скорости или направления

innate / врожденное поведение поведение, которое не было приобретено на основе опыта

inner core / внутреннее ядро самая глубокая твердая часть Земли, состоящая в основном из железа и никеля, находящихся под воздействием очень высокого давления и температуры

insolation / инсоляция облучение солнечным излучением (энергией Солнца), достигшим поверхности Земли; интенсивность солнечного излучения на единицу горизонтальной поверхности

instantaneous velocity / мгновенная скорость скорость тела в данный момент времени или в конкретной точке его траектории

intensity / интенсивность волны количество энергии, переданной через единичную площадь, перпендикулярную направлению движения волны

intensive property / интенсивное свойство
свойство, не зависящее от имеющегося
количества вещества, например, давление,
температура или плотность

interest group / группа интересов группа
лиц с общими интересами, составляющими
основу для законодательных действий

interglacial / межледниковая эпоха
сравнительно короткий интервал
потепления в ледниковом периоде

intermediate / промежуточное вещество
вещество, которое образуется на
промежуточном этапе химической реакции
и считается переходным компонентом
между исходным веществом и конечным
продуктом

**intermolecular forces / межмолекулярные
силы** силы притяжения между молекулами

internal energy / внутренняя энергия
понятие, охватывающее энергию отдельных
частиц системы, но не составляющих
энергии всей системы

interstellar medium / межзвездная среда
вещество (в основном газообразный
водород, другие газы и пыль),
заполняющее межзвездное пространство и
предоставляющее исходный материал для
образования новых звезд

**introduced species / интродуцированный
вид** вид, который не является коренным
для данной территории и был завезен
на нее в результате человеческой
деятельности

intron / интрон участок гена, не несущий
информации об аминокислотах

invasive species / инвазивный вид вид,
который не является коренным для данной
экосистемы и внесение его в эту экосистему
может привести к экономическим или
экологическим проблемам или нанести
ущерб здоровью людей

**inverse proportion / обратная
пропорциональность** зависимость
между двумя переменными, произведение
которых является постоянной величиной

ion / ион атом, радикал или молекула,
захватившие или потерявшие один
или более электронов и имеющие
отрицательный или положительный заряд

ionic bond / ионная связь связь,
обусловленная воздействием силы,
притягивающей электроны от одного
атома к другому, которая превращает
нейтральный атом в ион

ionic compound / ионное соединение
соединение, состоящее из ионов, связанных
вместе силами электростатического
притяжения

ionization / ионизация процесс захвата или
потери электронов атомом или молекулой,
который приводит к возникновению
результирующего заряда атома или
молекулы

ionization energy / энергия ионизации
энергия, требуемая для отрыва электрона
от атома или иона (сокращенно: ЭИ)

isolated system / изолированная система
совокупность частиц или
взаимодействующих компонентов, которые
для целей исследования рассматриваются
как отдельный физический объект, на
составляющие которого обычно не
воздействуют внешние силы

isomer / изомер одно из двух или более
соединений, имеющих одинаковый
химический состав, но разную структуру

**isostatic equilibrium / изостатическое
равновесие** теоретическое состояние
равновесия между гравитационными и
гидростатическими силами, действующими
на литосферу Земли, которое приводит к
различным уровням поднятия компонентов
литосферы

**isothermal process / изотермический
процесс** термодинамический процесс,
происходящий при постоянной
температуре

isotope / изотоп один из двух или более
атомов, имеющих одинаковое число
протонов (атомный номер), но различное
число нейтронов (атомная масса)

isovolumetric process / изохорный процесс термодинамический процесс, происходящий при постоянном объеме, так что работа в системе или системой не производится

iterate / итерация повторное выполнение или повторение; при проверке проектных решений результаты каждого повторения цикла проверки используются для изменения следующей версии проекта

J

joule / джоуль единица измерения энергии; равна количеству работы, выполненной силой в 1 ньютон на расстоянии 1 метра в направлении действия силы (обозначение: Дж)

K

ketone / кетон органическое соединение, в котором карбонильная группа связана с двумя алкильными группами; получается посредством окисления вторичных спиртов

kin selection / родственный отбор процесс естественного отбора, воздействующий на аллели, способствующие выживанию близких родичей

kinetic energy / кинетическая энергия энергия тела, обусловленная его движением

kinetic friction / кинетическое трение сила, противодействующая перемещению двух соприкасающихся поверхностей, скользящих друг по другу

kinetic-molecular theory / молекулярно-кинетическая теория теория, утверждающая, что поведение физических систем определяется совокупным воздействием молекул, составляющих систему

L

lanthanide / лантанид элемент из семейства редкоземельных элементов, имеющих атомные номера от 58 (церий) до 71 (лютеций)

laser / лазер устройство, генерирующее когерентное световое излучение одной длины волны

latent heat / скрытая теплота энергия на единицу массы, передаваемая в процессе фазового перехода вещества

lattice energy / энергия кристаллической решетки энергия, которая высвобождается при образовании из ионов газа одного моля ионного кристаллического соединения

lava / лава магма, вытекающая на земную поверхность; горная порода, образующаяся при охлаждении и отвердевании магмы

law of conservation of energy / закон сохранения энергии закон, утверждающий, что энергия не возникает и не исчезает, но может переходить из одной формы в другую

law of conservation of mass / закон сохранения массы закон, утверждающий, что масса не возникает и не исчезает, но может переходить из одной формы в другую

law of definite proportions / закон постоянства состава закон, утверждающий, что определенное химическое соединение всегда состоит из одних и тех же элементов, причем отношения их веса или массы постоянны

law of multiple proportions / закон кратных отношений закон, утверждающий, что при образовании двумя элементами двух или более соединений, отношение массы одного из элементов, приходящейся на заданную массу другого элемента, представляет собой небольшое целое число

Le Châtelier's principle / принцип Ле Шателье принцип, утверждающий, что система, находящаяся в равновесии, противодействует изменению таким образом, чтобы предотвратить изменение

lens / линза прозрачный предмет, который преломляет световые лучи таким образом, что они сходятся или расходятся, формируя изображение

lever arm / плечо рычага длина перпендикуляра от оси вращения до линии, проведенной в направлении действия силы

Lewis acid / кислота Льюиса атом, ион или молекула, являющиеся акцептором пары электронов

Lewis acid-base reaction / кислотно-основная реакция Льюиса образование одной или нескольких ковалентных связей между донором электронной пары и акцептором электронной пары

Lewis base / основание Льюиса атом, ион или молекула, являющиеся донором пары электронов

Lewis structure / структура Льюиса структурная формула, в которой электроны представлены точками; пары точек или линии между двумя символами химических элементов представляют пары электронов, образующих ковалентные связи

light-year / световой год расстояние, которое свет проходит за один год; около 9,46 триллиона километров

limiting reactant / ограничивающий реагент вещество, контролирующее количество продукта, который может образоваться в результате химической реакции

linear polarization / линейная поляризация ориентация электромагнитных волн таким образом, что колебания электрического поля каждой волны происходят параллельно друг другу

lipid / липид соединение, участвующее в биохимических процессах, которое не растворяется в воде (включает жиры и стероиды); липиды сохраняют энергию и входят в состав клеточных мембран

liquid / жидкость состояние вещества, в котором оно сохраняет определенный объем, но не имеет конкретной формы

lithosphere / литосфера твердая внешняя оболочка Земли, включающая в себя земную кору и твердую верхнюю часть мантии

logistic growth / логистический рост рост популяции, характеризующийся периодом медленного роста, после которого следует период экспоненциального роста с последующим периодом почти полного отсутствия роста

London dispersion force / лондоновская дисперсионная сила сила межмолекулярного притяжения, обусловленная неравномерным распределением электронов и созданием временных диполей

longitudinal wave / продольная волна волна, в которой колебания частиц среды происходят параллельно направлению движения волны

longshore current / береговое течение водный поток, который проходит рядом и параллельно береговой линии

luster / блеск эффект отражения света минералом

M

macromolecule / макромолекула молекула очень больших размеров, обычно полимер, состоящий из сотен или тысяч атомов

mafic / мафитовые породы магматические или вулканические породы, обычно имеющие темный цвет, богатые магнием и железом

magic numbers / магические числа числа (2, 8, 20, 28, 50, 82 и 126), соответствующие количеству частиц в высокостабильном атомном ядре, оболочки которого полностью заполнены протонами и нейтронами

magnetic domain / магнитный домен область, в которой спины группы атомов ориентированы одинаково

magnetic field / магнитное поле область, в которой может быть обнаружена магнитная сила

magnetic quantum number / магнитное квантовое число квантовое число, указывающее ориентацию орбитали в пространстве вокруг ядра (обозначение: m)

magnitude / магнитуда мера интенсивности землетрясения

main-group element / элемент главной подгруппы s-элементы или p-элементы периодической системы элементов

malleability / ковкость способность вещества расплющиваться при ковке или ударном воздействии до получения изделия в форме листа

mantle / мантия толстый слой горной породы между земной корой и ядром

mantle convection / конвекция мантии медленное перемещение вещества в мантии Земли, обеспечивающее передачу тепловой энергии от внутренних слоев Земли к ее поверхности

mass / масса мера количества вещества в теле; основное свойство тела, не зависящее от сил, действующих на него, например, силы тяготения

mass defect / дефект массы разница между массой атома и суммой масс протонов, нейтронов и электронов атома

mass density / плотность концентрация вещества тела, измеренная как масса на единицу объема вещества

mass extinction / массовое вымирание эпизод, в течение которого вымирает большое число представителей данного вида

mass number / массовое число суммарное число протонов и нейтронов в ядре атома

mass wasting / оползень перемещение грунта, осадочных или горных пород вниз по склону под действием силы тяжести

materials science / материаловедение изучение характеристик и применения материалов в науке и технике

matter / вещество все, что имеет массу и занимает пространство

mechanical energy / механическая энергия сумма кинетической энергии и всех форм потенциальной энергии

mechanical wave / механическая волна волна, для распространения которой требуется среда

medium / среда физическое пространство, в котором может распространяться возмущение

meiosis / мейоз форма деления ядра, при котором диплоидная клетка разделяется на гаплоидные клетки; важный этап образования гамет при половом размножении

melting / плавление изменение состояния, при котором твердое вещество в результате нагревания или изменения давления переходит в жидкое состояние

melting point / точка плавления температура и давление, при которых твердое вещество переходит в жидкое состояние

mesosphere / мезосфера дословно «средняя оболочка»; толстая нижняя часть мантии между астеносферой и внешним ядром; слой атмосферы между стратосферой и термосферой с наиболее низкой температурой, в котором температура понижается по мере увеличения высоты

Mesozoic Era / мезозойская эра геологическая эра, продолжавшаяся с 251 миллиона лет назад до 65,5 миллиона лет назад; также называется веком рептилий

metabolism / метаболизм совокупность всех химических процессов, происходящих в организме

metal / металл элемент с блестящей поверхностью, хорошо проводящий тепло и электрический ток

metallic bond / металлическая связь связь, возникшая в результате притяжения между положительно заряженными ионами металла и электронами, перемещающимися вокруг них

metalloid / металлоид элемент, имеющий свойства металлов и неметаллов; иногда называется полупроводником

metamorphic rock / метаморфическая горная порода горная порода, структура или состав которой изменились в результате воздействия повышенной температуры, давления или химических веществ; обычно расположена глубоко в земной коре

microevolution / микроэволюция наблюдаемое изменение частот аллелей в популяции в течение нескольких поколений

mid-ocean ridge / срединно-океанический хребет длинная подводная горная цепь с узкой долиной, имеющей крутые стены, в центре, которая образуется при выходе магмы из астеносферы и формирует новую океаническую литосферу (морское дно) при расхождении тектонических плит

millimeters of mercury / миллиметр ртутного столба единица давления

mineral / минерал природное твердое тело обычно неорганического происхождения, имеющее характерный химический состав и упорядоченную внутреннюю структуру, а также характерные физические свойства

mining / разработка процесс извлечения руды, минералов или других твердых материалов из недр Земли

miscible / смешивающиеся жидкости две или более жидкостей, которые могут растворяться друг в друге в различных пропорциях

mitochondrion / митохондрия (мн. ч. митохондрии) органелла фасолеподобной формы, снабжающая клетку энергией, которая имеет собственные рибосомы и ДНК

mitosis / митоз процесс деления ядра и содержимого клетки

mixture / смесь комбинация двух или более веществ, химически не связанных друг с другом

model / модель образец, план, изображение или описание, предназначенные для представления структуры или работы предмета, системы или концепции

moderator / замедлитель вещество, замедляющее нейтроны для обеспечения возможности их поглощения ядром

molal boiling-point constant / моляльная константа повышения температуры кипения величина, представляющая повышение температуры кипения раствора, содержащего 1 моль нелетучего растворенного вещества неэлектролитной природы

molal freezing-point constant / моляльная константа понижения температуры замерзания величина, представляющая понижение температуры замерзания раствора, содержащего 1 моль нелетучего растворенного вещества неэлектролитной природы

molality / моляльность концентрация раствора, выраженная в молях растворенного вещества на килограмм растворителя

molar enthalpy of formation / молярная энтальпия образования количество тепловой энергии, выделяющейся при образовании 1 моля вещества при постоянном давлении

molar enthalpy of fusion / молярная энтальпия плавления количество тепловой энергии, требуемое для перехода 1 моля вещества из твердого состояния в жидкое при постоянных температуре и давлении

molar enthalpy of vaporization / молярная энтальпия испарения количество тепловой энергии, требуемое для испарения 1 моля жидкости при постоянных давлении и температуре

molar mass / молярная масса масса в граммах 1 моля вещества

molarity / молярность единица концентрации раствора, выраженная в молях растворенного вещества на литр раствора

mole / моль одна из основных единиц системы СИ, используемая для измерения количества вещества, содержащего столько же частиц, сколько содержится атомов в углероде-12 массой 12 г

mole ratio / мольное соотношение коэффициент пересчета, связывающий количество в молях любых двух веществ, участвующих в химической реакции

molecular compound / молекулярное соединение химическое соединение, простейшими элементами которого являются молекулы

molecular formula / молекулярная формула химическая формула, показывающая число и виды атомов молекулы, но не указывающая расположение атомов в молекуле

molecule / молекула два или более атомов, соединенных ковалентными связями; не обязательно является соединением

moment of inertia / момент инерции свойство тела, вращающегося вокруг неподвижной оси, сопротивляться изменению характеристик этого вращательного движения

momentum / момент количества движения величина, определяемая как произведение массы и скорости тела

monatomic ion / одноатомный ион ион, состоящий из одного атома

monohybrid cross / моногибридное скрещивание скрещивание или спаривание организмов, имеющих только одну пару альтернативных признаков

monomer / мономер простая молекула, которая может соединяться с другими подобными или отличающимися молекулами с образованием полимера

monoprotic acid / одноосновная кислота кислота, которая может отдать основанию только один протон

monosaccharide / моносахарид простая форма сахара, являющаяся основной структурной единицей углеводов

moraine / морена элемент ландшафта, образованный разнообразными обломками, принесенными ледником; тилль, отложенный ледником

multiple bond / кратная связь связь, при которой атомы связаны с более чем одной парой электронов, например, двойная связь или тройная связь

mutagen / мутаген фактор, вызывающий мутацию или повышение частоты мутаций в организмах

mutation / мутация изменение последовательности ДНК

mutual inductance / взаимоиндукция способность одного контура вызывать появление ЭДС в расположенном поблизости другом контуре при изменении тока в первом контуре

N

NADPH / никотинамидадениндинуклео-тидфосфат (НАДФ) молекула, выполняющая в процессе фотосинтеза функцию носителя энергии

natural gas / природный газ смесь газообразных углеводородов, расположенных в недрах Земли, часто рядом с месторождениями нефти; используется в качестве топлива

natural hazard / опасное природное явление природное явление, которое может вызвать нанесение телесных повреждений людям, ущерба имуществу или окружающей среде

natural resource / природный ресурс материал или ресурс, например, лесоматериалы, полезные ископаемые или гидроэнергия, встречающиеся в природной форме и имеющие экономическую ценность

natural selection / естественный отбор процесс, в результате которого особи, унаследовавшие полезные адаптивные признаки, в среднем, производят больше потомства, чем другие особи

nebula / туманность облако газов и пыли больших размеров в межзвездном пространстве; область космического пространства, в которой формируются звезды

negative feedback / отрицательная обратная связь обратная связь, предусматривающая подачу выходного фактора, влияющего на исходные условия, который противодействует изменению или уменьшает его и стабилизирует процесс или систему

negative feedback loop / контур отрицательной обратной связи система регулирования, предназначенная для поддержания гомеостаза, которая регулирует состояние организма, когда условия отклоняются от идеальных условий

net force / равнодействующая сила одна сила, результат воздействия которой на твердое тело заменяет сумму воздействий нескольких сил, фактически действующих на тело

net ionic equation / чистое ионное уравнение уравнение, включающее только соединения и ионы, которые подвергаются химическому превращению в процессе реакции в водном растворе

neutralization / нейтрализация реакция при участии ионов, характерных для кислот (ионы гидроксония), и ионов, характерных для оснований (гидроксильные ионы), с образованием молекул воды и соли

neutron / нейтрон субатомная частица, не имеющая заряда, которая находится в ядре атома

newton / ньютон единица измерения силы в системе СИ; сила, изменяющая за одну секунду скорость тела массой 1 кг на 1 м/с (обозначение: Н)

noble gas / инертный газ один их элементов группы 18 периодической системы элементов (гелий, неон, аргон, криптон, ксенон и радон); инертные газы не вступают в химические реакции

noble-gas configuration / электронная конфигурация инертного газа внешний основной энергетический уровень в большинстве случаев заполнен восемью электронами

node / узел точка стоячей волны, соответствующая нулевому смещению

nomenclature / номенклатура совокупность наименований

nonelectrolyte / неэлектролит вещество, водный раствор которого не проводит электрический ток

nonmetal / неметалл элемент, плохо проводящий тепло и электрический ток, который не образует положительные ионы в растворе электролита

nonpoint source pollution / рассредоточенное загрязнение загрязнение, исходящее от большого числа источников, а не от одного конкретного источника; примером такого загрязнения являются стоки, поступающие в водный объект с улиц и ливневой канализации

nonpolar covalent bond / неполярная ковалентная связь ковалентная связь, при которой электроны связи одинаково притягиваются к обоим связанным атомам

nonrenewable resource / невозобновляемый ресурс ресурс, образующийся значительно медленнее, чем происходит его потребление

nonvolatile substance / нелетучее вещество вещество, которое очень медленно испаряется при существующих условиях

normal distribution / нормальное распределение (в биологии) распределение частот аллелей в популяции, в котором частота аллелей является наибольшей в диапазоне средних значений и непрерывно снижается к концам распределения

normal force / нормальная сила сила, действующая на тело, находящееся на поверхности, в направлении, перпендикулярном этой поверхности

nuclear binding energy / энергия связи ядра
энергия, выделяющаяся при образовании ядра из нуклонов

nuclear fission / деление ядра процесс расщепления ядра на два или более осколков деления с высвобождением нейтронов и выделением энергии

nuclear forces / ядерные силы силы взаимодействия, связывающие в ядре протоны с нейтронами, протоны с протонами и нейтроны с нейтронами

nuclear fusion / ядерный синтез процесс объединения ядер малых атомов с образованием нового более тяжелого ядра; этот процесс сопровождается выделением энергии

nuclear power plant / атомная электростанция установка, в которой тепло, произведенное ядерными реакторами, используется для производства электрической энергии

nuclear radiation / радиоактивное излучение частицы, излучаемые из ядра при радиоактивном распаде, например, нейтроны, электроны и фотоны

nuclear reaction / ядерная реакция реакция, воздействующая на ядро атома

nuclear reactor / ядерный реактор устройство, в котором контролируемые ядерные реакции используются для производства энергии или нуклидов

nuclear shell model / модель ядерной оболочки модель, представляющая нуклоны, как частицы, находящиеся в ядре на различных энергетических уровнях или оболочках

nuclear waste / радиоактивные отходы отходы, содержащие радиоактивные изотопы

nucleic acid / нуклеиновая кислота органическое соединение (РНК или ДНК), молекулы которого состоят из одной или двух цепочек нуклеотидов и содержат генетическую информацию

nucleon / нуклон протон или нейтрон

nucleotide / нуклеотид органический мономер, содержащий сахар, фосфат и азотистое основание; основной структурный элемент цепочки нуклеиновых кислот, такой как ДНК и РНК

nucleus / ядро (мн. ч. ядра) (в биологии) органелла, содержащая двойную мембрану, которая служит в качестве хранилища большей части ДНК клетки; (в физике) центральная область атома, содержащая протоны и нейтроны

nuclide / нуклид атом, который характеризуется числом протонов и нейтронов в ядре

O

ocean acidification / подкисление океана снижение уровня pH океанской воды вследствие абсорбции аномально высоких объемов углекислого газа (CO_2) из атмосферы

oceanic trench / океанический желоб глубокая узкая впадина с крутыми стенами, образованная на дне океана в результате субдукции тектонической плиты и проходящая параллельно цепи вулканических островов или береговой линии континента, которая может располагаться на глубине до 11 км ниже уровня моря; также называется желобом или глубоководным желобом

octet rule / правило октета положение теории химической связи, основанное на предположении, что атомы стремятся иметь незаполненные валентные оболочки или полностью заполненные валентные оболочки, содержащие по восемь электронов

oil shale / горючий сланец черный, темно-серый или темно-коричневый сланец, содержащий углеводороды, из которого при перегонке получают нефть

operator / оператор короткая последовательность вирусной или бактериальной ДНК, с которой связывается репрессор для предотвращения транскрипции (синтеза мРНК) соседнего гена в опероне

operon / оперон участок ДНК, содержащий полную информацию о начале и регулировании транскрипции, а также синтезе белка; включает промотор, регуляторный ген и структурный ген

orbit / орбита траектория движения тела при его перемещении вокруг другого тела, обусловленная их взаимным гравитационным притяжением

orbital / орбиталь область атома, в которой с большой долей вероятности можно обнаружить электроны

order / порядок (в химии) классификация химических реакций, зависящая от числа молекул, которые, предположительно, участвуют в реакции

order number / номер порядка номер, присвоенный интерференционной полосе, который определяет ее относительно центральной светлой полосы

ore / руда природный материал, имеющий экономически ценную концентрацию минералов, достаточную для его рентабельной добычи

organ / орган совокупность тканей различных типов, которые совместно выполняют конкретную функцию или связанные функции

organ system / система органов два или более органов, совместно участвующих в выполнении подобных функций

organic compound / органическое соединение ковалентно связанное соединение, содержащее углерод, за исключением карбонатов и оксидов

organic sedimentary rock / органическая осадочная горная порода осадочная горная порода, образовавшаяся из остатков растений или животных

organism / организм любое отдельное живое существо

osmosis / осмос диффузия воды или другого растворителя из раствора с меньшей концентрацией (растворенного вещества) в раствор с большей концентрацией (растворенного вещества) через мембрану, проницаемую для растворителя

osmotic pressure / осмотическое давление внешнее давление, которое следует приложить для прекращения осмоса

outer core / внешнее ядро слой в недрах Земли, расположенный между внутренним ядром и мантией, который в основном состоит из расплавленного железа и никеля

overharvesting / перепромысел поимка или устранение из популяции большего числа организмов, чем популяция способна заменить

oxidation / окисление реакция, ведущая к устранению одного или более электронов из вещества, так что повышается валентность или степень окисления вещества

oxidation number / окислительное число число электронов, которые следует добавить или удалить из атома в соединении, чтобы преобразовать его в исходную форму

oxidation state / степень окисления состояние атома, представленное числом электронов, которые требуются для перехода атома в исходную форму

oxidation-reduction reaction / окислительно-восстановительная реакция любое химическое превращение, при котором одно вещество окисляется (теряет электроны), а другое вещество восстанавливается (получает электроны); также называется редокс-реакцией

oxidized / окисленный элемент элемент, потерявший электроны, окислительное число которого увеличилось

oxidizing agent / окисляющий агент
вещество, получающее электроны в процессе окислительно-восстановительной реакции, которое восстанавливается

oxyacid / оксикислота кислота, представляющая собой соединение водорода, кислорода и третьего элемента, обычно неметалла

oxyanion / оксианион многоатомный ион, содержащий кислород

ozone / озон газ, молекула которого состоит из трех атомов кислорода

P

P-wave / P-волна продольная волна или волна сжатия; сейсмическая волна, под воздействием которой частицы горной породы перемещаются в продольном направлении, параллельном направлению распространения волны; P-волны являются сейсмическими волнами с наибольшей скоростью распространения, которые могут распространяться в твердых телах, жидкостях и газах

Paleozoic Era / палеозойская эра геологическая эра после докембрийской эпохи; продолжалась с 542 миллионов лет назад до 251 миллиона лет назад

parallax / параллакс кажущийся сдвиг в положении тела при его рассмотрении с различных точек

parallel / параллельная схема два или более компонентов схемы, обеспечивающие отдельные проводящие цепи протекания тока, поскольку эти компоненты включены между общими точками или соединениями

parent nuclide / исходный нуклид радиоактивный нуклид, из которого образуется дочерний нуклид как последующий элемент радиоактивного ряда

partial pressure / парциальное давление давление каждого газа в смеси

pascal / паскаль единица давления в системе СИ; давление, оказываемое силой равной 1 Н, действующей на площадь 1 м² (обозначение: Па)

passive margin / пассивная окраина континентальная окраина, которая не находится вблизи межплитной границы

path difference / разность хода разница расстояния, которое проходят в одном направлении два луча при их рассеянии и прохождении через различные точки

Pauli exclusion principle / принцип запрета Паули принцип, согласно которому две частицы определенного типа не могут находиться в точно одинаковом энергетическом состоянии

PCR; polymerase chain reaction / полимеразная цепная реакция (ПЦР) способ увеличения количества ДНК посредством разделения спирали на две цепи ДНК с добавлением праймеров и ферментов

percentage composition / относительный состав относительное содержание по массе каждого элемента соединения

percentage error / относительная погрешность величина, обеспечивающая качественное сравнение среднего значения, полученного экспериментальным путем, с точным или принятым значением; рассчитывается посредством вычитания принятого значения из экспериментально полученного значения, деления разности на принятое значение и последующего умножения на 100

percentage yield / процент выхода отношение фактического выхода к теоретическому выходу, умноженное на 100

perfectly inelastic collision / абсолютно неупругое столкновение столкновение, в результате которого два тела объединяются

period / период (в химии) горизонтальная строка периодической системы элементов; (в физике) продолжительность полного цикла или колебания волнового процесса

periodic law / периодический закон закон, согласно которому повторяющиеся химические и физические свойства элементов меняются периодически в зависимости от атомного номера элементов

Multilingual Science Glossary

periodic table / периодическая система элементов классификация химических элементов в порядке их атомных номеров, так что элементы с подобными свойствами располагаются в одном столбце или группе

petroleum / нефть жидкая смесь сложных углеводородных соединений; широко используется в качестве источника получения топлива

pH / водородный показатель (pH) величина, используемая для указания кислотности или основности (щелочности) системы; каждое целое значение шкалы pH соответствует десятикратному изменению кислотности; значение pH равное 7 указывает нейтральный раствор, pH меньше 7 - кислотный раствор и pH больше 7 - основный раствор

pH meter / измеритель pH устройство, используемое для определения pH раствора посредством измерения напряжения между двумя электродами, помещенными в раствор

phase / фаза (в химии) одно из четырех состояний или условий, в которых может существовать вещество: твердое, жидкое, газообразное состояние и плазма; часть вещества однородная по составу и свойствам

phase change / фазовый переход физический переход вещества из одного состояния (твердое, жидкое или газообразное) в другое при постоянных температуре и давлении

phase diagram / фазовая диаграмма графическое изображение соотношения между физическим состоянием вещества и воздействующими на него температурой и давлением

phenomenon / явление наблюдаемый случай, обстоятельства или факт

phenotype / фенотип совокупность всех физических характеристик организма

phospholipid / фосфолипид молекула, образующая двухслойную клеточную мембрану; содержит глицерин, фосфатную группу и две жирных кислоты

photoelectric effect / фотоэлектрический эффект выход электронов из металла при падении на поверхность металла светового излучения, имеющего определенные частоты

photon / фотон единица или квант света; частица электромагнитного излучения, имеющая нулевую массу и несущая квант энергии

photosynthesis / фотосинтез процесс преобразования энергии света в химическую энергию; обеспечивает получение сахара и кислорода из углекислого газа и воды

physical change / изменение физических свойств переход вещества из одной формы в другую без изменения химических свойств

physical property / физическое свойство характеристика вещества, не связанная с химическим превращением, например, плотность, цвет или твердость

pitch / тон мера того, насколько высоким или низким является воспринимаемый звук; зависит от частоты звуковой волны

plasma / плазма состояние вещества в форме свободно движущихся заряженных частиц, таких как ионы и электроны; свойства плазмы отличаются от свойств твердого вещества, жидкости или газа

plasmid / плазмида кольцевой сегмент генетического материала, имеющийся у бактерий, который может реплицироваться независимо от ДНК основной хромосомы

plateau / плато широкая возвышенная сравнительно плоская равнина, расположенная выше долины и по размерам больше плоскогорья

plate tectonics / тектоника плит теория, которая объясняет, как перемещаются и изменяют форму большие участки литосферы, называемые тектоническими плитами

pOH / pOH отрицательный десятичный логарифм концентрации гидроксильных ионов в растворе

point source pollution / точечное загрязнение загрязнение, исходящее от конкретного источника

polar / полярная молекула молекула, в которой положительные и отрицательные заряды разделены

polar covalent bond / полярная ковалентная связь ковалентная связь, в которой пара обобщенных электронов двух атомов удерживается ближе к одному из атомов

polarity / полярность свойство системы, в которой две точки имеют противоположные характеристики, например, заряды или магнитные полюсы

pollution / загрязнение любой фактор, вносимый в окружающую среду, который оказывает неблагоприятное воздействие на среду или живущие в ней организмы

polyatomic ion / многоатомный ион ион, состоящий из двух или более атомов

polygenic trait / полигенный признак признак, обусловленный двумя или большим числом генов

polymer / полимер большая молекула, содержащая более пяти мономеров или малых звеньев

polyprotic acid / многоосновная кислота кислота, которая может дать более одного протона на молекулу

polysaccharide / полисахарид один из углеводов, состоящий из длинных цепочек простых сахаров; полисахариды содержат крахмал, целлюлозу и гликоген

population / популяция все особи определенного вида, живущие на одной территории

positive feedback / положительная обратная связь обратная связь, обеспечивающая усиление или увеличение изменения и вывод процесса или системы из устойчивого состояния

positive feedback loop / контур положительной обратной связи система регулирования, в которой сенсорная информация приводит к увеличению скорости выхода тела из состояния гомеостаза

positron / позитрон частица, имеющая такую же массу и спин, как электрон, но обладающая положительным зарядом

potential difference / разность потенциалов работа, которую требуется выполнить против сил электрического поля для перемещения заряда из одной заданной точки в другую, деленная на величину заряда

potential energy / потенциальная энергия энергия, которой обладает тело вследствие своего положения, формы или состояния

power / мощность величина, равная скорости выполнения работы или скорости передачи энергии каким-либо способом

Precambrian / докембрийская эра период в геологической истории Земли, начиная с образования Земли до начала палеозойской эры, с 4,6 миллиарда лет назад до 542 миллионов лет назад

precession / прецессия перемещение оси вращающегося тела, например, качание вращающегося волчка при воздействии на ось внешней силы; медленное вращение оси Земли относительно ее орбиты

precipitate / осадок твердое вещество, образующееся в растворе в результате химической реакции

precision / прецизионность точность измерения

predation / хищничество процесс охоты и убийства одним организмом другого организма для пропитания

pressure / давление величина силы, действующей на единицу площади поверхности

primary energy source / первичный источник энергии источник энергии, встречающийся в окружающей природной среде; примерами первичных источников энергии являются уголь, природный газ, солнечное излучение, ветер и уран

primary standard / первичный эталон высокоочищенное твердое соединение, используемое для проверки концентрации известного раствора методом титрования

principal quantum number / главное квантовое число квантовое число, указывающее значение энергии и орбиталь электрона в атоме

probability / вероятность возможность наступления определенного события

producer / продуцент организм, получающий энергию из абиотических источников, например, солнечного света или неорганических химических веществ

product / продукт вещество, образующееся в результате химической реакции

projectile motion / движение брошенного тела характер движения тела, брошенного, запущенного или иным способом приведенного в движение вблизи поверхности Земли

promoter / промотор участок ДНК, с которым связывается РНК-полимераза, начиная транскрипцию мРНК

protein / белок полимер, состоящий из аминокислот, соединенных пептидными связями; сворачивается в определенную структуру в зависимости от связей между аминокислотами

protein synthesis / синтез белка образование белка с использованием информации, содержащейся в ДНК и имеющейся в матричной РНК (мРНК)

proton / протон субатомная частица, имеющая положительный заряд и находящаяся в ядре атома; число протонов в ядре указывает атомный номер, определяющий свойства элемента

protoplanetary disk / протопланетный диск диск, состоящий из газа и частиц пыли и вращающийся вокруг недавно сформированной звезды, из которого могут быть образованы планеты

prototype / прототип испытательная модель продукта

Punnett square / решетка Пеннетта модель, используемая для прогнозирования всех генотипов, которые могут быть получены в результате скрещивания или спаривания

pure substance / чистое вещество образец вещества, представляющего один элемент или один состав, который имеет определенные химические и физические свойства

pyramid of numbers / пирамида чисел диаграмма, указывающая число отдельных организмов на каждом трофическом уровне экосистемы

Q

quantity / величина фактор, который характеризуется значением, размерами или количеством

quantum / квант базовая единица электромагнитной энергии; характеризует волновые свойства электронов

quantum number / квантовое число число, указывающее определенные свойства электронов

quantum theory / квантовая теория раздел физики, посвященный изучению структуры и поведения атомов и субатомных частиц на основе предположения, что вся энергия передается очень малыми неделимыми пакетами

R

radian / радиан угловая величина дуги, длина которой равна радиусу окружности; радиан примерно равен 57,3°

radiation / излучение испускание и распространение энергии в форме электромагнитных волн; также перемещение субатомных частиц

radioactive decay / радиоактивный распад
расщепление нестабильного атомного ядра на один или более различных атомов или изотопов, сопровождающееся радиоактивным излучением, захватом ядром или отрывом от ядра электронов или делением ядра

radioactive nuclide / радиоактивный нуклид
нуклид, представляющий собой изотоп, который распадается и испускает излучение

radioactive tracer / радиоактивная метка
радиоактивный материал, введенный в вещество, так что его распределение может быть определено в последующем

radiometric dating / радиометрическое датирование метод определения абсолютного возраста объекта путем расчета относительного процентного соотношения радиоактивного (родительского) изотопа и стабильного (дочернего) изотопа

rare earth element / редкоземельный элемент любой элемент из группы природных металлов, обладающих подобными свойствами, которая содержит скандий, иттрий и 15 элементов, имеющих атомные номера с 57 по 71 (лантаноиды). Редкоземельные элементы широко применяются в электронике и других высокотехнологичных отраслях

rarefaction / растяжение участок продольной волны, в котором наблюдаются минимальные значения плотности и давления

rate law / уравнение скорости реакции
выражение, показывающее зависимость скорости образования продукта от концентрации всех веществ, участвующих в реакции, кроме растворителя

rate-determining step / стадия, определяющая скорость реакции
(в многостадийной химической реакции) стадия, проходящая с самой низкой скоростью, которая определяет общую скорость реакции

reactant / реагент вещество или молекула, которые участвуют в химической реакции

reaction mechanism / механизм реакции
способ осуществления химической реакции; представляется последовательностью химических уравнений

reaction rate / скорость реакции скорость, с которой проходит химическая реакция; определяется скоростью образования продукта реакции или скоростью расходования реагентов

reaction stoichiometry / стехиометрия реакции расчеты, касающиеся соотношения масс реагентов и продуктов химической реакции

real gas / реальный газ газ, который не ведет себя полностью как гипотетический идеальный газ вследствие взаимодействия между молекулами газа

real image / действительное изображение
изображение, сформированное в результате пересечения световых лучей; действительное изображение может быть спроецировано на экран

recessive / рецессивная аллель аллель, которая не проявляется, если в генотипе организма не присутствуют две копии этой аллели

recharge / подпитка объем воды, подаваемый в систему в пределах заданного интервала времени

reclamation / регенерация процесс преобразования или восстановления в надлежащее состояние, например, исходное природное состояние

recombinant DNA / рекомбинантная ДНК
ДНК, созданная методами генной инженерии, которая содержит гены более чем одного организма или вида

recrystallization / рекристаллизация процесс повторного образования кристаллов или кристаллической структуры

recycle / повторная переработка
повторное применение или осуществление определенного процесса; с целью извлечения ценных или полезных материалов из отходов или утиль-сырья, или для их повторного использования

reduced / восстановленное вещество
вещество, которое приобрело электроны, потеряло атом кислорода или приобрело атом водорода

reducing agent / восстанавливающий агент
вещество, которое способно восстановить другое вещество

reduction / восстановление химическое превращение, в результате которого вещество получает электроны посредством удаления кислорода, добавления водорода или добавления электронов

reduction potential / окислительно-восстановительный потенциал
потенциал, который снижается, когда положительный ион становится менее положительным или нейтральным, или когда нейтральный атом превращается в отрицательный ион

reflection / отражение возвращение электромагнитной волны от поверхности

reforestation / лесовосстановление посадка и выращивание деревьев на лесистой местности

refraction / рефракция искривление траектории фронта волны при ее прохождении через границу раздела двух сред, в которых скорость распространения волны отличается

relative age / относительный возраст
возраст объекта, определенный относительно возрастов других объектов

rem / бэр доза ионизирующего излучения, наносящая такой же ущерб человеческой ткани, как экспозиционная доза в 1 рентген от рентгеновского излучения источника высокого напряжения

renewable / возобновляемый термин, описывающий природный ресурс, который может быть восстановлен с той же скоростью, с которой он потребляется. Этот термин используется также для указания энергии, полученной из таких ресурсов

renewable resource / возобновляемый ресурс природный ресурс, который может быть восстановлен с той же скоростью, с которой он потребляется

replication / репликация процесс копирования ДНК

repulsive force / сила отталкивания сила, стремящаяся оттолкнуть тела друг от друга

reservoir / резервуар место или часть системы, в которой собирается или в которую собирают что-либо

resilience / жизнеспособность способность экосистемы восстанавливаться после возникновения нарушения

resistance / сопротивляемость (в биологии) способность организма противостоять химическим факторам или болезнетворным агентам; способность экосистемы противостоять изменениям, вызванным нарушениями; (в физике) противодействие прохождению электрического тока, которое оказывает определенный материал или устройство, называется сопротивлением

resolving power / разрешающая способность способность оптического прибора формировать отдельные изображения двух близкорасположенных объектов

resonance / резонанс связь в молекулах или ионах не может быть правильно представлена только структурой Льюиса; (в физике) явление, имеющее место при совпадении частоты воздействующей на систему силы с собственной частотой колебаний системы, в результате чего возникают колебания большой амплитуды

respiration / дыхание процесс, происходящий в клетках живых организмов и связанный с потреблением кислорода и выделением углекислого газа и воды как побочных продуктов, в результате которого химическая энергия молекул органического вещества преобразуется в пригодную для использования энергию

resultant / результирующий вектор вектор, представляющий сумму двух или более векторов

reversible reaction / обратимая реакция химическая реакция, в которой продукты реакции снова образуют исходные реагенты

ribosome / рибосома органелла, связывающая аминокислоты для образования белков

ridge push / отталкивание от хребта сползание под действием силы тяжести охлаждающейся горной породы по раздвигающимся литосферным плитам вблизи срединно-океанического хребта

rms current / действующее значение тока значение переменного тока, которое производит такой же тепловой эффект, как соответствующее значение постоянного тока

rock cycle / цикл горообразования серия процессов формирования горных пород, изменения типов горных пород, разрушения и повторного формирования в результате геологических процессов

roentgen / рентген единица экспозиционной дозы радиоактивного облучения рентгеновским или гамма-излучением, равная экспозиционной дозе излучения, при воздействии которой образуются $2{,}58 \times 10^{-4}$ ионов на килограмм воздуха при атмосферном давлении

rotational kinetic energy / кинетическая энергия вращательного движения энергия, которой обладает тело благодаря своему вращательному движению

S

S-wave / S-волна поперечная волна или волна сдвига; сейсмическая волна, под воздействием которой частицы горной породы перемещаются в поперечном направлении, перпендикулярном направлению распространения волны; S-волны являются сейсмическими волнами, скорость распространения которых меньше скорости распространения продольных волн и которые могут распространяться только в твердых телах

salt / соль ионное соединение, образующееся при замещении водорода кислоты атомом металла или положительно заряженным радикалом

saponification / сапонификация химическая реакция, при которой сложные эфиры жирных кислот взаимодействуют с сильным основанием с получением глицерина и соли жирной кислоты; этот процесс используется для производства мыла

saturated hydrocarbon / насыщенный углеводород органическое соединение, образованное только атомами углерода и водорода, соединенными одинарными связями

saturated solution / насыщенный раствор раствор, в котором при заданных условиях растворенное вещество не может далее растворяться

scalar / скаляр физическая величина, определяемая значением, но не имеющая направления

schematic diagram / принципиальная схема изображение схемы, в котором линии используются для представления проводников, а различные обозначения представляют компоненты схемы

scientific method / научный метод последовательность этапов, выполняемых с целью решения задач, которая включает сбор данных, формулировку гипотезы, проверку гипотезы и представление выводов

scientific notation / экспоненциальная запись способ представления значения в виде числа, умноженного на 10 в соответствующей степени

scintillation counter / сцинтилляционный счетчик прибор для обнаружения и измерения радиоактивного излучения, преобразующий световое излучение сцинтиллятора в электрический сигнал

secondary energy source / вторичный источник энергии источник энергии, полученной из первичных источников энергии; например, электроэнергия является вторичным источником энергии, произведенной с использованием первичных источников, таких как уголь и природный газ

sediment / осадки твердые частицы, например, фрагменты горных пород, образовавшиеся в результате выветривания, материалы органического происхождения или минералы, осажденные из раствора, которые транспортируются и отлагаются на земной поверхности или вблизи нее

sedimentary rock / осадочные горные породы горные породы, образовавшиеся в результате сжатия и цементирования слоев отложений

seismic wave / сейсмическая волна волна, переносящая энергию механических колебаний, которая распространяется сквозь толщу Земли во всех направлениях от очага землетрясения

seismogram / сейсмограмма запись колебаний почвы во время землетрясения, полученная при помощи сейсмографа

self-ionization of water / самоионизация воды процесс образования иона гидроксония и гидроксильного иона из двух молекул воды в результате передачи протона

semipermeable membrane / полупроницаемая мембрана мембрана, пропускающая только определенные молекулы

series / последовательное включение два или более компонентов схемы, образующих общую цепь прохождения тока

sex chromosome / аллохромосома одна из пары хромосом, которые определяют пол индивида

sex-linked gene / ген, сцепленный с полом ген, находящийся в половой хромосоме

sexual selection / половой отбор отбор, при котором определенные признаки повышают вероятность успешного спаривания; соответственно, эти признаки передаются потомкам

shielding / экран материал, поглощающий радиоактивное излучение, который используется для уменьшения утечки излучения из ядерных реакторов

SI / СИ международная система единиц (фр. Système International d'Unités); система единиц измерения, принятая во всем мире

significant figure / значащая цифра заданный десятичный разряд, определяющий величину округления, выполняемого на основании точности измерения

silicate / силикат минерал, содержащий комбинацию кремния и кислорода, который может также включать один или несколько металлов

simple harmonic motion / простое гармоническое движение колебание вокруг положения равновесия, при котором сила, возвращающая в положение равновесия, пропорциональна смещению от положения равновесия

single bond / одинарная связь ковалентная связь, при которой два атома совместно обладают одной парой электронов

single-displacement reaction / реакция одинарного замещения реакция, при которой один элемент или радикал замещает другой элемент или радикал в соединении

sinkhole / карстовая воронка круговая впадина, образовавшаяся в результате растворения горных пород, заполнения вышележащими осаждениями существующей полости или обрушения кровли подземной пещеры или выработки

slab pull / субдукционное затягивание затягивание плиты на границе зоны субдукции в результате действия на пододвигаемую тектоническую плиту веса опускающегося края плиты

smog / смог туман, образующийся под воздействием солнечного света в результате загрязнения воздуха, обусловленного газами, выделяющимися при сжигании ископаемого топлива

soil / почва рыхлая смесь фрагментов горной породы и материала органического происхождения, способствующая росту растительности

soil erosion / эрозия почвы процесс разрыхления, растворения или выветривания материалов на поверхности Земли и переноса с одного места на другое под воздействием природных факторов, таких как ветер, вода, лед или сила тяжести

solar wind / солнечный ветер поток ионизированных частиц, истекающих с высокой скоростью в основном из солнечной короны

solenoid / соленоид длинная катушка со спиральной намоткой изолированного провода

solid / твердое тело состояние вещества, в котором оно имеет фиксированный объем и форму

solubility / растворимость способность одного вещества растворяться в другом веществе при заданных температуре и давлении; выражается количеством вещества, требуемым для получения насыщенного раствора при растворении в заданном количестве растворителя

solubility product constant / постоянное произведение растворимости равновесная постоянная твердого вещества в состоянии равновесия между веществом и находящимися в растворе ионами этого вещества

soluble / растворимый способный растворяться в конкретном растворителе

solute / растворенное вещество (в растворе) вещество, которое растворяется в растворителе

solution / раствор однородная смесь двух или более веществ, равномерно распределенных в одной фазе

solution equilibrium / равновесное состояние раствора физическое состояние, в котором противоположные процессы растворения и кристаллизации растворенного вещества проходят с одинаковой скоростью

solvated / сольватированная молекула молекула растворенного вещества, окруженная молекулами растворителя

solvent / растворитель (в растворе) вещество, в котором растворяется другое вещество (растворенное вещество)

somatic cell / соматические клетки клетки, составляющие все ткани и органы тела, за исключением гамет

speciation / видообразование возникновение двух или более видов от одного родоначального вида

species / вид группа организмов, настолько сходных друг с другом, что они могут спариваться и производить способное к размножению потомство

specific heat capacity / удельная теплоемкость количество теплоты, которое необходимо определенным способом передать единичной массе однородного вещества для повышения его температуры на 1 K или 1 °C при постоянных давлении и объеме

spectator ions / ионы-наблюдатели ионы, присутствующие в растворе, в котором происходит реакция, но не участвующие в реакции

spectrum / спектр распределение видимого или зарегистрированного излучения, составляющие которого разделены по частотам аналогично структуре, полученной при пропускании света через призму

spin quantum number / спиновое квантовое число квантовое число, определяющее собственный угловой момент частицы

spring constant / коэффициент упругости энергия, высвобождаемая, когда деформированное упругое тело возвращается в свою исходную форму

stabilizing selection / стабилизирующий отбор форма естественного отбора, при которой условия благоприятствуют промежуточным фенотипам, а не обоим крайним вариантам фенотипов

standard electrode potential / стандартный электродный потенциал потенциал, возникший на границе металла или другого материала, погруженного в раствор электролита, относительно потенциала водородного электрода, который принят равным нулю

standard solution / эталонный раствор раствор, имеющий известную концентрацию, выраженную количеством растворенного вещества в заданном количестве растворителя или раствора

standard temperature and pressure / нормальные температура и давление (для газа) температура 0 °C и давление 1,00 атм

standing wave / стоячая волна структура волны, возникающая при распространении в противоположных направлениях и интерференции двух волн одинаковой частоты, длины волны и амплитуды

static friction / трение покоя сила, препятствующая возникновению скольжения между двумя соприкасающимися поверхностями, находящимися в состоянии покоя

stem cell / стволовая клетка клетка, которая может продолжать делиться длительное время, оставаясь недифференцированной

stimulus / стимул (мн. ч. стимулы) фактор, вызывающий физиологическую реакцию

stoichiometry / стехиометрия количественные соотношения между двумя или более веществами в процессе химической реакции

stratosphere / стратосфера слой атмосферы, расположенный между тропосферой и мезосферой, в котором по мере увеличения высоты повышается температура; содержит озоновый слой

stress / напряжение сила, действующая на единицу площади внутри тела; внутреннее сопротивление тела воздействию приложенной силы

strong acid / сильная кислота кислота, которая полностью диссоциирует на ионы в растворителе

strong electrolyte / сильный электролит соединение, которое полностью или почти полностью диссоциирует в водном растворе, например, растворимая минеральная соль

strong force / сильное взаимодействие взаимодействие, связывающее нуклоны в ядре

structural formula / структурная формула формула, показывающая расположение атомов, групп атомов или ионов друг относительно друга в молекуле, а также количество и расположение химических связей

structural isomers / структурные изомеры два или более соединений, имеющих одинаковое количество и типы атомов, а также одинаковую молекулярную массу, но отличающиеся порядком связывания атомов

РУССКИЙ

subduction / субдукция процесс, происходящий в области сходящейся границы, когда океаническая плита пододвигается под другую надвигающуюся плиту

sublimation / сублимация процесс непосредственного перехода твердого вещества в газообразную форму (иногда обратный процесс (десублимация) называют сублимацией)

subsidence / проседание опускание или образование пустот в определенной области грунта вследствие геологических процессов

substitution reaction / реакция замещения реакция, при которой один или более атомов замещают другой атом или группу атомов в молекуле

sunspot / солнечное пятно темная область на фотосфере Солнца, температура которой ниже температуры окружающих участков и которая характеризуется сильным магнитным полем

superconductor / сверхпроводник материал, имеющий электрическое сопротивление, равное нулю при определенной критической температуре, которая отличается для различных материалов

supercontinent / суперконтинент гипотетический континентальный массив, охватывающий большую часть континентальной коры Земли; согласно теории тектоники плит суперконтиненты возникают и разрушаются

supercooled liquid / переохлажденная жидкость жидкость, охлажденная до температуры ниже нормальной температуры замерзания без перехода в твердую форму

supernova / сверхновая звезда явление, сопровождающееся выбросом энергии, которое происходит после коллапса железного ядра массивной звезды; при этом образуются элементы с атомной массой, превышающей атомную массу железа

supersaturated solution / перенасыщенный раствор раствор, содержащий большее количество растворенного вещества, чем требуется для достижения равновесия при заданной температуре

surface process / поверхностный процесс процесс, влияющий на геосферу на поверхности или вблизи поверхности Земли и обусловленный в основном внешними факторами, например, выветриванием и эрозией

surface tension / поверхностное натяжение сила, действующая на поверхности жидкости, которая стремится минимизировать площадь поверхности

survivorship / выживаемость вероятность выживания до определенного возраста

survivorship curve / кривая выживаемости график, показывающий изменение во времени количества выживших особей каждой возрастной группы популяции

suspension / суспензия смесь, в которой частицы вещества распределены в жидкости или газе более или менее равномерно

sustainability / устойчивость условие удовлетворения потребностей человека таким образом, чтобы человеческая популяция могла выживать неограниченно длительное время

sustainable / устойчивый способный к продолжению или продлению

sustainable development / устойчивое развитие практика использования природных ресурсов со скоростью, не превышающей скорость их возобновления

symbiosis / симбиоз экологические взаимоотношения особей, как минимум, двух различных видов, живущих в непосредственном контакте друг с другом

synthesis reaction / реакция синтеза реакция объединения двух или более веществ с образованием нового соединения

system / система совокупность частиц или взаимодействующих компонентов, которые для целей исследования рассматриваются как отдельный физический объект

Т

tangential acceleration / тангенциальное ускорение ускорение тела, направленное по касательной к его траектории кругового движения

tangential speed / тангенциальная скорость скорость тела, направленная по касательной к его траектории кругового движения

tar sand / битуминозный песок песок или песчаник, содержащий нефть, из которой выделились летучие вещества и сохранились остатки углеводородов (битум)

technology / технология применение науки в практических целях; использование инструментов, машин, материалов и процессов для удовлетворения нужд людей

tectonic plate / тектоническая плита часть литосферы, включающая в себя земную кору и твердую верхнюю часть мантии

temperature / температура мера степени нагрева (или охлаждения) тела; точнее мера средней кинетической энергии частиц тела

test cross / анализирующее скрещивание скрещивание между организмом, имеющим неизвестный генотип, и организмом с рецессивным фенотипом

theoretical yield / теоретический выход максимальное количество продукта, которое может быть получено при использовании заданного количества реагента

theory / теория объяснение некоторого явления на основе наблюдения, проведения экспериментов и логических рассуждений

thermal energy / тепловая энергия полная кинетическая энергия частиц вещества

thermal equilibrium / тепловое равновесие состояние, в котором два тела, соприкасающиеся друг с другом, имеют одинаковые температуры и не обмениваются тепловой энергией

thermochemical equation / термохимическое уравнение уравнение, в котором указана величина тепловой энергии, выделяющейся или поглощаемой во время реакции

thermochemistry / химическая термодинамика раздел химии, посвященный изучению изменений энергетических характеристик, сопровождающих химические реакции и изменения состояния

thermodynamics / термодинамика раздел науки, посвященный изучению изменений энергетических характеристик, сопровождающих химические превращения и изменения физических свойств

thermosphere / термосфера самый верхний слой атмосферы, в котором температура повышается по мере повышения высоты; включает ионосферу

tidal energy / энергия приливов и отливов энергия, произведенная в результате гравитационного притяжения земных океанов Солнцем и Луной

till / тилль несортированный материал горных пород, непосредственно отложенный при таянии ледника

timbre / тембр музыкальное качество тона, обусловленное комбинацией гармоник, имеющих различную амплитуду

tissue / ткань группа клеток, которые совместно функционируют, выполняя подобные функции

titration / титрование способ определения концентрации вещества в растворе посредством добавления раствора, имеющего известный объем и концентрацию, до завершения реакции, которое обычно указывается изменением цвета

topography / топография размеры и форма особенностей земной поверхности региона, включая рельеф местности

torque / крутящий момент мера способности определенной силы вращать тело вокруг некоторой оси

total internal reflection / полное внутреннее отражение полное отражение, происходящее в веществе, когда угол падения света на поверхность раздела сред меньше определенного критического угла

tradeoff / компромисс отказ от одного элемента с получением взамен другого; часто применяется в процессе технического проектирования

trait / признак унаследованная характеристика

transcription / транскрипция процесс копирования последовательности нуклеотидов ДНК для образования комплементарной цепи мРНК

transcription factor / фактор транскрипции фермент, требуемый для начала и (или) продолжения транскрипции гена

transform boundary / трансформная граница граница между тектоническими плитами, которые скользят друг возле друга в горизонтальном направлении

transformer / трансформатор устройство, которое повышает или понижает напряжение переменного тока

transgenic / трансгенный организм организм, геном которого изменен посредством введения одного или нескольких генов другого организма или вида

transistor / транзистор полупроводниковое устройство, обеспечивающее усиление тока, которое используется в усилителях, генераторах и полупроводниковых ключах

transition element / переходной элемент один из металлов, у которых перед заполнением внешней оболочки для образования связи может заполняться внутренняя оболочка

transition interval / интервал перехода диапазон концентрации, в котором наблюдается изменение химического индикатора

translation / трансляция процесс декодирования мРНК и синтеза белка

transmutation / трансмутация превращение атомов одного элемента в атомы другого элемента в результате ядерной реакции

transuranium element / трансурановый элемент синтезированный элемент, атомный номер которого больше атомного номера урана (атомный номер 92)

transverse wave / поперечная волна волна, в которой колебания частиц среды происходят перпендикулярно направлению движения волны

triple point / тройная точка температура и давление, при которых твердая, жидкая и газовая фазы вещества существуют одновременно и находятся в равновесном состоянии

troposphere / тропосфера самый нижний слой атмосферы, в котором температура равномерно понижается по мере увеличения высоты; часть атмосферы, влияющая на погодные условия

triprotic acid / трехосновная кислота кислота, в каждой молекуле которой содержатся три иона водорода, например, фосфорная кислота

trough / минимум самая низкая точка от равновесного положения

U

ultraviolet catastrophe / ультрафиолетовая катастрофа несостоятельное утверждение классической физики, касающееся того, что количество энергии, излучаемой абсолютно черным телом на очень коротких длинах волн, является очень высоким, а суммарная излучаемая энергия бесконечна

Multilingual Science Glossary

© Houghton Mifflin Harcourt Publishing Company

uncertainty principle / принцип неопределенности принцип, устанавливающий, что невозможно одновременно определить положение и скорость частицы с бесконечной точностью

unified atomic mass unit / атомная единица массы единица массы, предназначенная для измерения массы атома или молекулы; точно равна 1/12 массы атома углерода, имеющего массовое число 12 (обозначение: а.е.м.)

uniformitarianism / униформитарианизм теория, утверждающая, что геологические процессы, формирующие облик Земли, не изменяются со временем

unit cell / элементарная ячейка минимальная часть кристаллической решетки, представляющая трехмерную структуру всей решетки

unsaturated hydrocarbon / ненасыщенный углеводород углеводород, имеющий валентные связи, способные легко присоединять водород, обычно двойные или тройные связи между атомами углерода

unsaturated solution / ненасыщенный раствор раствор, содержащий меньше растворенного вещества, чем содержится в насыщенном растворе, и обеспечивающий возможность растворения дополнительного количества вещества

uplift / подъем повышение; действие, процесс или результат повышения или подъема; поднятие

V

valence electron / валентный электрон электрон, находящийся на самой внешней оболочке атома, который определяет химические свойства атома

vaporization / испарение процесс преобразования жидкости или твердого вещества в газ

vector / вектор физическая величина, определяемая значением и направлением

velocity / вектор скорости скорость тела в определенном направлении

vestigial structure / рудимент остатки органа или структуры, которые функционировали у жившего ранее предка

virtual image / мнимое изображение изображение, формирующие которое лучи расходятся и фактически не фокусируются в данной точке; виртуальное изображение не может быть спроецировано на экран

volatile / летучее вещество вещество, которое легко испаряется при нормальных температуре и давлении; вещество, обладающее свойством летучести

volcano / вулкан кратер или трещина в земной поверхности, через которую выбрасывается магма и газы

voltage / напряжение величина, равная работе, совершаемой при переносе единичного электрического заряда между двумя точками; выражается в вольтах

voltaic cell / гальванический элемент первичный элемент, содержащий два электрода, выполненные из различных металлов, которые погружены в электролит; используется для получения электрического напряжения

volume / объем мера размеров тела или области трехмерного пространства

VSEPR theory (valence shell electron pair repulsion theory) / теория отталкивания электронных пар валентной оболочки (ОЭПВО) теория, прогнозирующая форму некоторых молекул на основании утверждения, что пары валентных электронов, окружающие атом, отталкиваются друг от друга

W

wastewater / сточная вода вода, содержащая бытовые и промышленные стоки

watershed / речной бассейн территория, с которой вода стекает в речную систему

wavelength / длина волны расстояние между двумя аналогичными точками смежных волн, например, между максимумами или между минимумами

weak acid / слабая кислота кислота, которая в водном растворе высвобождает мало ионов водорода

weak electrolyte / слабый электролит соединение, которое в водном растворе лишь частично диссоциирует на ионы

weak force / слабое взаимодействие сила, обусловленная взаимодействием определенных субатомных частиц

weather / погода кратковременное состояние атмосферы, включая температуру, влажность, осадки, ветер и видимость

weathering / выветривание естественный процесс разрушения и распада горных пород под воздействием факторов атмосферы и окружающей среды, таких как ветер, дождь и изменения температуры

weight / вес мера силы тяжести, воздействующей на тело; величина веса может изменяться в зависимости от положения тела во Вселенной

word equation / словесное уравнение уравнение, в котором реагенты и продукты химической реакции представлены словами

work / работа передача телу энергии посредством приложения силы, приводящей к изменению параметров движения тела в направлении действия силы; произведение величины составляющей силы в направлении перемещения и величины перемещения

work function / работа выхода минимальная энергия, необходимая для удаления электрона из атома металла

work–kinetic energy theorem / теорема о кинетической энергии системы полезная работа, выполненная всеми силами, действующими на тело, равна изменению кинетической энергии тела

Multilingual Science Glossary

Glossário Multilíngue de Ciências

Este glossário é uma lista em ordem alfabética de termos importantes acompanhados de seu significado, no contexto em que são usados nos Programas de Ciências da HMH. Este glossário está disponível nos seguintes idiomas: inglês, espanhol, vietnamita, filipino/tagalo, chinês simplificado (para falantes de mandarim e cantonês), árabe, hmong, coreano, panjabi, russo, crioulo haitiano e português brasileiro.

A

abiotic factor / fator abiótico fator inerte em um ecossistema, como umidade, temperatura, vento, luz solar, solo e minerais

absolute zero / zero absoluto a temperatura na qual todos os movimentos moleculares cessam (0 °K na escala Kelvin ou -273.16 °C na escala Celsius)

absorption spectrum / espectro de absorção um diagrama ou gráfico que indica os comprimentos de onda da energia radiante que uma substância absorve

abrasion / abrasão a fricção e desgaste de superfícies rochosas através de ação mecânica de outras partículas rochosas ou arenosas

absolute age / idade absoluta a idade numérica de um objeto ou evento, muitas vezes declarada em anos antes do presente, conforme estabelecido por um processo de datação absoluta, como a datação radiométrica

acceleration / aceleração a taxa na qual a velocidade muda com o tempo; um objeto acelera se sua velocidade, direção ou ambos mudarem

accretion / acreção o processo de crescimento ou aumento de tamanho que ocorre por adição, fusão ou inclusão externa gradual

accuracy / precisão uma descrição de quão próxima uma medida encontra-se do valor verdadeiro da quantidade medida

acid / ácido qualquer composto que aumente o número de íons hidrônio quando dissolvido em água

acid-base indicator / indicador ácido-base uma substância que muda de cor dependendo do pH da solução da substância

acid ionization constant / constante de ionização ácida uma constante de equilíbrio para a dissociação de um ácido a uma temperatura específica; denotado pelo termo K_a

acid precipitation / precipitação ácida chuva, granizo ou neve que contém uma alta concentração de ácidos

actinide / actinídeo um dos elementos da série dos actinídeos, com números atômicos de 89 (actínio, Ac) a 103 (laurêncio, Lr)

activated complex / complexo ativado uma molécula em um estado instável intermediário aos reagentes e produtos na reação química

activation energy / energia de ativação a quantidade mínima de energia necessária para iniciar uma reação química

active margin / margem ativa uma margem continental na qual uma placa oceânica está entrando sob uma placa continental; caracterizado pela presença de uma plataforma continental estreita e uma fossa marinha profunda

activity series / série de atividades uma série de elementos que possuem propriedades semelhantes e que são organizadas em ordem decrescente de atividade química; exemplos de séries de atividades incluem metais e halógenos

actual yield / rendimento real a quantidade medida de um produto de uma reação

adaptation / adaptação traço herdado que é selecionado ao longo do tempo porque permite que os organismos sobrevivam melhor em seu ambiente

addition reaction / reação de adição uma reação na qual um átomo ou molécula é adicionado a uma molécula insaturada

PORTUGUÊS

adenosine diphosphate (ADP) / difosfato de adenosina (ADP) uma molécula orgânica que está envolvida no metabolismo energético; composta por uma base nitrogenada, um açúcar e dois grupos de fosfato

adenosine triphosphate (ATP) / trifosfato de adenosina (ATP) uma molécula orgânica que atua como a principal fonte de energia para processos celulares; composta de uma base nitrogenada, um açúcar e três grupos de fosfato

adiabatic process / processo adiabático um processo termodinâmico no qual nenhuma energia é transferida para ou do sistema como calor

aerobic / aeróbico um processo que requer oxigênio para ocorrer

air mass / massa de ar um grande volume de ar no qual a temperatura e o teor de umidade são semelhantes

albedo / albedo a fração de radiação refletida na superfície de um objeto

alcohol / álcool um composto orgânico que contém um ou mais grupos hidroxila ligados a átomos de carbono

aldehyde / aldeído um composto orgânico que contém o grupo carbonila —CHO

alkali metal / metal alcalino um dos elementos do Grupo 1 da tabela periódica (lítio, sódio, potássio, rubídio, césio e frâncio)

alkaline-earth metal / metal alcalino-terroso um dos elementos do Grupo 2 da tabela periódica (berílio, magnésio, cálcio, estrôncio, bário e rádio)

alkane / alcano um hidrocarboneto caracterizado por uma cadeia de carbono linear ou ramificada que contém apenas ligações simples

alkene / alceno um hidrocarboneto que contém uma ou mais ligações duplas

alkyl group / grupo alquil um grupo de átomos que se forma quando um átomo de hidrogênio é removido de uma molécula de alcano

alkyl halide / halogeneto de alquilo um composto formado a partir de um grupo alquila e um halogênio (flúor, cloro, bromo ou iodo)

alkyne / alcino um hidrocarboneto que contém uma ou mais ligações triplas

allele / alelo qualquer uma das formas alternativas de um gene que ocorre em um local específico em um cromossomo

allele frequency / frequência de alelo proporção no pool genético de um alelo comparado a todos os alelos para esse traço

alloy / liga uma mistura sólida ou líquida de dois ou mais metais, de um metal e não metal, ou de um metal e metaloide; tem propriedades que são aprimoradas em comparação com os componentes individuais ou propriedades que não estão presentes nos componentes originais

alluvial fan / leque aluvial uma massa em forma de leque de material rochoso depositada por um riacho quando a inclinação da terra diminui acentuadamente; por exemplo, os leques aluviais se formam quando os riachos fluem de montanhas para terras planas

alpha particle / partícula alfa um átomo carregado positivamente que é liberado na desintegração de elementos radioativos e que consiste em dois prótons e dois nêutrons

alternating current / corrente alternada uma corrente elétrica que muda de direção em intervalos regulares (abreviatura, CA ou AC do inglês)

altruism / altruísmo comportamento em que um animal que pode ser danoso a si próprio para ajudar os outros membros do seu grupo social

amine / amina um composto orgânico que pode ser considerado um derivado da amônia

amino acid / aminoácido molécula que compõe proteínas; composto de carbono, hidrogênio, oxigênio, nitrogênio e às vezes enxofre

amorphous solid / sólido amorfo um sólido no qual as partículas não são organizadas com periodicidade ou ordem

amphoteric / anfotérico descreve uma substância, como a água, que tem as propriedades de um ácido e também de uma base

amplitude / amplitude a distância máxima que as partículas do meio de uma onda vibram a partir de sua posição de repouso

anabolism / anabolismo a síntese metabólica de proteínas, gorduras e outras grandes biomoléculas de moléculas menores; requer energia na forma de ATP

anaerobic process / processo anaeróbico um processo que não requer oxigênio

analogous structure / estrutura análoga parte do corpo que é semelhante em função, mas estruturalmente diferente de uma parte do corpo de outro organismo

angiosperm / angiosperma uma planta que produz sementes dentro de uma fruta; uma planta com flores

angle of incidence / ângulo de incidência o ângulo entre um raio que atinge uma superfície e a linha perpendicular a essa superfície no ponto de contato

angle of reflection / ângulo de reflexão o ângulo formado pela linha perpendicular a uma superfície e a direção na qual um raio refletido se move

angular acceleration / aceleração angular a taxa de tempo de mudança de velocidade angular, geralmente expressa em radianos por segundo

angular displacement / deslocamento angular o ângulo através do qual um ponto, linha ou corpo é girado em uma direção especificada e em torno de um eixo especificado

angular momentum / momento angular para um objeto em rotação, o produto do momento de inércia e velocidade angular do objeto em torno do mesmo eixo

angular velocity / velocidade angular a taxa na qual um corpo gira em torno de um eixo, geralmente expresso em radianos por segundo

anion / ânion um íon que tem uma carga negativa

anode / ânodo o eletrodo em cuja superfície ocorre a oxidação; ânions migram em direção ao ânodo, e os elétrons deixam o sistema do ânodo

anthroposphere / antroposfera a parte da Terra que foi construída ou modificada pelos humanos; às vezes considerada uma das esferas do sistema terrestre

antinode / antinodo um ponto em uma onda estacionária, no meio entre dois nós, no qual ocorre o maior deslocamento

apoptosis / apoptose morte celular programada

aquifer / aquífero um corpo de rocha ou sedimento que armazena águas subterrâneas e permite o fluxo de águas subterrâneas

aromatic hydrocarbon / hidrocarboneto aromático um membro da classe dos hidrocarbonetos (dos quais o benzeno é o primeiro membro) que consiste em anéis de átomos de carbono conjugados cíclicos e que é caracterizado por grandes energias de ressonância

array / matriz um arranjo de itens ou valores em linhas e colunas, uma matriz

Arrhenius acid / ácido de Arrhenius uma substância que aumenta a concentração de íons hidrônio em solução aquosa

Arrhenius base / base de Arrhenius uma substância que aumenta a concentração de íons hidróxido em solução aquosa

artificial selection / seleção artificial processo pelo qual os humanos modificam uma espécie, criando-a com certas características

artificial transmutation / transmutação artificial a transformação de átomos de um elemento em átomos de outro elemento como resultado de uma reação nuclear, como o bombardeamento com nêutrons

asthenosphere / astenosfera a camada sólida e plástica do manto sob a litosfera; composta de um manto de rochas que flui muito lentamente, o que permite que as placas tectônicas se movam sobre ele

atmosphere / atmosfera uma mistura de gases e partículas que envolve um planeta, lua ou outro corpo celeste; uma das quatro principais esferas do sistema terrestre

atmosphere of pressure / atmosfera de pressão a pressão da atmosfera da Terra ao nível do mar; equivalente a 760 mm Hg, exatamente

atom / átomo a menor unidade de um elemento que conserva as propriedades do elemento; a menor unidade básica da matéria

atomic number / número atômico o número de prótons no núcleo de um átomo; o número atômico é o mesmo para todos os átomos de um elemento

atomic radius / raio atômico metade da distância entre o centro de átomos idênticos que estão ligados entre si

ATP; adenosine triphosphate / trifosfato de adenosina (ATP) molécula de alta energia que contém dentro de sua energia ligações que as células podem usar

attractive force / força atrativa força que tende a atrair objetos

Aufbau principle / princípio Aufbau o princípio que afirma que a estrutura de cada elemento sucessivo é obtida pela adição de um próton ao núcleo do átomo e um elétron ao orbital de menor energia disponível

autosome / autossomo cromossomo que não é um cromossomo sexual; em humanos, os cromossomos numerados de 1 a 22

autotroph / autotrófico um organismo que produz seus próprios nutrientes a partir de substâncias inorgânicas ou do meio ambiente, em vez de consumir outros organismos

average atomic mass / massa atômica média a média ponderada das massas de todos os isótopos naturais de um elemento

average velocity / velocidade média o deslocamento total dividido pelo intervalo de tempo durante o qual ocorreu o deslocamento

Avogadro's law / lei de Avogadro a lei que afirma que volumes iguais de gases na mesma temperatura e pressão contêm números iguais de moléculas

Avogadro's number / Número de Avogadro $6,02 \times 10^{23}$, o número de átomos ou moléculas em 1 mol

axis / eixo uma linha reta imaginária à qual partes de uma estrutura ou corpo podem ser atribuídas

B

back emf / força eletromotriz inversa a força eletromotriz (FEM) induzida na bobina de um motor que tende a reduzir a corrente na bobina do motor

barometer / barômetro um instrumento que mede a pressão atmosférica

base / base qualquer composto que aumente o número de íons de hidróxido quando dissolvido em água

beat / ritmo a variação periódica na amplitude de uma onda que é a superposição de duas ondas de frequências ligeiramente diferentes

benzene / benzeno o mais simples hidrocarboneto aromático

beta particle / partícula beta um elétron carregado emitido durante certos tipos de decaimento radioativo, como o decaimento beta

big bang theory / teoria do big bang a teoria de que toda a matéria e energia no universo foi comprimida em um volume extremamente denso que 13,8 bilhões de anos atrás repentinamente se expandiu em todas as direções

binary acid / ácido binário um ácido que contém apenas dois elementos diferentes: hidrogênio e um dos elementos mais eletronegativos

binary compound / composto binário um composto formado por dois elementos diferentes

binary fission / fissão binária reprodução assexuada em que uma célula se divide em duas partes iguais

binding energy / energia de ligação a energia liberada quando os núcleons não ligados se unem para formar um núcleo estável, que é equivalente à energia necessária para separar o núcleo em núcleos individuais

biodiversity / biodiversidade a variedade de organismos em uma determinada área, a variação genética dentro de uma população, a variedade de espécies em uma comunidade ou a variedade de comunidades em um ecossistema

bioengineering / bioengenharia a aplicação dos conceitos de engenharia aos seres vivos

biogeochemical cycle / ciclo biogeoquímico movimento de uma substância química através das partes biológica e geológica, ou viva e não-viva, de um ecossistema

bioinformatics / bioinformática uso de bancos de dados de computador para organizar e analisar dados biológicos

biomagnification / biomagnificação condição na qual substâncias tóxicas se tornam mais concentradas em tecidos de organismos mais altos na cadeia alimentar do que em tecidos de organismos mais baixos na cadeia alimentar

biomass / biomassa massa seca total de todos os organismos em uma determinada área

biomass pyramid / pirâmide de biomassa um diagrama que compara a biomassa de diferentes níveis tróficos dentro de um ecossistema

biome / bioma comunidade regional ou global de organismos caracterizada pelas condições climáticas e comunidades de plantas que crescem lá

biosphere / biosfera a parte da Terra onde a vida existe; inclui todos os organismos vivos na Terra; uma das quatro principais esferas do sistema terrestre

biotechnology / biotecnologia a utilização e aplicação de seres vivos e processos biológicos

biotic factor / fator biótico uma coisa viva, como uma planta, um animal, um fungo ou uma bactéria

blackbody / corpo negro um absorvedor perfeito que emite radiação com base apenas em sua temperatura

blackbody radiation / radiação de corpo negro a radiação emitida por um corpo negro, que é um radiador e absorvedor perfeito e emite radiação com base apenas em sua temperatura

boiling / ebulição a conversão de um líquido em vapor dentro do líquido, bem como na superfície do líquido a uma temperatura e pressão específicas; ocorre quando a pressão de vapor do líquido é igual à pressão atmosférica

boiling point / ponto de ebulição a temperatura e a pressão em que um líquido e um gás estão em equilíbrio

boiling-point elevation / elevação do ponto de ebulição A diferença entre o ponto de ebulição de um líquido no estado puro e o ponto de ebulição do líquido em solução; o aumento depende do número de partículas de soluto presentes

bond energy / energia de ligação a energia necessária para quebrar uma ligação química e formar átomos isolados neutros

bottleneck effect / efeito gargalo derivação genética que resulta de um evento que reduz drasticamente o tamanho de uma população

Boyle's law / lei de Boyle a lei que afirma que, para uma quantidade fixa de gás a uma temperatura constante, o volume do gás aumenta à medida que a pressão do gás diminui e o volume do gás diminui à medida que a pressão do gás aumenta

Brønsted-Lowry acid / ácido de Brønsted-Lowry uma substância que doa um próton a outra substância

PORTUGUÊS

Brønsted-Lowry acid-base reaction / reação ácido-base de Brønsted-Lowry a transferência de prótons de um reagente (o ácido) para outro (a base)

Brønsted-Lowry base / base de Brønsted-Lowry uma substância que aceita um próton

buffer / tampão uma solução que pode resistir a mudanças no pH quando um ácido ou uma base é adicionado a ela

buoyant force / força de empuxo a força para cima exercida por um líquido sobre um objeto imerso em ou flutuando no líquido

C

calorie / caloria a quantidade de energia necessária para elevar a temperatura de 1 g de água a 1 °C; a caloria usada para indicar o conteúdo energético dos alimentos é uma quilocaloria

calorimeter / calorímetro um dispositivo usado para medir a energia como calor absorvido ou liberado em uma mudança química ou física

calorimetry / calorimetria um procedimento experimental usado para medir a energia transferida de uma substância para outra como calor

capacitance / capacitância a capacidade de um condutor armazenar energia na forma de cargas elétricas separadas

capillary action / ação capilar a atração da superfície de um líquido para a superfície de um sólido, o que faz com que o líquido suba ou desça

carbohydrate / carboidrato qualquer composto orgânico que é feito de carbono, hidrogênio e oxigênio e que fornece nutrientes para as células dos seres vivos

carbon cycle / ciclo de carbono o movimento de carbono do ambiente não-vivo para coisas vivas e vice-versa

carboxylic acid / ácido carboxílico um ácido orgânico que contém o grupo funcional carboxila

carrying capacity / capacidade de carga a maior população que um ambiente pode suportar a qualquer momento

catabolism / catabolismo a decomposição química de substâncias biológicas complexas, como carboidratos, proteínas e glicogênio, acompanhadas da liberação de energia

catalysis / catálise a aceleração de uma reação química por um catalisador

catalyst / catalisador uma substância que altera a taxa de uma reação química sem ser consumida ou alterada significativamente

catenation / catenação a ligação de um elemento a si mesmo para formar correntes ou anéis

cathode / cátodo o eletrodo em cuja superfície a redução ocorre

cathode ray / raio catódico elétrons emitidos a partir do cátodo de um tubo de descarga elétrica

cation / cátion um íon que tem uma carga positiva

cell / célula em biologia, a menor unidade que pode realizar todos os processos da vida; as células são cobertas por uma membrana e contêm DNA e citoplasma

cell cycle / ciclo de célula padrão de crescimento, replicação do DNA e divisão celular que ocorre em uma célula

cell differentiation / diferenciação celular processos pelos quais células não especializadas se desenvolvem em sua forma madura e função

cell membrane / membrana celular camada dupla de fosfolipídios que forma um limite entre uma célula e o ambiente circundante e controla a passagem de materiais para dentro e para fora de uma célula

cell theory / teoria celular teoria que afirma que todos os organismos são feitos de células, todas as células são produzidas por outras células vivas, e a célula é a unidade mais básica da vida

cellular respiration / respiração celular
processo de produção de ATP por
decomposição de moléculas à base de
carbono quando o oxigênio está presente

Cenozoic Era / Era Cenozóica a atual era
geológica, que começou há 65,5 milhões
de anos; também chamado de Idade dos
Mamíferos

center of mass / centro de massa o ponto em
um corpo no qual toda a massa do corpo pode
ser considerada concentrada ao analisar o
movimento translacional

**centripetal acceleration / aceleração
centrípeta** a aceleração em direção do centro
de um caminho circular

chain reaction / reação em cadeia uma série
contínua de reações de fissão nuclear

change of state / mudança de estado a
mudança de uma substância de um estado
físico para outro

Charles's law / lei de Charles a lei que afirma
que, para uma quantidade fixa de gás a uma
pressão constante, o volume do gás aumenta
à medida que a temperatura do gás aumenta
e o volume do gás diminui à medida que a
temperatura do gás diminui

chemical / substância química qualquer
substância que tenha uma composição
definida

chemical bond / ligação química a força de
atração que mantém átomos ou subunidades
de átomos unidos

chemical change / mudança química uma
mudança que ocorre quando uma ou mais
substâncias se transformam em substâncias
inteiramente novas com propriedades
diferentes

chemical equation / equação química uma
representação de uma reação química que
usa símbolos para mostrar a relação entre os
reagentes e os produtos

chemical equilibrium / equilíbrio químico um
estado de equilíbrio no qual a taxa de uma
reação direta é igual à taxa da reação inversa
e as concentrações de produtos e reagentes
permanecem inalteradas

chemical formula / fórmula química uma
combinação de símbolos e números químicos
que representam uma substância

chemical kinetics / cinética química a área da
química que é o estudo das taxas de reação e
mecanismos de reação

chemical property / propriedade química uma
propriedade da matéria que descreve a
capacidade de uma substância de participar
de reações químicas

chemical reaction / reação química o processo
pelo qual uma ou mais substâncias se alteram
para produzir uma ou mais substâncias
diferentes

**chemical sedimentary rock / rocha sedimentar
química** rocha sedimentar que se forma
quando os minerais precipitam de uma
solução ou se estabelecem a partir de uma
suspensão

chemistry / química o estudo científico da
composição, estrutura e propriedades da
matéria e as mudanças que importam sofrem

chloroplast / cloroplasto organela composta de
numerosas membranas que são usadas para
converter energia solar em energia química;
contém clorofila

chromatic aberration / aberração cromática o
foco de diferentes cores de luz em diferentes
distâncias por trás de uma lente

chromatid / cromátide metade de um
cromossoma duplicado

**chromosomal mutation / mutação
cromossômica** uma espécie de mutação
na qual um segmento cromossômico é
transferido para uma nova posição no mesmo
ou em outro cromossomo

chromosome / cromossomo fio longo e
contínuo de DNA que consiste em inúmeros
genes e informações reguladoras

**clastic sedimentary rock / rocha sedimentar
clástica** rocha sedimentar que se forma
quando fragmentos de rochas preexistentes
são compactados ou cimentados juntos

cleavage / clivagem em geologia, a tendência de um mineral se dividir ao longo de planos específicos de fraqueza para formar superfícies lisas e planas

climate / clima os padrões climáticos característicos em uma área durante um longo período de tempo

climate change / mudanças climáticas mudanças nos climas regionais ou clima global, especialmente a mudança nos séculos XX e XXI; anteriormente chamado de aquecimento global

clone / clone cópia geneticamente idêntica de um único gene ou de um organismo inteiro

cloning / clonagem o processo de produzir uma cópia geneticamente idêntica de um organismo

codominance / codominância genótipo heterozigótico que expressa igualmente as características de ambos os alelos

codon / códon sequência de três nucleotídeos que codifica um aminoácido

coefficient / coeficiente um pequeno número inteiro que aparece como um fator na frente de uma fórmula em uma equação química

coefficient of friction / coeficiente de fricção a razão entre a magnitude da força de atrito entre dois objetos em contato e a magnitude da força normal com a qual os objetos pressionam uns contra os outros

coevolution / coevolução processo no qual duas ou mais espécies evoluem em resposta a mudanças uma na outra

coherence / coerência a correlação entre as fases de duas ou mais ondas

colligative property / propriedade coligativa uma propriedade que é determinada pelo número de partículas presentes em um sistema, mas que é independente das propriedades das próprias partículas

collision theory / teoria de colisão a teoria que afirma que o número de novos compostos formados em uma reação química é igual ao número de moléculas que colidem, multiplicado por um fator que corrige colisões de baixa energia

colloid / colóide uma mistura consistindo em partículas minúsculas que são intermediárias em tamanho entre as partículas em soluções e as partículas em suspensões e que estão suspensas em um líquido, sólido ou gás

combined gas law / lei dos gases combinados a relação entre a pressão, volume e temperatura de uma quantidade fixa de gás

combustion reaction / reação de combustão a reação de oxidação de um elemento ou composto, na qual a energia, na forma de calor, é liberada

common-ion effect / efeito de íon comum o fenômeno em que a adição de um íon comum a dois solutos provoca a precipitação ou reduz a ionização

community / comunidade coleção de todas as diferentes populações que vivem em uma área

competition / concorrência relação ecológica em que dois organismos tentam obter o mesmo recurso

components of a vector / componentes de um vetor as projeções de um vetor ao longo dos eixos de um sistema de coordenadas

composite / compósito um material projetado feito da combinação de dois outros materiais com propriedades complementares

composition stoichiometry / estequiometria de composição cálculos envolvendo as relações de massa de elementos em compostos

compound / composto uma substância formada por átomos de dois ou mais elementos diferentes unidos por ligações químicas

compression / compressão a região de uma onda longitudinal em que a densidade e a pressão estão no máximo

Compton shift / deslocamento Compton um aumento no comprimento de onda do fóton espalhado por um elétron em relação ao comprimento de onda do fóton incidente

concave spherical mirror / espelho esférico côncavo um espelho cuja superfície refletora é um segmento curvado para dentro de uma esfera

concentration / concentração a quantidade de uma substância específica em uma determinada quantidade de uma mistura, solução ou minério

condensation / condensação mudança de estado de gás para líquido

condensation reaction / reação de condensação uma reação química em que duas ou mais moléculas se combinam para produzir água ou outra molécula simples

conduction / condução a transferência de calor ou outra forma de energia de uma partícula de uma substância diretamente para outra

conjugate acid / ácido conjugado um ácido que se forma quando uma base ganha um próton

conjugate base / base conjugada uma base que se forma quando um ácido perde um próton

constraint / limitação uma restrição ou limitação; em um projeto de engenharia, uma limitação na qual um projeto ou solução deve permanecer, muitas vezes determinada ao definir um problema

constructive interference / interferência construtiva uma superposição de duas ou mais ondas nas quais deslocamentos individuais no mesmo lado da posição de equilíbrio são somados para formar a onda resultante

consumer / consumidor organismo que obtém sua energia e nutrientes alimentando-se de outros organismos

contact force / força de contato um empurrão ou puxão de um objeto por outro objeto que esteja tocando nele

continental margin / margem continental o fundo do mar localizado entre a terra seca e a crosta oceânica profunda, que consiste na plataforma continental, na encosta e na elevação

continuous spectrum / espectro contínuo uma sequência ininterrupta de frequências ou comprimentos de onda de radiação eletromagnética, geralmente emitida por uma fonte incandescente

control rod / haste de controle uma haste de absorção de nêutrons que ajuda a controlar uma reação nuclear, limitando o número de nêutrons livres

controlled experiment / experimento controlado um experimento que testa apenas um fator de cada vez, comparando um grupo de controle com um grupo experimental

convection / convecção o movimento da matéria devido a diferenças na densidade; pode resultar na transferência de energia como calor

convergent boundary / limite convergente a fronteira entre as placas tectônicas que estão se movendo em direção uma à outra

conversion factor / fator de conversão uma razão que é derivada da igualdade de duas unidades diferentes e que pode ser usada para converter de uma unidade para outra

convex spherical mirror / espelho esférico convexo um espelho cuja superfície refletora é um segmento curvado para fora de uma esfera

copolymer / copolímero um polímero feito de dois monômeros diferentes

core / núcleo a parte central da Terra abaixo do manto; também o centro do sol

Coriolis effect / efeito Coriolis a curvatura do caminho de um objeto em movimento a partir de um caminho que seria reto, devido à rotação da Terra ou de outro objeto celeste

cosmic microwave background (CMB) / radiação cósmica de fundo em microondas (RCFM) radiação detectada de todas as direções no espaço quase uniformemente; considerada um resquício do big bang

covalent bond / ligação covalente uma ligação formada quando os átomos compartilham um ou mais pares de elétrons

crest / crista o ponto mais alto acima da posição de equilíbrio

criterion / critério os requisitos e padrões específicos que um projeto deve atender; em um projeto de engenharia, um requisito específico que um projeto ou solução deve atender, geralmente determinado ao se definir um problema

critical angle / ângulo crítico o ângulo mínimo de incidência para o qual ocorre reflexão interna total

critical mass / massa crítica a massa mínima de um isótopo físsil que fornece o número de nêutrons necessários para sustentar uma reação em cadeia

critical point / ponto crítico a temperatura e pressão a que os estados de gás e líquido de uma substância se tornam idênticos e formam uma fase

critical pressure / pressão crítica a menor pressão na qual uma substância pode existir como um líquido na temperatura crítica

critical temperature / temperatura crítica a temperatura acima da qual uma substância não pode existir no estado líquido

crossing over / cruzamento cromossômico troca de segmentos cromossômicos entre cromossomos homólogos durante a meiose

crust / crosta a camada externa mais fina e sólida da Terra acima do manto; as crostas continental e oceânica formam a parte superior da litosfera

cryosphere / criosfera a parte da hidrosfera que é água congelada, frequentemente excluindo gelo na atmosfera; às vezes considerada uma das esferas do sistema terrestre

crystal / cristal um sólido cujos átomos, íons ou moléculas estão dispostos em um padrão regular e repetitivo

crystal structure / estrutura cristalina o arranjo de átomos, íons ou moléculas de maneira regular de modo a formar um cristal

crystalline solid / sólido cristalino um sólido que consiste em cristais

cultural behavior / comportamento cultural comportamento que é passado entre os membros da mesma população, aprendendo e não por seleção natural

cyanobacteria / cianobactérias (singular cianobactéria) bactérias que podem realizar a fotossíntese; às vezes chamadas de algas azul-verde

cyclic process / processo cíclico um processo termodinâmico no qual um sistema retorna às mesmas condições sob as quais começou

cycloalkane / cicloalcano uma cadeia de carbono saturada que forma um loop ou anel

cytokinesis / citocinese processo pelo qual o citoplasma celular se divide

D

Dalton's law of partial pressures / lei de Dalton de pressões parciais a lei que afirma que a pressão total de uma mistura de gases é igual à soma das pressões parciais dos gases componentes

daughter nuclide / nuclídeo filho um nuclídeo produzido pelo decaimento radioativo de outro nuclídeo

decay series / série de decaimento uma série de nuclídeos radioativos produzidos por decaimento radioativo sucessivo até que um nuclídeo estável seja atingido

decibel / decibel uma unidade adimensional que descreve a proporção de duas intensidades de som; o limiar da audição é comumente usado como intensidade de referência

decision matrix / matriz de decisão uma ferramenta de tomada de decisão para avaliar várias opções ao mesmo tempo

decomposition reaction / reação de decomposição uma reação na qual um único composto se decompõe para formar duas ou mais substâncias mais simples

deforestation / desflorestamento o processo de desmatar florestas

delta / delta uma massa de sedimento em forma de leque depositada na boca de um riacho; por exemplo, os deltas se formam onde os rios fluem para o oceano na borda de um continente

denature / desnaturar mudar irreversivelmente a estrutura ou forma - e, portanto, a solubilidade e outras propriedades - de uma proteína por aquecimento, agitação ou tratamento da proteína com ácido, álcali ou outras espécies

density / densidade a razão entre a massa de uma substância e o volume da substância; comumente expresso em gramas por centímetro cúbico para sólidos e líquidos e em gramas por litro para gases

density-dependent factor / fator dependente da densidade resistência ambiental que afeta uma população que se tornou excessivamente densa

density-independent factor / fator independente de densidade resistência ambiental que afeta uma população independentemente da densidade populacional

deposition / deposição o processo pelo qual os materiais são descartados, como areia ou silte por um fluxo; também, o processo pelo qual a geada se forma quando o vapor de água se condensa como um sólido; a mudança de estado de um gás diretamente para um sólido

derived unit / unidade derivada uma unidade de medida que é uma combinação de outras medições

desertification / desertificação o processo pelo qual as atividades humanas ou as mudanças climáticas tornam áreas áridas ou semi-áridas ainda mais desérticas

destructive interference / interferência destrutiva uma superposição de duas ou mais ondas nas quais deslocamentos individuais em lados opostos da posição de equilíbrio são somados para formar a onda resultante

diffraction / difração uma mudança na direção de uma onda quando a onda encontra um obstáculo, uma abertura ou uma borda

diffusion / difusão o movimento de partículas de regiões de maior densidade para regiões de menor densidade

dihybrid cross / cruzamento di-híbrido cruzamento ou acasalamento entre organismos envolvendo dois pares de traços contrastantes

dimensional analysis / análise dimensional uma técnica matemática que permite usar unidades para resolver problemas envolvendo medições

dipole / dipolo uma molécula ou parte de uma molécula que contém regiões carregadas positiva e negativamente

diprotic acid / ácido diprótico um ácido que tem dois átomos de hidrogênio ionizáveis em cada molécula, como o ácido sulfúrico

direct current / corrente direta uma corrente elétrica cujo fluxo vai sempre em uma mesma direção

direct proportion / proporção direta a relação entre duas variáveis cuja proporção é um valor constante

directional selection / seleção direcional caminho da seleção natural em que um fenótipo incomum é selecionado em detrimento de um fenótipo mais comum

disaccharide / dissacarídeo um açúcar formado a partir de dois monossacarídeos

discharge / descarga o volume de água que flui durante um período determinado

dispersion / dispersão o processo de separação da luz policromática em seus comprimentos de onda

displacement / deslocamento uma mudança na posição de um objeto

disproportionation / desproporcionação o processo pelo qual uma substância é transformada em duas ou mais substâncias diferentes, geralmente por oxidação e redução simultâneas

disruptive selection / seleção disruptiva via de seleção natural em que dois fenótipos opostos, mas igualmente incomuns, são selecionados em detrimento do fenótipo mais comum

dissociation / dissociação a separação de uma molécula em moléculas, átomos, radicais ou íons mais simples

divergent boundary / limite divergente o limite entre duas placas tectônicas que estão se afastando umas das outras

DNA; deoxyribonucleic acid / DNA; ácido desoxirribonucleico molécula que armazena informações genéticas em todos os organismos

DNA polymerase / DNA polimerase enzima que faz ligações entre nucleotídeos, formando uma fita idêntica de DNA durante a replicação

DNA replication / Replicação de DNA o processo de fazer uma cópia do DNA

dominant / dominante alelo que é expresso quando dois alelos diferentes estão presentes no genótipo de um organismo

doping / doping a adição de um elemento de impureza a um semicondutor

Doppler effect / efeito Doppler uma mudança observada na frequência de uma onda quando a fonte ou o observador está se movendo

double-displacement reaction / reação de duplo deslocamento uma reação na qual os íons de dois compostos trocam de lugar em uma solução aquosa para formar dois novos compostos

drainage basin / bacia de drenagem toda a região de drenagem de um rio, sistema fluvial ou outro corpo de água; um divisor de águas

drift velocity / velocidade de deriva a velocidade líquida de um portador de carga se movendo em um campo elétrico

ductility / ductilidade a capacidade de uma substância ser lamina ou transformada em um fio

E

earthquake / terremoto um movimento ou tremor do solo que é causado por uma repentina liberação de energia quando as rochas ao longo de uma falha geológica se movem

eccentricity / excentricidade o grau de alongamento de uma órbita elíptica (símbolo, e)

ecological niche / nicho ecológico todos os fatores físicos, químicos e biológicos que uma espécie precisa para sobreviver, permanecer saudável e se reproduzir em um ecossistema

ecological succession / sucessão ecológica sequência de mudanças bióticas que regeneram uma comunidade danificada ou iniciam uma comunidade em uma área anteriormente desabitada

ecosystem / ecossistema coleção de organismos, coisas inanimadas e fatores como solo, água, rochas e clima em uma área

ecosystem services / serviços de ecossistemas uma função ou processo ecológico de uma região que ajuda a sustentar a vida ou contribui com um recurso importante

effervescence / efervescência um borbulhar de um líquido causado pelo escape rápido de um gás em vez de fervura

efficiency / eficiência uma quantidade, geralmente expressa em porcentagem, que mede a proporção entre a saída do trabalho e a entrada do trabalho

effusion / efusão a passagem de um gás sob pressão através de uma pequena abertura

elastic collision / colisão elástica uma colisão em que o momento total e a energia cinética total permanecem constantes

elastic potential energy / energia potencial elástica a energia armazenada em qualquer objeto elástico deformado

electrical conductor / condutor elétrico um material no qual as cargas podem se mover livremente

electrical energy / energia elétrica a energia que está associada a partículas carregadas por causa de suas posições

electrical insulator / isolante elétrico um material no qual as cargas não podem se mover livremente

electrical potential energy / energia potencial elétrica energia potencial associada a uma carga devido à sua posição em um campo elétrico

electric circuit / circuito elétrico um conjunto de componentes elétricos conectados de forma que eles forneçam um ou mais caminhos completos para o movimento de cargas

electric current / corrente elétrica a taxa na qual as cargas elétricas passam por determinado ponto

electric field / campo elétrico o espaço em torno de um objeto carregado no qual outro objeto carregado sofre uma força elétrica

electric potential / potencial elétrico o trabalho que deve ser executado contra forças elétricas para mover uma carga de um ponto de referência para o ponto em questão, dividido pela carga

electrochemical cell / célula eletroquímica um sistema que contém dois eletrodos separados por uma fase de eletrólito

electrochemistry / eletroquímica o ramo da química que é o estudo da relação entre forças elétricas e reações químicas

electrode / eletrodo um condutor usado para estabelecer contato elétrico com uma parte não metálica de um circuito, como um eletrólito

electrode potential / potencial do eletrodo a diferença de potencial entre um eletrodo e sua solução

electrolysis / eletrólise o processo no qual uma corrente elétrica é usada para produzir uma reação química, como a decomposição da água

electrolyte / eletrólito uma substância que se dissolve em água para dar uma solução que conduz uma corrente elétrica

electrolytic cell / célula eletrolítica um dispositivo eletroquímico no qual a eletrólise ocorre quando uma corrente elétrica está no dispositivo

electromagnet / eletroímã ímã que pode consistir de uma bobina de fio enrolada em torno de um núcleo de ferro, que é magnetizada apenas quando a corrente elétrica passa pelo fio

electromagnetic induction / indução eletromagnética o processo de criar uma corrente em um circuito, por meio da alteração do campo magnético

electromagnetic radiation / radiação eletromagnética a radiação associada a um campo elétrico e magnético; varia periodicamente e viaja à velocidade da luz

electromagnetic spectrum / espectro eletromagnético todas as frequências ou comprimentos de onda da radiação eletromagnética, que é a radiação associada a um campo elétrico e magnético, incluindo a luz visível

electromagnetic wave / onda eletromagnética uma onda que consiste em campos elétricos e magnéticos oscilantes, que irradiam para fora da fonte à velocidade da luz

electron / elétron uma partícula subatômica que tem uma carga negativa

electron affinity / afinidade eletrônica a mudança de energia que ocorre quando um elétron é capturado por um átomo neutro

electron capture / captura de elétrons o processo no qual um elétron orbital interno é capturado pelo núcleo do átomo que contém o elétron

electron configuration / configuração eletrônica o arranjo de elétrons em um átomo

electron-dot notation / notação de pontos de elétrons uma notação de configuração eletrônica na qual somente os elétrons de valência de um átomo de um elemento particular são mostrados, indicados por pontos colocados ao redor do símbolo do elemento

electronegativity / eletronegatividade uma medida da capacidade de um átomo em um composto químico para atrair elétrons

electroplating / galvanização o processo eletrolítico de revestimento ou revestimento de um objeto com um metal

element / elemento uma substância que não pode ser separada ou decomposta em substâncias mais simples por meios químicos; todos os átomos de um elemento têm o mesmo número atômico

elimination reaction / reação de eliminação uma reação na qual uma molécula simples, como água ou amônia, é removida e um novo composto é produzido

ellipse / elipse uma forma oval definida por pontos para os quais a soma das distâncias para dois pontos fixos (focos) é uma constante; um círculo é uma elipse de excentricidade zero

emergent spectrum / espectro emergente um diagrama ou gráfico que indica os comprimentos de onda da energia radiante que uma substância emite

emission-line spectrum / espectro de linha de emissão uma série de comprimentos de onda específicos de radiação eletromagnética emitida por elétrons conforme eles se movem dos estados de energia mais altos para os mais baixos

empirical formula / fórmula empírica uma fórmula química que mostra a composição de um composto em termos dos números relativos e tipos de átomos na proporção mais simples

endothermic reaction / reação endotérmica uma reação química que requer o uso de energia

end point / ponto final o ponto em uma titulação no qual ocorre uma mudança de cor acentuada

energy budget / orçamento de energia o equilíbrio entre o fluxo de energia para um sistema e o fluxo de energia de um sistema

energy pyramid / pirâmide de energia diagrama que compara energia usada por produtores, consumidores primários e outros níveis tróficos

engineering design process / processo de projeto de engenharia uma série de etapas que os engenheiros seguem para encontrar uma solução para um problema

enthalpy / entalpia a energia interna de um sistema mais o produto do volume do sistema e a pressão que o sistema exerce em sua volta

enthalpy change / mudança de entalpia a quantidade de energia liberada ou absorvida como calor por um sistema durante um processo à pressão constante

enthalpy of combustion / entalpia de combustão a energia liberada como calor pela combustão completa de uma quantidade específica de uma substância a pressão constante ou volume constante

enthalpy of reaction / entalpia de reação a quantidade de energia liberada ou absorvida como calor durante uma reação química

enthalpy of solution / entalpia de solução a quantidade de energia liberada ou absorvida como calor quando uma quantidade específica de soluto se dissolve em um solvente

entropy / entropia uma medida da aleatoriedade ou desordem de um sistema

environment / ambiente a combinação de condições e influências fora de um sistema que afetam o comportamento do sistema

enzyme / enzima um tipo de proteína que age como um catalisador e acelera reações metabólicas em plantas e animais sem ser permanentemente mudada ou destruída

epicenter / epicentro o ponto na superfície da Terra diretamente acima do ponto de início de um terremoto, ou foco

epigenetics / epigenética o estudo de alterações na expressão gênica que não envolvem alterações na sequência do DNA

epistasis / epistasia a interação de genes que não são alelos, em particular a supressão do efeito de um desses genes por outro

equilibrium / equilíbrio em química, o estado em que uma reação química e a reação química reversa ocorrem na mesma velocidade, de modo que as concentrações de reagentes e produtos não mudam; na física, o estado em que a força resultante em um objeto é zero

equilibrium constant / constante de equilíbrio um número que relaciona as concentrações de materiais de partida e produtos de uma reação química reversível entre si a uma determinada temperatura

equilibrium vapor pressure / pressão de vapor de equilíbrio a pressão de vapor de um sistema em equilíbrio

equivalence point / ponto de equivalência o ponto em que as duas soluções utilizadas em uma titulação estão presentes em quantidades quimicamente equivalentes

erosion / erosão a remoção e transporte de materiais por agentes naturais, como vento e água corrente; às vezes usado em um sentido mais amplo que inclui intemperismo

ester / éster um composto orgânico formado pela combinação de um ácido orgânico com um álcool de tal forma que a água é eliminada

ether / éter um composto orgânico no qual dois átomos de carbono se ligam ao mesmo átomo de oxigênio

eusocial / eusocial população de organismos em que o papel de cada organismo é especializado e nem todos os organismos se reproduzirão

evaporation / evaporação a mudança de uma substância de um líquido para um gás

evolution / evolução mudança em uma espécie ao longo do tempo; processo de mudança biológica pelo qual os descendentes vêm a diferir de seus ancestrais

excess reactant / reagente em excesso a substância que não é usada completamente em uma reação

excited state / estado excitado um estado em que um átomo tem mais energia do que no seu estado fundamental

exon / éxon sequência de DNA que codifica informações para a síntese de proteínas

exothermic reaction / reação exotérmica uma reação química em que a energia é liberada para o ambiente como o calor

exponential growth / crescimento exponencial aumento dramático da população durante um curto período de tempo

extensive property / propriedade extensiva uma propriedade que depende da extensão ou tamanho de um sistema

extinction / extinção eliminação de uma espécie da Terra

F

facilitated adaptation / adaptação facilitada um processo em que os seres humanos guiam as adaptações em populações ameaçadas, alterando o genoma das espécies

family / família uma coluna vertical da tabela periódica

fatty acid / ácido graxo um ácido orgânico que está contido em lipídios, como gorduras ou óleos

fault / falha geológica uma quebra em um corpo de rocha ao longo do qual um bloco desliza em relação ao outro; uma forma de tensão frágil

feedback / feedback o retorno de informações sobre um sistema ou processo que pode afetar uma mudança no sistema ou processo; as informações que são retornadas

feedback loop / loop de feedback informação que é comparada com um conjunto de valores ideais e ajuda a manter a homeostase

Multilingual Science Glossary

felsic / félsico descreve magma ou rocha ígnea que é rica em feldspatos e sílica e que geralmente é de cor clara field force / força de campo uma força exercida a distância e não através de contato direto

film badge / crachá com dosímetro de filme um dispositivo que mede a quantidade aproximada de radiação recebida em um determinado período de tempo por pessoas que trabalham com radiação

fission / fissão o processo pelo qual um núcleo se divide em dois ou mais fragmentos e libera neutrons e energia

fitness / aptidão medida da capacidade de um organismo sobreviver e produzir descendentes em relação a outros membros de uma população

fluid / fluido um estado não-sólido de matéria no qual os átomos ou moléculas estão livres para se moverem além dos outros átomos, como em um gás ou líquido

focus / foco a localização dentro da Terra ao longo de uma falha na qual o primeiro movimento de um terremoto ocorre; um dos dois pontos centrais de definição de uma elipse

foliation / foliação a textura da rocha metamórfica em que os grãos minerais são dispostos em planos ou bandas

food chain / cadeia alimentar modelo que liga os organismos por suas relações de alimentação

food web / teia alimentar modelo que mostra a complexa rede de relações de alimentação dentro de um ecossistema

force / força uma ação exercida sobre um corpo que tende a mudar o estado de repouso ou movimento do corpo; a força tem magnitude e direção

formula equation / equação de fórmula uma representação dos reagentes e produtos de uma reação química por seus símbolos ou fórmulas

formula mass / massa de fórmula a soma das massas atômicas médias de todos os átomos representados na fórmula de qualquer molécula, unidade de fórmula ou íon

formula unit / unidade de fórmula a coleção mais simples de átomos com a qual uma fórmula de composto iônico pode ser escrita

fossil / fóssil traços ou restos de um organismo que viveu há muito tempo, mais comumente preservado em rochas sedimentares

fossil fuel / combustível fóssil um recurso energético não renovável formado a partir de restos de organismos que viveram há muito tempo; exemplos incluem petróleo, carvão e gás natural

founder effect / efeito fundador deriva genética que ocorre após um pequeno número de indivíduos colonizar uma nova área

fracture / fratura em geologia, uma quebra na rocha, com ou sem deslocamento, resultante do estresse, incluindo rachaduras, juntas e falhas; também a maneira pela qual um mineral se quebra ao longo de superfícies curvas ou irregulares

frame of reference / quadro de referência um sistema para especificar a localização precisa de objetos no espaço e no tempo

free energy / energia livre a energia em um sistema que está disponível para o trabalho; a capacidade de um sistema para realizar trabalhos úteis

free-energy change / mudança de energia livre a diferença entre a mudança na entalpia, ΔH, e o produto da temperatura de Kelvin e a mudança de entropia, que é definida como TΔS, sob pressão e temperatura constantes

free fall / queda livre o movimento de um corpo quando apenas a força devido à gravidade está agindo no corpo

freezing / congelamento a mudança de estado em que um líquido se torna sólido como energia quando o calor é removido

PORTUGUÊS

freezing point / ponto de congelamento a temperatura na qual um sólido e líquido estão em equilíbrio a uma pressão de 1 atm; a temperatura na qual uma substância líquida congela

freezing-point depression / depressão do ponto de congelamento a diferença entre os pontos de congelamento de um solvente puro e uma solução, que é diretamente proporcional à quantidade de soluto presente

frequency / frequência o número de ciclos ou vibrações por unidade de tempo; também o número de pulsos de onda produzidos em determinado período de tempo

friction / atrito uma força que se opõe ao movimento entre duas superfícies que estão em contato

front / frente o limite entre as massas de ar de densidades diferentes e geralmente com temperaturas diferentes

functional group / grupo funcional a porção de uma molécula que está ativa em uma reação química e que determina as propriedades de muitos compostos orgânicos

fundamental frequency / frequência fundamental a menor frequência de vibração de uma onda estacionária

fusion / fusão o processo pelo qual núcleos de pequenos átomos se combinam para formar um novo núcleo mais maciço; o processo libera energia

G

gamete / gameta célula sexual; um ovo ou uma célula de esperma

gamma ray / raio gama o fóton de alta energia emitido por um núcleo durante a fissão e decaimento radioativo

gas / gás uma forma de matéria que não tem volume ou forma definida

Gay-Lussac's law / lei de Gay-Lussac a lei que afirma que o volume ocupado por um gás a uma pressão constante é diretamente proporcional à temperatura absoluta

Gay-Lussac's law of combining volumes of gases / lei de Gay-Lussac da combinação dos volumes de gases a lei que afirma que os volumes de gases envolvidos em uma mudança química podem ser representados por uma proporção de pequenos números inteiros

Geiger-Müller counter / contador Geiger-Müller um instrumento que detecta e mede a intensidade da radiação contando o número de pulsos elétricos que passam entre o ânodo e o cátodo em um tubo cheio de gás

gene / gene um segmento de DNA localizado em um cromossomo e que codifica uma ou mais características herdadas; a unidade básica da hereditariedade

gene expression / expressão genética a manifestação do material genético de um organismo sob a forma de um traço específico

gene flow / fluxo gênico movimento físico de alelos de uma população para outra

gene mutation / mutação genética uma alteração na sequência do DNA

gene pool / pool genético coleção de todos os alelos encontrados em uma população

generator / gerador uma máquina que converte energia mecânica em energia elétrica

gene therapy / terapia de genes procedimento para tratar uma doença em que um gene defeituoso ou ausente é substituído ou um novo gene é inserido no genoma de um paciente

genetic cross / cruzamento genético o acasalamento de dois organismos

genetic drift / deriva genética alteração nas frequências alélicas devido ao acaso, ocorrendo mais comumente em pequenas populações

genetic engineering / engenharia genética processo de alterar o DNA de um organismo para dar ao organismo novos traços

genetic testing / teste genético processo de teste de DNA para determinar a probabilidade que uma pessoa tem um distúrbio genético ou pode passá-lo a seus descendentes

genetic variation / variação genética diferenças nas características físicas de um indivíduo do grupo ao qual ele pertence

genetics / genética estudo dos padrões de hereditariedade e variação de organismos

genotype / genótipo coleta de todas as informações genéticas de um organismo que codificam seus traços

geologic timescale / escala de tempo geológico escala de tempo representando a história da Terra

geometric isomer / isômero geométrico um composto que existe em duas ou mais configurações geometricamente diferentes

geosphere / geosfera a parte mais sólida e rochosa da Terra; estende-se do centro do núcleo à superfície da crosta; uma das quatro principais esferas do sistema terrestre

geothermal energy / energia geotérmica a energia produzida pelo calor dentro da Terra

germ cell / célula germinativa em um organismo multicelular, qualquer célula reprodutiva (em oposição a uma célula somática)

Graham's law of effusion / lei da efusão de Graham a lei que afirma que a taxa de efusão de um gás é inversamente proporcional à raiz quadrada da densidade do gás

glacial / glacial um tempo dentro de uma era glacial que é dominada pela existência de geleiras

glacier / geleira uma grande massa de gelo em movimento

gravitational force / força gravitacional a força mútua de atração entre partículas de matéria

gravitational potential energy / energia potencial gravitacional a energia potencial associada à posição de um objeto em relação a uma fonte gravitacional

gravity / gravidade uma força de atração entre objetos que é devida a suas massas e que diminui à medida que a distância entre os objetos aumenta

greenhouse effect / efeito estufa o aquecimento da superfície e da atmosfera inferior da Terra, que ocorre quando o dióxido de carbono, o vapor de água e outros gases no ar absorvem e irradiam novamente a radiação infravermelha

greenhouse gas / gás de efeito estufa um gás composto de moléculas que absorvem e irradiam radiação infravermelha do sol

ground state / estado fundamental o menor estado de energia de um sistema quantizado

groundwater / lençol freático a água que está abaixo da superfície da Terra

group / grupo uma coluna vertical de elementos na tabela periódica; elementos em um grupo compartilham propriedades químicas

gymnosperm / gimnosperma uma planta de sementes vasculares e lenhosa cujas sementes não estão envolvidas por um ovário ou frutos

H

habitat / habitat fatores bióticos e abióticos combinados encontrados na área onde um organismo vive

habitat fragmentation / fragmentação de habitat processo pelo qual parte da gama de habitats preferida de um organismo se torna inacessível

half-cell / meia-célula um único eletrodo imerso em uma solução de seus íons

half-life / meia-vida o tempo necessário para que metade dos núcleos originais de uma amostra de uma substância radioativa sofra deterioração radioativa

half-reaction / meia reação a parte de uma reação que envolve apenas oxidação ou redução

halogen / halogêneo um dos elementos do Grupo 17 (flúor, cloro, bromo, iodo e astatínio); halogênios se combinam com a maioria dos metais para formar sais

harmonic series / série harmônica uma série de frequências que inclui a frequência fundamental e múltiplos inteiros da frequência fundamental

heat / calor a energia transferida entre objetos devido a uma diferença em suas temperaturas; a energia é sempre transferida de objetos de temperatura mais alta para objetos de temperatura mais baixa até que o equilíbrio térmico seja atingido

heat engine / motor térmico uma máquina que transforma calor em energia mecânica ou trabalho

Heisenberg uncertainty principle / princípio da incerteza de Heisenberg o princípio que afirma que determinar a posição e a velocidade de um elétron ou de qualquer outra partícula simultaneamente é impossível

helicase / helicase uma enzima que desenrola a dupla hélice do DNA durante a replicação do DNA

Henry's law / lei de Henry a lei que afirma que a temperatura constante, a solubilidade de um gás em um líquido é diretamente proporcional à pressão parcial do gás na superfície do líquido

heritable / hereditário capacidade de um traço para ser passado de uma geração para a próxima

Hess's law / lei de Hess a mudança geral de entalpia em uma reação é igual à soma das alterações de entalpia para as etapas individuais no processo

heterogeneous / heterogêneo composto por componentes dissimilares

heterogeneous catalyst / catalisador heterogêneo um catalisador que está em uma fase diferente da fase dos reagentes

heterogeneous reaction / reação heterogênea uma reação na qual os reagentes estão em duas fases diferentes

heterotroph / heterótrofo um organismo que obtém moléculas de alimentos orgânicos por outros organismos ou seus subprodutos e que não podem sintetizar compostos orgânicos a partir de materiais inorgânicos

heterozygous / heterozigoto característica de ter dois alelos diferentes que aparecem no mesmo locus de cromátides irmãs

hole / buraco um nível de energia que não é ocupado por um elétron em um sólido

homeostasis / homeostase regulação e manutenção de condições internas constantes em um organismo

homogeneous / homogêneo descreve algo que tenha uma estrutura ou composição uniforme

homogeneous catalyst / catalisador homogêneo um catalisador que está na mesma fase que os reagentes estão

homogeneous reaction / reação homogênea uma reação na qual todos os reagentes e produtos estão na mesma fase

homologous chromosomes / cromossomos homólogos cromossomos que têm o mesmo comprimento, aparência e cópias de genes, embora os alelos possam diferir

homologous structure / estrutura homóloga parte do corpo que é semelhante em estrutura em diferentes organismos, mas que desempenha funções diferentes

homozygous / heterozigoto característica de ter dois alelos diferentes que aparecem no mesmo locus de cromátides irmãs

hormone / hormônio sinal químico que é produzido em uma parte de um organismo e afeta a atividade celular em outra parte

horizon / horizonte uma camada horizontal de solo que pode ser distinguida das camadas acima e abaixo dela; também um limite entre duas camadas de rocha que têm propriedades físicas diferentes

hot spot / ponto quente uma área vulcanicamente ativa da superfície da Terra, geralmente longe de um limite de placa tectônica

Hund's rule / regra de Hund a regra que afirma que para um átomo no estado fundamental, o número de elétrons desemparelhados é o máximo possível e esses elétrons desemparelhados têm a mesma rotação

Multilingual Science Glossary

hybrid orbitals / orbitais híbridos orbitais de igual energia produzidos pela combinação de dois ou mais orbitais no mesmo átomo

hybridization / hibridização a mistura de dois ou mais orbitais atômicos do mesmo átomo para produzir novos orbitais; hibridação representa a mistura de orbitais de energia mais alta e baixa para formar orbitais de energia intermediária

hydration / hidratação a forte afinidade das moléculas de água por partículas de substâncias dissolvidas ou suspensas que causam dissociação eletrolítica

hydraulic fracturing / fraturamento hidráulico o processo de extrair petróleo ou gás natural injetando uma mistura de água, areia ou cascalho e produtos químicos sob alta pressão em buracos em rocha densa para produzir fraturas que a areia ou cascalho mantém aberta; também chamado de fracking

hydrocarbon / hidrocarbonetos um composto orgânico composto apenas de carbono e hidrogênio

hydroelectric energy / energia hidroelétrica energia elétrica produzida pelo fluxo de água

hydrogen bond / ligação de hidrogênio a força intermolecular que ocorre quando um átomo de hidrogênio que é ligado a um átomo altamente eletronegativo de uma molécula é atraído por dois elétrons não compartilhados de outra molécula

hydrolysis / hidrólise uma reação química entre a água e outra substância para formar duas ou mais novas substâncias; uma reação entre a água e um sal para criar um ácido ou uma base

hydronium ion / íon hidrônio um íon que consiste em um próton combinado com uma molécula de água; H_3O^+

hydrosphere / hidrosfera a parte da Terra que é água; uma das quatro principais esferas do sistema terrestre

hypothesis / hipótese uma explicação baseada em pesquisas científicas ou observações anteriores e que pode ser testada

I

ice age / Era do gelo um longo período de resfriamento climático durante o qual os continentes são congelados repetidamente

ideal fluid / fluido ideal um fluido que não tem atrito ou viscosidade interna e não pode ser comprimido

ideal gas / gás ideal um gás imaginário cujas partículas são infinitamente pequenas e não interagem entre si

ideal gas constant / constante de gás ideal a constante de proporcionalidade que aparece na equação de estado para 1 mol de um gás ideal; $R = 0{,}082\,057\,84$ L $\cdot$ atm/mol $\cdot$ K

ideal gas law / lei dos gases ideais a lei que estabelece a relação matemática de pressão (P), volume (V), temperatura (T), a constante de gás (R) e o número de moles de um gás (n); $PV = nRT$

igneous rock / rocha ígnea rocha que se forma quando o magma esfria e solidifica-se

immiscible / imiscível descreve dois ou mais líquidos que não se misturam entre si

impulse / impulso o produto da força e o intervalo de tempo sobre o qual a força atua sobre um objeto

incomplete dominance / dominância incompleta fenótipo heterozigótico que é uma mistura dos dois fenótipos homozigotos

independent assortment / segregação independente Segunda lei de Mendel, afirmando que os alelos em um par de alelos se separam independentemente um do outro durante a formação de gametas

index fossil / índice fóssil um fóssil que é usado para estabelecer a idade de uma camada rochosa porque o fóssil é distinto, abundante e difundido e as espécies que formaram esse fóssil existiram apenas por um curto período de tempo geológico

index of refraction / índice de refração a relação entre a velocidade da luz no vácuo e a velocidade da luz em um dado meio transparente

induction / indução o processo de carregar um condutor aproximando-o de outro objeto carregado e aterrando o condutor

inelastic collision / colisão inelástica uma colisão na qual dois objetos se unem após colidirem

inertia / inércia a tendência de um objeto para resistir a ser movido ou, se o objeto estiver em movimento, para resistir a uma mudança de velocidade ou direção

innate / inato comportamento que não é aprendido através da experiência

inner core / núcleo interno a parte interna mais sólida da Terra, composta principalmente de ferro e níquel sob pressão e temperatura extremamente altas

insolation / insolação a radiação solar (energia do sol) que atinge a Terra; a taxa de entrega de radiação solar por unidade de superfície horizontal

instantaneous velocity / velocidade instantânea a velocidade de um objeto em algum instante ou em um ponto específico no caminho do objeto

intensity / intensidade a taxa na qual a energia flui através de uma área unitária perpendicular à direção do movimento das ondas

intensive property / propriedade intensiva uma propriedade que não depende da quantidade de matéria presente, como pressão, temperatura ou densidade

interest group / grupo de interesse um grupo de pessoas com um interesse comum que forneça uma base para uma ação legislativa

interglacial / interglacial um tempo comparativamente curto de calor dentro de uma era do gelo

intermediate / intermediária uma substância que se forma em um estágio intermediário de uma reação química e é considerada um trampolim entre a substância original e o produto final

intermolecular forces / forças intermoleculares as forças de atração entre moléculas

internal energy / energia interna uma propriedade que inclui as energias das partículas individuais do sistema, mas não as energias de todo o sistema

interstellar medium / meio interestelar material, principalmente gás hidrogênio, outros gases e poeira, ocupando o espaço entre as estrelas e fornecendo a matéria-prima para a formação de novas estrelas

introduced species / espécies introduzidas uma espécie que não é nativa de uma área e foi trazida para aquela área como resultado de atividades humanas

intron / íntron segmento de um gene que não codifica para um aminoácido

invasive species / espécies invasivas uma espécie que não é nativa de um ecossistema e cuja introdução a esse ecossistema pode causar danos econômicos ou ambientais ou danos à saúde humana

inverse proportion / proporção inversa a relação entre duas variáveis cujo produto é constante

ion / íon um átomo, radical ou molécula que ganhou ou perdeu um ou mais elétrons e tem uma carga negativa ou positiva

ionic bond / ligação iônica uma força que atrai elétrons de um átomo para outro, o que transforma um átomo neutro em um íon

ionic compound / composto iônico um composto formado por íons ligados por atração eletrostática

ionization / ionização o processo de adicionar ou remover elétrons de um átomo ou molécula, o que dá ao átomo ou molécula uma carga líquida

ionization energy / energia de ionização a energia necessária para remover um elétron de um átomo ou íon (abreviatura, IE)

Multilingual Science Glossary

isolated system / sistema isolado um conjunto de partículas ou componentes interagentes considerados como uma entidade física distinta para fins de estudo, normalmente sem forças externas agindo em qualquer de seus componentes

isomer / isômero um de dois ou mais compostos que têm a mesma composição química, mas estruturas diferentes

isostatic equilibrium / equilíbrio isostático um estado idealizado de equilíbrio entre forças gravitacionais e de empuxo agindo na litosfera da Terra, o que resulta em diferentes elevações

isothermal process / processo isotérmico um processo termodinâmico que ocorre a temperatura constante

isotope / isótopo um de dois ou mais átomos que possuem o mesmo número de prótons (número atômico) mas diferentes números de nêutrons (massa atômica)

isovolumetric process / processo isovolumétrico um processo termodinâmico que ocorre em volume constante para que nenhum trabalho seja realizado no sistema ou pelo sistema

iterate / iterar fazer novamente ou repetir; no teste de projeto, os resultados de cada repetição são usados para modificar a próxima versão do projeto

J

joule / joule a unidade usada para expressar energia; equivalente à quantidade de trabalho realizado por uma força de 1 N atuando a uma distância de 1 m na direção da força (abreviatura, J)

K

ketone / cetona um composto orgânico em que um grupo carbonilo está ligado a dois grupos alquilo; obtido pela oxidação de alcoóis secundários

kin selection / seleção de parentesco quando a seleção natural atua em alelos que favorecem a sobrevivência de parentes próximos

kinetic energy / energia cinética a energia de um objeto que é associada ao movimento do objeto

kinetic friction / fricção cinética a força que se opõe ao movimento de duas superfícies que estão em contato e estão deslizando umas sobre as outras

kinetic-molecular theory / teoria cinético-molecular Uma teoria que explica que o comportamento dos sistemas físicos depende das ações combinadas das moléculas que constituem o sistema

L

lanthanide / lantanídeo um membro da série de elementos de terras-raras, cujos números atômicos variam de 58 (cério) a 71 (lutécio)

laser / laser um dispositivo que produz luz coerente de apenas um comprimento de onda

latent heat / calor latente a energia por unidade de massa que é transferida durante uma mudança de fase de uma substância

lattice energy / energia reticular a energia liberada quando uma mole de um composto cristalino iônico é formado a partir de íons gasosos

lava / lava magma que flui para a superfície da Terra; a rocha que se forma quando a lava esfria e solidifica-se

law of conservation of energy / lei de conservação de energia a lei que afirma que a energia não pode ser criada ou destruída, mas pode ser transformada de uma forma para outra

law of conservation of mass / lei da conservação de massa a lei que afirma que a massa não pode ser criada ou destruída, mas pode ser transformada de uma forma para outra

law of definite proportions / lei de proporções definidas a lei que afirma que um composto químico sempre contém os mesmos elementos em exatamente as mesmas proporções em peso ou massa

law of multiple proportions / lei de múltiplas proporções a lei que afirma que quando dois elementos se combinam para formar dois ou mais compostos, a massa de um elemento que combina com uma dada massa do outro é na proporção de pequenos números inteiros

Le Châtelier's principle / princípio de Le Châtelier o princípio que afirma que um sistema em equilíbrio se oporá a uma mudança de forma a ajudar a eliminar a mudança

lens / lente um objeto transparente que refrata os raios de luz de tal forma que os raios de luz convergem ou divergem para criar uma imagem

lever arm / braço de alavanca a distância perpendicular do eixo de rotação a uma linha traçada ao longo da direção da força

Lewis acid / ácido de Lewis um átomo, íon ou molécula que aceita um par de elétrons

Lewis acid-base reaction / reação ácido-base de Lewis a formação de uma ou mais ligações covalentes entre um doador de pares de elétrons e um recebedor de pares de elétrons

Lewis base / base de Lewis um átomo, íon ou molécula que doa um par de elétrons

Lewis structure / estrutura de Lewis uma fórmula estrutural na qual os elétrons são representados por pontos; pares de pontos ou traços entre dois símbolos atômicos representam pares em ligações covalentes

light-year / ano-luz a distância que a luz viaja em um ano; cerca de 9,46 trilhões de quilômetros

limiting reactant / reagente limitado a substância que controla a quantidade de produto que pode se formar em uma reação química

linear polarization / polarização linear o alinhamento de ondas eletromagnéticas de tal forma que as vibrações dos campos elétricos em cada uma das ondas são paralelas entre si

lipid / lipídeo um tipo de substância bioquímica que não se dissolve na água, incluindo gorduras e esteroides; lipídios armazenam energia e formam membranas celulares

liquid / líquido o estado da matéria que tem um volume definido, mas não uma forma definida

lithosphere / litosfera a camada externa sólida da Terra que consiste na crosta e na parte superior rígida do manto

logistic growth / crescimento logístico crescimento populacional que se caracteriza por um período de crescimento lento, seguido por um período de crescimento exponencial, seguido por outro período de quase nenhum crescimento

London dispersion force / força de dispersão de Londres a atração intermolecular resultante da distribuição desigual de elétrons e da criação de dipolos temporários

longitudinal wave / onda longitudinal uma onda na qual as partículas do meio vibram paralelamente à direção de propagação das ondas

longshore current / corrente oceânica uma corrente de água que viaja perto e paralela à linha costeira

luster / brilho a maneira pela qual um mineral reflete a luz

M

macromolecule / macromolécula uma molécula muito grande, geralmente um polímero, composta de centenas ou milhares de átomos

mafic / máfico descreve magma ou rocha ígnea que é rica em magnésio e ferro e que geralmente é de cor escura

magic numbers / números mágicos os números (2, 8, 20, 28, 50, 82 e 126) que representam o número de partículas em um núcleo atômico extra-estável que completou conchas de prótons e neutrons

magnetic domain / domínio magnético a região composta por um grupo de átomos cujos campos magnéticos estão alinhados na mesma direção

magnetic field / campo magnético uma região na qual uma força magnética pode ser detectada

magnetic quantum number / número quântico magnético o número quântico que indica a orientação de um orbital ao redor do núcleo; simbolizado por m

magnitude / magnitude uma medida da força de um terremoto, ou do brilho de uma estrela

main-group element / elemento do grupo principal um elemento no bloco s ou p-bloco da tabela periódica

malleability / maleabilidade a capacidade de uma substância ser martelada ou batida até transformar-se em uma folha

mantle / manto a espessa camada de rocha entre a crosta e o núcleo da Terra

mantle convection / convecção do manto o movimento lento da matéria no manto da Terra, que transfere energia como calor do interior da Terra para a superfície

mass / massa uma medida da quantidade de matéria em um objeto; uma propriedade fundamental de um objeto que não é afetada pelas forças que atuam no objeto, como a força gravitacional

mass defect / defeito de massa a diferença entre a massa de um átomo e a soma das massas dos prótons, nêutrons e elétrons do átomo

mass density / densidade de massa a concentração de matéria de um objeto, medida como a massa por unidade de volume de uma substância

mass extinction / extinção em massa um episódio durante o qual um grande número de espécies se extingue

mass number / número de massa a soma dos números de prótons e nêutrons que compõem o núcleo de um átomo

mass wasting / perda de massa o movimento do solo, sedimento ou material de rocha por um declive sob a influência da gravidade

materials science / ciência de materiais o estudo das características e usos de materiais em ciência e tecnologia

matter / matéria qualquer coisa que tenha massa e ocupe espaço

mechanical energy / energia mecânica a soma da energia cinética e todas as formas de energia potencial

mechanical wave / onda mecânica uma onda que requer um meio pelo qual propagar-se

medium / meio um ambiente físico através do qual uma perturbação pode propagar-se

meiosis / meiose forma de divisão nuclear que divide uma célula diploide em células haploides; importante na formação de gametas para reprodução sexual

melting / fusão a mudança de estado em que um sólido se torna um líquido quando a energia é adicionada ao calor ou a pressão é alterada

melting point / ponto de fusão a temperatura e pressão em que um sólido se torna um líquido

mesosphere / mesosfera literalmente, a "esfera do meio"; a parte forte e inferior do manto entre a astenosfera e o núcleo externo; a camada mais fria da atmosfera, entre a estratosfera e a termosfera, em que a temperatura diminui à medida que a altitude aumenta

Mesozoic Era / Era Mesozóica a era geológica que durou de 251 milhões a 65,5 milhões de anos atrás; também chamada de Era dos Répteis

metabolism / metabolismo a soma de todos os processos químicos que ocorrem em um organismo

metal / metal um elemento que é brilhante e que é um bom condutor de calor e eletricidade

metallic bond / ligação metálica uma ligação formada pela atração entre íons de metal carregados positivamente e os elétrons ao redor deles

metalloid / metaloide um elemento que tem propriedades de metais e não-metais; às vezes chamado de um semicondutor

metamorphic rock / rocha metamórfica rocha que foi alterada em estrutura ou composição por calor, pressão e substâncias químicas, geralmente profundas na crosta terrestre

microevolution / microevolução mudança observável nas frequências alélicas de uma população ao longo de algumas gerações

mid-ocean ridge / dorsal oceânica uma cadeia de montanhas longa e submarina que tem um vale íngreme e estreito no seu centro, que se forma como magma eleva-se da astenosfera, e que produz nova litosfera oceânica (fundo do mar), à medida que as placas tectônicas se afastam

millimeters of mercury / milímetros de mercúrio uma unidade de pressão

mineral / mineral um sólido natural, geralmente inorgânico, que possui uma composição química característica, uma estrutura interna ordenada e um conjunto característico de propriedades físicas

mining / mineração o processo de extração de minério, minerais e outros materiais sólidos do solo

miscible / miscível descreve dois ou mais líquidos que podem se dissolver em várias proporções

mitochondrion / mitocôndria organela em forma de feijão que fornece energia para a célula e tem seus próprios ribossomos e DNA

mitosis / mitose processo pelo qual uma célula divide seu núcleo e conteúdo

mixture / mistura uma combinação de duas ou mais substâncias que não são combinadas quimicamente

model / modelo um padrão, plano, representação ou descrição projetado para mostrar a estrutura ou o funcionamento de um objeto, sistema ou conceito

moderator / moderador um material que diminui a velocidade dos nêutrons para que eles possam ser absorvidos pelos núcleos

molal boiling-point constantemolal boiling-point constant / constante de ponto de ebulição molar uma quantidade calculada para representar a elevação do ponto de ebulição de uma solução 1 molar de um soluto não volátil e não eletrolítico

molal freezing-point constant / constante de ponto de congelamento molar uma quantidade calculada para representar a depressão do ponto de congelamento de uma solução 1 molar de um soluto não volátil e não eletrolítico.

molality / molalidade a concentração de uma solução, expressa em moles de soluto por quilograma de solvente

molar enthalpy of formation / entalpia molar de formação a quantidade de energia como calor resultante da formação de 1 mol de uma substância a uma pressão constante

molar enthalpy of fusion / entalpia molar de fusão a quantidade de energia como calor necessário para transformar 1 mol de uma substância de sólido em líquido a temperatura e pressão constantes

molar enthalpy of vaporization / entalpia molar de vaporização a quantidade de energia como o calor necessário para evaporar 1 mol de um líquido a pressão e temperatura constantes

molar mass / massa molar a massa em gramas de 1 mol de uma substância

molarity / molaridade uma unidade de concentração de uma solução, expressa em moles de soluto dissolvido por litro de solução

mole / mol a unidade de base do SI usada para medir a quantidade de uma substância cujo número de partículas é o mesmo que o número de átomos de carbono em exatamente 12 g de carbono-12

mole ratio / relação molar um fator de conversão que relaciona as quantidades em moles de duas substâncias envolvidas em uma reação química

molecular compound / composto molecular um composto químico cujas unidades mais simples são moléculas

molecular formula / fórmula molecular uma fórmula química que mostra o número e os tipos de átomos em uma molécula, mas não o arranjo dos átomos

molecule / molécula dois ou mais átomos mantidos juntos por ligações covalentes; não necessariamente um composto

moment of inertia / momento de inércia a tendência de um corpo que está girando em torno de um eixo fixo para resistir a uma mudança neste movimento rotativo

momentum / momento uma quantidade definida como o produto da massa e velocidade de um objeto

monatomic ion / íon monatômico um íon formado a partir de um único átomo

monohybrid cross / cruzamento mono-híbrido cruzamento ou acasalamento entre organismos que envolve apenas um par de traços contrastantes

monomer / monômero uma molécula simples que pode combinar com outras moléculas parecidas ou não, para criar um polímero

monoprotic acid / ácido monoprótico um ácido que pode doar apenas um próton para uma base

monosaccharide / monossacarídeo um açúcar simples que é a subunidade básica de um carboidrato

moraine / morena um relevo formado de sedimentos não classificados depositados por uma geleira; o material depositado por uma geleira

multiple bond / ligação múltipla uma ligação na qual os átomos compartilham mais de dois elétrons, como uma ligação dupla ou uma ligação tripla

mutagen / mutagênico agente que pode induzir mutação ou aumentar a frequência de mutação em organismos

mutation / mutação mudança na sequência de DNA

mutual inductance / indutância mútua a capacidade de um circuito induzir uma força eletromotriz em um circuito próximo na presença de mudança de corrente

N

NADPH / NADPH uma molécula que serve como portadora de energia durante a fotossíntese

natural gas / gás natural uma mistura de hidrocarbonetos gasosos localizados sob a superfície da Terra, frequentemente perto de depósitos de petróleo; usado como combustível

natural hazard / perigo natural um fenômeno natural que oferece a possibilidade de danos aos seres humanos, à propriedade ou ao meio ambiente

natural resource / recurso natural um material ou capacidade, como madeira, um depósito mineral ou energia hidráulica, que ocorre em um estado natural e tem valor econômico

natural selection / seleção natural mecanismo pelo qual indivíduos que herdaram adaptações benéficas produzem mais descendentes em média do que outros indivíduos

nebula / nebulosa uma grande nuvem de gás e poeira no espaço interestelar; uma região no espaço onde as estrelas se formam

negative feedback / feedback negativo feedback que aplica a saída às condições iniciais, que tende a neutralizar ou reduzir uma mudança e estabilizar um processo ou sistema

negative feedback loop / loop de feedback negativo sistema de controle para a homeostase que ajusta as condições do corpo quando as condições variam em relação ao ideal

net force / força líquida uma única força cujos efeitos externos em um corpo rígido são os mesmos que a soma dos efeitos de várias forças reais atuando sobre o corpo

net ionic equation / equação iônica líquida uma equação que inclui apenas os compostos e íons que sofrem uma alteração química em uma reação em uma solução aquosa

neutralization / neutralização a reação dos íons que caracterizam os ácidos (íons hidrônio) e os íons que caracterizam as bases (íons hidróxido) para formar moléculas de água e um sal

neutron / nêutron uma partícula subatômica que não tem carga e que está localizada no núcleo de um átomo

newton / newton a unidade do SI para força; a força que aumentará a velocidade de 1 kg de massa em 1 m/s por segundo em que a força é aplicada (abreviatura, N)

noble gas / gás nobre um dos elementos do Grupo 18 da tabela periódica (hélio, néon, argônio, criptônio, xenônio e radônio); gases nobres não são reativos

noble-gas configuration / configuração de gás nobre um nível de energia principal externo totalmente ocupado, na maioria dos casos, por oito elétrons

node / nó um ponto em uma onda estacionária que mantém o deslocamento zero

nomenclature / nomenclatura um sistema de nomeação

nonelectrolyte / não eletrólito uma substância que se dissolve em água para dar uma solução que não conduz uma corrente elétrica

nonmetal / não metal um elemento que conduz mal e mal a eletricidade e que não forma íons positivos em uma solução eletrolítica

nonpoint source pollution / poluição difusa poluição que vem de muitas fontes e não de um único local específico; um exemplo é a poluição que atinge um corpo de água das ruas e dos esgotos

nonpolar covalent bond / ligação covalente não polar uma ligação covalente em que os elétrons de ligação são igualmente atraídos por ambos os átomos ligados

nonrenewable resource / recurso não renovável um recurso que se forma a uma taxa muito mais lenta que a taxa na qual o recurso é consumido

nonvolatile substance / substância não volátil uma substância que tem pouca tendência a se tornar um gás nas condições existentes

normal distribution / distribuição normal em biologia, distribuição em uma população em que a frequência alélica é mais alta perto do valor médio do intervalo e diminui progressivamente em direção a cada extremo

normal force / força normal uma força que age sobre um objeto colocado em uma superfície e age em uma direção perpendicular à superfície

nuclear binding energy / energia de ligação nuclear a energia liberada quando um núcleo é formado a partir de núcleos

nuclear fission / fissão nuclear o processo pelo qual um núcleo se divide em dois ou mais fragmentos e libera nêutrons e energia

nuclear forces / forças nucleares a interação que liga prótons e nêutrons, prótons e prótons, e nêutrons e nêutrons juntos em um núcleo

nuclear fusion / fusão nuclear o processo pelo qual núcleos de pequenos átomos se combinam para formar um novo núcleo mais maciço; o processo libera energia

nuclear power plant / usina nuclear uma instalação que usa calor de reatores nucleares para produzir energia elétrica

nuclear radiation / radiação nuclear as partículas que são liberadas do núcleo durante o decaimento radioativo, como nêutrons, elétrons e fótons

nuclear reaction / reação nuclear uma reação que afeta o núcleo de um átomo

nuclear reactor / reator nuclear um dispositivo que usa reações nucleares controladas para produzir energia ou nuclídeos

nuclear shell model / modelo de camada nuclear um modelo que representa núcleos como existindo em diferentes níveis de energia, ou camadas, no núcleo

nuclear waste / lixo nuclear lixo que contém radioisótopos (ou isótopos radioativos)

nucleic acid / ácido nucleico um composto orgânico, seja RNA ou DNA, cujas moléculas são constituídas de uma ou duas cadeias de nucleotídeos e transportam informações genéticas

nucleon / núcleon um próton ou nêutron

nucleotide / nucleotídeo um monômero orgânico que consiste de um açúcar, um fosfato e uma base nitrogenada; o bloco básico de construção de uma cadeia de ácido nucleico, como DNA e RNA

nucleus / núcleo na ciência biológica, uma organela composta de uma membrana dupla que atua como depósito para a maior parte do DNA de uma célula; na ciência física, a região central de um átomo, composta de prótons e nêutrons

nuclide / nuclídeo um átomo que é identificado pelo número de prótons e nêutrons em seu núcleo

O

ocean acidification / acidificação do oceano diminuição do pH da água do oceano devido à absorção de níveis anormalmente elevados de dióxido de carbono (CO_2) da atmosfera

oceanic trench / fossa oceânica uma depressão longa, estreita e íngreme que se forma no fundo do oceano como resultado da subducção de uma placa tectônica, que corre paralela à tendência de uma cadeia de ilhas vulcânicas ou a costa de um continente, e que pode ter até 11 km de profundidade abaixo do nível do mar; também chamado de trincheira ou trincheira oceânica

octet rule / regra do octeto um conceito de teoria de ligação química que se baseia no pressuposto de que os átomos tendem a ter camadas de valência vazias ou camadas de valência cheias com oito elétrons

oil shale / xisto betuminoso um xisto preto, cinza escuro ou marrom escuro contendo hidrocarbonetos que produzem petróleo por destilação

operator / operador uma sequência curta de DNA viral ou bacteriano ao qual um repressor se liga para impedir a transcrição (síntese de mRNA) do gene adjacente em um operon

operon / operon seção de DNA que contém todo o código para iniciar a transcrição, regular a transcrição e construir uma proteína; inclui um promotor, gene regulador e gene estrutural

orbit / órbita o caminho de um corpo enquanto se move em torno de outro corpo devido à sua atração gravitacional mútua

orbital / orbital uma região em um átomo onde há uma alta probabilidade de encontrar elétrons

order / ordem em química, uma classificação de reações químicas que depende do número de moléculas que parecem entrar na reação

order number / número de ordem o número atribuído a bordas de interferência em relação à borda central brilhante

ore / minério um material natural cuja concentração de minerais economicamente valiosos é alta o suficiente para que o material seja extraído de forma lucrativa

organ / órgão grupo de diferentes tipos de tecidos que trabalham juntos para realizar uma função específica ou funções relacionadas

organ system / sistema de órgãos dois ou mais órgãos que trabalham de maneira coordenada para realizar funções similares

organic compound / composto orgânico um composto ligado de maneira covalente que contém carbono, excluindo carbonatos e óxidos

organic sedimentary rock / rocha sedimentar orgânica rocha sedimentar que se forma a partir dos restos de plantas ou animais

organism / organismo qualquer ser vivo individual

osmosis / osmose a difusão de água ou outro solvente a partir de uma solução mais diluída (de um soluto) para uma solução mais concentrada (do soluto) através de uma membrana que é permeável ao solvente

osmotic pressure / pressão osmótica a pressão externa que deve ser aplicada a fim de parar a osmose

outer core / núcleo externo a camada do interior da Terra localizada entre o núcleo interno e o manto, composta principalmente de ferro fundido e níquel

overharvesting / superexploração captura ou remoção, de uma população, de mais organismos do que a população pode substituir

oxidation / oxidação uma reação que remove um ou mais elétrons de uma substância, de modo que a valência da substância ou o estado de oxidação aumenta

oxidation number / número de oxidação o número de elétrons que devem ser adicionados ou removidos de um átomo em um estado combinado para converter o átomo na sua forma elementar

oxidation state / estado de oxidação a condição de um átomo expressa pelo número de elétrons que o átomo precisa para atingir sua forma elementar

oxidation-reduction reaction / reação de oxidação-redução qualquer mudança química na qual uma espécie é oxidada (perde elétrons) e outra espécie é reduzida (ganha elétrons); também chamado de reação redox

oxidized / oxidado descreve um elemento que perdeu elétrons e que aumentou seu número de oxidação

oxidizing agent / agente oxidante a substância que ganha elétrons em uma reação de oxidação-redução e que é reduzida

oxyacid / oxiácido um ácido que é um composto de hidrogênio, oxigênio e um terceiro elemento, geralmente um não-metal

oxyanion / oxiânion um íon poliatômico que contém oxigênio

ozone / ozônio uma molécula de gás que é composta de três átomos de oxigênio

P

P-wave / onda P uma onda primária ou onda de compressão; uma onda sísmica que faz com que partículas de rocha se movam em uma direção de ida e volta paralelamente à direção em que a onda está viajando; as ondas P são as ondas sísmicas mais rápidas e podem se propagar através de sólidos, líquidos e gases

Paleozoic Era / Era Paleozóica a era geológica depois da Era Pré-cambriana e que durou de 542 milhões a 251 milhões de anos

parallax / paralaxe uma aparente mudança na posição de um objeto quando visto de diferentes locais

parallel / paralelos descreve dois ou mais componentes de um circuito que fornecem caminhos condutores separados para a corrente, porque os componentes estão conectados através de pontos ou junções comuns

parent nuclide / nuclídeo-pai um radionuclídeo que produz um nuclídeo-filho específico como um membro posterior de uma série radioativa

partial pressure / pressão parcial a pressão de cada gás em uma mistura

pascal / pascal a unidade de pressão do SI; igual à força de 1 N exercida sobre uma área de 1 m2 (abreviatura, Pa)

passive margin / margem passiva uma margem continental que não ocorre ao longo de um limite de placa

path difference / diferença de caminho a diferença na distância percorrida por dois feixes quando eles estão espalhados na mesma direção de diferentes pontos

Pauli exclusion principle / princípio da exclusão de Pauli o princípio que afirma que duas partículas de uma certa classe não podem estar exatamente no mesmo estado de energia

PCR; polymerase chain reaction / PCR; reação em cadeia da polimerase método para aumentar a quantidade de DNA, separando-o em duas cadeias e adicionando primers e enzimas

percentage composition / composição percentual a porcentagem em massa de cada elemento em um composto

percentage error / erro percentual uma comparação qualitativa do valor experimental médio com o valor correto ou aceito; é calculado subtraindo o valor aceito do valor experimental, dividindo a diferença pelo valor aceito e, em seguida, multiplicando por 100

percentage yield / rendimento percentual a razão entre o rendimento real e o rendimento teórico, multiplicado por 100

perfectly inelastic collision / colisão perfeitamente inelástica uma colisão na qual dois objetos se unem após colidirem

period / período em química, uma linha horizontal de elementos na tabela periódica; na física, o tempo que leva um ciclo completo ou oscilação de onda para ocorrer

periodic law / lei periódica a lei que afirma que as repetidas propriedades químicas e físicas dos elementos mudam periodicamente com os números atômicos dos elementos

periodic table / tabela periódica um arranjo dos elementos na ordem de seus números atômicos, de forma que os elementos com propriedades semelhantes estejam na mesma coluna, ou grupo

petroleum / petróleo uma mistura líquida de compostos hidrocarbonetos complexos; usado extensamente como uma fonte de combustível

pH / pH um valor que é usado para expressar a acidez ou basicidade (alcalinidade) de um sistema; cada número inteiro na escala indica uma mudança de dez vezes na acidez; um pH de 7 é neutro, um pH menor que 7 é ácido, e um pH maior que 7 é básico

pH meter / medidor de pH um dispositivo usado para determinar o pH de uma solução medindo a tensão entre os dois eletrodos que são colocados na solução

phase / estado em química, um dos quatro estados ou condições em que uma substância pode existir: sólido, líquido, gás ou plasma; uma parte da matéria que é uniforme

phase change / mudança de estado a mudança física de uma substância de um estado (sólido, líquido ou gás) para outro a temperatura e pressão constantes

phase diagram / diagrama de fases um gráfico da relação entre o estado físico de uma substância e a temperatura e pressão da substância

phenomenon / fenômeno uma ocorrência, circunstância ou fato que é observável

phenotype / fenótipo coleção de todas as características físicas de um organismo

phospholipid / fosfolipídio molécula que forma uma membrana celular de dupla camada; consiste em um glicerol, um grupo fosfato e dois ácidos graxos

photoelectric effect / efeito fotoelétrico a emissão de elétrons de um metal quando a luz de certas frequências brilha na superfície do material

photon / fóton uma unidade ou quantum de luz; uma partícula de radiação eletromagnética que tem massa zero e carrega um quantum de energia

photosynthesis / fotossíntese processo pelo qual a energia da luz é convertida em energia química; produz açúcar e oxigênio a partir de dióxido de carbono e água

physical change / mudança física uma mudança da matéria de uma forma para outra sem alteração em suas propriedades químicas

physical property / propriedade física uma característica de uma substância que não envolve uma alteração química, como densidade, cor ou dureza

pitch / tom uma medida da altura (alto ou baixo) um som é percebido, dependendo da frequência da onda sonora

plasma / plasma um estado de matéria que consiste em partículas carregadas com movimento livre, como íons e elétrons; suas propriedades diferem das propriedades de um sólido, líquido ou gás

plasmid / plasmídeo pedaço circular de material genético encontrado em bactérias que pode se replicar separadamente do DNA do cromossomo principal

plateau / platô uma grande extensão de terra elevada e comparativamente nivelada, que é mais alta que uma planície e maior que uma mesa

plate tectonics / tectônica de placas a teoria que explica como grandes pedaços da litosfera, chamados placas, se movem e mudam de forma

pOH / pOH o negativo do logaritmo comum da concentração de íon de hidróxido de uma solução

point source pollution / poluição de fonte pontual poluição que vem de um local específico

polar / polar descreve uma molécula na qual as cargas positivas e negativas são separadas

polar covalent bond / ligação covalente polar uma ligação covalente, na qual dois elétrons compartilhados por dois átomos, é mantida mais próxima por um átomo

polarity / polaridade uma propriedade de um sistema em que dois pontos têm características opostas, como cargas ou polos magnéticos

pollution / poluição qualquer coisa que seja adicionada ao meio ambiente e tenha um efeito negativo no ambiente ou em seus organismos

polyatomic ion / íon poliatômico um íon composto de dois ou mais átomos

polygenic trait / traço poligênico característica que é produzida por dois ou mais genes

polymer / polímero uma molécula grande que é formada por mais de cinco monômeros, ou pequenas unidades

polyprotic acid / ácido poliprótico um ácido que pode doar mais de um próton por molécula

polysaccharide / polissacarídeo um dos carboidratos formados por longas cadeias de açúcares simples; polissacarídeos incluem amido, celulose e glicogênio

population / população todos os indivíduos de uma espécie que vivem na mesma área

positive feedback / feedback positivo feedback que tende a amplificar ou aumentar uma mudança e desestabilizar um processo ou sistema

positive feedback loop / loop de feedback positivo sistema de controle no qual a informação sensorial faz com que o corpo aumente a taxa de mudança afastando-se da homeostase

positron / pósitron uma partícula que tem a mesma massa e rotação que um elétron, mas que tem uma carga positiva

potential difference / diferença potencial o trabalho que deve ser executado contra forças elétricas para mover uma carga entre os dois pontos em questão dividido pela carga

potential energy / energia potencial a energia que um objeto tem por causa da posição, condição ou composição química do objeto

power / força uma quantidade que mede a taxa na qual o trabalho é feito ou a taxa de transferência de energia por qualquer método

Precambrian / Pré-cambriano o intervalo de tempo na escala de tempo geológico desde a formação da Terra até o início da era paleozóica, de 4,6 bilhões a 542 milhões de anos atrás

precession / precessão o movimento do eixo de um corpo giratório, como a oscilação de um pião, quando há uma força externa atuando sobre o eixo; uma rotação lenta do eixo rotacional da Terra em relação à sua órbita

precipitate / precipitado um sólido que é produzido como resultado de uma reação química em solução

Multilingual Science Glossary

precision / precisão a exatidão de uma medição

predation / predação processo pelo qual um organismo caça e mata outro organismo para alimentar-se

pressure / pressão a quantidade de força exercida por unidade de área de uma superfície

primary energy source / fonte de energia primária descreve uma fonte de energia encontrada naturalmente no meio ambiente; carvão, gás natural, sol, vento e urânio são exemplos de fontes de energia primária

primary standard / padrão primário um composto sólido altamente purificado usado para verificar a concentração de uma solução conhecida em uma titulação

principal quantum number / número quântico principal o número quântico que indica a energia e a órbita de um elétron em um átomo

probability / probabilidade possibilidade de que determinado evento ocorra

producer / produtor organismo que obtém sua energia de fontes abióticas, como luz solar ou produtos químicos inorgânicos

product / produto uma substância que se forma em uma reação química

projectile motion / movimento do projétil o movimento que um objeto exibe quando arremessado, lançado ou projetado perto da superfície da Terra

promoter / promotor seção de DNA à qual se liga a polimerase do RNA, dando início à transcrição de mRNA

protein / proteína polímero composto por aminoácidos ligados por ligações peptídicas; dobra-se em uma estrutura particular, dependendo das ligações entre os aminoácidos

protein synthesis / síntese proteica a formação de proteínas usando informações contidas no DNA e transportadas por mRNA

proton / próton uma partícula subatômica que tem uma carga positiva e que está localizada no núcleo de um átomo; o número de prótons no núcleo é o número atômico, que determina a identidade de um elemento

protoplanetary disk / disco protoplanetário um disco de partículas de gás e poeira que orbitam uma estrela recém-formada, a partir da qual os planetas podem se formar

prototype / protótipo um modelo de teste de um produto

Punnett square / quadrado de Punnett modelo para prever todos os genótipos possíveis resultantes de um cruzamento ou acasalamento

pure substance / substância pura uma amostra de matéria, um único elemento ou um único composto, com propriedades químicas e físicas definidas

pyramid of numbers / pirâmide de números um diagrama que mostra o número de organismos individuais em cada nível trófico em um ecossistema

Q

quantity / quantidade algo que tem magnitude, tamanho ou quantidade

quantum / quantum a unidade básica de energia eletromagnética; ele caracteriza as propriedades de onda dos elétrons

quantum number / número quântico um número que especifica certas propriedades dos elétrons

quantum theory / teoria quântica o estudo da estrutura e comportamento do átomo e das partículas subatômicas a partir da visão de que toda energia vem em minúsculos feixes indivisíveis

R

radian / radiano um ângulo cujo comprimento do arco é igual ao raio do círculo, que é aproximadamente igual a 57,3 °

radiation / radiação a emissão e propagação de energia na forma de ondas eletromagnéticas; também movendo partículas subatômicas

radioactive decay / decaimento radioativo a desintegração de um núcleo atômico instável em um ou mais tipos diferentes de átomos ou isótopos, acompanhados pela emissão de radiação, a captura nuclear ou ejeção de elétrons, ou fissão

radioactive nuclide / nuclídeo radioativo um nuclídeo que contém isótopos que decaem e emitem radiação

radioactive tracer / marcador radioativo um material radioativo que é adicionado a uma substância para que sua distribuição possa ser detectada posteriormente

radiometric dating / datação radiométrica um método para determinar a idade absoluta de um objeto comparando as porcentagens relativas de um isótopo radioativo (pai) e um isótopo estável (filho)

rare earth element / elemento terra rara qualquer um de um grupo de elementos metálicos de ocorrência natural que tenham propriedades semelhantes, consistindo em escândio, ítrio e os 15 elementos com números atômicos de 57 a 71 (os lantanídeos). Os elementos de terras raras são amplamente utilizados em produtos eletrônicos e outros produtos de alta tecnologia.

rarefaction / rarefação a região de uma onda longitudinal em que a densidade e a pressão estão no mínimo

rate law / equação de taxa a expressão que mostra como a taxa de formação do produto depende da concentração de todas as espécies que não o solvente que participa de uma reação

rate-determining step / etapa determinante da taxa em uma reação química de várias etapas, a etapa que tem a menor velocidade, que determina a taxa da reação geral

reactant / reagente uma substância ou molécula que participa de uma reação química

reaction mechanism / mecanismo de reação o modo como ocorre uma reação química; expresso em uma série de equações químicas

reaction rate / taxa de reação a taxa na qual uma reação química ocorre; medida pela taxa de formação do produto ou pela taxa de desaparecimento dos reagentes

reaction stoichiometry / estequiometria de reações cálculos envolvendo as relações de massa entre reagentes e produtos em uma reação química

real gas / gás real um gás que não se comporta completamente como um gás ideal hipotético, devido às interações entre as moléculas de gás

real image / imagem real uma imagem que é formada pela interseção dos raios de luz; uma imagem real pode ser projetada em uma tela

recessive / recessivo alelo que não é expresso a menos que duas cópias estejam presentes no genótipo de um organismo

recharge / recarga o volume de água que flui dentro de um determinado período

reclamation / recuperação o processo de trazer ou restaurar a uma condição adequada, como um estado natural anterior

recombinant DNA / DNA recombinante DNA geneticamente modificado que contém genes de mais de um organismo ou espécie

recrystallization / recristalização o processo de reformatação dos cristais ou de uma estrutura cristalina

recycle / reciclar colocar ou passar por um ciclo novamente; para recuperar materiais valiosos ou úteis de resíduos ou sucata ou para reutilizar itens

reduced / reduzida descreve uma substância que ganhou elétrons, perdeu um átomo de oxigênio ou ganhou um átomo de hidrogênio

reducing agent / agente redutor uma substância com potencial para reduzir outra substância

reduction / redução uma mudança química na qual os elétrons são obtidos, seja pela remoção do oxigênio, pela adição de hidrogênio ou pela adição de elétrons

Multilingual Science Glossary

reduction potential / potencial de redução a diminuição na tensão que ocorre quando um íon positivo se torna menos positivo ou neutro ou quando um átomo neutro se torna um íon negativo

reflection / reflexão o retorno de uma onda eletromagnética em uma superfície

reforestation / reflorestamento o restabelecimento e desenvolvimento de árvores em uma terra florestal

refraction / refração a flexão da frente de uma onda quando a frente da onda passa entre duas substâncias nas quais a velocidade da onda é diferente

relative age / idade relativa a idade de um objeto em relação às idades de outros objetos

rem / rem a quantidade de radiação ionizante que causa tanto dano ao tecido humano quanto 1 roentgen de raios X de alta voltagem

renewable / recurso renovável um recurso natural que pode ser substituído na mesma proporção em que o recurso é consumido Também usado para descrever a energia obtida de tais recursos.

renewable resource / fonte renovável um recurso natural que pode ser substituído na mesma taxa em que o recurso é consumido

replication / replicação processo pelo qual o DNA é copiado

repulsive force / força repulsiva força que tende a empurrar objetos para que se afastem um do outro

reservoir / reservatório um lugar ou parte de um sistema no qual algo coleta ou é coletado

resilience / resiliência a capacidade de um ecossistema de se recuperar depois de ter sofrido uma perturbação

resistance / resistência na ciência biológica, a capacidade de um organismo tolerar um agente químico ou causador de doenças; a capacidade de um ecossistema resistir à mudança de uma perturbação; na física, a oposição apresentada à corrente elétrica por um material ou dispositivo

resolving power / poder de resolução a capacidade de um instrumento óptico para formar imagens separadas de dois objetos que estão juntos

resonance / ressonância a ligação em moléculas ou íons que não podem ser corretamente representados por uma única estrutura de Lewis; na física, um fenômeno que ocorre quando a frequência de uma força aplicada a um sistema corresponde à frequência natural de vibração do sistema, resultando em uma grande amplitude de vibração

respiration / respiração o processo que ocorre dentro das células vivas, pelo qual a energia química das moléculas orgânicas é convertida em energia utilizável, envolvendo o consumo de oxigênio e a produção de dióxido de carbono e água como subprodutos

resultant / resultante um vetor que representa a soma de dois ou mais vetores

reversible reaction / reação reversível uma reação química na qual os produtos formam novamente os reagentes originais

ribosome / ribossomo organela que liga aminoácidos para formar proteínas

ridge push / força de expansão uma força que é exercida por rochas que estão resfriando e afundando nas placas litosféricas em uma cordilheira no meio do oceano

rms current / tensão rms o valor da corrente alternada que resulta no mesmo efeito de aquecimento que o valor correspondente da corrente contínua resulta

rock cycle / ciclo das rochas a série de processos pelos quais a rocha se forma, muda de um tipo para outro, é destruída e se forma novamente por meio de processos geológicos

roentgen / roentgen uma unidade de dose de radiação de raios-x ou raios gama que é igual à quantidade de radiação que irá produzir $2,58 \times 10\text{-}4$ de íons por quilo de ar à pressão atmosférica

rotational kinetic energy / energia cinética rotacional a energia de um objeto que é devida ao movimento de rotação do objeto

S

S-wave / onda S uma onda secundária ou onda de cisalhamento; uma onda sísmica que faz com que partículas de rocha se movam em uma direção de um lado para o outro, perpendicular à direção na qual a onda está se propagando; as ondas S são as segundas ondas sísmicas mais rápidas e só podem se propagar através de sólidos

salt / sal um composto iônico que se forma quando um átomo de metal ou um radical positivo substitui o hidrogênio de um ácido

saponification / saponificação uma reação química em que os ésteres de ácidos graxos reagem com uma base forte para produzir glicerol e um ácido graxo; o processo que é usado para fazer sabão

saturated hydrocarbon / hidrocarboneto saturado um composto orgânico formado apenas por carbono e hidrogênio ligados por ligações simples

saturated solution / solução saturada uma solução que não pode dissolver mais soluto sob as condições dadas

scalar / escalar uma quantidade física que tem magnitude mas não direção

schematic diagram / diagrama esquemático uma representação de um circuito que usa linhas para representar fios e símbolos diferentes para representar componentes

scientific method / método científico uma série de etapas seguidas para resolver problemas, incluindo a coleta de dados, formulação de uma hipótese, teste da hipótese e declaração das conclusões

scientific notation / notação científica um método de expressar uma quantidade como um número multiplicado por 10 elevado à potência apropriada

scintillation counter / cintilador/detector a cintilação um instrumento que converte luz cintilante em um sinal elétrico para detectar e medir radiação

secondary energy source / fonte de energia secundária descreve fontes de energia derivadas de fontes de energia primária; por exemplo, a eletricidade é uma fonte secundária de energia que é produzida a partir do uso de fontes primárias como carvão e gás natural.

sediment / sedimento partículas sólidas, tais como fragmentos de rocha decompostas, materiais de organismos ou minerais que, em uma solução, são transportados e depositados na superfície da Terra ou perto dela

sedimentary rock / rocha sedimentar rocha formada pela compactação e cimentação de camadas de sedimentos

seismic wave / onda sísmica uma onda de energia que se propaga através da Terra e para longe de um terremoto, em todas as direções

seismogram / sismograma um traçado do movimento do terremoto registrado por um sismógrafo

self-ionization of water / auto-ionização da água um processo no qual duas moléculas de água produzem um íon hidrônio e um íon hidróxido por transferência de um próton

semipermeable membrane / membrana semipermeável uma membrana que permite a passagem de apenas algumas moléculas

series / série descreve dois ou mais componentes de um circuito que fornecem um único caminho para a corrente

sex chromosome / cromossomo sexual um dos pares de cromossomos que determinam o sexo de um indivíduo

sex-linked gene / gene ligado ao sexo gene que está localizado em um cromossomo sexual

sexual selection / seleção sexual seleção em que certas características melhoram o sucesso de acasalamento; traços são, portanto, transmitidos aos descendentes

shielding / blindagem um material absorvedor de radiação que é usado para diminuir o vazamento de radiação de reatores nucleares

PORTUGUÊS

SI / SI Le Système International d'Unités, ou Sistema Internacional de Unidades, que é o sistema de medição aceito mundialmente

significant figure / algarismo significativo uma casa decimal determinada que determina a quantidade de arredondamento a ser feito com base na precisão da medição

silicate / silicato um mineral que contém uma combinação de silício e oxigênio e que também pode conter um ou mais metais

simple harmonic motion / movimento harmônico simples vibração sobre uma posição de equilíbrio em que uma força restauradora é proporcional ao deslocamento do equilíbrio

single bond / ligação simples uma ligação covalente na qual dois átomos compartilham dois elétrons

single-displacement reaction / reação de deslocamento único uma reação na qual um elemento ou radical toma o lugar de outro elemento ou radical em um composto

sinkhole / dolina uma depressão circular que se forma quando a rocha se dissolve, quando o sedimento sobrejacente preenche uma cavidade existente ou quando o teto de uma caverna subterrânea ou de uma mina que desmorone

slab pull / força de tração uma força em um limite de zona de subducção exercida em uma placa de subducção devido ao peso da borda que está afundando

smog / smog poluição do ar na qual os gases liberados pela queima de combustíveis fósseis formam uma névoa quando reagem com a luz do sol

soil / solo uma mistura não consolidada de fragmentos de rocha e material orgânico propícia ao crescimento de vegetação

soil erosion / erosão do solo um processo no qual os materiais da superfície da Terra são soltos, dissolvidos ou desgastados e transportados de um lugar para outro por um agente natural como o vento, a água, o gelo ou a gravidade

solar wind / vento solar um fluxo de partículas ionizadas de alta velocidade expelidas, principalmente, da coroa solar

solenoid / solenoide uma bobina longa e helicoidal de fio isolado

solid / sólido o estado da matéria em que o volume e a forma de uma substância são fixos

solubility / solubilidade a capacidade de uma substância se dissolver em outra a uma dada temperatura e pressão; expressa em termos da quantidade de soluto que se dissolverá em uma determinada quantidade de solvente para produzir uma solução saturada

solubility product constant / constante de produto de solubilidade a constante de equilíbrio para um sólido que esteja em equilíbrio com os íons dissolvidos do sólido

soluble / solúvel capaz de se dissolver em um solvente particular

solute / soluto em uma solução, a substância que se dissolve no solvente

solution / solução uma mistura homogênea de duas ou mais substâncias uniformemente dispersas ao longo de uma única fase

solution equilibrium / equilíbrio de solubilidade o estado físico em que os processos opostos de dissolução e cristalização de um soluto ocorrem em taxas iguais

solvated / solvatada descreve uma molécula de soluto que está cercada por moléculas de solvente

solvent / solvente em uma solução, a substância na qual outra substância (o soluto) se dissolve

somatic cell / célula somática célula que compõe todos os tecidos e órgãos do corpo, exceto os gametas

speciation / especiação evolução de duas ou mais espécies de uma espécie ancestral

species / espécie grupo de organismos tão semelhantes entre si que podem se reproduzir e produzir descendentes férteis

specific heat capacity / capacidade de calor específico a quantidade de calor necessária para elevar uma unidade de massa de material homogêneo 1 K ou 1 °C de uma maneira específica, considerando pressão e volume constantes

spectator ions / íons espectadores íons que estão presentes em uma solução em que uma reação está ocorrendo, mas que não participam da reação

spectrum / espectro um padrão de radiação visto ou gravado quando os componentes que compõem a luz são separados em ordem de frequência, como quando a luz passa através de um prisma

spin quantum number / número quântico spin o número quântico que descreve o momento angular intrínseco de uma partícula

spring constant / constante de mola a energia disponível para uso quando um objeto elástico deformado retorna à sua configuração original

stabilizing selection / seleção estabilizadora via da seleção natural em que fenótipos intermediários são selecionados em detrimeto dos fenótipos em ambos os extremos

standard electrode potential / potencial do eletrodo padrão o potencial desenvolvido por um metal ou outro material imerso em uma solução eletrolítica em relação ao potencial do eletrodo de hidrogênio, que é configurado como zero

standard solution / solução padrão uma solução de concentração conhecida, expressa em termos da quantidade de soluto em uma determinada quantidade de solvente ou solução

standard temperature and pressure / temperatura e pressão padrão para um gás, a temperatura de 0 °C e a pressão de 1,00 atm

standing wave / onda parada um padrão de onda que resulta quando duas ondas da mesma frequência, comprimento de onda e amplitude se propagam em direções opostas e interferem

static friction / fricção estática a força que resiste ao início do movimento de deslizamento entre duas superfícies que estão em contato e em repouso

stem cell / célula tronco célula que pode dividir por longos períodos de tempo e permanecer indiferenciada

stimulus / estímulo algo que causa uma resposta fisiológica

stoichiometry / estequiometria as relações proporcionais entre duas ou mais substâncias durante uma reação química

stratosphere / estratosfera a camada da atmosfera que se encontra entre a troposfera e a mesosfera e na qual a temperatura aumenta à medida que a altitude aumenta; contém a camada de ozônio

stress / estresse a força por unidade de área dentro de um objeto; a resistência interna de um objeto a uma força aplicada

strong acid / ácido forte um ácido que ioniza completamente em um solvente

strong electrolyte / eletrólito forte um composto que se dissolve completamente, ou em grande parte, em uma solução aquosa, como sais minerais solúveis

strong force / força forte a interação que une os núcleos em um núcleo

structural formula / fórmula estrutural uma fórmula que indica a localização dos átomos, grupos ou íons um em relação ao outro em uma molécula e que indica o número e a localização das ligações químicas

structural isomers / isômeros estruturais dois ou mais compostos que têm o mesmo número e tipos de átomos e o mesmo peso molecular, mas que diferem na ordem em que os átomos estão ligados um ao outro

subduction / subdução um processo em um limite convergente no qual uma placa oceânica está descendo para baixo de outra placa, que a substitui

sublimation / sublimação o processo no qual um sólido muda diretamente para um gás (o termo às vezes também é usado para o processo inverso)

411

subsidence / subsidência o afundamento ou desmoronamento de uma área do solo devido a processos geológicos

substitution reaction / reação de substituição uma reação na qual um ou mais átomos substituem outro átomo ou grupo de átomos em uma molécula

sunspot / mancha solar uma área escura da fotosfera do sol que é mais fria do que as áreas circundantes e que tem um forte campo magnético

superconductor / supercondutor um material cuja resistência é zero a uma determinada temperatura crítica, que varia com cada material

supercontinent / supercontinente uma massa de terra hipotética contendo a maior parte da crosta continental da Terra; de acordo com a teoria das placas tectônicas, os supercontinentes formam-se e desintegram-se

supercooled liquid / líquido super refrigerado um líquido que é resfriado abaixo do seu ponto de congelamento normal sem solidificar

supernova / supernova o evento energético que segue o colapso do núcleo de ferro de uma estrela maciça; elementos de massa atômica maior que ferro são produzidos

supersaturated solution / solução supersaturada uma solução que contém mais soluto dissolvido do que o necessário para atingir o equilíbrio a uma determinada temperatura

surface process / processo de superfície um processo que afeta a geosfera na superfície da Terra ou perto dela e é impulsionado principalmente por energia externa, como intemperismo e erosão

surface tension / tensão superficial a força que atua na superfície de um líquido e que tende a minimizar a área da superfície

survivorship / sobrevivência probabilidade de sobreviver a uma determinada idade

survivorship curve / curva de sobrevivência gráfico mostrando os membros sobreviventes de cada faixa etária de uma população ao longo do tempo

suspension / suspensão uma mistura na qual partículas de um material são mais ou menos uniformemente dispersas por um líquido ou gás

sustainability / sustentabilidade a condição em que as necessidades humanas são satisfeitas de tal maneira que uma população humana possa sobreviver indefinidamente

sustainable / sustentável capaz de ser continuado ou prolongado

sustainable development / desenvolvimento sustentável prática de não usar recursos naturais mais rapidamente do que eles podem ser reabastecidos

symbiosis / simbiose relação ecológica entre membros de pelo menos duas espécies diferentes que vivem em contato direto entre si

synthesis reaction / reação de síntese uma reação em que duas ou mais substâncias se combinam para formar um novo composto

system / sistema um conjunto de partículas ou componentes interagentes considerados como uma entidade física distinta para fins de estudo

T

tangential acceleration / aceleração tangencial a aceleração de um objeto que é tangente ao caminho circular do objeto

tangential speed / velocidade tangencial a velocidade de um objeto que é tangente ao caminho circular do objeto

tar sand / areia betuminosa areia ou arenito contendo petróleo, do qual os voláteis escaparam, deixando um resíduo de hidrocarboneto (asfalto)

technology / tecnologia a aplicação da ciência para fins práticos; o uso de ferramentas, máquinas, materiais e processos para atender às necessidades humanas

tectonic plate / placa tectônica um bloco da litosfera que consiste na crosta e na parte rígida mais externa do manto

temperature / temperatura uma medida do calor (ou frio) de algo; especificamente, uma medida da energia cinética média das partículas em um objeto

test cross / cruzamento de teste cruzamento entre um organismo com um genótipo desconhecido e um organismo com um fenótipo recessivo

theoretical yield / rendimento teórico a quantidade máxima de produto que pode ser produzido a partir de uma determinada quantidade de reagente

theory / teoria uma explicação para algum fenômeno que é baseado na observação, experimentação e raciocínio

thermal energy / energia térmica a energia cinética total das partículas de uma substância

thermal equilibrium / equilíbrio térmico o estado em que dois corpos em contato físico um com o outro têm temperaturas idênticas ou não trocam energia térmica entre si

thermochemical equation / equação termoquímica uma equação que inclui a quantidade de energia como calor liberado ou absorvido durante a reação como escrita

thermochemistry / termoquímica o ramo da química que é o estudo das mudanças de energia que acompanham as reações químicas e as mudanças de estado

thermodynamics / termodinâmica o ramo da ciência preocupado com as mudanças de energia que acompanham as mudanças químicas e físicas

thermosphere / termosfera a camada mais alta da atmosfera, na qual a temperatura aumenta à medida que a altitude aumenta; inclui a ionosfera

tidal energy / energia das marés/energia maremotriz energia produzida por causa da atração gravitacional do sol e da lua nos oceanos da Terra

till / tilito material rochoso não estratificado que é depositado diretamente pelo derretimento de uma geleira

timbre / timbre a qualidade musical de um tom resultante da combinação de harmônicos presentes em diferentes intensidades

tissue / tecido grupo de células que trabalham juntas para executar uma função semelhante

titration / titulação um método para determinar a concentração de uma substância em solução, adicionando uma solução de volume e concentração conhecidos até a reação estar concluída, o que é normalmente indicado por uma alteração na cor

topography / topografia o tamanho e a forma das características da superfície terrestre de uma região, incluindo seu relevo

torque / torque uma quantidade que mede a capacidade de uma força para girar um objeto em torno de algum eixo

total internal reflection / reflexão interna total a reflexão completa que ocorre dentro de uma substância quando o ângulo de incidência da luz que atinge o limite da superfície é menor que o ângulo crítico

tradeoff / trade-off (troca) abrir mão de uma coisa em troca de outra, muitas vezes aplicada ao processo de projeto de engenharia

trait / traço característica que é herdada

transcription / transcrição processo de copiar uma sequência nucleotídica de DNA para formar uma cadeia complementar de mRNA

transcription factor / fator de transcrição uma enzima que é necessária para iniciar e/ou continuar a transcrição genética

transform boundary / fronteira de placas tectônicas a fronteira entre as placas tectônicas que estão deslizando umas sobre as outras horizontalmente

transformer / transformador um dispositivo que aumenta ou diminui a força eletromotriz (FEM) da corrente alternada

transgenic / transgênico organismo cujo genoma foi alterado para conter um ou mais genes de outro organismo ou espécie

transistor / transistor um dispositivo semicondutor que pode amplificar a corrente e que é usado em amplificadores, osciladores e comutadores

transition element / elemento de transição um dos metais que pode usar a camada interna antes de usar a camada externa para ligar

transition interval / intervalo de transição a faixa de concentração sobre a qual pode ser observada uma variação em um indicador químico

translation / tradução processo pelo qual o mRNA é decodificado e uma proteína é produzida

transmutation / transmutação a transformação de átomos de um elemento em átomos de um elemento diferente como resultado de uma reação nuclear

transuranium element / elemento transurânico um elemento sintético cujo número atômico é maior que o do urânio (número atômico 92)

transverse wave / onda transversal uma onda cujas partículas vibram perpendicularmente à direção em que a onda está viajando

triple point / ponto triplo as condições de temperatura e pressão nas quais as fases sólida, líquida e gasosa de uma substância coexistem em equilíbrio

troposphere / troposfera a camada mais baixa da atmosfera, na qual a temperatura cai a uma taxa constante à medida que a altitude aumenta; a parte da atmosfera onde existem condições meteorológicas

triprotic acid / ácido triprótico um ácido que tem três prótons ionizáveis por molécula, como o ácido fosfórico

trough / calha o ponto mais baixo abaixo da posição de equilíbrio

U

ultraviolet catastrophe / catástrofe do ultravioleta a predição falha da física clássica de que a energia irradiada por um corpo negro em comprimentos de onda extremamente curtos é extremamente grande e que a energia total irradiada é infinita

uncertainty principle / princípio da incerteza o princípio que afirma que é impossível determinar simultaneamente a posição e momento de uma partícula com precisão infinita

unified atomic mass unit / unidade de massa atômica unificada uma unidade de massa que descreve a massa de um átomo ou molécula; é exatamente 1/12 da massa de um átomo de carbono com número de massa 12 (abreviatura, u)

uniformitarianism / uniformitarismo teoria que afirma que os processos geológicos que moldam a Terra são uniformes ao longo do tempo

unit cell / célula unitária a menor porção de uma treliça de cristal que mostra o padrão tridimensional de toda a treliça

unsaturated hydrocarbon / hidrocarboneto insaturado um hidrocarboneto que possui ligações de valência disponíveis, geralmente de ligações duplas ou triplas com o carbono

unsaturated solution / solução não saturada uma solução que contém menos soluto do que uma solução saturada e que é capaz de dissolver o soluto adicional

uplift / levantamento elevar; o ato, processo ou resultado de levantar ou erguer; uma elevação

V

valence electron / elétron de valência um elétron que é encontrado na camada mais externa de um átomo e que determina as propriedades químicas do átomo

vaporization / vaporização o processo pelo qual um líquido ou sólido se transforma em gás

vector / vetor uma quantidade física que tem magnitude e direção

velocity / velocidade a velocidade de um objeto em determinada direção

vestigial structure / estrutura vestigial remanescentes de um órgão ou estrutura que funcionava em um antepassado anterior

virtual image / imagem virtual uma imagem da qual os raios de luz parecem divergir, embora eles não estejam realmente focalizados ali; uma imagem virtual não pode ser projetada em uma tela

volatile / volátil evaporando prontamente a temperaturas e pressões normais; uma substância que é volátil

volcano / vulcão abertura ou fissura na superfície da Terra por onde magma e gases são expelidos

voltage / tensão a quantidade de trabalho para mover uma carga elétrica unitária entre dois pontos; expresso em volts

voltaic cell / célula voltaica uma célula primária que consiste em dois eletrodos feitos de diferentes metais imersos em um eletrólito; usado para gerar tensão

volume / volume uma medida do tamanho de um corpo ou região no espaço tridimensional

VSEPR theory (valence shell electron pair repulsion theory) / teoria de VSEPR (teoria de repulsão dos pares eletrônicos da camada de valência) uma teoria que prevê algumas formas moleculares baseadas na ideia de que pares de elétrons de valência ao redor de um átomo se repelem

W

wastewater / água residual água que contém resíduos de casas ou indústrias

watershed / bacia hidrográfica a área de terra que é drenada por um sistema fluvial

wavelength / comprimento de onda distância entre dois pontos semelhantes adjacentes de uma onda, como de crista a crista ou de vale a vale

weak acid / ácido fraco um ácido que libera poucos íons de hidrogênio em solução aquosa

weak electrolyte / eletrólito fraco um composto que se dissocia apenas em pequena extensão em solução aquosa

weak force / força fraca a força envolvida na interação de certas partículas subatômicas

weather / tempo o estado de curto prazo da atmosfera, incluindo temperatura, umidade, precipitação, vento e visibilidade

weathering / intemperismo o processo natural pelo qual agentes atmosféricos e ambientais, como vento, chuva e mudanças de temperatura, desintegram e decompõem rochas

weight / peso uma medida da força gravitacional exercida sobre um objeto; seu valor pode mudar com a localização do objeto no universo

word equation / equação de palavras uma equação na qual os reagentes e produtos em uma reação química são representados por palavras

work / trabalho a transferência de energia para um corpo pela aplicação de uma força que faz com que o corpo se mova na direção da força; é igual ao produto da magnitude do componente de uma força ao longo da direção do deslocamento e da magnitude do deslocamento

work function / função trabalho a energia mínima necessária para remover um elétron de um átomo de metal

work–kinetic energy theorem / teorema da energia trabalho-cinética o trabalho líquido feito por todas as forças que atuam sobre um objeto é igual à mudança na energia cinética do objeto

Multilingual Science Glossary

Glosè Syans nan plizyè lang

Glosè sila a reprezante yon lis nan lòd alfabetik pou mo/ekspresyon kle ansanm avèk siyifikasyon yo, jan yo itilize yo nan pwogram Syans HMH la. Glosè a disponib nan lang sa yo: Angle, Panyòl, Vyetnamyen, Filipino/Tagalòg, Chinwa Senplifye (pou moun ki pale Mandaren ak Kantonè), Arab, Hmong, Koreyen, Punjabi, Ris, Pòtigè Brezilyen ak Kreyòl Ayisyen.

A

abiotic factor / faktè abyotik faktè nonvivan ki nan yon ekosistèm, tankou imidite, tanperati, van, limyè solèy, tè ak mineral

absolute zero / zewo absoli tanperati kote tout mouvman molekilè yo kanpe (0 K sou echèl Kelvin la oswa –273.16 °C sou echèl Sèlsiyis la)

absorption spectrum / espèk absòbsyon yon dyagram oswa yon graf ki endike longèdonn enèji radyan yon sibstans absòbe

abrasion / abrazyon lè sifas wòch yo fwote youn ak lòt ak degrade akoz aksyon mekanik patikil lòt wòch oswa patikil sab yo

absolute age / laj absoli laj an chif, pou yon objè oswa yon evènman, yo souvan deklare li an kantite ane ki te pase anvan, jan yo tabli li nan yon pwosesis datasyon absoli tankou yon datasyon radyometrik

acceleration / akselerasyon vitès ki pèmèt velosite a chanje apre yon sèten tan; yon objè ap akselere si vitès li, direksyon li oswa toulède chanje

accretion / akwasman pwosesis kwasans oswa ogmantasyon gwosè ki rive akoz adisyon ekstèn gradyèl, fizyon oswa enklizyon

accuracy / presizyon yon deskripsyon sou pwoksimite yon mezi parapò ak valè kòrèk la pou kantite yo mezire a

acid / asid nenpòt konpoze ki ogmante kantite iyon idwodyòm yo lè yo fonn li nan dlo

acid-base indicator / endikatè asid-baz yon sibstans ki chanje koulè selon kantite pH ki gen nan solisyon sibstans lan plonje ladan l lan

acid ionization constant / konstant iyonizasyon asid yon konstant ekilib pou dezasosye yon asid a yon tanperati espesifik; yo endike li nan tèm K_a

acid precipitation / presipitasyon asid lapli, grèl oswa nèj ki gen yon gwo konsantrasyon asid

actinide / aktinid nenpòt nan eleman ki nan seri aktinid yo, ki genyen nimewo atomik ant 89 (actinium, Ac) rive 103 (lawrencium, Lr)

activated complex / konplèks aktive yon molekil ki nan yon eta enstab ki ant reyaktif yo ak pwodwi yo nan reyaksyon chimik lan

activation energy / enèji aktivasyon kantite minimòm enèji ki nesesè pou kòmanse yon reyaksyon chimik

active margin / maj aktif yon maj kontinantal kote yon plat oseyanik glise anba yon plak kontinantal; li karakterize pa yon plato kontinantal ki etwat ak yon twou byen fon nan lanmè a

activity series / seri aktivite yon seri eleman ki gen pwopriyete sanblab epi ke yo klase nan yon lòd ki sòti nan pi gran pou rive nan pi piti nan yon aktivite chimik; egzanp seri aktivite yo gen ladan yo metal yo ak alojèn yo

actual yield / rannman reyèl kantite yo mezire pou yon pwodui yon reyaksyon

adaptation / adaptasyon karakteristik yon òganis eritye pou l kenbe pandan anpil tan paske li pèmèt òganis yo siviv pi byen nan anviwònman yo

Multilingual Science Glossary

addition reaction / reyaksyon adisyon
yon reyaksyon kote yon atòm oswa
yon molekil vin ajoute sou yon molekil
ki pa satire

**adenosine diphosphate (ADP) / difosfat
adenozin (ADP)** yon molekil òganik
ki patisipe nan metabolis enèji; li
konpoze ak yon baz azòt, yon sik
epi de gwoup fosfat

**adenosine triphosphate (ATP) / trifosfat
adenozin (ATP)** yon molekil òganik ki aji
kòm sous prensipal enèji pou pwosesis
selilè yo; li konpoze ak yon baz azòt,
yon sik epi twa gwoup fosfat

adiabatic process / pwosesis adyabatik
yon pwosesis tèmodinamik kote sistèm
lan pa ni transfere ni resevwa okenn
enèji sou fòm chalè

aerobic / ayewobik yon pwosesis ki
bezwen oksijèn pou l fonksyone

air mass / mas lè yon gwo volim lè kote
tanperati a ak imidite a sanblab

albedo / albedo fraksyon radyasyon ki
reflete sou sifas yon objè

alcohol / alkòl yon konpoze òganik ki gen
youn oswa plizyè gwoup idwoksil ki
atache ak atòm kabòn

aldehyde / aldeyid yon konpoze òganik ki
genyen gwoup kabonil, —CHO ladan l

alkali metal / metal alkalen youn nan
eleman nan Gwoup 1 nan tablo peryodik
la (lityòm, sodyòm, potasyòm, ribidyòm,
sezyòm, ak fransyòm)

alkaline-earth metal / metal alkalen tè
youn nan eleman ki nan Gwoup 2 nan
tablo peryodik la (berilyòm, mayezyòm,
kalsyòm, strontyòm, baryòm ak radyòm)

alkane / alkàn yon idwokabi ki karakterize
pa yon chèn kabòn tou dwat oswa ki gen
plizyè branch ak lyezon senp sèlman

alkene / alsèn yon idwokabi ki gen youn
oswa plizyè lyezon doub

alkyl group / gwoup alkil yon gwoup atòm
ki fòme lè yo retire yon atòm idwojèn
nan yon molekil alkàn

alkyl halide / alojeni alkil yon konpoze ki
fòme ak yon gwoup àlkil epi yon alojèn
(fliyò, klò, bwòm oswa yòd)

alkyne / alsin yon idwokabi ki gen youn
oswa plizyè lyezon trip

allele / alèl nenpòt fòm altènatif yon
jèn ki parèt yon kote espesifik sou yon
kwomozòm

allele frequency / frekans alèl pwopòsyon
nan patrimwàn jenetik la pou yon alèl
lè yo konpare l ak tout alèl pou menm
karakteristik la

alloy / alyaj melanj solid oswa likid ak
de oswa plizyè metal, yon metal ak
yon nonmetal, oswa yon metal ak yon
metaloyid; li gen pwopriyete ki amelyore
lè nou konpare l avèk chak eleman yo
apa oswa li gen pwopriyete yo pa jwenn
nan eleman orijinal yo

alluvial fan / kòn alivyal yon mas wòch
ki gen fòm yon vantay yon kouran dlo
depoze lè pant teren an vin ratresi; pa
egzanp kòn alivyal yo fòme lè sous dlo
yo koule sot nan tèt mòn yo pou y al nan
plenn yo

alpha particle / patikil alfa yon atòm ki
gen yon chaj pozitif yo libere pandan
dezentegrasyon eleman radyoaktif yo
epi ki fèt ak de pwoton epi de netwon

alternating current / kouran alènatif yon
kouran elektrik ki chanje direksyon nan
entèval regilye

altruism / altwis konpòtman kote yon
animal diminye pwòp kapasite li pou li
ede lòt manm ki nan gwoup sosyal li a

amine / amin yon konpoze òganik ki ka
konsidere antanke yon derive amonyak

amino acid / asid amine molekil ki konpoze
pwoteyin yo; li fèt ak kabòn, idwojèn,
oksijèn, nitwojèn epi ak kèk fwa silfi

amorphous solid / solid amòf yon solid
kote patikil li yo pa ranje ak peryodisite
oswa nan lòd

amphoteric / anfotè dekri yon sibstans,
tankou dlo, ki gen pwopriyete yon asid
ak pwopriyete yon baz

amplitude / anplitid distans maksimòm ki pèmèt patikil milye yon onn vibre apati pozisyon repo yo

anabolism / anabolis sentèz metabolik pwoteyin yo, grès yo ak lòt gwo byomolekil apati molekil ki pi piti; li egzije enèji ki sou fòm ATP

anaerobic process / pwosesis anayewobik yon pwosesis ki pa bezwen oksijèn

analogous structure / estrikti analòg pati nan kò a ki gen menm fonksyon men ki pa gen menm estrikti ak pati nan kò yon lòt òganis

angiosperm / anjyospèm yon plant ki pwodui grenn nan yon fwi; yon plant ki gen flè

angle of incidence / ang ensidans ang ki fòme ant yon reyon ki frape yon sifas ak liy ki pèpandikilè ak sifas la nan pwen kontak la

angle of reflection / ang refleksyon ang ki fòme pa yon liy ki pèpandikilè ak yon sifas epi ak direksyon kote reyon reflechi a deplase a

angular acceleration / akselerasyon angilè kantite tan yon ang pran pou l chanje vitès, yo eksprime li an jeneral an radyan pa segonn pa segonn

angular displacement / deplasman angilè ang kote yon pwen, yon liy oswa yon kò ap vire nan yon direksyon espesifik epi toutotou yon aks espesifik

angular momentum / moman angilè pou yon objè k ap vire, pwodwi moman objè a rete san l pa bouje ak vitès ang lan toutotou menm aks la

angular velocity / vitès angilè se vitès yon objè k ap vire sou yon aks, yo eksprime l an jeneral an radyan pa segonn

anion / anyon yon iyon ki gen yon chaj negatif

anode / anòd elektwòd pwosesis oksidasyon an fèt sou sifas li a; anyon yo travèse al nan anòd la, epi elektwon yo soti nan sistèm lan apati anòd la

anthroposphere / antwoposfè pati nan Latè kote moun konstwi oswa chanje kèk bagay; pafwa yo konsidere l kòm youn nan esfè sistèm Latè a

antinode / antinòd yon pwen nan yon onn estasyonè, nan mitan de ne, kote pi gwo deplasman an fèt la

apoptosis / apoptoz lanmò selilè ki pwograme

aquifer / akifè yon bout wòch oswa yon sediman ki kenbe dlo anba tè a epi ki pèmèt dlo ki anba tè a koule

aromatic hydrocarbon / idwokabi awomatik yon manm nan klas idwokabi yo (ki gen ladan banzèn antanke premye manm) ki gen ladan yon asanblaj atòm kabòn konjige siklik epi ki karakterize ak gwo enèji rezonans

array / gwoupman yon aranjman eleman oswa valè andedan ranje ak kolòn, yon matris

Arrhenius acid / asid Arrhenius yon sibstans ki ogmante konsantrasyon iyon idwonyòm yo nan solisyon akez

Arrhenius base / baz Arrhenius yon sibstans ki ogmante konsantrasyon iyon idwoksid yo nan solisyon akez

artificial selection / seleksyon atifisyèl pwosesis kote moun fè elvaj pou yo modifye espès nan objektif pou yo konsève sèten karaktè lakay espès la

artificial transmutation / transmitasyon atifisyèl transfòmasyon atòm yon eleman pou yo vin tounen atòm yon lòt eleman akoz yon reyaksyon nikleyè, tankou bonbadman ak netwon

asthenosphere / astenosfè kouch plastik solid ki anba manto litosfè a; li fèt ak wòch manto k ap koule tou dousman, sa ki pèmèt plak tektonik yo deplase sou li

atmosphere / atmosfè melanj gaz ak patikil ki antoure yon planèt, lalin lan oswa yon lòt kò selès; youn nan kat pi gwo esfè ki nan sistèm Latè a

Multilingual Science Glossary

atmosphere of pressure / presyon atmosferik
presyon atmosfè Latè a nan nivo lanmè
a; li egal egzakteman ak 760 mm Hg

atom / atòm pi piti inite nan yon eleman
ki konsève pwopriyete eleman sa a

atomic number / nimewo atomik kantite
pwoton ki genyen nan nwayo yon atòm;
tout atòm ki nan yon eleman gen menm
nimewo atomik

atomic radius / reyon atomik mwatye
distans ki genyen ant sant atòm idantik
ki gen lyezon ant yo

**ATP; adenosine triphosphate / ATP; trifosfat
adenozin** molekil ak gwo enèji ki gen
enèji nan lyezon li yo ke selil yo kapab
itilize

attractive force / fòs atraksyon fòs ki gen
tandans rale objè youn kont lòt

Aufbau principle / prensip Aufbau prensip
ki deklare ke pou jwenn estrikti chak
eleman siksesif yo jis ajoute yon pwoton
nan nwayo atòm lan ak yon elektwon
nan òbit ki gen enèji ki pi fèb ki
disponib la

autosome / otozòm kwomozòm ki pa
yon kwomozòm seksyèl; lakay moun,
kwomozòm gen nimewo soti 1 rive 22

autotroph / ototwòf yon òganis ki pwodui
pwòp eleman nitritif li apati sibstans
inòganik yo oswa apati anviwònman
an olye ke li konsome lòt òganis

**average atomic mass / mas atomik
mwayèn** se pwa mwayen mas tout
izotòp natirèl ki nan yon eleman

average velocity / vitès mwayèn
deplasman total ke yo divize avèk
entèval tan pandan deplasman an fèt la

Avogadro's law / lwa Avogadro lwa ki
deklare ke gaz ki gen volim egal nan
menm tanperati ak presyon yo gen
kantite egal molekil tou

Avogadro's number / nonm Avogadro
$6{,}02 \times 10^{23}$, kantite atòm oswa kantite
molekil ki gen nan 1 mol

axis / aks yon liy dwat imajinè ki ka sèvi
kòm referans pou pati ki nan yon estrikti
oswa ki nan yon kò

B

back emf / tansyon emf emf yo entwodui
nan bobin yon motè ki gen tandans pou
li diminye kouran ki nan bobin motè a

barometer / bawomèt yon enstriman ki
mezire presyon atmosferik la

base / baz nenpòt konpoze ki ogmante
kantite iyon idwoksid yo lè yo fonn
nan dlo

beat / batman varyasyon peryodik nan
anplitid yon onn ki se sipèpozisyon de
onn frekans ki gen yon ti diferans tou
piti

benzene / banzèn idwokabi awomatik ki
pi senp lan

beta particle / patikil beta yon chaj
elektwon yo libere pandan sèten tip
dezentegrasyon radyoaktif, tankou yon
dezentegrasyon beta

big bang theory / teyori bigbang teyori
ke tout matyè ak enèji ki nan inivè a te
konprese nan yon volim ki dans anpil, ki
te gaye toudenkou nan tout direksyon sa
gen 13,8 milya ane

binary acid / asid binè yon asid ki gen de
eleman diferan sèlman; idwojèn ak youn
nan eleman ki pi elektwonegatif yo

binary compound / konpoze binè yon
konpoze ki fèt ak de eleman diferan

binary fission / fisyon binè repwodiksyon
aseksyèl kote selil la divize an de pati
ki egal

binding energy / enèji lyezon enèji ki
degaje lè nikleyon ki pa gen lyezon yo
rasanble ansanm pou yo fòme yon nwayo
ki estab, ki ekivalan ak enèji ki nesesè
pou kraze nwayo a pou l bay plizyè
nikleyon

biodiversity / byodivèsite varyete òganis nan yon zòn espesifik, varyasyon jenetik ki nan yon popilasyon, varyete espès nan yon kominote, oswa varyete kominote nan yon ekosistèm

bioengineering / byo-enjeneri aplikasyon konsèp jeni jenetik yo nan bagay ki vivan

biogeochemical cycle / sik byojewochimik mouvman yon pwodui chimik nan pati byolojik ak jewolojik, oswa nan pati vivan ak nonvivan yon ekosistèm

bioinformatics / byo-enfòmatik itilizasyon baz done òdinatè yo pou òganize epi analize done byolojik

biomagnification / byoanplifikasyon kondisyon kote sibstans toksik yo vin pi konsantre nan tisi òganis ki pi wo sou chèn alimantè a pase nan tisi òganis ki pi ba sou chèn alimantè a

biomass / byomas total mas sèk pou tout òganis ki nan yon zòn byen detèmine

biomass pyramid / piramid byomas yon dyagram ki konpare byomas plizyè nivo twofik diferan nan yon ekosistèm

biome / byom kominote òganis rejyonal oswa global ke kondisyon klimatik ak kominote plant k ap devlope yo karakterize

biosphere / byosfè pati nan Latè kote lavi egziste; li gen ladan l tout òganis vivan yo sou Latè; youn nan kat pi gwo esfè ki nan sistèm Latè a

biotechnology / biyoteknoloji fason yo itilize epi aplike pwosesis biyolojik yo ak èt vivan yo

biotic factor / faktè byotik yon bagay vivan, tankou yon plant, yon bèt, yon chanpiyon oswa yon bakteri

blackbody / kò nwa yon absòbè pafè ki emèt radyasyon ki baze sèlman sou tanperati li yo

blackbody radiation / radyasyon kò nwa radyasyon yon kò nwa emèt, ki se yon radyatè ak yon absòbè pafè e ki emèt radyasyon ki baze sèlman sou tanperati li

boiling / ebilisyon konvèsyon yon likid pou l tounen vapè nan likid la ak sou sifas likid la nan yon kondisyon tanperati ak presyon espesifik; sa rive lè presyon vapè likid la egal ak presyon atmosferik la

boiling point / pwen ebilisyon tanperati ak presyon kote yon likid ak yon gaz fè ekilib

boiling-point elevation / elevasyon pwen ebilisyon diferans ant pwen ebilisyon yon likid nan eta pi li ak pwen ebilisyon yon likid ki nan yon solisyon; ogmantasyon an depann de kantite patikil solite ki prezan

bond energy / enèji lyen enèji ki nesesè pou kraze yon lyezon chimik epi pou fòme plizyè atòm izole ki net

bottleneck effect / efè etrangleman derive jenetik ki se rezilta yon evènman ki diminye anpil nan dimansyon yon popilasyon

Boyle's law / lwa Boyle lwa ki deklare ke pou yon kantite gaz fiks nan yon tanperati konstan, volim gaz la ap ogmante tank presyon gaz la ap diminye epi volim gaz la ap diminye tank presyon gaz la ap ogmante

Brønsted-Lowry acid / asid Brønsted-Lowry yon sibstans ki bay yon lòt sibstans yon pwoton

Brønsted-Lowry acid-base reaction / reyaksyon asid-baz Brønsted-Lowry transfè pwoton soti nan yon reyaktif (asid la) al nan yon lòt (baz la)

Brønsted-Lowry base / baz Brønsted-Lowry yon sibstans ki aksepte yon pwoton

buffer / solisyon tanpon yon solisyon ki ka reziste ak chanjman nan pH yo lè yo ajoute yon asid oswa yon baz ladan li; yon tanpon

buoyant force / fòs flotabilite fòs yon likid egzèse ki pouse yon objè monte ke yo te plonje oswa k ap flote sou likid la

C

calorie / kalori kantite enèji ki nesesè pou ogmante tanperati 1 g dlo nan 1 °C; Kalori yo itilize a pou endike ke kantite enèji ki nan manje se yon kilokalori

calorimeter / kalorimèt yon aparèy yo itilize pou mezire enèji tankou chalè ki absòbe oswa ki degaje nan yon chanjman chimik oswa nan yon chanjman fizik

calorimetry / kalorimetri yon pwosedi eksperimantal yo itilize pou mezire enèji ki transfere soti nan yon sibstans pou al nan yon lòt sou fòm chalè

capacitance / kapasitans kapasite yon kondiktè genyen pou l estoke enèji sou fòm plizyè chaj elektrik separe

capillary action / aksyon kapilè atraksyon sifas yon likid sou sifas yon solid, ki fè likid la monte oswa desann

carbohydrate / idrat kabòn nenpòt konpoze òganik ki fèt ak kabòn, idwojèn ak oksijèn e ki bay selil èt vivan yo eleman nitritif

carbon cycle / sik kabòn mouvman kabòn nan, sòti nan anviwònman nonvivan pou ale nan èt vivan yo epi pou li retounen nan pwen dorijin li

carboxylic acid / asid kaboksilik yon asid òganik ki genyen ladan gwoup fonksyonèl kaboksil

carrying capacity / kapasite sipò pi gwo kantite popilasyon yon anviwònman kapab sipòte nan yon moman byen detèmine

catabolism / katabolis dekonpozisyon chimik sibstans byolojik konplèks yo, tankou idrat kabòn, pwoteyin ak glikojèn, ki fèt ak degajman enèji

catalysis / kataliz akselerasyon yon reyaksyon chimik ak yon katalizè

catalyst / katalizè yon sibstans ki chanje vitès yon reyaksyon chimik san li pa konsome li oswa san li pa chanje l anpil

catenation / katenasyon lè yon eleman makònen ak pwòp tèt li pou li fòme plizyè chèn oswa plizyè bag

cathode / katòd elektwòd rediksyon an fèt sou sifas li a

cathode ray / reyon katodik elektwon ki emèt apati katòd ki nan yon tib ki gen dechaj elektrik

cation / katyon yon iyon ki gen yon chaj pozitif

cell / selil nan biyoloji, se pi piti inite ki kapab reyalize tout pwosesis lavi yo; selil yo kouvri ak yon manbràn epi yo genyen ADN ak sitoplas

cell cycle / sik selilè modèl kwasans, replikasyon ADN ak divizyon selilè ki fèt nan yon selil

cell differentiation / diferansyasyon selilè pwosesis ki pèmèt selil ki pa espesyalize yo rive nan fòm ak nan fonksyon matirite yo

cell membrane / manbràn selilè doub kouch fosfolipid ki fòme limit ant selil la ak anviwònman ki antoure li a epi ki kontwole pasaj matyè k ap antre oswa k ap soti nan selil la

cell theory / teyori selilè teyori ki deklare ke tout òganis yo fèt ak selil, tout selil yo pwodui gras ak lòt selil vivan epi selil la se premye inite debaz lavi a

cellular respiration / respirasyon selilè pwosesis pou pwodwi ATP lè yo dekonpoze molekil kabòn yo nan prezans oksijèn

Cenozoic Era / Epòk Senozoyik epòk jeyolojik aktyèl la, ki kòmanse depi 65,5 milyon ane; ke yo rele tou *Laj Mamifè yo*

center of mass / sant mas pwen nan yon kò kote yo ka konsidere tout mas kò a konsantre lè y ap analize mouvman translasyonèl la

centripetal acceleration / akselerasyon santripèt yon akselerasyon ki dirije nan direksyon sant yon trajektwa sikilè

chain reaction / reyaksyon an chèn yon seri reyaksyon fisyon nikleyè ki fèt youn apre lòt

change of state / chanjman eta chanjman yon sibstans ki soti nan yon eta fizik pou l al nan yon lòt

Charles's law / lwa Charles lwa ki deklare ke pou yon kantite gaz fiks nan yon presyon konstan, volim gaz la ap ogmante ofiramezi tanperati gaz la ap ogmante epi volim gaz la ap diminye ofiramezi tanperati gaz la ap diminye

chemical / chimik nenpòt sibstans ki gen yon konpozisyon defini

chemical bond / lyezon chimik fòs atraksyon ki kenbe atòm yo oswa sou-inite atòm yo ansanm

chemical change / chanjman chimik yon chanjman ki fèt lè youn oswa plizyè sibstans transfòme totalman sou fòm nouvo sibstans ki genyen pwopriyete diferan

chemical equation / ekwasyon chimik yon reprezantasyon yon reyaksyon chimik ki itilize senbòl pou montre relasyon ki genyen ant reyaktif yo ak pwodui yo

chemical equilibrium / ekilib chimik yon eta ekilib kote vitès reyaksyon dirèk yo egal ak vitès reyaksyon envès yo epi konsantrasyon pwodui yo ak reyaktif yo pa chanje

chemical formula / fòmil chimik yon konbinezon senbòl chimik ak nimewo pou reprezante yon sibstans

chemical kinetics / sinetik chimik domèn nan chimi ki etidye vitès reyaksyon yo ak mekanis reyaksyon yo

chemical property / pwopriyete chimik yon pwopriyete matyè ki dekri kapasite yon sibstans genyen pou li patisipe nan reyaksyon chimik yo

chemical reaction / reyaksyon chimik pwosesis kote youn oswa plizyè sibstans chanje pou yo kapab pwodui youn oswa plizyè sibstans diferan

chemical sedimentary rock / wòch sedimantè chimik wòch sedimantè ki fòme lè mineral yo presipite sot nan yon solisyon oswa lè yo poze sot nan yon sispansyon

chemistry / chimi etid syantifik konpozisyon, estrikti ak pwopriyete matyè epi li etidye chanjman matyè ka sibi yo

chloroplast / klowoplas òganèl ki fòme ak anpil manbràn ke yo itilize pou yo konvèti enèji solèy la nan enèji chimik; li gen klowofil ladan l

chromatic aberration / aberasyon kwomatik konsantrasyon plizyè koulè ke yon limyè bay nan plizyè distans diferan lè y ap obsève l dèyè yon lantiy

chromatid / kwomatid mwatye yon kwomozòm ki repwodui

chromosomal mutation / mitasyon kwomozomik yon kalite mitasyon kote yon segman kwomozòm travèse al chita yon lòt kote sou menm kwomozòm lan oswa sou yon lòt kwomozòm

chromosome / kwomozòm yon fil ADN long, san bout ki gen jèn yo ak tout enfòmasyon regilatè yo ladan l

clastic sedimentary rock / wòch sedimantè klastik wòch sedimantè ki fòme lè plizyè moso nan yon wòch ki te egziste deja kole youn ak lòt oswa simante ansanm

cleavage / klivaj nan jewoloji, tandans yon mineral genyen pou l divize toutolong plizyè plan feblès espesifik pou li fòme plizyè sifas plat epi ki swa

climate / klima kondisyon metewolojik karakteristik nan yon zòn sou yon peryòd tan ki long

climate change / chanjman klimatik chanjman nan klima rejyonal yo oswa chanjman nan klima global la, espesyalman chanjman nan 20yèm ak 21yèm syèk yo; anvan yo te rele l rechofman planèt la

clone / klòn kopi yon sèl jèn oswa yon òganis antye ki idantik de manyè jenetik

Multilingual Science Glossary

cloning / klonaj pwosesis pwodiksyon yon kopi yon òganis ki idantik de manyè jenetik

codominance / kodominans jenotip etewozigòt ki eksprime menm karaktè nan de alèl yo

codon / kodon sekans twa nikleyotid ki kòde pou yon sèl asid amine

coefficient / koyefisyan yon ti nonm antye ki parèt antanke yon faktè devan yon fòmil nan yon ekwasyon chimik

coefficient of friction / koyefisyan friksyon rapò anplitid fòs friksyon ant de objè ki an kontak ak anplitid fòs nòmal objè yo egzèse youn sou lòt

coevolution / ko-evolisyon pwosesis kote de oswa plizyè espès evolye akoz chanjman mityèl yo

coherence / koyerans korelasyon ki genyen ant faz de onn oswa plizyè onn

colligative property / pwopriyete koligatif yon pwopriyete ki detèmine pa kantite patikil ki prezan nan yon sistèm men li pa depann de pwopriyete patikil yo yo menm

collision theory / teyori kolizyon teyori ki deklare ke kantite nouvo konpoze ki fòme nan yon reyaksyon chimik yo egal ak kantite molekil ki fè kolizyon yo, ki miltipliye yon faktè ki korije kolizyon enèji ki fèb

colloid / koloyid yon melanj ki gen ladan li ti patikil ki gen gwosè entèmedyè ant sa ki nan solisyon yo ak sa ki nan sispansyon yo epi ki gaye nan yon likid, yon solid oswa yon gaz

combined gas law / lwa gaz konbine relasyon ki genyen ant presyon, volim ak tanperati yon kantite gaz fiks

combustion reaction / reyaksyon konbisyon reyaksyon oksidasyon yon eleman oswa yon konpoze, kote enèji a degaje sou fòm chalè

common-ion effect / efè iyon komen fenomèn kote lè yo adisyone yon iyon komen ak de solite sa pwovoke presipitasyon oswa li diminye iyonizasyon

community / kominote koleksyon tout kalite popilasyon k ap viv nan yon zòn

competition / konpetisyon relasyon ekolojik kote de (2) òganis ap eseye jwenn menm resous

components of a vector / eleman nan yon vektè pwojeksyon yon vektè sou aks yo nan yon sistèm kowòdone

composite / konpozit yon materyèl ki fèt lè yo konbine de lòt materyèl ki gen pwopriyete konplemantè

composition stoichiometry / konpozisyon estoyekyometri kalkil ki enplike relasyon mas eleman yo nan konpoze yo

compound / konpoze yon sibstans ki konpoze avèk atòm de oswa plizyè eleman diferan ki relye pa lyezon chimik

compression / konpresyon rejyon nan yon onn lonjitidinal kote dansite a ak presyon an rive nan yon maksimòm

Compton shift / efè Compton yon ogmantasyon nan longèdonn yon foton ke yon elektwon gaye pa rapò ak longèdonn foton ensidan an

concave spherical mirror / miwa esferik konkav yon miwa kote sifas k ap reflete reyon yo se segman koube sou anndan yon esfè

concentration / konsantrasyon kantite yon sibstans patikilyè nan kantite detèmine yon melanj, solisyon oswa minrè

condensation / kondansasyon chanjman eta soti nan fòm gaz pou pase nan fòm likid

condensation reaction / reyaksyon kondansasyon yon reyaksyon chimik kote yo konbine de oswa plizyè molekil pou yo pwodwi dlo oswa yon lòt molekil ki senp

conduction / kondiksyon transfè chalè oswa yon lòt fòm enèji ki soti nan patikil yon sibstans pou l al dirèkteman nan yon lòt sibstans

conjugate acid / asid konjige yon asid ki fòme lè yon baz resevwa yon pwoton

conjugate base / baz konjige yon baz ki fòme lè yon asid pèdi yon pwoton

constraint / kontrent yon restriksyon oswa yon limit; nan konsepsyon teknik, yon limit ke yon konsepsyon oswa yon solisyon dwe rete ladan l, souvan yo detèmine l lè y ap defini yon pwoblèm

constructive interference / entèferans konstriktif sipèpozisyon de onn oswa plizyè onn kote yo ajoute ansanm deplasman endividyèl ki fèt sou menm bò nan pozisyon ekilib la pou yo fòme onn reziltant lan

consumer / konsomatè òganis ki jwenn enèji ak eleman nitritif li yo lè li manje lòt òganis

contact force / fòs kontak lè yon objè pouse oswa rale yon lòt objè ke li touche

continental margin / maj kontinantal planche oseyanik ki sitiye ant tè sèk ak kwout oseyanik ki fon anpil la, ki gen ladan l plato, pant ak glasi kontinantal la

continuous spectrum / espèk kontini sekans san enteripsyon frekans yo oswa longèdonn radyasyon elektwomayetik yo, an jeneral, se yon sous enkandesan ki emèt yo

control rod / ba kontwòl yon ba ki absòbe netwon ki ede yo kontwole yon reyaksyon nikleyè lè li limite kantite netwon lib yo

controlled experiment / eksperyans kontwole yon eksperyans ki teste sèlman yon faktè alafwa lè y ap konpare yon gwoup kontwòl ak yon gwoup eksperimantal

convection / konveksyon mouvman matyè ki fèt akoz diferans nan dansite; sa ka bay transfè enèji sou fòm chalè

convergent boundary / fwontyè konvèjan fwontyè ant plak tektonik ki ap deplase youn nan direksyon lòt

conversion factor / faktè konvèsyon rapò ki sòti nan egalite de inite diferan epi ke yo ka itilize pou yo konvèti soti nan yon inite al nan yon lòt

convex spherical mirror / miwa esferik konvèks yon miwa kote sifas k ap reflete reyon yo se segman koube sou deyò yon esfè

copolymer / kopolimè yon polimè ki fèt ak de monomè diferan

core / nwayo pati santral Latè ki anba manto a; *oswa tou* sant solèy la

Coriolis effect / efè Coriolis lè trajektwa yon objè k ap deplase koube apati yon direksyon ki dwat akoz wotasyon latè a oswa wotasyon yon lòt objè ki nan syèl la

cosmic microwave background (CMB) / fon mikwo onn kosmik (CMB) radyasyon yo detekte nan tout direksyon nan lespas prèske an menm tan; yo konsidere li kòm yon ti rès nan bigbang lan

covalent bond / lyezon kovalant yon lyezon ki fòme lè atòm yo pataje youn oswa plizyè pè elektwon

crest / krèt pwen ki pi wo sou tèt pozisyon ekilib la

criterion / kritè (pliryèl *kritè*) kondisyon ak estanda espesifik yon konsepsyon dwe satisfè; nan konsepsyon teknik, yon egzijans espesifik ke yon konsepsyon oswa yon solisyon ta dwe satisfè, an jeneral, yo detèmine l lè y ap defini yon pwoblèm

critical angle / ang kritik ang ensidans minimòm refleksyon total entèn lan fèt pou li a

critical mass / mas kritik mas minimòm yon izotòp ki ka eklate ki bay kantite netwon ki nesesè pou soutni yon reyaksyon an chèn

Multilingual Science Glossary

© Houghton Mifflin Harcourt Publishing Company

critical point / pwen kritik tanperati ak presyon kote eta gaz yo ak likid yo nan yon sibstans vin idantik epi yo fòme yon sèl faz

critical pressure / presyon kritik presyon ki pi ba kote yon sibstans ka egziste sou fòm likid nan yon tanperati kritik

critical temperature / tanperati kritik tanperati ki pi wo kote yon sibstans pa ka egziste nan eta likid

crossing over / anjanbman echanj segman kwomozòm ant kwomozòm omològ yo pandan meyoz la

crust / kwout kouch eksteryè Latè ki mens epi ki solid ki sitiye l sou manto a; kwout kontinantal la ak kwout oseyanik la fòme pati siperyè litosfè a

cryosphere / kriyosfè pati nan idwosfè a kote dlo tounen glas, an jeneral, yo pa konsidere glas ki nan atmosfè a; pafwa yo konsidere l kòm youn nan esfè sistèm Latè a

crystal / kristal yon solid kote atòm li yo, iyon yo oswa molekil li yo ranje selon yon modèl regilye, repete

crystal structure / estrikti kristal aranjman atòm yo, iyon yo oswa molekil yo nan yon fason regilye pou yo fòme yon kristal

crystalline solid / solid kristalin yon solid ki fèt ak kristal

cultural behavior / konpòtman kiltirèl konpòtman ki transmèt ant manm yon menm popilasyon gras ak aprantisaj e non pa seleksyon natirèl

cyanobacteria / syanobakteri (sengilye *syanobakteryòm*) bakteri ki ka fè fotosentèz; pafwa yo rele yo alg ble vèt

cyclic process / pwosesis siklik yon pwosesis tèmodinamik kote yon sistèm retounen nan menm kondisyon li te ye lè l te kòmanse

cycloalkane / sikloalkàn yon chèn kabòn satire ki fòme yon bouk oswa yon sèk

cytokinesis / sitokinèz pwosesis kote sitoplas selil yo divize

D

Dalton's law of partial pressures / lwa Dalton sou presyon pasyèl lwa ki deklare ke presyon total yon melanj gaz egal ak sòm total presyon pasyèl gaz ki konpoze l yo

daughter nuclide / nikleyid pitit fi yon nikleyid ki pwodui akoz dezentegrasyon radyoaktif yon lòt nikleyid

decay series / seri dekonpozisyon yon seri nikleyid radyoaktif ki pwodui lè gen plizyè dekonpozisyon radyoaktif ki fèt youn apre lòt jiskaske yo rive jwenn yon nikleyid ki estab

decibel / desibèl yon inite san dimansyon ki dekri rapò ki genyen ant de entansite son; an jeneral yo itilize sèy odisyon an kòm entansite referans

decision matrix / matris desizyon yon zouti ki ede yo pran desizyon pou evalye plizyè opsyon alafwa

decomposition reaction / reyaksyon dekonpozisyon yon reyaksyon kote yo divize yon sèl konpoze pou yo fòme de oswa plizyè sibstans ki pi senp

deforestation / deforestasyon pwosesis kote y ap koupe pyebwa ki nan forè yo

delta / dèlta yon mas sediman ki fèt nan fòm yon evantay ki depoze nan bouch yon kouran; pa egzanp, dèlta yo fòme kote rivyè yo koule nan lanmè a, nan kwen yon kontinan

denature / denatire chanje estrikti oswa yon fòm kare bare—kidonk soliblite ak lòt pwopriyete yon pwoteyin lè yo chofe, souke oswa trete pwoteyin lan ak asid, alkali oswa ak lòt espès

density / dansite rapò mas yon sibstans ak volim sibstans lan; souvan yo eksprime li an gram pa santimèt kib pou solid yo ak likid yo epi an gram pa lit pou gaz yo

density-dependent factor / faktè ki depann de dansite rezistans anviwonnmantal ki afekte yon popilasyon ki vin gen twòp moun

density-independent factor / faktè ki pa depann de dansite rezistans anviwonnmantal ki afekte yon popilasyon kèlkeswa dansite popilasyon an

deposition / depo pwosesis kote yon kouran dlo lage matyè, tankou sab oswa limon; se tou, pwosesis kote glas fòme lè vapè dlo a kondanse pou l vin solid; chanjman eta yon matyè ki soti nan gaz pou l tounen solid

derived unit / inite derive yon inite mezi ki se yon konbinezon de lòt mezi

desertification / dezètifikasyon pwosesis kote aktivite moun oswa chanjman klimatik fè zòn ki arid yo oswa ki semiarid yo vin tounen dezè

destructive interference / entèferans destriktif sipèpozisyon de onn oswa plizyè onn kote yo ajoute ansanm deplasman endividyèl ki fèt sou lòt bò opoze nan pozisyon ekilib la pou yo fòme yon lòt onn

diffraction / difraksyon chanjman nan direksyon yon onn lè onn lan rankontre yon obstak, yon ouvèti oswa yon kwen

diffusion / difizyon mouvman patikil yo soti nan rejyon ki genyen pi wo nivo konsantrasyon pou ale nan rejyon ki genyen pi ba nivo konsantrasyon

dihybrid cross / kwazman doub-ibrib kwazman oswa akoupleman, ant de (2) òganis ki enplike de (2) pè karaktè antye

dimensional analysis / analiz dimansyonèl yon teknik matematik ki pèmèt yo itilize inite yo pou rezoud pwoblèm mezi yo

dipole / dipol yon molekil oswa yon pati nan yon molekil ki gen alafwa rejyon ki gen chaj pozitif ak negatif

diprotic acid / asid dipwotik yon asid ki gen de atòm idwojèn yonizab nan chak molekil li yo, tankou asid silfirik

direct current / kouran kontini yon kouran elektrik k ap sikile nan yon direksyon

direct proportion / pwopòsyon dirèk relasyon ki genyen ant de varyab ke rapò yo se yon valè konstan

directional selection / seleksyon direksyonèl trajektwa seleksyon natirèl kote yon fenotip ra seleksyone pami yon fenotip ki pi komen

disaccharide / disakarid yon sik ki fòme apati de (2) monosakarid

discharge / dechaj volim dlo ki ap koule nan yon moman detèmine

dispersion / dispèsyon pwosesis pou separe yon limyè polikwomatik an longèdonn ki konpoze l yo

displacement / deplasman yon chanjman nan pozisyon yon objè

disproportionation / dispwopòsyonasyon pwosesis kote yo transfòme yon sibstans pou li bay de oswa plizyè sibstans diferan, yo fè sa anjeneral atravè oksidasyon ak rediksyon an menm tan

disruptive selection / seleksyon dezòdone trajektwa seleksyon natirèl kote de (2) fenotip opoze, men ki ra menm jan, seleksyone pami fenotip ki pi komen

dissociation / disosyasyon separasyon yon molekil an molekil, atòm, radikal oswa iyon ki pi senp

divergent boundary / fwontyè divèjan fwontyè ant plak tektonik ki ap deplase pou youn kite lòt

DNA; deoxyribonucleic acid / ADN; asid dezoksiribonikleyik molekil ki estoke enfòmasyon jenetik nan tout òganis

DNA polymerase / ADN polimeraz anzim ki kreye limit ant nikleyotid yo, ki fòme yon menm fil ADN pandan repwodiksyon an

DNA replication / repwodiksyon ADN pwosesis pou fè yon kopi ADN

dominant / dominan alèl ki eksprime lè de (2) alèl diferan prezan nan jenotip yon òganis

doping / dopaj adisyon yon eleman ki pa nan eta pi nan yon semikondiktè

Doppler effect / efè Doppler yon chanjman yo obsève nan frekans yon onn lè sous la oswa obsèvatè a deplase

Multilingual Science Glossary

© Houghton Mifflin Harcourt Publishing Company

KREYÒL

double-displacement reaction / reyaksyon ak doub deplasman yon reyaksyon kote iyon ki nan de konpoze chanje plas nan yon solisyon dlo pou yo fòme de nouvo konpoze

drainage basin / basen drenaj tout rejyon an nèt k ap koule desann nan yon rivyè, sistèm rivyè, oswa lòt dlo; yon basen vèsan

drift velocity / vitès deriv vitès nèt yon pòtchaj k ap deplase nan yon chan elektrik

ductility / diktilite kapasite yon sibstans genyen pou yo plati l oswa pou yo detire l tankou fon fil

E

earthquake / tranblemanntè yon mouvman oswa tranbleman tè a ki fèt akoz yon degajman enèji ki rive toudenkou lè wòch yo deplase sou yon fay

eccentricity / eksantrisite degre elongasyon yon òbit eliptik (senbòl, e)

ecological niche / nich ekolojik tout faktè fizik, chimik ak byolojik ke yon espès bezwen pou li siviv, pou li rete ansante epi pou li repwodui nan yon ekosistèm

ecological succession / siksesyon ekolojik sekans chanjman byotik ki rejenere yon kominote domaje oswa ki kòmanse yon kominote nan yon zòn ki pa t abite

ecosystem / ekosistèm koleksyon òganis epi faktè ak bagay nonvivan tankou sòl, dlo, wòch ak klima nan yon zòn

ecosystem services / sèvis ekosistèm yon fonksyon oswa yon pwosesis ekolojik nan yon rejyon ki ede konsève lavi oswa ki pote yon resous enpòtan

effervescence / efèvesans yon likid k ap fè boul paske gen yon echapman gaz rapid olye se paske likid la ap bouyi

efficiency / efikasite yon kantite, anjeneral ki eksprime an pousantaj, ki mezire rapò ant travay ak rezilta

effusion / efizyon pasaj yon gaz ki anba presyon nan yon ti ouvèti

elastic collision / kolizyon elastik yon kolizyon kote moman total ak enèji sinetik la okonplè rete konstan

elastic potential energy / enèji potansyèl elastik enèji ki estoke nan nenpòt objè elastik ki defòme

electrical conductor / kondiktè elektrik yon materyèl kote chaj yo ka deplase lib e libè

electrical energy / enèji elektrik enèji ki asosye ak patikil ki chaje yo akoz pozisyon yo

electrical insulator / izolan elektrik yon materyèl kote chaj yo pa ka deplase lib e libè

electrical potential energy / enèji elektrik potansyèl enèji potansyèl ki asosye ak yon chaj akòz pozisyon li nan yon chan elektrik

electric circuit / sikui elektrik yon seri eleman elektrik ki konekte pou yo ofri youn oswa plizyè trajektwa konplè pou mouvman chaj yo

electric current / kouran elektrik vitès chaj elektrik yo lè yo pase nan yon pwen a yon lòt

electric field / chan elektrik espas ki alantou yon objè ki chaje kote gen yon lòt objè ki chaje k ap sibi yon fòs elektrik

electric potential / potansyèl elektrik travay ki dwe fèt kont fòs elektrik yo pou deplase yon chaj ki sòti nan yon pwen referans pou l al nan pwen ki an kesyon an, li divize pa chaj la

electrochemical cell / selil elektwochimik yon sistèm ki gen de elektwòd ki separe pa yon faz elektwolit

electrochemistry / elektwochimi branch nan chimi ki etidye relasyon ki genyen ant fòs elektrik yo ak reyaksyon chimik yo

electrode / elektwòd yon kondiktè yo itilize pou etabli kontak elektrik ak yon pati ki pa metalik nan yon sikui, tankou yon elektwolit

electrode potential / potansyèl elektwòd diferans potansyèl ant yon elektwòd ak solisyon l

electrolysis / elektwoliz pwosesis kote yo itilize yon kouran elektrik pou yo pwodwi yon reyaksyon chimik, tankou dekonpozisyon dlo

electrolyte / elektwolit yon sibstans ki fonn nan dlo pou li bay yon solisyon ki kondui kouran elektrik

electrolytic cell / selil elektwolitik aparèy elektwochimik kote elektwoliz la fèt lè aparèy la gen yon kouran elektrik ladan l

electromagnet / elektwomayetik yon leman, ki ka fòme yon bobin fil ki anwoule toutotou yon nwayo fè, ki mayetize lè kouran elektrik la ap sikile nan fil la

electromagnetic induction / endiksyon elektwomayetik pwosesis kreyasyon yon kouran nan yon sikui lè yo chanje yon chan mayetik

electromagnetic radiation / radyasyon elektwomayetik radyasyon ak yon chan elektrik e mayetik; li varye detanzantan epi li vwayaje ak vitès limyè a

electromagnetic spectrum / espèk elektwomayetik tout frekans oswa longèdonn yon radyasyon elektwomayetik, ki se radyasyon ki asosye avèk yon chan elektrik e mayetik, ki gen ladan li limyè vizib la

electromagnetic wave / onn elektwomayetik yon onn ki fèt ak chan eletrik ak mayetik k ap fè va e vyen, ki pouse reyon li soti nan sous la ak vitès limyè a

electron / elektwon yon patikil sibatomik ki genyen yon chaj ki negatif

electron affinity / afinite elektwon chanjman enèji ki fèt lè yon atòm net resevwa yon elektwon

electron capture / kapti elektwon pwosesis kote yon elektwon ki nan yon òbit entèn kaptire pa nwayo atòm ki gen elektwon an

electron configuration / konfigirasyon elektwon aranjman elektwon yo nan yon atòm

electron-dot notation / notasyon ak pwen elektwon yon notasyon konfigirasyon elektwon kote se sèl valans elektwon yon atòm yon eleman patikilyè ki parèt, ke pwen ki toutotou senbòl eleman endike

electronegativity / electwonegativite mezi kapasite yon atòm nan yon konpoze chimik pou li atire elektwon

electroplating / galvanoplasti pwosede eletwolitik yo itilize pou yo plake yon metal sou yon objè oswa pou yo kouvri yon objè ak yon metal

element / eleman yon sibstans ke yo pa ka itilize mwayen chimik pou yo separe l oswa pou yo dekonpoze l pou l vin bay lòt sibstans ki pi senp; tout atòm nan yon eleman gen menm nimewo atomik la

elimination reaction / reyaksyon eliminasyon yon reyaksyon kote yo elimine yon molekil senp, tankou dlo oswa amonyak, pou yo pwodui yon nouvo konpoze

ellipse / elips yon fòm oval ki defini pwen kote sòm distans yo ak de pwen fiks (fosi) yo se yon konstant; yon sèk se yon elips ke eksantrisite l egal zewo

emergent spectrum / espèk absòbsyon yon dyagram oswa yon graf ki endike longèdonn enèji radyan yon sibstans absòbe

emission-line spectrum / espèk emisyon yon seri longèdonn espesifik nan radyasyon elektwomayetik ke yon elektwon emèt pandan l ap deplase pou l soti nan eta enèji ki pi wo a pou l rive nan eta enèji ki pi ba a

empirical formula / fòmil anpirik yon fòmil chimik ki montre konpozisyon yon konpoze an tèm kantite ak kalite atòm relatif yo nan rapò ki pi senp lan

endothermic reaction / reyaksyon andotèmik yon reyaksyon chimik ki mande apò enèji

end point / pwen final pwen nan yon titraj kote yon chanjman koulè ki vizib fèt

energy budget / bidjè enèji balans ant sikilasyon enèji ki anndan yon sistèm ak sikilasyon enèji ki deyò sistèm lan

energy pyramid / piramid enèjetik dyagram ki konpare enèji pwodiktè yo, konsomatè primè yo ak lòt nivo twofik yo itilize

engineering design process / pwosesis konsepsyon teknik yon seri etap enjenyè yo swiv pou yo vini ak yon solisyon pou yon pwoblèm

enthalpy / antalpi enèji entèn yon sistèm plis pwodwi volim sistèm lan ak presyon sistèm lan egzèse sou anviwònman li yo

enthalpy change / chanjman antalpik kantite enèji yon sistèm libere oswa absòbe sou fòm chalè pandan yon pwosesis nan yon presyon konstan

enthalpy of combustion / antalpi konbisyon enèji konbisyon konplè yon kantite espesifik sibstans ki nan yon presyon oswa ki nan yon volim konstan libere sou fòm chalè

enthalpy of reaction / antalpi reyaksyon kantite enèji yon reyaksyon chimik libere oswa absòbe sou fòm chalè

enthalpy of solution / antalpi solisyon kantite enèji ki libere oswa absòbe lè yon kantite solite espesifik fonn nan yon sòlvan

entropy / antwopi mezi karaktè aleyatwa oswa dezòd ki gen nan yon sistèm

environment / anviwònman konbinezon kondisyon ak enfliyans ki deyò yon sistèm, ki afekte konpòtman sistèm lan

enzyme / anzim yon kalite pwoteyin ki aji tankou yon katalizè epi ki akselere reyaksyon metabolik lakay plant yo ak bèt yo san yo pa ni chanje ni detwi totalman

epicenter / episant pwen sou sifas Latè ki sitiye dirèkteman sou pwen kote tranblemanntè kòmanse a, oswa fwaye

epigenetics / epijenetik etid chanjman nan ekspresyon jèn yo ki pa enplike chanjman nan sekans ADN yo

epistasis / epistazi entèraksyon jèn ki pa alèl yo, an patikilye lè yon lòt jèn siprime efè yon kalite yon jèn

equilibrium / ekilib nan chimi, eta kote yon reyaksyon chimik ak reyaksyon chimik envès la fèt nan menm ritm lan defason ke konsantrasyon reyaktif yo ak pwodwi yo pa chanje; nan fizik, eta kote fòs nèt ki egzèse sou yon objè egal zewo

equilibrium constant / konstant ekilib yon nonm ki relye konsantrasyon matyè premyè ak pwodui yon reyaksyon chimik revèsib ak yon lòt nan yon tanperati espesifik

equilibrium vapor pressure / presyon vapè ekilibre presyon vapè yon sistèm ki ekilibre

equivalence point / pwen ekivalans pwen kote de solisyon yo itilize nan yon titrasyon prezan nan yon kantite chimikman ekivalan

erosion / ewozyon lè ajan natirèl, tankou van ak dlo k ap koule, deplase epi bwote matyè; pafwa yo itilize l nan yon sans pi laj ki gen ladan l alterasyon

ester / estè yon konpoze òganik ki fòme akoz konbinezon yon asid òganik ak yon alkòl yon fason ki elimine dlo

ether / etè yon konpoze òganik kote de (2) atòm kabòn lye ak menm atòm idwojèn lan

eusocial / esosyal popilasyon òganis kote wòl chak òganis yo byen defini epi se pa tout òganis k ap repwodui

evaporation / evaporasyon chanjman yon sibstans ki soti nan fòm likid pou l pase nan fòm gaz

evolution / evolisyon chanjman ki fèt nan yon espès nan yon tan long; pwosesis chanjman byolojik kote desandan yo vin diferan de zansèt yo

excess reactant / reyaktif siplemantè sibstans ki pa fin itilize okonplè nan yon reyaksyon

excited state / eta eksite eta kote yon atòm gen plis enèji ke nan eta fondamantal li

exon / ekson sekans ADN ki kode enfòmasyon pou sentèz pwoteyin yo

exothermic reaction / reyaksyon egzotèmik yon reyaksyon chimik kote enèji libere nan anviwònman an sou fòm chalè

exponential growth / kwasans eksponansyèl ogmantasyon dramatik yon popilasyon sou yon peryòd tan kout

extensive property / pwopriyete ekstansif yon pwopriyete ki depann de limit oswa gwosè yon sistèm

extinction / ekstenksyon eliminasyon yon espès sou Latè

F

facilitated adaptation / adaptasyon senplifye yon pwosesis kote imen yo gide adaptasyon popilasyon ki menase yo lè yo chanje jenòm espès yo

family / fanmi yon kolòn vètikal nan tablo peryodik la

fatty acid / asid gra yon asid òganik ke yo retwouve nan lipid, tankou grès oswa lwil

fault / fay yon ripti nan yon estrikti wòch kote yon blòk bouje parapò ak yon lòt; yon fòm souch frajil

feedback / reyaksyon retou enfòmasyon sou yon sistèm oswa pwosesis ki ka afekte yon chanjman nan sistèm oswa pwosesis la; enfòmasyon an ki retounen an

feedback loop / bouk fidbak enfòmasyon yo konpare ak yon seri valè ideyal epi ki ede yo kenbe omeyostazi a

felsic / fèlsik dekri magma oswa wòch inye ki rich ak fèldspat ak silis epi jeneralman ki gen yon koulè klè

field force / fòs chan yon fòs ki egzèse nan yon distans olye ke nan kontak dirèk

film badge / badj film yon enstriman ki mezire kantite radyasyon apwoksimatif moun k ap travay ak radyasyon yo resevwa nan yon peryòd tan detèmine

fission / fisyon pwosesis kote yon nwayo divize an de (2) oswa plizyè fragman epi li libere netwon ak enèji

fitness / aptitid mezi kapasite yon òganis genyen pou li siviv ak fè pitit pa rapò ak lòt manm ki nan popilasyon an

fluid / fliyid yon eta matyè ki pa solid kote atòm yo oswa molekil yo lib pou yo depase youn, lòt, tankou nan yon gaz oswa yon likid

focus / fwaye kote nan Latè ki sou yon fay kote premye mouvman yon tranblemanntè fèt; youn nan de pwen santral ki defini yon elips

foliation / folyasyon teksti wòch metamòfik kote grenn mineral yo ranje nan plan oswa nan bann

food chain / chèn alimantè modèl ki relye òganis yo ak sa yo manje

food web / sik alimantè modèl ki montre rezo konplèks relasyon alimantè yo nan yon ekosistèm

force / fòs aksyon ki egzèse sou yon kò ki gen tandans chanje eta repo oswa mouvman kò a; yon fòs gen mayitid ak direksyon

formula equation / ekwasyon fòmil reprezantasyon reyaktif yo ak pwodwi yo nan yon reyaksyon chimik pa senbòl yo oswa fòmil yo

formula mass / mas fòmil sòm total mas atomik mwayèn tout atòm ki reprezante nan fòmil la pou nenpòt molekil, inite fòmil, oswa iyon

formula unit / inite fòmil koleksyon atòm ki pi senp apati de li ou ka ekri fòmil yon konpoze yonik

fossil / fosil tras oswa rès yon òganis ki te viv lontan de sa, anjeneral ki konsève nan wòch sedimantè yo

fossil fuel / konbistib fosil yon resous enèjetik nonrenouvlab ki fòme apati rès òganis ki te viv lontan de sa; pa egzanp petwòl, chabon ak gaz natirèl

founder effect / efè fondatè derive jenetik ki pwodui apre ke yon ti kantite endividi kolonize yon zòn

fracture / frakti nan jewoloji, yon kasi nan yon wòch, avèk oswa san deplasman, ki se rezilta yon kontrent, tankou fant, jwenti ak fay; *se tou* fason yon mineral kase sou sifas ki koube oswa sifas ki pa regilye li yo

frame of reference / kad referans yon sistèm pou w presize ki kote yon objè ye egzakteman nan espas la ak nan tan an

free energy / enèji lib enèji nan yon sistèm ki disponib pou travay; kapasite yon sistèm genyen pou l fè travay itil

free-energy change / chanjman enèji lib diferans ki genyen ant chanjman nan antalpi, ΔH, ak pwodui tanperati Kelvin lan epi chanjman antwopi a, ki defini kòm TΔS, nan yon presyon ak yon tanperati konstan

free fall / chit lib mouvman yon kò lòske se sèlman fòs gravite a ki aji sou kò a

freezing / konjelasyon chanjman eta kote yon likid vin tounen yon solid kòm enèji ofiramezi chalè a prale

freezing point / pwen konjelasyon tanperati kote yon solid ak yon likid gen ekilib nan yon presyon ki egal ak 1 atm; tanperati kote yon sibstans likid jele

freezing-point depression / diminisyon pwen konjelasyon diferans ant pwen konjelasyon yon sòlvan pi ak yon solisyon, ki nan menm pwopòsyon ak kantite solite ki prezan

frequency / frekans kantite sik oswa vibrasyon pa inite tan; li *se tou* kantite pilsasyon onn ki pwodui nan yon ti bout tan byen detèmine

friction / friksyon yon fòs ki reziste mouvman ant de sifas ki an kontak

front / fwon limit ant mas lè ki gen dansite diferan epi ki anjeneral genyen tanperati diferan

functional group / gwoup fonksyonèl pòsyon nan yon molekil ki aktif nan yon reyaksyon chimik epi ki detèmine pwopriyete anpil konpoze òganik

fundamental frequency / frekans fondamantal frekans vibrasyon ki pi ba nan yon onn estasyonè

fusion / fizyon nikleyè pwosesis kote nwayo plizyè atòm konbine ansanm pou yo fòme yon nouvo nwayo, ki pi gwo; pwosesis la degaje enèji

G

gamete / gamèt selil seksyèl; yon ze oswa yon selil espèm

gamma ray / reyon gama foton ak gwo enèji yon nwayo emèt pandan yon fisyon ak yon dezentegrasyon radyoaktif

gas / gaz yon kalite matyè ki pa genyen yon volim oswa yon fòm byen defini

Gay-Lussac's law / lwa Gay-Lussac lwa ki deklare ke volim yon gaz okipe lè li nan yon presyon konstan pwopòsyonèl dirèkteman ak tanperati absoli a

Gay-Lussac's law of combining volumes of gases / lwa Gay-Lussac sou konbinezon volim ak gaz lwa ki deklare ke yon ti kantite nonm antye ka reprezante volim ak gaz ki enplike nan chanjman chimik la

Geiger-Müller counter / kontè Geiger-Müller yon estriman ki detekte epi mezire entansite radyasyon lè li kalkile kantite pilsasyon elektrik ki pase ant anòd ak katòd yon tib ki plen ak gaz

gene / jèn yon segman ADN ki sitiye sou yon kwomozòm epi ki kode pou youn oswa plizyè karakteristik yon endividi eritye; inite debaz eredite

gene expression / ekspresyon jenetik manifestasyon materyèl jenetik yon òganis sou fòm yon karakteristik espesifik

gene flow / fli jenetik mouvman fizik alèl yo soti nan yon popilasyon al nan yon lòt

gene mutation / mitasyon jenetik chanjman nan sekans ADN lan

gene pool / patrimwàn jenetik koleksyon tout alèl yo jwenn lakay yon popilasyon

generator / jeneratè yon machin ki konvèti enèji mekanik an enèji elektrik

gene therapy / terapi jenik pwosedi ki trete yon maladi kote yo ranplase yon jèn ki defektye oswa ki manke oswa yo mete yon nouvo jèn nan jenòm yon pasyan

genetic cross / kwazman jenetik kwazman de òganis

genetic drift / deriv jenetik chanjman nan frekans alèl yo ki rive pa aza sèlman, sa rive pi souvan lakay ti popilasyon yo

genetic engineering / jeni jenetik pwosesis chanjman ADN yon òganis pou bay òganis la nouvo karaktè

genetic testing / tès jenetik pwosesis tès ADN pou detèmine chans pou yon moun genyen oswa pou li ta ka transmèt, yon maladi jenetik

genetic variation / varyasyon jenetik diferans karakteristik fizik yon moun genyen pa rapò ak gwoup li ye a

genetics / jenetik etid modèl eredite ak varyasyon òganis yo

genotype / jenotip koleksyon tout enfòmasyon jenetik yon òganis ki kode pou bay karakteristik yo

geologic timescale / echèl tan jeyolojik echèl tan ki reprezante istwa Latè

geometric isomer / izomè jewometrik yon konpoze ki egziste nan de (2) oswa plizyè konfigirasyon gewometrik diferan

geosphere / jewosfè pati nan Latè ki pi solid, ki genyen plis wòch la; li sòti nan sant nwayo tè a pou li deplwaye sou sifas kwout terès la; youn nan kat esfè prensipal ki nan sistèm Latè a

geothermal energy / enèji jewotèmik enèji chalè ki pwodui anndan tè a menm

germ cell / selil jèminal yon òganis miltiselilè, nenpòt selil repwodiktè (ki diferan de yon selil somatik)

Graham's law of effusion / lwa efizyon Graham lwa ki deklare ke pousantaj efizyon yon gaz envèseman pwopòsyonèl ak rasin kare dansite gaz la

glacial / glasyal yon tan nan laj glas la ki domine pa egzistans glasye yo

glacier / glasye yon gwo mas glas k ap deplase

gravitational force / fòs gravitasyonèl fòs atraksyon patikil matyè yo egzèse youn sou lòt

gravitational potential energy / enèji potansyèl gravitasyonèl enèji potansyèl ki asosye ak pozisyon yon objè pa rapò ak yon sous gravitasyonèl

gravity / gravite yon fòs atraksyon ant objè yo ki se rezilta mas yo epi ki diminye ofiramezi distans ant objè yo ap ogmante

greenhouse effect / efèdsè rechofman sifas ak atmosfè enferyè Latè ki rive lè diyoksid kabòn, vapè dlo ak lòt gaz ki nan lè a absòbe epi redifize radyasyon enfrawouj

greenhouse gas / gaz a efèdsè yon gaz ki fèt ak molekil ki absòbe ak redifize reyon enfrawouj ki soti nan solèy la

Multilingual Science Glossary
© Houghton Mifflin Harcourt Publishing Company

KREYÒL

ground state / eta fondamantal eta enèji ki pi ba nan yon sistèm kantifye

groundwater / dlo souteren dlo yo jwenn anba sifas Latè

group / gwoup yon kolòn vètikal eleman nan tablo peryodik la; eleman nan yon gwoup ki gen menm pwopriyete chimik

gymnosperm / jimnospèm yon plant vaskilè ki fè grenn men grenn li yo pa fèmen nan yon ovè oswa nan yon fwi

H

habitat / abita faktè byotik ak abyotik konbine ke yo jwenn nan yon zòn kote yon òganis ap viv

habitat fragmentation / fragmantasyon abita pwosesis ki fè ke yon pati nan abita kote yon òganis pito viv vin pa aksesib

half-cell / demi selil yon sèl grenn elektwòd ki plonje nan yon solisyon iyon li yo

half-life / demi vi tan ki nesesè pou mwatye nwayo orijinal yon echantiyon yon sibstans radyoaktif sibi yon dechè radyoaktif

half-reaction / demi reyaksyon pati nan yon reyaksyon ki enplike oksidasyon oswa rediksyon sèlman

halogen / alojèn youn nan eleman ki nan Gwoup 17 la (fliyò, klò, bròm, yòd ak astatin); alojèn yo konbine ak pifò metal yo pou yo fòme sèl

harmonic series / seri amonik yon seri frekans ki gen ladan yo frekans fondamantal la ak miltip entegral frekans fondamantal la

heat / chalè enèji ki transfere ant objè ki nan tanperati diferan; toujou gen enèji ki transfere soti nan objè ki gen tanperati ki pi wo yo pou l al nan objè ki gen tanperati ki pi ba yo, jiskaske yo rive nan ekilib tèmik la

heat engine / motè tèmik yon machin ki transfòme chalè sou fòm enèji mekanik oswa travay

Heisenberg uncertainty principle / prensip ensètitid Heisenberg prensip ki deklare ke li pa posib pou yo detèmine an menm tan pozisyon ak vitès yon elekwton oswa yon lòt patikil

helicase / helicase yon anzim ki dewoule ADN doub elis la pandan repwodiksyon ADN nan

Henry's law / lwa Henry lwa ki deklare ke nan tanperati konstan, soliblite yon gaz nan yon likid pwopòsyonèl dirèkteman ak presyon pasyèl gaz la sou sifas likid la

heritable / eritab kapasite yon trè genyen pou li travèse sot nan yon jenerasyon pou li al nan pwochen jenerasyon an

Hess's law / lwa Hess chanjman global antalpi nan yon reyaksyon egal ak sòm chanjman antalpi yo pou chak grenn etap nan pwosesis la

heterogeneous / etewojèn ki konpoze ak konpozan diferan

heterogeneous catalyst / katalizè etewojèn yon katalizè ki nan yon faz ki diferan ak faz reyaktif yo

heterogeneous reaction / reyaksyon etewojèn yon reyaksyon kote reyaktif yo nan de faz diferan

heterotroph / etewotwòf yon òganis ki jwenn molekil alimantè òganik gras ak lòt òganis oswa gras ak pwodui derive yo epi ki pa ka sentetize konpoze òganik ki soti nan matyè inòganik yo

heterozygous / etewozigòt karakteristik pou genyen de (2) alèl diferan ki parèt nan menm kote ak kwomatid sè yo

hole / twou yon nivo enèji nan yon solid ke yon elektwon pa okipe

homeostasis / omeyostazi règleman ak konsèvasyon kondisyon entèn konstan yo nan yon òganis

homogeneous / omojèn dekri yon bagay ki genyen yon estrikti oswa yo konpozisyon inifòm

homogeneous catalyst / katalizè omojèn yon katalizè ki nan menm faz kote reyaktif yo ye a

homogeneous reaction / reyaksyon omojèn yon reyaksyon kote tout reyaktif yo ak tout pwodui yo nan menm faz

homologous chromosomes / kwomozòm omològ kwomozòm ki genyen menm longè, aparans epi ki kopye jèn yo byenke alèl yo ka diferan

homologous structure / estrikti omològ pati nan kò a ki sanble nan estrikti sou plizyè òganis diferan men ki pa gen menm fonksyon

homozygous / omozigòt karakteristik ki genyen pou de (2) menm alèl nan menm kote ak kwomatid sè yo

hormone / òmòn sinyal chimik ki pwodui nan yon pati yon òganis epi ki afekte aktivite selil nan yon lòt pati

horizon / orizon yon kouch sòl orizontal yo ka distenge ak kouch ki anwo epi kouch ki anba li yo; li se tou limit ant de kouch wòch ki pa gen menm pwopriyete fizik

hot spot / pwen cho yon zòn volkanik aktif nan sifas tè a, anjeneral li lwen limit yon plak tektonik

Hund's rule / règ Hund règ ki deklare ke pou yon atòm ki nan eta fondamantal li, kantite elektwon lib yo se maksimòm posib la epi elektwon lib sa yo gen menm espin

hybrid orbitals / òbital ibrid òbita ki gen menm kantite enèji ki pwodui lè yo konbine de oswa plizyè òbit sou menm atòm lan

hybridization / ibridasyon melanj de oswa plizyè òbit atomik nan menm atòm lan pou pwodui nouvo òbit; ibridasyon an reprezante melanj òbit ki gen enèji ki pi wo yo ak òbit ki gen enèji ki pi ba yo pou fòme òbit ak enèji entèmedyè

hydration / idratasyon gwo afinite molekil dlo yo genyen pou patikil sibstans ki fonn oswa ki an sispansyon yo ki lakòz izolasyon elektwolitik

hydraulic fracturing / fraktirasyon idwolik pwosesis ekstraksyon luil oswa gaz natirèl lè yo enjekte yon melanj dlo, sab oswa gravye, ak pwodui chimik sou presyon ki elve nan twou foraj nan wòch ki dans pou pwodui fragman ke sab la oswa gravye a kite louvri; sa rele tou foraj

hydrocarbon / idwokabi yon konpoze òganik ki konpoze ak kabòn ak idwojèn sèlman

hydroelectric energy / enèji idwoelektrik enèji elektrik kouran dlo yo pwodui

hydrogen bond / lyezon idwojèn fòs ki pwodui ant molekil yo lè yon atòm idwojèn ki lye ak yon atòm ki elektronegatif anpil nan yon molekil atire pa de elektwon ki pa pataje nan yon lòt molekil

hydrolysis / idwoliz reyaksyon chimik ant dlo ak yon lòt sibstans pou fòme de oswa plizyè nouvo sibstans; reyaksyon ant dlo ak yon sèl pou kreye yon asid oswa yon baz

hydronium ion / iyon idwonyòm yon iyon ki fèt ak pwoton ki konbine ak yon molekil dlo; H_3O^+

hydrosphere / idwosfè pati nan Latè ki se dlo a; youn nan kat esfè prensipal nan sistèm Latè a

hypothesis / ipotèz yon eksplikasyon ki baze sou rechèch oswa obsèvasyon syantifik ki te fèt anvan epi ke yo ka teste

I

ice age / laj glas yon peryòd tan long refwadisman klimatik kote kontinan yo t ap plede glase

ideal fluid / fliyid pafè yon flyid ki san fwotman entèn ni viskozite epi ki enkonpresib

ideal gas / gaz pafè yon gaz imajinè ki gen ti patikil tou piti epi youn pa aji sou lòt

ideal gas constant / konstant gaz ideyal konstant pwopòsyonalite ki parèt nan ekwasyon ki deklare ke pou 1 mol nan yon gaz ideyal; R = 0.082 057 84 L • atm/mol • K

ideal gas law / lwa sou gaz pafè yo lwa ki endike relasyon matematik ant presyon (P), volim (V), tanperati (T), konstant gaz (R) ak kantite molekil ki nan yon gaz (n); $PV = nRT$

igneous rock / wòch inye wòch ki fòme lè magma a vin frèt epi li vin solid

immiscible / imisib (ki pa ka melanje) dekri de oswa plizyè likid ki pa melanje youn ak lòt

impulse / enpilsyon pwodwi yon fòs ak entèval tan fòs la pran pou li aji sou yon objè

incomplete dominance / dominans enkonplè fenotip etewozigòt ki se yon melanj de (2) fenotip omozigòt yo

independent assortment / asòtiman endepandan dezyèm lwa Mendel la, ki deklare ke nan yon pè alèl, alèl yo separe youn ak lòt poukont yo pandan gamèt la ap fòme

index fossil / fosil estratigrafik yon fosil yo itilize pou yo etabli laj yon kouch wòch paske se yon fosil disten, epi yo jwenn li anpil, plizyè kote; epi espès ki te fòme fosil sa a te egziste pandan yon ti peryòd tan tou kout

index of refraction / endis refraksyon rapò ant vitès limyè a nan yon espas ki vid ak vitès limyè a nan yon milye transparan byen detèmine

induction / endiksyon pwosesis pou chaje yon kondikè lè yo mete l tou pre yon objè ki chaje epi yo depoze kondiktè a atè pou l chaje

inelastic collision / kolizyon pafètman inelastik yon kolizyon kote de objè kole ansanm apre yo fin fè kolizyon

inertia / inèsi tandans yon objè genyen pou l reziste lè y ap deplase l oswa, si objè a ap deplase, pou l reziste lè yo chanje vitès oubyen lè yo chanje direksyon

innate / ine konpòtman ki pa aprann gras ak eksperyans

inner core / nwayo entèn pati ki pi solid anndan Latè, li fèt sitou ak fè ak nikèl anba gwo presyon ak tanperati ki ekstrèmeman wo

insolation / ensolasyon reyon solèy la (enèji ki soti nan solèy la) ki rive sou Latè; pwopòsyon reyon solèy ki livre pou chak inite sifas orizontal

instantaneous velocity / vitès enstantane vitès yon objè nan yon moman byen detèmine oswa nan yon pwen espesifik nan trajektwa objè a

intensity / entansite vitès yon enèji k ap sikile nan yon inite sifas ki pèpandikilè ak direksyon mouvman onn lan

intensive property / pwopriyete entansif yon pwopriyete ki pa depann de kantite matyè ki prezan, tankou presyon, tanperati oswa dansite

interest group / gwoup enterè yon gwoup moun ki genyen enterè komen ki founi yon baz pou aksyon lejislatif

interglacial / entèglasyal yon peryòd tan chalè ki plizoumwen kout nan yon laj glas

intermediate / entèmedyè yon sibstans ki fòme nan yon etap entèmedyè nan yon reyaksyon chimik epi yo konsidere li kòm yon tranplen ant sibstans orijinal la ak pwodwi final la

intermolecular forces / fòs entèmolekilè fòs atraksyon ant molekil yo

internal energy / enèji entèn yon pwopriyete ki gen ladan enèji chak patikil ki nan sistèm lan, men pa enèji tout sistèm lan

interstellar medium / milye entèstelè
matyè, sitou gaz idwojèn, lòt gaz ak pousyè, ki okipe espas ki genyen ant zetwal yo epi ki bay matyè premyè pou fòmasyon nouvo zetwal

introduced species / espès entwodui yon espès ki pa natif natal nan yon rejyon epi ke yo te mennen nan zòn sa a kòm rezilta aktivite imen

intron / entwon segman yon jèn ki pa kode enfòmasyon pou yon asid amine

invasive species / espès anvayisan yon espès ki pa natif natal nan yon ekosistèm men ke entwodiksyon li nan ekosistèm lan kapab koze domaj ekonomik oswa domaj nan anviwònman an oubyen domaj nan sante moun

inverse proportion / pwopòsyon envès relasyon ki genyen ant de varyab ke pwodui yo konstan

ion / iyon yon atòm, yon radikal, oswa yon molekil ki genyen oswa ki pèdi youn oswa plizyè elektwon epi ki gen yon chaj negatif oswa pozitif

ionic bond / lyezon iyonik yon fòs ki atire elektwon soti nan yon atòm al nan yon lòt, ki transfòme yon atòm net pou fè l tounen yon iyon

ionic compound / konpoze iyonik yon konpoze ki fèt ak iyon ki mare ansanm pa atraksyon elektrostatik

ionization / iyonizasyon pwosesis pou ajoute oswa retire elektwon nan yon atòm oswa nan yon molekil, ki bay atòm lan oswa molekil la yon chaj nèt

ionization energy / enèji iyonizasyon enèji ki nesesè pou retire yon elèktron nan yon atòm oswa nan yon iyon (abrevyasyon, IE)

isolated system / sistèm izole yon seri patikil oswa konpozan k ap entèraji ki konsidere kòm yon antite fizik distenk nan objektif pou fè etid, anjeneral san fòs ekstèn k ap aji sou okenn nan konpozan li yo

isomer / izomè youn nan de oswa nan plizyè konpoze ki gen menm konpozisyon chimik men ki pa gen menm estriksti yo

isostatic equilibrium / ekilib izostatik yon eta ekilib pafè ant fòs gravitasyonèl ak fòs flotan ki aji sou litosfè Latè a, ki bay plizyè elevasyon diferan

isothermal process / pwosesis izotèm yon pwosesis tèmodinamik ki dewoule nan tanperati konstan

isotope / izotòp youn nan de oswa plizyè atòm ki gen menm kantite pwoton (nimewo atomik), men ki pa gen menm kantite netwon (atomik mas) yo

isovolumetric process / pwosesis izovolimetrik yon pwosesis tèmodinamik ki dewoule nan volim konstan yon fason pou pa gen okenn travay ki fèt nan sistèm lan oswa pou sistèm lan pa fè okenn travay

iterate / reyitere fè ankò oswa repete; nan tès konsepsyon yo, yo itilize rezilta chak repetisyon yo pou yo modifye pwochen vèsyon desen an

J

joule / joul inite yo itilize pou eksprime enèji; ekivalan ak kantite travay yon fòs 1 N fè k ap aji ak yon distans 1 m nan direksyon fòs la (senbòl inite, J)

K

ketone / setòn yon konpoze òganik ki genyen yon gwoup kabonil ki lye ak de (2) gwoup alkil; se oksidasyon alkòl segondè ki bay li

kin selection / seleksyon parantèl lè seleksyon natirèl la aji sou alèl ki favorize sivi fanmi pwòch

kinetic energy / enèji sinetik enèji yon objè ki fèt akoz mouvman objè a

kinetic friction / fwotman sinetik fòs ki opoze mouvman de sifas ki an kontak epi k ap glise youn sou lòt

kinetic-molecular theory / teyori sinetik molekilè yon teyori ki eksplike ke konpòtman yon sistèm fizik depann de aksyon konbine molekil ki konstitye sistèm lan

L

lanthanide / lantanid yon manm nan seri eleman tè ra yo, ki gen nimewo atomik ki varye ant 58 (seryòm) rive 71 (litetyòm)

laser / lazè yon aparèy ki pwodui limyè koyeran nan yon sèl longèdonn

latent heat / chalè latan enèji pou chak inite mas ki transfere pandan yon sibstans ap chanje faz

lattice energy / enèji retikilè enèji ki libere lè yon mòl yon konpoze yonik kristalin fòme apati iyon gàze

lava / lav magma ki koule sou sifas Latè; wòch ki fòme lè lav yo refwadi epi solidifye

law of conservation of energy / lwa konsèvasyon enèji lwa ki deklare ke enèji pa ka kreye oswa detwi, men yo ka kite yon fòm pou yo pran yon lòt fòm

law of conservation of mass / lwa konsèvasyon mas lwa ki deklare ke mas yo pa ka kreye oswa detwi, men yo ka kite yon fòm pou yo pran yon lòt fòm

law of definite proportions / lwa pwopòsyon defini lwa ki deklare ke yon konpoze chimik toujou gen menm eleman yo nan egzakteman menm pwopòsyon pwa oswa mas yo

law of multiple proportions / lwa pwopòsyon miltip lwa ki deklare ke lè de eleman konbine pou yo fòme de oswa plizyè konpoze, mas youn nan eleman ki konbine ak yon mas byen detèmine lòt eleman an nan pwopòsyon ti nonm antye yo

Le Châtelier's principle / prensip Le Châtelier prensip ki deklare ke yon sistèm ki ann ekilib ap opoze al ak yon chanjman nan yon fason k ap ede l elimine chanjman an

lens / lantiy yon objè transparan ki refrakte reyon limyè yo, sa ki fè reyon limyè yo konvèje oswa divèje pou yo kreye yon imaj

lever arm / bra levye distans pèpandikilè ant aks wotasyon an ak yon liy ki trase nan direksyon fòs la

Lewis acid / asid Lewis yon atòm, iyon, oswa molekil ki aksepte yon pè elektwon

Lewis acid-base reaction / reyaksyon asid-baz Lewis òmasyon youn oswa plizyè lyezon kovalan ant yon pè elektwon donè ak yon pè elektwon akseptè

Lewis base / baz Lewis yon atòm, iyon oswa molekil ki bay yon pè elektwon

Lewis structure / estrikti Lewis yon fòmil éstriktirèl kote lyezon yo reprezante elektwon yo; pè lyezon oswa tirè ant de (2) senbòl atomik reprezante pè nan lyezon kovalan yo

light-year / ane limyè distans limyè a pakouri nan yon ane; apeprè 9,46 milya kilomèt

limiting reactant / reyaktif limitan sibstans ki kontwole kantite pwodwi ki ka fòme nan yon reyaksyon chimik

linear polarization / polarizasyon lineyè aliyman onn elektwomayetik yo yon fason pou vibrasyon chan elektrik ki nan chak onn ka paralèl youn ak lòt

lipid / lipid yon kalite pwodui byochimik ki pa fonn nan dlo, tankou grès ak estewoyid; lipid yo estoke enèji epi yo konstwi manbràn selilè yo

liquid / likid eta matyè a ki genyen yon volim defini men ki pa genyen yon fòm defini

lithosphere / litosfè kouch solid, ekstèn Latè ki se kwout ak pati rijid manto siperyè a

logistic growth / kwasans lojistik kwasans popilasyon ki karakterize pa yon peryòd kwasans ralanti, ke yon peryòd kwasans eksponansyèl swiv, epi yon yon lòt peryòd ki prèske pa gen okenn kwasans swiv

London dispersion force / fòs dispèsyon London atraksyon entèmolekilè ki soti nan distribisyon inegal elektwon yo ak kreyasyon dipòl tanporè

longitudinal wave / onn lonjitidinal yon onn kote patikil milye a vibre de fason paralèl ak direksyon mouvman onn yo

longshore current / kouran litoral yon kouran dlo k ap koule toupre men ki paralèl ak rivaj la

luster / lis fason yon mineral reflete limyè

M

macromolecule / makwomolekil yon gwo molekil laj, anjeneral yon polimè, ki konpoze ak dè santèn oswa dè milye atòm

mafic / mafik dekri magma oswa wòch inye ki rich ak mayezyòm ak fè epi jeneralman ki gen yon koulè fonse

magic numbers / nimewo majik nimewo (2, 8, 20, 28, 50, 82 ak 126) ki reprezante kantite patikil nan yon nwayo atomik ki estab ànpil ki te konplete kouch pwoton ak netwon

magnetic domain / domèn mayetik yon rejyon ki konpoze pa yon gwoup atòm ke chan mayetik yo aliyen nan menm direksyon

magnetic field / chan mayetik yon rejyon kote yo kapab detekte yon fòs mayyetik

magnetic quantum number / nonm kantik mayetik nonm kantik ki endike oryantasyon yon òbit alantou nwayo a; li senbolize pa m

magnitude / mayitid yon mezi fòs yon tranbleman de tè

main-group element / eleman gwoup prensipal yon eleman ki nan blòk s oswa blòk p nan tablo peryodik la

malleability / maleyablite kapasite yon sibstans genyen pou yo frape l oswa pou bat li pou l vin tankou yon fèy

mantle / manto kouch wòch ki genyen ant kwout terès la ak nwayo a

mantle convection / konveksyon manto mouvman dousman matyè a fè nan manto tè a, ki transfere enèji sou fòm chalè ki soti anndan sifas tè a

mass / mas mezi kantite matyè ki gen nan yon objè; yon pwopriyete fondamantal objè a ki pa afekte pa fòs k ap aji sou objè a, tankou fòs gravitasyonèl la

mass defect / defo mas diferans ki genyen ant mas yon atòm ak sòm mas yo nan pwoton, netwon ak elektwon ki nan atòm lan

mass density / dansite mas konsantrasyon matyè nan yon objè, ki mezire tankou mas pa volim inite nan yon sibstans

mass extinction / disparisyon an mas epizòd kote gwo kantite espès disparèt

mass number / kantite mas sòm kantite pwoton ak netwon ki fòme nwayo yon atòm

mass wasting / gaspiyaj mas mouvman tè, sediman oswa wòch nan yon pant anba enfliyans gravite a

materials science / syans materyo etid karakteristik ak itilizasyon materyo yo nan syans ak teknoloj

matter / matyè kèlkeswa bagay ki genyen yon mas epi ki okipe yon espas

mechanical energy / enèji mekanik sòm enèji sinetik ak tout fòm enèji potansyèl

mechanical wave / onn mekanik yon onn ki bezwen yon mwayen pou li vwayaje

medium / medyòm yon anviwònman fizik kote yon pètibasyon ka vwayaje

Multilingual Science Glossary
© Houghton Mifflin Harcourt Publishing Company

meiosis / meyoz fòm divizyon nikleyè ki divize yon selil diployid nan plizyè selil aployid; enpòtan nan fòmasyon gamèt pou repwodiksyon seksyèl yo

melting / fizyon chanjman eta kote yon solid vin tounen yon likid lè yo ajoute enèji sou fòm chalè oswa lè presyon an chanje

melting point / pwen fizyon tanperati ak presyon kote yon solid vin tounen likid

mesosphere / mezosfè literalman "esfè mwayen", pati solid, pi ba pati nan manto a ant astenosfè a ak nwayo ekstèn lan; kouch ki pi frèt nan atmosfè a, ant estratosfè ak tèmosfè a, kote tanperati a diminye ofiyamezi altitid la ap ogmante

Mesozoic Era / Epòk Mesozoyik epòk jewolojik ki te dire soti 251 milyon ane pou rive 65,5 milyon ane; yo rele tou Laj Reptil yo.

metabolism / metabolis sòm tout pwosesis chimik ki fèt nan yon òganis

metal / metal yon eleman ki briye epi ki kondui chalè ak elektrisite byen

metallic bond / lyezon metalik yon lyezon ki fòme pa atraksyon ant iyon metalik ki gen chaj pozitif yo ak elektwon ki ozalantou yo

metalloid / metaloyid yon eleman ki genyen alafwa pwopriyete metal ak pwopriyete nonmetal yo; pafwa yo rele yo semi kondiktè

metamorphic rock / wòch metamòfik wòch ki chanje estrikti oswa konpozisyon akoz chalè, presyon epi sibstans chimik yo, anjeneral nan kwout terès la

microevolution / mikwo-evolisyon chanjman ki obsève nan frekans alèl yon popilasyon apre kèk jenerasyon

mid-ocean ridge / dòsal medyo-oseyanik yon chèn montay soumaren byen long, ki gen yon fon apik, etwat nan sant li, ki fòme lè magma a ap soti nan astenosfè a, epi ki pwodui nouvo litosfè oseyanik (fon maren) ofiramezi plak tektonik yo ap separe

millimeters of mercury / milimèt mèki yon inite presyon

mineral / mineral yon solid natirèl, anjeneral ki pa òganik, ki genyen pwòp konpozisyon chimik li ak yon estrikti entèn òdone epi li gen pwòp pwopriyete fizik pa li

mining / estraksyon pwosesis èkstraksyon minrè, mineral ak lòt mateyè solid nan tè a

miscible / misib dekri de oswa plizyè likid ki ka fonn youn nan lòt nan divès kalite pwopòsyon

mitochondrion / mitokondriyon (pliryèl *mitokondriyon*) yon ti òganis ki gen fòm pwa ki bay selil la enèji epi ki gen pwòp ribozom ak ADN pa li

mitosis / mitoz pwosesis kote yon selil divize nwayo li ak konteni li yo

mixture / melanj yon konbinezon de oswa plizyè sibstans ki pa asosye ansanm chimikman

model / modèl yon chema, yon plan, yon reprezantasyon oswa yon deskripsyon yo kreye pou montre estrikti oswa fonksyònman yon objè, yon sistèm oswa yon fòmil

moderator / moderatè yon materyèl ki ralanti vitès netwon yo pou nwayo a ka absòbe yo

molal boiling-point constant / konstant pwen ebilisyon molè yon kantite yo kalkile pou yo reprezante yon solisyon 1-molè k ap rive nan pwen pou li bouyi nan yon solite nonvolatil, nonelektwolit

molal freezing-point constant / konstant pwen konjelasyon molè yon kantite yo kalkile pou yo reprezante yon solisyon 1-molè k ap rive nan depresyon pwen pou li jele nan yon solite nonvolatil, nonelektwolit

molality / molalite konsantrasyon yon solisyon ki eksprime an mòl solite pa kilogram sòlvan

molar enthalpy of formation / antalpi molè fòmasyon kantite enèji sou fòm chalè ki soti nan fòmasyon 1 mol sibstans nan yon presyon konstan

molar enthalpy of fusion / antalpi molè fizyon kantite enèji sou fòm chalè ki nesesè pou chanje 1 mol sibstans solid pou l vin likid nan yon tanperati ak yon presyon konstan

molar enthalpy of vaporization / antalpi molè evaporasyon kantite enèji sou fòm chalè ki nesesè pou evapore 1 mol likid nan yon tanperati ak yon presyon konstan

molar mass / mas molè mas an gram pou yon 1 mol sibstans

molarity / molarite konsantrasyon yon solisyon ki eksprime an mòl solite ki fonn pa lit solisyon

mole / mòl inite debaz SI yo itilize pou mezire yon sibstans ke kantite patikil li yo egal ak kantite atòm kabòn ki gen nan egzakteman 12 g kabòn-12

mole ratio / rapò molè yon faktè konvèsyon ki rapòte kantite mòl ki gen nan kèlkeswa sibstans ki enplike nan yon reyaksyon chimik

molecular compound / konpoze molekilè yon konpoze chimik ke inite ki pi senp li yo se molekil

molecular formula / fòmil molekilè yon fòmil chimik ki montre kantite ak kalite atòm ki gen nan yon molekil, men li pa montre aranjman atòm yo

molecule / molekil de oswa plizyè atòm ki makònen ansanm pa lyezon kovalant; se pa nesesèman yon konpoze

moment of inertia / moman inèsi tandans yon kò k ap fè wotasyon sou yon aks fiks pou li reziste lè mouvman wotasyon sa a chanje

momentum / momenntòm yon kantite vektè yo defini kòm pwodwi mas ak vitès yon objè

monatomic ion / iyon mono-atomik yon iyon ki fòme ak yon sèl atòm

monohybrid cross / kwazman mono-ibrid kwazman oswa akoupleman, ant òganis ki enplike sèlman yon pè karaktè antye

monomer / monomè yon molekil senp ki ka konbine avèk lòt molekil sanblab oswa ki pa sanblab pou fabrike yon polimè

monoprotic acid / asid monopwotik yon asid ki ka bay yon baz yon grenn pwoton sèlman

monosaccharide / monosakarid yon sik senp ki se sou-inite debaz yon idrat kabòn

moraine / morèn yon relyèf ki fèt ak sediman ki pa triye yon glasye depoze; alivyon ke yon glasye depoze

multiple bond / lyezon miltip yon lyezon kote atòm yo pataje plis pase yon sèl pè elektwon, tankou yon lyezon doub oswa yon lyezon trip

mutagen / mitajèn ajan ki ka pwovoke mitasyon oswa ki ogmante frekans mitasyon nan òganis yo

mutation / mitasyon chanjman nan sekans ADN lan

mutual inductance / endiktans mityèl kapasite yon sikui genyen pou li pwovoke yon emf nan yon sikui ki tou pre l an prezans yon kouran k ap chanje

N

NADPH / NADPH yon molekil ki sèvi antanke vektè enèji pandan fotosentèz

natural gas / gaz natirèl yon melanj idwokabi gaze ki sitiye anba sifas tè a, souvan tou pre depo petwòl yo; yo itilize l kòm gaz

natural hazard / katastwòf natirèl yon fenomèn ki rive natirèlman ki kapab nwi moun, pwopriyete oswa anviwònman an

natural resource / resous natirèl yon materyèl oswa kapasite, tankou bwa, yon depo mineral oswa enèji idwolik, ki nan yon eta natirèl epi ki gen valè ekonomik

natural selection / seleksyon natirèl
mekanis kote endividi ki te eritye
adaptasyon benefik yo fè plis pitit
an mwayèn pase lòt endividi yo

nebula / nebilez yon gwo nwaj gaz ak
pousyè nan espas entèstelè a; rejyon
nan lespas kote zetwal yo fòme

negative feedback / fidbak negatif fidbak
ki aplike efè yo kont kondisyon inisyal
yo, ki gen tandans bloke oswa diminye
yon chanjman ak estabilize yon pwosesis
oswa yon sistèm

**negative feedback loop / bouk fidbak
negatif** sistèm kontwòl pou omeyostazi
ki ajiste kondisyon kò a lè kondisyon yo
varye de kondisyon ideyal la

net force / fòs net yon fòs senp ke efè
ekstèn li genyen sou yon kò rijid se
menm efè ak efè plizyè fòs reyèl k ap
aji sou kò a

net ionic equation / ekwasyon iyonik nèt
yon ekwasyon ki gen ladan sèlman
konpoze ak iyon ki sibi yon chanjman
chimik nan yon reyaksyon nan yon
solisyon abaz dlo

neutralization / netralizasyon reyaksyon
iyon ki karakterize asid (iyon idwonyòm)
yo ak iyon ki karakterize baz (iyon
idroksid) yo pou fòme molekil dlo ak
yon sèl

neutron / netwon yon patikil sibatomik
ki pa genyen okenn chaj e ki sitiye nan
nwayo yon atòm

newton / newton inite SI pou fòs; fòs
ki pral ogmante vitès nan yon mas
1 kg pa 1 m/s chak segonn fòs la aplike
(abrevyasyon, N)

noble gas / gaz ra youn nan eleman ki nan
Gwoup 18 nan tablo peryodik la (elyòm,
neyon, agon, kripton, zenon ak radon);
gaz ra yo inaktif

**noble-gas configuration / konfigirasyon
gaz ra** yon nivo enèji ekstèn prensipal ke
uit elektwon okipe konplètman, nan pifò
ka yo

node / ne yon pwen nan yon onn
estasyonè ki kenbe deplasman yo nil

nomenclature / nomanklati yon sistèm pou
bay non

nonelectrolyte / nonelektwolit yon sibstans
ki fonn nan dlo pou li bay yon solisyon ki
pa kondui kouran elektrik

nonmetal / nonmetal yon eleman ki kondui
chalè ak elektrisite mal epi ki pa fòme
iyon pozitif nan yon solisyon elektwolitik

**nonpoint source pollution / polisyon sous
ponktyèl** polisyonkli sòti nan plizyè sous
apresa apati yon sit inik espesifik ; yon
egzanp se polisyon ki rive nan yon kò dlo
nan lari yo ak egou lapli yo

**nonpolar covalent bond / lyezon kovalant
nonpolè** yon lyezon kovalant kote
elektwon ki lye yo atire menm jan an
pa tou de atom ki lye yo

**nonrenewable resource / resous
nonrenouvlab** yon resous yo konsome
pi rapid pase jan li fòme a

nonvolatile substance / sibstans nonvolatil
yon sibstans ki gen yon ti tandans pou
l tounen yon gaz anba kondisyon ki
deja egziste

normal distribution / distribisyon nòmal
nan byoloji, distribisyon nan yon
popilasyon kote frekans alèl la pi pre
valè ranje a epi li diminye tanzantan
nan direksyon chak ekstremite

normal force / fòs nòmal yon fòs ki aji sou
yon objè ki kouche sou yon sifas epi ki
aji nan yon direksyon ki pèpandikilè ak
sifas la

**nuclear binding energy / enèji lyezon
nikleyè** enèji ki degaje lè nikleyon yo
ap fòme yon nwayo

nuclear fission / fisyon nikleyè pwosesis
kote nwayo a divize an de (2) oswa plizyè
fragman epi li libere netwon ak enèji

nuclear forces / fòs nikleyè entèraksyon ki
lye pwoton yo ak netwon yo, pwoton yo
ak pwoton yo, epi netwon yo ak netwon
yo ansanm nan yon nwayo

nuclear fusion / fizyon nikleyè pwosesis kote nwayo plizyè atòm konbine ansanm pou yo fòme yon nouvo nwayo, ki pi gwo; pwosesis la degaje enèji

nuclear power plant / santral nikleyè yon etablisman ki itilize chalè ki soti nan reyaktè nikleyè yo pou l pwodwi enèji elektrik

nuclear radiation / radyasyon nikleyè patikil nwayo a libere pandan dezentegrasyon radyoaktif la, tankou netwon, elektwon ak foton

nuclear reaction / reyaksyon nikleyè yon reyaksyon ki afekte nwayo yon atòm

nuclear reactor / reyaktè nikleyè yon aparèy ki itilize reyaksyon nikleyè ki sou kontwòl pou l pwodui enèji oswa nikleyid

nuclear shell model / modèl kokiy nikleyè yon modèl ki reprezante nikleyon yo jan yo egziste nan diferan nivo enèji oswa kokiy nan nwayo a

nuclear waste / dechè nikleyè dechè ki gen radyoizotòp ladan yo

nucleic acid / asid nikleyik yon konpoze òganik, swa ARN oubyen ADN, ke molekil yo fèt ak youn oswa de chèn nikleyotid epi ki pote yon enfòmasyon jenetik

nucleon / nikleyon yon pwoton oswa yon netwon

nucleotide / nikleyotid yon monomè òganik ki fèt ak yon sik, yon fosfat ak yon baz azòt; baz fondasyon yon chenn asid nikleyik, tankou ADN ak ARN

nucleus / nwayo (pliryèl *nwayo*) yon òganèl ki konpoze ak yon manbràn doub ki aji tankou depo pou pi fò ADN ki nan yon selil; nan syans fizik, rejyon sant atom lan, ki fèt ak pwoton ak netwon

nuclide / nikleyid yon atòm ke yo idantifye pa kantite pwoton ak netwon ki gen nan nwayo l

O

ocean acidification / asidifikasyon oseyan rediksyon pH ki nan dlo lanmè a paske li absòbe yon kantike gaz kabonik (CO_2) ki twòp nan atmosfè a

oceanic trench / tranche oseyanik yon depresyon ki long, etwat epi ki rèd ki fòme sou sifas lanmè a apre sibdiksyon yon plak tektonik, k ap deplase kòtakòt ak yon chèn zile vòlkanik oswa ak litoral yon kontinan, epi ki ka gen pwofondè apeprè 11 kilomèt anba nivo lanmè a; yo rele l tou yon *tranche* oswa yon *tranche oseyanik pwofon*

octet rule / règ oktè yon konsèp teyori liyezon chimik ki baze sou sipozisyon ke yon atòm gen tandans pou l genyen swa kokiy valans vid oubyen li gen kokiy valans ki chaje ak uit elektwon

oil shale / chis bitime un chis ki gen koulè nwa, gri fonse oswa mawon fonse ki gen idwokabi ki pwodui petwòl pa distiyasyon

operator / operatè yon bout sekans ADN viral oswa bakteryen ke yon represè kenbe pou anpeche transkripsyon (mRNA sentèz) jèn adjasan nan yon opewon

operon / opewon seksyon ADN ki genyen tout kòd pou kòmanse transkripsyon an, regle transkripsyon epi konstui yon pwoteyin; li enkli yon pwomotè, jèn regilatè ak jèn estriktirèl

orbit / òbit trajektwa yon kò k ap deplase toutotou yon lòt kò akoz atraksyon gravitasyonèl youn gen sou lòt

orbital / òbital rejyon nan yon atòm kote ki gen anpil chans pou yo jwenn elektwon

order / lòd nan chimi, yon klasifikasyon reyaksyon chimik yo ki depann de kantite molekil ki ka antre nan reyaksyon an

order number / nimewo dòd nimewo yo bay frany entèferans yo pa rapò ak frany santral ki klere a ore / **minrè** yon materyèl natirèl ke konsantrasyon mineral ki gen gwo valè ekonomik li ladan l yo wo ase pou materyèl la ta rapòte lajan

organ / **ògàn** gwoup diferan kalite tisi ki travay ansanm pou yo jwe yon wòl espesifik oswa lòt wòl asosye

organ system / **sistèm ògàn** de oswa plizyè ògàn ki travay ansanm yon fason kowòdone pou yo ranpli prèske menm fonksyon

organic compound / **konpoze òganik** yon konpoze ki gen lyezon kovalant ki fèt ak kabòn, eksepte kabonat ak oksid

organic sedimentary rock / **wòch sedimantè òganik** wòch sedimantè ki fòme ak rès plant oswa rès bèt

organism / **òganis** nenpòt èt vivan endividyèl

osmosis / **osmoz** difizyon dlo oswa yon sòlvan apati yon solisyon ki pi delye (nan yon solite) pou l al nan yon solisyon ki pi konsantre (ak solite) atravè yon manbràn ki pèmeyab pou sòlvan an

osmotic pressure / **presyon osmotik** presyon ekstèn yo dwe aplike pou sispann osmoz la

outer core / **nwayo ekstèn** kouch anndan latè ki sitiye ant nwayo entèn lan ak manto a, ki fèt sitou ak fè ak nikèl

overharvesting / **eksplwatasyon ekstrèm** pran oswa retire nan yon popilasyon plis òganis ke popilasyon an ka ranplase

oxidation / **oksidasyon** yon reyaksyon ki elimine youn oswa plizyè elektwon nan yon sibstans pou eta valans oswa eta oksidasyon sibstans lan ogmante

oxidation number / **nonm oksidasyon** kantite elektwon yo dwe ajoute oswa retire nan yon atòm ki nan yon eta konbine pou konvèti atòm lan nan fòm elemantè

oxidation state / **eta oksidasyon** kondisyon yon atòm ki eskprime pa kantite elektwon atòm lan bezwen pou l rive nan fòm elemanèl l

oxidation-reduction reaction / **reyaksyon oksidorediksyon** nenpòt chanjman chimik kote ki gen yon espès ki oskide (pèdi elektwon) ak yon lòt espès ki redui (pran elektwoni); yo relel tou reyaksyon redòks

oxidized / **okside** dekri yon eleman ki pèdi elektwon epi ki ogmante nonm oksidasyon li

oxidizing agent / **ajan oksidan** sibstans ki pran elektwon nan yon reyaksyon oksidorediksyon epi ki redui

oxyacid / **oksyasid** yon asid ki se yon konpoze idwojèn, oksijèn ak yon twazyèm eleman, anjeneral yon nonmetal

oxyanion / **oksi-anyon** yon iyon poli-atomik ki genyen oksijèn ladann

ozone / **ozòn** yon molekil gaz ki fèt ak twa atòm oksijèn

P

P-wave / **onn P** yon onn primè oswa yon onn konpresyon; yon onn sismik ki ka fè patikil wòch yo fè yon mouvman alevini ki paralèl ak direksyon onn lan prale a; onn P yo se onn sismik ki pi rapid yo epi yo ka vwaye atravè solid yo, likid yo ak gaz yo

Paleozoic Era / **Epòk Paleyozoyik** epòk jewolojik ki te swiv peryòd Prekanbriyen an epi ki te dire soti 542 milyon ane pou rive 251 milyon ane

parallax / **paralaks** yon chanjman aparan nan pozisyon yon objè lè yo wè objè a apati diferan pozisyon

parallel / **paralèl** dekri de oswa plizyè eleman nan yon sikui ki bay trajektwa separe pou kondui kouran an paske eleman yo konekte ant plizyè pwen komen oswa rakò

parent nuclide / **nikleyid paran** yon radyonikleyid ki pwodui yon pitit fi espesifik kòm yon dènye manm nan yon seri radyoaktif

partial pressure / presyon pasyèl presyon chak gaz nan yon melanj

pascal / paskal inite presyon SI; egal ak fòs 1 N ki egzèse sou yon sifas 1 m² (abrevyasyon, Pa)

passive margin / maj pasif yon maj kontinantal ki pa rive sou limit yon plak

path difference / diferans trajektwa diferans nan distans de reyon vwayaje lè yo lage yo nan menm direksyon men apati de pwen diferan

Pauli exclusion principle / prensip eksklizyon Pauli prensip ki deklare ke de patikil nan yon sèten klas pa kapab gen egzakteman menm eta enèji

PCR; polymerase chain reaction / PCR; reyaksyon polimeraz an chèn metòd pou ogmante kantite ADN lè yo separe li an de (2) fil epi ajoute amòs ak anzim

percentage composition / konpozisyon an pousantaj pousantaj pa mas chak eleman nan yon konpoze

percentage error / erè pousantaj yon konparezon kalitatif ant valè mwayèn eksperimantal la ak valè kòrèk oswa yo aksepte a; yo kalkile li lè yo retire valè yo aksepte a nan valè eksperimantal la, yo divize sa ki rete a pa valè yo akspete a, apre sa yo miltipliye l pa 100

percentage yield / pousantaj rannman rapò ant rannman reyèl la ak rannman teyorik la, miltipliye pa 100

perfectly inelastic collision / kolizyon pafètman inelastik yon kolizyon kote de objè kole ansanm apre yo fin fè kolizyon

period / peryòd nan chimi, ranje orizontal eleman ki nan tablo peryodik la; nan fizik, tan ki nesesè pou gen yon sik konplè oswa yon osiyasyon onn

periodic law / lwa peryodik lwa ki deklare ke pwopriyete chimik ak ak pwopriyete fizik repete eleman yo chanje detanzantan avèk nimewo atomik eleman yo

periodic table / tablo peryodik aranjman eleman yo nan lòd daprè nimewo atomik yo defason pou eleman ki genyen menm pwopriyete yo ka tonbe nan menm kolòn, oswa nan menm gwoup

petroleum / petwòl yon melanj likid ki gen konpoze idwokabòn konplèks ladan l; yo itilize l anpil kòm sous gaz

pH / pH valè yo itilize pou yo eksprime asidite oswa alkalinite (bazisite) yon sistèm; chak nonm antye sou echèl la endike yon chanjman asidite ki miltipliye pa dis; yon pH 7 net, yon pH ki mwens pase 7 se asid epi yon pH ki pi wo pase 7 se baz

pH meter / pH mèt yon aparèy yo itilize pou yo detèmine pH yon solisyon lè yo mezire vòltaj ki genyen ant de elektròd ke yo mete nan solisyon an

phase / faz nan chimi, youn nan kat eta oswa kondisyon yon sibstans kapab egziste: solid, likid, gaz oswa plasma; yon moso matyè ki inifòm

phase change / chanjman faz chanjman fizik yon sibstans ki soti nan yon eta (solid, likid oswa gaz) pou l al nan yon lòt nan yon tanperati ak yon presyon konstan

phase diagram / faz dyagram yon koub relasyon ant eta fizik yon sibstans ak tanperati epi presyon sibstans lan

phenomenon / fenomèn yon evenman, yon sikonstans oswa yon reyalite yo ka obsève

phenotype / fenotip ansanm tout karakteristik fizik yon òganis

phospholipid / fosfolipid molekil ki fòme yon manbràn selilè doub kouch; li fèt ak yon gliseròl, yon gwoup fosfat ak de (2) asid gra

photoelectric effect / efè fotoelektrik emisyon elektwon ki sòti nan yon matyè lè yon limyè ki gen sèten frekans klere sou sifas matyèl a

photon / foton yon inite oswa pwopòsyon limyè; yon patikil radyasyon elektwomayetik ki gen yon mas repo ki egal ak zewo epi ki pote yon pwopòsyon enèji

photosynthesis / fotosentèz pwosesis kote enèji limyè konvèti pou l vin tounen enèji chimik; li pwodui sik ak oksijèn apati diyoksid kabòn ak dlo

physical change / chanjman fizik yon chanjman matyè de yon fòm a yon lòt san ke pwopriyete chimik li pa modifye

physical property / pwopriyete fizik yon karakteristik yon sibstans ki pa enplike yon modifikasyon chimik, tankou dansite, koulè, oswa solidite

pitch / pitch mezi pou kalkile nivo yon son, selon frekans onn sonò a

plasma / plasma yon eta matyè ki konpoze ak mouvman lib patikil chaje yo, tankou iyon ak elektwon; pwopriyete li yo diferan de pwopriyete yon solid, likid oswa gaz

plasmid / plasmid pyès sikilè materyèl jenetik ke yo jwenn nan bakteri ki ka replike poukont li apati ADN nan kwomozòm prensipal la

plateau / plato yon gwo pati teren ki wo, ki pi wo pase yon plèn epi ki laj pase yon mesa

plate tectonics / plak tektonik teyori ki eksplike kijan gwo moso nan kouch eksteryè Latè, yo rele plak tektonik yo, deplase epi kijan yo chanje fòm

pOH / pOH negatif logarit komen pou kantite iyon ki konsantre nan yon solisyon

point source pollution / polisyon sous ponktyèl polisyon ki soti nan yon anplasman espesifik

polar / polè dekri yon molekil ke chaj pozitif li yo ak chaj negatif li yo separe

polar covalent bond / lyezon kovalant polè yon lyezon kovalant kote yon pè elektwon ke de atòm pataje rete pi prè youn nan atòm yo

polarity / polarite yon pwopriyete yon sistèm kote de (2) pwen genyen karakteristik kontrè, tankou chaj yo oswa pòl mayetik yo

pollution / polisyon nenpòt bagay ki antre nan yon anviwonman epi ki gen yon efè negatif sou anviwonman an ak òganis li yo

polyatomic ion / iyon polyatomik yon iyon ki fèt ak de oswa plizyè atòm

polygenic trait / karaktè polijenik karaktè ki pwodui nan de (2) oswa plizyè jèn

polymer / polimè yon gwo molekil ki fòme pa plis pase senk monomè oswa senk ti inite

polyprotic acid / asid polipwotik yon asid ki ka bay plis pase yon pwoton pa molekil

polysaccharide / polisakarid youn nan idrat kabòn (glisid) ki sòti nan chèn long sik senp yo; polisakarid enkli lanmidom, seliloz ak glikojèn

population / popilasyon tout endividi nan yon espès k ap viv nan menm rejyon an

positive feedback / fidbak pozitif fidbak ki gen tandans pou li anplifye oswa ogmante yon chanjman epi ki destabilize yon pwosesis oswa yon sistèm

positive feedback loop / bouk fidbak pozitif sistèm kontwòl kote enfòmasyon sansoryèl fè kò a ogmante kantite chanjman ki fèt lwen omeyostazi la

positron / pozitwon yon patikil ki gen menm mas epi ki vire tankou yon elektwon men ki gen yon chaj pozitif

potential difference / diferans potansyèl travay ki dwe fèt kont fòs elektrik yo pou deplase yon chaj ant de pwen ki an kesyon yo, divize pa chaj la

potential energy / enèji potansyèl enèji yon objè posede akoz pozisyon, fòm ak kondisyon objè a

power / puisans yon kantite ki mezire kantite travay ki fèt oswa kantite enèji ki transfere, pa nenpòt metòd

Precambrian / Prekanbriyen entèval tan nan echèl tan jewolojik la apati fòmasyon Latè pou rive nan konmansman epòk Paleyozoyik la, sa gen ant 4,6 milya ane ak 542 milyon ane

precession / presesyon mouvman aks yon kò k ap vire, tankou yon toupi k ap vire, lè gen yon fòs ekstèn k ap aji sou aks la; yon wotasyon aks wotasyon Latè a fè dousman pa rapò ak òbit li

precipitate / presipite yon solid ki pwodui apre yon reyaksyon chimik nan solisyon

precision / presizyon egzaktitid yon mezi

predation / predasyon pwosesis ki pèmèt yon òganis chase epi touye lòt òganis pou yo manje

pressure / presyon kantite fòs ki egzèse pa inite sifas nan yon sifas

primary energy source / sous enèji prensipal dekri yon sous enèji yo jwenn natirèlman nan anviwònman an; chabon, gaz natirèl, solèy, van ak iranyòm se egzanp sous enèji prensipal

primary standard / estanda prensipal yon konpoze solid ki byen pirifye yo itilize pou yo tcheke konsantrasyon yon solisyon espesifik nan yon titrasyon

principal quantum number / nonm kantik prensipal nonm kantik ki endike enèji ak òbit yon elektron nan yon atòm

probability / pwobablite chans ki genyen pou yon evènman patikilye rive

producer / pwodiktè òganis ki jwenn enèji li nan sous abyotik, tankou limyè solèy la oswa pwodui chimik inòganik

product / pwodui yon sibstans ki fòme nan yon reyaksyon chimik

projectile motion / mouvman pwojektil mouvman yon objè montre lè yo tire l, lanse l oswa lè yo voye l nenpòt lòt fason tou pre sifas Latè

promoter / pwomotè seksyon ADN kote ARN polimeraz la lye, ki kòmanse transkripsyon mARN nan

protein / pwoteyin polimè ki konpoze ak asid amine ki lye pa lyezon peptidik; li pliye nan yon esktrikti ki depann de lyezon ant asid amine yo

protein synthesis / sentèz pwoteyin fòmasyon pwoteyin lè yo sèvi avèk enfòmasyon ki genyen nan ADN epi ARN lan pote yo

proton / pwoton yon patikil sibatomik ki gen yon chaj pozitif epi ki sitiye nan nwayo yon atòm; kantite pwoton ki gen nan nwayo a se nimewo atomik la, ki detèmine idantite yon eleman

protoplanetary disk / disk pwotoplanetè yon disk gaz ak patikil pousyè k ap vire alantou yon zetwal ki fèk fòme, kote yon planèt ka fòme

prototype / pwototip yon modèl tès yon pwodwi

Punnett square / kare Punnett modèl prediksyon pou tout jenotip pwobab ki sòti nan kwazman oswa akoupleman

pure substance / sibstans pi yon echantiyon matyè, swa yon eleman oswa yon sèl konpoze, ki genyen pwòp pwopriyete chimik ak fizik li

pyramid of numbers / piramid nonm yon dyagram ki montre kantite òganis endividyèl ki nan chak nivo twofik nan yon ekosistèm

Q

quantity / kantite yon bagay ki gen grandè, gwosè oswa kantite

quantum / kwantòm inite debaz enèji elektwomayetik; li karakterize pwopriyete onn elektwon yo

quantum number / nonm kantik yon nonm ki presize sèten pwopriyete elektwon yo

quantum theory / teyori kantik etid estrikti ak konpòtman atòm yo ak patikil sibatomik yo dapre lide ki fè kwè tout enèji vini nan ti pake endivizib

KREYÒL

R

radian / radyan yon ang longè li egal ak reyon sèk la, ki apeprè egal ak 57,3 °

radiation / radyasyon emisyon ak pwopagasyon enèji sou fòm onn elektwomayetik; epitou patikil sibatomik k ap deplase

radioactive decay / dezentegrasyon radyoaktif dezentegrasyon yon nwayo atomik enstab pou l bay youn oswa plizyè kalite atòm oswa izotòp diferan, li akonpaye ak emisyon radyasyon, kapti nikleyè oswa ekspilsyon elektwon oubyen fisyon

radioactive nuclide / nikleyid rayoaktif yon nikleyid ki gen izotòp ki dezentegre epi ki emèt radyasyon

radioactive tracer / trasè radyoaktif yon materyèl radyoaktif yo ajoute nan yon sibstans pou yo ka detekte distribisyon li an rèta

radiometric dating / datasyon radyometrik yon metòd pou detèmine laj konplè yon objè lè yo konpare pousantaj relatif yon izotòp radyoaktif (paran) ak yon izotòp estab (pitit fi)

rare earth element / eleman tè ra nenpòt gwoup eleman metalik ki gen yon orijin natirèl, ki gen menm pwopriyete, tankou eskandyòm, itriyòm ak 15 eleman ki gen nimewo atomik soti 57 rive 71 (lantanid yo). Yo itilize eleman tè ra yo anpil nan elektwonik ak lòt pwodui wòt teknoloji yo

rarefaction / rarefaksyon rejyon nan yon onn lonjitidinal kote dansite a ak presyon an rive nan yon minimòm

rate law / lwa vitès ekspresyon ki montre kijan vitès fòmasyon pwodui depann de konsantrasyon tout espès ki pa sòlvan an ki patisipe nan yon reyaksyon

rate-determining step / etap detèminan nan yon reyaksyon chimik ki gen plizyè etap, etap ki gen vitès ki pi ba a, ki detèmine vitès reyaksyon an jeneral

reactant / reyaktif yon sibstans oswa yon molekil ki patisipe nan yon reyaksyon chimik

reaction mechanism / mekanis reyaksyon fason yon reyaksyon chimik fèt; ki eksprime nan yon seri ekwasyon chimik

reaction rate / vitès reyaksyon ak kitès yon reyaksyon chimit fèt; li mezire pa vitès reyaksyon pwodui a oswa vitès disparisyon reyaktif yo

reaction stoichiometry / estoychyometri reyaksyon kalkil ki enplike relasyon mas ki genyen ant reyaktif yo ak pwodwi yo nan yon reyaksyon chimik

real gas / gaz reyèl yon gaz ki pa fin konpòte l tankou yon gaz ipotetik pafè, akoz entèraksyon ki genyen ant molekil gaz yo

real image / imaj reyèl yon imaj ki fòme pa entèseksyon reyon limyè yo; yo ka pwojte yon imaj reyèl sou yon ekran

recessive / resesif alèl ki pa eksprime sof si de kopi yo prezan nan jenotip yon òganis

recharge / rechaj volim dlo ki ap koule nan yo moman detèmine

reclamation / reklamasyon pwosesis pou mete oswa pou repare yon bagay pou mete l nan yon kondisyon apwopriye, tankou eta natirè li te ye anvan an

recombinant DNA / ADN rekonbinan ADN ki modifye jenetikman ki genyen jèn ki sòti nan plis ke yon òganis oswa espès

recrystallization / rekristalizasyon pwosesis refòmasyon kristal oswa yon estrikti kristalin

recycle / resikle yo mete oswa pase nan yon lòt sik ankò; refè materyèl valab oswa itil yo pran nan fatra oswa nan dechaj pou yo itilize yo ankò

reduced / redui dekri yon sibstans ki pran elektwon, ki pèdi yon atòm oksijèn oswa ki pran yon atòm idwojèn

reducing agent / ajan rediktè yon sibstans ki gen kapasite pou l redui yon lòt sibstans

reduction / rediksyon yon chanjman chimik kote yo kapte elektwon, swa lè yo retire oksijèn, ajoute idwojèn oswa ajoute elektwon

reduction potential / rediksyon potansyèl diminisyon nan vòltaj ki fèt lè yon iyon pozitif vin mwens pozitif oswa li vin net oswa lè yon atòm net vin tounen yon iyon negatif

reflection / refleksyon lè yon onn mayetik retounen sou yon sifas

reforestation / reforestasyon retablisman ak devlopman pyebwa nan yon forè

refraction / refraksyon lè yon onn koube etan fwon onn lan ap pase ant de sibstans kote vitès onn yo diferan

relative age / laj relatif laj yon objè pa rapò ak laj lòt objè yo

rem / rem kantite radyasyon iyonizan ki fè menm kantite domaj sou tisi imen ke 1 roentgen reyon-x vòltaj wo fè

renewable / renouvlab deskripsyon yon resous natirèl yo kapab ranplase nan menm ritm yo konsome resous la Yo itilize l tou pou dekri enèji yo jwenn nan resous sa yo

renewable resource / resous renouvlab yon resous natirèl yo kapab ranplase nan menm ritm yo konsome resous sa

replication / replikasyon pwosesis ADN lan ap kopye tèt li

repulsive force / fòs repilsyon fòs ki gen tandans pouse objè yo lwen

reservoir / rezèvwa yon kote oswa yon pati nan yon sistèm kote yo kolekte oswa y ap kolekte yon bagay

resilience / rezilyans kapasite yon ekosistèm genyen pou repare tèt li apre li te fin sibi yon pètibasyon

resistance / rezistans nan syans lavi, kapasite yon òganis genyen pou l tolere yon ajan chimik oswa yon ajan ki ka lakòz maladi; kapasite yon ekosistèm genyen pou li reziste ak chanjman apre yon pètibasyon; nan fizik, opozisyon yon materyèl oswa yon aparèy prezante fas ak yon kouran elektrik

resolving power / puisans rezolisyon kapasite yon enstriman optik genyen pou li yo fòme imaj separe pou de objè ki kole ansanm

resonance / rezonans lyezon nan molekil oswa nan iyon ke yo pa ka reprezante kòrèkteman nan yon sèl estrikti Lewis; nan fizik yon fenomèn ki rive lè frekans yon fòs yo aplike sou yon sistèm koresponn ak frekans natirèl vibrasyon sistèm lan, ki pwovoke yon gwo anplitid vibrasyon

respiration / respirasyon pwosesis ki dewoule nan selil vivan yo ki pèmèt enèji chimik ki nan molekil òganik yo konvèti nan enèji itilizab, li enplike konsomasyon oksijèn ak pwodiksyon gaz kabonik ak dlo kòm pwodui derive

resultant / reziltant yon vektè ki reprezante sòm de oswa plizyè vektè

reversible reaction / reyaksyon revèsib yon reyaksyon chimik kote pwodui yo refòme reyaktif orijinal yo ankò

ribosome / ribozòm òganèl ki lye asid amine yo ansanm pou fòme pwoteyin

ridge push / pouse dòsal yon fòs ki egzèse pa refwadisman epi lè li sipòte wòch sou plak litosferik k ap louvri nan nivo dòsal oseyanik la

rms current / kouran rms valè kouran altènatif ki bay menm efè chalè ak valè ki koresponn ak kouran dirèk la

rock cycle / sik wòch kalite pwosesis kote wòch fòme, soti nan yon kalite wòch al nan yon lòt, detwi epi fòme ankò gras ak pwosesis jeyolojik

roentgen / wontgen (roentgen) yon inite dòz radyasyon reyon x oswa reyon gama ki egal ak kantite radyasyon ki ap pwodwi 2,58×10^{-4} iyon pou chak kilogram lè nan presyon atmosferik

rotational kinetic energy / enèji sinetik wotasyonèl enèji yon objè ki fèt akoz mouvman wotasyon objè a

S

S-wave / onn S yon onn segondè oswa yon onn sizayman; yon onn sismik ki fè patikil wòch yo deplase nan yon direksyon paralèl ki pèpandikilè ak direksyon onn lan ap vwayaje a; onn S yo se dezyèm onn sismik ki pi rapid yo epi ka vwayaje atravè solid yo

salt / sèl yon konpoze yonik ki fòme lè yon atòm metal oswa yon radikal pozitif ranplase idwojèn ki nan yon asid

saponification / saponifikasyon yon reyaksyon chimik kote estè asid gra yo reyaji ak yon baz fò pou pwodui glisewòl ak yon sèl asid gra; pwosesis ki itilize pou fè savon

saturated hydrocarbon / idwokabi satire yon konpoze òganik ki fòme sèlman gras ak kabòn ak idwojèn ki lye ak yon lyezon senp

saturated solution / solisyon satire yon solisyon ki pa ka fonn okenn solite ankò anba kondisyon yo bay yo

scalar / eskalè yon kantite fizik ki gen mayitid men ki pa gen direksyon

schematic diagram / dyagram chematik reprezantasyon yon sikui ki itilize liy pou l reprezante fil ak senbòl diferan pou l reprezante eleman yo

scientific method / metòd syantifik yon seri etap yo swiv pou rezoud pwoblèm, tankou kolekte done, fòmile yon ipotèz, tèste ipotèz la epi fòmile konklizyon yo

scientific notation / notasyon syantifik yon metòd pou eksprime yon kantite tankou yon nonm ki miltipliye pa 10 nan puisans ki apwopriye a

scintillation counter / kontè ak sentiyasyon yon enstriman ki konvèti yon limyè k ap sentiye an siyal elektrik pou detekte ak mezire radyasyon

secondary energy source / sous enèji segondè dekri sous enèji ki sòti nan sous enèji prensipal yo; pa egzanp, elektrisite se yon sous enèji segondè ki pwodwi lè yo sèvi avèk sous prensipal tankou chabon ak gaz natirèl.

sediment / sediman patikil solid tankou fragman wòch ki altere, materyèl ki soti nan òganis oswa mineral ki soti nan solisyon ke van ak dlo transpòte epi depoze nan oswa tou pre sifas Latè a

sedimentary rock / wòch sedimantè wòch ki fòme lè kouch sediman yo vin di epi yo kole youn ak lòt

seismic wave / onn sismik yon onn enèji k ap vwayaje atravè Latè epi ki ale nan direksyon kontrè a tranbleman de tè a nan tout direksyon

seismogram / sismogram trasman mouvman yon tranblemanntè yon sismograf anrejistre

self-ionization of water / dlo otoyonize yon pwosesis kote de molekil dlo pwodui yon iyon idwonyòm ak yon iyon idwoksid lè yo transfere yon pwoton

semipermeable membrane / manbràn semipèmeyab yon manbràn ki kite sèten molekil pase sèlman

series / seri dekri de oswa plizyè eleman nan yon sikui ki bay yon sèl chemen pou yon kouran pase

sex chromosome / kwomozòm seksysèl youn nan de pè kwomozòm ki detèmine sèks yon moun

sex-linked gene / jèn ki lye ak sèks jèn ki sitye nan yon kwomozòm seksyèl

sexual selection / seleksyon seksyèl seleksyon kote sèten karatè amelyore siksè akoupleman; karaktè yo, kidonk, transmèt ak pwojeniti a

shielding / blendaj yon materyèl ki absòbe radyasyon ki sèvi pou diminye fuit radyasyon reyaktè nikleyè yo

SI / SI Sistèm Entènasyonal Inite oswa the International System of Units, ki se sistèm mezi yo aksepte toupatou nan lemonn

significant figure / chif siyifikatif yon pozisyònman desimal ki rekòmande pou detèmine kantite awondi pou fè ki baze sou presizyon mezi a

silicate / silikat yon mineral ki gen yon konbinezon silisyòm ak oksijèn epi ki ka gen youn oswa plizyè metal tou

simple harmonic motion / mouvman amonik senp vibration sou yon pozisyon ekilib kote yon fòs ki retabli pwopòsyonèl ak deplasman l apati ekilib la

single bond / lyezon senp yon lyezon kovalant kote de atòm pataje yon pè elektwon

single-displacement reaction / reyaksyon senp deplasman yon reyaksyon kote yon sèl eleman oswa yon sèl radikal pran plas yon lòt eleman oswa yon lòt radikal nan yon konpoze

sinkhole / gouf yon depresyon sikilè ki fòme lè wòch yo fonn, lè sediman ki sou sifas yo ranpli yon kavite ki deja egziste, oswa lè tèt kavèn ki anba tè yo oswa min yo efondre

slab pull / traksyon plak plonjant yon fòs ki nan limit yon sibdiksyon ki egzèse sou yon plak sibdikte akòz pwa bò k ap desann lan

smog / smòg polisyon lè kote gaz yo libere gras ak konbistyon konbistib fosil nan yon bouya lè yo reyaji ak limyè solèy la

soil / sòl yon melanj lach ki fèt ak fragman wòch ak matyè òganik ki kapab sipòte vejetasyon k ap pouse

soil erosion / ewozyon sòl pwosesis kote ajan natirèl tankou van, dlo, glas ak gravite detache, fonn, abime oswa bwote al lage lòt kote matyè ki sous sifas tè a

solar wind / van solè yon kouran patikil yonize k ap vwayaje ak gwo vitès; se kouwòn solèy la sitou ki voye yo

solenoid / solenoyid yon bobin byen long ki vlope tankou yon elis

solid / solid eta matyè a kote yo detèmine volim ak fòm yon sibstans

solubility / soliblite kapasite yon sibstans genyen pou l fonn nan yon lòt nan yon tanperati ak yon presyon done; li eksprime an tèm kantite solite ki ap fonn nan yon kantite sòlvan done pou pwodwi yon solisyon satire

solubility product constant / solibilite konstant pwodui ekilib konstant pou yon solid ki an ekilib ak iyon solid la ki disoud

soluble / solib kapab fonn nan yon sòlvan patikilye

solute / solite nan yon solisyon, sibstans ki fonn nan sòlvan an

solution / solisyon melanj omojèn de oswa plizyè sibstans ki gaye an menm tan nan yon faz

solution equilibrium / ekilib solisyon eta fizik kote pwosesis opoze disolisyon ak kristalizasyon nan yon solite fèt nan pousantaj egal

solvated / sòlvasyon dekri yon molekil solite kote lòt sibstans (solite a) fonn

solvent / sòlvan nan yon solisyon, sibstans ki fonn lòt sibstans (solite)

somatic cell / selil somatik selil ki kreye tout tisi ak ògàn kò a, sof gamèt yo

speciation / espesyasyon evolisyon de oswa plizyè espès apati yon espès zansèt

species / espès gwoup òganis ki tèlman sanble ke yo kapab kwaze ak fè pitit ki fètil

specific heat capacity / chalè espesifik kantite chalè ki nesesè pou ogmante yon fason byen espesifik mas inite yon matyè omojèn 1 K oswa 1 °C nan tanperati ak volim konstan

Multilingual Science Glossary

spectator ions / iyon espektatè iyon ki prezan nan yon solisyon pandan yon reyaksyon k ap fèt men ki pa patisipe nan reyaksyon an

spectrum / espèk yon dyagram radyasyon ke yo wè oswa ke yo anrejistre lè eleman ki konstistiye limyè yo separe nan lòd frekans, tankou lè limyè a pase nan yon pris

spin quantum number / nonm kantik wotasyon nonm kantik ki dekri moman angilè entrensèk yon patikil

spring constant / konstant prentan enèji ki disponib pou yo itilize lè yon objè elastik ki defòme retounen nan konfigirasyon orijinal li

stabilizing selection / seleksyon estabilizan trajektwa seleksyon natirèl kote fenotip entèmedyè yo seleksyone nan plas fenotip ki nan de (2) ekstremite yo

standard electrode potential / potansyèl elektwòd estanda potansyèl yon metal oswa lòt materyèl ki plonje nan yon solisyon elektwolit devlope parapò ak elektwòd idwojèn, ki fikse a zewo

standard solution / solisyon nòmal yon solisyon nan yon konsantrasyon done, ki eksprime an tèm kantite solite ki nan yon kantite sòlvan oswa nan yon kantite solisyon done

standard temperature and pressure / tanperati ak presyon nòmal pou yon gaz, tanperati 0 °C ak presyon 1.00 atm

standing wave / onn estasyonè yon modèl onn ki pwodui lè de onn ki gen menm frekans, menm longèdonn ak menm anplitid ap vwayaje nan direksyon opoze epi yo entèfere

static friction / friksyon estatik fòs k ap fè rezistans lè de sifas ki an kontak epi ki orepo kòmanse glise youn sou lòt

stem cell / selil souch selil ki ka divize pandan anpil tan pandan yo rete indiferansye

stimulus / estimilis (pliryèl: *estimili*) yon bagay ki lakòz yon repons fizyolojik

stoichiometry / estoychyometri relasyon pwopòsyonèl ant de oswa plizyè sibstans pandan yon reyaksyon chimik

stratosphere / estratosfè kouch atmosfè ki sitye ant twoposfè a ak mezosfè a epi kote tanperati a ogmante toukòm altitid la ogmante; li genyen kouch ozòn ladan l

stress / estrès fòs pa inite sifas nan yon objè; rezistans entèn yon objè pou yon fòs ki aplike

strong acid / asid fò yon asid ki yonize konplètman nan yon sòlvan

strong electrolyte / elektwolit fò yon konpoze ki separe konplètman oswa lajman nan yon solisyon abaz dlo, tankou sèl mineral ki fonn nan dlo yo

strong force / fòs fò entèraksyon ki mare nikleyon yo ansanm nan yon nwayo

structural formula / fòmil estriktirèl yon fòmil ki endike ki kote atòm, gwoup oswa iyon ki gen rapò youn ak lòt nan yon molekil yo ye epi ki endike kantite lyezon chimik yo ak ki kote lyezon sa yo ye

structural isomers / izomè estriktirèl de oswa plizyè konpoze ki gen menm kantite ak menm kalite atòm epi ki gen menm pwa molikilè, men ki diferan nan fason atòm yo tache youn ak lòt

subduction / sibdiksyon yon pwosesis nan yon limit konvèjan kote yon plak oseyanik desann anba yon lòt plak oseyanik

sublimation / siblimasyon pwosesis kote yon solid chanje dirèkteman pou l bay yon gaz (yo itilize tèm lan pafwa tou pou pwosesis envès la)

subsidence / efondreman lè yon pati nan sòl la efondre oswa li fè yo gwo twou akòz yon pwosesis jewolojik

substitution reaction / reyaksyon sibstitisyon yon reyaksyon kote youn oswa plizyè atòm ranplase yon lòt atòm oswa yon gwoup atòm nan yon molekil

KREYÒL

sunspot / tach solè yon zòn nwa nan fotosfè solèy la, ki pi fre pase zòn ki antoure li yo, epi ki gen yon gwo chan mayetik

superconductor / siprakondiktè yon matyè ki gen rezistans zewo nan yon sèten nivo tanperati kritik, ki varye avèk chak mateyè

supercontinent / sipèkontinan yon mas tè ipotetik ki gen pi fò nan kwout kontinantal Latè a; dapre teyori plak tektonik yo, sipèkontinan yo fòme epi yo kraze

supercooled liquid / likid ki refwadi twòp yon likid ki refwadi anba pwen konjelasyon nòmal li, san l pa vin di

supernova / sipènova evènman enèjetik ki rive apre nwayo fè yon gwo zetwal tonbe; sa pwodui eleman ki gen pi gwo mas atomik pase fè

supersaturated solution / solisyon sisatire yon solisyon ki gen plis solite ki fonn pase sa ki nesesè pou l jwenn ekilib nan yon tanperati done

surface process / pwosesis sifas yon pwosesis ki afekte jewosfè a nan oswa tou pre sifas Latè epi rive sitou akoz enèji ekstèn, tankou dezagregasyon ak ewozyon

surface tension / tansyon sifas fòs ki aji sou sifas yon likid epi ki gen tandans pou li minimize zòn sifas la

survivorship / sivi chans pou siviv rive nan yon laj byen espesifik

survivorship curve / koub sivi chema ki montre manm sivivan chak gwoup laj yon popilasyon atravè letan

suspension / sispansyon yon melanj kote patikil ki nan yon matyè gaye plizoumwen menm jan an nan yon likid oswa yon gaz

sustainability / dirabilite kondisyon kote bezwen imen yo satisfè nan yon fason ke yon popilasyon imen ka siviv endefiniman

sustainable / dirab ki kapab kontinye oswa pwolonje

sustainable development / devlopman dirab pratik pou moun pa sèvi ak resous natirèl yo pi vit pase yo ka rekonstitiye

symbiosis / senbyoz relasyon ekolojik ant manm omwen de (2) espès diferan k ap viv an kontak dirèk youn ak lòt

synthesis reaction / reyaksyon sentèz yon reyaksyon kote de oswa plizyè sibstans konbine pou yo fòme yon nouvo konpoze

system / sistèm yon seri patikil oswa konpozan k ap aji youn sou lòt ke yo konsidere kòm yon antite fizik diferan nan objektik pou yo etidye l

T

tangential acceleration / akselerasyon tanjansyèl akselerasyon yon objè ki tanjant ak trajektwa sikilè objè a

tangential speed / vitès tanjansyèl vitès yon objè ki tanjant ak trajektwa sikilè objè a

tar sand / sab bitime sab oswa grè ki gen petwòl, sibstans volatil li yo chape pou yo kite yon rezidi idwokabòn (asfat)

technology / teknoloji aplikasyon lasyans nan objektif pou fè pratik; itilizasyon zouti yo, machin yo, materyèl yo ak pwosesis yo pou satisfè bezwen lòm

tectonic plate / plak tektonik yon blòk litosfè ki genyen ladan kwout ak pati rijid, eksteryè nan manto terès la

temperature / tanperati yon mezi pou konnen degre chalè (oswa fredi) yon bagay; yon mezi pou enèji sinetik mwayen patikil ki nan yon objè

test cross / tès kwazman kwazman ant yon òganis ki genyen yon jenotip enkoni ak yon òganis ki geyen yon fenotip resesif

theoretical yield / rannman teyorik kantite maksimòm pwodui ki kapab pwodui pa yon kantite reyaktif done

theory / teyori eksplikasyon yon fenomèn ki baze sou obsèvasyon, eksperyans ak rezonman

thermal energy / enèji tèmik enèji sinetik total patikil yon sibstans

thermal equilibrium / ekilib tèmik eta kote de kò ki gen kontak fizik youn ak lòt gen tanperati ki idantik

thermochemical equation / ekwasyon tèmochimik yon ekwasyon ki gen ladan kantite enèji ki degaje oswa ki absòbe kòm chalè pandan reyaksyon an

thermochemistry / tèmochimi branch nan chimi ki etidye chanjman enèji ki akonpaye reyaksyon chimik yo ak chanjman eta yo

thermodynamics / tèmodinamik branch nan syans ki konsène chanjman enèji ki akonpaye chanjman chimik yo ak chanjman fizik yo

thermosphere / tèmosfè kouch ki pi wo nan atmosfè a, kote tanperati a ogmante ofiramezi altitid la ap ogmante; li gèn ladan l iyonosfè a

tidal energy / enèji maremotris enèji ki pwodui pa atraksyon gravitasyonèl solèy la ak lalin lan sou oseyan Latè a

till / alivyon moso wòch ki pa triye ke yon glasye k ap fonn depoze

timbre / tenm kalite mizik yon son ki fèt gras ak amoni ki prezan nan diferan entansite

tissue / tisi yon gwoup ògàn ki travay ansanm pou yo kapab ranpli menm fonksyon

titration / titrasyon yon metòd pou detèmine konsantrasyon yon sibstans nan solisyon lè yo ajoute yon volim solisyon done ak konsantrasyon jiskaske reyaksyon an fin fèt, ki endike nòmalman pa yon chanjman koulè

topography / Topografi gwosè ak fòm karakteristik sifas tè yo nan yon rejyon, ki genyen ladan relyèf tè a

torque / koup yon kantite ki mezire kapasite yon fòs pou l fè yon objè vire toutotou yon aks

total internal reflection / refleksyon entèn total refleksyon konplè ki fèt nan yon sibstans lè ang ensidans limyè ki frape rebò sifas la pi piti pase ang kritik la

tradeoff / konpwomi chanje yon bagay pou yon lòt, ke yo aplike souvan nan pwosesis konsepsyon teknik

trait / trè karakteristik yon bèt oswa yon moun eritye

transcription / transkripsyon pwosesis pou kopye yon sekans nikleyotid ADN pou fòme yon fil konplemantè mARN

transcription factor / faktè transkripsyon yon anzim ki nesesè pou kòmanse epi/ oswa kontinye transkripsyon jenetik la

transform boundary / fwontyè koulisman fwontyè ant plak tektonik yo k ap glise orizontalman

transformer / transfòmatè yon aparèy ki ogmante oswa ki redui fòs elektwomotris yon kouran altènatif

transgenic / transjenik òganis ke jenòm li yo te modifye pou kenbe youn oswa plizyè jèn apati lòt òganis oswa espès

transistor / tranzistò yon aparèy semikondiktè ki kapab anplifye kouran, ke yo itilize nan anplifikatè yo, nan osiyatè yo ak nan switch yo

transition element / eleman tranzisyon youn nan metal ki ka itilize kokiy entèn lan anvan li itilize kokiy ekstèn pou l fè yon lyezon

transition interval / entèval tranzisyon ranje konsantrasyon ke yo kapab obsève varyasyon ki fè nan yon endikatè chimik sou li

translation / tradiksyon pwosesis kote yo dekode mARN lan epi pwodui pwoteyin

transmutation / transmitasyon transfòmasyon atòm yon eleman pou yo vin tounen atòm yon eleman diferan kòm rezilta nan yon reyaksyon nikleyè

transuranium element / eleman transiranyen yon eleman sentetik ki gen pi gwo nimewo atomik pase iranyòm (nimewo atomik 92)

transverse wave / onn transvèsal yon onn patikil li yo ap vibre pèpandikilèman ak direksyon onn lan ap vwayaje a

triple point / pwen trip kondisyon tanperati ak presyon kote faz solid, likid ak gaz yon sibstans ezgiste ansanm ann ekilib

troposphere / twoposfè kouch ki pi ba nan atmosfè a, kote tanperati yo desann nan yon vitès konstan ofiramezi altitid la ap ogmante; pati nan atmosfè a kote kondisyon tan an egziste

triprotic acid / asid tripwotik yon asid ki genyen twa (3) pwoton iyonizab pa molekil, tankou asid fosforik

trough / depresyon pwen ki pi ba anba pozisyon ekilib la

U

ultraviolet catastrophe / katastwòf iltravyolè echèk prediksyon fizik klasik ki di enèji yon pwen nwa pwojete nan yon longèdonn ekstrèman kout laj anpil epi total enèji ki pwojete a enfini

uncertainty principle / prensip ensètitid prensip ki deklare ke li enposib pou yo detèmine an menm tan pozisyon yon patikil ak momantòm li avèk yon presizyon enfini

unified atomic mass unit / inite mas atomik inifye yon inite mas ki dekri mas yon atòm oswa yon molekil; li se egzakteman 1/12 nan mas yon atòm kabòn ki gen nimewo mas 12 (abrevyasyon, u)

uniformitarianism / inifòmitaryanis teyori ki deklare ke pwosesis jeyolojik ki fòme Latè yo inifòm atravè letan

unit cell / inite selilè pati ki pi piti nan yon rezo kristalen ki montre modèl twa dimansyon rezo a tout antye

unsaturated hydrocarbon / idwokabi ensatire yon idwokabi ki genyen lyezon valans disponib, anjeneral lyezon doub oswa trip avèk kabòn

unsaturated solution / solisyon ensatire yon solisyon ki gen mwens solite pase yon solisyon satire epi ki kapab fonn lòt solite anplis

uplift / monte leve; aksyon, pwosesis oswa rezilta bagay ki monte oswa leve; yon chanjman

V

valence electron / elektwon valans yon elektron ke yo jwenn nan kouch eksteryè yon atòm epi ki detèmine pwopriyete chimik atòm lan

vaporization / evaporasyon pwosesis kote yon likid oswa yon solid chanje sou fòm gaz

vector / vektè yon kantite fizik ki gen alafwa yon mayitid ak yon direksyon

velocity / velosite vitès yon objè nan yon direksyon patikilye

vestigial structure / estrikti vestijyal rès yon ògàn oswa yon estrikti ki t ap fonksyone nan yon zansèt anvan

virtual image / imaj vityèl yon imaj kote reyon limyè yo parèt gaye, menm si yo pa vrèman konsantre la; yon imaj vityèl pa ka pwojte sou yon ekran

volatile / volatil evapore fasilman nan tanperati ak presyon nòmal; yon sibstans ki volatil

volcano / vòlkan yon van oswa yon fisi nan sifas Latè kote li ekspilse magma ak gaz

voltage / vòltaj kantite travay pou bouje yon inite chaj elektrik ant de (2) pwen; li eksprime an volt

voltaic cell / selil vòltayik yon selil primè ki gen ladan l de elektwòd ki fèt ak metal diferan ki plonje nan yon elektwolit; yo itilize l pou jenere vòltaj

volume / volim mezi gwosè yon kò oswa yon rejyon nan yon espas tridimansyonèl

VSEPR theory (valence shell electron pair repulsion theory) / teyori VSEPR (teyori repilsyon pè elektwon ak koki valans) yon teyori ki predi sèten fòm molekilè ki baze sou lide ke pè valans elektwon ki antoure yon atòm repouse youn lòt

W

wastewater / dlo ize dlo ki genyen dechè ki sòti nan kay oswa endistri

watershed / basen vèsan zòn nan tè a ke yon sistèm dlo bwote

wavelength / longè donn distans ant de (2) pwen nan yon onn similè ki adjasan, tankou krèt ak krèt oswa apati kre ak kre

weak acid / asid fèb yon asid ki degaje sèlman yon ti kantite iyon idwojèn nan solisyon abaz dlo

weak electrolyte / elektwolit fèb yon konpoze ki izole tou piti sèlman nan nan solisyon abaz dlo

weak force / fòs fèb fòs ki enplike entèraksyon sèten patikil sibatomik

weather / meteyo eta atmosfè a akoutèm, ikonpri tanperati, imidite, presipitasyon, van ak viziblite

weathering / alterasyon pwosesis natirèl kote ajan atmosferik ak anviwònman yo, tankou van, lapli ak chanjman tanperati, dezentegre epi dekonpoze

weight / pwa yon mezi fòs gravitasyonèl ki egzèse sou yon objè; valè li ka chanje akoz anplasman objè a nan linivè a

word equation / ekwasyon mo yon ekwasyon kote reyaktif yo ak pwodwi yo nan yon reyaksyon chimik reprezante ak mo

work / travay transfè enèji nan yon objè akoz yon fòs ki lakoz yon chanjman nan mouvman objè a nan direksyon fòs la; pwodui konpozisyon yon fòs nan direksyon deplasman ak mayitid deplasman

work function / fonksyon travay enèji minimòm ki nesesè pou retire yon elèktwon nan yon atòm metal

work–kinetic energy theorem / teyorèm enèji travay ak sinetik travay nèt tout fòs ki aji sou yon objè egal ak chanjman enèji sinetik objè a